அன்னா கரீனினா
புத்தகம் - 1

லியோ டால்ஸ்டாய்

தமிழில்:
நா. தர்மராஜன்

நியூ செஞ்சுரி புக் ஹவுஸ் (பி) லிட்.,
41-பி, சிட்கோ இண்டஸ்டிரியல் எஸ்டேட்,
அம்பத்தூர், சென்னை- 600 050.
☎: 044 - 26251968, 26258410, 48601884

Language: Tamil
Anna Karenina
Book - 1
Author: **By Leo Tolstoy (in Russian)**
Translated from English by: **N. Dharmarajan**
NCBH First Edition: January, 2018
Third Edition: November, 2022
Fourth Edition: September, 2024
Copyright: Publisher
No. of pages: Volume I : xxxii + 600
Volume II : iv + 601 to 1154 } 1190
Publisher:
New Century Book House Pvt. Ltd.,
41-B, SIDCO Industrial Estate,
Ambattur, Chennai - 600 050.
Tamilnadu State, India.
email : info@ncbh.in
Online:www.ncbhpublisher.in

ISBN: 978 - 81 - 2343 - 665 - 4

Code No. A 3824

₹ **1000/-**

(இரண்டு பாகங்களும் சேர்த்து)

Branches

Ambattur 044 - 26359906 **Spenzer Plaza (Chennai)** 044-28490027
Trichy 0431-2700885 **Pudukkottai** 04322- 227773 **Thanjavur** 04362-231371
Tirunelveli 0462-4210990, 2323990 **Madurai** 0452 2344106, 4374106
Dindigul 0451-2432172 **Coimbatore** 0422-2380554 **Erode** 0424-2256667
Salem 0427-2450817 **Hosur** 04344-245726 **Krishnagiri** 04343-234387
Ooty 0423 2441743 **Vellore** 0416-2234495 **Villupuram** 04146-227800
Pondicherry 0413-2280101 **Nagercoil** 04652-234990

அன்னா கரீனினா
புத்தகம் - 1
ஆசிரியர்: **லியோ டால்ஸ்டாய்**
தமிழில்: **நா. தர்மராஜன்**
என்.சி.பி.எச். முதல் பதிப்பு: ஜனவரி, 2018
மூன்றாம் பதிப்பு: நவம்பர், 2022
நான்காம் பதிப்பு: செப்டம்பர், 2024

அச்சிட்டோர்: **பாவை பிரிண்டர்ஸ் (பி) லிட்.,**
16 (142), ஜானி ஜான் கான் சாலை, இராயப்பேட்டை, சென்னை - 14
☎: 044-28482441

All rights reserved. No part of this book may be reprinted or reproduced or utilised in any form or by any electronic, mechanical, or other means, now known or hereafter invented, including photocopying and recording, or in any information storage or retrieval system, without permission in writing from the publishers.

என்.சி.பி.எச். பதிப்புக்கான மொழிபெயர்ப்பாளர் முன்னுரை

யோகி. சுந்தானந்த பாரதியார் மொழிபெயர்த்த ‘ஏழை படும் பாடு’ என்னும் நாவலை உயர்நிலைப் பள்ளி மாணவனாக இருந்த காலத்தில் படித்தேன், பிறகு கல்கி, மற்றும் காண்டேகர் எழுதிய நாவல்களைப் படித்தேன், ரகுநாதன் மொழிபெயர்த்த ‘தாய்’ என்னும் ரஷ்ய நாவலைப் படித்தேன் 1998 வாக்கில் எஸ்,ராமகிருஷ்ணன் மொழிபெயர்த்த ‘சக்கரவர்த்தி பீட்டர்’ என்னும் ரஷ்ய நாவலைப் படித்தேன். சுத்தானந்தரும், ராமகிருஷ்ணனும் ரகுநாதனும் எனக்கு இலக்கிய வழிகாட்டிகள் ஆனார்கள். அவர்களைப் போல உலக இலக்கியங்களை மொழிபெயர்க்க வேண்டும் என்னும் பேராசை எனக்கு ஏற்பட்டது, மக்சீம் கார்க்கி எழுதிய சில சிறுகதைகளை மொழிபெயர்த்தேன். ஜீவா அவர்கள் தொடங்கிய ‘தாமரை’ இதழில் அவை பிரசுரிக்கப்பட்டு இலக்கிய உலகத்திற்குள் நுழைந்தேன்,

நான் மொழிபெயர்த்து அகரம் (சிவகங்கை) வெளியிட்ட ‘ஒரு குடும்பத்தின் கதை’ என்னும் ரஷ்ய நாவலுக்கு கவிஞர் மீரா சிறப்பான முன்னுரை எழுதியிருந்தார், 1978 இல் மதுரையில் தோழர் இராதாகிருஷ்ண மூர்த்தியை சந்தித்து அவரிடம் பிரதியைக் கொடுத்தேன் அவர் NCBH புத்தக நிறுவனத்தின் இயக்குநர், என் புத்தகத்தை பெற்றுக் கொண்டு பக்கங்களைப் புரட்டினார்.

“மொழிபெயர்ப்புப் பணிக்காக மாஸ்கோவுக்குப் போவீர்களா?” என்று அவர் கேட்டார். என் ஒப்புதலை மகிழ்ச்சியுடன் தெரிவித்தேன் 1980 செப்டம்பர் முதல் 1988 ஏப்ரல் வரை மாஸ்கோவில் தமிழ்ப் பிரிவில் மொழிபெயர்ப்பாளராகப் பணியாற்றினேன். இலக்கியம், தத்துவம், அரசியல் என்று பல்வகை நூல்களைத் தந்து கொண்டே இருந்தார்கள். நான் மொழிபெயர்த்தேன்,

லியோ டால்ஸ்டாயின் சொந்த கிராமத்துக்கு மொழிபெயர்ப்பாளர்கள் குழு சென்றபொழுது நானும் அவர்களுடன் சென்றேன். நானூறு கி.மீ. தூரம். டால்ஸ்டாயின் பழங்காலத்து வீட்டுக்குள் பரவசத்தோடு

நுழைந்தேன், டால்ஸ்டாயின் அறை, மேசை, நாற்காலி, கட்டில், நூலகம் ஆகியவற்றைப் பரவசத்துடன் பார்த்தேன், வீட்டிலிருந்து தொலைவிலுள்ள டால்ஸ்டாய் சமாதிக்குச் சென்றேன். பழமையானதொரு மரத்தின் கீழ் உலக இலக்கிய மேதையான டால்ஸ்டாயின் உடல் புதைக்கப்பட்டிருந்தது.

அந்த இடத்தில் நினைவு மண்டபம் எழுப்பக் கூடாது, என் பெயரைக் கூட எழுதவேண்டாம் என்று டால்ஸ்டாய் குடும்பத்தினரிடம் கூறியிருந்தார், அங்கே சிறிது நேரம் உட்கார்ந்திருந்து கண்களை மூடி சிந்தித்தேன், என்னோடு வந்த மொழிபெயர்ப்பாளர்கள் அவசரப்படுத்தியதால் அங்கிருந்து விருப்பமில்லாமல் புறப்பட்டேன்.

முன்னேற்றப் பதிப்பகத்துக்காக டால்ஸ்டாயின் பிரபலமான சிறுகதைகளையும் 'கஸாக்குகள்' என்னும் நாவலையும் மொழி பெயர்த்தேன். டால்ஸ்டாய் பக்தி என்னிடம் அதிகரித்தது,

சில மாதங்களுக்குப் பிறகு குளிர்காலத்தில் தனியாக டால்ஸ்டாய் பிறந்த பூமியை வணங்குவதற்காகப் புறப்பட்டேன், அவருடைய இல்லத்துக்குள் போகவில்லை, எங்கும் பனி, கண்களுக்கு எட்டிய வரை வெள்ளை நிறப்போர்வையால் மூடிய மாதிரி பூமி தோற்றமளித்தது, பனிக்காலத்தில் பார்வையாளர்கள் வரமாட்டார்கள். நான் சமாதியின் அருகில் உட்கார்ந்து தியானம் செய்தேன்.

டால்ஸ்டாயின் ஆவி என் உடலுக்குள் புகுந்தது என்று நான் எழுதினால் வாசகர் நம்ப மாட்டார், அன்பில் என்னிடம் மாற்றம் ஏற்பட்டிருந்தது, டால்ஸ்டாய் பெயரை உச்சரித்துக் கொண்டு டால்ஸ்டாயின் சமாதியிலிருந்து புறப்பட்டேன்.

1988ல் இந்தியாவுக்குத் திரும்பினேன்.

இளம் பதிப்பாளரான திரு துரைப்பாண்டி 2006 டிசம்பரில் என்னை சந்தித்தார், அன்னை கரீனினா நாவலை மொழிபெயர்க்குமாறு கேட்டுக் கொண்டார். அவசரப்படாமல் மொழிபெயர்த்து சாதனை படைக்க வேண்டும் என்று முடிவு செய்தேன், மொழிபெயர்ப்புப் பணி முடிவதற்குப் பல மாதங்களாயின. 2007 சனவரியில் புத்தகம் தயாராகிவிட்டது, வெளியீட்டு விழா நடத்த வேண்டும் என்று திரு துரைப்பாண்டியிடம் கூறினேன். அதற்கு செலவு செய்வதற்கு அவரிடம் நிதி இல்லை, ஆனால் அவர் புத்தகத்தை சிறப்பான முறையில் அச்சிட்டிருந்தார்,

அன்னா கரீனினா மொழிபெயர்ப்பை முதலில் பரிசு கொடுத்துப் பாராட்டியது திருப்பூர் தமிழ்இலக்கியப் பேரவையே, பிறகு 2008 பிப்ரவரியில் 'நல்லி திசை எட்டும்' விருது மொழிபெயர்ப்புக்கு அளிக்கப் பட்டது, டாக்டர் மா.பா. குருசாமி, நாவலாசிரியர் சின்னப்பாரதி,

சந்திரகாந்தன் ஆகியோர் விரிவான கட்டுரைகளை எழுதி மொழிபெயர்ப்பைப் பாராட்டினார்கள். மூத்த கம்யூனிஸ்ட் தலைவர் ஆர். நல்லகண்ணு, பிரபல எழுத்தாளர் ஜெயமோகன், முனைவர்கள் ம.பெ. சீனிவாசன், மு.பழனி இராகுலதாசன் மற்றும் சிலர் எழுதிய கட்டுரைகள் 'நா. தர்மராஜன் - 80' என்னும் தொகுப்பில் பிரசுரிக்கப்பட்டிருக்கின்றன. பின் அன்னா கரீனினா நாவலின் தமிழ் மொழிபெயர்ப்பின் இரண்டாம் பதிப்பை வெளியிடுகின்ற நியூசெஞ்சுரி புக் ஹவுஸ் நிறுவனத்துக்கு என் நன்றியினைத் தெரிவிக்கிறேன்.

சிவகங்கை நா. தர்மராஜன்
20.12.2017 பேராசிரியர் *(ஓய்வு)*

முதல் பதிப்புக்கான
மொழிபெயர்ப்பாளரின் முன்னுரை

ரஷ்ய நாவலாசிரியரான லியோ டால்ஸ்டாய் (1828 - 1910) உலக இலக்கிய மேதை. அவருடைய இலக்கியத் திறனை அங்கீகரிக்காத எழுத்தாளர் உலகத்தில் இல்லை. அவருடைய அழியாப் படைப்புகளைப் போற்றாத வாசகர் உலகத்தில் இல்லை. அவருடைய சிந்தனைகளை, நாவல்களை, ஆராயாத இலக்கிய விமர்சகர் உலகத்தில் இல்லை.

லியோ டால்ஸ்டாயின் நீண்ட வாழ்க்கை ரஷ்யாவில் டிசம்பரிஸ்ட் கலகத்துக்குப் (1825) பிறகு ஆரம்பமாகி அக்டோபர் சோஷலிஸ்ட் புரட்சிக்கு (1917) ஏழு ஆண்டுகளுக்கு முன்பு முடிவடைந்தது. ரஷ்யா புரட்சிக்குத் தயாராகிக் கொண்டிருந்த காலகட்டத்தில் டால்ஸ்டாய் வாழ்ந்தார். அவருடைய தகப்பனார் ஒரு பிரபு. ஆயிரக்கணக்கான ஏக்கர் நிலங்கள் அவருக்குச் சொந்தம்; ஆயிரக்கணக்கான விவசாயிகளும் அந்தக் குடும்பத்துக்கு உடைமையாக இருந்தார்கள். ரஷ்ய நாட்டில் ஜார் சக்கரவர்த்தியின் எதேச்சதிகாரம் நிலவியதென்றால் கிராமங்களில் நிலப்பிரபுக்களின் சர்வாதிகாரம் நீடித்தது. ஆனால் டால்ஸ்டாய் விவசாயிகளை நேசித்தார். "இந்த பிரபுவுக்கு முன்பு, வேறு எந்த ரஷ்ய எழுத்தாளரும் உண்மையான விவசாயியை இலக்கியத்தில் சித்தரிக்கவில்லை" என்று லெனின் பாராட்டினார். டால்ஸ்டாய் ரஷ்யாவின் மனசாட்சியாக இருந்தார். "டால்ஸ்டாய் இல்லாவிட்டால் நம்முடைய இலக்கியம் மேய்ப்பவர் இல்லாத ஆட்டுக் கிடையைப் போல ஆகிவிடும்" என்று ஆண்டன் செகாவ் எழுதினார். டால்ஸ்டாய் 1910 ஆம் ஆண்டில் மரணமடைந்தார்.

* * *

நான் மாஸ்கோவில் மொழிபெயர்ப்பாளராகப் பணியாற்றிய 1980 - 1988 ஆண்டுகளின் போது, லியோ டால்ஸ்டாயின் இல்லம் இருந்த இடமான "யாஸ்னயா போல்யானா"வுக்கு இரண்டு முறை சென்றேன். உயரமான

மரங்கள் சூழ்ந்த பகுதியில் அவருடைய சமாதி இருக்கிறது. அது மிகவும் எளிமையான சமாதி. மண்மேடு என்றுதான் சொல்ல வேண்டும். அது டால்ஸ்டாயின் சமாதி என்று சொல்வதற்கு எந்த அடையாளச் சின்னமாவது உண்டா? இல்லை. குளிர்காலத்தில் பனி சமாதியை மூடியிருக்கிறது. மற்ற பருவங்களில் பைன் மர இலைகள் சமாதியை மூடியிருக்கின்றன. உலகத்திலேயே எளிமையான சமாதி இலக்கிய மேதை டால்ஸ்டாயின் சமாதிதான். நான் அங்கு இரண்டு முறை சென்று மலர்கள் வைத்து அஞ்சலி செலுத்தியிருக்கிறேன். அப்பொழுது உணர்ச்சி வசப்பட்டு கண்ணீர்த் துளிகளைச் சமாதியில் சிந்தியிருக்கிறேன்.

★★★

நான் டால்ஸ்டாயின் நாவல்களையும், கதைகளையும் ஏற்கனவே மொழிபெயர்த்திருக்கிறேன். 'அன்னா கரீனினா' நாவலை மொழிபெயர்க்கின்ற வாய்ப்பு எனக்குக் கிடைத்த பொழுது, மிகவும் மகிழ்ச்சியடைந்தேன்.

நாற்பத்தைந்து ஆண்டுகளாக நான் மொழி பெயர்ப்பு செய்து கொண்டிருக்கிறேன். அந்த நீண்ட அனுபவம் இந்த நாவலை மொழிபெயர்ப்பதற்கு எனக்கு உதவியாக இருந்தது. அமரர் சுந்தர ராமசாமி அவர்கள் கடைசியாக எழுதிய கட்டுரை ஒன்றில் என்னைப் பற்றி விரிவாக எழுதினார். (புதிய பார்வை ஜுன் 16-30, 2005). "மூத்த தமிழ் வாசகன் என்ற முறையில் திரு. தர்மராஜன் பெயரை நான் சாகித்திய அகாதெமியினரின் மொழிபெயர்ப்பு விருதுக்கு சிபாரிசு செய்கிறேன்" என்று அவர் எழுதியிருந்தார். பரிசுக் குழுவின் உறுப்பினர்கள் 'அன்னா கரீனினா' நாவலின் மொழிபெயர்ப்பைப் படித்துப் பார்ப்பார்கள் என்று நம்புகின்றேன்.

இந்த நாவலை மொழிபெயர்த்த பொழுது என்னை ஊக்குவித்த திரு.க.மு. நடராஜன், முனைவர் ம.பெ. சீனிவாசன், திரு. மு. மாரிமுத்து (மதுரை), திரு.சு. செல்லமணி ஆகியோருக்கு நன்றியைத் தெரிவித்துக் கொள்கிறேன்.

மொழிபெயர்ப்பைப் பற்றி வாசகர்கள் தங்களுடைய கருத்துக்களை எனக்கு எழுதுமாறு வேண்டுகிறேன்.

25.10.2006 நா. தர்மராஜன்
சிவகங்கை

★★★

நாவலைப் பற்றி...

நாவலாசிரியரும் விமர்சனப் புலவருமான இ.எம். பாஸ்டர் (E.M. Forster) 'நாவலின் அம்சங்கள்' என்ற தம் புத்தகத்தில் உலகத்திலேயே மிகச் சிறந்த மூன்று நாவலாசிரியர்களை வாயாரப் புகழ்கின்றார். தேசாபிமானம் பாராது தாம் கண்ட உண்மையை உள்ளபடி உரைக்கின்றார் இ.எம்.பாஸ்டர். டால்ஸ்டாயைப் போல அத்தனை சிறந்த நாவலாசியரை ஆங்கிலேயருக்குள்ளே பார்க்க முடியாது. மனிதனின் தினசரி வாழ்க்கையுஞ் சரி, அல்லது வீர வாழ்க்கையுஞ் சரி டால்ஸ்டாயைப் போல ஓர் உயிர் ஓவியமாகப் படைக்கவல்ல கலைஞன் இல்லையென்றே சொல்லிவிடலாம். தாஸ்தாயேவ்ஸ்கியைப் போல (Dostoyevsky) அகமனக் கடலைத் துருவி ஆராய்ந்தவர்களில்லை. தற்கால மனிதனின் அகமன ஓட்டத்தை (Modern consciousness) பிரஞ்சு ஆசிரியர் மார்சல் ஃபிராஸ்ட்டைப் (Marcel Froust) போல வேறு எவரும் செஞ்சொற்களினால் சிறை செய்யவில்லை.'

இலக்கிய உலகத்தில் அமானுஷ்யமான செயல்களை ஆற்றிய டால்ஸ்டாயின் அன்னா கரீனினாவின் நயங்களைச் சற்று ஆராய்வோம். நாவலின் முதல் வரியிலேயே கதையின் சோக வரிகளைக் கேட்டு விடுகிறோம். ஸ்டீபன் அர்க்காதியேவிச் (ஸ்டீவ்) வீட்டு வேலைக்காரியோடு காதல் கொண்டு விடுகிறான். இச்செய்தி அவன் மனைவி டாலிக்குத் தெரிந்து விடுகிறது. தன் கணவனோடு ஒரே கூரையின் கீழ் சேர்ந்துறைய மனமில்லை. வாழ்விலே அத்தனை கசப்பு ஏற்பட்டு விடுகிறது. இவர்களைச் சமாதானஞ் செய்ய ஸ்டீவ்வின் உடன்பிறந்தவளான அன்னா கரீனினா வருகிறாள். அவள் பீட்டர்ஸ்பர்க்கில் (St. Petrsburg) ஓர் உயர்ந்த உத்தியோகஸ்தரின் மனைவி. கல்யாணமாகி ஒன்பது வருஷங்கள் ஆகின்றன. அவளுக்கு செரேஷா என்ற ஒரு குழந்தை இருக்கிறது. ஆனால் இக்கல்யாணம் அவளுக்கு இன்பத்தை அளிக்கவில்லை. உள்ளத்தில் ஒரு திருப்தி இல்லை. ஆனால் தன் மகனிடத்தில் அன்புள்ளவளாகயிருக்கிறாள். கதையின் தொடக்கத்திலேயே அவளுடைய வனப்பு ஒரு மந்திர வலையை வீசுகின்றது. விரான்ஸ்கியின் தாயோடு அன்னா கரீனினா சேர்ந்து பிரயாணஞ் செய்கின்றாள். தன் தாயை மாஸ்கோ ஸ்டேஷனில் பார்க்க

வந்த விரான்ஸ்கியை அன்னா சந்திக்கிறாள்; அவனுடைய முக அழகில் ஈடுபடுகிறாள். கண்கள் கண்களோடு பேசுகின்றன. உள்ளத்தில் காதல் மடை சற்றே திறக்கின்றது. ஒரு நடனத்தில் அன்னா மறுபடியும் அவனைச் சந்திக்கிறாள். டாலியின் சகோதரி கிட்டி (Kitty) அவனிடத்தில் மோகங் கொண்டிருக்கிறாள் என்பதையறிந்த அன்னா அவளுக்குக் காதல் துறையில் உதவி செய்ய விரைகிறாள். அன்னாவின் அழகில் ஆழ்ந்த விரான்ஸ்கி கிட்டியை மறந்து விடுகிறான். கிட்டியின் மீது மெய்க்காதல் கொண்ட லெவின் (Levin) அவளை மணக்கிறான். விரான்ஸ்கியின் மீது தான் வைத்த காதல் ஆழ்ந்த காதலன்று என்றதைக் கிட்டி அறிந்து விடுகிறாள். கிட்டி லெவின் வாழ்க்கைத் துணைவியாகி விடுகிறாள்.

அன்னா பீட்டர்ஸ்பர்க்குக்குத் திரும்பி விடுகிறாள். அவளை விரான்ஸ்கி அடிக்கடி சந்திக்கிறான், கரை கடந்த காதல் வெள்ளம் பொங்கி விடவே. 'நான் உனக்கு மனைவியல்லள்; விரான்ஸ்கிக்கே உரியவள்' என்கிறாள் அன்னா தன் கணவனிடம்.

அன்னாவுக்கு உடம்பு அசௌகரியமென்று அன்னாவின் புருஷன் கரீனின் கேள்விப்படுகின்றான். உள்ளத்தில் நல்ல தன்மை உள்ளவனான படியால் தன் மனைவியைப் பார்க்க வருகின்றான். விரான்ஸ்கியும் அங்கே வருகின்றான். இலக்கிய உலகத்தில் அழியாத சமாதானக் காட்சி நிகழ்கின்றது. விரான்ஸ்கி துயர்பாரம் தாங்காது தன்னைச் சுட்டுக் கொள்ளுகின்றான். அன்னா பிழைத்து விடுகிறாள். விரான்ஸ்கியும் பிழைத்து விடுகிறான். மறுபடியும் பண்டைக் காதல் தழைக்கிறது. அவிந்து கொண்டிருந்த தணல் சுடர் விடுகிறது. இரண்டு பேர்களும் இத்தாலிக்குப் போகின்றனர். சில நாட்கள் தங்கி ருஷ்யாவுக்கு வருகின்றனர். ஆனால் அன்னாவின் மனத்தில் அமைதி தேய்ந்து கொண்டே வருகின்றது. இன்பமும் மறைந்து கொண்டே வருகின்றது. இந்திரிய சுகம் சஞ்சலத்தைத் தவிர மன அமைதியை அளிக்குமோ? அவள் மனத்தில் ஐயம் குடி கொள்ள ஆரம்பிக்கிறது. நம்பிக்கை இழந்து கொண்டே வருகிறது. விரான்ஸ்கியையும் சந்தேகிக்கிறாள். தன்னையும் நொந்து கொள்கிறாள். விரான்ஸ்கியையும் வாட்டுகிறாள். ஆனால் அன்னாவிடத்தில் அவன் கொண்டிருக்கும் உள்ளன்பு எல்லாவற்றையும் பொறுத்துக் கொள்கின்றது. ஒரு சிறிய விஷயத்தில் மனஸ்தாபம் நிகழ்கின்றது. கிராமத்திலுள்ள தன் தாயைப் பார்க்கச் செல்லுகின்றான் விரான்ஸ்கி. அவனைத் தொடர்கிறாள் அன்னா. ஸ்டேஷனில் தன் காதலன் இனித் திரும்ப மாட்டான் என்ற செய்தியை உணர்கிறாள். தாங்கமுடியாத துயரினால் கூட்ஸ் வண்டிச் சக்கரங்களுக்கடியில் இரக்கமின்றித் தன்னை எறிந்து விடுகிறாள். அவளுடைய அழகிய வதனத்தைத் தவிர மற்ற அங்கங்கள் உருத் தெரியாமல் நசுங்கி விடுகின்றன. இந்நிலை வந்து விடுகின்றது அன்னாவுக்கு. அந்தோ! அழகெல்லாம் மண்ணோடு மண்ணாய் மறைந்து விடுகின்றது.

இது தான் கதையின் சுருக்கம். இத்தகைய நிகழ்ச்சி நம் வாழ்க்கையிலும் கூட நடக்கக் காண்கிறோம். ஆனால் நம் தமிழ்நாட்டில் ஒரு டால்ஸ்டாய் எழவில்லை. பிழை செய்த பெண் கசப்பு நிரம்பிய வாழ்வின் பாரம் தாங்காது தற்கொலை செய்து கொள்கின்றாள். இச்சம்பவத்தை அருவருப்பின்றிச் சோகம் ததும்பும் ஒரு நாவலாகக் கற்பனைத் தறியில் நூற்பது சாதாரணக் காரியமன்று.

ஒத்தெல்லோவில் (Othello) என்ன விஷயமிருக்கிறது? தன் மனைவி பிழை செய்தாள் எனச் சந்தேகித்துத் தொண்டையைப் பிடித்து அமுக்கிக் கொன்று விடுகிறான் கணவன். போலீஸ் கோர்ட்டு வரக்கூடிய ஒரு சம்பவம், ஷேக்ஸ்பியரின் (Shakespeare) கைவண்ணத்தில் ஒரு பெருஞ் சோக நாடகமாய் அமைந்து விடுகின்றது. இங்கே அன்னா கரீனினாவில் பிழை புரிந்த ஒரு பெண் தன்னை மாய்த்துக் கொண்டு விட்டாள். அன்னாவைச் சுற்றியும், தூய வாழ்வு நடத்துகின்ற லெவின், கிட்டி - இவர்களைச் சுற்றியும் சம்பவங்கள் நிகழ்கின்றன. அன்னா கரீனினாவில் இரண்டு நாவல்கள் அடங்கியிருக்கின்றன.

நிறையெனும் அங்குசத்தை மீறிப் போகின்ற உன்மத்த இந்திரிய வசத்தினால் எழுகின்ற தீமை ஒரு பக்கம்; ஏழைகளின் துயர் கண்டு நெஞ்சுருகி அதைத் துடைக்கத் தொண்டு செய்து ஆண்டவன் அருள் ஒளியைக் காணக் காத்திருக்கும் ஒரு தூய்மையான உள்ளத்தவரின் மெய்ந்நெறி ஒரு பக்கம் - இவ்விரு சித்திரங்களை வாழ்க்கையில் பார்க்கின்றோமல்லவா? ஒன்றைப் பார்த்து மற்றொன்று நகுகின்ற நிலையை நாம் உணர்கின்றோம்.

டால்ஸ்டாயின் முன்பு வாழ்க்கைச் சித்திரந்தான் விரிகின்றது. வேறு நாவலாசிரியராயிருந்தால் படுக்கையாய் படுத்திருந்த அன்னா இறந்து விட்டாள்; விரான்ஸ்கியும் தற்கொலை செய்து கொண்டு விட்டான் என்று கதையை முடித்திருப்பான். ஆனால் டால்ஸ்டாய் அப்படிச் செய்யவில்லை. அன்னாவுக்கு வியாதி அகன்று விடுகிறது. விரான்ஸ்கியும் குணமடைந்து விடுகிறான். மறுபடியும் காதல் நாடகம் நடக்கின்றது. இது தான் வாழ்க்கையில் நடக்கக் கூடியது. ‘டால்ஸ்டாயின் சித்திரம் வெறும் ஒரு கலைச் சித்திரமன்று. அது ஒரு வாழ்க்கைச் சித்திரம்’ என்று மாத்யூ ஆர்னால்டு (Matthew Arnold) கூறினது மிகப் பொருத்தமே.

‘அன்னாவுக்குத் திடீரென்று அறமிலாக் காதல் எழுந்து விட்டதே, இது பொருத்தமா? இது நிகழ்வதற்கு முன் சில சந்தர்ப்பங்களை ஆசிரியர் குறித்திருக்க வேண்டாமா? இந்நிலையை உணர வாசகர்களைத் தயார் செய்ய வேண்டாமா?’ என்ற கேள்விகளை யெல்லாம் விமர்சனக்காரர்கள் கேட்கின்றனர்.

அவர்களுக்குச் சமாதானம் இது தான்: நம் அக மனத்தில் எத்தனையோ உணர்ச்சிகள் துயின்று கொண்டிருக்கின்றன. ஏதாவது ஒரு சம்பவம் அவைகளைத் தூண்டி விடும். முன்பின் எதிர்பாராத உணர்ச்சி வெள்ளம் கரையை உடைத்துக் கொண்டு வெளியோட ஆரம்பித்து விடும். இத்தகைய நிலைமை தான் அன்னாவிலும் காண்கிறோம். அக்காரணம் பற்றியே ஒரு வாழ்க்கைச் சித்திரமாய் அமைந்துள்ள அன்னா கரீனினாவின் மீது குறை கூற வேண்டியதில்லை.

வாழ்வின் இன்ப வெள்ளத்தில் திளைத்த அன்னாவுக்கு இத்தகைய கோரமான மரணம் பொறுத்தமன்று என்று காால்ஸ்வொர்தி (Galsworthy) மொழிகின்றார். முதலில் அன்னாவுக்கு வாழ்வில் அளவு கடந்த இன்பமிருந்த போதிலும் அது தேய்ந்து கொண்டே வருகின்றது. மணந்த புருஷனிடத்தில் சுகத்தைக் கண்டாளில்லை. தனக்கு ஆறுதலாயிருந்த பிள்ளையும் பக்கத்திலில்லை. விரான்ஸ்கியிடம் அவள் நம்பிக்கை இழக்க ஆரம்பித்து விட்டாள். வாழ்வோ அர்த்தமற்ற பூசல் நிறைந்த கதையாகிவிட்டது. இந்நிலையில் வாழ்வு ஒரு பெரும்பாரமாகத் தான் தோன்றும். இருள் செறிந்த மரணத்தின் நீண்ட பாதையில் செல்லுவதை விட வேறு அன்னாவுக்கு வழியில்லை. அதனால் அவள் செய்த காரியம் மிகப் பொருத்தமே. சில விமர்சனக்காரர்கள் காண்கின்ற குற்றங்களெல்லாம் உற்று நோக்கினால் குணங்களாக மாறி விடும் என்பதில் சந்தேகமில்லை. இத்தகைய அன்னா வந்த விதத்தை ஆராய்வோம்.

1870-ஆம் வருஷம் பிப்ரவரி மாதம் 24 ஆம் தேதி டால்ஸ்டாயின் மனைவி தன்னுடைய சகோதரிக்கு ஒரு கடிதம் எழுதினாள். அந்தக் கடிதம் இங்கே நோக்கத் தகுந்தது:

'உயர்ந்த இடத்தில் பிறந்து, உயர்ந்த இடத்தில் வாழ்க்கைப்பட்ட ஒரு பெண் மெய்ந்நெறியிலிருந்து தவறி விடுகிறாள். அப் பெண்ணின் குற்றத்தைச் சித்தரிக்காது, அவளுடைய பரிதாபகரமான நிலையைச் சித்தரிக்க வேண்டும் என்ற எண்ணம் எனக்கு உதயமாயிருக்கிறது' என்று என் கணவர் டால்ஸ்டாய் சொன்னார்.

ஆனால் 1875-ஆம் வருஷத்திலிருந்து நாவல் சிறிது சிறிதாகவே வெளிவந்தது. 1877-ஆம் வருஷந்தான் நாவல் முழுவதும் வெளியாயிற்று. எத்தனை வருஷங்களாக கதை மனத்தில் ஊறி வந்திருக்கிறது, பாருங்கள். முதற் கதை அமைப்பை இரண்டு மாதங்களில் முடித்துவிட்டார். ஆனால் புத்தகம் வெளியேற மூன்று வருஷங்கள் கழிந்து விட்டன. கதையை அடித்துத் திருத்தி மறுபடியும் அடித்துத் திருத்தித் தான், மனத்தில் கொண்ட கருத்து உரு அடைகிற வரையில் மாறுதல்களைச் செய்து கொண்டே போனார்.

ஒரு கலைஞனுடைய மனசாட்சியை சீக்கிரம் திருப்தி செய்து விட முடியாது. அது 'ஆம், அது சரியே' என்று ஆமோதிக்கிற வரையில் அரும்பாடு பட வேண்டும். அத்தகைய சாட்சியைப் புறக்கணித்தால் உள்ளத்தில் அமைதி ஏற்படாது. அன்னா கரீனினா சீக்கிரம் வெளிவராததற்கு மற்றொரு காரணமும் உண்டு. ருஷ்ய நாட்டில் பஞ்சம் வந்து விடுகிறது. தம் மக்களின் புற வறுமையையும், அக வறுமையையும் அகற்ற டால்ஸ்டாய் பாடுபட ஆரம்பித்தார். அப்பொழுது அன்னா கரீனினாவின் கதைப் போக்கு தடைப்பட்டு விடுகிறது. அந்நிலையில் டால்ஸ்டாய் எழுதினார்: 'உயிரோடு வாழ்கின்ற என் மக்களை விட்டு விட்டுக் கற்பனை உலகத்தின் கதாபாத்திரங்களின் சுகதுக்கங்களை நாடேன்'.

அத்தனை இடையூறுகளுக்கிடையே கதை வெளியாகின்றது. அன்னா கரீனினாவை வாசித்து உவகையுற்று மெய் மறந்து தாஸ்த்தாயேவ்ஸ்கி (Dostoyevsky) பேசுகின்றார்: "டால்ஸ்டாய் சாதாரண மனுஷ்யனல்லர். அவர் ஒரு 'தெய்வக் கலைத் தச்சன்' என்று தெருவெல்லாம் சொல்லிக் கொண்டே போகின்றார். இந்நாவலைப் போல முன்பு கிடையாது, யார் டால்ஸ்டாயை வெல்ல முடியும்? ஐரோப்பியக் கண்டத்தில் எந்த ஆசிரியர் இவரை அணுக முடியும்?'' என்று புகழ்கின்றார்.

அன்னா கரீனினா பலவிதங்களில் மிகச் சிறப்புடையதாயிருக்கிறது. காதற் கதை எழுதுவது சாதாரணக் காரியமன்று. அழகு பெறப் பாத்திரங்களை அமைப்பது சுலபமன்று. வேறு ஆசிரியர் அன்னாவைச் சித்தரிப்பாராகில், அருவருப்புத்தான் எழுந்திருக்கும். இங்கே பிழை செய்த அன்னாவைக் கண்டு இரங்குகின்றோம். சூத்திரக் கயிறுகளில் ஆடுகின்ற பொம்மைப் பாத்திரங்களல்ல, டால்ஸ்டாயின் பாத்திரங்கள். வாழ்க்கையில் காணப்படுகின்ற, ஆசாபாசங்கள் நிரம்பிய மக்களை அப்படியே இங்கே காண்கிறோம். அவைகளோடு அழுகிறோம். புலம்புகிறோம், சிரிக்கிறோம். நிதம் பழகுகின்ற மனிதர்களே பாத்திரங்களாகக் காட்சி அளிக்கின்றனர். ஏதோ புத்தகம் படிக்கின்ற உணர்ச்சி வரவில்லை. அந்நாடகத்தில் நாமும் சேர்ந்து நடிக்கின்றோம்.

பால்சாக் (Balzac), ஸோலா (Zola) ஆகியவர்களைப் போன்ற ஆசிரியர்கள் நுணுக்கமாய் வர்ணித்துக் கொண்டே போவார்கள். நூறு பக்கங்களானாலும் பாத்திரங்களின் உரு ஏற்படுகிறதில்லை. ஆனால் டால்ஸ்டாய் தனது எழுத்தாணியின் இரண்டு மூன்று கீறல்களினால் பாத்திரங்களை 'எழுப்பி விடுகிறார்.

அன்னாவின் அழகிய தோள்கள், அடர்ந்த அவளது தலைமயிர், வனப்பு வாய்ந்த அவளது ஒளி வீசும் வதனம், பாதி மூடின கண்கள் - எல்லாமும் நம்முள் நின்று விடுகின்றன. ரயில் சக்கரங்களின் அடியில் அவளது மற்ற அவயங்கள் நசுங்கிக் கிடக்கின்றன. அவள் முகம்

மாறவில்லை. புத்தகத்தைப் படித்து மூடினால் அவள் வதனம் நம்முன் சுடர்விட்டு உலாவும் அலெக்ஸிஸ் கரீனினுடைய அயர்வு காட்டும் முகத்தில் தோன்றும் முறுவல், உயரத் தூக்கிய புருவங்கள், விரிதல் கண்ட இடைவெளிகள், டாலியின் நீர் தோய்ந்த கண்கள், லெவினுடைய குடியானவத் தோற்றம் முதலியவைகளை நாம் மறக்க முடியாது.

டால்ஸ்டாய் பாத்திரங்களைத் தாமே வர்ணிக்கிறதில்லை. பாத்திரங்களே நடமாடுகின்றன, பேசுகின்றன, சிரிக்கின்றன, அழுகின்றன. இம்முறையை எத்தனையோ நூற்றாண்டுகளுக்கு முன் வால்மீகி அனுஷ்டித்து விட்டார். இது மட்டுமா? வால்மீகியின் அகலிகை சரித்திரத்தின் விரிவைத்தான் டால்ஸ்டாயின் 'புத்துயிர்ப்பு' (Resurrection) நாவலில் காண்கிறோம். பிழை இழைத்த பெண்ணிற்கு உய்விடம் உண்டா, இல்லையா என்ற கேள்விக்கு வால்மீகி ஆணித்தரமான பதில் அளித்திருக்கிறார்.

பாத்திரங்களை காகித அட்டை போல ஒட்ட வைத்து அமைக்கவில்லை. அவைகள் டால்ஸ்டாயின் அகக்கண் முன் ஓடுகின்றன.

பாத்திரங்களைப் படைப்பதில் வேறெவரும் டால்ஸ்டாயிக்கு இணை இல்லை என்றே சொல்லி விடலாம். காதல், அதன் சிதைவு இவைகளைச் சித்தரிப்பது சுலபமான காரியமன்று என்று முன்பு குறிப்பிட்டேன். சார்லஸ் மார்கன் (Charles Morgan) இக் காதற் கீதத்தைத் தன் கற்பனை யாழில் அழகு பெற மீட்டியிருக்கிறார் என்பதில் சந்தேகம் இல்லை. அன்னா கரீனினாவில் காணப்படும் ஒரு சித்திரம் சார்லஸ் மார்கனில் அழியாதபடி அமைந்திருக்கும் ஒரு சோகக் காட்சியை நினைவூட்டுகின்றது.

அன்னா இறக்கும் தறுவாயிலிருக்கிறாள். சுர வேகத்தில் பேசுகிறாள். அவளது படுக்கைக்கு அருகில் அவளது கணவன் கரீனின், அவளது ஆசை நாயகன் விரான்ஸ்கி இவ்விருவரும் நிற்கின்றனர். விரான்ஸ்கி தன் முகத்தை மூடிக் கொண்டிருக்கிறான்.

'உங்களை முகத்தைத் திறந்து காட்டுங்கள். அவரை நோக்குங்கள். அவர் ஓர் உத்தமமான மனிதர். உங்கள் முகத்தைத் திறந்து காட்டுங்கள், முகத்தைத் திறந்து காட்டுங்கள்' என்று கோபத்தில் மீண்டும் மீண்டுஞ் சொல்லுகிறாள். 'அலெக்ஸிஸ், அவரது முகத்தைத் திறந்து காட்டுங்கள். நான் அவர் முகத்தைப் பார்க்க விரும்புகிறேன்.'

துயரினாலும், நாணத்தினாலும் விகாரமடைந்திருந்த விரான்ஸ்கியின் முகத்தின் மீதுள்ள கைகளை அகற்றுகிறார் அலெக்ஸிஸ்.

'தங்கள் கையை நீட்டி அவரை மன்னிப்பீராக' என்று தன் கணவனை வேண்டுகின்றாள். அலெக்ஸிஸ் தன்னுடைய கண்களில் நீர் வழிய தன்னுடைய கையை நீட்டுகின்றார்.

இச்சோகக் காட்சி, தீய உள்ளத்திலும் பெருந்தன்மையான சுடர் இருக்கின்றது என்ற உண்மையை உலகங் கேட்க முரசடிக்கின்றது. கன அந்தகாரத்திலும் ஆத்ம தீபத்தின் ஒளி மழுங்கிப் போகிறதில்லை. இத்தகைய உயர்ந்த சித்திரத்தை மார்கனின் 'ஊற்றில்' (Morgan's Fountain) நோக்குகின்றோம்.

உண்மை ஒளி நிறைந்த இந்நாவல் இன்னொரு முறையிலும் பெருமை வாய்ந்திருக்கிறது. இதை அன்போடு படிப்போமானால் டால்ஸ்டாயின் சுயசரிதத்தை இதில் கண்டுவிடலாம். அன்னா கரீனினாவை எழுதிக் கொண்டிருக்கும் பொழுதே தம் நாட்டின் தொண்டில் டால்ஸ்டாய் ஈடுபட்டிருந்தார் என்று முன்பு சொன்னேன். அன்னாவில் வருகின்ற லெவின் டால்ஸ்டாய் தான். பள்ளிக்கூடம் வைத்தல், ஆஸ்பத்திரி அமைத்தல், கழனிகளில் குடியானவர்களோடு தானும் குடியானவனாகப் பாடுபடுதல் முதலிய செய்திகளை அன்னா கரீனினாவில் பார்க்கின்றோம்.

போரும் அமைதியும் என்ற பெருங்காப்பியத்தில் - அது ஒரு பெருங்காப்பியம் தான் - பியரி (Pierre), ஆண்ட்ரூஸ் (Andrew) என்ற கதா பாத்திரங்களைக் காண்கிறோம். இவர்கள் ஓர் ஆற்றங்கரை மீது அமர்ந்து ஆத்மவிசாரங்கள் செய்கின்றனர். பியரிக்கு அளவற்ற சொத்துண்டு. சிற்றின்ப வயத்தனாகக் காலத்தைக் கழித்தவன். ஆனால் ஏழைகளின் துயர் துடைக்கப் பாடுபட முயல்கிறான். ஆனால் சிற்றின்ப வாசனை மறுபடியும் இழுக்கின்றது. இப்படிப் பொல்லாத மனம் இழுக்கின்றதே என்று உள்ளம் நைகின்றான். இத்தகைய போராட்டத்தை டால்ஸ்டாயின் மனத்தில் பார்க்கின்றோம். சொத்தெல்லாம் திடீரென்று விடுகின்ற மனப்பண்பு டால்ஸ்டாய்க்கு மட்டுமன்று. அந்நாட்டினருக்கே உண்டு என்று கருதுகின்றார்கள். நம் நாட்டிலும் அதே மனப்பண்புதான். இதனை கிப்லிங் (Kipling) 'புரான் பஹத்' என்ற பாத்திரம் மூலம் காட்டியிருக்கின்றார். ருஷ்ய நாட்டிற்கே அது பொருந்துமாயின் பியரி, டால்ஸ்டாய்தான் என்ற விஷயத்தில் யாதொரு சந்தேகமில்லை. தடுமாற்றம், நம்பிக்கையின்மை, நவீனப் படிப்பினால் எழுந்த தற்பெருமை - அகம்பாவம், குலப்பெருமை - இவைகளை ஆண்ட்ரூவில் பார்க்கின்றோம். இது டால்ஸ்டாயின் மற்றொரு அம்சம். இவ்விரு பாத்திரங்களும் டால்ஸ்டாயின் மனத்தகத்தே போராடுகின்ற ஒலிகள் தாம். லெவின் - பியரி - ஆண்ட்ரூஸ் - இந்தப் பாத்திரங்கள் டால்ஸ்டாயின் சிதறின உருவங்கள் தான்.

உண்மையான பாத்திரங்களின் சிருஷ்டி, வாழ்க்கையின் காட்சிகள், உலகத்திலேயே தலைசிறந்த ஆசிரியரின் மனப்பண்பு இவைகளைக் காட்டுகின்ற அன்னா கரீனினாவின் முடிவில் டால்ஸ்டாயின் அமைதியின்மையைப் பார்க்கின்றோம்.

'அன்னா கரீனினாவின் முடிவிலே பாலைவனத்தில் எழும் துக்க ஓலம் தான் கேட்கின்றது' என்கிறார் ஒரு விமர்சனக்காரர். இந்த ஓலம் டால்ஸ்டாயின் ஆத்ம ஓலத்திற்கு முன் அறிவிப்பாக இருக்குமோ? என்று தோன்றுகிறது. 'அன்னா கரீனினா' நடுநாயகமாயிருக்கின்றது. இதற்குப் பிறகு டால்ஸ்டாயின் இலக்கிய உணர்ச்சி தேய்ந்து கொண்டே வருகிறது.

ஆத்ம விசாரமும், சோதனைகளும் எழுகின்றன. இந்நிலையில் கற்பனை ஊற்றுக்கள் வறண்டு போகத்தான் போகும்.

இப்படிப் பலவிதத்திலும் சிறப்பு வாய்ந்த அன்னா கரீனினாவை நினைவூட்டுகின்றது, ஒரு தமிழ்நாட்டு நாவல் என்று மெய்மறந்து இறுமாப்புடன் கூறுகின்ற விமர்சனக்காரருடைய வெறும் புகழ்ச்சி இனி நம் தமிழ் உலகத்தில் நடமாடாது இந்த தமிழ் மொழிபெயர்ப்பு தடுக்குமென்று கருதுகிறேன். நம் இலக்கிய நந்தவனத்தில் அன்னாவைப் போல ஒரு நாவல் மலர ஓராயிரம் வருஷமாகும்; அது தான் ஏற்படுமா? அதுவும் சந்தேகந்தான்!

'போரும் அமைதியும்' (War and Peace) 'அன்னா கரீனினா' (Anna Karenina) இவ்விரு நாவல்களும் வானளாவி நிற்கின்ற இமயமலை போலக் காட்சி அளிக்கின்றன. இவைகளுக்கு முன் மற்ற நாவல்கள் எறும்புப் புற்றுக்கள் தான். புற்றீசல் போலப் பாய்கின்ற இவைகள் அத் தெய்வத் தச்சனின் கற்பனைச் சுடர் வெள்ளத்தில் இருக்கிற இடந்தெரியாமல் அழிந்து விடும் என்பதில் சந்தேகமில்லை. இது புகழ்ச்சி உரையன்று. உண்மையே.

(1947ல் தமிழ்ச்சுடர் நிலையம் வெளியிட்ட 'அன்னா கரீனினா' தமிழ் மொழிபெயர்ப்புக்கு தமிழறிஞர் இரா. ஸ்ரீதேசிகன் அவர்கள் வழங்கிய முன்னுரை)

அன்னா கரீனினா நாவல் உருவான கதையும் சில சிந்தனைகளும்

தமிழில் : எஸ். நாகராஜன்

1870-ஆம் ஆண்டு பிப்ரவரி மாதம் 24 ஆம் தேதி டால்ஸ்டாயின் மனைவி சோபியா ஆந்த்ரேய்வ்னாவின் நாட்குறிப்பில் பின்வருமாறு எழுதியிருந்தாள்:

'நேற்று மாலை என் கணவர் என்னிடம் சொன்னார்: தன்னுடைய கற்பனையில், உயர்வகுப்பைச் சேர்ந்த, திருமணமான, ஆனால் நெறி தவறிய ஒரு பெண்ணைப் பற்றிய சித்திரம் ஒன்று தோன்றியுள்ளது. மற்றவர்களின் இரக்கத்திற்குரியவளாகவும், குற்றமற்றவளாகவும் அந்த பெண்ணின் பாத்திரத்தை நான் படைக்க எண்ணியிருக்கிறேன். தவிர நாவலின் மற்ற எல்லாப் பாத்திரங்களும் குறிப்பாக ஆண்கள் அவளைச் சுற்றியே இயங்குபவர்களாகவும் அந்த நாவலை நான் படைக்கப் போகிறேன் என்று என்னிடம் அவர் சொன்னார். அந்த நாவலுக்குரிய விஷயங்கள் எல்லாம் இப்போது தனக்குத் தெளிவாகத் தோன்றியுள்ளது என்றும் அவர் குறிப்பிட்டார்.'

இவ்வாறு சோபியா ஆந்த்ரேய்வ்னா எழுதியிருந்தாள். ஆனால் அவள் குறிப்பிட்டிருந்தபடியும் அல்லது தன் மனைவியிடம் சொல்லியிருந்த படியும் உடனே டால்ஸ்டாய் அந்த நாவலை எழுதத் தொடங்கிவிட வில்லை. நாட்கள் கடந்தன... 'அன்னா கரீனினா' நாவல் பற்றிய கரு எப்போது உருவாயிற்று?

1872-ஆம் ஆண்டு ஜனவரி மாதம் 7-ஆம் நாளன்று ஒரு கர்னலின் மகளான 'அன்னா ஸ்டெப்பனோவ்னா சைக்கோவா' பொறாமையினாலும், காதல் தோல்வியினாலும் மன உளைச்சல்களுக்கு ஆளாகி, ரயில் முன் விழுந்து தன்னையே மாய்த்துக் கொண்டாள். இந்தச் சம்பவத்தைத் தன் கண்களாலேயே நேரில் பார்த்தார் டால்ஸ்டாய்.

அவளது காதலன், அவளை விடுத்து, அவளது மகனைப் பராமரித்து வரும் செவிலிப் பெண்ணை மணக்க விருப்பம் தெரிவித்து விட்டான்

என்பதை அறிந்து கொண்டதால் அவள் மனம் வெறுத்து இந்த முடிவுக்கு வந்திருந்தாள். தனது காதலனின் இந்த முடிவினைக் கேள்விப்பட்ட அன்னா ஸ்டெப்பனோவ்னா, மாற்று உடைகள் அடங்கிய மூட்டை ஒன்றை எடுத்துக் கொண்டு 'தூலா'வுக்குப் பயணித்தாள். பின் அங்கிருந்து டால்ஸ்டாயின் கிராமமான 'யாஸ்னயா பாலியானா'விலிருந்து ஐந்து மைல்கள் தொலைவிலிருந்த 'யாஷென்கி' ரயில் நிலையத்திற்குத் திரும்பினாள். அங்கே தான் ஒரு சரக்கு ரயில் முன்பாக விழுந்து உயிரை விட்டாள். சவப்பரிசோதனை நடந்தது. அதில் டால்ஸ்டாய் கலந்து கொண்டார். அவளது தலை மட்டும் எந்த வித சேதமின்றி முழுமையாக இருந்தது. அவளது உடல் ரயில் சக்கரங்களினால் சிதைக்கப்பட்டுத் துண்டு துண்டாகிப் போயிருந்தது. அவளது நிர்வாணமான உடலைப் பகுதி பகுதியாக வெட்டி ஆய்வு செய்தார்கள்.

இதை டால்ஸ்டாயின் மனைவி, சோபியா ஆந்த்ரேய்வ்னா,'அன்னா கரீனினா ஏன் அன்னா என அழைக்கப்பட்டாள்? ஏன் அவள் தற்கொலை செய்து கொண்டாள்?' என்ற தலைப்பின் கீழ் குறிப்பிட்டிருக்கிறாள்.

ஆனால் இந்தக் கதை மிகவும் அந்தரங்கமானதாக வைக்கப்பட்டிருந்தது. இதனை ஓர் உயர்ந்த தளத்திற்கு எடுத்துச் செல்ல வேண்டியிருந்தது. டால்ஸ்டாய், தான் வாழ்ந்த காலத்தின் முழு வரலாற்றையும் தனக்கு நெருக்கமாகக் கொண்டு சொல்ல விரும்பினார்.

ஆனால் டால்ஸ்டாய் 'அன்னா ஸ்டெப்பனோவ்னா' தற்கொலைக்குப் பின் நடந்த அவளது சவப் பரிசோதனையில் கலந்து கொண்ட பின்னரும் கூட ஓராண்டிற்கும் மேலாக நாவல் சம்பந்தமான வேலையைத் துவங்கவில்லை. 'தற்கால மனிதரின் அந்தரங்க வாழ்க்கையைப் பற்றிய - 'பெல்கினின் கதைகள்' என்ற புஷ்கின் எழுதிய உரைநடை நூலைப் படித்து டால்ஸ்டாய் அதனால் பாதிக்கப்பட்டு அதன்பின் இந்த நாவலை எழுதத் தொடங்கினார் என்று சோபியா ஆந்த்ரேய்வ்னா 1873 ஆம் ஆண்டு மார்ச் 19 ஆம் நாளன்று தனது நாட்குறிப்பில் எழுதியிருக்கிறாள்.

போரிஸ் ஈன்கென்பாம் எழுதுகின்றார்: 'விடுமுறை இல்லத்தில் விருந்தினர்கள் வந்து குழுமிக் கொண்டிருந்தனர்...'

புஷ்கின் எழுதிய நாவலின் வரிகள் இவை. தொடர்ந்து நாவலைப் படிக்கின்றார் டால்ஸ்டாய். அந்த நாவலின் ஒரு பகுதியில் வரும் இந்த வரிகளைப் படித்த டால்ஸ்டாய் மிகவும் உணர்ச்சி வசப்பட்டுப் போகின்றார். 'ஆஹா... எவ்வளவு அருமை! எழுதுவதென்றால் இப்படித்தான் எழுத வேண்டும்! என்று தனக்குள் சிலாகித்துக் கொள்கிறார் டால்ஸ்டாய். அதன் பின்பு புஷ்கின் தொடர்ச்சியாக நாவலின் முக்கியமான மிகவும் அழகான விஷயங்களை விவரித்துக் கொண்டு செல்கின்றார்.

வேறொருவராயிருந்தால் விருந்தினரையும், அறைகளையும் விவரித்துக் கொண்டிருப்பார். ஆனால் அவர் எடுத்த எடுப்பிலேயே செயல்பாடுகளை முன்னெடுத்துச் செல்கிறார் என்று டால்ஸ்டாய் வியந்து கூறியதாக குறிப்புகள் கூறுகின்றன.

டால்ஸ்டாய் சந்தேகமின்றி புஷ்கினின் சொற்சிக்கனமான, வேகமாய் நகர்ந்து செல்லும் உரைநடையைப் பெரிதும் போற்றினார். ஆனால் 'அன்னா கரீனினா'வில் அவருடைய எழுந்து நடை புஷ்கினின் நடைக்கு முற்றிலும் மாறுபட்டிருந்தது.

1853 ஆம் ஆண்டிலேயே டால்ஸ்டாய் தனது நாட்குறிப்பில் இவ்வாறு எழுதியிருந்தார்: 'நான் 'கேப்டனின் மகள்' என்ற புஷ்கினின் நாவலைப் படித்தேன். அதன் உரைநடை, மொழியில் அல்ல - தன்னை அந்த நாவல் வெளிப்படுத்தும் முறையில் மிகவும் பழமை வாய்ந்த பாணியைக் கடைபிடிப்பதாக இருக்கிறது என்று தான் அதனைப் பற்றி நான் கூறுவேன். இப்பொழுது சரியாகச் சொல்வதென்றால் இலக்கியத்தின் புதிய பள்ளியில், ஆவலைத் தூண்டுவதற்குப் பதிலாக, அந்த உணர்வுகளை வெளிப்படுத்தும் முனைப்பு இருந்தாலும், சம்பவங்களைச் சொல்லும் முறையில் புஷ்கினின் கதைகள் ஏனோ வெறுமையோடிருக்கின்றன' என்று தான் நான் சொல்லுவேன் என்றார் டால்ஸ்டாய்.

ஆனால் டால்ஸ்டாய்க்கு புஷ்கின் மட்டுமே ஆதர்சன எழுத்தாளரல்ல.

வாழ்க்கை மாறிக் கொண்டிருந்தது. நகரமும், கிராமப்புறமும் மாறி விட்டன. புதிய வாழ்க்கை முறைகள், பழைய நெறிமுறைகளுக்கு அறை கூவல் விடுத்தன.

பிரான்ஸ் நாட்டில் திருமணமானவர்கள் சோரம் போவது பற்றி நாவல்கள் எழுதப்பட்டன. இது பெண்களுக்குக் கவலையளிக்கக் கூடியதும், தவிர்க்க முடியாமல் போனதுமாகும். ஒப்புக்கொள்ளப்பட்ட விதிமுறைகளுக்கு வெளிப்படையாக எதிர்ப்பு இருந்தது.

பிரான்சில் திறமை வாய்ந்த நாவலாசிரியர் அலெக்சாண்டர் டூமாஸ் *1858* ஆம் ஆண்டு வாழ்க்கையில் வழுக்கி விழுந்த ஒரு பெண்ணின் காதலைப் பற்றிக் கூறுவதாக அமைந்த (La dame aux camelias என்னும்) பிரெஞ்சு நாடகத்தை எழுதினார். அதன் பின்னர் *1873* - ஆம் ஆண்டில் (La femme de claude) என்ற பிரெஞ்சு நாடகத்தை வெளியிட்டார். அதில் கணவன் தனக்குத் துரோகமிழைத்த மனைவியைக் கொலை செய்து விடுகின்றான். இந்த நாடகம் ஆசிரியரின் நீளமான முன்னுரையுடன் வெளியிடப்பட்டது. இதற்கு முன்பு *1872* ஆம் ஆண்டு டூமால் (L'homme - femme என்ற) சுவாரசியமான விவாதங்களைக் கொண்ட ஒரு பிரெஞ்சு நூலை வெளியிட்டார். அந்த நூலில் ஒழுக்கம் தவறிய பெண்ணை எவ்விதம்

நடத்துவது? அவளைக் கொலை செய்வதா? அல்லது மன்னிப்பதா?' என்கிற பிரச்சினை விவாதிக்கப்பட்டது.

டால்ஸ்டாயின் இந்த நாவலைப் பற்றிப் பார்ப்போம்:

ஸ்டீபன் ஆப்லான்ஸ்கியின் அன்புச் சகோதரி அன்னா கரீனினா. நாவலின் சோகமயமான கதாநாயகியாக மாறப் போகிறவள். அவள் ஒரு அழகுப் பதுமை. உயர்குடியைச் சேர்ந்தவள். நல்ல சமூக அந்தஸ்தைப் பெற்றவள். கருணை மிகுந்த, முக்கியமான நேர்மை நிறைந்த பெண். அவள் எந்தச் செயலையும் மிகச் சரியாக, மிகச் சிறப்பாகச் செய்யக் கூடியவள். எவருடனும் மிக எளிதில் சமரசமாகப் போய்விடக் கூடியவள். அன்னாவின் அண்ணன் ஸ்டீபன் ஆப்லான்ஸ்கி, மணவாழ்க்கையில் தனக்குத் துரோகம் செய்து விட்டதை அவனுடைய மனைவி டாலி கண்டுபிடித்து விடுகின்றாள். அதனால் விரிசலாகிக் கிடக்கும் அந்தக் கணவன் - மனைவியரிடையே சமரசத்தை ஏற்படுத்துவதற்காக 'அன்னா கரீனினா' செயிண்ட்பீட்டர்ஸ்பர்க்கிலிருந்து மாஸ்கோவிற்கு வந்து கொண்டிருக்கிறாள். அன்னாவைச் சந்திப்பதற்கு முன் கான்ஸ்தாந்தீன் திமீத்ரிச் லெவின் என்ற பாத்திரத்தை நாம் சந்தித்தாக வேண்டும். விரான்ஸ்கி - அன்னாவுக்கும், லெவின்-கிட்டிக்கும் இடையிலான இந்த இரட்டைக் கதையில் லெவின், விரான்ஸ்கிக்கு சமமான ஒரு பாத்திரமாக வரப் போகின்றான். லெவினுக்கு டால்ஸ்டாயின் அளவுக்கு இலக்கிய மேதைமை இல்லையென்றாலும், அவன் டால்ஸ்டாயைப் போலவே பழக்க, வழக்கங்களிலும் கருத்தோட்டத்திலும் நெருங்கியிருக்கும் பாத்திரமாக இருக்கிறான்.

அன்னா, விரான்ஸ்கியின் தாயுடன் ரயிலில் ஒரே பெட்டியில் மாஸ்கோவிற்கு பயணப்பட்டு வந்து கொண்டிருக்கிறாள். அப்போது, தனது மகனின் பிரிவுத் துயரால் தவிர்க்கும் அன்னாவை ஆற்றுப்படுத்தும் விதத்தில், 'உன் மகனைப் பற்றிக் கவலைப்படாதே! அவனை எப்போதுமே பிரியக் கூடாது என்று எதிர்பார்க்காதே' என்று சொல்லி ஆறுதல் கூறுகிறாள் விரான்ஸ்கியின் தாய். மறு வாசிப்பின் போது எதிரொலிக்கும் நாவலின் வாக்கியங்களில் இதுவும் ஒன்று.

பின்னாளில் தன் மகன் விரான்ஸ்கி தான் அன்னாவின் மண முறிவைத் துரிதப்படுத்தி, அன்னாவின் மகனை, அவளிடமிருந்து நிரந்தரமாகப் பிரித்து அவளுக்குத் தீராத கவலையை ஏற்படுத்தப் போகிறான் என்ற விஷயத்தைப் பற்றி இப்போது அவளுக்கெப்படித் தெரியும்?

டாலியின் இளைய சகோதரியான கிட்டியைத் திருமணம் செய்வது தான் லெவினின் நோக்கமாயிருந்தது. ஆனால் விரான்ஸ்கி தான் சிறந்த மணமகன் என்று கிட்டியின் தாய் நினைத்தாள். கிட்டியையும் அவ்வாறே

நினைக்கும்படி செய்தாள். கிட்டி விரான்ஸ்கியை விரும்பினாள். தாயின் வற்புறுத்தலினாலும் லெவின் தனது முடிவுகளை எடுப்பதில் காட்டிய தயக்கத்தினாலும் தாமதத்தினாலும் தாயின் சொல்லைக் கேட்க வேண்டிய நிலையிலிருந்தாள் அவள்.

செயிண்ட் பீட்டர்ஸ்பர்க்கின் திறமை வாய்ந்த இளைஞர்களின் மிகச் சிறந்த உதாரணமாக விரான்ஸ்கி திகழ்ந்தான். அன்னாவின் அச்சுறுத்தும், தடுமாறச் செய்யும் கவர்ந்திழுக்கும் பேரழகின் மீது விரான்ஸ்கி கண்மூடித்தனமாக மோகங் கொள்கிறான். அதனால் அவன் கிட்டியைப் புறந்தள்ளுகிறான்.

அவளுடைய வாழ்க்கையை பிளவுபடுத்தப் போகின்ற விரான்ஸ்கியை அன்னா சந்திக்கிறாள். அவள் பின்னால் எவ்வளவு ஆழத்திற்கு வீழ்ச்சி யடையப் போகிறாள் என்பது அப்போதே நிர்ணயிக்கப்பட்டு விடுகின்றது.

அன்னா, எவ்வித நோக்கமுமின்றி விரான்ஸ்கி அவளிடத்து வைத்திருக்கும் ஆசையைத் தூண்டுகிறாள். அப்பாவி கிட்டி அவன் மேல் வைத்திருந்த அன்பை, அவளது சந்தோஷத்தை, எதையும் கருதாமல் நாசமாக்குகிறாள்.

தன் சகோதரன் ஆப்லான்ஸ்கி மற்றும் அவனது மனைவி டாலி இருவருக்குமிடையே இருந்த விரிசலைச் சரி செய்து சமரசம் செய்து விட்டு மீண்டும் தனது கணவனிடத்து - செயிண்ட் பீட்டர்ஸ்பர்க்குக்குத் திரும்பிக் கொண்டிருந்தாள், அன்னா. ரயில் பெட்டியில் பயணிக்கும் பொழுது ஒரு ஆங்கில நாவலைப் படிக்கின்றாள். அந்த நாவலின் நாயகனுக்கு ஆங்கிலேயர்களின் லட்சியக் கனவான பிரபுப் பட்டமும், எஸ்டேட்டும் கிடைக்கிறது. அந்த நாயகன் சந்தோஷத்தில் மிதக்கிறான். அவனுடன் இணைந்து அவனது எஸ்டேட்டுக்குள் உலாவர அன்னாவும் ஆசைக் கனவு காண்கிறாள்... ஆனால் திடீரென்று அந்த நாயகன் ஏதோ ஒரு விதமான வெட்க உணர்வுகளால் தவிக்கிறான். அன்னா தானும் கூட ஒருவித வெட்க உணர்வுகளால் பாதிக்கப்படுகிறாள்.

ஆங்கில நாவலின் மரபு வழி உலகத்தில் மனித உறவுகளின் எதார்த்தங்கள் அறிமுகம் செய்யப்படுகின்றன.

ரயில் கொடூரம் நிறைந்த உறைபனிப் புயலூடே பயணிக்கிறது. விரான்ஸ்கி தோன்றுகின்றான். காமம் அன்னாவின் வாழ்வை அழிக்கிறது. அன்னாவின் கணவன் கரீனின். கரீனின் ஒரு நல்ல மனிதர். ஆனால் அவரது நல்ல குணம் கண்மூடித்தனமானது. அவர் ஒரு செயின்ட் பீட்டர்ஸ்பர்க் அதிகாரி. பெரும் வெற்றிகரமான அரசு அலுவலர். அவர் வெறும் புத்தகப் பூச்சி மட்டுமல்ல. காகிதத்தையே தின்னும் பூச்சி. காலத்தின் திசுக்கூட்டம் கடினமாதலுக்குக் குறியீடாக இருக்கும் ஒரு அரசுத்

துறை சார்ந்த இயந்திரம். அவர் கருணை மிகுந்தவர். ஆனால் அதே நேரம் அவர் மகிழ்ச்சியின்றியே வாழ்ந்தார்.

கரீனின் தன் மனைவி அன்னாவை நேசிக்கவே இல்லை. அநேகமாக அவளையோ, அவருடைய மகனையோ கூட அவர் சந்திப்பதே இல்லை. மனித உயிர்களாக அவர்களை அவர் மதிப்பதே இல்லை. விஞ்ஞானத்தினால் உருவாக்கப்பட்ட ஒரு விதமான கண்டுபிடிப்புகள் போலவே அவர்களை அவர் நினைத்தார். ஒரு கண்டுபிடிப்புடன் பேசுவது போலவே தன் மகனிடம் பேசினார். தன் மனைவியிடம் பேசினார். அவர் உண்மையில் மனிதரல்ல. அவர் பதவிகளினால் உருவாக்கப்பட்ட ஒரு ஜந்து.

அரசு அலுவலர், வங்கியாளர், தற்பெருமை பேசுவோர் - இவர்களெல்லாம் டால்ஸ்டாயின் வெறுக்கத்தக்க எதிரிகள். இரயில் - டால்ஸ்டாயின் வாழ்க்கையில் ஒரு முக்கியமான குறியீடாகவே அவரது வாழ்நாள் முழுவதிலும் இருந்து வந்தது. இரயிலில் சக்கரங்களில் சிக்கி டால்ஸ்டாயின் உன்னதமான இந்தப் படைப்பின் நாயகி அன்னா செத்துப் போகிறாள். டால்ஸ்டாயின் வாழ்க்கையில் வலுவில் நுழைந்த சின்னமாக ரயில் விளங்கியது. டால்ஸ்டாயின் மரணமும் கூட ஒரு ரயில் நிலையத்தில் தான் மிகவும் பரிதாபமாக நிகழ்ந்து என்பது குறிப்பிடத்தக்கது.

காதலித்ததினால் மட்டும் அன்னா குற்றமிழைத்தவளாக ஆகிவிடவில்லை. காதலைக் கொண்டு சமூகத்தை மீறத் துணிந்ததினால் தான் அவள் அவ்விதம் ஆனாள். தனது காதலை சமூகம் அங்கீகரிக்க வேண்டும் என்று அவள் விரும்பினாள். சமூகத்தினால் புறக்கணிக்கப்பட்டது தான், அன்னாவிற்குக் கிடைத்த தண்டனை. நாடக அரங்கில் ‘மரியாதைக்குரிய’ சமூகத்தைச் சேர்ந்த மக்கள் தங்களுக்குச் சமமாக அன்னா உட்காரக் கூடாது என்று கூறினார்கள். அவளுடன் சேர்ந்து உட்கார மறுத்தார்கள். ஒரு இழிந்த பிறவியாய் அவளை மதித்தார்கள்.

அன்னா உண்மையில் எல்லாவற்றையும் புரிந்துகொள்ளக் கூடிய பெண் தான். மகப்பேறு தொடர்பான காய்ச்சலினால் அன்னா உடல் குன்றியிருக்கும் பொழுது, எல்லோரும் அவள் இறந்து விடுவாள் என்று உறதியாக நம்பிக் கொண்டிருக்கும் காட்சியில், கரீனின் விரான்ஸ்கியை மன்னிக்கிறார். இந்தக் காட்சி கரீனினை மேன்மையுறச் செய்கிறது. ஆனால் அன்னா அந்த இருவரிலும் மேலும் உயர்ந்தவளாகிறாள். அவள் கணவரைப் பற்றிய ஓர் புரிதலுக்கு வருகிறாள். தன் கணவரை ஒரு புதிய மனிதனாகப் பார்க்கிறாள்.

விரான்ஸ்கி தற்கொலைக்கு முயல்கின்றான். கரீனின் ஒரு கண்ணியமான மனிதனாக நடந்து கொள்ளவில்லை. அதனை மறைக்க மதத்தை ஒரு கேடயமாக அவர் பயன்படுத்துகிறார். இறுதியில் இருவருடைய குற்றங்களையும் மன்னிக்கும்படி அன்னா பிரார்த்திக்கிறாள்.

பொய்மையையும், பாவத்தையும் பற்றிய புத்தகத்தை அவள் கடைசி வரையில் படிக்கிறாள்.

ஒரு குடும்பத்தின் தலைவியான ஒரு பெண், குடும்பத்தில் தனக்கிருக்கும் கடமைகளை மறந்து, தனக்கே உரிய அந்த ஒழுக்க நெறிகளை மீறி நடந்ததால் உருக்குலைந்து போன ஒரு குடும்பத்தின் கதையை டால்ஸ்டாய் எழுதத் துவங்குகிறார். சமய நம்பிக்கையை மறுக்கும் இயக்கத்திற்கு எதிராகப் போராடுகிறார். அவரது 'யாஸ்னயா பாலியானா' இல்லத்தில் நடைமுறைப் படுத்தியிருக்கும் ஒழுக்க நெறிகளை உறுதி செய்யும் விதமாக நாடகத்தினுள் புகுந்து தத்துவ ரீதியாய் ஆராய்கிறார்.

அன்னா கரீனினா குற்றம் செய்வதள். ஆரம்ப காலத்தில் கரீனினும் கூட குற்றமிழைத்தவர் அல்ல. அவர் ஒரு துறவியைப் போல இருந்தார். விரான்ஸ்கியும் குற்றவாளியல்ல. விரான்ஸ்கியின் நடத்தை மரபு ரீதியாக இருந்ததால் அவன் குற்றம் புரிந்ததான பிரச்சினை எழவில்லை. அவன் திருமணமான ஒரு பெண்ணுடன் உறவு வைத்துக் கொண்ட ஒரு பிரம்மச்சாரி. கண்ணியமான நோக்கங்களின்றி அவன் கிட்டியைப் பின் தொடர்ந்தான் என்று தான் அவன் அதிகமாகக் குற்றம் சுமத்தப்பட்டான்.

நாவல் வளர்கிறது. அன்னா குற்றமற்றவள் என்று தெரிகிறது. ஒழுக்க நெறியின் ஒப்புக் கொள்ளப்பட்ட கொள்கைகளை, ஒரு கால கட்டத்தில் மென்மையான நற்குணத்தின் பெயரால் கரீனின் தூக்கி எறியக் கூடியவர் என்று தெரிகிறது. லெவினுடைய சகோதரர் நிக்கோலஸினால் கடுமையாக விமர்சிக்கப்பட்ட இந்த உலகமும், சமூகமும் திருந்திவிடவும் இல்லை. செத்து விடவும் இல்லை. அது வழக்கம் போல வக்கிரத் தன்மையுடன் வாழ்ந்து கொண்டுதான் இருந்தது. அதனைக் கண்டித்த, அந்த நிக்கோலஸ் தான் பரிதாபமாகச் செத்துப் போகிறான். லெவினுடைய இன்னொரு சகோதரர் கோஸ்னிஷேவ். ஒரு சுதந்திரமான சிந்தனையாளர், அவருக்கு எதுவும் புரிவதில்லை. ஆனால் ஒழுக்க நெறியோடு கூடிய (மற்றொரு) உலகம் இன்னும் நிலைத்திருக்கிறது. எழுச்சியில் இருக்கும் ரஷ்யா, அதன் பொருளாதாரம், சமூக சீர்திருத்தத்தை செயல்படுத்துதல் இவை தாம் தனிப்பட்ட வாழ்க்கையை விட முக்கியமானவை என்று நிரூபித்துக் கொண்டு அந்த மற்றொரு உலகமும் நிலைத்திருக்கிறது. வளர்ந்து கொண்டிருக்கிறது.

நெறி தவறிவிட்ட அன்னா தனது மனப் போராட்டங்களினாலேயே தண்டிக்கப்பட்டு தன்னைத் தானே அழித்துக் கொள்கிறாள். தான் தோன்றித்தனமாகத் திரிந்த விரான்ஸ்கி புனிதமான அன்னாவின் காதலால் பட்டைத் தீட்டப்பட்ட பின்னும் பின்னும் அந்த வாழ்க்கையை அனுபவிக்காமல் அற்புதமான காதலி அன்னாவையும் இழந்து விட்டு - தன்னையே அழித்துக் கொள்ளும் எண்ணத்தோடு போருக்குப் போகிறான்.

பழைய உலகத்தில் வாழ்வதற்காக, லெவின் பழைய கடவுளைப் புனரமைத்துக் கொள்கிறான். லெவின் மத நம்பிக்கை கொண்டவன் அல்ல. ஆனால் மதப்பற்றுள்ளவர்களுடன் தான் சமரசமாக வாழ தனக்குத் தானே திரையிட்டுத் தன்னை மறைத்துக் கொள்கிறான்.

கண்களை இடுக்கிக் கொண்டு பார்ப்பதென்றால் என்ன? டால்ஸ்டாயின் சொல்லகராதியில் அதன் பொருள் என்ன?

நாவலின் முன்வரைவு ஒன்றில் டால்ஸ்டாய் அன்னாவைப் பற்றிக் கூறுகிறார்:

'தேனிலவு நீடிக்கும் பொழுது அதை எப்படி மறப்பது என்று உண்மையில் அவளுக்குத் தெரிந்திருந்தது. கடந்த காலத்தைப் பின்னோக்கிப் பார்ப்பதன் மூலம் நிகழ்காலத்தை அவள் மறக்க முயன்றாள். ஆமாம். கடந்த காலத்தை அவள் தன் கண்களால் தன் கண்களைக் குறுக்கிக் கொண்டு, கண்களை இடுக்கிக் கொண்டு அதன் மேற்பரப்பை மட்டும் பார்த்தாள். அவளது கண்கள் அதன் கீழே எந்த ஆழத்திற்கும் செல்லவில்லை. அவள் இவ்விதம் தன் வாழ்க்கையோடு விளையாடியதால் தான், அவளால் தனது கடந்த காலத்தை உண்மையிலேயே மேலோட்டமாகப் பார்க்க முடிந்தது.

நாவல் இவ்விதம் துவங்குகிறது:

'எல்லா மகிழ்ச்சியான குடும்பங்களும், ஏறக்குறைய ஒன்றோடு ஒன்று ஒத்திருக்கின்றன. ஒவ்வொரு மகிழ்ச்சியற்ற குடும்பமும் அதற்கே உரித்தான முறையில் சந்தோஷமின்றி இருக்கிறது'.

ஆப்லான்ஸ்கியின் குடும்பம் எவ்வாறு மகிழ்ச்சியின்றி இருக்கின்றது என்பதை முதலில் பார்க்கின்றோம். அன்னா தன் சகோதரன் குடும்பத்தில் சமரசம் செய்து வைத்தாலும் அந்தக் கணவன் மனைவியருக்கு இடையில் சந்தோஷம் மலரவில்லை. ஒட்டிய இடத்திலேயே உடைப்பு ஏற்பட்டது. ஆனால் டாலி மறுபடியும் தன் கணவரோடு தகராறு செய்யவில்லை. தன் தலையெழுத்து இதுதான் என்று தனக்குத் தானே சமரசமாகிக் கொள்கிறாள். தன்னை ஏமாற்றும் கணவனோடு வாழப் பழகிக் கொள்கிறாள். எனவே ஆப்லான்ஸ்கி - டாலி என்ற அந்தக் குடும்பத்திலும் மகிழ்ச்சி இல்லாமல் போகிறது. கரீனின் குடும்பமும் சந்தோஷமில்லாமல் இருக்கிறது என்பதையும் விரைவில் காண்கிறோம். விரான்ஸ்கியுடன் ஒரு குடும்பத்தை ஏற்படுத்த அன்னா மேற்கொள்ளும் முயற்சி தோல்வியில் முடிகிறது.

லெவினுடைய குடும்பம் மகிழ்ச்சியோடு இருக்கிறதா என்ற கேள்வி எழுதுகிறது. அதாவது லெவின் கிட்டியுடன் சந்தோஷமாய் இருக்கிறானா? லெவினும் கிட்டியும் மணம் புரிந்து கொண்டார்கள். அவர்களுக்கு ஒரு

குழந்தையும் இருக்கிறது. ஆனால் கிட்டி சந்தோஷமாக இருக்கிறாளென்றால் அதற்குக் காரணம் டால்ஸ்டாய் கூறியதைப் போல, அவள் சாமானியமானவளாக இருப்பது தான். எப்படியிருந்தாலும் அவள் இளம் பெண். அவள் தலைவிதியைப் பற்றி அறியமாட்டாள். எனவே அவள் அச்சமின்றி சந்தோஷமாக இருக்கிறாள். இருப்பினும் லெவினும் அவனது குடும்பமும் அதற்கே உரிய முறையில் மகிழ்ச்சியற்றுத் தான் இருக்கிறது. அந்தக் குடும்பத்தின் சந்தோஷமற்ற தன்மை டால்ஸ்டாயை நாம் புரிந்து கொள்ள உதவுகிறது.

அன்னா -

கணவனுடனும், கள்ளத்தனமாய் காதலுடனும் - இரு ஆண்களுடனும் வாழ்வது முடியாத காரியம். அவளால் அது இயலவில்லை. அவள் காதலன் இதை விரும்பவில்லை. சுதந்திரமான காதலை அவன் விரும்புகிறான். கணவனை விட்டு விட்டு வெளியேறு என்கிறான். விவாகரத்து பெற்றால் சமுதாயத்தின் அங்கீகாரம் பெற்ற கணவன் - மனைவியாக வாழலாம் என்கிறான், அவளது காதலன். ஆனால் கரீனினோ தனது கௌரவத்தை, குடும்ப மானத்தை குழி தோண்டிப் புதைத்த அன்னாவும் சந்தோஷமாக வாழக் கூடாது என்று வன்மத்துடன் விவாகரத்து தர மறுக்கின்றார். சந்தோஷமற்று வாழ்ந்த அந்த மனிதன், பதவிகளில் அனுபவித்த அந்த கௌரவங்கள் கூட மிகவும் ஏளனப்படுத்தப்பட்டு கேவலமான நிலையில் மனம் வெம்பிப் போய் வாழ்கிறான்.

டால்ஸ்டாய், அவருடைய கதாநாயகியிடமிருந்து விசுவாசத்தை எதிர்பார்க்கிறார். அவர் அவளது கணவனை ஆய்வு செய்கிறார். அவன் அவரது பரிசீலனையில் மாறிக் கொண்டேயிருக்கிறான். அலெக்சாண்டர் டூமாஸ் எழுதிய ஒரு புத்தகத்தின் மீது டால்ஸ்டாய்க்கு திடீரென்று விருப்பம் ஏற்படுகின்றது. அந்த நாவலில் ஒரு எளிய தீர்ப்பு முன் வைக்கப்படுகிறது:

'அவளைக் கொல்! விசுவாசமில்லாத மனைவியைக் கொன்று விடு! அவள் ஒரு குற்றவாளி!'

இது ஒரு பழமையான தீர்வு. கணவன் வீட்டிற்கு குடும்பத்திற்கு, உரிமையாளனாக இருந்து, குடும்பத் தலைவனாக இருந்து அதிகாரம் செலுத்துகிறான் என்ற அடிப்படையிலும், மனைவி என்பவள் கணவனுக்குக் கட்டுப்பட்டவள். விசுவாசமாகயிருக்க வேண்டியவள். கணவனுக்கு அவ்விதக் கட்டாயங்கள், கட்டுப்பாடுகள் இல்லையென்ற காலங்காலமாக மதிக்கப்பட்டு வந்த மரபின் காரணமாகவும் அந்தத் தீர்வை நியாயப்படுத்தும் விதமாக முயற்சிகள் மேற்கொள்ளப்பட்டன.

மதமும், கணவன் - மனைவியருக்கிடையில் விசுவாசத்தை எதிர்பார்க்கின்றது. கடைசியில் முடிவெடுக்கும் பொறுப்பு கடவுள் மேல் சுமத்தப்படுகிறது.

'அன்னா கரீனினா' நாவலின் குறிக்கோளாக பைபிள் வாசகத்தை மேற்கோள் காட்டி நாவலை உருவாக்கி இருக்கிறார் டால்ஸ்டாய். 'பழி வாங்குதல் எனக்குரியது. நானே பதிற் செய்வேன்' என்பது கடவுளின் வார்த்தைகள் என்று குறிப்பிடுகின்றார்.

மனிதர்கள் மீதான இறுதியான, முடிவான தீர்ப்பு மனிதர்களால் வழங்கப்படுவதில்லை. நமது மானுட வாழ்க்கையின் வெற்றியும், தோல்வியும் நமது கபடமற்றத்தன்மையையோ, குற்றத்தையோ தீர்மானிப்பதில்லை என்ற அடிப்படையில் அந்த வார்த்தைகளைப் புரிந்து கொள்வதறகுப் பழகிக் கொள்கிறோம்.

'அன்னா கரீனினா'வில் நாம் பைபிள் வாசகத்தை முற்றிலும் வேறு விதத்தில் புரிந்து கொண்டதாக உணர்கிறோம். இந்த நாவலில் டால்ஸ்டாய் மனித வாழ்க்கையை விவரிப்பதோடு மட்டும் நின்று விடவில்லை. அவர் அதைப் பற்றிய நீதி விசாரணையில் இறங்குகிறார். இரக்கமோ, கோபமோ அறியாத நீதிபதி ஸ்தானத்தில் அல்ல. விசாரணையின் முடிவில், ஆழமாயும், உணர்வுப் பூர்வமாகவும் ஆர்வம் கொண்டுள்ள மனிதன் என்ற முறையில் இந்த விசாரணையில் இறங்குகிறார்.

சாதாரணமாக, மதக் கொள்கைகள் ஒன்றோடொன்று முரண்டுவதைப் போல, இங்கே எல்லாமே முரண்பாடாக இருக்கிறது.

'தீயதை நற்குணங்களால் வெல்வாய்' என்று மதம் தான் கூறுகிறது. ஆனால் நீ எதை மன்னிக்கிறாயோ அதற்குக் கடவுள் நிச்சயம் தண்டனை வழங்குவார் என்றும் மதம் சொல்கிறது. மன்னித்தல் என்பதே பழிவாங்குதல் என்று தானே பொருள்.

டால்ஸ்டாயின் நாவல் மற்ற காதல் கதைகள் போன்றதல்ல; காதலுடன் நாட்டின் வரலாற்றையும், அதன் பொருளாதார சிக்கல்களையும், விவசாயிகளின் பிரச்சினைகளையும் விரிவாக அலசுகிறது. குடும்பத்தில் எழுகின்ற பிரச்சினைகளையும் பெண் இனத்தின் பரிதாபமான நிலைகளையும் விவரிக்கின்றது. நில உடைமையாளர்களின் தோல்விகளையும் அலசுகிறது.

செட்ரின் எழுதுகிறார்: இந்த நாவல் பல பரிமாணங்களை கொண்டது என்றாலும் முதன்மையாக குடும்பங்களைப் பற்றித் தான் பேசுகிறது. ஒரு குடும்பத்தில் எழும் கடுமையான பிரச்சினையுடன் இந்நாவல் துவங்குகிறது. சூறாவளி, புயல் என்று சின்னாபின்னப்படுத்தப்படும் குடும்ப உறவுகளை விவரித்த பின்பு புயலுக்குப் பின் அமைதியை ஏற்படுத்தி விட்டு முடிகிறது. இந்த முடிவு, ஆங்கில நாவல்கள் போல எதிர்காலம் நம்பிக்கை தருவது என்று சொல்கிறதா? பிரஞ்சு நாவல்கள் போல, எதிர்காலம் கேள்விக்குறியானது என்று சொல்கிறதா? மொத்தத்தில் குடும்பம் தான் இந்த நாவலின் முன்னணி பாத்திரமாக உள்ளது.

அன்னா, தன் கணவர் கரீனினுக்கு உண்மையாக இருக்க வேண்டும் என்று (டால்ஸ்டாய்) எதிர்பார்ப்பதாகத் தோன்றுகிறது. எனினும் இருவருக்குமிடையிலான காதலை அவர் வெறுப்புடன் நினைவு கொள்ளும்படி செய்கிறார். கரீனின் கெட்டவரல்ல. ஆனால் வெளிப் படையாகச் சொல்ல வேண்டும் என்றால் அவர் அன்னாவுக்கேற்ற கணவனில்லை என்பதை டால்ஸ்டாய் மிக உறுதிபட தெளிவுபடுத்துகிறார்.

அன்னா ஆசைநாயகியாகவும், விசுவாசமில்லாத மனைவியாகவும் இருக்கவும் வெட்கப்படுகிறாள். ஆனால் பட்டினி கிடக்கும் ஒருவனுக்கு உணவு கிடைத்த மாதிரி சந்தோஷம் அடைகிறாள். பல நாட்களாகப் பட்டினி கிடந்த ஒருவனுக்கு உணவு கிடைத்தால் எவ்வளவு ஆனந்தமடைவான்?... எந்த மனிதன் குளிரில் வாடினாலும் சரி, கந்தலை அணிந்தாலும் சரி, அதற்காக அவன் துன்பப்பட மாட்டான். அதற்காக அவன் வெட்கப்படமாட்டான். அவனுக்கு இப்போது தேவை பசிக்கு உணவு... அது போன்ற நிலையில் இருந்தாள் அன்னா. வாழ்க்கையை நன்றாக வாழத் துடிப்பவள் அன்னா. கரீனினால் அவள் வஞ்சிக்கப்பட்டாள். ஏமாற்றப்பட்டாள்.

உண்மையான மனித ஒழுக்க நெறிகள், பைபிள் மேற்கோளுடன் மாறுபடுகின்றன. கடவுளல்ல, மனிதர்கள் தான் அன்னாவை ரயில் சக்கரங்களுக்கு அடியில் தள்ளினார்கள்.

டால்ஸ்டாய் மகிழ்ச்சியுடனும், வெற்றி உணர்வுடனும் அன்னாவைக் காவு கொடுக்கிறார். அவளுடைய வெட்கப்பட்டத்தக்க வருந்தத்தக்க முடிவு அவருக்கு ஓர் அடையாளம். அன்னாவின் இந்த மரணம் தனது வாழ்வைப் பற்றி - தனது மரணத்தைப் பற்றிய சில எண்ணங்களை, எதிர்பார்க்கும் அவருக்குள் ஏற்படுத்திய ஒரு நிகழ்வு - ஒரு அடையாளம் ஆகும்.

அன்னாவை மரணத்திற்கு இட்டுச் சென்ற பின்னர் அவர் லெவினுக்குக் கடவுள் நம்பிக்கையை உண்டாக்குகிறார். அத்துடன் இந்த நாவலை முடித்து விடுகின்றார்.

அன்னாவுக்குக் கரீனின் எந்த அளவுக்குப் பொருத்தமில்லாத கணவன் என்பதை டால்ஸ்டாய் நன்றாகவே அறிவார்.

திருமண பந்தத்தால் கட்டுண்டு தானியங்கும் இயந்திரமாய் ஆகிவிட்ட, அச்சமும், தடுமாற்றம் நிறைந்த சூழ்நிலையில் இருந்த, இந்த இளமை நலம் பொருந்திய, அறிவார்ந்த நுட்பமான, ஜீவன் நிறைந்த பெண்ணை, அவர் வேறு எவரையும் விட சிறப்பாகவே விவரித்திருந்தார்.

திருமண பந்தத்தை, கணவன் - மனைவி உறவுகளை மிகவும் புனிதமான ஒன்றாகக் கருதினார் டால்ஸ்டாய். மனைவிக்குரிய கடமைகளை முறையாக நிறைவேற்றி வாழ்வதில் தான் வாழ்க்கையின்

மேன்மை உள்ளது என்று கருதினார். இந்தத் திருமண பந்தங்களையும், அதன் புனிதங்களையும் காக்க டால்ஸ்டாய் தனது இலக்கிய மேதைமையின் சகல சக்தியோடு எழுகிறார். அன்னா 'நெறிகளை' மதிக்கத் தவறியதற்காக, பயங்கரமான மரணத்தைச் சந்தித்துத் தான் தீர வேண்டும்' என்கிறார்.

'அன்னா கரீனினா'வில் டால்ஸ்டாய், வாழ்க்கையை மட்டும் விவரித்துச் செல்லவில்லை. அதை அவர் விசாரணை செய்கிறார். அதற்கான விடைகளை அதிகார தோரணையுடன் கோருகின்றார். அவருடைய உள் மனத்தில் அவரைச் சித்திரவதை செய்து கொண்டிருக்கும் பல கேள்விகளுக்கு பல பிரச்சினைகளுக்கு அவரது இலக்கியப் படைப்பின் மூலம் தீர்வுகளை அவர் தேடுகிறார். கண்டடைகிறார்.

ரஷ்ய புரட்சியின் நாயகனான லெனின், தனது, 'லியோ டால்ஸ்டாயும் அவரது சகாப்தமும்' என்ற கட்டுரையில் இவ்வாறு குறிப்பிடுகிறார்: 'அன்னா கரீனினா'வில் வரும் லெவின் பாத்திரம் மூலம் டால்ஸ்டாய் கடந்த அரை நூற்றாண்டில் (1861 முதல் 1905 வரையிலான) ரஷ்ய வரலாற்றில் நடந்த திருப்புமுனையின் இயற்கைத் தன்மையை வெகு நேர்த்தியாக வெளிப்படுத்தியிருக்கிறார்.' தான் வாழ்ந்த காலத்தில் இருந்த ரஷ்யாவின் பொருளாதார பிரச்சினைகளை, விவசாயப் பிரச்சினைகளை மிகவும் சாதாரணமாகப் பேசுகின்றனர் இந்நாவலின் பாத்திரங்கள் என்கிறார் மாமேதை லெனின்.

லியோ டால்ஸ்டாய் மனச் சாட்சியுள்ள மனிதராக வாழ்ந்தார். மனிதர்களுக்காக வாழ்ந்தார். ஏழைகளுக்கு இரங்கினார். தன் கண் முன் கண்ட அநீதிகளை எதிர்த்து நின்றார். இதனால் எல்லோருடைய எதிர்ப்புகளுக்கும் ஆளானார். ஆட்சியாளரை அச்சமின்றி விமர்சித்திருந்தார். மதகுருக்களை, திருச்சபையினரைக் கடுமையாக விமர்சித்தார். மக்களுக்காக ஏழைகளுக்காக மனமிரங்கினார். தனது பாரம்பரியமான சொத்துக்களையெல்லாம் வறுமையில் உழன்றவர்களின் மேம்பாட்டிற்காக வாரி வழங்கினார். இதனால் தனது மனைவியின் வெறுப்புக்கும் கூட ஆளானார். ஆட்சியாளர்கள் வெறுப்புக்கு ஆளானார். ஆனால் எதற்காகவும் அவர் வருந்தவில்லை. கலங்கவில்லை. தன் கடமைகளைச் செய்த மகிழ்வோடு தன் கடைசி நாட்கள் வரை அவர் மன நிம்மதியுடன் இருந்தார்.

லியோ டால்ஸ்டாயின் படைப்புக்கள் எல்லாம் மனிதர்களுக்காக, மனித நேயத்தை வளர்ப்பதற்காக எழுதப்பட்ட படைப்புகள். அவை அழியாத காவியங்களாக எத்தனை நூற்றாண்டுகளைக் கடந்தாலும் அப்போதும் மக்களால் விரும்பப்படும், நேசிக்கப்படும் அழியாத அமர காவியங்கள் அவை.

முதற் பாகம்

‘பழிவாங்குதல் எனக்குரியது, நானே பதிற் செய்வேன்’

அத்தியாயம் 1

மகிழ்ச்சியாக வாழும் எல்லாக் குடும்பங்களும் பார்ப்பதற்கு அநேகமாக ஒரே மாதிரியாகத் தான் இருக்கின்றன. ஆனால் துயரத்தில் தத்தளிக்கின்ற ஒவ்வொரு குடும்பமும் தனக்குரிய வழியில் துன்பப் படுகின்றன.

ஆப்லான்ஸ்கியின் வீட்டில் எல்லாம் நிலை குலைந்து போயிருந்தது. குழந்தைகளைக் கவனித்துக் கொள்ளவும், பாடங்களைச் சொல்லித் தரவும் இதற்கு முன்னால் நியமிக்கப்பட்டிருந்த பிரெஞ்சு நாட்டைச் சேர்ந்த ஆசிரியைக்கும், தன் கணவன் ஆப்லான்ஸ்கிக்கும் இடையே இருந்த கள்ள உறவை மனைவி கண்டுபிடித்து விட்டாள். இனியும் தொடர்ந்து இதே வீட்டில் ஆப்லான்ஸ்கியுடன் சேர்ந்து வாழ மாட்டேன் என்று அவள் பிடிவாதமாகக் கூறிவிட்டாள். இவ்வாறாக ஆப்லான்ஸ்கி தம்பதிகளிடையே மனஸ்தாபம் ஏற்பட்டு இன்றுடன் மூன்று நாட்கள் ஆகிவிட்டன. கணவன் மனைவி மட்டுமன்றி குடும்பத்தினர் எல்லோருமே, வேலைக்காரர்களும் கூட இதனால் துன்பப்பட்டார்கள். துன்பத்தில் உழலும் தம்பதியினருக்கு, மனிதாபிமானத்தோடு, அவர்களது துன்பத்தை மாற்ற தங்களால் முடிந்த எதையேனும் உதவியைச் செய்ய இயலாமல், இந்தச் சூழலில், நாம் எல்லோரும் சேர்ந்து வாழ்வதில் எந்தவித அர்த்தமுமில்லை; ஒரு விடுதலை தற்செயலாகச் சந்தித்துக் கொள்ளும் மனிதர்கள் கூட தங்களைக் காட்டிலும் ஒற்றுமை உணர்ச்சியுடன் இருப்பார்கள் என்று அவர்கள் ஒவ்வொருவரும் நினைத்தார்கள்; வேதனையடைந்தார்கள்.

மனைவி வெளியே தலைகாட்டாமல் அறைக்குள்ளேயே அடைந்து கிடந்தாள். கணவனோ அதிகாலையில் வீட்டை விட்டு வெளியேறினான் என்றால் பகல் பொழுதுகள் முழுவதுமே வீட்டுப் பக்கம் வருவதில்லை. குழந்தைகளோ கேட்பார் எவருமின்றி இங்கும் அங்குமாக வீடு முழுவதும் ஓடித்திரிந்து அமர்க்களப்படுத்திக் கொண்டிருந்தனர். குழந்தைகளுக்குப் பாடம் சொல்லித் தர புதிதாக நியமிக்கப்பட்டிருந்த ஆங்கிலேயப் பெண்ணும் கூட வீட்டு நிர்வாகியுடன் சண்டைப் போட்டு விட்டு, தனக்கு

வேறு இடத்தில் வேலை தேடித் தருமாறு வேண்டி தனது நண்பனுக்கு கடிதம் எழுதி விட்டாள். முதல் நாள் மதிய உணவு சமைத்து விட்டுச் சாப்பிடும் நேரத்தில் வீட்டை விட்டு வெளியே சென்ற சமையற்காரன் இதுவரை வீடு திரும்பவில்லை. சமையல் உதவியாளரான பெண்ணும் கோச்சு வண்டியோட்டியும் இனியும் தொடர்ந்து இந்த வீட்டில் வேலை செய்ய இயலாது என்று முன்னறிவிப்பு நோட்டீஸ் கொடுத்து விட்டனர்.

தம்பதிகளுக்கிடையே இந்தத் தகராறு ஏற்பட்டு மூன்று நாட்களாகிவிட்டன. இளவரசன் ஸ்டீபன் அர்க்காதியேவிச் ஆப்லான்ஸ்கி- மிக நெருக்கமாக நண்பர்கள் 'ஸ்டீவ்' என்று மிக செல்லமாக அழைப்பார்கள் - மூன்றாம் நாள் காலை எட்டு மணிக்கு வழக்கம் போலத் தாமதமாகவே தூக்கத்திலிருந்து கண் விழித்தான்; மனைவியின் படுக்கை அறையில் அல்ல, மொராக்கோ தோலினால் அழகுறச் செய்யப்பட்டிருந்த தனது படிப்பு அறையில் இருந்த சோபாவிலிருந்து தான் தூக்கம் கலைந்தான் அவன். தூக்கத்திலிருந்து உடனே எழுந்து விட அவன் மனம் விரும்பவில்லை. நன்கு பராமரிக்கப்பட்ட, பருமனான உடலைக் கொண்ட அவன் கம்பிச் சுருள் சோபாவில் புரண்டு, புரண்டு படுத்து தலையணையில் கன்னத்தை அழுத்திக் கொண்டான். திடீரென்று கண்களை திறந்து மலங்க, மலங்க விழித்துப் பார்த்தான். எழுந்து உட்கார்ந்தான்.

'ஆ...! கனவு... மறுபடியும் வருமா அந்த கனவு...' என்று நினைத்தபடி, கலைந்து போன கனவை மீண்டும் நினைவுப்படுத்திக் கொள்ள முயன்றான்.

'அது என்ன?... ம்... நண்பன் அலபின் டாம்ஸ்டார்டில் விருந்து கொடுத்தான். இல்லை... டாம்ஸ்டார்டில் அல்ல... அமெரிக்காவில் எங்கோ ஒரு இடத்தில்... ஓ, ஆமாம், டார்ம்ஸ்டார்ட் அமெரிக்காவில் தான் உள்ளது. நண்பன் அலபின் தான் விருந்து கொடுத்தான். கண்ணாடி மேசை மீது விருந்து பரிமாறப்பட்டது. அப்புறம் மேசைக்கு அருகிலேயே வரிசையாக, அழகான, சிறிய மதுக்குப்பிக்கள் இருந்தன. அவை நளினமான அழகிய பெண்களைப் போன்று வடிவம் கொண்ட மதுக்குப்பிகள்... இல்லை... இல்லை, அவை மதுக்குப்பிகள் இல்லை... உண்மையான பெண்க்ளே! அவனுடைய கண்கள் குதூகலத்தில் பிரகாசித்தன. அவன் புன்முருவல் செய்தான். 'ஆமாம், அது மிக நல்ல விருந்துதான்! அதில் இன்னும் சிறப்பாக மகிழ்ச்சியை தரும் பல சமாச்சாரங்கள் இருந்தன. தான் திடீரென விழித்துக் கொண்டதால் கனவு கலைந்து அவை பறந்தோடி விட்டன' என்று அவன் நினைத்தான்.

சன்னல் திரையின் ஓரத்தின் வழியாக உள்ளே வந்த ஒளியைக் கவனித்தபடி, கால்களை கீழே நீட்டி தன்னுடைய காலணிகளைத் தேடினான். அந்த காலணிகள் அவனுடைய மனைவி அவனுக்குப் பரிசாகக் கொடுத்தவை. அவற்றில் வெண்கலத்தில் சித்திர வேலைப்பாடுகள் செய்து,

அவனுடைய பிறந்த நாள் பரிசாக சென்ற ஆண்டு அவள் கொடுத்தாள். படுக்கையை விட்டு எழுந்திருக்காமலேயே, தன்னுடைய கையை நீட்டி, படுக்கையின் ஓரமாக மேலங்கியை மாட்டி வைக்கும் ஸ்டாண்ட் வைக்கப்பட்டிருக்கும் இடத்தை துளாவினான். ஒன்பது ஆண்டுப் பழக்கம் அது. துளாவிய கரத்தில் மேலங்கியை மாட்டி வைக்கும் ஸ்டாண்ட் தென்படவில்லை. எங்கே அது...? ஓ... இது நம் படுக்கை அறை இல்லையே... படிப்பு அறையில் வந்தல்லவா படுத்திருந்தோம் என்ற நினைவு தோன்ற, அவனது முகத்திலிருந்த புன்னகை மறைந்தது. முகத்தைச் சுளித்துக்கொண்டான்.

'ஓ, என் அன்பே... அன்பே!' ஏமாற்றமும் துயரமும் மேலோங்க அவன் கடந்த மூன்று நாட்களாக நடந்து வரும் துயர நிகழ்ச்சிகளை மீண்டும் நினைத்துப் பார்த்தான்.

மனைவியுடன் அவனது சச்சரவுகளும், அதன் விவரங்களும், தப்பித்துக் கொள்ள முடியாதபடி அவன் மீது சுமத்தப்பட்டுள்ள அந்தக் குற்றப்பழியும் அவன் நினைவில் எழும்பின.

'ஓ, இல்லை... இல்லை... அவள் ஒரு பொழுதும் என்னை மன்னிக்க மாட்டாள். அவளால் என்னை மன்னிக்க இயலாது. என் தவறுதான் எல்லாவற்றுக்கும் காரணம். என்னுடைய சொந்தத் தவறுதான் எல்லாவற்றுக்கும் காரணம். ஆனால் நான் குற்றவாளி இல்லை. அது தான் இதில் உள்ள சோகம்' என்று நினைத்த அவன் நம்பிக்கையிழந்து வேதனையுடன் முணுமுணுத்தான்.

'ஓ, என் அன்பே... அன்பே...' என்று புலம்பிய அவன் நடந்து போன நிகழ்ச்சிகளைப் பற்றிச் சிந்தித்தான். அந்தச் சச்சரவின் மிக வேதனை தரும் விஷயங்களை மீண்டும் நினைவு கூர்ந்தான்.

எப்போது அந்த மோசமான சம்பவம் நடந்தது...

அன்று அவன் நாடகம் பார்த்துவிட்டு, நாடக அரங்கிலிருந்து சந்தோஷம் பொங்க, மிகவும் மனத் திருப்தியுடன் உற்சாகத்தோடு வீட்டிற்குத் திரும்பி வந்தான். அவனது கையில் தன் மனைவியிடம் கொடுப்பதற்காக பெரிய பழம் ஒன்று இருந்தது. ஆவலுடன் அவளைத் தேடினான். வரவேற்பு அறையில் அவள் இல்லை. படிக்கும் அறையிலும் அவள் இல்லாதது அவனுக்கு மிகவும் வியப்பாக இருந்தது. கடைசியில் படுக்கை அறையில் அவளைப் பார்த்தான். அந்த பிரெஞ்சு ஆசிரியைக்கு அவன் எழுதிய கடிதத்தை - அது தான் அவனைக் காட்டிக் கொடுத்து விட்டது - அவள் கையில் வைத்திருந்தாள்.

எப்பொழுதும் எதைப் பற்றியாவது கவலைப் பட்டுக் கொண்டும், எப்பொழுதுமே ஓயாத, ஏதாவது வேலையில் தன்னை ஈடுபடுத்திக் கொண்டும் அதில் லயித்துப் போயிருக்கும் அவனுடைய மனைவி - டாலி இன்று அந்த வேலைகளையெல்லாம் ஒதுக்கித் தள்ளி விட்டு, ஆத்திரம் பொங்க அங்கே உட்கார்ந்திருந்தாள். அவளுடைய முகத்தில் பயம், மிரட்சி, அளவு கடந்த கோபம் தென்பட்டது.

'என்ன இது?.... இது என்ன?' அந்தக் கடிதத்தை அவனது முகத்துக்கு நேராக நீட்டி ஆத்திரத்துடன் கேட்டாள்.

வழக்கமாக தன்னால் நிகழ்த்தப்படும் எந்தச் சம்பவங்களுக்காகவும், அவன் வருந்துவதில்லை. கவலைப்படுவதில்லை. ஆனால் அன்று அவளுக்கு அவன் பதிலளித்த முறையை இன்று நினைத்த பொழுது அவன் மிக வேதனைப்பட்டான்.

ஏதாவதொரு வெட்கக் கேடான செயலில் ஈடுபட்டு கையும் களவுமாகப் பிடிபட்டவர்களில் பெரும்பாலானவர்களைப் போலவே அவனும் அன்று நடந்து கொண்டான். அவனுடைய குற்றம் கண்டுபிடிக்கப்பட்ட நிலையில் தன் மனைவியின் முன்பு அந்த சூழ்நிலைக்குப் பொருத்தமானபடி முகபாவத்தை மாற்றிக் கொள்வதற்கு அவனுக்கு நேரமில்லை. அவன் வழக்கம் போல அசட்டுச் சிரிப்புடன் அவளுக்கு முன்னால் நின்றான்.

அவன் அவளைக் கடுமையாகக் கோபித்துக் கொண்டிருக்கலாம். 'பொய், எல்லாம் அப்பட்டமான பொய். நான் அவ்வாறெல்லாம் நடந்து கொள்ளவில்லை' என்று அதிரடியாக மறுத்திருக்கலாம். அல்லது வேறு ஏதாவது சாக்குப் போக்குகள் சொல்லியிருக்கலாம். அல்லது 'இந்த ஒரு தடவை மட்டும் என்னை மன்னித்து விடு' என்று அவளுக்கு அடிபணிந்து போயிருக்கலாம். ஆனால் அவன் அப்போது செய்த அந்தச் செயலுக்குப் பதிலாக இந்த மாதிரி எதையாவது, தான் அப்போது செய்திருந்தால் நன்றாக இருந்திருக்குமே என்று தான் ஆப்லான்ஸ்கி இப்போது வருத்தப்பட்டுக் கொண்டிருந்தான். அவன் இதில் எதையும் செய்யவில்லை.

'இவ்வாறு அசடு போலச் செயலற்று நிற்பதற்குக் காரணம் அவனது மூளை தனது சிந்திக்கும் பணியிலிருந்து சற்று ஓய்வெடுத்துக் கொண்ட நேரமாக அது இருக்குமோ!' என்று இப்போது வேடிக்கையாக நினைத்துக் கொண்டான், விஞ்ஞானத்தில் உடற்கூறு இயலில் மிகுந்த ஆர்வம் கொண்டவனான ஆப்லான்ஸ்கி, அந்த சமயத்தில் அப்படி அசட்டுத்தனமாகச் சிரித்ததற்கு அவன் தன்னைத் தானே மன்னித்துக் கொள்ள விரும்பவில்லை. அவனது சிரிப்பைப் பார்த்த டாலி தனது உடலில் பெரிதாக வலி ஏற்பட்டதைப் போல நடுங்கினாள்.

'என்னுடைய அசட்டுச் சிரிப்புத் தான் எல்லாவற்றுக்கும் காரணம் என்று எனக்கு இப்போது நன்றாகத் தெரிகிறது. ஆனால் கையும் களவுமாக மாட்டிக் கொண்ட எனக்கு அப்போது அது தெரியவில்லையே... வேறு வழியில்லாமல் வழக்கம் போல அப்படி அசடு வழிந்து விட்டேன். அவளுக்கு இவ்வளவு கோபம் வருமென்று எனக்கெப்படித் தெரியும்... சரி, நடந்தது நடந்து விட்டது... அவளுடைய கோபத்தைப் போக்க இனிமேல் நான் என்ன செய்வது...? அதை யோசிக்க வேண்டும் முதலில்...' என்றுத் தனக்குத் தானே விரக்தியுடன் கேட்டுக் கொண்டான் ஆப்லான்ஸ்கி. எவ்வளவோ யோசித்தும் கூட, எந்த ஒரு யோசனையும் அவனுக்குத் தென்படவில்லை.

அத்தியாயம் 2

ஆப்லான்ஸ்கியிடம் போலித்தனம் கிடையாது. தனக்குத் தானே உண்மையானவனாக இருக்க வேண்டும் என்று நினைப்பவன். அவன் தனனைத் தானே ஏமாற்றிக் கொள்பவனும் அல்ல. தன்னுடைய நடத்தைக்காக அவன் வருந்துவதும் கிடையாது. வருந்துவது போலப் பாவனை செய்வதும் கிடையாது.

அவனுக்கு வயது முப்பத்து நான்கு. வசீகரமான தோற்றம் கொண்டவன். மிகவும் அழகானவன். பெண்ணாசை உண்டு. அவனுடைய மனைவிக்கு ஏழு குழந்தைகள் பிறந்து, ஐந்து தான் இப்பொழுது உயிருடன் இருக்கின்றன. இரண்டு குழந்தைகள் மரணமடைந்து விட்டன. அவனது மனைவி அவனைக் காட்டிலும் ஒரு வயது குறைந்தவள். அவளிடம் அவனுக்குக் காதல் இல்லாததால் தன்னுடைய செயலைப் பற்றி அவன் வருத்தப்படவில்லை.

அவன் வருந்தியதெல்லாம் ஒரே ஒரு விஷயத்திற்காகத் தான். மனைவிக்குத் தெரியாமல் மிக இரகசியமாக தனது நடத்தைகளை வைத்துக் கொள்ள முடியாமல் போனதே என்று தான் அவன் மிக வருத்தப்பட்டான். இந்த விஷயம் தன் மனைவியை இவ்வளவு தூரம் வருத்தப்படச் செய்யும் என்று அவனால் துல்லியமாகக் கணக்கிட முடியவில்லை. இப்படி ஒரு நிலை ஏற்படும் என்பதை முன்னரே அவன் ஆலோசித்திருந்தால் மிகக் கவனமாக எதுவுமே அவளுக்குத் தெரியாதபடி இரகசியமாக தனது நடத்தைகளை நடத்தியிருக்க முடியும். இந்த விஷயத்தைப் பற்றி இதற்கு முன் இப்படி அவன் தெளிவாக சிந்தித்ததே கிடையாது.

ஆனால் தன்னுடைய ஒழுக்கக் குறைவுப் பற்றித் தனது மனைவிக்கு ஏற்கனவே சந்தேகம் இருந்தது என்றும், தன் கணவன் தனக்கு நம்பிக்கையுள்ளவனாக இல்லை என்று தனக்குத் தெரிந்திருந்தாலும்

அதனைப் பொருட்படுத்தாமல், அதனை வெளிக்காட்டிக் கொள்ளாமல் கண்டும் காணாதது போல அவள் இருக்கிறாள் என்ற தெளிவில்லாத எண்ணம் அவனுக்கு இருந்தது. அவள் குழந்தைகளுக்கு நல்ல தாயாக இருந்தாள். முதுமையை நெருங்கிக் கொண்டிருந்தாள். அவளது பழைய அழகும், உடற்கட்டும் படிப்படியாகத் தளர்ந்து பொலிவிழந்து வருகின்றன. அவள் அழகு குறிப்பிட்டுச் சொல்லும் படியாக இல்லை. அவளால் இனி எந்தப் பயனும் இல்லை. அவள் அழகு மறைந்து விட்டது. உண்மையைச் சொன்னால் அவள் ஒரு சாதாரணமாக குடும்பத்துப் பெண்ணாகவே தென்படுகின்றாள். இந்த நிலையில் அவள் தன்னுடைய கணவனிடத்தில் இரக்கம் காட்டி, கனிவுடன் விட்டுக் கொடுத்து நடந்து கொள்ள வேண்டியதே நியாயமும் நீதியுமான செயலாகும். எனவே தன்னுடைய விஷயத்தில் அவள் விட்டுக் கொடுத்திருக்க வேண்டும் என்றே ஆப்லான்ஸ்கி நினைத்தான். அதனையே அவன் தன் மனைவியிடத்திலிருந்து எதிர்பார்த்தான். ஆனால் அவளோ முற்றிலும் எதிராகச் செயல்பட்டாள்.

'மோசம், மிகவும் மோசம்...' என்று ஆப்லான்ஸ்கி தனக்குத் தானே பேசிக் கொண்டான். அவனால் ஒரு முடிவுக்கும் வர முடியவில்லை. 'வாழ்க்கை அருமையாகப் போய்க் கொண்டிருந்தது. எவ்வளவு மகிழ்ச்சியாக இருந்தோம். அவள் குழந்தைகளை வளர்ப்பதில் மிகுந்த மகிழ்ச்சியடைந்தாள். குடும்ப விஷயங்களில் அவள் என்ன செய்தாலும் நான் தலையிட்டதில்லை. ஆனால் அவளோ ஒரு அற்ப விஷயத்திற்காக மிகவும் பெரிதாக அமர்க்களம் செய்து, தான் மிகவும் நேசித்த இந்த வீட்டையும், இந்த வீட்டில் உள்ளவர்களையும் வேதனைப்படுத்துகிறாள். ஆனால் நடந்து போன சம்பவங்கள் இந்த வீட்டின் கௌரவத்திற்கு நல்லதல்ல என்பது உண்மைதான்.

அந்தப் பெண் இந்த வீட்டில் உள்ள குழந்தைகளுக்குப் பாடம் சொல்லித் தரும் ஆசிரியை. அவளிடம் நான் தவறாக நடந்திருக்கக்கூடாது. நம்மிடம் வேலை செய்யும் பெண்ணிடம் சல்லாபம் செய்வது அற்பத்தனம் தான்; தகுதியற்ற செயல் தான். ஆனால்... அந்த பிரெஞ்சு ஆசிரியையின் 'தோற்றம்... அவளது வசீகரம். ஓ! அவள் எத்தனை அழகானவள்!'

ஒரு நிமிடம் அந்த பிரெஞ்சு ஆசிரியை செல்வி ரோலண்டின் கண்களில் குறுகுறுவென்று இளமைத் துள்ளலுடன் பிரகாசித்த குறும்புத்தனத்தையும், அவளது புன்சிரிப்பையும் தன் மனக்கண்ணின் முன்னே கொண்டு வந்து ரசித்துப் பார்த்தான். ஒரு நிமிடம் தான்... அவன் மீண்டும் தனக்குத் தானே சமாதானம் கூறும் வண்ணம் தன் எண்ணங்களைத் தொடர்ந்தான்.

'ஆனால் அவள் இந்த வீட்டுக்குள் இருக்கும் பொழுது நான் அவளிடம் ஏதும் தவறுதலாக நடந்திருக்கிறேனா? இல்லையே... இதில்

மோசமான விஷயம் என்னவென்றால் அவள் ஏற்கனவே...' என்று சடாரென்று தனது எண்ணங்களுக்குக் கடிவாளமிட்ட அவன் மேலும் தனது சிந்தனைகளைத் தொடர்ந்தான்.

'இவையெல்லாம் ஏன் இப்படி ஒரே சமயத்தில் நடந்து தொலைத்தன...'

அவனுடைய இந்தக் கேள்விக்குப் பதில் கிடைக்கவில்லை. ஆனால் வாழ்க்கையின் மிகச் சிக்கலான, தீர்வில்லாத பிரச்சனைகளுக்கு வாழ்க்கை கற்றுத் தந்த படிப்பினையாக, அந்த வாழ்க்கையே தருகின்ற பதில் அவனுக்குக் கிடைத்தது. அது - 'அன்றாடப் பணிகளில் ஈடுபாட்டுடன் ஈடுபடு. (நடந்த அசம்பாவிதங்களை) மறப்பதற்குக் கற்றுக்கொள்.'

அவனால் எதையும் மறக்க முடியவில்லை. இரவில் தூங்க முடியவில்லை.

சற்று முன் கனவில் நடந்த விருந்தின் போது தவழ்ந்து வந்த இசையையும், அந்த மதுக்குப்பி வடிவப் பெண்களின் பாடல்களையும் அவனால் மீண்டும் நினைத்துப் பார்த்து ரசிக்கவும் முடியவில்லை. அவன் வாழ்க்கை என்ற கனவில் தான், தன்னை மறக்க இயலும் போலும்.

'சரி, எல்லாவற்றையும் அதற்கு உரிய நேரம் வரும் போது சந்தித்துக் கொள்வோம்' என்று தன் சிந்தனைகளுக்கு ஒரு முடிவு கட்டிவிட்டு தன்னுடைய அன்றாடக் கடமைகளில் ஈடுபட எழுந்தான் ஆப்லான்ஸ்கி.

நீல நிறப் பட்டினால் சித்திரத் தையல் செய்யப்பட்டிருந்த சாம்பல் நிற மேலங்கியை எடுத்து அணிந்து கொண்டான். இடுப்புப் பகுதியில் பின்னப்பட்டிருந்த பட்டு நூல் கயிற்றினால் மேலாடையை இடுப்போடு சேர்த்துக் கட்டிக் கொண்டான். அகன்ற மார்பில் ஆழமாக மூச்சை இழுத்துச் சுவாசித்தபடி வழக்கமான கனத்த காலடிகளுடன் சன்னலை நோக்கி மெல்ல நடந்தான். சன்னலை மூடியிருந்த மெல்லிய திரையை விலக்கி அழைப்பு மணியை பலமாக அடித்தான்.

அழைப்பு மணி ஒலித்த மறுகணமே உள்ளே வந்தான், அவனுடைய நெடுங்கால நண்பனும், இப்போது இந்த வீட்டில் அவனது அந்தரங்க ஊழியனாகவும் பணிபுரியும் மத்தேயு.

ஆப்லான்ஸ்கியின் உடைகள், பூட்சுகள் மற்றும் அவனுக்கு வந்திருந்த தந்தி ஆகியவை மத்தேயு தன் கரங்களில் ஏந்தி வந்த தட்டில் இருந்தன. மத்தேயுவிற்குப் பின்னாலேயே நாவிதன் முகச் சவரக்கத்தியுடன் வந்து கொண்டிருந்தான்.

ஆப்லான்ஸ்கி தந்தியைக் கையிலெடுத்துக் கொண்டு, 'அலுவலகத்தி லிருந்து கடிதங்கள் இல்லையா?' என்று வினவியபடி அங்கிருந்த ஒப்பனை

மேசையில் அமைக்கப்பட்டிருந்த ஆளுயர முகம் பார்க்கும் கண்ணாடிக்கு முன்பாக உட்கார்ந்தான்.

'அவற்றை உங்களது மேசை மீது வைத்திருக்கிறேன்' என்ற மத்தேயு, பிரச்சினைகளினால் மனம் தடுமாறித் தவிக்கும் தன் நண்பனும், எசமானனுமாகிய ஆப்லான்ஸ்கியை, இரக்கமும் அனுதாபமும் மேலிட, 'இனி என்ன செய்யப் போகிறாய்?' என்று கேட்பது போல கேள்விக் குறியோடு உற்று நோக்கினான். சிறிது நேர இடைவெளிக்குப் பின் 'வேலை தரும் அலுவலகத்திலிருந்து யாரோ அழைப்பு விடுத்திருந்தார்கள்...' என்று அர்த்தமுள்ள சிரிப்புடன் கூறினான் மத்தேயு.

ஆப்லான்ஸ்கி எந்த வித பதிலும் கூறாமல், கண்ணாடியில் தெரிந்த மத்தேயுவின் முகத்தைப் பார்த்தான். கண்ணாடியில் அவர்களுடைய பார்வைகள் சந்தித்துக்கொண்ட பொழுது அவர்கள் இருவரும் ஒருவரையொருவர் புரிந்து கொண்டு நட்புடன் இருப்பது நன்றாக தெரிந்தது.

'அதை ஏன் என்னிடம் சொல்கிறாய், உனக்குத் தெரியாத விசயமா?' என்று சொல்வதைப் போல ஆப்லான்ஸ்கி அவனைப் பார்த்தான்.

மத்தேயு தன் கைகளைச் சட்டைப் பைகளில் திணித்துக் கொண்டு, தன் எசமானனிடத்து அவனுக்கு உள்ள நல்லெண்ணமும் நட்பும் தொனிக்க, அதே சமயம் வேடிக்கையும் குறும்பும் வெளிப்படத் தன் எசமானனைப் பார்த்துச் சிரித்தான்.

'அடுத்த ஞாயிற்றுக் கிழமைக்குப் பிறகு இங்கே வந்து பார்க்கும் படியும் அதற்கு முன்னதாக உங்களுக்குத் தொல்லை தர வேண்டாம் என்று அவரிடம் சொன்னேன்' என்றான் மத்தேயு.

அந்த வாக்கியத்தை அவன் முன்பே ஒத்திகைப் பார்த்து வேடிக்கைக்காகப் பேசுகிறான் என்பதை அவன் பேசிய முறையிலிருந்து புரிந்து கொண்டான் ஆப்லான்ஸ்கி.

ஆப்லான்ஸ்கி தந்தி உறையைப் பிரித்து தந்தியைப் படித்தான். வழக்கம் போல சொற்கள் தவறாக எழுதப்பட்டிருந்தாலும் தந்தியிலுள்ள செய்தியைப் புரிந்து கொண்ட அவனது முகம் சட்டென்று மகிழ்ச்சியால் பிரகாசமடைந்தது.

'மத்தேயு! என் சகோதரி அன்னா அர்க்காதியேவ்னா நாளைக்கு இங்கு வருகிறாள்!' என்று உற்சாகத்துடன் கூறிய ஆப்லான்ஸ்கி - தன் கன்னத்தில் படர்ந்திருந்த கிருதா மற்றும் மீசையைக் கத்தரித்துக் கொண்டிருந்த நாவிதனின் கரத்தைத் தடுத்து சற்று பொறுக்கும்படி சைகையால் கூறினான்.

'ஆஹா...! அந்தக் கடவுளுக்கு நன்றி', என்றான் மத்தேயு மகிழ்ச்சியுடன். இந்த சிக்கலான நேரத்தில் அன்னாவின் வருகை எவ்வளவு

உதவியாகவும் பிரச்சினைகளைத் தீர்க்கவும் உதவும் என்பது மத்தேயுவிற்கும் மிக நன்றாகத் தெரியும். ஸ்டீபன் அர்க்காதியேவிச்சின் அளவற்ற அன்புக்குப் பாத்திரமானவள் சகோதரி அன்னா. அதே போன்று சகோதரனிடத்து அளவு கடந்த பற்றும் பாசமும் கொண்டவள் அவள். இங்கு கணவன்- மனைவிக்கு இடையில் நடைபெற்று வரும் பிரச்சினைகளைத் தீர்த்து, சமரசத்தை ஏற்படுத்த நிச்சயமாக அவள் உதவுவாள் என்ற, இறுதியான நம்பிக்கை மத்தேயுவிற்குத் துளிர்விட்டது. ஆப்லான்ஸ்கிக்கு அந்தச் செய்தி மகிழ்ச்சியளித்தது. எனவே அன்னாவின் வருகை பற்றிய செய்தி மிகுந்த சந்தோஷத்தை ஒரு கணத்தில் அவர்களிடையே ஏற்படுத்தி விட்டது.

‘அவர்கள் தனியே வருகிறார்களா? அல்லது கரீனனும் கூட வருகிறாரா?’

ஆப்லான்ஸ்கியால் பதில் சொல்ல முடியவில்லை. ஏனென்றால் நாவிதன் அவனுடைய மேலுதட்டில் சவரம் செய்து கொண்டிருந்தான். எனவே பேச முடியாமல் ஒரு விரலை மட்டும் உயர்த்தி ‘தனியாக வருகிறாள்’ என்று கூறுவது போலச் சைகை செய்தான். மத்தேயு சிரித்துக் கொண்டே புரிந்து கொண்டதற்கு அடையாளமாகத் தலையை ஆட்டியது கண்ணாடியில் தெரிந்தது.

‘தனியாகத்தானா? மேல் மாடியில் ஒரு அறையைத் தயார் செய்யட்டுமா?’

‘தார்யா அலெக்ஸாண்ட்ரோவ்னாவைக் கேள்.’

தார்யா அலெக்ஸாண்டரோவ்னா என்பது ஆப்லான்ஸ்கியின் மனைவியின் நிஜப் பெயர். ‘டாலி’ என்பது அவளுடைய செல்லப் பெயராகும்.

‘தார்யா அலெக்ஸாண்டரோவ்னாவையா?’ என்று சட்டென்று ஆப்லான்ஸ்கி சொன்னது தனக்குப் புரியாமல் போனதோ என்று சந்தேகத்துடன் திரும்பக் கேட்டான் மத்தேயு.

‘ஆமாம். அவளிடம் தந்தியைக் கொடு. அவள் என்ன சொல்கிறாள் என்று பார்க்கலாம்’.

‘நீங்கள் அவளோடு பேச என் மூலம் ஒரு முயற்சியா...’ என்று தன் மனதிற்குள் நினைத்துக் கொண்ட மத்தேயு, ‘ஆகட்டும், அப்படியே செய்கிறேன்’ என்று வெளியில் பதில் சொன்னான். உடனே டாலியைப் பார்க்கப் புறப்பட்டான்.

ஆப்லான்ஸ்கி குளித்து முடித்து, அழகாகத் தலை வாரி, உடை அணிந்து கொண்டிருந்த பொழுது கிரீச்சிடும் காலணி ஓசை எழும்ப, மெல்ல நடந்து அறைக்குள் வந்தான் மத்தேயு. தார்யா அலெக்ஸாண்ட்

ரோவ்னாவைப் பார்த்துவிட்டுத் திரும்பியிருந்தான் அவன். கையில் அன்னாவின் தந்தி இருந்தது. நாவிதன் வேலையை முடித்து விட்டுப் போயிருந்தான்.

'தார்யா அலெக்ஸாண்ட்ரோவ்னா, தான் இந்த வீட்டை விட்டு வெளியேறிப் போகப் போவதாகக் கூறிவிட்டார்கள். தான் போன பின்பு அவர் தன் இஷ்டப்படி என்ன வேண்டுமானாலும் செய்து கொள்ளட்டும் என்று தான் கூறியதாக' உங்களிடம் கூறும்படி சொன்னார்கள். 'இப்போது நீங்கள் சொல்லுங்கள் அதன்படி செய்து விடுகிறேன்' என்றான் மத்தேயு. தனது சட்டைப் பைகளில் கைகளைத் திணித்துக் கொண்டு தலையை ஒரு பக்கமாகச் சாய்த்தபடி தன் எசமானரைப் பார்த்தான் மத்தேயு. ஆப்லான்ஸ்கி ஒன்றுமே பேசவில்லை. மௌனமாக இருந்தான். அவனுடைய அழகிய முகத்தில் சோகம் படர, ஒரு பரிதாபமான புன்னகை தோன்றியது.

'ஆ... மத்தேயு, என்ன இது...' என்றான் ஆப்லான்ஸ்கி.

'கவலைப்படாதீர்கள் ஐயா! எல்லாம் தானாகவே சரியாகி விடும்!'

'தானாகவே சரியாகிவிடுமா?'

'ஆமாம் ஐயா!'

'நீ அவ்வாறா சொல்கிறாய்...?' என்று மனச் சஞ்சலத்துடன் நம்பிக்கையுமற்ற குரலில் கேட்ட ஆப்லான்ஸ்கி அறைக்கு வெளியே ஒரு பெண்ணின் ஆடையின் சரசரப்புச் சத்தம் கேட்டு 'யார் அங்கே?' என்று அதட்டலாகக் கேட்டான்.

'நான் தான், ஐயா' என்று கூறிக் கொண்டே வந்தாள், குழந்தைகளைப் பராமரிக்கும் செவிலிப் பெண் 'மத்ரீனா பிலிமோனவ்னா' அறையின் வாசலில் நின்றபடி, அம்மை நோயினால் தன் முகத்தில் ஏற்பட்டிருந்த பெரிய வடு ஒன்றைக் கொண்ட தன் முகத்தை மட்டும் அறைக்குள்ளே நீட்டி அறை முழுவதையும் பார்வையிட்டாள்.

வீட்டில் இருந்த எல்லோரும் - ஊழியர்கள் மற்றும் தார்யா அலெக்ஸாண்ட்ரோவ்னாவின் மிகச் சிறந்த, நெருங்கிய தோழியான இந்த செவிலிப் பெண் மத்ரீனா உட்பட எல்லோரும் ஆப்லான்ஸிக்கு ஆதரவாக அவன் பக்கம் இருந்தனர்.

'என்ன விசயம் மத்ரீனா?' என்று வருத்தம் தோய்ந்த குரலில் கேட்டான் ஆப்லான்ஸ்கி.

'நீங்கள் அவளிடம் போகவில்லையா? தயக்கம் வேண்டாம்- நீங்கள் மறுபடியும் அவளிடம் போய்ப் பேசிப்பாருங்கள். நான் செய்தது

தவறுதான் என்று அவளிடம் மன்னிப்புக் கேளுங்கள். கடவுளின் கிருபையால் உங்களுடைய தகராறுகள் தீர்ந்து விடும். அவள் மிகவும் மன வேதனைப்படுகின்றாள். அவளைப் பார்க்கவே ரொம்பப் பாவமாக உள்ளது. வீட்டில் எல்லாமே தலைகீழாகப் போய்விட்டது. எல்லாமே அலங்கோலமாகக் கிடக்கின்றது. குழந்தைகளை நினைத்துப் பாருங்கள். பிடிவாதமாக இருக்க வேண்டாம். பிடிவாதம் எதற்குமே உதவாது. தவறுகளுக்கு வருந்துவதாகவும் இனி ஒருபோதும் இதுபோன்று நடக்காது என்றும் அவளிடம் சொல்லுங்கள். இதை விட்டால் குடும்பத்தின் மகிழ்ச்சிக்கு வேறு வழியே இல்லை...'

'ஆனால் அவள்தான் என்னை அறைக்குள்ளேயே அனுமதிக்க மறுக்கிறாளே'

'உங்கள் முயற்சியை நீங்கள் செய்யுங்கள். கடவுள் கருணை உள்ளவர். அவரிடம் வேண்டிக் கொள்ளுங்கள்.'

'சரி, நீ இப்போது போகலாம்', என்றான் ஆப்லான்ஸ்கி.

அவமானத்தினாலும், இயலாமையினாலும் தோன்றிய வெட்கம் அவனைச் சங்கடப்படுத்தியது.

'நான் உடை அணிய வேண்டும்' என்று மத்தேயுவைப் பார்த்துச் சொல்லி விட்டு தன்னுடைய மேலங்கியைக் கழற்றினான் ஆப்லான்ஸ்கி.

மத்தேயு குதிரைக்குக் கழுத்துப் பட்டை அணிவிக்க குதிரைக்காரன் நின்று கொண்டிருப்பதைப் போல ஆப்லான்ஸ்கியின் சட்டையைக் கையில் வைத்துக் கொண்டு நின்றிருந்தான். சட்டையை ஒரு கணம் மேலே உயர்த்திப் பார்த்த அவன் சட்டையில் படிந்திருந்த கண்ணுக்குத் தெரியாத தூசியை ஊதி அகற்றினான். தன்னுடைய எசமானனின் பருத்த தோளுக்குப் பின்புறம் நின்றபடி சட்டையை அவனுக்கு அணிவித்தான்.

அத்தியாயம் 3

பொருத்தமாக உடைகளை அணிந்து கொண்ட ஆப்லான்ஸ்கி நறுமணம் தரும் வாசனைத் தைலத்தை எடுத்து தன் உடை முழுவதும் தெளித்துக் கொண்டான். சட்டைக் கையில் பொத்தான்களை மாட்டிக் கொண்டான். சிகரெட் டப்பா, தீப்பெட்டி, சிறிய குறிப்பு நோட்டு, இரட்டைச் சங்கிலியில் தொங்கும் கடிகாரம் ஆகியவற்றை எடுத்து சட்டையில் வெவ்வேறு இடங்களில் வைத்துத் தைக்கப்பட்டிருந்த பைகளில் வைத்துக் கொண்டான். கைக்குட்டையினால் முகம் முழுவதும் இலேசாக ஒற்றி எடுத்து முகத்தை வசீகரப்படுத்திக் கொண்டான். தனது

தோற்றம் இப்போது மிக அழகாக, சுத்தமாக, இனிமையாக இருப்பதாக தானே உணர்ந்து கொண்டு, தானே ஒரு முறை முழுவதுமாகப் பார்த்து மகிழ்ச்சியடைந்தான் ஆப்லான்ஸ்கி.

சமீபத்தில் தனது வாழ்க்கையில் இடையூறுகள் ஏற்பட்டிருந்தாலும், தான் மனரீதியான பாதிப்புக்கு ஆளாகாமல் உற்சாகமாகவே இருப்பதாக நினைத்து தனக்குத் தானே திருப்தியடைந்து கொண்டான். இந்த குதூகலமான மன உணர்வுகளுடன் மெல்ல நடந்து உணவருந்தும் அறைக்கு வந்தான் ஆப்லான்ஸ்கி.

அங்கே மேசை மீது காபி தயாராக இருந்தது. காபிக் கோப்பைக்கு அருகிலேயே கடிதங்களும், அலுவலகத்திலிருந்து அனுப்பப்பட்ட கோப்புகளும் இருந்தன.

கடிதங்களை எடுத்துப் படித்தான் ஆப்லான்ஸ்கி. அந்தக் கடிதங்களில் ஒரு கடிதம் மிகவும் மன சங்கடத்தை அவனுக்கு ஏற்படுத்தியது. அவனுடைய மனைவியின் எஸ்டேட்டில் உள்ள காடு ஒன்றை விலைக்கு வாங்க விரும்பிய வர்த்தகர் ஒருவர் எழுதிய கடிதம் அது.

அந்தக் காட்டை விற்றுத் தான் ஆக வேண்டும் என்ற ஒரு நிர்பந்தமான ஒரு சூழ்நிலை அவனுக்கிருந்தது. ஆனால் தன்னுடைய மனைவியுடன் ஏற்பட்டிருந்த மனஸ்தாபம் நீங்கிச் சமரசம் ஏற்படுகின்ற வரையிலும் அவனால் அந்தக் காட்டை விற்கும் விஷயத்தைப் பற்றி சிந்திப்பது என்பது கூட கேள்விக்கு இடமற்றதாகவே இருந்தது. மனைவியுடன் சமரசம் செய்து கொள்ளும் முயற்சியில் இந்தப் பணவிசயமும் கலப்பது அவனுக்கு மகிழ்ச்சியளிக்கவில்லை. பணத்திற்காக - காட்டை விற்பதற்குத் தன்னுடைய சம்மதம் பெற வேண்டி அதற்காக தன்னோடு சமாதானத்திற்கு வருகின்றான் தன் கணவன் என்ற எண்ணம் தன்னுடைய மனைவியின் மனத்தில் உதிக்கவே இடம் கொடுக்க அவன் விரும்பவில்லை. அது அவனுக்கு அவமானமாகப்பட்டது.

கடிதங்களைப் படித்தவுடன், அலுவலகத்திலிருந்து அனுப்பப்பட்ட கோப்புகளைப் பார்த்தான். இரண்டு கோப்புகளில் மிகப் பெரிய பென்சிலால் சில இடங்களில் திருத்தம் செய்து ஏதேதோ எழுதினான். பின்பு கோப்புகளை மூடி ஓரமாக வைத்தான். பிறகு காபியை எடுத்து சுவைத்தபடி, மறு கரத்தால் ஒரு ஓரமாக வைக்கப்பட்டிருந்த காலை நேர செய்திப் பத்திரிகையை எடுத்துப் புரட்டினான்.

மிதவாத கொள்கைகளை கடைப்பிடிக்கும் அந்த செய்திப் பத்திரிக்கைக்கு ஆப்லான்ஸ்கி ஆண்டுச் சந்தா செலுத்தி வரழைத்துப் படித்துக் கொண்டிருந்தான். அது தீவிரமான மிதவாதப் பத்திரிக்கை அல்ல. பெரும்பான்மை மக்களுடைய கருத்துக்களை வெளியிடுகின்ற பத்திரிக்கை.

அறிவியல், கலை, அரசியல் ஆகியவற்றில் அவனுக்கு அக்கறை இல்லை என்றாலும் அந்த சமாச்சாரங்களில் பெரும்பான்மையினரை அல்லது தான் படிக்கின்ற அந்தப் பத்திரிகையின் கருத்துக்களை அவன் உறுதியாக ஆதரித்தான். பெரும்பான்மையினர் தமது கருத்துக்களை மாற்றும் பொழுது அவனும் தன்னுடைய கருத்துகளை மாற்றிக்கொண்டான். அதாவது அவனே மாற்றிக் கொள்வான் என்பது கிடையாது. பெரும்பான்மையினரின் கருத்துகள் மாறும் சூழ்நிலையில் அவனுடைய கருத்துக்கள் தாமாகவே (பெரும்பான்மையினரின் கருத்துக்கு) மாறி விடும்.

ஆப்லான்ஸ்கியின் மனப்பான்மையும், கருத்துக்களும் அவனே தேர்ந்தெடுத்துக் கொண்டவை அல்ல. அவை தாமாகவே வந்து அவனிடத்தில் படிந்து கொண்டவை. தன்னுடைய தொப்பி அல்லது கோட்டுகளின் பாணியைக் கூட அவனே தேர்வு செய்யவில்லை. அன்றைய வாழ்க்கைச் சூழலில் எல்லோரும் பயன்படுத்தும் பாணியை அவனும் மேற்கொண்டான். எல்லோரும் பயன்படுத்துவது போன்ற உடைகளை அணிந்தான். அவன் குறிப்பிட்ட சமூகக் குழுவைச் சேர்ந்தவன். அறிவு முதிர்ச்சியடைந்த எல்லோரையும் போல அவனும் அறிவுச் செயல்பாட்டை விரும்பினான். ஆகவே அவன் தொப்பியைப் போல சில கருத்துகளையும் ஏற்றுக் கொண்டான். அவன் பழமைவாதத்துக்குப் பதிலாக மிதவாதத்தை ஏற்றுக் கொண்டான். ஏனென்றால் மிதவாதம் அவனுடைய வாழ்க்கையுடன் சிறப்பாகப் பொருந்தியது.

ரஷ்யாவில் அனைத்தும் மோசமாகிவிட்டதாக மிதவாதக் கட்சி கூறியது. உண்மைதான் ஆப்லான்ஸ்கியின் நிலைமை கூட ரொம்ப மோசமாகிவிட்டது. ரொம்பவும் கடன் வாங்கி விட்டான். அவனுடைய சொத்துக்களும் மிகக் குறைந்து விட்டன.

திருமணம் என்ற அமைப்பு காலாவதி ஆகி விட்டது. அதைச் சீர்திருத்த வேண்டும் என்று மிதவாதக் கட்சி கூறியது. உண்மைதான். குடும்ப வாழ்க்கை அவனுக்குச் சிறிதும் மகிழ்ச்சியைத் தரவில்லை. அவன் பொய் பேச வேண்டியிருந்தது. பாசாங்கு செய்ய வேண்டியிருந்தது. இவை அவனது இயல்புக்கு மாறானவை ஆகும்.

மக்களில் காட்டுமிராண்டிகளாக இருப்பவர்களைக் கட்டுப்பாட்டுக்குள் வைப்பதற்கு மதம் பயன்படும் என்ற அளவில் மட்டுமே அது நன்மை செய்கிறது என்று மிதவாதக் கட்சி கூறியது அல்லது மறைமுகமாகக் கோடிட்டு காட்டியது.

மாதாக் கோவில்களில் கொஞ்ச நேரம் நடக்கும் பிரார்த்தனை தான் என்றாலும் கூட அவனுக்கு அந்த சிறிது நேரம் நிற்பதற்குக்கூட கால்கள் வலியெடுக்கும். இந்த உலகத்திலேயே மிகவும் சந்தோஷமாக வாழ

முடியும் என்கின்ற போது வேறொரு மோட்ச உலகத்தைப் பற்றி இவ்வளவு கோரமான பாஷையில் கடூரமாக வேண்டுவது ஏன்? என்று தன்னால் புரிந்து கொள்ள முடியவில்லை என்று அவன் கூறினான்.

கிண்டலாக, வேடிக்கைப் பேச்சுக்கள் பேசுவது ஆப்லான்ஸ்கிக்கு ரொம்பவும் பிடிக்கும். 'உன்னுடைய முன்னோர்களைப் பற்றி நீ பெருமைப்படுகின்றாய் என்றால் உன்னைப் பற்றி கூறும் பொழுது, நான் இளவரசன் ரூரிக் என்பதுடன் நிறுத்திக் கொள்வது ஏன்? உன்னுடைய குடும்பத்தின் மிகவும் மூத்த பெருமகன், அதாவது உனது முன்னோர் மனிதக் குரங்கு வகையினர் என்று சொல்ல மறுப்பது ஏன்?' என்று நண்பர்களிடம் கேட்பான்.

இவ்விதமாக மிதவாதக் கொள்கைகள் ஆப்லான்ஸ்கியிடத்து படிந்து போனது. மதிய உணவுக்குப் பின் அவன் புகைக்கும் சுருட்டு ஒரு விதமான புகை மூட்டத்துடன் அவனுடைய மூளையில் ஒரு விதமான சுகமான தாக்கத்தை ஏற்படுத்தும். அது போலவே மிதவாதக் கொள்கைகளையும் செய்திகளையும் தாங்கி வரும் அந்த செய்திப் பத்திரிகையும் ஒரு தாக்கத்தை ஏற்படுத்துவதாக அவன் கருதினான்.

ஆப்லான்ஸ்கி செய்திப் பத்திரிகையில் வெளி வந்திருந்த தலையங்கக் கட்டுரையை ஆர்வத்துடன் படித்தான். 'தீவிரவாதம் பழமைவாதச் சக்திகளை விழுங்கப் போகிறது. புரட்சி என்ற பத்து தலைப் பாம்பை நசுக்குவதற்கு அரசாங்கம் தக்க நடவடிக்கைகளைச் செய்ய வேண்டும் என்று கூக்குரல் எழுப்பத் தேவையில்லை. முன்னேற்றத்தைத் தடை செய்கின்ற மரபுகளை விடாப்பிடியாக வைத்துக்கொண்டிருப்பதுதான் ஆபத்து' என்றது தலையங்கம். 'பெந்தாம்' மற்றும் 'மில்' ஆகியோரை மேற்கோள் காட்டி மந்திரிசபையைத் தாக்கி எழுதப்பட்டிருந்த நிதித்துறை சம்பந்தமான கட்டுரையைப் படித்தான். அவன் புத்திசாலி என்பதால் அவன் உடனே புரிந்து கொண்டான்.

செய்திப் பத்திரிக்கையில் வெளிவரும் செய்திகளை எப்போதும் மிகுந்த ஆர்வத்துடன் படிப்பான்; தாக்குதல்களைச் சட்டென்று புரிந்து கொள்வான். இந்தப் போக்குகளை எண்ணி வியந்து போவான். மொத்தத்தில் திருப்தியான மதிய உணவு - மயக்கம் தரும் சுருட்டு - புகை மூட்டம் - ஆர்வமூட்டும் செய்திகள் என்று அவனுக்கு மாலைப் பொழுதுகள் மகிழ்ச்சியான பொழுதுகளாகவே வழக்கமாக இருக்கும். ஆனால் இன்று... மத்ரீனா பிலிமோனாவ்னாவின் வேண்டுகோள் மற்றும் தனது குடும்பத்தில் புகைந்து கொண்டிருக்கும் பிரச்சினைகள் என்று அத்தனையும் அவனுடைய மூளையில் விசுவரூபமெடுத்து அவனது மகிழ்ச்சியைக் கெடுத்து அவனை அலைக்கழித்துக் கொண்டிருந்தன.

இந்தக் குழப்பங்களுடன் அவன் தொடர்ந்து செய்திப் பத்திரிக்கையைப் படித்தான்.

கோமகன் பியேஸ்ட் 'வீஸ் பேடனுக்குப்' பயணம் - என்பது போன்ற செய்திகள்.

வெள்ளை முடிகள் முற்றிலும் இல்லாமல் போகச் செய்யும் மருந்துகள் பற்றிய விளம்பரம்.

கோச்சு வண்டி விற்பனைக்கு உள்ளது என்ற விளம்பரம்.

வேலை வாய்ப்புக் கோரும் இளைஞருடைய விளம்பரம் ஆகியவற்றை அவன் அந்தச் செய்திப் பத்திரிக்கையில் படித்தான்.

இவ்வாறு படிக்கும் போதெல்லாம் வழக்கமாக அவனிடத்து தோன்றும் கிண்டலும், கேலியும், வேடிக்கையும், மகிழ்ச்சியும் அவனிடத்து கொஞ்சமும் அன்று தோன்றவில்லை. அவன் மனம் குழம்பிப் போய் கிடந்தது.

அவன் செய்திப் பத்திரிக்கை முழுவதையும் படித்து முடித்து விட்டான். அதனை மடித்து ஓரமாக வைத்தான். பக்கத்தில் வைக்கப்பட்டிருந்த தட்டில் இருந்து வெண்ணெய் தடவப்பட்ட இரண்டு ரொட்டித் துண்டுகளை எடுத்து சுவைத்துச் சாப்பிட்டான். பின் இரண்டாவதாக ஒரு கோப்பைக் காப்பியை எடுத்துக் குடித்தான். கோட்டின் மேலே ஒட்டியிருந்த ரொட்டித் துணுக்குகளை உதறினான். தோள்பட்டையை விரித்து, அகன்ற மார்பை மேலும் விரித்தான்.

இப்போது மனம் சற்று இலேசாகத் தோன்ற வாய்விட்டு சிரித்தான் ஆப்லான்ஸ்கி. அந்த சிரிப்பு நடந்து போன நிகழ்ச்சிகள் அனைத்தையும் அவனுக்கு நினைவுபடுத்தியது. அவன் கவலையுடன் சிந்தனையில் மூழ்கினான்.

அறைக்கு வெளியில் இரண்டு குழந்தைகளின் கூச்சல் கேட்டுச் சிந்தனையிலிருந்து விடுபட்டான் ஆப்லான்ஸ்கி. குரல்களின் ஓசைகளிலிருந்து அவர்கள் தன்னுடைய மூத்த பெண் தான்யாவும், கடைக்குட்டிச் சிறுவன் கிரிஷாவும் தான் என்று தெரிந்து கொண்டான். அவர்கள் எதையோ கயிற்றில் கட்டி இழுத்துக் கொண்டு ஓடி வந்திருக்கின்றனர். இங்கே அது கவிழ்ந்து விட்டது. எனவே கூச்சலிட்டுக் கொண்டிருந்தனர்.

'பயணிகளைக் கூரையின் மீது வைக்க வேண்டாம் என்று நான் சொன்னேன் அல்லவா' என்று ஆங்கிலத்தில் தன் தம்பியைத் திட்டிக் கொண்டிருந்தாள் தான்யா.

'உம், பொம்மைகளைப் பொறுக்கு இப்போது!'

இவ்வாறு குழந்தைகள் சண்டையிட்டுக் கொண்டிருந்தன.

‘எல்லோமமே ஒழுங்கற்றுப் போய்விட்டது. குழந்தைகள் கட்டுப்பாடின்றி காட்டுத்தனமாக ஓடிக் கொண்டிருக்கின்றனர்...’ என்று தனக்குள் கூறிக் கொண்ட ஆப்லான்ஸ்கி கதவுக்கு அருகில் சென்று அவர்களை உள்ளே வரும்படி கூப்பிட்டான். அவர்கள் இரயில் வண்டியாகப் பாவித்து விளையாடிக் கொண்டிருந்த பெட்டியை அப்படியே போட்டு விட்டுத் தந்தையிடம் ஓடி வந்தனர்.

தான்யா அப்பாவுக்கு மிகவும் செல்லப் பெண். அவள் மிக வேகமாக ஓடி வந்து, பாய்ந்து தந்தையின் கழுத்தைப் பற்றிக் கொண்டு தொங்கினாள். தந்தையின் கன்ன மீசையில் தடவப்பட்ட வாசனைத் தைலத்தை முகர்வது அவளுக்கு எப்போதும் மகிழ்ச்சியளிக்கும். தந்தையின் நெற்றியில் முத்தமிட்டு கன்னங்களை செவ்விதழ்களால் தடவி விட்டு, தன் கரங்களைத் தந்தையின் கழுத்திலிருந்து விலக்கிக் கொண்டு கீழே இறங்கி ஓடிப் போக முயன்றாள் தான்யா.

ஓட எத்தனித்த செல்ல மகளின் பிஞ்சுக் கரத்தை மிக மென்மையாகப் பற்றி நிறுத்தினான் ஆப்லான்ஸ்கி.

‘அம்மா எப்படியிருக்கிறாள்?’ என்று கேட்டான். அவனது கரங்கள் தான்யாவின் கன்னத்தையும் கழுத்தையும் வருடிக் கொண்டிருந்தன. அதே சமயம் தனக்கு முகமன் கூறிய தனது சின்ன மகனின் வணக்கத்தை ஏற்றுக் கொண்டு, அவனைப் பார்த்து மென்மையாகச் சிரித்தபடி ‘குட்மார்னிங்’ என்றான் ஆப்லான்ஸ்கி.

பெண் குழந்தையிடம் காட்டும் அன்பையும் அரவணைப்பையும் தன் சின்ன மகனிடம் அவன் காட்டுவதில்லை. ஆனால் நேரடியாக அவர்களைப் பார்க்கும் பொழுதும், பேசும் பொழுதும் இந்த வித்தியாசம் வெளியே தெரியாத வண்ணம் இருவரையும் சரிசமமாக நடத்துவதாகவே காட்டிக் கொள்வான். இது அந்தச் சிறுவனுக்குத் தெரியும். எனவே தந்தையின் அன்பற்ற அந்தப் புன்னகையை அவன் ஏற்றுக் கொள்ளவில்லை.

‘அம்மாவா? அவள் அப்பவே எழுந்து விட்டாளே...’ என்றாள் தான்யா.

ஆப்லான்ஸ்கி பெருமூச்சு விட்டான்.

‘அப்படியென்றால் அவள் மறுபடியும் இரவு முழுவதும் தூங்காமலிருந்திருக்கிறாள்’ என்று தனக்குள் நினைத்துக் கொண்டான் அவன்.

‘அம்மா கலகலப்பாக உற்சாகமாக இருக்கிறாளா?’ என்று மேலும் கேட்டான் அவன்.

அம்மாவும் அப்பாவும் சச்சரவிட்டது சிறுமி தான்யாவுக்குத் தெரியும். எனவே அம்மா கலகலப்பாக, உற்சாகமாக இருக்க முடியாது. இது

அப்பாவிற்கும் நன்றாகத் தெரியும். எனவே அவர் தன்னிடம் இந்தக் கேள்வியைக் கேட்பது ஏன் என்று நினைத்தாள் தான்யா. சிறிது வெட்கமடைந்தாள். மகளின் வெட்கத்தைப் பார்த்த அவனும் கூட வெட்கமடைந்தான்.

'எனக்குத் தெரியாது அப்பா, இன்று எங்களுக்குப் படிப்பதற்கு வீட்டுப் பாடங்கள் எதுவும் இல்லை. எனவே மேடம் 'ஹல்' அவர்களை உடன் அழைத்துக் கொண்டு, மெல்ல நடந்து பாட்டி வீட்டுக்குப் போய் வரும்படி அம்மா கூறினாள்.'

'நல்லது, அப்படியே போய் வா என் தான்யா கண்ணே!' என்று அவளை திரும்பிச் செல்ல அனுமதியளித்த ஆப்லான்ஸ்கி, உடனே வெளியே ஓட முயன்ற தன் செல்லப் பெண்ணின் பிஞ்சுக் கரத்தை விட்டு விடாமல் இறுகப் பற்றி நிறுத்தி, 'கொஞ்சம் பொறு, என் செல்லம்!' என்று கூறியபடி அவள் கரத்தைப் பற்றியபடியே மெல்ல நடந்து, அறையின் மூலையில் இருந்த ஒரு சிறிய மாடத்திலிருந்து ஒரு அட்டைப் பெட்டியை எடுத்தான். அது சாக்லேட் பெட்டி. அதிலிருந்து தன் மகளுக்கு மிகவும் பிடித்த இரண்டு சாக்லேட்டுகளை எடுத்து மகளின் கரத்தில் வைத்தான்.

அவற்றை உள்ளங்கையில் வைத்து மூடிக் கொண்ட தான்யா, 'கிரிஷாவுக்கு?' என்று கேட்டாள்.

'ஆமாம், ஆமாம்! அவனுக்கும் கொடுத்து விடு' என்று மேலும் இரண்டு சாக்லேட்டுகளை அவளது கரத்தில் வைத்த ஆப்லான்ஸ்கி, அவளை தன் கரங்களால் உயரத் தூக்கி அவளது நெற்றியில், கழுத்துப் பகுதியில் முத்தங்களைப் பதித்து விட்டு அவளை கீழே இறக்கி விட்டு வெளியில் செல்ல அனுமதித்தான். குழந்தைகள் இருவரும் ஓட்டமாக ஓடி விட்டனர்.

'கோச்சு வண்டி தயாராக உள்ளது' என்று கூறியபடி அங்கு வந்தான் மத்தேயு.

'அப்புறம் ஒரு பெண் அவசரமாக உங்களைச் சந்திக்க வேண்டும் என்று காத்திருக்கிறாள்'

'ரொம்ப நேரமாகக் காத்திருக்கிறாளா?'

'அரை மணி நேரமாகக் காத்திருக்கிறாள்'

'இங்கு என்னைப் பார்க்க யார் வந்தாலும் உடனே எனக்குத் தெரிவிக்க வேண்டும் என்று உனக்கு எத்தனை முறை கூறியிருக்கிறேன். ஏன் அந்தப் பெண்ணை இவ்வளவு நேரம் காத்திருக்கச் செய்தாய்?' என்று கோபப்பட்டான் ஆப்லான்ஸ்கி.

'நீங்கள் காபி குடித்து முடிக்கட்டுமே என்று தான் காத்திருக்க வைத்தேன்' என்று நண்பன் என்ற முறையில் உரிமையுடனும், சற்று கோபத்துடனும் கூறினான் மத்தேயு.

'சரி, இப்போது உடனே அந்தப் பெண்ணை அனுப்பி வை' என்றான் ஆப்லான்ஸ்கி.

அந்தப் பெண் கலீனின் என்ற ஒரு சாதாரண அலுவலரின் விதவை மனைவி. அவளுடைய கோரிக்கை முட்டாள்தனமானது! நிறைவேற்ற முடியாதது. ஆனால் எல்லோரிடத்திலும் மிகுந்த பண்புடன் நடந்து கொள்ளும் ஆப்லான்ஸ்கி அவளை முக மலர்ச்சியுடன் வரவேற்று உட்காரச் சொல்லி, அவளது முறையீட்டை முழுவதும் மிகவும் கவனமாகக் கேட்டான். அவள் மேல் முறையீட்டிற்காக, யாருக்கு, எப்படி மனுச் செய்ய வேண்டும் என்று விளக்கமாக அவளுக்கு எடுத்துக் கூறி, அந்தப் பிரச்சினையில் அவளுக்கு உதவி செய்யக்கூடிய அதிகாரிக்குத் தானே ஒரு கடிதமும் எழுதிக் கொடுத்தான் ஆப்லான்ஸ்கி.

அவள் போன பிறகு, எழுந்து புறப்படத் தயாரானவன், நின்று, எதையாவது மறந்து விட்டோமோ என்று தொப்பியைக் கையில் வைத்துக் கொண்டு யோசித்தான் ஆப்லான்ஸ்கி. அவன் எதையும் மறக்கவில்லை என்பதைத் தெரிந்து கொண்டான். ஆனால் அவன் மறக்க விரும்பியது ஒன்று உண்டு அது- அவனது மனைவி.

'ஓ.... ஆமாம்' என்று தன்னுடைய மனைவியை நினைத்த ஆப்லான்ஸ்கி வேதனையால் தலை குனிந்து கொண்டான். அவனது அழகிய வதனம் கவலையினால் சுருங்கிப் போனது.

'அவளைப் பார்க்கப் போகலாமா? வேண்டாமா?' என்று தன்னையே ஒரு முறை கேட்டுக் கொண்டான். போக வேண்டாம் என்றே அவனது உள்ளுணர்ச்சி பதிலளித்தது. நீ போனால் மட்டும் என்ன நடந்து விடப் போகிறது. அங்கு வெறும் கபட நாடகம் தான் நடக்கும். அவளை மீண்டும் அழகியாக, காதல் போதையூட்டும் பேரழகியாக மாற்றிவிட முடியாது. அதன் மூலம் பழைய உறவு உங்கள் இருவருக்குள்ளும் ஏற்பட்டு விட முடியாது. அல்லது அவளுக்காகக் காதல் உணர்ச்சியே ஏதும் இல்லாத படுகிழவனாக நீயும் மாறிவிட முடியாது' என்றது அவனது உள்மனம். இனி அவளைச் சந்திப்பதால் பொய்யும், பாசாங்கும் தான் மேடையேறி நாடகமாடுமே தவிர வேறு எதுவும் ஏற்பட்டு விடப் போவதில்லை. பொய்யும், பாசாங்கும் இவனது சுபாவத்துக்கு விரோதமானவைகளாகும்.

'அதற்காக இந்த விஷயத்தை இப்படியே விட்டுவிட முடியுமா? இப்போதோ அல்லது சிறிது நாள் கடந்த பின்னோ இதற்கு ஒரு முடிவு

எடுத்துத் தானே தீர வேண்டும்' என்று தனக்குள் கூறிக் கொண்டு, தன்னைத் தானே தைரியப்படுத்திக் கொண்டான். ஒரு சிகரெட்டை எடுத்துப் பற்ற வைத்து, இரண்டு முறை நீண்டதாக புகையை இழுத்து விட்டு சிகரெட்டை சாம்பல் குப்பியில் போட்டான். பின் அறைக் கதவைத் திறந்து வெளியே வந்து, வரவேற்பறையைக் கடந்து, மனைவியின் படுக்கை அறைக் கதவைத் திறந்து கொண்டு உள்ளே நுழைந்தான் ஆப்லான்ஸ்கி.

அத்தியாயம் 4

தார்யா அலெக்ஸாண்ட்ரோவ்னா மெல்லிய மேலாடையில் இருந்தாள். அகன்ற விழிகளில் அச்சமும், சோகமும் குடி கொண்டிருந்தது. மெலிந்த உடல். சுருள் சுருளாக அழகுபடுத்தப்பட்ட அழகிய கேசம். அறை முழுவதும் பலவிதமான பொருட்களால் அழகுப்படுத்தப்பட்டிருந்தது. சுவற்றோடு பதிக்கப்பட்டிருந்த ஒரு பீரோ விரியத் திறந்திருந்தது. அதன் முன்னால் நின்றபடி எதையோ மும்முரமாகத் தேடிக் கொண்டிருந்தாள் அவள். தன் கணவன் வரும் காலடியோசை கேட்டவுடன் தேடுவதை நிறுத்தி விட்டு கதவுப் பக்கம் பார்வையைத் திருப்பினாள். தன் முகத்தை, தான் மிகக் கடுமையான கோபத்துடன் இருப்பது போன்று மாற்றிக் கொள்ள முயன்றாள். பிணக்கு ஏற்பட்ட பின்பு அவனைப் பார்ப்பது என்பதே அவளுக்கு வெறுப்பைத் தான் கொடுத்தது. அவனுடன் இப்போது என்ன பேசப் போகின்றோம் என்று நினைத்து மேலும் அச்சமுற்றாள்.

தன்னுடைய தாயின் வீட்டிற்குப் போகப் போவதால், தன்னுடைய மற்றும் குழந்தைகளின் உடைகளில் எவற்றை எடுத்துச் செல்வது என்று தேர்ந்தெடுக்கும் முயற்சியில், கடந்த மூன்று நாட்களாக பத்து தடவைகள் முயன்று விட்டாள். அவளால் அதனைச் செய்து முடிக்க முடியவில்லை. எடுப்பதும், திரும்பப் போட்டு விட்டு மீண்டும் தேடுவதுமாக இருந்தாள். இந்த மாதிரி செய்ய முயன்ற ஒவ்வொரு தடவையும் பரிதாபமாகப் புலம்பிக் கொண்டிருந்தாள். 'சே, சே, விசயத்தை இப்படியே விட்டு விடக் கூடாது. எனக்களித்த வேதனைக்காக அவரைத் தண்டித்து, அவமானப்படுத்தி, பழிக்கு பழி வாங்கியே தீர வேண்டும். எனக்கு ஏற்பட்டுள்ள வேதனையில் ஒரு சிறு பகுதியையாவது அவர் அனுபவிக்க வேண்டும்' என்று தன் மனதுக்குள் சொல்லிக் கொண்டாள். 'அவரை விட்டுப் போய்விட வேண்டும். அவரோடு இனி ஒருக்காலும் சேர்ந்து வாழ மாட்டேன்' என்று தான் இன்னமும் புலம்பிக் கொண்டிருந்தாள். என்றாலும் அவளால் அது போன்று செய்ய முடியாதென்றே தோன்றியது. கணவன் என்ற பந்தத்தையும், உயிரிலும் மேலாக அவன் மீது கொண்டிருக்கும் காதலையும் அவளால் எளிதாகத் தூக்கி எறிந்து விட முடியாது என்று அவளுக்குத்

தெரியும். பந்தத்தையும், காதலையும் தூக்கி எறியும் வரையில் கணவனையும் வீட்டையும் பிரிந்து செல்வது என்பது அவளால் இயலாத காரியம் தான் என்று அவளுக்குத் தெரியும்.

மேலும் அவளுக்குச் சொந்தமான இந்த வீட்டில் தனது ஐந்து குழந்தைகளின் தேவைகளையும் பூர்த்தி செய்து நன்கு பராமரிக்க அவளால் முடிகின்றது. ஆனால் போகிற இடத்தில் இது போன்று நடக்குமா? நிலைமை மிக மிக மோசமாகி விடும். இந்த மூன்று நாட்களிலேயே சரியான பராமரிப்பு இன்றி கடைசிக் குழந்தை நோயில் விழுந்து விட்டது. மற்ற குழந்தைகளும் நேற்று இரவு உணவு சாப்பிடாமல் பட்டினியாய்க் கிடந்திருக்கிறார்கள். எனவே இந்த வீட்டை விட்டுச் செல்வது தன்னால் முடியாத காரியம் என்றே அவள் நினைத்தாள். ஆயினும் இந்த மூன்று நாட்களாகத் தன்னைத் தானே ஏமாற்றிக் கொண்டிருக்கிறாள். ஒவ்வொரு நாளும் உண்மையிலேயே தான் வீட்டை விட்டுப் போகப் போவதாகச் சொல்லிக் கொண்டு தனக்கு வேண்டிய பொருட்களை மாற்றி மாற்றி எடுத்து வைத்துக் கொண்டிருந்தாள்.

கணவனைக் கண்டவுடன் சட்டென்று திரும்பிக் கொண்டு, எதையோ மிகத் தீவிரமாகத் தேடுவது போல பீரோவைப் புரட்டிக் கொண்டிருந்தாள். கணவன் தனக்கு மிக அருகில் வந்து நின்றவுடன் தான் தற்செயலாகத் திரும்புவது போலத் திரும்பி அவனைப் பார்த்தாள். முகத்தில் கடுமையையும், கண்டிப்பையும் வெளிப்படுத்தும் வண்ணம் ஒருவித அலட்சிய பாவத்தோடு தான் அவனைப் பார்க்க வேண்டும் என்று அவள் நினைத்திருந்தாள். ஆனால் அவளது முகம் குழப்பத்தையும் வேதனையையுமே வெளிப்படுத்தியது.

'டாலி!' - மென்மையாகவும் பயத்துடனும் தான் அவன் அழைத்தான். தலை குனிந்து, மிகவும் தாழ்மையாகவும், தன்னிடத்து அவள் அனுதாபம் கொள்ளும்படியாக மிகவும் பரிதாபமாகவும் முகத்தை வைத்துக் கொள்ள முயன்றான். ஆனால் புத்துணர்ச்சி பொங்க, பொலிவுடன் நின்று கொண்டிருந்த அவனது ஆரோக்கியமான தோற்றம் அதற்கு ஏற்றபடியாக இல்லை. வேகமாகத் திரும்பி உச்சந்தலை முதல் உள்ளங்கால் வரையில் அவனைப் பார்த்த அவளுக்கு ஆத்திரம் பொங்கியது. 'கொஞ்சம் கூட கவலையின்றி குடித்து சாப்பிட்டு ஆரோக்கியமாகவும், சந்தோஷமாகவும் தானிருக்கின்றார். ஆனால் நான்...? இவரின் இந்த வெளிப்பகட்டைப் பார்த்து, நம்பித்தான் எல்லோரும் இவரை நேசிக்கிறார்கள். பாராட்டுகிறார்கள். நானும் இவரை நம்பினேன். ஆனால் இப்போது உண்மை தெரிந்து விட்டது. நான் இவரை வெறுக்கின்றேன்...?' என்று நினைத்து மனத்திற்குள் பொருமிய அவள் தானும் கூட எதைப் பற்றியும் கவலைப்படவில்லை என்றும் உற்சாகமாகவே இருப்பதாகவும் அவனுக்கு

காட்ட நினைத்தாள். எனவே வேதனையால் துடித்த உதடுகளை இறுக்கமாக மூடினாள். இருப்பினும் கூட அவளது வலது கன்னத்துத் தசைகள் துடிதுடித்தன.

'உங்களுக்கு என்ன வேண்டும்?' என்று வெடுக்கென்று மிகக் கடூரமான குரலில் கேட்டாள். அவள் குரல் தானா அது... அவளால் நம்ப முடியவில்லை.

'டாலி' என்று தடுமாற்றத்துடன் திரும்ப அழைத்த அவன், 'அன்னா இன்று இங்கு வருகிறாள்' என்றான்.

'அதனால் எனக்கென்ன... அவளை வரவேற்று உபசரிக்க நான் தயாராக இல்லை...'

'என்ன இருந்தாலும் டாலி, நீ தானே அவற்றையெல்லாம் செய்ய வேண்டும்...'

'வெளியே போய்விடுங்கள், வெளியே போய்விடுங்கள், ம். போய் விடுங்கள் இங்கிருந்து...' வலியால் துடிப்பவளைப் போல அவள் கத்தினாள். அவனை ஏறிட்டும் அவள் பார்க்கவில்லை.

ஆப்லான்ஸ்கியால் தன் மனைவியைப் பற்றி அமைதியாகச் சிந்திக்க முடியும். 'தானாகவே எல்லாம் மாறி விடும்' என்று மத்தேயு சொன்னதை நம்பிக் காத்திருக்க முடியும். அமைதியாய்ப் பத்திரிக்கையைப் படித்து விட்டு காபி குடிக்க முடியும். ஆனால் மனைவியின் துயரத்தை, சோகத்தை நேரில் பார்த்து சகித்துக் கொள்ள அவனால் முடியாது. இப்போது அவளுடைய துயரமான முகத்தைப் பார்த்த பொழுது, மெலிந்த அவளது உடலையும் அவளது குரலையும் கேட்ட பொழுது துக்கம் அவனது தொண்டையை அடைத்துக் கொண்டது. அவனுடைய கண்களில் நீர்த்துளிகள் திரண்டன.

'ஓ, கடவுளே... நான் என்ன செய்வேன்?... டாலி, கடவுளின் மேல் ஆணையிட்டுச் சொல்கிறேன்... உனக்கு நன்றாகத் தெரியும்...' தொடர்ந்து பேச அவனால் முடியவில்லை. விம்மலினால் அவன் தொண்டை அடைத்தது.

டாலி பீரோவின் கதவை கோபத்துடன் ஓங்கி அறைந்து சாத்தி விட்டுத் திரும்பி அவன் முகத்தைக் கூர்ந்து நோக்கினாள்.

'டாலி! உன்னிடம் நான் என்ன சொல்வதென்றே தெரியவில்லை. ஒன்று மட்டும் சொல்கிறேன். என்னை மன்னித்து விடு! இதைத் தவிர வேறு எதையும் சொல்லத் தோன்றவில்லை. நமது வாழ்க்கையை நினைத்துப் பார்... ஒன்பது ஆண்டுகள்... நமது ஒன்பது ஆண்டு வாழ்க்கையை உணர்ச்சி வசப்பட்ட அந்த ஒரு கண நேர... ஒரு கண நேரத் தவறுக்காகத் தூக்கி எறிந்து விடலாமா... நினைத்துப் பார்...'

அவள் தன் கண்களை இறுக மூடிக் கொண்டாள்... தொடர்ந்து அவன் என்ன சொல்லப் போகிறான் என்பதைக் கேட்பதற்காகக் காத்திருந்தாள்.

'டாலி, உணர்ச்சி வசப்பட்டு நடந்த அந்த ஒரு கண நேர மோகத்தின் பாவத்தை நாம் வாழ்ந்த ஒன்பது ஆண்டு கால வாழ்க்கையின் மேன்மைகள் போக்காதா...?' என்று இன்னும் ஏதேதோ சொல்லிக் கொண்டு போனான் ஆப்லான்ஸ்கி.

'கண நேர மோகம்' என்ற வார்த்தையைக் கேட்டதும் மிகவும் வேதனையடைந்தாள் டாலி. அந்த வார்த்தைகள் அவளுக்கு அளவற்ற ஆத்திரத்தையும், நிதானத்தை இழக்கும் அளவிற்கு கோபத்தையும் தூண்டியது. தொடர்ந்து அவன் பேசிய எதுவும் அவளது செவிகளில் விழவில்லை. துக்கத்தால் அவளது உதடுகள் துடித்தன. மீண்டும் இறுகிப் போயின. வலது கன்னத்து நரம்புகள் துடிதுடித்தன.

'போய்விடுங்கள்... இங்கிருந்து போய் விடுங்கள். உங்களது கண நேர மோகக் கதைகளையும் மற்ற கொடுமைகளைப் பற்றியெல்லாம் என்னிடம் பேசாதீர்கள்...' என்று பலமாகக் கூச்சலிட்டாள்.

அவள் அங்கிருந்து வெளியே போய்விட நினைத்தாள். அவளிடத்தில் திடீரென்று ஏற்பட்டு விட்ட அந்த ஆத்திரமும் படபடப்பும் அவளை முற்றிலும் அலைக்கழித்தது. வேகமாகத் திரும்பிய அவள் தடுமாறினாள். கீழே சாய்ந்து விழுந்து விடாதபடி அருகிலிருந்த சோபாவைப் பிடித்துக் கொண்டாள். இதைப் பார்த்த அவனது முகம் வேதனையினால் அகலமாகப் பரந்து விரிந்து போனது. உதடுகள் வீங்கிப் போயின. அவனுடைய கண்கள் கண்ணீரால் நிறைந்து போனது.

'டாலி!' என்று கதறிய அவன் இப்போது தேம்பியழுது கொண்டிருந்தான். 'கடவுளின் மேல் ஆணையிட்டுச் சொல்கிறேன்... நம் குழந்தைகளை நினைத்துப் பார். அவர்கள் என்ன செய்தார்கள்? எனக்குத் தண்டனை கொடு... என்னுடைய தவறுகளுக்காக என்னைச் சித்திரவதை செய்... சொல்... நான் என்ன செய்ய வேண்டும்...? நீ கொடுக்கும் எந்த தண்டனையையும் ஏற்றுக் கொள்ள நான் தயாராக இருக்கின்றேன்... நான் குற்றவாளிதான்... என்னுடைய குற்றத்தை விவரிக்க என்னிடத்தில் வார்த்தைகளில்லை... ஆனால்... டாலி, என்னை மன்னித்து விடு!'

அவள் சரிந்து அந்த சோபாவில் உட்கார்ந்தாள். திணறலுடன் வெளி வந்த அவளது சுவாசப் பெருமூச்சுகள் அவனது செவிகளில் ஒலித்தன. அவன் அவளது இந்தப் பரிதாபமான நிலைக்காக மிக வருந்தினான். அவள் மேலும் ஏதோ சொல்ல முயன்றாள். அவளால் முடியவில்லை. அவள் சொல்லப் போகும் வார்த்தைகளுக்காக அவன் காத்திருந்தான்.

குழந்தைகளைப் பற்றிக் கொஞ்சமும் அக்கறையில்லாத அவன் குழந்தைகளைப் பற்றிச் சொன்னது அவளது ஆத்திரத்தை மேலும் தூண்டியது.

'குழந்தைகளோடு விளையாட நினைக்கும் போது தான் உங்களுக்கு நம் குழந்தைகளின் நினைவு வருகின்றது. ஆனால் நானோ எப்போதுமே அவர்களைப் பற்றி நினைத்துக் கொண்டிருக்கிறேன். அவர்கள் இப்போது வீணாகிப் போய் கொண்டிருக்கிறார்கள்.'

தன் கணவன் தன்னைத் தேடி வரும் போது அவனிடம் இதையெல்லாம் கேட்க வேண்டும் என்று இந்த மூன்று நாட்களாகத் திரும்பத் திரும்பத் தனக்குக்குள்ளேயே கூறிக் கொண்டிருந்த இந்த வார்த்தைகளை இப்போது வெளிப்படையாக அவனிடம் கூறி விட்டாள் அவள்.

அவள் பேசிய போது 'நம் குழந்தைகள்' என்று குறிப்பிட்டது அவனுக்கு மிகுந்த ஆறுதலைத் தந்தது. நன்றியறிதலோடு அவளது கரத்தைப் பற்ற முயன்றான். ஆனால் அவள் வெறுப்புடன் கனல் தெறிக்கும் ஒரு பார்வை பார்த்து விட்டு சற்று விலகி நின்றாள்.

'குழந்தைகளைப் பற்றித் தான் எப்போதும் நினைக்கின்றேன். அவர்களைக் காப்பாற்றுவதற்காக இந்த உலகத்தில் எதை வேண்டுமானாலும் செய்ய நான் தயாராக இருக்கிறேன். ஆனால் அவர்களை எப்படிக் காப்பாற்றுவது என்று தான் தெரியவில்லை. அவர்களை அவர்களது தந்தையிடமிருந்து பிரித்து அழைத்துச் சென்று காப்பாற்றுவதா... அல்லது இந்த ஒழுக்கங்கெட்ட சிற்றின்பப் பிரியரான... ஆமாம், சிற்றின்பப் பிரியரான தந்தையிடமே அவர்களை விட்டு வைப்பதா...? சொல்லுங்கள். இவ்வளவு நடந்த பின் இனி நாமிருவரும் சேர்ந்து வாழ முடியுமென்று நீங்கள் நினைக்கிறீர்களா? இது சாத்தியமா? சொல்லுங்கள்... இது சாத்தியமா?'

அவள் திரும்பத் திரும்பக் கேட்டாள். திடீரென்று தன் குரலை உயர்த்திக் கொண்டு. 'எனது கணவன் - எனது குழந்தைகளின் தந்தை - தன் குழந்தைகளுக்குப் பாடம் சொல்லித் தரும் ஆசிரியையுடன் கள்ளத் தொடர்பு வைத்துக்கொண்டிருக்கும் போது... நாம் சேர்ந்து வாழ்வது சாத்தியமா சொல்லுங்கள்'.

'ஆனால் இப்போது நான் என்ன செய்ய வேண்டும் - நான் என்ன செய்ய வேண்டும்?' என்று மிகவும் பரிதாபமாகக் கேட்டான் அவன். அவளது கேள்விக்கு என்ன பதில் சொல்வது என்று அவனுக்குத் தெரியவில்லை. அவன் தலை குனிந்து நின்றான். மிகவும் மிகவும் தலை தாழ்ந்து போனான்.

'உங்களைப் பார்த்தாலே அருவருப்பாக உள்ளது. அச்சமாக உள்ளது' அவள் உரக்கச் சொன்னாள். 'உங்கள் கண்ணீர் அது வெறும் தண்ணீர் தான். நீங்கள் என்னை காதலிக்கவே இல்லை. உங்களுக்கு இதயம் என்பதே கிடையாது. உங்களுக்கு மனசோ, மானமோ, மரியாதையோ எதுவுமே

கிடையாது. என்னைப் பொறுத்த வரையில் இனி நீங்கள் வெறுத்து ஒதுக்க வேண்டிய அந்நிய மனிதர் தான். ஆமாம் முற்றிலும் வேற்று மனிதர் தான்'.

'அந்நியர் - வேற்றுமனிதர்' என்ற வார்த்தைகளை தான் மிகக் கடுமையான முறையிலேயே கூறிவிட்டதாக எண்ணி அவள் உடனேயே வருத்தமடைந்தாள். அதற்காகத் தன் மீதே வெறுப்புற்றாள்.

நிமிர்ந்து டாலியைப் பார்த்தான் ஆப்லான்ஸ்கி. தன்னிடத்தில் அவளுக்குள்ள வெறுப்பை அவளது முகம் முழுவதிலும் அவன் கண்டான். 'இந்த அளவுக்கு என் மீது வெறுப்பா?' அவனுக்கு ஆச்சரியமாக இருந்தது; அச்சமாகவும் இருந்தது.

தன்னிடத்தில் அவனுக்கு உள்ளது இரக்கம் மட்டுமே; காதல் அல்ல என்று அவள் கண்டாள்.

'அவள் என்னை மிகவும் வெறுக்கிறாள். அவள் என்னை மன்னிக்கவே மாட்டாள்' என்று அவன் நினைத்தான். - 'இது அச்சம் தருகிறது' என்று முணுமுணுத்தான்.

அந்த சமயத்தில், பக்கத்தில் உள்ள வேறு அறையில் ஒரு குழந்தை அழும் சப்தம் கேட்டது - அநேகமாக தடுக்கிக் கீழே விழுந்திருக்க வேண்டும். இதை கவனித்த தார்யா அலெக்ஸாண்ட்ரோவ்னாவின் முகம் திடீரென்று மென்மையாக மாறியது.

அவள் தன்னை நிதானப்படுத்திக் கொண்டாள். இது வரை என்ன நடந்தது - என்ன செய்து கொண்டிருந்தோம் என்ற அனைத்தையும் மறந்தாள். வேகமாக எழுந்து கதவை நோக்கி நடந்தாள்.

'எது எப்படி இருந்தாலும் அவள் என் குழந்தையை மிகவும் நேசிக்கின்றாள்' என்று நினைத்தான் அவன். குழந்தையின் அழுகுரல் கேட்டவுடன் அவளுடைய முகம் முற்றிலும் மாறிப் போனதை அவன் கவனித்தான்.

'என் குழந்தை - பின் ஏன் என்னை மட்டும் இவ்வளவு வெறுக்கின்றாள்'.

'டாலி, ஒரே ஒரு வார்த்தை, சற்று நில்' என்றபடி அவள் பின்னே தொடர்ந்து நடந்தான்.

'நீங்கள் என்னைப் பின் தொடர்ந்தால் நான் வேலைக்காரர்களையும், குழந்தைகளையும் இங்கே கூப்பிடுவேன். நீங்கள் எப்படிப்பட்ட கயவர் என்பதை அம்பலப்படுத்துவேன். நான் இன்றே இந்த வீட்டை விட்டு வெளியேறப் போகிறேன். அதன் பின் இங்கேயே நீங்கள் உங்கள் ஆசைநாயகியுடன் சந்தோஷமாக வாழுங்கள்' என்று எரிச்சலுடன்

கூறிவிட்டு கதவைத் திறந்து வெளியேறி, தடாலென்று சாத்திவிட்டு சென்றாள்.

ஆப்லான்ஸ்கி பெருமூச்செறிந்தான். முகத்தைத் துடைத்துக் கொண்டான். மெல்ல அடியெடுத்து அறையின் மையத்திற்கு வந்தான். 'தானாகவே எல்லாம் மாறி விடும்' என்று மத்தேயு சொன்னானே- ஆனால் எப்போது? அதற்கான சிறு அறிகுறி கூட என்னால் காண முடியவில்லையே... 'ஓ, என் அன்பே, ஏன் இப்படிக் கொடூரமாக மாறி விட்டாய்!' என்று புலம்பினான் ஆப்லான்ஸ்கி.

அவளுடைய கடுமையான கூச்சலையும், தன்னை மிகவும் இழிவாகப் பேசிய அவளது வார்த்தைகளையும் மீண்டும் தன் நினைவுக்குக் கொண்டு வந்தான். 'கயவன்' 'ஆசைநாயகி' என்ற அந்த வார்த்தைகள்... 'ஐயோ, வேலைக்காரப் பெண்களின் செவிகளில் இவை விழுந்திருக்குமோ?...' ஆப்லான்ஸ்கி சில நொடிகள் அங்கு கண்களை மூடிக்கொண்டு நின்றிருந்தான். பின்பு தன் கண்களைத் துடைத்துக்கொண்டு நீண்ட பெருமூச்சு விட்டான். பின் நெஞ்சை அகல விரித்துக்கொண்டு அறையை விட்டு வெளியேறினான்.

அன்று வெள்ளிக்கிழமை. ஜெர்மானியரான கடிகாரத் தயாரிப்பாளர் அன்று வீட்டிற்கு வந்து எல்லா கடிகாரங்களுக்கும் சாவி கொடுப்பார். வழுக்கைத் தலையரான அந்த நபர் சாப்பாட்டு அறையில் உட்கார்ந்திருப்பதை ஆப்லான்ஸ்கி பார்த்தான்.

'மத்தேயு! நீயும் மேரியும் சேர்ந்து அந்தச் சிறிய அறையைச் சுத்தம் செய்து அன்னா அர்க்காதியேவ்னா தங்குவதற்கு அனைத்து வசதிகளையும் செய்து விடுங்கள்!' என்று அங்கு வந்த மத்தேயுவைப் பார்த்து ஆணையிட்டான் ஆப்லான்ஸ்கி. பின்பு மென்மயிர்க் கோட்டை அணிந்து கொண்டு வாயிலுக்கு வந்தான்.

'இரவு உணவுக்கு வருவீர்களா, ஐயா', பின்னாடியே வந்த மத்தேயு கேட்டான்.

'நிச்சயமில்லை... இதோ இந்தப் பணத்தை வைத்துக் கொள்' என்று கூறியபடி ஒரு பத்து ரூபிள் நோட்டை எடுத்து அவனிடம் கொடுத்தான். 'இது போதுமல்லவா?'

'போதுமோ, போதாதோ, இதைக் கொண்டு சமாளிப்பேன்' என்று கூறிய மத்தேயு கோச்சு வண்டியின் கதவை மூடினான்.

அதே சமயம், குழந்தையைச் சமாதானப்படுத்திக் கொண்டிருந்த தார்யா அலெக்ஸாண்ட்ரோவ்னா, கோச்சு வண்டியின் சக்கரங்கள் உருளும் ஓசையைக் கேட்டு தன் கணவன் புறப்பட்டுப் போய்விட்டானென்று

தெரிந்து கொண்ட பிறகு தன்னுடைய அறைக்குத் திரும்பினாள். வீட்டு வேலைகளுக்குப் பின் அவளுக்குள்ள ஒரே புகலிடம் அது தான். குழந்தையைச் சமாதானப்படுத்துவதற்காக குழந்தைகளின் நர்சரி அறைக்கு வந்த அவள் அந்த அறையில் செலவழித்த சில நிமிடங்களில் கூட வீட்டு வேலைகளில் செய்ய வேண்டியது எது, வேண்டாதது எது என்று அவளிடம் கேட்க வந்து விட்டாள் செவிலிப் பெண் மத்ரீனா பிலிமோனவ்னா. 'குழந்தைகளை வெளியே அழைத்துச் செல்லும் போது எந்த உடைகளை அணிவிக்க வேண்டும்? புதிய சமையற்காரனை நியமிக்க வேண்டாமா?'

'ஓ... என்னைத் தனியாக விட்டுவிடு' என்று கத்திவிட்டு வேகமாகத் தனது படுக்கையறைக்கு வந்து விட்டாள் டாலி. தனது கணவனோடு பேசிக் கொண்டிருந்த போது உட்கார்ந்திருந்த அதே சோபாவில் வந்து உட்கார்ந்தாள். கரங்களை ஒன்று சேர்த்து சோம்பல் முறித்தவள் தன் கைவிரல்களில் அணிந்திருந்த மோதிரங்களைப் பார்த்தாள். சில நாட்களில் தளர்ந்து போன அந்த விரல்களில் பிடிப்பின்றி அவை தொங்கிக் கொண்டிருந்தன. அவளுடைய மனம் தன் கணவனோடு நடந்த அந்த உரையாடல் முழுவதையும் மீண்டும் நினைத்துப் பார்த்தது.

'அவர் போய்விட்டார். ஆனால் அவளைப் பற்றி, தன்னுடைய ஆசைநாயகி பற்றி அவர் என்ன முடிவு செய்தார்? அவளுடன் உள்ள தொடர்பை நிறுத்தி விட்டாரா? அவளிடம் இதை நான் கேட்டிருக்க வேண்டும். ஏன் கேட்க மறந்தேன்...? ஓ... இல்லை... இல்லை... இனிமேல் நாங்கள் சேர்ந்து வாழ்வது என்பது முடியாத காரியம். ஒரு வேளை இதே வீட்டில் நாங்கள் சேர்ந்து வசித்தாலும் நாங்கள் அந்நியர்கள் தான்... எப்போதும் அந்நியர்கள் தான்.' இந்த வார்த்தையை உச்சரிப்பதற்கு அவள் அச்சப்பட்டாலும் அதனை அழுத்தமாகத் திரும்பத் திரும்பக் கூறினாள்.

'ஓ, கடவுளே... அவரை நான் எவ்வளவு நேசித்தேன்... எப்படியெல்லாம் நேசித்தேன்... ஏன் இப்போது நான் அவரை நேசிக்க வில்லையா என்ன? எப்போதையும் விட இப்போது நான் அதிகமாக அவரை நேசிக்கிறேனா இல்லையா?...'

அவள் தனது சிந்தனைகளை முடிப்பதற்குள் மத்ரீனா பிலிமோனவ்னா கதவைத் திறந்து தலையை உள்ளே நீட்டினாள்.

'என் சகோதரனை வரச் சொல்லவா? மதிய உணவையாவது அவன் சமைத்து வைப்பான் அல்லவா? இல்லையென்றால் குழந்தைகள் நேற்றுப்போல மாலை ஆறு மணி வரை பட்டினி கிடக்க நேரும்...'

'சரி, இதோ நான் வருகிறேன். பால் வந்துவிட்டதா?' என்று கேட்டபடி டாலி எழுந்தாள். தன்னுடைய குடும்பத்தின் அன்றாடக் கடமைகளுக்குள் மூழ்கினாள்; அதன் மூலம் தன் சொந்தக் கவலைகளை சிறிது நேரத்துக்கு மறந்தாள்.

அத்தியாயம் 5

ஆப்லான்ஸ்கி இயற்கையிலேயே நல்ல திறமைசாலிதான். பள்ளிக் கூடத்தில் மிக நன்றாக படித்தவன் தான். அவனது குறும்புத்தனமும், சோம்பேறித் தனமும் தான் அவனது படிப்பைப் பாதித்தது. இறுதி வகுப்பில் மிகக் குறைந்த மதிப்பெண்களே வாங்கினான். எனவே தான் பள்ளிப் படிப்பைத் தொடர்ந்து மேல் படிப்பு படிக்க இயலாமல் போனது. இருந்தாலும் அரசுத் துறையில், மாஸ்கோவில் சர்க்கார் போர்டு (சபை) அலுவலகத்தில் அதிகாரங்கள் குவிந்து கிடந்து உயர் அதிகாரியாக அவனுக்கு நியமனம் கிடைத்தது. நல்ல சம்பளம். உயர்ந்த பதவி. மந்திரி சபையில் மிக முக்கியமான பதவி வகிக்கும் அலெக்ஸிஸ் அலெக்ஸாண்ட்ரோவிச் கரீனின் - இவனது சகோதரி அன்னாவின் கணவன் - மூலம் இந்தப் பதவி இவனுக்குக் கிடைத்தது.

கரீனின் இந்தப் பதவியை இவனுக்குப் பெற்றுத் தராவிட்டாலும் கூட நூற்றுக்கும் அதிகமான இவனது உறவினர்கள் சகோதரர், சகோதரிகள், மருமகன்கள், மாமாக்கள், அத்தைகள் என்று செல்வாக்குள்ள எத்தனையோ பேர் ஆப்லான்ஸ்கிக்கு உண்டு. அவர்களில் யாராவது ஒருவர் வருஷத்திற்கு 6000 ரூபிள்கள் கிடைக்கும் ஓர் உத்தியோகத்தை இவனுக்குப் பெற்றுத் தந்திருப்பார்கள். அவனுடைய மனைவி பெறும் பணக்காரி. என்றாலும் கூட அவனது சொந்த நிதி நிலைமை மோசமாக இருந்ததால் அவனுக்கு அரசாங்கப் பதவி தேவைப்பட்டது.

மாஸ்கோவிலும் பீட்டர்ஸ்பர்க்கிலும் வசிப்பவர்களில் பாதிப்பேர் இவனது உறவினர்கள் அல்லது நண்பர்களாகத்தான் இருப்பார்கள். உலகின் மிகச் சிறந்த மனிதர்கள் என்று போற்றப்படும் மனிதர்கள் அல்லது பிற்காலத்தில் சிறப்படைந்தவர்கள் பிறந்த குடும்பத்தில் தான் அவன் பிறந்தான். அதிகார உலகத்தில், அதாவது அரசுப் பணிகளில் உள்ள மூத்த அதிகாரிகளில் மூன்றில் ஒரு பகுதியினர் அவனுடைய தந்தையின் நண்பர்களாகவும், இவன் காற்சட்டை அணியத் துவங்கிய காலத்திலே இவனை அறிந்தவர்களாகவும் தான் இருந்தனர். இரண்டாவது பகுதியினர் இவனே நேரடியாக நெருங்கிப் பழகிய நண்பர்களாக இருந்தனர். மூன்றாவது பகுதியினரும் இவனது நலத்தை விரும்பும் நண்பர்களாகவே இருந்தனர். இவனது நண்பர்கள் மற்றும் உறவினர்களின் நண்பர்கள் மூலம் கிடைத்தவர்கள் இவர்கள். எனவே அரசாங்கப் பதவிகள், மானியங்கள், சலுகைகள் இதரவற்றை வினியோகிக்கின்ற அதிகாரம் ஆகியவை பதவிகளிலிருந்த இது போன்ற இவனுடைய நண்பர்கள் மற்றும் உறவினர்களிடத்தில் இருந்தது. தங்களைச் சார்ந்த ஒருவரை இவர்கள் கைவிடுவார்களா என்ன? எனவே நல்ல சம்பளத்துடன் உயர்பதவி

பெறுவதில் ஆப்லான்ஸ்கிக்கு எந்தச் சிரமமும் இருந்திருக்காது. அவன் செய்ய வேண்டிய கைமாறு - அலுவலக நடவடிக்கைகளில் எந்தப் பிரச்சினைகளையும் எழுப்பக்கூடாது. மற்ற அதிகாரிகளைப் பற்றி பொறாமைப்படக் கூடாது. அதிகாரிகளுடன் சச்சரவு செய்யக் கூடாது என்பது தான். இயல்பாகவே நல்ல பண்புகள் கொண்டவன் ஆப்லான்ஸ்கி. அவன் அவ்வாறே நடந்து கொண்டான். அவனுடைய தேவை நல்ல சம்பளத்தில் ஒரு வேலை. அவன் அதிகமாக சம்பளமும் கேட்கவில்லை. அவனுடைய வயதுக்காரர்கள் - சம அந்தஸ்துக்காரர்களுக்கு என்ன கிடைத்ததோ அதைத்தான் அவனும் விரும்பினான். இதற்காக சிறப்பான உயர்கல்வி ஒன்றும் தேவையில்லை. மற்ற எல்லோரும் செய்கின்ற அரசுப்பணியை அவனாலும் செய்ய முடியும் என்று அவன் நினைத்தான்.

அவனை அறிந்தவர்களால் மட்டுமின்றி அவன் சந்திக்கும் எல்லோராலும் அவன் மிகவும் விரும்பப்பட்டான். நேசிக்கப்பட்டான். அவனுடைய அன்பான, கருணை மிக்க குணம், எப்போதும் எல்லோரிடத்திலும் இன்முகமாகப் பேசும் தன்மை, அவனது நேர்மை, அழகு, வசீகரமான தோற்றம், ஒளி வீசும் கண்கள், கருமையான கேசம் மற்றும் புருவங்கள், வெண்மையும் ரோஜா நிறமும் கலந்த தேகம் ஆகிய அனைத்தும் தவிர மற்றவர்கள் இவனைப் பார்த்தவுடனேயே அவனுடன் பேசவேண்டும், பழக வேண்டும், அவனுடன் நட்பு கொள்ள வேண்டும் என்ற எண்ணத்தை ஏற்படுத்தும் ஏதோ ஒரு விவரிக்க இயலாத ஒரு ஈர்ப்புத் தன்மை அவனிடத்தில் இருந்தது. அவனை எப்போது, எங்கு பார்த்தாலும் 'அதோ ஆப்லான்ஸ்கி' என்று மிகுந்த சந்தோஷத்துடன் அவனிடத்து ஓடி வந்து பேசுபவர்கள் ஏராளம். சில சமயங்களில் இவனைச் சந்திக்கும் போது பேசும் விஷயம் உற்சாகமளிக்காததாக இருந்தாலும் கூட இவனுடன் ஒரு தடவை பேசியவர்களுக்கு மறுநாள் அல்லது அதற்கு அடுத்த நாளே அவனைப் பார்ப்பதிலும் பேசுவதிலும் இன்பம் தான் ஏற்படும்.

இந்த மாஸ்கோ சர்க்கார் போர்டு அலுவலகத்தில் தலைமைப் பதவியை மேற்கொண்டு மூன்று வருசங்களாகி விட்டன. அங்குள்ள மேலதிகாரிகள் கடைநிலை ஊழியர்கள் மற்றும் சில காரியங்களுக்காக அவனைத் தேடி வருபவர்கள் என்று அனைவரது அன்பையும் மரியாதையையும் பெற்றுவிட்டான். அவனது அலுவலகத்தில் இந்த பொதுவான மதிப்பை வென்றிட அவனிடமிருந்த முதன்மையான சில குணங்களே காரணங்களாகும். ஒன்று, தன்னிடமுள்ள குறைகள் அவனுக்கு நன்றாகத் தெரியும் எனவே அவன் யாரிடமும் கடுமையாக நடந்து கொள்ள மாட்டான். இரண்டாவது அவனுடைய உண்மையான மிதவாதம். பத்திரிகைகளில் அவன் படித்த மிதவாதம் அல்ல. அவனுடைய இரத்தத்தில் ஊறிப் போயிருந்த மிதவாதம். அதனால் பதவியை அல்லது

அந்தஸ்தைப் பற்றிக் கவலைப்படாமல் எல்லோரையும் ஒரே மாதிரியாக நடத்தினான். மூன்றாவதும் முதன்மையானதும் என்னவென்றால், அவனது வேலைப் பொறுப்புகளில் அவன் காட்டும் முழுமையான அலட்சியம், அசிரத்தை. அக்கறையுடனும் ஆர்வத்துடனும் அதிகமான வேலைகளை இழுத்துப் போட்டுக் கொண்டு இவன் செய்ய மாட்டான். நிறைய வேலைகளைச் செய்ய வேண்டும் என்ற ஆர்வமும் இல்லை. உற்சாகமும் இல்லை. எனவே அவன் அதிகமான வேலைகள் செய்வதும் இல்லை. ஆகவே அவன் தவறுகளும் செய்யவில்லை.

ஆப்லான்ஸ்கி அலுவலக வாயிலாக வந்தவுடனேயே ஓடி வந்த வாயிற் காப்போன், அவனிடமிருந்த கோப்புகள் நிறைந்த பெட்டியை வாங்கிக் கொண்டு பின் தொடர்ந்தான். தனது தனியறைக்கு வந்து அலுவலக சீருடையை அணிந்து கொண்டு பிரதான அலுவலகத்திற்கு வந்தான் ஆப்லான்ஸ்கி. அவனைக் கண்டதும் எழுத்தர்களும், இதர ஊழியர்களும் எழுந்து நின்று வணக்கம் தெரிவித்தனர். வேகமாக நடந்து தனது இருக்கைக்கு வந்தான். அவனுக்காக அங்கே காத்துக் கொண்டிருந்த சபையின் முக்கிய அங்கத்தினர்களோடு கை குலுக்கி வாழ்த்து தெரிவித்து விட்டு தனது இருக்கையில் அமர்ந்தான். வழக்கப்படி நலம் விசாரித்தல், வேடிக்கைப் பேச்சுகளுக்குப் பின் அலுவலக நடவடிக்கைகள் துவங்கின. அலுவலக நடைமுறைகளைப் பற்றி அவனளவுக்கு அறிந்தவர் வேறு எவரும் அங்கில்லை. அலுவலகப் பணிகளை நிறைவேற்றத் தேவையான சுதந்திரம், எளிமை, சம்பிரதாயம் ஆகியவற்றின் எல்லைகளை அவன் சிறப்பாக வரையறுத்துக் கொண்டிருந்தான். இந்த ஒழுங்கும் கட்டுப்பாடும் அலுவலக நடைமுறைகள் மற்றும் வியாபார அபிவிருத்திக்கும் இன்றியமையாதவையாகும்.

செயலாளர் அலுவலகக் கோப்புகளுடன் அங்கு வந்தார். ஆப்லான்ஸ்கியின் அலுவலகத்தில் பணிபுரியும் அனைவருமே இன்முகத்துடன் நேர்மையான செயல்பாடுகள் உள்ளவர்கள். இது ஆப்லான்ஸ்கி அறிமுகப்படுத்திய மிதவாதக் கொள்கையினால் உருவானவை.

'பென்ஸா மாநில அலுவலகத்திலிருந்து நாம் கேட்ட விவரங்களை அனுப்பியிருக்கிறார்கள்' என்று கூறியபடி ஒரு கோப்பினை அவனது முன்னால் வைத்தார் செயலாளர்.

'கடைசியில் அதனை அனுப்பி விட்டார்களா?...' என்று சொல்லிக் கொண்டே கோப்பினை எடுத்துப் பார்த்தான். குனிந்து ஓர் அறிக்கையினைப் படித்தான்... 'உங்கள் தலைவர் அரைமணி நேரத்துக்கு முன்பு குற்றம் செய்து விட்ட சிறுவனைப் போல...' அறிக்கை தொடர்ந்து படிக்கப்பட்டது.

இவ்வாறு நீதிமன்ற அமர்வு தொடங்கியது. பிற்பகல் இரண்டு மணி வரை இந்த அமர்வு நடைபெறும். பிறகு மதிய உணவுக்காக அரை மணிநேர இடைவேளை தரப்பட்டிருந்தது.

இரண்டு மணியை எட்ட இன்னும் சில நிமிடங்கள் இருந்தன. அப்போது அந்த நீண்ட ஹாலின் முகப்பில் இருந்த மிகப் பெரிய கண்ணாடித் கதவைத் திடீரென்று அழுத்தி விரியத் திறந்து கொண்டு ஒரு மனிதர் உள்ளே நுழைந்தார்.

ஹாலின் மையத்தில் கூடியிருந்தனர் போர்டு அங்கத்தினர்கள். சக்கரவர்த்தியின் மிகப் பெரிய ஓவியத்திற்கு கீழே உட்கார்ந்திருந்த அங்கத்தினர்களும், 'நீதியின் கண்ணாடி' என்ற நீதி தேவனின் ஓவியத்திற்கு கீழ் புறம் உட்கார்ந்திருந்தவர்களும் 'சடாரென்று' கதவு திறக்கப்பட்ட ஓசை கேட்டு திரும்பிப் பார்த்தனர்.

அதே சமயம், அந்த மனிதர் கூட்ட அறைக்குள் நுழைவதைக் கவனிக்காமல் கவனக் குறைவாக இருந்துவிட்ட காவலாளி பதறி ஓடிவந்து, அந்த மனிதரைக் கரம் பற்றி, தோளில் ஆதரவாகத் தட்டி, வெளியே அழைத்துச் சென்று கதவை மூடினான்.

அறிக்கை படிக்கப்பட்ட பின்பு ஆப்லான்ஸ்கி எழுந்தான் மிதவாதத்தின் வெற்றிக்கு வாழ்த்துச் சொல்லி வணங்கி விட்டு வெளியே வந்தான். தனது தனியறைக்குப் போவதற்கு முன்பு ஒரு சிகரெட்டைப் பற்ற வைத்தான். அவனுடைய சக அதிகாரிகளான 'நிகிதின்' மற்றும் 'கிரினெவிச்' இருவரும் உடன் வர வாயிலை நோக்கி நடந்தான்.

'மதிய உணவுக்குப் பின் இதனை முடித்து விடலாம்' என்றான் ஆப்லான்ஸ்கி.

'போதிய அவகாசம் உள்ளது' என்றார் நிகிதன். மூத்த அதிகாரியான அவர் கடின உழைப்பாளியும் கூட.

'அந்தப் 'போமின்' சரியான போக்கிரியாக இருக்கிறான்' என்றான் கிரினெவிச். பெட் சேம்பரின் முக்கிய அங்கத்தினன் அவன்.

ஆப்லான்ஸ்கி முகத்தைச் சுளித்தான். போமின் சம்பந்தப்பட்ட வழக்கு அன்று விசாரணையில் இருந்தது. வழக்கு முழுவதையும் கேட்காமல் அபிப்ராயத்தை நாமே வெளியிடக் கூடாது என்ற எண்ணத்தில் அவன் பதிலளிக்கவில்லை.

'உள்ளே வந்தது யார்?' என்று அவன் காவலாளியிடம் கேட்டான்.

'மாண்புமிக்க தலைமை அதிகாரி அவர்களே, அனுமதியின்றி உள்ளே நுழைந்து விட்டார் அந்த நபர். உங்களைப் பார்க்க வேண்டும் என்றார். அமர்வு முடிந்து வெளியே வரும்பொழுது பார்க்கலாம் என்று...'

'அவர் இப்போது எங்கே?'

'அவர் வெளியே ஹாலில் இருக்கலாம்... அதோ அவர் தான்' என்றான் காவலாளி. அகன்ற தோள், கட்டுறுதியான உடல், சுருள் தாடியுடன் இருந்த ஒரு நபரைச் சுட்டிக் காட்டினான் காவலாளி. அந்த நபர், தன் தலையில் அணிந்திருந்த தொப்பியைக் கூடக் கழற்றாமல் கல் படிக்கட்டுகளில் மேலும் கீழுமாகப் போய்க் கொண்டிருந்தார். கீழே போய்க் கொண்டிருந்த ஒரு நெட்டையான அதிகாரி அந்த நபரை நிறுத்தி விசாரித்தார். அந்த நபரின் கால்களைப் பார்த்து அருவருப்படைந்த அந்த அதிகாரி, மேலே வந்து கொண்டிருந்த ஆப்லான்ஸ்கியைச் சுட்டிக் காட்டினார். வேகமாக வந்த அந்த நபரை வழியில் எதிர் கொண்டான் ஆப்லான்ஸ்கி. அந்த நபரைப் பார்த்ததும் ஆப்லான்ஸ்கியின் முகம் அவன் அணிந்திருந்த சீருடையின் பொன்னிற சித்திர வேலைப்பாடுகளின் ஒளியைக் காட்டிலும் பிரகாசமாகி விரிந்தது.

'அது... லெவின்... ஆம் அவன்தான்!'

நெருங்கி வந்த நண்பனை கேலிப் பார்வையுடன் பார்த்தான் ஆப்லான்ஸ்கி.

'ஏது, இந்தக் குகையிலேயே என்னைப் பார்த்து அருள் புரிய வந்துவிட்டாய்!' என்றபடி நண்பனின் கரத்தை மெல்லப் பிடித்து உள்ளங்கையில் முத்தமிட்டான் ஆப்லான்ஸ்கி.

'வந்து வெகு நேரம் ஆயிற்றா?'

'கொஞ்சம் முன்பு தான் வந்தேன். உன்னைப் பார்க்க மிகுந்த ஆவலுடன் வந்திருக்கிறேன்' என்று சுற்றிலும் பார்த்து சற்று கூச்சப்பட்டான் லெவின்.

'நல்லது வா, என்னுடைய அறைக்கு போகலாம்' என்றான் ஆப்லான்ஸ்கி.

லெவின் தன்னடக்கம் உள்ளவன். கூச்ச சுபாவம் அதிகம். அறிமுகமில்லாதவர்கள் முன்னால் வெளிப்படையாகப் பேச ரொம்ப வெட்கப்படுவான். இதனை நன்கறிந்த ஆப்லான்ஸ்கி அவனைத் தன் அறைக்கு அழைத்துச் சென்றான். தன் நண்பனின் தோளைப் பற்றி, ஏதோ விபத்திலிருந்து காப்பாற்றி அழைத்துச் செல்வது போல தன்னோடு சேர்த்து அரவணைத்தபடி நடந்தான் ஆப்லான்ஸ்கி.

ஆப்லான்ஸ்கி அறுபது வயதான முதியவர்கள் முதல் இருபது வயதான இளைஞர்கள் வரை தன்னைச் சுற்றியுள்ள எல்லோருடனும் நன்கு பழகினான். நடிகர்கள், அரசாங்கத்தின் அதிகாரிகள், வர்த்தகர்கள், அரசாங்கப் பிரமுகர்கள் ஆகிய அனைவரிடமும் நெருங்கிப் பழகினான். இந்த அதிகாரிகளும் பிரமுகர்களும் சமூகத்தின் இரண்டு எதிர் முனைகளில்

இருந்தார்கள். தங்களுக்கு இடையில் பொதுவான அம்சம் இருப்பதை ஆப்லான்ஸ்கி மூலம் அறிந்த பொழுது வியப்படைந்தார்கள். அவன் அவர்கள் எல்லோருடனும் சேர்ந்து ஷாம்பெய்ன் மதுவைக் குடித்தான். அப்படிக் குடித்த ஒவ்வொரு நபருடனும் நெருக்கமாக இருந்தான். மது குடிப்பதன் மூலம் பழகிய நண்பர்களை 'கெட்ட பசங்க' என்று வேடிக்கையாகக் கூப்பிடுவான் ஆப்லான்ஸ்கி. இந்தக் 'கெட்ட பசங்களைச்' சந்திக்கும்போது மேலதிகாரிகள் தன்னுடன் கூட இருந்தால் அவர்களைப் பற்றி மட்டமாக அந்த அதிகாரிகள் நினைக்காதபடி சாமர்த்தியமாகக் கவனித்துக் கொள்வான். லெவின் அந்தக் 'கெட்ட பசங்க' ரகத்தைச் சேர்ந்தவனல்ல. பின் தன்னை ஏன் தனது தனியறைக்கு அழைத்துச் செல்கின்றான் ஆப்லான்ஸ்கி, தன் போன்ற ஆட்களுடன் அவனுக்குள்ள நெருக்கத்தை உடன் பணிபுரியும் மேலதிகாரிகளிடம் காட்ட விரும்பாமல் தான் தன்னைக் கூட்டிக் கொண்டு போவதாக லெவின் கற்பனை செய்து கொண்டான்.

இளமைக் காலத்தின் துவக்கத்தில் லெவின் ஆப்லான்ஸ்கியின் மிக நெருங்கிய தோழனாகவும் நண்பனாகவும் இருந்தான். லெவின் கிராமத்து வாழ்க்கையிலிருந்தான். ஆப்லான்ஸ்கி நகர வாழ்க்கைக்கு வந்து விட்டான்.

லெவினுக்கும் ஆப்லான்ஸ்கிக்கும் கிட்டத்தட்ட ஒரே வயது தான். மதுக் குடிக்கும் பழக்கத்தினால் வந்ததல்ல அவர்களது நட்பு. குழந்தைப் பருவம் முதலே தொடரும் நட்பு அவர்களுடையது. ஒருவர் மீது ஒருவருக்கு நிறையப் பிரியமுண்டு. ஆனால் அவர்களின் குணங்களும், விருப்பங்களும் எதிர்மாறானவை.

பொதுவாக, நண்பர்களின் பண்புகளும், ஆர்வங்களும் வேறுபட்டிருந்தாலும் அவர்கள் ஒருவருக்கொருவர் மிகவும் பிரியமாக இருப்பது வழக்கம். அவர்கள் வேறுபட்ட தொழில்களில் ஈடுபடும் பொழுது ஒருவர் மற்றவரது வேலையை அல்லது தொழிலை மதிப்பதாக வெளியில் கூறினாலும், உள்ளூர அதைப் பற்றி மட்டமாகவே நினைப்பார்கள். தன்னுடைய வாழ்க்கையே உண்மையானது, நண்பருடைய வாழ்க்கை போலியானது என்று அவர்கள் நினைப்பார்கள்.

'ரொம்ப நாளாக உன்னை நாங்கள் எதிர்பார்த்துக் கொண்டிருந்தோம். இப்போது உன்னைப் பார்ப்பதில் எனக்கு மிகுந்த மகிழ்ச்சி. நல்லது. நீ எப்படி இருக்கிறாய்? எப்போது இங்கு வந்தாய்?'

லெவின் ஒன்றுமே பேசாமல் அவனுக்கு அறிமுகமில்லாத ஆப்லான்ஸ்கியின் சக அதிகாரிகள் இருவரையும் பார்த்தான். விசேஷமாக கிரினெவிச்சின் நீண்ட வெண்ணிற முகத்தையும், நீளமான மஞ்சள் நிற நகங்களையும், பளபளப்பான சட்டைக் கைப் பொத்தான்களையும் லெவின்

பார்த்துக் கொண்டிருந்தான். 'கைகளைப் பராமரிப்பதில் இவ்வளவு கவனம் செலுத்தும் இந்த மனிதன் நிச்சயமாக சிந்திக்க முடியாது' என்று தன் மனதில் நினைத்துக் கொண்டான் லெவின். லெவினின் சிந்தனையை புரிந்து கொண்ட ஆப்லான்ஸ்கி புன்முறுவல் செய்தான்.

'ஓ, இவர்களை உனக்கு அறிமுகம் செய்யவில்லை அல்லவா... இதோ... அறிமுகம் செய்கிறேன். இவர் பிலிப் இவானிச் நிகிதின், அவர் மைக்கேல் ஸ்தானிஸ்லாவிச் கிரினெவிச்.' என்று அறிமுகம் செய்த பின் லெவினை அவர்களுக்கு அறிமுகம் செய்தான் "கன்ஸ்தாந்தீன் திமீத்ரிச் லெவின், 'ஜெம்ஸ்ட்வோ*'வின் சுறுசுறுப்பான அங்கத்தினர். ஒரு கையால் நூற்றைம்பது பவுண்டு எடைக் கல்லைத் தூக்குவார். கால்நடைப் பண்ணை வைத்திருக்கிறார். விளையாட்டு வீரர். என்னுடைய நண்பர். செர்க்கியஸ் இவானிச் கோஸ்னிஷேவுடைய சகோதரர்.'

'மிக்க மகிழ்ச்சி' என்றார் மூத்த அதிகாரி.

'உங்களுடைய சகோதரனை எனக்குத் தெரியும்' என்றார் கிரினெவிச். கைகுலுக்குவதற்காக நீண்ட நகங்கள் உள்ள தன் ஒல்லியான கரத்தை நீட்டினார்.

லெவின் முகத்தைச் சுளித்தபடி உணர்ச்சியில்லாமல் கரங்களைக் குலுக்கி விட்டு ஆப்லான்ஸ்கியை நோக்கித் திரும்பினான். அவனுடைய ஒன்று விட்ட சகோதரர் ரஷ்யா முழுவதும் புகழ் பெற்ற மிகப் பெரிய எழுத்தாளர் கோஸ்னிஷேவ். லெவின் அவரை மிகவும் மதித்தான். ஆனால் தன்னை 'கன்ஸ்தாந்தீன் லெவின்' என்றுதான் தெரிந்து கொள்ள வேண்டுமே தவிர பிரபலமான எழுத்தாளரின் சகோதரன் என்று தான் அறிமுகமாவதை அவன் விரும்புவதில்லை.

'ஜெம்ஸ்ட்வோ'வில் நான் இப்போது இல்லை. அவர்கள் எல்லோருடனும் எனக்குச் சச்சரவு. எனவே நான் இப்பொழுது 'ஜெம்ஸ்ட்வோ' கூட்டங்களுக்குப் போவதில்லை' என்றான் லெவின் நண்பனிடம். "ஜெம்ஸ்ட்வோவில் சீக்கிரமாக முடிந்து விட்டதா உன் பணி. ஏன்?" என்று கேட்டான் ஆப்லான்ஸ்கி.

'அது நீண்ட கதை. வேறு சந்தர்ப்பத்தில் சொல்கிறேன்' என்று கூறிய லெவின் உடனே அதைப் பற்றி சொல்லத் தொடங்கினான்.

'சுருக்கமாகச் சொல்கிறேன். அவர்களைப் பற்றி, அங்கு என்ன நடக்கிறது என்பதைப் பற்றி... அங்குள்ள ஜெம்ஸ்ட்வோவில் அதற்கான திட்டங்கள் எதுவும் இருப்பதாக தெரியவில்லை. ஜெம்ஸ்ட்வோவிற்கான

---

* 'ஜெம்ஸ்ட்வோ' - நகரசபை (ஊராட்சி மன்றங்களைப் போன்ற அமைப்பு).

பணிகள் போன்று அங்கு ஏதும் பணிகள் நடப்பதாகவும் தெரியவில்லை,' என்று யாரோ தன்னை அவமதித்து விட்டது போல எரிச்சலுடன் சொன்னான் லெவின். 'ஒரு புறம் அங்குள்ள அந்த அமைப்பு ஏதோ விளையாட்டு விளையாடுவது போல் தோன்றுகிறது. அவர்கள் சட்டமன்றத்தைக் காப்பியடித்து விளையாடுகிறார்கள். பொம்மைகளை வைத்து விளையாடுவதற்கு நான் சிறுவனல்ல; கிழவனுமல்ல,' அவன் சிறிது தயங்கிய பின் தொடர்ந்தான். 'மாநிலம் சார்ந்த ஒரு மேனாமினுக்கிக் கூட்டத்தினருக்குப் பணம் வசூலிக்கும் ஒரு மையமாகத் தான் அது அங்கு செயல்படுவதாகத் தோன்றுகிறது. மாகாணங்களைச் சேர்ந்த பிரமுகர்கள் பணம் பார்க்கும் விளையாட்டு இது. முன்பு பாதுகாப்பாளர்களாகவும், நீதிபதிகளாகவும் அலங்காரப் பதவிகளில் இருந்து சம்பாதித்தார்கள். இப்போது ஜெம்ஸ்ட்வோக்களின் அங்கத்தினர்களாக இருந்து சம்பாதிக்கிறார்கள். அவர்கள் லஞ்சம் வாங்குவதாக நான் சொல்லவில்லை. வேலை செய்யாமல் சம்பளம் கிடைக்கிறது, 'ஜெம்ஸ்ட்டோ'வின் நோக்கத்திற்கான பணிகள் அங்கு நடைபெறவில்லை. எனவே அதிலிருந்து, விலகுவது என்று முடிவு செய்து விலகி விட்டேன்' சற்று சூடாகப் பேசினான் லெவின்.

'ஆஹா! நீ மற்றொரு புதிய கட்டத்திற்கு வந்து விட்டாய். இப்போது நீ பேசுவது பழமைவாதம்' என்றான் ஆப்லான்ஸ்கி. 'எது எப்படியிருந்தாலும் நாம் அவற்றைப் பற்றி பின்னர் பேசுவோம்.'

'ஆமாம், பிறகு பேசலாம்... ஆனால் நான் உன்னைப் பார்க்க வந்தது...' என்ற லெவின் கிரினெவிச்சின் கரத்தை வெறுப்புடன் பார்த்தான்.

ஆப்லான்ஸ்கி மென்னகை புரிந்தான்.

'மேலை ஐரோப்பிய உடைகளை இனி அணிய மாட்டேன் என்று நீ என்னிடம் சொல்லவில்லையா?' என்று லெவின் புதிதாக அணிந்திருந்த, பிரெஞ்சு நாட்டுத் தையற் கலைஞரால் தைக்கப்பட்ட சூட்டு, சட்டையைப் பார்த்து விட்டுக் கேட்டான் ஆப்லான்ஸ்கி. 'அது தான் இது... இப்போது நீ புதிய கட்டத்தில் இருக்கிறாய்!'

இதைக் கேட்டதும் லெவின் சடாரென்று வெட்கப்பட்டான். வயதானவர்கள் போன்று இலேசான நாணத்தில் இவன் நெளியவில்லை. ஒரு குழந்தையைப் போல் அவன் வெட்கப்பட்டான். நாணத்தினால் கண்ணீர் கூட வெளிப்பட்டு விட்டது. மிக அறிவார்ந்த ஒரு மனிதன், ஒரு குழந்தையைப் போல வெட்கப்பட்டு அழுத அந்தக் காட்சி விந்தையாக இருந்தது.

'நாம் மீண்டும் எப்போது சந்திப்பது? உன்னோடு ஒரு முக்கியமான விஷயமாகப் பேசவே நான் புறப்பட்டு வந்திருக்கிறேன்' என்றான் லெவின்.

ஆப்லான்ஸ்கி அவனோடு பேச சம்மதித்தான். 'நல்லது நாம் மதிய உணவிற்கு 'குரீன்' உணவு விடுதிக்குச் செல்வோம். அங்கேயே பேசிக் கொள்வோம். பகல் மூன்று மணி வரையில் எனக்கு ஓய்வு நேரம் தான்' என்றான் ஆப்லான்ஸ்கி.

'இல்லை' என்ற லெவின் ஒரு நிமிட யோசனைக்குப் பின்பு, 'நான் வேறு சில இடங்களுக்குச் செல்ல வேண்டியது உள்ளது' என்றான்.

'நல்லது, அப்படியானால் நாம் இருவரும் சேர்ந்து சாப்பிடுவோம்' என்றான் ஆப்லான்ஸ்கி.

'சாப்பாடா...? நான் குறிப்பாக உன்னிடம் சொல்வதற்கு முக்கியமான விஷயம் ஒன்றுமில்லை. ஒரு வார்த்தை அல்லது இரண்டு வார்த்தை உன்னோடு பேச வேண்டும், கேட்க வேண்டும். மற்றவற்றை விரிவாக மற்றொரு முறை பேசிக்கொள்ளலாம்.'

'அந்த ஒன்றிரண்டு வார்த்தைகளை இப்போதே பேசி விடு' என்றான் ஆப்லான்ஸ்கி.

'அந்த இரண்டு வார்த்தைகள்... அது ஒன்றும் முக்கியமான விஷயம் இல்லை நண்பா...' என்றான் லெவின் நெளிந்தபடி. தன்னுடைய கூச்சத்தை மாற்ற ரொம்பவும் சிரமப்பட்டான் அவன். பிறகு 'ஷெர்பட்ஸ்கி'யின் குடும்பத்தில் எல்லோரும் நலமாக இருக்கிறார்களா? எல்லாம் வழக்கம் போல் தானே நடக்கிறது...' என்றான்.

தன் மனைவி டாலியின் தங்கை கிட்டியை லெவின் மிகவும் நேசிக்கிறான் என்பது ஆப்லான்ஸ்கிக்கு ரொம்ப நாளாகவே தெரியும். கிட்டியைப் பற்றித் தெரிந்து கொள்ளும் ஆவலில் இப்போது லெவின் வெட்கப்பட்டு நெளிவதைப் புரிந்து கொண்டான் ஆப்லான்ஸ்கி. குறும்பான புன்னகை ஆப்லான்ஸ்கியிடம் தோன்றியது.

'நீ என்னமோ இரண்டு வார்த்தைகள் பேச வேண்டும் என்று கூறினாய். ஆனால் இரண்டு வார்த்தைகளில் பதில் கூறிவிட என்னால் முடியாது' என்று ஆப்லான்ஸ்கி அவனிடம் கூறிக் கொண்டிருக்கும்போது அலுவலகச் செயலாளர் உள்ளே வந்தார். அலுவலக நடவடிக்கைகளிலும், சட்ட நுணுக்கங்களிலும் தனது தலைமை அதிகாரியைக் காட்டிலும் அறிவும், அனுபவமும் தனக்கு இருப்பதாக கருதுபவர் அவர். அந்தக் கர்வத்துடன் சில ஆவணங்களைக் கொண்டு வந்து இப்போது நடந்து வரும் வழக்கு குறித்து சில விபரங்களைக் கூறி, சில விஷயங்களுக்கு விளக்கம் கேட்பதைப் போல அவனுக்கு விளக்கத் தொடங்கினார். அவர் கூறிய எதையும் ஆப்லான்ஸ்கி ஏற்றுக் கொள்ளவில்லை. செயலாளரின் தோளில் கைவைத்து அழுத்தி, அவருக்கு சில விஷயங்களில் தெளிவான விளக்கம்

சொல்லிவிட்டு பின் மிகுந்த கண்டிப்புடன் கூறினான்: 'இல்லை.... இல்லை, நீங்கள் நான் சொன்னபடி செய்யுங்கள் மிஸ்டர் ஜக்காரி நிக்கிடிச்!'

செயலாளர் நாணமுற்று அதிருப்தியுடன் வெளியேறினார்.

ஆப்லான்ஸ்கி அலுவலகச் செயலாளரிடம் உரையாடல் நடத்திக் கொண்டிருக்கும் வேளையில், லெவின் தன்னை ஆட்கொண்டிருந்த வெட்க உணர்வுகளிலிருந்து தன்னை மீட்டுக் கொண்டான். தான் உட்கார்ந்திருந்த இருக்கையில் நன்றாகச் சாய்ந்து கொண்டு, ஆப்லான்ஸ்கிக்கும் அலுவலகச் செயலாளருக்கும் இடையில் நடந்த உரையாடலைக் கூர்ந்து கவனித்துக் கொண்டிருந்தான்.

'இதையெல்லாம் என்னால் புரிந்து கொள்ள முடியவில்லை' என்றான் லெவின் ஆப்லான்ஸ்கியிடம்.

'ஏன் உன்னால் புரிந்து கொள்ள முடியவில்லை...' என்று இதழ்களில் வழக்கமான புன்னகையும், கண்களில் குறும்பும், கேலியும் மிளிரக் கேட்டான் ஆப்லான்ஸ்கி. லெவின் இதற்குப் பதிலாக ஏதேனும் விசித்திரமாகச் சொல்லுவான் என்று ஆப்லான்ஸ்கி எதிர்பார்த்தான்.

'நீ செய்வது எதையுமே என்னால் புரிந்து கொள்ள முடியவில்லை' என்ற லெவின் தன் தோள்களைக் குலுக்கிக் கொண்டான். 'இதையெல்லாம் இவ்வளவு தீவிரமாகச் செய்ய உன்னால் எப்படி முடிகிறது?'

'ஏன் முடியாது?'

'ஏனென்றால் அங்கு செய்வதற்கு எதுவுமே இல்லையே...'

'அது நீ எப்படி பார்க்கின்றாய் என்பதைப் பொறுத்தது. ஆனால் இங்கே நாங்கள் ஊற்றுப் போல வேலைகளை உருவாக்கி செய்து வருகின்றோம்.'

'காகிதத்தில் தானே...! ஆ... நல்லது. அது மாதிரி நிறையச் செய்வதற்காக உனக்குப் பரிசு கூட கிடைக்கலாம்' என்றான் லெவின்.

'அப்படியானால் நீ என்ன சொல்கின்றாய். நான் குறைபாடுகள் உள்ளவன் என்றா?'

'ஒருக்கால் அப்படியும் இருக்கலாம்' என்றான் லெவின். மேலும் தொடர்ந்தான். 'அதே சமயம் உன்னுடைய கௌரவமான இந்தப் பணிகளை நான் பாராட்டுகிறேன். எனது நண்பன் மிகப் புகழ்பெற்ற மனிதனாக இருப்பது கண்டு பெருமைப்படுகிறேன். ஆனால் நீ இதுவரைக்கும் நான் கேட்ட கேள்விகளுக்குப் பதில் ஏதும் சொல்லவில்லையே?' என்று கூறிய லெவின் துணிச்சலுடன் ஆப்லான்ஸ்கியின் முகத்தை நேரடியாகப் பார்த்தான்.

'எல்லாம் சரி! எல்லாம் சரி! கொஞ்சம் பொறு... நீயும் கூட என்னைப் போன்ற இதே நிலையில் தான் இருக்கிறாய். 'ஜெம்ஸ்ட்வோ'வில் அங்கத்தினராக இருக்க வேண்டும் என்ற அவசியம் உனக்கு ஏன் வந்தது...? நீ தான் வசதியுடன் இருக்கின்றாயே காராசின் மாவட்டத்தில் மூவாயிரம் டெஸியாட்டின் நிலங்களுக்குச் சொந்தக்காரனாக நீ இருக்கிறாய். (ஒரு டெஸியாட்டின் என்பது இரண்டே கால் ஏக்கருக்குச் சமம்) பிறகு உனக்கென்ன கவலை. நல்ல உடல் வலிமையும், 12 வயதுப் பெண் போலப் பரிசுத்தமாகவும் இருக்கிறாய்... எதையும் செய்ய உன்னால் முடியும். ஆனால் நீயும் கூட ஒரு நாள் வந்து எங்களோடு சேர்ந்து கொள்வாய். இது உறுதி. இப்போது நீ என்ன கேட்கிறாய்... ஒன்றுமே மாறவில்லை என்கிறாய்... ஆனால் இது ரொம்ப பரிதாபம்... எதிர்த்து நிற்கப் பயந்து கொண்டு நீ ரொம்ப காலமாக வெளியிலேயே நின்று விட்டாய் என்று தான் நினைக்கிறேன்' என்றான் ஆப்லான்ஸ்கி.

'ஏன்?' என்று கேட்டான் லெவின்.

'ஓ... அது ஒன்றுமில்லை...' என்று பதிலளித்தான் ஆப்லான்ஸ்கி.

'இது பற்றி மேலும் நாம் பின்னர் பேசலாம். ஆனால் என்ன விஷயமாக இப்போது நீ என்னைத் தேடி வந்தாய்... அதை முதலில் சொல்லு?'

'இதையும்கூட நாம் பின்னர் பேசலாம்' என்று கூறிய லெவின் மீண்டும் வெட்கத்தின் வசப்பட்டான். வெட்கத்தினால் அவன் முகம் காது வரை சிவந்தது.

'ஆல்ரைட், அது இப்படித் தான் இருக்கும். போதும் ரொம்ப வெட்கப்படாதே' என்றான் ஆப்லான்ஸ்கி. என்னோடு வா என்று உன்னை என் வீட்டிற்கு அழைத்துச் செல்லலாம். ஆனால் என் மனைவிக்கு இப்போது மிகவும் உடல் நலமில்லை. நீ ஷெர்பட்ஸ்கி குடும்பத்தினரைப் பார்க்க வேண்டும் என்றால் இன்று மாலை மிருகக் காட்சி சாலைக்கு சென்றால் அங்கு பார்த்துவிடலாம். மாலை 4 மணி முதல் 5 மணி வரையில் கிட்டி அங்கே ஸ்கேட்டிங் பயிற்சி செய்து கொண்டிருப்பாள். நீ அங்கே போய்ப் பார்த்து விடு. நான் உனக்கு சொல்லி அனுப்புகிறேன். அதன் பின் நாம் சேர்ந்து எங்கேயாவது சாப்பிடச் செல்வோம்'

'அற்புதம். நல்ல யோசனை. அப்படியே செய்கிறேன்' என்று உடனே புறப்பட்டு விட்டான் லெவின்.

'உன் நினைவில் வைத்துக்கொள். உனக்காக காத்திருப்பேன். நீ திடீரென்று கிராமத்துக்குப் புறப்பட்டு விடுவாய் என்பதால் சொல்லுகிறேன்' என்று உரக்கக் கத்தினான் ஆப்லான்ஸ்கி.

'மறக்க மாட்டேன்' என்று கூறியபடி அறைக் கதவைத் திறந்து கொண்டு வெளியேறினான் லெவின். அறைக் கதவைத் தாண்டி சிறிது தூரம் சென்றவுடன் தான் நினைத்தான் - அங்கிருந்த ஆப்லான்ஸ்கியின் சக அதிகாரிகளிடம் சொல்லிக் கொள்ளாமலே வந்துவிட்டோமே என்று.

'பார்ப்பதற்கு மிகுந்த சுறுசுறுப்பான மனிதராக இருக்கிறார்' என்றான் கிரினெவிச், லெவின் போன பின்.

'ஆமாம், அன்பு நண்பரே!' என்று ஆப்லான்ஸ்கி தலையை ஆட்டியபடி சொன்னான்: 'அவன் ரொம்ப அதிர்ஷ்டக்காரன், அவனுக்கு காராசின் மாவட்டத்தில் மூவாயிரம் டெஸியாட்டின் நிலம் இருக்கிறது. வளமான பிரகாசமான வாழ்க்கைக்கு அவன் சொந்தக்காரன். நம் போன்றவர்கள் அல்ல!'

'ஏன், உங்கள் வாழ்க்கைக்கு என்ன, ஸ்டீபன் அர்க்காதியேவிச், அதுவும் கூட சிறந்தது தான்.'

'ஓ... வாழ்க்கை மிகவும் மோசமாகிவிட்டது... படு மோசமாகி விட்டது!' என்று சொன்ன ஆப்லான்ஸ்கி தன் மனைவியை நினைத்து மிக நீண்ட பெருமூச்சு விட்டான்.

அத்தியாயம் 6

திடீரென்று மாஸ்கோ நகரத்திற்கு வந்த காரணம் என்னவென்று ஆப்லான்ஸ்கி கேட்ட போது லெவின் மிகவும் நாணத்துடன் சொல்லக் கூசினான் அல்லவா? அம்மாதிரி வெட்கப்பட்டதற்காகத் தன்னைத்தானே கடிந்து கொண்டான் லெவின்.

'உன் மைத்துனியைத் திருமணம் செய்து கொள்ளும் விஷயமாக வந்திருக்கிறேன்' என்று சொல்ல முடியாமல் அந்த கூச்சம் வந்து என்னைத் தடுத்து விட்டதே என்று ஆத்திரப்பட்டான் லெவின். அவன் மாஸ்கோ வந்திருப்பதே அந்த விஷயமாகத்தான்.

லெவின் மற்றும் ஷெர்பட்ஸ்கியின் குடும்பங்கள் மாஸ்கோவில் இருந்த மிகவும் பழமையான பிரபுக் குடும்பங்களாகும். அவர்கள் எப்போதும் நெருங்கிய நண்பர்களாக இருந்தனர். லெவின் பல்கலைக் கழகத்தில் படித்துக் கொண்டிருந்த பொழுது அவர்களுடைய நட்பு அதிகரித்தது. டாலி மற்றும் கிட்டியின் சகோதரனான இளவரசன் ஷெர்பட்ஸ்கியுடன் அவன் பல்கலைக் கழகத்தில் படித்தான். லெவின் அவர்களது வீட்டிற்கு அடிக்கடி போவதுண்டு. ஷெர்பட்ஸ்கியின் குடும்பத்தினரை, குறிப்பாக அக்குடும்பத்தின் பெண்களை அவன் மிகவும் நேசித்தான். காதலித்தான். ஷெர்பட்ஸ்கியின் குடும்பத்தில் இருந்த பெண்கள்

அனைவரையுமே அவன் காதலித்தான் என்று கூறினால் விசித்திரமாகக் கூடத் தோன்றும். ஆனால் உண்மை அது தான். ஷெர்பட்ஸ்கியின் குடும்பத்து பெண்கள் அனைவரையுமே லெவின் காதலித்தான்.

லெவினின் இளம் வயதிலேயே அவனுடைய தாய் இறந்து போனாள். தாயின் நினைவே லெவினுக்கு இல்லை. அவனுடைய அக்காள் அவனை விட ரொம்ப வயதானவள். ஷெர்பட்ஸ்கியின் வீட்டுக்கு வந்த போது தான், நன்கு படித்தவர்கள் உள்ளதும், புராதன காலம் முதல் உயர்குடியில் வந்ததுமான ஒரு பழைய பிரபுத்துவக் குடும்பத்து வாழ்க்கை எப்படியிருக்கும் என்பதை நேரில் முதல் முதலாக தெரிந்து கொண்டான் லெவின்.

அவனுடைய தந்தையும் தாயும் அவன் பிறந்த சிறிது காலத்திலேயே மரணமடைந்து விட்டதால் அந்த வாய்ப்பு அவனுக்குக் கிடைக்கவில்லை. ஷெர்பட்ஸ்கி குடும்பத்து பெண்கள் கவிதையால் தயாரிக்கப்பட்ட மெல்லிய துணியை போர்த்திக் கொண்டிருப்பதாக தோன்றியது. அவர்களிடம் எந்தக் குறையும் இல்லை. இந்தக் கவிதைப் பெண்களைப் பற்றி மிக உன்னதமான கனவுகளை அவன் கற்பனை செய்தான். சர்வ லட்சணமும் பொருந்திய பெண்களுக்கு உதாரணம் அவர்கள் தான் என்பது இவனது கருத்து. மூன்று பெண்களும் ஒரு நாள் பிரெஞ்சு மொழியில் பேசுவார்கள், மறுநாள் ஆங்கிலத்தில் பேசுவார்கள். ஒவ்வொரு நாளும், ஒவ்வொரு குறிப்பிட்ட நேரத்தில் நாளுக்கு ஒருவராக அவர்கள் ஒவ்வொருவரும் பியானோ வாசிப்பார்கள் - முதல் நாள் ஒருத்தி - மறுநாள் மற்றொருத்தி - மூன்றாம் நாள் மூன்றாமவள். பின் வரிசையாக மீண்டும். அவர்களின் பியானோ இசை காற்றில் தவழ்ந்து சென்று அருகே அவர்களின் சகோதரனின் அறையில் அவனோடு படித்துக் கொண்டிருக்கும் இதர இளைஞர்களின் செவிகளைத் தீண்டி மயக்கும். பிரெஞ்சு இலக்கியம், இசை, ஓவியம், நடனம் ஆகிய கலைகளில் சிறந்த மேதைகள் அவர்களின் வீட்டிற்கு அடிக்கடி வருவார்கள். ஒரு குறிப்பிட்ட நேரத்தில் மூன்று பெண்களும் பளபளக்கும் பட்டு ஆடை அணிந்து கோச்சு வண்டியில் 'டுவெர்ஸ்கோய்' நெடுஞ்சாலையில் அழகுப்பவனி வருவார்கள். டாலி நீண்ட அங்கி அணிந்திருப்பாள். நடாலி ஒரு குட்டை அங்கியிலும், கிட்டி இன்னும் சிறியதாக அவளுடைய வழவழப்பான கால்கள் கவர்ச்சியுடன் வெளியே தெரியும்படியாக வடிவமைக்கப்பட்ட உடை அணிந்தும் இருப்பார்கள். வண்டிக்காரனின் துணையோடு அவர்கள் நெடுஞ்சாலையில் மேலும் கீழுமாக நடப்பார்கள். அந்தத் தெய்வீக உலகத்தில் நடைபெறும் பல செயல்களுக்கு காரணம் அவனுக்குத் தெரியாது. ஆனால் அங்கே செய்யப்படும் எல்லா காரியங்களிலும் ஒரு அழகு இருக்கும் என்று அவன் நம்பினான். அனைத்தையும் அவன் நேசித்தான்.

அவன் தன்னுடைய மாணவப் பருவத்தில் மூத்த பெண்ணாகிய டாலியை தனக்குள்ளாக அநேகமாக மிக நெருங்கிக் காதலித்தான். ஆனால் சீக்கிரத்திலேயே அவளுக்கும் ஆப்லான்ஸ்கிக்கும் திருமணம் நடைபெற்றது. பிறகு அவன் இரண்டாவது பெண்ணைக் காதலித்தான். அந்தக் குடும்பத்துப் பெண்களில் யாராவது ஒரு பெண்ணை அவன் காதலிக்க வேண்டும் என்று விரும்பினான். அது எந்தப் பெண் என்று தான் அவனுக்கு நிச்சயமாகத் தெரியவில்லை. ஆனால் இரண்டாவது பெண் நடாலியும் கூட ராஜதந்திரியான லுவோவைத் திருமணம் செய்து கொண்டு போய்விட்டாள். லெவின் பல்கலைக் கழகப் படிப்பை முடிப்பது வரையில் கடைசிப் பெண்ணான கிட்டி குழந்தை போல விளையாடிக் கொண்டே திரிந்தாள்.

இளைஞனான ஷெர்பட்ஸ்கி கடற்படையில் சேர்ந்தான். பால்டிக் கடலில் நடந்த விபத்தில் அவன் கடலில் மூழ்கி இறந்து போனான். அதன் பிறகு, ஆப்லான்ஸ்கி தன்னுடைய நண்பனாக இருந்த போதிலும் கூட ஷெர்பட்ஸ்கி குடும்பத்தாரைச் சந்திக்க லெவின் வருவது வர வரக் குறைந்து போயிற்று.

இந்த வருடம் குளிர்காலத்தின் முற்பகுதியில் மாஸ்கோ வந்த போது ஷெர்பட்ஸ்கி குடும்பத்தாரைச் சந்தித்தான். அந்த மூன்று சகோதரிகளில் உண்மையில் யாரைக் காதல் செய்ய வேண்டும் என்று தன் தலையில் எழுதியிருக்கிறதென்பதை அப்போது தான் அவன் உணர்ந்தான்.

லெவின் நல்ல குடும்பத்திலிருந்து வந்தவன். பெரும் பணக்காரன். முப்பத்திரெண்டு வயதாகிறது. ஷெர்பட்ஸ்கி குடும்பத்தாரை நெருங்கி தான் கிட்டியைத் திருமணம் செய்து கொள்ள விரும்புவதாகச் சொன்னால் போதும் இவனது கோரிக்கையை உடனே ஏற்று சம்மதம் தந்திருப்பார்கள். ஆனால் அவன் அவளிடத்தில் காதல் அல்லவா கொண்டிருந்தான். அற்புதமான அழகுடன், எல்லாக் கலைகளிலும் தேர்ந்து விளங்கும் ஒரு தேவதையாகக் கிட்டி அவனுக்குக் காட்சியளித்தாள். இத்தனை தகுதிகள் நிறைந்து தேவதை போல் திகழும் கிட்டிக்கு, மண்ணுலகத்தில் வாழும் தான் பொருத்தமான கணவன் இல்லை என்றே லெவின் கருதினான்.

மாஸ்கோவில் இரண்டு மாதங்கள் தங்கி இருந்தான். கிட்டி வந்து போகும், உயர்ந்த வட்டாரத்து மக்கள் அன்றாடம் சந்தித்துக் கொள்ளும் சமூக அமைப்புகளின் சந்திப்புக் கூட்டங்கள் மற்றும் விழாக்களுக்கு, அவளைப் பார்ப்பதற்காக லெவினும் தொடர்ச்சியாக சென்று வரத் தொடங்கினான். திடீரென்று ஒரு நாள் இது நிறைவேறாது, கிட்டி தனக்குக் கிடைக்க மாட்டாள் என்று தன் மனத்தில் தோன்ற, அன்றே கிராமத்துக்குத் திரும்பிச் சென்று விட்டான்.

அழகும் அறிவும் மிக்க கிட்டிக்கு அவன் நல்ல, பொருத்தமான கணவன் இல்லையென்று அவளது உறவினர்கள் கருதக்கூடும். கிட்டியே

கூட அவனை விரும்ப மாட்டாள். ஒரு நல்ல உத்தியோகமும் இல்லை. நிலையான தகுதியும் லெவினுக்கு இல்லை என்றே அவளுடைய பெற்றோர்களும் நினைப்பார்கள் என்று லெவின் தனக்குள் நினைத்துக் கொண்டான். அவனுடைய முந்திய நண்பர்கள் எல்லோரும் கர்னல்களாக, கவர்னரின் மெய்க்காப்பாளர்களாக, வங்கிகள் மற்றும் இரயில்வேக்களில் இயக்குநர்களாக, ஆப்லான்ஸ்கியைப் போல் அரசாங்க அதிகாரிகளாக இருக்கிறார்கள். ஆனால் அவனோ (அவனைப் பற்றி மற்றவர்கள் என்ன நினைப்பார்கள் என்பதை அவன் நன்கு தெரிந்து வைத்திருந்தான்) ஒரு நாட்டுப்புற பண்ணையாளாக இருக்கிறான். கால்நடைப் பண்ணை, வேட்டையாடுதல், வீடு கட்டுதல் ஆகிய காரியங்களில் ஈடுபட்டிருக்கிறான். சரியாகச் சொன்னால் அவனிடம் எந்தத் தகுதியும் இல்லை; அப்படித் தகுதி இல்லாதவர்கள் எப்பொழுதும் ஈடுபடுகின்ற வேலையில் அவன் ஈடுபட்டிருக்கிறான் என்பதுதான், கிட்டியை மணமுடிக்க அவனுக்குத் தகுதி இல்லை என்பதைப் பறைசாற்றும் ஒன்றாக உள்ளது என்று லெவின் நினைத்துக் கொண்டான். தன்னைப் போன்ற மிகவும் சாதாரணமான மனிதனை அழகும் தெய்வீகமும் நிறைந்த கிட்டி எப்படி காதலிப்பாள்? அத்துடன் கிட்டி சிறுமியாக இருந்த காலத்திலிருந்து அவளுடைய நண்பன் என்ற முறையில் அவளுடன் பழகி வருகின்றான். தன்னுடைய காதலின் பாதையில் இதுவும் ஒரு கூடுதலாக தடையாக இருக்கும் என்று நினைத்தான். அதாவது, தன்னைப் போன்ற எளிமையான ஒருவரை நண்பராக அங்கீகரிக்கலாம். ஆனால் காதலனாக ஏற்றுக் கொள்வதற்கு அழகு மற்றும் சிறப்பான தகுதிகள் தனக்கிருக்க வேண்டும் என்று அவன் கருதினான்.

பெண்கள் பெரும்பாலும் சாதாரண மனிதர்களைத் தான் காதலிப்பதாக அவன் கேள்விப்பட்டிருக்கிறான். ஆனால் அவன் அதை நம்பவில்லை. இப்போது அவன் தன்னையே உதாரணமாக எடுத்துக் கொண்டான். நான் சாதாரணமானவன். ஆனால் பேரழகும் தெய்வீகமும் நிறைந்த பெண்ணைக் காதலிக்கிறேனே என்று நினைத்தான்.

கிராமத்தில் இரண்டு மாதங்கள் தனியாக வசித்த பிறகு, அவன் தன்னுடைய விரக்தி மனப்பான்மையை மாற்றுவதற்கு முயன்றான். இப்போது அவன் கிட்டியிடம் கொண்டிருக்கும் காதல், அவனது சிறிய வயதில் கொண்ட காதல் போன்று அல்ல. இன்று - இந்த நிகழ்காலத்தில் அவன் அவளிடம் கொண்ட காதல் அவனை ஒரு விநாடி கூட அவளைப் பற்றிய எண்ணங்களிலிருந்து ஓயவிடாமல் அலைக்கழிக்கிறது. அவள் அவனது மனைவியாக ஆவாளா? மாட்டாளா? என்ற இந்த கேள்விக்கு விடை கிடைக்காமல் இனிமேல் அவன் வாழ்வதென்பதும் இயலாதது என்ற நிலைக்கு அவன் ஆளாகி விட்டான். இந்த விரக்தியும் அவநம்பிக்கையும் அவனே கற்பித்துக் கொண்டது தான். அவனை அவள் மறுத்து விட்டாள் என்பதற்கு எந்தவித ஆதாரமும் இல்லை. எனவே

அவன் இப்போது கிட்டியிடம் திருமணம் பற்றிப் பேசுவதற்காகவே மாஸ்கோ வந்திருக்கிறான். அவள் சம்மதித்தால் அவளை மணந்து கொள்வான். அல்லது அவள் மறுத்து விட்டால்... என்ன நடக்கும் என்பதை அவனால் நினைத்துப் பார்க்கவும் அவனுக்கு துணிச்சல் இல்லை.

அத்தியாயம் 7

லெவின் காலை ரயிலில் மாஸ்கோ வந்தவுடன் தனது ஒன்றுவிட்ட சகோதரன் கோஸ்னிஷேவின் இல்லத்துக்குச் சென்றான். அங்கு தன்னுடைய உடைகளை மாற்றிக் கொண்டு சகோதரருடைய ஆலோசனையைக் கேட்பதற்கு அவருடைய அறைக்குள் நுழைந்தான். அங்கு கோஸ்னிஷேவ் தனியாக இருக்கவில்லை. பிரபலமான தத்துவப் பேராசிரியர் ஒருவர் அவருடன் இருந்தார். முக்கியமான தத்துவப் பிரச்சினையில் அவர்களுக்கிடையில் கருத்து வேறுபாடு ஏற்பட்டிருந்தது. அதைப் பற்றிப் பேசுவதற்காக அவர் 'கார்கோ'விலிருந்து வந்திருந்தார்.

'மனித நடவடிக்கையில் உளவியல் நிகழ்வுக்கும், உடற்கூறு நிகழ்வுக்கும் இடையில் திட்டவட்டமான எல்லைக் கோடு உண்டா, அப்படியானால் அது எங்கே இருக்கிறது' என்று அவர்கள் விவாதித்துக் கொண்டிருந்தனர். லெவின் அறைக்குள் நுழைந்த போது விவாதம் வெகு உஷ்ணமாக இருந்தது. கோஸ்னிஷேவ் சகோதரனை உணர்ச்சியற்ற ஒரு வறட்டு சிரிப்புடன் வரவேற்று அங்கிருந்தவர்களுக்கு அறிமுகம் செய்து விட்டு அந்தப் பேராசிரியருடன் தன்னுடைய விவாதத்தைத் தொடர்ந்தார்.

விவாதத்தை ஆழ்ந்து கவனித்துக் கொண்டிருந்த மூக்குக் கண்ணாடி அணிந்த, குறுகிய நெற்றியுடன் கூடிய அந்த மனிதன் லெவினைப் பார்த்து குளிர்ச்சியாக ஒரு புன்னகை செய்து விட்டு, 'எப்படி இருக்கிறாய்?' என்று கேட்ட அவன், மீண்டும் லெவினைத் திரும்பக் கூடப் பார்க்காமல் மீண்டும் அக்கறையுடன் விவாதத்தில் தன் கவனத்தைத் திருப்பிக் கொண்டான்.

அவர்களுடைய விவாதத்தில் குறிப்பிட்ட கட்டுரைகளை அவனும் படித்திருக்கிறான். பல்கலைக்கழகத்தில் இயற்கை விஞ்ஞானத்தைப் படித்த காரணத்தால் அவர்களுடைய விவாதப் பொருளை அவன் புரிந்து கொள்ள முடிந்தது. மனிதன் விலங்கிலிருந்து தோன்றியது, உயிரியல், மற்றும் சமூகவியல் ஆகியவற்றைப் பற்றியும் வாழ்க்கை மற்றும் மரணத்தின் உட்பொருள் ஆகியவற்றைப் பற்றியும் அவர்கள் விவாதித்தனர்.

'புற உலகம் என்பது என்னுடைய மனப் பதிவுகளின் விளைவு' என்று 'கேயிஸ்' கூறுவதை நான் ஏற்றுக்கொள்ள முடியாது. 'வாழ்தல் தன்மைதான் மிகவும் அடிப்படையான அறிதல்; அது புலன்கள் மூலமாகக்

கிடைக்கவில்லை. ஏனென்றால் அதை உணர்த்துவதற்கு விசேஷமான உறுப்பு இல்லை' என்று கோஸ்னிஷேவ் கூறினார்.

'ஆமாம். அவர்கள் (வுர்ஸ்ட், னௌஸ்ட் மற்றும் பிரிபஸோவ்) என்ன சொல்கிறார்கள்? எல்லாப் புலனுணர்வுகளின் மொத்த விளைவுதான் வாழ்தல் தன்மை. ஆகவே அது புலனுணர்ச்சிகளின் விளைவு என்று சொல்கிறார்கள். புலன்கள் இல்லையென்றால் வாழ்தல் தன்மையை அறியமுடியாது என்ற கூட 'வுர்ஸ்ட்' சொல்கிறார்.

'நான் அதை மறுக்கிறேன்...' என்று கோஸ்னிஷேவ் ஆரம்பித்தார்.

அவர்கள் விவாதத்தில் முக்கியமான கட்டத்துக்கு வந்து விட்ட பிறகு, அதை முடிவு செய்யாமல் சுற்றுகிறார்கள் என்று லெவின் கருதினான். ஆகவே அவன் பேராசிரியரிடம் ஒரு கேள்வியைக் கேட்க விரும்பினான்.

'ஆகவே என்னுடைய புலன்கள் அழிந்து விட்டால், என் உடல் செத்துவிட்டால், அதன் பிறகு வாழ்தல் தன்மை சாத்தியமில்லை. அப்படித்தானே?' என்றான், லெவின்.

அவனுடைய குறுக்கீடு பேராசிரியருக்கு மனக் குழப்பத்தையும் சங்கடத்தையும் ஏற்படுத்தியது. 'படகோட்டியைப் போலத் தோற்றமுடைய இந்த நபருக்குத் தத்துவப் பிரச்சினைகள் தெரியுமா?' என்று வியப்படைந்தார். 'இந்தக் கேள்விக்கு உங்களுடைய பதிலைச் சொல்லுங்கள்' என்றார்.

கோஸ்னிஷேவ் பேராசிரியரைப் போல ஒருதலைப்பட்சமாகப் பேசுபவர் அல்ல, அவருடைய மூளை பிரச்சினையைப் புரிந்து கொண்டதுடன், எதிரியின் இயல்பான ஆட்சேபத்தையும் வரவேற்கின்ற சக்தியைக் கொண்டிருந்தது.

'அந்தப் பிரச்சினையை இப்பொழுது நாம் முடிவு செய்ய இயலாது...' என்றார்.

'அதற்குத் தேவையான ஆதாரக் குறிப்புகள் கிடைக்கவில்லை' என்றார் பேராசிரியர்.

அதற்குப் பிறகு லெவின் அவர்களுடைய விவாதத்தில் அக்கறை காட்டவில்லை. விவாதம் முடிந்து பேராசிரியர் விடைபெற்றுக் கொண்டு போகும் வரை காத்திருப்போம் என்று நினைத்து அமைதியானான்.

அத்தியாயம் 8

பேராசிரியர் போன பிறகு கோஸ்னிஷேவ் தன்னுடைய ஒன்றுவிட்ட சகோதரனை நோக்கித் திரும்பினார்.

'நீ இங்கு வந்ததைப் பற்றி நான் மிகவும் மகிழ்ச்சி அடைகிறேன். இங்கு எவ்வளவு நாள் தங்கியிருப்பாய்? கிராமத்தில் உன் விவசாயம் எப்படி உள்ளது? நல்ல மகசூல் கிடைத்ததா?'

தனது சகோதரனுக்கு விவசாயத்தைப் பற்றி அவ்வளவு ஆர்வம் கிடையாது. தன்னை விசாரிக்க வேண்டும் என்பதற்காகவே சம்பிரதாயத்திற்காக இவ்வாறு கேட்கிறார் என்று லெவினுக்குத் தெரியும்.

அவன் தனது திருமணம் பற்றிய தன் எண்ணங்களை அவரிடம் கூறி அவருடைய ஆலோசனைகளை கேட்க விரும்பினான். ஆனால் அவனுடைய சகோதரரைப் பார்த்த பொழுது அவர் தனிமையில் இல்லாததும், தொடர்ந்து பேராசிரியருடன் நடந்த மிக நீண்ட நேர முடிவற்ற விவாதமும், தான் ஆர்வமுடன் பேச வந்த விஷயத்தினைப் பேசவிடாமல் செய்து விட்ட தடைகளாகவே லெவின் கருதினான். பேராசிரியர் சென்ற பின் கிராமத்து விவசாயம் பற்றிய சகோதரரின் அக்கறையற்ற கேள்வியும் லெவினுக்கு சலிப்பை ஏற்படுத்தியது. ஏதோ ஒன்று ஆரம்பித்திலிருந்தே தனது சகோதரரிடம் தனது திருமணம் பற்றிப் பேச விடாமல் செய்கிறது என்று நினைத்தான். அதே சமயம் தான் தனது திருமணம் குறித்து தனது சகோதரிடம் பேசவில்லை என்றால் கூட அதுபற்றி அவரும் அக்கறைப்பட மாட்டார் என்றே லெவின் நினைத்தான். எனவே அவரிடம் தனது திருமணம் பற்றிப் பேசவில்லை.

'ஜெம்ஸ்ட்வோ செயல்பாடு எப்படி இருக்கிறது?' என்று கேட்டார் கோஸ்னிஷேவ். கிராம நிர்வாகப் பணிகளில் அதன் முக்கியத்துவம் குறித்து மிகுந்த ஈடுபாடு கொண்டவர் அவர்.

'எனக்குத் தெரியாது'

'உண்மையாகவா? ஜெம்ஸ்ட்வோவில் உறுப்பினராக இருக்கிறாய் அல்லவா?'

'இல்லை. இப்போது நான் அதில் உறுப்பினராக இல்லை. ராஜினாமா செய்து விட்டேன். எனவே ஜெம்ஸ்ட்வோ கூட்டங்களில் கலந்து கொள்வதில்லை.'

'அப்படியா?' என்று சொல்லிவிட்டு கோஸ்னிஷேவ் முகத்தைச் சுளித்தார்.

'இது ரொம்ப பரிதாபமான செயல்' என்றார் கோஸ்னிஷேவ். அவர் முகம் கோபத்தால் சிவந்தது.

தனது பதவி விலகலை நியாயப்படுத்துவதற்காக ஜெம்ஸ்ட்வோ கூட்டங்கள் எப்படி நடைபெறுகின்றன என்று லெவின் அவருக்கு விளக்கினான்.

'ரஷ்யர்களாகிய நாம் எப்பொழுதும் இப்படித்தான் இருக்கிறோம். நம்முடைய குறைகளையே பார்க்கிறோம். அரசு அமைப்புகளைப் பற்றிக் கிண்டலாகப் பேசுகிறோம். அரசு கிராம வளர்ச்சி அமைப்புகளை ஏற்படுத்தி உரிமைகளைக் கொடுக்கிறது. நமது கிராம வளர்ச்சி அமைப்புகளைப் போன்ற அமைப்புகளைக் கொண்ட ஐரோப்பிய நாடுகள்- இங்கிலாந்து அல்லது ஜெர்மனி - போன்ற நாடுகளில் இது போன்ற அமைப்புகளினால் தங்களது சுதந்திரத்தைப் பாதுகாக்க முடிகிறது என்று அவர்களிள் பாராட்டுகிறார்கள். ஆனால் இங்குள்ள ஜெம்ஸ்ட்வோ அமைப்புகளை நாம் கேலி செய்கிறோம்.'

'நான் என்ன செய்ய முடியும்? அது என்னுடைய கடைசி முயற்சி. நான் மனப்பூர்வமாக எல்லா முயற்சிகளையும் செய்தேன்... என்னால் அதில் ஈடுபட முடியவில்லை. எனக்குத் திறமை இல்லை' என்றான் லெவின்.

'திறமை இல்லையா? நீ சரியான முறையில் பிரச்சினைகளைப் பார்க்கவில்லை.'

'அப்படியும் இருக்கலாம்.' என்று லெவின் சோகமாகக் கூறினான்.

'நம் சகோதரர் நிக்கோலஸ் இங்கே வந்திருக்கிறார். தெரியுமா, உனக்கு?' என்று கேட்டார் கோஸ்னிஷேவ்.

நிக்கோலஸ் லெவினின் மூத்த சகோதரர். அவர் தங்களது குடும்பச் சொத்திலிருந்து அவருக்குக் கிடைத்த பங்கை வீணான செலவுகளில் அழித்து விட்டார். மிகவும் மோசமான, விசித்திரமான நபர்களுடனான பழக்கத்தினால் சீரழிந்து போனவர் அவர். தன்னுடைய சகோதரர்களுடன் சச்சரவுகள் செய்து விட்டு கிராமத்தை விட்டுச் சென்று விட்டார்.

'நிஜமாகவா? உங்களுக்கு எப்படித் தெரியும்?' என்று லெவின் அதிகமான பயத்துடன் கேட்டான்.

'புரோ கோஃபி அவரைத் தெருவில் சந்தித்தாராம்...'

'மாஸ்கோவிலா? அவர் எங்கே தங்கியிருக்கிறார்? உங்களுக்குத் தெரியுமா?' அவரை உடனே பார்க்கப் போவதைப் போல நாற்காலியிலிருந்து எழுந்தான் லெவின்.

'நான் உன்னிடம் சொல்லியிருக்கக்கூடாது...' என்றார் கோஸ்னிஷேவ். லெவினுடைய பரபரப்பைப் பார்த்து அச்சத்துடன் தலையை ஆட்டியபடி அவர் சொன்னார்.

'அவர் எங்கே தங்கியிருக்கிறார் என்று விசாரித்த பிறகு அவர் 'ட்ருபினுக்கு' பத்திரம் எழுதிக் கொடுத்து வாங்கிய கடனுக்கான தொகையை நான் செலுத்தி, திரும்ப வாங்கி வைத்திருந்த கடன் முறிவை

அவருக்குக் கொடுத்து அனுப்பினேன். இதோ, இந்தப் பதில் எனக்கு கிடைத்தது' என்று ஒரு காகிதத்தை எடுத்து லெவினிடம் காட்டினார்.

'தயவு செய்து எனக்குத் தொல்லை கொடுக்காதிருங்கள். என் சகோதரர்களிடம் இது ஒன்றை மட்டுமே கோருகிறேன்.

- நிக்கோலஸ்'

லெவின் அந்தக் குறிப்பைப் படித்துவிட்டு கோஸ்னிஷேவுக்கு முன்பாகத் தலை குனிந்து நின்றான்.

பரிதாபத்திற்குரிய தன்னுடைய சகோதரன் நிக்கோலஸை மறந்து விட வேண்டும் என்ற கோப உணர்ச்சியும், அது முறையல்ல என்ற கருணையான எண்ணங்களுமாக அவன் உள்ளத்தில் ஒரு போராட்டம் நடந்து கொண்டிருந்தது.

'அவர் என்னைப் புண்படுத்த விரும்பியிருக்கின்றார்' என்றார் கோஸ்னிஷேவ். ஆனால் என்னாலியன்ற அத்தனை உதவிகளையும் செய்ய வேண்டும் என்று தான் நான் நினைக்கிறேன். அது இப்போது நடக்காது என்று நான் நினைக்கிறேன். ஏனென்றால் அவருடைய இந்தப் போக்கு இவ்வாறு எனக்கு உணர்த்துகிறது.

'ஆமாம், ஆமாம். அவரைப் பற்றிய உங்கள் அணுகுமுறையை நான் புரிந்து கொண்டேன். உங்களை மிகவும் பாராட்டுகிறேன். ஆனால் அவரைப் பார்க்க வேண்டும் என்று விரும்புகின்றேன்.'

'நீ விரும்பினால் போ. ஆனால் உன்னைப் போ என்று நான் சொல்ல மாட்டேன். நீ போகாமலிருப்பது நல்லது. அவர் யாருடைய உதவியையும் விரும்ப மாட்டார்.'

'அவர் விரும்பாவிட்டாலும் நான் ஏதாவது செய்ய வேண்டும். குறிப்பாக இந்த நேரம் அவருக்கு உதவித் தான் ஆக வேண்டும்... ஆனால்... இந்த விஷயத்தில் நான் என்ன செய்யப் போகின்றேன் என்று தான் தெரியவில்லை. என் மனம் அமைதியில்லாமல் தவிக்கிறது...'

'அவர் அடக்கத்துடன் நடந்து கொள்ள வேண்டும். சகோதரர் நிக்கோலஸ் தன்னை இன்னும் மாற்றிக் கொள்ள வேண்டும். அயோக்கியத்தனம் செய்பவர்களின் அவலமான நிலை பற்றி நான் இப்போது அனுதாபத்துடன் சிந்திக்கத் துவங்கியிருக்கிறேன். அவர் என்ன செய்தார் என்று உனக்குத் தெரியுமா?'

'ஐயோ... எனக்கு மிக வேதனையாக உள்ளது...' என்று லெவின் வருந்தினான்.

நிக்கோலஸ்ஸின் முகவரியை கோஸ்னிஷேவின் காவலாளியிடம் பெற்றுக் கொண்ட லெவின் உடனே சகோதரரைப் பார்க்க விரும்பினான். சிறிது சிந்தித்த பின் மாலையில் அவரைப் போய்ப் பார்க்கலாம் என்று முடிவு செய்து கொண்டான். அவர் குறிப்பிட்ட ஒரு நோக்கத்துடன் மாஸ்கோவுக்கு வந்திருக்க வேண்டும். அவர் முன் கோபத்தை விட்டு விட்டு மன அமைதியுடன் செயல்படுவது அவசியம். பார்ப்போம். என்று நினைத்த அவன் அதன் பின்பு தான் ஆப்லான்ஸ்கியைப் பார்க்க அவனது அலுவலகத்திற்கு சென்றான். அவனிடம் ஷெர்பட்ஸ்கி குடும்பத்தினரைப் பற்றித் தெரிந்து கொண்டு, கிட்டியை எங்கு பார்க்கலாம் என்று தெரிந்து கொண்டு அவளைப் பார்ப்பதற்காகப் புறப்பட்டுப் போனான் லெவின்.

அத்தியாயம் 9

பிற்பகல் நான்கு மணிக்கு, மிருகக் காட்சி சாலைத் தோட்டத்திற்கு வாடகைப் பனிச்சறுக்கு வண்டியில் வந்து சேர்ந்தான் லெவின். வண்டியிலிருந்து இறங்கி பனிச்சறுக்கு நடைபெறும் ஏரிக்குச் செல்லும் பாதையில் நடந்தான். இன்று எப்படியும் கிட்டியைப் பார்த்து விடலாம் என்று நிச்சயமாகி விட்டது. ஏரியின் முகப்பில் ஷெர்பர்ட்ஸ்கி குடும்பத்தினரின் கோச்சு வண்டி நின்று கொண்டிருந்தது. இதயம் வேகமாகத் துடிக்க ஏரியை நோக்கி நடந்தான். உறைபனி சூழ்ந்த நாள் அது. கோச்சு வண்டிகளும், தனியார் சறுக்கு வண்டிகள், வாடகைச் சறுக்கு வண்டிகள் என்று ஏராளமாக முகப்பில் இருந்தன. முகாமிட்டிருந்த காவல் துறையினர் ஓரமாக உட்கார்ந்திருந்தனர். நன்றாக உடையணிந்த நபர்கள் அங்கு நடமாடிக் கொண்டிருந்தனர். அவர்கள் அணிந்திருந்த தொப்பிகள் சூரிய ஒளியில் பிரகாசித்தன. தோட்டத்தில் அடர்த்தியான பிர்ச் மரங்களின் கிளைகளில் பனி விழுந்து கிளைகள் தாழ்ந்திருந்தன. அவைகளைப் பார்க்கும் போது பண்டிகைக்கால புத்தாடை அணிந்திருந்ததைப் போலிருக்கிறது. சிறிய சிறிய வீடுகள் குகைகளைப் போல் ருஷ்யப் பாணியில் அமைக்கப்பட்டிருந்தன.

ஏரிக்குச் செல்லும் பாதையில் நடந்து கொண்டிருந்த லெவின் தனக்குத் தானே பேசிக் கொண்டு தன்னைத் தயார் படுத்திக் கொண்டான். 'நான் பதட்டப் படக்கூடாது. நிதானமாக இருக்க வேண்டும்...' 'என்ன செய்து கொண்டிருக்கிறாய்... முட்டாள், அமைதியாக இரு' என்று அவன் தன் இதயத்திடம் சொல்லிக் கொண்டான். படபடக்கும் தன் மனத்தையும் இதயத்தையும் அமைதிப்படுத்த அவன் எவ்வளவோ முயன்றான்... பதற்றம் அதிகமானதே தவிர குறையவில்லை. மூச்சிரைத்தது. அவனை தெரிந்தவர் யாரோ அவனை அழைத்ததைக் கூட அவன் கவனிக்கவில்லை. சறுக்கு வண்டிகளின் இரும்புச் சங்கிலிகளின் ஓசையும் உல்லாசமாக

வந்தவர்களின் குதூகலக் குரல்களும் அங்கு நிறைந்து காணப்பட்டது. ஏரியை நோக்கி மேலும் இரண்டு அடிகள் தான் எடுத்து வைத்திருப்பான். அங்கே சறுக்கிக் கொண்டிருந்த பலரில் தன் இதயம் கவர்ந்தவளை நொடியில் கண்டுவிட்டான். அவனுடைய இதயத்தில் பேரலையாய் எழுந்த பரவசமும், பயமும் அவள் அங்கு தான் இருக்கிறாள் என்பதை அவனுக்கு உணர்த்தியது. அந்த ஏரியின் மறுமுனையில் நின்றிருந்த அவள் தன் தோழி ஒருத்தியுடன் பேசிக் கொண்டிருந்தாள். அவளது உடையில் அல்லது தோரணையில் விசேசமாக ஒன்றுமில்லை என்று தோன்றியது. முட்செடிகளுக்கு மத்தியில் ரோஜா மலரைக் கண்டுபிடிப்பது கடினமல்ல. லெவின் அவளைச் சுலபமாகக் கண்டு கொண்டான். சூரியனைப் போல் உறங்கிக் கொண்டிருந்த ஒவ்வொன்றையும் ஒளியேற்றி விழித்தெழச் செய்தாள் அவள். அவளது புன்னகையின் பிரகாசத்தில் சுற்றுப்புறம் முழுவதுமே ஒளிர்ந்தது.

'நான் பனியின் மேல் நடந்து அவளுக்குப் பக்கத்தில் போக முடியுமா?' என்று நினைத்தான் அவன். அவள் நின்ற இடம், யாரும் அணுக முடியாத அரண்கள் கொண்ட கோட்டையாக அவனுக்குத் தோன்றியது. அவளை நெருங்க முடியாதோ...? என்று ஒரு கணம் அச்சமடைந்தான். அங்கிருந்து போய் விடலாம் என்று கூடத் தயாரானான். எத்தனையோ பேர் அவள் அருகே அவளைக் கடந்து போய்க் கொண்டிருக்கிறார்கள். நானும் பனிச்சறுக்கு விளையாடத்தானே வந்திருக்கிறேன். நானும் அவளுக்குப் பக்கமாக ஏன் போகக்கூடாது என்று தன் மனதுக்குள் பேசிக் கொண்டான். ஏரியில் இறங்கினான். சூரியனை நேராகப் பார்ப்பதைத் தவிர்ப்பது போல அவன் அவளை நேராகப் பார்ப்பதைத் தவிர்த்தான். தலையை உயர்த்தாமல் சூரியனைப் பார்ப்பது போல் அவனும் அவளைப் பார்த்தான்.

வாரத்துக்கு ஒரு முறை, ஒரு குறிப்பிட்ட நாளில், குறிப்பிட்ட நேரத்தில், குறிப்பிட்ட சிலர், குறிப்பிட்ட சிலரை அந்த பனிச்சறுக்கு ஏரியில் தொடர்ந்து சந்தித்தார்கள். அவர்களில் சிலர் பனிச்சறுக்கு விளையாட்டில் தேர்ந்தவர்கள். அனுபவம் நிறைந்தவர்கள்; சிலர் அந்த விளையாட்டில் ஆர்வம் உள்ளவர்கள். புதியவர்கள். அவர்கள் அதிகமான பயத்துடன் தான் சறுக்கிக் கொண்டிருப்பார்கள். அவர்களது செயல்பாடுகள் நகைப்புக்குரியதாகவும் இருக்கும். மேலும் முதியவர்கள் சிலரும், இளைஞர்கள் பலரும், உடற்பயிற்சி செய்து கொண்டும் சறுக்கிக் கொண்டும் இருப்பார்கள்.

இன்னும் இது போன்றே எல்லாத் தரப்பினரும் அங்கு இருந்தனர். எல்லோரும் அவளுக்கு அருகில் இருப்பதால் அதிர்ஷ்டசாலிகள் தான். அவர்களால் அவளுடன் பேச முடிகிறது. விளையாட்டில் அவளுடன்

போட்டியிட முடிகிறது. அவளுடன் சேர்ந்து சுதந்திரமாக இந்த பனியையும் அருமையான இந்தப் பருவ நிலையையும் ரசிக்க முடிகிறது.

கிட்டியின் உறவினரான நிக்கோலஸ் ஷெர்பட்ஸ்கி குட்டையான கோட்டும், உடலுடன் ஒட்டிய கால்சராயும் அணிந்து ஒரு பெஞ்சில் உட்கார்ந்திருந்தார். அவர் லெவினைப் பார்த்து விட்டார். அருகில் அழைத்தார்.

'ரஷ்யாவின் பனிச்சறுக்கு விளையாட்டு வீரரே! எப்பொழுது வந்தீர்கள்? சறுக்குக் கட்டைகளை அணிந்து கொள்ளுங்கள்?

அருகிலேயே கிட்டி சறுக்கிக் கொண்டிருந்தாள். 'நான் சறுக்குக் கட்டைகள் கொண்டு வரவில்லையே?' என்று லெவின் பதிலளித்தான். கிட்டி இருக்கும் இடத்தில் தான் துணிச்சலாகப் பேசியதைப் பற்றி அவனுக்கு வியப்பாக இருந்தது. அவளை நேராகப் பார்க்காமல் ஓரக் கண்ணால் பார்த்தான். சிறிய பாதங்களில் உயரமான பூட்சுகளை அணிந்திருந்த அவள், சறுக்கியபடி அவனை நோக்கி வந்து கொண்டிருந்தாள். ரஷ்ய உடையணிந்த ஒரு சிறுவன் தன் கைகளைக் கட்டபடி ஆட்டியபடி அவளை முந்துவதற்கு முயற்சி செய்து கொண்டிருந்தான். அவள் வட்டமாகச் சுற்றித் திரும்புகிற பொழுது லெவினைப் பார்த்துச் சிரித்து விட்டு ஷெர்பட்ஸ்கியிடம் போய் அவரைப் பிடித்துக் கொண்டு நின்றாள். அவனைப் பார்த்துச் சிரித்தாள். அவன் கற்பனை செய்திருந்ததைக் காட்டிலும் இன்னும் அழகாக அவள் இருந்தாள். அழகிய கேசங்கள் படர்ந்த களங்கமற்ற அழகிய முகம், கருணை ஒளி வீசும் கண்கள், பெண்மைக்கே உரிய சிறிய தோள்கள், மெல்லிய உடல், அனைத்தும் ஒருங்கிணைந்த வசீகரமான தோற்றம். எதிர்பாராத, பல்வேறு விதமான உணர்வுகளை வெளிக்காட்டும், அமைதியான, சாந்தமான, உண்மை ஒளி வீசும், வசீகரமாக உள்ளத்தைக் கொள்ளை கொள்ளும் அந்தச் சிறிய கண்கள், இவை எல்லாவற்றுக்கும் மேலாக அவளின் புன்னகை - அது அவளை அப்படியே காற்றிலே பறக்கச் செய்து ஒரு புதிய அற்புத உலகத்துக்கு கொண்டு செல்கின்றது. இந்த எண்ணங்கள் அவனுக்கு அவளுடன் திரிந்த, மென்மையும், மிருதுவான நெருக்கங்களையும் தந்த குழந்தைப் பருவ நிகழ்ச்சிகளை நினைவுபடுத்தியது.

'எப்போது வந்தீர்கள்? வந்து ரொம்ப நேரமாகிவிட்டதா?' என்று கேட்டபடி லெவினுடன் கை குலுக்கினாள் கிட்டி. அவளது கையுறையினின்று கீழே நழுவி விழுந்த கைக்குட்டையை எடுத்து அவளிடம் கொடுத்தான் லெவின். 'நன்றி' என்றாள் அவள் மீண்டும்.

'நானா...? நேற்று... இல்லை இன்றைக்குத் தான் வந்தேன். உன்னை வீட்டுக்கு வந்து பார்க்க விரும்பினேன்.' அவளை வீட்டுக்குச் சென்று பார்க்க விரும்பியதற்கான காரணத்தை நினைத்தவுடன் அவனுக்கு வெட்கமும் கூச்சமும் வந்து விட்டது. 'நீ மிக நன்றாக சறுக்கி விளையாடுகிறாய்.

உன் திறமை எனக்கு ஆச்சரியமாக இருக்கிறது' என்றான் லெவின். அவள் அவன் முகத்தை மிகக் கவனமாக கூர்ந்து நோக்கினாள்.

'ஏன் இந்த குழப்பம் இவரிடம்...'

அவளது கறுப்பு நிற கையுறையில் விழுந்த அந்த சாம்பல் நிறப் பனித்துகளைப் பறித்துக் கீழே போட்டான்.

'உங்கள் பாராட்டுக்கு நன்றி - உங்களுடைய பாராட்டு மிகவும் மதிப்பிற்குரியது. நீங்கள் தான் மிகச் சிறந்த பனிச் சறுக்கு வீரர் என்று இங்கு எல்லோரும் சொல்கிறார்கள்' என்றாள் கிட்டி.

'எனக்கு பனிச்சறுக்கு விளையாட்டில் மிகுந்த மோகம் உண்டு. அதில் முழுமையடைந்தவனாக இருக்க வேண்டும் என்பது எனது விருப்பம்'.

'உங்களைப் பார்க்கும் போது நீங்கள் செய்யும் ஒவ்வொரு செயலையும் ஈடுபாட்டுடன் சிறப்பாகச் செய்பவர் என்றே தோன்றுகிறது' என்று மெல்லிய புன்னகையுடன் சொன்னாள் அவள். 'நான் உங்களது சறுக்கு விளையாட்டை அவசியம் பார்க்க விரும்புகிறேன். சறுக்குக் கட்டைகளை அணிந்து கொள்ளுங்கள். நாம் சேர்ந்து சறுக்கி விளையாடுவோம்'

'இருவரும் சேர்ந்து சறுக்கி விளையாடுவதா...? இது சாத்தியமா?' என்று நினைத்துக் கொண்ட லெவின் அவளை அமைதியாகப் பார்த்தான்.

'இதோ... நான் சறுக்குக் கட்டைகளை அணிந்து வருகிறேன்' என்று சொன்ன லெவின் வாடகைக்கு சறுக்குக் கட்டைகளை வழங்கும் கடைக்கு சென்றான்.

'ரொம்ப நாளாக உங்களை இங்கே பார்க்க முடியவில்லையே, ஐயா, உங்களைப் போல சறுக்கு விளையாடுபவர்களை இப்பொழுதெல்லாம் இங்கு பார்க்க முடிவதில்லை. இங்கு வருபவர்களில் உங்களைப் போன்ற பனிச் சறுக்கு வீரர் எவருமில்லை! நீங்கள் தான் இதில் ஒரே மாஸ்டர்' என்றான் அந்தக் கடை ஊழியன் லெவினிடம்.

'ஆமாம், உண்மை தான், உம்... வேகமாகக் கட்டைகளை எடு!' என்றான் லெவின்.

கிட்டி தன்னிடம் பேசியதை நினைத்து மிகுந்த மகிழ்ச்சியடைந்தான் லெவின். சந்தோஷத்தினால் திக்குமுக்காடிப் போனான்.

திடீரென்று தோன்றி தன் முகம் முழுவதும் பரவியிருந்த அந்த மகிழ்ச்சியை அப்படியே தக்க வைக்க முயற்சி செய்தான். 'ஆமாம், இது தான் வாழ்க்கை. இதுதான் மகிழ்ச்சி. ஆஹா... அந்தத் தேவதை

சொல்லிவிட்டாள்: 'சேர்ந்து... நாமிருவரும் சேர்ந்து சறுக்குவோம்!' நான் இப்போது என்னுடைய விருப்பத்தை அவளிடம் சொல்லி விடவா? ஆனால்... நான் ஏன் அவளிடம் பேசுவதற்கு பயப்படுகின்றேன். நான் இப்போது மகிழ்ச்சியாக இருக்கின்றேன், என்னுடைய எதிர்பார்ப்புகள் சரியாகத்தான் இருக்கின்றன. பிறகு ஏன் நான் பயப்பட வேண்டும்... ஆனால், நான் நிச்சயமாக... ஆம், நிச்சயமாக இந்த பலவீனத்தை விரட்டியாக வேண்டும்!'

அவன் தன் மேல்கோட்டைக் கழற்றிப் பெஞ்சியில் வைத்தான். முதலில் ஆட்டக்காரர்கள் ஓய்வுக்கு உட்காருகின்ற பெஞ்சுகள், குடைகள் அமைக்கப்பட்டிருந்த கரடு முரடான பனிக்கட்டிகள் நிறைந்த பகுதியில் சறுக்கிக் கொண்டிருந்துவிட்டு ஏரியின் மென்மையான மேற்பரப்பில் சறுக்கி விளையாடினர். சிறிது சிறிதாக வேகத்தை அதிகப்படுத்தியும், பின் சிறிது சிறிதாக வேகத்தைக் குறைத்தும், வளைந்தும், பல்வேறு விதங்களில் அவர்கள் இணைந்து சறுக்கினர். அவன் கிட்டியை அச்சத்துடனேயே நெருங்கினான். ஆனால் அவளுடைய ஆர்வம் மிகுந்த அந்தச் சிரிப்பு அவனிடமிருந்த பயத்தைப் போக்கியது.

அவள் தன் கரத்தை நீட்டினாள். அவர்கள் சேர்ந்து சறுக்கினார்கள். வேகத்தை அதிகப்படுத்தினார்கள். மேலும் மேலும் வேகமாக. சறுக்க, சறுக்க, நெருக்கம் அதிகமானது. நெருக்கமாக, மிக நெருக்கமாக, அவனது மார்பிலே ஒட்டிக்கொண்ட அவள் அவனது கரங்களை அழுத்திப் பற்றினாள்.

'நீங்கள் பயிற்சி அளித்தால் நான் சீக்கிரமாகக் கற்றுக் கொள்வேன். என்ன காரணமோ உங்களிடம் எனக்கு நம்பிக்கை ஏற்பட்டு உள்ளது' என்றாள் அவள்.

'நீ என் மீது சாய்கின்ற போது தான் எனக்கே என் மீதுள்ள நம்பிக்கை அதிகரிக்கிறது' என்று அவன் பதிலளித்தான். உடனே ஒரு வித அச்சம் தோன்றியது - தவறுதலாக ஏதும் சொல்லி விட்டோமோ என நினைத்து வெட்கமும் அடைந்தான். அவன் இந்த வார்த்தைகளைச் சொன்னவுடன் அவளது முகத்தில் இருந்த அந்தப் பரவசம் ஒரு கணம், மேகத்தின் பின் மறைந்த சூரியன் போல மறைந்தது. அவளுடைய மென்மையான நெற்றியில் ஒரு விதமான சுருக்கம் தோன்றியது.

'ஏன் ஒரு மாதிரியாக இருக்கின்றாய்?' என்றான் லெவின் பதட்டத்துடன்.

'இல்லை. கவலைப்படும்படியாக ஒன்றுமில்லை' என்று உணர்ச்சியற்றுப் பதிலளித்த அவள் உடனே அவனைக் கேட்டாள்: 'நீங்கள் மேடம் லினோனைப் பார்த்தீர்களா?'

‘இன்னும் பார்க்கவில்லை’.

‘அவளைப் பாருங்கள். அவள் உங்கள் மீது மிக அதிகமான பிரியம் வைத்திருக்கின்றாள்.’

‘இதற்கென்ன அர்த்தம். நான் அவளைக் காயப்படுத்தி விட்டேனோ? கடவுளே, என்னைக் காப்பாற்று’ என்று தனக்குள் நினைத்துக் கொண்டான் லெவின்.

சுருள் சுருளான நரைத்த முடியினளான அந்த முதிய பிரஞ்சுப் பெண்மணியை நோக்கி வேகமாக நடந்தான் லெவின். அவள் அங்கிருந்த பெஞ்சியில் உட்கார்ந்திருந்தாள். அவள் தன் பொய்ப் பற்களைக் காட்டிச் சிரித்தபடி தங்களது பழைய நண்பன் லெவினை மிகுந்த மகிழ்ச்சியுடன் வரவேற்றாள்.

‘நாங்கள் மேலும் வளர்ந்து விட்டோம், ஆமாம்... மேலும் வயதாகிப் போனோம்!’ என்ற அவள் கேலியாகக் கிட்டியைச் சுட்டிக் காட்டி ‘இந்தச் சின்னக் கரடியும் வளர்ந்து விட்டாள்!’ என்று சொன்ன அந்தப் பிரெஞ்சுப் பெண்மணி சிரித்தாள். அவனுக்கு அந்த பழைய தமாஷை நினைவுபடுத்தினாள். ‘மூன்று இளம்பெண்களும், மூன்று கரடிகளும்’ என்ற இங்கிலாந்து நாட்டுத் தேவதைக் கதையை மனத்தில் கொண்டு இந்தக் குடும்பத்தின் மூன்று பெண்களையும் மூன்று கரடிகள் என்று வேடிக்கையாகக் கூறுவார்கள். ‘உனக்கு நினைவில்லையா...? நீ எப்போதும் அவளை சின்னக் கரடி என்று தானே அழைப்பாய். அதை மறந்து விட்டாயா?’

அந்த வேடிக்கைப் பேச்சு இப்போது லெவினுக்கு நினைவில்லை. ஆனால் அவள் கடந்த பத்து ஆண்டுகளாக அதை அடிக்கடி நினைத்துச் சிரித்துக் கொண்டிருந்தாள்.

‘போ! போய்ச் சறுக்கி விளையாடு!’ என்ற அவள் லெவினைப் பார்த்து, ‘கிட்டி, நன்றாகச் சறுக்கி விளையாடுகிறாள் அல்லவா?’ என்றாள் அந்த முதிய பெண்.

லெவின் கிட்டியிடம் திரும்பிய பொழுது அவளுடைய முகத்திலிருந்த கடுமை மறைந்து விட்டது. அன்பே உருவாக புது மலர்ச்சிரிப்புடன் நின்றிருந்தாள். தனது நோக்கத்தில் தெளிவானவளாக இருக்கும் அவள் இப்போது கூட ஒன்றுமே நடக்காதது போல தன் உள்ளத்தில் இருப்பதை மறைத்துக் கொண்டு, எப்போதும் போல சாதாரணமாக இருப்பது போலக் காட்டிக் கொள்ளுகிறாள் என்று லெவின் நினைத்தான். அந்த முதிய ஆசிரியை குறித்தும் அவளுடைய பண்புகள் குறித்தும் கிட்டியிடம் பேசிக் கொண்டிருந்தான். அந்த சமயம் கிட்டி அவனிடம் கேட்டாள்: ‘கிராமத்தில்

வாழ்க்கை எப்படி உள்ளது? குளிர்காலத்தில் கிராமத்தில் வசிப்பது சோர்வைத் தரும் என்கிறார்கள். நீங்கள் எப்படி சமாளிக்கிறீர்கள்?' என்று கேட்டாள் கிட்டி.

'எனக்குச் சோர்வு கிடையாது. நான் சுறுசுறுப்பாக இருக்கிறேன்' என்றான் லெவின்.

அவளுடைய இனிமையான குரல் அவன் உள்ளத்தை மயங்கச் செய்தது.

'இங்கு அதிக நாட்கள் தங்குவீர்களா' என்று கிட்டி கேட்டாள்.

'எனக்குத் தெரியாது' என்று பதிலளித்தான் லெவின். தான் என்ன சொல்கிறோம் என்ற சிந்தனை இல்லாமலே அவன் சொன்னான்.

இது போன்ற அவளுடைய அமைதியான, சாந்தமான, நட்பான, பேச்சுக்களை ஒரு வித காதல் உணர்வு மேலிட, சுகமாக எவ்வளவு நேரம் வேண்டுமானாலும் கேட்டுக் கொண்டு இருக்கலாம். காலம் போவது தெரியாது. ஆனால் காலம் கடந்து விடும். பின்பு நான் பேச வந்த விஷயத்தை அவளிடம் பேச முடியாமல் போய் விடும். அதனால் நான் எண்ணி வந்த விஷயத்திற்கு ஒரு முடிவுமின்றித் தான் திரும்பிச் செல்ல நேரும் என்ற எண்ணம் அவனது சிந்தையில் உதித்தது. எனவே அவன் (அவள் சொல்வது எதையும் ஏற்றுக் கொள்ளாமல்) கலகம் செய்வது என்று தீர்மானித்தான்.

'உங்களுக்குத் தெரியாதா?'

'எனக்குத் தெரியாது. நான் இங்கு இருப்பதுவும் உடனே புறப்படுவதும் எல்லாம் உன்னைப் பொறுத்தே இருக்கிறது' என்று கூறினான். உடனே தன்னுடைய வார்த்தைகளை நினைத்தே அவன் மிகவும் கலவரமடைந்தான்.

அவனுடைய வார்த்தைகளை அவள் கேட்டாளோ, கேட்கவில்லையோ அவள் சறுக்கும் பொழுது பனிக்கட்டி மீது இரண்டு முறை காலை இடித்துக் கொண்டாள். உடனே அவனை விட்டு விலகி மேடம் லினோனை நோக்கி நடந்தாள். பின் பெண்கள் தமது பனிச்சறுக்குக் கட்டைகளைக் கழற்றுகிற சிறிய வீட்டை நோக்கிச் சென்றாள்.

'நான் அப்படிப் பேசியிருக்கக் கூடாது. ஓ... கடவுளே என்னைக் காப்பாற்றுங்கள்' என்று கடவுளை வேண்டிக் கொண்டான் லெவின். படபடக்கும் தனது மனத்தை அமைதிப்படுத்த உக்கிரமான ஒரு பயிற்சி செய்ய வேண்டும் என்று தோன்றியது. உடனே எழுந்து ஏரியில் வேகத்துடன் பல வட்டங்கள் போட்டான்.

அப்போது ஒரு இளைஞன் வாயில் சிகரெட் புகைய காபி விடுதியிலிருந்து வெளியே வந்தான். வேகமாக பனிச்சறுக்கு ஏரியில் ஓடிய அவன் மேலே எகிறிக் குதித்து குதித்து சறுக்கினான். திடீரென்று மேல் நோக்கிக் குதிப்பதும், கீழ்நோக்கி வருவதுமாக பனிச்சறுக்கில் புதிய விளையாட்டுக்களைச் செய்தான்.

அதனை இடைவிடாது பார்த்துக் கொண்டிருந்த லெவின், 'ஓ, இது புதிய உத்தியாக உள்ளது' என்று தனக்குள் கூறியபடி தானும் அதைப் பின்பற்றிச் சறுக்கினான்.

'லெவின்! அதற்குப் பயிற்சி வேண்டும். இல்லாவிட்டால் நீங்கள் விழுந்து விடுவீர்கள்' என்று நிக்கோலஸ் ஷெர்பட்ஸ்கி எச்சரித்தார்.

அந்தப் புதிய விளையாட்டில் ஈடுபட்ட லெவின், கடைசிக் காலடியில் தடுமாறிக் குனிந்து பனிக் கட்டியைத் தொட்டு விட்டு மறுபடியும் தீவிரமாக முயற்சி செய்து சம நிலை அடைந்து சிரித்தபடி விளையாட்டைத் தொடர்ந்தான்.

சிறிய வீட்டிலிருந்து மேடம் லினோனுடன் வெளியே வந்த கிட்டி லெவின் சறுக்கிக் கொண்டிருந்ததை நின்று கவனித்தாள். பனிச் சறுக்கில் இந்தப் புதிய விளையாட்டு அவளுக்கும் பிடித்திருந்தது.

'அற்புதம், அன்பானவனே!' என்று தன் மனத்தினுள் பாராட்டினாள். தன்னுடைய சகோதரனை எப்படி வாஞ்சையுடன் பார்ப்பாளோ அது போன்று மிக வாஞ்சையுடன் அவனைப் பார்த்தாள். 'நான் குற்றவாளியா - ஏதும் தவறு செய்துவிட்டேனோ? - ஆண்களை வசியப்படுத்துவது போல, உடையணிந்து கொண்டு, மேனாமினுக்கி போல பசப்பிக் கொண்டிருக்கிறேன் என்று எல்லோரும் கூறுகின்றனர். நான் ஒன்றும் இவரைப் பசப்பி மயக்கவில்லை. நான் இவரைக் காதலிக்கவில்லை. ஆனால் இவருடன் இருக்கும் போது நான் மகிழ்ச்சியாக இருப்பதாகவே உணர்கிறேன். இவர் தான் எவ்வளவு அழகு! அவர் ஏன் அப்படிச் சொன்னார்?' என்று அவள் சிந்தனை வயப்பட்டாள்.

அவன் திரும்பிப் பார்த்த போது கிட்டி சற்று தூரத்தில் போய்க் கொண்டிருப்பதைப் பார்த்தான். அவள் வாயிலுக்குச் சொல்லும் படிகளில் இறங்கிக் கொண்டிருந்தாள். படிகளில் நின்று கொண்டிருந்த அவளது அம்மாவுடன் வாயிலை நோக்கிச் செல்லத் தொடங்கினாள். லெவின் சறுக்குக் கட்டைகளைத் திரும்பக் கொடுத்து விட்டு மிக வேகமாக வாயிலை நோக்கி நடந்தான். வாயில் கதவுக்குப் பக்கத்தில் தாயையும் மகளையும் சந்தித்து விட்டான்.

'உங்களைச் சந்தித்ததில் மிகுந்த மகிழ்ச்சி' என்றாள் இளவரசி ஷெர்பட்ஸ்கயா (கிட்டியின் அம்மா). 'வியாழக்கிழமைகளில் எங்களது

வீட்டில் விருந்தினர்களைச் சந்திப்பது வழக்கமாக நடைபெற்று வருகிறது. அதனால் வேகமாகப் புறப்படுகின்றோம்.'

'ஓ... இன்று வியாக்கிழமை அல்லவா?'

'ஆமாம், நீங்கள் அவசியம் வர வேண்டும்' என்று விருப்பமின்றிச் சொன்னாள் கிட்டியின் தாய். தனது தாயின் இந்தத் தொனி கிட்டிக்கு வருத்தத்தைக் கொடுத்தது. அவனைப் பார்த்து மெல்லச் சிரித்தாள். 'போய் வருகிறேன்!' என்றாள்.

ஆப்லான்ஸ்கி அப்போது தான் பூங்காவினுள்ளே வந்து கொண்டிருந்தான். தொப்பியை சாய்வாக ஸ்டைலாக வைத்துக் கொண்டு பெரிய சாதனை செய்து விட்டதைப் போன்று மிகுந்த சந்தோஷமும் உற்சாகமும் பொங்க அவன் வந்து கொண்டிருந்தான். இளவரசி தன் மகள் டாலியைப் பற்றி அவனிடம் விசாரித்தாள். டாலியின் தாயாரின் கேள்விக்கு அவன் மிகுந்த வருத்தமுடனும், குற்றவுணர்வுடனும் பதிலளித்தான். பின் லெவினின் கரத்தைப் பற்றி, 'நாம் புறப்படலாமா?' என்றான்.

லெவினின் காதுகளில் 'போய் வருகிறேன்' என்ற கிட்டியின் இனிமையான, அன்பான குரல் இன்னமும் ஒலித்துக் கொண்டிருந்தன. அவளின் புன்சிரிப்பு கண்களின் முன் நிழலாடிக் கொண்டிருந்தது.

'ஆமாம், ஆமாம், புறப்படலாம்' என்றான் லெவின். மிகுந்த சந்தோஷமான மனநிலையில் அவனிருந்தான். கண் முன்னே அகலாது தோன்றிக் கொண்டிருந்த அவளது புன்னகை முகமும் - செவிகளில் ஒலிக்கும் அவளது மயக்கும் குரலும் - 'போய் வருகிறேன்' என்ற வார்த்தைகளும் அவனை உற்சாகத்தில் ஆழ்த்திக் கொண்டிருந்தன.

'எந்த ஓட்டலுக்குப் போவோம்... 'ஆங்கிள் டெரே' அல்லது ஹெர்மிட்டேஜ்...?' என்று கேட்டான் ஆப்லான்ஸ்கி.

'எதுவாயிருந்தாலும் சரி'

'ஆங்கிள் டெரே போவோம்', என்றான் ஆப்லான்ஸ்கி. அவன் ஏன் ஆங்கிள் டெரே ஓட்டலைத் தேர்வு செய்தான் என்றால், ஹெர்மிட்டேஜ் ஓட்டலை விட ஆங்கிள் டெரே ஓட்டலுக்குத் தான் அவன் நிறையக் கடன் தர வேண்டியது இருந்தது. எனவே அந்த ஓட்டலைத் தவிர்க்க வேண்டாம் என்று அவன் நினைத்தான்.

'நீ சறுக்கு வண்டியில் தானே வந்திருக்கிறாய். அதில் போய் விடலாம். நான் எனது கோச்சு வண்டியை வீட்டுக்கு அனுப்பி விட்டேன்' என்றான் ஆப்லான்ஸ்கி.

போகும் வழியில் இரண்டு நண்பர்களுமே ஒன்றும் பேசிக் கொள்ளவில்லை. கிட்டியின் முகத்திலிருந்த மாற்றத்துக்குக் காரணம் என்னவென்று லெவின் சிந்தித்துக் கொண்டிருந்தான். அவனிடம் நம்பிக்கையும், விரக்தியும் மாறி மாறி ஏற்பட்டது. எனினும் கிட்டியின் புன்னகை, 'போய் வருகிறேன்' என்ற அவள் இனிமையாகச் சொன்ன முறை ஆகியவை அவனுக்கு நம்பிக்கை அளித்தன.

ஓட்டலில் என்ன சாப்பிடலாம் என்று ஆப்லான்ஸ்கி சிந்தித்துக் கொண்டிருந்தான். 'உனக்கு மீன் உணவு பிடிக்குமல்லவா?' என்று கேட்டான் ஆப்லான்ஸ்கி.

'எனக்கு மிகவும் பிடிக்கும்' என்று பதிலளித்தான் லெவின்.

அத்தியாயம் 10

அவர்களிருவரும் ஓட்டலுக்குள் நுழைந்த போது, லெவினுடைய முகத்திலும், உடல் முழுவதிலுமே ஒரு விசித்திரமான ஒளி பரவியிருப்பதை ஆப்லான்ஸ்கி கவனித்தான். தன்னுடைய மேல்கோட்டையும், தொப்பியையும் எடுத்து, உணவருந்தும் அறைக்கு முன்புறம் நின்றுகொண் டிருந்த ஓட்டல் ஊழியனிடம் கொடுத்து விட்டு உணவருந்தும் அரங்கத்தினுள் லெவின் பின் தொடர நுழைந்தான் ஆப்லான்ஸ்கி. நீண்ட வால் கோட்டு அணிந்த தார்த்தாரியப் பணியாட்கள் கைகளில் டவல்களுடன் அவர்களைப் பின் தொடர்ந்தனர். ஓட்டலில் எங்கு பார்த்தாலும் ஆப்லான்ஸ்கியின் நண்பர்கள், கைகளை ஆட்டியும், குலுக்கியும் மகிழ்ச்சியைத் தெரிவித்தனர். அவர்கள் வேகமாக விருந்து அரங்கைக் கடந்து உணவகத்தினுள் நுழைந்தனர். ஒரு சிறிய டம்ளரில் வைக்கப்பட்ட வோட்கா (மது)வைச் சுவைத்தபடி, மீன் வறுவலை சாப்பிட்டான் ஆப்லான்ஸ்கி. அவன் உட்கார்ந்திருந்த இருக்கைக்கு எதிரில், சற்று அருகிலேயே இருந்த சிறிய கவுண்டரில் ஒரு பிரஞ்சு பெண்மணி உட்கார்ந்திருந்தாள். தன்னுடைய தலைமுடியை வண்ண ரிப்பன்களால் வளைத்து, நெளித்து ஏதோ அலங்காரம் செய்து கொண்டிருந்தாள். ஆப்லான்ஸ்கி அவளிடம் ஏதோ கூற குபீரென்று சிரித்தாள். லெவினுக்கு அவளது பொய்யான தலையலங்காரமும், பவுடர் பூச்சும் வெறுப்பாக இருந்தது. வேறு பக்கமாக திரும்பி நின்று கொண்டான். அவன் வோட்காவைத் தொடவில்லை. அவனுடைய முழு ஆன்மாவும் மானசீகமாக கிட்டியின் உருவத்தை முன்னிறுத்தி ரசித்துக் கொண்டிருந்தது. அவனுடைய கண்கள் சந்தோஷத்தாலும், வெற்றியின் களிப்பாலும் ஒளிர்ந்து கொண்டிருந்தன.

'அதிகாரி அவர்களே! இங்கே உட்காருங்கள். இங்கே யாரும் வரமாட்டார்கள்!' என்று பணிவுடன் கூறினான் வயதான ஒரு தார்த்தாரிய

பணியாள். 'மதிப்பிற்குரியவரே! நீங்களும் வாருங்கள்!' என்று லெவினையும் பார்த்து மிக மரியாதையுடன் அழைத்தான். ஆப்லான்ஸ்கியின் விருந்தினர் என்றால் சும்மாவா? என்பது போல் லெவினிடம் மிக மரியாதையாக நடந்து கொண்டான் அந்தப் பணியாள்.

வெண்கலச் சரவிளக்கின் கீழே, ஏற்கனவே ஒரு வெண்மையான விரிப்பு போடப்பட்டிருந்த ஒரு மேசையின் மேல், ஒரு சித்திர வேலைப்பாடுகள் செய்யப்பட்டிருந்த மேசை விரிப்பினை விரித்தான் அந்த பணியாள். கையில் ஒரு சுத்தமான டவல் ஒன்றும் உணவுகளின் விபரப் பட்டியலும் வைத்திருந்தான்.

'அதிகாரி அவர்களுக்குத் தனியறை வேண்டுமென்றால் சிறிது நேரத்தில் கிடைக்கும். இளவரசர் 'கோலித்ஸின்' ஒரு சீமாட்டியுடன் அந்த அறையில் உணவருந்திக் கொண்டிருக்கிறார். புதிய ஈரிதழ் சிப்பிகள் இருக்கின்றன கொண்டு வரட்டுமா?'

'ஈரிதழ் சிப்பிகளா?' ஒரு நிமிடம் ஆப்லான்ஸ்கி யோசித்தான். பின் லெவினைப் பார்த்துச் சொன்னான்.

'லெவின், நம்முடைய உணவு திட்டத்தை மாற்ற வேண்டும்!' என்ற ஆப்லான்ஸ்கி உணவுப் பட்டியலை ஒரு கையில் எடுத்துக் கொண்டு, யோசித்தான். 'ஈரிதழ் சிப்பிகள் புதியவையா?'

'அதிகாரி அவர்களே, 'பிளென்ஸ்பர்க்' ரகம் அவை. ஆஸ்டெண்டு ரகமெல்லாம் எங்களிடம் கிடையாது.'

'பிளென்ஸ்பர்க்' ரகம் என்பது சரிதான். ஆனால் அவை புதியவையா?'

'அவை நேற்று தான் இங்கு கொண்டு வரப்பட்டன'

'அப்படியானால் நமது உணவுத் திட்டத்தை முழுமையாக மாற்றிக் கொள்வோம். முதலில் ஈரிதழ் சிப்பிகளைக் கொண்டு வரச் சொல்வோம்!' என்று லெவினைப் பார்த்துச் சொன்னான் ஆப்லான்ஸ்கி.

'எனக்கு கோதுமைக் கஞ்சியும், முட்டைகோஸ் சூப்பும் தான் பிடிக்கும். அவை இங்கு கிடைக்காதல்லவா?'

'உங்களுக்கு கோதுமைக் கஞ்சி வேண்டுமா?' என்று லெவினை குழந்தையைப் பராமரிக்கும் செவிலிப் பெண்ணின் தொனியில் கேட்டான் அந்த தார்த்தரியப் பரிசாரகன்.

ஆப்லான்ஸ்கியின் முகமாற்றத்தைக் கவனித்த லெவின் சொன்னான்: 'நீ எதைக் கொண்டு வரச் சொன்னாலும் நான் சாப்பிடுவேன். சறுக்கு விளையாட்டுக்குப் பின் நான் மிகவும் பசியோடு இருக்கிறேன். நல்ல

உணவு என்றால் எனக்கு மகிழ்ச்சி தான். உன்னுடைய தேர்வை நான் குறை சொல்லவில்லை.'

'சரி, ரொம்ப மகிழ்ச்சி நண்பா!' என்ற அவன் பணியாளரிடம் சொன்னான்: 'இரண்டு இல்லை... அது ரொம்பக் குறைவாக இருக்கும்... மூன்று டஜன் ஈரிதழ் சிப்பிகள் மற்றும் முட்டைகோஸ் சூப் கொண்டு வா!'

'வேறு என்ன வேண்டும்... குழம்பு மீன், வறுத்த இறைச்சி, வறுத்த கெழுத்தி மீன், நீராவியில் வேக வைக்கப்பட்ட பழங்கள்...' என்று சொல்லிக் கொண்டே போனான் ஓட்டல் ஊழியன்.

ஓட்டல் ஊழியன் உணவுகளின் பிரெஞ்சுப் பெயர்களைத் தான் குறிப்பிட்டுச் சொன்னான். ஆனால் அவன் ஒவ்வொரு முறை சொல்லும் போதும் ஆப்லான்ஸ்கி அவற்றின் ருஷ்யப் பெயரில் தான் குறிப்பிட்டான். இதனைக் கவனித்த ஓட்டல் ஊழியன் அதனைத் தொடர்ந்து உணவுகளின் பிரஞ்சுப் பெயர்களைக் குறிப்பிடாமல் ருஷ்யப் பெயர்களையே சொன்னான்.

'முதலில் ஏதாவது குடிக்கலாமே... என்ன குடிக்கலாம்'

'நீ என்ன விரும்பினாலும் சரி, வேண்டுமானால் ஷாம்பெய்ன் கொண்டு வரச் சொல்லேன்'

'அற்புதமான சாப்லிஸ் ஒயின் கொண்டு வா!'

தார்த்தாரியன் தன்னுடைய மேல் கோட்டின் வால்கள் பறக்கும்படியாக ஓடினான். ஐந்து நிமிடங்களில் தட்டு நிறைய ஈரிதழ் சிப்பிகளையும் நடுவில் ஒரு மதுப் பாட்டிலையும் வைத்து எடுத்து வந்தான்.

ஆப்லான்ஸ்கி, சலவை செய்யப்பட்ட டவலை விரித்து ஒரு முனையை உள் கோட்டில் திணித்தான். பிறகு கைகளை வசதியாக மேசையின் மேல் வைத்துக்கொண்டு வெள்ளி முள் கரண்டியினால் ஈரிதழ் சிப்பிகளை ஒவ்வொன்றாக எடுத்துச் சாப்பிட்டான்.

'மோசமல்ல! மோசமல்ல!" என்று ஒவ்வொரு சிப்பியிதழையும் முள் கரண்டியில் எடுத்துக் கடிக்கும் போதும் சொன்னான் ஆப்லான்ஸ்கி. மிக விரும்பிச் சாப்பிட்டான். காரச்சுவையால் குளமான கண்களால் லெவினையும், தாத்தாரியப் பணியாளையும் மாறி மாறிப் பார்த்தபடி சுவைத்துச் சாப்பிட்டுக் கொண்டிருந்தான்.

லெவினுக்கு ஈரிதழ் சிப்பி உணவு பிடிக்காமலில்லை. ஆனால் அவனுக்கு ரொட்டியும் பாலாடைக் கட்டியும் இருந்தால் போதும். ஆப்லான்ஸ்கி உணவை ரசித்துச் சுவைத்து சாப்பிடுவதைப் பார்த்து

வியந்தான் லெவின். தார்த்தாரியன் பாட்டிலைத் திறந்து ஒயினை மதுக்கிண்ணங்களில் ஊற்றினான்.

'உனக்கு இந்த உணவு பிடிக்கவில்லையா என்ன? இல்லை வேறு ஏதாவது சிந்தனையா?' என்று லெவினைக் கேட்டான் ஆப்லான்ஸ்கி. லெவின் அடிக்கடி சிந்தனை வயப்பட்டுப் போவதைப் பார்த்து இவ்வாறு கேட்டான் அவன்.

லெவின் நல்ல உற்சாகத்துடனும், சந்தோஷமாகவும் இருக்க வேண்டும் என்று ஆப்லான்ஸ்கி மிக விரும்பினான். லெவின் வழக்கம் போல இல்லாமல் ஒரு விதமான இறுக்கமான உணர்வுகளுடன் இருப்பதை ஆப்லான்ஸ்கி புரிந்து கொண்டான்.

லெவினுக்கு இந்த ஓட்டலின் சூழல் முற்றிலும் பிடிக்கவில்லை என்று தான் சொல்ல வேண்டும். அங்கு உட்கார்ந்திருப்பதற்கே ரொம்பவும் கூச்சப்பட்டான். இந்த ஓட்டலில் ஆண்கள், பெண்களுடன் தனியறையில் உட்கார்ந்து உணவருந்துவதைப் பற்றி அவன் வெறுப்படைந்தான். அங்கே யிருந்த சர விளக்குகள், கண்ணாடிகள், வெண்கலச் சிற்பங்கள், வாயு விளக்குகள், தார்த்தாரியப் பணியாட்கள் போன்ற எதுவுமே அவனுக்குப் பிடிக்கவில்லை. வெறுப்புடன் பார்த்தான்.

'ஆமாம், நான் வேறு ஒன்றைச் சிந்தித்துக் கொண்டிருக்கிறேன் என்பது உண்மைதான். மேலும் இந்தச் சூழல் என் மனத்திலே இறுக்கத்தை உண்டாக்குகிறது. கிராமத்தில் வசிக்கின்ற எனக்கு இங்கு எல்லாமே புதுமையாக இருக்கின்றதென்பது உனக்குத் தெரியாது. உன் அலுவலகத்தில் கூட நகங்களை மிக நீளமாக வளர்த்துக் கொண்டிருக்கும் அந்த நண்பர் கூட எனக்கு ஒரு புதிராகவே காணப்பட்டார்' என்றான் லெவின்.

'ஆமாம், கிரினெவிச்சின் நகங்களை நீ அருவருப்பாகப் பார்ப்பதை நானும் கூட கவனித்தேன்'.

'என்னுடைய இடத்தில் இருந்து கொண்டு ஒரு கிராமவாசியின் நிலையில் நீ சிந்தித்துப் பார்க்க வேண்டும். நாங்கள் உழைப்பதற்கு ஏற்ற முறையில் கரங்களை வைத்துக் கொள்வதற்கு விரும்புகின்றோம். ஆகவே விரல் நகங்களை கத்தரித்து விடுகின்றோம். விவசாய வேலைகளுக்கு வசதியாக சில சமயங்களில் சட்டைக் கைகளையும் கூட மடித்து விட்டுக் கொள்கிறோம். ஆனால் இங்கு சிலர் விரல் நகங்களை அவை சுருள்கின்ற வரையில் நீளமாக வளர்க்கின்றனர். இந்த நகங்களுடன் தங்கள் கைகளைப் பயன்படுத்தி அவர்களால் எப்படி உழைக்க முடியும்?'

ஆப்லான்ஸ்கி பலமாகச் சிரித்தான். 'ஆமாம், நீ சொல்வது சரிதான். ஆனால் கரடு முரடான கடின உழைப்பு அவருக்குத் தேவையில்லை. அறிவைக் கொண்டு அவர் உழைக்கிறார்.'

'இருக்கலாம்... என்னைப் போன்ற கிராமவாசிகள் வேலையைத் தொடர வேண்டும் என்பதற்காக வேகமாகச் சாப்பிடுகின்றோம். நகரத்தில் நீயும் நானும் அவசரப்படாமல் மெதுவாகச் சாப்பிடுகின்றோம். ஈரிதழ் சிப்பிகளை ஒவ்வொன்றாக ருசி பார்க்கின்றோம்...'

'எல்லாவற்றையும் ரசனையுடன் அனுபவிப்பது தானே நாகரிகம். நாகரிகத்தின் நோக்கம்' என்றான் ஆப்லான்ஸ்கி.

'அது தான் நாகரீகத்தின் நோக்கம் என்றால் நான் காட்டு மிராண்டியாகவே இருக்க விரும்புகிறேன்.'

'நீ ஏற்கனவே காட்டு மிராண்டியாகத்தான் இருக்கிறாய். லெவின் மரபினர் எல்லோருமே காட்டு மிராண்டிகள் தான்'

லெவின் பெருமூச்செறிந்தான். தன்னுடைய சகோதரர் நிக்கோலஸைப் பற்றி நினைத்து அவன் முகம் வெளிறிப் போனது. வேதனையாலும் வெட்கத்தினாலும் மிகவும் துன்பமடைந்தான் லெவின். அடுத்து ஆப்லான்ஸ்கி பேசிய விஷயம் லெவினுடைய சிந்தனைகளை இதிலிருந்து திருப்பியது.

'இன்று நீ நம்மவர்களை சந்திக்கப் போகிறாயா?, அதாவது ஷெர்ப்ட்ஸ்கி வீட்டுக்குப் போக நினைத்திருக்கிறாயா?' என்று கேட்டபடி, சாப்பிட்டு முடித்த ஈரிதழ் சிப்பியின் கூடுகள் இருந்த தட்டை ஓரமாக தள்ளி விட்டு, பாலாடைக் கட்டி இருந்த தட்டை இழுத்தான் ஆப்லான்ஸ்கி.

'இளவரசி ஷெர்பட்ஸ்கி - (கிட்டியின் தாய்) விருப்பமில்லாமல் ஒப்புக்குத் தான் அழைத்தார். ஆனால் நிச்சயமாக நான் போக வேண்டும் என்று எண்ணியிருக்கிறேன்.'

'ஏன் அப்படி நினைக்கிறாய்? அவள் எப்பொழுதுமே அப்படித் தான் பேசுவாள்... பிரபலமான குடும்பத்தின் தலைவி அல்லவா? நானும் அங்கு வரவேண்டும். ஆனால் அதற்கு முன்பு சீமாட்டி 'போனின்' அவர்களுடைய மாளிகையில் ஒரு நிகழ்ச்சிக்குப் போக வேண்டும். நீ மிகவும் விசித்திரமான ஆளாக இருக்கிறாயே... ஏற்கனவே வந்த பொழுது சொல்லாமல் கொள்ளாமல் திடீரென்று நீ மாஸ்கோவை விட்டுப் புறப்பட்டு விட்டாயே... ஷெர்பர்ட்ஸ்கி குடும்பத்தினர் எல்லோருமே உன்னைப் பற்றி விசாரித்தனர். உன்னைப் பற்றி எல்லா விபரங்களும் எனக்குத் தெரியும் என்று நினைத்துக் கொண்டிருக்கின்றனர். ஆனால் நீ ஒரு வித்தியாசமான ஆள் என்பது மட்டும்தான் எனக்குத் தெரியும்.'

'ஆமாம். நான் காட்டுமிராண்டி தான். இங்கிருந்து போன பொழுது நான் காட்டுமிராண்டி அல்ல. கிராமத்திலிருந்து திரும்பி வந்திருக்கின்ற நான் இப்போது ஒரு காட்டுமிராண்டி தான்.'

'நீ மிகவும் அதிர்ஷ்டசாலி'

'ஏன்?'

'பந்தயக் குதிரைகளை
ஓட்டத்தின் மூலம் நானறிவேன்.
காதல் வயப்பட்ட இளைஞர்களை
அவர்களின் கண்களின்
ஒளியின் மூலம் நானறிவேன்!'

என்ற கவிதையைக் கூறிய ஆப்லான்ஸ்கி: 'உனக்கு முன்னால் எல்லாம் இருக்கிறது' என்றான்.

'உனக்கு - எல்லாமே பின்னால் இருக்கிறதா?' என்றான் லெவின்.

'இல்லை, எனக்குப் பின்னால் எதுவுமில்லை. ஆனால் உனக்கு நல்ல எதிர்காலம் இருக்கிறது. எனக்கு நிகழ்காலம் இருக்கிறது. அது கூட பாதியிலும் பாதியளவு தான் இருக்கிறது'.

'ஏன்?'

'என்னுடைய நிலைமை மிக மோசமாக இருக்கிறது... என்னைப் பற்றி நான் பேச விரும்பவில்லை. அத்துடன் எல்லாவற்றையுமே விளக்கிச் சொல்லிக் கொண்டிருக்க முடியாது. நீ இப்பொழுது மாஸ்கோவிற்கு வந்த நோக்கத்தைச் சொல்' என்ற ஆப்லான்ஸ்கி தார்த்தாரியனைப் பார்த்து, 'இங்கே பார், இதையெல்லாம் எடுத்துச் சென்று விடு' என்று உரக்கச் சொன்னான்.

'நான் இப்போது மாஸ்கோ வந்திருப்பது ஏன் என்று உன்னால் ஊகித்துக்கொள்ள முடியவில்லையா?' என்று குறும்புகள் மிளிரும் கண்களால் ஆப்லான்ஸ்கியை உற்றுப் பார்த்தான்.

'என்னால் ஊகித்துக் கொள்ள முடிகிறது. ஆனால் அது பற்றி நான் அங்கு பேச்சை ஆரம்பிக்க முடியாது. இதன் மூலம் நான் ஊகித்த விஷயம் சரியானதா? அல்லது தவறானதா? என்று நீயே முடிவு செய்து கொள்ளலாம்' என்று மிகச் சாதுரியமாகச் சொன்ன ஆப்லான்ஸ்கி லெவினைப் பார்த்துச் சிரித்தான்.

'நல்லது. ஆனால் நீ அதைப் பற்றி என்ன நினைக்கிறாய்?' என்று நடுக்கத்துடன் கேட்டான் லெவின். அவனது முகத்திலிருந்த அத்தனை நரம்புகளும் நடுங்கிக் கொண்டிருந்தன.

ஆப்லான்ஸ்கி சாப்ளிஸ் மதுவை மெல்ல உறிஞ்சியபடி லெவினின் முகத்தில் தனது கண்களைப் பதித்து நிறுத்தினான். 'அவ்வாறு நடந்தால் நல்லது என்று தான் நான் நினைக்கிறேன். ஏன் நடக்கக் கூடாது?'

'இது சாத்தியம் என்று நீ உண்மையிலேயே நினைக்கிறாயா? அவசியம் நீ சொல்ல வேண்டும்... சாத்தியம் என்று உண்மையிலேயே நீ நினைக்கிறாயா?... ஒரு வேளை அவர்கள் மறுத்து விட்டால்...'

'நீ ஏன் அவ்வாறு நினைக்கிறாய்?' என்று லெவினுடைய குழப்பத்தைக் கண்டு சிரித்தான் ஆப்லான்ஸ்கி.

'சில சமயங்களில் எனக்கு அப்படித் தோன்றுகிறது. அவ்வாறு அவர்கள் மறுத்தால் அது எனக்கு மட்டுமல்ல அவர்களுக்கும் கூட பயங்கரமான ஒரு நிலையைக் கொண்டு வந்து விடும்'.

'அந்தப் பெண்ணுக்கு அது பயங்கரமானது என்று நீ ஏன் நினைக்கிறாய்? 'திருமணப் பேச்சு' பற்றி எந்தப் பெண்ணுமே பெருமைப்படத்தானே செய்வாள்'.

'ஆமாம். எந்தப் பெண்ணும் என்பது சரி, ஆனால் அவள் வேறு விதம்.' என்றான் லெவின்.

ஆப்லான்ஸ்கி சிரித்தான். லெவினுடைய உணர்வுகளை மிக நன்றாகப் புரிந்து கொண்டான் அவன். உலகத்திலுள்ள பெண்கள் எல்லோரையும் லெவின் இரண்டு பிரிவுகளாகப் பிரித்தான். முதல் பிரிவில் கிட்டியைத் தவிர மற்ற பெண்கள் அனைவரும் இருந்தார்கள். அவர்கள் மிகவும் சாதாரணமானவர்கள். மனிதர்களுக்குரிய எல்லா பலவீனங்களும் அவர்களிடம் இருந்தன. அடுத்த பிரிவில் கிட்டி மட்டும் இருந்தாள். அவளிடம் எந்தக் குறையும் இல்லை. மனிதக் குலத்திலேயே மேன்மை மிக்கவளாக அவள் இருந்தாள்.

'லெவின் இன்றும் சிறிது குழம்பு ஊற்றிக் கொள்!' என்று கூறிய ஆப்லான்ஸ்கி, குழம்புத் தட்டை தூர நகர்த்திக் கொண்டிருந்த லெவினின் கரத்தைத் தடுத்தான்.

லெவின் குழம்பை ஊற்றிக் கொண்டான். ஆனால் அவன் ஆப்லான்ஸ்கியை சாப்பிடவிடவில்லை.

'என்னைப் பொறுத்த மட்டில் இது வாழ்வா, சாவா என்ற பிரச்சினையாகும். நான் இதைப் பற்றி வேறு எவரிடமும் பேசவில்லை. உன்னிடம் தான் பேச முடியும் - விருப்பங்களிலும் சரி, சிந்தனைகளிலும் சரி, நீயும் நானும் எல்லா விஷயங்களிலும் வேறுபட்டிருக்கிறோம். ஆனால் நீ என்னை மிகவும் விரும்புகிறாய் - என்னைப் புரிந்து கொண்டிருக்கிறாய். நானும் உன்னிடம், பிரியமாகவும் நட்பாகவும் இருக்கிறேன். கடவுள் சாட்சியாகக் கேட்கிறேன். உண்மையைச் சொல்'.

'நான் நினைப்பதை உன்னிடம் சொல்வதுடன், கூடுதலாக ஒரு தகவலையும் உனக்குத் தெரிவிக்கிறேன். என் மனைவி மிகவும் சிறந்த

பெண்மணி...' என்ற ஆப்லான்ஸ்கி நீண்ட பெருமூச்சு விட்டான். தன் மனைவியுடன் தனது சமீபத்திய பிணக்குகளை நினைத்துச் சற்று கலங்கிய அவன், நிமிடத்தில் தன்னைச் சரி செய்து கொண்டு தொடர்ந்தான்: 'அவள் அறிவுக் கூர்மை அதிகம் உள்ளவள். அவள் எல்லோரையும் ஊடுருவிப் பார்த்து உடனே புரிந்து கொள்வாள். திருமணங்களைப் பொறுத்த வரையில் அவளுடைய வாக்கு அப்படியே நிறைவேறி விடும். 'ஷகோவ்ஸ்கயா' என்ற பெண் 'பிரெண்டெல்ன்' என்பவனைத் திருமணம் செய்யப் போகிறாள் என்று அவள் கூறினாள். அவள் கூறிய போது யாரும் அதை நம்பவில்லை. ஆனால், பிறகு அப்படியே நடந்தது. என் மனைவி இப்போது உன் பக்கம்.'

'இது உனக்கு எப்படித் தெரியும்?' என்றான் லெவின்.

'இப்படித்தான் - அவளுக்கு உன்னை மிகவும் பிடிக்கும். கிட்டி உன்னைத் திருமணம் செய்து கொள்வது உறுதி என்று அவள் சொல்கிறாள்.'

இந்த வார்த்தைகளைக் கேட்டதும் லெவின் சிரித்தான். அவனுடைய கண்கள் பிரகாசமாயின. மனம் இளகிக் கண்ணீரை வரவழைத்தது அந்த சிரிப்பு.

'உன் மனைவி - அவள் அப்படியா சொன்னாள்! நான் எப்பொழுதுமே அவளை ஒரு விலைமதிக்க முடியாத மாணிக்கம் என்று தான் சொல்லி வந்திருக்கிறேன். சரி, நாம் இனிமேல் இந்த விஷயத்தைப் பற்றி விவாதிக்க வேண்டாம்' என்று கூறிவிட்டு லெவின் எழுந்தான்.

'சரி! நீ உட்கார்' என்றான் ஆப்லான்ஸ்கி.

ஆனால் லெவினால் உட்கார முடியவில்லை. துள்ளி எழுந்தான். அந்தச் சிறிய அறையில் மேலும் கீழும் நடப்பது போலத் தன் கண்களிலிருந்து வெளிப்பட்டு விட்ட கண்ணீரை எவரும் அறியாவண்ணம் கண் சிட்டும் நேரத்தில் துடைத்துக் கொண்டு மீண்டும் வந்து உட்கார்ந்தான்.

'இது காதல் அல்ல என்பதைப் புரிந்து கொள். நான் அவளைக் காதலித்தேன். என் இதயம் முழுவதும் காதலின் மேன்மைமிகுந்த உணர்வுகளே மேலோங்கியிருந்தன. நான் அவள் காதலுக்கு தகுதியானவன் அல்ல என்று நான் நினைக்கும்படியாக என்னையே தூண்டும் ஏதோ ஒரு வெளிப்புறச் சக்தி என்னை முழுவதும் பற்றிக் கொள்ள முயற்சி செய்தது. அந்தச் சக்திக்கு நான் அடிபணிந்து விட்டேன்.

எனவே நான் இங்கிருந்து புறப்பட்டு விட்டேன். ஏனென்றால் எனது காதல் சாத்தியமானதல்ல என்ற இறுதி முடிவுக்கு அப்போது நான் வந்து விட்டேன். நீ புரிந்து கொண்டாயா? என் காதல் நிறைவேறினால் அது

போன்ற சந்தோஷம் உலகில் இருக்கவே முடியாது. ஆனால் அது போன்ற ஒரு அதிர்ஷ்டம் என் வாழ்வில் நிலைக்கவே முடியாது என்று என்னைப் பற்றிக் கொண்ட அந்த வெளிப்புறச் சக்தி என்னிடம் கூறியது. அதை நம்பியே, மனம் கலங்கிப் போய் மாஸ்கோவிலிருந்து நான் புறப்பட்டேன். ஆனால் என்னால் காதலை மறக்க முடியவில்லை. காதலன்றி எதுவுமில்லை என்று சிந்தனை நொந்து போனேன். காதல் இல்லாமல் வாழ்க்கை இல்லை என்பதைப் புரிந்து கொண்டேன். என்னைப் பற்றியிருந்த வெளிப்புறச் சக்திகளின் தளைகளை உடைத்தெறிந்து விட்டு காதலைத் தேடி இதோ இப்போது இங்கு வந்து விட்டேன். காதலில் தான் இனி என் வாழ்வு உள்ளது. காதலின்றி எனக்கு வாழ்வு இல்லை என்பதை நான் புரிந்து கொண்டு விட்டேன். எனவே இப்பொழுது என் வாழ்க்கையைப் பற்றி தீர்மானித்து முடிவு செய்ய வேண்டிய கட்டம் வந்து விட்டது.'

'நீ என்ன சொல்கிறாய்?'

'ஒரு கணம் பொறு! ஓ, எத்தனை கருத்துக்கள், சிந்தனைகள்... ஒரே கூட்டமாக வருகின்றன! ஓ... கேட்பதற்கு எவ்வளவு விஷயங்கள்... இதைச் சொன்னதன் மூலம் நீ எனக்காக எவ்வளவு பெரிய விஷயத்தைச் செய்திருக்கிறாய் என்பதை உன்னால் நினைத்துப் பார்க்கவும் முடியாது! நான் மிகவும், மிகவும் மகிழ்ச்சியோடு இருக்கிறேன். எனவே இப்படி உற்சாகப்படுகிறேன். என் கவலைகள், துன்பங்கள் எல்லாவற்றையும் நான் மறந்து விட்டேன், என் சகோதரர் நிக்கோலஸைப் பற்றி இன்று நான் கேள்விப்பட்டேன். அவர் இப்போது இங்கு தான் இருக்கிறார்... உனக்குத் தெரியும்... அவரைப் பற்றிய எல்லாவற்றையும் நான் மறந்து விட்டேன். அவரும் மகிழ்ச்சியாக இருப்பதாகவே எனக்குத் தோன்றுகிறது. மற்றொரு விஷயம் உன்னிடம் பேச வேண்டும். இது பைத்தியக்காரத்தனத்தைப் போன்று தான் தெரிகிறது. நீ திருமணமானவன். உனக்கு இந்த உணர்வுகளைப் பற்றித் தெரிந்திருக்கும். அவற்றை நீ அனுபவித்து உணர்ந்திருப்பாய். ஆனால் அதிலும் ஒரு முக்கியமான அம்சம் இருக்கிறது. ஒப்பீட்டளவில், நாம் சம வயதினர், நமக்கு ஒரு கடந்த காலம் உண்டு. அது காதலின் கடந்த காலம் அல்ல... பாவத்தின் கடந்த காலம், திடீரென்று நாம் பரிசுத்தமான, கள்ளமற்ற ஒரு ஜீவனிடம் நெருங்கிய உறவு கொள்கிறோம். அது நமக்கு சங்கடத்தைத் தருகிறது. ஆகவே தான் அதற்கு தகுதியானவன் இல்லை என்ற உணர்ச்சி ஒருவனுக்கு ஏற்படுகின்றது'

'நல்லது. ஆனால் உனது கடந்த காலத்தில் நிறைய பாவங்கள் இருப்பதாக தெரியவில்லை.'

'இருக்கலாம். என்னுடைய கடந்த கால வாழ்க்கையை நினைத்துப் பார்க்கும் பொழுது எனக்கு நடுக்கம் வருகிறது. நான் கோபத்தில் திட்டுகிறேன். வேதனைப்படுகிறேன்...'

'அதற்கு நாம் என்ன செய்ய முடியும். இது தான் உலகம்.'

'எனக்குள்ள ஒரே ஒரு ஆறுதல்... பிரார்த்தனை மட்டும் தான். அதனை நான் மிகவும் விரும்புகின்றேன். நான் பிரார்த்தனை செய்யப் போகிறேன், என்னுடைய கடந்து போன பாலைவனத்து வாழ்க்கைக்காக அல்ல. துவங்கப் போகும் புதிய மகிழ்ச்சியான வாழ்க்கைக்காக நான் பிரார்த்தனை செய்யப் போகிறேன்.'

அத்தியாயம் 11

லெவின் மதுக்கோப்பையில் எஞ்சியிருந்த மதுவைக் குடித்தான். அவர்கள் சிறிது நேரம் மௌனமாக இருந்தார்கள். 'உன்னிடம் சொல்ல வேண்டிய இன்னொரு விஷயம் இருக்கிறது,' என்று ஆரம்பித்தான் ஆப்லான்ஸ்கி. 'உனக்கு விரான்ஸ்கியைத் தெரியுமா?'

'எனக்குத் தெரியாது. ஏன் கேட்கிறாய்?'

'இன்னொரு பாட்டில் கொண்டு வா!' என்று சற்று முன்புதான் ஒரு பாட்டில் மதுவை இரண்டு கோப்பைகளில் ஊற்றி விட்டு அங்கே நின்றபடி இவர்களை அநாவசியமாகக் கவனித்துக் கொண்டிருந்த அந்த தார்த்தாரியப் பணியாளிடம் அவன் அங்கு நிற்பதை விரும்பாமல் - சொன்னான் ஆப்லான்ஸ்கி.

'விரான்ஸ்கியைப் பற்றி நீ அவசியம் தெரிந்து கொள்ள வேண்டும் என்பதற்கான காரணம் இது தான்: உன்னுடன் போட்டியிடும் போட்டியாளர்களில் ஒருவன் அவன்'.

'அவன் யார்?' என்று கேட்டான் லெவின். ஒரு கணத்தில் அவனது பால் வடியும் குழந்தை முகம் - ஆப்லான்ஸ்கி அவனிடம் மிகவும் விரும்பும் அந்த முகம் சட்டென்று மாறியது. கோபமும், வருத்தமும், லெவினின் முகத்தை வாட்டமடையச் செய்து விட்டது.

' விரான்ஸ்கி இவானோவிச்! கோமகன் சிரில் இவானோவிச் விரான்ஸ்கியின் மகன்களில் ஒருவன். பீட்டர்ஸ்பர்க் நகரத்தின் ஆடம்பரமான இளைஞர்களுக்கு அவன் நல்ல உதாரணம். நான் 'ட்வெர்' நகரத்தில் வேலை செய்த பொழுது கட்டாய இராணுவப் பணிக்காக அவன் அங்கு வந்த போது சந்தித்தேன். மிகப் பெரும் செல்வந்தன். மிகவும் அழகானவன். மிகுந்த செல்வாக்கு உள்ளவன். சக்கரவர்த்தியின் மெய்க்காப்பாளன். அதே

சமயம் மிக நல்ல அருங்குணங்கள் நிரம்பியவன். முதல் தரத்துக்கும் மேலாக அவனை மதிப்பிடலாம். நிறையப் படித்தவன். மிகுந்த புத்தி கூர்மையுள்ளவன். முன்னேற்றப் பாதையில் மேலே மேலே சென்று கொண்டிருப்பவன்.'

லெவின் முகத்தைச் சுளித்துக் கொண்டு அமைதியாக இருந்தான்.

'நீ மாஸ்கோவிலிருந்து போன பிறகு, சில நாட்களில் அவன் வந்தான். அவன் கிட்டியை காதலிக்கிறான். கிட்டியின் தாயாரைப் பற்றித் தான் உனக்குத் தெரியுமே...'

'என்னை மன்னியுங்கள்... எனக்கு ஒன்றுமே புரிய வில்லை' என்று புருவங்களை சுளித்தபடி சொன்னான் லெவின். உடனேயே அவனுக்குத் தன் சகோதரர் நிக்கொலஸின் நினைவு வந்தது. தான் அவரை மறந்தது எவ்வளவு அற்பத்தனமானது என்று எண்ணி மிக வருந்தினான்.

'நீ சிறிது காலம் பொறுத்திரு' என்று ஆதரவாக அவனது தோளில் தட்டியபடி சொன்னான் ஆப்லான்ஸ்கி. 'எனக்குத் தெரிந்த விஷயங்களை உன்னிடம் சொன்னேன். நான் மறுபடியும் சொல்கின்றேன். உணர்ச்சிகரமான, மென்மையான இந்த விஷயத்தில், யாராவது, எதுவும் கூற முடியும் என்றால், நீ வெற்றியடைவதற்கு அதிக வாய்ப்புகள் இருக்கின்றன என்று தான் கூறுவார்கள், நான் அவ்வாறே நம்புகின்றேன்.'

லெவின் நாற்காலியில் சாய்ந்து உட்கார்ந்து கொண்டான். லெவினின் முகம் வெளிறிப் போய்விட்டது.

'ஆனால் நீ சீக்கிரமாக இந்தப் பிரச்சினையை முடிக்க வேண்டும் என்று உனக்கு நான் ஆலோசனை சொல்ல விரும்புகின்றேன்.' என்ற ஆப்லான்ஸ்கி லெவினுடைய மதுக் கோப்பையில் மதுவினை ஊற்றினான்.

'நன்றி, இனி எனக்கு வேண்டாம். என்னால் இதற்கு மேல் குடிக்க முடியாது. எனக்கு மயக்கம் வருகிறது... சரி, உனக்கு எப்படி இருக்கிறது?' என்றான் லெவின். அவன் இதற்கு மேல் அந்த விஷயத்தைப் பற்றி பேச விரும்பாமல் அதனை மாற்ற விரும்பி இவ்வாறு கேட்டான்.

'இன்னும் ஒரு வார்த்தை மட்டும் சொல்கிறேன். இந்த விஷயத்தில் இனியும் தாமதம் செய்யாதே. நாளைக் காலையில் அவர்களுடைய வீட்டுக்குப் போ. மிக நல்ல முறையில் அவர்களிடம் பேசு. கடவுள் உன்னை ஆசீர்வதிப்பார்.' என்றான் ஆப்லான்ஸ்கி.

'நீ கிராமத்திற்கு என்னுடன் வேட்டையாடுவதற்கு வருவதாகப் பல முறை சொல்லியிருக்கிறாய். இந்த வசந்த காலத்தில் வரலாமே...' என்றான் லெவின்.

ஆப்லான்ஸ்கியிடம் தனது காதல் பற்றிப் பேசியதற்காக தன் இதயம் முழுவதும் வருந்தினான் லெவின். அவனுடைய சொந்த உணர்வுகள் அவமதிக்கப்பட்டுவிட்டன. பீட்டர்ஸ்பர்க் அதிகாரி ஒருவர் தனக்கு போட்டியாக இருக்கிறார் என்று அவன் கூறியதும் அவனது ஊகங்களும் அறிவுரையும் லெவினை மிகவும் வேதனைப்படுத்தி விட்டன.

லெவினுடைய மன ஓட்டத்தைப் புரிந்து கொண்ட ஆப்லான்ஸ்கி சிரித்தான்.

'நான் ஒரு நாள் நிச்சயம் வருவேன்.' என்ற ஆப்லான்ஸ்கி தொடர்ந்தான். 'அன்பான நண்பனே! பெண்கள் சக்கரத்தின் அச்சாணி போன்றவர்கள். அவர்களை சுற்றியே வாழ்க்கை சக்கரமும் மற்ற அனைத்துமே சுழல்கின்றன. என்னுடைய வாழ்க்கையும் மோசமாகிப் போய் கொண்டிருக்கிறது. எல்லாமே பெண்களால் தான். நீ மனம் திறந்து சொல்...'

அவன் ஒரு சுருட்டை எடுத்துப் பற்ற வைத்துக் கொண்டான். மற்றொரு கரத்தில் மதுக் கோப்பையை எடுத்துக் கொண்டு தொடர்ந்தான்: 'சொல், எனக்குக் கொஞ்சம் உனது ஆலோசனைகளைச் சொல்'.

'ஏன் உனக்கு என்ன பிரச்சினை?'

'உனக்கு திருமணமாகி விட்டது என்று வைத்துக் கொள். உன்னுடைய மனைவி மீது உனக்கு பிரியம் உண்டு. ஆனால் அதே சமயம் இன்னொரு பெண்ணும் உன்னைக் கவருகின்றாள், என்று வைத்துக் கொள்...'

'நிறுத்து, நீ சொல்வது எனக்குப் புரியவில்லை, முற்றிலும் புரியவில்லை... ஓட்டலில் நன்றாகச் சாப்பிட்ட பிறகு நீ ஒரு ரொட்டிக் கடைக்குச் சென்று அங்கே ஒரு கேக்கை திருடுவாயா?'

ஆப்லான்ஸ்கியின் கண்கள் வழக்கத்தை விட கூடுதலாக பிரகாசித்தன.

'சில சமயங்களில் கேக்குகள் மிக வாசனையாக இருக்கின்றன...'
'மண்ணாசைகளை வென்றவர் அமரர்கள்...
நான் அதிக தோல்வியுற்றேன் - ஆனால்
மிகவும் மகிழ்ச்சி அடைந்தேன்!'

என்று ஆப்லான்ஸ்கி ஒரு கவிதையைக் கூறினான். தன்னுடைய சிரிப்பை லெவினால் அடக்க முடியவில்லை.

'நான் வேடிக்கையாகப் பேசவில்லை. பெண் மென்மையானவள். பிரியமானவள். அழகானவள். ஆனால் நாதியற்றவள். சந்தர்ப்ப வசமாக தன்னை ஒருவனுக்கு முழுமையாகக் கொடுத்து விட்டாள். காரியம் முடிந்த பிறகு, அவளை நன்றாக அனுபவித்து விட்டு அவளைக் கைவிட்டு விடலாமா? அவளுக்கு வேண்டிய உதவிகளைச் செய்ய வேண்டாமா?

தன்னுடைய குடும்ப வாழ்க்கையைக் காப்பாற்றுவதற்கு அவளை விட்டுப் பிரியவேண்டும் என்பது உண்மையே. ஆனால் அவளுக்கு உதவி செய்யத்தானே வேண்டும்? அவளுடைய துன்பங்களைப் போக்குவது தவறா?' என்று ஆப்லான்ஸ்கி கேட்டான்.

'எனக்குத் தெரியாது. உலகத்தில் இரண்டு விதமான பெண்கள் இருக்கிறார்கள். சிலர் நல்ல குடும்பப் பெண்கள். சிலர்... நான் ஒழுக்கமில்லாத பெண்களைப் பார்த்ததில்லை. ஒரு போதும் பார்க்க மாட்டேன். முகத்தில் அதிகமாக பவுடர் பூசிக் கொண்டு அதோ அந்தக் கவுண்டரில் தளுக்கி மினுக்கிக் கொண்டு உட்கார்ந்திருக்கிறாளே அந்த சுருள் முடி பிரஞ்சுக்காரி அவளையும், அவளைப் போன்ற பெண்களையும் நான் வெறுக்கிறேன்.'

'சுவிஷேசத்தில் சொல்லப்படுகின்ற பெண்களை...?'

'அதைப் பேச வேண்டாம். சுவிஷேசத்தில் அந்த வார்த்தைகளைத்தான் எல்லோரும் நினைவில் வைத்திருக்கிறார்கள். இப்படி நடக்கும் என்று தெரிந்திருந்தால் ஏசுநாதர் அந்த சொற்களைப் பேசியிருக்க மாட்டார். சிலந்திப் பூச்சிகளைப் பார்க்கும் போது உனக்கு அருவருப்பு ஏற்படுகிறது. ஒழுக்கமில்லாத பெண்களைப் பார்த்தால் எனக்கு அருவருப்பு ஏற்படுகிறது. சிலந்திப் பூச்சிகளின் ஒழுக்க முறைகள் பற்றி உனக்குத் தெரியாது. ஒழுக்கமில்லாத பெண்களின் வாழ்க்கையைப் பற்றி எனக்குத் தெரியாது.'

'சார்லஸ் டிக்கன்ஸ் நாவலில் வரும் ஒரு கதாபாத்திரத்தைப் பற்றி உனக்குத் தெரியுமா? அந்த நபர் சிக்கலான கேள்விகளை இடது கையால் எடுத்து வலது தோள் வழியாக வீசி விடுவார். உண்மையை மறுத்து விடலாம், ஆனால் அது பதிலளிப்பதாக ஆகாது. நான் என்ன செய்வேன். நீயே சொல்லு. என் மனைவிக்கு வயதாகிக் கொண்டிருக்கிறது. ஆனால் நான் இன்னுமும் துடிக்கும் ஆண்மைச் சக்தியுடன் மிக உற்சாகமாக இருக்கின்றேன். துள்ளும் இளமையுடன் மயக்கும் பெண்களைக் கண்டால் என் வசமிழந்து விடுகின்றேன். என் மனைவியை நான் மதிக்கின்றேன். ஆனால் அவள் இளமையை இழந்து விட்டாள். அழகற்றவளாக கட்டு குலைந்திருக்கும் அவளை என்னால் விரும்ப முடியவில்லை. அழகற்ற தன் மனைவியை ஒருவன் விரும்ப முடியுமா? மயக்கும் அழகும், பொங்கும் இளமையும் கொண்ட ஒரு பேரழகியின் விழி வீச்சில், இளமையின் மதமதப்பில் புத்தி பேதலித்து அவன் அவளிடம் வீழ்ந்து போகின்றான். அவ்வாறே நானும் வீழ்ந்து போனேன்... வீழ்ந்து போனேன்' என்றான் ஆப்லான்ஸ்கி விரக்தியுடன்.

லெவின் சிரித்தான்.

'ஆமாம், நான் என்னை இழந்து விட்டேன். இதற்கு மேல் என்ன செய்வது?'

'கேக்குகளைத் திருடிச் சாப்பிடாதே'

ஆப்லான்ஸ்கி பலமாகச் சிரித்தான்.

'நீ மிகச் சிறந்த ஒழுக்க சீலன் தான். இதைக் கேள். இரண்டு பெண்கள் இருக்கிறார்கள். ஒரு பெண் எனது மோகத்தினால் தன்னை இழந்தவள். தனது உரிமையை, அதாவது காதலை வற்புறுத்துகிறாள். ஆனால் அவளைக் காதலிக்க முடியாது. அடுத்த பெண் என் மனைவி. தன்னையே தியாகம் செய்தவள்; ஆனால் அவள் எதையும் கேட்கவில்லை. இப்படிப்பட்ட நிலையில் நீ என்ன செய்வாய்? எப்படி நடந்து கொள்வாய்? இது ஒரு பயங்கரமான சோக நாடகம் தானே?'

'இதனைப் பற்றி நான் என்ன நினைக்கிறேன் என்று சொல்ல வேண்டும் என்கிறாய். எனக்கு இது போன்ற சோக நாடகங்களில் எல்லாம் நம்பிக்கையில்லை. அதற்கு காரணம் இது தான்: காதலைப் பற்றிய சிந்தனைகள் எனக்கும் உள்ளது. காதலில் இரண்டு வகை உண்டு, இதைப்பற்றி பிளேட்டோ சொன்னது உனக்கு நினைவிருக்கிறதா? இந்த இரண்டு வகைக் காதலும் தான் மனிதனை உரசிப் பார்க்கும் உரைகல்லாகும். மனிதர்களில் சிலர் இதில் ஒரே ஒரு வகையினரை மட்டும் புரிந்து கொள்கின்றனர். மற்ற சிலர் மற்றொரு வகையினரை மட்டும் புரிந்து கொள்கின்றனர். பிளேட்டானிக் அல்லாத காதலைப் புரிந்து கொண்டவர்கள் சோக உணர்ச்சிகள் பற்றிப் பேசக் கூடாது. அது போன்ற காதலில் சோக நாடகம் கிடையாது. 'சந்தோஷத்திற்கு மிக்க நன்றி. விடைபெறுகிறேன்' என்பது தான் முழுமையான சோகம் தருவதாகும். நீ விரும்பும் சொல்லும் காதல் இது தான். ஆனால் பிளேட்டோனிக் காதலில் சோகம் கிடையாது. ஏனென்றால் அதில் எல்லாமே தெளிவானது; பரிசுத்தமானது. ஏனெனில்...' லெவின் தன்னுடைய பாவச் செயல்களையும், மனப் போராட்டங்களையும் திடீரென்று நினைத்துக் கொண்டான். இந்நிலையில் லெவின் சொன்னான்; 'ஒரு வேளை நீ சொல்வது கூட உண்மையாக இருக்கலாம். எனக்குத் தெரியாது. உண்மையில் எனக்குத் தெரியாது.

'நீ முரணில்லாமல் பேசுகிறாய். வாழ்க்கையைப் பற்றிய எல்லா உண்மைகளும் முரணில்லாமல் இருக்க வேண்டும் என்று நீ விரும்புகிறாய். ஆனால் எதார்த்தத்தில் அப்படி இருக்காது. உதாரணமாக நீ அரசுப்பணியை வெறுக்கிறாய். ஏன்? செயல் எப்பொழுதும் நோக்கத்துடன் பொருந்தியிருக்க வேண்டும் என்று நீ நினைக்கிறாய். எதார்த்த நிலை வேறு விதமாக இருக்கிறது. காதலும் குடும்ப வாழ்க்கையும் பொருந்தியிருக்க

வேண்டும் என்று நீ நினைக்கிறாய். அதில் தான் கவர்ச்சியும் அழகும் உள்ளன என்று நீ சொல்லுகின்றாய். நன்றி' என்றான் ஆப்லான்ஸ்கி.

லெவின் பெருமூச்செறிந்தான். பதில் ஒன்றும் சொல்லவில்லை. அவன் தன்னைப் பற்றிச் சிந்தித்துக் கொண்டிருந்தான். எனவே ஆப்லான்ஸ்கி சொன்னதை அவன் கவனிக்கவில்லை.

அவர்கள் இருவரும் நண்பர்கள். சேர்ந்து உணவருந்தினார்கள். சேர்ந்து குடித்தார்கள். எனவே அவர்களுக்கிடையே இதனால் ஒரு நெருக்கம் அதிகரித்து இருக்க வேண்டும். ஆனால் அவர்கள் சொந்தப் பிரச்சினைகள் பற்றிச் சிந்தித்ததால் அடுத்தவருடைய பிரச்சினையில் அக்கறை இல்லாதிருந்தார்கள். இப்படிப்பட்ட சமயத்தில் என்ன செய்ய வேண்டும் என்பது ஆப்லான்ஸ்கிக்குத் தெரியும்.

'பில்லைக் கொண்டுவா' என்று தார்த்தாரிய ஊழியனிடம் கூறிவிட்டு, அவன் எழுந்து ஹாலுக்குள் வந்தான். அங்கு தனக்கு அறிமுகமுள்ள ஒரு மெய்க் காப்பாளரைச் சந்தித்தான். அவரிடம் ஒரு நடிகை, மற்றும் அவளது புரவலரைப் பற்றி ஏதோ பேசினான். இதன் பின்பு, லெவினுடன் பேசியதினால் மனோரீதியாகவும்; ஆன்மீக ரீதியாகவும் ஏற்பட்ட களைப்பு நீங்கி நிம்மதி அடைந்தான்.

தார்த்தாரியப் பணியாள் இருபத்து ஆறு ரூபிள்களுக்கு பில் கொண்டு வந்தான். அவனுக்கு அன்பளிப்பும் சேர்த்து லெவின் தன் பங்காக பதினான்கு ரூபிள்களைத் தந்தான். கிராமவாசி என்ற முறையில் இந்தச் செலவு மிகவும் அதிகமானது என்று அவனது மனசாட்சி கூறியது. அவன் தன் சகோதரரின் வீட்டிற்குச் சென்று உடை மாற்றிக் கொண்டு, ஷெர்பட்ஸ்கியின் வீட்டுக்குப் புறப்பட்டான், தன்னுடைய எதிர்காலத்தை முடிவு செய்வதற்காக.

அத்தியாயம் 12

இளவரசி கிட்டி ஷெர்பட்ஸ்காயாவிற்கு பதினெட்டு வயது. அவளது இளமையின் முதல் பருவ காலம் அது. மேல் தட்டு மக்களின் சமூக அமைப்புகளின் சந்திப்புகளில் தன் மூத்த சகோதரிகள் இருவரைக் காட்டிலும் கிட்டி பெரும் வெற்றியடைந்தாள். அவளது தாயின் எதிர்பார்ப்புக்கும் மேலாக அவள் சமூகத்தினரிடையே விரும்பப்பட்டாள். மாஸ்கோவின் உயர் சமூக அமைப்புகளின் விழாக்களில் நடக்கும் நடனங்களின் போது கலந்து கொண்ட இளைஞர்கள் அனைவரும் அவளிடம் காதல் கொண்டனர். கிட்டியின் இளமைக் காலத் துவக்கத்தின் முதல் குளிர் கால நடன விருந்து அன்று ஏற்பாடாகியிருந்தது. அன்று

கிட்டியின் காதலை வெற்றி கொள்ளும் எண்ணங்களோடு இரு இளைஞர்கள் களமிறங்கினர். அவர்களில் முதல்வன் - லெவின். அவனைத் தொடர்ந்து உடனே களமிறங்கியவன்- கோமகன் விரான்ஸ்கி.

குளிர்காலத்தின் துவக்கத்தில் லெவின் அவர்கள் வீட்டுக்கு அடிக்கடி வந்தான். கிட்டியை அவன் காதலிப்பது வெளிப்படையாகத் தெரிந்தது. எனவே அவளுடைய பெற்றோர்கள் அவளுடைய எதிர்காலத்தைப் பற்றி முதல் முறையாகத் தீவிரமாகப் பேசத் தொடங்கினர். இது பற்றி கிட்டியின் தாய், தந்தை இருவருக்கும் இடையே கருத்து வேறுபாடுகள் எழுந்தன. கிட்டியின் தந்தை லெவின் தான் கிட்டிக்கு சிறந்த மணமகனாக இருக்க தகுந்தவன், வேறு எவரும் கிட்டிக்கு இணையாக இருக்க முடியாது என்றார். ஆனால் கிட்டியின் தாய் - இளவரசி ஷெர்பட்ஸ்காயாவுக்கு லெவினைப் பிடிக்கவில்லை. லெவினைப் புரிந்து கொள்ளவும் அவளால் முடியவில்லை. லெவினை விடச் சிறந்த ஒருவனுக்கு கிட்டியைத் திருமணம் செய்து கொடுக்க வேண்டும் என்று விரும்பினாள். எனவே லெவினைத் தவிர்க்க விரும்பினாள். இதை நேரடியாகக் கூறமுடியாமல், பெண்களுக்கே உரிய சுபாவத்தில் சுற்றி வளைத்துச் சொல்ல முயன்றாள். 'கிட்டி இன்னும் சிறிய பெண்ணாகவே இருக்கிறாள். முதிர்ச்சி அடையவில்லை. மேலும் லெவின் அவளைக் காதலிப்பதாக வெளிப்படையாகக் கூறவில்லை. கிட்டியும் கூட லெவினைக் காதலிப்பதாகத் தெரியவில்லை' என்று கூறினாள். லெவின் யாரிடமும் சொல்லாமல் கிராமத்துக்குப் போன பிறகு, 'இப்படித்தான் நடக்கும் என்று நான் சொன்னேன் அல்லவா? அவ்வாறே நடந்துள்ளது' என்றாள் தன் கணவனிடம். மனக்குழப்பங்களுடன் சொல்லாமல் கொள்ளாமல் கிராமத்துக்குப் புறப்பட்டு போய் விட்ட லெவினின் அவசரப் போக்கினால் கிட்டியின் தாய் தன் முடிவில் மேலும் வலுப்பெற்று விட்டாள்.

விரான்ஸ்கி வந்தவுடன் அவள் மிகவும் மகிழ்ச்சி அடைந்தாள். விரான்ஸ்கி கிட்டிக்கு நல்ல வரன் மட்டுமல்ல. மிகவும் சிறந்த, புத்திசாலியான, பொருத்தமான இணை என்று அவள் கூறினாள்.

ஒரு தாயாக நின்று லெவினையும், விரான்ஸ்கியையும் அவளால் ஒப்பிட்டுப் பார்க்கவும் முடியவில்லை. லெவினுடைய வித்தியாசமான, அழுத்தமான விமர்சனங்களை அவளால் ஏற்றுக் கொள்ளமுடியவில்லை. சமூக அமைப்புகளின் சந்திப்புகளில் மிகவும் அநாகரீகமாக அவன் நடந்து கொள்கிறான் என்று நினைத்தாள். கிராமத்தில் விவசாயிகள் மற்றும் கால்நடைகளுடன் வாழும் அவனுடைய நாட்டுப் புற வாழ்க்கையையும் அவள் விரும்பவில்லை.

திருமண வயதுள்ள ஒரு பெண் இருக்கும் இந்த வீட்டிற்கு ஆறு வாரங்கள் தொடர்ந்து வந்து கொண்டிருந்த ஒரு இளைஞன், அவளுடன்

பழகும் வாய்ப்புகள் அதிகம் கிடைக்கப் பெற்ற ஒரு இளைஞன், தன்னுடைய நோக்கம் என்ன? அவளை விரும்புகிறானா? இல்லையா என்பது குறித்து ஒரு குறிப்பு கூட காட்டவில்லையே. மேலும் திடீரென்று ஒரு நாள் எதுவும் சொல்லாமல் தனது கிராமத்துக்குப் புறப்பட்டுப் போய் விட்டான். இதன் பொருள் என்ன?

'இன்னொரு நல்ல விஷயம் - லெவின் பெண்களைக் கவரும் அழகன் இல்லை. எனவே தான் கிட்டி அவனிடத்து காதலில் விழவில்லை' என்று கிட்டியின் தாய் நினைத்தாள்.

விரான்ஸ்கி, கிட்டியின் அம்மாவின் விருப்பங்கள் அனைத்துக்கும் திருப்தி அளிப்பவனாக இருந்தான். - மிகப் பெரும் செல்வந்தன். புத்திக் கூர்மையுள்ளவன். கௌரவமும், மேன்மையும் உள்ள குடும்பத்தில் இருந்து வந்தவன். இராணுவத்தில் மிக உயர்ந்த பதவியும், இன்னும் மேலும் மேலும் உயர் பதவிகளுக்கான வாய்ப்புகளும் உள்ளவன். அரசவையில் முக்கியமான இடத்தைப் பெற்றவன். அனைத்திற்கும் மேலாக மிகவும் வசீகரமானவன்.

ஆகவே கிட்டிக்குப் பொருத்தமானவன் விரான்ஸ்கி தான் என்று கிட்டியின் அம்மா முடிவு செய்திருந்தாள்.

விரான்ஸ்கி, கிட்டியிடம் பகிரங்கமாக அக்கறை காட்டினான். அவளுடன் சேர்ந்து நடனமாடினான். அவளைப் பார்க்க அடிக்கடி அவளது வீட்டிற்கு வந்தான். இதன் மூலம் அவன் கிட்டியைத் திருமணம் செய்து கொள்ள விரும்புகிறான் என்பது சந்தேகமின்றித் தெளிவாகத் தெரிந்தது. எனினும் கிட்டியின் தாய் அந்தக் குளிர்காலம் முழுவதிலுமே அதிகமான கவலையுடன் இருந்தாள்.

கிட்டியின் அம்மாவின் திருமணம் - முப்பது ஆண்டுகளுக்கு முன்பு நடந்தது. அவளுடைய அத்தை இந்த மணமகனைப் பேசி திருமணத்தை முடித்து வைத்தாள். மணமகனைப் பற்றிய அனைத்து விபரங்களும் முன்னதாகவே தெரிவிக்கப்பட்டன. அவர் வீட்டிற்கு வந்து பெண்ணைப் பார்த்தார். பெண் வீட்டுக்காரர்கள் அவரைப் பார்த்தார்கள். இரண்டு தரப்பினரின் கருத்துக்களையும் தெரிந்து கொண்டு அத்தை அவற்றை அடுத்த தரப்புக்கு கூறினாள். எல்லா விஷயங்களும் பேசி முடிவு செய்யப்பட்டு இரு தரப்பும் ஏற்றுக் கொண்டு திருப்தியடைந்த பின் திருமணப் பேச்சு முடிவு செய்யப்பட்டது. எல்லாமே சுலபமாக, மிக எளிமையாக முடிந்து விட்டது. இதை நினைத்த கிட்டியின் தாய், தன்னுடைய மகள் கிட்டியின் விஷயத்தில் திருமணம் சுலபமாக இருக்கப் போவதில்லை என்று தான் நினைத்தாள். தனது மூத்த மகள்களான தார்யா, நடாலியாவின் திருமணங்களின் போது கூட அவள் மிகவும்

கவலைப்பட்டாள். எத்தனை கேள்விகள்... எத்தனை கவலைகள்... எவ்வளவு செலவுகள் எவ்வளவு பிரச்சினைகளைக் கணவனுடன் சேர்ந்து கடக்க நேர்ந்தது. இதோ இப்போது தனது மூன்றாவது, பெண்ணின் திருமணத்திற்கான முயற்சிகளில் ஈடுபட்டு விட்டாள். இப்போது அதே போன்று மீண்டும் அந்தக் கவலைகள், பயம், சந்தேகங்கள், கணவனுடன் விவாதங்கள் துவங்கிவிட்டன.

மற்ற தந்தைகளைப் போலவே, கிட்டியின் தந்தையும் தன்னுடைய மகள்களின் புனிதம், மற்றும் கௌரவத்தைப் பொறுத்த மட்டில் மிகவும் ஜாக்கிரதையாக இருந்தார். கிட்டி அவருடைய செல்லப் பெண். தன் மனைவி தனது ஆர்வக் கோளாறினால் கிட்டியின் கௌரவத்திற்குக் குறை ஏற்படுத்தி விடுவாளோ என்று அஞ்சினார். அவருடைய முன் ஜாக்கிரதை கிட்டியின் தாய்க்குப் பழகி விட்டது. அது அவசியம் என்று கூட கருதினாள். சமூகத்தின் பழக்க வழக்கங்கள் அண்மைக் காலத்தில் மிகவும் மாறி விட்டன. தாயின் பொறுப்புக்களும், கடமைகளும் மேலும் அதிகமாகி விட்டன. சிரமங்கள் மிகுந்ததாகி விட்டன.

கிட்டியின் வயதுப் பெண்கள் தமக்குள் கூடிக் கூடிப் பேசுகிறார்கள்; பெண் விடுதலைக் கூட்டங்களுக்குப் போகிறார்கள். ஆண்களுடன் நெருங்கிப் பழகுகிறார்கள். தெருக்களில் தனியாக வண்டிகளில் போகிறார்கள். என் கணவனைத் தேர்ந்தெடுப்பது என்னுடைய வேலை. என் பெற்றோருடைய வேலை அல்ல என்று பேசுகிறார்கள். இன்று திருமணங்கள் எப்படி முடிவு செய்யப்படுகின்றன என்பதை அவள் யாரிடமிருந்தும் தெரிந்து கொள்ள முடியவில்லை.

பிரான்சில் பெற்றோர்கள் தங்களுடைய மகளின் திருமணத்தை முடிவு செய்தார்கள். ரஷ்யாவில் அது மறுக்கப்பட்டது. கண்டனம் செய்யப்பட்டது. இங்கிலாந்தில் பெண்களுக்கு முழுமையான சுதந்திரம் இருந்தது. ரஷ்ய சமூகத்தில் அதைக் கடைப்பிடிக்க முடியாது. கல்யாணத் தரகரைப் பயன்படுத்துகின்ற ரஷ்ய முறை படுமோசமாகக் கருதப்பட்டது. கிட்டியின் தாய் உட்பட எல்லோருமே இந்தத் திருமண முறையினைக் கேலி செய்து அதனைப் பற்றி சொல்லிச் சொல்லிச் சிரித்தார்கள். அந்த திருமண முறையினை வெறுத்தார்கள்.

‘அப்படியானால் ஒரு பெண்ணுக்குத் தகுந்த கணவரைத் தேர்ந்தெடுப்பது எப்படி? அல்லது ஒரு தாய் தன் மகளுக்குத் திருமணம் செய்வது எப்படி’ என்று யாரிடமாவது கேட்டால் அவர்கள் சொல்வது இது தான்:

‘பழைய மரபுகளை இனிமேல் கடைப்பிடிக்க முடியாது. ஒரு இளைஞனும், ஒரு இளம் பெண்ணும் திருமணம் செய்து கொள்கிறார்கள்-

பெற்றோர்கள் அல்ல. எனவே எல்லாவற்றையும் இளைஞர்கள் மற்றும் இளம் பெண்களிடமே - அவர்களது முடிவுக்கே விட்டு விட வேண்டும்'

பெண் மக்கள் இல்லாதவர்கள் இப்படிப் பேசலாம்.

'தன் குடும்பத்துக்குத் தகுதியில்லாத ஒரு நபரை தன்னுடைய மகள் காதலித்தால் என்ன செய்வது? இளைஞர்கள் தங்களுடைய எதிர்காலத்தைத் தாங்களே முடிவு செய்கின்ற காலம் வந்து விட்டதாகப் பேசலாம். ஐந்து வயதுக் குழந்தையிடம் தோட்டாக்கள் உள்ள கைத்துப்பாக்கியைக் கொடுத்து விளையாடுமாறு சொல்ல முடியுமா? அதனால் கிட்டியின் சகோதரிகளைக் காட்டிலும் கிட்டியைப் பற்றி அவள் தாய் அதிகமாகக் கவலைப்பட்டாள்.

விரான்ஸ்கி கிட்டியை உண்மையிலே காதலிக்கிறானா? அல்லது காதலிப்பது போல் நடிக்கிறானா? என்று புரியாமல் கிட்டியின் தாய் மிகவும் கவலைப்பட்டாள். கிட்டி அவனைக் காதலிப்பது போல் தான் தோன்றுகிறது. விரான்ஸ்கி நேர்மையானவன். எனவே தவறாக நடந்து கொள்ளமாட்டான் என்று நினைத்து அவள் ஆறுதலடைந்தாள். அதே சமயம் இப்போதுள்ள சுதந்திரம் இளைஞர்கள் வெகு எளிதாக பெண்களை தங்களுடைய விருப்பத்துக்கு இணங்க வைத்து விட முடியும் என்பது போல் அல்லவா இருக்கிறது. இவ்வாறு பெண்களை சீரழிப்பது பெரும் பாவம் என்று ஆண்கள் கவலைப்படுவதும் இல்லை என்பதையும் அவள் அறிவாள். எனவே அவள் மிகவும் குழப்பமான மன நிலையில் தான் காணப்பட்டாள்.

முந்திய வாரத்தில் ஒரு நாள், அவர்கள் நடனமாடிக் கொண்டிருந்த போது விரான்ஸ்கி கிட்டியிடம் கூறியதை அவள் அம்மாவிடம் கூறியிருந்தாள். 'நானும் என்னுடைய சகோதரரும் என்னுடைய தாயின் விருப்பப்படியே நடந்து கொள்வோம். அவளைக் கேட்காமல் எந்த முடிவையும் நாங்கள் எடுக்க மாட்டோம். நான் இப்போது மகிழ்ச்சியாக இருக்கின்றேன். பீட்டர்ஸ்பர்க்கிலிருந்து என் அம்மா வரப்போகிறார்கள். நான் மிக விசேசமாக அவர்களுடைய வருகையை ஆவலுடன் எதிர்பார்த்துக் காத்துக் கொண்டிருக்கிறேன்' என்று கூறி இருக்கிறான். அந்த வார்த்தைக்கு வேறு எதுவும் முக்கியத்துவம் இருப்பதாகக் கிட்டி நினைக்கவில்லை. ஆனால் அவளுடைய தாய் அந்த சொற்களை வேறு கோணத்தில் பார்த்தாள். 'முதிய சீமாட்டி எந்த நேரத்திலும் வரலாம். தன்னுடைய மகன் தேர்வு செய்து வைத்திருக்கின்ற மணப் பெண்ணை அவள் அங்கீகரிப்பாள் என்று தான் கிட்டியின் தாய் நினைத்தாள். அம்மாவின் அனுமதிக்காக திருமணப் பேச்சை ஏன் தள்ளி வைக்கின்றான் விரான்ஸ்கி என்று அவளுக்குப் புரியவில்லை. ஆனால் தாமதத்துக்கு அது தான் காரணம் என்று அவள் நம்பினாள்.

அவளுடைய மூத்த மகள் டாலி, தன் கணவனிடமிருந்து பிரிந்து விட வேண்டும் என்று விரும்பியது கடைசிப் பெண்ணைப் பற்றிய அவளது கவலையை மேலும் அதிகரித்தது. மேலும் லெவினுடைய வருகையும், அவனுடனான அன்றைய சந்திப்பும் அவளுக்கு மேலும் கவலை தந்த விஷயமாகும். ஒரு சமயம், கிட்டி லெவினிடத்தில் மிகவும் பிரியமாக இருந்தாள், காதல் கொண்டிருந்தாள் என்பது கிட்டியின் தாய்க்குத் தெரியும். லெவினுடன் தொடரும் மகளின் சந்திப்புகள், விரான்ஸ்கியை மறுதலித்து விடும்படி கிட்டியைத் தூண்டி விடுமோ என்று அவள் பயந்தாள். 'இந்த நேரத்தில் லெவின் வந்திருப்பது முடியப் போகின்ற கிட்டியின் திருமணத்தில் சிக்கலை ஏற்படுத்தி, தாமதமாக்கி விடுமோ?'

'அவன் வந்து அதிக நாட்களாகி விட்டனவா?' என்று வீட்டுக்கு வந்தவுடன் லெவினைப் பற்றி கிட்டியிடம் விசாரித்தாள், கிட்டியின் தாய்.

'இன்று தான் வந்ததாகச் சொன்னார், அம்மா!'

'உன்னிடம் ஒரு விஷயம் சொல்ல விரும்புகிறேன்' என்று இளவரசி ஷெர்பஸ்ட்காயா ஆரம்பித்த உடனேயே அவள் என்ன சொல்லப் போகிறாள் என்பதைக் கிட்டி புரிந்து கொண்டாள்.

'அம்மா!' என்று கிட்டி முகம் சிவக்க அம்மாவைப் பார்த்தாள். 'தயவு செய்து... தயவு செய்து அதைப் பற்றி ஒன்றும் சொல்ல வேண்டாம். எனக்குத் தெரியும், எனக்கு மிக நன்றாகவே தெரியும்'.

அவள் தாயைப் போலவே அவளும் விரும்பினாள். ஆனால் தாயாரின் உள் நோக்கம் அவளிடம் வெறுப்பை ஏற்படுத்தியது.

'ஒரு பெண்ணிடம் நம்பிக்கையை ஏற்படுத்துகின்ற முறையில் பழகி விட்டு...'

'அம்மா, வேண்டாம்... கடவுளின் பேரில் சொல்கிறேன்... பேச வேண்டாம். அதைப் பற்றிப் பேசுவது எனக்கு மிகவும் வேதனையைத் தருகிறது.'

'முடியாது... என்னால் முடியாது' என்று தாய் தன் மகளின் கண்களில் துளிர்ந்து நின்ற கண்ணீரைப் பார்த்துப் பதறிப் போனாள். 'என்னிடம் எதையும் மறைக்க மாட்டேன் என்று நீ உறுதியளித்திருக்கிறாய், இல்லையா? சொல்...'

'மறைக்க மாட்டேன் அம்மா. உங்களிடம் எப்போதுமே எதையும் மறைக்க மாட்டேன். ஆனால் இப்போது உங்களிடம் சொல்ல ஒன்றுமில்லை. நான்... நான்... ஒரு வேளை சொல்ல விரும்பினாலும் நான் என்ன சொல்வது அல்லது எப்படிச் சொல்வது... எனக்கு ஒன்றும் தெரியவில்லை, அம்மா'.

'இல்லை... அவள் பொய் சொல்லவில்லை. அந்தக் கண்களில் பொய் இல்லை... எனவே பொறுத்திருப்போம்.' என்று நினைத்தாள் அவளுடைய தாய். மகளின் மனத்தில் நிலவிய போராட்டங்களை அவளால் புரிந்து கொள்ள முடிந்தது.

அத்தியாயம் 13

மதிய உணவுக்கும் மாலை நேர விருந்துக்கும் இடைப்பட்ட அந்த நேரம் முழுவதுமே போர்க்களத்திற்கு செல்லுகின்ற ஒரு இளம் வீரனைப் போன்ற உணர்ச்சிக் குமுறலுக்கு ஆளாகியிருந்தாள் கிட்டி. அவளுடைய இதயம் படபடவென வேகமாகத் துடித்துக் கொண்டிருந்தது. ஒரு நிலையில் அந்த இதயத்தை நிறுத்தி வைக்க அவளால் முடியவில்லை.

அன்று மாலையில்-

லெவினும் விரான்ஸ்கியும் முதல் முதலாகச் சந்தித்துக் கொள்ளப் போகிறார்கள். - அவளுடைய தலைவிதியைத் தீர்மானிக்கப் போகிறார்கள். அவர்களால் தனித்தனியாகவும், பின் ஒன்றாகச் சேர்த்தும் படம் பிடித்து தன் இதயத் திரையில் ஒளிர வைத்துப் பார்த்து படபடக்கும் எண்ணங்களோடு தவித்துக் கொண்டிருந்தாள் கிட்டி. லெவினுடன் தனது கடந்த கால நட்பை நினைத்துப் பார்த்தாள். மணத்தை வருடிக் கொடுக்கும் இதமான, சுகமான மற்றும் மிகவும் சந்தோஷமான காலங்கள் அவை.

குழந்தைப் பருவ காலத்து நினைவுகள், இறந்து போன தனது சகோதரனுடனான லெவினின் நட்பு, அவளுடன் அவனுடைய தொடர்புகள், நட்பு ஆகியவை சந்தோஷத்தையும் ஒரு கவித்துவ பொலிவை அவளுக்குக் காட்டின. தன்னை அவன் காதலிப்பதை அவள் உறுதியாக உணர்ந்திருந்ததால் அவள் மிகவும் மகிழ்ச்சி அடைந்திருந்தாள். லெவினைப் பற்றிய எண்ணங்கள், சிந்தனைகள் மிக மென்மையானவை; மேன்மையானவை என்று அவள் உணர்ந்தாள்.

விரான்ஸ்கி நல்ல குடும்பத்தில் பிறந்தவன். மிக மிக கட்டுப்பாடுகளோடு ஒழுங்கான முறையில் வளர்க்கப்பட்டவன் அவன். நல்ல குணங்கள் நிறைந்தவன். பண்பானவன். எல்லோரிடத்திலும் மிக அன்பாக, நாகரீகமாக நடந்து கொள்பவன். அவனைப் பற்றி நினைக்கும் பொழுது மனம் அமைதியற்றுத் தவித்தது. சஞ்சலமடைந்தது. ஏதோ ஒரு பொய்மை அவனுக்குள் இருப்பதாக அவள் உணர்ந்தாள். இருப்பினும் அதனை அவள் அலட்சியப்படுத்தினாள். லெவினுடனான அவளது தொடர்புகளில் அவள் மிக எளிமையையும், தெளிவையும் உணர்ந்தாள். அதே சமயம், விரான்ஸ்கியுடன் அவளது எதிர்காலம் பற்றி அவள் நினைத்துப் பார்க்கும்

பொழுது மிக மிக அற்புதமான, மிக மிக சந்தோஷமான காட்சிகள் அவள் முன் மலர்ந்து விரிந்தன. அதே சமயம், லெவினுடன் அவளது எதிர்காலம் மூடு பனியாகத் தென்பட்டது.

மாலை நேர விருந்துக்காக, அவள் மாடிக்குச் சென்று உடைகளை மாற்றத் தொடங்கினாள். கண்ணாடியில் தனது உருவத்தை மிக மகிழ்ச்சியுடன் பார்த்தாள். தன்னுடைய சிறந்த நாட்களில் ஒன்றாக இன்றைய தினத்தை அவள் கருதினாள். மாலையில் அவள் மிக முக்கியமான முடிவுகளை எடுக்க வேண்டியிருக்கும். எனவே அவள் தன்னுடைய முழு சக்தியையும் திரட்டிக் கொள்ள வேண்டும். செயல்களில் நளினமாகவும், சிந்தனைகளில் தெளிவாகவும் இருக்க வேண்டும் என்று அவள் நினைத்தாள்.

ஏழரை மணிக்கு அவள் கீழே வரவேற்பறைக்கு வந்த பொழுது, காவலாளி வந்து அறிவித்தான்:

'கான்ஸ்தாந்தீன் திமீத்ரிச் லெவின்!'

அவளுடைய தாயும் தந்தையும் இன்னும் தங்களது அறைகளிலிருந்து இங்கு வரவில்லை.

'நேரம் வந்து விட்டது' என்று கிட்டி நினைத்தாள். கண்ணாடியில் தன்னுடைய வெளிறிய முகத்தைப் பார்த்துக் கலவரமடைந்தாள்.

அவளைத் தனியாகச் சந்திப்பதற்கும், திருமணம் பற்றிப் பேசுவதற்குமே லெவின் மிக சீக்கிரமாகப் புறப்பட்டு வந்திருக்கிறான் என்று அவள் நினைத்தாள். இன்று முதல் முறையாக அவளுடைய திருமணத்தைப் பற்றிய விஷயம் புதிய ஒளியில், புதிய கோணத்தில் அவள் முன் வைக்கப்படுகிறது.

இப்போது அவள் நிதானமாக தெளிவாக புரிந்து கொண்டு முடிவு செய்ய வேண்டும்; 'யாருடன் அவள் சந்தோஷமாக இருப்பாள். அவள் காதலிக்கும் அந்த மனிதன் யார்...' - இது அவளை மட்டுமே சார்ந்த விஷயம் மட்டும் அல்ல... தொடர்ச்சியாக இப்போது வரப் போகிற மணித்துளிகளில் ஒரு கணத்தில் அவள் தன்னுடைய நட்புடன் பழகிய ஒரு மனிதனின் இதயத்தைக் காயப்படுத்தப் போகிறாள்; மிகக் கொடூரமாகக் காயப்படுத்தப் போகிறாள்... ஏன்? அந்த பிரியத்திற்கு உரிய மனிதன் அவள் மேல் காதல் கொண்டதற்காக... அதை அவளால் தடுக்க முடியாது... தள்ளிப் போட முடியாது... அவசியம் செய்து முடிக்க வேண்டிய செயல் அது.

'ஓ, கடவுளே, நானே இதனை அவரிடம் அவசியம் சொல்ல வேண்டுமா? அவரைப் பற்றி நான் நினைக்கவே இல்லை என்று சொல்லவா? அது உண்மையில்லையே? வேறு என்ன தான் நான்

சொல்வது? நான் வேறொருவரைக் காதலிக்கிறேன் என்று சொல்வதா? இல்லை... அது முடியவே முடியாது! இந்த எண்ணங்களுடன் அவர் முகத்தை என்னால் பார்க்க முடியாது. நான் இங்கிருந்து போய் விடுகிறேன். ஆமாம், நான் போய் விடுகிறேன்'.

அவள் போவதற்காக கதவுக்கு அருகில் வந்த போது, லெவின் வரும் காலடியோசை கேட்டது.

'இல்லை, இவ்வாறு நான் போய் விடுவது நேர்மையான செயல் அல்ல. எதற்காக நான் அஞ்ச வேண்டும்? நான் தவறு செய்யவில்லையே. உண்மையைப் பேசுவேன். நடப்பது நடக்கட்டும். இதோ, அவர் வந்துவிட்டார்!' என்று தனக்குள் நினைத்தபடியே அவள் நிமிர்ந்த போது எதிரில் நின்று கொண்டிருந்தான் லெவின். அவனுடைய பிரகாசமான கண்கள் அவளை நேருக்கு நேராகக் கூர்ந்து நோக்கிக் கொண்டிருந்தன. அவளுடைய கண்களும் அவனை நேரடியாகப் பார்த்தன. அந்தப் பார்வை 'என்னை விட்டு விடுங்கள்' என்று அவனிடம் மன்றாடியது. அவள் லெவினை நோக்கி தன் கரத்தை நீட்டினாள்.

'நான் சீக்கிரமாக வந்து விட்டேனா?' என்று காலியாக இருந்த வரவேற்பறையைப் பார்த்தபடி கூறினான் லெவின். தான் எதிர்பார்த்தபடி அங்கு எவருமில்லை. அவள் தனியே இருக்கின்றாள். நாம் பேச வேண்டியதைப் பேச ஒரு இடையூறும் இல்லை என்று நினைத்துக் கொண்டான் லெவின். அவளைப் பார்த்தவுடன் அவன் முகம் முழுவதும் கவலை படர்ந்தது.

'இல்லை, தயவு செய்து உட்காருங்கள்' என்று கூறியபடி மேசைக்கு முன்னால் உட்கார்ந்தாள். லெவின் உட்காராமல் நின்று கொண்டிருந்தான். 'உன்னைத் தனியாகச் சந்திக்கவே நான் விரும்பினேன்' என்றான் லெவின். தன் தைரியத்தை இழந்து விடாமல் இருப்பதற்காக - அவள் முகத்தை நேருக்கு நேர் பார்க்காமல் சொன்னான் லெவின்.

'அம்மா இன்னும் ஒரு நிமிடத்தில் வந்துவிடுவார்கள். நேற்று அவர்கள் மிகவும் களைப்படைந்து போனார்கள். எனவே தாமதம்...' என்றாள் கிட்டி. தான் என்ன சொல்கின்றோம் என்பதை உணராமலேயே அவள் பேசினாள். அவளது கண்கள் அவனிடம் மன்றாடிக் கொண்டிருந்தன. அவன் அவளை உற்றுப் பார்த்தான். அவள் வெட்கப்பட்டாள். ஒன்றும் பேசவில்லை. அமைதியாக இருந்தாள்.

'நாள் உன்னிடம் சொன்னேன் அல்லவா? நான் இங்கு எத்தனை நாட்கள் தங்குவேன் என்று எனக்குத் தெரியாது. அது உன்னைப் பொறுத்து தான் உள்ளது என்று சொன்னேன் அல்லவா?'

அவள் தலை குனிந்து கொண்டாள். தலை மேலும் மேலும் தாழ்ந்தது. 'அடுத்ததாக அவன் என்ன சொல்லப் போகிறான் என்பது அவளுக்குத் தெரியும். அதற்கு என்ன பதில் சொல்வது' என்று அவள் முடிவு செய்து விட்டாள்.

'அது உன்னைப் பொறுத்துத் தான் இருக்கிறது' என்று திரும்பச் சொன்ன அவன் தொடர்ந்தான்: 'நான் என்ன சொல்ல விரும்புகின்றேன் என்றால்... நான் சொல்ல விரும்புவது... நான் வந்த காரணமும் அது தான்... அது... உன்னை என் மனைவியாக்கிக் கொள்ளவே வந்தேன்!'

தான் என்ன சொன்னோம் என்பதே அவனுக்குத் தெரியவில்லை. ஆனால் அவளிடம் அவன் சொல்ல நினைத்த அந்த வார்த்தைகள் தன்னிச்சையாக வெளி வந்து விட்டன. பேசி விட்டு அவளைப் பார்த்தான்.

கிட்டியிடம் காதலைத் தெரிவிக்கும் லெவின்

அவள் மிக வேகமாக சுவாசித்துக் கொண்டிருந்தாள். அவனைப் பார்க்கவே இல்லை. அவளுடைய இதயத்தில் ஒரே உற்சாகம்... ஆனந்தம். களியாட்டம் நிகழ்ந்து கொண்டிருந்தது. அவளது ஆத்மா சந்தோஷத்தில் நிறைந்து வழிந்து கொண்டிருந்தது. அவள் இதனை எதிர்பார்க்கவில்லை... தன்னுடைய காதலை அவன் வெளிப்படுத்திய விதம் அவளிடத்து மிகப்

பெரும் பாதிப்பை ஏற்படுத்தி விட்டது. அவள் நிலை தடுமாறிப் போனாள். ஆனால் இவையெல்லாம் ஒரு கணம் மட்டும் தான் நீடித்தது.

விரான்ஸ்கியை அவள் நினைத்தவுடன், லெவினின் முகத்தில் பதிந்திருந்த தன்னுடைய களங்கமற்ற பார்வையை விலக்கிக் கொண்டாள். அவனுடைய நம்பிக்கையற்ற பார்வையைக் கவனித்த அவள் வேகமாகச் சொன்னாள்:

'அது முடியாது... என்னை மன்னித்து விடுங்கள்'

'ஒரு நிமிடத்திற்கு முன் - எனக்கு எவ்வளவு நெருங்கியிருந்தாள்... என் வாழ்க்கையின் எல்லாமுமாக, எவ்வளவு முக்கியத்துவமானவளாக இருந்தாள்... ஆனால் இப்போது எவ்வளவு அந்நியமானவளாக... மிக மிக தூரத்தில்... காணப்படுகிறாளே'

லெவின் இதயம் நொறுங்கிக் கொண்டிருந்தான்.

'இனி எதுவும் சாத்தியம் இல்லை...' என்று அவளைப் பார்க்காமலேயே கூறிய லெவின் பணிவாக குனிந்து மண்டியிட்டான். வெளியேறிச் செல்ல மிக வேகமாக எழுந்தான்.

அத்தியாயம் 14

ஆனால் அந்தக் கணத்தில் உள்ளே வந்தாள் இளவரசி ஷெர்பட்ஸ்காயா (கிட்டியின் தாய்). அவர்கள் இருவரையும் ஒன்றாகப் பார்த்து விட்ட அவளது முகம் அச்சத்தால் மாறிப் போனது. அவர்கள் இருவரது முகத்தில் தென்பட்ட அதிர்ச்சியும் குழப்பமும் அவளை மேலும் அச்சப்பட வைத்தது.

'அவள் அவனை மறுத்து விட்டாள், அவனை மறுத்து விட்டாள், கடவுளே உனக்கு நன்றி... உனக்கு நன்றி' என்று தன்னுடைய மனத்திற்குள் மிகவும் மகிழ்ந்து போய் நன்றிக் கூறிக் கொண்டிருந்தாள் கிட்டியின் தாய். அவளுடைய முகம் மிகவும் பிரகாசமானது. ஒவ்வொரு வியாழன் தோறும் அவள் வீட்டில் நடக்கும் விருந்துக்கும் வரும் மிக உயர்ந்த மனிதர்களை வரவேற்கும் போது மிகுந்த களிப்புடன், பிரகாசமான முகத்துடன் வரவேற்பாளே... அது போன்று மிக மிகப் பிரகாசமானது அவள் முகம். அவள் உட்கார்ந்து கொண்டு கிராமத்தில் லெவினுடைய வாழ்க்கையைப் பற்றிக் கேள்விகள் கேட்கத் தொடங்கினாள்.

லெவினும் உட்கார்ந்தான். மற்ற விருந்தினர்கள் வரும் வரை உட்கார்ந்திருக்கலாம். பின் யாரும் கவனிக்காத நேரத்தில் இங்கிருந்து போய் விடலாம் என்ற எண்ணத்தில் அவன் உட்கார்ந்தான்.

ஐந்து நிமிடங்களுக்குப் பின், கிட்டியின் தோழியும், சென்ற ஆண்டில் திருமணமானவளுமான சீமாட்டி நோர்ஸ்டன் உள்ளே வந்தாள். ஒல்லியான உடலும், கருப்பு நிறக் கண்களும், கூடவே நரம்புத் தளர்ச்சியும் உள்ளவள் அவள். கிட்டியிடம் நிறையப் பிரியம் உள்ளவள். சீக்கிரமே கிட்டிக்கும் திருமணம் நடைபெற வேண்டும் என்று விரும்புவள். கிட்டி, கோமகன் விரான்ஸ்கியையே திருமணம் செய்து கொள்ள வேண்டும் என்று ஆசைப்படுபவள். லெவினை எப்பொழுதும் அவளுக்குப் பிடிப்பதில்லை. பனிக்காலத்தின் துவக்கத்தில் பலமுறை அவள் லெவினைச் சந்தித்து இருக்கிறாள். பார்க்கும் போதெல்லாம் அவனைக் கிண்டலும் கேலியும் செய்வது தான் அவளது வழக்கம்.

'லெவின் தன்னுடைய மேன்மைமிக்க அறிவுச் சிகரத்தின் உச்சியிலிருந்து குனிந்து என்னைப் பார்க்கும் பொழுது, அல்லது என்னைப் போன்ற முட்டாள்களுக்கும் புரியும் படியாக தனது நீண்ட பிரசங்கத்தைத் துண்டு துண்டாக உடைத்துப் பேசும் பொழுது, தன்னுடைய மிகப் பெரும் கௌரவத்தை விட்டுக் கொடுத்து என்னைப் போன்ற தாழ்ந்தவர்களுடன் ஒன்றாக சேர்ந்து நடைபயிலும் போதும் நான் லெவினைப் பற்றி மிகவும் பெருமிதம் கொள்கிறேன். லெவினிடம் எனக்குப் பிடித்தது தாழ்ந்தவர் களையும் மதிக்கும் தயாள குணம் தான்' என்று அந்தச் சீமாட்டி லெவினை எப்போதும் கேலி செய்வாள்.

அவள் சிடுசிடு வென்று பேசுவாள். தன்னுடைய கௌரவம், மற்றும் ஆணவம் இவற்றின் உச்சியில் அவள் இருந்தாள். வாழ்க்கையில் மிகச் சாதாரணமானவர்களை, கிராமப்புறத்து மனிதர்களை அவள் மதிப்பதே இல்லை. அவர்களை மிக நாகரிகமாக, குத்தலாக ஏளனம் செய்வாள். ஆகவே லெவின் அவளை வெறுத்தான்.

மேற்குடி வட்டாரங்களில் ஒருவருக்கு ஒருவர் வெறுப்பு கொண்டிருந்தாலும் வெளித் தோற்றத்துக்கு நண்பர்களாகவே பழகுவார்கள். ஆனால் அவர்கள் விருந்துகளில் சந்திக்கும் பொழுது ஒருவருக்கொருவர் காலை வாரி விடுதல் சகஜம்.

முன்பு அடிக்கடி அவளை விருந்துகளில் சந்திப்பான் லெவின். நெடுநாள் இங்கு வராததால் சந்திக்கவில்லை. இன்று சந்திக்க நேர்ந்து விட்டது.

'ஓ, லெவின் அவர்களே! எங்களுடைய கீழான பாபிலோனுக்கு வந்திருக்கிறீர்கள்' என்று கூறியபடியே அவனுடன் கை குலுக்குவதற்காக தன்னுடைய மஞ்சள் கரத்தை நீட்டினாள் அவள்.

ஒரு குளிர்காலத்தின் ஆரம்பத்தில் லெவின் மாஸ்கோவுக்கு வந்த பொழுது, அவன் இந்த நகரத்தை பாபிலோன் என்று வர்ணித்ததை அவள் திரும்பவும் இப்போது கூறினாள்.

‘பாபிலோன் முன்னேற்றமடைந்திருக்கிறதா? அல்லது பின்னால் போயிருக்கிறதா?’ என்று அவள் கேட்டாள். உடனே கிட்டியை திரும்பிப் பார்த்து கிண்டலாகச் சிரித்தாள்.

‘என் சொற்களை நீங்கள் நினைவில் வைத்திருப்பது எனக்கு மகிழ்ச்சி அளிக்கிறது. அவை உங்களிடம் அதிகமான பாதிப்பை ஏற்படுத்தியிருப்பது தெரிகிறது’ என்றான் லெவின். தன்னுடைய மனத்தின் பாதிப்புகளிலிருந்து தன்னை சற்று மீட்டுக் கொண்ட லெவின், சீமாட்டி நோர்ஸ்டனின் வழக்கமான கிண்டல் பேச்சுக்களில் தன்னை ஈடுபடுத்திக் கொண்டான்.

‘உங்கள் சொற்களை மறப்பேனா? நான் அவற்றை உடனே எழுதி வைத்துக் கொள்கிறேன்’ என்று அவனிடம் கூறியவள் கிட்டியிடம் கேட்டாள்: ‘நீ மறுபடியும் சறுக்கு விளையாடத் துவங்கி விட்டாயா?’

அவள் கிட்டியுடன் பேசத் துவங்கினாள். தொடர்ந்து அங்கே இருக்க லெவின் விரும்பவில்லை. ஆனால் உடனே புறப்படுவதற்கும் முடியவில்லை. கிட்டி அடிக்கடி அவனை ஓரக்கண்ணால் பார்த்துக் கொண்டிருந்தாள். ஆனால் நேரடியாகப் பார்ப்பதைத் தவிர்த்தாள்.

அவன் எழுந்து செல்ல நினைத்த பொழுது, அவன் அமைதியாக இருப்பதைக் கவனித்த இளவரசி அவனிடம் வந்து பேசத் தொடங்கினாள்:

‘மாஸ்கோவில் அதிக நாட்கள் இருப்பீர்களா? நீங்கள் ஜெம்ஸ்ட்வோவில் உறுப்பினராக இருப்பதால் இங்கு அதிக நாட்கள் இருக்க மாட்டீர்கள் என்று நான் நினைக்கிறேன். அப்படித் தானே...?’

‘இல்லை, இளவரசி, நான் ஜெம்ஸ்ட்வோவிலிருந்து விலகி விட்டேன்’ என்று கூறிய அவன் மேலும் சொன்னான்: ‘நான் மாஸ்கோவில் இன்னும் சில நாட்கள் இருப்பேன்.’

‘லெவின் வழக்கமாக நீண்ட சொற்பொழிவு செய்வானே. இப்போது ரொம்பவும் பேசாமல் இருக்கிறானே. இவனுக்கு என்ன நேர்ந்து விட்டது’ என்று தனக்குள் நினைத்துக் கொண்டாள் நோர்ஸ்டன் சீமாட்டி. ‘நான் அவனைப் பேச வைப்பேன். கிட்டிக்கு முன்னால் அவனது முட்டாள் தனத்தை அம்பலப்படுத்துவேன்’ என்று அவள் நினைத்தாள்.

‘திரு. லெவின் அவர்களே! உங்களுக்கு எல்லா விஷயங்களும் தெரியும். எனக்காக இதைக் கொஞ்சம் விளக்குங்களேன். கலுகாவில் எங்களுக்கு ஒரு பண்ணை இருக்கிறது. அங்குள்ள விவசாயிகள் எல்லாப் பணத்தையும் குடித்துக் குடித்துச் செலவழிக்கிறார்கள். எங்கள் கடனைத் தீர்ப்பதில்லை. அதற்கு காரணம் என்ன? நீங்கள் எப்போதும் விவசாயிகளை ஆதரித்துப் பேசுவீர்களே!’

அந்தச் சமயத்தில் இன்னொரு சீமாட்டி உள்ளே வந்தாள். மரியாதைக்காக லெவின் எழுந்து நின்றான்.

'மன்னியுங்கள் சீமாட்டி அவர்களே! உண்மையிலேயே அதைப் பற்றி எனக்கு எதுவும் தெரியாது. எனவே உங்கள் கேள்விக்கு என்னால் பதிலளிக்க முடியவில்லை' என்றான் லெவின். அவன் திரும்பிய பொழுது, சீமாட்டியைத் தொடர்ந்து அவள் பின்னேயே அதிகாரி ஒருவர் உள்ளே வந்து கொண்டிருந்தார்.

'அவன் தான் விரான்ஸ்கியாக இருக்க வேண்டும்' என்று நினைத்தான் லெவின். அதனை உறுதிப்படுத்திக் கொள்ள கிட்டியைத் திரும்பிப் பார்த்தான். அந்த மனிதனைப் பார்த்ததும் கிட்டியின் முகம் மிகவும் பிரகாசமடைந்து போனதைக் கண்ட லெவின் புரிந்து கொண்டான் அவள் அந்த மனிதனைக் காதலிக்கிறாள் என்பதை. அவளுடைய பிரகாசமான அந்தக் கண்கள் சொல்லின. அவளே தனது வார்த்தைகளில் அவனிடம் 'நான் விரான்ஸ்கியைக் காதலிக்கிறேன்' என்று சொல்வதையும் விட அந்தப் பார்வை உறுதியாக அவனுக்கு அதனைச் சுட்டிக் காட்டி விட்டது.

'ஆனால், அவன் எப்படிப்பட்டவன்?'

சரியோ, தவறோ, இனி அங்கே உட்கார்ந்திருப்பதைத் தவிர லெவினுக்கு வேறு வழியில்லாமல் போய்விட்டது. கிட்டி காதலிக்கும் அந்த மனிதன் எப்படிப்பட்டவன் என்று அறிந்துகொள்ள ஆவலாயிருந்தான்.

ஏதாவது ஒரு துறையில் தங்களுடன் போட்டியிடுகின்ற நபரைப் பார்த்தால் அவரிடமுள்ள நல்ல அம்சங்களைப் பார்க்காமல் கண்களை மூடிக் கொள்வதும், தீய அம்சங்களை மட்டுமே கவனிப்பதும் சிலருடைய வழக்கம். ஒரு போட்டியாளர் வெற்றியடைகின்ற போது அவர் வெற்றி பெற உதவிய அம்சங்களை வேதனையுடன் குறித்துக் கொள்கின்ற நபர்கள் இருக்கிறார்கள். இவர்கள் இரண்டாவது ரகம். லெவின் இரண்டாவது ரகத்தைச் சேர்ந்தவன்.

விரான்ஸ்கியிடமிருந்த நல்ல குணங்களையும், மற்றவர்களைத் தன்னிடம் ஈர்க்கின்ற அம்சங்களையும் கண்டுபிடிப்பது லெவினுக்குக் கடினமாக இருக்கவில்லை. நடுத்தர உயரம், கட்டுறுதியான உடல், அமைதி தவழ்கின்ற அழகான முகம். புதிய இராணுவ சீருடை. முகம் முதல் தலை முடி வரை அவனது தோற்றம் மிக அழகாகத் தான் இருந்தது. எளிமையான அதே சமயம் பார்த்தவர்கள் உடனே மரியாதை செய்யக் கூடிய ஒரு தோற்றம்.

விரான்ஸ்கி முதலில் இளவரசியைச் சந்தித்தான். பின்பு கிட்டியிடம் சென்றான். அவளை நோக்கி நடந்த அவனது அழகிய கண்கள் ஒரு

விசேசமான கனிவை வெளிப்படுத்தும் வண்ணம் ஒளிர்ந்தன. அவளருகில் சென்றவுடன் மிகக் கவனமாக, சற்று குனிந்து சல்யூட் செய்வது போலச் சற்று வளைந்து விட்டு அவளது வலது கரத்தைக் கையிலெடுத்துக் கொண்டான். அவளது கண்கள் பிரகாசமாகி சிரித்தன. அவளை வாழ்த்திய அவன், அங்கிருந்த ஒவ்வொருவரிடமும் சில வார்த்தைகள் பேசி நலம் விசாரித்தான். லெவினை அவன் கவனித்ததாகத் தெரியவில்லை. இருக்கையில் அமர்ந்த அவனுக்கு லெவினை அறிமுகம் செய்துவைத்தாள் இளவரசி.

'கன்ஸ்தாந்தீன் திமீத்ரிச் லெவின்'

'கோமகன் அலெக்ஸிஸ் கிரிலோவிச் விரான்ஸ்கி'

விரான்ஸ்கி எழுந்து, லெவினின் கண்களை உள்ளன்போடு பார்த்தான். லெவினின் கரத்தை அன்புடன் அழுத்தினான்.

'குளிர்காலத்தின் தொடக்கத்தில் நான் உங்களுடன் விருந்து சாப்பிட்டிருக்க வேண்டும். ஆனால் நீங்கள் திடீரென்று கிராமத்துக்குப் போய்விட்டீர்கள்' என்று விரான்ஸ்கி எளிமையாக திறந்த மனத்துடன் கூறி மெல்லச் சிரித்தான்.

'திரு.லெவின் நகரத்தையும், நம்மைப் போன்ற நகரவாசிகளையும் வெறுக்கிறார்' என்றாள் சீமாட்டி நோர்ஸ்டன்.

விரான்ஸ்கி இருவரையும் பார்த்துச் சிரித்தான். 'நீங்கள் எப்போதும் கிராமத்தில் வசிக்கிறீர்களா? குளிர்காலத்தில் கிராம வாழ்க்கை சோர்வளிக்காதா?'

'சுறுசுறுப்பாக இருந்தால் சோர்வு ஏற்படாது. தன்னையறிந்தவர்களுக்கு சோர்வு ஏது?' என்று லெவின் பதிலளித்தான்.

லெவினுடைய குரலின் தொனியை விரான்ஸ்கி கவனித்தான். எனினும் அதைக் கவனிக்காததைப் போல இருந்து விட்டு, அவன் சொன்னான்: 'எனக்கு கிராமங்களைப் பிடிக்கும்.'

'பிரபு அவர்களே! திடீரென்று கிராமத்தில் வசிக்கப் போவதாகச் சொல்லி எங்களைத் தவிக்க விட்டு விடமாட்டீர்களே?' என்றாள் நோர்ஸ்டன் சீமாட்டி.

'எனக்குத் தெரியாது. நான் கிராமத்தில் நீண்ட காலம் வசிக்கவில்லை. என் தாயுடன் வெளிநாட்டில் 'நீஸ்' என்ற இடத்தில் தங்கியிருந்த பொழுது, என்னுடைய நாட்டை, மரக்கட்டைச் செருப்புகள் அணிபவர்கள் வாழும் ரஷ்ய நாட்டை நினைத்து ஏங்கியிருக்கிறேன். நேப்பிள்ஸிலும் ஸொரொண்டோவிலும் குறைந்த காலமே தங்கினால் கூட எல்லோருக்கும்

மகிழ்ச்சியாக இருக்கும். ஆனால் அங்கே தங்கியிருக்கும் போது, ரஷ்யாவையும், ரஷ்யாவின் கிராமப் பகுதிகளையும் நினைத்து அவர்கள் நிச்சயம் ஏங்குவார்கள்.'

விரான்ஸ்கி, கிட்டியுடனும் லெவினுடனும் தான் மாறி மாறிப் பேசிக் கொண்டிருந்தான். அன்பும், நட்பும் அவனது குரலில் இழைந்து இணைந்திருந்தது. தன் இதயத்தில் எழுந்த உணர்வுகளை மறைக்காமல் அவன் பேசினான்.

சீமாட்டி நோர்ஸ்டன் இடையில் குறுக்கிட்டு ஏதோ சொல்ல முயன்றாள். ஆனால் விரான்ஸ்கி சைகை செய்து தான் கூற வந்ததை முடிக்காமல் குறுக்கிட வேண்டாம் என்று அவளைத் தடுத்து விட்டான்.

உரையாடல் தொடர்ந்தது. வழக்கமாக இது போன்ற விருந்துகளின் போது, உரையாடலில் தொய்வு ஏற்படாமல் சோர்வு ஏற்படாமல் இருக்க முதிய இளவரசி சில தலைப்புகளில் சுவாரஸ்யமாக உரை நிகழ்த்துவாள்: பழங்காலக் கல்வி முறை சிறந்ததா? அல்லது நவீனக் கல்வி முறை சிறந்ததா? - கட்டாய இராணுவ சேவை அவசியமா? - ஆனால் இன்று உரையாடலில் தொய்வு ஏற்படாததால் இளவரசி தன் கருத்துக்களைச் சொல்ல தேவை ஏற்படவில்லை. மேலும் சீமாட்டி நோர்ஸ்டன் லெவினைச் சீண்டி அவனை இழிவு படுத்த நினைத்த திட்டமும் முடியாமல் போனது.

அங்கு நடைபெற்றுக் கொண்டிருக்கும் விவாதத்தில் தொடர்ந்து கலந்து கொள்ள லெவின் விரும்பினான். ஆனால் உடனே புறப்பட்டுச் செல்லவும் முடிவு செய்தான். ஆனால் அவனால் புறப்பட முடியவில்லை.

இப்போது உரையாடல் ஆவிகள் மற்றும் ஆன்மீகம் பற்றிய பாதையில் திரும்பியது. சீமாட்டி நோர்ஸ்டன் ஆவிகள் பற்றி நம்பிக்கை உள்ளவள். அவள் தான் பார்த்த அதிசயங்கள் குறித்துப் பேசத் தொடங்கினாள்.

'சீமாட்டி அவர்களே! நீங்கள் என்னை அந்த இடத்துக்குக் கூட்டிச் செல்ல வேண்டும். நான் ஆவிகளைப் பார்க்க விரும்புகிறேன். ஆனால் இதுவரை நான் பார்த்ததே இல்லை' என்று விரான்ஸ்கி சிரித்துக்கொண்டே சொன்னான்.

'சரி. அடுத்த சனிக்கிழமை தயாராக இருங்கள். திரு. லெவின் அவர்களே! உங்களுக்கு ஆவிகளில் நம்பிக்கை உண்டா?'

'என்னிடம் ஏன் கேட்கிறீர்கள்? நான் என்ன சொல்லுவேன் என்று உங்களுக்குத் தான் தெரியுமே!'

'ஆனால் உங்கள் கருத்தை நான் தெரிந்து கொள்ள விரும்புகின்றேன்'

'நாம் படித்த வர்க்கம் என்று சொல்லிக் கொள்கிறோம் ஆனால் விவசாயிகள் இருக்கின்ற அதே நிலையில் தான் நாமும் இருக்கின்றோம். விவசாயிகள் தான் ஆவிகள், மாந்திரீகம், பில்லி சூனியம் ஆகியவற்றை நம்புகிறார்கள். நாம்...'

'அப்படியானால் நீங்கள் நம்பவில்லையா?'

'ஆமாம். எனக்கு நம்பிக்கை இல்லை'

'ஆனால் நான் ஆவிகளைப் பார்த்திருக்கிறேன்'

'விவசாயப் பெண்கள் கூட பிசாசுகளை நேரில் பார்த்ததாகத்தான் சொல்கிறார்கள்'

'அப்படியானால் நான் உண்மையைப் பேசவில்லை என்று நினைக்கிறீர்களா?'

'மாஷா! தன்னால் நம்ப முடியவில்லை என்று தான் லெவின் கூறுகிறார்' என்று கிட்டி குறுக்கிட்டுப் பேசினாள். லெவினுக்காக அவள் வெட்கப்பட்டாள். லெவின் எரிச்சல் பட்டான். இதற்கு சரியான பதில் கொடுக்க விரும்பினான் லெவின். உரையாடலின் தொனி மோசமாக மாறியதால் இதனை மாற்ற விரும்பினான் விரான்ஸ்கி. பிரகாசமான. கபடமற்ற புன்னகை அவனிடத்து அரும்பியது.

'ஆவிகள் இருப்பது சாத்தியம் என்று கூட நீங்கள் ஒப்புக்கொள்ள மாட்டீர்களா? மின்சார சக்தியைப் பற்றிப் பேசுகிறோம். அது என்னவென்று நமக்குத் தெரியாது. ஆகவே நம்மால் அறியப்படாத சக்திகள் இருக்கலாம்...'

'மின்சார சக்தியை முதலில் கண்டுபிடித்த பொழுது அதன் நிகழ்வுகள் மட்டுமே கவனிக்கப்பட்டன. அவற்றின் காரண காரியங்கள் தெரியவில்லை. அதனைப் பயன்படுத்துவதற்குச் சில நூற்றாண்டுகள் ஆயின. ஆனால் நம் நாட்டில் ஆவிகளை மேசைக்கு வரவழைத்தார்கள். அவை செய்திகளை எழுதின. அது ஒரு அறியப்படாத சக்தி என்று கூறினார்கள்.'

லெவின் பேசுவதை விரான்ஸ்கி அக்கறையுடன் கேட்டான். விரான்ஸ்கி சொன்னான்:

'அது எப்படிப்பட்ட சக்தி என்பது எங்களுக்குத் தெரியவில்லை. ஆனால் அது இருக்கிறது என்று ஆவிகளை நம்புகிறவர்கள் கூறுகிறார்கள். விஞ்ஞானிகள் கண்டுபிடிக்கட்டும் அது என்ன விதமான சக்தி என்று. நானும் கூட அதனைப் பார்த்ததில்லை. ஆனால் அது ஒரு புது ரகமான சக்தியாக ஏன் இருக்கக்கூடாது. அது...'

'மரப்பிசினைக் கம்பளியில் உரசினால் மின்சாரம் கிடைக்கிறது. அதாவது ஒரு குறிப்பிட்ட நிகழ்வு ஏற்படுகிறது. ஆனால் ஆவிகள்

விஷயத்தில் எல்லா சந்தர்ப்பங்களிலும் நிகழ்வுகள் ஏற்படுவதில்லை. ஆகவே அது இயற்கைச் சக்தி அல்ல' என்றான் லெவின்.

வரவேற்பு அறை உரையாடலுக்கு சில தன்மைகள் உண்டு. ஆனால் இந்த உரையாடல் மிகவும் அறிவார்ந்த முறையில் முன்னேறிக் கொண்டிருந்தது. விரான்ஸ்கி பேச்சை மாற்ற விரும்பினான். அவன் உல்லாசமாகச் சிரித்தபடி பெண்களின் பக்கம் திரும்பினான்.

லெவின் தன்னுடைய கருத்தை முழுவதுமாகச் சொல்லிவிட விரும்பினான். எனவே மீண்டும் சொல்லத் தொடங்கினான்:

'சீமாட்டி அவர்களே! ஆவி என்னும் புதிய சக்தி இருப்பதாகச் சிலர் சொல்கிறார்கள். அதை ஏற்றுக் கொள்ள முடியாது. அவர்கள் ஒரு ஆன்மீகச் சக்தியைப் பற்றிப் பேசுகிறார்கள். ஆனால் அதனைப் பொருளாயத சோதனைக்கு உட்படுத்துகிறார்கள்.'

லெவின் எப்பொழுது முடிப்பான் என்று எல்லோரும் காத்துக் கொண்டிருந்தார்கள். லெவினும் அதனைப் புரிந்து கொண்டான்.

'நீங்கள் சிறந்த ஊடகமாக இருப்பீர்கள். ஏனென்றால் உங்களிடம் ஒரு பரவசம் ததும்பிய உணர்வு மிதந்து கிடக்கின்றன.' என்றாள் நோர்ஸ்டன் சீமாட்டி. லெவின் அவளுக்குப் பதில் சொல்ல விரும்பினான். ஒரு வித நாணத்தால் அவன் பேசாமலிருந்து விட்டான்.

'நாம் இங்கே ஆவிகளை வரவழைப்போம். ஒரு மேசை வேண்டும்' என்றான் விரான்ஸ்கி. 'இளவரசி கிட்டி, தயவு செய்யுங்கள்!' என்ற விரான்ஸ்கி, கிட்டியின் தாயைப் பார்த்துச் சொன்னான்: 'இளவரசி, ஏற்பாடு செய்யலாமா?' என்று கூறியபடி எழுந்து தானே பொருத்தமான மேசை உள்ளதா என்று சுற்றிலும் பார்த்தான்.

மேசையை எடுத்து வர கிட்டி எழுந்தாள். லெவினை அவள் கடந்து சென்ற போது இருவரது கண்களும் நேருக்கு நேர் சந்தித்துக் கொண்டன. அவனுக்காக அவள் தன் இதயம் முழுவதும் இரக்கப்பட்டாள். தானே அவனுடைய துயரத்திற்குக் காரணமானவளாகப் போய்விட்டோமே என்று மிகவும் துன்பப்பட்டாள்.

'நீங்கள் என்னை மன்னிப்பீர்களா? தயவு செய்து இப்போதே என்னை மன்னித்து விடுங்கள்' என்று அவனைப் பார்த்துக் கெஞ்சின அவளது கண்கள்: 'இப்போது நான் மகிழ்ச்சியாக இருக்கின்றேன். தயவு கூர்ந்து என்னை விட்டு விடுங்கள்'.

'நான் எல்லோரையும் வெறுக்கிறேன். உன்னை மட்டும் அல்ல, என்னையும் கூட' என்று அவளுக்குப் பதில் கூறின அவனது கண்கள்.

அவன் தனது தொப்பியை எடுத்துக் கொண்டு புறப்பட ஆயத்தமானான். இப்போதும் கூட அவனால் புறப்பட்டு விட முடியவில்லை.

முதிய இளவரசர் - கிட்டியின் தந்தை - இப்போது உள்ளே வந்தார். சுற்றி நின்று கொண்டிருந்த பெண்களுக்கு வாழ்த்துக் கூறிவிட்டு லெவினை நோக்கித் திரும்பினார்.

'ஆஹா! நீங்கள் ரொம்ப நேரமாக இருக்கிறீர்களா? நீங்கள் கிராமத்திலிருந்து வந்தது எனக்குத் தெரியாது. உங்களைப் பார்த்ததில் எனக்கு ரொம்ப மகிழ்ச்சியாக உள்ளது' என்று அவர் மிக நெகிழ்ந்து கூறினார். அவர் லெவினைக் கட்டி தழுவிக் கொண்டு, நலம் விசாரிக்கத் தொடங்கினார். விரான்ஸ்கி இருப்பதை இளவரசர் கவனிக்கவே இல்லை. விரான்ஸ்கி எழுந்து நின்று அமைதியாக இளவரசர் தன்னைக் கவனிப்பார் என்று காத்துக் கொண்டிருந்தான்.

இங்கு நடப்பதையெல்லாம் கிட்டி கவனித்துக் கொண்டே இருந்தாள். தனது தந்தை, லெவினை மிகுந்த உள்ளன்போடு கட்டித் தழுவியதையும், உற்சாகத்தோடு அவனோடு பேசிக்கொண்டிருப்பதையும் கவனித்தாள். விரான்ஸ்கி வணங்கியதை உணர்ச்சியற்ற முறையில் ஏற்றுக் கொண்ட பின்னும் அவரிடம் வந்து பேசாமல் தொடர்ந்து லெவினுடன் உற்சாகமாகப் பேசத் தொடங்கியதையும் கண்டு திகைத்துப் போனான் விரான்ஸ்கி. தன்னை விரான்ஸ்கி பணிந்து வணங்கிய பின்னும், தந்தை விரான்ஸ்கியைக் கவனிக்காமல் இருப்பது கண்டு விரான்ஸ்கி தவறாக நினைத்து விடுவானோ என்று நினைத்து வருந்தி அவமானத்தினால் முகம் சிவந்து போனாள் கிட்டி.

'இளவரசர் அவர்களே, தயவு செய்து லெவினை விடுவியுங்கள். அவரை வைத்து ஒரு பரிசோதனை செய்வதற்காக நாங்கள் காத்துக் கொண்டு இருக்கிறோம்.' என்று சீமாட்டி நோர்ஸ்டான் தான் அந்தக் குழப்பத்திற்கு ஒரு முடிவு ஏற்படுத்தினாள்.

'என்ன பரிசோதனை? ஆவியைக் கூப்பிடும் விளையாட்டா? அதைக் காட்டிலும் 'மோதிர வேட்டை' விளையாட்டு இன்னும் சுவையாக, வேடிக்கையாக இருக்கும்' என்ற முதிய இளவரசர் விரான்ஸ்கியைப் பார்த்தார். அவன் தான் இந்த விளையாட்டைத் தொடங்க வேண்டும் என்று அவர் நினைப்பதை எல்லோரும் புரிந்து கொண்டனர்.

விரான்ஸ்கியின் எதற்கும் கலங்காத சஞ்சலமற்ற கண்கள் வியப்புடன் அந்த முதிய இளவரசரைப் பார்த்தன. பின்பு மெல்ல சிரித்தபடி சீமாட்டி நோர்ஸ்டனுடனும் அடுத்த வாரம் நடக்க விருக்கும் நடன விருந்து பற்றிப் பேசத் தொடங்கினான்.

'உங்களை நான் அங்கு நிச்சயம் எதிர்பார்க்கிறேன்' என்றான் விரான்ஸ்கி கிட்டியிடம். முதிய இளவரசர் தன்னை விட்டு அகன்றதும் தான் புறப்பட்டுச் செல்லத் தயாரானான் லெவின். திரும்பி ஒரு முறை கிட்டியைக் கவனித்தான்.

நடன விருந்து பற்றிய விரான்ஸ்கியின் கேள்விக்கு மலர்ந்த முகத்துடன் புன்னகை தவழ கிட்டி பதில் சொல்லிக் கொண்டிருந்தாள்.

கிட்டியின் புன்னகை தவழும் அந்த முகத்தை தன் நெஞ்சில் பதிய வைத்துக் கொண்டு வெளியேறினான் லெவின்.

அத்தியாயம் 15

விருந்தினர்கள் விடைபெற்றுச் சென்ற பிறகு லெவினுடனான தன்னுடைய உரையாடலைப் பற்றிய விபரத்தைக் கிட்டி தன் தாயிடம் தெரிவித்தாள். அவள் லெவினிடம் அவனது திருமண விருப்பக் கோரிக்கைக்கு மறுப்புத் தெரிவித்து விட்டாலும் லெவின் தன்னுடன் திருமணம் பற்றிப் பேசியது அவளுக்கு மகிழ்ச்சியே தந்தது. தன்னுடைய முடிவு சரியானது என்பதைப் பற்றி அவளுக்குச் சந்தேகமில்லை. பல்வேறு சிந்தனைகளில் அவள் தூக்கம் வராமல் வெகுநேரம் படுக்கையில் புரண்டு கொண்டிருந்தாள். ஒரு பிம்பம் அவளை விடாமல் துரத்திக் கொண்டிருந்தது. லெவினுடைய முகம் தான் அது. அவனது கருணை மிகுந்த கண்களை இப்போது சோகம் கவ்விக் கொண்டிருந்தது. அவளது தந்தையுடன் பேசிக் கொண்டிருந்த அவன், அவளது தந்தை பேசுவதைக் கவனித்தபடியே, கிட்டியையும் விரான்ஸ்கியையும் மாறி, மாறிப் பார்த்துக் கொண்டிருந்தான். அவள் அவனுக்காக மிகவும் வருந்தினாள். அவளுடைய கண்களில் கண்ணீர்த் துளிகள் அரும்பின. அவள் உடனே அனைத்தையும் மீண்டும் நினைவுபடுத்திக் கொண்டாள். யாருக்காக லெவினை மறுத்து தன் மனத்தை மாற்றிக் கொண்டாளோ, அந்த மனிதனின் கட்டுறுதியான முகம் அவள் முன் ஓவியமாகத் தோன்றியது. சாந்தமும், கருணையும் தவழும் முகம், எப்போதும் எவரிடத்தும் அன்பைப் பொழியும் அந்த முகம்! அவனுடைய காதல் ததும்பும் பார்வை - அனைத்தையும் நினைக்க, நினைக்க அவளுக்குச் சந்தோஷம் பொங்கி வழிந்தது. மெல்லிய சிரிப்புடன் தன் முகத்தைத் தலையணையில் புதைத்துக் கொண்டாள்.

மீண்டும் லெவினின் சோகம் ததும்பும் முகம் அவளைத் தூங்க விடாமல் செய்தது. 'அவருடைய நிலை பரிதாபமானதுதான். அதற்காக என்னைக் குற்றம் சொல்ல முடியாது' என்று அவள் தனக்குள் சொல்லிக்கொண்டாள். ஆனால் அவளது மனசாட்சி வேறு விதமாகப் பேசியது. அவளை இடித்துரைத்தது. லெவினிடம் நம்பிக்கையை

ஏற்படுத்தியது தவறா? அல்லது அவனை நிராகரித்தது தவறா? எது தவறு என்று அவளுக்குத் தெரியவில்லை. அவளுடைய மகிழ்ச்சி இது போன்ற சந்தேகங்களால் தொல்லைக்கு ஆளானது.

அவளது இதயம் சோகத்தினால் கனத்துப் போனது. 'கடவுளே என்னிடம் கருணை காட்டுங்கள், கடவுளே என்னிடம் கருணை காட்டுங்கள்' என்று அவள் தூக்கம் வரும் வரையில் சொல்லிக் கொண்டிருந்தாள்.

அதே சமயம், கீழே, இளவரசனின் படிப்பு அறையில் வழக்கம் போல தங்களின் செல்ல மகளைப் பற்றி சச்சரவு செய்து கொண்டிருந்தனர் அவளது பெற்றோர்கள்.

'நான் உன்னிடம் என்ன சொன்னேன்?' என்று சத்தமிட்டார் இளவரசர். கோபத்துடன் கைகளை ஆட்டி ஆட்டிப் பேசிக் கொண்டிருந்தார் அவர். 'உன்னிடம் கௌரவம் இல்லை. கண்ணியம் இல்லை. கருணையின்றி, முட்டாள்தனமாக இது போன்ற திருமண முயற்சிகளைச் செய்து உன் மகளுடைய வாழ்க்கையை நீயே கெடுக்கிறாய்.'

'கடவுளின் பெயரால் கேட்கிறேன், சொல்லுங்கள். அப்படி நான் என்ன செய்து விட்டேன்?' தன் கண்களில் கண்ணீர் பொங்கக் கேட்டாள் இளவரசி. அவளது கண்களிலிருந்து எந்த நேரத்திலும் கண்ணீர் அருவியாகக் கொட்டலாம் என்று தோன்றியது.

அவள் தன் மகளுடன் பேசிய பின்பு, சந்தோஷமான மனநிலையில், மனநிறைவுடன் தன் கணவருக்கு இரவு வணக்கம் சொல்லத்தான் அவரது படிப்பறைக்கு அவரைத் தேடி வந்தாள். லெவின் திருமணம் பற்றித் தன் மகளிடம் பேசியது. அவளது மறுப்பு ஆகிய எதையும் அவள் அவரிடம் பேசவில்லை. விரான்ஸ்கி கிட்டியைத் திருமணம் செய்து கொள்வார் என்று முடிவாகி விட்டது. அவருடைய தாய் ஊரிலிருந்து திரும்பியவுடன் இது உறுதி செய்யப்பட்டு விடும் என்று இளவரசரிடம் தெரிவித்தாள். இதைக் கேட்டவுடன் இளவரசர் கடுமையான கோபம் அடைந்து அவளைத் திட்ட ஆரம்பித்தார்.

'நீ இப்படிச் செய்யலாமா? ஒரு நபருக்கு ஆசை காட்டி உன் வழியில் அவரை இழுக்கப் பார்க்கிறாய். இன்று நடந்த இந்த விருந்தைப் பற்றி இந்த மாஸ்கோ நகர் முழுவதுமே பேசுவார்கள். அப்படித்தானே நடக்கும் அது நியாயம் தானே. நீ ஒரு விருந்து கொடுக்கிறாய் என்றால் அதற்குச் சமூகத்தில் முக்கியமான எல்லோரையும் கூப்பிடு. வரனாக நீ தேர்ந்தெடுக்க நினைப்பவரை மட்டும் அழைக்காதே, வயதுக்கு வந்துவிட்ட எல்லா நாய்க் குட்டிகளையும் (இளைஞர்களையும்) கூப்பிடு. பியானோ வாசிக்க

ஒருவரை ஏற்பாடு செய். விருந்தினர்கள் நடனமாடட்டும். ஆனால் இன்றிரவு நீ செய்ததைப் போன்று இனி எப்போதும் செய்யாதே. அதைப் பார்க்க எனக்கு மிகவும் வேதனையாக இருந்தது. நீ உன் விருப்பம் போல நடந்து கொண்டு, பாவம், அந்தக் குழந்தையின் தலையை உருட்டுகிறாய். அவளது வாழ்க்கையை அழிக்க முயலுகிறாய். லெவின் ஆயிரம் மடங்கு உயர்வானவர். அந்த விரான்ஸ்கி பீட்டர்ஸ்பர்க் நகரத்துப் பகட்டுக்காரன். அவர்கள் எல்லோருமே இயந்திரங்களால் செய்யப்பட்டவர்கள். ஒரே அச்சில் வைத்து வார்க்கப்படுகிறவர்கள். கொஞ்சம் படிப்பு, உடை மேனாமினக்கித்தனம் என்று விகிதாச்சாரப்படி இவர்கள் உருவாக்கப் படுகிறார்கள். மனித இயந்திரங்கள். இவர்கள் ஒரே மாடலில் டஜன் கணக்கில் தயாரிக்கப்படுகிறார்கள். வெறும் குப்பை போன்றவர்கள். அவனுடைய உடலில் அரச குடும்பத்தின் இரத்தம் ஓடினாலும் கூட என் மகளுக்கு அவன் பொருத்தமானவன் அல்ல.'

'ஆனால் இப்போது என்ன செய்வது?'

'இப்போது செய்தாயே... இதைப் போல...' என்று கோபத்துடன் கூறினார் இளவரசர்.

'உங்கள் பேச்சைக் கேட்டால் கிட்டிக்கு திருமணம் நடக்காது. நாம் எங்காவது கிராமத்தில் போய் வசிக்கலாம்' என்றாள் இளவரசி.

'நாம் கிராமத்திலிருந்து தான் நகரத்திற்கு வந்தோம்' என்றார் இளவரசர்.

'கொஞ்சம் பொறுங்கள். இதை நானா முடிவு செய்தேன். ஒரு இளைஞர், அதுவும் மிக அற்புதமான இளைஞர் கிட்டியைக் காதலிக்கிறார். அவளும் கூட அவரைக் காதலிப்பதாகவே தோன்றுகிறது...'

'தோன்றுகிறது... தோன்றும்... ஒரு வேளை அவள் அவனைக் காதலித்தால், அவனைத் திருமணம் செய்து கொள்ள சம்மதித்தால் நான் அப்படியே செய்வேன்... ஆனால் என் கண்களில் அப்படி எதுவும் படவில்லை. ஆவிகள் விளையாட்டு...! எவ்வளவு நல்ல விஷயம்! அதுவும் இந்த ஹாலில்...' என்று கூறிய அவர் தன்னுடைய மனைவியை வணக்கம் செய்வது போல நடித்துக் காட்டினார்.

'உன்னைக் கும்பிடுகிறேன். அவளை விட்டு விடு' என்று சொல்வது போலிருந்தது அவரது அந்தச் செய்கை. 'நம் மகள் கிட்டியின் வாழ்க்கையை நாமே அழித்து விடலாமா?'

'அப்படி ஏன் நினைக்கிறீர்கள்?' என்று இளவரசி கேட்டாள்.

'நினைக்கவில்லை. உண்மை அது தான். கண்களைத் திறந்து கொண்டு அவற்றைப் பார்க்க வேண்டும். பெண்களுக்கு அந்தப் பார்வை கிடையாது.

உண்மையாகக் காதலிப்பவர் யார் என்று எனக்குத் தெரியும். லெவின் அவளை உண்மையாகக் காதலிக்கிறார். விரான்ஸ்கி காதலிப்பதாக நடிக்கிறார்'.

'உங்களுக்கு அவரைப் பிடிக்கவில்லை. அதனால் இப்படிப் பேசுகிறீர்கள்'.

'உனக்கு இப்போது தெரியாது. சிறிது காலத்துக்குப் பிறகு புரிந்து கொள்வாய். இப்பொழுது டாலி புரிந்து கொண்டது போல... பாவம் டாலி.'

அவர் டாலியைப் பற்றிக் குறிப்பிட்டதும் இளவரசி குறுக்கிட்டாள். 'சரி, சரி... இனி மேல் நாம் இது பற்றிப் பேச வேண்டாம். நிறுத்துங்கள். நான் தூங்கச் செல்கிறேன். மற்றவற்றைக் காலையில் பேசலாம். இரவு வணக்கம்!'

'நல்லது, இரவு வணக்கம்.' என்றார் இளவரசர்.

ஒருவர் நெஞ்சில் மற்றவர் சிலுவைக் குறியிட இருவரும் முறையாகச் சிலுவைக் குறியிட்டுக் கொண்டனர். இருவரும் முத்தமிட்டுக் கொண்ட பின்பு, தங்களின் தனிப்பட்ட அபிப்பிராயங்களைத் தங்களுக்குள்ளேயே வைத்து மூடிக் கொண்டு பாரமான நெஞ்சங்களுடன் அந்தத் தம்பதிகள் இரவுக்காகத் தனித்தனியே பிரிந்து சென்றனர்.

விரான்ஸ்கியின் அணுகுமுறைகள், கண் ஜாடைகளின் மூலம் கிட்டி - விரான்ஸ்கியின் திருமணம் பற்றிய முடிவு இன்று மாலை சந்தேகத்திற்கு இடமின்றி உறுதியாக முடிவு செய்யப்பட்டு விட்டது என்று முழு நம்பிக்கை கொண்டிருந்தாள் இளவரசி. ஆனால் அவளது கணவனின் வார்த்தைகள் அவளைச் சஞ்சலப்படுத்தி விட்டன. படுக்கை அறையை அடைந்த அவள் மனம் மிக வேதனைப்பட்டு தனது மகளின் எதிர்காலத்தைப் பற்றி நம்பிக்கையிழந்து போனாள். கிட்டியைப் போலவே அவளும் கடவுளை வேண்டிக் கொண்டாள்: 'கடவுளே என்னிடம் கருணை காட்டுங்கள். கடவுளே என்னிடம் கருணை காட்டுங்கள், கடவுளே என்னிடம் கருணை காட்டுங்கள்.'

அத்தியாயம் 16

குடும்ப வாழ்க்கை என்றால் என்னவென்றே விரான்ஸ்கிக்குத் தெரியாது. மேற்குடியில் பிறந்த அவனது தாய், இளமையில் பிரபுக்கள் சமூகத்தில் மிகவும் செல்வாக்குடன் இருந்தாள். சமூகத்தில் உள்ள அனைவரையும் மிஞ்சிய பேரழகியாக இருந்தாள். திருமண வாழ்க்கையிலும், கணவனை இழந்து விதவையான பின்பும் ஏராளமான காதல் விவகாரங்களில் அவள் சம்பந்தப்பட்டிருந்தாள். அவளது காதல்

விவகாரங்கள் எல்லோருமே அறிந்தவைகள் ஆகும். விரான்ஸ்கிக்கு தனது தந்தையை அநேகமாக நினைவில் இல்லை என்றே சொல்லலாம். பிரபுக்களுடைய குடும்பங்களைச் சேர்ந்த இளைஞர்கள் படிக்கின்ற இராணுவ அகாதெமியில் அவன் படித்தான்.

இராணுவ அகாதெமியில் பயிற்சி முடித்து விட்டு ஒரு அழகு மிக்க இளைஞனாக, சிறப்பான எதிர்காலத்தை நோக்கியுள்ள ஒரு இராணுவ அதிகாரியாக அவன் அகாதெமியில் இருந்து வெளியில் வந்தான். சிறப்பான எதிர்காலம் உள்ள இளைஞன் என்ற முறையில் பீட்டர்ஸ்பர்கில் வசித்த பணக்கார இராணுவ அதிகாரிகளின் கோஷ்டியில் அவனும் சேர்ந்து விட்டான். பீட்டர்ஸ்பர்கின் பணக்காரக் குடும்பங்களுடன் அவன் பழகினாலும், பீட்டர்ஸ்பர்க்குக்கு வெளியில் தான் தன்னுடைய காதல் விளையாட்டுக்களை நடத்தி வந்தான்.

விரான்ஸ்கி மாஸ்கோவில் குடியேறிய பின்பு, பீட்டர்ஸ்பர்கின் சொகுசான இராணுவப் பயிற்சியின் போது பெற்ற அனுபவங்களுக்குப் பிறகு, முதல் முறையாக, அழகும், இனிமையும் நிறைந்த, கள்ளம் கபடமற்ற, அப்பாவியான இளம் பெண கிட்டியுடன் பழகும் வாய்ப்பு கிடைத்தது. ஒரு இளம் பெண்ணுடன் மிக அந்தரங்கமாக, மிக நெருக்கமாகப் பழகுவதில் உள்ள இன்பத்தை அவன் மிக விரும்பினான். அவன் மேல் அவள் காதல் கொண்டு விட்டாள். நடன நிகழ்ச்சிகளில் அவளுடன் அவன் நடனமாடினான். அவளை அவளது வீட்டுக்குச் சென்று பார்த்தான். இளைஞர்கள் வழக்கமாகப் பெண்களிடம் பேசுகின்ற அபத்தங்களை அவனும் அவளிடம் பேசினான். ஆனால் அந்த அபத்தங்களில் அவளுக்காக விசேசமான உள்ளர்த்தத்தைத் திணித்துப் பேசினான். எல்லோருக்கும் முன்பாக சொல்லக்கூடாத விஷயங்களை, வார்த்தைகளை அவளிடம் அவன் பேசவில்லை. அவள் மேலும் மேலும் உருகி அடிமையாகிக் கொண்டிருக்கிறாள் என்பதை அவன் நன்றாக உணர்ந்து கொண்டான். அவள் முழுமையாக அவனை நம்பி, தன் வாழ்க்கையை அவனிடம் ஒப்படைக்கத் தயாராக இருக்கிறாள் என்பதை அவன் நன்றாக உணர்ந்து கொண்டான். அந்த உணர்ச்சி அதிகரித்த போது கிட்டியிடம் மிகவும் கனிவாக நடந்து கொண்டான். தான் கிட்டியிடம் பழகும் விதத்திற்கு 'பொறுக்கித்தனம்' என்ற பெயர் ஒன்று உண்டு என்பதை அவனறியான். அவளைத் திருமணம் செய்யும் உத்தேசம் இல்லாமல் திட்டமிட்டு வலை விரித்துப் பழகி ஏமாற்றுவது- தகாத செயல் என்ற உணர்வு அவனுக்கு இல்லவே இல்லை. அவனைப் போன்ற இளம் அதிகாரிகள் இது போன்ற தீய பழக்கங்களில் ஈடுபடுவது வழக்கமாக இருந்தது என்பதை அவன் அறிந்ததில்லை. இப்படித் தந்திரமாக இளம் பெண்களை ஏமாற்றி இன்பத்தை அனுபவிக்கும் ஒரு வழியினை முதலில்

தானே கண்டுபிடித்ததாக நினைத்துக் கொண்டு அவன் அந்தக் களியாட்டங்களில் ஈடுபட்டு இன்பத்தை அனுபவித்து வந்தான்.

அன்றிரவு கிட்டியின் திருமணம் குறித்து, அவர்களுடைய பெற்றோர்களிடையே நடந்த உரையாடலை, ஒரு வேளை அவன் கேட்டிருந்தால், அதன் விளைவாக கிட்டியின் குடும்ப நலனுக்காக ஒரு வேளை கிட்டியைத் திருமணம் செய்து கொள்ள அவன் மறுத்து விட்டால் அவள் மிக வேதனையடைவாள் என்று சொன்னால் அவன் அதனை நம்ப மாட்டான். அவன் அதற்காக வருந்தியிருக்கவும் மாட்டான். மாறாக அவனுக்கு ஆச்சரியம் தான் ஏற்படும். இச்சைகள் மிகுந்து இன்பம் துய்க்கின்ற ஒரு செயலில் ஆணுக்கும், பெண்ணுக்குமாக இருவருக்கும் தானே இன்பம் கிடைக்கிறது, அவனுடன் அவளும் சேர்ந்து தானே - அவளும் தானே இன்பத்தை அனுபவிக்கிறாள். இதனைத் தவறு என்று எப்படிச் சொல்ல முடியும். அப்படித் தவறு என்று நீங்கள் கூறினால், அந்தத் தவறுக்கு முழுப் பொறுப்பு ஆணுக்குரியது என்பதை எப்படி ஏற்றுக் கொள்வது என்று அவன் கேட்பான். இது தவறான செயல் என்று கூறினாலும் அவன் நம்ப மாட்டான். ஒரு வேளை அவன் செய்யும் இந்தத் தவறினால் ஒரு தவறு நடந்து விட்டால் அவன் அவசியம் அவளைத் திருமணம் செய்து கொண்டு தான் தீர வேண்டும் என்று ஒரு நிர்பந்தம் ஏற்படும் என்று கூறினாலும் அவன் நம்ப மாட்டான்.

திருமணம் என்பது ஒரு சாத்தியமான செயல் என்று அவன் எண்ணியதே கிடையாது. குடும்ப வாழ்க்கையை அவன் அடியோடு வெறுத்தான். கணவன் என்ற ஒரு பொறுப்பை அவன் மிகவும் அந்நியமான, மிகவும் விரோதமான, கேவலமான விஷயம் என்று நினைத்து வெறுத்தான் விரான்ஸ்கி. அவனுடன் சேர்ந்து சுற்றித் திரிந்த திருமணமாகாத இளைஞர் பட்டாளத்தின் மத்தியிலும் குடும்ப வாழ்க்கையைப் பற்றி இந்த எண்ணமே பொதுவாகப் பரவியிருந்தது.

கிட்டியின் பெற்றோர்கள் என்ன பேசினார்கள் என்று அவனுக்குத் தெரியாது. ஆனால் தனக்கும், கிட்டிக்கும் ஏற்பட்டிருந்த இரகசியமான பிணைப்பு அன்று மாலை வலுப்பட்டிருப்பதால் இந்த விஷயத்தில் உடனடியாக ஏதேனும் நடவடிக்கை எடுத்துத் தான் தீர வேண்டும் என்று அவன் நினைத்தான். ஆனால் அந்த நடவடிக்கை தான் என்னவென்று அவனுக்குத் தெரியவில்லை.

விருந்து முடிந்து ஷெர்பட்ஸ்கியின் வீட்டிலிருந்து மிகுந்த சந்தோஷத்துடன் தான் புறப்பட்டான் விரான்ஸ்கி. தன்னிடம் ஒரு புத்துணர்ச்சியையும், உடலெங்கும் பரிசுத்தமாக, ஆரோக்கியமாக இருப்பது போலவும் அவன் உணர்ந்தான். (இந்தப் பரிசுத்தத்திற்கு அன்று

மாலை முழுவதுமே தான் புகை பிடிக்காமல் இருந்தது கூட ஒரு பாதியளவுக்குக் காரணமாக இருக்கலாம் என்றும் கூட நினைத்துக் கொண்டான்.) கிட்டி தன்னைக் காதலிப்பதை நினைத்த பொழுது ஒரு புதிய உணர்வு. மகிழ்ச்சியும், இன்பமும் தருகின்ற புதிய உணர்வு தன் உடலெங்கும் பரவிப் படர்வதை உணர்ந்தான் விரான்ஸ்கி. 'என்ன அது! இவ்வளவு சந்தோஷத்தைத் தருகிறதே...! நானோ அல்லது அவளோ ஒரு வார்த்தை கூடப் பேசவில்லை, ஆனால் எங்கள் கண்களின் நளினமான மொழியில், ஓசையில், தொனியில், இன்று நாங்கள் ஒருவரையொருவர் புரிந்து கொண்டோம். எப்போதையும் விட இன்று அவள் தன் கண்களின் பாஷையில் என்னைக் காதலிப்பதாகத் தெளிவாக உணர்த்தி விட்டாள்.'

'ஓ! அவள் தான் எத்தனை அழகானவள், எவ்வளவு இனிமையானவள், எவ்வளவு எளிமையானவள், எல்லாவற்றிற்கும் மேலாக எவ்வளவு உண்மையானவள்! நான் கூட முன்னே விட இப்போது ஒரு சிறந்த மனிதனாக, பரிசுத்தமானவனாக மாறிவிட்டது போல உணர்கின்றேன். எனக்கு ஒரு இதயம் இருப்பதாகவும் அந்த இதயத்தில் நல்ல பண்புகள் குடியிருப்பதாகவும் நான் உணர்கிறேன். ஓ! அவளது அந்தக் காதல் கண்கள் தான் எவ்வளவு அழகானவை!'

'நல்லது. இன்று எனக்கும் அவளுக்கும் மிக மகிழ்ச்சியான நாள் தான். சரி. வீட்டிற்குத் திரும்பிச் செல்ல இன்னும் நேரமிருக்கிறது. இன்னும் மிச்சமிருக்கும் இன்றைய மாலைப் பொழுதை எங்கே சென்று கழிப்பது...?' அவன் மனத்தில் வழக்கமாகத் தான் செல்லும் இடங்கள் நிழலாகத் தோன்றி கடந்து கொண்டிருந்தன. 'கிளப்புக்குப் போகலாமா? அங்கு சென்றால் 'இக்னாட்டியேவுடன்' சேர்ந்து 'ஷாம்பெய்ன்' குடித்துவிட்டு 'பெஸீக்' விளையாடலாம். ஆனால் அங்கு போக வேண்டாம்... பிரெஞ்சு விடுதிக்குப் போகலாமா? அங்கு ஆப்லான்ஸ்கி இருப்பான்... பிரெஞ்சுக் கவிதைகளைக் கேட்கலாம். 'கேன்கேன்' நடனத்தை ரசிக்கலாம்... ஆனால் அதுவும் வேண்டாம். அங்கு போனால் நான் மிகவும் பலவீனமாகி விடுவேன். அங்கேயிருந்து தான் நான் ஷெர்பட்ஸ்கிகளின் வீட்டிற்குச் செல்ல தொடங்கினேன். இந்தக் காதலை பெற்றேன். எனவே அந்த இடத்தில் என்னை நான் சிறந்த மனிதனாக காட்டிக் கொள்ளவே விரும்புகின்றேன். எனவே நான் இப்போது என் வீட்டிற்குத் தான் செல்ல வேண்டும்' என்று நினைத்துக் கொண்ட விரான்ஸ்கி நேராகத் தான் தங்கியிருந்த அறை உள்ள ஹோட்டல் 'துஸே'யுக்குப் புறப்பட்டான். அங்கு சென்று இரவு உணவை முடித்து விட்டு தனது அறைக்குச் சென்று உடைகளைக் களைந்து விட்டுப் படுக்கையில் வீழ்ந்து, தலையணையில் முகத்தை அழுத்திக் கொண்டு உறங்கிப் போனான்.

இரயில் பயணத்தில் அன்னா

அத்தியாயம் 17

மறுநாள் காலை 11 மணிக்கு மாஸ்கோ இரயில் நிலையத்திற்கு, பீட்டர்ஸ்பர்க் நகரத்திலிருந்து தன்னுடைய அம்மாவை அழைத்து வருவதற்காகச் சென்றான் விரான்ஸ்கி. இரயில் நிலையத்தில் அவன் முதன் முதலாகச் சந்தித்தது ஆப்லான்ஸ்கியைத் தான். போர்டிகோவின் அகன்ற படிகளில் நின்று அழைத்துச் செல்வதற்காக வந்திருந்தான் அவன்.

'அதிகாரி அவர்களே!' என்று விரான்ஸ்கியை எதிர்பாராமல் சந்தித்து விட்ட ஆச்சரியத்துடனும் மகிழ்ச்சியுடனும் அழைத்தான் ஆப்லான்ஸ்கி. 'நீங்கள் எங்கே இங்கு... யாரைச் சந்திக்க வந்திருக்கிறீர்கள்?'

'என்னுடைய அம்மா!' என்றான் விரான்ஸ்கி. சிரித்தபடி ஆப்லான்ஸ்கியுடன் கைகளைக் குலுக்கிக் கொண்டான். (ஆப்லான்ஸ்கியைச் சந்திக்கும் ஒவ்வொருவரும் அவனுடன் மகிழ்ச்சியாக கை குலுக்கிக் கொள்வது மாறாக ஒரு பழக்கமாகவே இருந்தது) இருவரும் சேர்ந்தே மாடிப் படிகளில் ஏறிச் சென்றனர்.

'அம்மா பீட்டர்ஸ்பர்கிலிருந்து வருகிறாள்' என்றான் விரான்ஸ்கி.

'நேற்றிரவு இரண்டு மணி வரையில் உன்னை எதிர்பார்த்து நான் காத்துக் கொண்டிருந்தேன். ஷெர்பட்ஸ்கியின் வீட்டிலிருந்து புறப்பட்ட நீ வேறு எங்கு போய் விட்டாய்?'

'எனது வீட்டுக்கு!' என்றான் விரான்ஸ்கி. 'உண்மையைச் சொல்லுவதானால் ஷெர்பட்ஸ்கியின் வீட்டிலிருந்து புறப்பட்ட பொழுது நான் மிகவும் உற்சாகமாக இருந்தேன். எனவே வேறெங்கும் செல்ல எனக்கு விருப்பமில்லை.'

'பந்தயக் குதிரைகளை
ஓட்டத்தின் மூலம் நானறிவேன்.
காதல் வயப்பட்ட இளைஞர்களை
அவர்களின் கண்களின்
ஒளியின் மூலம் நானறிவேன்!'

உணர்ச்சிகரமான இந்தப் பிரெஞ்சுக் கவிதையைப் பாடலாகப் பாடினான் ஆப்லான்ஸ்கி. ஒரு முறை லெவினிடம் இதைப் பாடியது போல இப்போது விரான்ஸ்கியின் முன் மீண்டும் பாடினான் அவன்.

விரான்ஸ்கி சிரித்தான். அந்தக் கவிதை வரிகளின் மூலம் தன்னைக் கேலி செய்கிறான் ஆப்லான்ஸ்கி என்று நினைத்த விரான்ஸ்கி உடனடியாகப் பேச்சை மாற்றினான்.

'நீ யாரைச் சந்திக்க வந்திருக்கிறாய்?'

'நானா? ஒரு நேசத்திற்குரிய பெண்ணைச் சந்திக்க வந்திருக்கின்றேன்!' என்றான் ஆப்லான்ஸ்கி.

'அப்படியா?'

'என் சகோதரி! அன்னா!'

'ஓ, திருமதி. கரீனினாவா?' என்று கேட்டான் விரான்ஸ்கி.

'உனக்குத் தெரிந்திருக்கும் என்றே நினைத்தேன்.'

'ஆனால், எனக்கு அவர்களை சரியாக நினைவில் இல்லை'.

கரீனினா என்ற பெயருள்ள நபரை எப்போதோ சந்தித்திருக்கின்றோம் என்ற தெளிவற்ற நினைவுகள் அவனிடத்தில் தோன்றின.

'என் மைத்துனர் அலெக்ஸிஸ் அலெக்ஸாண்ட்ரோவிச் கரீனினை உனக்கு நிச்சயம் தெரிந்திருக்கும். அவர் மிகவும் பிரபலமானவர். இந்த உலகம் முழுவதும் உள்ள எல்லோருக்கும் அவரைத் தெரியும்' என்றான் ஆப்லான்ஸ்கி.

'அவரைப் பற்றிக் கேள்விப்பட்டிருக்கிறேன். நேரிலும் பார்த்திருக்கின்றேன். அவர் ஒரு நல்ல அறிவாளி. சமய நூல்களை நிறைய கற்றவர்' என்று கூறிய அவன், 'அவர் என் துறையைச் சேர்ந்தவர் அல்ல' என்பதை ஆங்கிலத்தில் சொன்னான்.

'ஆமாம், அவர் மிகவும் குறிப்பிடத்தக்கவர். பழமைவாதிதான். ஆனால் மிக அற்புதமானவர்' என்றான் ஆப்லான்ஸ்கி.

'ஆமாம். அவர் மிகச் சிறந்தவர் தான்' என்றான் விரான்ஸ்கி மீண்டும். பயணிகள் ஓய்வு அறைக் கதவுக்கருவில் நின்று கொண்டிருந்த தனது தாயின் வயதான வேலைக்காரரை பார்த்து விட்டான்... 'நீ, இங்கே இருக்கிறாயா?, சரி வா இங்கே...' என்று அழைத்தான்.

எல்லோருக்கும் ஆப்லான்ஸ்கியைப் பிடிக்கும். ஆனால் விரான்ஸ்கிக்கு அவன் கிட்டியின் மூத்த சகோதரியின் கணவன் என்பதால் சற்று கூடுதலாகவே ஆப்லான்ஸ்கியைப் பிடிக்கும்.

'அடுத்த ஞாயிற்றுக் கிழமை உன் சகோதரிக்கு நாம் எல்லோரும் சேர்ந்து விருந்து கொடுக்கலாமா?' என்று புன்னகை செய்த படி கேட்டான் விரான்ஸ்கி. ஆப்லான்ஸ்கியின் கரத்தைத் தன் கையில் எடுத்துக் கொண்டான்.

'நிச்சயமாக... நீயும் மற்ற நண்பர்களும் விருந்துக்கு அவசியம் வர வேண்டும். கட்டணம் உண்டு. சரி, என்னுடைய நண்பன் லெவினை ஷெர்பர்ட்ஸ்கயாவின் வீட்டில் நேற்றிரவு சந்தித்தாயா?'

'ஆமாம். ஆனால் அவர் சீக்கிரமே புறப்பட்டுச் சென்று விட்டார்.'

'அற்புதமான மனிதன் அவன்'

'மாஸ்கோவாசிகள் திடீர் திடீரென்று கிளம்பி விடுகிறார்கள். அது போலவே திடீரென்று கோபமடைந்தும் விடுகிறார்கள்...' என்றான் விரான்ஸ்கி.

'அது உண்மைதான்!' என்று ஒப்புக் கொண்டான் ஆப்லான்ஸ்கி.

அப்போது அந்த வழியில் வந்த போர்ட்டரிடம் கேட்டான்: 'இரயில் வருவதற்கு நேரமாகுமா?'

'கை காட்டியை போட்டாச்சு. ஒரு சில நிமிடங்களில் வந்து விடும்' என்றான் போர்ட்டர்.

பிளாட்பாரத்தில் ஆட்களின் நடமாட்டமும் பேச்சுக் குரல்களுமாக சத்தம் அதிகரித்தது. ஆட்டுத் தோல் கோட்டுகளை அணிந்திருந்த கூலியாட்கள் பெரிய சரக்குப் பெட்டிகளைத் தூக்கிக் கொண்டு

தண்டவாளங்களைக் கடந்து கொண்டிருந்தனர். தூரத்தில் இரயிலின் விசில் சத்தம் கேட்டது. மீண்டும் பேச்சுத் தொடர்ந்தது.

'நீ நினைப்பது போல இல்லை' என்றான் ஆப்லான்ஸ்கி. அவன் விரான்ஸ்கியிடம் லெவினைப் பற்றிச் சொல்ல மிகவும் ஆவல் கொண்டிருந்தான்: 'நீ லெவினைச் சரியாகப் புரிந்து கொள்ளவில்லை. அவன் உணர்ச்சிகரமானவன். சில சமயங்களில் நியாயமான விஷயங்களுக்காக அவன் கோபப்படுவான். அந்தச் சமயங்களில் அவனைக் கட்டுப்படுத்த முடியாது. அனைத்தையும் தூக்கி எறிந்து விட்டுப் போய்விடுவான். மற்றபடி அவன் மிகவும் பண்பானவன், நேர்மையானவன். எதையும் மறைப்பவன் அல்ல நேருக்கு நேராகவே பேசி விடுவான். பொன் மனம் படைத்தவன். ஆனால் நேற்று அவன் அங்கு வந்ததற்கு ஏதேனும் சிறப்பான காரணங்கள் இருக்கலாம்' என்று நிறுத்திய ஆப்லான்ஸ்கி பொருள் பொதிந்த ஒரு புன்னகை செய்தான். 'ஆமாம், அவன் அங்கு வந்ததற்கு ஒரு காரணம் உள்ளது. அங்கிருந்து அவன் சீக்கிரமாகப் புறப்பட்டுச் சென்றதற்கு அங்கு நடந்த ஏதேனும் மகிழ்ச்சிகரமான அல்லது வருத்தம் தரும் ஏதோ ஒரு நிகழ்வு தான் காரணமாக இருக்கும்'.

அப்போது விரான்ஸ்கி குறுக்கிட்டு, நேரடியாகவே கேட்டான்: 'நீ என்ன சொல்கிறாய்... அவர் கிட்டியிடம் அவளைத் திருமணம் செய்து கொள்வதுப் பற்றிப் பேசினாரா என்ன?'

'அப்படித்தான் நினைக்கிறேன். நேற்று அவன் அவளிடம் அது போன்று தான் ஏதாவது பேசியிருக்க வேண்டும் என்று எனக்குத் தோன்றுகிறது. அவன் கோபமாக இருந்தான். சீக்கிரமாகவே புறப்பட்டுப் போய் விட்டான்.' என்று நீ கூறுவதிலிருந்து அது தான் காரணமாக இருக்க வேண்டும் என்று எனக்கு ஊகிக்கத் தோன்றுகிறது. அவன் கிட்டியை நீண்ட காலமாகக் காதலித்து வந்தான். 'நான் அவனை நினைத்து மிகவும் வருத்தப்படுகிறேன்' என்றான் ஆப்லான்ஸ்கி.

'ஓ, அப்படியா... அவள் மறுத்து விட்டாளா என்ன...? ஒரு வேளை அவள் இன்னும் நல்ல, சிறந்த கணவரைத் தேர்ந்தெடுக்க விரும்பியிருக்கலாம் என்று நான் நினைக்கிறேன்' என்று கூறியபடி தன் நெஞ்சை விரித்துக் கொண்டு முன்னால் நடந்த விரான்ஸ்கி திரும்பி ஆப்லான்ஸ்கியைப் பார்த்துச் சொன்னான்: 'எனக்கு லெவினைப் பற்றித் தெரியாது. இருப்பினும் அவருக்காக நான் வருந்துகிறேன். அதோ ரயில் வந்து விட்டது.'

ரயில் எஞ்சினின் விசில் சப்தத்தைத் தொடர்ந்து எஞ்சின் ரயில் நிலையத்தினுள்ளே நுழைந்து கொண்டிருந்தது. பிளாட்பாரத்தில்

அதிர்வுகள் ஏற்பட்டன. எஞ்சினிலிருந்து கிளம்பிய நீராவிப் புகை, உறைகின்ற பனிக் காற்றில் தாழ்வாகப் பரவியது. எஞ்சினுடன் பெட்டிகளை இணைத்திருந்த இரும்பு இணைப்புகள் முன்னும் பின்னுமாக அசைந்து ஓசையிட்டன. இரயில் எஞ்சின் ஓட்டுநர் அணிந்திருந்த கம்பளி உடைகளில் பனி அப்பியிருந்தது. பிளாட்பாரத்தில் இப்போது மேலும் அதிர்வுகள் ஏற்பட்டன. இரயில் நின்று விட்டது. இரயிலின் நடத்துநர் (கார்டு) சுறுசுறுப்பாக தனது பெட்டியிலிருந்து பிளாட்பாரத்தில் குதித்து இறங்கி வேகமாகச் சென்று கொண்டிருந்தார். பொறுமையில்லாத பயணிகள் இடித்துக் கொண்டு வேகமாகக் கீழே இறங்கிக் கொண்டிருந்தனர். ஒரு இராணுவ அதிகாரி விறைப்பாக நின்று, இடித்துக் கொண்டு செல்பவர்களை முறைத்தபடி மெல்ல வந்து படிகளில் இறங்கினார். ஒரு வர்த்தகர் ஒரு பெரிய பையைத் தூக்கிக் கொண்டு இறங்கினார். ஒரு விவசாயி தோளில் மூட்டை ஒன்றுடன் இறங்கினார்... இன்னும் சிலர்...

இரயில் பெட்டியிலிருந்து இறங்கிக் கொண்டிருந்த பயணிகளை உணர்ச்சியற்று வெறித்துப் பார்த்துக் கொண்டிருந்தான் விரான்ஸ்கி. தன் தாய் அந்த ரயிலில் வருகின்றாள் என்ற உணர்வுகளின்றி அவன் சிந்தனை முழுவதும் சற்று முன்பு கிட்டியைப் பற்றி ஆப்லான்ஸ்கி கூறிய விஷயங்களில் மூழ்கியிருந்தது. அந்தத் தகவல் அவனுக்கு மகிழ்ச்சியைக் கொடுத்தது. கிட்டியின் விஷயத்தில் அவன் தன்னை வெற்றியாளனாகக் கருதியதால் அவன் மார்பு விரிவடைந்து கண்கள் பிரகாசித்தன. அவர்களைக் கடந்து கொண்டிருந்த இரயிலின் நடத்துநர் (கார்டு) அவனைப் பார்த்துச் சொன்னார்: ‘சீமாட்டி விரான்ஸ்கயா இந்தப் பெட்டியில் தான் இருக்கிறார்கள்’

இந்த வார்த்தைகளில் உணர்வு பெற்றான் விரான்ஸ்கி. அவனது இதயத்தின் அடித்தளத்தில் அன்பு, பாசம் எதுவுமே கிடையாது. அவன் அவனது தாயை உள்ளன்போடு நேசித்ததே கிடையாது. அவளிடத்தில் அவனுக்கு மரியாதை கிடையாது. அவன் பிறந்து வளர்த்த சூழல்தான் அதற்குக் காரணம். அவன் படித்த படிப்பினால், வெளிப்பகட்டுக்காக அவன் அவளுக்கு மரியாதை கொடுத்தான். அவன் எவ்வளவுக்கு அவளுக்கு வெளியில் மதிப்பும் மரியாதையும் காட்டினானோ அதைவிட அதிகமாக தன் உள்ளத்தின் அடியாழத்தில் அவன் அவளை வெறுத்தான்.

அத்தியாயம் 18

இரயிலின் காப்பாளரைத் தொடர்ந்து அந்தப் பெட்டியில் ஏறினான் விரான்ஸ்கி. அவன் நுழையும் பொழுது ஒரு பெண் கீழே இறங்குவதற்காக பெட்டியின் வாயிலுக்கு வந்து கொண்டிருந்தாள். அவளுக்கு வழிவிட்டு ஒதுங்கி நின்றான் விரான்ஸ்கி. அவளைப் பார்த்த

முதல் பார்வையிலே அவள் மேற்குடியினைச் சேர்ந்த பெண் என்பதைத் தெரிந்து கொண்டான். இன்னொரு தடவை அவளைத் திரும்பிப் பார்க்க வேண்டும் என்று ஒரு ஆவல் அவன் மனதை உந்தித் தள்ளியது. அவனால் திரும்பிப் பார்க்காமல் இருக்க முடியவில்லை. அவ்வாறு அவனைத் திரும்பிப் பார்க்கும் படியான தூண்டுதல் அவனிடத்தில் ஏற்பட அவள் மிகச் சிறந்த அழகியாக இருந்தது மட்டுமல்ல, நேர்த்தியாக மனம் விரும்பக்கூடிய வண்ணம் அவள் உடை அணிந்திருந்தாள் என்பதற்காக அல்ல. அன்பும், கருணையும் பொழியும் உயிர்த்துடிப்பு மிக்க அவளது

விரான்ஸ்கியுடன் அன்னாவின் முதல் சந்திப்பு

முகமும், கணத்தில் எவரையும் ஈர்க்கக்கூடிய ஏதோ ஒரு ஈர்ப்பு சக்தியும் அவளிடத்தில் காணப்பட்டதே காரணம். அவன் அவளைப் பார்க்கத் திரும்பிய அதே கணம் அவளும் அவனைத் திரும்பிப் பார்த்தாள். அவளது பிரகாசமான சாம்பல் நிறக் கண்கள் - கருமையாகத் தென்பட்டன. அவளது கண்களின் இமைகள் அவளது முகத்தில் மேலே சற்று உயர்ந்து கண்கள் அவனைப் பார்ப்பதற்காக சற்று ஓய்வு கொண்டன. அவளது கண்கள் அவனை அறிந்து கொண்டன என்பது போலத் தோன்றியது. பின்பு நடைபாதையை நோக்கித் திரும்பி, நகர்ந்து சென்று கொண்டிருந்த பயணிகள் கூட்டத்தில் யாரோ ஒருவரைத் தேடத் துவங்கின. அந்தப் பெண்ணின் உயிர்த்துடிப்பு அவளது முகம் முழுவதும் பரவி இருந்தது.

அது அந்தப் பிரகாசமான கண்களில் வெளிப்பட்டது. அவளது மெல்லிய புன்னகையில் ஒளிர்ந்தது. அவள் தன்னுடைய கண்களின் ஒளியை மறைப்பதற்கு முயற்சி செய்தாள். கண்ணிமைகளை மூடி மறைக்க முயன்றாலும் அந்த ஒளி கண்களின் வழியாகக் கீழிறங்கி அவளது மென்மையான அந்த ரோஜா உதடுகளின் சிரிப்பில் வெளிப்பட்டது.

விரான்ஸ்கி பெட்டியினுள் நுழைந்தான். ஒல்லியான, கருப்பு நிறக் கண்களுடன் சுருண்ட கேசமும் கொண்ட முதிய பெண்மணியான அவனது தாய், சுருங்கிய கண்களை உயர்த்திப் பார்த்து தன் மகனைக் கண்டு கொண்டாள். அவளது சிறிய மெலிந்த உதடுகள் மெல்ல சிரித்தன. இருக்கையிலிருந்து எழுந்த அவள், தன்னுடைய கைப்பையினை வேலைக்காரனிடம் கொடுத்தபடி மற்றொரு மெலிந்த கரத்தை தன் மகனிடம் நீட்டினாள். தன் கரத்தில் முத்தமிட்டுக் கொண்டிருந்த அவனது தலையைத் தொட்டு நிமிர்த்தி அவனது முகத்தில் முத்தமிட்டாள் அவனது தாய்.

'என் தந்தி கிடைத்ததா? நன்றாக இருக்கிறாயா?'

அவளுக்கு அருகில் இருந்த இருக்கையில் உட்கார்ந்தபடியே 'உங்கள் பயணம் எப்படி இருந்தது?' என்று கேட்டான் மகன். கதவுக்கு வெளியே ஒரு பெண்ணின் குரல் கேட்டு தன்னிச்சையாக திரும்பிப் பார்த்தான். அந்தக் குரல், தான் பெட்டியில் நுழையும் போது வெளியே வந்த அந்தப் பெண்ணின் குரல் தான் என்பதை அவன் தெரிந்து கொண்டான்.

'அதேதான். உங்களுடைய கருத்துகளை என்னால் ஏற்றுக்கொள்ள முடியாது' என்ற அந்தப் பெண் யாரிடமோ சொல்லிக் கொண்டிருந்தாள்.

'சீமாட்டி அவர்களே! உங்களின் கருத்துக்கள் பீட்டர்ஸ்பர்க் கருத்துக்கள்!'

'இல்லை, அவை ஒரு பெண்ணின் கருத்துக்கள்'

'நல்லது, நான் புறப்படுகிறேன். உங்கள் கரத்தை முத்தமிட அனுமதியுங்கள்'

'நன்றி, இவான் பெத்ரோவிச்! என் சகோதரனைப் பார்த்தால் என்னிடம் அனுப்புங்கள்' என்று சொல்லிவிட்டு அந்தப் பெண் மறுபடியும் பெட்டிக்குள் வந்தாள்.

'உன்னுடைய சகோதரனைப் பார்த்து விட்டாயா?' என்று விரான்ஸ்கியின் தாயார் அவளிடம் கேட்டாள்.

விரான்ஸ்கி இப்போது தெரிந்து கொண்டான். அவள் தான் திருமதி. கரீனினா.

'உங்கள் சகோதரர் இங்கே தான் இருக்கிறார்' என்று எழுந்தபடியே சொன்னான். 'மன்னித்துக் கொள்ளுங்கள், முதலில் உங்களைத் தெரிந்து கொள்ளாமல் போய்விட்டது. நாம் முன்பு சந்தித்திருந்தாலும் நீங்கள் என்னை நினைவில் வைத்திருக்க முடியாது' என்றான் விரான்ஸ்கி.

'நான் உங்களை அடையாளம் தெரிந்து கொண்டிருக்க வேண்டும். ஏனென்றால் உங்கள் அம்மா இந்தப் பயணம் முழுவதிலுமே உங்களைப் பற்றித்தான் பேசிக் கொண்டிருந்தார்கள்' என்று சொல்லிவிட்டு மலர்ந்த முகத்துடன் சிரித்தாள்.

'ஆனால் என்னுடைய சகோதரன் இன்னும் வரவில்லை'.

'அலெக்ஸிஸ், போ. போய் அவரை அழைத்து வா' என்றாள் அந்த வயதான சீமாட்டி.

விரான்ஸ்கி வெளியே போனான். பிளாட்பாரத்தில் நின்று உரக்க அழைத்தான்: 'ஆப்லான்ஸ்கி! இதோ, இங்கே!'

தன் சகோதரன் பெட்டிக்கு வரும் வரையில் திருமதி. கரீனினா காத்திருக்கவில்லை. ஆப்லான்ஸ்கியைத் தூரத்தில் பார்த்ததுமே அவள் மெல்ல அடி எடுத்து வண்டியிலிருந்து இறங்கி பிளாட்பாரத்துக்கு வந்து விட்டாள். தன் சகோதரன் தன் அருகில் வந்தவுடன் தன் இடது கரத்தினால் அவனது கழுத்தைக் கட்டிக் கொண்டு அவன் முகத்தில் மிகவும் அழுத்தமாக முரட்டுத்தனமாக முத்தமிட்டாள். விரான்ஸ்கி அவளை வைத்த கண் வாங்காமல் பார்த்துக் கொண்டிருந்தான். ஒரு கணம் பிரமித்துப் போன அவன் நினைவு வந்து மெல்லச் சிரித்தான். திடீரென்று தன் தாய் காத்திருக்கும் நினைவு வர அவன் பெட்டிக்குத் திரும்பிப் போனான்.

'ரொம்ப அழகு அவள், இல்லையா?' என்று திருமதி. கரீனினாவைச் சுட்டிக் காட்டிச் சொன்னாள் சீமாட்டி.

'அவளது கணவர் தான் அவளை எனது பெட்டியில் உட்கார வைத்தார். இவளைப் பார்த்ததும் எனக்கு ரொம்ப சந்தோஷம். வழி நெடுக நாங்கள் பேசிக் கொண்டே தான் வந்தோம்.'

திருமதி. கரீனினா சீமாட்டியிடம் விடைபெற்றுக் கொள்வதற்காக மறுபடியும் பெட்டிக்குள் வந்தாள்.

'சீமாட்டி அவர்களே! நீங்கள் உங்கள் மகனைச் சந்தித்து விட்டீர்கள். நானும் என் சகோதரனைச் சந்தித்து விட்டேன். மேலும் என்னிடம் கைவசம் இருந்த எல்லாக் கதைகளையும் நான் உங்களிடம் சொல்லி முடித்து விட்டேன். இனி சொல்வதற்கு ஒன்றும் இல்லை.'

'நன்றி, நன்றி' என்றாள் சீமாட்டி, அவளது கைகளைப் பற்றிக் கொண்டு, 'நீ என்னுடன் கூட வருவதாக இருந்தால் இந்த உலகம் முழுவதையும் கூட அலுப்புத் தட்டாமல் சுற்றி வந்து விடுவேன். நீ அழகு தேவதை மட்டுமில்லை. பேசுவதற்கும் இனிமையானவள். பேசாமலே உட்கார்ந்திருப்பதற்கும் கூட இனிமையானவள். ஆமாம் உன்னைப் பார்த்துக் கொண்டே சும்மா உட்கார்ந்திருந்தாலும் இனிப்பவள் நீ. சரி, உன் மகனைப் பற்றி நீ கவலைப்பட்டுக் கொண்டே இருக்காதே. எப்போதும் பிரிந்து விடாமலேயே இருக்க முடியும் என்று எப்போதும் எதிர்பார்க்காதே. எனவே கவலைப்படாமலிரு.'

'சீமாட்டி பேசுவதையே நின்று பார்த்துக் கொண்டிருந்த கரீனினா கண்கள் மின்னச் சிரித்தாள்.

'அன்னா அர்க்காதியேவ்னாவுக்கு எட்டு வயதில் ஒரு மகன் இருக்கிறான்' என்றாள் சீமாட்டி. 'அவள் இதுவரை ஒரு தடவை கூட தன் மகனைப் பிரிந்து எங்கும் போனதில்லை. எனவே தான் இப்போது அவனைத் தனியே விட்டு விட்டு வந்ததற்காக மிகவும் வருந்திக் கொண்டிருக்கிறாள்.'

'ஆமாம். சீமாட்டி தன் மகனைப் பற்றியும், நான் என் மகனைப் பற்றியும் தான் வழி நெடுகப் பேசிக் கொண்டு வந்தோம்!' என்று கூறிய கரீனினா கலீரென்று சிரித்தாள். சிரிப்பினால் அவள் முகம் முழுவதுமே ஒளியுடன் பிரகாசித்தது.

'இப்படிக் கதைகளைப் பேசியே நீங்கள் ரொம்பவும் களைத்துப் போயிருப்பீர்கள்' என்றான் விரான்ஸ்கி.

'நன்றி, சீமாட்டி அவர்களே! நிறைய நேரமாகிவிட்டது. நீங்கள் புறப்படுங்கள்!' என்றாள் கரீனினா.

'போய் வா பெண்ணே! நான் முதியவள். மனதில் நினைத்ததை அப்படியே பேசுவேன். உன்னிடம் என் மனதைப் பறிகொடுத்து விட்டேன்!'

அது வழக்கமாகச் சொல்லப்படுகின்ற உபசார வார்த்தைகளாக இருந்த போதிலும் கரீனினா அதை நம்பினாள். மகிழ்ச்சியடைந்தாள். அவள் வெட்கத்துடன் நின்றாள். பின் குனிந்து, அவள் முகத்தை சீமாட்டி முத்தமிடுவதற்கு ஏற்பக் குனிந்தாள். சீமாட்டி அவளது முகத்தில் முத்தமிட்டாள். பின் எழுந்து நின்ற அவள் தன் கண்களும் உதடுகளும் பிரகாசிக்கத் தன் கரத்தை விரான்ஸ்கியிடம் நீட்டினாள். அவன் அவளது கரத்தைத் தொட்டு மெல்ல அழுத்தினான். அவள் விறைப்பாகத் தன் கரத்தை நீட்டியது விரான்ஸிஸ்க்கு மகிழ்ச்சியைக் கொடுத்தது. அவள் சுறுசுறுப்பாக நடந்து சென்ற பொழுது கம்பீரமாகத் தோன்றினாள்.

'மிக அழகானவள்' என்றாள் சீமாட்டி.

அவளுடைய மகனும் கூட அப்படியே நினைத்தான். அவனுடைய கண்களால் அவன் அவளைப் பின் தொடர்ந்தான். அவளுடைய அழகான அந்த உருவம் கண்ணை விட்டு மறையும் வரையில் அவன் பார்த்துக் கொண்டிருந்தான். ஆனால் அவனது முகம் மட்டும் அவளது புன்னகையைத் தனக்குள் பற்றி வைத்துக் கொண்டது. தூரத்தில் நின்று கொண்டிருந்த தனது சகோதரனின் அருகில் சென்ற அவள், தன் சகோதரனுடன் ஏதோ சைகை செய்து பேசுவதைக் கண்டான். இரயில் பெட்டிக்குள் இருந்தபடியே இதனைக் கவனித்துக் கொண்டிருந்த அவன் தன் தாயிடம் திரும்பினான்.

'அம்மா, சுகமாக இருக்கிறீர்களா?' என்று கேட்டான்.

'நன்றாக இருக்கிறேன். அலெக்ஸாண்டர் நன்றாகக் கவனித்துக் கொண்டான். வார்யாவும் நன்றாக இருக்கிறாள். வர வர மேலும் அழகாகிக் கொண்டிருக்கிறாள்.'

சீமாட்டி தன்னுடைய பேரனுக்குப் பெயர் சூட்டும் விழாவிற்கு பீட்டர்ஸ்பர்க்கிற்குச் சென்று விட்டு, இப்போது திரும்பியிருக்கின்றாள். பெயர் சூட்டு விழா நிகழ்ச்சிகளை மகனிடம் விவரித்தாள் அவள். தன்னுடைய மூத்த மகனுக்கு சக்கரவர்த்தி விசேசமான சலுகை அளித்துள்ளதாகவும் அவள் தெரிவித்தாள்.

'இதோ வந்து விட்டான், லாரெண்டி!' என்று சன்னலின் வழியே பார்த்த விரான்ஸ்கி சொன்னான். 'இப்போது நாம் புறப்படலாமா?'

பீட்டர்ஸ்பர்குக்கு சீமாட்டியுடன் சென்றிருந்த தலைமை பாதுகாப்பு அதிகாரி (மேஜர் டொமோ) லாரெண்டி வண்டிக்குள் வந்தான். 'அனைத்தும் தயாராகி விட்டது. சீமாட்டி, எழுந்து புறப்படலாம்' என்றான்.

'பாருங்கள். இப்போது நடைபாதையில் கூட்டம் இல்லை' என்றான் விரான்ஸ்கி.

வேலைக்காரன் அந்தப் பெரிய பையையும், சிறிய நாய்க் குட்டியையும் எடுத்துக் கொண்டான். பாதுகாப்பு அதிகாரியும் போர்ட்டரும் மற்ற பைகளை எடுத்துக் கொண்டனர். விரான்ஸ்கி, தனது தோளில் தாயின் கரங்களை எடுத்து வைத்துக் கொண்டு, தாயை தன்னோடு சேர்த்துப் பிடித்தபடி பெட்டியிலிருந்து இறங்க முனைந்த பொழுது, திடீரென்று பெருங்கூச்சல் எழும்பியது. பிளாட்பாரத்தில் பயணிகள் சிதறி அங்குமிங்குமாக ஓடிக் கொண்டிருந்தனர். எல்லோரது முகங்களிலும் பீதி.. பயம்... ஒரு வித்தியாசமான வண்ணத்தில் தொப்பி அணிந்திருந்த ஸ்டேசன் மாஸ்டரும் கூட அந்தக் கூட்டத்தினரோடு சேர்ந்து மிக வேகமாக ஓடிக் கொண்டிருந்தார்.

ஏதோ ஒரு அசாதாரணமான சம்பவம் நடந்திருக்க வேண்டும். மக்கள் வண்டியிலிருந்தும் கூட இறங்கி, வண்டிக்குப் பின்புறம் ஓடிக் கொண்டிருந்தனர்.

‘என்ன நடந்து விட்டது? என்ன? எங்கே?... இரயில் சக்கரத்தின் அடியில்... மேலேறி விட்டது...’ என்று இரயில் பெட்டியை ஒட்டி பேசிக் கொண்டே வேகமாக நடந்து கொண்டிருந்தனர் பயணிகளில் சிலர்.

ஆப்லான்ஸ்கி தன் சகோதரியின் கரத்தைப் பிடித்து அழைத்து வந்தான். சீமாட்டி உட்கார்ந்திருந்த ரயில் பெட்டி அருகில் வந்து இருவரும் நின்றனர். பிரயாணிகள் வேறு சிலரும் கூட அச்சம் தவழும் முகத்துடன் அங்கே வந்து நின்று கொண்டனர். பெண்கள் மறுபடியும் வந்து பெட்டிகளில் ஏறிக் கொண்டனர். கரீனினாவும் கூட பெட்டிக்குள் வந்தாள். ஆப்லான்ஸ்கியும், விரான்ஸ்கியும் விபத்து நடந்திருப்பதாக தெரிந்து கொண்டு அதனை பற்றி அறிந்துகொள்ள கூட்டத்தினரைத் தொடர்ந்து நடந்தனர்.

இரயில் நிலைய காவலாளி ஒருவன் மிகவும் அளவு கடந்து குடித்து விட்டு தண்டவாளத்தில் நடந்து சென்றிருக்கிறான். தலையையும் காதுகளையும் கம்பளித் துண்டு ஒன்றினால் இறுக்கமாகக் கட்டியிருந்த தனால் பின்னால் வந்து கொண்டிருந்த டிராம் வண்டியின் விசில் சத்தம் அவனுக்குக் கேட்கவில்லை. தண்டவாளத்தின் அதிர்வுகள் கேட்டு அவன் திரும்புவதற்குள் டிராம் ரயில் அவனைக் கீழே தள்ளி, மேலேறிச் சென்று விட்டது.

ஆப்லான்ஸ்கியும், விரான்ஸ்கியும் திரும்பி வருவதற்குள் பெண்கள் இந்த விபரங்களையெல்லாம் மேஜர் டெமொவின் மூலம் தெரிந்து கொண்டு விட்டனர்.

ஆப்லான்ஸ்கியும் விரான்ஸ்கியும் சின்னா பின்னமாகிப் போன அந்த மனிதனின் உடலைப் பார்த்து விட்டுத் திரும்பியிருந்தனர். ஆப்லான்ஸ்கியின் முகத்தில் அச்சமும், அவலமும் நிறைந்திருந்தன. அவனை இந்தக் காட்சி மிகவும் பாதித்திருந்தது. அவன் எந்த நேரமும் அழுது விடுவான் என்பது போலக் கண்ணீர் அவன் கண்களில் முட்டிக் கொண்டு நின்றது.

‘ஆ, எவ்வளவு பயங்கரம், ஓ... அன்னா... நீ அதனைப் பார்த்திருக்க வேண்டுமே... என்ன பயங்கரம்’ என்றான் ஆப்லான்ஸ்கி.

விரான்ஸ்கி ஒன்றுமே பேசவில்லை. மிக அமைதியாக இருந்தான். அவனுடைய அழகிய முகத்தில் ஏதோ ஒரு பரபரப்பு தெரிந்தது.

‘சீமாட்டி அவர்களே! அவன் மனைவி அங்கே தான் இருந்தாள்... அவளைப் பார்க்க மிகவும் பரிதாபமாக, மிகத் துயரமாக இருந்தது. அவள்

அந்தச் சிதறிய உடல் மீது விழுந்து அழுது கொண்டிருந்தாள்... பெரிய குடும்பமாம்... அவன் தான் அந்தக் குடும்பத்துக்கு ஆதாரமாயிருந்தானாம்...'

'அவளுக்கு யாருமே உதவி செய்யவில்லையா?' குமுறிவரும் அழுகையை அடக்கியபடி கவலையுடன் மெல்லிய குரலில் கேட்டாள் கரீனினா.

விரான்ஸ்கி அவளைத் திரும்பிப் பார்த்தான். 'அம்மா, சிறிது நேரத்தில் வந்து விடுகிறேன்' என்று கூறிவிட்டு திரும்பி படிகளை நோக்கி நடந்தான். அவன் சில நிமிடங்களில் திரும்பி வந்த போது, ஆப்லான்ஸ்கி சீமாட்டியிடம், புதிதாக நகருக்கு வந்திருக்கும் ஒபேரா பாடகியைப் பற்றிக் கூறிக் கொண்டிருந்தான். அவள் ஒன்றுமே பேசாமல் தன் மகனின் வருகையை எதிர்பார்த்துக் கதவுப்புறம் பார்த்துக் கொண்டிருந்தாள்.

உள்ளே வந்த விரான்ஸ்கி, 'நாம் இப்போது புறப்படலாம்' என்றான்.

அவர்கள் எல்லோரும் சேர்ந்து நடந்தனர். விரான்ஸ்கி தன் தாயுடன் முன்னால் நடந்து கொண்டிருந்தான். அவர்களுக்குப் பின்னால் தன் சகோதரனுடன் தொடர்ந்து கொண்டிருந்தாள் கரீனினா. வேகமாக ஓடி வந்த ஸ்டேசன் மாஸ்டர் வெளியே செல்லும் வாயிலில் அவர்களைச் சந்தித்தார். விரான்ஸ்கியிடம் அவர் கேட்டார்:

'ஐயா, நீங்கள் என் உதவியாளரிடம் 200 ரூபிள்கள் கொடுத்தீர்களாம். எதற்கு என்று தயவு செய்து சொல்லுங்கள்.'

'இது என்ன கேள்வி? மரணமடைந்த நபரின் மனைவிக்கு உதவியாகத் தந்தேன்' என்றான் விரான்ஸ்கி.

'நல்ல காரியம் செய்திருக்கிறாய்!' என்று பாராட்டினான் ஆப்லான்ஸ்கி. 'மிகவும் பாராட்டத்தக்க செயல்! அற்புதமான மனிதனல்லவா இவன். இல்லையா?' என்று திரும்பி தன் சகோதரியின் தோளை அழுத்திய ஆப்லான்ஸ்கி, 'சீமாட்டி அவர்களே! உங்களுக்கு என் வணக்கம்!' என்றான்.

பின்னால் வந்து கொண்டிருந்த அவனுடைய சகோதரி சட்டென்று நின்று கூட்டத்தில் எங்கோ சென்று விட்ட தனது பணிப்பெண்ணைத் தேடிக் கொண்டிருந்தாள். பணிப் பெண் வந்ததும் அவர்கள் அனைவரும் ஸ்டேசனுக்கு வெளியே வந்தனர்.

விரான்ஸ்கியின் கோச்சு வண்டி அங்கே தயாராக இருந்தது. இரயில் நிலையத்தை விட்டு வெளியேறிக் கொண்டிருந்த அனைவருமே இந்தக் கோர விபத்தைப் பற்றித் தான் பேசிக் கொண்டே சென்றனர்.

'என்ன கோரமான மரணம்', என்றார் வெளியே வந்து கொண்டிருந்த ஒரு மனிதர் - 'உடல் இரண்டு துண்டுகளாகி விட்டது என்று சொன்னார்கள்'.

'முடிவாக நான் சொல்வது இது தான், மிக எளிதான, துன்பமில்லாத மரணம் என்று தான் இதை நான் நினைக்கிறேன்' என்று அவருடன் கூட நடந்து கொண்டிருந்த மற்றொருவர் கூறினார்.

'பாதுகாப்பு நடவடிக்கைகள் எதுவும் இங்கே இல்லை என்பது பெரிய குறை' என்றார் மூன்றாமவர்.

திருமதி. கரீனினா தன் சகோதரனுடைய கோச்சு வண்டியில் ஏறினாள். அவளது உதடுகள் துடித்துக் கொண்டிருப்பதையும், அவள் மிகவும் சிரமப்பட்டு, கண்களிலிருந்து கண்ணீர் வழிந்து விடாமல் கட்டுப்படுத்த முயன்று கொண்டிருப்பதையும் ஆச்சரியத்துடன் பார்த்தான் ஆப்லான்ஸ்கி.

'அன்னா! என்னவாகிவிட்டது உனக்கு. உடல் நலமில்லையா?' என்று கோச்சு வண்டி சில நூறு மீட்டர் தூரம் கடந்ததும் கேட்டான் ஆப்லான்ஸ்கி.

'கெட்ட சகுனம் இது' என்று பதிலளித்தாள்.

'கவலைப்படாதிரு. நான் உன்னைத் தான் நம்பியிருக்கிறேன்' என்றான் ஆப்லான்ஸ்கி.

'உனக்கு விரான்ஸ்கியை ரொம்ப நாளாகத் தெரியுமா?' என்று கேட்டாள்.

'ஆமாம். உனக்கு இன்னொன்றும் தெரியுமா? அவன் கிட்டியைத் திருமணம் செய்து கொள்வான் என்று நாங்கள் எதிர்பார்க்கின்றோம்'.

'அப்படியா' என்றாள் அன்னா மென்மையாக. 'சரி, இப்போது உன் விவகாரங்களைப் பற்றிப் பேசுவோம்' என்ற அவள் தலையைப் பலமாக ஆட்டிக் கொண்டாள். அவனுக்குத் தீங்கு செய்ய நினைக்கிற தீய சக்தியை அவள் விரட்டுவது போல இருந்தது அது.

'உன்னுடைய பிரச்சனையைப் பற்றி பேசுவோம். உனது கடிதத்தைப் படித்தவுடன் நான் புறப்பட்டு வந்திருக்கிறேன்'

'நான் உன்னையே தான் நம்பியிருக்கிறேன்' என்றான்.

'நல்லது, என்ன நடந்தது, எல்லாவற்றையும் சொல்'

ஆப்லான்ஸ்கி தன் கதையைத் தொடங்கினான்.

அவனுடைய வீட்டை அடைந்ததும், தன்னுடைய சகோதரி கோச்சிலிருந்து இறங்குவதற்கு கை கொடுத்தான். அவளுடைய கரத்தை அர்த்தமுடன் அழுத்தி விட்டு, தன்னுடைய அலுவலகத்திற்குப் புறப்பட்டுப் போனான்.

அன்னாவை காதலுடன் நோக்கும் விரான்ஸ்கி

அத்தியாயம் 19

அன்னா வீட்டுக்குள் வந்த போது டாலி தனது சிறிய வரவேற்பறையில், அழகிய கேசமும், பருமனான உடலும் கொண்ட (தந்தை ஆப்லான்ஸ்கியைப் போலவே தோற்றமுடைய) தனது மகனுக்கு பிரெஞ்சு மொழிப் பாடத்தைக் கற்றுக் கொடுத்துக் கொண்டிருந்தாள். சிறுவன் அந்தப் பொத்தானைப் பிடித்துத் திருகிக் கொண்டிருந்தான். டாலி அவன் கையைப் பிடித்துத் தடுத்துக் கொண்டிருந்தாள். அவள் அவனது பருமனான கரத்தைத் தட்டுவதும், அவனது கரம் மீண்டும் பொத்தானைத் தொடுவதுமாகப் பலமுறை நடந்து விட்டது. முடிவாக அவள் அந்தப் பட்டனை அதிலிருந்து பிய்த்து எடுத்து அதை தனது பாக்கெட்டில் வைத்துக் கொண்டாள்.

'உன்னுடைய கைகளைப் பேசாமல் வைத்திரு, கிரிஷா' என்று அவனிடம் சொல்லிவிட்டு கம்பளித் துணியில் பின்னல் வேலையைத் தொடர்ந்தாள். அவள் நெடுங்காலத்துக்கு முன்பே அதனைப் பின்னத் தொடங்கி இருந்தாலும் இன்னும் அது முடிக்கப்படாமல் தான் இருந்தது. தனக்கு தொல்லைகள், துன்பங்கள் ஏற்படும் நேரங்களில் தான் அந்த துயரங்களைச் சற்று மறக்க அவள் அந்தப் பின்னல் வேலையைச் செய்வாள்!

அவ்வாறே இன்றும் அவள் பின்னல் வேலையில் ஈடுபட்டுக் கொண்டிருந்தாள்.

'உங்கள் சகோதரி வருவதைப் பற்றி தனக்கு கவலை ஒன்றும் இல்லை' என்று அவள் ஆப்லான்ஸ்கியிடம் முதல் நாள் கோபத்துடன் சொல்லியிருந்தாள். ஆனாலும், அவனுடைய சகோதரியை முறைப்படி வரவேற்பதற்கு எல்லா ஏற்பாடுகளையும் செய்து விட்டு பரபரப்புடன் அவளை எதிர்பார்த்துக் கொண்டு காத்திருந்தாள் அவள். டாலி தன்னுடைய துயரத்தில் முழுமையாக மூழ்கியிருந்தாள். அவளுடைய நாத்தனராகிய அன்னா பீட்டர்ஸ்பர்கில் முக்கியமான பிரமுகரைத் திருமணம் செய்து கொண்டிருந்தாள். அவளுக்கென்று தனி அந்தஸ்து இருந்தது. அன்னாவை டாலிக்கு மிகவும் பிடிக்கும். ஆகவே கணவனிடம் தகராறு செய்த பொழுது கூறியபடி அவள் நடந்து கொள்ளவில்லை. நாத்தனார் வரப்போகிறாள் என்பதையும் மறக்கவில்லை.

'என் கணவருடைய நடத்தைக்கு அன்னா என்ன செய்வாள்? அவள் மிகவும் நல்லவள். என்னிடம் அன்பும் நட்பும் உள்ளவள்' என்று டாலி நினைத்துக் கொண்டாள்.

இந்த சமயத்தில் அவளுக்கு தான் ஒரு முறை பீட்டர்ஸ்பர்குக்கு கரீனின்களின் வீட்டுக்குச் சென்று வந்தது நினைவுக்கு வந்தது. அவளுக்கு அவர்களுடைய வீடு பிடிக்கவில்லை. அவர்களின் குடும்ப வாழ்க்கையில் ஏதோ ஒரு 'பொய்மை' ஊடாடிக் கொண்டிருப்பதாக அவளுக்கு நிதர்சனமாகத் தோன்றியது.

'நான் ஏன் அவளை வரவேற்க வேண்டும்! அவள் இந்த விஷயத்தில் தலையிட்டு என்னை சமாதானப்படுத்தும் முயற்சியில் இறங்காமல் இருந்தால் நான் அவளை சந்தோஷமாக வரவேற்பேன்' என்று டாலி நினைத்தாள். 'ஒருவேளை கிறிஸ்தவர்களின் பாவ மன்னிப்புக் கோரிக்கை போல எல்லாவற்றையும் மன்னித்து விடு, மறந்துவிடு என்பாளா? ஆனால் என்னால் எதையும் மறக்க முடியாது. உறுதியாகச் சொல்வேன். ஆயிரம் முறை அவர்களைப் பற்றிச் சிந்தித்து விட்டேன். 'அவர்கள்' - என் கணவரும், அவரது அந்தக் கள்ளக் காதலியும் - நல்லவர்கள் அல்ல'

கடந்த சில நாட்களாகவே அவள் தன் குழந்தைகளுடன் தனியாகவே தான் இருந்து வருகிறாள். அவள் தனது துயரங்களைப் பற்றி யாருடனும் பேச விரும்பவில்லை. அவளுக்குத் தெரியும். இதற்கு ஒரு வழிதான் சிறந்த வழியாக இருக்க முடியும். ஒன்று, தன் கணவன் தன்னோடு மட்டுமே வாழ்வது. மற்றது, தன்னையும் தன் குழந்தைகளையும் மறந்து விட்டு அவர் தன் இஷ்டப்படி வாழ்ந்து கொள்வது. அன்னாவிடம் எல்லாவற்றையும் சொல்லி விட வேண்டும் என்று தான் அவள் முதலில்

நினைத்தாள். இப்போது தன் மன வேதனைகளையெல்லாம் எப்படி அன்னாவிடம் சொல்வது என்று நினைத்து மனம் வெறுத்துப் போனாள். உன் சகோதரன் எனக்குத் துரோகம் செய்து விட்டான் என்று அவருடைய சகோதரியிடமே எப்படிச் சொல்வது - தனக்கு இது மிகவும் சங்கடத்தைக் கொடுக்கிறது. அதுவும் தன் வயதே உள்ள ஒரு பெண்ணிடம் அறிவுரை கேட்பது, ஆறுதல் வேண்டுவது எப்படி என்பதை அவள் மனம் ஏற்க மறுத்தது.

ஆனாலும் எப்போதாவது இப்படிப்பட்ட விஷயங்கள் நடந்து கொண்டுதானிருக்கின்றன. 'சரி, பார்ப்போம்' என்று அன்னாவின் வருகையை எதிர்பார்த்து கடிகாரத்தைப் பார்த்துக் கொண்டிருந்தாள் டாலி. ஆனால் அன்னா வீட்டிற்குள் நுழைய அழைப்பு மணியை அழுத்தியபோது, அந்த மணியோசையை அவள் கேட்கவில்லை. எனவே அன்னா வீட்டிற்குள் வந்ததை அவள் கவனிக்கவில்லை. வேறு சிந்தனையில் இருந்து விட்டாள்.

ஆனால் அன்னாவின் மென்மையான காலடியோசையும், அவளது உடைகளின் சரசரப்புச் சத்தமும் கதவுக்கு அருகில் கேட்டவுடன் அவள் துள்ளி எழுந்து வந்து பார்த்தாள். அன்னாவைக் கண்டதும் ஆச்சரியம் மேலிட, சந்தோஷம் பொங்கி வழிய ஓடிச் சென்று அவளைக் கட்டிப் பிடித்துக் கொண்டாள்.

'நீங்கள் ஏற்கனவே வந்து விட்டீர்களா' என்று கூறியபடி அவளை முத்தமிட்டாள்.

'டாலி, உன்னைப் பார்த்ததில் ரொம்ப சந்தோஷம் அடைகிறேன்'.

'எனக்கும் கூட உன்னைப் பார்ப்பதில் ரொம்ப சந்தோஷம் தான்' என்றாள் டாலி பலவீனமான புன்னகையுடன்.

அன்னாவின் முக பாவங்கள் மூலம் 'இவளுக்கு நிச்சயம் எல்லாமும் தெரிந்திருக்கும்' என்று தன் மனத்திற்குள் நினைத்துக் கொண்டாள் டாலி. தன்மீது அவள் அனுதாபப்படுவது போன்ற ஒரு தோற்றம் அவள் முகத்தில் இருப்பதை அவள் தெரிந்து கொண்டாள்.

'வா... வா, உனது அறைக்கு உன்னை அழைத்துச் செல்கிறேன்' என்று கூறியபடி அவளுக்கு முன்னால் நடந்து சென்றாள்.

'இந்த விவகாரங்களை இப்போது பேசவேண்டாம். முடிந்த அளவுக்கு எவ்வளவு தள்ளிப் போட முடியுமோ அவ்வளவு தள்ளிப் போடுவோம்' என்று தன் மனத்தில் நினைத்துக் கொண்டாள் டாலி.

'இவன் கிரிஷா தானே! அடேயப்பா எவ்வளவு வளர்ந்து விட்டான்!' என்ற அன்னா அவனை நெருங்கி அவனது நெற்றியில் முத்தமிட்டாள். சோபாவில் உட்கார்ந்து கொண்டு எதிரிலிருந்த டாலியின் முகத்தை பார்த்தாள். டாலி வெட்கமடைந்தாள்.

அன்னா தனது சால்வையை அகற்றிய பொழுது அது அவளுடைய சுருள் சுருளான கேசத்தில் சிக்கிக் கொண்டிருப்பதைப் பார்த்தாள். தன் தலையை ஆட்டி தலை முடியிலிருந்து சால்வையைப் பிரித்து எடுத்தாள். அவளது திரண்ட தோள்கள், வழுவழுப்பான கைகள் நீண்ட கேசம், ஒளிவீசும் கண்கள் ஆகியவற்றைக் கண்டு டாலிக்கே அவளைக் கண்டு பொறாமையாக இருந்தது.

'நல்ல ஆரோக்கியத்துடனும் சந்தோஷமாகவும் நீ இருப்பது கண்டு எனக்கு மிக்க மகிழ்ச்சி தான்' என்று அன்னாவைப் பார்த்துச் சொன்னாள் டாலி.

'நானா... ஆமாம்' என்றாள் அன்னா.

'இது தான் தான்யாவா? என் மகன் 'செரேஷா'வின் வயது தானே இவளுக்கும்' என்று அறைக்குள் ஓடி வந்த சிறுமியைத் தூக்கி அவளது முகத்தில் முத்தமிட்டாள். 'என் செல்லம்! டார்லிங்!' என்று சிறுமியைக் கொஞ்சினாள். 'மற்றவர்கள் எல்லாம் எங்கே? அவர்களையும் நான் பார்க்க வேண்டும்!'

குழந்தைகளின் பெயர்களை மட்டுமே அவள் சொல்லவில்லை. அவர்கள் பிறந்த வருடங்கள், தேதிகள், அவர்களின் குணாதிசயங்கள், வழக்கமாக அவர்கள் என்னென்ன நோயினால் சிரமப்படுவார்கள் என்றெல்லாம் சொன்னாள்; விசாரித்தாள். இதற்காக அவளைப் பாராட்டாமல் இருக்க முடியவில்லை. டாலி மிக வியந்து அவளைப் பாராட்டினாள்.

'வாஸ்யா' தூங்கிக் கொண்டிருக்கிறான். அவனோடு மட்டும் தான் பேச முடியவில்லை' என்று கூறினாள் அன்னா.

எல்லாக் குழந்தைகளையும் பார்த்து விட்டு அவர்கள் வரவேற்பறைக்கு வந்தார்கள். சூடான காபி வைக்கப்பட்டிருந்த மேசைக்கு முன் உட்கார்ந்தார்கள். இருவரும் இப்போது தனிமையில் இருந்தனர். அன்னா காபி வைக்கப்பட்டிருந்த தட்டைத் தூக்கினாள். பின் அதை மேசையின் ஓரமாகத் தள்ளி வைத்தாள்.

'டாலி! அவன் என்னிடம் எல்லாவற்றையும் சொன்னான்!'

டாலி அவளை உணர்ச்சியற்றுப் பார்த்தாள். அவள் இப்போது போலியான அனுதாபத்துடன் பேசுவாள் என்று நினைத்தாள். ஆனால் அன்னா அது போன்று எதுவும் பேசவில்லை.

'டாலி! என் அன்பே! நான் அவனுக்காக பரிந்து பேசவோ, அல்லது உனக்கு ஆறுதல் கூறவோ விரும்பவில்லை. என்னால் அப்படிப் பேச இயலாது. ஆனால், அன்பே! உனக்காக நான் வேதனைப்படுகிறேன். என் இதயத்தின் ஆழத்திலிருந்து நான் வேதனைப்படுகிறேன்!'

அவளது பிரகாசமான கண்களின் இமைகளின் கீழ் இருந்து திடீரென்று கண்ணீர் பெருகி வழிந்தது. அவள் தனது மைத்துனியை மிக நெருங்கிச் சென்று தனது சுறுசுறுப்பான ஆற்றலுள்ள கரங்களினால் டாலியின் கரங்களைப் பற்றினாள். டாலி தன் கைகளை விலக்கிக் கொள்ளவில்லை. ஆனால் அவள் முகத்தில் அனல் வீசியது. அவள் சொன்னாள்: 'எனக்கு ஆறுதல் கூறித் தேற்றுவது என்பது இனிச் சாத்தியமே இல்லை. அந்தச் சம்பவத்திற்கு பின்பு எல்லாம் முடிந்து விட்டது. எல்லாமே அழிந்து விட்டது!'

பேசிய பின்பு டாலியின் முகத்திலிருந்த கடுமை மாறி மென்மையாகத் தோற்றமளித்தது. அன்னா டாலியின் சிறிய கரத்தை மெல்ல எடுத்து முத்தமிட்டாள். பின் சொன்னாள்: 'டாலி, இதற்கு என்ன செய்ய வேண்டும்? எப்படி தீர்வு காண வேண்டும் என்று சிந்திக்க வேண்டும். இது போன்ற வேதனையான நிலையில் கோபம் கொள்வதால் பயனில்லை. இனிமேல் என்ன செய்யலாம் என்று சிந்தித்து முடிவு செய்வதே சிறந்த செயலாகும்.'

'எல்லாமே அதன் முடிவுக்குப் போய்விட்டது... அவ்வளவு தான். எல்லாம் முடிந்து போய் விட்டது' என்றாள் டாலி. 'இதில் மோசமான விஷயம் என்ன வென்றால், நான் இன்னும் இவரை விட்டு விட்டுப் போகாமல் இங்கேயே இருந்து கொண்டு இருப்பது தான். இந்த குழந்தைகளினால் நான் கட்டப்பட்டிருக்கிறேன். இவர்கள் இல்லாமல் என்னால் வாழவே முடியாது. அவருடன் சேர்ந்து இனி என்னால் வாழ முடியாது. அவரைப் பார்ப்பது என்பதே என்னைப் பெரிதும் சித்திரவதை செய்கின்றது.'

'டாலி, அவன் என்னிடம் நடந்த எல்லாவற்றையும் சொல்லி விட்டான். இருந்தாலும் உன் மூலமாக நடந்தது அனைத்தையும் தெரிந்து கொள்ள விரும்புகின்றேன், சொல், எல்லாவற்றையும் சொல்'.

டாலி அன்னாவை அக்கறையுடன் பார்த்தாள். அன்னாவின் கண்களில் மனப்பூர்வமான அனுதாபமும், அன்பும் தென்பட்டன.

'நீ கேட்பதால் சொல்கிறேன். நான் ஆரம்பத்திலிருந்தே சொல்கிறேன். எனது திருமணம் எப்படி நடந்தது என்று உனக்குத் தெரியும். படித்திருந்தாலும் கூட நான் அப்பாவியாகவும், வெகுளியாகவும் தான் அப்போது இருந்தேன். எனக்கு எதுவுமே தெரியாது. கணவன்மார்கள் தங்கள் மனைவியரிடம் தாங்கள் இதற்கு முன்னால் எப்படியெல்லாம் வளர்ந்தோம், வாழ்ந்தோம் என்று சொல்லுவார்களாம். ஆனால் ஸ்டீவ்,...' என்று நிறுத்திய அவள் குமுறுகின்ற தன் உள்ளத்து வேதனைகளை அடக்கிக் கொண்டு தன்னை நிலைப்படுத்திக் கொள்ள முயன்றாள். பின்

தொடர்ந்தாள்: 'ஆனால் ஸ்டீபன் அர்க்காதியேவிச் என்னிடம் எதையும் எப்போதும் சொன்னதில்லை. நம்புவதற்கு உனக்குக் கடினமாகத் தான் இருக்கும். அவருக்கு என்னைத் தவிர வேறு ஒரு பெண்ணைத் தெரிந்திருக்காது என்று தான் இதுநாள் வரையில் நான் நினைத்திருந்தேன். இப்படி இதுவரை ஒன்பது ஆண்டுகள் அவருடன் வாழ்ந்து விட்டேன். அவர் எனக்கு துரோகம் செய்வார் என்று நான் நினைத்தது கூடக் கிடையாது. எனக்கு ஒரு போதும் துரோகம் செய்ய மாட்டார் என்று நான் நம்பினேன். ஆனால் அதன்பின் என்ன நடந்தது... கொஞ்சம் நினைத்துப் பார்... அவருடைய எண்ணங்கள்... அவருடைய அந்தக் கொடுமையான, அருவருப்பான அந்தச் செயல்பாடுகள்... அனைத்தும் திடீரென்று...' டாலி தன்னுடைய விம்மலை அடக்க முயன்றாள். 'துரதிர்ஷ்டவசமாகக் கிடைத்த ஒரு கடிதத்தைப் படிக்க நேர்ந்தது - அந்தக் கடிதம்... அவரது ஆசை நாயகிக்கு அவர் எழுதிய அந்தக் கடிதம்... அவள் யாரென்று நினைக்கிறாய்... நம் குழந்தைகளுக்கு... நம் வீட்டிலேயே பாடம் சொல்லித் தரும் ஒரு ஆசிரியை... மோசம்... இது மிக மிக மோசமானது... பயங்கரமானது இதை என்னால் பொறுத்துக் கொள்ள முடியாது', அவள் வேகமாகத் தனது கைக்குட்டையை எடுத்து தன் முகத்திலே முழுவதும் அதைப் பரப்பி அழுத்திக் கொண்டாள். விம்மல் வெடித்துச் சிதறியது.

'அவர் எதிர்பாராமல் உணர்ச்சி வசப்பட்டு அந்தக் கணநேர இச்சையில் வீழ்ந்திருந்தால் நான் அதைப் புரிந்து கொள்ள முடியும்' என்று கூறி சற்று நிறுத்தினாள். நிமிட இடைவெளிக்குப் பின் தொடர்ந்தாள்: 'ஆனால் திட்டமிட்டு, தந்திரமாக அவர் என்னை ஏமாற்றி விட்டார்... யாருடன் சேர்ந்து?... என்னுடன் என்னுடைய கணவராக வாழ்ந்து கொண்டே அவளுடன் அதே நேரத்தில்... எனக்கு மிகவும் அருவருப்பாக உள்ளது. மிகவும் அச்சமாகவும் உள்ளது. உன்னால் இதைப் புரிந்து கொள்ள முடியுமா?'

'என்னால் முடிகிறது... நான் புரிந்து கொண்டேன் டாலி, என் அன்பே, நான் புரிந்து கொண்டேன்...' என்றாள் அன்னா. தனது கரங்களினால் அவளது கரத்தை ஆறுதலுடன் அழுத்தியபடி சொன்னாள் அன்னா.

'ஆனால் இதையெல்லாம்... இந்தப் பயங்கரங்களை, என்னுடைய இந்தப் பரிதாபமான நிலையை எல்லாம் அவர் புரிந்து கொள்வார் என்று நீ நினைக்கிறாயா?' என்று ஒரு கணம் நிறுத்தி விட்டு மீண்டும் தொடர்ந்தாள்: 'அவர் கவலையின்றி, சந்தோஷமாக, திருப்தியாக, ஆரோக்கியமாக, ஆர்ப்பாட்டமாக அலைகிறார்.'

'இல்லை... இல்லை' அன்னா உடனே குறுக்கிட்டுச் சொன்னாள்: 'அவன் பரிதாபமாக இருக்கிறான். வெட்கப்படுகிறான், தன் தவறுக்காக மிகவும் மனம் வருந்துகிறான்...'

'மனம் வருந்துகிறாரா? அவருக்கு வருத்தப்படக்கூடத் தெரியுமா' என்று சொன்ன டாலி தன்னுடைய மைத்துனியின் முகத்தை முழுவதுமாகக் கூர்ந்து பார்த்தாள்.

'ஆமாம். அவனை எனக்கு நன்றாகத் தெரியும். அவனை இப்போது பார்த்தால் ரொம்பவும் பரிதாபமாக உள்ளது. சொல்லப் போனால் நம் இருவருக்குமே அவனை நன்றாகத் தெரியும். அவனது குணங்களை நன்கு அறிந்தவர்கள்தான் நாம் இருவரும். அவன் கருணை உள்ளம் படைத்தவன். ஆனால் அகம்பாவம் உள்ளவன். ஆனால் இப்போது அவன் மிகவும் அவமானப்பட்டு தாழ்ந்து நிற்கின்றான். அவனுக்காக நான் உன்னிடம் பேச வந்த காரணம் என்னவென்றால்...'

எதைச் சொன்னால் டாலியின் உள்ளத்தைத் தொட்டு விட முடியும், அவளை இரக்கப்படச் செய்ய முடியும் என்பதைச் சரியாக ஊகித்து அறிந்தவளாக இங்கே டாலியுடன் அன்னா பேசிக் கொண்டிருந்தாள்.

'இரண்டு விசயங்கள் அவனை மிகவும் சித்ரவதை செய்து கொண்டிருக்கின்றன. முதலாவதாக குழந்தைகளை நினைத்து, நினைத்து தன் செயலுக்காக மிகவும் வெட்கிப் போகிறான். இரண்டாவதாக உன் மேல் கொண்ட காதலுக்காக ஏங்கி வருந்துகின்றான். ஆமாம், ஆமாம், அவன் உன்னை அளவு கடந்து காதலிக்கிறான், நேசிக்கிறான். இந்த உலகத்தில் உள்ள எல்லாவற்றைக் காட்டிலும் உன் மேல் தான் அவன் அதிகம் காதலும், நேசமும் கொண்டிருக்கிறான்' என்று அவள் அவசரம் அவசரமாகச் சொல்லிக் கொண்டே போனாள். இடையில் குறுக்கிட்டு ஏதோ சொல்ல வந்த டாலியைப் பேச விடாமல் தொடர்ச்சியாகச் சொல்லிக் கொண்டே போனாள் அன்னா. 'அவன் உன்னைக் காயப்படுத்தி விட்டான். மிக மோசமாகக் காயப்படுத்தி விட்டான் என்பது உண்மைதான். ஆனால் இப்போது வருந்துகிறான். 'இல்லை, இல்லை, அவள் என்னை மன்னிக்க மாட்டாள்' என்று அவன் புலம்பிக் கொண்டிருக்கிறான்' என்றாள் அன்னா.

டாலி என்ன சொல்வது என்று புரியாதவளாக தன் மைத்துனியின் முகத்தையே உற்றுப் பார்த்தபடி நின்று கொண்டிருந்தாள்.

'ஆமாம், அவருடைய நிலை இப்போது மிகவும் மோசமாகத்தான் இருக்கிறது என்பதை என்னால் புரிந்து கொள்ள முடிகிறது. குற்றம் செய்யாதவரைக் காட்டிலும் குற்றம் செய்தவர்தான் மிகவும் மோசமாகப் பாதிக்கப்படுவார்' என்றாள் டாலி. 'இந்த துன்பங்கள் எல்லாம் தன்னுடைய தவறுகளால் தான் வந்தது என்று அவர் உணர்ந்து வருந்தினாலும் அவரை எப்படி என்னால் மன்னிக்க முடியும்...? அவள் இருக்கும் போது நான் எப்படி அவருக்கு மனைவியாக இருக்க முடியும்?

இப்போது அவருடன் நான் வாழும் வாழ்க்கை எனக்கு மிகவும் சித்திரவதையாக உள்ளது...' என்று பேச முடியாமல் விம்மினாள் டாலி. ஒவ்வொரு முறை அவள் மனம் வெதும்பிப் பேச முடியாமல் போகும் வேளைகளில் சில நிமிடங்களிலேயே தன்னைத் தேற்றிக் கொண்டு தன்னைப் பாதிக்கும் அதே விஷயத்தை மறுபடியும் பேசத் தொடங்கி விடுவாள். இப்போது அது போன்றே தொடர்ந்தாள்:

'உனக்குத் தெரியும். அவள் இளமையானவள். அழகானவள்;' என்றாள் டாலி. 'அன்னா, என்னுடைய இளமையையும், அழகையும் தியாகம் செய்தேன், யாருக்காக? அவருக்காகவும் அவருடைய குழந்தைகளுக்காகவும் தான். அவருக்கு பணிவிடை செய்ததில் எல்லாவற்றையும் இழந்து விட்டேன். இப்பொழுது புத்தம் புதியதாக ஒரு அழகி, ஆனால் எதற்கும் உருப்படாதவள், அவருக்குக் கிடைத்து விட்டாள். எனவே அவர் மிகவும் மகிழ்ச்சியாக இருக்கின்றார். அவர்கள் என்னைப் பற்றிப் பேசியிருப்பார்களோ அல்லது என்னைப் பற்றிப் பேசாமலும் இருந்திருப்பார்களோ தெரியவில்லை... என்னைப் பற்றிப் பேசாமல் தவிர்த்திருந்தால் அது அதை விட மோசம்... உனக்குப் புரிகிறதா என் நிலை...?'

அவள் கண்களில் வெறுப்பு தீயாக எரிந்தது. 'இவையெல்லாம் நடந்து முடிந்த பின்னும் அவரை நம்ப வேண்டும் என்று நீ சொன்னால் நான் அவரை எப்படி நம்ப முடியும்? முடியவே முடியாது... இல்லை. அவை எல்லாம் முடிந்து விட்டன. என்னுடைய உழைப்புக்கும், என்னுடைய துன்பங்களுக்கும், எல்லாவற்றுக்கும் ஆறுதலாக, சமாதானமாக, வெகுமதியாக இருந்த என்னுடைய வாழ்க்கையே போய்விட்டது... நீ என்னை நம்ப வேண்டும். நான் சற்று முன் கிரிஷாவுக்குப் பாடம் சொல்லிக் கொடுத்துக் கொண்டிருந்தேன். இது எனக்கு எப்போதுமே சந்தோஷம் தருவதாகத்தான் இருந்தது இது வரை... ஆனால் இப்போது அது ஒரு சித்திரவதையாகத் தான் உள்ளது. நான் ஏன் பாடுபட வேண்டும். குழந்தைகளால் எனக்குப் பயன் உண்டா? என் இதயத்தில் நெருப்பு எரிகின்றது. அவருக்காகவே என் அன்பும், என் காதலும் என்று இருந்த இந்த இதயத்தில் இப்போது கோபம் தான் தீயாக எரிந்து கொண்டிருக்கிறது. கோபம் தான் கனன்று எரிந்து கொண்டிருக்கிறது. நான் அவரைக் கொல்ல விரும்புகின்றேன்...'

'டாலி, என் அன்பே, உன்னை நான் புரிந்து கொண்டிருக்கிறேன். ஆனால் நீயே உன்னைச் சித்திரவதை செய்து கொள்ளாதே. நீ மிக ஆழமாகக் காயப்பட்டு விட்டாய். எனவே நிதானமிழந்து விட்டாய். அதனால் தான் எல்லாவற்றையும் மிகவும் தவறான பார்வையிலேயே பார்க்கின்றாய்' என்றாள் அன்னா.

டாலி ஒன்றுமே பேசவில்லை. அமைதியாக இருந்தாள். ஆனால் ஒன்று அல்லது இரண்டு விநாடிகளுக்குப் பிறகு பேசத் தொடங்கினாள்: 'நான் என்ன செய்வது? அன்னா, நீயே சிந்தித்து எனக்கு ஆலோசனை சொல். நான் எல்லாவற்றையும் மறுபடியும், மறுபடியும் முழுமையாக சிந்தித்துப் பார்த்தேன். ஆனால் ஒரு வழியும் தெரியவில்லை.'

அன்னாவினால் எதைப் பற்றியும் சிந்திக்க முடியவில்லை. டாலியின் கபடமற்ற பேச்சு. ஆழமான அவளது காதல். அவளது அன்பு அன்னாவை உலுக்கியது. டாலியின் ஒவ்வொரு பார்வையிலும், ஒவ்வொரு வார்த்தையிலும் அவளது இதயம் கரைந்து உருகியது. 'நான் என்ன சொல்கிறேன் என்றால்...' என்று தொடங்கினாள் அன்னா: 'நான் அவனுடைய சகோதரி. அவனுடைய குணங்கள் எனக்கு நன்றாகத் தெரியும். அதனால், அவனை நன்கு அறிந்ததால் நான் இதைச் சொல்கிறேன். அவன் எல்லாவற்றையும் உடனுக்குடன் மறந்து விடும் குணம் படைத்தவன். அவன் உணர்ச்சி வசப்படக்கூடியவன். ஒரு காரியத்தைச் செய்த பிறகு அதைப் பற்றிப் பின்னால் வருத்தப்படக் கூடியவன். அவ்வாறே இப்போதும் 'நானா இப்படி நடந்து கொண்டேன்? அது சாத்தியமா? என்று இப்பொழுது வருத்தப்படுகின்றான்...'

'இல்லை. அவர் தெரிந்து கொண்டு தான் அவ்வாறு நடந்து கொண்டார். தெரிந்தே தான் அவ்வாறு செய்தார்' என்று டாலி குறுக்கிட்டுப் பேசினாள். 'பின் நான்... அன்னா, நீ என்னை ம்றந்து விடு... இனி உயிர் வாழ எனக்கு விருப்பமில்லை. நான் செத்து விடட்டுமா? சொல்.'

'அவசரப்படாதே. அவன் என்னிடம் பேசிய பொழுது உன்னுடைய துயரமான நிலையை நான் உணரவில்லை என்பதை நான் ஒப்புக் கொள்கிறேன். அவனுடைய கஷ்டங்களைப் பார்த்தேன்; குடும்பமே நிலை குலைந்து போயிருப்பதைப் பார்த்தேன். எனவே அவனுக்காக இந்த குழந்தைகளுக்காக வருத்தப்பட்டேன். இப்பொழுது உன்னுடன் பேசிய பின்பு பெண் என்ற முறையில் நான் வேறொன்றைப் பார்க்கிறேன். உன்னுடன் துன்பத்தைப் பார்க்கிறேன். உனக்காக நான் எவ்வளவு வருத்தப்படுகிறேன் என்பதை உன்னிடம் சொல்ல எனக்குத் தயக்கமாக இருக்கிறது. டாலி, என் அன்பே, உன்னுடைய துன்பங்கள் அனைத்தையுமே நான் புரிந்து கொண்டேன்- ஆனால் ஒன்றே ஒன்று மட்டும் உன்னிடம் கேட்க விரும்புகிறேன்... அந்த ஒன்றைத் தான் இன்னும் நான் அறிந்து கொள்ள முடியவில்லை... உன் இதயத்தில் உள்ள ஆத்மாவில் இன்னும் எவ்வளவு காதல் இருக்கிறது என்று தான் என்னால் அறிந்து கொள்ள முடியவில்லை. உனக்கு மட்டுமே அது தெரியும்... உன் உள்ளத்தில் - உன் ஆத்மாவில் - இதயத்தில், மன்னிக்கின்ற உணர்வுகள்

போதுமான அளவு உள்ளதா என்ன? அந்த மன்னிக்கும் உணர்வுகள் உன்னிடத்தில் இருந்தால், அவனை மன்னித்து விடு'.

'இல்லை...' என்று ஏதோ சொல்லத் துவங்கிய டாலியை அன்னா தடுத்து விட்டாள். மீண்டும் அவளது கரத்தை எடுத்து முத்தமிட்டாள்.

'உலகத்தைப் பற்றி உன்னை விட எனக்கு நன்றாகத் தெரியும்' என்று தொடங்கினாள் அன்னா: 'ஸ்டீவ் போன்ற மனிதர்களையும் எனக்குத் தெரியும். அவர்கள் இது போன்ற பிரச்சினைகளை எப்படிப் பார்க்கின்றார்கள் என்பதையும் நான் அறிவேன். அவன் உன்னைப் பற்றி 'அவளிடம்' பேசியிருப்பான் என்று நீ நினைக்கிறாயா? அவன் பேசியிருக்க மாட்டான். இப்படிப்பட்ட மனிதர்கள் தவறு செய்வார்கள். ஆனால் அவர்களுக்குக் குடும்பம், மனைவி மற்றும் தங்களது புனிதமான இடங்கள் தான் முக்கியம், அவர்கள் மனைவிக்கு மதிப்புக் கொடுப்பதில்லை. குடும்பத்தைப் பற்றிய முடிவுகளைத் தீர்மானிக்க அவளை அவர்கள் அனுமதிப்பதில்லை. ஆனால் இது போன்ற பெண்களை,

டாலிக்கு ஆறுதல் கூறும் அன்னா

ஆசை நாயகிகளை ஓரிடத்தோடு, ஒரு எல்லையோடு நிறுத்திக் கொள்வார்கள். குடும்பத்திற்குள் நுழைய இடம் கொடுக்க மாட்டார்கள். குடும்பத்திற்கும் இது போன்ற பெண்களுக்கும் இடையே ஒழுக்கம் என்ற

ஒரு விதமான கோடு ஒன்று வரையப்பட்டு இருப்பதாக நினைத்துக் கொள்கிறார்கள். இதைப் பற்றி எனக்கு வேறு ஒன்றும் தெரியவில்லை. ஆனால் அது அப்படித் தான் இருக்கிறது.

'ஆனால் அவர் அவளை முத்தமிட்டிருக்கிறார்...'

'டாலி, கொஞ்சம் பொறு. அவன் உன்னைக் காதலித்த காலத்தில் என்னவெல்லாம் செய்தான் என்று எனக்குத் தெரியும். எனக்கு நன்றாக நினைவில் உள்ளது. என்ன தான் கவிதை உணர்வோ அல்லது உயர்ந்த இலட்சியக் காதலோ தெரியாது. அவனை அப்படி மயக்கி வைத்திருந்தாய் நீ. அவன் உனக்காகவே வாழ்ந்தான். உன் மேல் நிறைய மதிப்பு வைத்திருந்தான். நாங்கள் எப்போதும் அவனைப் பார்த்துச் சிரிப்பதுண்டு. ஏனென்றால் அவன் பேசுகின்ற வார்த்தைகளில் ஒவ்வொரு மூன்றாவது வார்த்தையும் 'டாலி ஒரு அற்புதமான பெண்' என்ற வார்த்தையாகத் தான் இருக்கும். அப்போதும் சரி, இப்போதும் சரி, நீ தான் அவனுக்கு தெய்வமாக இருந்தாய். இன்னும் அவ்வாறு இருக்கின்றாய். ஆசிரியை மீது அவனுக்கு ஏற்பட்ட மோகம் அவனுடைய ஆன்மாவை ஒருநாளும் எட்டிப் பார்த்தது கூடக் கிடையாது.'

'சரி, அவர் மீண்டும் மோக வலையில் வீழ்ந்து விட்டால்...'

'அவ்வாறு இனி நடக்காது. இது எனக்குத் தெரியும்'

'ஆனால்... நீ... நீ மன்னித்து விட்டாயா?'

'எனக்குத் தெரியாது...' என்று அன்னா ஒரு நிமிட யோசனைக்குப் பின் சொன்னாள்: 'நான் மன்னிப்பேன். மன்னிப்பது அவசியம். ஆனால் நான் பழைய (அப்பாவிப்) பெண்ணாக இருக்க மாட்டேன். அவனை நான் மன்னிப்பேன், அந்தச் சம்பவம் நடக்கவில்லை என்பதைப் போலக் கருதி மன்னிப்பேன்.'

'சரி, ஒருவரை மன்னிப்பது என்றால் முழுமையாக மன்னிக்க வேண்டும். அப்படி இல்லாவிட்டால் அது மன்னிப்பதாக இருக்காது. ஒருவர் மன்னித்து விட்டால் அது முழுமையான மன்னிப்பாகத்தான் இருக்க முடியும். நல்லது, உன் அறையைக் காண்பிக்கிறேன் வா.'

அவள் எழுந்தாள். போகும் வழியில் அவள் அன்னாவைத் தழுவிக் கொண்டாள்.

'நீ வந்ததில் எனக்கு அதிகமாக மகிழ்ச்சி, இப்பொழுது தான் என் மனம் ஆறுதலடைந்திருக்கிறது. நான் இப்பொழுது நன்றாக இருப்பதாக உணர்கிறேன்; மிக நன்றாக இருப்பதாக உணர்கிறேன்.'

அத்தியாயம் 20

அன்று முழுவதும் அன்னா வீட்டிலேயே இருந்தாள். அவள் மாஸ்கோ வந்திருப்பதை கேள்விப்பட்டு, அவளுடைய நண்பர்கள் சிலர் அவளைப் பார்க்க வீட்டுக்கு வந்த பொழுது அவள் அவர்களைச் சந்திக்கவில்லை. அன்றைய காலைப் பொழுதை டாலி மற்றும் குழந்தைகளுடன் பேசிக் கொண்டிருப்பதிலேயே கழித்தாள். அவளுடைய சகோதரனுக்கு மதிய உணவுக்கு உறுதியாக வீட்டுக்கு வர வேண்டும் என்று ஒரு குறிப்பு அனுப்பி வைத்தாள். அதில் அவள் குறிப்பிட்டிருந்தது இது தான்:

'வா, கடவுள் கருணையுள்ளவர்'

ஆப்லான்ஸ்கி வீட்டில் மதிய உணவு சாப்பிட்டான். அதன் பின் பொதுவான பேச்சுக்களை அவர்கள் பேசிக் கொண்டிருந்தனர். டாலி தன்னுடைய கணவனிடம், எப்போதும் போல ஒருமையில் பேசினாள். கடந்த சில நாட்களில் அவள் அவனிடம் அப்படிப் பேசவில்லை. ஆனாலும் நெருக்கம் சற்று எட்டவே இருந்தது போல் தான் தோன்றியது. ஆனால் புரிந்து போகின்ற பேச்சு இப்பொழுது இல்லாமல் போய்விட்டது. 'தன்னிலை விளக்கமும், சமரசமும் சாத்தியமானதே' என்று இப்பொழுது ஆப்லான்ஸ்கி நம்பிக்கை கொண்டான்.

இரவு உணவு முடிந்த பிறகு, கிட்டி அங்கு வந்தாள். அவளுக்கு அன்னாவை அதிகமாகத் தெரியாது. தன்னுடைய சகோதரி டாலியைப் பார்க்க அவள் வந்திருந்தாள். தன்னை அந்த பீட்டர்ஸ்பர்க் சமூகத்துப் பெண் எப்படி வரவேற்கப் போகிறாளோ என்று பயந்தபடி தான் கிட்டி அங்கு வந்தாள். அன்னாவைப் பற்றி நிறைய பேர்கள் சொல்லக் கேள்விப்பட்டிருக்கிறாள் கிட்டி. அவளைப் பார்த்தவுடனேயே அன்னாவிற்குப் பிடித்து விட்டது. அழகும், இளமையும் நிறைந்த கிட்டியைப் பார்த்தவுடன் அன்னா மகிழ்ச்சியடைந்தாள். கிட்டியும் அன்னாவின் வசீகரத் தோற்றத்தில் மயங்கி அவளிடம் தன்னைப் பறி கொடுத்துவிட்டாள்- திருமணம் முடிந்த, தங்களைக் காட்டிலும் வயதில் மூத்த பெண்களிடம், சில இளம்பெண்கள் இப்படி மயங்குவதுண்டு - அன்னாவைப் பார்க்கும் பொழுது அவள் மேற்குடிப் பெண்ணைப் போலத் தோன்றவில்லை; எட்டு வயது நிரம்பிய மகனுக்குத் தாயாகவும் தோன்றவில்லை. சுறுசுறுப்பான தோற்றம், எதற்கும் வளைந்து கொடுக்கும் உடலமைப்பு, ஒளி வீசும் கண்கள், இயல்பிலும், சிரிப்பிலும் எப்போதும் காணப்படும் குதூகலம் ஆகியவை அவளை இருபது வயதுப் பெண்ணாகவே மதிக்கும்படி செய்தது. ஆனால் சில சமயங்களில் அவளது கண்களில் தென்படும் அந்த சோகம் கிட்டியைக் கவர்ந்தது. அன்னாவிடம் செயற்கைத்

தன்மைகள் சிறிதும் இல்லை. அவள் எதையும் மறைப்பதற்கு முயற்சி செய்யவில்லை. அவள் கவித்துவ உணர்ச்சிகள் நிறைந்த வேறு உலகத்தில், மேலான உலகத்தில் வசிப்பவள் என்று கிட்டி உணர்ந்து கொண்டாள்.

இரவு உணவுக்குப் பிறகு டாலி தனது சொந்த அறைக்குச் சென்றாள். அன்னா வேகமாக எழுந்து தன்னுடைய சகோதரனிடம் சென்றாள். ஆப்லான்ஸ்கி அப்போது தான் சுருட்டை எடுத்துப் பற்ற வைத்துக் கொண்டிருந்தான். 'ஸ்டீவ்' என்று கண்களில் குறும்பு மின்னலிட சகோதரனை அழைத்தபடி, அவன் முன் சென்று அவனைப் பார்த்து சிலுவைக் குறியிட்டபடி, அவனுக்கு சைகை மூலம் டாலியின் அறைக் கதவைச் சுட்டிக் காட்டி, 'போ, கடவுள் உனக்கு உதவி செய்வார்' என்றாள். அவன் புரிந்து கொண்டான். சுருட்டைத் தூக்கி எறிந்து விட்டு, டாலியின் அறைக்குள் சென்றான்.

ஆப்லான்ஸ்கி போனதும் அவள் குழந்தைகள் உட்கார்ந்திருந்த சோபாவுக்குத் திரும்பினாள். அம்மாவுக்கு இந்த அத்தையைப் பிடித்திருக்கிறது என்பதாலோ அல்லது அவளுடைய பிரத்யேகமான கவர்ச்சி அவர்களையும் வசீகரப்படுத்தியதாலோ என்னவோ மதிய உணவுக்கு முன்னரே குழந்தைகள் அவளிடம் ஒட்டிக் கொண்டன. அவளைத் தொடுவது, முத்தமிடுவது, அவள் அணிந்திருந்த மோதிரத்தைக் கழற்ற முயற்சிப்பது, அவளுடைய உடைகளின் 'லேஸ்'களைத் தொடுவது போன்ற விளையாட்டுக்களில் குழந்தைகள் ஈடுபட்டார்கள்.

'நடன நிகழ்ச்சி எப்போது?' என்று அன்னா கிட்டியிடம் கேட்டாள்.

'அடுத்த வாரம். மற்ற எந்த நடன நிகழ்ச்சிகளைக் காட்டிலும் நடக்கவிருக்கும் இந்த நடன நிகழ்ச்சி எப்போது நினைத்தாலும் சந்தோஷம் தரக்கூடியதாக இருக்கும் என்று நான் நினைக்கிறேன்'.

'எப்போதுமே சந்தோஷம் தருமா? அப்படி அதில் என்ன விசேஷம்?'

'முன்பு எப்போதும் நடந்திராத ஒரு வித்தியாசமான, புதுமையான நடன நிகழ்ச்சியாகத்தான் அந்த நிகழ்ச்சி இருக்கப்போகிறது.! 'பொப்ரிஷேவ்களுடைய' வீடு மற்றும் 'நிகிதின்' வீடுகளில் நடைபெறும் நிகழ்ச்சிகளில் எப்போதும் கொண்டாட்டம் அதிகமாகத்தான் இருக்கும். ஆனால் 'மெஷ்கோகளுடைய' வீட்டின் நடன நிகழ்ச்சி எப்போதுமே உற்சாகமின்றித் தான் இருக்கும். அது உங்களுக்குத் தெரிந்தது தானே...!'

'இல்லை அன்பே! மகிழ்ச்சிகரமான நடனங்கள் என்பது இனிமேல் எனக்கு இல்லை என்றே கூட நான் சொல்வேன்' என்றாள் அன்னா. அவளது கண்களில் குறும்பும், மகிழ்ச்சியும் ஒரு வித்தியாசமான கோலமிட்டன. தான் இதுவரை கண்டிராத ஒரு புதுமையை, ஒரு சந்தோஷத்தை, அன்பை,

நேசத்தை - ஒரு புதிய உலகத்தை அன்னாவின் கண்களில் கண்டாள் கிட்டி. அது அவளது மனதில் மேலும் சந்தோஷத்தையும் மகிழ்ச்சியையும் அதிகப்படுத்தியது.

‘எல்லா நடன நிகழ்ச்சிகளுமே ஓரளவு உற்சாகமின்றித் தான் இருக்கும். ஆனால் அதிலும் சில விதிவிலக்குகள் உண்டு’ என்று சொன்னாள் அன்னா.

‘நடன நிகழ்ச்சிகளில் கூட உற்சாகமின்றி இருக்க முடியுமா? நீங்கள் உற்சாகமின்றி இருப்பீர்களா?’ என்றாள் கிட்டி.

‘நான் உற்சாகமின்றி இருக்கக்கூடாதா என்ன?’ என்றாள் அன்னா.

தான் என்ன பதில் சொல்லப் போகின்றோம் என்பதை அன்னா ஊகித்து விட்டாள் என்பதைக் கிட்டி புரிந்து கொண்டாள்.

‘ஏனென்றால் எப்போதும் நீங்கள் மட்டுமே நடன நிகழ்ச்சிகளின் அழகு ராணியாக வலம் வரும்போது எப்படி உற்சாகமின்றிப் போகும்? அழகு ராணிகள் உற்சாகமின்றி இருப்பதுண்டா?’ என்றாள் கிட்டி.

அன்னா வெட்கத்துடன் சிரித்தாள்.

‘முதலாவதாக நான் அழகு ராணி அல்ல. நான் அப்படி இருந்தால் கூட அதனால் எனக்கு என்ன பயன்?’ என்றாள் அன்னா.

‘நீங்கள் அடுத்த வாரம் நடைபெறும் அந்த நடன நிகழ்ச்சியில் கலந்து கொள்வீர்களா?’ என்று ஆவலுடன் கேட்டாள் கிட்டி.

‘அநேகமாக நான் கலந்து கொள்வேன்’ என்ற அன்னா, சிறுமி தான்யா தனது விரலில் இருந்து இழுத்துக் கொண்டிருந்த அந்த மோதிரத்தைக் கழற்றி கிட்டியின் விரலில் அணிவித்தாள். ‘இதை வைத்துக்கொள்!’

‘நீங்கள் நடன நிகழ்ச்சியில் கலந்து கொண்டால் நான் மிகுந்த மகிழ்ச்சியடைவேன். உங்களை நடன நிகழ்ச்சியில் பார்க்க நான் மிகவும் ஆசைப்படுகிறேன்’ என்றாள் கிட்டி.

‘உன்னுடைய விருப்பம் அது என்றால் நான் அவசியம் நடன நிகழ்ச்சியில் கலந்து கொள்கிறேன்... கிரிஷா, பலமாக இழுக்காதே, அது ஏற்கனவே தளர்ந்து தான் இருக்கிறது’ என்று தனது தலைமுடியில் அழகுக்காக அவள் வைத்திருந்த அழகுப் பொருள் ஒன்றை அசைத்துக் கொண்டிருந்த சிறுவன் கிரிஷாவைக் கண்டித்தாள் அன்னா.

‘நான், இளஞ்சிவப்பு ஆடையில் நீங்கள் நடன நிகழ்ச்சிக்கு வருவதாகக் கற்பனை செய்து விட்டேன் இப்போது!’ என்றாள் கிட்டி.

‘நான் ஏன் இளஞ்சிவப்பு ஆடையில் இருக்க வேண்டும்?’ என்ற அன்னா குழந்தைகளை நோக்கித் திரும்பினாள். ‘குழந்தைகளே! அதோ,

பாருங்கள்! மிஸ், 'ஹல்' உங்களைத் தேநீர் சாப்பிடக் கூப்பிடுகிறாள். ஓடுங்கள்!' என்று கூறியபடி குழந்தைகளின் கரங்களைப் பற்றி அழைத்துச் சென்று உணவருந்தும் அறைக்குள் அனுப்பி விட்டுத் திரும்பினாள்.

'நீ ஏன் என்னை நடன நிகழ்ச்சிக்கு வரச் சொல்லுகிறாய் என்று எனக்கு நன்றாகத் தெரியும். இந்த நிகழ்ச்சியில் நீ நிறைய எதிர்பார்க்கிறாய். முக்கியமான, மகிழ்ச்சியான ஒன்றை நீ எதிர்பார்க்கிறாய். எல்லோருமே அந்த நிகழ்ச்சிக்கு வர வேண்டும். விசேசமான அந்த நிகழ்ச்சியில் பங்கெடுத்து தங்களது பங்கினைச் செலுத்த வேண்டும், உனக்கு ஆசி கூற வேண்டும் என்று நீ எதிர்பார்க்கிறாய். அப்படித்தானே?'

'அது உங்களுக்கு எப்படித் தெரியும். நீங்கள் நினைப்பது சரி தான்!' என்றாள் கிட்டி.

'எனக்குத் தெரியும். குழந்தைப் பருவம் முடிகின்ற பொழுது சுவிட்சர்லாந்தின் மலைப்பகுதிகளில் இருப்பதைப் போன்ற நீல நிற மூடு பனி எல்லாவற்றின் மீதும் தவழ்கிறது. அதன் பெரிய, இனிமையான வட்டம், குறுகலான பாதையாக மாறுகிறது. அந்த இடை வழி மிகவும் பிரகாசமாக, அழகாகத் தோன்றுகிறது. உனக்கு அச்சமாக இருந்தாலும், மகிழ்ச்சியுடன் அதற்குள் நுழைகிறாய், இந்த இடைவெளிக்குள் நுழையாதவர் யாராவது உண்டா?'

கிட்டி சிரித்து விட்டு அமைதியாக இருந்தாள். 'அன்னா அந்த இடை வழிக்குள் சென்ற போது என்ன நினைத்திருப்பாள்?' என்று கிட்டி நினைத்தாள். அன்னாவின் வாழ்க்கை பற்றித் தெரிந்துகொள்ள கிட்டி விரும்பினாள். அன்னாவின் கணவர் அலெக்ஸிஸ் கரீனினுடைய கவித்துவமற்ற தோற்றம் அவளுடைய நினைவுக்கு வந்தது.

'எனக்கு எல்லாம் தெரியும். ஸ்டீவ் என்னிடம் கூறினான். எனவே நான் உன்னை வாழ்த்துகின்றேன். எனக்கு விரான்ஸ்கியை ரொம்ப பிடிக்கும். நான் நேற்று விரான்ஸ்கியின் அம்மாவுடன் தான் பயணம் செய்து வந்தேன். அவள் வழி நெடுக விரான்ஸ்கியைப் பற்றித் தான் பேசிக் கொண்டே வந்தாள். விரான்ஸ்கி அவளுக்குப் பிடித்த பிரியமுள்ள மகன் என்று தோன்றுகிறது. பாரபட்சம் காட்டும் தாயார்களை நான் அறிவேன். ஆனால்...'

'அவரது அம்மா என்ன சொன்னார் உங்களிடம்?'

'ஓ... நிறைய சொன்னார்... நிறைய... விரான்ஸ்கி அவளுக்கு மிகவும் பிடித்த மகன் என்று எனக்கு தெரியும். இரக்க குணமும், பிறருக்கு உதவுகின்ற பண்பும் அவரிடம் நிறைய உண்டு. அவர் தன்னுடைய சொத்து முழுவதையும் தன்னுடைய சகோதரருக்குத் தர விரும்புவதாக அவர் சொன்னதாக அவருடைய அம்மா என்னிடம் சொன்னாள். சிறுவனாக

இருக்கும் போது நிறைய வீரச் செயல்கள் எல்லாம் செய்திருக்கிறார். நீரில் மூழ்கிக் கொண்டிருந்த ஒரு பெண்ணைக் காப்பாற்றினாராம். எனவே அவர் பெரிய வீரர் என்பது உறுதி' என்று சொன்ன அன்னா விரான்ஸ்கி ரயில் நிலையத்தில் 200 ரூபிள்கள் அன்பளிப்பாகக் கொடுத்ததை நினைத்தாள். ஆனால் கிட்டியிடம் அதைச் சொல்லவில்லை. அது தனிப்பட்ட முறையில் அவளுடன் சம்பந்தப்பட்டது என்று ஏனோ அவளுக்கு ஒரு எண்ணம் ஏற்பட்டது.

ஆப்லான்ஸ்கியின் குழந்தைகளுடன் விளையாடும் அன்னா

'விரான்ஸ்கியின் அம்மா என்னை அவளது வீட்டிற்கு வந்து பார்க்கும் படி அடிக்கடி வலியுறுத்திச் சொல்லிக் கொண்டிருந்தாள். நான் கூட அவளை மீண்டும் பார்க்க வேண்டும் என்று தான் விரும்புகிறேன். அநேகமாக நாளைக்கு அவளைப் போய்ப் பார்க்கலாம் என்று நினைத்து இருக்கிறேன்' என்ற அவள், அதன் பின் பேச்சை மாற்ற விரும்பி இவ்வாறு சொன்னாள்: 'ஸ்டீவ்' டாலியின் அறைக்குப் போய் வெகுநேரமாகிவிட்டது. அவர்களுக்குள் நல்ல சமரசமாகி விட்டது என்று கருதுகின்றேன். கடவுளுக்கு நன்றி!' என்ற அன்னா அத்துடன் பேச்சை நிறுத்தி விட்டு எழுந்தாள். அவள் எதைப் பற்றியோ அதிருப்தி அடைந்திருக்கிறாள் என்று கிட்டி நினைத்தாள்.

'நான் தான் முதலில்!' 'இல்லை, நான்!' என்று உரக்கச் சப்தமிட்ட படியே குழந்தைகள் ஓடி வந்தனர். தேநீர் குடித்த பின்பு உடனே தங்களது அத்தை அன்னாவைத் தேடி ஓடிவந்து விட்டனர்.

'எல்லோருமே முதலாவதாகவே வந்து விட்டீர்கள்' என்ற அன்னா மகிழ்ச்சியுடன் ஓடிப் போய் குழந்தைகளைக் கட்டிப் பிடித்துக் கொள்ள நினைத்தவள் ஓடிய போது தடுமாறித் தரையில் விழுந்து விட்டாள்.

அத்தியாயம் 21

பெரியவர்கள் தேநீர் குடிக்கும் நேரத்தில் போது டாலி அறையிலிருந்து வெளியில் வந்தாள். ஆப்லான்ஸ்கி மனைவியின் அறையின் பின் கதவு வழியாக அங்கிருந்து போயிருக்க வேண்டும்.

'மாடி அறையில் குளிர் அதிகமாக இருக்கும். உனக்குக் கீழே உள்ள அறையைத் தர விரும்புகிறேன். என் அறைக்கு அருகிலேயே எனக்குப் பக்கத்திலேயே நீ இருக்கலாம்' என்றாள் டாலி.

'ஓ, என்னைப் பற்றிக் கவலைப்படாதே!' என்றாள் அன்னா. அவள் ஆப்லான்ஸ்கியுடன் சமரசமாகி விட்டாளா என்று தெரிந்து கொள்வதற்காக (அதற்காக தடயங்கள் ஏதும் உள்ளதா என்று) அவளது முகத்தை உற்றுப் பார்த்தாள்.

'கீழே உள்ள அறையில் அதிக வெளிச்சமாக இருக்கும்' என்றாள் மைத்துனி டாலி.

'நான் எப்போதும், எந்த இடத்திலும் எலியைப் போல தூங்கி விடுவேன்'.

'எல்லோரும் சேர்ந்து எதைப் பற்றிப் பேசிக் கொண்டிருக்கிறீர்கள்?' என்று கேட்டபடி அங்கு வந்தான் ஆப்லான்ஸ்கி. தன் மனைவியிடம் நேரடியாகவே இதை அவன் கேட்டான். அவனுடைய குரலிலிருந்து அவர்களுக்குள் சமரசமாகிவிட்டது என்று கிட்டியும் அன்னாவும் புரிந்து கொண்டனர்.

'நான் அன்னாவுக்கு கீழே உள்ள அறையைக் கொடுக்க விரும்புகிறேன். திரைகளை மட்டும் தான் மாற்ற வேண்டும். அந்த வேலையைக் கூட நான் தான் செய்ய வேண்டும். வேறு யார் செய்வார்கள்?' என்றாள் டாலி.

'டாலி, எப்பொழுதும் புகார் செய்து கொண்டிருக்காதே. அந்த வேலையை நான் செய்ய தயார்' என்றான் ஆப்லான்ஸ்கி.

'ஆமாம். அவர்கள் ஒற்றுமையாகிவிட்டார்கள்' என்று நினைத்துக் கொண்டாள் அன்னா.

'நீங்கள் எப்படிச் செய்வீர்கள் என்பது எனக்குத் தெரியுமே. இதைச் செய் என்று மத்தேயுவிடம் சொல்லி விட்டுப் போய் விடுவீர்கள். அவன் எல்லாவற்றையும் கெடுத்துவிட்டு முழிப்பான்' என்று கூறி இதழ் கடையில் புன்னகை தவழக் கிண்டலாகச் சிரித்தாள் டாலி. எல்லோரும் சிரித்தனர்.

'முழுமையான சமரசம் நடந்து விட்டது. கடவுளுக்கு நன்றி' என்று அன்னா நினைத்தாள்.

அவர்களுக்கு இடையில் சமசரத்தை ஏற்படுத்திய தூதர் என்ற முறையில் அவள் டாலியிடம் சென்று அவளை முத்தமிட்டாள்.

'என்னையும் மத்தேயுவையும் ஏன் திட்டுகிறாய்?' என்று மனைவியைப் பார்த்து சிரித்தபடி கேட்டான் ஆப்லான்ஸ்கி.

அந்த மாலைப் பொழுது முழுவதும் டாலி தன் கணவனைக் கேலி செய்து கொண்டிருந்தாள். ஆப்லான்ஸ்கி தன் மனைவியால் தான் மன்னிக்கப்பட்டு விட்டதால் தன்னுடைய குற்றத்தை மறந்து விட்டு உற்சாகமாக இருந்தான்.

இரவு ஒன்பதரை மணி அவர்கள் குடும்பம் முழுமையும் தேநீர் அருந்தியபடி மகிழ்ச்சியுடன் பேசிக் கொண்டிருந்தனர். அப்போது நடைபெற்ற ஒரு சாதாரணமான சம்பவம் அவர்கள் எல்லோருக்கும் விசித்திரமாகத் தோன்றியது. பீட்டர்ஸ்பர்கில் தங்களுக்குத் தெரிந்த நண்பர்களைப் பற்றி பேசிக் கொண்டிருந்த போது அன்னா திடீரென்று எழுந்தாள்.

'அவளுடைய புகைப்படம் என்னுடைய ஆல்பத்தில் உள்ளது. செரேஷாவின் புகைப்படமும் உள்ளது. கொண்டு வந்து காட்டுகிறேன்' என்று ஒரு தாய்க்கு உள்ள பெருமிதம் பொங்க சொல்லிக் கொண்டு அன்னா மாடிக்குப் போனாள்.

அவள் எப்பொழுதும் இரவு பத்து மணிக்கு தன் மகனைத் தூங்கச் செய்து விட்டு நடன நிகழ்ச்சிக்குச் செல்வதுண்டு. சுருள் முடியுள்ள தன் மகன் செரேஷாவைப் பிரிந்து வெகு தூரத்தில் இருப்பது அவளுக்குத் துன்பமாக இருந்தது. அவளுடைய சிந்தனையில் அவன் எப்பொழுதும் வந்து கொண்டிருந்தான். அவன் புகைப்படத்தைப் பார்க்கவும், அவனைப் பற்றிப் பேசவும் எப்போதும் அவள் மிகவும் விரும்பினாள். எனவே சந்தர்ப்பம் கிடைக்கும் போதெல்லாம் அவள் எழுந்து போய் ஆல்பத்தை எடுத்து வந்து விடுவாள். இவ்வாறு அவள் ஆல்பத்தை எடுக்க வரவேற்பறையிலிருந்து வெளியே வந்த பொழுது அழைப்பு மணியோசை கதவுக்கு அருகில் கேட்டது.

'அது யாராக இருக்கும்?' - டாலி கேட்டாள்.

'எனக்காக இருக்காது. நான் தாமதமாகத் தான் வருவேன் என்று சொல்லி விட்டுத் தான் வந்திருக்கிறேன்' என்றாள் கிட்டி.

'அலுவலகத்திலிருந்து எனக்கு ஏதேனும் முக்கிய கடிதம் வந்திருக்க லாம். நான் எதிர்பார்த்துக் கொண்டிருக்கிறேன்' என்றான் ஆப்லான்ஸ்கி.

புதிதாக வந்திருப்பவர் யாரென்று சொல்ல வாயிற் காவலாளி உள்ளே வந்து கொண்டிருந்தான். புதிதாக வந்தவர் மாடிப்படிக்கு கீழே, விளக்கின் அடியில் நின்று கொண்டிருந்தார். மாடிப்படியிலிருந்து அன்னா கீழே பார்த்த பொழுது உடனே தெரிந்து கொண்டாள். வந்திருப்பது விரான்ஸ்கி என்று. சந்தோஷமும், பயமும் கலந்த ஒரு வித்தியாசமான உணர்வு திடீரென்று அவளது இதயத்தில் தோன்றியது.

விரான்ஸ்கி தனது மேல் கோட்டின் பைகளில் எதையோ தேடிக்கொண்டிருப்பது போல நின்று கொண்டிருந்தான். மாடிப்படிகளில் அன்னா பாதித் தூரம் ஏறிக் கொண்டிருந்த பொழுதே அவன் கண்களை உயர்த்தி அன்னாவைப் பார்த்து விட்டான். ஒரு விதமான தர்மசங்கடமான நிலையும், பயமும் அவனது கண்களில் தெரிந்தன. அன்னா அவனைக் குனிந்து வணங்கி விட்டு மீண்டும் மாடிப்படிகளில் ஏறினாள். ஆப்லான்ஸ்கி அவனை உள்ளே வருமாறு கூப்பிடுகின்ற பலமான சப்தமும், விரான்ஸ்கி தணிந்த குரலில், 'உள்ளே வரவில்லை, உடனே புறப்படுகின்றேன்' என்று சொல்வதும் அவளுக்குக் கேட்டது.

அன்னா ஆல்பத்துடன் கீழே வந்த பொழுது விரான்ஸ்கி அங்கு இல்லை. 'அடுத்த வாரத்தில் மாஸ்கோ வரும் ஒரு முக்கியப் பிரமுருக்கு நாங்கள் விருந்தளிக்கின்றோம். அது சம்பந்தமாகப் பேசுவதற்குத் தான் விரான்ஸ்கி வந்தான். வீட்டுக்குள் வருமாறு தான் அழைத்தும் அவன் உள்ளே வர விரும்பவில்லை. அவன் ஏதோ குழப்பத்தில் இருப்பது போல விசித்திரமாகத் தோற்றமளித்தான்' என்றான் ஆப்லான்ஸ்கி.

கிட்டி வெட்கப்பட்டாள். 'அவர் ஏன் அங்கு வந்தார், ஏன் வீட்டிற்குள் வரவில்லை என்பதற்கான காரணம் தனக்கு மட்டுமே தெரியும்' என்று அவள் நினைத்தாள். 'அவர் என்னைப் பார்க்க விரும்பி என் வீட்டுக்குப் போயிருப்பார், நான் அங்கே இல்லாததால் இங்கு தான் இருப்பேன் என்று எதிர்பார்த்து வந்திருக்கிறார். அன்னா இருந்ததால் அவர் உள்ளே வர விரும்பவில்லை. அத்துடன் இரவும் வெகு நேரமாகிவிட்டது. எனவே உடனே புறப்பட்டுப் போய் விட்டார்' என்று அவள் நினைத்தாள்.

அவர்கள் எல்லோருமே ஒருவரை ஒருவர் பார்த்துக் கொண்டனர். ஒருவரும் ஒன்றும் பேசவில்லை. உடனே அன்னாவின் ஆல்பத்தைப் புரட்ட ஆரம்பித்தனர்.

'ஒரு நபர் தன்னுடைய நண்பருடைய வீட்டுக்கு இரவு ஒன்பதரை மணிக்கு வந்து, தாங்கள் நடத்தப் போகின்ற விருந்தைப் பற்றி விசாரிப்பதும், அவர் உள்ளே வருவதற்கு தயங்குவதும் அசாதாரணமான செயல் அல்ல. ஆனால் அது விசித்திரமானது என்று எல்லோரும் நினைத்தார்கள். குறிப்பாக அன்னாவுக்கு இது விசித்திரமாகப்பட்டாலும் சரியான செயலாகப் படவில்லை.'

நடன நிகழ்ச்சி

அத்தியாயம் 22

நடனம் அப்போது தான் துவங்கியிருந்தது. கிட்டியும் அவளுடைய தாயும் அந்த மாளிகையின் அகன்ற படிகளில் ஏறி உள்ளே நுழைந்தார்கள். ஹால் அதிகமான விளக்குகளின் வெளிச்சத்தில் பிரகாசித்தது. பூச்செடிகள்

அலங்காரமாக வைக்கப்பட்டிருந்தன. பவுடர் பூசி, சிகப்புச் சீருடை அணிந்திருந்த பணியாட்கள் நின்று கொண்டிருந்தார்கள். தேன் கூட்டிலிருந்து ஓசை வருவது போல நடன அறையிலிருந்து ஆட்கள் நடமாடும் சப்தம் கேட்டது. ஆள் உயரக் கண்ணாடிகளில் அவர்கள் தங்கள் உடைகளையும் தலை முடிகளையும் சரி பார்த்துக் கொண்டார்கள். இசைக் குழுவினர் முதலாவது வால்ட்ஸ் இசையை வாசிக்கத் துவங்கினர். துல்லியமான ராகம் இருந்தது. ஒரு முதியவர் அலங்காரம் செய்பவர்களுக்கு எதிர்புறம் இருந்த வேறொரு கண்ணாடி முன்பு நின்று தன்னுடைய நரைத்த தலை முடியை அழுத்தமாக வாரினார். அவருடைய உடையில் பூசியிருந்த வாசனைத் திரவியத்தின் நறுமணம் சுற்றிலும் பரவியிருந்தது. அவர் படிகளில் வேகமாக வந்து அவர்களை உரசி விட்டு, பின் அவர்களுக்கு வழி விட்டு ஒதுங்கி நின்றார். அவர் கிட்டியின் அழகில் மெய் மறந்து நின்றார். தாடி வளராத ஒரு இளைஞன்- அவன் போன்ற இளைஞர்களை, வயதான இளவரசர் ஷெர்பட்ஸ்கி எப்போதும் ('பப்பீஸ்') 'நாய்க்குட்டிகள்' என்று தான் அழைப்பர். அந்தப் - 'பப்பீஸ்'களில் ஒருவன் இடுப்பு வரை கையில்லாத அரைக்கைச் சட்டை, கழுத்திலே 'டை' மற்றும் நாகரீகமான உடை அணிந்திருந்தான். அவன் கிட்டியின் தாயையும், கிட்டியையும் பார்த்து வணக்கம் தெரிவித்தான். பின்பு வேகமாக ஓடியவன் திரும்பி வந்து, கிட்டியைப் பார்த்துத் தன்னுடன் 'குவாட்ரில்' நடனமாட வரமுடியுமா? என்று கேட்டான். அவள் முதல் 'குவாட்ரில்' நடனம் விரான்ஸ்கியுடன் ஆட எண்ணியிருந்தாள். இரண்டாவதாக இந்த இளைஞனுடன் ஆடலாம் என்று முடிவு செய்தாள். தன்னுடைய கையுறைப் பொத்தான்களை மாட்டிக் கொண்டிருந்த அதிகாரி ஒருவர், தாயும், மகளும் உள்ளே செல்ல வழியை விட்டு ஒதுங்கி நின்றார். அவர் மீசையை முறுக்கியபடி கிட்டியின் அழகை ரசித்தார்.

கிட்டியின் உடை, முடியலங்காரம் மற்றும் இதர அழகுபடுத்தும் பணிகள் அவளுக்கு அதிகமான வேலைகளையும், சிந்தனைகளையும் கொடுத்திருந்தாலும், நிறைய நேரத்தை தன்னை அழகுபடுத்துவதில் மெனக்கெட்டிருந்தாலும் அவள் இப்போது தன் அழகின் கர்வத்துடன் மிக அனாயசமாக அலட்சியமான பாவனைகளுடன், தான் ஈடு இணையற்ற பேரழகி, அழகு தேவதை என்ற எண்ணங்களுடன் தான் உள்ளே நுழைந்து கொண்டிருந்தாள். இளஞ்சிவப்பு நிற கவுன், வெள்ளை நிற சால்வை அணிந்து தலை முடியை உயரமாகத் தூக்கி அலங்கரித்து அதில் இரண்டு இலைகளைக் கொண்ட ரோஜா மலரைச் சொருகி இருந்தாள்.

நடனமாடுகின்ற ஹாலுக்குள் நுழைவதற்கு முன்பு அவளது இடைக் கச்சையை அவளது தாய் சரி செய்ய முயன்றாள். கிட்டி அதைத் தடுத்து விட்டாள். அவள் அணிந்திருக்கின்ற அனைத்தும் இயல்பான அழகுடன் இருக்க வேண்டும்; செயற்கையாக இருக்கக்கூடாது என்று அவள் கருதினாள்.

கிட்டியின் மிக மகிழ்ச்சியான நாட்களில் அந்த நாளும் ஒன்று என்று அவள் நினைத்தாள். அவள் அணிந்திருந்த உடை உடலின் எந்த இடத்திலும் இறுக்கமாக இல்லை. மார்புக் கச்சையின் நாடா நழுவாதபடி இறுக்கமாகக் கட்டப்பட்டிருந்தது. குதி உயர்ந்த காலணிகள் காலை உறுத்தவில்லை. அவள் நடக்கும் போது மிகவும் லேசாக உணர்ந்தாள். அவளுடைய கழுத்துச் சங்கிலியின் நீண்ட கறுப்பு வெல்வெட் உறை அவளது கழுத்தை மென்மையாக அணைத்திருந்தது. கிட்டி, வீட்டில் கண்ணாடியில் பார்த்த பொழுது கழுத்தில் அணிந்திருந்த ரிப்பன் தனி வகையான அழகுடன் இருப்பதாக உணர்ந்தாள். நடன ஹாலில் மறுபடியும் கண்ணாடியில் தன்னுடைய உருவத்தைப் பார்த்தாள். துணியினால் மூடப்படாத அவளுடைய தோள்களும் கைகளும் பளிங்கு போல இருப்பதாக உணர்ந்தாள். அந்த உணர்ச்சியை அவள் மிகவும் ரசித்தாள். அவளுடைய கண்கள் பிரகாசித்தன. 'நான் அழகுடையவள்' என்று அவள் உணர்ந்த பொழுது அவளுடைய இளஞ்சிவப்பு நிற உதடுகள் சிரித்தன.

அந்த ஹாலில் பலவிதமான உடைகளை அணிந்த பெண்கள் நடனமாடுவதற்குக் கூட்டாளிகளுக்காகக் காத்திருந்தார்கள். (கிட்டி அந்தக் குழுவில் இல்லை) அவளைத் தன்னுடன் வால்ட்ஸ் நடனம் ஆட வருமாறு 'ஜியார்ஜ் கோர்சுன்ஸ்கி' அழைத்தார். அவர் சிறந்த நடனக்காரர் மட்டுமல்ல. நடனக்காரர்களுக்கெல்லாம் தலைவர். நடன நிகழ்ச்சிகளின் தலைமை இயக்குநர். ஒப்பற்ற அழகுடையவர், அவர் 'போனின்' சீமாட்டியுடன் அப்போது தான் வால்ட்ஸ் முதல் சுற்றில் நடனமாடினார். அவர் அந்த அரங்கைச் சுற்றிப் பார்த்தார். கிட்டி அப்போது தான் உள்ளே நுழைந்து கொண்டிருந்தாள். அவர் அவளருகில் சென்றார். தலைமை இயக்குநர்களுக்கேயுள்ள இயல்பான உரிமையுடன் அவளை வரவேற்றார். அவளுடைய அனுமதியைக் கேட்காமல் அவளுடைய ஒல்லியான இடையை தன் கரத்தைக் கொண்டு வளைத்தார். கிட்டி தன் கையிலிருந்த விசிறியைக் கொடுக்க ஒரு நபரைத் தேடினாள். வீட்டு எசமானி புன் சிரிப்புடன் விசிறியை வாங்கிக் கொண்டாள்.

'நீ சரியான நேரத்துக்கு வந்ததைப் பாராட்டுகிறேன். சிலர் மிகவும் தாமதமாக வருகிறார்கள். அது சரியல்ல' என்று அவளிடம் கூறினார். கிட்டி தனது இடது கரத்தை அவரது தோள் மீது வைத்தாள். அந்த மரக்கட்டை தளத்தின் மீது ஷூ அணிந்த அவளுடைய இளஞ்சிவப்புப் பாதங்கள் வேகமாகவும், இலேசாகவும் இசையின் தாளத்துடன் பொருந்தி நடனமாடின.

'உன்னுடன் நடனமாடுகின்ற பொழுது ஓய்வெடுப்பதைப் போல நான் உணர்கிறேன். லேசாகவும் துல்லியமாகவும் உன் காலடிகள் இருக்கின்றன. எனக்குப் பெரு மகிழ்ச்சி' என்று அவர் கிட்டியைப் பாராட்டினார். கிட்டியிடம் அவர் என்னவெல்லாம் சொன்னாரோ அதே

வார்த்தைகளை அவர் அவருக்குப் பிடித்தமான நடனக் கூட்டாளிகள் அனைவரிடமும் சொல்வது வழக்கம்.

கிட்டி அவருடைய பாராட்டைக் கேட்டு மகிழ்ச்சி அடைந்தாள். அவருடைய தோளில் சாய்ந்து கொண்டு அங்கிருந்த விருந்தினர்களைப் பார்வையிட்டாள். புதிதாக நடனமாட வருகின்ற பெண்ணுக்கு எல்லா முகங்களும் ஒன்று சேர்ந்து ஒரே தேவதை போலத் தோன்றும். அடிக்கடி நடன நிகழ்ச்சிகளுக்குச் செல்கின்ற பெண்களுக்கு எந்த முகமும் கிளர்ச்சியைத் தராது. மேற்கூறிய இரண்டு நிலைகளுக்கும் நடுவில் கிட்டி இருந்தாள். அவள் குதூகலமாக இருந்தாலும் தன்னைக் கட்டுப்படுத்திக் கொண்டாள்.

முக்கியமான விருந்தினர்கள் அறையின் இடது பக்க மூலையில் உட்கார்ந்திருந்தார்கள். 'கோர்சுன்ஸ்கி'யின் மனைவி, 'லிடா' என்னும் பெயருடைய அழகி முழங்காலுக்கும் மேல் மிகவும் மேலே உயர்ந்த ஆடையினை அணிந்து கொண்டு விருந்தளிக்கின்ற அம்மையாருடன் உட்கார்ந்திருந்தாள். முக்கியமானவர்கள் இருக்கும் இடத்தில் எப்பொழுதும் இருக்கின்ற வழுக்கைத் 'தலை 'கிரிவின்' அங்கு உட்கார்ந்திருந்தார். அவளைத் தங்களோடு நடனமாட அழைக்கும் தைரியமில்லாத இளைஞர்கள் அவளை வெறித்துப் பார்த்தபடி உட்கார்ந்திருந்தனர். அடுத்து உட்கார்ந்த ஸ்டீபன் அர்க்காதியேவிச் ஆப்லான்ஸ்கியை கிட்டி கண்டு கொண்டாள். அடுத்ததாக அழகே உருவான அன்னா கருப்பு உடையணிந்து உட்கார்ந்திருந்தாள். அடுத்து தன் 'அவரும்' (விரான்ஸ்கியும்) அங்கே இருப்பதைக் கவனித்தாள். அவள் லெவினை நிராகரித்த அந்த நாளுக்குப் பிறகு இன்று வரை விரான்ஸ்கியைப் பார்க்கவில்லை. இன்று தான் பார்க்கிறாள். அவள் அவனைப் பார்த்த அதே நேரத்தில் அவன் தன்னைப் பார்த்துக் கொண்டிருப்பதையும் கவனித்தாள். 'இன்னொரு முறை நடனமாடலாமா? உனக்குக் களைப்பாக இல்லையே' என்று கோர்சுன்ஸ்கி அவளைக் கேட்டார்.

'இனி வேண்டாம், நன்றி' என்று அங்கிருந்து செல்ல எழுந்தாள் கிட்டி.

'நீங்கள் எங்கே செல்ல வேண்டும் நான் அழைத்துச் செல்கிறேன்'

'அன்னா கரீனினா இங்கே வந்திருக்கிறாள். அவளிடம் என்னை அழைத்துச் செல்லுங்கள்' என்றாள் கிட்டி.

கோர்சுன்ஸ்கி கிட்டியின் கையைப் பிடித்துக் கொண்டு வால்ட்ஸ் நடனமாடியபடியே அவளை அன்னாவிடம் அழைத்துச் சென்றார்.

அன்னா இளஞ்சிவப்பு நிற ஆடையில் இல்லை. கறுப்பு நிற வெல்வெட் உடை அணிந்திருந்தாள். அவளுடைய தோளின் முழுப் பகுதியும் வயிறும்

வெளியில் தெரிந்தன. அவளது உடையில் வெனீஸ் நகரத்தில் தயாரிக்கப்பட்ட சரிகை அதிகமாயிருந்தன. அவளுடைய கருப்பு முடியில், அவளது சொந்தமான, நிஜமான கேசத்தில் பல வண்ணங்களில் மலர்களைச் சேர்த்துக் கட்டிய மாலையை வைத்துக் கொண்டிருந்தாள். அவளது சிகையலங்காரம் கண்களை உறுத்தவில்லை. அவளுடைய நெற்றிப் பொட்டிலும் பின் கழுத்திலும் முடி சுருள் சுருளாக விழுந்து அவளுடைய அழகைக் கூட்டின.

கிட்டி அன்னாவைத் தினமும் பார்ப்பதால் அவளிடம் நெருக்கம் அதிகமாகி இப்போது அவளிடம் நிறையப் பற்றுதல் கொண்டிருந்தாள். அன்னா எப்பொழுதும் இளஞ்சிவப்பு உடை அணிவதாகவே கற்பனை செய்தாள். இன்று அவளைக் கறுப்பு நிற வெல்வெட் உடையில் பார்த்த பொழுது, அவள் இன்னும் எவ்வளவு அழகானவள் என்பதை உணர்ந்தாள். கிட்டி அன்னாவை புதிய கோணத்தில் பார்த்தாள். அன்னாவின் அழகை அவளது உடை பளிச்சென்று காட்டி விட்டது. ஆனால் அந்த உடை மிகவும் அற்புத அழகுடன் வடிவமைக்கப்பட்டிருந்தது உண்மைதான் என்றாலும் அன்னாவின் அலட்டல் இல்லாத அந்த எளிமை, இயற்கையாகவே அமைந்த அந்த உடலமைப்பு, எப்போதும் சோர்வற்ற தன்மை, எதையும் மிக எளிதாக எடுத்துக் கொள்ளும் குணாதிசயங்களும் அவளுடைய அழகுக்கு மேலும் அணி சேர்த்திருந்தன என்பதை கிட்டி உணர்ந்தாள். அவள் வழக்கம் போல நேராக நின்று, தலையை மட்டும் சிறிது சாய்த்து அந்த வீட்டுத் தலைவருடன் பேசிக் கொண்டிருந்தாள்.

அன்னா கிட்டியின் உடையைக் கூர்மையாகப் பார்த்தாள். அவள் லேசாகத் தலையை ஆட்டி 'கிட்டியின் உடையும் அழகும் பிரமாதம்' என்பதை சைகையினால் கிட்டிக்கு உணர்த்தினாள். கிட்டியும் அதனைப் புரிந்து கொண்டாள்.

'நீ நடனமாடிய படியே அறைக்குள் வந்தாயே, அந்த நடன அசைவுகள் மிக அற்புதமாக இருந்தது' என்றாள் அன்னா.

'இளவரசி கிட்டி, நடன நிகழ்ச்சிக்கே முழுமையான அழகையும், மிகப் பெரும் மகிழ்ச்சியையும், குதூகலத்தையும் தருகிறார். அன்னா கரீனினா! நீங்களும் நடனமாட வரலாமே!' என்று கோர்சுன்ஸ்கி அவளை அழைத்தார். அவர் அன்னாவை அதற்கு முன்பு சந்தித்ததில்லை.

'அன்னாவை உங்களுக்குத் தெரியுமா?' என்று வீட்டுத் தலைவர் கேட்டார்.

'எங்களுக்குத் தெரியாதவர் உண்டா? நானும் என் மனைவியும் வெள்ளை ஓநாய்கள் என்பது தான் உங்கள் எல்லோருக்கும் தெரியுமே! அன்னா கரீனினா! ஒரு முறை நடனமாடுங்களேன்!'

'நான் இயன்ற வரையில் நடனமாடுவதைத் தவிர்க்கவே விரும்புகிறேன்' என்றாள் அன்னா.

'இன்றிரவில் மட்டும் நடனமாடுங்கள்' என்று அழைத்தார் கோர்சுன்ஸ்கி.

அப்போது அங்கு வந்த விரான்ஸ்கி, அன்னாவை நடனமாட அழைப்பது போலப் பார்த்தான். ஆனால் அன்னா அதைக் கவனிக்காதது போல கோர்சுன்ஸ்கியிடம் பேசிக் கொண்டிருந்தாள். 'இல்லை. இன்று நடனத்திற்கே உரிய நாள் ஆகும். இன்றிரவு நடனமாடாமல் இருக்கக் கூடாது என்று நீங்கள் சொல்வதால் இன்று மட்டும் நடனமாட நான் முடிவு செய்து விட்டேன். சரி தானே...' என்று அன்னா கோர்சுன்ஸ்கியிடம் கூறினாள். விரான்ஸ்கி தலையைச் சாய்த்துப் பணிந்து அவளுக்கு வணக்கம் தெரிவித்ததை அவள் கவனித்ததாகவே காட்டிக் கொள்ளவில்லை. அவள் வேகமாகத் தனது கரத்தை கோர்சுன்ஸ்கியின் தோளில் வைத்தாள்.

'ஏன் அவரை அலட்சியப்படுத்துகிறாள்?' என்று விரான்ஸ்கி அன்னாவை நடனமாட அழைத்ததையும், பணிந்து வணங்கியதையும் அன்னா கவனித்தும், கவனியாமல் இருப்பதாகக் காட்டிக் கொண்டு அவனை அலட்சியப்படுத்தியதையும் கிட்டி கவனித்துக் கொண்டிருந்தாள். 'அவரிடம் அன்னாவுக்கு அதிருப்தி இருக்குமோ' என்று நினைத்தாள்.

விரான்ஸ்கி கிட்டியிடம் வந்து 'உன்னைப் பார்த்து நெடுநாளாகி விட்டது' என்றான். முதல் 'குவாட்ரில்' நடனத்தின்போது அவளது 'வால்ட்ஸ்' நடனம் மிக நன்றாக இருந்தது என்று பாராட்டினான் விரான்ஸ்கி. கிட்டி அன்னாவின் வால்ட்ஸ் நடனத்தில் லயித்திருந்தாள். விரான்ஸ்கி தன்னுடன் நடனமாடுமாறு தம்மை அழைப்பான் என்று அவள் எதிர்பார்த்தாள். ஆனால் அவன் அவளை அழைக்காமல் இருப்பதை வியப்புடன் பார்த்தாள். அவன் வெட்கப்பட்டுக் கொண்டிருப்பதைப் பார்த்தாள். வெட்கத்தை முயன்று விரட்டி விட்டு விரான்ஸ்கி அவளைத் தன்னுடன் நடனமாட வருமாறு அழைத்தான். அவன் கிட்டியின் மெலிந்த இடையைத் தன் கரத்தால் அணைத்து வளைத்துத் தன் அருகில் இழுத்து நடனமாடத் தொடங்கினான். நடனம் தொடங்கியவுடனேயே இசைக் குழுவினரது இசை நின்று விட்டது. தன் முகத்துக்கு வெகு சமீபத்தில் இருந்த விரான்ஸ்கியின் முகத்தை அவள் ஊடுருவிப் பார்த்தாள். அவளுடைய பார்வையில் ஏக்கமும் காதலும் பொங்கி வழிந்தன. ஆனால் அதற்குப் பதிலாக அவன் தன்னுடைய அன்பையும் காதலையும் வெளிப்படுத்தவில்லை. அவனது அலட்சியம் அவளது இதயத்தை உடைத்து நொறுக்கி விட்டது போல அவள் உணர்ந்தாள். அவனது கவனமெல்லாம் வேறு எங்கோ அலைபாய்ந்து கொண்டிருந்தது. என்னிடத்தில் இல்லை. அவளுடைய முகம் அவமானத்தினால் வெட்கிக் குறுகிப் போனது.

விரான்ஸ்கியிடன் நடனமாடும் அன்னா

'வால்ட்ஸ், வால்ட்ஸ்' என்று அந்த ஹாலின் மறு கோடியில் உரக்கக் கத்தியபடி வலம் வந்த கோர்சுன்ஸ்கி முதலில் நின்று கொண்டிருந்த ஒரு இளம் பெண்ணின் இடையைப் பற்றித் தன்னோடு அணைத்துக் கொண்டு நடனமாடத் தொடங்கினார்.

அத்தியாயம் 23

விரான்ஸ்கியும் கிட்டியும் வால்ட்ஸ் நடனமாடிக் கொண்டு அந்த அறையைப் பலமுறை சுற்றி வந்தார்கள். அதன்பிறகு கிட்டி தன் தாய் இருந்த இடத்துக்கு அவளைத் தேடிச் சென்றாள். வழியில் நோர்ஸ்டன் சீமாட்டியைப் பார்த்து சில வார்த்தைகள் பேசினாள். அப்போது அங்கு வந்த விரான்ஸ்கி 'முதல் குவாட்ரில்' நடனமாட அவளை அழைத்தான். அவர்கள் சேர்ந்து ஆடிய குவாட்ரில் நடனத்தில் புதிதாக எந்த விசேஷமும் இல்லை. நடனத்தின் போது அவர்கள் கோர்சுன்ஸ்கியையும் அவரது மனைவியையும் பற்றிப் பேசிக் கொண்டனர். கோர்சுன்ஸ்கி தம்பதியினரை 'நாற்பது வயதுக் குழந்தைகள்' என்று விரான்ஸ்கி குறிப்பிட்டான். சமூக அமைப்பிற்கு பொதுவான கலை அரங்கம் ஒன்று அமைக்கப்பட விருப்பதாக ஒரு தகவலை அப்போது அவளிடம் தெரிவித்தான் விரான்ஸ்கி. நடனத்தின் போது நடந்த உரையாடலில் ஒரு விஷயம் அவளது கவனத்தைத் தொட்டுச் சென்றது - லெவின் பற்றி அவன் விசாரித்தது

தான் அது. லெவின் இன்னும் மாஸ்கோவில் தான் இருக்கிறாரா?' என்று அவன் அவளிடம் கேட்டான். மேலும் அவன், 'எனக்கு அவரை ரொம்பவும் பிடித்திருக்கிறது' என்றும் கூறினான்.

அந்த குவாட்ரில் நடனத்தில் அவள் அதிகமாக எதையும் எதிர்பார்க்கவில்லை. 'மஸூர்க்கா' நடனத்தையே அவள் ஆவலுடன் எதிர்பார்த்தாள். அவள் தன் இதயத்தில் ஒரு பிடிப்புடன் 'மஸூர்க்கா' நடனத்திற்காகக் காத்திருந்தாள். 'மஸூர்க்கா' நடனம் எல்லா பிரச்சினைகளுக்கும் ஒரு முடிவினைத் தந்து விடும் என்று அவள் நினைத்தாள். குவாட்ரில் நடனமாடிய பொழுது தன்னுடன் 'மஸூர்க்கா' நடனமாட வருமாறு தன்னை விரான்ஸ்கி கேட்கவில்லை என்று அவள் கவலைப்படவில்லை. அவர் தன்னுடன் ஜோடியாக நடனமாடுவார்' என்று அவள் எதிர்பார்த்தாள். எனவே தங்களுடன் நடனமாட வர வேண்டும் என்று அவளிடம் வேண்டிய ஐந்து நபர்களின் அழைப்பை அவள் நிராகரித்து விட்டாள். "நான் ஒருவருடன் ஜோடியாக நடனமாட ஒப்புக் கொண்டு உறுதி கூறிவிட்டேன்" என்று அவர்களிடம் கூறினாள். கடைசி குவாட்ரில் வரை இன்று அந்த அரங்கில் நடந்த நடன நிகழ்ச்சிகள் மற்றும் இசைக் குழுவினரின் இசை மற்றும் கூடியிருந்தோரின் களிப்பும் மகிழ்ச்சியும் எல்லாம் ஒன்று சேர்ந்து அவளது உள்ளத்தில் மிகுந்த சந்தோஷத்தையும், குதூகலத்தையும் ஏற்படுத்தியிருந்தன. இந்த நாளை அவள் மிக விரும்பினாள். இந்த நாளை அவள் நெஞ்சார வாழ்த்தினாள். நடனமாடி களைத்துப் போன அவள் சற்று ஓய்வெடுக்க விரும்பினாள். அவனிடம் அனுமதி வேண்டினாள். கடைசி குவாட்ரில் நடனத்தின்போது, ஒரு அரட்டைக்காரன் அவளைத் தன்னோடு நடனமாடுவதற்கு அழைத்தான். அவனிடம் மறுப்புச் சொல்லித் தப்பித்துச் செல்ல முடியாது. எனவே அவனுடன் சேர்ந்து கடைசி குவாட்ரில் நடனமாடினாள். நடனமாடிய படியே ஹாலை வலம் வந்த பொழுது ஓரிடத்தில் அன்னாவைப் பார்த்தாள். நடன நிகழ்ச்சியின் ஆரம்பம் முதலே அவள் அன்னாவை நேரடியாகப் பார்க்கவில்லை. இப்பொழுது நேரடியாக நடனமாடியபடியே அவளது எதிர்ப்புறம் வந்து நடனமாடிக் கொண்டிருந்தனர் நடனமாடிய படியே அன்னாவை நிமிர்ந்து பார்த்தாள். அன்னா வித்தியாசமாகத் தென்படுவது போல கிட்டிக்குத் தோன்றியது. அவள் சற்றும் எதிர்பாராத ஒரு புதிய தோற்றத்தை அன்னாவிடம் அவள் கண்டாள். அன்னாவின் கண்களில் வீசிய அந்தப் புதிய ஒளி, அகங்காரத்தின் தோற்றமாகத் தென்பட்ட அந்த ஒளி அன்னாவின் மேல் ஏனோ ஒரு வெறுப்பை கிட்டியிடம் ஏற்படுத்தியது. அன்னாவை அவள் வெறுப்புடன் பார்த்தாள். அன்னா மிகவும் வெற்றிப் பெருமிதத்துடன் இருப்பதாக உணர்ந்தாள். வெற்றிப் பெருமிதம் என்பதைக் காட்டிலும் மற்றவர்களைத் தோற்கடித்து விட்டோம் என்ற இறுமாப்பு, கர்வம் தான் அவளிடம் மேலோங்கி நிற்பதாக கிட்டி உணர்ந்தாள். அந்த

உணர்வுகள் பற்றி கிட்டிக்கு நன்றாகத் தெரியும். அதன் பிரதிபலிப்பு அன்னாவின் கண்களில் தெரிவதை கிட்டி உறுதியாகத் தெரிந்து கொண்டாள். அன்னாவின் கண்களில் அளவற்ற பிரகாசம், கவலையற்ற சிரிப்பு, நடன அசைவுகளில் இருந்த மென்மையான இயக்கம் அனைத்தையும் துல்லியமாக அவளால் தெரிந்து கொள்ள முடிந்தது.

'அவளது இந்த அளவு கடந்த சந்தோஷத்திற்கு யார் காரணம்? எல்லோருமா? அல்லது ஒரே ஒருவரா?' என்று அவள் தன்னிடமே கேட்டுக் கொண்டாள். அவளுடன் நடனமாடிக் கொண்டிருந்த அந்த இளைஞன் அவளுடன் பேசுவதற்கு முயற்சி செய்து தோல்வியடைந்தான். ஏனென்றால் கோர்சுன்ஸ்கி அவ்வப்போது தெரிவித்த நடன அசைவுகள் பற்றிய கட்டளைகளை அவள் இயந்திரமாகக் கடைப்பிடித்தாள். அன்னாவைப் பார்த்தாள்... இவளுக்கு குழப்பம் அதிகரித்தது. கவலையில் மூழ்கிப் போனாள்.

கூட்டத்தினரின் பாராட்டு மட்டுமே அன்னாவை மதிமயங்கச் செய்யவில்லை. ஆனால் யாரோ ஒருவரைப் பற்றிய நினைப்பு தான் அவளை இப்படிப் பரவசத்தில் ஆழ்த்தியுள்ளது. அந்த ஒருவர் யார்...? 'அவராக' இருக்குமோ?

அவரே தான்... விரான்ஸ்கி இப்போது அன்னாவுடன் பேசிக் கொண்டிருந்தான். அவளது அழகில் அவன் லயித்துப் போனான். அவளையே சுற்றிச் சுற்றி வந்தான். அவளை விட்டு அவன் அகலவில்லை.

ஒவ்வொரு முறை 'அவர்' அன்னாவுடன் பேசும் பொழுதும் அவளுடைய கண்களில் ஓர் இன்ப ஒளி சந்தோஷத்தின் ஒளி பெருகிப் பரவியது. அவளுடைய ரோஜா இதழ்களில் புன்னகைக் கீற்று தோன்றியது. ஓர் இன்பப் பரவசத்தில் அன்னா சொக்கிப் போயிருந்தாள். அவள் தன்னுடைய அளவு கடந்த மகிழ்ச்சியைக் கட்டுப்படுத்த முயற்சி செய்தாள். ஆனால் அந்த சந்தோஷம் அந்த இன்ப ஒளி தானாகவே அவள் முகத்தில் வெளிப்பட்டது. இதையெல்லாம் நேரடியாகப் பார்த்துக் கொண்டிருந்த கிட்டி மிகவும் மனம் நொந்து போனாள்.

'அவர் என்ன செய்கிறார்?'

அவரைப் பார்த்த கிட்டி மிகவும் பதறிப் போனாள்; கலக்கமடைந்தாள். அன்னாவின் முகத்தில் அவள் கண்ட அதே உணர்ச்சிகள் 'அவரிடத்தும்' நிலவி இருந்தது. வழக்கமாக 'அவருடைய' முகத்தில் இயல்பான அமைதி இருக்கும். இப்போது அவை எங்கே போயின? 'அவர்' அன்னாவை நோக்கித் திரும்பிய ஒவ்வொரு முறையும் அவள் காலில் விழுவதைப் போல தன் தலையை லேசாகச் சாய்த்தார். (அது என்னவோ அவளுக்கு அடிபணிந்து, சிரம் தாழ்த்தி, அவள் காலடியில் அடிமையாக வீழ்ந்து

கிடக்க 'அவர்' நினைப்பது போல அவர் எண்ணுவதாக கிட்டிக்குத் தோன்றியது.) அவருடைய கண்களில் அச்சமும் பணிவும் தென்பட்டன. 'என்னைக் காப்பாற்றிக் கொள்ள விரும்புகிறேன். ஆனால் தப்புவது எப்படி என்று தான் தெரியவில்லை' என்று சொல்லுவது போல் அவரது பார்வை தோன்றியது. அவள் அவரிடம் இதுவரை என்றுமே கண்டிராத ஒரு உணர்ச்சி அவருடைய முகத்தில் இருந்தது.

அவர்கள் பரஸ்பரம் தங்களுக்குத் தெரிந்த நண்பர்களைப் பற்றித்தான் பேசிக் கொண்டனர். அது பயனற்ற உரையாடலாகக் கூட இருந்திருக்கலாம். ஆனால் அவர்கள் பேசிய ஒவ்வொரு வார்த்தையும் அவர்களுடைய எதிர்காலத்தை முடிவு செய்வதாக இருந்ததாக அவள் கருதினாள். நகைப்புக்குரிய விதத்தில் அபத்தமாக பிரெஞ்சு மொழி பேசிய இவான் இவானிச் பற்றியும், செல்வி. எலெட்ஸ்காயா இன்னும் நல்ல கணவனாகத் தேர்ந்தெடுத்து மணந்திருக்கலாம் என்பது போன்ற விஷயங்களையே அவர்கள் பேசினாலும் அவர்களுக்கு அந்த வார்த்தைகள் முக்கியமானவை களாகத் தோன்றின. அது போன்ற அந்த வார்த்தைகள் தனக்கும் முக்கியமானவை என்று கிட்டி நினைத்தாள். ஒரு மூடுபனி அந்த நடன அரங்கிலும், இந்த உலகத்தின் மீதும், ஏன் கிட்டியின் ஆன்மா முழுவதிலும் கூட பரவி மூடுவதாகவும், எல்லாமே மங்கி மறைவது போலவும் கிட்டி உணர்ந்தாள். மனதில் இது போன்ற எண்ணங்களின் போர் நடந்து கொண்டிருந்தாலும் அவள் தன்னிச்சையாக, இயந்திரம் போல நடனமாடிக் கொண்டிருந்தாள்; பேசினாள்; தேவைப்பட்ட போது சிரித்தாள். அவள் பெற்றிருந்த சிறப்பான பயிற்சியே அதற்குக் காரணம்.

மஸுர்க்கா நடனம் துவங்குவதற்கு முன்பாக, நாற்காலிகள் அதற்கு ஏற்றபடி மாற்றி அமைக்கப்பட்டன. நிறைய ஜோடிகள் சிறிய அறையிலிருந்து, பெரிய நடன அறைகளுக்கு மாறிப் போய்க் கொண்டிருந்தனர். கிட்டி சிறிது நேரம் மனம் வெறுத்துப் போய் இருந்தாள். முன்பு அவளுடன் நடனமாடுவதற்கு விரும்பிய ஐந்து இளைஞர்கள் இப்போது மீண்டும் அவளிடம் வந்து தங்களோடு மஸுர்க்கா நடனமாட வர முடியுமா? என்று கேட்டனர். உண்மையில் இப்போது அவளுடன் ஆட வேறு கூட்டாளிகள் யாரும் இல்லை. மறுபடியும் அவளை நடனமாட யாரும் அழைக்கக் கூடும் என்று அவளுக்குத் தோன்றவில்லை. 'அவள் யாருக்காவது நடன ஜோடியாக இருக்க ஏற்கனவே முடிவு செய்திருப்பாள். அல்லது பிரபலங்கள் அவளிடம் பேசி முடிவு செய்து வைத்திருப்பார்கள். ஏனென்றால் அவள் மேற்குடி சமூகத்தில் முதல் வரிசையில் இருப்பவள். எனவே அவள் நடனமாடாமல் ஓய்வாக இருக்கமாட்டாள் என்றே சில இளைஞர்கள் கருதினார்கள்.' எனவே அதன் பின் அவளை அவர்கள் நெருங்கவில்லை.

'எனக்கு உடல் நலமில்லை. வீட்டுக்குப் போகலாம்' என்று தன் அம்மாவிடம் கூற வேண்டும் என்று அவள் நினைத்தாள். அதற்கும் கூட எழுந்து செல்ல அவளுக்கு சக்தியில்லாமல் போய் விட்டது. அவள் மனம் உடைந்து அங்கே உட்கார்ந்திருந்தாள்.

அவள் அந்த அறையின் ஒரு மூலைக்குச் சென்று அங்கிருந்த சாய்வு நாற்காலியில் உட்கார்ந்தாள். அவள் அணிந்திருந்த மென்மையான உடை அவளது மெலிந்த உடலை மேகத்தைப் போலத் தழுவியது. ஒல்லியான அவளது கை அவளது உடையின் மடிப்புகளில் இருந்தது. மற்றொரு கை, அவளது முகத்தின் மீது விசிறிகொண்டு விசிறிக்கொண்டு இருந்தது. புல்லிதழ் மீது அப்போது தான் அமர்ந்த வண்ணத்துப் பூச்சியைப் போல அவள் தோற்றமளித்தாள். எந்த நேரத்திலும் தன் வானவில் சிறகுகளை விரித்துக்கொண்டு பறப்பதற்குத் தயாராக இருந்தாள். ஆனால் அவளது இதயம் நம்பிக்கையின்மையால் நசுங்கிப் போய்விட்டது.

'நான் நினைப்பது தவறாக இருக்கலாம். நான் நினைப்பது போல அது இல்லாமல் இருக்கலாம்' அவள் அன்று மாலையில் தான் பார்த்தவற்றை, சந்தித்தவர்களை மீண்டும் நினைவு கூர்ந்தாள்.

'கிட்டி, இதெல்லாம் என்ன?' என்ற உரக்கச் சத்தமிட்டபடி வந்தாள் சீமாட்டி நோர்ஸ்டன். 'இதை என்னால் புரிந்து கொள்ள முடியவில்லை.'

கிட்டியின் கீழ் உதடு துடித்தது. அவள் வேகமாக எழுந்தாள்.

'கிட்டி, நீ மஸுர்க்கா நடனம் ஆடவில்லையா?'

'இல்லை, இல்லை' என்றாள் கிட்டி. அவளது குரல் நடுங்கியது. கண்கள் படபடத்தன.

'என் முன்னாலேயே 'அவர்' அவளை மஸுர்க்கா நடனம் ஆட அழைத்தாரே' என்றாள் சீமாட்டி.

சீமாட்டி 'அவர்' 'அவள்' என்று குறிப்பிட்டது யாரைக் குறிக்கின்றது என்பதை கிட்டி புரிந்து கொள்வாள் என்று சீமாட்டி நினைத்தாள்.

கோர்சுன்ஸ்கியுடன் ஜோடியாக தான் மஸுர்க்கா நடனமாடுவதாக அவரிடம் ஒப்புக் கொண்டிருந்தாள் நோர்ஸ்டான் சீமாட்டி, அதற்கு தனக்குப் பதிலாக கிட்டியுடன் சேர்ந்து நடனம் ஆடும்படி வேண்டிக் கொண்டாள்.

சீமாட்டி கோர்சுன்ஸ்கியிடம் சொன்னாள்: 'இளவரசி கிட்டி ஷெர்பட்ஸ்கியுடன் நீங்கள் நடனமாடலாமே?'

'ஓ, எனக்கு எல்லாமே ஒன்று தான்' என்றாள் கிட்டி.

அவளுடைய நிலை அவளுக்கு மட்டுமே தெரியும். சில தினங்களுக்கு முன்புதான் அவள் தன்னைக் காதலித்த ஒருவனுக்கு தன் இயலாமையைத் தெரிவித்தாள்; மற்றொருவனிடம் நம்பிக்கை வைத்த காரணத்தால் அவனது காதலை அவள் மறுத்தாள்.

கிட்டி முதல் ஜோடியாக கோர்சுன்ஸ்கியுடன் சேர்ந்து நடனமாடினாள். நல்ல வேளையாக அவள் அதிகம் பேசத் தேவையில்லாதிருந்தது. ஏனென்றால் கோர்சுன்ஸ்கி நடன ஜோடிகளுக்குக் கட்டளைகளைப் பிறப்பித்தவாறு இருந்தார்.

விரான்ஸ்கியும் அன்னாவும் அவளுக்கு எதிரில் நடனமாடிக் கொண்டிருந்தனர். அவர்கள் இருவரையும் ஜோடியாகவே பல தடவைகள் கிட்டி பார்த்து விட்டாள். அவர்கள் தொலைவில் இருக்கும் போது தான் அவர்களை அவள் நிமிர்ந்து பார்த்தாள். நடனத்தின் போது தான் அவர்களை மிகவும் பக்கத்தில் பார்த்தாள். அவர்களைப் பார்த்த ஒவ்வொரு முறையும் தன் மீது பெரிய இடி விழுந்தாற் போலக் கலங்கினாள். பலர் கூடியிருக்கும் நடன அறையில் அவர்கள் இருவர் மட்டுமே ஜோடியாக நடனமாடிக் கொண்டிருப்பதைப் போல அவளுக்குத் தோன்றியது.

விரான்ஸ்கியின் முகத்தில் எப்போதும் உறுதியும் சுய கட்டுப்பாடும் இருக்கும். ஆனால் இப்போது குழப்பமும், வியப்பும், திகைப்பும், பணிவும் இருப்பதை கண்டு அவளுக்கு மிக வியப்பாக இருந்தது. 'அறிவுள்ள நாய் குற்றம் செய்யும் போது இப்படித்தான் இருக்குமோ?'

அன்னா புன்னகை செய்தாள்; அந்தப் புன்னகை காற்றில் தவழ்ந்து சென்று அவனை அடைந்தது. அவள் சிந்தனை வயப்பட்டாள்- அவன் தீவிர சிந்தனையாளன் ஆனான்.

ஏதோ ஒரு அமானுஷ்ய சக்தியினால் தூண்டப்பட்டு அன்னாவின் முகத்தைப் பார்த்தாள் கிட்டி. எளிமையான கறுப்பு நிற உடையில் பேரழகுடன் இருந்தாள் அன்னா. அவளுடைய நீண்ட கரங்களில் வளையல் அணிந்திருந்தாள். கழுத்தைச் சுற்றி முத்துமாலை அழகு செய்தது. அவளது சுருண்ட கேசம் கலைந்திருந்தது. அவளது சிறிய கால்கள் மற்றும் அழகிய கரங்களின் வசீகரமான இயக்கங்கள், அவளது அழகு, அவளது உற்சாகம் ஆகிய அனைத்தும் மிக ரம்மியமாக இருந்தது. ஆனால் அந்த அழகுக்குள் கொடூரமும், பயங்கரமும் ஒளிந்திருக்கிறது என்று கிட்டி உணர்ந்தாள்.

கிட்டி அன்னாவைக் கண்டு முன்னைக் காட்டிலும் இப்போது அதிகமாக வியந்து போனாள். அதே போல மேலும், மேலும் அதிகமாக வேதனைப்பட்டாள்.

நடனத்தின் போது தற்செயலாக விரான்ஸ்கி அவளுடன் உரசிக் கொண்டு விட்டான். உடனே அவளை அவன் அடையாளம் தெரிந்து கொள்ள முடியவில்லை.

'மிகவும் மாறிவிட்டார் அவர்... மாற்றியது அவள்... அவளே தான்...' என்று தனக்குள் நினைத்துக் கொண்டாள் கிட்டி.

'மகிழ்ச்சியான நடனம்' என்றான் விரான்ஸ்கி, ஏதாவது பேச வேண்டும் என்பதற்காக.

'ஆமாம்' அவள் பதிலளித்தாள்.

மஸுர்க்கா நடனத்தின் நடுவில் - கோர்சுன்ஸ்கி தான் உருவாக்கியிருந்த ஒரு புதிய நடனத்தை அறிமுகம் செய்ய ஏற்பாடு செய்திருந்தார். சிக்கலான நடனம் அது. அன்னாவின் சிறந்த நாட்டியத் திறனை நம்பி அந்தப் புதிய நடனத்தை ஏற்பாடு செய்திருந்தார் கோர்சுன்ஸ்கி. அதனை ஏற்றுக் கொண்டு அரங்கின் நடுப்பகுதிக்கு வந்தாள் அன்னா. மேலும் இரண்டு பெண்களும், இரண்டு ஆண்களும் அவளுடன் நடனம் ஆட தேர்ந்தெடுக்கப் பட்டிருந்தனர். அந்த இரண்டு பெண்களில் கிட்டியும் ஒருத்தி. கிட்டி அன்னாவை நெருங்கிச் சென்றாள். அவளை நேருக்கு நேர் பார்க்க அச்சமடைந்தாள். பாதிக் கண்களை மூடியபடி அவளைப் பார்த்தாள் அன்னா. சிரித்தபடி அவளது கரங்களை (அன்புடன்) அழுத்தினாள் அன்னா. அன்னாவின் புன்னகைக்குப் பதிலாக கிட்டியும் புன்னகைத்தாள் - அந்த புன்னகையில் வியப்பும், வெறுப்பும், நம்பிக்கையின்மையும் தான் பதிலாக இருந்தது. அன்னாவை அலட்சியப்படுத்தி விட்டு பின்புறம் நடனமாட வந்திருந்த மற்றொரு பெண்ணுடன் உற்சாகமாக மிக மகிழ்ச்சியாகப் பேசத் தொடங்கினாள் கிட்டி.

'ஆம், அவள் விசித்திரமான, கவர்ச்சியான சாத்தான் தான்' என்று தனக்குள் நினைத்துக் கொண்டாள் கிட்டி.

நடனம் முடிந்தது. நடனத்தை ஏற்பாடு செய்திருந்த அந்த வீட்டின் தலைவர் இரவு உணவு சாப்பிட்டு விட்டுத் தான் போக வேண்டும் என்று அன்னாவை வலியுறுத்தினார். ஆனால் அன்னா மறுத்து விட்டாள்.

'அன்னா, ஒரு புதிய நடனத்தை ஒத்திகை பார்க்கலாமா?' என்று கோர்சுன்ஸ்கி அவளுக்கு ஆசை காட்டினார்.

'இல்லை. நான் புறப்படத் தயாராகி விட்டேன்' என்று உறுதியாகக் கூறிவிட்டாள் அன்னா. பிறகு அவளை அவர்கள் வலியுறுத்தவில்லை.

'பீட்டர்ஸ்பர்கில் குளிர்காலம் முழுவதிலும் தான் நடனமாடியதைக் காட்டிலும் அதிகமாக மாஸ்கோவில் இன்று நடனமாடி விட்டேன்' என்று

சுற்றிலும் பார்த்து விட்டு தனக்கு பக்கத்தில் நின்று கொண்டிருந்த விரான்ஸ்கியிடம் கூறினாள் அன்னா.

‘மிகவும் களைப்பாக உள்ளது. நான் பயணப்படுவதற்கு முன்பு நன்றாக ஓய்வு எடுத்துக் கொள்ள வேண்டும். நான் புறப்படுகிறேன்.’

‘நீ உண்மையாகவே நாளைக்கு புறப்படுகிறாயா?’ என்று கேட்டான் விரான்ஸ்கி.

‘நீ’ என்று அவளை அவன் முதல் முதலாக ஒருமையில் அழைத்தான்.

‘ஆமாம்!’ என்றாள் அன்னா. அவனுடைய கேள்வியிலிருந்த துணிச்சலைப் பார்த்து வியப்படைந்தாள் அவள். அவளது கண்களில் தென்பட்ட அந்த ஒளி, அதன் கவர்ச்சி, அவளது மயக்கும் புன்னகை ஆகியவை அவனை நெருப்பாக சுட்டன.

அன்னா இரவு உணவை மறுத்துவிட்டுப் புறப்பட்டாள்.

அத்தியாயம் 24

‘ஆமாம், மற்றவர்கள் வெறுக்கின்ற சில அம்சங்கள் என்னிடம் இருக்கத்தான் செய்கின்றன என்பதில் சந்தேகமில்லை’ என்று தனக்குள் சிந்தித்தவாறு லெவின் ஷெர்பட்ஸ்கியின் வீட்டிலிருந்து புறப்பட்டான். அவன் தன்னுடைய சகோதரனின் வீட்டிற்கு நடந்து போய்க் கொண்டிருந்தான்.

‘நான் மற்றவர்களுடன் சுமுகமாகப் பழகுவதில்லை. இதுதான் ஆணவம் என்று அவர்கள் சொல்லுகிறார்கள். நான் ஆணவக்காரன் அல்ல. ஆணவம் இருந்தால் எனக்கு இந்த நிலை ஏற்பட்டிருக்காது?’

விரான்ஸ்கியைப் பற்றி நினைத்துப் பார்த்தான். ‘விரான்ஸ்கி கெட்டிக்காரன்; அழகானவன். அன்பு, கருணை, அறிவு, அமைதி மற்றும் இனிமை நிறைந்தவன் அவன். அன்று எனக்கு ஏற்பட்ட ஏமாற்றமும், அந்த ஒரு மோசமான நிலையும் அவனுக்கு ஏற்படுமா? ஏற்படவே ஏற்படாது. அவள் அவனைத் தேர்ந்தெடுத்தது சரிதான். நான் எவரைப் பற்றியும், எந்த முடிவைப் பற்றியும் குறை சொல்ல மாட்டேன். அவள் தன் வாழ்க்கையை என்னுடன் இணைத்துக் கொள்வாள் என்று கற்பனை செய்ய எனக்கு உரிமை ஏது? நான் யார்? நான் எப்படிப்பட்டவன்? நான் மிகச் சாதாரணமானவன். என்னை எவரும் விரும்பமாட்டார்கள். என்னால் யாருக்கும் எந்தப் பயனுமில்லை’.

லெவின் தன்னுடைய சகோதரர் நிக்கோலஸைப் பற்றி மகிழ்ச்சியுடன் நினைத்தான். இந்த பூமியில் எல்லாம் தீங்கானவை, அருவருப்பானவை

என்று அவர் சரியாகத் தானே சொல்கிறார். நாம் சகோதரர் நிக்கோலஸிடம் நியாயமாக நடந்து கொண்டோமா? அவர் கிழிந்த கோட்டு அணிந்து கொண்டு, குடி மயக்கத்தில் தள்ளாடிய போது 'புரோகோஃபி' அவரைப் பார்த்திருக்கிறார். நான் அவருடைய மறுபக்கத்தைப் பார்க்கிறேன். அவருடைய ஆன்மாவை நான் புரிந்து கொள்ள முடியும். நாங்கள் இருவரும் ஒரே மாதிரியானவர்கள். ஆனால் நான் அவரைத் தேடிச் செல்லவில்லை. நான் ஷெர்பட்ஸ்கியின் வீட்டுக்குத் தானே சென்றேன்.'

லெவின் தெருவிளக்கின் அருகில் சென்று வெளிச்சத்தில் தனது பாக்கெட் நோட்டில் எழுதப்பட்டிருந்த தனது சகோதரனின் முகவரியைப் படித்தான். அதன் பின் ஒரு ஸ்லெட்ஜ் வண்டியை வாடகைக்கு அமர்த்திக் கொண்டு புறப்பட்டான். நிக்கோலஸ் வாழ்க்கையில் தனக்குத் தெரிந்த எல்லா சம்பவங்களையும் போகும் வழியில் அவர் நினைவு கூர்ந்தான். பல்கலைக்கழகத்தில் சக மாணவர்கள் கேலி செய்த பொழுதும் நிக்கோலஸ் ஒரு துறவியைப் போல வாழ்ந்தார். ஒரு ஆண்டுக் காலம் மதச் சடங்குகளைத் தவறாமல் கடைப்பிடித்தார். ஜெபக் கூட்டங்களில் கலந்து கொண்டார். உண்ணா நோன்பிருந்தார். பெண்கள் உட்பட எல்லா இன்பங்களையும் ஒதுக்கினார். பிறகு திடீரென்று நெறி பிறழ்ந்தார். தீயவர்களுடன் நெருங்கிப் பழகினார். கட்டுப்பாடு இல்லாமல் களியாட்டங்களில் ஈடுபட்டார். அவர் தன்னுடைய பொறுப்பில் ஒரு சிறுவனை கிராமத்திலிருந்து நகரத்திற்கு கூட்டி வந்தார். ஒரு நாள் அவருக்கு ஏற்பட்ட கடுங்கோபத்தில் அவனை அதிகமாக அடித்து விட்டதால் அவர் மீது போலீஸ் நடவடிக்கை எடுக்கப்பட்டது. அவர் சீட்டு விளையாடிய போது ஒரு மோசக்காரனிடம் ஏமாந்து அவனுக்குத் தர வேண்டிய கடனுக்காகக் கடன் பத்திரம் எழுதிக் கொடுத்தார். பிறகு அவன் மீது போலீஸில் புகார் செய்தார். (அவருடைய சகோதரர் செர்க்கியஸ் அந்தக் கடன் பத்திரத்துக்கு பணம் கொடுத்தார்). தெருவில் கலவரம் செய்ததற்காக ஒரு இரவு முழுவதும் சிறையில் அடைக்கப்பட்டார். தாயின் சொத்தில் தனக்குரிய பங்கைத் தராமல் ஏமாற்றிவிட்டான் என்று லெவின் மீது வழக்குப் போட்டார். அவர் ஒரு மாகாணத்தில் அரசாங்கப் பதவியில் இருந்தபோது ஒரு பிரமுகரைத் தாக்கியதற்காகக் கைது செய்யப்பட்டார்.

எல்லாம் அருவருப்பாகத் தான் இருக்கிறது. நிக்கோலஸைத் தெரியாதவர்களுக்கு, அவருடைய முழுக்கதையை அறியாதவர்களுக்கு அவரிடத்து வெறுப்பு தான் ஏற்படும். ஆனால் லெவின் வெறுப்படைய வில்லை. உண்ணா நோன்பு, துறவிகளைச் சந்தித்தல், மாதா கோயில் ஜெபங்களில் ஈடுபடுதல் என்று மனிதர்களைப் பண்படுத்தும் நல்ல பல விஷயங்களில் நிக்கோலஸ் ஈடுபட்டிருந்த பொழுது, அவர் தனது அதீத

உணர்ச்சியைக் கட்டுப்படுத்துவதற்குத் தீவிரமான முயற்சிகளைச் செய்த பொழுது அவரை யாரும் ஊக்கப்படுத்தவில்லை. லெவின் உட்பட எல்லோரும் அவரைக் கேலி செய்தார்கள். அவரை 'நோவா' என்றும் 'சாமியார்' என்றும் கிண்டல் செய்தார்கள். அவர் மனநோயால் பாதிக்கப்பட்டு வெறித்தனமாகத் திரிந்த பொழுது யாரும் அவருக்கு உதவி செய்யவில்லை. எல்லோரும் அவரிடத்து அச்சமும் வெறுப்பும் கொண்டு ஒதுங்கிக் கொண்டார்கள்.

என்னுடைய சகோதரருடைய சொந்த வாழ்க்கை படுமோசமாக இருந்திருக்கலாம். ஆனால் அவரைப் பழித்தவர்களுடைய ஆன்மாவைக் காட்டிலும் அவருடைய ஆன்மா மோசமானது அல்ல என்று லெவின் உணர்ந்தான். கடுங்கோபத்துடனும், குறுகிய மனப்பான்மையுடனும் பிறந்தது அவருடைய குற்றமல்ல.

'நான் அவரிடம் எல்லாவற்றையும் சொல்வேன். அவரைப் பற்றிய எல்லா விபரங்களையும் எனக்குத் தெரிவிக்குமாறு அவரிடம் கேட்பேன். நான் அவரை மதிக்கிறேன். ஆகவே அவரைப் புரிந்து கொண்டிருக்கிறேன் என்று அவரிடம் எடுத்துக் காட்டுவேன்' இப்படிச் சிந்தித்தப்படி லெவின் தனது சகோதரர் தங்கியிருந்த விடுதிக்கு இரவு பதினோரு மணிக்குப் போய்ச் சேர்ந்தான்.

விடுதிக் காவலரை விசாரித்த பொழுது, மேல்மாடியில் உள்ள அறைகளில் எண் 12 மற்றும் 13 ஆகிய இரண்டு அறைகள் அவருடையது என்று அறிந்து கொண்டான்.

'அவர் இருக்கிறாரா?'

'இருக்கிறார் என்று நினைக்கிறேன்'

12ஆம் எண் அறையின் கதவு திறந்திருந்தது. உள்ளேயிருந்து மட்டமான புகையிலையின் அடர்த்தியான புகைச் சுருள் வந்து கொண்டிருந்தது அறைக்குள் யாரோ புதியவரின் குரல் கேட்டது. இருமல் சத்தம் கேட்ட பொழுது தனது சகோதரர் உள்ளே இருக்கிறார் என்பதை லெவின் புரிந்து கொண்டான்.

'அதை எவ்வளவு அறிவுப் பூர்வமாக நடத்துகின்றோம் என்பது முக்கியமானது' என்று அறைக்குள் ஒருவர் சொல்லிக் கொண்டிருந்தார். கான்ஸ்தாந்தீன் லெவின் அப்போது அறைக்குள் நுழைந்தான். அறைக்குள் ஒரு தடுப்பு இருந்தது. அதிகமான தலைமுடியுள்ள ஒரு இளைஞன் பேசிக் கொண்டிருந்தான். அவன் தொழிலாளிகளுக்கு உரிய கோட்டு அணிந்திருந்தான். முகத்தில் அம்மைத் தழும்புகள் உள்ள ஒரு பெண் - கம்பளி உடை அணிந்திருந்தாள். - சோபாவில் உட்கார்ந்திருந்தாள்.

அவனுடைய சகோதரர் அவன் பார்வையில் படவில்லை. நிக்கோலஸ் இது போன்ற விசித்திரமான நபர்களுடன் பழக்கம் வைத்திருக்கிறாரே என்று நினைத்த போது மிக வேதனையாக இருந்தது. தொழிலாளியின் கோட் அணிந்திருந்த அந்த நபர் ஏதோ ஒரு தொழில் ஆரம்பிப்பதைப் பற்றிப் பேசிக் கொண்டிருந்தார்.

'பணக்காரர் அழியட்டும்!' என்று அவனுடைய சகோதரரின் குரலில் இருமிக் கொண்டு பேசினார் அந்த மனிதர். சோபாவுக்கு கீழே படுத்துக் கிடந்த அந்த மனிதரை இதுவரை அவன் கவனிக்கவில்லை. அந்த மனிதர் வேறு யாருமல்ல அவனது சகோதரர் தான்.

'பாஷா! சாப்பிட ஏதாவது கொண்டு வா, இல்லாவிட்டால் வாங்கி வரச் சொல்' என்றார் அவர் அந்தப் பெண்ணைப் பார்த்து. அந்தப் பெண் எழுந்து தடுப்புக்கு வெளியில் வந்த பொழுது அங்கே நின்று கொண்டிருந்த லெவினைப் பார்த்தாள்.

'நிக்கோலஸ் உங்களைப் பார்க்க யாரோ ஒருவர் வந்திருக்கிறார்' என்றாள் அந்தப் பெண்.

'யாரைப் பார்க்க வேண்டும்?' என்று கோபமாகக் கேட்டார் அவனது சகோதரர்.

'நான் தான்!' என்றபடி விளக்குக்கு நேராக வந்து நின்றான் லெவின்.

'நான் என்பது யார்?' நிக்கோலஸ் அதிகமான கோபத்துடன் கேட்டார்.

அவர் எழுந்து எதன் மீதோ மோதிக் கொண்டு நடந்து கதவுக்கு அருகில் வந்தார், கட்டுப்பாடில்லாத குடி போதை - கண்களில் நோயாளிக்கான தோற்றம் - அச்சம் தரும் கண்கள். லெவினுக்குப் பரிச்சயமான அந்த முகம் - அவனுடைய சகோதரர் தான் - ஒவ்வொரு முறையும் அவரது தோற்றம் வேறுவேறு கோலங்களில் விசித்திரமாக இருக்கும்.

மூன்று ஆண்டுகளுக்குப் பிறகு இன்று அவரைப் பார்க்கிறான் லெவின். அவர் மிகவும் மெலிந்திருப்பதாக லெவினுக்குத் தோன்றியது. அவர் குட்டையான கோட் அணிந்திருந்தார். அவரது மார்பும், கரங்களும் முன்னைக் காட்டிலும் பெரியதாகத் தோன்றின. நேரான மீசை, அதே அச்சமூட்டும் கண்கள் வெகுளித்தனமான சாதுரியமற்ற பேச்சு.

'ஆ, கோஸ்ட்யா!' என்று மகிழ்ச்சியுடன் லெவினை வரவேற்றார். சகோதரனைப் பார்த்தவுடன் அவரது கண்கள் பிரகாசித்தன. தலையையும் கழுத்தையும் ஒரே சமயத்தில் ஆட்டினார். லெவினுக்கு அந்த அசைவு பழக்கமானது தான். அவரது களைத்துப் போன முகத்தில் வேதனையும், இரக்கமின்மையும் படிந்து போயிருந்தன.

‘நான் தான் செர்க்கியஸ் இவானிச்சுக்கும், உனக்கும் சேர்த்துக் கடிதம் எழுதியிருந்தேனே... பின் ஏன் நீ இங்கு வந்தாய்... நீ போய் விடு... உன்னை எனக்குத் தெரியாது. தெரிந்து கொள்ளவும் விரும்பவில்லை. போய் விடு...’ என்று சப்தம் போட்டார் சகோதரர்.

‘விசேஷமாக ஒன்றுமில்லை. உங்களைப் பார்த்து விட்டுப் போகத்தான் வந்தேன்’ என்று லெவின் அச்சத்துடன் சொன்னான். சகோதரன் லெவினுடைய குரலிலிருந்த அச்சம் கண்டு நிக்கோலஸ் சற்று தணிந்தார். அவர் உதடுகள் துடித்தன.

‘பார்ப்பதற்குத் தான் வந்தாயா? வா, உட்கார். உணவு சாப்பிடுகிறாயா? மாஷா! மூன்று பேருக்கு உணவு கொண்டுவரச் சொல். இல்லை. கொஞ்சம் பொறு. இங்கு வா லெவின். இவர் யார் தெரியுமா?’ என்று திரும்பிய அவர் தொழிலாளியின் உடை அணிந்திருந்த அந்த இளைஞரை சுட்டிக் காட்டினார்.

‘இவர் பெயர் கிரிட்ஸ்கி. நான் கீவ் நகரத்தில் வசித்த காலத்திலிருந்து என் நண்பர். போலீஸ்காரர்கள் இவரை வேட்டையாடிக் கொண்டிருக் கிறார்கள். ஆனால் இவர் போக்கிரி அல்ல.’

அந்தப் பெண் மாஷா வெளியில் போவதற்குப் புறப்பட்டாள்.

‘பொறு, என்று நான் சொன்னதைப் கேட்டாயா, இல்லையா?’ என்று அவளைப் பார்த்து கோபத்தோடு சத்தமிட்டார். மறுபடியும் எல்லோரையும் தனக்கே உரிய பாணியில் உற்றுப் பார்த்தார். பிறகு கிரிட்ஸ்கியைப் பற்றித் தன் சகோதரனிடம் பேச ஆரம்பித்தார். ‘ஏழை மாணவர்களுக்கும், ஞாயிற்றுக் கிழமை பள்ளிகளுக்கும் உதவி செய்வதற்காக இவர் ஒரு சங்கம் ஆரம்பித்தார். அதற்காக அவரைப் பல்கலைக்கழகத்திலிருந்து நீக்கி விட்டார்கள். பிறகு ஒரு ஆரம்பப் பள்ளியில் வேலை பார்த்தார். அங்கிருந்தும் விரட்டப்பட்டார். அவர் மீது எப்பொழுதுமே ஏதாவது வழக்குகள் இருக்கும்.!’

‘நீங்கள் கீவ் பல்கலைக் கழகத்தில் படித்தீர்களா?’ என்று லெவின் கிரிட்ஸ்கியிடம் கேட்டான்.

‘ஆமாம். சிவில் படித்தேன்’ என்று அவர் முகத்தைச் சுளித்துக் கொண்டு பதிலளித்தார்.

‘இந்தப் பெண் எனது வாழ்க்கைத் துணைவி. பெயர் ‘மேரி நிக்கலோவ்னா’ என்ற நிக்கோலஸ் மறுபடியும் தனது கழுத்தை ஆட்டினார். ‘நான் இவளைக் காதலிக்கிறேன். இவளுக்கு நான் நிறைய மதிப்பளிக்கிறேன். என்னுடன் பழகுபவர்கள் எல்லோருமே இவளுக்கு மதிப்பும் மரியாதையும்

தர வேண்டும். ஏனென்றால் இவர் என் மனைவி. இவளுடன் பேசினால் தங்கள் கௌரவம் குறைந்து விடும் என்று நினைப்பவர்களுக்கு - கதவு திறந்திருக்கிறது, போகலாம்' என்று கூறிய அவர் எல்லோரையும் வினாக்குறியுடன் பார்த்தார்.

'நான் ஏன் அப்படி நினைக்க வேண்டும் - அதெல்லாம் ஒன்றும் இல்லை' என்றான் லெவின்.

'மாஷா! மூன்று நபர்களுக்கு உணவு, வோட்கா, ஒயின்... கொண்டு வரச் சொல். நில்... சரி... நீ... போ!'

அத்தியாயம் 25

'அதோ, அதைப் பார்...' என்று கூறிய நிக்கோலஸ் அறையின் மூலையில் பண்டலாகச் சேர்த்துக் கட்டி வைக்கப்பட்டிருந்த இரும்புக் கழிகளைச் சுட்டிக் காட்டினார். 'நாங்கள் புதிதாகத் தொடங்கவிருக்கும் புதிய வர்க்கத்தின் தொடக்கம் அது. தயாரிப்பாளர் சங்கம்...'

லெவின் அவர் பேச்சைக் கேட்கவில்லை. நோயால் பெரிதும் பாதிக்கப்பட்டிருந்த சகோதரர் முகத்தை அவன் கவனமாகப் பார்த்துக் கொண்டிருந்தான். அவருக்காக அவன் மிகவும் வருத்தப்பட்டான். நிக்கோலஸ் சங்கத்தைப் பற்றிப் பேசிக் கொண்டிருந்ததை அவர் கவனிக்கவே இல்லை. தான் ஏதாவது பணியில் ஈடுபட்டிருப்பதாகக் காட்ட வேண்டும் என்பதற்காக அதைப் பற்றி அவர் சொல்லிக் கொள்வதாக அவன் நினைத்தான்.

நிக்கோலஸ் தொடர்ந்து பேசினார்: 'முதலாளித்துவம் தொழிலாளர்களைச் சுரண்டுகிறது. நம் விவசாயிகள் கடுமையாக உழைக்கிறார்கள். அவர்கள் எவ்வளவு உழைத்தாலும் தங்களுடைய பரிதாபகரமான நிலையிலிருந்து தப்புவதற்கு முடியவில்லை. அவர்களுடைய உழைப்பு முதலாளிகளுக்கு லாபத்தைக் கொடுக்கிறது. ஆனால் விவசாயிகளுக்கு ஓய்வு கிடையாது. கல்வி வாய்ப்பு இல்லை. மக்கள் எவ்வளவு அதிகமாகப் பாடுபட்டாலும் வர்த்தகர்களும், நிலவுடைமையாளர்களும் தான் பெரும் பணக்காரர்களாகின்றார்கள். மக்கள் கால்நடைகளாகிறார்கள். இந்த அமைப்பை மாற்ற வேண்டும்' என்று கூறிவிட்டு அவர் லெவினைக் கூர்மையாகப் பார்த்தார்.

'ஆகவே நாங்கள் கொல்லர்கள் சங்கத்தை ஆரம்பிக்கப் போகிறோம். சங்கத்தின் மூலப் பொருட்கள், உற்பத்திக் கருவிகள் லாபம் ஆகியவை பொதுவுடைமையாக இருக்கும்.'

'வர்த்தகம் எங்கு நடைபெறும்?'

'கஜான் மாகாணத்தில், 'வொஸ்டிரேமா' என்னும் கிராமத்தில்...'

'கிராமத்தில் எதற்கு? நாட்டில் செய்ய வேண்டிய வேலை அதிகமாக இருக்கிறது. கொல்லர்கள் சங்கத்தை ஏன் ஆரம்பிக்க வேண்டும்?'

'ஏனென்றால் விவசாயிகள் இன்னும் அடிமைகளாகவே இருக்கிறார்கள். அவர்களுடைய அடிமை நிலையைப் போக்குவதற்கு யாராவது முயற்சிகள் எடுத்தால் உனக்கும் செர்கியஸ் இவானுக்கும் பிடிக்கவில்லை' என்று அவர் கூறினார். லெவினுடைய கேள்விகள் அவருடைய கோபத்தைத் தூண்டியிருந்தன.

லெவின் பெருமூச்சு விட்டான். அவனது கண்கள் அழுக்குப் பிடித்து இருளில் மூழ்கிக் கிடக்கும் அந்த அறையைச் சுற்றிப் பார்த்தன. அவனுடைய பெருமூச்சு நிக்கோலஸிடம் அதிகமான ஆத்திரத்தை ஏற்படுத்தியது.

'நீயும் செர்க்கியஸும் மேற்குடிப் பண்பு உடையவர்கள். அவர் தன் அறிவாற்றலைப் பயன்படுத்தி, இங்குள்ள தீமைகளை நியாயப்படுத்துகிறார் என்பது எனக்குத் தெரியும்.'

'இவானிச்சைப் பற்றி ஏன் பேசுகிறீர்கள்?' என்று கேட்டான் லெவின்.

'ஏன் என்று நீ கேட்கிறாயா?' என்று அவர் திடீரென்று சத்தமிட்டார்.

'சொல்வதால் என்ன பயன்?... நீ ஏன் இங்கு வந்திருக்கிறாய்? நீ எங்களை இகழ்ச்சி செய்பவன். போய் விடு. கடவுளின் பெயரால் சொல்கிறேன். போ!' என்று அவர் நாற்காலியிலிருந்து எழுந்து நின்று கொண்டு உரத்த குரலில் சத்தமிட்டார். 'போ! போ!'

'நான் இகழ்ச்சி செய்பவன் அல்ல... உங்கள் கருத்தை மறுப்பவனும் அல்ல' என்று லெவின் பணிவுடன் கூறினான்.

இதற்கிடையில் மேரி நிக்கோலவ்னா திரும்பி வந்தாள். அவர் அவளை கோபத்துடன் பார்த்தார். அவள் அவரிடம் வேகமாகச் சென்று அவர் காதுக்குள் முணுமுணுத்தாள்.

'எனக்கு உடல்நலமில்லை. மேலும் எனக்கு அடிக்கடி கோபம் வருகிறது... நீ இவானிச்சையும் அவன் எழுதியுள்ள கட்டுரையையும் பற்றி என்னிடம் பேசுகிறாய். அது வெறும் குப்பை. அது மோசடி, சுய ஏமாற்று வேலை. நீதியைப் புரிந்து கொள்ளாத ஒருவர் அதைப் பற்றி என்ன எழுத முடியும்?'

நிக்கோலஸ் மேசைக்கு முன்னால் உட்கார்ந்து, மேசையில் குனிந்து கிடந்த சிகரெட் துண்டுகளை கையினால் ஒதுக்கினார்.

'நீ அந்தக் கட்டுரையைப் படித்தாயா? என்று கிரிட்ஸ்கியிடம் கேட்டார்.

'நான் படிக்கவில்லை' என்று கிரிட்ஸ்கி பதிலளித்தார். அந்த விவாதத்தில் அவர் பங்கெடுக்க அவர் விரும்பவில்லை என்று தெரிந்தது.

'ஏன் படிக்கவில்லை?'

'என்னுடைய நேரத்தை வீணாக்குவதற்கு நான் விரும்பவில்லை.'

'அது வீண் வேலை என்று உனக்கு எப்படித் தெரியும்? அந்தக் கட்டுரையைப் படித்தால் புரியாது. அதாவது வாசகருடைய அறிவுத் தரத்தைப் புரிந்து கொள்ளாமல் எழுதப்பட்ட கட்டுரை. ஆனால் நான் அதைப் படித்து அவருடைய சிந்தனையை ஊடுருவிப் பார்த்தேன். அந்தக் கட்டுரை பலவீனமாக இருப்பது ஏன் என்று எனக்குத் தெரியும்' என்றார் நிக்கோலஸ்.

எல்லோரும் அமைதியாக இருந்தார்கள். கிரிஸ்ட்கி எழுந்து தனது தொப்பியை எடுத்துக் கொண்டார்.

'நீ சாப்பிடவில்லையா? சரி போய் வா, நாளைக்கு வா. வரும் போது கொல்லனைக் கூட்டிக் கொண்டு வா'

கிரிட்ஸ்கி போனவுடன் நிக்கோலஸ் சிரித்துக் கொண்டு கண்ணைச் சிமிட்டினார். 'இவனும் சரியில்லை' என்றார்.

அந்தச் சமயத்தில் கிரிட்ஸ்கி வெளியில் நின்று கொண்டு நிக்கோலஸைக் கூப்பிட்டார்.

'உனக்கு இப்பொழுது என்ன வேண்டும்?' என்று கேட்டபடி நிக்கோலஸ் அறைக்கு வெளியில் சென்றார்.

லெவினும் மேரி நிகலோவ்னாவும் அறையில் தனிமையாக இருந்தனர்.

'என் சகோதரருடன் நீங்கள் நெடுங்காலமாக இருக்கிறீர்களா?' என்று லெவின் கேட்டான்.

'ஆம், இரண்டு வருடங்களாக இருக்கிறேன். அவருடைய உடல்நலம் மிகவும் மோசமாக இருக்கிறது. அவர் மிக அதிகமாக குடிக்கிறார்.'

'உண்மையாகவா? அப்படி என்ன தான் குடிக்கிறார்?'

'வோட்கா. அது அவருடைய உடலுக்கு மிகவும் தீங்கானது'

'வோட்காவை மிக அதிகமாகவா குடிக்கிறார்?... ஓ கடவுளே!' என்று கவலைப்பட்டான் லெவின்.

'ஆமாம்' என்று அவள் பயத்துடன் கூறிவிட்டு கதவுப் பக்கம் பார்த்தாள். அந்தச் சமயத்தில் நிக்கோலஸ் கதவைத் திறந்து கொண்டு அறைக்குள் வந்தார்.

'என்ன பேசிக் கொண்டிருக்கிறீர்கள்?' என்று அவர் முகத்தைச் சுளித்துக் கொண்டு அவர்களிடம் கேட்டார். இருவரையும் பயத்துடன் பார்த்தார். 'எதைப் பற்றிப் பேசினீர்கள்?'

'ஒன்றுமில்லை' லெவின் குழப்பத்துடன் பதிலளித்தான்.

'உனக்கு சொல்ல விருப்பமில்லை என்றால் விட்டுவிடு. நீ அவளிடம் பேசியிருக்கக் கூடாது. அவள் குப்பை மேட்டுப் பெண். நீயோ ஒரு கனவான்' என்று சொல்லிவிட்டு அவர் கழுத்தை பலமாக ஆட்டினார். 'இங்கே பார் லெவின், நான் என்னுடைய முழு வாழ்க்கையையும் பற்றி நன்கு யோசித்துப் பரிசீலனை செய்து விட்டேன். நான் செய்த தவறுகளைப் பற்றி நினைத்து இப்போது வருந்துகிறேன்.'

'நிக்கோலஸ் திமீத்ரிச், நிக்கோலஸ் திமீத்ரிச்' என்று மீண்டும் அவரது காதருகில் சென்று முணுமுணுத்தாள் மேரி நிகலோவ்னா.

'சரி, சரி, நான் பேசவில்லை. இரவு உணவு வந்துவிட்டதா' என்று அவர் கேட்டுக் கொண்டிருந்த பொழுதே கதவைத் திறந்து கொண்டு தட்டில் உணவுடன் உள்ளே வந்தான் ஓட்டல் ஊழியன்.

'இங்கே, இங்கே வை' என்று மேசையைக் காட்டிவிட்டு ஒரு சிறிய குப்பியில் வோட்காவை ஊற்றி அதை மடக்கென்று குடித்தார்.

'நீ கொஞ்சம் வோட்கா குடிக்கிறாயா?' என்று முகம் மலர தன் சகோதரனிடம் கேட்டார் நிக்கோலஸ்.

'நல்லது. நாம் இனிமேல் செர்கியஸ் இவானிச் பற்றிப் பேச வேண்டாம். சரியா? உன்னைப் பார்த்ததில் எனக்கு ரொம்ப ரொம்ப மகிழ்ச்சியாக இருக்கிறது. நாம் அந்நியர்கள் அல்லவே. சரி, மதுவைக் குடி. இப்போது சொல். நீ என்ன செய்து கொண்டிருக்கிறாய்?'

'நான் கிராமத்தில் தனியாகத் தான் வசிக்கிறேன். முன்பும் அப்படித் தானே இருந்தேன். அதே தான் இப்பொழுதும்.' என்றான் லெவின். பசியின் வேகத்தில் அவர் மிக வேகமாகச் சாப்பிடுவதையும், குடிப்பதையும் அச்சமுடன் தான் பார்த்துக் கொண்டிருந்தான் லெவின். தான் இப்படிக் கூர்ந்து அவரைக் கவனிப்பதை அவர் பார்த்துவிடக் கூடாதே என்பதிலும் கவனமாக இருந்தான்.

'நீ ஏன் திருமணம் செய்து கொள்ளவில்லை?'

'எனக்கு இன்னும் அதற்குரிய வாய்ப்பு அமையவில்லை' என்றான் லெவின்.

'ஏன் கிடைக்கவில்லை. என்னைப் பார். எல்லாமே முடிந்து விட்டது. என்னுடைய வாழ்க்கையை நானே பாழாக்கிக் கொண்டு விட்டேன்.

சொத்தில் எனக்குரிய பங்கை நான் கேட்ட பொழுது கொடுத்திருந்தால் கெட்டுப் போயிருக்க மாட்டேன். இதை முன்பும் கூறினேன். இதோ இப்பொழுதும் கூறுகிறேன்' என்றார் நிக்கோலஸ்.

லெவின் அவசரமாகப் பேச்சை மாற்றினான்: 'உங்களுடைய 'வான்யூஷா' என்னுடைய அலுவலகத்தில் எழுத்தராக இருக்கின்றான்'

நிக்கோலஸ் தலையை ஆட்டினார். பிறகு சிந்தனையில் மூழ்கினார்.

'அங்கு நமது வீடு இன்னும் இருக்கிறதா? பிர்ச் மரங்கள், பள்ளிக் கூட அறை இவை எல்லாம் இருக்கின்றனவா? தோட்டக்காரன் பிலிப் உயிருடன் இருக்கிறானா? அந்தப் பண்ணை வீடும், சோபாவும் இன்னமும் என் கண்ணிலே தெரிகின்றன... அந்த வீட்டில் எதையும் மாற்றிவிடாதே. சீக்கிரமாகக் கல்யாணம் செய்து கொள். பழைய காலத்தைப் போலவே எல்லாவற்றையும் செய். உன் மனைவி நல்ல பெண்ணாக இருந்தால் நான் உன்னைப் பார்க்க வருவேன்.'

'இப்பொழுதே புறப்படுங்கள். நாம் அந்த வீட்டில் சேர்ந்தே வசிக்கலாம்.' என்றான் லெவின்.

'செர்கியஸ் இவானிச் அங்கு வரக்கூடாது. அப்படியானால் நான் அங்கு வருவேன்.'

'அவர் அங்கு வரமாட்டார். எனக்கு அவருடன் நெருக்கமில்லை.'

'அவர் வரக் கூடாது. அவரா, நானா என்பதை நீ முடிவு செய்து கொள்' என்று சொல்லிவிட்டு நிக்கோலஸ் தன் தம்பியைக் கலக்கத்துடன் பார்த்தார்.

அவருடைய முகத்திலிருந்த பயம் லெவினுடைய மனதைத் தொட்டது.

'நான் மனம் திறந்து சொல்கிறேன். உங்களுக்கும் செர்கியஸ் இவானிச்சுக்கும் இடையிலான தகராறில் நான் யாரையும் ஆதரிக்கவில்லை. அதன் விளைவுகளுக்கு நீங்கள் இருவருமே காரணமாக இருந்திருக்கிறீர்கள். பொதுப்படையான விவகாரங்களில் நீங்களும், அடிப்படையான விவகாரங்களில் அவரும் தவறுகளைச் செய்திருக்கிறீர்கள்.'

'ஹா... ஹா! உனக்குப் புரிந்திருக்கிறது. உனக்கு எல்லாமும் தெரிந்திருக்கிறது...!' என்று நிக்கோலஸ் மகிழ்ச்சியுடன் கூறினார்.

'ஒரு விஷயத்தைச் சொல்லட்டுமா? நான் உங்களுடைய நேசத்தை, அன்பை மிகவும் விரும்புகிறேன். ஏனென்றால்...'

'ஏன்? ஏன்?'

உங்கள் நிலை மிகவும் பரிதாபமாக உள்ளது. உங்களைப் பராமரிக்க உறவுகள் வேண்டும். நண்பர்கள் வேண்டும். ஆகவே நான் உங்களிடம்

நேசமாக இருக்க விரும்புகிறேன். என்று அவரிடம் சொல்ல லெவின் விரும்பவில்லை. ஆனால் நிக்கோலஸிற்கு அது புரிந்தது. அவர் மறுபடியும் முகத்தைச் சுளித்தபடி வோட்கா பாட்டிலைக் கையிலெடுத்தார்.

'போதும்! வேண்டாம்!' என்ற மேரி நிகலோவ்னா அவரைத் தடுத்தாள். தன் கரத்தை நீட்டி பாட்டிலைப் பிடுங்க முயற்சி செய்தாள்.

'பாட்டிலை விடு! இதில் தலையிடாதே. உன்னை உதைப்பேன்!' என்று நிக்கோலஸ் சத்தமிட்டார்.

மேரி நிகலோவ்னா அவரைப் பார்த்து மென்மையாக அன்புடன் சிரித்தாள். நிக்கோலஸூம் சிரித்தார். நேரம் பார்த்து அவள் மது பாட்டிலை அவரிடமிருந்து பறித்து விட்டாள்.

'அவளுக்குப் புரியவில்லை என்றா நினைக்கிறாய்... அவள் எல்லாவற்றையும் நம்மைக் காட்டிலும் மிக நன்றாகப் புரிந்து வைத்திருக்கிறாள். அவள் நல்லவள். கெட்டிக்காரி' என்றார் நிக்கோலஸ்.

'நீங்கள் மாஸ்கோவிற்கு இதற்கு முன்பு வந்திருக்கிறீர்களா?' என்ற லெவின் அவளிடம் மரியாதையுடன் கேட்டான். ஏதாவது பேச வேண்டுமே என்பதற்காகத் தான் அவ்வாறு கேட்டான்.

'அவளிடத்தில் அப்படிப் பேசாதே. இந்த மாதிரி மரியாதையான பாஷையில் பேசினாயென்றால் அவள் பயந்து விடுவாள். அவள் விபச்சார விடுதியிலிருந்து தப்ப முயன்ற போது அவளைக் கைது செய்து நீதி மன்றத்தில் நிறுத்தினார்கள். நீதிபதி ஒருவர் மட்டும் தான் அவளிடம் மரியாதையாகப் பேசிய ஒரே ஒரு நபர். அதற்குப் பிறகு யாருமே அவளிடம் மரியாதையாகப் பேசியதில்லை. மரியாதையாக நடத்தியதில்லை. கடவுளே! உலகத்தில் எல்லோருமே மூளையில்லாமல் நடப்பது ஏன்? புதிய அமைப்புகள், நீதிபதிகள், ஜெம்ஸ்ட்வோக்கள்... எல்லாமே குழப்பமாக இருக்கிறது...!'

புதிய அமைப்புகளுடன் தன்னுடைய சந்திப்புகளைப் பற்றி அவர் பேச ஆரம்பித்தார்.

லெவின் அவர் பேசுவதை மிகக் கவனமாகக் கேட்டான்.

நாட்டில் உருவாக்கப்பட்டுள்ள புதிய அமைப்புகள் பற்றி லெவினுக்கும் கூடத் திருப்தியில்லை. அதைப் பற்றி அவன் பலமுறை பேசியிருக்கிறான். ஆனால் நிக்கோலஸின் உதட்டிலிருந்து இந்தக் கண்டனம் வருவது அவனுக்கு வெறுப்பைத் தந்தது.

'நாம் மறு உலகத்தில் அவற்றை இன்னும் நன்றாகப் புரிந்து கொள்வோம்.' என்றான் லெவின்.

‘மறு உலகத்திலா? நான் மறுஉலகத்தை வெறுக்கிறேன்.’ என்று சொல்லியவாறு நிக்கோலஸ் தன் சிவப்பேறிய கண்களால் லெவினை உற்று நோக்கினார். ‘இந்த அபத்தங்களை (என்னுடைய மற்றும் இதரர்களுடைய) குழப்பங்களை விட்டு விட்டுப் போவது நல்லதே. ஆனால் மரணத்தைப் பற்றி நான் பயப்படுகிறேன். மிகவும் பயப்படுகிறேன்’ அவர் உடல் நடுங்கியது.

‘ஏம்பா, கொஞ்சம் குடியேன். ஷாம்பேன் குடிக்கிறாயா? எங்காவது வெளியில் போகலாமா? ஜிப்சிகளிடம் போகலாமா? ஜிப்சிகளையும் அவர்கள் பாடும் ரஷ்ய நாட்டுப் பாடல்களையும் நான் மிகவும் விரும்புகிறேன்’ என்றார்.

அவர் பேச்சில் குழப்பம் அதிகரித்தது. அவர் ஒரு விஷயத்திலிருந்து மறு உலகத்திற்கு மாறிக் கொண்டே இருந்தார். ‘வெளியில் போக வேண்டாம் படுத்து தூங்குங்கள்’ என்று லெவின் கூறினான். அரை மயக்க நிலையிலிருந்த நிக்கோலஸை மாஷாவின் உதவியுடன் படுக்கையில் கிடத்தினான்.

‘என் உதவி தேவைப்பட்டால் எனக்குக் கடிதம் எழுது. என்னுடன் வந்து வசிக்கும்படி நிக்கோலஸிடம் பேசிப்பார்.’ என்று மாஷாவிடம் சொல்லிவிட்டு விடை பெற்றுக்கொண்டான் லெவின்.

அத்தியாயம் 26

அடுத்த நாள் காலையில் மாஸ்கோவிலிருந்து புறப்பட்டு மாலையில் கிராமத்துக்குத் திரும்பினான் லெவின். ரயிலில் தான் சந்தித்த பயணிகளுடன் அரசியல் விவகாரங்களையும், புதிய ரயில் பாதைகளைப் பற்றியும் பேசினான். அவர்களுடைய கருத்துக்கள் குழப்பமாக இருந்தபடியால் மாஸ்கோவிலிருந்ததைப் போலவே அங்கும் அவன் அதிருப்தியடைந்தான். தெளிவில்லாத அவமான உணர்ச்சிக்கு உட்பட்டான். ஆனால் தன்னுடைய (கிராமத்து) ரயில் நிலையத்தில் இறங்கிய பொழுது, அதன் மங்கிய வெளிச்சத்தில் தன்னுடைய கோச்சு வண்டியை ஓட்டுகின்ற ஒற்றைக் கண் ‘இக்னாட்’டைப் பார்த்த பொழுது, சொகுசான பனிச்சறுக்கு வண்டியையும், ரிப்பன்கள் மற்றும் அழகிய குஞ்சங்கள் கோர்த்து அழகுபடுத்தப்பட்ட கடிவாளம் மாட்டியிருந்த அழகான குதிரைகளைப் பார்த்த பொழுது விடுதலை பெற்ற உணர்வுகள் நெஞ்சில் தென்றலாக வீச அவனுடைய குழப்பமும் அதிருப்தியும் மறைய ஆரம்பித்தன.

இக்னாட் அவனுடைய பெட்டிகளை சறுக்கு வண்டிக்குள் வைத்துக் கொண்டிருக்கும்போதே கிராமத்து செய்திகளை (ஒப்பந்தக்காரர் வந்தார்,

கன்று குட்டி போட்டிருக்கிறது, போன்ற செய்திகள்) அவனிடம் தெரிவித்தான். கையோடு கொண்டு வந்திருந்த ஆட்டுத் தோல் கோட்டை அணிந்து கொண்டு சறுக்கு வண்டியில் ஏறி உட்கார்ந்து வீட்டுக்குத் திரும்பினான். போகும் வழியில் பண்ணையில் செய்ய வேண்டிய வேலைகள் குறித்து சிந்தித்து கொண்டே வந்தான். மாஸ்கோவில் தனக்கு கிடைத்த அனுபவங்களைக் கொண்டு தன்னுடைய நிலைமையைப் புதிய கோணத்தில் நினைத்துப்பார்த்தான். நான் நானாகத்தான் இருக்க முடியும். இன்னொருவராக இருக்க முடியாது. முன்பு இருந்ததைக் காட்டிலும் நல்லவனாக தன்னை மாற்றிக் கொள்ள வேண்டும் என்றும், சிறப்பான முறையில் இனிமேல் செயல்பட வேண்டும் என்றும் விரும்பினான்.

முதலாவதாக, திருமணம் தனக்குப் பெரும் மகிழ்ச்சியைத் தரப் போகிறது என்ற எதிர்பார்ப்பைக் கைவிட வேண்டும். நிகழ்காலத்தைப் புறக்கணிக்கக்கூடாது. இரண்டாவதாக பாலுணர்ச்சிக்கு அடிமையாகக் கூடாது. கிட்டியிடம் திருமணப் பேச்செடுத்ததும், அவள் மறுத்ததும் அவன் நினைவில் தோன்றி அவனை மிகவும் துன்புறுத்தின.

இனிமேல் என் சகோதரர் நிக்கோலஸை மறக்க மாட்டேன். அவரை நன்றாகக் கவனித்துக் கொள்வேன். அவரின் சிரமங்களை அறிந்து அவருக்கு உதவி செய்ய வேண்டும். நிக்கோலஸ் கம்யூனிசத்தைப் பற்றிப் பேசிய பொழுது அவன் அதை அலட்சியமாகக் கேட்டான். ஆனால் இப்போது அதைப் பற்றிச் சிந்தித்தான். பொருளாதார நிலைகளை அடியோடு மாற்ற முடியும் என்று எதிர்பார்ப்பது முட்டாள்தனம் என்று கருதினான். விவசாயிகளின் வறுமையுடன் ஒப்பிடுகின்ற பொழுது தான் அதிகமான வசதிகளுடன் இருப்பதாகவே அவன் நினைத்தான். இதுவரை அவன் கடுமையாக உழைத்து எளிமையான முறையில் தான் வாழ்ந்து கொண்டிருக்கிறான். 'எதிர்காலத்தில் இன்னும் கடுமையாகப் பாடுபடுவேன், என் வாழ்க்கை வசதிகளை இன்னும் குறைத்துக் கொள்வேன்' என்று அவன் முடிவு செய்து கொண்டான். அதன் பிறகு வீட்டை அடைகின்ற வரையில் இனிமையான அரைத் தூக்கத்தில் இருந்தான். புதிய இன்னும் சிறப்பு மிக்க வாழ்க்கையை வாழ முடியும் என்னும் நம்பிக்கையுடன் இரவு ஒன்பது மணியளவில் தன் வீட்டுக்குத் திரும்பினான்.

அவனுடைய முன்னாள் தாதி 'அகதா மிஹாய்லோவ்னா' இப்பொழுது அவனுடைய வீட்டுக்கு நிர்வாகியாக இருக்கிறாள். அவளுடைய அறையின் சன்னல்களிலிருந்து வந்த வெளிச்சம் வீட்டுக்கு முன்னால் தரையின் மேல் பரவியிருந்த பணியில் பட்டுப் பிரகாசித்தது. அவள் தூங்காமல் இன்னும் விழித்துக் கொண்டிருந்தாள். தூக்கத்திலிருந்து எழுப்பப்பட்ட 'குஸ்மா' வெறுங்காலுடன் வாயிலுக்கு ஓடி வந்தான்.

'லஸ்கா' என்னும் பெயருடைய பெண் நாய் ஓடி வந்து லெவினுடைய கால்களை உரசிக் கொண்டு விளையாடியது.

'ஐயா! சீக்கிரமாகத் திரும்பி வீட்டீர்களே' என்றாள் அகதா மிஹாய்லோவ்னா.

'வீட்டு நினைவு எனக்கு ரொம்ப அதிகமாகிவிட்டது. உடனே புறப்பட்டு வந்து விட்டேன். என்ன இருந்தாலும் வீடு மாதிரி வருமா?' என்று சொல்லி விட்டு லெவின் தன்னுடைய படிப்பறைக்குள் சென்றான்.

மெழுகுவர்த்தியைப் பொருத்திக் கொண்டு வந்து அறையில் வைத்தார்கள். இருள் விலகி ஒளி மெல்லப் பரவி அறையில் இருந்த அறிமுகமான பொருட்கள் எல்லாம் கண்களில் காட்சியாயின. மான் கொம்புகள், புத்தக அலமாரிகள், ஆளுயர முகம் பார்க்கும் கண்ணாடி, மண்ணெண்ணை விளக்கு, அவனது தந்தை படுத்து உறங்கிய கட்டில், பெரிய மேசை (அதன் மீது ஒரு புத்தகம் விரித்து வைக்கப்பட்டிருந்தது), உடைந்த சாம்பல் கிண்ணம், அவனுடைய சிறிய குறிப்பேடு ஆகியவை மெழுகுவர்த்தியின் வெளிச்சத்தில் தெரிந்தன. ரயிலில் பயணம் செய்து கொண்டிருந்த போது இனி ஒரு புதிய வாழ்க்கையை ஆரம்பிக்க வேண்டும் என்று அவன் கண்ட கனவு நிறைவேறுமா என்று இப்போது அவனுக்குச் சந்தேகம் ஏற்பட்டது. அவனுடைய பழைய வாழ்க்கையின் சின்னங்கள் அவனை இறுக்கிப் பிடித்துக் கொண்டு 'நீ எங்கள் பிடியிலிருந்து தப்பியோட முடியாது. ஒரு வித்தியாசமான மனிதனாக நீ மாற முடியாது, எப்போதும் போல பழைய மனிதனாக, பழைய வாழ்க்கை தான் உனக்கு, உன்னுடைய வாழ்க்கையை நீ மாற்றிக் கொள்ள முடியாது என்றும், எப்பொழுதும் போலச் சந்தேகங்கள், அதிருப்தி, வீண்முயற்சிகள், படுதோல்விகள் தான் உனக்கு ஏற்படும் உனக்கு மகிழ்ச்சி ஏற்படாது' என்றும் சொல்வதைப் போலத் தோன்றியது.

அந்த அறையில் அவன் கண்ட அந்தப் பொருட்கள் அப்படி அவனிடம் சொன்னாலும் அவனுடைய ஆன்மாவுக்குள்ளிருந்து ஒரு குரல் ஓங்கி ஒலித்தது. 'நீ கடந்த காலத்துக்கு அடிமைப்பட்டு விடாதே. உன்னை மாற்றிக் கொள்ள உன்னால் முடியும்'. இரண்டாவதாகக் கேட்ட ஆன்மாவின் குரலுக்கு அவன் பணிந்தான். அவ்வாறே செய்யும் வண்ணமாக எழுந்து அந்த அறையின் மூலைக்குச் சென்றான். அங்கே 36 பவுண்டு எடை இரும்புக் குண்டுகள் இருந்தன. அவன் அதை எடுத்துக் கொண்டு உடற்பயிற்சிகளைச் செய்ய ஆரம்பித்தான். கதவுக்கு வெளியில் காலடிச் சத்தம் கேட்டதும் அவன் உடற்பயிற்சியை நிறுத்தினான்.

'தேவனுக்கு நன்றி' என்று சொல்லிக் கொண்டு பண்ணை நிர்வாகி அறைக்குள் வந்தார். 'எல்லாம் நல்லபடியாகவே உள்ளது. ஆனால்

உலர்த்தும் சூளையில் கோதுமை எரிந்து விட்டது' என்று தெரிவித்தார். அவர் சொன்ன செய்தி கேட்டு லெவினுக்கு எரிச்சலாக இருந்தது. அந்தப் புதிய சூளை பகுதியளவுக்கு அவனுடைய கண்டுபிடிப்பு. அவனே அதனை தயார் செய்து அமைத்திருந்தான். நிர்வாகிக்கு ஆரம்பத்திலிருந்தே அந்தப் புதிய சூளையைப் பிடிக்கவில்லை. இதனால் சூளையில் கோதுமை எரிந்து விட்டது என்ற செய்தியை ஓரளவுக்கு மகிழ்ச்சியுடன் தான் அவர் தெரிவித்தார். அதைப் பயன்படுத்துகின்ற பொழுது தற்காப்பு நடவடிக்கைகள் சில உண்டு. லெவின் அவற்றைப் பற்றி பல தடவைகள் அவரிடம் சொல்லியிருந்தான். அவர் அதனைப் புறக்கணித்ததால் தான் கோதுமை எரிந்திருக்கிறது. லெவின் அதிகமான வருத்தத்துடன் நிர்வாகியைக் கடிந்து கொண்டான். ஆனால் அவர் ஒரு மகிழ்ச்சிகரமான தகவலையும் சொன்னார். 'கால்நடைப் பண்ணையில் வாங்கிய, அவனுக்கு மிகவும் பிடித்த 'பாவா' என்னும் பசு, கன்று போட்டிருக்கிறது' என்ற செய்தியையும் நிர்வாகி சொன்னார்.

'குஸ்மா! என்னுடைய ஆட்டுத் தோல் கோட்டைக் கொண்டு வா. யாராவது விளக்கைக் கொண்டு வரட்டும். நான் கன்றைப் பார்க்கப் போகிறேன்.' என்றான் லெவின்.

உயர்ந்த ஜாதிப் பசுக்கள் வீட்டுக்குப் பின்னால் ஒரு கூடத்தில் இருந்தன. இளஞ்சிவப்பு நிறப் புதர்களுக்குப் பக்கத்தின் கொட்டியிருந்த பனியைக் கடந்து அவன் கால்நடைக் கூடத்துக்குச் சென்றான். பனி உறைந்திருந்த கதவைத் திறந்ததும் பசுஞ்சாணத்தில் நாற்றம் மூக்கைத் துளைத்தது. விளக்கு வெளிச்சத்திற்குப் பழக்கப்படாத பசுக்கள் சுத்தமான புதிய வைக்கோலின் மீது ஏறி நின்றன. அகன்ற முதுகில் கறுப்பு நிறப் புள்ளிகளைக் கொண்ட ஒரு டச்சுப் பசுவை லெவின் பார்த்தான். 'பெர்குட்' என்ற பெயருடைய காளை எழுந்திருக்க முயற்சி செய்து கடைசி நேரத்தில் கைவிட்டது. அவர்கள் அதற்கு பக்கத்தில் சென்ற பொழுது சீற்றத்துடன் மூச்சிரைத்தது. நீர் யானையைப் போன்ற பெரிய உடலைக் கொண்ட 'பாவா' என்னும் செந்நிறப் பசு அவர்கள் வருவதைப் பார்த்து தன்னுடைய கன்றை அந்நியர்களிடமிருந்து மறைத்துக் கொண்டது.

லெவின் அருகில் வந்ததும் மிகச் சுத்தமாக மூசுமூசு என்று பெருமூச்சு விட்டுக் கொண்டு கன்றைத் தன் நாக்கினால் நக்குவதற்கு ஆரம்பித்தது. கன்று தன்னுடைய தாயின் வயிற்றில் மூக்கினால் முட்டியது. தன் வாலை சுழற்றிக் குதித்தது.

'தியோடோர்! இங்கே விளக்கைக் காட்டு! என்றான் லெவின். அவன் கன்றைக் கவனமாகப் பார்த்துவிட்டு 'தாயைப் போல இருக்கிறது. ஆனால் தகப்பனுடைய நிறம். பெரிய எலும்புகள், ஆழமான இடுப்பு...! கன்று அழகாக இருக்கிறதா?' என்று அவன் பண்ணை நிர்வாகியிடம் கேட்டான்.

கன்றைப் பற்றிய திருப்தியில் கோதுமையைக் காய வைத்ததில் கோளாறு செய்த நிர்வாகியை மன்னித்து விட்டான் லெவின்.

'ஐயா! நீங்கள் போன அடுத்த நாள் ஒப்பந்தக்காரர் ஸைமன் வந்தார். அவரை வேலையில் சேர்த்துக் கொள்ள வேண்டும்' என்றார் நிர்வாகி. 'சூளையைப் பற்றி நான் உங்களிடம் ஏற்கனவே சொல்லிவிட்டேன்'

லெவின் பெரிய அளவில் விவசாயம் செய்தான். எனவே விவசாயம் பற்றிய பணிகளும் அதிகம். மாட்டுக் கொட்டகையிலிருந்து நேராகத் தன்னுடைய அலுவலகத்துக்கு சென்றான். அங்கு பண்ணை நிர்வாகியுடனும், ஒப்பந்தக்காரர் ஸைமனுடனும் பண்ணையைப் பற்றிப் பேசிவிட்டு, வீட்டுக்குத் திரும்பி நேராக மாடியில் இருந்த தன்னுடைய வரவேற்பறைக்குச் சென்றான் லெவின்.

அத்தியாயம் 27

பழைய பாணியில் கட்டப்பட்டிருந்த அந்த பெரிய வீட்டில் லெவின் மட்டும் தான் வசித்தான். ஆனால் வீடு முழுவதிலும் வெப்பம் தரக்கூடிய அமைப்பை அங்கு அவன் ஏற்படுத்தியிருந்தான். வீடு முழுவதையுமே அவன் பயன்படுத்தினான். அது தவறும், முட்டாள்தனமும் கூட. அவனுடைய புதிய திட்டங்களை நிறைவேற்ற உதவாது. இந்த வீடு தான் அவனுடைய உலகம். இந்த உலகத்தில் தான் அவனுடைய அப்பாவும் அம்மாவும் வாழ்ந்தார்கள். மடிந்தார்கள். அவர்கள் முழுமையான, சிறந்த சரியான வாழ்க்கையை வாழ்ந்தார்கள் என்று அவன் கருதினான். அவர்களைப் போலவே தானும் திருமணம் முடித்த பின், மனைவி, குடும்பம் என்று ஒரு சிறந்த வாழ்க்கையை இதே உலகத்தில் தொடர வேண்டும் என்று அவன் விரும்பினான்.

லெவினுக்கு அவனது தாயைப் பற்றி சரியாக நினைவு இல்லை. அவனுக்கு அவன் தாய் புனிதச் சின்னமாகத் தான் இருந்தாள். அவனுடைய தாய் பெண்மையின் லட்சிய வடிவமாக இருந்தாள். எதிர்காலத்தில் தன்னுடைய மனைவியும் கூட தன் தாயைப் போலவே புனிதமானவளாக பெண்மையின் இலக்கணமாக இருக்க வேண்டும் என்று லெவின் விரும்பினான்.

திருமணம் செய்து கொள்ளும் உத்தேசம் இல்லாமல் ஒரு பெண்ணைக் காதலிப்பதை அவனால் நினைத்துப் பார்க்கவும் முடியவில்லை. அவனுடைய கனவில் முதலில் குடும்பம் வரும். பிறகு தான் அவனுக்கு குடும்பத்தைத் தரப் போகின்ற பெண் வருவாள். அவனுடைய நண்பர்கள் சிலர் திருமணத்தை சமூகக் கடமைகளில் ஒன்றாகக்

கருதினர். ஆனால் லெவின் அப்படிக் கருதவில்லை. அவன் திருமணத்தை வாழ்க்கையின் முதன்மையான ஒன்றாகக் கருதினான். வாழ்க்கையின் முழு சந்தோஷமும், உயர்வும் திருமணத்தையே சார்ந்திருக்கிறது என்று லெவின் உறுதியாக நம்பினான். ஆனால் அவன் இப்பொழுது அந்த நம்பிக்கையைக் கைவிட வேண்டியிருந்தது.

அந்த சிறிய வரவேற்பறையில் இருந்த சாய்வு நாற்காலியில் உட்கார்ந்தான் லெவின். அடிக்கடி தேநீர் குடிக்கின்ற பழக்கம் உள்ளவன் அவன். சில வினாடிகளிலேயே அகதா மிஹாஹ்லோவ்னா தேநீருடன் மேலே வந்தாள். தேநீரை அவன் முன் இருந்த மேசையில் வைத்து விட்டு, சன்னலுக்கு கீழே உட்கார்ந்து கொண்டாள். அது அவளுடைய தினசரி வழக்கம். ‘நான் கீழே உட்கார்ந்து கொள்ளவா, ஐயா’ என்று கேட்கவும் செய்வாள். இதுவும் அவளது தினசரி வழக்கம் தான்.

அவன் தன்னுடைய கனவுகளை மறக்கவில்லை; கனவுகள் இல்லாமல் தன்னால் வாழ முடியாது என்பதை உணர்ந்த பொழுது அவனுக்கு வியப்பாக இருந்தது. அவளுடன் (கிட்டியுடன்) அல்லது வேறு ஒரு பெண்ணுடன் அவனுடைய கனவுகள் நிச்சயம் நனவுகளாகும். அவன், அவனுடைய புத்தகத்தைப் படித்துக் கொண்டிருந்தான். குறுக்கீடு வரும் போது படிப்பதை நிறுத்தி விட்டு குறுக்கீடு செய்த பணிகளை முடித்துவிட்டு மீண்டும் படிப்பைத் தொடருவதுமாக இருந்தான். இப்போது லெவின் புத்தகத்தை படித்துக் கொண்டிருந்தான். அகதா மிஹாய்லோவ்னா முடிவில்லாமல் பேசிக் கொண்டிருந்தாள். வேலைக்காரர்களின் செயல்பாடுகள், குறைகளையெல்லாம் அவள் அடுக்கிக் கொண்டே போனாள். விவசாயம் மற்றும் தனது எதிர்காலக் குடும்ப வாழ்க்கையைப் பற்றி பல சித்திரங்கள் அவனுடைய மனத்தில் தொடர்பில்லாமல் தோன்றின. அவனுடைய மனத்தின் ஆழத்தில் ஏதோ ஒன்று தன்னை உருவாக்கம் செய்து கொண்டு, தகவமைக்கிறது என்று அவன் உணர்ந்தான்.

புரோகோர் கடவுளை மறந்து விட்டான். அவன் குதிரை வாங்குவதற்காக லெவின் கொடுத்த பணத்தைக் குடித்தே செலவழித்து விட்டான். தன் மனைவியை அடித்து அநேகமாக அவளைச் சாகும் நிலைக்குக் கொண்டு வந்து விட்டான் என்று சொன்னாள் அகதா மிஹாலோவ்னா. லெவின் படித்துக் கொண்டே அவளுடைய பேச்சையும் கேட்டுக் கொண்டிருந்தான். வெப்பத்தைப் பற்றி ‘டின்டால்’ எழுதிய புத்தகத்தைத் தான் படித்துக் கொண்டிருந்தான். தன்னுடைய பரிசோதனைகளைப் பற்றி ‘டின்டாலிடம்’ அகம்பாவம் இருக்கிறது. அவரிடம் தத்துவ ஞானக் கண்ணோட்டம் இல்லை என்று லெவின் கருதினான். லெவின் திடீரென்று மிகவும் மகிழ்ச்சி அடைந்தான். அவனது சிந்தனைகள் திடீரென்று தனது பசுக்கள் மற்றும் புதிய கன்று ஆகியவற்றின்

மேல் தாவின. 'இன்னும் இரண்டு ஆண்டுகளில் என் மந்தையில் இரண்டு டச்சுப் பசுக்கள் இருக்கும். தாய்ப் பசுவும் பாவாவும் உயிரோடு இருக்கும் - பெர்ரூட் மூலம் பன்னிரண்டு பசுக்கள் இருக்கும். இந்த மூன்று பசுக்கள் தான் இத்தனைக்கும் சிகரங்களாக இருக்கும். பிரமாதம்' என்று மனதிற்குள் கூறிக்கொண்டே அவன் மீண்டும் புத்தகத்தைப் படிப்பதில் கவனம் செலுத்தினான்.

மின்சாரமும், வெப்பமும் ஒரே தன்மை உள்ளவை என்பதை ஒப்புக் கொள்வோம். ஒரு சமன்பாட்டைத் தீர்ப்பதில் ஒன்றுக்குப் பதிலாக பதில் இன்னொன்றைப் பயன்படுத்த இயலுமா? முடியாது. அப்படியானால் அதனால் பயனுண்டா? இயற்கையில் எல்லா சக்திகளுக்கும் இடையிலான தொடர்பை நாம் இயல்புணர்ச்சி மூலமாக உணர முடிந்தது. பாவா ஈன்ற கன்று பெரிய பசுவாக வளரும். மந்தையில் ஏற்கனவே மூன்று பசுக்கள் இருக்கின்றன. மிகவும் பிரமாதம்... நானும் என் மனைவியும் விருந்தினர்களை அழைத்துக் கொண்டு போய் மந்தையைக் காட்டுவோம். என் மனைவி சொல்லுவாள்: 'நானும் லெவினும் அதை எங்கள் குழந்தையைப் போல வளர்த்தோம்.' 'அவ்வளவு அக்கறை எடுத்துக் கொண்டீர்களா? பசு வளர்ப்பதில் உங்களுக்கு அவ்வளவுப் பிரியமா? என்று விருந்தினர்கள் கேட்பார்கள்... 'அவர்களுக்கு (தன் கணவனுக்கு) எது பிடிக்குமோ அது எனக்கும் பிடிக்கும்' என்று என் மனைவி கூறுவாள். 'என் மனைவி? அவள் யார்?' மாஸ்கோவில் நடைபெற்ற சம்பவங்கள் அவனுடைய நினைவுக்கு வந்தன.

'சரி, இனி அடுத்த நடவடிக்கை என்ன...? அது என்னுடைய தவறு அல்ல. என் வாழ்க்கையை நான் மாற்றிக் கொள்வேன். என் கடந்த கால வாழ்க்கை அதைத் தடுக்கும் என்று சொல்வது வெறும் உளறல். இன்னும் சிறப்பான வாழ்க்கை வாழ்வதற்கு நான் போராடுவேன்'. அவன் தலையை உயர்த்தி சிந்தித்தான்.

லஸ்கா என்னும் பெயருடைய கிழட்டு நாய் தன் எசமானர் ஊரிலிருந்து திரும்பியதில் அதிக மகிழ்ச்சியடைந்து குரைப்பதற்காக கொல்லைப் புறத்துக்குச் சென்று விட்டுத் திரும்பி வந்தது. வாலை ஆட்டிக் கொண்டு லெவினிடம் வந்து தன்னுடைய தலையை அவனது கையின் கீழே வைத்து 'என்னைத் தட்டிக் கொடு' என்றது.

'அது எல்லாவற்றையும் நன்கு புரிந்து கொள்கிறது. ஆனால் அதனால் சொல்லத்தான் முடியவில்லை' என்றாள் அகதா மிஹாய்லோவ்னா. 'எஜமானர் ஊரிலிருந்து வருத்தத்துடன் திரும்பி வந்திருக்கிறார் என்பது அதற்குத் தெரிகிறது.'

'நான் வருத்தத்துடன் திரும்பியிருக்கிறேனா? ஏன்? வருத்தத்துடன் திரும்பியிருக்கிறேன்?'

'எனக்குத் தெரியாதா? கனவான்களுடைய முகத்தைப் பார்த்துக் கண்டு பிடித்து விடுவேனே! என் குழந்தைப் பருவத்திலிருந்து அவர்களது வீடுகளில் வளர்ந்திருக்கிறேன். கவலைப்படாதீர்கள் ஐயா! ஆரோக்கியமான வாழ்க்கையும், கறைபடாத மனசாட்சியும் தான் நமக்கு வேண்டும்'.

லெவின் அவளை வியப்புடன் பார்த்தான். தன் மனத்திலுள்ளதை, எண்ணங்களை அப்படியே புரிந்து கொண்டிருக்கிறாள்.

'இன்னும் கொஞ்சம் தேநீர் கொண்டு வரட்டுமா?' என்று கூறியவாறு தேநீர் கோப்பையை எடுத்துக் கொண்டு அவள் கீழே போனாள்.

அந்த நாய் அவனது கையை உரசிக் கொண்டே இருந்தது. அவன் நாயை சிறிது நேரம் தட்டிக் கொடுத்தான். நாய் அவனுடைய காலடியில் படுத்துக் கொண்டது. தனக்குத் திருப்தி ஏற்பட்டு விட்டது என்பதைப் போல வாயை லோசத் திறந்து நாக்கைச் சப்பியது. பிறகு அந்த இடத்திலே அமைதியாக படுத்திருந்தது. லெவின் அதன் செயல்களை அக்கறையுடன் பார்த்துக் கொண்டிருந்தான்.

'எனக்கு எல்லாம் ஒன்று தான்; எல்லாம் தான். எவ்வளவோ துன்பமான விஷயங்கள் நடந்து விட்டன. எல்லாவற்றையும் ஏற்றுக் கொண்டு விட்டேன். கிடைக்காததை நினைத்து வருந்தக்கூடாது. இருப்பதை நினைத்து மகிழ்ச்சி கொள்ள வேண்டும். நடந்தவை எதுவும் முக்கியமல்ல... விடு!' என்று தனக்குத் தானே சொல்லிக்கொண்டான் லெவின்.

அத்தியாயம் 28

நடன நிகழ்ச்சி முடிந்த மறுநாள் காலையில் அன்னா தனது கணவருக்கு தான் மாலையில் இங்கிருந்து புறப்பட்டு வருவதாகத் தந்தி அனுப்பினாள்.

'நான் போக வேண்டும். உண்மையாகத்தான். நான் இன்றே போகத்தான் வேண்டும்!' என்று அவள் டாலியிடம் சொன்னாள். 'எனக்கு அதிகமான வேலை உள்ளது. அவற்றையெல்லாம் விவரித்துக் கொண்டு இருக்க முடியாது! உண்மையில் நான் இன்று புறப்படுவது தான் நல்லது!'

ஆப்லான்ஸ்கி அன்று மதிய உணவுக்கு வீட்டுக்கு வரவில்லை. ஆனால் மாலை ஏழு மணிக்கு சகோதரியை அனுப்புவதற்காக அவசியம் வந்துவிடுகிறேன் என்று சொல்லிச் சென்றிருந்தான்.

'தனக்கு தலைவலி அதிகமாக உள்ளது. ஆகவே தான் வரமுடியாது' என்று கிட்டி கடிதம் அனுப்பியிருந்தாள். டாலியும் அன்னாவும் குழந்தைகள்

மற்றும் ஆங்கில ஆசிரியையுடன் சேர்ந்து உணவருந்திக் கொண்டிருந்தார்கள். 'அன்னா நேற்றுப் பார்த்த பெண்ணாக இல்லை. அவள் மிக மாறி விட்டாள். சில நாட்களாக நம்முடன் ஓடி விளையாடினாள். ஆனால் இன்று அவளுக்கு நம்மைப் பற்றி அக்கறையில்லாமல் போய்விட்டது. ஊருக்குப் புறப்படுகிறாளாம்' என்று டாலியின் குழந்தைகள் அவளிடம் கோபம் கொண்டு விலகி உட்கார்ந்திருந்தனர். மாஸ்கோவிலிருந்து தனது நண்பர்களுக்குக் கடிதம் அனுப்பினாள். செலவுக் கணக்கை எழுதினாள். தனது பொருட்களையெல்லாம் பெட்டியில் எடுத்து வைத்தாள். எல்லாம் அமைதியாக ஒன்றுமே பேசாமல் தன்னிச்சையாக செய்து கொண்டிருந்தாள். ஆனால் அவள் மனதில் பேரலைகள் வீசிக் கொண்டிருந்தன. அலைகடலாக அவள் மனம் அமைதியற்றுப் போயிருந்தது. அவள் தன்னைப் பற்றி அதிருப்தியுடன் இருப்பதாக டாலி எண்ணிக் கொண்டாள். (அவளுக்கு அந்த அனுபவம் ஏற்பட்டதுண்டு) உணவருந்திய பிறகு உடை மாற்றுவதற்காக அன்னா தனது அறைக்குச் சென்றாள். டாலியும் அவள் பின்னேயே சென்றாள்.

'அன்னா! இன்று நீ ஏன் மிகவும் கவலையாக இருக்கிறாய்?' என்று டாலி கேட்டாள்.

'நீ ஏன் அப்படி நினைக்கிறாய்? நான் ஒன்றும் கவலைப்படவில்லை. ஆனால் எனக்கு மிக வெறுப்பாக உள்ளது. இது போன்ற மனநிலை எனக்கு எப்போதாவது ஏற்படுவதுண்டு. எனக்கு உடனே அழ வேண்டும் போல் உள்ளது. அது முட்டாள் தனமானது தான், ஆனால் எல்லாம் சரியாகி விடும்.' என்று அன்னா வேகமாகச் சொன்னாள். கம்பளித் தொப்பியையும், சில கைக்குட்டைகளையும் எடுத்து ஒரு பையில் வைத்தாள். அவளுடைய கண்கள் வருத்தம் தோய்ந்திருந்தன. கண்ணீர் பெருகிக் கண்ணுக்குள்ளேயே திரண்டு நின்றது.

'நான் பீட்டர்ஸ்பர்க்கிலிருந்து புறப்பட்ட போது அங்கிருந்து கிளம்பவே பிடிக்கவில்லை. ஆனால் இன்று, இங்கிருந்து புறப்பட்டுச் செல்ல என்னால் முடியவில்லை' என்றாள் அன்னா.

'நீ இங்கு வந்து ஒரு நல்ல காரியம் செய்திருக்கிறாய்' என்றாள் டாலி.

அன்னா கண்ணீருடன் அவளைப் பார்த்தாள். 'டாலி, அப்படிச் சொல்லாதே. நான் ஒன்றுமே செய்யவில்லை. ஆனால் நான் எதைச் செய்தாலும் ஏதோ யாரும் செய்ய முடியாத ஒரு அதிசயத்தை நான் செய்து விட்டதாக எல்லோருமே நினைக்கிறார்கள். எனக்கு இது தான் அதிசயமாக உள்ளது. நான் என்னால் முடிவதைத்தான் செய்கிறேன். அதிசயங்கள் எதையும் செய்யவில்லை. உனக்கு உன் கணவனிடத்தில் போதுமான

அளவுக்கு காதலும், உன் மனத்தில் மன்னிக்கின்ற தன்மையும் இருந்தன. எனவே எல்லாமே எளிதாக முடிந்து விட்டது'

'ஆனால் அன்னா... என் வாழ்க்கையில் எவ்வளவு விபரீதம் நடந்து விட்டது என்பதை கடவுள் மட்டும் தான் அறிவார். ஆனால் உன்னால் எல்லாம் நல்லபடியாக முடிந்து விட்டது. நீ அதிர்ஷ்டக்காரி. எல்லோருக்கும் நல்லதையே நினைக்கும் நல்ல பெண் நீ'

'ஒவ்வொருவர் அலமாரியிலும் ஒரு எலும்புக்கூடு மறைத்து வைக்கப்பட்டிருக்கிறது என்று ஆங்கிலேயர்கள் சொல்வார்கள்.'

'உன்னிடத்தில் அப்படி என்ன எலும்புக் கூடு இருக்கப் போகிறது. நீ அப்படிப்பட்டவள் அல்ல. நீ மிகவும் பரிசுத்தமானவள்!'

'என்னிடத்திலும் ஒன்றுள்ளது' என்று கூறிய அன்னாவின் கண்களிலிருந்து கண்ணீர் வழிந்தது. அவள் விரக்தியுடன் லேசாக சிரித்தாள்.

'ஆனால் உன்னுடைய எலும்புக் கூடு வேடிக்கையானதாகத் தான் இருக்கும். அது மற்றவர்களைப் பாதிக்காது' என்றாள் டாலி.

'அது மற்றவர்களைப் பாதிப்பதே. நான் இன்று புறப்படுவது ஏன் என்று உனக்கு தெரியுமா? அதைச் சொல்வதற்குச் சங்கடமாக இருந்தாலும் யாரிடமாவது சொல்லித் தானே ஆக வேண்டும். உன்னிடம் சொல்லப் போகிறேன்' என்று கூறிய அன்னா நாற்காலியில் வசதியாக உட்கார்ந்து கொண்டு டாலியின் கண்களை ஊடுருவிப் பார்த்தாள்.

'கிட்டி ஏன் இன்று என்னை வழியனுப்ப வரவில்லை தெரியுமா? அவள் என் மீது கோபமாக இருக்கிறாள். என் மீது பொறாமை கொண்டிருக்கிறாள். நான் அவளது சந்தோஷத்தை அழித்து விட்டேன். நடன நிகழ்ச்சி அவளுக்குச் சந்தோஷத்தைத் தருவதற்குப் பதிலாக அவளுக்குச் சித்திரவதை தருவதாக அமைந்து விட்டது. அதற்குக் காரணமானவள் நானாகப் போய் விட்டேன். ஆனால் உண்மையில்... உண்மையில்... நான் குற்றமற்றவள். அல்லது மிகச் சிறிய அளவிற்கு என்மீதும் கூட ஏதேனும் தவறு இருக்கலாம்' என்றாள் அன்னா. மிகச் சிறிய என்ற சொல்லை மிக அழுத்தமாக உச்சரித்தாள்.

'ஸ்டீவ் போலவே நீயும் பேசுகிறாய்' என்று சிரித்தபடியே சொன்னாள் டாலி.

'நான் ஸ்டீவ் அல்ல' என்று கோபத்துடன் சொன்னாள் அன்னா. 'நான் உன்னிடம் இதைப் பற்றி ஏன் பேசினேன் தெரியுமா? நான் ஒரு கணம் கூட, என் மீது, எனக்குள்ள நம்பிக்கையை இழப்பதில்லை'

ஆனால் இந்தக் கணத்தில் - இந்த வார்த்தைகளை அவள் உச்சரித்த இந்தக் கணத்தில், அவள் உண்மையானவளாக இல்லை என்பதை அவள் தனக்குள்ளேயே உணர்ந்து கொண்டாள். (அதற்காக அவளது உள்ளமே அவளைச் சுட்டது. அந்த வலியையும் அவள் உணர்ந்தாள்) அதே சமயம் விரான்ஸ்கியின் நினைவும் அவளுக்குள் ஒரு கிளர்ச்சியை ஏற்படுத்தியது. அவனை மீண்டும் சந்திக்க விரும்பாமல்தான் அவள் ஒருநாள் முன்னதாகவே புறப்பட்டு விட்டாள்.

'நீ விரான்ஸ்கியுடன் மஸுர்க்கா நடனம் ஆடியதாக ஸ்டீவ் சொன்னார். அவர்...'

'எல்லாம் விசித்திரமாக இருந்தது. நான் ஒரு ஜோடியைச் சேர்க்க விரும்பினேன். ஆனால் அது திடீரென்று முற்றிலும் வேறுபட்டதாக... என்னுடைய விருப்பத்திற்கு மாறானதாக...' என்று அன்னா வெட்கம் மேலிட பேச்சை நிறுத்திக் கொண்டாள்.

'ஓ, இது உனது விருப்பத்திற்கு மாறானதாக அமைந்து விட்டது என்பதை கிட்டி புரிந்து கொள்வாள்... இதற்காக இதனை தவறு என்று நீ ஏன் நினைக்கிறாய்...' என்றாள் டாலி.

'விரான்ஸ்கி இதனை வேறு விதமாக அவரை நான் காதலிப்பது போல் புரிந்து கொண்டால்... அவர் தரப்பில் ஏதேனும் நோக்கமிருந்தால் எனக்குத் துன்பம் ஏற்படும்' என்று குறுக்கிட்டுச் சொன்னாள் அன்னா: 'இது கண்டிப்பாக மறக்கப்படும் - கிட்டியும் என்னை வெறுக்க மாட்டாள் என்று நான் நம்புகிறேன்.'

'அன்னா, உண்மையைச் சொல்வதென்றால் கிட்டி விரான்ஸ்கியைத் திருமணம் செய்து கொள்வதில் எனக்கு ஆர்வமில்லை. அவர் ஒரே நாளில் உன்னை தீவிரமாக காதலிக்க முடியும் என்றால், அவர்களுடைய திருமணம் நடைபெற வேண்டாம்'

'ஓ, கடவுளே என்ன மூடத்தனம் இது?' என்றாள் அன்னா.

அன்னாவின் மனத்தில் இருந்த உணர்ச்சிகளை தெளிவாகப் புரிந்து கொண்டு டாலி பேசியதை கண்டு அன்னா மிகவும் வெட்கப்பட்டாள். 'கிட்டியை நான் மிகவும் நேசித்தேன். அவளை என் எதிரியாக மாற்றி விட்டு ஊருக்குப் புறப்படுகிறேன். டாலி! நீ கிட்டியிடம் பேசு. என்னைத் தவறாகக் கருத வேண்டாம், என்னை வெறுக்க வேண்டாம் என்று சொல். சொல்வாயா?'

தனக்குள் எழுந்த சிரிப்பை டாலி கஷ்டப்பட்டு மறைத்துக் கொண்டாள். அவள் அன்னாவை மிகவும் நேசித்தாள். அவளிடத்தில் மிகப் பெரிய

மதிப்பு வைத்திருந்தாள். அவளிடத்தில் கூட ஒரு குறை உள்ளதா? என்று வியந்து, மனம் வருந்தினாள் டாலி.

‘உன்னை வெறுப்பதா? யாராலும் உன்னை வெறுக்க முடியாது’ என்றாள் டாலி.

‘நான் உன்னை நேசிப்பதைப் போல, நீங்கள் எல்லோரும் என்னை நேசிக்க வேண்டும் என்று நான் விரும்புகிறேன். இப்பொழுது நான் உன்னை மிகவும், மிகவும் நேசிக்கிறேன்’ என்று கூறிய அன்னாவின் கண்களிலிருந்து கண்ணீர் வழிந்தது. ‘ஓ, என் அன்பே! இன்று நான் ஏன் இப்படி அசடு போல நடந்து கொள்கிறேன்...!’

அன்னா தன் முகத்தை நன்றாக அழுத்தமாகத் துடைத்துக் கொண்டு உடைகளை மாற்றிக்கொள்ளப் புறப்பட்டாள்.

அவள் புறப்படுகின்ற சமயத்தில், ஒயினும், சுருட்டுப் புகையும் எல்லை மீறி நாற்றமெடுக்க உள்ளே வந்தான் ஆப்லான்ஸ்கி. சொன்னபடி ஏழு மணிக்கு வராமல், அவன் மிகத் தாமதமாகவே இப்போது இங்கு வந்திருந்தான்.

அன்னாவின் உணர்ச்சிகரமான மனநிலை இப்போது டாலியையும் பற்றிக் கொண்டு விட்டது. தனது மைத்துனியைக் கட்டித் தழுவிக்கொண்டு அவளது காதில் முணுமுணுத்தாள். ‘என் சிறந்த தோழியாக நான் உன்னைக் கருதுகிறேன். நான் உன்னை எப்பொழுதும் நேசிப்பேன்! எப்பொழுதுமே நேசிப்பேன்!’

‘நீ எனக்கு இதைச் சொல்ல வேண்டுமா?’ என்று கூறிய அன்னா, தன் கண்களில் வழியும் கண்ணீரை மறைத்துக் கொண்டு அவளைத் தழுவி முத்தமிட்டாள். ‘நீ என்னைப் புரிந்து கொண்டால், அது போதும், போய் வருகிறேன், என் அன்பே!’

அத்தியாயம் 29

‘எல்லாம் நல்லபடியாக முடிந்தது, கடவுளுக்கு நன்றி!’ - அவளை வழியனுப்ப இரயில் நிலையத்திற்கு வந்து இரயில் பெட்டியினுள் வேறு யாருமே நுழைய முடியாதபடி பெட்டியின் வாயிலில் நின்றபடியே வண்டி புறப்படும் வரையில் பேசிக் கொண்டிருந்த தன் சகோதரன் ஆப்லான்ஸ்கி விடை பெற்றுக்கொண்ட பிறகு அன்னா இப்படி நினைத்தாள்.

அவள் உள்ளே வந்து தன்னுடைய பணிப் பெண் ‘அன்னுஷ்கா’வின் அருகில் உட்கார்ந்தாள். தூங்கும் வசதி செய்யப்பட்டிருந்த இரயில் பெட்டி அது. மங்கலான விளக்கின் ஒளி பெட்டி முழுவதும் பரவியிருந்தது.

'கடவுளின் ஆசியினால், என் மகன் செரேஷாவையும், என் கணவர் 'அலெக்ஸிஸ் அலெக்ஸாண்ட்ரோவிச்' சையும் நாளை பார்ப்பேன். நாளை முதல் என்னுடைய வாழ்க்கை எப்போதும் போலத் தொடரும்' என்று அவள் தன் மனத்தில் நினைத்துக் கொண்டாள்.

இதே எண்ணங்களோடு அவள் அன்று முழுவதுமே இருந்தாள். தனது நீண்ட தூரப் பயணத்துக்கு அவள் தயாரானாள். தனது ஒல்லியான விரல்களினால், சிவப்பு நிற பையைத் திறந்து ஒரு சிறிய தலையணையை எடுத்து தன் முழங்கால் மீது வைத்துக் கொண்டு பையை மறுபடி மூடி பத்திரமாக எடுத்து வைத்தாள். பிறகு கம்பளியினால் தன் கால் வரை நன்றாக மூடிக் கொண்டு இருக்கையில் வசதியாக உட்கார்ந்து கொண்டாள். உடல் நலமில்லாத ஒரு பெண் ஏற்கனவே தூங்குவதற்குத் தயாராகி விட்டாள். அந்தப் பெட்டியிலிருந்த மற்றும் இரண்டு பெண்கள் அன்னாவுடன் பேசுவதற்குத் தயாரானார்கள். பருமனான ஒரு முதிய பெண் தன் கால்களைப் போர்த்திக் கொண்டு 'பெட்டியில் வெப்ப மூட்டக் கூடிய மின் இணைப்புச் சரியில்லை' என்று கூறினாள். அன்னா அது குறித்து அவளுக்கு ஏதோ கூறிவிட்டு திரும்பினாள். அங்கு வேறு ஏதும் சுவாரஸ்யமான உரையாடல் எழவில்லை. தன் பணிப்பெண்ணிடம் படிக்கும் விளக்கைத் தரும்படி கேட்டாள். அந்த விளக்கை, தனது உட்காரும் இருக்கையின் கைப்பிடியில் பொருத்திக் கொண்டு, தனது கைப்பையைத் திறந்து ஒரு பேப்பர் கத்தையையும், ஒரு ஆங்கில நாவலையும் எடுத்துக் கொண்டு பையை மூடிவைத்தாள். இருக்கையில் உட்கார்ந்து கொண்டு, அங்கும் இங்குமாகப் போய் வந்து கொண்டிருந்த பயணிகளைச் சற்று நேரம் கவனித்தாள். பயணிகள் அடிக்கடி இங்கும் அங்கும் நடப்பது அவளுக்குத் தொல்லையாக இருந்தது. ரயில் ஒரு நிறுத்தத்தில் நின்று விட்டு மீண்டும் புறப்பட்டது. வண்டியின் 'கடகட' ஓசையும் பலமாகக் கேட்டது. இரயிலின் வேகத்தில் திட்டுத் திட்டாக பனிக்கட்டிகள் பறந்து வந்து இரயில் பெட்டியின் சன்னல் கண்ணாடிகளில் மோதின. வண்டியின் 'கடகட' ஓசையுடன் இந்த மோதல் சத்தமும் இப்போது கூடுதலாகச் சேர்ந்து கொண்டது. ரயில் வண்டியின் கண்காணிப்பாளர் தலையிலும், கழுத்திலும் கம்பளித் துண்டைச் சுற்றிக்கொண்டு உள்ளே வந்தார். வெளியில் பனிப்புயல் அடிப்பதைப் பற்றி எல்லோரும் பேசிக் கொண்டிருந்ததால் அவளால் படிக்க முடியவில்லை. வண்டியின் ஓட்டம் மற்றும் நிறுத்தம், மூடிய சன்னல்களில் பனிப் புயலின் சீற்றத்தின் ஓசை, மற்றும் குளிர்ச்சியும், வெப்பமுமாக மாறி மாறி வரும் சூழல், அரை இருளில் தெரிந்த பயணிகளின் முகங்கள் என பயணம் இப்படியே தொடர்ந்தது.

அன்னுஷ்கா, தன் மடியில் சிவப்புப் பையை வைத்துக் கொண்டு தூங்கிக் கொண்டிருந்தாள். இப்படிப்பட்ட இரைச்சலான சூழ்நிலையிலும்

அன்னா புத்தகத்தைப் படிக்க முயன்றாள். தான் படித்த அந்த விஷயங்களை அவளால் புரிந்து கொள்ள முடிந்தது. ஆனால் இந்த மக்களின் வாழ்க்கையைப் படிப்பதுவும், அவர்களின் வாழ்க்கையைப் புரிந்து கொள்வதுமான அவளது முயற்சியில் அவளுக்கு தோல்வியும் சிரமங்களும் தான் தென்பட்டன. நல்ல வாழ்க்கை வாழுவதற்கு அன்னா மிகவும் விரும்பினாள். நாவலில் சித்தரிக்கப்பட்டுள்ள கதாநாயகி - அவள் ஒரு நர்ஸ் - நோயாளியை எப்படிக் கவனித்துக் கொண்டாள் என்பதைப் படித்த பொழுது - அவள் நோயாளியின் அறைக்குள் ஓசையில்லாமல் நடந்து செல்ல வேண்டும் என்று விரும்பினாள். பாராளுமன்றத்தின் உறுப்பினருடைய சொற்பொழிவைப் பற்றிப் படித்த பொழுது அவள் அந்த உரையை நிகழ்த்துவதற்கு விரும்பினாள்.

அடங்காத குதிரையை விரட்டிச் சென்று அதன் மீது சவாரி செய்த கதாநாயகி மேரியின் துணிச்சலையும், அவளது சகோதரனின் மனைவியைக் கேலி செய்த விதங்களையும் படித்த அவள் பிரமித்துப் போனாள். தானும் அப்படி இருக்க வேண்டும் என்று விரும்பினாள். ஆனால் அவள் செய்யக் கூடியது ஒன்றுமில்லை. ஆகவே அவள் தன்னைக் கட்டாயப்படுத்திக் கொண்டு படிப்பதைத் தொடர்ந்தாள்.

அவள் படித்துக் கொண்டிருந்த நாவலின் கதாநாயகனுக்கு பிரபு பட்டமும், எஸ்டேட்டும் அளிக்கப்பட்டு அவன் மகிழ்ச்சியடைந்தான். (ஆங்கிலேயர்களின் மகிழ்ச்சியின் உச்ச அளவு என்பதே அதுதானே). அன்னா அந்தப் பிரபுவின் எஸ்டேட்டிற்கு அவனுடன் சேர்ந்து போக வேண்டும் என்று விரும்பினாள். திடீரென்று அவள் நினைத்தாள். இவனும் கூட ஏதோ அவமானத்திற்கு ஆளாகியிருப்பானோ? என்று அவளுக்கும் கூட அதே விஷயம் அவமானத்தைத் தருகிறது. அவன் எதைப் பற்றி அவமானப்பட்டான்? நான் எதைப் பற்றி வெட்கப்படுகிறேன்' என்று அவள் தன்னைத் தானே கேட்டுக் கொண்டாள். அவள் புத்தகத்தை கீழே வைத்து விட்டுப் பின்புறத்தில் சாய்ந்தாள்.

வெட்கப்படுவதற்கு அங்கு ஒன்றுமேயில்லை. அவள் மாஸ்கோவில் நடைபெற்ற எல்லா சம்பவங்களையும் மீண்டும் நினைவுக்குக் கொண்டு வந்தாள். அவை அனைத்துமே நல்லனவாகவும், மகிழ்ச்சி தரக்கூடியவை களாகவுமே இருந்தன.

அவள் நடன நிகழ்ச்சியை நினைத்துப் பார்த்தாள். விரான்ஸ்கியை, அவனது அடக்கமான தோற்றத்தை, அழகை, வசீகரத்தை, நடனத்தின் போது இருந்த அந்த நெருக்கத்தை இப்போது அவளுக்கு நினைக்கும் போது அவளுக்கு ஒரு புறம் வெட்கமாக இருந்தது. மறுபுறம் அவனது அழகும், வசீகரமும் அவளுக்கு அவனிடத்து காதல் உணர்வுகளைத்

தூண்டியது. காதலின் வெப்பம், தாபம் மேலும் அதிகரித்து மோகத் தீயாக மாறியது. அந்த மோகத் தீயின் வெப்பம் அவளைச் சுட்டது. மேலும் அதிகமாக சுட்டது. சுட்டெரித்தது.

அவளது உள் மனசாட்சி அவளை இடித்துரைத்தது. ஆனால் மோகத்தீ அந்த உணர்வுகளை ஒடுக்கி தாபத்தைத் தூண்டியது. ஆமாம், அவனிடத்து அவளுக்கு மோகம் உள்ளது. தாபம் உள்ளது. என்று அவளது உள் உணர்வுகள் அவளை எச்சரித்தன. இருந்தாலென்ன... என்று அந்த மோகத்திற்கு அடிமையாகிப் போன அவளது மறுபுறத்து மனசாட்சி சொன்னது. 'அதனாலென்ன?' என்று அவள் ஒரு தீர்மானத்துடன் சொல்லிக்கொண்டு தன் இருக்கையில் நன்றாக சாய்ந்து உட்கார்ந்து கொண்டாள். புதிதாக வந்துள்ள இராணுவ அதிகாரியான இந்த இளைஞனுக்கும் எனக்கும் இடையில் - மற்றவர்களுடன் எனக்கு இல்லாத - பிணைப்பு இருக்கிறதா? அவள் இகழ்ச்சியாகச் சிரித்து விட்டு மறுபடியும் புத்தகத்தைக் கையிலெடுத்தாள். புத்தகம் கையிலிருந்தாலும் அவளது கவனம் படிப்பில் இல்லை. அவள் புத்தகத்தில் இருந்த வார்த்தைகளைப் படித்தாலும் அதில் எந்தப் புரிதலும் இல்லை. அவள் காகிதம் நறுக்கும் கத்தியை எடுத்து அதன் வழவழப்பான பகுதியை தன் கன்னத்தில் வைத்துத் தடவிக் கொண்டாள். (அந்த தடவலிலும் மற்ற அவளது செய்கைகள் எதிலும் அவள் மனம் ஒன்றிப் போய் இருக்கவில்லை. அவள் தன்னிச்சையாக இயங்கிக் கொண்டிருந்தாள் என்பதே உண்மை)

திடீரென்று எந்த காரணமும் இல்லாமல் மகிழ்ச்சியுடன் அவள் பலமாக சப்தமிட்டுச் சிரித்தாள். அந்த காரணமில்லாத மகிழ்ச்சி அவளது சுய உணர்வை வீழ்த்தி விட்டதா என்ன? ஆமாம். அவளை அந்த உணர்வுகள் வெற்றி கொண்டு விட்டன. எனவே எக்காரணமும் இன்றி அவள் பலமாகச் சிரித்துக் கொண்டிருந்தாள். தன்னுடைய நரம்புத் திருகாணிகளை யாரோ மேலும் மேலும் திருகி இருக்குவதைப் போல அவள் உணர்ந்தாள். அவளது கண்கள் மேலும் விரிவது போல, கைவிரல்களும், கால் விரல்களும் அச்ச உணர்வோடு நகர்வதைப் போல, ஏதோ ஒன்று அவள் உள்ளிருந்து அவளது மூச்சை நிறுத்தி விடுவதைப் போலவும், பல்வேறு வடிவங்களும், ஒலிகளும் உயிர்ப்புடன் அவளைச் சுற்றிச் சுற்றி நடமாடுவதைப் போல அவளுக்குத் தோன்றியது. இரயில் வண்டி முன்னால் போகிறதா? பின்னால் போகிறதா? அல்லது நிற்கிறதா? என்ற சந்தேகங்கள் அவள் மனத்தில் தோன்றின. எனக்கு அருகில் இருப்பது யார் அன்னுஷ்காவா? அல்லது வேறு நபரா? இங்கு உட்கார்ந்திருப்பது நானா? அல்லது வேறொருவரா? நான் சுயமாக இருக்கிறேனா அல்லது வேறொரு நபராக இருக்கிறேனா? இது போன்ற சிந்தனைகள் தன்னைப்

பைத்தியமாக்கிவிடுமோ? என்று அவள் அஞ்சினாள். ஏதோ ஒன்று அவளை இந்த எண்ணங்களுக்குள்ளேயே இழுத்து மூழ்கச் செய்ய கடுமையாக முயற்சி செய்வதாக அவள் உணர்ந்தாள். அதற்கு பணிந்து விடுகின்ற சக்தி அல்லது அதனை எதிர்க்கின்ற சக்தி அவளிடம் இருந்தது. மேலும் இது போன்ற சிந்தனைகளுக்கு இடம் கொடுக்காமல் இதனை மாற்ற விரும்பி, அவள் சட்டென்று எழுந்தாள்.

உடலைப் போர்த்தியிருந்த கம்பளியை அகற்றினாள். மேல் கோட்டு மற்றும் தொப்பியை அகற்றினாள். குளிர்ச்சியான காற்று உடலை மோத, இறுக்கம் சற்றுத் தணிய குழப்பங்களிலிருந்து சற்று விடுதலை பெற்றாள். ஒரு பொத்தான் இல்லாத நீண்ட மேல்கோட்டு அணிந்து, விவசாயி போன்று தோற்றமளித்த இரயில்வே சிப்பந்தி ஒருவன் பெட்டிக்குள் வந்தான். வெப்பமானியைச் சரிபார்த்தான். அவன் உள்ளே வருவதற்காக கதவைத் திறந்தவுடன் பனியும் காற்றும் சட்டென்று பெட்டிக்குள் வந்தது. அதன்பின் அங்கு எல்லாமே குழப்பமாகிவிட்டது.

அந்த நீண்ட கோட்டு அணிந்த இரயில்வே சிப்பந்தி, இரயில் பெட்டியின் ஒரு பக்கச் சுவற்றில் எதையோ சுரண்டிக் கொண்டிருந்தான். வயதான பெண் அந்தப் பெட்டியின் நீளத்திற்கு தன் கரங்களை நீட்டி சாய்ந்து உட்கார்ந்து கொண்டாள். தன்னுடைய கறுப்பு மேகம் போன்ற கம்பளியினால் காலின் பாதம் முதல் நன்றாக மூடிக்கொண்டாள்.

பிறகு ஒரு பயங்கரமான சப்தம் கேட்டது. (யாராவது தண்டவாளத்தில் விழுந்து விட்டார்களா என்ன?), பிறகு கண்களைக் கூசச் செய்கிற சிவப்பு விளக்கு தெரிந்தது. முடிவில் எல்லாமே (திடீரென்று தெரிந்த) ஒரு சுவரால் மறைக்கப்பட்டது. அன்னா, தான் தரைக்குள் - பாதாளத்தில் விழுந்து விட்டது போல உணர்ந்தாள்.

இவையெல்லாம் பார்த்து அன்னா பயந்து விடவில்லை. எல்லாமே அவளுக்கு வேடிக்கையாக, வியப்பாக இருந்தது. தலை முழுவதும் பனியினால் மூடப்பட்டிருந்த ஒரு மனிதன் அவளுடைய காதுக்குப் பக்கத்தில் வந்து ஏதோ உரக்கச் சொன்னான். அவள் சட்டென்று சுய உணர்வு பெற்றாள். வண்டி ஏதோ ஒரு ரயில் நிலையத்தில் நின்று கொண்டிருக்கிறது. தன்னிடம் உரக்கப் பேசிக் கொண்டிருந்தவன் அந்த வண்டியில் பாதுகாப்பு அதிகாரி என்று அவள் புரிந்து கொண்டாள். அவள் கழற்றி வைத்த தொப்பியையும், சால்வையையும் அன்னுஷ்காவிடமிருந்து கேட்டு வாங்கி அணிந்து கொண்டு கதவை நோக்கி நடந்தாள்.

‘கீழே இறங்கப் போகிறீர்களா?’ என்று அன்னுஷ்கா கேட்டாள்.

'ஆமாம். இங்கே அதிக வெப்பமாக உள்ளது. சுத்தமான காற்றை சுவாசிக்கப் போகிறேன்'

வெளியில் சூறைக் காற்றுப் போல வீசிய காற்றும் பனியும் அவளைக் கதவை திறக்க விடாமல் அழுத்தின. கதவைத் திறக்க அவள் கடும் முயற்சி செய்தாள். இதுவும் கூட அவளுக்கு வேடிக்கையாக விநோதமாக இருந்தது. அன்னா ரயில் பெட்டியின் கதவைத் திறந்தாள்.

மிகப் போராடி, அழுத்தித் தள்ளிக் கதவைத் திறந்துகொண்டு பெட்டிக்கு வெளியில் வந்தாள். அவளுக்காகக் காத்துக் கொண்டிருந்தது போலக் குளிர்ந்த காற்று அவள் முகத்தில் சில்லென்று வீசியது. 'ஊ... ஊ...,' என்று ஓசையுடன் விசிலடித்து அவளை வரவேற்றது. அவளைப் பற்றித் தூக்கிக்கொண்டு தன்னோடு எடுத்துச் செல்ல முயல்வது போல அவளைத் தள்ளியது. காற்று அலைக்கழித்தது. அவள் அருகில் பனியால் மூடப்பட்டிருந்த தந்திக் கம்பத்தைப் பிடித்துக் கொண்டாள். சமாளித்து சால்வையால் தன்னை நன்றாக மூடிக்கொண்டு எட்டு வைத்து நடந்தாள். பிளாட்பாரத்தில் ஏறினாள். பிளாட்பார மேடையில் இது போன்ற சூறைக் காற்று இல்லை. எங்கும் அமைதியாகக் காணப்பட்டது. அவள் சில்லென்று வீசிய பனிக்காற்றை ஆழமாகச் சுவாசித்து மகிழ்ச்சியடைந்தாள். தன்னுடைய இரயில் பெட்டிக்கு மிக அருகிலேயே பிளாட்பாரத்தில் நின்று கொண்டிருந்த அவள் விளக்கொளியில் மிளிர்ந்த ரயில் நிலையத்தை ரசனையுடன் பார்த்தாள்.

பனிப்புயலின்போது இரயில் நிலையத்தில் அன்னா

அத்தியாயம் 30

பனிப்புயல் மற்றும் சூறைக்காற்று திடீரென்று மேலும் வலுத்தது. ரயில் வண்டியின் சக்கரங்களுக்கிடையில், ரயில் நிலையத்தின் தூண்கள் மற்றும் மூலைகளில் மிகப் பலமாக மோதி அவற்றை அசைத்துப் பார்த்தபடி இரைச்சலுடன் ஊடுருவிப் பாய்ந்து சென்றது. நின்று கொண்டிருந்த ரயில் எஞ்சின்கள், பெட்டிகள், ரயில் நிலையத்தின் தூண்கள், நின்றிருந்த, உட்கார்ந்திருந்த மக்கள் யாவரின் மேலும் பனியை அள்ளிக் கொட்டி மூடி விட்டுச் சென்றது. தொடர்ச்சியாக மேலும் மேலும் பனியை அள்ளி வீசிக் கொண்டேயிருந்தது. சற்று நேர இடைவெளி விட்டு மீண்டும் வெகு பலத்துடன் காற்றும் பனியும் சூறாவளியாக வீசிக் கொண்டிருந்தன. காற்று மேலும் மேலும் வலுக்கத் தொடங்கினாலும், மக்கள் குதூகலம் மிக்கவர்களாக, நண்பர்களோடும், உறவினர்களோடும் மிக சந்தோஷமாகப் பேசிக் கொண்டும், சிரித்து விளையாடிக் கொண்டும் போய்க் கொண்டிருந்தனர். சிலர் மேலும் குளிர்ச்சியைத் தாங்க முடியாதவர்களாக பிளாட்பாரத்தின் ஓட்டையான மரப்பலகைகளில் தடதடத்து ஓடத் துவங்கினர். இரயில் நிலையத்தின் மிகப் பெரிய கதவுகள் திறக்கப்படுவதும் பயணிகள் நிலையத்திற்குள் நுழைந்தவுடன் மூடப்படுவதுமாக இருந்தன. அவள் முன் ஒரு மனிதனின் நிழல் தெரிந்தது. பின்னாலேயே அவன் வந்தான். கையில் ஒரு நீண்ட கழியுடன் கூடிய சுத்தியல் வைத்திருந்தான். அவன் குனிந்து இரயில் வண்டியின் சக்கரங்களை அந்த சுத்தியலால் தட்டிப் பார்த்துக் கொண்டிருந்தான். இருள் சூழ்ந்திருந்த இரயிலின் மறுபக்கத்திலிருந்து 'தந்தியைக் கொடு' என்று யாரோ கோபத்துடன் சத்தமிட்டார். 'எண். 28, தந்தியைப் பெற்றுக் கொள்ளுங்கள்!' என்று அவர் யாரிடமோ கூறிக் கொண்டிருந்தார். கழுத்தில் கம்பளித் துண்டு அணிந்து கொண்டு, தலையில் பனியுடன் பலர் இங்கும் அங்கும் ஓடிக் கொண்டிருந்தனர். இரண்டு கனவான்கள் சிகரெட் புகைத்துக் கொண்டு அவளைக் கடந்து சென்றார்கள். அவள் மறுபடியும் சுத்தமான காற்றை ஆழமாக சுவாசித்து விட்டு, ரயில் பெட்டியில் ஏறுவதற்காக, கம்பியைப் பிடிப்பதற்காக கையுறையை நீக்கினாள். அப்போது இராணுவ மேல் கோட்டு அணிந்த ஒரு மனிதர் அவளுக்கும், விளக்கின் மங்கலான வெளிச்சத்திற்கும் இடையில் வந்தார். அவள் திரும்பிப் பார்த்தவுடனேயே அவர் விரான்ஸ்கி தான் என்று தெரிந்து கொண்டாள். தனது வழக்கமான இராணுவப் பாணியில் பணிந்து சல்யூட் செய்து வணக்கம் தெரிவித்த அவன் அவளுக்கு ஏதேனும் உதவி தேவைப்படுகிறதா? தான் அவளுக்கு உதவி செய்யட்டுமா? என்று கேட்டான். அவள் பதில் ஒன்றும் சொல்லாமல் அவன் முகத்தைப் பார்த்தாள். அவள் இருளில் நின்றிருந்தாலும் அவள் இருளை ஊடுருவிக் கொண்டு அவன் முகத்தை

உற்றுப் பார்த்தாள். அல்லது அவரது கண்களிலும் முகத்திலும் தோன்றும் உணர்வுகளைப் பார்த்து அறிந்து கொள்ள முயன்றாள். முந்திய நாள் இரவில் அவன் கண்களில் அவள் கண்ட, அவளை - அவளுடைய இதயத்தை, மிகவும் பாதித்த அதே ஈர்ப்பை ஏற்படுத்தும் பணிவை, வசீகரத்தை, இன்பத்தை அள்ளித் தருகின்ற ஒரு விதமான பரவச உணர்வுகளை அவள் இன்றும் அவனது கண்களில் கண்டாள். மீண்டும் அவளது இதயம் பரவச உணர்வுகளால் பாதிக்க, திகைத்து நின்றாள். அவள் செல்லும் இடங்களிலெல்லாம் நூற்றுக்கணக்கான, ஒரே மாதிரியான இளைஞர்களைச் சந்தித்திருக்கின்றாள். அது போன்ற இளைஞன் தான் இந்த விரான்ஸ்கியும். இதற்கு மேல் இவனைப் பற்றி இனிச் சிந்திப்பது கூடாது என்று கடந்த இரண்டு நாட்களாகவே தன் மனத்தினுள் உறுதி எடுத்துக்கொண்டு, திரும்பத் திரும்பத் தன் மனதிற்கு அறிவுறுத்தி வந்திருக்கின்றாள். ஒரு தடவை மட்டுமல்ல பல தடவைகள். ஆனால் இதோ இப்போது மறுபடியும் அவனைக் கண்டவுடன் அவளுக்குள் அதே இன்பமும், பரவசமும், தற்பெருமையும் தருகின்ற உணர்வுகள் பொங்கி எழுந்து, தன்னை முழுவதும் ஆக்கிரமித்துக் கொள்வதை அவள் உணர்ந்தாள். இங்கு நீ ஏன் வந்தாய் என்று அவனைக் கேட்பதற்கு ஒரு தேவையும் அவளுக்கு ஏற்படவில்லை. அவள் அவ்வாறு கேட்டால் அவன் என்ன பதில் சொல்லுவான் என்பதையும் அவள் நன்றாக அறிவாள். 'நீ எங்கே இருக்கிறாயோ, அங்கே நானும் இருக்க வேண்டும் என்று கருதியே உன்னை நான் பின் தொடர்கின்றேன்' என்று அவன் கூறுவான் என்பதையும் அவள் அறிவாள்.

'நீங்களும் கூட இந்த ரயிலில் போகின்றீர்கள் என்று எனக்குத் தெரியாது. நீங்கள் எங்கே போகின்றீர்கள்?' என்று அன்னா அவனைக் கேட்டாள். பெட்டிக்குள் ஏறுவதற்காக கம்பியைப் பிடித்திருந்த தனது கரத்தை கம்பியிலிருந்து விலக்கிக் கொண்டபடி அவள் அவனைப் பார்த்தாள். அவளால் கட்டுப்படுத்தப்பட முடியாதபடி முகம் முழுவதும் சந்தோஷம் பரவியிருந்தது. (ஒவ்வொரு அணுவிலும் சந்தோஷமே நிரம்பியிருந்தால் எப்படி இருக்குமோ அப்படி ஜொலித்துக் கொண்டிருந்தது அவளது முகம்) 'நான் ஏன் போகிறேன்?' என்று திரும்பச் சொன்ன அவன் நேரடியாக அவளது கண்களைப் பார்த்தான்.

'அது உனக்குத் தெரியும், நீ இருக்கின்ற இடத்தில் நானும் இருக்க வேண்டும் என்பதற்காகத் தான் நானும் இந்த ரயிலில் பயணம் செய்கிறேன். நான் வேறு என்ன செய்ய முடியும்?' என்றான் விரான்ஸ்கி.

அந்தக் கணம் வீசிய பலமான காற்று, தனக்கு எதிரான எல்லாத் தடைகளையும் நொறுக்கி விட்டதைப் போல, ரயில் பெட்டிகளின் கூரைகளில் விழுந்திருந்த பனியைச் சிதறடித்தது. கூரையில் சிதறி இருந்த இரும்புத்

தகடுகள் காற்றின் வேகத்தில் விளக்குக் கம்பத்தில் மோதிப் பலத்த சப்தத்தை எழுப்பியது. அப்பொழுது ரயில் புறப்படுவதற்கான அறிகுறியாக எஞ்ஜினின் விசில் சப்தம் பலமாக ஒலித்தது.

எஞ்ஜினின் அந்த விசில் ஒலி அவள் காதில் சோக கீதமாகக் கேட்டது. புயலின் சீற்றம் அவளுக்கு அழகு நிறைந்ததாகத் தோன்றியது. அவள் மனம் விரும்பியதை - ஆனால் அறிவு அஞ்சியதை - அவன் பேசினான். அவள் பதில் சொல்லவில்லை. அவள் மனத்தில் பெரும் போராட்டம் நடப்பதை அவளது முகம் காட்டியது.

'நான் தவறாகப் பேசியிருந்தால் என்னை மன்னித்து விடு!' என்று விரான்ஸ்கி பணிவுடன் கூறினான்.

அவன் பண்புடனும் மரியாதையுடனும் பேசினான். ஆனால் அவனது குரலில் உறுதியும், பிடிவாதமும் ஒலித்ததால் அவளால் பதில் சொல்ல முடியவில்லை.

'நீங்கள் பேசுவது தவறானது. நீங்கள் நல்ல மனிதராக இருந்தால், நான் உங்களை மிகவும் கெஞ்சிக் கெட்டுக் கொள்கிறேன் - அதனை மறந்து விடுங்கள். அதே போல் நானும் அதை மறந்து விடுகின்றேன்' என்றாள் அவள் கடைசியாக.

'நடன நிகழ்ச்சி, நமது நடனம், நமது உரையாடல் அனைத்தையும் மறந்து விடுங்கள்!' என்றாள் அன்னா.

'உன்னுடைய பேச்சில் ஒரு சொல்லை, ஒரு அசைவைக் கூட நான் மறக்கமாட்டேன். என்னால் மறக்க முடியாது.' என்றான் விரான்ஸ்கி.

'போதும். போதும்' அவள் உரக்கக் கத்தினாள். வீணாக முகத்திலே கடுமையான கோபத்தை வெளிப்படுத்தும் தோற்றத்தைக் கொண்டு வர அவள் மிக முயன்றாள். அவளது முகத்தை ஆவலுடன் உற்றுப் பார்த்தான் விரான்ஸ்கி. அவன் திரும்பி நடந்தான்.

அவள் கைப்பிடியைப் பற்றிப் பிடித்து பெட்டிக்குள் ஏறினாள். தனது இருக்கைக்குச் செல்லாமல் அந்தச் சிறிய நடைபாதையில் நின்றபடியே அவர்களின் அந்த சந்திப்பை அவள் மீண்டும் நினைவுப்படுத்திக் கொண்டாள். அவள் பேசிய வார்த்தைகளையும், தான் பேசியவற்றையும் அவன் மீண்டும் நினைத்துப் பார்த்தான்.

அந்தச் சிறிய உரையாடல் அவர்களை மிக அருகில் கொண்டு வந்துவிட்டது என்று அவள் உணர்ந்தாள். அதை நினைக்கும் போது அவள் அச்சம், மகிழ்ச்சி ஆகிய இரண்டு உணர்ச்சிகளுக்கும் ஆட்பட்டாள். அவள் அந்தச் சிறுபாதையில் ஒரு சிறு நொடிகள் அசையாமல் நின்று விட்டுப் பிறகு தன் பெட்டிக்குள் சென்று இருக்கையில் அமர்ந்தாள். சற்று

நேரத்திற்கு முன்பு அவளைத் துன்புறுத்திய உணர்ச்சிகரமான நிலைமை மறுபடியும் அவளைத் துன்புறுத்தியது மட்டுமல்லாமல் அது மேலும் அதிகரித்தது. தன்னால் சகித்துக் கொள்ள முடியாத அளவு அது துன்பம் தருமோ என்று அவள் அஞ்சினாள். அன்றிரவு அவள் தூங்கவில்லை. ஆனால் அவளுடைய மனக்குழப்பமும், கற்பனையில் தோன்றிய காட்சிகளும் அவளுக்குத் தீங்கு செய்யவில்லை. அவளை வேதனைப் படுத்தவில்லை. அவை அவளுக்கு மகிழ்ச்சியைத் தந்து ஊக்குவித்தன. மறுநாள் காலையில் அவள் உட்கார்ந்த நிலையிலேயே உறங்க ஆரம்பித்தாள். அவள் கண் விழித்த பொழுது நன்றாக விடிந்து காலை நேர வெளிச்சம் வானத்தில் பரவிக் கொண்டிருந்தது. அந்த ரயில் வண்டி பீட்டர்ஸ்பர்க்கை நெருங்கிக் கொண்டிருந்தது. அவள் தன் வீடு, கணவர், மகன், அன்றைய வேலைகள், இனி வரப்போகின்ற குடும்பப் பிரச்சினைகள் ஆகியவற்றைப் பற்றிச் சிந்தித்தாள்.

ரயில் நிலையத்தில் வண்டி நின்றதும் அவள் கீழே இறங்கினாள். மேடையில் நின்றதும் அவள் தன் கணவனையே முதலில் பார்த்தாள்.

'அடக் கடவுளே! அவர் காதுகள் ஏன் பெரிதாக இருக்கின்றன?' என்று அவள் ஆச்சரியமடைந்தாள். பிளாட்பார மேடையில் அவர் வாட்ட சாட்டமாக நின்று கொண்டிருந்தார். அவருடைய தொப்பியின் விளிம்பை அவரது காதுகள் தொட்டுக் கொண்டிருந்தன.

அன்னாவைப் பார்த்தவுடன் அவர் வழக்கமான கிண்டல் சிரிப்புடன் அவளை நோக்கி வந்தார். மங்கலான பெரிய கண்களால் அவளை உற்றுப் பார்த்தார். அவர் களைப்புடன் தன்னை உற்றுப் பார்ப்பதைக் கண்ட பொழுது அவளுடைய மனத்தில் கலக்கம் ஏற்பட்டது. - அவர் வேறு விதமாக இருப்பார் என்று அவள் எதிர்பார்த்தாளா? அவரை நெருங்கிய பொழுது அவளுக்குத் தன்னைப் பற்றி அதிருப்தி ஏற்பட்டது. தன்னுடைய கணவரைப் பொறுத்தவரை அவளுக்கு அந்த உணர்ச்சி அடிக்கடி ஏற்படும். முன்பு அவள் அதைக் கவனிக்கவில்லை. இப்போது மனத்தை வலிக்கின்ற அளவுக்கு அவள் அதைத் தெளிவாக உணர்ந்தாள்.

'உன் கணவன், நம் திருமணம் நடைபெற்ற முதலாம் ஆண்டில் உன்னை நேசித்ததைப் போலவே இன்றும் உன்னை நேசிக்கின்ற கணவன், உன்னைப் பார்க்க வேண்டும் என்கின்ற ஆசையால் தூண்டப்பட்டு வந்திருக்கிறேன்?' என்று உரத்தக் குரலில் கூறினார் கரீனின்.

'செரேஷா நலமாக இருக்கின்றானா?' என்று அன்னா தன் மகனைப் பற்றி விசாரித்தாள்.

'என் பாசத்துக்கு கிடைக்கும் பரிசு இதுதானா? அவன் நன்றாக இருக்கிறான். நலமாக இருக்கிறான்...' என்றார் கரீனின்.

அன்னா மற்றும் விரான்ஸ்கி

அத்தியாயம் 31

விரான்ஸ்கி, அன்றிரவு அந்த இரயில் பயணத்தில் கொஞ்சம் கூடத் தூங்குவதற்கு முயற்சி செய்யவில்லை. அவனுடைய இருக்கையில் அமர்ந்து கொண்டு தனக்கு எதிரில் பார்த்துக் கொண்டிருந்தான். இரயில் பெட்டிக்குள் வருபவர்களையும் அல்லது வெளியில் செல்பவர்களையும் அவன் கவனிக்கவில்லை. அவன் எப்போதும் அமைதியாக இருப்பவன். அந்தப் பண்பைப் பற்றி அறியாதவர்கள் எரிச்சலடைவது உண்டு. இப்பொழுது அவன் அதிகமாக அகம்பாவமும் தன்னம்பிக்கையும் உடையவனாகத் தோன்றினான். அவன் உயிரில்லாத சடப் பொருள்களைப் பார்ப்பது போல மக்களைப் பார்த்தான். நீதிமன்றத்தில் எழுத்தராக பணிபுரிகின்ற இளைஞன் ஒருவன் அவனுக்கு எதிராக உட்கார்ந்திருந்தான். விரான்ஸ்கியை அந்த பார்வைக்காகவே அவன் வெறுத்தான். அந்த இளைஞன் அடிக்கடி சிகரெட்டைப் பற்ற வைத்தான். விரான்ஸ்கியுடன் பேசினான். விரான்ஸ்கியின் உடல் மீது உரசினான். ஏன்? நான் சடப்பொருள் அல்ல. நான் ஒரு மனிதன் என்று விரான்ஸ்கிக்கு காட்டுவதற்காக அப்படி நடந்து கொண்டான். ஆனால் விரான்ஸ்கி தெரு விளக்கைப் பார்ப்பது போல அவனைப் பார்த்தான். என்னை ஒரு மனிதனாக நீங்கள்

நினைக்காததால் நான் சுயக் கட்டுப்பாட்டை இழந்து கொண்டிருக்கிறேன் என்று எடுத்துக் காட்டுவதற்காக அவன் தன் முகத்தைக் கோணலாக்கிக் கொண்டான்.

விரான்ஸ்கி யாரையும் பார்க்கவில்லை. யார் பேசுவதையும் கேட்கவில்லை. அவன் தன்னை ஓர் அரசனாக நினைத்துக் கொண்டான். அன்னாவிடம் அவன் மனப்பதிவை ஏற்படுத்தி விட்டதாக நினைத்து அப்படி நடந்து கொள்ளவில்லை. அன்னா அவனிடம் ஏற்படுத்திய மனப்பதிவின் விளைவாக அவன் மகிழ்ச்சி அடைந்தான்.

அதன் விளைவு என்னவாக இருக்கும் என்று அவன் சிந்திக்கவில்லை. இதுவரை சிதறடிக்கப்பட்ட அவனுடைய சக்தி இனிமேல் ஒரு மேன்மையான நோக்கத்தை நோக்கிக் குறி வைத்துச் செலுத்தப்படும். அந்த எண்ணம் அவனுக்கு மகிழ்ச்சியைக் கொடுத்தது. அவளிடம் உண்மையைப் பேசிவிட்டேன் என்று மகிழ்ந்தான். அவள் எங்கு சென்றாலும் நான் அங்குச் செல்வேன். அவளைப் பார்ப்பதுவும், (அவளது வார்த்தைகளைக்) கேட்பதுவும் மட்டுமே தன்னுடைய வாழ்க்கைக்கு அர்த்தத்தைக் கொடுக்கும் என்று நினைத்தான்.

அவன் ‘பொலோகெயே’ இரயில் நிலையத்தில் ‘ஸெல்ட்ஸெர்’ தண்ணீர் குடிப்பதற்காக இறங்கிய பொழுது மேடையில் நின்று கொண்டிருந்த அன்னாவைப் பார்த்தான். உடனே அவளிடம் சென்று தன் மனத்திலிருந்தவற்றைப் பேசி விட்டான். அவள் இப்பொழுது தன்னுடைய காதலைத் தெரிந்து கொண்டு விட்டாள். அதைப் பற்றி இனிச் சிந்திப்பாள் என்பது அவனுக்கு மகிழ்ச்சியைத் தந்தது. தன் பெட்டிக்குத் திரும்பிய பிறகு அவளுடைய பலவிதமான தோற்றங்களையும், அவள் பேசிய வார்த்தைகளையும் திரும்பத் திரும்ப நினைத்துக் கொண்டான். தங்களுடைய எதிர்கால வாழ்க்கையைப் பற்றிய சித்திரங்கள் அவனுடைய கற்பனையில் மிதந்த பொழுது சில சமயங்களில் அவனது இதயத் துடிப்பு நின்றுவிட்டது.

அவன் இரவு முழுவதுமே தூங்கவில்லை. ஆனால் பீட்டர்ஸ்பர்க் ரயில் நிலையத்தில் இறங்கிய பொழுது அப்பொழுது தான் குளித்து விட்டு வந்தவனைப் போல புத்துணர்ச்சியும், சுறுசுறுப்பும் உள்ளவனாகக் காட்சியளித்தான். ‘அவளை நான் மறுபடியும் பார்ப்பேன்’ என்று நினைத்த அவன் தானாகவே சிரித்துக் கொண்டான்: ‘அவள் நடப்பதைப் பார்ப்பேன், அவளுடைய முகத்தை... அவள் எதையாவது பேசுவாள்... முகத்தைத் திருப்புவாள்... என்னை நேரடியாகப் பார்ப்பாள், ஏன் ஒரு மெல்லிய புன்னகை கூட அவளிடத்தில் தோன்றும்...!

ஆனால் அவள் அன்னாவைப் பார்ப்பதற்கு முன்னால் அவளுடைய கணவனைப் பார்த்தான். அப்போது தான் அவனுக்கு முதல் முறையாக அன்னாவுக்கு ஒரு கணவர் இருக்கின்றார் என்ற விஷயமே நினைவுக்கு வந்தது. அவளுக்கு கணவன் இருப்பது அவனுக்குத் தெரியும். ஆனால் அவளது கணவனைப் பற்றிய எந்தவித எண்ணமும் இல்லாமல் தான் அன்னாவுடன் அவன் பழகி வந்தான். கரீனினை நேருக்கு நேர் பார்த்த உடனேயே தான் அவனுக்கு நினைவு வந்தது. இரயில் நிலைய அதிகாரி அவளது கணவனை மிகுந்த மரியாதையுடன் பணிந்து, கூட்டமாக வந்து கொண்டிருந்த பயணிகளிடையே புகுந்து, பயணிகளைச் சற்று ஒதுங்கச் செய்து, மிக மிக மரியாதையாக அவளுடைய கணவனை அழைத்து வந்து கொண்டிருந்தார். 'அடக் கடவுளே, (இவன் தானா) அவளுடைய கணவன்' என்று தனக்குள் நினைத்துக் கொண்டான் விரான்ஸ்கி. அன்னாவையும், அவளுடைய கணவனையும் ஒன்றாகப் பார்த்த பிறகு தான் - அன்னாவின் கரத்தை உரிமையோடு பற்றிக் கொண்டு வருவதைக் கண்ட பிறகு தான் - அவளது கணவனைப் பற்றி விரான்ஸ்கி சிந்திக்கத் துவங்கினான்.

கரீனின் - சுத்தமான பீட்டர்ஸ்பர்க் முகம். தன்னம்பிக்கை நிறைந்த தோற்றம். வட்டமான தொப்பியும், சிறிதளவு வளைந்த முதுகும் கொண்ட தோற்றம்.

கரீனினைப் பார்த்த விரான்ஸ்கி என்ன நினைத்தான்? 'தணியாத தாகத்துடன் தாகத்தை தீர்க்க வழியில்லாமல் வெகுதூரம் நடந்து வந்து கொண்டிருக்கிற ஒரு மனிதன் வழியில் ஒரு நீரூற்றைப் பார்த்தவுடன் மிகுந்த மகிழ்ச்சியடைகிறான். ஆனால் அந்த சமயத்தில், ஒரு நாய் அல்லது ஒரு பன்றி அந்தத் தண்ணீரைக் குடித்து அதை அசுத்தம் செய்வதைக் கண்டால் அவன் அவ்வளவு வேதனைப்படுவான்!' அன்னாவை காதலிப்பதற்குத் தனக்கு மட்டுமே முழுஉரிமை உள்ளது என்று தனக்குள் நினைத்துக் கொண்டிருந்த அவனுக்கு கரீனினைப் பார்த்தவுடன் கோபம் பற்றிக் கொண்டு வந்தது. இப்போதும் கூட அவள் அவனை... அவனது இதயத்தை முற்றிலும் பாதிக்கச் செய்கின்றாள். மயக்கம் தருகின்றாள். அவளைப் பார்த்தவுடனேயே மகிழ்ச்சியும், புத்துணர்ச்சியும் ஏற்படுகின்றது என்பதை விரான்ஸ்கி உணர்ந்திருக்கிறான். இப்போதும் கூட அதனை உணருகின்றான். தன்னுடன் அதே ரயிலில் இரண்டாம் வகுப்பில் பயணம் செய்து கொண்டிருந்த தனது ஜெர்மானிய ஊழியனிடம் பொருட்களை எடுத்துக்கொண்டு வீட்டுக்குப் போகும்படி பணித்துவிட்டு, விரான்ஸ்கி அன்னாவைப் பார்க்கச் சென்றான். அவள் தன் கணவனிடம் லேசான சங்கடம் தரும் உணர்ச்சிகளுடன் பேசுவதை ஒரு காதலனுக்கே உரிய கூர்மையான உணர்வுகளுடன் கவனித்தான். 'அன்னா கரீனினைக் காதலிக்கவில்லை, காதலிக்கவும் முடியாது' என்று விரான்ஸ்கி உறுதியாக முடிவு செய்தான்.

விரான்ஸ்கி இருவருக்கும் வணக்கம் கூறி விட்டு 'இரவில் நன்றாகத் தூங்கினீர்களா?' என்று அன்னாவிடம் கேட்டான்.

'நன்றாகத் தூங்கினேன். நன்றி' என்றாள் அன்னா.

அன்னா மிகவும் களைந்திருந்தாள். அவளது கண்களில் அவளது இயல்பான குறும்புத்தனம் மறைந்திருந்தது. ஆனால் அவள் கண்களில் மின்னல் போல மின்னி மறைந்த அந்த ஈர்ப்பு அவனை இப்போதும் கடுமையாகப் பாதித்தது ஒரு கணம்... ஒரு கணம் தான்... கணத்தில் அவனை ஒருஉலுக்கு உலுக்கிவிட்டு மறைந்தது. விரான்ஸ்கி மிகவும் மகிழ்ச்சியடைந்தான்.

'விரான்ஸ்கியைத் தெரியுமா?' என்று கேட்பது போல அன்னா தனது கணவனைப் பார்த்தாள். 'இவர் யார் என்று தெரியவில்லையே?' என்று யோசிப்பவரைப் போல கரீனின் விரான்ஸ்கியைப் பார்த்தார். அரிவாளைக் கொண்டு பாறையை வெட்டுவதைப் போல அமைதியான, தன்னம்பிக்கையான விரான்ஸ்கியின் தோற்றம், கரீனினுடைய ஈரமற்றத் தன்னம்பிக்கையுடன் மோதியது.

'கோமகன் விரான்ஸ்கி!' என்று அவனைத் தன் கணவனுக்கு அறிமுகம் செய்தாள்.

'ஆ... நாம் இதற்கு முன்னால் சந்தித்திருக்கிறோம் என்று நினைக்கிறேன்' என்ற உரக்கச் சொன்னார் கரீனின். ஆர்வமில்லாமல் விரான்ஸ்கியுடன் கை குலுக்கத் தன் கரம் நீட்டினார் கரீனின்.

'நீ அம்மாவுடன் பயணம் போய் விட்டு, மகனுடன் திரும்பி வருகின்றாய்' என்றார் கரீனின் அன்னாவிடம். பின் விரான்ஸ்கியைப் பார்த்து - நீங்கள் விடுமுறைக்குப் போய்விட்டுத் திரும்பியிருக்கிறீர்கள் என்று நினைக்கிறேன்' என்றார் கரீனின். பிறகு தன் மனைவியைப் பார்த்து, மாஸ்கோவிலிருந்து நீ புறப்பட்ட பொழுது பலரும் கண்ணீர் வடித்தார்களோ?' என்று கேட்டார் கரீனின்.

அவன் தன் மனைவியுடன் தனியே இருக்க வேண்டும் என்று விரும்புவதை குறிப்பாக சொல்வது போல இவ்வாறு கேட்டார் கரீனின். விரான்ஸ்கியை நோக்கித் திரும்பி தன்னுடைய தொப்பியைத் தொட்டார் கரீனின். உடனே அவனிடம் விடைபெற்றுக்கொண்டு புறப்படப் போகிறதைப்போல அவனுக்கு அவர் குறிப்புணர்த்தினார். இதைப் புரிந்து கொண்ட விரான்ஸ்கி நேரடியாக அன்னாவிடம் கேட்டான்: 'உங்களை வீட்டில் சந்திக்கின்ற கௌரவத்தை எனக்கு அளிப்பீர்களா?' கரீனின் சோர்வான கண்களுடன் விரான்ஸ்கியைப் பார்த்தார். 'நாங்கள் திங்கள் கிழமைதோறும் விருந்தினர்களை வரவேற்கிறோம்' என்று உணர்ச்சியில்லாமல் சொன்னார்.

விரான்ஸ்கி போன பின்பு தன் வழக்கமான கிண்டலுடன் அன்னாவிடம் பேசினார். 'இரயில் நிலையத்தில் உன்னை வரவேற்பதற்கும், உன் மேல் உள்ள எனது பக்தியை பறைசாற்றுவதற்கும் எனக்கு அரை மணி நேரம் கிடைத்தது எனக்குக் கிடைத்த பெரும் அதிர்ஷ்டமாகும்.'

'உங்கள் பக்தியைப் பற்றி நீங்கள் அடிக்கடி சொல்வதால் நான் அதற்கு அதிகமாக மதிப்பளிக்க முடியவில்லை.' என்று அன்னா அதே கிண்டலுடன் பதில் சொன்னாள். விரான்ஸ்கியின் காலடிகள் தங்களைப் பின் தொடர்வதை அவளது காதுகள் கேட்டன.

'இந்த மனிதனைப் பற்றி நான் ஏன் கவலை கொள்ள வேண்டுமென்று' அன்னா தன் மனதில் நினைத்துக் கொண்டாள். பிறகு ஊரில் தான் இல்லாத பொழுது தன் மகன் செரேஷா எப்படி நடந்து கொண்டான் என்று தன் கணவனைக் கேட்டாள் அன்னா.

"ஓ! அவன் மிக நல்லவனாக, தொந்தரவு செய்யாமல், மிக இனிமையாக நடந்து கொண்டான் என்று 'மேரியெட்' கூறினாள். செரேஷாவும் உன் கணவனைப் போலவே உன்னையே மனதில் நினைத்துக் கொண்டு அழாமல் சமர்த்தாக இருந்து விட்டான். நீ ஒரு நாள் முன்னதாக வந்து விட்டதற்கு எனது நன்றி. உன் வருகையைத் தெரிந்ததும் 'சமோவார்' ரொம்பவும் பரவசப்படுவாள். (சீமாட்டி 'லிடியா இவானோவ்னா' வை கரீனின் எப்போதும் சமோவார் என்று தான் கூப்பிடுவார். ஏனென்றால் அவள் எப்போதும் எதைப் பற்றியாவது கொதித்துப் பேசிக் கொண்டே இருப்பாள்) நீ எப்போது திரும்புகிறாய் என்று அவள் கேட்டுக் கொண்டே இருந்தாள். நீ அவளை இன்றே பார்க்க வேண்டும். அவள் இதயம் எப்பொழுதும் யாரைப் பற்றியாவது வேதனைப்படுகிறது. தற்சமயம் மற்ற கவலைகளுடன் ஆப்லான்ஸ்கியின் குடும்பப் பிரச்சினை பற்றிக் கவலைப்படுகிறாள்."

சீமாட்டி லிடியா இவானோவ்னா அன்னாவின் கணவருடைய நண்பர். அவர்கள் லிடியா மூலமாக பீட்டர்ஸ்பர்க்கின் மேற்குடியினருடன் நெருங்கிப் பழகினார்கள்.

'நான் அவளுக்கு ஏற்கனவே இது பற்றிக் கடிதம் எழுதி விட்டேனே!'

ஆனால் அவளுக்கு உன் கடிதம் மட்டும் போதாது. அவளுக்கு பிரச்சினையின் தொடக்கம் முதல் இறுதி வரை எல்லா விவரங்களும் வேண்டும். 'கொண்டிராட்டி' கோச்சு வண்டியுடன் உனக்காகக் காத்திருக்கின்றான். நீ வண்டியில் புறப்பட்டுப் போ. எனக்கு கமிட்டி மீட்டிங் உள்ளது. எனவே நான் உடனே போக வேண்டும். கூட்டம் முடிந்து நான் விரைவில் வந்து விடுவேன். இனிமேல் நான் தனியாக சாப்பிடத் தேவை இருக்காது.' என்று சொல்லி விட்டு, அவளைக் கோச்சு வண்டியில் ஏறச் செய்து விட்டுப் புறப்பட்டார் கரீனின்.

அத்தியாயம் 32

அன்னா வீட்டிற்குள் நுழைந்ததும் சந்தித்த முதல் மனிதன் அவளது மகன் தான். தடுத்தும் கேட்காமல் அவன் படிகளில் இறங்கிக் கொண்டிருந்தான். அவனுக்குப் பாடம் சொல்லிக் கொடுக்கும் அந்த ஆசிரியை 'ஓடாதே' என்று உரக்கக் கண்டித்தும் அதைச் சட்டை செய்யாமல் படிகளில் இறங்கி தன் தாயை நோக்கி ஓடினான் அவன். அடக்க முடியாத பாசத்துடன் 'அம்மா! அம்மா!' என்று ஓடிவந்த அவன். தாயின் கழுத்தைக் கட்டிக் கொண்டான். 'நான் சொன்னேன் இல்லையா, அம்மா தான் வருகிறார்கள் என்று...' அவன் தன் ஆசிரியையைப் பார்த்துக் கத்தினான். 'எனக்குத் தெரியும்!'

அவளது மகன் அவனது தந்தையை போன்றே இருப்பவன். எனவே தன் மகனைப் பற்றியும் அன்னாவிற்குத் திருப்தி கிடையாது. அவன் எதார்த்தத்தில் இருப்பதைக் காட்டிலும் அழகானவன் என்று அவள் கற்பனை செய்தாள். ஆகவே அவனைத் தூக்கும் பொழுது அவள் எதார்த்தத்துக்கு இறங்கி வர வேண்டியவளாக இருந்தாள். சுருள் முடி, நீல நிறக் கண்கள், அழகான கால்கள் ஆகியவற்றுடன் அவன் அழகாகத் தான் இருந்தான். அவனைத் தூக்கும் பொழுது அவனுடைய கரங்கள் தன் உடலில் படுகின்ற பொழுது அவள் சந்தோஷத்தை உணர்ந்தாள்; மகிழ்ந்தாள். அவனுடைய எளிமையான, அன்பான, நம்பிக்கை நிறைந்த பார்வையில், அவனுடைய வெகுளித்தனமான கேள்விகளில் அவள் பூரிப்படைந்தாள். டாலியின் குழந்தைகள் அவனுக்குக் கொடுத்தனுப்பி யிருந்த அன்பளிப்புகளை அவள் எடுத்து அவனிடம் கொடுத்தாள். 'மாஸ்கோவில் தான்யா என்று ஒரு குழந்தை இருக்கிறாள். அவள் நன்றாக படிப்பதுடன் மற்ற குழந்தைகளுக்கும் சொல்லித் தருகிறாள்' என்று தன் மகன் செரேஷாவிடம் கூறினாள் அன்னா.

'நான் அவளைக் காட்டிலும் மோசம் என்கிறாயா?' என்று செரேஷா கேட்டான்.

'இல்லை. எனக்கு நீ தான் உலகத்திலேயே சிறந்த குழந்தை!'

'எனக்குத் தெரியும்' என்றான் செரேஷா.

அன்னா காபியைக் குடிப்பதற்குள் சீமாட்டி இவானேவ்னா வந்திருப்பதாக அன்னாவிடம் தெரிவிக்கப்பட்டது. சீமாட்டி லிடியா உயரமான, பருமனான பெண். அவளது கண்கள் மிக அழகானவை. அவை எப்பொழுதும் கனவு காண்பதைப் போலத் தோன்றும். அன்னா அவளை மிகவும் நேசித்தாள். ஆனால் அவளது எல்லாக் குறைகளும் இன்று தான் தனக்குத் தெரிந்ததைப் போல இப்போது அவளைப் பார்த்தாள்.

‘நல்லது, வந்து விட்டாயா, என் அன்பே! ஆலீவ் மரக் கன்றை எடுத்துச் சென்றாயா?’ என்று அறைக்குள் நுழைந்தவுடன் சீமாட்டி லிடியா கேட்டாள்.

‘ஆமாம். பிரச்சினை தீர்ந்து விட்டது. என்னால் தீர்க்க முடியாது என்று முதலில் நினைத்தேன். என் மைத்துனி டாலி மிகவும் உணர்ச்சி வசப்பட்டவள்’ என்று அன்னா பதிலளித்தாள்.

சீமாட்டி லிடியா தனக்குச் சம்பந்தமில்லாத எல்லா விஷயங்களிலும் அக்கறை எடுத்துக் கொள்வாள். ஆனால் எதையும் சரியாகக் கேட்க மாட்டாள்.

‘ஆமாம்! உலகத்தில் துன்பமும் தீமையும் அதிகமாகவே இருக்கிறது. இன்று நான் மிகவும் கவலைப்படுகிறேன்’ என்று அவள் குறுக்கிட்டுப் பேசினாள்.

‘ஏன்? என்ன விஷயம்?’ என்று அன்னா சிரிப்பை அடக்கியபடி கேட்டாள்.

‘உண்மைக்குப் போராடுவதில் என் ஈட்டி உடைந்து விடுகிறது. எனக்கு ஒரே வெறுப்பாக இருக்கிறது. அந்த மூன்று சகோதரிகள் சங்கம் நன்றாக நடந்து கொண்டிருந்தது. அந்த மூன்று கனவான்களுடன் பணி செய்வது என்று மிகுந்த சிரமமான வேலைதான். ஆனால் சிலர் உள்ளே புகுந்து அதனைக் கெடுத்து விட்டார்கள். அதன் விவகாரங்களைப் பற்றி மிக அற்பமான முறையில் பேசுகிறார்கள். இரண்டு அல்லது மூன்று பேர் தான் - உன் கணவர் அதில் ஒருவர் - அந்த விவகாரத்தைப் பற்றி சரியாகப் புரிந்து கொண்டிருக்கிறார்கள்... ‘பிராவிடினிடமிருந்து’ எனக்கு நேற்று ஒரு கடிதம் வந்தது...’

(பிராவிடின் என்பவர் வெளிநாட்டில் வசித்த பிரபலமான அகில - ஸ்லாவ் இன ஒற்றுமை இயக்கத்தைச் சேர்ந்தவர்)

அவர் எழுதியிருந்த கடிதத்தில் குறிப்பிட்டுள்ள விவரங்களை அவள் அன்னாவிடம் தெரிவித்தாள். திருச்சபைகளை ஒன்று சேர்க்கும் என்னுடைய திட்டத்தை சிலர் ரகசியமாக எதிர்க்கிறார்கள் என்று தெரிவித்தாள். பின் அவள், தான் கமிட்டி கூட்டத்திற்குப் போகவேண்டும் என்று எழுந்தாள்.

‘லிடியா கிறிஸ்துவ உணர்ச்சியில் பலருக்கும் நன்மை செய்வதற்கு விரும்புகின்றாள். ஆனால் எதற்கெடுத்தாலும் கோபமடைகின்றாள். அவளுக்கு எதிரிகள் அதிகம். அது அவளுக்கு கிறிஸ்துவமும், சேவையும் தந்த அன்பளிப்பு...’ என்று அன்னா நினைத்தாள்.

சீமாட்டி லிடியா விடை பெற்றுக் கொண்ட பிறகு ஒரு மேலதிகாரியின் மனைவி வந்தாள். பீட்டர்ஸ்பர்க் நகரச் செய்திகளை அவள் அன்னாவிடம்

தெரிவித்தாள். நெடுநேரம் அன்னாவுடன் பேசிக் கொண்டிருந்த அவள் இரவு உணவு நேரத்தில் மீண்டும் சந்திப்பதாகக் கூறி பகல் மூன்று மணிக்கு இங்கிருந்து புறப்பட்டாள்.

கரீனின் அமைச்சரவையில் தன்னுடைய அலுவலகத்தில் இருந்தார். தனிமையில் இருந்த அன்னா தனக்கு வந்த கடிதங்களைப் படிப்பதிலும், அவற்றுக்குப் பதில் எழுதுவதிலும் மாலை நேரம் வரைக் கழித்தாள்.

ரயில் பயணத்தின் போது அவளுக்கு ஏற்பட்ட (காரணமில்லாத) குற்ற உணர்ச்சியும், படபடப்பும் இப்போது முற்றிலும் மறைந்துவிட்டன. தான் குற்றம் செய்யவில்லை என்ற மன உறுதியைப் பெற்றாள்.

முந்திய நாளின் மனநிலை பற்றி அவளுக்கு வியப்பேற்பட்டது. 'அப்படி என்ன நடந்தது'. ஒன்றுமில்லை. விரான்ஸ்கி அசட்டுத்தனமாகப் பிதற்றினார். நான் அவர் பேச்சை நிறுத்தினேன். இதைப் பற்றி என் கணவரிடம் தெரிவிக்க வேண்டுமா? 'தேவையில்லை' என்று முடிவு செய்தாள்.

அவள் கணவருடைய அலுவலகத்தில் பணியாற்றுகிற ஒரு இளைஞர் ஒருமுறை அவளுடைய அழகில் மயங்கிப் போய், கிறங்கிப் போய் அவளிடம் தன் காதலை வெளியிட்டார். 'மேற்குடிப் பெண்களைச் சந்திக்கின்ற இளைஞர்களில் சிலர் அப்படிப் பேசுகிறார்கள். ஆனால் எனக்கு உன்னிடம் நம்பிக்கை இருக்கிறது. உன்னிடம் சந்தேகப்பட்டு ஒரு போதும் என்னைத் தாழ்த்திக் கொள்ள மாட்டேன்' என்றார் கரீனின் அப்போது.

எனவே அவரிடம் சொல்ல வேண்டியதில்லை. அத்துடன் அவரிடம் சொல்கின்ற அளவுக்கு என்ன நடைபெற்றது...? என்று அன்னா தனக்குள் சொல்லிக்கொண்டாள்.

அத்தியாயம் 33

கரீனின் நான்கு மணிக்கு அமைச்சரவையிலிருந்து திரும்பினார். அவர் தன்னுடைய படிப்பு அறைக்குச் சென்று, அங்கு அவருக்காகக் காத்திருந்த 'சில மனுதாரர்களைப் பார்த்தார். தன்னுடைய செயலர் கொண்டு வந்திருந்த சில ஆவணங்களில் கையெழுத்திட்டார். கரீனின் இல்லத்தில் மாலை உணவின் போது அநேகமாக மூன்று விருந்தினர்களாவது எப்போதும் இருப்பார்கள். அன்று, ஒரு முதிய பெண் விருந்தினர், இலாகா தலைமை அதிகாரி மற்றும் அவரது மனைவி, கரீனின் பணிபுரியும் இலாக்காவில் வேலைக்குப் பரிந்துரைக்கப்பட்ட ஒரு இளைஞர் ஆகியோர் வந்திருந்தனர். அவர்களை உபசரிப்பதற்காக அன்னா வரவேற்பறைக்குச் சென்றாள். சரியாக, ஐந்து மணிக்கு கரீனின் டை, கோட்டு (கோட்டில் இரண்டு நட்சத்திர சின்னங்கள் சொருகப்பட்டிருந்தன) ஆகியவற்றை

அணிந்து வந்தார். மாலை உணவு முடிந்தவுடன் அவர்கள் முக்கியமான கூட்டத்திற்கு போக வேண்டும். எனவே அதனால்தான் அலுவலக உடையில் அவர் வந்திருந்தார். அவருடைய வாழ்க்கையில் ஒவ்வொரு நொடியிலும் அவருக்கு ஏதாவது வேலை இருந்தது. அவற்றை நிறைவேற்றுவதற்கு அவர் காலந் தவறாமையைக் கண்டிப்பாகக் கடைப்பிடித்தார். கரீனின் அறைக்குள் வந்தவுடன் எல்லாருக்கும் வணக்கம் கூறிவிட்டுத் தன் மனைவியைப் பார்த்து புன்முறுவல் செய்தார்.

மகனுடன் அன்னா

'என் தனிமை முடிந்து விட்டது. தனியாக உணவருந்துவது எவ்வளவு துன்பம் என்பது உனக்குத் தெரியாது' என்று மனைவியிடம் கூறினார்.

அவர் துன்பம் என்ற சொல்லுக்கு அழுத்தம் கொடுத்தார். அவர் உணவருந்தியபடியே மாஸ்கோ விவகாரங்களைப் பற்றியும், ஆப்லான்ஸ்கியைப் பற்றியும் விசாரித்தார். மற்றபடி அவர்கள் பொதுவான சங்கதிகளைப் பற்றி பேசினார்கள். உணவருந்திய பிறகு சுமார் அரைமணி நேரம் அவர் விருந்தினர்களுடன் பேசினார். பிறகு புன்சிரிப்புடன் மனைவியின் கையை அழுத்திவிட்டு விடைபெற்றுக் கொண்டார். அன்னா ஊரிலிருந்து திரும்பி விட்டாள் என்பதைத் தெரிந்து இளவரசி 'பெட்ஸி' ட்வெர்ஸ்கயா' அன்னாவைத் தனது இல்லத்துக்கு அழைத்திருந்தாள். ஆனால் அன்றிரவு அன்னா இளவரசி பெட்ஸியின் இல்லத்துக்குப் போக

முடியவில்லை. நாடகத்துக்கும் போக முடியவில்லை. நாடக அரங்கில் ஒவ்வொரு நாளும் அன்னாவுக்கும் அவளுடன் வருகின்ற நண்பர்களுக்கும் தனியாக சில இருக்கைகள் ஒதுக்கப்பட்டிருக்கும் - அவள் மாஸ்கோவுக்கு புறப்படுவதற்கு முன்பு மூன்று உடைகளை பிரித்துத் தைப்பதற்குக் கொடுத்திருந்தாள். மூன்று நாட்களுக்கு முன்பாகவே அவை தயாராகியிருக்க வேண்டும். ஆனால் இரண்டு உடைகள் இன்னும் தயாராகவில்லை. ஒரு உடையைப் பற்றி அவளுக்கு அதிருப்தி ஏற்பட்டது. தன்னால் முடிந்த அளவு சிறப்பாகத் தான் ஆடையை வடிவமைத்திருக்கிறேன் என்ற தையற்காரப் பெண்ணுடன் வாக்குவாதம் செய்தபொழுது அன்னா அவளை அதிகமாகக் கோபித்துக் கொண்டாள். பிறகு தன்னுடைய கோபத்தைப் பற்றி வெட்கப்பட்டாள். எனவே மன அமைதிக்காக அவள் தன் மகனைப் பார்க்கச் சென்றாள். அங்கு தன் மகனுடன் மாலை நேரம் முழுவதும் இருந்தாள். மகனுக்குத் தூக்கம் வந்தவுடன் அவனைப் படுக்கையில் படுக்க வைத்தாள். கம்பளியை அவன் மேல் போர்த்தி, அவன் நெஞ்சுக்கு நேராக சிலுவைக் குறியிட்டாள். இரவில் வேறு எங்கும் வெளியில் போகாமல் தன் வீட்டில், தன் மகனுடன் இருந்தால் நல்லது என்று அவள் நினைத்தாள். அவளது மனம் இப்போது மிக அமைதியாக இருப்பதாக அவள் உணர்ந்தாள். அன்று அவள் ரயிலில் வந்து கொண்டிருந்த பொழுது எதை மிகவும் முக்கியம் என்று கருதினாளோ, அது இப்பொழுது மிக அற்பமானதாக தெரிந்தது. அவள் கணப்பு அடுப்புக்கு அருகில் உட்கார்ந்து கணவனை எதிர்பார்த்தபடி ஒரு ஆங்கில நாவலைப் படிக்க ஆரம்பித்தாள். சரியாக ஒன்பதரை மணிக்கு அழைப்பு மணி ஒலித்தது. தொடர்ந்து சில நொடிகளில் அவளது அறைக்குள் வந்தார் அவளது கணவர்.

‘நீ இங்கே இருக்கிறாயா?’ என்றபடி அவளது கரங்களைக் கையிலெடுத்துக் கொண்டார் அவர். கையில் முத்தமிட்டார். அவளுக்குப் பக்கத்திலேயே அமர்ந்து கொண்டார்.

‘பொதுவாகச் சொன்னால், உன்னுடைய மாஸ்கோ பயணம் வெற்றியடைந்து விட்டது. சரிதானே!’ என்றார் அவர்.

‘முழு வெற்றி’ என்று அவள் பதிலளித்தாள். அவள் தனது பயணம் பற்றி முழுமையாக விவரித்தாள். சீமாட்டி விரான்ஸ்கியாவுடன் பயணம், இரயில் நிலைய விபத்து, அவளுடைய இரக்கம், முதலில் அவளுடைய சகோதரனிடத்தில், பின் டாலியிடம் பேசியது குறித்து சொன்னாள்.

‘இது போன்ற ஒரு மனிதனை - அது உன் சகோதரனாக இருந்தாலும் சரி - என்னால் மன்னிக்க இயலாது’ என்றார் கரீனின்.

அன்னா சிரித்தாள்.

எனக்கு உறவைக் காட்டிலும் உண்மைதான் முக்கியம் என்று காட்டுவதற்காகவே தன் கணவர் அப்படிப் பேசினார் என்பது அன்னாவுக்குத் தெரியும். தன் கணவரின் அந்தப் பண்பு அவளுக்கு மிகவும் பிடித்தது.

'ஆனால் எல்லாவற்றையும் நல்லபடியாக திருப்திகரமாக முடித்து விட்டு நீ திரும்பியிருப்பது குறித்து எனக்கு மிக மகிழ்ச்சி' என்ற அவர் தொடர்ந்தார்: கவுன்சிலில் நான் முன் மொழிந்துள்ள மசோதா பற்றி பீட்டர்ஸ்பர்கில் என்ன சொல்கிறார்கள்?'

தன் கணவருக்கு அந்த மசோதா முக்கியமானது என்பதை அவள் அறிவாள். ஆனால் அவள் அதை மறந்துவிட்டாள். அத்துடன் மாஸ்கோவில் அதைப்பற்றி யாரும் பேசவில்லை.

'இங்கு அது மாபெரும் பரபரப்பை ஏற்படுத்தி இருக்கிறது' என்றார் கரீனின்.

மசோதாவைப் பற்றியும், அதில் தன்னுடைய பங்கைப் பற்றியும் அவர் பேசுவதற்கு விரும்புகிறார் என்று அன்னாவுக்குத் தெரிந்தது. எனவே அவள் மசோதாவைப் பற்றி அவரிடம் சில கேள்விகளைக் கேட்டாள். அவர் மனத்திருப்தியுடன் புன்னகை செய்தார். உடனே அவர் அந்த சட்டத்தைப் பற்றியும், அது நிறைவேற்றப்பட்ட போது தனக்குக் கிடைத்த பாராட்டைப் பற்றியும் கூறினார்.

'எனக்கு அதிக மகிழ்ச்சி இந்தப் பிரச்சினையைப் பற்றி தெளிவான கருத்து இப்போது தான் நம்மவர்களிடம் உருவாகியுள்ளது.'

அவர் வெண்ணெய் தடவிய ரொட்டியைச் சாப்பிட்டு, இரண்டாவது கோப்பைத் தேநீர் அருந்தினார். பிறகு எழுந்து தன் அறைக்குச் சென்றார். அன்னாவும் எழுந்து அவருடன் சென்றாள்.

'இப்பொழுது என்ன படிக்கிறீர்கள்?' என்று அன்னா அவரிடம் கேட்டாள்.

'டியூர் லில்லே' எழுதிய 'பொயஸி' என்ற நாவலைப் படிக்கிறேன். 'குறிப்பிடத்தக்க புத்தகம்' என்று அவர் பதிலளித்தார்.

அன்னா சிரித்தாள். நமக்குப் பிரியமானவர்களின் பலவீனங்கள் குறித்து நாம் மகிழ்ச்சியுடன் சிரிக்கிறோம். இரவு நேரத்தில் புத்தகம் படிப்பது அவருடைய வழக்கம். அவருக்கு வேலைப் பளு அதிகம். ஆனால் சிந்தனை உலகத்தில் எல்லாவற்றையும் தெரிந்து கொள்வதற்கு அவர் விரும்பினார். அவர் அரசியல், தத்துவம், இறையியல் ஆகிய துறைகளில் ஆர்வம் உள்ளவர். கலைத் துறையில் அவருக்கு அக்கறை இல்லை. எனினும் தன்னுடைய பணிகளின் காரணமாக -

கடமையுணர்ச்சியுடன் அதைப் பற்றிய நூல்களையும் அவர் படித்தார். கலை, கவிதை, குறிப்பாக இசை ஆகியவற்றைச் சிறிது கூடப் புரிந்து கொள்ளாவிட்டாலும் கூடத் திட்டவட்டமாகப் பேசினார். ஷேக்ஸ்பியர், இராஃபேல், பீதோவனைப் பற்றியும், கவிதை மற்றும் இசைத் துறைகளில் புதிய மரபுகளைப் பற்றியும் விவாதம் செய்வதற்கு அவர் விரும்புவார்.

'கடவுள் ஆசிர்வதிப்பார்!' என்று கூறிவிட்டு அவள் எழுந்தாள். 'மாஸ்கோவில் உள்ள சிலருக்கு கடிதம் எழுத வேண்டும்!'

கரீனின் நாற்காலிக்கு அருகில் ஒரு மெழுகுவர்த்தி விளக்கும், தண்ணீர் பாட்டிலும் வைக்கப்பட்டிருந்தன.

கரீனின் மறுபடியும் அவளது கரத்தில் முத்தமிட்டார்.

'அவர் உண்மையானவர்; அன்புமிக்கவர், தன்னுடைய இலக்காவில் திறமைசாலி.' என்று அன்னா தனக்குள் சொல்லிக் கொண்டு தன் அறைக்கு திரும்பினாள். கரீனினை யாரோ குற்றஞ்சாட்டியதைப் போலவும், அவரை யாராவது விரும்புவார்களா என்று கேட்டதைப் போலவும் நினைத்துக் கொண்டாள். எனவே அவள் - மேலே கூறியபடி அவருக்கு ஆதரவான கருத்துக்களைச் சிந்தித்தாள். 'அவருடைய காது ஏன் பெரிதாக தோன்றுகிறது? அவர் முடி வெட்டினாரா?'

சரியாக, நள்ளிரவில் கரீனின் முகம் கழுவி, தலை சீவி, கையில் ஒரு புத்தகத்துடன் அன்னாவின் அறைக்குள் நுழைந்தார். அப்பொழுது அன்னா டாலிக்குக் கடிதம் எழுதிக் கொண்டிருந்தாள்.

'நேரமாகி விட்டது, இன்னும் தூங்கவில்லையா?' என்று கேட்டபடி அவர் படுக்கை அறைக்குள் நுழைந்தார்.

விரான்ஸ்கி அன்று கரீனினைப் பார்த்த பார்வை அவளுக்கு நினைவுக்கு வந்தது. அப்படிப் பார்க்க அவருக்கு உரிமை ஏது?

அன்னா உடை மாற்றிக் கொண்டு படுக்கை அறைக்குச் சென்றாள். மாஸ்கோவில் அவள் தங்கியிருந்த பொழுது, அவளுடைய கண்களிலும், சிரிப்பிலும் காணப்பட்ட ஒளி முற்றிலும் மறைந்து விட்டது. அது மட்டுமின்றி அவளிடம் எரிந்து கொண்டிருந்த நெருப்பு அணைந்து விட்டது. அல்லது எங்கோ வெகு தூரத்துக்கு அப்பால் மறைக்கப்பட்டு விட்டது.

அத்தியாயம் 34

விரான்ஸ்கி மாஸ்கோவுக்குப் புறப்பட்ட பொழுது, தன்னுடைய பெரிய அறையைப் பயன்படுத்திக் கொள்ளுமாறு தன்னுடைய நண்பனும், அன்புத் தோழனுமான 'பெட்ரிட்ஸ்கி'யிடம் கூறினான்.

பெட்ரிட்ஸ்கி ஓர் இளம் லெப்டினன்ட். உயர்ந்த குடும்பத்தில் பிறந்தவன் அல்ல. செல்வந்தனும் அல்ல. சாதாரணக் குடும்பத்தைச் சேர்ந்தவன். மேலும் ஏராளமாகக் கடன் வாங்கியிருந்தான். ஒவ்வொரு மாலை நேரத்திலும் மிதமிஞ்சிக் குடிப்பான். வேடிக்கையான அல்லது சட்டவிரோதமான காரியங்களில் ஈடுபட்டதற்காக பலமுறை கைது செய்யப்பட்டிருந்தான். ஆனால் நண்பர்களிடமும், உயர் அதிகாரிகளிடமும் செல்வாக்கு உள்ளவன்.

விரான்ஸ்கி ரயில் நிலையத்திலிருந்து தன் அறைக்கு வந்த பொழுது வெளியில் ஒரு வாடகைக் கோச்சு வண்டி நிற்பதைப் பார்த்தான். அவன் அழைப்பு மணியை அடித்த பொழுது தனது அறையினுள் ஆண்கள் சிரிக்கின்ற ஒலியும், ஒரு பெண்ணின் குரலும் கேட்டன.

'அந்தப் போக்கிரியா? அவனை உள்ளே விடாதே!' என்று பெட்ரிட்ஸ்கி பலத்த குரலில் உத்தரவிட்டான். அவனது குரல் தெளிவாகக் கேட்டது.

நான் வந்திருக்கிறேன் என்று தெரிவிக்க வேண்டாம் என்று வேலைக்காரர்களிடம் தெரிவித்த விரான்ஸ்கி மெதுவாக நடந்து முதலாவது அறைக்குள் நுழைந்தான். பெட்ரிட்ஸ்கியின் சினேகிதி பரோனஸ் சில்டன் இளஞ்சிவப்பு சாடின் உடையணிந்து பிரகாசமான வெள்ளை முகத்துடன் உட்கார்ந்திருந்தாள். அவளுடைய பாரீஸ் குரல் அறை முழுவதும் கேட்டது.

அவள் வட்ட மேசைக்குப் பக்கத்தில் உட்கார்ந்து காபி தயாரித்துக் கொண்டிருந்தாள். பெட்ரிட்ஸ்கியும், கேப்டன் காரோவ்ஸ்கியும் இராணுவ உடையணிந்து அவளுக்கு இருபக்கத்திலும் உட்கார்ந்திருந்தார்கள். அவனைப் பார்த்ததும், 'விரான்ஸ்கி அவர்களே! வருக! என்று பெட்ரிட்ஸ்கி தான் உட்கார்ந்திருந்த நாற்காலியைப் பின்னுக்குத் தள்ளி விட்டு குதித்தெழுந்து உரத்த குரலில் கூறினான்.

'எசமானர் வந்திருக்கிறார்... சீமாட்டி அவர்களே! அவருக்குக் காபி கொடுங்கள்... இது எதிர்பாராத வருகை... சீமாட்டியை உங்களுக்குத் தெரியுமல்லவா?' என்று கேட்டான்.

'அப்படித்தான் நினைக்கிறேன்' என்று சொன்ன விரான்ஸ்கி மிகவும் சந்தோஷமாகச் சிரித்தபடி சீமாட்டி பரோனஸ் சில்டனின் சிறிய கரத்தை எடுத்து லேசாக அழுத்தினான்: 'நாங்கள் பழைய நண்பர்கள்!'

'நீங்கள் ஊருக்குப் போய்விட்டு வந்து விட்டீர்களா?' என்றாள் பரோனஸ் சில்டன்... நான் இப்போது வீட்டிற்குத் தான் புறப்பட்டுக் கொண்டிருக்கின்றேன். இந்த வழியே சென்றதால் இங்கு வந்து பார்த்தேன்!'

'சீமாட்டி அவர்களே! இது உங்கள் வீடு என்று நினைத்துக் கொள்ளுங்கள்! காமரோவ்ஸ்கி நலமா? ' என்றபடி கேப்டனின் கரத்தை ஆர்வமின்றி குலுக்கினான் விரான்ஸ்கி.

'பார்த்தாயா நீ என்றைக்காவது என்னிடம் இவ்வளவு அன்புடன் பேசியதுண்டா?' என்று சீமாட்டி சில்டன் பெட்ரிட்ஸ்கியிடம் கேட்டாள்.

'பொறு! இரவு உணவுக்குப் பிறகு நானும் இதைப் போன்றே சிறப்பான முறையில் பேசுகிறேன்' என்று பெட்ரிட்ஸ்கி பதிலளித்தான்.

'இரவு உணவுக்குப் பிறகு சொல்வதைப் பாராட்ட முடியாது. சரி, உனக்குக் காபி உண்டு. முதலில் முகத்தைக் கழுவு.' என்று சொல்லிவிட்டு, அவள் உட்கார்ந்து காபி தயாரிக்கும் பாத்திரத்தில் ஒரு சிறிய திருகாணியைத் திருகினாள். 'பியர்ரி!' (அவள் பெட்ரிட்ஸ்கியுடன் தன்னுடைய உறவை மறைக்காமல் பிரெஞ்சு மொழியில் பீட்டர் என்ற அவன் பெயரை உச்சரித்தாள்) 'நான் பாத்திரத்தில் இன்னும் சிறிது ஊற்றுகிறேன்'

'காபியைக் கெடுத்து விடாதே!'

'கெடுக்க மாட்டேன். விரான்ஸ்கி! உங்களுடைய மனைவி எங்கே?' என்று குறுக்கிட்டு கேட்டாள் அவள்.

'இங்கு தான் நாங்கள் உங்களுக்கு அடிக்கடி திருமணம் செய்து வைத்துக் கொண்டிருக்கிறோமே பின் மாஸ்கோவில் உங்களுக்குத் திருமணம் முடிந்து விட்டது என்று இவர்கள் ஏன் கூறினார்கள்...? உங்கள் மனைவியைக் காட்டுங்கள்!'

'இல்லை பரோனஸ்! நான் உல்லாசியாகப் பிறந்தேன்! உல்லாசியாகவே இறப்பேன்!'

'உங்களைப் பாராட்டுகிறேன்! அதுதான் சிறப்பானது. எங்கே உங்கள் கையைக் கொடுங்கள்!' என்றாள் அவள்.

பரோனஸ் தன் எதிர்காலத் திட்டங்களை விரான்ஸ்கியிடம் கூறினாள். பேச்சுக்கு நடுவில் வேடிக்கையான கதைகளையும் கூறினாள். அவனும் அவளுக்கு ஆலோசனைகள் கூற வேண்டும் என்று விரும்பிக் கேட்டுக் கொண்டாள்.

'அவர் (என் கணவர்) விவாகரத்துக்கு ஒப்புதல் அளிக்க மறுக்கிறார். நான் அவர் மீது வழக்குப் போடப் போகிறேன். நான் வேறு என்ன செய்ய முடியும்? உங்கள் ஆலோசனைகளைச் சொல்லுங்கள். 'காமரோவ்ஸ்கி! காபி கொதிக்கிறது... பொங்கி வழியாமல் பார்த்துக் கொள். நான் இவருடன் பேசிக் கொண்டிருக்கிறேன்.. என் சொத்து எனக்கு வர வேண்டும். நான் அவரை விட்டுப் பிரிந்து விட்ட பிறகு கூட என் சொத்து அவருக்கு வேண்டுமாம்' என்றாள்.

அந்த இளம் அழகி இனிமையான குரலில் உளறியவற்றை விரான்ஸ்கி மகிழ்ச்சியுடன் கேட்டான். அவள் கருத்தை ஒப்புக்கொண்டான்.

வேடிக்கையான முறையில் சில ஆலோசனைகளைச் சொன்னான். சுருக்கமாகச் சொன்னால், அவளைப் போன்ற பெண்களிடம் தான் வழக்கமாகப் பேசுகின்ற பாணியை அவன் கடைப்பிடித்தான்.

விரான்ஸ்கி வாழ்ந்த பீட்டர்ஸ்பர்க், உலகத்தில் மக்கள் நேரெதிரான இரண்டு ரகங்களாகப் பிரிக்கப்பட்டிருப்பதாக அவன் கருதினான். முதலாவது ரகம்: ஒரு கணவன் தன் மனைவி ஒருத்தியுடன் மட்டுமே வாழ்க்கை நடத்த வேண்டும். தன்னுடைய மனைவியிடம் உண்மையாக நடந்து கொள்ள வேண்டும். திருமணமான பெண் அடக்கத்தைக் கடைப்பிடிக்க வேண்டும். ஆண் உறுதியும் சுயக்கட்டுப்பாடும் கொண்டிருக்க வேண்டும். வெளியில் வாங்கிய கடன்களைத் திருப்பிக் கொடுக்க வேண்டும். தன் குழந்தைகளை வேலை பார்ப்பதற்கு தகுதி உடையவராகச் செய்ய வேண்டும். இதர விஷயங்கள் அனைத்திலும் பரிசுத்தமானவர்களாக இருக்க வேண்டும்!

இரண்டாவது ரகம்: இவர்கள் பொய்யான மனிதர்கள். துணிச்சல் உள்ளவர்கள். செலவாளிகள், குதூகலமானவர்கள். தமது எல்லா விருப்பங்களையும் தயக்கமின்றி நிறைவேற்றிக் கொள்பவர்கள். எல்லாவற்றையும் வேடிக்கையாகக் கருதி மகிழ்ச்சி அடைபவர்கள்.

விரான்ஸ்கியும் அவருடைய நண்பர்களும் இரண்டாவது ரகத்தைச் சேர்ந்தவர்கள்.

மாஸ்கோவிலிருந்து திரும்பி வந்திருந்த விரான்ஸ்கி ஒரு கண நேரம் திகைத்து விட்டான். ஏனென்றால் அங்கு அவன் முற்றிலும் வேறு விதமான உலகத்தில் பழகினான். ஆனால் ஒரு நபர் பழைய செருப்பை திரும்ப மாட்டிக் கொண்டு நடப்பதைப் போல அவன் தன்னுடைய உல்லாசமான, மகிழ்ச்சி நிறைந்த உலகத்துக்குள் திரும்பவும் நுழைந்தான்.

காபி கொதித்து பொங்கி அங்கிருந்த அனைவர் மீதும் தெறித்தது, அவர்கள் எல்லோரும் சத்தம் போட்டுச் சிரிப்பதற்கு வாய்ப்பளித்தது. தரையில் விரிக்கப்பட்டிருந்த விலை உயர்ந்த கம்பளத்தின் மீதும், பரோனஸ் சில்டனின் உடையிலும் கறைகள் ஏற்பட்டன.

'அப்படியானால் என் கணவர் கழுத்தில் கத்தியைச் சொருகச் சொல்கிறீர்களா?' என்று பரோனஸ் விரான்ஸ்கியிடம் கேட்டாள்.

'கத்தியைச் சொருகும் போது உன் கை அவரது வாய்க்கு அருகில் இருக்க வேண்டும். அவர் உன் கையை முத்தமிடுவார். அதன் பின் எல்லாம் நல்லபடியாக முடிந்து விடும்!' என்றான் விரான்ஸ்கி.

'சரி, நாம் இன்றிரவு பிரெஞ்சு நாடக அரங்கில் சந்திப்போம்?' என்று சொல்லி விட்டு அவளது உடைகள் சரசரக்க அவள் வெளியே ஓடி மறைந்தாள்.

காமரோவ்ஸ்கியும் எழுந்தான். அவன் புறப்படுவதற்கு முன்பே விரான்ஸ்கி அவனுடன் கையைக் குலுக்கி விட்டு தன்னுடைய உடை அணியும் அறைக்குச் சென்றான். அவன் முகத்தைக் கழுவிக் கொண்டிருக்கும் பொழுதே, அவன் மாஸ்கோ சென்று வந்த சில நாட்களில் - தனக்கு ஏற்பட்ட துன்பங்களைச் சொல்லத் தொடங்கினான் பெட்ரிட்ஸ்கி. இப்போது தன்னிடம் பணம் ஏதுமில்லை என்றான். அவனுடைய தந்தை அவனுக்கு இனி பணம் தரமாட்டேன். உன் கடன்களையும் தீர்க்க மாட்டேன் என்று சொல்லி விட்டார். பெட்ரிட்ஸ்கிக்குப் பணம் கொடுத்திருந்த ஒரு தையற்காரரும், வேறு ஒரு நபரும் அவன் மீது சட்ட நடவடிக்கை எடுத்து அவனைக் கைது செய்ய முயன்று கொண்டிருப்பதாகவும் கூறினான். ‘உன்னைப்பற்றிய புகார்கள் நிறைய வந்து கொண்டிருக்கின்றன. நீ இராணுவத்திலிருந்து விலகி விட வேண்டும்’ என்று கமாண்டரும் கூறுகிறார். மேலும் இந்தச் சீமாட்டி சில்டனுடனும் தனக்கு உறவு அலுத்துப் போய் விட்டதாகவும், அவள் எப்போதும் பார்த்தாலும் பணம் கேட்கிறாள் என்றும் இன்னொரு பெண்ணை தான் விரும்புவதாகவும், அழகானவள் என்றும், கீழைத் தேச அடிமைப் பெண் ‘ரெபேக்க’ மாதிரி தோற்றமுடையவள் என்றும் அவள் மீது தனக்கு ஈர்ப்பு ஏற்பட்டிருப்ப தாகவும், விரான்ஸ்கிக்கு அவளை அறிமுகம் செய்து வைப்பதாகவும் பெட்ரிட்ஸ்கி சொன்னான். இன்னும் பல சுவாரசியமான செய்திகளை தெரிவித்தான் பெட்ரிட்ஸ்கி. கடந்த மூன்று ஆண்டுகளாக வசிக்கின்ற இந்த வீட்டின் பழக்கமான சூழலில் கதைகளைக் கேட்ட விரான்ஸ்கி கவலையில்லாத பீட்டர்ஸ்பர்க் வாழ்க்கைக்குத் தான் மீண்டும் திரும்பி விட்ட மகிழ்ச்சியை அனுபவித்தான்.

‘லாரா’ இருக்கிறாளே, அவள் ‘பெர்டின் ஹாப்’பை கைவிட்டுவிட்டு இப்போது மிலியேவுடன் சேர்ந்திருக்கிறாள் என்று பெட்ரிட்ஸ்கி சொல்லிய பொழுது, ‘நம்பமாட்டேன்’ என்றான் விரான்ஸ்கி. அவன் தண்ணீர் குழாயின் கீழ் தன் சிவப்பான கழுத்தின் பின்புறத்தைக் கழுவிக் கொண்டிருந்தான்.

‘அவன் இன்னும் மூடத்தனமும், சுய திருப்தியும் உள்ளவனாகத் தான் இருக்கிறானா? ‘புகலுக்கோவ்’ என்ன செய்கிறான்’ என்று விரான்ஸ்கி கேட்டான்.

‘அவனைப் பற்றி சமீபத்தில் ஒரு கதை கேள்விப் பட்டேன். அவன் நடனங்களில் அதிக விருப்பமுடையவன் என்பது உங்களுக்குத் தெரியும். அரண்மனையில் நடைபெறுகின்ற நடனங்களில் ஒன்றைக் கூட விடமாட்டான். புதிதாக வந்துள்ள தலைக் கவசத்தைப் பார்த்தாயா? அவை இலேசாகவும் அழகாகவும் இருக்கின்றன... கேட்கிறாயா?’

'ஆமாம்' என்று சொல்லியபடி விரான்ஸ்கி துண்டினால் முகத்தையும் கழுத்தையும் துடைத்தான்.

'பெருமை மிகுந்த டச்சு அரசியார் வெளிநாட்டுத் தூதர்கள் சிலருடன் வந்தார். அரசியார் புதிய தலைக் கவசங்களைப் பற்றி அவர்களுடன் பேசிக் கொண்டிருந்தாள். தலைக் கவசத்தை அவர்களிடம் காட்ட விரும்பினான். புகலுக்கோவ் அங்கே நின்று கொண்டிருந்தான். அவனிடம் தலைக் கவசத்தைக் கொண்டு வா என்றாள் அரசி. ஆனால் புகலுக்கோவ் தலைக் கவசத்தைக் கழற்ற மறுத்துப் பேசாமல் சிலை போல நின்றான். பலர் அவனைப் பார்த்துச் சைகை காட்டினார்கள். அவன் அவற்றைக் கவனிக்காதது போல இருந்தான். ஒரு நபர் அவனிடம் சென்று பலாத்காரமாக தலைக் கவசத்தைப் பிடுங்கிக் கொண்டு வந்தார். அரசி அதனை வாங்கிக் கொண்டு தூதர்களிடம் அதனைக் காட்டுவதற்காகத் திருப்பினார். ஒரு பழமும், நிறையச் சாக்லேட்டுகளும் கவசத்துக்குள்ளிருந்து கீழே விழுந்தன. சாக்லேட்டுகள் கிட்டத்தட்ட இரண்டு பவுண்டுகள் எடை கொண்டதாக இருந்தன. இத்தனையையும் அவன் தலைக் கவசத்தினுள் மறைத்து வைத்திருக்கின்றான்' என்றான் பெட்ரிட்ஸ்கி.

விரான்ஸ்கியுடன் அன்னா

இதைக் கேட்டு விரான்ஸ்கி வயிறு குலுங்கச் சிரித்தான். நெடுநேரம் கழித்து, அவன் மற்ற விசயங்களைப் பேசிக் கொண்டிருந்த போது கூட அதை நினைத்துச் சிரித்தான். அவனுடைய வரிசையான பற்கள் எடுப்பாகத் தெரிந்தன.

வேலைக்காரனுடைய உதவியுடன் சீருடை அணிந்து கொண்டு தான் விடுமுறை முடிந்து திரும்பி விட்டதைத் தெரிவிப்பதற்காக அலுவலகத்துக்குச் சென்றான் விரான்ஸ்கி. அந்தப் பணியை முடித்துக் கொண்டு தன் சகோதரரையும் பெட்ஸியையும் பார்க்க வேண்டும். இன்னும் சிலரை சந்திக்க வேண்டும். அன்னா கரீனினாவைச் சந்திப்பதற்கு இவர்களுடைய உதவி தேவைப்படும். அவன் வீட்டிலிருந்து புறப்பட்டான். பீட்டர்ஸ்பர்க் வழக்கப்படி இரவில் நெடுநேரத்துக்குப் பிறகுதான் அவன் வீட்டுக்குத் திரும்பினான்.

இரண்டாம் பகுதி

அத்தியாயம் 1

குளிர்காலம் முடிய இருந்தது. கிட்டி மிகவும் நோயுற்றுப் போய்விட்டாள். யாரிடமும் எதுவும் பேசுவதில்லை. பிரமைப் பிடித்தாற் போல சூனியத்தை வெறித்துப் பார்த்துக் கொண்டிருந்தாள். மேலும் மேலும் அவள் மோசமாகிக் கொண்டிருப்பதைப் பற்றி ஷெர்பட்ஸ்கியின் இல்லத்தில் பெரியவர்கள் கூடிப் பேசிக் கொண்டிருந்தனர். அவள் மேலும் பலவீனமடைவதைத் தடுப்பதற்கு என்ன செய்யலாம் என்று விவாதித்தார்கள். அவள் தொடர்ந்து நோயாளியாகவே இருந்தாள். வசந்த காலம் நெருங்கிய பொழுது அவளது உடல் நிலை மேலும் மோசமடைந்தது. அவள் மீன் எண்ணெய், இரும்பு சத்து டானிக் மற்றும் சில்வர் நைட்ரேட் போன்றவற்றை சாப்பிட வேண்டும் என்று குடும்ப மருத்துவர் நிறைய மருந்துகளை எழுதிக் கொடுத்தார். அதன்படி மருந்துகள் சாப்பிட்டும் பலன் ஒன்றும் இல்லை. சீதோஷ்ண மாற்றத்தினால் உடல் நலமுடைய வாய்ப்புகள் உள்ளது. எனவே மாற்றத்திற்காக அவளை வெளிநாடுகளுக்கு அழைத்துச் சென்று வர வேண்டும் என்று மருத்துவர் ஆலோசனை கூறினார். அவர்கள் பிரபலமான மருத்துவ நிபுணர் ஒருவரிடம் அவளைக் காட்டுவதென்று முடிவு செய்தனர்.

பிரபலமான மருத்துவர் வந்தார். அவர் முதியவர் அல்ல. இளைஞர். அழகானவர். அவர் கிட்டியின் உடலை முழுவதுமாகப் பரிசோதிக்க வேண்டும் என்றார். கிட்டியும் குடும்பத்தினர் அனைவருமே இதைக் கேட்டுத் திடுக்கிட்டனர். பெண்களின் உடலைப் பார்ப்பதுவும் தொடுவதும் அநாகரீகமான செயல். இதற்காக வெட்கப்பட வேண்டும். தவிர அந்தப் பெண்ணும் இதற்குச் சம்மதிக்க மாட்டாள். வெட்கப்படுவாள்; கூச்சப்படுவாள் என்றனர் கிட்டியின் குடும்பத்தினர். பிரபலமான மருத்துவர் வெகுண்டெழுந்தார். கடுமையாகக் கோபப்பட்டார். இளம் பெண்கள் எதற்கெடுத்தாலும் வெட்கப்படுவது, கூச்சப்படுவது என்பது காட்டுமிராண்டித்தனத்தின் எச்சம் என்றார். இளைஞனாக இருந்தாலும் தான் ஒரு மருத்துவர். ஒரு மருத்துவர் இளம் பெண்ணின் உடைகளை அகற்றி, நிர்வாணமாயிருக்கும் அவளது உடலைத் தொட்டுத் தடவிப் பரிசோதித்துச் சிகிச்சை தருவது இயற்கையானது தான் என்று சொன்னார். அவர் தனது மருத்துவமனையில் தினமும் இது போன்றே இளம்பெண்களைத் தொட்டுத் தடவிப் பரிசோதித்து வந்தார்.

இது தவறு என்று அவர் உணர்ந்ததோ, சிந்தித்ததோ கிடையாது. ஆகவே ஒரு பெண், அவர் இவ்வாறு பரிசோதனை செய்யும் பொழுது கூச்சப்படுவது வெட்கப்படுவது என்பது காட்டுமிராண்டித்தனத்தின் எச்சம் என்பது மட்டுமல்ல, இது தன்னை அவமதிக்கும் செயலுமாகும் என்று பிரபல மருத்துவர் கருதினார்.

இந்த பிரபலமான மருத்துவர், ஒரு மோசமான மனிதர் என்று எல்லோரும் கூறினார்கள். மற்ற மருத்துவர்களும் இவரைப் போன்றே, இவர் படித்த கல்லூரிகளிலேயே படித்தவர்கள் தான். இவர் படித்த அதே புத்தகங்களைப் படித்துத் தேறியவர்கள் தான். அவர்களும் இதே சிகிச்சையைச் செய்ய முடியும் என்றும் பலரும் கூறினார்கள். ஆனால் இவர் மட்டுமே இந்த சிகிச்சை அளிக்க முடியும். இவர் இந்தத் துறையில் மிகுந்த அனுபவம் மிக்கவர் என்றும் இவரால் மட்டுமே கிட்டியைக் காப்பற்ற முடியும் என்றும் ஷெர்பட்ஸ்கி குடும்பத்தினர் நினைத்தனர்.

மருத்துவர் நோயாளியின் உடலை மிக நன்றாகப் பரிசோதனை செய்தார். அந்தப் பெண் கூச்சத்தினாலும், அவமானத்தினாலும் குன்றிப் போனாள். பரிசோதனைக்குப் பின் மருத்துவர் தன் கைகளைக் கழுவி விட்டு வரவேற்பறைக்கு வந்து, இளவரசர் ஷெர்பட்ஸ்கியிடம் பேசினார். ஷெர்பட்ஸ்கிக்கு மருத்துவரின் பேச்சு சிறிதும் பிடிக்கவில்லை. அவர் முகம் சுளித்தார். தனது தொண்டையில் ஏதோ சிக்கிக் கொண்டது போல இருமினார். அவர் நோயாளி அல்ல; முட்டாளும் அல்ல, ஆனால் அவரும் இந்த உலகத்தில் வாழும் ஒரு மனிதர் தான். இந்த மருத்துவத்தினால் கிட்டி குணமடைந்து விடுவாள் என்று அவர் நம்பவில்லை. இதற்கு மருத்துவத்தில் அவருக்கு நம்பிக்கை கிடையாது என்பது மட்டும் காரணம் அல்ல. கிட்டியின் நோய்க்கு என்ன காரணம் என்பது அவருக்கு மட்டுமே தெரியும் என்பதால் அங்கு நடைபெறுகின்ற நாடகத்தைப் பார்த்து அவர் மிக வேதனைப்பட்டார். கிட்டியின் நோய்க்குறிகளைப் பற்றி அந்த நிபுணர் தன்னிடம் தன் இஷ்டப்படி பொய்களையும் புனைச்சுருட்டுகளையும் சொல்வதாக ஷெர்பட்ஸ்கி உணர்ந்தார். முதியவரான ஷெர்பட்ஸ்கிக்கு நோயைப் பற்றித் தெளிவாக விளக்க வேண்டும் என்று கருதி, தனது தரத்திற்கும் கீழிறங்கி நோயைப் பற்றிப் பேசினார் மருத்துவர். ஷெர்பட்ஸ்கியிடம் பேசுவது வீணான செயல் என்றும் இந்தக் குடும்பத்தில் அந்த நோயாளிப் பெண்ணின் தாய்தான் எல்லா முடிவுகளையும் தீர்மானிப்பவர் என்று மருத்துவர் புரிந்து கொண்டுவிட்டார். எனவே இப்போது தன்னுடைய 'முத்தானக் கருத்துகளை' பெண்ணின் தாயிடம் முன் வைத்தார்.

பிரபல மருத்துவரிடம் பேசிய பின்பு தங்களது குடும்ப மருத்துவர் பின் தொடர அறைக்குள் வந்தாள் (கிட்டியின் தாய்) இளவரசி

ஷெர்பட்ஸ்கயா. இந்த மருத்துவ பரிசோதனைகள் எல்லாம் அபத்தான செயல்கள், கேலிக் கூத்து என்று இளவரசர் நினைத்தார். எனவே அவர்களிடமிருந்து சற்றுத் தள்ளி ஒதுங்கிப் போனார்.

'நல்லது, மருத்துவர் அவர்களே, சொல்லுங்கள். எங்கள் தலைவிதியை நாங்கள் தெரிந்து கொள்ள வேண்டும் அல்லவா? எல்லாவற்றையும் தெளிவாகச் சொல்லி விடுங்கள். ஏதேனும் நம்பிக்கை உள்ளதா?' என்று அவள் கேட்க விரும்பினாள். ஆனால் அவளால் பேச முடியவில்லை. அவளது உதடுகள் துடித்தன. அவளது நாக்கு குழறியது. அவள் மிக வேதனைப் பட்டாள். 'டாக்டர் சொல்லுங்கள்' என்ற சொல்லுக்குப் பிறகு வேறு எந்த வார்த்தையும் அவளிடமிருந்து வெளிவரவில்லை.

'ஒரு நிமிடம் இளவரசி, நான் என்னுடைய சக மருத்துவரிடம் சிறிது நேரம் அந்தரங்கமாக ஆலோசிக்க வேண்டும். பிறகு தான் உங்களிடம் எனது கருத்துக்களை கூற முடியும்' என்றார் பிரபலமான அந்த மருத்துவ நிபுணர்.

'நான் இந்த அறையை விட்டுப் போக வேண்டுமா?'

'அது உங்கள் விருப்பம்.'

கிட்டியின் தாய் பெருமூச்சுடன் அறையிலிருந்து வெளியேறினாள். குடும்ப டாக்டரும், புதிதாக வந்திருந்த அந்தப் பிரபலமான டாக்டரும் ஆலோசனைகளைத் தொடங்கினர்.

குடும்ப மருத்துவர் அவர் சொல்லுவதையே உற்றுப் பார்த்துக் கொண்டிருந்தார். இடையில் தன்னுடைய இடக்கரத்தில் கட்டியிருந்த தங்கத்தால் செய்யப்பட்டிருந்த அந்தக் கைக்கடிகாரத்தையும் பார்த்துக் கொண்டார்.

'ஆமாம்... ஆனால்...' என்று துவங்கினார் நிபுணர். குடும்ப மருத்துவர், அவர் சொல்லட்டும் என்று மரியாதையுடன் தன் பேச்சை நிறுத்திவிட்டு பிரபல நிபுணர் சொல்வதைக் கவனித்தார்.

'எலும்புருக்கி நோய் எப்போது ஆரம்பித்தது என்று சொல்ல இயலாது. ஆனால் பசியில்லாதிருத்தல், அடிக்கடி கோபமடைதல் போன்ற சில அறிகுறிகளைக் கொண்டு அதை முடிவு செய்ய இயலும். பிரச்சினை இது தான்: எலும்புருக்கி நோய் என்று முடிவு செய்த பிறகு நோயாளிக்குத் தரவேண்டிய ஊட்ட உணவு எது?'

'இப்படிப்பட்ட நோய்களில் நமக்குத் தெரியாத சில தார்மீகக் காரணங்கள் சிலவும் இருக்கின்றன. சில மனப்பாதிப்புகளும் கூட இருக்கலாம்' என்று குடும்ப மருத்துவர் லேசான சிரிப்புடன் கூறினார்.

'அது சாத்தியம்' என்று கூறிய நிபுணர் தன்னுடைய கடிகாரத்தை மறுபடியும் பார்த்தார். 'யௌசா பாலத்தைக் கட்டுகின்ற வேலை முடிந்து விட்டதா அல்லது இப்போதும் சுற்றிக் கொண்டுதான் போக வேண்டுமா?' என்று கேட்டார். 'ஓ, பாலத்தைக் கட்டி முடித்துவிட்டார்களா? அப்படியானால் இருபது நிமிடங்களில் நான் அங்கு போக முடியும். சரி. நோயாளியைப் பற்றி நாம் முடிவு செய்ய வேண்டியது இதுதான்: நோயாளிக்கு ஊட்ட சத்து உணவு என்று எதைக் கொடுப்பது, மற்றொன்று நோயாளியின் நரம்புகளை மேலும் பலப்படுத்த வேண்டும் என்பது. இரண்டுமே ஒன்றுக்கொன்று தொடர்புள்ள விஷயங்களே.'

'நோயாளியை வெளிநாடுகளுக்கு அனுப்பலாமா?' என்று கேட்டார் குடும்ப மருத்துவர்.

'வெளிநாடுகளுக்குப் போகச் சொல்லி நான் சிபாரிசுகள் செய்வதில்லை. எலும்புருக்கி நோய் ஆரம்பமாகி விட்டதென்றால் வெளிநாடுகளுக்கு அனுப்புவதில் பயனில்லை. நோயாளிக்கு உடல் பலத்தைக் கொடுக்கின்ற, தீமை ஏற்படுத்தாத உணவை நாம் சிபாரிசு செய்ய வேண்டும்'. முடிவில், பிரபலமான மருத்துவர் சொன்னார்: 'என்னுடைய ஆலோசனை என்னவென்றால், 'ஸோடேன்' தண்ணீரை நோயாளி முழுவதுமாகப் பயன்படுத்தலாம் என்றார். அதனால் தீமை எதுவும் இல்லை என்பதே அதற்குக் காரணம்' என்றார்.

அவர் சொல்லி முடிக்கும் வரை மிகக் கவனமாகக் கேட்டார் குடும்ப மருத்துவர், பின் சொன்னார்: 'வெளிநாடுகளுக்குச் செல்வதில் சில நன்மைகள் உண்டு என்று நான் நினைக்கிறேன். சில பழக்க வழக்கங்கள் மாறும். மனதைக் கஷ்டப்படுத்துகின்ற சில துன்பமான நினைவுகளை விட்டு சற்று விலகி இருக்க முடியும். அவற்றை மறக்கவும் முயற்சி செய்யலாம். அத்துடன் நோயாளியின் தாய் அதனை விரும்புகிறார்.'

'அப்படியானால் வெளிநாடுகளுக்குப் போகட்டும். ஜெர்மனியின் அரைகுறை மருத்துவர்கள் நோயாளியின் உடல் நிலையைக் கெடுத்து விடுவார்கள்... அவர்கள் விரும்பினால் போகட்டும்!' என்றார் பிரபல மருத்துவர்.

அவர் மறுபடியும் கைக் கடிகாரத்தைப் பார்த்தார். 'நான் புறப்படுகிறேன்' என்று சொல்லிவிட்டு கதவை நோக்கி நடந்தார். இளவரசியை நோக்கித் திரும்பினார். 'நோயாளியை மறுபடியும் பார்க்க வேண்டும்' என்றார்.

'மறுபடியும் உடல் சோதனையா?' என்று பயத்துடன் கேட்டாள் கிட்டியின் தாய்.

'நான் சில விஷயங்களைத் தெளிவுபடுத்திக் கொள்ள வேண்டும், அவ்வளவுதான்.'

கிட்டியின் தாயும், பிரபல மருத்துவரும் அவளுடைய அறைக்குள் நுழைந்தார்கள். அறையின் நடுவில் நின்று கொண்டிருந்தாள் கிட்டி. முதலில் செய்த கடுமையான உடற்பரிசோதனையில் அவளுடைய கன்னங்கள் மிகவும் சிவந்து போய் விட்டன. கண்கள் மிகவும் எரிச்சலடைந்து போய் இருந்தன. டாக்டர் உள்ளே வந்தவுடன் அவளது கண்கள் முழுவதும் கண்ணீர் பெருகிவிட்டது. உடல் முழுவதும் கூச்சத்தினால் குறுகிப் போனது. தன்னுடைய நோயும் சரி, அதற்கான இந்த சிகிச்சையும் சரி எல்லாமே முட்டாள்தனமானது, நகைப்புக்குரியது என்று அவள் கருதினாள். உடைந்து போன ஜாடியை ஒட்ட வைக்க முடியுமா? அவளுடைய இதயம் உடைந்து விட்டது. ஆனால் இவர்களோ மாத்திரைகளையும், மருந்துப் பொடிகளையும் கொடுத்து அவளைக் குணப்படுத்த முயற்சி செய்கிறார்கள். இது சரிப்படுத்தக்கூடிய வியாதி இல்லை என்பது இவர்களுக்குத் தெரியவில்லை. கிட்டியின் இந்த நிலைக்கு தானே மூல காரணம் என்று கருதி அவளது தாய் ஏற்கனவே மனம் உடைந்து போயிருந்தாள். எனவே தன்னுடைய தாயின் மன வேதனையை தான் மேலும் அதிகப்படுத்த அவள் விரும்பவில்லை.

'இளவரசி, தயவு செய்து உட்காருங்கள்' - கிட்டியைப் பார்த்துச் சொன்னார் பிரபல மருத்துவர்.

அவளுக்கு எதிரில் அவர் உட்கார்ந்து கொண்டார். மெல்லச் சிரித்தபடி அவளுடைய நாடித் துடிப்பைப் பார்த்தார். தொடர்ந்து அவளிடம் அலுப்பு தரும் பழைய கேள்விகள் சிலவற்றையே மறுபடியும் கேட்கத் தொடங்கினார். அவள் கேள்விகளுக்குப் பதில் அளித்தாள். ஆனால் திடீரென்று கண்களில் கோபம் பொங்க எழுந்து நின்றாள்.

'மன்னியுங்கள் டாக்டர், தங்களுடைய சிகிச்சை மற்றும் கேள்விகளால் எதுவுமே நடக்கப் போவதில்லை. நீங்கள் இப்போது கேட்ட இதே கேள்விகளை ஏற்கனவே மூன்று தடவைகள் என்னிடம் கேட்டு விட்டீர்கள்' என்றாள் கிட்டி.

மருத்துவ நிபுணர் சிறிதும் கோபப்படவில்லை.

'ஒன்றும் பயப்பட வேண்டாம். நோயாளிக்குத் திடீரென்று கோபம் வரும் என்று எனக்குத் தெரியும்' என்றார் டாக்டர் கிட்டியின் தாயிடம். கிட்டி வேகமாக அறையை விட்டு வெளியே சென்று விட்டாள்.

பொதுவாகச் சொன்னால், கிட்டியின் தாய் ஒரு வித்தியாசமான, புத்தி கூர்மையுள்ள பெண் தான். எனவே டாக்டர் தனது மருத்துவ விஞ்ஞான

மொழியிலேயே கிட்டியை மருத்துவ ஆய்வு செய்தார். மருந்துகளை எழுதினார். அவர் சில குறிப்பிட்ட திரவங்களை - (அவை தேவையில்லாதவை, அதனால் பலன் ஒன்றும் இல்லை என்று அவருக்கு நன்றாகத் தெரிந்திருந்தும் அவற்றை) எழுதிக் கொடுத்து வாங்கிக் குடிக்கும்படி கூறினார்.

'நோயாளியை வெளிநாட்டுக்கு கூட்டிக் கொண்டு போகலாமா?' என்று கேட்ட பொழுது, சிக்கலான ஒரு பிரச்சினையைப் பற்றிச் சிந்திப்பது போல அவர் நீண்ட நேரம் சிந்தித்தார். 'நீங்கள் வெளிநாடு போகலாம். ஆனால் வெளிநாட்டில் உள்ள அரைகுறை மருத்துவர்களிடம் சிகிச்சைக்குப் போய்விடக் கூடாது. ஏதாவது சந்தேகம் என்றால்... என்னிடம் வந்து விட வேண்டும். என்னிடம் தான் கேட்க வேண்டும்'

மருத்துவ நிபுணர் வீட்டிலிருந்து போன பின்பு அங்கு மகிழ்ச்சி நிலவியது. கிட்டி உற்சாகமாக இருப்பதைப் போல பாசாங்கு செய்தாள். இப்பொழுது அவள் அடிக்கடி இப்படிப் பாசாங்கு செய்ய வேண்டியிருந்தது.

'அம்மா! எனக்கு எந்த நோயும் இல்லை. நீ வெளிநாட்டுக்குப் போக விரும்பினால் நானும் கூட வரத் தயார்!' என்றாள் கிட்டி. பிரயாணத்தில் அக்கறை உள்ளவளைப் போல அவள் பிரயாணத்துக்கான தயாரிப்புகளைப் பற்றிப் பேசத் தொடங்கினாள்.

அத்தியாயம் 2

டாக்டர் சென்ற பிறகு சிறிது நேரத்தில் டாலி வந்தாள். அன்று கிட்டிக்கு மருத்துவ பரிசோதனை நடைபெறப் போகிறது என்று அவளுக்குத் தெரியும். குளிர் காலம் முடிகின்ற பொழுது, அவளுக்குப் பெண் குழந்தை பிறந்தது. தன்னையும் தன் உடல் நலத்தையும், குழந்தை நலத்தையும் கவனித்துக் கொள்ள வேண்டிய நிறைய கவலைகள் அவளுக்கே அவளுக்கென்று நிறைய இருந்தன. இருப்பினும் கிட்டி உடல் நலமில்லாதிருப்பது குறித்து அவள் மிகவும் கவலையடைந்திருந்தாள். இன்று மருத்துவப் பரிசோதனையில் கிட்டியின் உடல் நலம் சீராகி விடுமா என்பது பற்றி உறுதியான முடிவு தெரிந்து விடும், அதன் மூலம் அவள் தலையெழுத்து என்ன என்று தீர்மானிக்கப்பட்டு விடும் எல்லோரும் நினைத்ததால், டாலியும் கிட்டியின் உடல் நிலை குறித்து அறிந்து கொள்வதற்காகத் தன்னுடைய புதிதாகப் பிறந்திருந்த குழந்தையை - உடல் நலமின்றி இருந்த தனது இன்னொரு சிறிய மகளின் பாதுகாப்பில் விட்டு விட்டு இங்கே வந்திருக்கிறாள்.

'கிட்டி எப்படி இருக்கிறாள்?' என்று வரவேற்பறையில் நுழைந்தவுடன் தன் தலையில் அணிந்த தொப்பியைக் கழற்றியபடியே கேட்டாள் டாலி.

'எல்லோருமே மிகவும் உற்சாகமாக இருப்பது போல தோன்றியது. எனவே அவள் உடல் நிலையைப் பற்றிக் கவலைப்பட வேண்டாம் என்று தான் நினைக்கிறேன்.'

டாக்டர் கூறிய அனைத்தையும் அவளிடம் தெரிவிப்பதற்கு அவர்கள் முயன்றார்கள். டாக்டர் அதிக நேரம் எடுத்துக்கொண்டு சரளமாய்ப் பேசியவற்றை திருப்பிச் சொல்ல அவர்களால் முடியவில்லை. அவர்கள் வெளிநாடுகளுக்குச் செல்ல முடிவு செய்திருப்பதை அவளிடம் தெரிவித்தார்கள். அவர்களால் சொல்ல முடிந்த விஷயம் அது ஒன்று தான்.

டாலி பெருமூச்சு விட்டாள். அவளுடைய தங்கை கிட்டி அவளுக்கு தங்கை என்பதை விட சிறந்த தோழியாகவும் இருந்தாள். தன்னைப் பிரிந்து அவள் வெளிநாட்டுக்குச் செல்லப் போகிறாள் என்ற எண்ணம் அவளுக்கு சிறிது வருத்தத்தை ஏற்படுத்தியது. அவளுடைய சொந்த வாழ்க்கை சீராக இல்லை. கணவனுடன் சமரசம் செய்து கொண்ட பிறகும் கூட அவள் அவனால் பெரிதும் புறக்கணிக்கப்பட்டாள். அவமானத்திற்கு உள்ளானாள். அன்னா அவர்களை ஒட்ட வைத்துச் சென்றாள். அது உறுதியானதாக இல்லை. எனவே அது ஒட்டவில்லை. பழைய இடத்திலேயே உடைப்பு ஏற்பட்டது. அந்த ஆசிரியையிடம் மீண்டும் ஆப்லான்ஸ்கிக்கு தொடர்பு உள்ளதா என்று திட்டவட்டமாக அவளுக்குச் சொல்ல தெரியவில்லை. ஆனால் ஆப்லான்ஸ்கி இப்பொழுது வீட்டில் அதிகமாக தங்குவதில்லை. குடும்பச் செலவுகளுக்குப் பணம் கொடுப்பதில்லை. கணவன் தனக்குத் துரோகம் செய்கின்றான் என்ற சந்தேகம் அவளைச் சித்திரவதை செய்து கொண்டிருந்தது. தன்னிடமிருந்த பொறாமை உணர்ச்சியை விரட்ட அவள் முயற்சி செய்தாள். துரோகம் மற்றும் பொறாமை உணர்ச்சிகள் முதல் தடவை ஏற்பட்டு மறைந்து விட்டால் அதனை மறுபடியும் கொண்டு வர முடியாது. இப்பொழுது கணவன் தனக்குத் துரோகம் செய்கிறானா என்பதை கண்டுபிடிக்க முயல்வது அவள் குடும்ப அமைதியை குலைக்கும். ஆகவே அவள் தனக்குத் தெரியாததைப் போல நடந்து கொண்டாள். தன்னுடைய பலவீனத்தை நொந்து கொண்டாள். அத்துடன் ஒரு பெரிய குடும்பத்தைப் பராமரிப்பது அவளுக்கு அதிகமான கவலையைத் தந்தது. கைக்குழந்தைக்கு நோய் அல்லது செவிலிப் பெண் வேலையை விட்டு திடீரென்று நின்று விட்டதால் ஏற்படும் பிரச்சினை அல்லது இதோ இப்போது போல ஒரு குழந்தை உடல் நலமில்லாமல் போய் விடுவது என்று அவளுக்குத் தொடர்ச்சியான கவலைகள்.

'உன் குடும்பத்தைப் பற்றிச் சொல், நீ எப்படி இருக்கிறாய்?' என்று கேட்டாள் அவளது தாய்.

'அம்மா, எனக்கே சொந்தமாக நிறையப் பிரச்சினைகள் உள்ளன, விலிக்குக் காய்ச்சல். அது அம்மையாக இருக்குமோ என்று நான் கவலைப் படுகிறேன். அது அம்மையாக இருந்தால் நான் உங்களைப் பார்ப்பதற்குக் கூட வர முடியாது.'

டாக்டர் போய்விட்டார் என்று தெரிந்து கொண்ட பின்பு, முதிய இளவரசர் தனது படிப்பு அறையிலிருந்து வெளியில் வந்தார். டாலி எழுந்து சென்று அவரது கன்னத்தில் முத்தமிட்டாள். அதன் பின் தன் மனைவியை நோக்கித் திரும்பிய அவர்: 'வெளிநாட்டுக்குப் போக முடிவு செய்து விட்டீர்களா? என்னைப் பற்றி யோசித்தீர்களா?'

'அலெக்ஸாண்டர், நீங்கள் இங்கே இருங்கள். நாங்கள் மட்டும் போய் வருகிறோம்' என்று அவர் மனைவி பதிலளித்தார்.

'சரி, உன் இஷ்டப்படி நடக்கட்டும்'.

'அம்மா! அப்பாவும் நம்மோடு வரட்டுமே; அவர் வந்தால் அவருக்கும் சந்தோஷம். நமக்கும் மகிழ்ச்சியாக இருக்குமே!'

முதிய இளவரசர் கிட்டியின் தலையைப் பாசத்துடன் தடவிக் கொடுத்தார். அவள் தன் தலையை உயர்த்தி லேசான சிரிப்புடன் அவரைப் பார்த்தாள். தந்தை தன்னோடு நன்றாகப் பேசாவிட்டாலும் குடும்பத்தில் உள்ள மற்றவர்களைக் காட்டிலும் அவர் தன்னை நன்றாகப் புரிந்து கொண்டிருப்பதாக அவள் எப்போதும் கருதி வந்திருக்கின்றாள். கடைக்குட்டிப் பெண் என்பதால் அவளிடத்து அவருக்கு ரொம்பவும் பிரியமுண்டு. அவருடைய அன்பு அவளுக்கு நுண்ணறிவைக் கொடுத்தது. தனக்கு உடல் நலக் குறைவு ஏன் ஏற்பட்டது என்ற காரணம் அவருக்குத் தெரியும் என்று அவள் நம்பினாள். அவள் தனது தந்தையைப் பார்த்த பொழுது, அவரது அந்த நீல நிறக் கண்கள் தன் மேல் பதிந்து இருப்பதைக் கவனித்தாள். அவளையும் அவளது துயரங்களையும் நன்கு புரிந்து கொண்ட அந்தக் கண்கள், பார்வையினாலேயே அவளுக்கு ஆறுதல் கூறின. அவள் அவரைப் பணிந்து வணங்கினாள், வெட்கப்பட்டாள். அவர் தன்னை முத்தமிடுவார் என்று எதிர்பார்த்தாள். ஆனால் அவர் அதே பாசம் தொனிக்க அவளது தலையை வருடிக் கொடுத்தார்.

பிறகு அவர் தனது மூத்த மகளிடம் பேசினார்: 'டாலி, அந்த உல்லாசி எப்படி இருக்கிறார்?'

'குறிப்பாகச் சொல்ல ஒன்றும் இல்லை, அப்பா!'

தன் கணவரைத் தான் அவர் அப்படிக் குறிப்பிடுகிறார் என்பதைப் புரிந்து கொண்ட டாலி பதிலளித்தாள். 'பெரும்பாலும் அவர் வெளியில் தான் இருக்கிறார். நான் அவரை மிகவும் குறைவாகத் தான் பார்க்கிறேன்.'

‘அந்தக் காட்டை விற்பனை செய்ய கிராமத்துக்குப் போனாரா?’

‘போக வேண்டும் என்று எப்பொழுதும் சொல்லிக் கொண்டுதான் இருக்கிறார். ஆனால் இதுவரை அவர் போகவில்லை.’

‘அப்படியானால் நானும் உங்களோடு வெளிநாட்டுக்குப் புறப்படத் தயாராகலாமா? நான் எப்பொழுதும் ‘கீழ்படிதல் உள்ளவன்’ என்று தன் மனைவியைப் பார்த்துச் சொன்னார் முதிய இளவரசர். பின் தன் மகளைப் பார்த்துச் சொன்னார்: ‘இங்கே பார் கிட்டி! ஒருநாள் காலையில் நீ விழித்துக்கொண்டு நான் ஆரோக்கியமாக மகிழ்ச்சியுடன் இருக்கிறேன். அப்பாவுடன் உறைபனி மீது மறுபடியும் நடந்து செல்வேன் என்று நீ சொல்ல வேண்டும்.’

அவர் மிகவும் சாதாரணமாகப் பேசினார். ஆனால் அதைக் கேட்டுக் கிட்டி குழப்பமடைந்தாள். கையும் களவுமாக பிடிக்கப்பட்ட குற்றவாளி போல தன்னை உணர்ந்தாள்.

‘அப்பா எல்லாவற்றையும் புரிந்து கொண்டிருக்கிறார். என் மனத்தில் காயம் ஏற்பட்டிருந்தாலும் நான் அதை மறக்க வேண்டும் என்று எனக்கு அறிவுரை கூறுகின்றார். தன் தந்தைக்குப் பதில் சொல்ல அவளுக்குச் சக்தியில்லை. அவள் பேச முயற்சி செய்தாள். ஆனால் துக்கம் முந்திக் கொண்டது. தொண்டையில் பரவிய துக்கம் கண்களுக்குள் புகுந்து அவற்றைக் குளமாகி நிரப்பி விட்டுத் ததும்பிக் குதித்து அவளது கன்னங்களில் உருண்டோடிக் கீழே தெறித்தது. துக்கம் தாளாமல் அங்கிருந்து வேகமாக போய் விட்டாள்.’

‘உங்கள் வேடிக்கைப் பேச்சை நிறுத்துங்கள். நீங்கள் எப்பொழுதும்...’ என்று தன் கணவரைக் கண்டித்தாள் முதிய இளவரசி.

அவளின் கண்டிப்புக் குரல் கேட்டு சற்று நேரம் அமைதியாக இருந்தார் முதிய இளவரசர். ஆனால் அவருடைய முகம் அளவற்ற கோபத்தினால் சிவந்து போனது. மேலும் மேலும் சிவப்பேறியது.

‘அவள் பாவம், பரிதாபமாக இருக்கிறாள். அவள் மனவேதனைக்குக் காரணமான சம்பவத்தை யாராவது மறைமுகமாகப் பேசினால் கூட அவள் மிக வேதனைப்படுகிறாள்’ என்ற இளவரசியின் குரல் கடுமை குறைந்து மென்மையாக மாறியது. அவள் விரான்ஸ்கியை பற்றித் தான் பேசுகிறாள் என்பதை டாலியும், இளவரசரும் புரிந்து கொண்டனர்.

‘இவ்வளவு மோசமான குணம் உள்ளவர்களைத் தண்டிப்பதற்கு நம் நாட்டில் ஏன் சட்டங்கள் இல்லை என்று தெரியவில்லை என்றாள் இளவரசி ஷெர்பட்ஸ்கயா.’

இளவரசர் எழுந்து அறையிலிருந்து வெளியில் செல்லப் புறப்பட்டவர் கதவுக்கு அருகில் நின்று திரும்பி மனைவியைப் பார்த்து சொன்னார்:

'அன்பே! சட்டங்கள் இருக்கின்றன. நீ அதனைப் பற்றிப் பேசியதால், இத்தனைக்கும் யார் பொறுப்பு என்று நான் சொல்கிறேன். நீ... நீ தான் பொறுப்பு. வேறு யாருமல்ல. அப்படிப்பட்ட நபர்களுக்கு எதிராகச் சட்டங்கள் நெடுங்காலமாக இருக்கின்றன. இப்பொழுதும் உள்ளன. இங்கே தவறு நடந்து விட்டது. இல்லையென்றால் நான் கிழவனாக இருந்தாலும் அந்தப் பகட்டனிடம் சண்டைக்கு வா என்று சவால் விட்டிருப்பேன். சரி, நீ போய் அவளுக்கு ஒத்தடம் கொடு, சிகிச்சை செய்வதற்கு கற்றுக்குட்டி மருத்துவர்களை இனி கூப்பிடாதே!'

அவர் இன்னும் அதிகமாகப் பேச நினைத்தார். ஆனால் அவர் மனைவி, முதிய இளவரசி, அவருடைய கோபக் குரலைக் கேட்டு ஓடி வந்தாள். இது போன்று அவர் கோபப்படும் வேளைகளில் அவள் அவரிடம் சரணடைந்து மன்னிப்புக் கேட்பது வழக்கம் தான். ஆனால் தன் மகளின் துயரம் கண்டு இப்போது அவள் நிலைகுலைந்து போயிருந்தாள். முதிய இளவரசரின் வார்த்தைகள் அவளது உள்ளத்து சோகத்தை வெடிக்கச் செய்து விட்டது. 'அலெக்ஸாண்டர், அலெக்ஸாண்டர்', என்று அவள் முணுமுணுத்தபடி அவரது அருகில் வந்து விசும்பினாள். கண்களில் கண்ணீர் வழிந்தோடியது. அதே சமயம் அவள் கதறி அழவும் தொடங்கினாள். இளவரசர் அவள் அருகில் வந்து அமர்ந்து அவளைத் தேற்றினார்.

'இப்போது அழு... நீ மிகவும் வேதனைப்படுவாய் என்று எனக்குத் தெரியும். கவலைப்படாதே... மிகப் பெரியதாகத் துன்பம் ஒன்றும் நேர்ந்து விடவில்லை... கடவுள் கருணையுள்ளவர் எனவே இந்த அளவில் எல்லாம் முடிந்தது... இப்போதாகிலும் மனம் வருந்தினாயே... நன்றி உனக்கு.' அவர் பேசிக் கொண்டே போனார். அவர் உள்ளம் வேதனையால் கனன்று கொண்டிருந்தது. திடீரென்று கையில் ஈரமாக உணர்ந்து தன் நினைவுக்கு வந்த அவர் தன் மனைவி கண்ணீர் மல்க அவரது கரத்தில் முத்தமிட்டுக் கொண்டிருப்பதைக் கண்ணுற்று ஒரு கணம் நெகிழ்ந்து போனார். பின் திரும்பி வெளியில் சென்றார்.

கிட்டி கண்ணீருடன் அறையிலிருந்து சென்றாள். டாலி தாய்மை உணர்ச்சி உடையவளாதலால் இந்த நெருக்கடியைத் தீர்ப்பதற்கு முன் வந்தாள். தனது தாய் அப்பாவைத் திட்டிய பொழுது அவள் தன்னாலியன்ற வரையில் தனது தாயை தடுத்தாள். அப்பா கோபத்துடன் பேசிய பொழுது தன் தாயைப் பற்றி எண்ணி அவள் வெட்கப்பட்டாள். அப்பாவிற்கு ஆதரவளிக்கின்ற முறையில் மௌனமாக இருந்தாள். பின் அப்பாவே தனது கோபத்தை மாற்றி தாயிடம் கருணை காட்டியதைக் கண்டு நெகிழ்ந்து போனாள். பின் அப்பா வெளியே போனவுடன், இப்போது

முதன்மையாக ஆறுதல் தேவைப்படுவது தன் தங்கை கிட்டிக்குத்தான் என்று டாலி புரிந்து கொண்டாள்.

'அம்மா! ரொம்ப நாளுக்கு முன்பாகவே உன்னிடம் ஒரு விஷயம் சொல்ல வேண்டும் என்று நினைத்திருந்தேன். உனக்குத் தெரியுமா? லெவின், கிட்டியைத் திருமணம் செய்து கொள்ள விரும்பி, கடந்த முறை இங்கு வந்த பொழுது கிட்டியிடம் கேட்டிருக்கின்றார். இதை அவர், ஸ்டீபனிடம் கூறியிருக்கிறார்...'

'சரி, அதற்கென்ன... எனக்கு ஒன்றும் புரியவில்லை'

'கிட்டி மறுத்து விட்டாள் என்று நினைக்கிறேன்... அவள் உன்னிடம் தெரிவிக்கவில்லையா?'

'இல்லை. அவள் என்னிடம் எதையும் சொல்லவில்லை. அவள் அகம்பாவம் பிடித்தவள். ஆனால் இதெல்லாம்... அதனால் தான் இப்படி நடந்து விட்டது'

'சற்று சிந்தித்துப் பார். அவள் லெவினை ஏன் நிராகரித்தாள். அவள் வேறொரு, இரண்டாவது நபரை மனதில் கொண்டு தான் லெவினை நிராகரித்திருக்க வேண்டும். - அந்த இரண்டாவது நபர் அவளது வாழ்க்கையில் குறுக்கிடாமல் இருந்திருந்தால் அவள் லெவினை நிராகரித்திருக்க மாட்டாள் - இப்போது அந்த இரண்டாவது நபர் அவளை மோசமான முறையில் ஏமாற்றி விட்டார்...'

'என் மகள் விஷயத்தில் நான் எவ்வளவு தவறு செய்து விட்டேன்' என்று நினைத்து அவளது தாய் மிகவும் வேதனைப்பட்டாள்.

'எனக்கு ஒன்றும் புரியவில்லை. இந்தக் காலத்துப் பெண்கள் தங்கள் விருப்பப்படி நடந்து கொள்கிறார்கள். தாயார்களிடம் ஒன்றும் சொல்வதில்லை...'

'அம்மா! நான் கிட்டியைப் போய்ப் பார்க்கப் போகிறேன்!'

'போ! நான் தடுக்கவில்லையே' என்றாள் அம்மா.

அத்தியாயம் 3

அவள் கிட்டியின் மிக அழகிய, கதகதப்பான, சிறிய அறைக்குள் நுழைந்தாள். அழகிய பொம்மைகளால் அறை அழகுபடுத்தப்பட்டிருந்தது. பரிசுத்தமும், பரவசமும் ததும்பும் வண்ணப் பூச்சுகளால், இரண்டு மாதங்களுக்கு முன்பு தோற்றமளித்த கிட்டி போல மிக அழகாகக் காட்சியளித்தது அவளது அறை. ஒரு வருடத்திற்கு முன்பு அந்த அறையினை

தானும், கிட்டியும்தான் மிக ஆர்வமுடன் பார்த்துப் பார்த்து அழகுபடுத்தினோம் என்று நினைத்து அந்த சந்தோஷத்தை நினைவு கூர்ந்தாள் டாலி.

கதவுக்கு அருகில், ஒரு சிறிய நாற்காலியில் உட்கார்ந்து கொண்டு, கம்பளத்தின் ஒரு மூலையை உற்றுப் பார்த்துக் கொண்டிருந்த கிட்டியைக் கண்ட பொழுது அவளுடைய இதயத்தில் வேதனை ஏற்பட்டது. கிட்டி நிமிர்ந்து தன் சகோதரியைப் பார்த்தாள். ஆனால் அவளுடைய முகத்திலிருந்த கடுமை இன்னும் மாறவில்லை.

'நான் இப்போது வீட்டிற்குப் புறப்படுகிறேன். இங்கு உன்னுடன் பேச முடியவில்லை. என்னோடு என் வீட்டிற்கு உன்னால் வரமுடியுமா? என்றும் தெரியவில்லை. உன்னிடம் பேச விரும்புகின்றேன்' என்று சொல்லியபடியே அவள் முன் உட்கார்ந்தாள் டாலி.

'எதைப் பற்றி?' என்று கிட்டி அச்சத்துடன் கேட்டாள்.

'என்ன எல்லாம் உன் துன்பங்கள் பற்றித்தான்...'

'எனக்கு ஒன்றும் துன்பம் இல்லை...'

'கிட்டி, எனக்குத் தெரியாதென்று நினைக்கிறாயா? எனக்கு எல்லாம் தெரியும். இது முக்கியமான பிரச்சினை அல்ல இதற்காக இத்தனை கவலைப்பட வேண்டிய தேவை இல்லை. நாங்கள் எல்லோருமே இந்த வேதனையைக் கடந்து தான் வந்திருக்கின்றோம்.' என்றாள் டாலி.

கிட்டி ஒன்றுமே பேசவில்லை. அவள் முகம் உணர்ச்சிகளற்று இறுகிப் போயிருந்தது.

'நீ இவ்வளவு கவலைப்படும் அளவுக்கு அவர் உயர்ந்தவர் அல்ல' என்று டாலி நேரடியாக விஷயத்திற்கு வந்தாள்.

'இல்லை... அவர் என்னை அவமதித்து விட்டார்' என்றாள் கிட்டி. மிக நடுங்கும் குரலில் கத்தினாள்: 'பேச வேண்டாம். அதைப் பற்றி இனிமேல் பேச வேண்டாம்.'

'அப்படி யாராவது சொன்னார்களா? அவர் உன்னைக் காதலித்தார். இன்றும் உன்னைக் காதலிக்கிறார். ஆனால்...'

'இந்த இரக்கம் எனக்கு வேண்டாம்' என்று கூறிய கிட்டி திடீரென்று உணர்ச்சி வசப்பட்டாள். அவள் கோபமடைகின்ற பொழுது மற்றவர்களின் மனத்தைப் புண்படுத்துகின்ற முறையில் பேசுவாள். எனவே டாலி அதையும் பொருட்படுத்தாது அவளைச் சமாதானப்படுத்த முயற்சி செய்தாள். ஆனால் அது காலம் கடந்த முயற்சியாக இருந்தது.

'என்னை விரும்பாத நபரை நான் காதலித்தேன் என்று நினைக்கிறாயா? என் சகோதரி இப்படி நினைக்கலாமா? என்னிடம் அனுதாபம் காட்டுகிற சகோதரியின் பேச்சா இது? போதும்; உன் இரக்கமும் போலித்தனமும் எனக்கு வேண்டாம்.'

'கிட்டி! நீ தவறு செய்கிறாய்'

'என்னை ஏன் சித்திரவதை செய்கிறாய்?...'

'இல்லை. நீ வேதனைப்படுவதால்...'

ஆனால் கிட்டி சகோதரியின் பேச்சைக் கேட்கவில்லை.

'எனக்கு ஆறுதல் சொல்ல வேண்டாம். என்னைக் காதலிக்காத நபரை நான் காதலித்து வேதனைப்படுவதாக எவரும் கற்பனை செய்ய வேண்டாம். எனக்கும் கௌரவம் உண்டு'.

'நான் அப்படி நினைக்கவில்லை. சரி, மறைக்காமல் சொல். லெவின் உன்னிடம் என்ன கூறினார்?'

லெவின் பெயரைக் கேட்டதும் அவள் தன் சுயக் கட்டுப்பாட்டை இழந்து நாற்காலியிலிருந்து எழுந்தாள். தன் கைகளை வேகமாக ஆட்டிக் கொண்டு பேச ஆரம்பித்தாள்.

'இதில் லெவினுக்கு என்ன பங்கு இருக்கிறது? நீ ஏன் என்னை இப்படித் துன்புறுத்துகிறாய்? நீ செய்தது போன்று நான் ஒரு போதும் செய்ய மாட்டேன். உனக்கு துரோகம் செய்த ஒரு மனிதர், உனக்குத் தெரியாமல் இன்னொரு பெண்ணுடன் உறவு கொண்டவர், அப்படிப்பட்ட ஒரு மனிதருடன் நீ இல்வாழ்க்கை நடத்துகிறாய். ஆனால் நான் ஒரு போதும் அப்படிச் செய்ய மாட்டேன் என்று உன்னிடம் சொல்லியிருக்கிறேன். மறுபடியும் சொல்கிறேன். நீ அப்படி இருக்கலாம். என்னால் முடியாது' என்றாள் கிட்டி.

அவள் இந்த வார்த்தைகளைச் சொல்லிவிட்டுத் தன் சகோதரியைப் பார்த்தாள். டாலி மிக அமைதியாக இருந்தாள். அவள் வருத்தமுடன் தலைகுனிந்து போனாள். எழுந்து வெளியே செல்ல முயன்ற அவள் வெளியே செல்லாமல் கதவுக்கு அருகில் கீழே உட்கார்ந்து விட்டாள். தனது கைக்குட்டையை எடுத்து தன் முகத்தை அதில் வைத்து மறைத்துக் கொண்டாள். தலையைத் தரையில் பதித்துக்கொண்டாள்.

ஒரு நிமிடம் அல்ல இரண்டு நிமிடம் அங்கே பெரும் அமைதி நிலவியது. டாலி தன்னைப் பற்றிச் சிந்தித்தாள். தன்னுடைய பரிதாபகரமான நிலை அவளுக்கு நன்றாகத் தெரியும். தன்னுடைய தங்கையே அதனைச் சுட்டிக் காட்டிய பொழுது அவளுக்கு அதிகமான வேதனை ஏற்பட்டது.

கிட்டி இது போல் சிறிதும் இரக்கமில்லாமல் பேசுவாள் என்று அவள் எதிர்பார்க்கவில்லை. எனவே அவள் கிட்டியின் மீது கோபம் கொண்டாள். ஆனால் அவளுக்கு அருகில் கேட்ட உடையின் சரசரப்புச் சத்தமும், அழுகைக் குரலும் அவளை நிமிரச் செய்தது. நிமிர்ந்து பார்த்தாள். கிட்டி அவளுக்கு முன்னால் மண்டியிட்டுக் கொண்டிருந்தாள். தனது கைகளால் சகோதரியின் கழுத்தைக் கட்டிக்கொண்டாள்.

'டாலி, என் அன்பே, நான் மிக, மிகத் துயரப்பட்டுக் கொண்டிருக்கிறேன்' என்று அவள் குற்ற உணர்ச்சி மேலிட வருத்தத்துடன் முணுமுணுத்தாள்.

'பரஸ்பர நம்பிக்கை என்ற இயந்திரத்திற்கு கண்ணீர் தான் எண்ணையாக இருக்குமா? சகோதரிகள் இருவரும் கதறி அழுது கண்ணீர் வடித்தனர். பிறகு தங்களுக்குள் சமாதானமாகி முக்கியத்துவமில்லாத விஷயங்களைப் பற்றிப் பேசினார்கள். அதன் மூலம் அவர்கள் ஒருவரை ஒருவர் நன்றாகப் புரிந்து கொண்டார்கள். டாலியின் கணவருடைய துரோகத்தைப் பற்றி தான் கோபத்தில் பேசிய வார்த்தைகள் தன்னுடைய சகோதரியின் இதயத்தைப் புண்படுத்தி விட்டது என்றாலும் அவள் தன்னை மன்னித்து விட்டாள் என்பதைக் கிட்டி புரிந்துகொண்டாள்.

லெவின் கிட்டியிடம் திருமணம் பற்றி பேசினார். ஆனால் கிட்டி அவரை நிராகரித்து விட்டாள். விரான்ஸ்கி அவளை ஏமாற்றி விட்டதால் அவள் இப்பொழுது லெவினைக் காதலிப்பதற்கும், விரான்ஸ்கியை வெறுப்பதற்கும் தயாராக இருக்கிறாள் என்பதை டாலி புரிந்து கொண்டாள்.

'எனக்கு எந்தப் பிரச்சினையும் இல்லை. ஆனால் என்னையும் சேர்த்து எல்லாமே அருவருப்பானவையாக, இழிந்தவையாகத் தோன்றுகின்றன. ஒவ்வொன்றைப் பற்றியும் எவ்வளவு வெறுப்புடன் சிந்திக்கின்றேன் என்பது உனக்குத் தெரியுமா?' என்று கிட்டி கேட்டாள்.

'உன்னிடம் அருவருப்பான சிந்தனைகள் என்ன இருக்க முடியும்?'

'அப்பா பேசியதை நீ கேட்டாயல்லவா? எனக்குத் திருமணம் செய்து விட்டால் எல்லாம் சரியாகி விடும் என்று அவர் நினைக்கிறார். அம்மா என்னை நடனத்துக்கு அழைத்துச் செல்கிறாள். சீக்கிரமாக எனக்குத் திருமணம் செய்ய வேண்டும்; அதற்கு பிறகு நான் எக்கேடு கெட்டாலும் சரி என்பது அம்மாவின் கருத்து. என் விமர்சனம் தவறாக இருக்கலாம். ஆனால் அந்தக் கருத்தை என்னால் கைவிட முடியவில்லை. எனக்குப் பொருத்தமான கணவர்கள் என்று சில இளைஞர்களை காட்டுகிறார்கள். அவர்களைப் பார்க்கக் கூட நான் விரும்பவில்லை. அவர்கள் என் உடலை அளவெடுப்பதைப் போல நான் உணர்கிறேன். நடன உடை அணிந்து

கொண்டு போவது முன்பு எனக்கு மகிழ்ச்சியாக இருந்தது. ஆனால் இப்போது நடன உடை அணிவதற்கு நான் வெட்கப்படுகிறேன். நடன உடை என்னைக் குத்துகிறது. சரி, என்ன செய்வது... மேலும் டாக்டரோ...' என்று கூறிய கிட்டி மிகவும் மன வேதனையடைந்தாள். மனக் குழப்பமானாள். தனக்கு இந்த நிலை ஏற்பட்ட பிறகு ஆப்லான்ஸ்கியைப் பற்றி நினைப்பதற்கு மிகவும் வெறுப்பாக இருக்கிறது' என்று கூறிவிட்டு கிட்டி மேலும் தொடர்ந்தாள்:

'எல்லாமே எனக்கு மிகவும் அருவருப்பாகத் தோன்றுகிறது. என் நோய் அதற்கு காரணமாக இருக்கலாம். அது குணமாகிவிடும் என்று நம்புகிறேன். எனக்குக் குழந்தைகளைப் பிடிக்கிறது. உன் குழந்தைகளைப் பார்க்க வேண்டும் என்று ஆவலாகவும் இருக்கிறது.'

'என் குழந்தைகளுக்கு அம்மைக் காய்ச்சல். இப்பொழுது நீ வரலாமா?'

'எனக்கு ஏற்கனவே அம்மை நோய் வந்திருக்கிறது. எனவே இனி அது எனக்கு வராது. அதனால் நான் உன் குழந்தைகளைத் தூக்கி விளையாடலாம். அம்மாவிடம் பேசி அனுமதி பெறுவேன்.'

கிட்டியை யாரால் தடுக்க முடியும். அவள் தன் சகோதரியின் வீட்டிற்குச் சென்று அம்மைக் காய்ச்சலால் அடுத்தடுத்து பாதிக்கப்பட்ட ஆறு குழந்தைகளையும் நன்றாக கவனித்துக் கொண்டாள். அவர்கள் குணமடைந்தார்கள். ஆனால் கிட்டியின் உடல் நிலையில் முன்னேற்றம் ஏற்படவில்லை. 'லென்ட்' பண்டிகையின் போது ஷெர்பட்ஸ்கி குடும்பத்தினர் வெளிநாட்டுக்கு சென்றார்கள்.

அத்தியாயம் 4

பீட்டர்ஸ்பர்கின் மேற்குடிச் சமூகம் ஒரே கட்டமைப்பைக் கொண்டது. அவர்களுக்கு ஒவ்வொரு உறுப்பினரைப் பற்றியும் நன்றாகத் தெரியும் அவர்களில் ஒருவரை ஒருவர் சந்திப்பது கூட உண்டு. ஆனால் இந்த பெரிய குழுமத்தில் உட்பிரிவுகள் உண்டு. அன்னா கரீனினாவுக்கு மூன்று உட்பிரிவுகளில் நண்பர்கள் இருந்தார்கள். முதலாவதாக அவளுடைய கணவருடைய அதிகார உலகம். அவருடைய சக அதிகாரிகளும், அவருக்குக் கீழே பணியாற்றியவர்களும் அதில் இருந்தனர். அவர்கள் வெவ்வேறான சமூக நிலைகளால் ஒருவருக்கொருவர் இணைந்தும் பிரிந்தும் இருந்தனர். ஆரம்பத்தில் அவர்களிடம் அன்னாவுக்கு தெய்வீகமான மரியாதை இருந்தது. இப்பொழுது அதை நினைத்துப் பார்க்கக் கூட அவள் விரும்பவில்லை. ஒரு சிறிய நகரத்தில் வசிப்பவர்களுக்கு அங்குள்ள எல்லோரையும் நன்றாகத் தெரிந்திருப்பதைப்

போல அன்னா அவர்களைப் பற்றி நன்றாகத் தெரிந்து வைத்திருந்தாள். அவர்கள் ஒவ்வொருவரது பழக்கங்களும் பலவீனங்களும் அவளுக்குத் தெரியும். அவர்கள் ஒவ்வொருவரும் நிர்வாக மையத்துடன் கொண்டுள்ள உறவு நிலை அவளுக்குத் தெரியும். யார், யாரை ஆதரிக்கிறார்கள், அவர்களுடைய வருமானங்கள், அவர்கள் எதைப் பற்றி யாருடன் உடன்படுகிறார்கள், யாருடன் வேறுபடுகிறார்கள் என்பதும் அவருக்குத் தெரியும். சீமாட்டி லிடியா இவானோவ்னா அன்னாவுக்கு அறிவுரை கூறிய போதிலும் ஆண்களின் அதிகார வர்க்க உலகத்தில் அவளுக்கு அக்கறை இல்லை. அவள் அதைத் தவிர்த்தாள்.

கரீனின் தன்னுடைய பதவி காரணமாகப் பழக்கம் வைத்திருந்த மற்றொரு குழுவுடன் இருந்தாள். அந்தக் குழுவின் மையப்புள்ளியாக சீமாட்டி லடியா இவானோவ்னா இருந்தாள். எளிமையும், பிறருக்கு உதவி செய்கிற தெய்வ பக்தியுள்ள முதிய பெண்களும், உயர் கல்வி கற்ற அறிவாளிகளான, பதவி வேட்டைக்காரர்களான ஆண்களும் அந்தக் குழுவில் இருந்தார்கள். அதுதான் 'பீட்டர்ஸ்பர்க் சமூகத்தின் மனசாட்சி' என்று அந்தக் குழுவைச் சேர்ந்த ஒருவர் கூறுவதுண்டு. கரீனின் இந்தக் குழுவுக்கு அதிகமான முக்கியத்துவம் அளித்தார். மற்றவர்களுடன் எப்படிப் பழக வேண்டும் என்று அறிந்திருந்த அன்னா, தன்னுடைய பீட்டர்ஸ்பர்க் வாழ்க்கையின் முதற் பகுதியில் அந்தக் குழுவைச் சேர்ந்தவர்களுடன் நட்பு ரீதியாகப் பழகினாள். ஆனால் மாஸ்கோவிலிருந்து திரும்பிய பிறகு அந்தக் குழுவினரை அவள் வெறுத்தாள். தானும் அந்தக் குழுவினரும் வெறும் பாசாங்குக்காரர்கள் என்று அவள் நினைத்தாள். அவர்களுடன் பழகுவதில் அவளுக்குச் சோர்வும் வெறுப்பும் ஏற்பட்டது. ஆகவே அவள் சீமாட்டி லிடியாவை அபூர்வமாகவே சந்தித்தாள்.

அவள் மூன்றாவது குழுவினருடன் நட்பு கொண்டிருந்தாள். அது விருந்துகள், நடன நிகழ்ச்சிகள், இசை நிகழ்ச்சிகள் நடத்தி வந்த குழு. அது அரண்மனையில் செல்வாக்குடையதாக இருந்தது. அன்னா தன்னுடைய நெருங்கிய உறவினரின் மனைவியான 'பெட்ஸி ட்வெர்ஸ்கயா' மூலம் அந்தக் குழுவினருடன் இணைந்திருந்தாள். ஆண்டுக்கு 1,20,000 ரூபிள்கள் வருமானமுள்ள இளவரசி பெட்ஸி தன் வயதே ஆன அன்னா மீது அன்பு கொண்டிருந்ததால் அந்தக் குழுவுக்குள் அவளை இழுத்தாள். சீமாட்டி லிடியா தலைமை வகித்த குழுவை அவள் ஏளனமாகப் பேசுவாள்:

'நான் முதுமையடைந்து அவலட்சணமாக மாறிய பிறகு தான் அந்தக் குழுவில் சேருவேன். ஆனால் நீ அழகான இளம் பெண். அந்த முதியவர் இல்லத்துக்கு நீ போக வேண்டாம்', என்று பெட்ஸி ட்வெர்ஸ்கயா அன்னாவிடம் கூறினாள்.

ஆரம்பத்தில் அன்னா பெட்ஸி தலைமையேற்றிருந்த குழுவில் சேரத் தயங்கினாள். ஏனென்றால் அந்தக் குழுவில் அதிகமாகச் செலவு செய்ய வேண்டியிருக்கும், அவள் இரண்டாவது குழுவைத் தனக்கு உரியதாகக் கருதினாள். ஆனால் மாஸ்கோவிலிருந்து திரும்பிய பிறகு அவளது பார்வை தலைகீழாக மாறியது. அவள் தன்னுடன் பழகிக் கொண்டிருந்த நண்பர்களை ஒதுக்கி விட்டு மூன்றாவது குழுவுக்குள் நுழைந்தாள். அங்கு அவள் விரான்ஸ்கியைச் சந்தித்தாள். அவனைப் பார்க்கும் பொழுது அவள் மனதில் மகிழ்ச்சி பொங்கியது. விரான்ஸ்கி மரபைச் சேர்ந்தவளும், உறவினருமான பெட்ஸியின் மாளிகையில் அவள் விரான்ஸ்கியைச் சந்தித்தாள். அன்னா போகின்ற இடங்களுக்கெல்லாம் விரான்ஸ்கி வந்தான். நான் உன்னைக் காதலிக்கிறேன் என்று சந்தர்ப்பங்கள் கிடைத்த நேரங்களில் எல்லாம் அவளிடம் கூறினாள். அன்னா அவளை ஊக்குவிக்கவில்லை. ஆனால் அன்றொரு நாள் காலையில் ரயில் பயணத்தின் போது அவனைப் பார்த்த பொழுது அவளிடம் ஏற்பட்ட அதே பரவசம் அதன் பின்பு அவளைப் பார்த்த ஒவ்வொரு முறையும் அவளிடத்தில் ஏற்பட்டது.

இந்த நபர் எதற்காகத் தன்னை இப்படிச் சுற்றிச்சுற்றி வந்து தொல்லை தருகிறார் என்று அன்னா நினைத்தாள். அவன் வரக்கூடும் என்று எதிர்பார்த்து ஒரு விருந்துக்குச் சென்று, அவன் வரவில்லை என்றால் அவள் வருத்தமடைந்தாள். ஏமாற்றமடைந்தாள். விரான்ஸ்கியை வெளிப்படையாக அவள் வெறுத்தாலும் - வெறுப்பது போல நடித்தாலும், அவள் மனம் அவனை விரும்புவதாகவே, அவனை நாடிச் செல்வதாகவே அவள் உணர்ந்தாள். அவனைச் சந்திக்க அவனோடு பேச அவள் மனம் எப்போதுமே ஆவல் கொண்டு தவிப்பதாகவே அவள் உணர்ந்தாள். அவள் மனம் அவளை இடித்துரைத்தது.

‘விரான்ஸ்கி உன்னைத் துன்புறுத்துவதாக நினைத்து உன்னை நீ ஏமாற்றிக் கொள்ளாதே. அவனை நீ விரும்புகின்றாய். அவன் உன்னைச் சுற்றிச் சுற்றி வரவேண்டும் என்று உள்ளூர நீ நினைக்கிறாய். அவன் இடைவிடாது உன்னைச் சந்திக்கும் பொழுது உன்னுடைய வாழ்க்கைக்கு சுவையூட்டுகின்றான். இதை நீ உணருகின்றாய். இது தான் உண்மை’ என்று அவள் மனம் பேசியது.

ஒரு பிரபல பாடகியின் இசை நிகழ்ச்சி நடந்து கொண்டிருந்தது. மேற்குடி சமூக அமைப்பினர் அனைவரும் இசை அரங்கத்தில் கூடியிருந்தார்கள். அரங்கத்தின் முன் வரிசையில் உட்கார்ந்திருந்தான் விரான்ஸ்கி. அவனது உறவினரான பெட்ஸி அரங்கத்தின் நடுவில் இருப்பதை அவன் பார்த்து விட்டான். ஆனால் அவளைச் சந்திக்க இடைவேளை வரும் வரை காத்திருக்காமல் உடனே அவளைச் சந்திக்க கூட்டத்தினரைக் கடந்து அவள் இருந்த இடத்துக்கு சென்றான்.

'ஏன் நீ விருந்துக்கு வரவில்லை?' என்று கேட்டாள் அவள்.

பின்பு தலையைச் சாய்த்துக்கொண்டு மெல்லிய புன்னகை செய்தபடியே அவனுக்கு மட்டும் கேட்கும்படியாக மெல்லிய குரலில் சொன்னாள்:

'உன்னைக் கையும் களவுமாகப் பிடித்து விட்டேன். இந்தக் காதலர்களின் ஞான திருஷ்டி பற்றி எனக்கு வியப்பாகத்தான் இருக்கிறது. அவளும் கூட அங்கு வரவில்லை. நீங்கள் இருவரும் சேர்ந்து விருந்துக்கு போகத் தேவையில்லை என்று முடிவு செய்து விட்டீர்களா என்ன? நாம் இசை நிகழ்ச்சி முடிந்தவுடன் மற்றவற்றைப் பேசலாமே...'

பக்கத்தில் காலியாக இருந்த இருக்கையைப் பார்த்த அவன் அதில் தான் உட்காரலாமா என்பது போல் அவளைப் பார்த்தான். அதைப் புரிந்து கொண்டு நீ உட்கார்ந்து கொள் என்பது போல சிரித்தாள். அவளுக்கு நன்றி கூறிவிட்டு அந்த இருக்கையில் உட்கார்ந்தான் விரான்ஸ்கி.

'நீ செய்த பரிகாசங்களும், விளையாட்டுகளும் எனக்கு மறந்து விட வில்லை. உன்னுடைய அந்தக் குறும்பெல்லாம் என்ன ஆனது. இத்தனையையும் சுருட்டி வைத்துக் கொண்டாயா? ஆனால் ஒன்று. நீ வகையாகப் பொறியில் சிக்கிக் கொண்டு விட்டாய் என்று தான் நான் நினைக்கிறேன்' என்றாள் பெட்ஸி. ஆரம்பம் முதலே இந்தக் காதல் விவகாரங்களைக் கவனித்து வருபவள் அவள். இது போன்ற விஷயங்கள் என்றால் அவளுக்கு எப்போதுமே ஒரு அலாதி ஆனந்தம் தான்.

'பொறியில் சிக்கிக் கொள்வதைப் பற்றி எனக்கு ஒன்றும் வருத்தமில்லை. சந்தோஷம் தான். உண்மையைச் சொன்னால் நன்றாகச் சிக்கிக் கொள்ளவில்லையே என்று தான் நான் மிகவும் வருத்தப்படுகிறேன். ஆனால் வரவர எனக்கு இதில் நம்பிக்கைதான் குறைந்து வருகின்றது'

'இதில் நம்பிக்கை வேறு வைத்திருக்கிறாயா? பேஷ்!' ஏதோ தன்னுடைய தோழிக்காகப் பரிந்து கொண்டு அவனைக் கடிந்து கொள்வது போல கிண்டலாகச் சொன்னாள் பெட்ஸி.

அவன் தனது முயற்சியில் எவ்வளவு நம்பிக்கை கொண்டவனாக இருப்பான் என்பதை அவள் அறிந்து கொண்டதைப் போல அவளது கண்கள் குறும்புடன் மின்னின.

'இது வரை ஒன்றுமேயில்லை' என்றான் விரான்ஸ்கி.

'மன்னித்துக்கொள்!' என்றபடி பெட்ஸ்கியின் கரத்திலிருந்து ஓபரா கண்ணாடியை எடுத்துத் தன் கண்களில் அணிந்து கொண்டான். 'எனக்குப்

பயமாக உள்ளது. நானே என்னை கேலிக்கு ஆளாக்கிக் கொள்வேனோ என்று அச்சமாகவும் உள்ளது.'

பெட்ஸியின் பார்வையிலும் சரி, மேற்குடி சமூக மக்களின் பார்வையிலும் சரி, ஒரு போதும் கேலிக்கு ஆளாகும் அபாயம் தனக்கு வராதென்று அவன் உறுதியாக நம்பினான்.

ஒரு இளம்பெண்ணைக் காதலிப்பவன் தோல்வியடைந்தால் அது கேலி செய்யப்படவேண்டிய விஷயம். ஒரு இளைஞன் திருமணமான பெண்ணைக் காதலித்து அவளுடன் தகாத உறவை ஏற்படுத்திக் கொள்வதைத் தன்னுடைய வாழ்க்கையின் இலட்சியமாக வைத்துக் கொண்டால் அது அழகும், கண்ணியமும் நிறைந்த செயல். அந்தச் செயலை மேற்குடியினர் ஒருக்காலும் கேலி செய்யமாட்டார்கள். எனவே விரான்ஸ்கி பெருமித உணர்வுடன் சிரித்தான்.

'நீ ஏன் விருந்துக்கு வரவில்லை?' என்று அவள் மறுபடியும் கேட்டாள்.

'எனக்கு முக்கியமான ஒரு வேலை இருந்தது. அது என்ன வேலை என்று உன்னால் கற்பனை செய்ய முடியுமா? நூறு அல்லது ஆயிரம் ஊகங்கள் செய்தாலும் கண்டு பிடிக்க முடியாது. ஒரு கணவனுக்கும் அவனுடைய மனைவியை அவமதித்த நபருக்கும் இடையில் சமாதானம் ஏற்படுத்த முயற்சி செய்தேன். ஆமாம், உண்மையாகத்தான் சொல்கிறேன்.!'

'நல்லது. ஆனால் நீ வெற்றி பெற்றாயா?'

'அநேகமாக வெற்றி பெற்றேன்'

'எல்லாவற்றையும் நீ என்னிடம் சொல்ல வேண்டும்' என்று கூறியபடியே அவள் எழுந்தாள்: 'அடுத்த இடைவேளையின் போது நீ என்னிடம் வா'.

'இல்லை. என்னால் வர முடியாது. நான் பிரெஞ்சு நாடகத்துக்கு போக வேண்டும்'.

மேடையில் ஒபேரா இசை முழக்கம் பெரிதாகக் கேட்டது. குழுப்பாடகிகள் பாடிக் கொண்டிருந்தனர்.

'இது உதவாது. நான் புறப்படுகிறேன். இந்த சமாதான முயற்சியின் தொடர்ச்சியாகவே நான் அங்கே போகிறேன்'.

'சமாதானத் தூதர்களை ஆண்டவர் ஆசிர்வதிப்பார்' என்றாள் அவள். 'சரி, உன் சமாதான முயற்சி, அந்தத் தகராறு பற்றிய முழுக்கதையையும் இப்போதே சொல்லிவிடு' என்று கூறியபடி அவள் மீண்டும் நாற்காலியில் உட்கார்ந்தாள்.

அத்தியாயம் 5

'அது ஒரு மாதிரியான கதை என்றாலும் அழகான கதை தான். அதை உன்னிடம் சொல்ல வேண்டும் என்று நினைத்தேன். ஆனால் பெயர்களைச் சொல்ல மாட்டேன்' என்று விரான்ஸ்கி சொல்லத் தொடங்கினான்.

'அதுதான் நல்லது. நீ சொல். என்னால் (பெயர்களை) ஊகம் செய்ய முடியும்.'

'இரண்டு இளைஞர்கள் குதிரைச் சவாரி செய்து போய்க் கொண்டிருந்தார்கள்.'

'உன் படைப்பிரிவைச் சேர்ந்த அதிகாரிகளா?'

'நான் அதிகாரிகள் என்று சொல்லவில்லையே. இரண்டு இளைஞர்கள், விருந்துக்குப் பிறகு சாலையில் போய்க் கொண்டிருந்தார்கள். அவர்கள் மிக உற்சாகமாகக் காணப்பட்டார்கள். ஒரு அழகான பெண் வாடகைச் சறுக்கு வண்டியில் போய்க் கொண்டிருந்தாள். அவள் இவர்களைப் பார்த்து சிரித்தாள். தலையை ஆட்டினாள். (அப்படி அவர்கள் நினைத்திருக்கலாம்) அவர்கள் குதிரைகளை வேகமாக ஓடச் செய்து அந்தச் சறுக்கு வண்டியைப் பின் தொடர்ந்தார்கள். ஆச்சரியம் என்னவென்றால் அந்தச் சறுக்கு வண்டி அவர்கள் போய்க் கொண்டிருந்த வீட்டுக்கு முன்னால் நிற்கிறது. அவள் சறுக்கு வண்டியிலிருந்து இறங்கி அந்த வீட்டின் மாடிக்கு ஓடினாள். அவர்கள் மிகவும் முயன்று அவளது முகத்தைப் பார்க்கத் துடித்தார்கள். ஆனால் அவர்கள் பார்த்தது அவளது முகத்திரைக்கு கீழே தெரிந்த இரண்டு சிவந்த உதடுகளையும், அழகிய பாதங்களையும் தான்...'

'நீ மிக உணர்ச்சிகரமாக வர்ணிப்பதைப் பார்க்கும் போது அந்த இரண்டு பேரில் நீ ஒருவனாக இருப்பாய் என்று நினைக்கிறேன்' என்றாள் சீமாட்டி பெட்ஸி.

'நான் என்ன சொல்லிக் கொண்டிருந்தேன்? ஆமாம்... அந்த இளைஞர்கள் நண்பருடைய அந்த வீட்டிற்குள் நுழைந்தார்கள். அவர்களுடைய நண்பர் வேறு இடத்திலிருந்து மாற்றலாகி இப்போது இங்கு வந்திருக்கின்றார். அதற்காகவே இந்த சிறப்பு விருந்தை ஏற்பாடு செய்திருந்தார். அங்கே அவர்கள் அதிகமாகக் குடித்து விட்டார்கள். மாடியில் வசிப்பது யார் என்று விசாரித்தார்கள். யாருக்கும் தெரியவில்லை. ஆனால் அவர்களுக்கு விருந்து கொடுத்து நண்பனின் வேலைக்காரன் சொன்னான்: அங்கு பெண்கள் வசிக்கிறார்களா? என்ற கேள்விக்கு, 'ஆமாம், பல பெண்கள் வசிக்கிறார்கள்' என்று பதிலளித்தான்.

விருந்துக்குப் பின்னர் அவர்கள் விருந்தளித்த நண்பனின் படிப்பறைக்குள் நுழைந்தனர். அங்கு உட்கார்ந்து அந்த புதிய அழகிக்கு உணர்ச்சிகரமான கடிதத்தை எழுதினார்கள். அந்தக் கடிதத்தை எடுத்துக் கொண்டு மாடிக்கு சென்றார்கள்.

'இந்தப் பயங்கரக் கதையை என்னிடம் ஏன் சொல்கிறாய்?'

'அவர்கள் அழைப்பு மணியை அடிக்கிறார்கள். ஒரு வேலைக்காரி வந்து கதவைத் திறந்தாள். அவளிடம் அந்தக் கடிதத்தைக் கொடுத்துவிட்டு சொல்கிறார்கள். 'நாங்கள் இருவரும் அந்தப் பெண்ணை காதலிக்கிறோம். அவளுக்காக அந்த இடத்திலேயே சாவதற்குக் கூட நாங்கள் தயார்' அவர்களைப் பார்த்து திகைப்படைந்து போன பணிப்பெண் அவர்களுடன் பேச்சு வார்த்தை நடத்துகிறாள். அப்போது நண்டைப் போல சிவப்பு நிறமுடைய முள்ளங்கி மீசைக்கார மனிதர் ஒருவர் வருகிறார். 'இங்கு என் மனைவிதான் வசிக்கிறாள்' என்று சொல்லி அவர்களை விரட்டுகிறார்.

'உனக்கெப்படித் தெரியும், அவர் முள்ளங்கி மீசைக்கார மனிதர் என்று?'

'நீ நான் சொல்வதைக் கவனி. நான் தான் சொன்னேனே காலையில் சமரசம் செய்து வைக்கப் போனேன் என்று, அப்போது பார்த்திருக்கிறேன்.'

'பிறகு என்ன நடந்தது?'

'அதுதான் சுவாரசியமான விஷயம். அவர் ஒரு கவுன்சிலர். அவர் கமாண்டரிடம் இளைஞர்களைப் பற்றி புகார் செய்து விட்டார். அந்த புகார்களின் அடிப்படையிலேயே நான் அவர்களிடம் இப்போது சமாதானப் பேச்சு நடத்திக் கொண்டிருக்கிறேன்... எனக்கு முன்னால் 'டாலிராண்ட்' (பிரெஞ்சு ராஜதந்திரி) கூடத் தோற்றுப்போவார்... அந்த அளவுக்கு மிகவும் ராஜதந்திரமாக இந்த விஷயத்தில் விசாரணை நடத்தி வருகிறேன்...'

'அப்படியா?'

'நாங்கள் தவறு செய்து விட்டோம் என்று இளைஞர்கள் மன்னிப்புக் கேட்டனர். எனவே கவுன்சிலர் மனம் இளகி விட்டது. அவர் பேச ஆரம்பித்தார். பேசுகின்ற போது சூடான சொற்களைப் பயன்படுத்தினார். 'அவர்கள் மோசமான முறையில் நடந்து கொண்டார்கள் என்பதை நான் மறுக்கவில்லை. ஆனால் அவர்கள் இளைஞர்கள். அவர்கள் விருந்தில் குடித்திருக்கிறார்கள். அவர்கள் மனப்பூர்வமாக வருந்துகிறார்கள். தங்களுடைய தவறான நடத்தையை மன்னிக்குமாறு வேண்டுகிறார்கள்.' கவுன்சிலர் மிகவும் இரக்கப்பட்டு பேசினார். 'கோமகன் அவர்களே! நான் அவர்களை மன்னிப்பதற்கு தயார். ஆனால் ஒன்றை மறக்காதீர்கள். என்

மனைவி கௌரவமான பெண். இந்தப் போக்கிரிகள் அவளை அவமதித்து விட்டார்கள்' என்று திடீரென்று கவுன்சிலர் உணர்ச்சி வசப்பட்டார். 'மறுபடியும் பிரச்சினை ஏற்பட்டது. சமரச முயற்சி நடந்தது. கவுன்சிலர் கோபமடைகிறார். அவருடைய மீசை படபடக்கிறது. நான் சாதுரியமாக நிலைமையைச் சமாளிப்பதற்கு முயல்கிறேன்.'

பெட்ஸி 'ஓஹோ... ஹோ... என்று சத்தமிட்டுச் சிரித்தாள். அப்போது ஒரு பெண் அவர்கள் இருந்த இடத்துக்கு வந்தாள்.

'இதைக் கேளேன். வேடிக்கையான விஷயம் ஒன்று சொல்கிறான்!'

புதிதாக வந்தப் பெண் விசிறியைப் பிடித்திருந்த கைவிரல்களில் ஒன்றை நீட்டி விரான்ஸ்கியுடன் கைகுலுக்கினாள். தோளை அசைத்து தான் அணிந்திருந்த கவுனின் பட்டைகளைச் சரி செய்து கொண்டாள். வாயு விளக்கின் வெளிச்சத்தில் எல்லோரும் அவளைத் திரும்பிப் பார்க்கும்படியான கவர்ச்சியுடன் இருக்கையில் அமர்ந்தாள்.

இந்த சமரசம் குறித்த விஷயமாகத்தான் விரான்ஸ்கி இப்போது தனது கமாண்டரைப் பார்க்க வந்திருந்தான். விரான்ஸ்கியின் கமாண்டர் தினமும் பிரெஞ்சு அரங்கத்துக்குச் செல்கின்ற பழக்கம் உடையவர். விரான்ஸ்கி வர்ணித்த இந்த விவகாரத்தில் சம்பந்தப்பட்ட இருவர் பெட்ரிட்ஸ்கியும் சமீபத்தில் இராணுவத்தில் சேர்ந்த 'இளவரசர் கெட்ரோ'வுமே. விரான்ஸ்கி கடந்த மூன்று நாட்களாகவே இந்தச் சமரச முயற்சியில் ஈடுபட்டிருந்தான்.

இரண்டு அதிகாரிகளுமே விரான்ஸ்கியின் படைப்பிரிவைச் சேர்ந்தவர்கள். அவர்கள், தன் மனைவியை அவமதித்து விட்டார்கள் என்று விரான்ஸ்கியின் படைப்பிரிவு கமாண்டரிடம் தான் கவுன்சிலர் புகார் செய்திருந்தார்: புகார் பற்றிய விவரம் இது தான்:

'நான் சமீபத்தில் தான் திருமணம் செய்து கொண்டேன். என்னுடைய இளம் மனைவி தன் தாயுடன் மாதாக் கோயிலுக்குச் சென்றாள். திடீரென்று உடல் நலமின்றி அவளால் நிற்க முடியவில்லை. அவள் ஒரு வாடகைச் சறுக்கு வண்டியில் வீட்டுக்குத் திரும்பிக் கொண்டிருந்தாள். இந்த இளைஞர்கள் இரு குதிரைகளில் பின் தொடர்ந்திருக்கிறார்கள். அவள் வேகமாக வீட்டுக்கு வந்து, அதிகமான பயத்துடன் படிகளில் ஏறி எங்கள் வீட்டுக்கு ஓடி வந்திருக்கிறாள். நான் அப்போது தான் வீட்டிற்கு திரும்பியிருந்தேன். சத்தம் கேட்டு வெளியில் வந்து பார்த்த போது இவர்கள் குடி வெறியுடன் கையில் கடிதத்துடன் நின்று கொண்டு சத்தம் போட்டுக் கொண்டிருந்தனர். நான் அவர்களை விரட்டி விட்டேன். கமாண்டர் அவர்களுக்குத் தகுந்த தண்டனை கொடுக்க வேண்டும்' என்று கவுன்சிலர் கோரினார்.

கமாண்டர் விரான்ஸ்கியைத் தன்னுடைய வீட்டுக்குக் கூட்டிச் சென்று பெட்ரிஸ்கியைப் பற்றிப் பேசினார். 'ஒவ்வொரு வாரமும் அவனைப் பற்றி புகார் வருகிறது. கவுன்சிலர் என்னிடம் புகார் செய்வதுடன் நிறுத்த மாட்டார். அவர் மேலதிகாரிகளிடமும் புகார் செய்யப் போகிறார். அவன் இராணுவத்திலிருந்து விலக வேண்டியது தான்.' என்றார்.

'பெட்ரிட்ஸ்கியையும், கவுன்சிலரையும் வாள் சண்டைப் போடுங்கள் என்று சொல்ல முடியாது. ஆகவே கவுன்சிலரைத் திருப்தி செய்து விவகாரத்தை மறைக்க வேண்டும்.'

தான் கௌரவமானவன், திறமைசாலி மற்றும் படைப்பிரிவின் கௌரவத்தை மதிப்பவன் என்பதால் கமாண்டர் தன்னை வீட்டுக்கு அழைத்துப் பேசினார். பெட்ரிஸ்ட்கியும், கெட்ரோவும் கவுன்சிலர் வீட்டுக்குச் சென்று அவரிடம் மன்னிப்புக் கேட்க வேண்டும். அவர்களுடன் விரான்ஸ்கியும் போக வேண்டும் என்று முடிவு செய்யப்பட்டது. விரான்ஸ்கியின் பெயரும், சக்கரவர்த்தியின் (கௌரவ) மெய்க்காப்பாளர் என்ற அந்தஸ்தும் கவுன்சிலருடைய கோபத்தைக் குறைப்பதற்கு பெருமளவில் உதவும் என்று எதிர்பார்க்கப்பட்டது.

விரான்ஸ்கி தன்னுடைய கமாண்டரை பிரெஞ்சு நாடக அரங்கத்தின் வாயிலில் சந்தித்தான். தன்னுடைய முயற்சிகளின் பலனாகக் கிடைத்த வெற்றியை அல்லது தோல்வியை அவரிடம் தெரிவித்தான். கவுன்சிலருடைய புகாரின் மீது நடவடிக்கை எடுக்க வேண்டும் என்று கமாண்டர் நினைக்கவில்லை. எனினும் தன்னுடைய மகிழ்ச்சிக்காக விரான்ஸ்கியிடம் நேர்காணல் விவரங்களைக் கேட்டார். கவுன்சிலர் சில சம்பவங்களை நினைத்துக் கொண்டு கோபமடைந்தது, விரான்ஸ்கி பெட்ரிட்ஸ்கியை அவர் முன்னால் நிறுத்தி சமாதானப்படுத்தியது பற்றிய விவரங்களை விரான்ஸ்கியிடம் கேட்ட கமாண்டர் நெடுநேரம் சிரித்தார்.

'சரி, நாடக அரங்கில் இன்றைய நாடகத்தில் நடித்த 'கிளாரா' வைப் பற்றி நீ என்ன நினைக்கிறாய்? அற்புதமாக நடிக்கிறாள் இல்லையா?' என்று புதிய பிரெஞ்சு நடிகையைப் பற்றிப் பேசினார் கமாண்டர்.

'எத்தனை முறை பார்த்தாலும் ஒவ்வொரு நாளும் அவள் புதுமையாகத் தான் இருக்கிறாள். அது தான் பிரெஞ்சுக்காரர்களுக்கே உள்ள தனிச்சிறப்பு!' என்றான் விரான்ஸ்கி.

அத்தியாயம் 6

இளவரசி பெட்ஸி ட்வெர்ஸ்கயா நாடகத்தின் கடைசிக் காட்சியைப் பார்க்காமல் வீட்டுக்குப் புறப்பட்டாள். அவள் தன்னுடைய அறைக்குச் சென்று தனது நீண்ட முகத்தில் பவுடரைப் பூசினாள். பிறகு அதை

அழித்தாள். தேநீர் தயாரிக்கும்படி உத்தரவிட்டாள். அவளது மாளிகைக்கு முன்னால் ஒன்றன் பின் ஒன்றாகக் கோச்சு வண்டிகள் வந்து நிற்கத் தொடங்கின. விருந்தினர்கள் இறங்கி மாளிகைக்குள் சென்று கொண்டிருந்தனர். காவலர்கள் மாளிகையின் பெரிய கதவுகளைச் சத்தமில்லாமல் திறந்து விருந்தினர்களுக்கு வணக்கம் செலுத்தி, அவர்களை மாளிகைக்குள் அனுமதித்துக் கொண்டிருந்தனர். பெரிய வரவேற்பு அறையில் விரிக்கப்பட்டிருந்த அழகிய கம்பளங்களின் மேல் மேசைகள் போடப்பட்டிருந்தன. வெண்மையான மேசை விரிப்பின் மீது வெள்ளியினால் செய்யப்பட்ட சமோவார் தேநீர் பாத்திரமும், சீனாவில் செய்யப்பட்ட பளிங்குத் தட்டுகளும் வைக்கப்பட்டிருந்தன.

விருந்தளிக்கின்ற பெட்ஸி சமோவாருக்குப் பக்கத்தில் உட்கார்ந்து தன் கையுறைகளைக் கழற்றினாள். விருந்தினர்கள் இரண்டு குழுக்களாகப் பிரிந்து உட்கார்ந்தார்கள். சமோவாருக்குப் பக்கத்தில் உட்கார்ந்திருந்த பெட்ஸியைச் சுற்றி ஒரு குழு, வரவேற்பறையின் எதிர்ப்பக்கத்தில் வெளி நாட்டுத் தூதருடைய மனைவியைச் சுற்றி இரண்டாவது குழு.

தூதருடைய மனைவி கறுப்பு வெல்வெட் உடை அணிந்து மை தீட்டிய கண்களுடன் அழகுப் பதுமையாகத் தோன்றினாள். இரண்டு குழுக்களிலும் முதல் தயக்கத்துடன் ஆரம்பமான உரையாடல், அறிமுகம், வாழ்த்துக்கள் (தேநீர் அழைப்புகள்) என்று முன்னேறியது.

'அவள் ஒரு நடிகையைப் போல மிக அழகாக இருப்பாள். ஓவியர் 'கௌல்பாக்' எழுதிய புத்தகங்களை அவள் படித்திருப்பாள் என்று நினைக்கிறேன். ஓவியப் பெண்ணாக தன்னை அழகுபடுத்திக் கொண்டிருந்தாள்' என்றார் தூதரின் மனைவியைச் சுற்றி அமர்ந்திருந்த குழுவில் இருந்த ஒரு அதிகாரி, 'அவள் எப்படிக் கீழே விழுந்தாள் என்பதைக் கவனித்தீர்களா?'

'ஓ! நாம் 'நீல்ஸோனை'ப் பற்றிப் பேச வேண்டாம். அவளைப் பற்றிப் புதிதாக எதையும் சொல்ல முடியாது' என்று ஒரு பருமனான பெண் கூறினாள். அவள் பெயர் இளவரசி 'மியாக்கயா'. அவள் எளிமையாக உடையணிந்திருப்பாள். முரட்டுத்தனமாகப் பேசுவாள். அவள் இரண்டு குழுக்களுக்கு இடையில் உட்கார்ந்து இரண்டு குழுக்களில் நடைபெற்ற உரையாடல்களிலும் பங்கெடுத்தாள். 'கௌல்பாக்கை'ப் பற்றி இந்த வாக்கியத்தை மூன்று நபர்கள் சொல்லி வைத்த மாதிரி என்னிடம் கூறினார்கள். அந்த வாக்கியத்தை அவர்கள் முக்கியமாக கருதியது ஏன் என்று தான் எனக்குத் தெரியவில்லை' என்றாள். உரையாடல் தடைப்பட்டது அவர்கள் பேசுவதற்கு வேறு தலைப்பைத் தேட வேண்டிய அவசியம் ஏற்பட்டது.

'வேடிக்கையாக ஏதாவது பேசுங்கள். வீண் வதந்திகள், கிசுகிசுக்கள் இவையெல்லாம் வேண்டாம்' என்று தூதருடைய மனைவி அதிகாரியிடம் கூறினாள்.

அப்படிப் பட்டும் படாமலும் பேசுகின்ற கலையில் (ஆங்கிலேயர்கள் அதைப் பொதுமுறை உரையாடல் என்பார்கள்) அவள் திறமையானவள்.

'அது மிகவும் கடினம். வதந்திகள், கிசுகிசுக்கள் பற்றிப் பேசுவது தான் வேடிக்கையாக இருக்கிறது. நீங்கள் ஒரு தலைப்பைத் தெரிவித்தால் நான் அதற்கு முயற்சி செய்வேன். தலைப்பு தான் முக்கியம். தலைப்பு கிடைத்து விட்டால் அதில் சுலபமாக சோடனை செய்ய முடியும். சென்ற நூற்றாண்டைச் சேர்ந்த பிரபலமான பேச்சாளர்கள் இன்றைய சூழ்நிலைக்குப் பொருந்துவார்களா என்று நான் அடிக்கடி சிந்திப்பதுண்டு. ஆனால் அறிவார்ந்த பேச்சு நமக்குக் களைப்பைத் தருகின்றது.

'அதை நெடுங்காலத்துக்கு முன்பே சொல்லி விட்டார்கள்'. என்று சிரித்துக்கொண்டே கூறினாள் தூதர் மனைவி.

உரையாடல் கவர்ச்சியாக ஆரம்பமாகிற்று. ஆனால் அதிக கவர்ச்சியாக இருந்தபடியால் அது மறுபடியும் பலவீனமாகிப் போனது. அவர்கள் மற்றறவர்களின் அந்தரங்களை அலசும் 'கிசுகிசு'ப் பேச்சுக்களை மிக ஆர்வமுடன் பேசத் தொடங்கினார்கள்.

'சுவாரசியமான ஒரே விஷயம் அதுதானே!'

''டுஷ்கேவிச்'சிடம் ஏதோ மர்மம் மறைந்திருக்கிறது' என்று அதிகாரி கூறினார்.

'டுஷ்கேவிச் என்ற பெயருடைய அழகான இளைஞர் தேநீர் மேசைக்கு அருகில் நின்று கொண்டிருந்தார்.

'அதுவா? இந்த வரவேற்பறைக்குப் பொருத்தமாக அவர் எப்போதும் உடையணிகின்றார். அதனால் தான் அவர் அடிக்கடி இங்கு வருகிறார்.'

விருந்தளிக்கின்ற பெட்ஸி சீமாட்டிக்கும், டுஷ்கேவிச்சுக்கும் இடையிலான உறவைப் பற்றி அவர்கள் மறைமுகமாகப் பேசியதால் உரையாடல் சோர்வுற்றுப் போனது.

இளவரசி பெட்ஸியைச் சுற்றி இருந்தவர்களும் அதே மாதிரி மூன்று முக்கியமான விஷயங்களைப் பற்றிப் பேசினார்கள். சமீபத்திய பரபரப்பான செய்தி, நாடக அரங்கு மற்றும் நாடகங்கள் நடிகர்கள் பற்றி, மற்றும் அண்டை வீட்டுக்காரர்களைப் பற்றி புறணி பேசுதல்- என்ற இந்த மூன்று வகையான பேச்சுக்களைத் தான் அவர்கள் பேசினார்கள். மற்றவர்களின் அந்தரங்கங்களை இட்டுக் கட்டிப் பேசுவதில் அவர்கள்

ஆனந்தம் அடைந்தார்கள். துவக்கத்தில் இந்த உரையாடலில் கிறுகிறுப்பு ஏற்பட்டது.

‘உங்களுக்குத் தெரியுமா... ‘மால்டிஷேவா’ வைப் பற்றி - அதாவது நான் கேட்பது மகளைப் பற்றி அல்ல. அவளது அம்மாவைப் பற்றி - அவள் புதுசா ரொம்ப மாடர்னா டிரஸ் தைக்கப் போறாளாம்.’

‘உண்மையாகவா...! சுவாரசியமாக இருக்கிறது.’

‘அவள் முட்டாள் அல்ல. பொது அறிவு உள்ளவள் தான். ஆனால் ஏன் தான் அவளுக்கு புத்தி இப்படிப் போகிறதோ. இந்தப் புதிய உடை அவளுக்குத் தேவையா? அதை அணிந்துகொண்டு வந்தால் அவளைப் பற்றிச் சிரிப்பார்களே...’

மால்டி ஷேவாவைப் பற்றி ஒவ்வொருவரும் மட்டமாக ஏதாவதொரு தகவலைக் கூறினார்கள். உரையாடல் சொக்கப்பானையைப் போல கொழுந்து விட்டு எரிந்தது.

இளவரசி பெட்ஸியின் கணவர் செதுக்கிய சிற்பங்களை சேகரித்து வைக்கும் பழக்கம் உள்ளவர். வீட்டில் விருந்து நடப்பதால், விருந்தினர்களைச் சந்தித்து விட்டுப் பிறகு கிளப்புக்குப் போகலாம் என்று நினைத்து விருந்து நடக்கும் ஹாலுக்கு வந்தார். அவர் ஓசையில்லாமல் கம்பளத்தின் மீது நடந்து வந்து இளவரசி மியாக்கயாவை நெருங்கினார்.

‘நீல்ஸோன்’ இசை நாடகத்தை ரசித்தீர்களா?’ என்று அவள் பின்னால் நின்று கேட்டார்.

‘திடீரென்று என்னிடம் பேசி என்னைப் பயமுறுத்தி விட்டீர்கள். இசை நாடகத்தைப் பற்றி நீங்கள் பேசாதீர்கள். உங்களுக்கு இசையைப் பற்றி எதுவும் தெரியாது. உங்களுடைய சிற்பங்களைப் பற்றி நான் பேசினால் நீங்கள் ஏற்றுக்கொள்வீர்களா? வேண்டுமானால் சந்தையில் நீங்கள் வாங்கிய புதிய சிற்பங்களைப் பற்றி பேசலாம்... பேசுங்களேன்’.

‘நான் அவற்றை உங்களுக்குக் காட்டினாலும் சரி, பேசினாலும் சரி உங்களுக்கு அது புரியாதே...’

‘அவற்றைப் பார்க்க விரும்புகிறேன். சிற்பங்களைப் பற்றி நான் வங்கிக்காரர்களிடமிருந்து கற்றுக் கொண்டிருக்கிறேன். அவர்களிடம் மிக உயர்ந்த சிற்பங்கள் இருக்கின்றன. அவற்றை அவர்கள் எனக்குக் காட்டினார்கள்.

‘நீ ஷீஸ்பர்குகள் வீட்டிற்குப் போனாயா?’ என்று இளவரசி பெட்ஸி கேட்டாள்.

‘ஆமாம். அவர்கள் என்னையும் என் கணவரையும் விருந்துக்கு அழைத்தார்கள். ஒரு ‘சாஸ்’ (சிற்றுண்டியில் ஊற்றப்படும் குழம்பு)

தயாரிப்புக்கு ஆயிரம் ரூபிள் செலவானது என்று கூறினார்கள்' என்று இளவரசி மியாகயா உரத்த குரலில் பேசியதை அங்கிருந்த எல்லோருமே அக்கறையுடன் கேட்டார்கள். 'பச்சை நிறமாக இருந்தது. ருசி ஒன்றும் பெரிதாகச் சொல்லும்படியாக இல்லை. அதே சமயம் நான் அவர்களை என் வீட்டு விருந்துக்கு அழைத்திருந்தேன். நான் சாஸ் (குழம்பு) தயாரிப்புக்கு எண்பத்தைந்து ரூபிள் தான் செலவழித்தேன். எல்லோருமே ரொம்ப திருப்தியுடன் சாப்பிட்டார்கள். அம்மாடியோவ்... என்னால் சாஸ் தயாரிப்புக்கு ஆயிரம் ரூபிள்கள் செலவு செய்ய முடியாது.'

'நீ ரொம்பவும் ஈடுஇணையற்ற பெண்ணாயிற்றே...' என்றாள் இளவரசி பெட்ஸி.

'பிரமாதம்' என்றார் மற்றொருவர்.

இளவரசி மிகவும் சாதாரணமான முறையில் பேசினாள். அவளுடைய சொற்கள் ஒவ்வொன்றும் எளிமையானதாக இருந்தன. அதே சமயத்தில் தனி அர்த்தத்தைக் கொண்டிருந்தன. அவள் வசித்த சமூகத்தினரிடையே அப்படிப்பட்ட சொற்கள் மிகவும் நகைச்சுவையாகவும் உணரப்பட்டது. தன்னுடைய சொற்கள் அத்தகைய விளைவை எப்படி ஏற்படுத்துகின்றன என்று அவளுக்குப் புரியாவிட்டாலும் அவள் சந்தர்ப்பங்களைத் தவறாது பயன்படுத்திக் கொண்டாள்.

விருந்தினர்கள் இரண்டு குழுக்களாகப் பிரிந்து பேசிக் கொண்டிருந் தார்கள். அவர்களை ஒரே குழுவாக இணைக்க விரும்பிய இளவரசி பெட்ஸி எல்லோரையும் தேநீர் குடிக்க அழைத்தார்கள்.

'வாருங்கள், எங்களுடன் சேர்ந்து உட்காரலாமே!'

'நாங்கள் இங்கே வசதியாக இருக்கிறோம்' என்று கூறிய தூதரின் மனைவி, இங்கே நெருங்கி வராமல், ஏற்கனவே நடந்து கொண்டிருந்த சுவாரசியமான உரையாடலை மீண்டும் தொடர்ந்தாள்.

'மாஸ்கோவிலிருந்து திரும்பி வந்ததிலிருந்து அன்னா ரொம்பவும் மாறிவிட்டாள், அவள் நடத்தையே வித்தியாசமாக இருக்கிறது.' என்று அன்னாவின் நண்பர் கூறினார்.

'அவள் திரும்பி வந்த பொழுது விரான்ஸ்கியின் நிழலை தன்னுடன் கொண்டு வந்திருக்கிறாள் என்பது தான் அந்த மாற்றம்' என்றாள் தூதரின் மனைவி. 'நிழல் இல்லாத மனிதன்' என்று 'கிரீம்' (Grimms Fairy Tales) ஒரு கதை எழுதியிருக்கிறார். 'ஒரு மனிதன் தன்னுடைய நிழலை இழந்து விடுகிறார். என்ன காரணத்தாலோ அந்தத் தண்டனை அவருக்குத் தரப்படுகிறது. ஆனால் அதை ஏன் அவர் தண்டனை என்று கருத வேண்டும்

என்பது எனக்குத் தெரியவில்லை. ஆனால் ஆணுக்கு நிழல் தேவையோ இல்லையோ பெண்ணுக்கு நிழல் அவசியம்.'

'ஆனால் நிழல் உள்ள பெண்ணின் வாழ்க்கை சோகத்தில் மூழ்குகிறது' என்றாள் அன்னாவின் நண்பர்.

'உன் நாக்கைப் பொசுக்க வேண்டும்' என்று திடீரென்று கூறினாள் இளவரசி மியாக்கயா. 'அன்னா கரீனினா ஒரு அற்புதமான பெண். எனக்கு அவளது கணவரைப் பிடிப்பது கிடையாது. ஆனால் அன்னாவை எனக்கு மிகவும் பிடிக்கும்.'

'ஏன் உனக்கு அவளுடைய கணவரைப் பிடிக்கவில்லை. அவர் சமுதாயத்தில் மிகவும் குறிப்பிடத்தக்க மனிதர்' என்றாள் தூதரின் மனைவி.

'அவரைப் போன்ற ராஜதந்திரிகள் - அரசியல் வித்தகர்கள் - பொருளாதார நிபுணர்கள் - ஐரோப்பாவிலேயே ஒரு சிலர்தான் இருக்கின்றனர் என்று என் கணவர் அடிக்கடி சொல்லுவார்.'

'என் கணவரும் அதையே தான் சொல்லுகிறார். ஆனால் என்னால் இதையெல்லாம் நம்ப முடியாது' என்று பதிலளித்தாள் இளவரசி மியாக்கயா.

'நமது கணவர்கள் வாயைப் பொத்திக் கொண்டிருந்தால் போதும். உண்மையாக எல்லாம் எப்படி உள்ளது என்பதை நம்மால் தெரிந்து கொள்ள முடியாதா என்ன? எல்லாம் நம்மால் முடியும். கரீனின் ஒரு முட்டாள் என்பது தான் என்னுடைய கருத்து. அவர் ஒரு அறிவாளி என்று தான் எல்லோரும் சொல்கிறார்கள். நான் முட்டாளாக இருப்பதால் தான் அவருடைய மேதைமை எனக்குப் புரியவில்லையோ என்று நான் முதலில் நினைத்திருந்தேன். ஆனால் 'அவர் ஒரு முட்டாள்' என்று நினைத்தவுடன் - அதே கோணத்தில் நாம் அவரைப் பார்க்கும் பொழுது - எனக்கு எல்லாம் விளங்கி விட்டது. நான் சொல்வது புரிகிறதா?' என்றாள் இளவரசி மியாக்கயா.

'ஏன் இன்று நீ இவ்வளவு வெறுப்பாக பேசுகிறாய்? நீ சொல்வது போன்றே கரீனின் ஒரு முட்டாளாகவே கூட இருக்கலாம். ஆனால் நீ அன்னாவைப் பற்றி குறை சொல்ல, பழிபேச நான் விடமாட்டேன். அவள் மிகவும் அழகானவள்; அற்புதமானவள். ஒவ்வொருவரும் அவள் மீது காதல் கொண்டு, அவளையே நிழல் போலப் பின் தொடர்ந்தால் அவள் என்ன செய்ய முடியும்?'

'ஆனால் எங்களை யாரும் நிழலைப் போலப் பின் தொடரவில்லையே. எனவே எங்களுக்கு அவளைப் பற்றிச் சொல்ல உரிமை இருக்கிறது' என்றார் அன்னாவின் நண்பர்.

இளவரசி மியாக்கயாவும், தூதரின் மனைவியும் இப்பொழுது இவர்கள் அருகிலேயே வந்துவிட்டனர்.

'என்ன வம்பு பேசிக் கொண்டிருக்கிறீர்கள்?' என்றாள் பெட்ஸி.

'கரீனின் அவர்களைப் பற்றி பேசிக் கொண்டிருக்கிறோம். இளவரசி கரீனினா அவர்களின் குணங்களைப் பற்றி வர்ணித்துக் கொண்டிருந்தார்' என்றாள் தூதரின் மனைவி. இருவரும் அவர்களுக்கு எதிரிலேயே உட்கார்ந்தனர்.

'ஐயோ, அது ரொம்ப பரிதாபமான விஷயமாயிற்றே, நல்லவேளை நாங்கள் அதைக் கேட்கவில்லை' என்றாள் பெட்ஸி. அவளுடைய பார்வை வாயிற் கதவுப் பக்கமிருந்தது. கதவு திறந்தது. விரான்ஸ்கி உள்ளே வந்தான்.

'ஆ....! எல்லா இடங்களுக்கும் போய் விட்டு கடைசியில் இங்கேயும் வந்து விட்டீர்களா...?' என்றாள் மியாக்கயா விரான்ஸ்கியைப் பார்த்து. அந்த ஹாலில் இருந்த எல்லோரையுமே விரான்ஸ்கிக்குத் தெரியும். தினந்தோறும் அவர்களை அவன் பார்க்கிறான். சற்று முன்பு தான் அவர்களைப் பார்த்து விட்டுச் சென்றது போன்ற உணர்ச்சியுடன் மிக சாதாரணமாக, அமைதியுடன், அவசரமின்றி அவன் நடந்து வந்தான்.

'வேறு எங்கே நான் போகப் போகிறேன்?' என்று தூதரின் மனைவியின் கேள்விக்கு பதிலாக அவனும் ஒரு கேள்வியையே பதிலாக சொன்னான்.

'வழக்கம் போல பிரெஞ்சு நாடக அரங்கிலிருந்து தான் வருகிறேன். இதுவரை நான் அங்கு நூறு தடவைகளுக்கும் மேல் போய்விட்டேன். ஒவ்வொரு முறையும் ஒரு புதுமையைத் தான் நான் அங்கு பார்க்கின்றேன். இன்றிரவு...' என்று தொடர்ந்து அவன் ஒரு பிரெஞ்சு நடிகையைப் பற்றிப் பேசத் தொடங்கினான். தூதரின் மனைவி குறுக்கிட்டாள். 'நிறுத்து! நிறுத்து! அந்தப் பயங்கரங்களைப் பற்றிப் பேச வேண்டாம்'.

'சரி, சரி... நிறுத்திக் கொள்கிறேன். இனி அந்தப் பயங்கரங்களைப் பற்றிப் பேசவில்லை. ஆனால் அந்தப் பயங்கரங்கள், எல்லோருக்கும் தெரிந்தவை தானே' என்றான் விரான்ஸ்கி.

அத்தியாயம் 7

ஹாலின் முகப்புப் படிகளில் யாரோ ஏறி வரும் காலடியோசை கேட்டது. அன்னாதான் வருகிறாள் என்பதைத் தெரிந்து கொண்ட இளவரசி பெட்ஸி. விரான்ஸ்கியை ஓரக் கண்ணால் பார்த்தாள். அவனும் ஆவலுடன் வாசற் கதவைப் பார்த்தான். அவன் கண்களில் ஒரு புதிய ஒளி, ஆர்வம்

தென்பட்டது. அறைக்குள் வந்து கொண்டிருந்த பெண்ணை வைத்த கண் வாங்காமல், மிகுந்த மகிழ்ச்சியுடனும் பார்த்தான். அவளது அழகைத் தன் கண்களால் அள்ளிப் பருகினான். அவனது இருக்கையிலிருந்து மெல்ல எழுந்து நின்றான். அன்னா வழக்கம் போல நிமிர்ந்த நடையுடன், கண்கள் பார்த்த நேரான திசையை மாற்றாமல் இன்றைய விருந்தின் தலைவியான - இளவரசி பெட்ஸியை நோக்கி நடந்தாள். இந்த உறுதியும் தெளிவும் தான் அவளை மற்ற மேற்குடி சுமூகப் பெண்களிடமிருந்து பிரித்து தனித்துவப்படுத்திக் காட்டியது. அவள் மெல்லச் சிரித்தபடி பெட்ஸியுடன் கைகுலுக்கினாள். அதே புன்னகை மாறாமல் அவள் மெல்லத் திரும்பி விரான்ஸ்கியைப் பார்த்தாள். அவள் அருகில் இருந்த மற்றவர்களுடன் கைகுலுக்கினாள். மிக நெருக்கமானவர்களின் கரங்களை சற்று அழுத்தித் தன் அன்பைத் தெரிவித்தாள். பின் விருந்தளிக்கும் தன் தோழியை நோக்கித் திரும்பினாள்.

'நான் சீமாட்டி லிடியாவின் வீட்டுக்குப் போயிருந்தேன். அங்கே தாமதமாகிவிட்டது. ஸர் ஜான் அங்கு வந்திருந்தார். அவர் மிகவும் சுவாரசியமான மனிதர் என்பது தான் உங்களுக்குத் தெரியுமே.'

'ஓ, அந்த மதப்பிரச்சாரகர்...!'

'ஆமாம். அவர் இந்திய மக்களின் வாழ்க்கை பற்றி மிக்க சுவாரசியமாகப் பேசிக் கொண்டிருந்தார்.'

அவள் அறைக்குள் நுழைந்தபோது நிறுத்தப்பட்ட உரையாடல் பற்ற வைக்கப்பட்ட விளக்கின் ஒளிபோல் பக்கென்று பற்றிக் கொண்டு எரியத் தொடங்கியது.

'ஸர். ஜான்... ஆமாம். ஸர்.ஜான் அவரைப் பார்த்திருக்கிறேன். அவர் மிக நன்றாகப் பேசுவார். 'மூத்த விலாஸியேவா' அவரைக் காதலிக்கிறாள்.'

'இளைய விலாஸியேவா 'டோபோவை'த் திருமணம் செய்யப் போகிறாள் என்பது உண்மையா?'

'ஆமாம்! அது முடிவு செய்யப்பட்டு விட்டது என்று சொல்கிறார்கள்.'

'அவர்களுடைய பெற்றோர்களைப் பற்றி எண்ணி நான் மிகவும் வியப்படைகின்றேன். இது காதல் கல்யாணம் என்று அவர்கள் சொல்கிறார்கள்.'

'காதல் கல்யாணமா? எல்லாம் பத்தாம்பசலித்தனம். காதலைப் பற்றி இன்று யாராவது பேசுகிறார்களா?' என்றாள் தூதரின் மனைவி.

'என்ன செய்வது? அந்தப் பழைய பாணி பத்தாம்பசலித்தனம் இன்னும் உயிருடன் இருக்கிறதே' என்றான் விரான்ஸ்கி.

‘உருப்படாதவர்கள் தான் அந்தப் பழைய பாணியைப் பின்பற்று வார்கள். மகிழ்ச்சியான திருமணங்களைப் பற்றி எனக்குத் தெரியும். ஆனால் அவை விவேகம், புத்திசாலித்தனத்துடன் பகுத்தறிவை அடிப்படையாகக் கொண்டவை.’

‘பகுத்தறிவை அடிப்படையாகக் கொண்ட திருமணங்கள் அதிகமாகத் தோல்வியடைகின்றன. ஏனென்றால் அவர்கள் முதலில் உணர்ச்சிகளை ஒதுக்கினாலும் அவை பின்னர் தலை தூக்குகின்றன. அதன் பின் இந்த புத்திசாலித்தனமான பகுத்தறிவை அடிப்படையாகக் கொண்ட திருமணங்கள் பொடிப் பொடியாகி விடுகின்றன’ என்றான் விரான்ஸ்கி.

‘அறிவை அடிப்படையாகக் கொண்ட திருமணங்கள் என்று நான் குறிப்பிட்டது காதல் என்ற அந்தப் பைத்தியக்காரத்தனத்தை கடந்து வந்த திருமணங்களைத் தான். காதல் திருமணம் என்பது நச்சுக் காய்ச்சல் மாதிரி. அதை வெல்ல வேண்டும்’.

‘அப்படியானால் நச்சுக் காய்ச்சல் வராதிருக்க ஊசி போடுவதைப் போல காதல் ஏற்படுவதைத் தடுப்பதற்கு ஊசி மருந்துகளைக் கண்டுபிடிக்க வேண்டும்.’

‘நான் இளம்பெண்ணாக இருந்த பொழுது இசைக் குழுவில் இருந்த ‘குழுப் பாடகர்’ ஒருவரைக் காதலித்தேன். அது எனக்கு நன்மையாக இருந்ததா? என்று தெரியவில்லை’ என்றாள் இளவரசி மியாக்கயா.

‘இல்லை. வேடிக்கை ஒரு புறம் இருக்கட்டும். நான் நம்புகிறேன். காதலின் சக்தியைப் புரிந்து கொள்ள வேண்டும் என்றால் முதலில் தவறு செய்ய வேண்டும். பிறகு தவறைத் திருத்திக் கொள்ள வேண்டும்’ என்றாள் இளவரசி பெட்ஸி.

‘திருமணத்திற்குப் பிறகு திருத்திக் கொள்ளாலாமா? என்று தூதர் மனைவி அப்பாவியைப் போலக் கேட்டாள்.

‘அதைத் தான் சொல்கிறேன். பிறகு திருத்திக் கொள்ள வேண்டும் - எப்போதும் காலம் மிஞ்சிப் போய்விடுவதில்லை. அதாவது சீர்திருத்திக் கொள்வதற்கு காலதாமதம் என்பது எதுவும் கிடையாது’ என்பது ஓர் ஆங்கிலப் பழமொழி. நீ என்ன நினைக்கிறாய்.’ என்று அன்னாவைக் கேட்டாள்.

‘மிகச்சரியாகச் சொன்னாய்! நான் நினைப்பதுவும் இதுதான்... எத்தனை தலைகள் உண்டோ அத்தனை மூளைக்கும் மனசுகளும் உண்டு என்கிறார்கள். அப்படியானால் எத்தனை இதயங்கள் உண்டோ அத்தனை ரகமான காதல்களும் உண்டு’ என்று அன்னா பதிலளித்தாள்...

அன்னா என்ன பதில் சொல்லப் போகிறாள் என்பதை விரான்ஸ்கி கவனித்துக் கொண்டிருந்தான். அவளது பதிலைக் கேட்ட பிறகு தனக்கு வந்த ஆபத்து நீங்கி விட்டதைப் போலப் பெருமூச்சு விட்டான்.

'மாஸ்கோவிலிருந்து எனக்குக் கடிதம் வந்திருக்கிறது. கிட்டி ஷெர்பட்ஸ்கயாவின் உடல் நலம் மிகவும் பாதிக்கப்பட்டிருப்பதாக எழுதியிருக்கிறார்கள்.'

'உண்மையாகவா?' என்று முகத்தைச் சுளித்துக்கொண்டு கேட்டான் விரான்ஸ்கி.

அன்னா மிகக் கடுமையான முகத்துடன் அவனைப் பார்த்தான்.

'அதைப் பற்றி உங்களுக்கு அக்கறை இல்லையா?'

'எனக்கு அதிக அக்கறை உண்டு. அவர்கள் என்ன எழுதியிருக்கிறார்கள், நான் தெரிந்து கொள்ளலாமா?'

அன்னா எழுந்து பெட்ஸியை நோக்கிச் சென்றாள். 'எனக்கு ஒரு கோப்பை தேநீர் கொடு' என்று சொல்லியபடி, பெட்ஸியின் இருக்கைக்குப் பின்புறம் நின்று கொண்டு எதிர்புறம் இருந்த விரான்ஸ்கியைப் பார்த்தாள்.

பெட்ஸி கோப்பையில் தேநீரை ஊற்றிக் கொண்டிருந்தாள். விரான்ஸ்கி அன்னாவை நெருங்கி வந்து மீண்டும் கேட்டான்: 'அவர்கள் என்ன எழுதியிருக்கிறார்கள்?'

'ஆண்களைப் பற்றியும் அவர்களது கண்ணியத்தைப் பற்றியும் நான் அடிக்கடி நினைப்பதுண்டு. ஆண்கள் கண்ணியத்தைப் பற்றி நிறைய பேசுவார்கள். ஆனால் கண்ணியம் என்றால் என்னவென்று அவர்களுக்குத் தெரியவே தெரியாது' என்ற அன்னா, அவனது கேள்விக்குப் பதில் சொல்லாமலே அவள் மெல்ல இரண்டு, மூன்று காலடிகள் எடுத்து பக்கத்து மேசையை நெருங்கிச் சென்றாள். அந்த மேசையின் மேல் சில புகைப்பட ஆல்பங்கள் வைக்கப்பட்டிருந்தன. அவற்றை இலேசாகப் புரட்டி விட்டு, அருகிலிருந்த இருக்கையில் அவள் அமர்ந்தாள்.

பெட்ஸி ஊற்றியிருந்த தேநீர் கோப்பையை எடுத்து வந்து அன்னாவின் கையில் கொடுத்தபடியே சொன்னான் விரான்ஸ்கி: 'உன் பேச்சு எனக்குப் புரியவில்லை.'

'நான் உங்களிடம் ஒரு விஷயம் சொல்ல விரும்பினேன்' என்று அவள் அவனை நேரடியாகப் பார்க்காமலே சொன்னாள்: 'நீங்கள் மோசமாக, மிகவும் மோசமாக நடந்து கொண்டீர்கள், என்பதைத் தான் நான் உங்களிடம் சொல்ல விரும்பினேன்'.

'நான் மோசமாக நடந்து கொண்டேன் என்று எனக்கு தெரியாதா என்ன? ஆனால் அதற்கு யார் காரணம்?'

'இதை ஏன் என்னிடம் கேட்கிறீர்கள்?' என்ற அவள் அவனை கடும் சினத்துடன் பார்த்தாள்.

'ஏன் என்று உனக்குத் தெரியும்' என்று உறுதியாகவும், துணிச்சலாகவும் சொன்ன அவன், மிகுந்த சந்தோஷம் பொங்க, அவளது கண்களை நேர்கொண்டான். வைத்த கண்களை எடுக்காமல் அவளை விழுங்கி விடுவது போலப் பார்த்தான் விரான்ஸ்கி. அவனது அந்த மோகம் ததும்பும் பார்வையைக் கண்டு அவள் வெட்கப்பட்டாள். மீண்டும் மீண்டும் அவள் வெட்கப்பட்டாள். குழப்பமடைந்தாள்.

'இது ஒன்றே நிரூபித்து விட்டது. உங்களுக்கு இதயமே இல்லை என்பதை... ஆமாம், உங்களுக்கு இதயமே இல்லை' என்றாள் அவள். அவளுக்குத் தெரியும், அவனுக்கும் ஒரு இதயம் இருக்கிறதென்று. அதனால் தான் அவனைக் கண்டு, தான் அச்சப்படுவதாக அவள் நினைத்தாள். அவளது அந்த நினைப்பை அவளது பார்வைகள் அப்படியே பிரதிபலித்தன.

'நீ சற்று முன் குறிப்பிட்டாயே அந்த விஷயம்... அந்த வார்த்தை... அது 'தவறு' என்ற ரகத்தில் வருவது. காதல் என்ற பொருளில் அல்ல. நான் தவறு செய்திருக்கலாம் - ஆனால் அவளை நான் காதலிக்கவில்லை' என்றான் விரான்ஸ்கி.

'அந்த வார்த்தையை, அருவருப்பான காதல் என்ற அந்த வார்த்தையைத் திரும்பவும் சொல்லாதீர்கள் என்று நான் உங்களிடம் கேட்டுக் கொண்டேனே, நினைவிருக்கிறதா?' என்று அன்னா கேட்டாள்.

'சொல்லாதீர்கள்' என்ற வார்த்தைகள் அவன் மீது அவளுக்கு உரிமை இருக்கிறது என்பதை ஒப்புக்கொள்வது போலவும், அந்த உரிமையில் அவள் அவனிடம் ஆணையிடுவது போலவும் அல்லது கேட்டுக் கொள்வது போலவும் அவனுக்குத் தோன்றியது. அவளுக்கும் தோன்றியது. மொத்தத்தில் அவனுக்கு அவளிடத்தில் உரிமை உள்ளது என்பதையும், அவளுக்கு அவனிடத்தில் உரிமை உள்ளது என்பதையும் அவளே ஏற்றுக் கொண்டது போலவும், அவள் ஏற்றுக் கொண்டதால் தான் அந்த உரிமையில், அந்த துணிச்சலில் அவன் 'காதல்' என்ற சொல்லைத் துணிவாக அவளிடம் பயன்படுத்துகிறான் என்பதை அவள் புரிந்து கொண்டாள். எனவே அவனது கண்களை நேருக்கு நேராக உற்றுப் பார்த்தபடி அவள் சொன்னாள்: 'ரொம்ப நாட்களாகவே இதை உங்களிடம் சொல்ல வேண்டும் என்று நினைத்திருந்தேன்' என்று அவள் சொல்லிக் கொண்டே போனாள். கலவரப்படுத்தும் அவனது கண்களின் பார்வையில்

நாணமுற்று அவளது அழகு முகம் முழுவதும் பிரகாசமாகித் தகதகவென்று ஜொலித்தது. காதல் உணர்வுகள் மேலிட அவளது கண்களில் கண்ணீர் திரண்டு குளமாகியது.

‘முக்கியமான விஷயமாக உங்களைச் சந்திக்க இன்று இங்கு வந்தேன். நீங்கள் இங்கு வருவீர்கள் என்றுதான் நானும் இங்கு வந்தேன். இதை நிறுத்திக் கொள்ளுங்கள் என்று உங்களிடம் சொல்லத்தான் நான் வந்தேன். இது வரை நான் யார் முன்னாலும் வெட்கப்படவில்லை. ஆனால் என்னை நீங்கள் அவ்வாறு உணரச் செய்து விட்டீர்கள். நான் ஏதோ ஒரு உணர்வினால் தவறு செய்துவிட்டது போல உணர்கின்றேன்.’

அவன் அவளை உற்றுப் பார்த்தான். அவளது முகத்தில் புதிய ஆன்மீக அழகு பொலிவதை அவன் கண்டான்.

‘நான் என்ன செய்ய வேண்டும்?’ என்று மிகச் சாதாரணமாக, ஆனால் மிகுந்த அக்கறையுடன் கேட்டான்.

‘நீங்கள் மாஸ்கோவுக்குச் செல்ல வேண்டும். கிட்டியிடம் மன்னிப்புக் கேட்க வேண்டும் என்று நான் விரும்புகின்றேன்’ என்றாள் அன்னா.

‘நீ அதனை விரும்ப மாட்டாய்’ என்று அவன் பதிலளித்தான். அவள் மனப்பூர்வமாக அதனைச் சொல்லவில்லை. தன்னைத் தானே கட்டாயப்படுத்திக் கொண்டு அவள் அதனைச் சொல்கிறாள் என்பதை அவன் கண்டு கொண்டான்.

‘என்னைக் காதலிப்பதாக நீங்கள் சொல்கிறீர்கள். அது உண்மையானால் என்னை அமைதியாக இருக்க விடுங்கள்’.

அவன் முகம் பிரகாசமானது.

‘என்னுடைய வாழ்க்கை எல்லாமே நீ தான் என்பதை நீ இன்னும் தெரிந்து கொள்ளவில்லையா? அமைதி... அதைப் பற்றி எனக்குத் தெரியாது. எனவே அந்த அமைதியை உனக்கு நான் தர இயலாது. என்னுடைய காதல் தான் என்னுடைய வாழ்க்கை. உன்னையும் என்னையும் தனித்தனியாகப் பிரித்துப் பார்க்க என்னால் முடியவில்லை... இனிமேல் உனக்கோ, எனக்கோ அமைதி இருக்காது. நமக்குள் ஏக்கமும், இன்பமும் அல்லது துன்பமும், வேதனையும், மனமுறிவுகளும் தான் சாத்தியம் என்று எனக்குத் தெரிகிறது... மகிழ்ச்சி... அந்த மகிழ்ச்சி நமக்குக் கிடைக்காதா...?’

‘அது கிடைக்காதா?’ என்ற வார்த்தைகள் அவனுடைய உதடுகளை விட்டு வெளியே விரவில்லை. ஆனாலும் அதைத் தன் செவிகளில் கேட்டதாக உணர்ந்தாள். ‘அது கிடைக்காதா?’ என்ற அவனது ஏக்கம் தரும் கேள்விக்குப் பதில் சொல்ல அவள் துடித்தாள். அவள் தன் மனத்தில் இருப்பவை அனைத்தையும் வெளிப்படுத்தத் துடித்தாள். அதற்கு அவள்

தீவிரமாக முயற்சி செய்தாள். ஆனால் அவளது இதயத்தை விட்டு வார்த்தைகள் வெளிக் கிளம்ப மறுத்தன. பதிலாக அவள் தன் கண்களில் காதல் உணர்வுகள் பொங்கி வழிய அவனை உற்றுப் பார்த்தாள். அவளால் எந்தக் கேள்விக்கும், எந்த பதிலும் சொல்ல முடியவில்லை.

'இது தான்... இது தான்... இது காதல் தான்!' என்று அவன் மிகுந்த பரவசப்பட்டான்.

நான் என்னுடைய நம்பிக்கையை இழக்க ஆரம்பித்த பொழுது... இனிமேல் அன்பு இல்லை... காதல் இல்லை, எதுவும் இல்லை என்று நான் நினைத்த தருணத்தில்... இதோ அவள் தன் காதலை வெளிப்படுத்தி விட்டாள்! ஆமாம்... அவள் என்னைக் காதலிக்கிறாள்! ஆமாம்... அவள் என்னைக் காதலிக்கிறாள்! அவள் என் காதலை ஏற்றுக் கொண்டு விட்டாள்!

அவன் மிகுந்த பரவசப்பட்டான்.

'எனக்காக இதைச் செய்யுங்கள். ஒரு பொழுதும் இதுபோன்ற வார்த்தைகளை என்னிடம் சொல்லாதீர்கள். நாம் நல்ல நண்பர்களாக இருப்போம்'.

இவை அவள் சொன்ன வார்த்தைகள் தான். ஆனால் அவளது கண்கள் வேறு எதையோ வித்தியாசமாக சொல்கின்றனவே...

'நாம் ஒரு பொழுதும் நண்பர்களாக இருக்க முடியாது... உனக்கே உன்னைப் பற்றித் தெரியும் அல்லவா?... இந்த உலகத்தின் இன்பத்தையெல்லாம் அனுபவிப்பவர்களாக நாமிருப்போம்!... அல்லது இந்த உலகத்தின் துன்பங்களையெல்லாம் அனுபவிப்பவர்களாக நாம் இருப்போம்... இதை முடிவு செய்ய வேண்டியது நீ தான்...'

அவள் ஏதோ சொல்வதற்கு விரும்பினாள். ஆனால் அவன் உடனே குறுக்கிட்டான்.

'நான் ஒன்றே ஒன்று மட்டும் கேட்கிறேன். நான் நம்பிக்கையோடிருப்பதற்கும், வேதனைப்படுவதற்கும் தயவு செய்து எனக்கு உரிமை கொடு... அதுவும் கூட உன்னால் முடியாது என்றால் 'ஒழிந்து போ' என்று எனக்கு ஆணையிடு. நான் அதன்படி செய்கின்றேன். நான் உன் முன்னால் இருப்பது கூட உனக்கு வேதனை தரும் செயல் என்றால் என் கண் முன்னால் நிற்காதே என்று சொல். நான் காணாமல் போய் விடுகிறேன்'.

'உங்களைப் போய் விடுங்கள் என்று விரட்ட நான் விரும்பவில்லை.'

'அப்படியானால் எதையும் நீ மாற்ற வேண்டாம். எல்லாவற்றையும் அப்படியே விட்டு விடு... இப்போது இருப்பது போல் அவை அப்படியே இருக்கட்டும்' என்று அவன் மிக வேதனையான குரலில் சொன்னான்.

'அதோ, உன் கணவர் வந்து கொண்டிருக்கிறார்' என்றான் விரான்ஸ்கி.

அந்த நேரத்தில் விசித்திரமான, நயமில்லாத நடை நடந்து வாயிற் கதவைக் கடந்து உள்ளே வந்து கொண்டிருந்தார் அன்னாவின் கணவர் கரீனின்.

உள்ளே வந்த அவர் தன் மனைவியையும், விரான்ஸ்கியையும் தான் முதலில் பார்த்தார். பின்பு நேராக விருந்து கொடுப்பவளான இளவரசி பெட்ஸியை நோக்கிச் சென்று, ஒரு கோப்பை தேநீரை எடுத்துக் கொண்டு அங்கிருந்த ஒரு இருக்கையில் உட்கார்ந்து கொண்டார். ஒரு முறை அந்த ஹால் முழுவதும் தன்னுடைய பார்வையைச் சுழல விட்டார். பின்பு ஒரு புன்னகையோடு பெட்ஸியைப் பார்த்துச் சொன்னார்:

'என்ன உன்னுடைய ஹோட்டல் இன்று ஏராளமான கவிஞர்களாலும், கலைஞர்களாலும் நிறைந்திருக்கிறது' என்றார்.

இளவரசி பெட்ஸிக்கு அவருடைய கிண்டல் பேச்சு எப்போதுமே பிடிப்பதில்லை. ஆனாலும் அவள் புத்திசாலி. தனக்குப் பிடிக்காவிட்டாலும் கூட வந்த விருந்தினரை மனம் நோகச் செய்யாமல் நிலைமையைச் சமாளிக்க அவளால் முடியும். அவரது கிண்டலை அவள் பொருட்படுத்த வில்லை. இதனை அவள் மாற்ற விரும்பி அவள் கரீனினுக்கு மிகவும் பிடித்த இராணுவ வாழ்க்கையைப் பற்றி பேசத் தொடங்கினாள்.

'எல்லா இளைஞர்களும் கட்டாய இராணுவ சேவை செய்ய வேண்டுமா?' என்ற ஆழமான விவாதத்தைத் தொடங்கினாள். புதிய சட்டத்தைத் தாக்கினாள். கரீனின் அதை ஆதரித்துப் பேசினார்.

அன்னாவும் விரான்ஸ்கியும் வேறொரு சிறிய மேசைக்கு முன்னால் உட்கார்ந்து பேசிக் கொண்டிருந்தனர்.

'இது அநாகரிகமாக இருக்கிறது' என்று ஒரு சீமாட்டி அன்னாவையும், விரான்ஸ்கியையும், அன்னாவின் கணவரையும் சுட்டிக் காட்டிக் கூறினாள்.

'நான் சொல்லவில்லையா?' என்று அன்னாவின் நண்பர் கூறினார்.

எங்களால் உங்களுக்கு இடையூறு வேண்டாம் என்று சொல்வதைப் போல அன்னாவும் விரான்ஸ்கியும் ஏற்கனவே இருந்த இது பொதுப் பிரிவினரையும் விட்டு விட்டுத் தாங்கள் இருவர் மட்டும் தனியே பேசிக் கொண்டிருந்ததை இந்த இருவரைத் தவிர அந்தச் சீமாட்டியும் அன்னாவின் நண்பரையும் தவிர - இளவரசி மியாக்கயா மற்றும் பெட்ஸி உட்பட அந்த வரவேற்பு அறையில் இருந்த அனைவரும் ஆச்சரியத்தோடு பார்த்தனர். அவர்களைப் பார்த்தபடி முணுமுணுப்பான குரலில் பேசிக் கொண்டிருந்தனர். கரீனின் ஒருவர் மட்டும் அவர்கள் இருந்த திசையில்

திரும்பாமல், கட்டாய இராணுவச் சேவையைப் பற்றி விளக்கிப் பேசிக் கொண்டிருந்தார். அங்கிருந்த எல்லோரும் அன்னாவை திரும்பத் திரும்ப அதிருப்தியோடு பார்ப்பதைக் கண்ட இளவரசி பெட்ஸி, கரீனின் பேச்சைக் கேட்பதற்கு தனக்குப் பதிலாக இன்னொருவரை நியமித்து விட்டு அன்னா உட்கார்ந்திருந்த இடத்திற்கு சென்றாள்.

'உன் கணவரைப் பற்றி நான் எப்போதுமே வியந்து போகிறேன். எந்த ஒரு விஷயத்தையும் எவ்வளவு தெளிவாக, துல்லியமாக அவர் பேசுகிறார். மிகவும் சிக்கலான கருத்துக்களைக் கூட மிக எளிமையாக விளங்க வைத்து விடுகிறார்' என்றாள் பெட்ஸி அன்னாவிடம்.

'ஆமாம்!' என்றாள் அன்னா. அவள் இந்த உலகத்தில் இல்லை. காதல் உலகில் சஞ்சரித்துக் கொண்டிருந்தாள். பெட்ஸி சொன்ன எதுவுமே அவளது செவிகளில் விழவில்லை. தன்னிச்சையாக, இயந்திரம் போல பெட்ஸியின் கேள்விக்கு அவள் பதில் சொல்லிக் கொண்டிருந்தாள். பின் தன்னுணர்வுக்கு வந்த அவள் எழுந்து அந்த நீண்ட மேசையைக் கடந்து மற்றவர்களோடு சேர்ந்து உட்கார்ந்து கொண்டாள். பேச்சு வேறு திசையில் தொடர்ந்தது.

அரைமணி நேரம் அங்கு தனது நேரத்தை செலவிட்டு விட்ட கரீனின் எழுந்து தன் மனைவியை நோக்கிச் சென்றார்.

'நாம் வீட்டுக்குப் போகலாமா?' என்றார் கரீனின் அன்னாவிடம். அன்னா அவரைத் திரும்பிக் கூட பார்க்கவில்லை. 'இல்லை. நான் இரவு உணவை இந்த விருந்திலேயே முடித்து விட்டு வருகிறேன்' என்றாள். கரீனின் எல்லோரையும் சுற்றிப் பார்த்து பணிந்து வணக்கம் தெரிவித்து விட்டு விடைபெற்றுக் கொண்டு வெளியேறினார்.

விருந்து முடிந்தது. விருந்தினர்கள் தங்கள் வீடுகளுக்குப் புறப்பட்டுக் கொண்டிருந்தனர். மாளிகைக்கு வெளியில் பளப்பளப்பான தோலினாலான மேல் கோட்டு அணிந்திருந்த கரீனின் குடும்பத்தின் கோச்சு வண்டியோட்டி - முதுமையடைந்து விட்ட அந்த தார்த்தாரிய ஊழியன் - குதிரையோடு மல்லாடிக் கொண்டிருந்தான். முரட்டுக் குதிரை அவனுக்கு அடங்க மறுத்தது. ஒரு வழியாக அதனை வண்டியில் பூட்டி விட்டு கோச்சு வண்டிக் கதவை திறந்து வைத்துக் கொண்டு அன்னாவின் வருகைக்காக அவன் காத்திருந்தான்.

ஹாலுக்கு அருகில் நின்றிருந்த காவலாளி அந்த மிகப் பெரிய கதவைத் திறப்பதற்காக தயாராக நின்று கொண்டிருந்தான். அன்னா தன்னுடன் மென் மயிர் கோட்டில் சிக்கியிருந்த தனது கேசத்தை ஒழுங்குபடுத்தியபடி விரான்ஸ்கியுடன் வெளியே வந்தாள். தலையைச் சாய்த்தபடி மிகுந்த மகிழ்ச்சியுடன் அவன் பேசுவதை மிக ஆர்வமாகக் கவனித்தபடி மெல்ல நடந்து வந்தாள் அவள்.

'நான் நட்பை விரும்பவில்லை. என்னுடைய வாழ்க்கையில் சந்தோஷம், மகிழ்ச்சி என்று நான் கருதுவது, விரும்புவது எல்லாமே ஒன்றே ஒன்று தான். அந்த ஒன்று தான் எனக்கு வேண்டும். அது தான் எனக்கு வாழ்க்கை. அது என்னவென்று உனக்குத் தெரியுமா? அந்த வார்த்தை உனக்கு பிடிக்காத ஒன்று. அது 'காதல்'. என்றான் விரான்ஸ்கி.

'காதல்'... அந்த வார்த்தையை அவள் தனக்குள் திரும்ப திரும்பச் சொல்லிக் கொண்டாள்.

'நான் ஏன் அந்த வார்த்தையை வெறுக்கிறேன் என்று உங்களுக்குத் தெரியுமா? அந்த வார்த்தையை - காதலை - நான் மிக உயர்வாக, மிக மிக உயர்வாக மதிக்கின்றேன். நீங்கள் புரிந்து கொண்டதற்கும் மேலாக நான் காதல் என்ற சொல்லின் அர்த்தத்தைப் புரிந்து கொண்டிருக்கின்றேன்' என்று சொன்ன அவள் அவன் முகத்தை மிகுந்த ஆழமாக உற்று நோக்கினாள். பின்பு 'வருகிறேன்' என்று ஒற்றைச் சொல்லில் அவன் கரத்தை தொட்டு அழுத்திவிட்டு விடை பெற்றுக்கொண்டு வேகமாகச் சென்று கோச்சு வண்டியின் படியில் காலை வைத்து வண்டிக்காரனின் உதவியுடன் வண்டிக்குள் ஏறி உட்கார்ந்து மறைந்து கொண்டாள்.

அவளுடைய அந்தப் பார்வையும், அவளது பஞ்சுக் கரத்தின் ஸ்பரிசமும் அவனை சுட்டெரித்துப் போட்டன. அவள் தொட்டுச் சென்ற தனது கரத்தை அவன் முத்தமிட்டுக் கொண்டான். கடந்த இரண்டு மாதங்களாக அவன் மேற்கொண்ட முயற்சிகளில் நேற்று வரை அவனுக்கு எந்த விதமான, உற்சாகமான பலன்களும் கிடைக்கவில்லை. ஆனால் கடந்த இரண்டு மாதங்களாக தனக்கு ஏற்படாத முன்னேற்றம் இந்த ஒரு மாலைப் பொழுதில் ஏற்பட்டிருக்கிறது என்று நினைத்து மனம் மகிழ்ந்தபடி தன் வீட்டுக்குத் திரும்பினான் விரான்ஸ்கி.

அத்தியாயம் 8

விரான்ஸ்கியுடன் தனியாக உட்கார்ந்து அன்னா உணர்ச்சிகரமாகப் பேசிக் கொண்டிருந்ததை விசித்திரமானதாகவோ, கண்ணியமற்ற செயலாகவோ கரீனின் கருதவில்லை. ஆனால் வரவேற்பறையிலிருந்த மற்றவர்கள் அது முறையற்ற செயல் என்று கருதியதை அவர் கவனித்தார். ஆகவே அவரும் அதனைத் தவறான செயலாகக் கருதி மனைவியிடம் அதைப் பற்றிப் பேசுவது என்று முடிவு செய்தார்.

அவர் வீட்டுக்குத் திரும்பியதும் வழக்கம் போலத் தனது படிப்பறைக்குச் சென்று சாய்வு நாற்காலியில் உட்கார்ந்து கொண்டு கிறித்துவ மதகுழுக்களை பற்றிய அந்தப் புத்தகத்தை எடுத்து - முதல் நாள் படித்து விட்டு குறிப்பு வைத்திருந்த காகிதக் கத்தியை எடுத்து விட்டு,

மீண்டும் தொடர்ந்து அதைப் படிக்கலானார். தன் வழக்கப்படி இரவு ஒரு மணி வரை அவர் படித்துக் கொண்டிருந்தார். அவ்வப்பொழுது தன் மேடான நெற்றியைக் கரங்களால் தேய்த்து விட்டுக் கொண்டார். எதையோ தலைக்குள்ளிருந்து விரட்டுவது போலத் தலையை ஆட்டினார். வழக்கம் போல ஒரு மணிக்கு அவர் எழுந்து படுக்கைக்குச் செல்லத் தயாரிப்புகளைச் செய்யத் தொடங்கினார். அன்னா இதுவரை திரும்பி வரவில்லை. தோளுக்குக் கீழே கைகளுக்கு இடையில் புத்தகத்தை வைத்துக் கொண்டு மாடிக்குச் சென்றார். பொதுவாக, இரவில் இந்த சமயங்களில் அவரது எண்ணங்கள், சிந்தனைகள் எல்லாம் அவரது அலுவலக நடவடிக்கைகள் பற்றியதாகத் தான் இருக்கும். இன்றென்னவோ அந்த விஷயங்களில் அவருக்கு மனம் செல்லவில்லை. ஆனால் இன்று அவருடைய மனம் முழுவதும் தனது மனைவியைப் பற்றிய சிந்தனைகளாகவே இருந்தது. அவளுடைய அதிருப்தியான விரும்பத்தகாத நடவடிக்கைகள் குறித்து அவர் சிந்தித்தார். தன்னுடைய கைகளை முகுதுக்குப் பின்னால் கட்டியபடி அறைக்குள் முன்னும் பின்னுமாக நடந்து கொண்டிருந்தார். புதிதாக எழுந்துள்ள இந்த சூழ்நிலைகள் குறித்து ஒரு முடிவும் காணாமல் தன்னால் இன்று படுக்கைக்குச் செல்ல முடியாது என்று அவர் நினைத்தார்.

மனைவியுடன் இந்த விஷயமாகப் பேசுவது மிகவும் சுலபமான விஷயமாக, எளிதான விஷயமாகத் தான் அவருக்குத் தோன்றியது. ஆனால் அவளிடம் எப்படிப் பேச்சை ஆரம்பிப்பது என்று அவர் சிந்தித்த பொழுது அது மிகவும் கடினமானதாக, மிகவும் சிக்கலான பிரச்சினையாக அவருக்குத் தோன்றியது.

கரீனின் பொறாமைக்காரர் அல்ல. பொறாமை ஒரு மனைவியை அவமதிக்கிறது. ஒரு மனிதன் எப்பொழுதும் முழு நம்பிக்கையுள்ளவனாக இருக்க வேண்டும் என்று அவர் கருதினார். அவருடைய இளம் மனைவி அவரை எப்பொழுதும் முழுமையாகக் காதலிக்கும் பொழுது- அவளிடம் நீ எனக்கு முழு நம்பிக்கை உள்ளவளாக இருக்க வேண்டும், முழு நம்பிக்கை உள்ளவளாக நடந்து கொள்ள வேண்டும் என்று சொல்லுவதென்பது எப்படி என்று அவருக்கு விளங்கவில்லை. அதே போல் தன்னுடைய இளம் மனைவி எதற்காகத் தன்னிடம் முழுநம்பிக்கையை வைக்க வேண்டும் என்ற கேள்வியை ஒரு போதும் அவர் தன்னிடம் கேட்கவில்லை. நம்பிக்கை வைப்பது தான் நியாயம் என்று கருதினார்.

கரீனின் இப்போது தான் முரண்பட்ட ஒரு வாழ்க்கையை நேருக்கு நேர் சந்திக்கிறார். தன் மனைவி இன்னொருவரை காதலிக்கக் கூடும் என்ற ஒரு விஷயமே அவர் ஏற்றுக்கொள்ள முடியாத ஓர் விஷயம். அவர் தன் வாழ்க்கையில் சந்திக்கும் ஒரு விசித்திரமான நிகழ்வாகவே அது இருக்க முடியும். கரீனின் இப்போதுதான் முதன்முதலாக தன் சொந்த

வாழ்க்கையில் முரண்பாடுகளை எதிர் கொண்டு நிற்கிறார். தர்க்கத்துக்கு உட்படாத, முட்டாள்தனமான பிரச்சினையை அவர் இப்போது சந்திக்கிறார். அவருக்கு என்ன செய்வது என்று தெரியவில்லை. அவருக்குத் தன் மனைவி இன்னொருவரைக் காதலிக்கக் கூடும் என்ற எண்ணமே வாழ்க்கையின் விசித்திரமாகவே தென்பட்டது.

பொறாமை என்பது வெட்கப்பட வேண்டிய ஒரு உணர்வு. ஒருவன் முழுநம்பிக்கையுடன் இருக்கும் பொழுது அவன் அழிந்து விடுவதில்லை. அவர் முரண்பாடான, பொருத்தமற்ற விஷயங்களைச் சந்திக்கும் பொழுது அவருக்கு என்ன செய்வது என்று விளங்குவதில்லை.

அவர் இதுவரை அதிகாரிகளின் உலகத்தில் வாழ்ந்தார். அந்த உலகம் வாழ்க்கையின் பிரதிபலிப்புகளுடன் இடையுறவு கொள்கிறது. அவர் வாழ்க்கையின் முரண்பாடுகளை நேரடியாகச் சந்திக்க நேர்ந்த ஒவ்வொரு சந்தர்ப்பங்களிலும் அதை விட்டு அவர் விலகிக் கொண்டார்.

அவரது சொந்த வாழ்க்கையில் இது போன்ற பிரச்சினைகளை நேரடியாக அவர் எதிர்கொண்டதில்லை. ஆனால் இன்று அதனைச் சந்தித்துத் தான் தீர வேண்டிய ஒரு நிர்பந்தம் அவருக்கு ஏற்பட்டிருக்கிறது. இப்போது அவர் அச்சம் தருகின்ற ஒரு அனுபவத்தைப் பற்றி நினைத்துப் பார்த்தார். இரண்டு பெரிய மலைகளுக்கு இடையே இருந்த ஒரு அதள பாதாளமான ஒரு பள்ளத்தாக்கினைக் கடக்க அந்த இரண்டு மலைகளையும் இணைத்துக் கட்டப்பட்டிருந்த ஒரு பாலத்தின் வழியே பள்ளத்தாக்கினைக் கடக்கும் ஒரு மனிதன், அந்த பாலத்தில் பாதி வழி வந்தவுடன் அந்தப் பாலம் நொறுங்கி தூள் தூளாகிப் பள்ளத்தில் விழுந்து விட்டால் அந்த மனிதனின் கதி என்னவாகும்? இது போன்ற மனநிலையில் தான் கரீனின் இப்போது இருந்தார்.

பள்ளத்தாக்கு தான் உண்மையான வாழ்க்கை. பாலம் தான் இப்போது அவர் வாழ்ந்து கொண்டிருக்கும் செயற்கையான வாழ்க்கை. பாலத்திலிருந்து பள்ளத்தில் விழும் நிலையில் தான் அவரது தற்போதைய நிலை இருப்பதாக கரீனின் உணர்ந்தார். தன் மனைவி இன்னொருவரைக் காதலிக்க முடியும் என்ற எண்ணம் முதன் முறையாக இப்பொழுது அவருக்கு ஏற்பட்டிருக்கிறது. அதை நினைத்து அவர் அச்சமடைந்தார்.

கரீனின் உடையை மாற்றவில்லை. உணவருந்தும் அறையின் மரக்கட்டைத் தளத்தில் இங்கும் அங்குமாக நடந்து கொண்டிருந்தார். அந்த அறையின் சுவற்றில் சோபாவுக்கு மேலே சமீபத்தில் வரையப்பட்ட அவரது உருவப் படம் தொங்கிக் கொண்டிருந்தது. அன்னாவின் அறையில் இரண்டு மெழுகுவர்த்தி விளக்குகள் எரிந்து கொண்டிருந்தன. அவற்றின்

ஒளியில் சுவரில் மாட்டப்பட்டிருந்த அவளது உறவினர்கள் மற்றும் நண்பர்களின் படங்கள், அலங்காரப் பொருட்கள் ஆகியவை தெரிந்தன. அவளுடைய அறையின் வழியாகப் படுக்கை அறைக்குள் சென்றார். பிறகு மறுபடியும் திரும்பி வந்தார்.

சிறிது நிற்பதும், பின் நடப்பதும், முன்னும் பின்னுமாகவும் அவர் நடந்து கொண்டிருந்தார்.

'ஆமாம். அவசியம் அது பற்றி முடிவு செய்து அதனை நிறுத்த வேண்டும். என்னுடைய கருத்துக்களை விளக்கி என்னுடைய முடிவுகளை அவளுக்கு தெரிவித்து விட வேண்டும்' அவர் திரும்பி நடந்தார்.

'எதை விளக்க வேண்டும்? என்ன முடிவு எடுக்க வேண்டும்?' என்று அவர் தன்னைத் தானே கேட்டுக் கொண்டார். வரவேற்பறையில் நின்றபடி சிந்தித்தார். பதிலொன்றும் காண முடியவில்லை.

'அப்படி என்னதான் நடந்து விட்டது? ஒன்றுமே இல்லை. அவனோடு அவள் அதிக நேரம் பேசிக் கொண்டிருந்தாள். அதனாலென்ன? எவ்வளவோ ஆண்கள் இருக்கின்றனர். ஒரு பெண் பலருடன் பேசமாட்டாளா? அத்துடன்... பொறாமைப்படுவது என்பது என்னையும் அவளையும் கூட தாழ்த்தி விடும். இழிந்தவர்களாக நினைக்கச் செய்து விடும்' என்று தனக்குள் சொல்லிக் கொண்டு நடந்தபடி அவர் அவளது ஓய்வறைக்குள் நுழைந்தார். இதற்கு முன்பாக அவரது நெஞ்சில் கனமாக உட்கார்ந்திருந்த தன் மனைவியைப் பற்றிய அந்தக் கருத்துக்கள் இப்போது வலுவிழந்து விட்டது போலவும் அர்த்தமில்லாதது போலவும் தோன்றின.

படுக்கையறைக் கதவு வரை வந்துவிட்ட அவர் திரும்பி நடந்தார். உடனேயே திரும்பி இருள் சூழ்ந்திருந்த வரவேற்பறைக்கு வந்தார். இருளிலிருந்து ஒரு குரல் வந்தது போலத் தோன்றியது. அந்தக் குரல் சொன்னது: 'மற்றவர்கள் எல்லோருமே அவர்களைப் பார்த்தார்களே'. 'பார்த்தார்கள் என்றால்' அவர்களுக்குள் ஏதோ விஷயம் இருந்ததால் தானே பார்த்திருப்பார்கள் என்று அவரது மனக்குரல் சொன்னது. திரும்பவும் நடந்து சாப்பாட்டு அறைக்கு வந்து விட்ட அவர் மறுபடியும் தனக்குள் கூறிக் கொண்டார்: 'ஆமாம், முடிவெடுக்க வேண்டியது அவசியம் தான். இது போன்ற நடவடிக்கைகள் நிகழாமல் தடுக்கவும் வேண்டும். எனவே என் கருத்துக்களை இப்போது தெளிவாக அவளிடம் விளக்கி விட வேண்டும்...' என்று நினைத்தபடி நடந்து மீண்டும் வரவேற்பறைக்கு வந்து விட்டார். அவளது அறையை நோக்கித் திரும்பிய அவர் தன்னைத் தானே கேட்டுக் கொண்டார்: 'எதை முடிவு செய்ய வேண்டும்?' பின்பு 'என்ன நடந்தது' என்று கேட்டார். தானே பதிலளித்தார்: 'ஒன்றுமில்லை'.

'பொறாமை உணர்வுகள் மனைவியை அவமதிக்கின்றன' ஆனால் வரவேற்பறைக்கு வந்த போது - முதலில் எடுத்த முடிவிலிருந்து மாறி திடமாகச் சொன்னார்: 'ஏதோ நடந்திருக்கிறது'. அவருடைய மனமும் உடலும் சேர்ந்து ஒரு வட்டத்தை வரைந்தன. சுற்றிச் சுற்றி வந்தன. ஆனால் ஒவ்வொரு முறையும் வேறு எதையும் புதிதாகத் தெரிந்துகொள்ள முடியவில்லை. இதை அவர் பரிசீலித்து உணர்ந்தார். குழப்பத்தால் சூடான நெற்றியைத் தேய்த்துக்கொண்டார். அவருடைய அறைக்கு வந்து உட்கார்ந்து கொண்டார்.

அன்னாவின் மேசையின் மீது, மை ஒற்றி எடுக்கும் தாள், பாதி எழுதி முடிக்கப்படாத கடிதம் ஆகியவற்றைப் பார்த்தபொழுது அவரது சிந்தனைகள் மாறின.

அவர் அவளைப் பற்றிச் சிந்திக்கத் தொடங்கினார்: அவள் என்னவெல்லாம் சிந்திப்பாள்... எவற்றையெல்லாம் உணர்ந்திருப்பாள்...

முதல் முறையாக அவர் அவளது தனிப்பட்ட வாழ்க்கை குறித்து, அவளது சிந்தனைகள், அவளது விருப்பங்கள் ஆகியவற்றைப் பற்றி அவர் சிந்தித்தார். தனக்குள் உருவகம் செய்து கொண்டார். அவளுக்குத் தனியான ஒரு வாழ்க்கை இருக்கக் கூடும், இருக்க வேண்டும் என்ற எண்ணம் அவருக்கு அதிகமான அச்சத்தைக் கொடுத்ததால் அவர் உடனே அதை தன் மனத்திலிருந்து அகற்றினார். அந்தப் பாதாளத்துக்குள் உற்றுப் பார்ப்பதற்கு அவர் அச்சப்பட்டார். அடுத்தவருடைய மனத்துக்குள் புகுந்து பார்ப்பது கரீனினுக்கு அந்நியமான செயல். அது ஆபத்தமான கற்பனை என்று நினைத்தார்.

என்னுடைய வேலை சம்பந்தப்பட்ட முக்கியமான திட்டம் முடிவடைந்து கொண்டிருக்கும் சூழ்நிலையில், எனக்கு முழு அமைதியும், மன வலிமையும் தேவைப்படுகின்ற பொழுது நான் கவலையில் சிக்கிக் கொண்டு விடக் கூடாது. கவலையிலும், கிளர்ச்சிகளிலும், சிக்கிக்கொண்டு பிரச்சினைகளைச் சந்திக்க முடியாதவனல்ல நான்.

'நான் இதைப் பற்றிச் சிந்தித்து ஒரு முடிவுக்கு வந்து, இவற்றை யெல்லாம் தூர எறிந்து விட வேண்டும்' என்று அவர் சத்தமாகவே தனக்குத் தானே சொல்லிக் கொண்டார்.

அவளுடைய உணர்ச்சிகள் மற்றும் ஆன்மீகப் போராட்டங்கள் பற்றி எனக்கு அக்கறை இல்லை. அது அவளுடைய மனசாட்சி சம்பந்தப்பட்டது, அவளுடைய மத உணர்ச்சி சம்பந்தப்பட்டது என்று எண்ணினார். புதிதாகத் தோன்றிய சந்தர்ப்பங்களை அடைப்பதற்கு ஒரு சம்பிரதாயமான ஒரு கருத்தினைக் கண்டு பிடித்து விட்டார். அவர் மனத்தில் அமைதி நிலவியது.

'அவளுடைய உணர்ச்சிகளைப் பற்றி எனக்கு அக்கறை இல்லை. என் கடமை நன்கு வரையறுக்கப்பட்டிருக்கிறது. குடும்பத் தலைவர் என்ற முறையில் நான் அவளுக்கு வழிகாட்ட வேண்டும். ஆபத்தைச் சுட்டிக்காட்டி அவளை எச்சரிக்க வேண்டும். என் அதிகாரத்தைக் கூடப் பயன்படுத்த வேண்டும். அவளிடம் திறந்த மனத்துடன் பேச வேண்டும்'.

தன் மனைவியிடம் என்னவெல்லாம் பேசவேண்டும் என்பது பற்றி அவர் தெளிவான முடிவுக்கு வந்தார். என்னுடைய நேரத்தையும் அறிவாற்றலையும் இப்படிப்பட்ட அற்பமான விஷயங்களில் செலவிடுகிறேனே என்று நினைத்து அவர் வருத்தப்பட்டார்.

பிறகு தன் மனைவியிடம் என்னவெல்லாம் பேச வேண்டும் என்பது குறித்து தனது அலுவலக நடைமுறைப்படி ஒரு அறிக்கை தயாரிப்பது போல பேச்சின் வடிவத்தை தன் மனத்தினுள்ளேயே வடிவமைத்தார்.

'நான் அவளிடம் பின் வரும் விஷயங்களைத் தெளிவாக உணர்த்த வேண்டும்.

முதலாவதாக,

பொது மக்களின் கருத்து மற்றும் ஒழுங்கு.

இரண்டாவதாக,

திருமணம் பற்றிய மதரீதியான கருத்து.

மூன்றாவதாக,

இந்த விவகாரங்களினால் நம் மகனுக்கு ஏற்படும் தீமைகள் பற்றியும்.

நான்காவதாக,

அவளுக்கு ஏற்படக்கூடிய மன உளைச்சல்கள்

என்று பட்டியலிட்ட பின்பு, அவர் தன் விரல்களை மடக்கி, நீட்டி மறுபடியும் மடக்கிச் சொடக்குப் போட்டார். விரல்களில் சொடக்குப் போடுவது கெட்ட பழக்கமாக இருந்தாலும், அது எப்பொழுதும் அவருக்கு மன அமைதியைக் கொடுத்தது. அவரது அறிவைக் கூர்மைப்படுத்தியது.

வீட்டின் முன்பு கோச்சு வண்டி வந்து நிற்கும் சப்தம் கேட்டது. கரீனின் அந்த அறையின் நடுவில் நின்று கொண்டிருந்தார்.

ஒரு பெண் படிகளில் மேலேறி வரும் ஓசை கேட்டது. அவருடைய சொற்பொழிவைத் தயாரித்து விட்டார் என்ற போதிலும் விளக்கங்களைப் பற்றிக் கவலைப்பட்டார்.

அத்தியாயம் 9

அன்னா குனிந்த தலையுடன் தொப்பியின் குஞ்சங்களை விரல்களினால் தட்டி விளையாடிபடியே வந்தாள். அவளது முகம் மிகவும் பிரகாசமாக ஜொலித்தது. சந்தோஷத்தினால் வந்த ஜொலிப்பு அல்ல அது. இருண்ட இரவில் பேய்க்கூச்சலிட்டு ஆங்காரமாக எரியும் காட்டுத்தீயின் ஜொலிப்பு அது. கணவனைப் பார்த்தவுடன் அப்போது தான் தூக்கத்திலிருந்து எழுந்திருப்பவளைப் போன்று தலையை உயர்த்திப் பார்த்துச் சிரித்தாள்.

'நீங்கள் தூங்கவில்லையா? ஆச்சரியமாக இருக்கிறதே!' என்று அவள் தொப்பியைக் கழற்றிப் போட்டு விட்டுத் தனது தனியறைக்குச் சென்றாள்.

'அலெக்ஸி அலெக்ஸாண்ட்ரோவிச், நேரமாகிவிட்டது. தூங்குங்கள்' என்றாள்.

'அன்னா! உன்னுடன் பேச விரும்புகிறேன்'

'என்னுடனா?' அறையிலிருந்து வெளியே வந்த அன்னா ஆச்சரியத்துடன் கேட்டாள். 'என்ன விஷயம்? எதைப் பற்றி பேச வேண்டும்?' என்று அன்னா நாற்காலியில் உட்கார்ந்தபடி கேட்டாள்.

'முக்கியமான விஷயம் என்றால் பேசுவோம். அப்படி முக்கியமான விஷயம் இல்லை என்றால் தூங்கச் செல்லலாம். எனக்குத் தூக்கம் முக்கியம். மிகவும் களைப்பாக இருக்கிறேன்'. சட்டென்று தனக்குத் தோன்றியதை அன்னா சொன்னாள். மிகச் சாதாரணமாகத் தான் சொன்ன அந்தப் (பொய்யான) வார்த்தைகளைத் தானே கேட்ட பிறகு, தன்னால் கூட இவ்வளவு எளிதாகப் பொய் சொல்ல முடியும், ஏமாற்ற முடியும் என்பதைப் பற்றி எண்ணித் தனக்குள்ளேயே ஆச்சரியப்பட்டாள். அவளுடைய சொற்கள் சாதாரணமாக, மிக இயல்பாக ஒலித்தன. அவள் தூக்க மயக்கத்திலிருப்பதைப் போல உண்மையாகவே தோன்றினாள். தான் பொய்களின் கவசத்தை அணிந்து கொண்டிருப்பதைப் போல அவள் உணர்ந்தாள். கண்ணுக்குத் தெரியாத ஒரு சக்தி தனக்கு உதவி செய்வதையும், ஒத்துழைப்புக் கொடுப்பதையும் போல அவள் உணர்ந்தாள்.

'அன்னா, நான் உன்னை எச்சரிக்கிறேன்' என்றார் கரீனின்.

'எச்சரிக்கையா? எதற்காக?' என்று கேட்டாள் அன்னா.

அவள் தன் கணவரை மிகவும் இயல்பாகப் பார்த்தாள். அவளுடைய கணவரைப் போல அவளுடன் மிக நெருக்கமாக இல்லாதவர்களால் அவளது பேச்சின் அல்லது தொனியில் உள்ள வித்தியாசத்தை, அவளுக்குள் ஒளிர்ந்திருக்கும் எப்போதும் இல்லாத ஒரு மாற்றத்தைக் கண்டு பிடிக்க

இயலாது. அவர் ஐந்து நிமிடங்கள் தாமதமாகத் தூங்குவதற்குச் சென்றால் கூட அவள் அதைக் கவனித்துக் காரணம் கேட்பாள். தன்னுடைய இன்பங்களையும் துன்பங்களையும் உடனே அவரிடம் தெரிவிக்கின்ற வழக்கம் உள்ளவள். ஆனால் இன்று கரீனினுடைய மன உளைச்சலை அவள் புரிந்து கொள்ளாததுடன் தன்னைப் பற்றி ஒரு சொல் கூடப் பேசவில்லை. அதிலிருந்து அவர் இவளுக்குள் ஒரு மாற்றம் நிகழ்ந்திருக்கிறது என்று புரிந்து கொண்டார். இது நாள் வரையில் அவளது இதயத்தின் அடி ஆழத்தில், உறைந்திருக்கும் அவளுடைய ஆன்மாவின் கதவுகள் அவருக்காக எப்போதுமே திறந்திருக்கும். ஆனால் இன்று அவருக்கு அவளுடைய ஆன்மாவின் மனக் கதவுகள் மூடப்பட்டிருப்பதை அவர் உணர்ந்தார். இதையெல்லாம் விட அவளது அந்தக் குரலில், தொனியில் கூட அவள் தனது செயலுக்காக சிறிதும் வெட்கப்பட்டதாகவும், வருந்தியதாகவும் தெரியவில்லை. மாறாக அவள், 'ஆமாம், அது மூடப்பட்டு விட்டது. எதிர்காலத்திலும் அப்படியே மூடப்பட்டிருக்கும்' என்று அதனை வெளிப்படையாக சொல்வதைப் போன்றிருந்தது அவளது தோற்றம். ஒருவன் தனது சொந்த வீட்டிற்குத் திரும்பிய பொழுது கதவுகள் மூடப்பட்டிருப்பதைக் கண்டால் அவனது மனநிலை எப்படி இருக்கும்? கரீனின் அந்த மனநிலையில் தான் இருந்தார். 'ஒருவேளை சாவியைக் கண்டு பிடிக்க இயலும்' என்று அவர் நினைத்தார்.

'உன்னை எச்சரிப்பதற்கு விரும்புகிறேன். உன்னுடைய அலட்சியமான நடத்தையால் உலகம் உன்னைப் பற்றிக் கேவலமாகப் பேசுவதற்கு இடம் கொடுக்காதே. கோமகன் விரான்ஸ்கியுடன் இன்றிரவு உணர்ச்சிகரமாகப் பேசிக் கொண்டிருந்ததை எல்லோரும் உன்னிப்பாக கவனித்தார்கள்' என்று அவர் தணிந்த குரலில் கூறினார்.

இதனைச் சொல்லியபடியே அவரைப் பார்த்து ஏளனமாக சிரிக்கும் அவளது கண்களை அவர் வருத்தமுடன் பார்த்தார். தன்னுடைய சொற்கள் எல்லாம் வீண். அவற்றினால் ஒரு பயனும் ஏற்படாது என்பதை அவர் உணர்ந்தார்.

அவர் சொன்னதைப் புரிந்து கொள்ளாததைப் போல அன்னா பேசினாள்: 'விருந்துகளில் நான் எல்லோருடனும் சந்தோஷமாகப் பேசிப் பொழுதுகளைப் போக்காமல் ஏன் உற்சாகமின்றி மந்தமாக இருக்கின்றாய் என்று ஒரு நாள் கேட்கிறீர்கள். இன்னொரு நாள் அதிகமான மகிழ்ச்சியில் இருந்தேன், இது ஏன் என்று கேட்கிறீர்கள். இன்று நான் ரொம்ப மகிழ்ச்சியாக இருந்தேன். மாலைப் பொழுது மிக நன்றாகப் போனது. அது உங்களுக்குப் பிடிக்கவில்லையா?'

கரீனின் திடுக்கிட்டார். அவர் தன் விரல்களை சொடுக்கினார்.

'தயவு செய்து சொடக்குப் போடாதீர்கள். எனக்குப் பிடிக்கவில்லை' என்றாள் அன்னா.

'அன்னா, இது நீதானா...?'

'உங்கள் கோபத்துக்குக் காரணம் என்ன...? நான் என்ன செய்ய வேண்டும்? உங்கள் விருப்பத்தைச் சொல்லுங்கள்!' கேலி செய்வது போலவும், ஆச்சரியத்துடனும், அதே சமயம் மனப்பூர்வமாகவும் கேட்பது போல அன்னா கேட்டாள்.

கரீனின் தனது நெற்றியையும், கண்களையும் தன் கரங்களால் தேய்த்துக் கொண்டார்.

நீ தவறு செய்கின்றாய். நீ தவறு செய்வதை இந்த உலகம் பார்த்துக் கொண்டே இருக்கிறது என்று தன் மனைவியை எச்சரிக்கை செய்யவே அவர் விரும்பினார். ஆனால் இப்பொழுது அவளுடைய மனசாட்சியைப் பற்றிய விவகாரத்தில் அவர் தேவையில்லாமல் இழுக்கப்பட்டு விட்டார். அடுத்தபடியாக என்ன செய்வதென்று அவர் யோசித்தார். பிறகு நிதானமாகப் பேச ஆரம்பித்தார்:

'நான் சொல்வதைக் கவனமாகக் கேள். ஒருவன் தன் மனைவி மீது பொறாமைப்பட்டு அவநம்பிக்கை கொள்வது மிகவும் இழிவான செயல் என்பது என் கருத்து. அப்படி அவநம்பிக்கைப்பட நான் வழிகாட்டியாக இருக்கவும் மாட்டேன். பொறாமை என்பது கேவலமான உணர்ச்சி என்று நான் கருதுகிறேன். எனக்கு இந்த உணர்ச்சி கிடையாது. பெண்கள் அமைதியாகவும், அடக்கத்துடனும் நடந்து கொள்ள வேண்டும். குடும்பத்தின் மானத்தை கௌரவத்தை நிலை நிறுத்த, அடக்கத்துடனும் நடந்து கொள்ள வேண்டும். குடும்பத்தின் மானத்தை கௌரவத்தை நிலை நிறுத்த, பாதுகாக்க வேண்டிய கடமைகள் அவர்களுக்கு உள்ளது. அதற்கென சமூகத்தில் சில மரபுகள் இருக்கின்றன. அவற்றை அலட்சியம் செய்தால் தீங்கு ஏற்படும். அதற்குரிய தண்டனையிலிருந்து அவர்கள் தப்ப முடியாது. இன்று மாலையில் யாரும் விரும்பக்கூடிய விதத்தில் நீ நடந்து கொள்ளவில்லை. பலர் உன் நடத்தையைக் கவனித்து வெறுப்படைந்தார்கள். நானாக இதைக் கண்டுபிடிக்கவில்லை. உன்னைச் சுற்றிலும் இருந்தவர்கள் உன்னை விநோதமாகப் பார்ப்பதைப் பார்த்துத்தான் நான் இதை உணர்ந்தேன்.'

'உண்மையாகவா? இதையெல்லாம் என்னால் புரிந்து கொள்ள முடியவில்லை. நான் என்ன தவறு செய்தேன் சொல்லுங்கள்' என்று கூறித் தன் தோள்களைக் குலுக்கிக் கொண்டாள்.

அவர் பரந்த மனம் உடையவர். அவருக்கென ஆயிரம் அரசாங்கப் பணிகள் உள்ளது... மனைவியைப் பற்றி அவருக்கென்ன கவலை? மனைவி

சந்தோஷமாக இருந்தால் என்ன, வருத்தப்பட்டால் என்ன... எல்லாம் அவருக்கு ஒன்று தான். ஆனால் அவருக்கென்று அந்த கௌரவம் உள்ளதே... அதைக் காப்பாற்ற வேண்டுமல்லவா? அவர் அதனைக் கண்டு கொள்ளாவிட்டாலும் கூட சமூகம் அதனைக் கவனித்து விட்டதே என்று தான் அவர் வேதனைப்படுகிறார் என்று அன்னா நினைத்தாள்.

'அலெக்ஸில் அலெக்ஸாண்ட்ரோவிச்! உங்களுக்கு உடம்பு சரியில்லை. ஜுரத்தின் வேகத்தில் தான் இப்படியெல்லாம் பேசுகிறீர்கள் என்று நினைக்கிறேன்!' என்று கூறிவிட்டு அறையைவிட்டு வெளியே எழுந்தாள். ஆனால் அவளைத் தடுப்பதைப் போல வேகமாக அவள் முன் வந்து நின்றார் கரீனின்.

அவர் முகத்தில் படிந்திருந்த அதிகமான சோகத்தை இதற்கு முன்னால் அவரிடத்தில் அவள் பார்த்ததேயில்லை. அவள் அலட்சியமாக நின்றபடி, தலையைச் சாய்த்துக் கொண்டு, தலையில் அணிந்திருந்த கொண்டை ஊசிகளை ஒவ்வொன்றாக எடுக்க ஆரம்பித்தாள்.

'சரி, அப்புறம் என்ன சொல்லுங்கள்!' என்று அவரைக் கேலி செய்கின்ற குரலில் அவள் சொன்னாள். 'நான் நீங்கள் சொன்ன எல்லாவற்றையும் கேட்டுவிட்டேன். இன்னும் என்ன சொல்லப் போகிறீர்கள்? சொல்லுங்கள். நான் எல்லா விஷயங்களையும் தெரிந்து கொள்ளவும், புரிந்து கொள்ளவும் விரும்புகின்றேன்.'

அவள் பேசிக் கொண்டு இருக்கும் போதே தன்னைப் பற்றி தானே எண்ணி வியந்து போனாள். 'இவ்வளவு இயற்கையான குரலில் தெளிவாக, சரியாகத் தேர்ந்தெடுத்த வார்த்தைகளைக் கொண்டு, தயக்கமின்றி ஒவ்வொரு சொல்லையும் தன்னால் பேச முடிகின்றதே...'

'உன்னுடைய உணர்ச்சிகளைப் பற்றித் தெரிந்து கொள்வதற்கு எனக்கு உரிமையும் இல்லை. அது அவசியமும் அல்ல. ஆபத்தானதும் கூட' என்று கரீனின் பேசத் தொடங்கினார்.

'நமது ஆன்மாக்களைத் தோண்டினால் மிக அந்தரங்கமான விஷயங்களும் நமக்குள், நம் இருவருக்குள்ளும் எனக்கோ அல்லது உனக்கோ என்று தனிப்பட்ட ரகசியம் இருக்கும். இது வெளியே தெரியாமல் இருந்தால் நன்றாக இருக்குமே என்று கருதக்கூடிய விஷயங்களும் கூட வெளியே கொண்டு வரப்படும். உன்னுடைய உணர்ச்சிகளைப் பற்றி உன்னுடைய மனசாட்சி முடிவு செய்யட்டும். ஆனால் உன்னுடைய கடமையைச் சுட்டிக் காட்டுவது என்னுடைய கடமை ஆகும். எனக்கும், ஏன் கடவுளுக்கும் கூட, கடமைப்பட்ட மிக அவசியமான செயல் இது என்று நான் நினைக்கிறேன். மனிதர்கள் நம்மைப் பிணைக்கவில்லை. கடவுள் நம்மைப் பிணைத்திருக்கிறார்.

இந்தப் பிணைப்பை கேவலமான குற்றச் செயலால் மட்டுமே உடைக்கமுடியும். அந்தக் குற்றத்திற்கு தண்டனையும் உண்டு தெரிந்து கொள்.'

'எனக்கு ஒன்றுமே புரியவில்லை, ஓ, என் அன்பே! துரதிர்ஷ்டம் பிடித்தவள் நான், உங்கள் பேச்சைக் கேட்க என்னால் முடியவில்லை, எனக்குத் தூக்கம் தூக்கமாக வருகிறது. என்னை விட்டு விடுங்கள்' என்று கூறியபடியே மிச்சமிருந்த கொண்டை ஊசிகளையும் தலையிலிருந்து உருவி எடுத்து மேசையில் போட்டாள்.

'அன்னா! கடவுளின் பேரால் சொல்கிறேன். இவ்வாறு பொறுப்பற்று பேச வேண்டாம். நான் தவறாகப் பேசவில்லை. உன்னுடைய நன்மையையும், என்னுடைய நன்மையையும் கருதியே இதைச் சொல்கிறேன். நான் உன்னுடைய கணவன். உன்னிடத்து அதிகமான காதலும் அன்பும் நேசமும் உள்ளவன்.'

ஒரு கணம் அவள் தலை கவிழ்ந்தது. அவளது கண்களில் தென்பட்ட அந்த கேலிப்பார்வை மறைந்தது. ஆனால் 'காதல்' என்ற அந்த வார்த்தை அவளைக் குத்திக் கிளறியது. அவளை மீண்டும் ஆக்ரோஷத்துடன் எழச் செய்தது. 'காதல்' அவள் தன் மனதில் நினைத்தாள்: 'இவரால் காதலிக்க முடியுமா? காதலைப் பற்றி மக்கள் பேசுவதை இவர் அறிந்திருக்கின்றாரா? இவர் இந்த வார்த்தையை எப்போதுமே விரும்புவதில்லையே... காதல் என்றால் என்னவென்றே இவருக்குத் தெரியாதே...'

'அலெக்ஸி அலெக்ஸாண்ட்ரோவிச், உண்மையாகவே எனக்குப் புரியவில்லை. நீங்கள் என்ன நினைக்கிறீர்கள் என்பதை விளக்கமாகச் சொல்லுங்கள்...?'

'நான் சொல்ல வந்ததை சொல்லி முடித்து விடுகிறேன். நான் பேசி முடிக்கின்ற வரையில் பொறுத்திரு. நான் உன்னைக் காதலிக்கிறேன். ஆனால் இப்போது நான் என்னைப் பற்றி மட்டும் யோசித்துக்கொண்டு பேசவில்லை. முக்கியமாக நமது மகனைப் பற்றியும், உன்னைப் பற்றியும் தான் பேச விரும்புகின்றேன். என் வார்த்தைகள் ரொம்ப அதிகப்படியானதாகக் கூட இருக்கலாம். நான் அனாவசியமாகப் பேசுவதாக நினைக்காதே. ஒரு வேளை நான் ஊகிப்பது, என் கருத்துக்கள் ஆகியவை தவறானதாகக் கூட இருக்கலாம். அப்படியானால் என்னை மன்னித்துவிடு. நான் நினைப்பதில் கொஞ்சமாவது ஆதாரம் இருக்கிறது என்றால் யோசித்துப் பார்க்கும் படி உன்னைக் கெஞ்சிக் கேட்டுக் கொள்கிறேன். உன் செயலைப் பற்றி நீயே சிந்தித்துப் பார். உன் இதயம் உன்னை இடித்துரைத்தால், நீ மனம் திருந்த எண்ணினால் என்னிடம் சொல்...'

தான் பேச நினைத்தது ஒன்று, ஆனால் இப்போது பேசிக் கொண்டிருந்தது வேறு ஒன்று என்பதை கரீனின் உணர்ந்தார்.

'நான் சொல்வதற்கு ஒன்றும் இல்லை' என்று கூறிய அவள் தன்னுடைய சிரிப்பை அடக்கிக் கொள்ள முயற்சித்தபடியே சொன்னாள்: 'உண்மையிலேயே எனக்கு ரொம்பத் தூக்கம் வருகின்றது, என்னைத் தூங்க விடுங்கள்'.

கரீனின் மேலே எதுவும் பேசாமல் பெருமூச்சு விட்டபடி படுக்கை அறைக்குள் சென்றார். அன்னா படுக்கையறைக்குள் நுழைந்த பொழுது அவர் ஏற்கனவே படுக்கையில் படுத்திருந்தார். அவரது உதடுகள் இறுகிப் போயிருந்தது. அவர் அவளைத் திரும்பிக் கூடப் பார்க்கவில்லை. அவர் தன்னிடம் பேசுவார் என்று அன்னா ஒவ்வொரு நொடியும் எதிர்பார்த்தாள். அவர் என்ன பேசுவாரோ என்று அச்சமும் அடைந்தாள். ஆனால் அவரது பேச்சைக் கேட்கவும் விரும்பினாள். அவர் இன்னும் பேசாமல் தான் படுத்திருந்தார். அவள் நெடுநேரம் அசைவின்றி அவர் பேசுவார் என்று எதிர்பார்த்துக் காத்திருந்தாள். பின் அவரை அவள் மறந்து போனாள். மற்றொருவரை அவள் நினைத்தாள். தன் கண்முன்னே அவரது உருவத்தைக் கொண்டு வந்து பார்த்தாள். அவள் இதயம் பரவசம் அடைந்தது. அவள் மனம் குற்றவுணர்வுகளுடன் அந்த சந்தோஷத்தை அனுபவித்தது.

விரான்ஸ்கி அன்னா

கரீனின் ஆழ்ந்த தூக்கத்தில் வேகமாக மூச்சு விடும் ஓசை ஒரே சீராக ஒலிக்கத் துவங்கியது.

'தாமதமாகிவிட்டது, தாமதமாகிவிட்டது' என்று தனக்குள் சொல்லிக் கொண்ட அவள் மெல்லச் சிரித்தாள். விழிகளை அகல விரித்துப் பார்த்தபடி அவள் நெடுநேரம் விழித்திருந்தாள். அந்த கடும் இருட்டில் தன் கண்களின் ஒளி தனக்கே தெரிவது போல அன்னாவுக்குத் தோன்றியது.

அத்தியாயம் 10

கரீனினுக்கும் அவரது மனைவிக்கும் அந்த நேரம் முதல் ஒரு புதிய வாழ்க்கை தொடங்கியது. அன்னா முன்பு போலவே தொடர்ந்து மேற்குடி சமூகத்தின் அனைத்து நிகழ்ச்சிகளுக்கும் சென்று வந்தாள். இளவரசி பெட்ஸியை அடிக்கடிச் சந்தித்தாள். கரீனினுக்கு அவை தெரிந்தாலும் அவரால் ஒன்றும் செய்ய முடியவில்லை. எல்லாம் வழக்கம்போல நடப்பது போலத் தான் காணப்பட்டது. அவர் அவளிடமிருந்து விளக்கம் பெறுவதற்கு செய்த முயற்சிகள் அத்தனையையும் அவள் சாமர்த்தியமாகத் தடுத்தாள். வெளிப்பார்வைக்கு பழைய மாதிரி இருந்தாலும் அவர்கள் தமக்குள் கொண்டிருந்த அந்தரங்கமான உறவுகள் முற்றிலும் மாறிவிட்டன.

அரசாங்கப் பணிகளில் ஒரு வலிமை மிகுந்த சக்தி உள்ளவராகவும், குடும்பத்தில் சக்தி ஏதுமில்லாதவராகவும் இருப்பதாக அவர் தன்னை உணர்ந்தார். கழுத்தில் நுகத்தடி எப்போது மாட்டப்படுமோ என்று காத்திருக்கும் எருதைப் போல அவர் மிகப் பணிவுடன் அன்னாவிடம் பேச உரிய காலம் வரும் என்று கருதிக் காத்திருந்தார். அவளிடம் மீண்டும் பேச வேண்டும் என்று அவர் நினைத்தார். கருணையுடனும், மிகுந்த நேசத்துடனும் அவளுடன் பேச வேண்டும். அவளது செயல்களைச் சுட்டிக் காட்ட வேண்டும். அவ்வாறு சுட்டிக்காட்டுவதன் மூலம் அவளிடம் மனமாற்றத்தைக் கொண்டு வர முடியும் என்று அவர் இன்னும் நம்பினார். ஒவ்வொரு நாளும் அன்னாவுடன் பேச வேண்டும் என்று தயாரிப்பு செய்வார். ஆனால் அவளுடன் பேசத் தொடங்கிய ஒவ்வொரு முறையும் அவளைப் பிடித்திருக்கும் தீமை மற்றும் பொய்மை என்னும் ஆவி (சாத்தான் அல்லது சனியன்) அவர் மீதும் உட்கார்ந்தது. எனவே அவர் நினைத்த விஷயங்களை அவளிடம் பேச முடியவில்லை. அவர் வழக்கமான அதே கீச்சுக் குரலில் பரிகாசம் செய்யும் தொனியில் தான் பேசினார். அவரது பேச்சும் தொனியும் அன்னாவிடம் எடுபடவில்லை.

அத்தியாயம் 11

எந்த ஆசை விரான்ஸ்கியிடமிருந்த பழைய ஆசைகளைத் துரத்தி விட்டு கடந்த ஓராண்டுக் காலமாக விரான்ஸ்கியின் மனத்தில் குடியேறியிருந்ததோ, ஒரு மோக வேட்கையாக, மிகுந்த இலட்சிய வெறியாக இருந்ததோ, விடாமல் அவளைப் பின் தொடரச் செய்ததோ அந்த ஆசை - எந்த ஒரு விஷயம் நடக்க முடியாது, சாத்தியமற்றது என்ற அன்னா நெடுநாட்களாக நினைத்து வந்தாளோ, மோசமானது என்றாலும் இன்பத்தை வாரி வழங்கும் என்று கனவு கண்டு வந்தாளோ அந்த ஆசை அன்று நிறைவேறிவிட்டது.

முகம் வெளுத்துப் போய், கீழ் உதடு துடிக்க, அவள் மீது குனிந்து, சாய்ந்து கொண்டு, ‘அமைதியாக இரு. அமைதியாக இரு.’ என்று முணுமுணுத்துக் கொண்டிருந்தான் அவன். ‘ஏன்? எப்படி?’ என்பது அவளுக்கும் விளங்கவில்லை.

‘அன்னா, அன்னா’ என்று நடுங்கும் குரலில் சொன்னான் அவன், ‘அன்னா, கடவுளின் நிமித்தமாக...’

அவன் குரல் மேலும் மேலும் உயர்ந்து ஒலித்தது. ஆனால் அவள் கீழே, இன்னும் என்று தன் தலையைத் தாழ்த்திக் கொண்டு போனாள். முன்னர், பெருமிதத்தாலும், அகங்காரத்தாலும் ஆணவத்தாலும் தலை நிமிர்ந்து கம்பீரமாக நடந்தவள் தான். ஆனால் இன்று அவமானத்தினால் தலை குனிந்து கொண்டிருக்கிறாள். சோபாவில் புரண்டு, புரண்டு நெளிந்த அவள் வழுக்கித் தரையில் விரித்திருந்த கம்பளத்தில் விழுந்திருப்பாள். ஆனால், விரான்ஸ்கி தாவி வந்து அவளைத் தன் கரங்களால் தாங்கிக் கொண்டான்.

‘ஓ, கடவுளே! என்னை மன்னியுங்கள்!’ என்று அழுதபடி அவள் விரான்ஸ்கியின் கரத்தை எடுத்துத் தன் மார்பில் அழுத்திக் கொண்டாள்.

தான் பெரும் தவறு செய்து விட்டதாக உணர்ந்தாள். இந்தக் குற்றத்திற்கு தானே பொறுப்பு என்று குற்றத்தை ஏற்றுக் கொண்டு கதறினாள். தன்னை மன்னிக்க வேண்டும் என்று இறைஞ்சினாள். இப்போது அவனைத் தவிர உலகில் தனக்கு வேறு யாருமில்லை என்று கருதினாள். எனவே தனது வேண்டுதலும், மன்னிப்பும் அவனிடத்தில் தான் என்று அவன் காலடியில் முழந்தாளிட்டு வீழ்ந்தாள். அவனைப் பார்த்த போது, தான் உடல் ரீதியாக பாதிக்கப்பட்டு, மானமிழந்து, தாழ்வுற்றுப் போனதை உணர்ந்தாள். அவளால் அதற்கு மேல் பேச முடியவில்லை.

ஒரு கொலையைச் செய்த கொலைக்காரன், தான் கொன்று விட்ட அந்த உடலைப் பார்க்கும் பொழுது என்ன நினைப்பான்? அது போன்ற ஒரு உணர்ச்சியில் இருந்தான் விரான்ஸ்கி. அவன் கொன்று சிதைத்த அந்த உடல் தான் அவர்களது காதல். உயிர்ப்புடன் இருந்த தங்களது காதல் எனும் அந்த உடலில் இருந்த உயிரை அவன் கொன்று அழித்து விட்டான். அவர்களது காதலின் முதல் கட்டம் அங்கு செத்த உடலாகக் கிடந்தது.

தன்னுடைய மானத்தை, இதோ ஒரு கோரமான விலைக்கு விற்று, தான் இப்போது அவமானத்தின் சின்னமாகக் கூனிக் குறுகி நிற்பதை நினைத்து அவள் மிகவும் வெறுப்புற்றாள். அருவருப்படைந்தாள். தன்னுடைய ஆன்மீக நிர்வாணத்தைப் பற்றி அவளுக்கு ஏற்பட்ட அவமான உணர்ச்சி விரான்ஸ்கியிடமும் ஒட்டிக் கொண்டது.

ஒரு கொலையாளி, தன்னால் கொலை செய்யப்பட்ட உடலைப் பார்த்தவுடன் நடுங்குகிறான். முதலில் அந்த உடலைச் சிறிது சிறிதாக வெட்டி அதனை மறைக்க வேண்டும் என்று தான் நினைப்பான். அடுத்ததாக இந்தக் கொலையின் மூலம் தனக்குக் கிடைத்திருக்கும் செல்வத்தைப் பயன்படுத்திக் கொள்ள வேண்டும் என்று விரும்புவான்.

கொலையாளி உணர்ச்சியுடன் அந்த உடல் மீது விழுந்து, அதை இழுத்துச் சென்று அதைத் துண்டு துண்டாக வெட்டுவது போல விரான்ஸ்கி அவளை அள்ளி அணைத்துக் கொண்டு முகத்திலும் தோள்களிலும் முத்தங்களைச் சொரிந்தான்.

அவள் அவனது கரத்தைப் பற்றிக் கொண்டாள். கொஞ்சங்கூட அசையவில்லை. 'இந்த முத்தங்கள்...! என் மானத்தை விற்று வாங்கியவை... ஆமாம் என் அவமானத்திற்குக் கிடைத்த வெகுமதி இந்த முத்தங்கள்...! இந்தக் கரம்... எனது கூட்டாளியின் இந்தக் கரங்கள் இனி எப்போதும் என்னுடையவையாக இருக்கும்.' அவள் தன் மார்போடு சேர்த்து அணைத்துக் கொண்டிருந்த அந்தக் கரத்தை எடுத்து, அதை முத்தமிட்டாள்.

அவன் அவளது காலடியில் முழந்தாளிட்டு, நிமிர்ந்து அவள் முகத்தைப் பார்க்க முயன்றான். அவள் தன் முகத்தை மறைத்துக் கொண்டாள். பேசவில்லை. முடிவில் அவள் தன்னை நிலைப்படுத்திக் கொண்டாள். எழுந்து நின்றாள். அவனைப் பிடித்து அப்பால் தள்ளினாள். அவள் முகம் என்றும் போல் அழகாக இருந்தது, ஆனால் மிகவும் பரிதாபமாகத் தோன்றியது.

'எல்லாம் முடிந்து விட்டது. இனிமேல் உங்களைத் தவிர எனக்கு யாருமில்லை. இதை மறந்து விடாதீர்கள்.

'என்னுடைய வாழ்க்கை... அது நீயல்லவா? உன்னை நான் மறப்பேனா? அந்தக் கணநேர சொர்க்க இன்பம்...'

'சொர்க்கம்!... இன்பம்!... என்ன இது...?' என்று அவள் அருவருப்புடன் கேட்ட பொழுது அந்த வெறுப்புணர்ச்சி அவனுக்கும் பரவியது. 'கடவுளின் நிமித்தம் சொல்கிறேன், இனி ஒரு முறை அந்த வார்த்தையைச் சொல்ல வேண்டாம்' என்றாள் அவள்.

வேகமாக எழுந்த அவள், அவனை விட்டு விலகி சற்றுத் தள்ளி நின்றாள்.

'ஆமாம், இனி ஒரு முறை அந்த வார்த்தையைச் சொல்ல வேண்டாம்' என்று அவள் மறுபடியும் சொன்னாள்.

அவனை வெறுப்புடனும், வேதனையுடனும் பார்த்து விட்டு அவள் புறப்பட்டாள். அவளது அந்தப் பார்வை விரான்ஸ்கிக்குப் புதிதாக இருந்தது.

புதிய வாழ்க்கையில் அவள் நுழைந்த அந்தக் கணத்தில் ஏற்பட்ட அவமானம், மகிழ்ச்சி, அருவருப்பு ஆகிய உணர்ச்சிகளை வார்த்தைகளால் சொல்ல அவளால் முடியவில்லை. தகுந்த வார்த்தைகளின்றிப் பேசி அந்த இன்ப உணர்வுகளை கொச்சைப்படுத்த அவள் விரும்பவில்லை என்பதைப் போல அவள் நடந்து கொண்டாள்.

அந்த உணர்ச்சிகளின் மொத்தத் தொகுதியையும் வர்ணிப்பதற்கு இன்னும் அவளுக்கு வார்த்தைகள் கிடைக்கவில்லை. தன்னுடைய ஆன்மாவில் ஏற்பட்ட மாற்றங்களைப் பற்றியும் புரிந்து கொள்ள அவளால் முடியவில்லை என்பதை அவள் உணர்ந்தாள். அடுத்த நாள், அதற்கு அடுத்த நாள், என்று அது பற்றிச் சிந்திக்க அவள் முயன்றாள். அவளால் முடியவில்லை.

'அதைப் பற்றி இப்பொழுது என்னால் சிந்திக்க முடியவில்லை. என் மனம் அமைதியடைந்த பிறகு முயல்வேன்' என்று அவள் தனக்குள் சொல்லிக் கொண்டாள். ஆனால் சிந்திப்பதற்கு அவசியமான மன அமைதி அவளுக்குச் சிறிதும் கிடைக்கவில்லை.

'என்ன காரியம் செய்து விட்டேன், இதனால் என்ன விளைவுகள் ஏற்படுமோ, இனிமேல் நான் என்ன செய்யப் போகிறேன்?' என்ற எண்ணங்கள் அவள் மனத்தில் அடிக்கடி எழுந்தன. இந்த எண்ணங்கள் அவள் மனத்தில் தோன்றும் ஒவ்வொரு முறையும் அவள் பயத்தில் நடுங்கினாள். எனவே இது போன்ற சிந்தனைகளை மனத்தில் எழும் போது அவற்றிற்கு இடம் கொடாமல் அவற்றை விரட்ட வேண்டும் என்று முடிவு செய்தாள்.

இந்தச் சிந்தனைகள் மனத்தில் எழும் போது, அவற்றை இடைமறித்தாள். இப்பொழுது முடியாது, பிற்பாடு, நான் அமைதியாயிருக்கும் வேளையில்

என்று தனக்குள் சொல்லியபடி இந்தச் சிந்தனைகள் தனக்குள் நுழைய விடாமல் விரட்ட நினைத்தாள்.

சிந்தனைகளை அவள் கட்டுப்படுத்தி 'தூரப் போ' என்று விரட்டினாலும், கனவுகளைக் கட்டுப்படுத்த முடியுமா? கனவுகளில் அவள் நிலை அதிர்ச்சியளிக்கிற சுய வடிவத்தில் தோன்றியது. ஒவ்வொரு இரவிலும் ஒரு கனவு மீண்டும் மீண்டும் வந்தது.

ஒரே சமயத்தில் கரீனின், விரான்ஸ்கி இருவருமே தனக்குக் கணவர்களாக இருப்பதாகவும், தன்னுடைய உடலைத் தழுவதாகவும் கனவு கண்டாள். கரீனின் அவளது வழுவழுவென்ற பளிங்கு போன்றிருந்த கரங்களைப் பற்றித் தடவி முத்தங்களைப் பதித்தார். கண்களில் கண்ணீர் வழிய 'இந்தக் கரங்கள் எவ்வளவு அழகாக இருக்கின்றன' என்று சொன்னார். விரான்ஸ்கியும் கூடவே அங்கிருந்தான். அவனும் கூட அவளது கணவனாகவே இருந்தான்.

அது முன்பு சாத்தியமில்லை என்று அவள் நினைத்தாள். இப்பொழுது உண்மையில் எவ்வளவு சுலபமாக இருக்கிறது என்று சிரித்தபடி அதனை அவள் அவர்களுக்கு விளக்கினாள். அவர்கள் இருவரும் திருப்தியடைந்து மகிழ்ச்சியாக இருந்தார்கள். இந்தக் கனவு அவளுக்குப் பேய்க் கனவாக இருந்தது. அவள் திடுக்கிட்டு எழுந்தாள்.

அத்தியாயம் 12

லெவின் மாஸ்கோவிலிருந்து வந்த பிறகு, கிட்டி தன்னை நிராகரித்து விட்டதை நினைக்கும் ஒவ்வொரு முறையும் தனக்கு நேர்ந்த அவமானத்தை நினைத்து வெட்கப்பட்டான். நான் பள்ளிக் கூடத்தில் இயற்பியலில் தோல்வியுற்று இரண்டாம் வகுப்பில் மறுபடியும் படிக்க நேர்ந்த பொழுது இப்படித்தான் வேதனைப்பட்டேன். என் சகோதரி சம்பந்தப்பட்ட ஒரு விஷயம் என்னிடம் ஒப்படைக்கப்பட்டு அதனையும் நான் சரியாகச் செய்ய முடியாது போன போதும் இப்படித்தான் வேதனைப்பட்டேன். பல ஆண்டுகள் சென்ற பிறகு இப்பொழுது அவற்றைப் பற்றி நினைக்கும் பொழுது அன்று இதற்காகவா இத்தனை வேதனைப்பட்டேன் என்று நினைத்து வியப்படைகின்றேன். இந்த வேதனையும் அப்படிப்பட்டதே. கால ஓட்டத்தில் இந்த வேதனையும், பழைய நிகழ்ச்சிகள் போல் மனத்திலிருந்து மறைந்து போய்விடும் என்று தான் நினைக்கிறேன்.'

இப்பொழுது மூன்று மாதங்கள் கடந்த பிறகும் அவனால் அதை மறக்க முடியவில்லை. காயம்பட்ட ஆரம்ப நாட்களில் இருந்த அதே அளவுக்கு இன்னும் அவன் வேதனைப்பட்டான். குடும்ப வாழ்க்கையைப்

பற்றி அவன் நிறைய கனவுகள் கண்டிருக்கிறான். அதற்கான பக்குவம் அவனுக்கு உள்ளது. ஆனால் இன்னமும் திருமணமாகவில்லை. திருமணத்திற்கு மிகவும் எட்டாத தொலைவில் அவன் இருப்பதாக உணர்ந்தான். எனவே அவன் மன அமைதியின்றி இருந்தான்.

அவனுடைய வயதுக்கு இன்னமும் திருமணம் செய்து கொள்ளாமலிருப்பது சரியல்ல என்று அவனைச் சுற்றியுள்ளவர்கள் நினைத்தார்கள். அவனும் அதைப் பற்றி நினைத்து துன்பமடைந்தான். அவன் மாஸ்கோவிற்கு வந்து தங்குவதற்கு முன்பு, தனது பண்ணையில் மாடுகளை மேய்க்கும் தனக்குப் பிரியமான நிக்கோலஸ் என்ற விவசாயியிடம் பேசிக் கொண்டிருந்தான்.

'நிக்கோலஸ், நான் திருமணம் செய்து கொள்ளப் போகின்றேன்' என்றான்.

உடனே நிக்கோலஸ் சிறிதும் தயக்கமின்றிச் சொன்னான்:

'கன்ஸ்தாந்தீன் திமீத்ரிச் அவர்களே, இதற்கு மேல் தாமதிக்க வேண்டாம். ஏற்கனவே ரொம்பக் காலம் கடந்து விட்டது'.

ஆனால் இப்பவும் திருமணம் என்பது அவனுக்கு எட்டாத தொலைவிலிலேயே இருந்தது. அவனுக்குப் பக்கத்தில் அவனுடைய மனைவிக்கான இடம் இன்னும் நிரப்பப்படாமல் வெற்றிடமாகவே இருந்தது. அவன் தனக்குத் தெரிந்த பெண்களில் யாராவது ஒருத்தியை அந்த இடத்தில் வைத்துப் பார்க்க விரும்பினான். 'ஒரு வேளை இது நடக்காமலேயே போய் விடுமோ?' என்று கூட அவன் நினைத்தான். அதற்கும் மேலாக அவள் தன்னை மறுத்த விஷயமும், அன்று நிகழ்ந்த அந்த சம்பவங்களும் நேர்ந்த அவமானமும் இன்னும் அவன் கண் முன்னே தோன்றி அவனைச் சித்ரவதை செய்து கொண்டிருந்தன. இந்த விஷயத்தில் தன் மீது ஏதும் குற்றம் இருப்பதாகத் தனக்குத் தெரியவில்லை என்று அவன் தனக்குள் கூறிக் கொண்டு தன் மனத்தைத் தானே சமாதானப்படுத்திக் கொண்டான்.

கடந்த காலங்களில் தன்னுடைய சிறு வயதுப் பருவத்தில் இவையெல்லாம் கெட்ட செயல்கள் என்று தன்னாலேயே மதிப்பிடப்பட்டு அதற்காக அவன் வெட்கப்பட்டதுண்டு. வேதனைப்பட்டதுண்டு. ஆனால் அவை எல்லா மனிதர்களின் வாழ்க்கையிலும் நிகழும் மிகச் சாதாரணச் சம்பவங்களே. அந்தச் சம்பவங்கள் நடந்த நேரத்தில் அவை சற்று வேதனையளிக்குமே தவிர, காலப்போக்கில் அவை மறக்கப்பட்டு விடும். இந்தச் சம்பவத்தையும் அத்தோடு சேர்த்து மறந்து விடலாம் என்று நினைத்து அவன் செய்த முயற்சிகள் ஒன்றும் பலிக்கவில்லை. ஏற்கனவே

நடந்த, கெட்ட நிகழ்ச்சிகள் என்று அவன் நினைத்த அந்தச் சம்பவங்கள், இந்தச் சம்பவம் போன்று அப்படி ஒன்றும் அதிகமாக அவனைத் துன்புறுத்தவில்லை. எல்லா மனிதர்களுக்கும் எல்லாருடைய வாழ்க்கையிலும் இது போன்ற சம்பவங்கள் நடக்கக்கூடிய ஒன்று தான். காலப் போக்கில் மறந்து போகக் கூடியவைதான். ஆனால் இந்தச் சம்பவத்தை அவனால் மறக்க முடியவில்லை. அவனது இதயத்தில் ஆழமாகப் பதிந்து விட்ட இந்தக் காயங்கள் இன்னும் ஆறவே இல்லை. இந்த மறுப்புச் சம்பவம் அன்று அந்த நிகழ்ச்சியில் கலந்து கொண்டவர்களிடையே எந்த விதமான உணர்வுகளை எழுப்பியிருக்கும் என்று நினைத்து வருந்தினான். ஆனால் காலமும், பண்ணை வேலைகளில் அவனது ஈடுபாடும், உழைப்பும் அவனது மனப்புண்ணை ஆற்றின. கிராமத்து வாழ்க்கையில் அவன் அவ்வப்போது சந்தித்த பல சாதாரணமான ஆனால் முக்கியமான சம்பவங்கள் அவனுடைய மனத்துயரங்களைக் குறைத்தன. ஒவ்வொரு வாரங்களாக, நாட்கள் செல்லச் செல்ல, கிட்டியைப் பற்றி நினைப்பது கூட குறைந்து கொண்டே வந்தது. அவளுக்குத் திருமணமாகிவிட்டது அல்லது வெகு சீக்கிரத்திலேயே திருமணம் நடக்கப் போகிறது என்ற செய்தி வரும் என்று அவன் எதிர்பார்த்துக் காத்திருந்தான். வலியைத் தருகின்ற பல்லை பிடுங்கி விட்டால் வலி மறைந்து விடுவதைப் போல அந்தத் தகவல் தன் மன வேதனைக்கு மருந்தாக இருக்கும் என்று அவன் நம்பினான். வசந்த காலம் வந்தது. எந்த விதமான எதிர்ப்பார்ப்புகளும், ஏமாற்றங்களும் இல்லாமல் வழக்கம் போல வசந்தமும் வந்தது. தாவரங்களும், பிராணிகளும் மற்றும் மனிதர்களும் கூட உள்ளத்தில் சந்தோஷம் பொங்க வசந்தத்தை வரவேற்றார்கள். கடந்த காலத்தை பற்றிய எண்ணங்களை முற்றாக உதறித் தள்ளி விட்டு, தன்னுடைய தனிமையான வாழ்க்கையை ஸ்திரமானதாக அமைத்துக் கொள்ள வேண்டும் என்ற எண்ணத்தை வசந்தம் அவனிடத்தில் உண்டாக்கியது.

மாஸ்கோவிலிருந்து கிராமத்திற்கு திரும்பிய லெவினின் மனத்தில் பல திட்டங்கள் உருவாகியிருந்தன. அவற்றில் சில திட்டங்களை அவனால் முறையாக எடுத்துச் செல்ல முடியாமல் போனாலும், ஒரு தூய்மையான வாழ்க்கையை தான் அமைத்துக் கொண்டு, மற்றவர்களுக்கு உதவும் பயனுள்ள வாழ்க்கை வாழ வேண்டும் என்ற முக்கியமான திட்டத்தை நிறைவேற்றுவது என்று முடிவு செய்தான். தோல்வியினால் ஏற்பட்டிருந்த அவமான உணர்ச்சிகள் இப்போது முற்றிலும் மறைந்து விட்டது. தெளிந்த மனமும், சிந்தனையும் அவனைப் பண்படுத்தியது. அவன் தனது கிராமத்து மக்களை மகிழ்வுடன் நேருக்கு நேராகச் சந்தித்தான். அவர்களின் இன்ப துன்பங்களில் எப்போதும் போலப் பங்கெடுத்துக் கொண்டான். பிப்ரவரி மாதத்தில் மேரி நிகலோவ்னாவிடமிருந்து கடிதம் வந்தது. அவனுடைய சகோதரன் நிகொலஸின் உடல் நிலை மிகவும் மோசமடைந்து போனதாக

அவள் அதில் எழுதியிருந்தாள். உடனே லெவின் மாஸ்கோவிற்குப் புறப்பட்டுச் சென்று தன் சகோதரனைச் சந்தித்தான். அவரை வற்புறுத்தி டாக்டரிடம் கூட்டிச் சென்றான்.

டாக்டர் ஆலோசனைப்படி தன் சகோதரரை வெளிநாட்டுக்கு சிகிச்சைக்காக அனுப்ப முடிவு செய்தான். வெளிநாடு செல்வதற்குத் தன்னுடைய சகோதரரைச் சம்மதிக்கச் செய்து, பிரயாணச் செலவுகளுக்கு வேண்டிய பணம் முழுவதையும் அவருக்கு அவன் கொடுத்தான். அவரும் அவனோடு எந்த வாக்குவாதமும் செய்யாமல் அதனை ஏற்றுக் கொண்டார். சகோதரரின் இந்த மனமாற்றம் அவனுக்கு மிகுந்த மகிழ்ச்சியைக் கொடுத்தது.

வசந்த காலத்தில் தன்னுடைய மிகப் பெரிய விவசாயப் பண்ணையில் அவன் கூடுதலாக கவனம் செலுத்த வேண்டிய அவசியம் ஏற்பட்டது. தொடர்ந்து கூடுதலான விவசாயப் பணிகளும், ஓய்வு நேரங்களில் புத்தகங்கள் படிப்பதுமாக அவன் இருந்தான். குளிர் காலத்தின் துவக்கத்தில், விவசாயம் பற்றிய ஒரு புத்தகத்தை லெவின் எழுத முனைந்தான். விவசாயத்தைப் பொறுத்தமட்டில், பருவ நிலை மற்றும் மண், மண்வளம் ஆகியவற்றுடன் தொழிலாளியும் ஒரு முக்கியமான காரணி என்பது தான் அந்தப் புத்தகத்தின் அடிப்படைக் கருத்தாகும். ஆக, அவன் தனிமையில் வாழ்ந்தாலும் இந்தப் பணிகளில் மிக உற்சாகமாக ஈடுபட்டு வந்தான். இந்தப் பணிகளுக்கே அவனுக்கு போதுமான நேரம் இல்லாமல் போனது. தன்னுடைய அறிவில் உதித்த எண்ணங்களை மிஹாலோவ்னாவைத் தவிர வேறு யாருடனாவது பகிர்ந்து கொள்ள வேண்டும் என்ற ஆசை அவனுக்கு அபூர்வமாகத் தான் தலை தூக்கியது. அவன் அவளிடம் இயற்பியல், விவசாயத் தத்துவங்கள் குறிப்பாக தத்துவ ஞானம் பற்றி நிறையப் பேசினான். விவாதித்தான். கடைசியாகச் சொன்ன 'தத்துவம்' அவனுக்கு மிகவும் விருப்பமான பாடமாகும்.

வசந்தம் மிகவும் தாமதமாகவே துவங்கியது. கடைசி வாரங்களில் பருவ நிலை தெளிவாக இருந்தது. பகலில் சூரிய ஒளியில் பனி உருகி ஓடியது. இரவில் 1600 சி பாரன்ஹீட் குளிர் இருந்தது. பனித்துகள்கள் மீது கனமான பனி உறைந்திருந்தது. சாலைகள் பனியினால் மூடிக் கிடந்தன. சாலைகள் தெரியாமல் போக சாலையற்ற வழிகளிலும் வண்டிகளை ஓட்டிச் சென்றனர் மக்கள். ஆனால் ஈஸ்டர் தினத்தன்று இளஞ்சூடான காற்று வீசத் தொடங்கியது. தொடர்ந்து மூன்று பகல்கள், மூன்று இரவுகள் இளம் சூடான மழை பெய்தது. வியாழக் கிழமையன்று காற்று குறைந்து போனது. இயற்கையின் இரகசிய மாற்றங்களை மறைப்பது போல சாம்பல் நிறமான பனி மேகங்கள் மேலெழுந்தன. மூடுபனி எங்கும் படர்ந்தது. மூடுபனியின் கீழ் பனிக்கட்டி உருகித் தண்ணீராக ஓடியது. ஆற்றை மூடியிருந்த பனித்தகடு உடைந்து உருகி

வெள்ளமாக ஓடத் துவங்கியது. ஈஸ்டர் பண்டிகை முடிந்த முதல் ஞாயிற்றுக் கிழமை மாலை நேரத்தில் மூடுபனி மறைந்து வானம் தெளிவாயிற்று. உண்மையான வசந்தம் அப்போது முதல்தான் துவங்கியது. சென்ற ஆண்டில் முளைத்த புற்செடிகள் மறுபடியும் தழைத்தன. ஊசிமுனைகளைப் போன்ற புதிய இலைகள் முளைத்தன. பிர்ச் மரங்களிலும் தேனீக்கள் ரீங்காரம் செய்ய ஆரம்பித்தன. கண்ணுக்குப் புலப்படாதபடி, கிளைகளில் பச்சை இலைகளுக்கு நடுவில் உட்கார்ந்து குயில் போன்ற 'லார்க்' பறவைகள் இன்னிசையுடன் பாடிக் கொண்டிருந்தன. வானத்தில் கூட்டமாகப் பறந்து சென்று கொண்டிருந்த கொக்குகள் வசந்தம் வந்து விட்டதென்று அறிவித்தபடி பறந்தன. உண்மையான வசந்த காலம் பிறந்து விட்டது.

அத்தியாயம் 13

லெவின் முழங்கால் வரை தோல் உள்ள உயரமான பூட்ஸ்களை அணிந்து கொண்டான். மென் மயிர்க் கோட்டுக்குப் பதிலாக, துணியினால் நெய்யப்பட்ட மேல்கோட்டு ஒன்றினை முதல் முறையாக அணிந்து கொண்டான். ஒரு காலை பனிக்கட்டியின் மீதும், மற்றொரு காலை சேற்றிலும் வைத்தபடி, மாற்றி, மாற்றி எட்டு வைத்து நீரோடைகளைக் கடந்தான்.

அந்த ஆண்டு விவசாயத்திற்கான திட்டங்கள் போடவும், தீர்மானங்களையும் உருவாக்குவதற்கு உகந்த காலம் வசந்த காலம் தான். இளம் குருத்துக்கள் எந்தத் திசையில், எப்படி வளரப் போகின்றன என்பது வசந்த காலத்தின் போது மரத்துக்குத் தெரியாது. ஆனால், லெவினின் மூளையில் சிறந்த திட்டங்களும், தீர்மானங்களும் தயாராக இருந்தன. அவன் முதலில் கால்நடைப் பண்ணைக்குச் சென்றான். பனியின் கடுங்குளிருக்கு இதமாக இருக்கட்டுமே என்று பசுக்களையும் கன்றுகளையும் சூரிய ஒளியில் நிறுத்தியிருந்தனர். பசுக்கள் அவனைப் பார்த்துக் கத்தின, 'எங்களை வயலில் மேய விடுங்கள்' என்று அவனிடம் அவை வேண்டிக் கொள்வது போன்றிருந்தது அது. எல்லாப் பசுக்களைப் பற்றியும் நுட்பமான அறிவு உள்ளவன் லெவின். பசுக்களின் குரலைப் புரிந்து கொண்ட அவன் பசுக்களை வயலில் மேய விடுமாறும், கன்றுகளை கொல்லையில் மேய விடும்படியும் வேலைக்காரர்களுக்கு உத்தரவிட்டான். பண்ணையில் வேலை செய்கின்ற இளம் பெண்கள் தமது குட்டைப் பாவாடையை மேலே தூக்கி, வெண்மையான தொடைகள் வெளியே தெரியும்படியாகக் கொல்லையில் தண்ணீர் தேங்கிய குட்டைகளுக்குள் இறங்கி, வசந்த காலத்தின் குதூகலத்தில் துள்ளிக் குதித்துக் கொண்டிருந்த கன்றுக் குட்டிகளை விரட்டி விட்டார்கள்.

அந்த ஆண்டில் பசுக்கள் மிகவும் நல்ல திடகாத்திரமான கன்றுகளை ஈன்றிருந்தன. சில கன்றுகள் பெரிய (தாய்ப்) பசுக்களைப் போலவே பெரிதாக இருந்தன. 'பாவா' என்ற பசுவின் மூன்று மாதக் கன்று, ஒரு ஆண்டு நிறைந்த கன்று போல இருந்தது. அவற்றுக்குத் தீவனத் தொட்டி நிறைய தீவனம் போடுமாறு உத்தரவிட்டான். ஆனால் மாட்டுக் கொட்டகையிலுள்ள தீவனத் தொட்டிகள் உடைந்து போயிருந்ததால் அவை பயனற்று இருந்தன. உடனே நெற்பயிரைப் போரடிக்கின்ற இயந்திரங்களைப் பழுது பார்க்க வந்திருந்த தச்சனைக் கூட்டி வந்து, மாட்டுக் கொட்டகையின் தீவனத் தொட்டிகள், மர அலமாரிகளைச் சரிசெய்ய ஏற்பாடு செய்தான்.

இந்த தச்சுப் பணிகள் எல்லாம் குளிர்காலம் துவங்குவதற்கு முன்பே முடிக்கப்பட்டு விட வேண்டும். கவனமில்லாத விவசாய நிர்வாகத்தைச் சீர்படுத்த லெவின் பல ஆண்டுகளாக முயற்சித்ததும் பயனில்லை. குறைகள் இன்னும் குறைகளாகவே இருந்தன. தச்சுப் பணிகளைச் சீர்செய்ய மூன்று தச்சர்களை விசேஷமாக பணிக்கு அமர்த்தியிருந்தான். இருப்பினும் கூட அந்த வேலைகள் இன்னும் முடிக்கப்படாமல் இருந்தன. இது பரம்படிக்கின்ற நேரம். ஆனால் பரம்படிக்கின்ற இயந்திரம் பழுதாகி இருந்தது.

லெவின் பண்ணை நிர்வாகியை அழைத்து வரச் சொன்னான். அழைத்து வருவதில் ஏற்படும் தாமதத்தைக் கருதி தானே நிர்வாகியைச் சந்திக்கப் புறப்பட்டான். நிர்வாகி 'அஸ்ரத்கான்' கோட்டு மற்றும் தொப்பி அணிந்து அன்றைய காலைப் பொழுது போலப் பிரகாசமாக இருந்தார். அவர் போரடிக்கும் இடத்திலிருந்து வைக்கோலைக் கையிலெடுத்து ஒடித்தபடியே லெவினை நோக்கி வேகமாக வந்தார்.

'தச்சர் போரடிக்கும் இயந்திரத்தை பழுது பார்க்கவில்லையா?' என்றான் லெவின்.

'பரம்படிக்கும் இயந்திரத்தை பழுது பார்க்க வேண்டும் என்று நேற்று உங்களிடம் சொல்ல நினைத்தேன்' என்றார் நிர்வாகி.

'பழுது பார்க்கும் வேலையைக் குளிர்காலத்தில் ஏன் முடிக்கவில்லை?'

'தச்சர்கள் சரியில்லை. நான் என்ன செய்யமுடியும்?' என்று நிர்வாகி பதிலளித்தார்.

'தச்சர்கள் சரியில்லையா...? நிர்வாகி தான் சரியில்லை...' என்று கோபத்துடன் சொன்னான் லெவின்.

'உனக்கு உருப்படியாக வேலை செய்யத் தெரியுமா...?' என்று அதட்டினான் லெவின்.

பிறகு கோபப்பட்டு பயனில்லை என்று நினைத்துப் பெருமூச்சு விட்டவாறு 'நாளைக்கு விதைக்கலாமா?' என்று நிர்வாகியிடம் கேட்டான் லெவின்.

'நாளை அல்லது நாளை மறுநாள் விதைக்கலாம்'

'அப்புறம் மணல்புல் செடிக்கு எப்போது விதை நடப் போகிறாய்?'

'வஸீலியையும், மிஷ்காவையும் வயலுக்கு அனுப்பி இருக்கிறேன். அவர்கள் மணல் புல் விதைகளை விதைத்துக் கொண்டிருக்கின்றனர். ஆனால் வயல் மிகவும் சேறாக உள்ளது என்று கூறினார்கள்.'

'எத்தனை ஏக்கரில் மணல் புல் விதைக்கப் போகிறாய்?'

'பதினாறு ஏக்கர்?'

'மொத்த நிலத்திலும் விதைக்க வேண்டியது தானே?'

ஐம்பது ஏக்கரில் மணல் புல் விதைப்பதற்கு பதிலாக அவர்கள் பதினாறு ஏக்கரில் மட்டும் விதைக்கப் போவதைக் கேட்டு அவன் எரிச்சலடைந்தான்.

பனிக்காலம் வருவதற்கு முன்னதாகவே மணல்புல்லை விதைக்க வேண்டும். அப்பொழுது தான் மணல் புல் நன்றாக வளரும். ஆனால் லெவின் ஒரு பொழுதும் அதைக் காலத்தில் செய்ய முடிந்ததில்லை.

பண்ணை நிர்வாகம் அவனது கவனமின்மையால் சீர் கெட்டுப் போயிருந்தது. தன் சொந்தக் கவலைகளினால் அவன் நிர்வாகத்தைக் கவனிக்க முடியவில்லை. இனியும் அதை அப்படியே நீடிக்க விடாமல் அனைத்தையும் சீரமைக்க முடிவு செய்தான். இப்போது தீவிரமாகத் திட்டமிட்டு செயலில் இறங்கியிருந்தான் லெவின்.

ஐம்பது ஏக்கர் நிலத்தில் புல் விதைக்காமல் பதினாறு ஏக்கர் நிலத்தில் மட்டும் மணல்புல் விதைக்கப் போவதாக நிர்வாகி கூறியதும் எரிச்சலடைந்து போன லெவின் அதற்கான காரணத்தை நிர்வாகியிடம் விசாரித்தான்.

நிர்வாகி சொன்னார்: 'சரியாக ஆள் கிடைக்கவில்லை. வழக்கமாக வேலை செய்கின்ற மூன்று பேர் வரவில்லை. ஸைமன்...'

'மற்றவர்கள் என்ன செய்கிறார்கள்?'

'ஐந்து பேர் 'கம்போத்து' (கம்போஸ்ட் உரம் தயாரிக்கின்றனர்) செய்கின்றனர். நான்கு பேர் ஓட்ஸைப் புரட்டி விடுகிறார்கள். அவை முளைவிட ஆரம்பித்து விட்டன ஐயா!'

‘முளை விட ஆரம்பித்து விட்டன என்றால்... இங்கிலாந்திலிருந்து வாங்கிய ஓட்ஸ் விதைகள் கெட்டுப் போய்விட்டன என்று அர்த்தம். இதிலும் அவனுடைய உத்தரவுகள் நிறைவேற்றப்படவில்லை.

‘கவலைப்படாதீர்கள் ஐயா, உரிய நேரத்தில் எல்லா வேலைகளும் ஆரம்பமாகி விடும்’ என்றார் பண்ணை நிர்வாகி.

லெவின் கோபத்துடன் கைகளை ஆட்டிய படி ஓட்ஸ் விதைகளைப் பார்ப்பதற்கு களஞ்சியத்திற்குச் சென்றான். ஓட்ஸ் விதைகள் இன்னும் கெட்டுவிடவில்லை. பண்ணைக் கூலிகள் அவற்றைக் கிளறி விட்டுக் கொண்டிருந்தனர். அவற்றை மேலே இருந்து கீழே விழும்படி அவர்கள் தூவியிருக்க வேண்டும். அதுதான் தானியத்தில் ஈரப்பதத்தைப் போக்குகின்ற சரியான முறை. அவ்வாறே செய்யும்படி அவர்களிடம் சொல்லிவிட்டு மணல் புல் விதைப்பதற்கு மேலும் இரண்டு பேரை அனுப்பி வைத்தான். அதன் பின் நிர்வாகியிடம் அவனுக்கு இருந்த கோபம் குறைந்தது. அவ்வளவு அழகான பகற் பொழுதில் அவன் கோபத்துடன் நெடுநேரம் இருக்க முடியுமா என்ன?

அவனுடைய வண்டியோட்டி சட்டைக் கைகளை மடக்கி விட்டுக் கொண்டு வண்டியைத் தண்ணீரால் கழுவிக் கொண்டிருந்தான்.

‘இக்னாட்! குதிரைக்குச் சேணத்தைப் பூட்டு!’

‘ஐயா, எந்தக் குதிரை?’

‘கோல்பிக்’

‘அப்படியே செய்கிறேன்’

லெவின் பண்ணை நிர்வாகியை மறுபடியும் கூப்பிட்டான்.

அவர் லெவினுடன் சமரசம் செய்து கொள்வதற்காக அவன் கண்ணில் படும்படியாக சற்றுத் தூரத்தில் தான் நின்று கொண்டிருந்தார். உடனே ஆரம்பிக்க வேண்டிய விவசாய வேலைகள், பண்ணை வளர்ச்சிக்கான தனது புதிய திட்டங்களை பற்றி அவருடன் பேசத் தொடங்கினான்.

‘தீவனப் புல்லை அறுவடை செய்வதற்கு முன்பு உரத்தை வயல்களுக்குக் கொண்டு போய்விட வேண்டும். நிலத்தைத் தொடர்ச்சியாக உழுதால்தான் மண் சுத்தமாக இருக்கும். உலர் புல்லை அறுவடை செய்யும் பொழுது கூலிகளுக்குப் பணத்தைக் கொடுங்கள். தானியம் கொடுக்க வேண்டாம்.’

பண்ணை நிர்வாகி, லெவின் கூறிய அனைத்தையும் ஈடுபாட்டுடன் கேட்டார். எசமானருடைய திட்டங்களை ஆமோதிக்க அவர் விரும்பியது

தெரிந்தது. ஆனால் அவரது முகம் இன்னமும் அவநம்பிக்கையும் மனச் சோர்வையும் தான் வெளிப்படுத்திக் கொண்டிருந்தது.

இவை லெவினுக்குப் பரிச்சயமானதே. பண்ணை நிர்வாகியின் இந்த மனப் போக்கு வெளிப்படுத்திய விஷயம் இது தான்: ‘நீ சொல்வது எல்லாம் சரி தான். ஆனால் கடவுள் சித்தப்படிதான் எல்லாம் நடக்கும்!’

இப்படியான மனோபாவம் உள்ளவர்களைப் பற்றி லெவின் மிகவும் வருத்தமடைவது உண்டு. ஆனால் அவனிடம் வேலை செய்த எல்லா நிர்வாகிகளிடமும் இந்த மனோபாவம் இருந்தது. அவன் தன்னுடைய திட்டங்களை விளக்கும் பொழுது அவர்கள் எல்லோரும் ஒரே மாதிரியாக இதே பாவனையுடன் தான் கேட்டார்கள். அதைப் பற்றி அவன் இப்போது கோபமடையவில்லை. அவனுடைய திட்டங்களை அலட்சியமாக எதிர்த்த அவர்கள் ஒவ்வொருவரும் ‘கடவுள் சித்தப்படியே’ என்று தான் குறிப்பிட்டார்கள். அவர்களுக்கு அவன் மீண்டும் மறுப்புக் கூற நினைத்தாலும் - புறக்கணிக்க முடியாத சக்தியைக் குறிப்பிட்டதால் ஒன்றும் சொல்லாமல் மன வேதனைப்பட்டான் லெவின்.

‘முடியுமா என்று தெரியவில்லை. பார்க்கிறேன்’ என்றார் நிர்வாகி.

‘முடியுமா என்று ஏன் சந்தேகப்படுகிறாய்?’

‘குறைந்தபட்சமாக இன்னும் பதினைந்து ஆட்கள் தேவைப் படுகிறார்கள். ஆனால் ஆட்கள் கிடைக்க மாட்டார்கள். இன்று சிலர் வந்தார்கள். அவர்கள் கோடைக்காலம் முழுமைக்கும் ஒவ்வொருவருக்கும் எழுபது ரூபிள்கள் கேட்கிறார்கள்.’

லெவின் பேசவில்லை. அந்த சக்தி மறுபடியும் எதிர்க்கிறதோ! வழக்கமான கூலிக்கு 37லிருந்து நாற்பது தொழிலாளர்கள் தான் கிடைப்பார்கள். மேலும் நாற்பது பேர்களை வேறு கிராமங்களுக்குச் சென்று கூலிக்கு அமர்த்த வேண்டும். ஆனால் நாற்பது பேருக்கு மேல் வேண்டாம். எல்லாமே இப்போதும் கூட சிரமமாகத் தான் உள்ளது. இருந்தாலும் இந்தப் போக்குகளை மாற்ற வேண்டும் என்றால் போராடித் தான் தீர வேண்டும். வேறு வழியில்லை.

‘இங்கு கூலியாட்கள் கிடைக்காவிட்டால் ஸூரி மற்றும் செபிரோவ்காவுக்கு நம் ஆட்களை அனுப்பிக் கூலியாட்களைக் கூட்டி வர வேண்டும்’.

‘உடனே அனுப்பி வைக்கிறேன் ஐயா’ என்றார் பண்ணை நிர்வாகி வாஸிலி பெத்ரோவிச். ‘நமது குதிரைகள் மிகவும் பலவீனமடைந்து விட்டன. அவைகளால் அதிகம் வேலை செய்ய முடிவதில்லை’

'மேலும் புதிய குதிரைகள் வாங்குவோம். ஆனால் எனக்கு ஒரு விஷயம் புரியவில்லை. எப்போது பார்த்தாலும் எதையாவது புகார் செய்து கொண்டிருப்பதே உன் வழக்கமாகப் போய் விட்டது. இந்த ஆண்டில் அனைத்தையும் உன் வழியிலேயே விட்டுவிடப் போவதில்லை. நானே எல்லாவற்றையும் மேற்பார்வை செய்யப் போகிறேன்.'

'எசமானர் எங்களைக் கண்காணித்தால் அதனால் எங்களுக்கு நன்மை தான் ஏற்படும்' என்றார் நிர்வாகி.

வண்டியோட்டி 'கோல்பிக்' என்னும் குதிரையின் முதுகில் சேணத்தை மாட்டி அதனை நடத்தி வந்தான்.

'மணல் புல் விதைப்பதைப் பார்க்க போகிறேன்' என்று கூறியபடி குதிரையின் மீது ஏறி உட்கார்ந்து கொண்டு சொன்னான் லெவின்.

'உங்களால் ஆற்றைக் கடக்க முடியாது, ஐயா!' என்றார் நிர்வாகி.

'அப்படியானால் காட்டுப்பாதை வழியாகச் செல்கிறேன்' என்றான் லெவின்.

மாட்டுப் பண்ணையிலும், வயலிலும் பேசிக் கொண்டிருந்த பொழுது அவன் இதயத்தில் படிந்திருந்த அழுத்தமான சோகம் நீங்கி, மனம் மிக இலேசானதாகத் தோன்றியது. குதிரை காட்டுப் பாதையில் அவசரமில்லாமல் சென்றது. பனிக்காற்றின் பரிசுத்தமான வாசனையையும், குளிர்ச்சியையும் நுகர்ந்து கொண்டே காட்டில் சென்ற பொழுது குதிரையின் காலடிகள் பட்டு பனி உடைந்து நொறுங்கியது. தனது இந்த வயல்களில் வளர்ந்திருந்த ஒவ்வொரு மரத்திலும் மொட்டுக்கள் அரும்பியிருப்பதைப் பார்த்து அவன் மகிழ்ச்சியடைந்தான். காட்டைக் கடந்த பிறகு பச்சை நிற வெல்வெட் துணியைப் போல பசும்புல் இடைவெளியில்லாமல் வளர்ந்திருந்தது. விவசாயிகளின் குதிரைகள் அங்கே மேய்ந்து கொண்டிருந்தன. போகும் வழியில் பார்த்த விவசாயியிடம் வயலிலிருந்து குதிரைகளை விரட்டுமாறு கூறினான் லெவின். 'இபாட்' என்ற பண்ணை விவசாயியிடம் அவன் விவசாயப் பணிகள் பற்றி விசாரித்தான்.

'இபாட், விதைக்க வேண்டிய காலம் வந்துவிட்டதா?'

'முதலில் உழ வேண்டும் ஐயா', என்றான் இபாட்.

அது அசட்டுத்தனமான பதில் என்ற போதிலும் அவன் அதற்குப் பழக்கப்பட்டிருந்தான்.

அவன் காட்டுக்குள் போய்க் கொண்டிருந்த பொழுது பண்ணையின் வளர்ச்சிக்கான புதிய திட்டங்களைப் பற்றி யோசித்தான். ஒவ்வொரு

திட்டமும் முந்திய ஆண்டுகளை விட மிகச் சிறப்பானதாக இருப்பதாக அவன் உணர்ந்து கொண்டான்.

நீண்டு பரந்து கிடக்கும் தனது வயல்களைப் பல பகுதிகளாகப் பிரித்துக் கொள்ள வேண்டும். ஒவ்வொரு பகுதியாக விவசாயப் பணிகளைத் திட்டமிட்டுச் செயல்படுத்த வேண்டும். அடுத்து நதிப் பகுதிகளில் விவசாயம் செய்யத் திட்டமிட வேண்டும். மூன்று பகுதிகளில் புல் வளர்க்க வேண்டும். வயலின் எல்லையில் கால்நடைப் பண்ணை அமைக்க வேண்டும். முன்னூறு டெஸியாட்டின் நிலத்தில் (ஒரு டெஸியாட்டின் நிலம் என்பது 2¼ ஏக்கர் பரப்புக் கொண்டது) கோதுமை பயிரிட வேண்டும். நூறு டெஸியாட்டின் நிலத்தில் உருளைக் கிழங்குப் பயிரிட வேண்டும். நூற்றைம்பது டெஸியாட்டின் நிலத்தில் மணல் புல் வளர்க்க வேண்டும்.

இத்தகைய கனவுகளுடன், மணல் புல் விதைகளை விதைத்துக் கொண்டிருந்த கூலித் தொழிலாளர்களை நோக்கி அவன் சென்றான். விதைகள் வைக்கப்பட்டிருந்த வண்டி கோதுமைவயலில் நிறுத்தப் பட்டிருந்தது. வண்டியின் சக்கரங்களும் குதிரையின் குளம்புகளும் கோதுமைச் செடிகளை நாசப்படுத்திக் கொண்டிருந்தன. இதைப் பார்த்து முகம் சுளித்தான் லெவின். இரண்டு வயல்களுக்கு இடையில் உள்ள குறுகிய பாதையில் இரண்டு விவசாயிகள் உட்கார்ந்து கொண்டு, ஒரு புகையிலைக் குழாயைப் பகிர்ந்து புகை பிடித்துக் கொண்டிருந்தார்கள். வண்டியில் கொண்டு வரப்பட்டிருந்த மண் ஒரு இடத்தில் குவிக்கப் பட்டிருந்தது. விதைகளை அந்த மண்ணோடு கலக்கி விதைக்க வேண்டும். கட்டியாக இருந்த மண்ணை சலித்து, மிருதுவாக்கி விதையைக் கலக்க ஏற்பாடு செய்து கொண்டிருந்தனர் அந்த விவசாயத் தொழிலாளர்கள். எசமானரைக் கண்டதும் வஸீலி வண்டியை நோக்கி வந்தான். மிஸ்கா விதைகளை விதைக்கத் தொடங்கினான்.

வண்டியையும் குதிரைகளையும் வயலின் நடுவில் கொண்டு வந்து நிறுத்தியிருப்பது அவர்கள் செய்த தவறு என்றாலும், லெவின் கூலி வேலைக்கு வந்தவர்களிடம் தனது கோபத்தைக் காட்டுவதில்லை.

'இரண்டு வயல்களுக்கு இடையிலுள்ள எல்லைப் பகுதியில் வண்டியை நிறுத்து' என்று அங்கு வந்த வஸீலியிடம் லெவின் கூறினான்.

'வண்டிச் சக்கரத்தில் பட்டு வளைந்த கோதுமைப் பயிர் செத்துவிடாது சரியாகி விடும்' என்றான் வஸீலி.

'என்னுடன் விவாதம் செய்யாதே. நான் சொல்வதைச் செய்' என்றான் லெவின்.

'ஐயா, விதைப்பு நல்லவிதமாக நடைபெறுகிறது' என்று எசமானரைத் திருப்திப்படுத்துகின்ற முறையில் கூறினான் வஸீலி. 'வயலில் நடப்பது

தான் கஷ்டமாக உள்ளது. சேறு... ஒவ்வொரு காலிலும் ஐம்பது பவுண்டு களைக் கட்டி விட்டதைப் போல உள்ளது. கால்களை தூக்கி நடக்க முடியவில்லை.'

'மண்ணை சலிக்கவில்லையே ஏன்?' என்றான் லெவின்.

'ஓ, நாங்கள் கட்டிகளாக உள்ளதை உடைத்துத் தான் போடுகிறோம்' என்று வஸீலி சொல்லியபடி ஒரு மண் கட்டியை எடுத்துத் தன் உள்ளங்கைகளுக்குள் வைத்து உடைத்தான். லெவின் குதிரையிலிருந்து இறங்கி விதை வைக்கப்பட்டிருந்த கூடையை வஸீலியிடமிருந்து வாங்கி விதைப்பதற்குத் தயாரானான். தன்னுடைய எரிச்சலைப் போக்குவதற்கு, வேலையாட்களின் தவறைத் திருத்துவதற்கு எப்பொழுதும் இந்த முறையைக் கடைப்பிடித்தான் லெவின்.

'நீ எதுவரை விதைத்திருக்கிறாய்' என்று அவனிடம் கேட்டுத் தெரிந்து கொண்டு, அவன் காலினால் அதை சுட்டிக் காட்டிய இடத்திலிருந்து மண்ணையும் விதைகளையும் விசிறினான். அது கஷ்டமான வேலை. வரிசை விதைப்பு முடிந்த பிறகு லெவினின் உடலில் வியர்வை வழிந்தது. லெவின் விதைப்பதை நிறுத்தி விட்டு விதைக் கூடையை வஸீலியிடம் கொடுத்தான்.

'ஐயா! கோடை காலம் ஆரம்பமான பிறகு இந்த வரிசை விதைப்பு சரியில்லை என்று என்னைக் கோபிக்க வேண்டாம்.'

'ஏன்?' என்று லெவின் சிரித்துக்கொண்டே கேட்டான்.

'கோடைக்காலம் வந்தால் இந்த இடம் எசமானர் விதைத்த இடம் என்று தனியாக தெரியும், ஐயா. என் சொந்தத் தகப்பனுடைய வயலில் வேலை செய்தால் கூட இங்கே நான் வேலை பார்ப்பது போலச் சிறப்பாக வேலை செய்திருக்க மாட்டேன். விதை விதைப்பதுவும் அப்படித்தான் விதைக்கின்றேன். நான் ஏமாற்றவில்லை. மற்றவர்களையும் ஏமாற்ற விடமாட்டேன். எசமானரின் திருப்தி தான் எனக்கு முக்கியம். அதோ அங்கே பாருங்கள்...' என்று வஸீலி தான் வேலை செய்து முடித்த வயல் வெளியைச் சுட்டிக் காட்டினான்.

நன்றாகவே வேலை செய்திருந்தான் என்பதைத் தெரிந்துகொண்ட லெவின் பேச்சை வேறு திசைக்கு மாற்றினான்.

'அருமையான வசந்தம்! அப்படித்தானே, வஸீலி?' என்று லெவின் கேட்டான்.

'இவ்வளவு நல்ல வசந்தத்தை இதுவரை பார்த்ததில்லை என்று முதியவர்கள் சொல்கிறார்கள். என் தகப்பனார் மூன்று மரக்கால் கோதுமை விதைத்தாராம். 'ரை' தானியத்தை ஒட்டி, கோதுமைப் பயிர் நன்றாக வளர்ந்து விட்டது' என்றான் வஸீலி.

'நீ ரொம்பக் காலமாகக் கோதுமைப் பயிரிடுகிறாயா?'

'ஐயா, எப்படி விதைக்க வேண்டும் என்று நீங்கள் தானே பாடம் நடத்தினீர்கள். சென்ற ஆண்டுக்கு முந்திய ஆண்டில் நீங்கள் ஒரு 'புஷல்' (8 கோலன் அளவு கொண்ட ஒரு அளக்கும் 'படி' அல்லது பறை) அளவு கோதுமை விதை கொடுத்தீர்கள். அதில் கால் பங்கை விதைத்தோம். முக்கால் பங்கை விற்பனை செய்தோம்.

'சரி, மண் கட்டிகளை உடைத்து விடு. மிஷ்காவை நன்றாக வேலை வாங்கு. மணல் புல் நன்றாக வளர்ந்தால் ஒவ்வொரு டெஸியாட்டினுக்கும் ஐம்பது 'கோபெக்' உனக்கு இனாமாகக் கொடுப்பேன்' என்றான் லெவின்.

'நன்றி ஐயா, நாங்கள் எப்பொழுதும் உங்களுக்குக் கடமைப் பட்டிருக்கிறோம்'.

லெவின் குதிரை மீதேறி முந்திய ஆண்டில் மணல்புல் விதைத்த வயலுக்குச் சென்றான். ஆழமாக உழுது போடப்பட்டு கோடையில் கோதுமை விவசாயத்துக்குத் தாயராக இருந்த மற்றொரு நிலத்தையும் பார்வையிட்டான்.

அந்த வயலில் மணல்புல் நன்றாக வளர்ந்திருந்தது. சென்ற ஆண்டு அறுவடை செய்யப்பட்ட கோதுமை வயலில் இளங்குருத்துக்கள் வளர்ந்திருந்தன. குதிரையின் கால்கள் மண்ணில் புதைந்து கொண்டன. ஆ... ஒவ்வொரு காலையும் சத்தத்துடன் மிகவும் சிரமப்பட்டுத்தான் வெளியே எடுத்தது குதிரை. ஆழமான உழுது போடப்பட்டிருந்த வயலில் குதிரைச் சவாரி செய்ய முடியவில்லை. உழவு செய்யப்பட்டிருந்த நிலம் நல்ல நிலைமையில் இருந்தது. சில நாட்களில் அதில் பரம்படித்து விதைக்கலாம்.

எங்கும் அழகான காட்சிகள்; எங்கும் குதூகலம் நிலவியது. லெவின் திரும்புகின்ற பொழுது ஆற்றில் தண்ணீர் குறைந்து விட்டதால் குதிரையில் சவாரி செய்தபடியே ஆற்றைக் கடந்தான். ஆற்றில் நீந்திக் கொண்டிருந்த இரண்டு வாத்துக்கள் ஓசை கேட்டு அச்சமடைந்து பறந்தன. அப்படியானால் 'உள்ளான் குருவிகள்' இருக்கும் என்று லெவின் நினைத்தான். அவன் வீட்டுக் காவலாளியை அது பற்றி விசாரித்த பொழுது அவன் அதனை உறுதிப்படுத்தினான்.

லெவின் குதிரையை வேகமாக ஓட்டிக் கொண்டு வீட்டுக்குத் திரும்பினான். உணவருந்தி விட்டு அன்று மாலையே வேட்டைக்குப் போகலாம் என்ற எண்ணத்துடன் வேட்டைத் துப்பாக்கியைச் சுத்தம் செய்து எடுத்து வைத்தான்.

அத்தியாயம் 14

லெவின் அதிகமான உற்சாகத்துடன் வீட்டிற்கு வந்து உணவை முடித்து விட்டு வேட்டைக்குப் புறப்படத் தயாராகிக் கொண்டிருந்த பொழுது பிரதான வாயிலின் அழைப்பு மணியை யாரோ அடிக்கின்ற ஒலி கேட்டது.

'அந்த நபர் மாஸ்கோவிலிருந்து ரயிலில் வந்தவராகத்தான் இருக்க வேண்டும். அவர் யார்? சகோதரன் நிகொலஸாக இருக்குமோ? நான் சிகிச்சைக்குப் பிறகு ஓய்வெடுக்க ஆரோக்கிய நிலையத்திற்கு போவேன் அல்லது உன்னிடம் வருவேன் என்று கூறியிருந்தார். வசந்த காலம் இப்போது தன்னிடம் ஏற்படுத்தியிருந்த மகிழ்ச்சிகரமான மனநிலையை நிகொலஸின் வருகை அழித்துவிடுமோ என்ற கவலை லெவினுக்கு ஏற்பட்டது. உடனே அவன் தன்னுடைய இந்த எண்ணத்திற்காக வெட்கமடைந்தான். அவனுடைய ஆன்மீக உள்ளத்தின் கதவுகள் திறந்தன. அவன் நிகொலஸை இரண்டு கரங்களாலும் வரவேற்கத் தயாரானான்.

மூன்று குதிரைகள் பூட்டப்பட்ட சறுக்கு வண்டி வீட்டுக்கு முன்னால் நின்று கொண்டிருந்தது. ரயில் நிலையத்திலிருந்து பயணிகளை ஏற்றிக் கொண்டு செல்லும் வாடகைச் சறுக்கு வண்டி அது. மென் மயிர் கோட்டு அணிந்திருந்த ஒரு மனிதர் அதில் உட்கார்ந்திருந்தார். அது அவனது சகோதரர் அல்ல.

அருகில் வந்து பார்த்தவுடன் 'ஆஹா!' என்று மிகுந்த சந்தோஷத்துடன் துள்ளிக் குதித்தான் லெவின். கைகளை ஆட்டிக் கொண்டு மிகுந்த சந்தோஷப்பட்டான். 'விருந்தினரை மிக, மிக மகிழ்ச்சியுடன் நல்வரவு கூறி வரவேற்கிறேன். உன்னைச் சந்திப்பதில் மிகுந்த மகிழ்ச்சி' என்றான் லெவின். அது அவனது நண்பன் ஆப்லான்ஸ்கி.

'கிட்டிக்குத் திருமணம் நடந்து விட்டதா? அல்லது எப்போது திருமணம் நடைபெறப் போகிறது? என்பதை இப்போது தெரிந்து கொள்ள முடியும்' என்று தனக்குள் நினைத்துக் கொண்டான் லெவின்.

வசந்த காலத்தில் அன்றைய நாளை அவன் மிகவும் மகிழ்ச்சியாகப் போற்றிக் கொண்டிருந்த இந்த சமயத்தில் அவனது எண்ணத்தில் உதித்த அவளது எண்ணங்கள் அவனுக்குத் துன்பம் தரவில்லை.

'நீ என்னை எதிர்பார்க்கவில்லையல்லவா', என்றபடி சறுக்கு வண்டியிலிருந்து கீழே இறங்கினான் ஆப்லான்ஸ்கி. அவனது மூக்கு, கன்னம், கண் இமைகளில் சேறு அப்பியிருந்தாலும் அவன் ஆரோக்கியமான தோற்றத்துடன் மிக உற்சாகமாகத்தான் இருந்தான்.

மூன்று முக்கியமான விஷயங்களுக்காகத் தான் உன்னைப் பார்க்க வந்திருக்கிறேன். உன்னைப் பார்த்து ரொம்ப நாளாகிவிட்டது. எனவே உன்னைப் பார்க்க வேண்டும் என்பது என்னுடைய வருகையின் முதல் நோக்கம். 'நீ ரொம்ப நாளாக என்னை அழைத்துக் கொண்டிருக்கிறாயே வேட்டைக்குப் போகலாம் என்று... இம்முறை வேட்டைக்குப் போகலாம். இது இரண்டாவது நோக்கம். மூன்றாவதாக, என்னுடைய 'எர்குஷேவோ' காட்டை விற்க வேண்டும்' என்று கூறியபடி லெவினை ஆரத்தழுவி நெற்றியில் முத்தமிட்டான் ஆப்லான்ஸ்கி.

'ரொம்ப சந்தோஷம். இந்தத் தடவை வசந்த காலம் கூட மிகவும் அற்புதமாக, மிக மிக நன்றாக உள்ளது. பனிச்சறுக்கு வண்டிப் பயணம் உனக்கு கஷ்டமாக இருந்திருக்குமே!'

'சக்கர வண்டியில் வருவது இதை விட மோசமானதாக இருக்கும், ஐயா!' என்றான் அந்த வாடகை வண்டியோட்டி. லெவினுக்கு அவனை மிக நன்றாகத் தெரியும் என்பதால் அவன் உரிமையுடன் சொன்னான்.

'உன்னைப் பார்க்கப்பார்க்க எனக்கு ரொம்ப சந்தோஷமாக உள்ளது. வா. உள்ளே போகலாம்' என்று உண்மையான மகிழ்ச்சியுடன் ஒரு குழந்தை போலத் துள்ளினான் லெவின். ஆப்லான்ஸ்கியை விருந்தினர் அறைக்கு அழைத்துச் சென்றான். அவனுடைய பை, உறையில் வைக்கப்பட்டிருந்த துப்பாக்கி, சுருட்டு டப்பா மற்றும் இதர பொருட்களையெல்லாம் கொண்டு வந்து அறையில் வைத்தார்கள். முகம் கழுவி, உடை மாற்றிக் கொள்ளும்படி ஆப்லான்ஸ்கியிடம் கூறிவிட்டுத் தன்னுடைய அலுவலக அறைக்கு வந்தான் லெவின். வயலை உழவும், விதைகளை விதைக்கவும் செய்ய வேண்டிய வேலைகள் குறித்து தன்னுடைய பணியாட்களுக்கு உத்தரவிடச் சென்றான் லெவின்.

குடும்பத்தின் மீதும், குடும்பத்தின் கௌரவத்திலும் எப்பொழுதும் அதிகம் அக்கறை கொண்டவளான அகதா மிஹாய்லோவ்னா, வந்த விருந்தினரை உபசரிக்கும் வண்ணம் மாலை உணவுக்கு என்ன வகையான உணவு தேவை என்று விசாரிப்பதற்காக வந்தவள் அலுவலகத்திற்கு புறப்பட்டுக் கொண்டிருந்த லெவினை ஹாலில் சந்தித்தாள்.

'உன் விருப்பப்படி செய், ஆனால் சீக்கிரமாக... கால தாமதம் ஆகக் கூடாது' என்று கூறிவிட்டு அலுவலகம் சென்றான் லெவின்.

லெவின் திரும்பிய அதே நேரத்தில், முகத்தைக் கழுவிக் கொண்டு, தலையை வாரிவிட்டு, உடைமாற்றிக் கொண்டு, முகமெல்லாம் பிரகாசமாக, அறையிலிருந்து வெளியே வந்தான் ஆப்லான்ஸ்கி. அவர்கள் இருவரும் சேர்ந்தே பேசியபடி மாடிக்குச் சென்றனர்.

'லெவின், உண்மையிலேயே இங்கு வந்து உன்னைப் பார்த்ததில் மிகவும் சந்தோஷப்படுகிறேன். உன்னைப் பார்க்க எனக்குப் பொறாமையும் கூட ஏற்படுகின்றது. பெரிய வீடு. விரிந்து கிடக்கும் நிலப்பரப்பு எங்கு பார்த்தாலும் பசுமை. எங்கு பார்த்தாலும் சந்தோஷம், மகிழ்ச்சி. ஒவ்வொன்றும் மிகப் பிரமாதமாக உள்ளது' என்றான் ஆப்லான்ஸ்கி.

இப்போது நடப்பது வசந்த காலம் என்பதையும், ஆண்டு முழுவதும் இது போன்று - இந்த வசந்த காலம் போன்று - இருக்காது என்பதை மறந்து விட்டு உணர்ச்சிகரமாகப் பேசினான் ஆப்லான்ஸ்கி.

'உன் வீட்டு நிர்வாகி திறமையானவளாக இருக்கிறாள். சிலர் முழங்காலுக்கு மேலுள்ள குட்டை ஆடைகளை அணியும் இளம் பெண்களை நிர்வாகிகளாக நியமிப்பார்கள். ஆனால் உனக்கு - மடத்துச் சாமியார் போலத் திரியும் உனக்கு - இது போன்ற பெண் தான் நிர்வாகியாக இருக்க மிகவும் பொருத்தமானவள்'.

ஆப்லான்ஸ்கி மிகவும் சுவாரசியமான பல செய்திகளை அவனிடம் தெரிவித்தான். அதில் மிக விசேஷமானதும், ஆர்வம் தரும் செய்தியும் என்னவென்றால் அவனது சகோதரர் செர்கியஸ் இவானிச் வரும் கோடை காலத்தில் - கோடை காலம் முழுவதையும் லெவினோடு தங்கியிருந்து சந்தோஷமாக ஓய்வெடுக்க முடிவு செய்திருப்பதாகத் தன்னிடம் கூறும்படி அவனுடைய சகோதரர் சொல்லி அனுப்பிய செய்திதான்.

ஆப்லான்ஸ்கி கிட்டியைப் பற்றியோ, ஷெபர்ட்ஸ்கியின் குடும்பத்தைப் பற்றியோ ஒரு வார்த்தைக் கூடச் சொல்லவில்லை. ஆனால் தன் மனைவி டாலியின் வாழ்த்துக்களை லெவினிடம் கூறினான். லெவின் ஆப்லான்ஸ்கியின் வருகைக்கு தன் இதயப் பூர்வமான நன்றிகளை ஆப்லான்ஸ்கியிடம் தெரிவித்துக் கொண்டான். லெவினின் மனத்தில் ஏராளமான உணர்ச்சிகரமான எண்ணங்களும், உணர்வுகளும் திரண்டு கிடந்தன. அவற்றை அவனது தனிமையான இந்தக் கிராமப்புற வாழ்க்கையில் எவரிடத்தும் வெளிப்படுத்த இயலாமல் தனக்குள்ளேயே போட்டு அடைத்து வைத்திருந்தான். இன்று அவற்றை அவன் இதயம் திறந்து தனது நண்பன் ஆப்லான்ஸ்கியிடம் கொட்டினான். வசந்த காலத்தின் குதூகலமான துவக்கம், பண்ணையைப் பற்றிய தனது புதிய திட்டங்கள், ஏற்கனவே தான் சந்தித்த தோல்விகள், அவன் படித்த புத்தகங்களைப் பற்றி, தான் எழுதிக் கொண்டிருக்கும் புத்தகம் ஆகியவற்றைப் பற்றியும், தன்னிடம் ஒளிந்து கொண்டிருக்கும், இது வரையில் தன்னால் கூட அறிந்து கொள்ள முடியாத சக்திகள் குறித்து, விவசாயப் பண்ணையில் இதற்கு முன் தனது கவனமின்மையால் கிடைத்த தோல்விகள் பற்றி, புதிய திட்டங்கள் பற்றி அதற்கு வரும் தடைகள் பற்றி

என்று தன் மனத்தில் அலை பாய்ந்து கொண்டிருந்த அனைத்தையும் அவன் நண்பனிடம் தெரிவித்தான். ஆப்லான்ஸ்கி இனிய பண்புடையவன். எதையும் உடனே கிரகித்துக் கொள்ளக்கூடியவன். அன்று அவன் மிகவும் அனுசரணையாக நடந்து கொண்டான். என்றுமில்லாதபடி லெவினிடத்தில் அவன் அளவற்ற மரியாதையுடனும், பேரன்புடனும் நடந்து கொண்டான். அகதா மிஹாய்லோவ்னாவும், சமையற்காரரும் விசேசமான இரவு விருந்து தயாரித்திருந்தனர். மிகுந்த பசியுடன் வந்திருந்த நண்பர்கள் இருவரும் வெண்ணெய் தடவிய ரொட்டி, வாத்துக் கறி, காளான் வருவல் ஆகிய நொறுக்குத் தீனியை விரும்பிச் சாப்பிட்டார்கள். பிறகு சூப் கொண்டு வருமாறு லெவின் உத்தரவிட்டான். ஆப்லான்ஸ்கி பல, பெரிய, பெரிய சிறப்பான விருந்துகளில் சிறப்பான உணவு வகைகளைச் சாப்பிட்டவன். இந்தக் கிராமத்து விருந்தையும் ஒவ்வொன்றாகக் கொண்டுவருமாறு மேலும் கேட்டுக் கேட்டு ரசித்துச் சாப்பிட்டான். மூலிகை பீர், வெண்ணையில் பொரித்த கோழி, கிரீமியாவில் தயாரிக்கப்பட்ட வெள்ளை ஒயின், போன்றவை அன்றைய சிறப்பான உணவுகளாக இருந்தன. ஆப்லான்ஸ்கி அனைத்தையும் 'அற்புதம்! அற்புதம்!' என்று ரசித்து, ருசித்துச் சாப்பிட்டான். வெகுவாகப் பாராட்டினான். விருந்து முடிந்த பின்பு ஒரு சிகரெட்டைப் பற்ற வைத்தான் ஆப்லான்ஸ்கி.

'இரைச்சல் மிகுந்த ஒரு விசைப் படகில் பயணம் செய்து விட்டு அமைதியான கடற்கரையில் கால் பதிக்கும் ஒருவனின் மனநிலையை நான் உணர்கிறேன். விவசாயத் துறையில் தொழிலாளியை ஒரு காரணியாகச் சேர்த்துக் கொள்ள வேண்டும் என்று நீ சொல்கிறாய். எனக்கு விவசாயத்தைப் பற்றி ஒன்றும் தெரியாது. ஆனால் இந்தத் தத்துவமும் பயன்பாடும் தொழிலாளியின் மீதும் தாக்கம் செலுத்த வேண்டும்.'

'அவசரப்படாதீர்கள். நான் அரசியல் பொருளாதாரத்தைப் பற்றிப் பேசவில்லை. விவசாயத்தை அறிவியல் நோக்கில் பார்க்கிறேன். அது இயற்கை விஞ்ஞானங்களைப் போல இருக்க வேண்டும்.'

அந்த சமயத்தில் அகதா மிஹாலோவ்னா, பழச்சாறு எடுத்துக் கொண்டு அங்கு வந்தாள். ஆப்லான்ஸ்கி தனது மொத்தையான விரல் நுனியைச் சப்பியபடி அவளிடம் சொன்னான்:

'என்ன அற்புதமான வாத்துப் பொறியல்... ஓ... அதை விட அற்புதம் உனது மூலிகை பிராந்தி தயாரிப்பு... ரொம்ப நன்றி உனக்கு, மிஹாய்லோவ்னா!' என்றபடி லெவினைப் பார்த்துச் சொன்னான்: 'கன்ஸ்தாந்தீன், என்ன... நமக்கு நேரமாகவில்லையா? புறப்படலாமா?'

லெவின் சன்னலின் வழியாக வெளியே பார்த்தான். சூரியன் அந்த வனப் பகுதியின் அகன்ற மரங்களின் பின்னால் மறைந்து கொண்டிருந்தது.

'ஆமாம், ரொம்ப நேரமாகி விட்டது. குஷ்மா, வண்டியைக் கொண்டு வரச் சொல்' என்று மாடியிலிருந்தபடியே சத்தமாகச் சொன்ன லெவின் கீழே இறங்கி ஓடினான்.

ஆப்லான்ஸ்கியும் கீழே இறங்கி தனது அறைக்குச் சென்ற துப்பாக்கி உறையை எடுத்தான். கித்தான் உரையைத் திறந்து துப்பாக்கியை வெளியில் எடுத்தான். அது புது ரகத் துப்பாக்கி.

தனக்கு அதிகமாக இனாம் கிடைக்கும் என்று எதிர்பார்த்த குஷ்மா, ஆப்லான்ஸ்கியின் உத்தரவுகளை நிறைவேற்றத் தயாராக அவர் பக்கத்திலேயே நின்றான்.

'கன்ஸ்தாந்தீன், இங்கு இருப்பவர்களிடம் சொல்லி விட்டு வா. என்னைத் தேடி வர்த்தகர் 'ரியாப்னின்' இங்கு வருவார். அவரை இங்கு எனக்காகக் காத்திருக்கும்படி சொல்லி உட்கார வைக்க வேண்டும். அவரிடம் இங்கு வந்து என்னைப் பார்க்கும்படி ஏற்கனவே சொல்லி இருக்கிறேன். எனவே அவர் என்னைத் தேடி இங்கு வருவார்' என்றான்.

'காட்டை அவருக்கு விற்கப்போகிறாயா?'

'ஆமாம், அவரை உனக்குத் தெரியுமா?'

'நன்றாகவே தெரியும். எனக்கும் அவரோடு வியாபாரத் தொடர்புகள் உண்டு. உறுதியான, சாத்தியமான வர்த்தகப் பிரதிநிதி அவர்'. என்றான் லெவின்.

ஆப்லான்ஸ்கி சிரித்தான். 'உறுதியான, சாத்தியமான' என்ற இந்த வார்த்தைகள் வர்த்தகர் 'ரியாப்னின்' எப்போதும் பயன்படுத்தும் பிரத்யேகமான, அவருக்கு பிடித்தமான வார்த்தைகள்.

'ஆமாம். அவர் மிகவும் வினோதமாகப் பேசுவார்'

நாய் லஸ்கா ஓடிவந்து, லெவினைச் சுற்றி சுற்றி வந்தது. 'அதற்கு தன் எசமானன் எங்கு போகிறான் என்று நன்றாகத் தெரியும்' என்று சொன்ன லெவின் லஸ்காவின் தலையைச் செல்லமாகத் தட்டிக் கொடுத்தான். அது சிணுங்கலாகக் கத்தியபடி அவன் மேல் தாவியது. அவனது கைகளையும், பூட்ஸ்களையும், கையில் வைத்திருந்த துப்பாக்கியையும் நக்கியது.

'வண்டியைக் கொண்டு வரச் சொல்லியிருக்கிறேன். வண்டியில் போவோமா... அல்லது நடந்து போகலாமா?'

'இல்லை... இல்லை... வண்டியிலேயே போவோம்' என்றான் ஆப்லான்ஸ்கி. ஆப்லான்ஸ்கி வேகமாகச் சென்று வண்டியில் ஏறி இருக்கையில் அமர்ந்து கொண்டு கம்பளியினால் கால்களை நன்றாகப்

போர்த்திக் கொண்டான். பிறகு ஒரு சுருட்டைப் பற்ற வைத்தான். குளிருக்கு இதமாக புகையை இழுத்து வெளியே விட்டு சுகத்தை உணர்ந்த ஆப்லான்ஸ்கி சொன்னான். 'எவ்வளவு இதமாக உள்ளது. நீ ஏன் புகை பிடிப்பதில்லை? புகை பிடிப்பது ஒரு சுகமான அனுபவம் என்பது மட்டும் அல்ல. மகிழ்ச்சியின் உச்சகட்டத்தை நாம் அதில் உணர முடியும். இது தான் மகிழ்ச்சி... சந்தோஷம்... இதுதான் நான் விரும்பும் வாழ்க்கை.

'உன்னை யார் தடுக்க முடியும்... இது உன்னுடைய வாழ்க்கை...' என்று சொன்ன லெவின் புன்னகை செய்தான்.

'இல்லை. நீ அதிர்ஷ்டசாலி... உனக்குப் பிடித்த எல்லாம் உன்னிடமே இருக்கின்றன. குதிரை, வேட்டை நாய், வேட்டையாடுவது, விவசாயம், இவையெல்லாம் உனக்குப் பிடித்தவை. இவையெல்லாமே உன்னிடமே, உனக்கு சொந்தமாகவே இருக்கின்றன அல்லவா?'

'ஆமாம்... என்னிடம் இருப்பதைப் பற்றி நான் மகிழ்ச்சி அடைகிறேன். அதே சமயம் என்னிடம் இல்லாததைப் பற்றி நான் வருத்தப்படவில்லை' என்று கிட்டியை நினைத்துக் கொண்டு லெவின் சொன்னான்.

அவன் சொன்னதின் உட்பொருளைப் புரிந்து கொண்டான் ஆப்லான்ஸ்கி. ஆனால் அவன் ஒன்றும் பதில் சொல்லவில்லை.

ஷெர்பட்ஸ்கியின் குடும்பத்தைப் பற்றிப் பேசினால் லெவினின் மனம் புண்படுமே என்பதை உணர்ந்த ஆப்லான்ஸ்கி ஒன்றுமே கூறாமல் மௌனமாக இருந்தான். ஷெர்பட்ஸ்கியின் குடும்பத்தினரைப் பற்றிய பேச்சைத் தவிர்ப்பதற்காக ஆப்லான்ஸ்கி செய்யும் முயற்சிகளைப் புரிந்து கொண்ட லெவின், ஆப்லான்ஸ்கிக்கு தன் மனதில் நன்றி கூறினாலும், இப்பொழுது அவனது மனதில் கிடந்து அவனைச் சித்ரவதை செய்து கொண்டிருக்கும் விஷயம் குறித்துத் தெரிந்துகொள்ள அவன் மிகவும் ஆவல் கொண்டிருந்தான். ஆனால் ஒரு வித அச்சம் அதனை ஆப்லான்ஸ்கியிடம் நேரடியாகக் கேட்க விடாமல் செய்து கொண்டிருந்தது.

'நல்லது, உன்னுடைய விவகாரங்கள் எந்த நிலையில் இருக்கின்றன?' என்று ஆப்லான்ஸ்கியிடம் கேட்டான் லெவின்.

ஆப்லான்ஸ்கியின் கண்கள் சந்தோஷத்தில் மின்னின.

'முறைப்படி உணவு கிடைத்தாலும் கேக் சாப்பிட ஆசைப்படுகிறவன் நான். இவையெல்லாம் குற்றம் என்று நீ சொல்லுவாய். ஆனால் காதல் இல்லாத வாழ்க்கை மீது எனக்கு நம்பிக்கை இல்லை' என்றான் ஆப்லான்ஸ்கி.

லெவினுடைய கேள்விக்கு உரிய அர்த்தத்தைப் புரிந்து கொண்ட ஆப்லான்ஸ்கி இவ்வாறு சொன்னான்: 'இதில் என் தவறு ஏதும் இல்லை.

கடவுள் என்னை அப்படிப் படைத்து விட்டார். இதனால் எவருக்கும் தீமை உள்ளதா? இல்லவே இல்லை. ஆனால் எனக்கு கூடுதலான இன்பம் கிடைக்கிறது. சில கணிதப் பேராசிரியர்கள் சொல்லுவார்கள்: 'உண்மையைக் கண்டுபிடிப்பதில் இல்லை மகிழ்ச்சி. அந்த உண்மையைத் தேடி அதனை அடைவதில் தான் மகிழ்ச்சி உள்ளது.'

லெவின் அவன் பேசுவதை அமைதியாகக் கவனித்தான். எவ்வளவு முயன்றாலும் நண்பனின் ஆத்மாவில் புதைந்து கிடக்கும் உணர்வுகளை அவனால் நெருங்கிக் கூடப் பார்க்க முடியவில்லை.

அத்தியாயம் 15

வேட்டையாடுவதற்காக அவர்கள் காட்டிற்குள் வெகு தூரம் போகவில்லை. நீரோடையின் அருகில் 'ஆஸ்பென்' மரங்கள் அடர்ந்திருந்த காட்டுக்குள் சென்றார்கள். வண்டியிலிருந்து இறங்கிய பின்பு லெவின், ஆப்லான்ஸ்கியை பனிக்கட்டிகள் இல்லாத ஒரு புதர்கள் நிறைந்த இடத்திற்கு அழைத்துச் சென்றான். எதிர்ப்பக்கத்தில் கவட்டையாக வளர்ந்திருந்த பிர்ச் மரத்தின் அருகில் சென்று துப்பாக்கியை மரத்தின் மீது சாய்த்து நிறுத்தினான் லெவின். மேல் கோட்டைக் கழற்றி விட்டு இடுப்புப் பெல்ட்டை இறுக்கிக் கட்டினான். தனது கைகளை சுதந்திரமாக ஆட்ட முடிகிறதா என்று ஆட்டிப் பார்த்தான். அவனை பின் தொடர்ந்த லஸ்கா இப்போது அவனுக்கு முன்பாக வந்து உட்கார்ந்து கொண்டது. காதுகளை நீட்டிப் புலனைக் கூர்மைப்படுத்திக் கொண்டது. சூரியன் காட்டுக்குப் பின்புறத்தில் மறைந்து கொண்டிருந்தான். ஆஸ்பென் மரங்களுக்கு இடையில் வளர்ந்திருந்த பிர்ச் மரங்கள் மாலை வெளிச்சத்தில் தெளிவாகத் தெரிந்தன. அவற்றின் கிளைகளில் இலைகள் புதிதாக மலர்ந்து மொட்டு விட்டிருந்தன. தரையில் உருகிய பனி நீர் ஓடிக் கொண்டிருந்தது. சிறிய பறவைகள் மரங்களுக்கு இடையே அவ்வப்பொழுது பறந்து கொண்டிருந்தன. மரங்களிலிருந்து உதிர்ந்து விழுந்த காய்ந்த இலைகளைத் தண்ணீர் புரட்டிய போது மெல்லிய ஒலி கேட்டது. அங்கு நின்றபடியே அந்த ஒலியைக் கேட்ட லெவின் 'புல் வளர்கின்ற ஓசையைக் கூடக் கேட்க முடியும், பார்க்க முடியும் என்று தோன்றுகிறது' என்றான். சுற்றிலும் தன் பார்வையைச் சுழல விட்டான் லெவின். புல் முளைத்திருந்த ஈரமான தரை. காதுகளை நீட்டிக் கொண்டு கவனத்தை ஒரு நிலைப்படுத்திக் கொண்டு காத்திருக்கும் லஸ்கா நாய், மலையின் அடிவாரத்தில் மொட்டையாக நின்று கொண்டிருந்த மரங்கள், பஞ்சு போன்ற கருமையான மேகங்களின் நடுவில் இருண்டு கொண்டிருக்கும் வானம் ஆகியவற்றை மிக அமைதியாக ஆனால் கவனமாகப் பார்த்தான் லெவின். காட்டுக்கு மேலே வானத்தில் ஒரு கழுகு நிதானமாகப் பறந்து கொண்டிருந்தது. முட்புதர்களில்

பறவைகளின் கீச்சுக் குரல்கள் மேலும் மேலும் அதிகமாக ஒலித்தன. ஆற்றுக்கு அப்பாலிருந்து ஒரு குருவி இனிமையாக ஒரு முறை கூவியது. மறுபடியும் கூவிய பொழுது அதன் குரல் சற்று கரகரப்பாக ஒலித்தது.

'அதற்குள் குயில் கூவுகிறது. ஆச்சரியம்!' என்றான் புதருக்குப் பின்னாலிருந்து வந்த ஆப்லான்ஸ்கி.

'ஆமாம், நானும் கேட்டேன்' என்றான் லெவின். தன்னுடைய ஓங்கிய குரல் காட்டில் நிலவிய அமைதியைக் குலைத்து விடக் கூடாது என்ற ஆதங்கத்துடன் மிக மென்மையாகப் பேசினான் லெவின்.

ஆப்லான்ஸ்கி மறுபடியும் புதருக்குப் பின்னால் மறைந்தான். அவன் தீக்குச்சியைப் பொருத்துவதையும், சிகப்பு வெளிச்சத்தில் சிகரெட்டைப் பற்ற வைப்பதையும், நீலப்புகை சுருள்சுருளாக மேலே செல்வதையும் லெவின் பார்த்தான்.

'கிளிக்! கிளிக்!' ஆப்லான்ஸ்கி துப்பாக்கியில் தோட்டாக்களைப் போட்டு குறிபார்த்துச் சுடுவதற்கு தயாரானான்.

ஏதோ ஒரு விலங்கின் நீண்ட குரலோசை கவனத்தைக் கவர்ந்தது. 'அது என்ன ஓலம்?' என்றான் ஆப்லான்ஸ்கி.

'அது ஆண் முயலின் சத்தம்... முயல்கள் கூட்டம் கூட்டமாக வந்து கொண்டிருக்கின்றன. பேசாமல் ஓசைப்படாமல் இரு' என்று எச்சரிக்கை செய்து விட்டு தானும் துப்பாக்கியைத் தயாராக வைத்துக் கொண்டான் லெவின்.

தூரத்தில் விசிலடிப்பதைப் போன்ற ஓசை கேட்டது. வேட்டைக்காரர்களுக்குப் பழக்கமான இரண்டு நொடிகள் இடைவெளிக்குப் பிறகு மூன்றாவது சப்தம் கேட்டது. அதன் பிறகு ஒரு பறவையின் மரணக் குரல் கேட்டது.

லெவின் இடது பக்கமும், வலது பக்கமும் மாறி மாறிப் பார்த்தான். மரங்களின் உச்சியில், இளநீல வானத்தில் பறவைகள் பறந்து வருவதைப் பார்த்தான். அவை நேராக ஆப்லான்ஸ்கியின் மேல் மோத வருவது போலத் தோன்றியது. ஒரு துணியை இருவரும் இழுத்துப் பிடித்துக் கொண்டிருக்கும் பொழுது அந்தத் துணியின் நடுவில் கத்தியால் கிழித்தால் ஏற்படும் ஓசை அங்கே அப்போது கேட்டது. ஒரு பறவையின் நீண்ட மூக்கும் கழுத்தும் அவனுக்கு நன்றாகத் தெரிந்தது. லெவின் துப்பாக்கியினால் குறி பார்த்த பொழுது புதருக்கு பின்னால் ஆப்லான்ஸ்கி நின்று கொண்டிருந்த இடத்திலிருந்து சிவப்பு வெளிச்சம் வந்தது. அந்தப் பறவை அம்மைப் போலக் கீழ் நோக்கி வந்தது. மறுபடியும் இறக்கைகளை ஆட்டிக் கொண்டு பறக்க முயற்சி செய்தது. மறுபடியும் துப்பாக்கிச் சுடும் சத்தம்

கேட்டது. பறவை கண நேரம் அசையாமல் இருந்து விட்டு பிறகு பொத்தென்று பூமியில் விழுந்தது.

'குறி தவறி விட்டதா?' என்று ஆப்லான்ஸ்கி கேட்டான். அவனால் புகையை ஊடுருவிப் பார்க்க முடியவில்லை.

'இல்லை, இதோ, என்னுடைய நாய் பறவையைக் கொண்டு வந்து விட்டது பார்!' ஒரு காது விறைப்பாக நிற்க, அடர்த்தியான வாலை ஆட்டியபடி தன் வாயில் கவ்விக் கொண்டு வந்த பறவையை தன் எசமானனுடைய காலடியில் போட்டது லஸ்கா. 'நீ சரியாக குறி வைத்து வீழ்த்தி விட்டாய். ரொம்ப சந்தோஷம்' என்றான் லெவின். தன்னால் குறித்து வைத்து சுட முடியாமல் போய் விட்டதே என்ற வருத்தமும் அவனிடம் தென்பட்டது.

திடீரென்று பறவைகளின் 'கீச்சொலி' கேட்டது. இரண்டு பறவைகள் ஒன்றையொன்று துரத்திக் கொண்டு பறந்து வந்தன. ஒன்றையொன்று மிஞ்சும் களி வெறியில் எழுந்த கூச்சல் அது. மிக வேகமாக வந்து அவை மின்னல் வேகத்தில் திரும்பிப் பறந்து காட்சியிலிருந்து மறைந்து விட்டன.

வேட்டை அற்புதமாக முடிந்தது. ஆப்லான்ஸ்கி இன்னும் இரண்டு பறவைகளைச் சுட்டு வீழ்த்தினான். லெனின் இரண்டு பறவைகளை வீழ்த்தினான். இன்னொன்றையும் குறி வைத்தான் சிக்கவில்லை. வானத்தில் இருள் பரவ ஆரம்பித்து விட்டது.

'நாம் வீட்டுக்குத் திரும்பலாமா?' என்றான் ஆப்லான்ஸ்கி.

'இன்னும் சிறிது நேரம் இருப்போம்' என்றான் லெவின்.

வானத்து நட்சத்திரங்களின் தொகுப்புகளை ரசித்துப் பார்த்துக் கொண்டிருந்தான் லெவின்.

அவர்கள் பதினைந்து மீட்டர் இடைவெளியில் நின்று கொண்டிருந்தனர்.

'ஸ்டீபன், என்று அழைத்த லெவின் திடீரென்று எதிர்பாராதவிதமான கேள்வியைக் கேட்டான்: 'உனது மைத்துனி கிட்டிக்குத் திருமணமாகி விட்டதா? இல்லை, எப்போது திருமணம் நடக்கவிருக்கிறது...? நீ ஏன் அதைப் பற்றி ஒன்றும் பேசாமலிருக்கிறாய்?'

அவன் என்ன பதில் சொன்னாலும் அதைத் தாங்கிக் கொள்கின்ற சக்தி தனக்கிருப்பதாக லெவின் நினைத்தான். ஆனால் ஆப்லான்ஸ்கியின் பதிலில் இருந்த விஷயத்தை அவன் சிறிதும் எதிர்பார்க்கவில்லை.

'திருமணம் என்ற சிந்தனையே அவளுக்கு இல்லை. திருமணம் செய்து கொள்வாள் என்ற சிந்தனைக்கும் இடமில்லை. அவள் மிகவும்

உடல் நலமில்லாமல் இருக்கிறாள். டாக்டர்கள் அவளை சிகிச்சைக்காக வெளிநாட்டுக்கு அனுப்பும் படி கூறியிருக்கின்றனர். அவளுடைய உயிருக்கே கூட ஆபத்து ஏற்படலாம் என்று கூட அவர்கள் பயப்படுகிறார்கள்.'

'உண்மையாகவா? அவளுக்கு என்ன நோய்?' என்று கேட்டான் லெவின்.

அவர்கள் பேசிக் கொண்டிருந்த பொழுது லஸ்கா காதுகளை கூர்மையாக்கிக் கொண்டு வானத்தைப் பார்த்தது. பின்பு மீண்டும் அவர்களை நோக்கித் திரும்பி பார்த்தது.

'பேசுவதற்கு நல்ல நேரம் பார்த்தார்கள் இவர்கள்... அதே ஒரு பறவை வருகின்றது. அதை அவர்கள் தப்ப விட்டு விடுவார்களா?' என்ற பாவனையில் லஸ்கா அவர்களைப் பார்த்தது.

பறவை பறந்து வருவதைப் பார்த்து விட்ட இருவரும் ஒரே கணத்தில் சேர்ந்தாற் போலக் குறி வைத்துச் சுட்டனர். பறவை தாக்குண்டு கீழ் நோக்கி வந்து ஒரு புதருக்குள் விழுந்தது.

'ரொம்ப சரியான குறி. அது நம் இருவருக்குமே சொந்தமானது' என்று சொல்லிக் கொண்டு லெவின் லஸ்காவுடன் பறவையைத் தேடி புதரை நோக்கி ஓடினான்.

'ஓ... எவ்வளவு வருத்தமான செய்தி. கிட்டிக்கு உடல் நலமில்லாமல் போனதற்கு நான் என்ன செய்ய முடியும். நான் மிகவும் வருத்தப்படத் தான் முடியும்' என்று தனக்குள் நினைத்துக் கொண்டான் லெவின்.

லஸ்கா, பறவையுடன் ஓடி வந்தது.

'கண்டு பிடித்து விட்டாயா? நல்ல நாய்!' என்று லஸ்காவின் தலையில் தட்டிக் கொடுத்தான் லெவின். அதன் வாயில் கவ்வியிருந்த பறவையை எடுத்து ஏற்கனவே சுட்ட பறவைகளுடன் சேர்த்துக் கொண்டான்.

'ஸ்டீபன் பறவை கிடைத்து விட்டது!' என்று உரக்கக் கத்தினான் லெவின்.

அத்தியாயம் 16

வீட்டுக்குத் திரும்பும் வழியில் கிட்டியின் நோய் பற்றியும், ஷெர்பட்ஸ்கி குடும்பத்தினரின் திட்டங்கள் குறித்தும் லெவின் விசாரித்தான். கிட்டியைப் பற்றிய செய்திகள் அவன் மனதிற்கு ஏற்றுக் கொள்ளும் படியாக இருந்தன. ஏனென்று கேட்டால் அதை ஒப்புக் கொள்ள அவன் கூச்சமடைவான் என்பது உறுதி. இன்னும் அவன் நம்பிக்கையுடன் கிட்டிக்காக காத்திருக்கலாம். அடுத்ததாக, அவனுக்கு மிகவும் துன்பத்தைக் கொடுத்த அவள் துன்பத்தை அனுபவித்துக் கொண்டிருக்கிறாள். அதுவும்

விரான்ஸ்கியால் தான் கிட்டி நோயாளியானாள் என்று ஆப்லான்ஸ்கி சொல்லத் தொடங்கிய பொழுது லெவின் அவனுடைய பேச்சின் இடையே குறுக்கிட்டான்.

'ஷெர்பட்ஸ்கியின் குடும்பத்தினரைப் பற்றி என்னிடம் எதுவும் சொல்ல வேண்டாம். எனக்கு அதைப் பற்றி அக்கறை கிடையாது.' என்றான் லெவின்.

லெவினுடைய முகத்தில் சட்டென ஏற்பட்ட மாறுதல்களைப் பார்த்துத் தனக்குள் சிரித்துக்கொண்டான் ஆப்லான்ஸ்கி. முதலில் பிரகாசம் அடைந்ததும் சட்டென்று அதனை மறைக்க அந்த செய்திகளில் அக்கறை இல்லாதவன் போலக் காண்பிக்க அதனை அலட்சியம் செய்வதுமாக லெவின் நடந்து கொண்ட முறைகள் எல்லாமே ஆப்லான்ஸ்கிக்கு பரிச்சயமானதுதான்.

'ரியாப்னிக்கு காட்டை விற்க முடியு செய்து விட்டாயா?' என்று கேட்டான் லெவின்.

'ஆமாம். நல்ல விலை தருகிறான். 38000 ரூபிள்கள். உடனடியாக 8000 ரூபிள்கள். மீதிப் பணத்தை ஆறு ஆண்டுகளுக்குள் கொடுக்க வேண்டும். இதற்கு கூடுதலாக யாரும் கொடுக்க மாட்டார்கள்.'

'ஆனால் நீ காட்டைக் கொடுக்கப் போகிறாயே' என்றான் லெவின்.

'சும்மாவா கொடுக்கிறேன்...' என்றான் ஆப்லான்ஸ்கி.

'அந்தக் காட்டுக்கு ஒரு டெஸியாட்டினுக்கு குறைந்தபட்சம் 500 ரூபிள்கள் கொடுப்பார்கள்...' என்றான் லெவின்.

'ஐயா, நகரவாசிகளாகிப் போன எங்களுக்கு ஒன்றுமே தெரியாது என்று நீங்கள் நினைக்கிறீர்கள். வர்த்தகம் என்றால் மற்றவர்களைக் காட்டிலும் கெட்டிக்காரத்தனமாக பேரம் பேசுவோம். அதிக விலை கொடுப்பதாக நினைத்து அவன் முடிவை மாற்றிக் கொள்வானோ என்று தான் நான் கவலைப்படுகிறேன். அந்தக் காட்டில் உள்ள மரங்களில் பெரும் பகுதி வீடு கட்டப் பயன்பட மாட்டாது. அடுப்பு எரிக்கத்தான் பயன்படும். ஒரு டெஸியாட்டினுக்கு பத்து ஸாஸென் விறகு தான் கிடைக்கும். ஆனால் அவன் ஒரு டெஸியாட்டினுக்கு 200 ரூபிள்கள் கொடுக்க ஒப்புக் கொண்டிருக்கிறான்' என்றான் ஆப்லான்ஸ்கி.

லெவின் இகழ்ச்சியாக சிரித்தான். 'இவனைப் போன்ற நகரவாசிகள் பத்து ஆண்டுகளில் இரண்டு அல்லது மூன்று முறை தமது கிராமங்களைப் பார்க்க வருவார்கள். மரம், விறகு, ஸாஸென் என்ற சில சொற்களைக் கற்றுக் கொண்டு அவற்றைத் தமது பேச்சில் பயன்படுத்துவார்கள்.

கிராமங்களைப் பற்றி எல்லா விபரங்களும் தங்களுக்குத் தெரியும் என்று சொல்வார்கள். ஆனால் அவர்களுக்கு கிராமத்தைப் பற்றி ஒன்றுமே தெரியாது'. என்று நினைத்தான் லெவின்.

'உன் வேலை சம்பந்தப்பட்ட விஷயங்களை நான் உனக்கு கற்பிக்க மாட்டேன். தேவை ஏற்படும் பொழுது நான் உன்னைச் சந்தித்து ஆலோசனை கேட்பேன். ஆனால் காடுகளைப் பற்றி எல்லாம் தெரிந்தவன் போல நீ பேசுகிறாய்... உனக்கு என்ன தெரியும்? காட்டில் உள்ள மரங்களை எண்ணினீர்களா?'

'மரங்களை யாரால் எண்ண முடியும்?'

'ரியாப்னின் முதலிலேயே எண்ணி விட்டான். முதலில் மரங்களை எண்ணிய பிறகு தான் எந்த ஒரு வர்த்தகரும் பேரத்தை ஆரம்பிப்பார். நான் ஒவ்வொரு ஆண்டிலும் வேட்டையாடுவதற்கு அந்தக் காட்டுக்குப் போகிறேன். ஒரு டெஸியாட்டினுக்கு 500 ரூபிள்கள் ரொக்கமாகக் கிடைக்கும். அதனால் ரியாப்னின் உனக்கு 200 ரூபிள்கள் அதுவும் தவணை முறையில் தர ஒப்புக் கொண்டிருக்கிறான். அதாவது நீ அவனுக்கு 30,000 ரூபிள்கள் இனமாகக் கொடுக்கிறாய்.'

'உன் விளக்கமெல்லாம் இருக்கட்டும். அதற்கு மேல் விலை கொடுக்க யாரும் வரவில்லையே ஏன்?'

'ஏனென்றால் இந்த விவகாரத்தில் அவனும் மற்றவர்களும் கூட்டுச் சேர்ந்திருக்கிறார்கள். அவன் அவர்களுக்கு லஞ்சம் கொடுத்து விட்டான். எல்லா வர்த்தகர்களைப் பற்றியும் எனக்குத் தெரியும். அவர்கள் வர்த்தகர்கள் அல்ல; எல்லாரும் சுறா மீன்கள். பத்து அல்லது பதினைந்து சதவீத லாபம் அவர்களுக்குப் போதாது. அவர்கள் சொத்தின் மதிப்பில் ஐந்தில் ஒரு பங்குக்குத் தான் எதையும் வாங்குவார்கள்.'

'நீ இன்று மிகவும் எரிச்சலடைந்திருக்கிறாய்? என்ன காரணம்?'

'அப்படி ஒன்றும் இல்லை.' என்று லெவின் வருத்தத்துடன் கூறினான். அவர்கள் வீட்டுக்கு வந்தார்கள். வாயிலில் ஒரு அழகான வண்டி நின்று கொண்டிருந்தது. நன்றாகத் தீனி கொடுத்து வளர்க்கப்பட்ட குதிரை அழகான கடிவாளங்களுடன் அதில் பூட்டப்பட்டிருந்தது. வண்டியில் ரியாப்னினுடைய எழுத்தர் உட்கார்ந்திருந்தார். பிரயாணங்களின் போது அவர் தான் வண்டியை ஓட்டுவார். ரியாப்னின் ஏற்கனவே வீட்டுக்குள் உட்கார்ந்திருந்தார். அவர் இரண்டு நண்பர்களையும் ஹாலில் சந்தித்தார். அவர் உயரமானவர். நன்கு சிரைக்கப்பட்ட கன்னங்கள் மற்றும் பெரிய கண்கள் உள்ளவர். அவர் நீல நிற மேல் கோட்டும் கால்களை மறைக்கின்ற உயரமான பூட்சுகளும் அணிந்திருந்தார். அவர் கைக்குட்டையினால் முகத்தைத் துடைத்துக் கொண்டு, மேல் கோட்டை இழுத்து விட்டுக்

கொண்டார். அவர் புன்முறுவலுடன் ஆப்லான்ஸ்கியிடம் எதையோ கைப்பற்றப் போகின்றவர் போன்று தன் கரத்தை நீட்டினார்.

'எப்பொழுது வந்தீர்கள்?' என்று கை குலுக்கியபடியே ஆப்லான்ஸ்கி கேட்டான்.

'மாண்புமிக்க அதிகாரியான உங்களுடைய ஆணையை நான் மீற முடியுமா? இங்கு சாலைகள் மிகவும் மோசமாக இருக்கின்றன. வண்டியிலிருந்து கீழே இறங்கி நடந்துதான் வந்தேன். இருந்தாலும் நேரத்திற்கு வந்து விட்டேன்' என்றார் ரியாப்னின்.

'கன்ஸ்தாந்தீன் திமீத்ரிச் அவர்களே! வணக்கம்!' என்று சொல்லிக்கொண்டே ரியாப்னின் லெவினுடன் கைகுலுக்குவதற்காக தன் கரத்தை நீட்டினார் ரியாப்னின். லெவின் முகத்தைச் சுளித்துக் கொண்டு, குனிந்து சுடப்பட்ட பறவைகளை கூடையிலிருந்து எடுத்தான்.

'ஓ! நீங்கள் வேட்டைக்குப் போயிருந்தீர்களா? அது என்ன பறவை? ருசியாக இருக்குமா?' என்று லெவின் கையிலிருந்த உள்ளான் குருவியைச் சுட்டிக் காட்டி கேட்டார் ரியாப்னின். 'குருவிகளை வேட்டையாடுவதில் லாபமுண்டா?' என்று கேட்பதைப் போல அவர்களைப் பார்த்தார்.

'ஸ்டீபன்! நீங்கள் இருவரும் எனது படிப்பறைக்குப் போய் உட்கார்ந்து எல்லா விஷயங்களையும் பேசுங்களேன்' என்றான் லெவின் ஆப்லான்ஸ்கியிடம் பிரெஞ்சு மொழியில்.

'இந்த இடத்தில் பேசினாலும் சரி வேறு எந்த இடத்தில் பேசினாலும் சரி, நான் வரத் தயார்' என்றார் ரியாப்னின். அவரது அலட்சியமான இகழ்ச்சியான அந்தப் பார்வை இப்படிச் சொல்வது போலிருந்தது.

'உங்களைப் போன்றவர்களுக்கு என்னிடம் பேசுவது கஷ்டமாக இருந்தாலும் என்னால் மற்றவர்களுடன் அவரவர்களுக்குத் தகுந்தபடி பேச முடியும்'.

ஆப்லான்ஸ்கியைத் தொடர்ந்து லெவினது படிப்பறைக்குச் சென்றார் அவர்.

அந்த அறைக்குள் நுழைந்ததும் தனது வழக்கப்படி அறை முழுவதும் தன் பார்வையைச் சுழலவிட்டார். தெய்வங்களின் சிலை வடிவங்கள் ஏதேனும் இருந்தால் அதற்கு முதலில் வணக்கம் செய்து விட்டுத்தான் மற்ற பணிகளில் ஈடுபடுவார். இப்போது இங்கு தெய்வ வடிவத்தைப் பார்த்த பின்னும் அவர் சிலுவைக் குறி இட்டுக் கொள்ளவில்லை. அவர் புத்தக அலமாரிகளையும், புத்தகங்களையும் பார்த்தார். 'இந்தப் புத்தகங்களினால் என்ன பயன்?' என்று நினைப்பதைப் போல இகழ்ச்சியுடன் பார்த்துச் சிரித்தார்.

'உட்காருங்கள். பணம் கொண்டு வந்திருக்கிறீர்களா?' என்று ஆப்லான்ஸ்கி கேட்டான்.

'தாங்கள் பணத்தைப் பற்றி கவலைப்பட வேண்டாம். அதற்கு முன்னால் ஒரு விஷயத்தைப் பற்றி பேச வேண்டும்'.

'இன்னும் பேச்சு எதற்கு? சரி, உட்காருங்கள்'

ரியாப்னின் சோபாவில் வசதியாக உட்கார்ந்து கொண்டார்.

'ஐயா, நீங்கள் விலையைக் குறைக்க வேண்டும். பேசியபடி பணத்தைக் கொண்டு வந்திருக்கின்றேன். ஆனால் நீங்கள் என்னிடம் கருணையுடன் விலையைக் குறைக்க வேண்டும்.'

துப்பாக்கியை அலமாரியில் வைத்து விட்டு அறையிலிருந்து புறப்பட்டுக் கொண்டிருந்த லெவின் வர்த்தகர் விலையைக் குறைக்க வேண்டும் என்று கூறியதைக் கேட்டு நின்றான்.

'அவர் காட்டை உனக்கு இனாமாகக் கொடுத்திருக்கிறார். விலையைப் பற்றி அவர் என்னிடம் மிகவும் தாமதமாகத் தெரிவித்தார். இல்லாவிட்டால் உரிய விலையை நான் முடிவு செய்திருப்பேன்' என்றான் லெவின்.

ரியாப்னின் வேகமாக எழுந்து நின்றார். லெவினை அமைதியாக தலை முதல் கால் வரை உற்று நோக்கினார்.

'ஐயா, இதோ இவர், கான்ஸ்தாந்தீன் திமீத்ரீச் இருக்கிறாரே, ரொம்பவும் கறாரானவர். கண்டிப்பானவர். இவரிடமிருந்து எதையும் எளிதில் வாங்கிட முடியாது. கோதுமை விலையைப் பற்றி எங்களுக்கிடையில் பேரம் நடைபெற்றுக் கொண்டிருக்கிறது. விலையைக் குறைக்க மறுக்கிறார்' என்று ஆப்லான்ஸ்கியிடம் லெவினைப் பற்றி கூறினார் ரியாப்னின்.

'எனக்கு ஒன்றுமேயில்லாமல், உனக்கு நான் இனாமாகக் கொடுக்க முடியுமா? அதை நான் பூமியிலிருந்து அள்ளவில்லை. திருடவில்லை.'

'அன்பு நண்பரே, இந்தக் காலத்தில் எதையும் திருட முடியாது. எல்லாப் பிரச்சினைகளையும் நீதிமன்றத்திற்குக் கொண்டு சென்று விடுகிறார்கள். ஜூரிகள் தீர்ப்புச் சொல்கிறார்கள். நாங்கள் உண்மையைப் பேசுகிறோம். காட்டுக்கு முடிவு செய்திருக்கும் விலை அதிகம். எனக்கு லாபம் இருக்காது. எனவே தான் அந்த விலையைக் குறையுங்கள் என்று கேட்கிறேன்.'

'இன்னும் ஏன் பேரம் பேசுகிறாய் பேசிய விலைக்கு வாங்கிக் கொள். இல்லாவிட்டால் காட்டை நான் வாங்கிக் கொள்ளத் தயார்'.

ரியாப்னினுடைய முகத்திலிருந்த புன்னகை சட்டென்று மறைந்து பேராசையும் வெறியும் தென்பட்டன. அவர் தன் விரல்களால் மேல் கோட்டுப் பொத்தான்களைக் கழட்டி சட்டைப் பையிலிருந்து ஒரு கணக்குப் புத்தகத்தை வெளியில் எடுத்தார்.

'ஐயா! பணத்தைப் பெற்றுக் கொள்ளுங்கள். இனிமேல் காடு எனக்குச் சொந்தம். ரியாப்னின் கோபெக்குகளைப் பற்றிப் பேரம் செய்ய மாட்டார்!' என்று முகம் சுளித்தபடிச் சொன்னார் ரியாப்னின்.

'ஆப்லான்ஸ்கி, கடைசியாக ஒரு முறை யோசித்துப் பார். உன்னிடத்தில் நான் இருந்தால் இவ்வளவு அவசர அவசரமாக நான் முடிவு செய்ய மாட்டேன்'.

'என்ன சொல்கிறாய் நீ? நான் அவருக்கு ஏற்கனவே வாக்குக் கொடுத்துவிட்டேன்'. என்றான் ஆப்லான்ஸ்கி.

லெவின் அறைக் கதவை பலமாகச் சாத்திவிட்டு வெளியேறினான்.

'அவர் இளைஞர். குழந்தைத் தனமாக நடந்து கொள்கிறார். இந்தக் காட்டை நான் ஏன் வாங்குகிறேன் தெரியுமா? உங்களுடையது என்ற மரியாதைக்கும், கௌரவத்துக்கும் தான் இதை வாங்குகிறேன். வேறு யாராவது வாங்கினால் அதற்குரிய மரியாதை கெட்டு போகும். இதில் எனக்கு லாபம் கிடைக்கப் போவதில்லை. நம்புங்கள் ஐயா, பத்திரத்தை எழுதிக் கொண்டு வந்திருக்கிறேன்.'

ஒரு மணி நேரத்திற்கு பிறகு ரியாப்னின் பத்திரத்தைப் பையில் வைத்துக் கொண்டு வண்டியில் ஏறி உட்கார்ந்தார்.

'ஓ... கனவான்களால் எனக்குத் தொல்லை தான்.' என்று தன்னுடைய எழுத்தரிடம் சொன்னார் ரியாப்னின்.

'ஆனால் மைக்கேல் இக்னாடிச்! காட்டை வாங்கிய விஷயத்தில் உங்களுடைய உதவிக்காக உங்களைப் பாராட்டுகிறேன்.' என்றார் ரியாப்னின்.

'நல்லது ஐயா,' என்றார் எழுத்தர் இக்னாடிச்.

அத்தியாயம் 17

ஆப்லான்ஸ்கி பை நிறைய பத்திரங்களுடன் மாடிக்குச் சென்றான். ரியாப்னின் மூன்று மாதங்களில் மாற்றிக் கொள்ளத் தக்க அரசுப் பத்திரங்களைக் கொடுத்தார். அவற்றுடன் தான் மாடிக்கு வந்தான் ஆப்லான்ஸ்கி. காட்டை அவருக்கு விற்பனை செய்தாகி விட்டது. பணம்

கைக்கு வந்து விட்டது. வேட்டையும் சிறப்பாக இருந்தது. எனவே ஆப்லான்ஸ்கி மிகவும் உற்சாகமாக இருந்தான். காட்டு விற்பனையில் லெவின் அதிருப்தியாக இருந்ததால் அவனுடைய அதிருப்தியைப் போக்குவதில் அக்கறை எடுத்துக் கொண்டான் ஆப்லான்ஸ்கி.

லெவின், தனது விருந்தினன் ஆப்லான்ஸ்கியிடம் அன்புடனும், பண்புடனும் நடந்து கொள்ள வேண்டும் என்று தான் விரும்பினான். ஆனால் அவனால் தனது மனதைக் கட்டுப்படுத்திக் கொள்ள முடியவில்லை. கிட்டிக்கு இன்னும் திருமணம் ஆக வில்லை என்ற செய்தி அவனைச் சிறிது சிறிதாக உணர்ச்சி வெள்ளத்தில் மூழ்கடித்தது.

கிட்டி விரான்ஸ்கியை நேசித்தாள். ஆனால் அவன் அவளைப் புறக்கணித்ததால் அவள் நோயுற்று விட்டாள். தனக்கு நேர்ந்த அந்த அவமானங்களுக்குக் காரணமானவன் விரான்ஸ்கி.

விரான்ஸ்கி அவளைக் காதலித்த காரணத்தினால் தானே அவள் லெவினை மறுத்தாள். எனவே விரான்ஸ்கி தான் லெவினுக்கு எதிரி. ஆனால் லெவின் இவ்வாறு நினைக்கவில்லை. ஆப்லான்ஸ்கி ஏமாளித்தனமாக காட்டை விற்பனை செய்தான். அதுவும் அந்த மோசடி தன் வீட்டில் தன் கண் முன்னால் நடந்ததை நினைத்து அவன் எரிச்சலடைந்திருந்தான்.

'வேலை முடிந்து விட்டதா? நாம் இரவு உணவு சாப்பிடலாமா?' என்று மேலே தன்னைத் தேடி வந்த ஆப்லான்ஸ்கியிடம் கேட்டான் லெவின்.

'நான் மறுக்க மாட்டேன். கிராமத்தில் எனக்கு நன்றாகப் பசியெடுக்கிறது. ரியாப்னினைச் சாப்பிடுமாறு நீ சொல்லவில்லையே?'

'அவன் ஒழிந்து தொலையட்டும்'

'ஏன் அப்படிச் சொல்கிறாய்? அவனிடம் கை குலுக்கவும் மறுத்து விட்டாய்?'

'ஏனென்றால் வேலைக்காரனுடன் எல்லாம் நான் கை குலுக்குவதில்லை. அதிலும் அவனைக் காட்டிலும் என் வேலைக்காரன் நூறு மடங்கு உயர்வானவன்'.

'நீ பிற்போக்கானவன். வர்க்கங்களை ஒன்று சேர்க்க வேண்டாமா?'

'அப்படி ஆசைப்படுபவர்கள் அதைச் செய்யட்டும். ஆனால் நான் இப்போது வருத்தமாயிருக்கிறேன்'.

'சந்தேகமில்லாமல் நீ ஒரு பிற்போக்கானவன் தான்'.

'என்னை என்ன வேண்டுமானாலும் சொல்லிக் கொள்ளுங்கள். ஆனால் நான் கன்ஸ்தாந்தீன் லெவின்... லெவின் இப்படித் தான் இருப்பான்... அவ்வளவு தான்'.

'கன்ஸ்தாந்தீன் லெவின் இப்போது ரொம்பக் கோபமாக இருக்கிறார் என்று நினைக்கிறேன்'.

'ஆமாம். நான் கோபமாகத் தான் இருக்கின்றேன். ஏன் தெரியுமா? என்னை மன்னித்து விடு. உன்னுடைய முட்டாள்தனமான விற்பனை எனக்கு முற்றிலும் பிடிக்கவில்லை என்பதால் தான்...'

ஆப்லான்ஸ்கி முகத்தைச் சுளித்துக் கொண்டான். ஒரு அப்பாவி மனிதன் காயப்படுத்தப்படுவதையும், அநாவசியமாக இதில் பேசப்படுவதையும் அவன் விரும்பவில்லை.

'ஒரு நபர் தன்னுடைய சொத்தை விற்பனை செய்ய விரும்பும் பொழுது, யாரும் அதிக விலை கொடுத்து வாங்க மறுக்கிறார்கள். ஆனால் விற்பனை முடிந்தவுடன், அடடே இன்னும் அதிகமான விலைக்கு விற்றிருக்கலாமே என்று பேசுகிறார்கள். ரியாப்னினை என்ன காரணத்திற்காக நீ வெறுக்கிறாய், சொல்?'

'அப்படியும் இருக்கலாம். அதற்குக் காரணம் என்ன தெரியுமா? அதைத் தெரிந்தால் நீ என்னைப் பிற்போக்காளன் என்று மறுபடியும் சொல்வாய். அல்லது அதைக் காட்டிலும் பயங்கரமான சொல்லைக் கூட பயன்படுத்தக் கூடும். வர்க்கங்கள் இணைந்து கொண்டிருக்கின்றன. மேற்குடியினர் நசிந்து கொண்டிருக்கிறார்கள். ஆனால் அவர்கள் ஆடம்பரச் செலவுகளால் நசிந்து போகவில்லை. பிரபுக்கள் ஆடம்பரமாகத் தான் வாழ வேண்டும். இந்த வட்டாரத்தில் இருக்கும் விவசாயிகள் நிலத்தை வாங்குகிறார்கள் என்றால் அது எந்த விதத்திலும் என்னைப் பாதிக்காது. அதைப் பற்றி எனக்கு மன வேதனை கிடையாது. மேற்குடியினர் உழைக்கவில்லை. எனவே அவர்களுக்கு விவசாய நிலத்தை வைத்திருக்க உரிமையும் இல்லை. விவசாயி உழைக்கிறான். சோம்பேறி வெளியேறுகிறான். அது இயற்கையானது விவசாயிகளின் முன்னேற்றம் குறித்து நான் மகிழ்ச்சி அடைவேன். ஆனால் அதே சமயம் மேற்குடியினர் தங்களது வெகுளித்தனத்தால் அழிந்து போகக் கூடாது. எங்கோ உள்ள ஒரு சீமாட்டிக்குச் சொந்தமான பண்ணையை ஒரு போலந்து நாட்டு வர்த்தகன் பாதி விலைக்கு வாங்குகிறான். பத்து ரூபிள் குத்தகைக்கு விட வேண்டிய ஒரு நிலத்தை ஒரு வர்த்தகன் ஒரு ரூபிளுக்கு வாங்குகிறான். இப்பொழுது நீ அவனுக்கு முப்பதினாயிரம் ரூபிள்கள் அன்பளிப்பாக கொடுத்திருக்கிறாய்.

'நான் என்ன செய்ய வேண்டும் என்று சொல்கிறாய்? ஒவ்வொரு மரத்தையும் கணக்கெடுக்க வேண்டுமா?

'கணக்கெடுக்கத்தான் வேண்டும். நீ எண்ணவில்லை. ஆனால் ரியாப்னின் எண்ணினான். ரியாப்னினுடைய குழந்தைகள் வாழ்க்கை

நடத்த, கல்வி கற்க பணம் கிடைத்து விட்டது. ஆனால் உன் குழந்தைகள் திண்டாடப் போகிறார்கள்.'

'இப்படி நினைத்தால் அது அற்பத்தனம். நான் ஒரு பதவியில் இருக்கிறேன். அவன் ஒரு தொழிலைச் செய்கிறான். அவன் லாபமடைவது இயற்கை. முடிந்து போன விஷயத்தை ஏன் கிளப்புகிறாய்? இதோ முட்டைப் பொறியல் வந்து விட்டது. அகதா மிஹாய்லோவ்னா, மூலிகை பீர் கொண்டு வாருங்கள்' என்றான் ஆப்லான்ஸ்கி.

அவன் சாப்பிட ஆரம்பித்தவுடன் அகதா மிஹாய்லோவ்னாவுடன் வேடிக்கையாகப் பேச ஆரம்பித்தான். 'நெடுங்காலத்துக்குப் பிறகு இன்று மதியத்திலும் இரவிலும் தான் சுவையான விருந்து சாப்பிட்டேன்' என்றான் ஆப்லான்ஸ்கி.

'நீங்கள் பாராட்டுகிறீர்கள். ஆனால் கான்ஸ்தாந்தீன் தமீத்ரிச் ஒரு ரொட்டித் துண்டை மட்டும் சாப்பிட்டு விட்டு எழுந்து விடுவார்' என்றாள் அகதா மிஹாய்லோவ்னா.

லெவின் அமைதியாக இருந்தாலும் அவனது உள்ளத்தில் உணர்ச்சிகள் மோதிக் கொண்டிருந்தன. அவன் ஆப்லான்ஸ்கியிடம் ஒரு கேள்வியைக் கேட்க விரும்பினான். ஆனால் அவனால் பேச முடியவில்லை. எந்த வடிவத்தில், எப்பொழுது அதைக் கேட்பது என்றும் அவனுக்குத் தெரியவில்லை. ஆப்லான்ஸ்கி தன்னுடைய அறைக்குப் போய் முகம் கழுவி தன்னுடைய இரவு உடைகளை மாற்றிக் கொண்ட பிறகு கூட அவன் பின்னேயே வந்த லெவின் அந்த அறையில் இருந்து கொண்டு தான் விரும்பிய தகவலை அவனிடம் எப்படிக் கேட்டுப் பெறுவது என்று புரியாமல் தவித்துக் கொண்டிருந்தான்.

'என்ன அழகான சோப் இது! எவ்வளவு நன்றாகத் தயாரித்திருக்கிறார்கள்' என்று உறையில்லாத ஒரு வாசனை சோப்பைப் பார்த்து மிகவும் பாராட்டினான் ஆப்லான்ஸ்கி. அது விருந்தினர்களுக்காக அகதா மிஹாய்லோவ்னா தானே தயாரித்தது. அந்த சோப்பை ஆப்லான்ஸ்கி பயன்படுத்தவில்லை என்றாலும் அதன் அமைப்பும், நறுமணமும் கண்டு வியந்து இதை லெவினிடம் சொன்னான்.

'ஆமாம், ஆமாம்! இப்போது எல்லா விஷயங்களிலும் புதுப்புது மாற்றங்கள் நிகழ்ந்து வருகின்றன. உடைகளில், துணிகளின் உற்பத்தியில், நாடக அரங்குகளில் கூட அரங்க அமைப்புகள், மின் விளக்குகள் என்று எல்லாவற்றிலும் புதுமைகள் நிகழ்ந்து வருகின்றன.' என்றான் ஆப்லான்ஸ்கி.

ஆப்லான்ஸ்கியின் பேச்சில் எந்த கவனமும் இல்லாமல் தன் மனத்தில் அலைக்கழிக்கும் கேள்விகளுடன் தவித்துக் கொண்டிருந்த லெவின்

இப்போது குறுக்கிட்டுச் சொன்னான்...' 'ஆமாம்... ஆமாம் மின் விளக்குகள் எல்லா இடங்களிலும் வந்து கொண்டிருக்கின்றன... புதுமைகள் நிகழ்ந்து கொண்டு தானிருக்கின்றன. ஆமாம்... ஆமாம்'

'விரான்ஸ்கி இப்பொழுது எங்கே இருக்கிறார்கள்?' என்று திடீரென்று கேட்டான்.

'விரான்ஸ்கியா? அவன் பீட்டர்ஸ்பர்கில் தான் இருக்கிறான். நீ கிராமத்துக்குத் திரும்பிய சில நாட்களில் அவன் போய் விட்டான். அதற்குப் பிறகு மாஸ்கோவுக்கு வரவில்லை' என்று படுக்கைக்குப் பக்கத்திலிருந்த மேசை மீது தன் முழங்கையை வைத்துக் கொண்டு லெவினுடைய முகத்தை உற்றுப் பார்த்துக்கொண்டு சொன்னான் ஆப்லான்ஸ்கி. தூக்கம் அவனது கண்களைத் தழுவிக் கொண்டிருந்தது.

'நான் வெளிப்படையாகச் சொல்கிறேன். இதில் தவறு உன்னுடையது தான். உன்னுடைய போட்டியாளனைக் கண்டு நீ பயந்து விட்டாய் என்று தான் நினைக்கிறேன். இருவரில் யார் வெற்றி அடையக்கூடும் என்பது உறுதிப்படத் தெரியாத நிலையில் நீ பின் வாங்கி விட்டாய். நான் உனக்கு அப்போதே சொன்னேன்...'

'நான் கிட்டியிடம் திருமணம் குறித்துப் பேசியது இவனுக்குத் தெரியுமா? அல்லது தெரியாதா? இவன் மிகவும் ராஜதந்திரமாகப் பேசுவது போலத் தெரிகிறது...' என்று லெவின் தனக்குள் நினைத்துக் கொண்டான். ஆப்லான்ஸ்கியின் கண்களை உற்றுப் பார்த்தான்.

'கிட்டியைக் கவரும் வண்ணம் விரான்ஸ்கிக்கு என்ன தகுதிகள் இருந்தனவென்று சிந்திக்க வேண்டும். பிரபுக் குடும்பத்தில் பிறந்தவன் என்பதைத் தவிர்த்து அவனுடைய பதவி, அதற்கான சமூக அந்தஸ்து எதிர்காலத்தில் மேலும் மேலும் உயர்ந்த பதவிகள் அவனுக்குக் கிடைக்கும் என்ற நம்பிக்கை, எதிர்பார்ப்புகள் தான் விரான்ஸ்கியை அவர்கள் தேர்ந்தெடுக்கக் காரணம். இதையெல்லாம் கிட்டி சிந்திக்கவில்லை. ஆனால் அவளது தாய் இதனைச் சிந்தித்தாள்; முடிவு செய்தாள்.' என்றான் ஆப்லான்ஸ்கி.

லெவின் முகத்தைச் சுளித்தான். கிட்டியின் மறுப்பினால் அவனுக்கு ஏற்பட்ட அவமானம் தீயினாற் சுட்ட ரணத்தைப் போல அவனது இதயத்தில் ஆறாத ரணமாகி விட்டது. இப்போதுதான் பட்ட காயம் போல அது இதயத்தில் வலியை ஏற்படுத்திக் கொண்டிருந்தது.

'நிறுத்து, விரான்ஸ்கி பிரபுத்துவ குடும்பத்திலிருந்து வந்தவன் என்று கூறுகிறாய், நான் கேட்கிறேன், விரான்ஸ்கியோ அல்லது வேறு பிரபுக் குடும்பத்தைச் சேர்ந்த யாராயிருந்தாலும் சரி, அவர்களையே ஷெர்பட்ஸ்கி

குடும்பத்தினர் தேர்வு செய்து கொள்ளட்டும். இதற்காக என்னை ஏன் அவமானப்படுத்த வேண்டும். விரான்ஸ்கி உயர்குடியில் பிறந்தவன் என்று நீங்கள் எல்லோரும் சொல்கிறீர்கள். நான் அப்படி நினைக்கவில்லை. அவனுடைய தந்தை சூழ்ச்சிகள் மூலம் முன்னேறியவர். அவனுடைய தாய் ஒழுக்கமில்லாதவள். இதைச் சொல்ல நேர்ந்ததற்காக என்னை மன்னித்துக் கொள்... நான்தான் மேற்குடியிலிருந்து வந்தவன். எங்கள் குடும்பம் கடந்த நான்கு தலைமுறைகளாகவே இந்த மக்களுக்குத் தெரிந்த குடும்பம். உயர்குடியில் வந்த பரம்பரை எங்களுடையது. எங்கள் முந்தையோர் கௌரவம் மிக்கவர்கள். எங்கள் தலைமுறையினரின் குடும்பத்தினர் கல்வித் தரத்திலும், அறிவிலும் மிகச் சிறந்து விளங்கியவர்கள். நாங்கள் எவரையும் அடிபணிந்து வாழ்ந்ததில்லை. எவரையும் சார்ந்திருந்ததும் இல்லை. என்னுடைய தந்தை மற்றும் எனது தாத்தா ஆகியோர் எப்படி வாழ்ந்தனரோ அப்படியே, அந்த அந்தஸ்தும் கௌரவமும் குறையாமல் இப்போது நாங்களும் வாழ்ந்து வருகின்றோம். என் காட்டில் உள்ள மரங்களை நான் எண்ணினால் அது அற்பத்தனம் என்று சொல்கிறாய்... ஆனால் நீயோ 30,000 ரூபிள்களை அன்பளிப்பாகத் தருகிறாய். ஆனால் உங்களுக்கு அரசாங்கம் மானியம் அளிக்கும். மற்ற சன்மானங்களும் கிடைக்கும். எனக்கு எதுவும் கிடைக்காது. ஆகவே எனது பிறப்பினாலும், என்னுடைய உழைப்பினாலும் எனக்கு கிடைத்திருப்பதை நான் மதிக்கிறேன். உலகத்தில், பலசாலிகளின் தயவில் வாழ்க்கை நடத்துபவர்கள் அல்லது சில வெள்ளிக் காசுகளுக்காக விலை போகக் கூடியவர்கள் மேற்குடியினர் அல்ல. நாங்கள் தான் மேற்குடியினர்' என்றான் லெவின்.

'நான் உன் கருத்தை ஏற்றுக் கொள்கிறேன்' என்று ஆப்லான்ஸ்கி மனப்பூர்வமாகவும், உற்சாகத்துடனும் கூறினான். ஆனால் வெள்ளிக் காசுகளுக்காக விலை போகும் மனிதர்களின் பட்டியலில் தன்னையும் லெவின் சேர்த்திருப்பானோ என்று அவன் சந்தேகப்பட்டான். லெவினுடைய உணர்ச்சிகரமான பேச்சு அவனுக்கு மிகுந்த மகிழ்ச்சியைக் கொடுத்தது.

'நீ யாரைக் குறி வைத்துத் தாக்குகிறாய்? நீ கூறியவற்றில் பெரும் பகுதி விரான்ஸ்கிக்குப் பொருந்தாது. என்றாலும் இப்பொழுது நான் அதைப் பற்றிப் பேசப் போவதில்லை. நீ உடனே என்னோடு மாஸ்கோவுக்குப் புறப்பட வேண்டும்...'

'இல்லை. உனக்குத் தெரியுமோ, இல்லையோ, எனக்கு அதைப் பற்றி அக்கறையில்லை. நான் உன் மைத்துனி கிட்டியிடம் திருமணப் பிரேரணை செய்தேன். அது ஏற்றுக்கொள்ளப்படவில்லை. ஆனால் உன்னுடைய மைத்துனி கிட்டி - (காதரீன் அலெக்ஸாண்ட்ரோவா)

இப்போது எனக்கு ஒரு வேதனை தரும் நினைவுச் சின்னமாகத் தான் இருக்கிறாள்.'

'ஏன்? ஏன் இப்படிச் சொல்லுகிறாய்?'

'வேண்டாம். நான் இனிமேல் இதைப் பற்றிப் பேச வேண்டாம். நான் உன்னிடம் முரட்டுத்தனமாகப் பேசி விட்டேன். என்னை மன்னித்து விடு' என்றான் லெவின்.

தன் மனத்தில் கனமாக இருந்தவற்றை வெளியே கொட்டிய பின்பு சற்று மன அமைதி அடைந்தான் லெவின். மீண்டும் காலையில் இருந்த மனநிலைக்கு அவன் மீண்டு விட்டான். ஆப்லான்ஸ்கியின் மனத்தைப் புண்படுத்திவிட்டோமோ என்று வருந்தினான். 'என்னிடம் கோபமா? தயவு செய்து என்னை மன்னித்து விடு. என்மீது கோபப்பட வேண்டாம்' என்று வருத்தமுடன் கூறியபடி ஆப்லான்ஸ்கியின் கரத்தைப் பற்றி அழுத்திக் கொண்டான் லெவின்.

'இதில் கோபப்பட ஒன்றுமில்லை. நாம் இப்போது பேசியதின் மூலம் நமக்கு விளங்காத சில விஷயங்களுக்குக்கூட விளக்கம் கிடைத்ததல்லவா? எனவே இதனால் நான் மகிழ்ச்சியே அடைகிறேன். சரி, இந்த காலை நேரத்தில் வேட்டைக்குப் போவது நன்றாக இருக்கும். நான் வேட்டைக்குப் போய்விட்டு அப்படியே நான் நேராக ரயில் நிலையத்திற்குப் போய்விடலாம் என்று நினைக்கிறேன்.'

'நல்ல யோசனை!' என்று லெவின் அதனை அங்கீகரித்தான்.

அத்தியாயம் 18

விரான்ஸ்கியிடம் பொங்கியெழுந்த காதல் உணர்ச்சி அவனுடைய அக வாழ்க்கையை ஆக்கிரமித்துக் கொண்டிருந்தாலும் அவனுடைய புற வாழ்க்கை சமூக அமைப்புகளுடனும், இராணுவ ரெஜிமெண்டின் தொடர்புகளையும் நலன்களையும் தவிர்க்க இயலாதபடி சுற்றிக் கொண்டிருந்தது. தன் ரெஜிமெண்டைப் பற்றியே அவன் எப்போதும் சிந்தித்தான். ரெஜிமெண்டைச் சேர்ந்த வீரர்கள் அவனைப் பற்றி மிகவும் பெருமைப்பட்டார்கள். கல்வி, திறமை, செல்வம் ஆகியவற்றில் சிறந்து விளங்கிய அவனுக்கு வாழ்க்கையின் வெற்றிப் பாதைகள் அனைத்தும் திறந்திருந்தன. அவற்றைப் புறக்கணித்து விட்டு தன்னுடைய ரெஜிமெண்டையும் வீரர்களையும் பற்றியே சிந்திப்பது அவனுக்கு பெருமையாக இருந்தது. படைவீரர்கள் தன்னைப் பற்றி என்ன நினைக்கிறார்கள் என்பது விரான்ஸ்கிக்குத் தெரியும். இராணுவ வாழ்க்கை

அவனுக்குப் பிடித்திருந்தது என்பதுடன் வீரர்கள் தன்னைப் பற்றி நினைப்பது முற்றிலும் சரியானதென்று காட்ட விரும்பினான்.

தன்னுடைய காதலைப் பற்றி சக அதிகாரிகள் ஒருவரிடம் கூட அவன் பேசவில்லை. மிகவும் மோசமான போதையில் கூட (அவன் சுய கட்டுப்பாட்டை இழக்கும் அளவுக்குக் குடிக்க மாட்டான்) அந்தரங்கமான உணர்ச்சிகளைப் பற்றிப் பேசுவதில்லை. சிலர் அதைப் பற்றி ஏதேனும் பேச ஆரம்பித்தால் அதைக் கண்டு கொள்ளாமல் அமைதியாகவே இருந்து விஷயம் வெளிப்பட்டு விடாமல் பாதுகாத்து வந்தான். ஆனால் அவனுடைய காதல் விவகாரம் நகரத்தில் எல்லோருக்கும் தெரிந்து விட்டது. அன்னா கரீனினாவுடன் அவனுடைய உறவுகளைப் பற்றி எல்லோருமே ஓரளவுக்கு சரியாகத் தெரிந்து வைத்திருந்தார்கள். கரீனின் மிகவும் உயர்ந்த பதவியில் இருந்தாலும் மேற்குடி சமூகத்தில் அவன் முக்கியமானவன் என்பதாலும் ஏராளமான இளைஞர்கள் அவனைப் பற்றிப் பொறாமைப்பட்டார்கள்.

பெண்களில் பெரும்பான்மையானவர்கள் முன்பு அன்னாவைப் பற்றிப் பொறாமைப்பட்டார்கள். அவளுடைய நற்பண்புகளைப் பற்றிக் கேட்டு அவர்களுக்குச் சலிப்பு ஏற்பட்டிருந்தது. அவளுடைய வாழ்க்கையில் மாற்றம் ஏற்பட்டிருப்பதை அவர்கள் ஊகித்தார்கள். பொது மக்களின் பொதுவான கருத்துக்கள், அபிப்ராயங்கள், மாறியதும் தங்களுடைய முழு வலிமையுடன் அன்னாவை இகழ்ச்சியாகப் பேசுவதற்கு அவர்கள் தயாராக இருந்தார்கள். அவள் மீது வீசுவதற்கு அவர்கள் மண்கட்டியைத் தயாரித்து வைத்திருந்தார்கள். முதியவர்கள் மற்றும் உயர்பதவிகளில் இருந்தவர்களில் பெரும்பான்மையினர் அவமானம் ஏற்படக்கூடிய சம்பவம் நடைபெறப் போவதைப் பற்றிக் கவலைப்பட்டார்கள்.

விரான்ஸ்கியின் தாய் முதலில் அதைக் கேள்விப்பட்ட பொழுது மகிழ்ச்சியடைந்தாள். சிறப்பான தகுதிகளைக் கொண்ட ஒரு இளைஞன் சூழ்ச்சி செய்து அழகான பெண்ணைக் காதலிப்பது இயற்கைத்தானே என்று நினைத்தாள்.

ரயில் பயணத்தின் போது தன்னுடன் வந்த அன்னா தன்னுடைய மகனைப் பற்றி ஓயாமல் பேசிக் கொண்டிருந்தது அவளுக்குப் பிடித்திருந்தது. ஆனால் விரான்ஸ்கி, அன்னாவை தினமும் சந்திக்க வேண்டும் என்பதற்காகத் தனக்குக் கிடைத்த பதவி உயர்வை - அவன் வேறு ரெஜிமெண்ட்டுக்கு மாற்றப்படுவான் என்பதற்காக - நிராகரித்து விட்டான். எனவே, இராணுவ தளபதிகள், அவனிடம் அதிருப்தியாக இருக்கிறார்கள் என்று கேள்விப்பட்ட பிறகு அவள் தன்னுடைய கருத்தை மாற்றிக் கொண்டாள். மேற்குடிக் குடும்பங்களில் இத்தகைய அழகான உறவுகள் ஏற்படுவதும் அங்கீகாரம் பெறுவதும் வழக்கமாக இருந்தாலும்

தன் மகன் '***வெர்த்தர்**' மாதிரியான மோகத்தில் சிக்கி விட்டான். அவன் முட்டாள் தனமாக நடந்து கொள்ளக்கூடும் என்று அவள் கவலைப்பட்டாள். அவன் மாஸ்கோவிலிருந்து திரும்பிய பிறகு அவளைப் பார்க்க வரவில்லை என்பதனால் தன்னை வந்து சந்திக்குமாறு மூத்த மகன் மூலமாக விரான்ஸ்கிக்கு செய்தி அனுப்பினாள்.

விரான்ஸ்கியின் அண்ணனுக்கு, விரான்ஸ்கி பற்றி அதிருப்தி இருந்தது. இது எப்படிப்பட்ட காதல் - தீவிரமானதா, உணர்ச்சிகரமயமானதா அல்லது உணர்ச்சி இல்லாததா, தூய்மையானதா அல்லது சாதாரணமானதா என்று அவருக்குத் தெரியவில்லை. (அவர் குடும்பத் தலைவராக இருந்தாலும் 'பாலே' நடனக்காரியை நிரந்தரமாகத் தனது ஆசைநாயகியாக வைத்திருந்ததால் இப்படிப்பட்ட விஷயங்களில் தாராள மனதுடையவராக இருந்தார்) தம்பியின் காதல் விவகாரம் உயர் அதிகாரிகளுக்கு பிடிக்கவில்லை என்று தெரிந்த பிறகு அவர் தம்பியின் போக்கைப் பற்றி அதிர்ச்சியடைந்தார்.

விரான்ஸ்கி, இராணுவம் மற்ற சமூக அமைப்புகளுடனான அக்கறையுடன் மற்றொரு விஷயத்திலும் - அதாவது குதிரைகளைப் பற்றி அதிகமான அக்கறை கொண்டிருந்தான். அந்த ஆண்டில் இராணுவ அதிகாரிகள் நடத்தும் 'தடைகளை கடக்கும் குதிரை ஓட்டப் பந்தயத்தில்' விரான்ஸ்கி தன்னுடைய பெயரையும் பதிவு செய்து வைத்திருந்தான். அவன் அதற்காக இங்கிலாந்திலிருந்து உயர்ந்த ஜாதிக் குதிரை ஒன்று வாங்கியிருந்தான். காதல் விவகாரத்துடன், குதிரை ஓட்டப் பந்தயத்திலும் மிகவும் அக்கறையுடன் இருந்தான்.

அவனுடைய உணர்ச்சிகரமான காதல், குதிரை பந்தயத்தில் உள்ள அவனுடைய அக்கறையை எந்த விதத்திலும் பாதிக்கவில்லை. அவனுடைய உள்ளத்தில் மோதிக் கொண்டிருந்த உணர்ச்சிகளுக்கு வடிகாலாகவும் புத்துணர்ச்சி அளிப்பதாகவும் குதிரை ஓட்டப் பந்தயம் இருந்தது.

அத்தியாயம் 19

குதிரை ஓட்டப் பந்தய நாளன்று விரான்ஸ்கி வழக்கமான நேரத்துக்கு முன்னதாக ரெஜிமெண்டின் உணவருந்தும் கேண்டினுக்கு வந்தான். குதிரை ஓட்டுபவர்களின் எடை 'பதினொன்றரை ஸ்டோன்' மட்டுமே இருக்க வேண்டும் என்பது விதி. அவனுடைய எடை அது தான். ஆனால் அதற்கு

---

* 'ஜெர்மானியக் கவிஞர் 'கதே' எழுதிய 'இளம் வெர்த்தரின் துயரங்கள்' என்ற நாவலில் வரும் கதாநாயகன் வெர்த்தர், தன் காதல் நிராகரிக்கப்பட்டதால் முடிவில் தற்கொலை செய்து கொள்கிறான்,

மேல் அதிகரித்து விடாதபடி அவன் கவனமாக இருக்க வேண்டும். ஆகவே அவன் இனிப்புப் பண்டங்களையும், மாவுப் பண்டங்களையும் தவிர்த்து வந்தான். உணவகத்தின் பணியாளிடம் மாட்டிறைச்சி கொண்டு வரும்படி சொல்லிவிட்டு மேசை மீதிருந்த பிரெஞ்சு நாவலைப் புரட்டினான். அதிகாரிகள் அந்த அறைக்குள் வருவதும் போவதுமாக இருந்தார்கள். அவர்களிடம் பேசாமல் தவிர்ப்பதற்காகவே அவன் நாவலின் பக்கங்களைப் புரட்டிக் கொண்டிருந்தான்.

குதிரைப் பந்தயம் முடிந்த பிறகு அவனைப் பார்க்க வருவதாக அன்னா அவனிடம் கூறியிருந்தாள். அவன் கடந்த மூன்று நாட்களாக அன்னாவைப் பார்க்கவில்லை. அவளுடைய கணவர் வெளி நாட்டிலிருந்து திரும்பி விட்டதால் அவள் இன்று தன்னை சந்திக்க முடியுமா என்று அவன் சந்தேகப்பட்டான். அதைப் பற்றி விசாரிக்க வழியில்லை. தன்னுடைய உறவினர் பெட்ஸியின் பண்ணை வீட்டில் அவன் அன்னாவைக் கடைசியாகச் சந்தித்தான். கரீனினுடைய பண்ணை வீட்டுக்கு அதுவும் மிகவும் அபூர்வமாகத் தான் போயிருக்கிறான். ஏதாவதொரு காரணத்தைச் சொல்லி இன்று அங்கே போவதென்று அவன் முடிவு செய்தான். குதிரைப் பந்தயத்திற்கு வருகின்றாயா என்று கேட்டு வரும்படி, பெட்ஸி சீமாட்டி அனுப்பினாள் என்று சொல்லிக் கொண்டு அன்னாவின் வீட்டிற்கு தானே போவது என்று விரான்ஸ்கி முடிவு செய்தான்.

உணவகப் பணியாள், வெள்ளித் தட்டில் சூடான மாட்டிறைச்சி வறுவல் கொண்டு வந்து மேசையில் வைத்தான். அவனிடம் தன் வீட்டிற்குப் போக வேண்டும் பணியாள் ஒருவனை அனுப்பும் படி கூறினான். 'என் வீட்டிற்குச் சென்று மூன்று குதிரைகள் பூட்டிய வண்டியைத் தயாராக வைத்திருக்கும்படி சொல்.' என்று கூறி ஒரு பணியாளை தன் வீட்டிற்கு அனுப்பி வைத்தான். பின்பு இறைச்சித் தட்டை தன் அருகில் வைத்துக் கொண்டு சாப்பிடத் தொடங்கினான்.

அருகிலிருந்த பில்லியர்ட்ஸ் விளையாடும் அறையிலிருந்து பந்து தள்ளப்படும் ஓசையும், பேச்சும், சிரிப்பும் கேட்டன. ரெஜிமெண்டுக்கு புதிதாக மாற்றலாகி வந்திருந்த இரண்டு அதிகாரிகள் அறையின் வாயிலுக்கு வந்தார்கள். ஒருவர் இளைஞர். அடுத்தவர் பருமனான மூத்த அதிகாரி. அவர் கையில் காப்பு அணிந்திருந்தார்.

விரான்ஸ்கி அவர்களைப் பார்க்காதது போல ஒரே சமயத்தில் புத்தகத்தைப் படித்துக் கொண்டும், இறைச்சியைக் கடித்துக் கொண்டும் இருந்தான்.

'பந்தயத்திற்கு தயாராகிவிட்டீர்களா?' என்றார் மூத்த அதிகாரி.

'ஆமாம்!' என்றான் விரான்ஸ்கி இறைச்சியை சாப்பிட்டுக் கொண்டே பேசியவர் யார் என்று கவனிக்காமலே சொன்னான்.

'குறைவாகச் சாப்பிடுங்கள், பருமனாகிவிடக் கூடாது' என்றார் மூத்த அதிகாரி.

விரான்ஸ்கி உணவகப் பணியாளை அழைத்தான். 'தண்ணீர், செர்ரி கொண்டுவா' என்று பணியாளிடம் கூறிவிட்டு மீண்டும் புத்தகத்தை புரட்டத் தொடங்கினான்.

அவனுக்கு தங்களிடம் பேச விருப்பம் இல்லை என்பதைப் புரிந்து கொண்ட அந்த அதிகாரிகள் இருவரும் பில்லியர்ட்ஸ் அறைக்குள் சென்றார்கள்.

அந்தச் சமயத்தில் கேப்டன் யாஷ்வின் அறைக்குள் வந்தான். அவன் உயரமானவன். அழகான தோற்றம் கொண்டவன். விரான்ஸ்கியின் அருகில் சென்று அவனது தோளைத் தொட்டான். விரான்ஸ்கி கோபத்துடன் தலையைத் தூக்கிப் பார்த்தான். கேப்டன் யாஷ்வினைக் கண்டதும் அவனுடைய முகம் மலர்ச்சி அடைந்தது.

'இது தான் புத்திசாலித்தனம் அலெக்ஸிஸ்' என்று சொன்ன கேப்டன் 'ஹோ... ஹோ' வெனப் பலமாகச் சிரித்தான். 'அளவாகச் சாப்பிடு. குறைவாகக் குடி'.

'எனக்கு சாப்பிட விருப்பமில்லை'.

'அதுதான் இணை பிரியா நண்பர்களுக்கு அடையாளம்' என்ற கேப்டன் யாஷ்வின் அப்போது தான் அறையை விட்டு வெளியேறிக் கொண்டிருந்த அந்தப் புதிய அதிகாரிகள் இருவரையும் கவனித்தான். பின்பு விரான்ஸ்கிக்குப் பக்கத்திலேயே உட்கார்ந்து கொண்டான் கேப்டன் யாஷ்வின்.

'நீ ஏன் நேற்று இரவு கிராஸ்னென்ஸ்கி அரங்குக்கு வரவில்லை' என்று கேட்டான் விரான்ஸ்கி.

'நான் 'ட்வெர்ஸ்கோய்க்கு' சென்று விட்டேன். அங்கேயே தங்க வேண்டியதாயிற்று' என்றான விரான்ஸ்கி.

'அப்படியா' என்றான் கேப்டன் யாஷ்வின்.

கேப்டன் யாஷ்வின் ஒரு சூதாட்டக்காரன். ஒழுக்கமில்லாதவன் கொள்கை இல்லாதவன் என்று சொல்வதைக் காட்டிலும் தீய கொள்கையுடையவன் என்பது பொருத்தமாக இருக்கும். ரெஜிமெண்டில் விரான்ஸ்கியின் மிகச் சிறந்த நண்பன் என்று சொன்னால் அது இவன்

தான். அசாதாரணமான உடல் வலிமை படைத்தவன். ஆகவே மீனைப் போல நிறையக் குடிப்பான். தூங்காமல் உழைப்பான். அவனுடைய மன வலிமையை ரெஜிமெண்டின் அதிகாரிகள் மற்றும் வீரர்கள் அனைவரும் மிகவும் மதித்தார்கள். அதே சமயம் அவனைக் கண்டு அவர்கள் மிகவும் அச்சமும் அடைந்தார்கள். சீட்டு விளையாட்டில் அவன் அசகாய சூரன் என்று சொல்லலாம். ஆயிரக்கணக்கான ரூபிள்களைப் பந்தயப் பணமாக வைத்து தயங்காமல் விளையாடுவான். விரான்ஸ்கிக்கு அவனிடம் மிகுந்த அன்பும் மரியாதையும் உண்டு. விரான்ஸ்கியின் பெயரும், பணமும் அவனுக்கு முக்கியமல்ல. விரான்ஸ்கியின் குணம் அவனுக்கு பொருத்தமானதாகப் பட்டு விட்டது. தன் போன்றவன் என்று விரான்ஸ்கியிடம் அவனுக்கு பற்றும் பாசமும் உண்டு. தன்னுடைய காதலைப் பற்றி மற்றவர்களிடம் பேசுவதைக் காட்டிலும் கேப்டன் யாஷ்வினிடம் பேசுவதையே விரான்ஸ்கி பெரிதும் விரும்பினான். ஏனென்றால் தன்னுடைய வாழ்க்கையை முழுமையாகக் கவர்ந்து விட்ட காதல் உணர்ச்சியின் சக்தியை யாஷ்வின் ஒருவன் தான் புரிந்து கொள்ளக்கூடியவன் என்று விரான்ஸ்கி நினைத்தான். விரான்ஸ்கியின் காதல் பொழுது போக்குக் காதல் அல்ல அதைக் காட்டிலும் ஆழமானது, கம்பீரமானது என்று அவன் புரிந்து கொண்டிருக்கிறான் என்று விரான்ஸ்கி நினைத்தான்.

விரான்ஸ்கி தன்னுடைய காதலைப் பற்றி அவனிடம் பேசவில்லை. ஆனால் அவன் அதை நன்றாக புரிந்து கொண்டிருந்தான் என்பதை அவனுடைய கண்களிலிருந்து தெரிந்து கொண்டான்.

'நேற்றிரவு நீ என்ன செய்தாய்? சூதாட்டமா? வெற்றியா?' என்று யாஷ்வினைக் கேட்டான் விரான்ஸ்கி.

'எட்டாயிரம் ரூபிள்கள் ஜெயித்தேன். ஆனால் அதில் மூவாயிரம் கிடைப்பது சந்தேகம். தோற்றவர்கள் தருவார்களா என்று தெரியவில்லை.'

'அவர்கள் கொடுத்தால் எனக்குத் தருவாயா?' விரான்ஸ்கி கிண்டலாகக் கேட்டான்.

பின்பு அவர்களுடைய பேச்சு அன்று நடக்கவிருக்கும் குதிரைப் பந்தயத்தைப் பற்றித் திரும்பியது. இப்பொழுது விரான்ஸ்கியின் சிந்தனையில் இருந்தது அது ஒன்று தான்.

'நான் புறப்படுகின்றேன்!' என்றான் விரான்ஸ்கி.

யாஷ்வினும் எழுந்தான். பின்பு உட்கார்ந்து தன் பெரிய கால்களையும், முதுகையும் நீட்டினான்.

'இப்பொழுது என்னால் சாப்பிட முடியாது, ஆனால் குடிக்க முடியும். ஏய், இங்கே வா, ஒயின் கொண்டு வா' என்று உரத்த குரலில் உணவகப் பணியாளிடம் கூறினான் யாஷ்வின். நிறையக் குடித்தான் யாஷ்வின். அதிகமான போதையில், கடுமையான குரலில் சத்தமிட்டான். அவனது குரலில் கடுமையான ஒலியில் உணவகத்திலிருந்து கண்ணாடிக் குவளைகள் கூட நடுநடுங்கின. 'இல்லை. போதும், எனக்கு இனி எதுவும் வேண்டாம்' என்று அவன் உரக்கச் சத்தமிட்டான்.

'நீ வீட்டுக்குத் தானே போகிறாய், நானும் உன்னுடன் வருகிறேன்' என்று விரான்ஸ்கியுடன் புறப்பட்டான். இருவரும் சேர்ந்தே வெளியே வந்தனர்.

அத்தியாயம் 20

விரான்ஸ்கியின் குடியிருப்பு ஒரு விவசாயியின் குடிசை போன்று அமைக்கப்பட்டிருந்தது. அந்த வீடு இரண்டாகப் பிரிக்கப்பட்டிருந்தது. இங்கேயே இராணுவ முகாமும் அமைந்திருந்தது. பெட்ரிட்ஸ்கி விரான்ஸ்கியுடன் சேர்ந்து தான் வசித்து வந்தான். விரான்ஸ்கியும் யாஷ்வினும் வீட்டிற்குள் நுழைந்த பொழுது பெட்ரிட்ஸ்கி படுக்கையில் தூங்கிக் கொண்டிருந்தான்.

'தூங்கியது போதும் எழுந்திரு', என்று பெட்ரிட்ஸ்கியை தோளைப் பிடித்து உலுக்கி எழுப்பினான் யாஷ்வின்.

'என்னைத் தூங்க விடு, யாஷ்வின்' என்று பெட்ரிட்ஸ்கி அவனைக் கெஞ்சினான். பிறகு எழுந்து உட்கார்ந்து விரான்ஸ்கியைப் பார்த்துச் சொன்னான்: 'உன்னுடைய சகோதரர் வந்திருந்தார். அவர் தான் வந்து என்னை உலுக்கி எழுப்பினார். அவரை அந்தச் சனியன் பிடித்துக் தொலைக்கட்டும். நீ இல்லை என்றதும் போய்விட்டார். மறுபடியும் வருவதாகச் சொல்லிச் சென்றார்.'

பெட்ரிட்ஸ்கி எழுந்து தான் போர்த்தியிருந்த போர்வையை சுருட்டி தலையணை மீது எறிந்தான். 'என்னை விட்டுவிடு, யாஷ்வின்!' என்று கோபத்துடன் சொன்னான் பெட்ரிட்ஸ்கி. தன் தூக்கத்தைக் கெடுத்து விட்டான் என்று யாஷ்வின் மீது அவனுக்கு கோபம் கோபமாக வந்தது. கண்களை உருட்டி விழித்தான்.

'இப்போது என்ன குடிக்கலாம் சொல்! எதையாவது குடிக்க வேண்டும் போல் உள்ளது...'

'எதைக் காட்டிலும் சுவையானது வோட்கா தான்' என்றான் யாஷ்வின்.

'தெரேசென்கோ! வா, வா! வோட்காவும், ஊறுகாயும் கொண்டு வா உன் எசமானருக்கு!' என்று ஓங்கி கத்தினான் யாஷ்வின். தனது குரலில் ஓசையை தானே கேட்டு ரசித்தான்.

'வோட்கா தான் வேண்டுமா?' என்ற பெட்ரிட்ஸ்கி தன் முகத்தையும் கண்களையும் அழுத்தித் துடைத்துக் கொண்டான்.

'சரி, நாம் சேர்ந்தே குடிப்போம். விரான்ஸ்கி உனக்கு கொண்டு வரச் சொல்லட்டுமா?' என்று சொல்லிவிட்டு கதவை நோக்கி நடந்தான்.

'தூலேயில் ஒரு அரசன் இருந்தான்' என்று ஒரு பிரெஞ்சுப் பாடலொன்றைப் பாடத் துவங்கினான்.

'போய்த் தொலை, தள்ளிப் போ' என்று சொல்லிவிட்டு வேலைக்காரன் கொண்டு வந்த மேல்கோட்டை வாங்கி அணிந்து கொண்டான் விரான்ஸ்கி.

'குதிரைகள் வந்து விட்டன. நீ எங்கு புறப்படுகிறாய் விரான்ஸ்கி?' என்று கேட்டான் யாஷ்வின்.

'நான் குதிரை லாயத்துக்குப் போய் பார்த்து விட்டு பிரியான்ஸ்கியைப் பார்த்து குதிரைகளைப் பற்றிப் பேச வேண்டும்.'

அவன் உண்மையிலேயே இங்கிருந்து ஏழு மைல்கள் தொலைவில் உள்ள 'பீட்டர்ஹாப்' பகுதிக்கு சென்று பிரியான்ஸ்கியைச் சந்தித்து குதிரைக்கான பணத்தையும் கொடுத்து விட்டு அவனையும் குதிரைப் பந்தயத்துக்கு அழைத்துச் செல்ல வேண்டும் என்று தான் நினைத்துக் கொண்டிருந்தான். ஆனால் அவனது நண்பர்கள், அவன் அங்கு போகவில்லை என்றும் அவன் போகுமிடம் எது என்று தங்களுக்குத் தெரியும் என்பது போலக் குறும்புடன் அவனைப் பார்த்தார்கள். பெட்ரிட்ஸ்கி இன்னும் பாட்டுப் பாடியபடி இருந்தான்.

'நீ எந்த பிரியான்ஸ்கியைச் சந்திக்கப் போகிறாய் என்று எங்களுக்குத் தெரியும்...' என்றான் பெட்ரிட்ஸ்கி.

'கவனம். தாமதித்து விடாதே' என்று யாஷ்வின் பேச்சை மாற்ற விரும்பியபடி கேட்டான். 'என் 'ரோவன்' எப்படி உள்ளது?' என்றபடி சன்னலுக்கு வெளியே பார்த்தான். வெளியில் நின்றிருந்த குதிரைகளில் மையத்தில் நின்றிருந்த குதிரை ரோவன். யாஷ்வினுடையது அதனை அவன் விரான்ஸ்கிக்கு விற்று விட்டான். நட்புடன் அதைப் பார்த்து சிரித்தான் யாஷ்வின்.

'கொஞ்சம் பொறு' என்றபடி வெளியில் போய்க் கொண்டிருந்த விரான்ஸ்கியைப் பார்த்துக் கத்தினான் பெட்ரிட்ஸ்கி. 'உன்னுடைய சகோதரர் உனக்கு ஒரு கடிதமும், ஒரு குறிப்பும் கொடுத்துச்

சென்றிருக்கிறார். கொஞ்சம் பொறு, எடுத்து வருகிறேன். அதை எங்கே வைத்தேன்...' என்றபடி கடிதத்தைத் தேடத் தொடங்கினான்.

விரான்ஸ்கி நின்றான்.

'நல்லது. அதை கொண்டு வா'.

'அவை எங்கே?... அது தானே எனது கேள்வியும்...' என்று தலையைப் பிய்த்து கொண்டான் பெட்ரிட்ஸ்கி.

'எங்கே வைத்தாய் சொல்... இது முட்டாள் தனமான செயல்...' என்றான் விரான்ஸ்கி.

'நான் தீ பற்ற வைத்தேன். அப்போது அவை இங்கு தான் இருந்தன...'

'போதும் உன் விளையாட்டு, எங்கே, கடிதங்களைக் கொடு.'

'இல்லை. உண்மையிலேயே நான் மறந்து விட்டேன். இல்லையென்றால் அது ஒரு கனவா...? பொறு... பொறு... ஏன் கோபப்படுகிறாய்? நீயும் ராத்திரி நான்கு பாட்டில்களை உன் தலைக்குள் ஏற்றியிருந்தாய் என்றால் தெரியும்... நீ எங்கே படுத்துக் கிடக்கிறாய் என்பது கூடத் தெரியாது. கொஞ்சம் பொறு நான் அதை நினைவுக்குக் கொண்டு வந்து விடுகிறேன்.'

பெட்ரிட்ஸ்கி திரும்பி நடந்து தனது படுக்கைக்குக் கீழே குனிந்து பார்த்தான். பின்பு நினைவு வந்தவனாக படுக்கை விரிப்பை எடுத்துப் பார்த்தான். அதன் கீழே இருந்தது அந்தக் கடிதமும் குறிப்பும். விரான்ஸ்கி அதை எடுத்துக் கொண்டான்.

இதை அவன் எதிர்பார்த்தான். கடிதம் அவனுடைய தாயிடம் இருந்து வந்திருந்தது. தன்னை ஏன் வந்து பார்க்காமல் இருக்கிறாய் என்று கேட்டு எழுதியிருந்தாள். குறிப்பு அவனுடைய சகோதரர் எழுதியிருந்தார். 'நாம் நிறைய பேச வேண்டியுள்ளது' என்று அவர் குறிப்பிட்டிருந்தார். விரான்ஸ்கி புரிந்து கொண்டான், இவை இரண்டுமே ஒரே விஷயத்திற்காகத் தான் எழுதப்பட்டிருக்கின்றன என்று அவனுக்குத் தெரியும். 'இவர்களுக்குத் தேவையில்லாத விஷயம்...' என்று நினைத்துக் கொண்டான். அந்தக் கடிதத்தையும் குறிப்பையும் சுருட்டி மடக்கி தனது கோட்டுப் பைக்குள் வைத்துக் கொண்டான். போகும் வழியில் மறுபடியும் அவசரமின்றிப் படித்துக் கொள்ளலாம் என்று தனக்குள் நினைத்துக் கொண்டான். புறப்பட்டு வெளியே வரும் வழியில் இரண்டு இராணுவ அதிகாரிகளை சந்தித்தான். ஒருவர் அவனுடைய ரெஜிமெண்டைச் சேர்ந்த அதிகாரி. மற்றொருவர் வேறு ரெஜிமெண்டைச் சேர்ந்த அதிகாரி. விரான்ஸ்கியின் வீட்டுக்கு எல்லா இராணுவ அதிகாரிகளும் வருவதுண்டு. விரான்ஸ்கியின் இருப்பிடம் எப்போதும் அதிகாரிகளால் நிரம்பி வழியும் இடமாகவே போய் விட்டது.

‘எங்கே போகிறாய்?’

‘பீட்டர்ஹாப் போகிறேன்’

‘டுசார்ஸ்கோவிலிருந்து பெண்குதிரை வந்து விட்டதா?’

‘வந்து விட்டது. நான் இன்னும் பார்க்கவில்லை’.

‘மகோட்டினுடைய குதிரைக்குக் காலில் அடிபட்டிருக்கிறது என்கிறார்களே...’

‘பொய். ஆனால் இந்த சேற்றில் நீ குதிரையை ஓட்டிச் செல்ல முடியுமா?’ என்றார் ஒரு அதிகாரி.

பெட்ரிட்ஸ்கி அதிகாரிகளை மகிழ்ச்சியுடன் வரவேற்று உபசரித்தான். விரான்ஸ்கியின் வேலைக்காரன் ஒரு தட்டில் வோட்காவும், வெள்ளரிக்காய் ஊறுகாயும் கொண்டு வந்தான்.

‘நேற்றிரவு நீ அதிகமாக ஆட்டம் போட்டு விட்டாய் பெட்ரிட்ஸ்கி. இரவு முழுவதும் எங்களுக்குத் தூக்கமில்லாதபடி செய்து விட்டாய்...’ என்றார் புதிதாக வந்த அதிகாரி.

‘ஓ! நாங்கள் கொண்டாட்டத்தை எப்படி முடித்தோம் தெரியுமா? ‘வோல்கோவ்’ கூரையில் ஏறி உட்கார்ந்து கொண்டு எனக்கு சோகமாக இருக்கிறது என்கிறான். மரண ஊர்வலப் பாட்டை பாடு அதற்கு நாங்கள் பின்னணி இசை இசைக்கின்றோம்’ என்று சொன்னோம். அவன் கூரையில் படுத்தவாறே தூங்கி விட்டான்’.

‘முதலில் கொஞ்சம் வோட்காவைக் குடி. பிறகு ‘செல்ட்ஸர்’ நீரில் எலுமிச்சம் சாறு நிறைய விட்டு கலந்து குடிக்க வேண்டும்’ என்று மருந்து சாப்பிடு என்று, குழந்தையிடம் கெஞ்சிக் கொண்டிருக்கிற தாயைப் போல் பெட்ரிட்ஸ்கியிடம் சொல்லிக் கொண்டிருந்தான் யாஷ்வின்.

‘அதற்கு மேல் சிறிதளவு ஷாம்பேன்... சிறு பாட்டில் போதும்’

‘விரான்ஸ்கி! நில், நாம் சிறிதளவு குடிப்போமோ?’

‘இல்லை, நண்பர்களே! இன்று நான் குடிக்க மாட்டேன்’

‘ஓ... உன் எடை அதிகரித்துவிடும் என்று பயப்படுகிறாயா? சரி... அப்படியானால் நாங்கள் குடிக்கிறோம். செல்ட்ஸரும் எலுமிச்சையும் கொண்டு வாருங்கள்...’

‘விரான்ஸ்கி’ என்று ஒரு அதிகாரி சத்தமிட்டு அழைத்தான். போய்க் கொண்டிருந்த விரான்ஸ்கி நின்று திரும்பிப் பார்த்தான்.

'உன்னுடைய தலை முடியை வெட்டி சீர்படுத்திக் கொள். குறிப்பாக உச்சியில்... நிறைய கனமாக உள்ளது'.

உண்மையில் விரான்ஸ்கியின் உச்சந்தலையில் முடிகள் எல்லாம் உதிர்ந்து போய் வழுக்கை விழ ஆரம்பித்திருந்தது. அந்த அதிகாரி கிண்டலாகச் சொன்னதைக் கேட்டு அனைவரும் வெடித்துச் சிரித்தனர். உடனே தனது தொப்பியைத் தலையில் வைத்துக் கொண்டு வழுக்கையை மறைத்துக் கொண்ட விரான்ஸ்கி சிரித்தபடி வெளியே வந்து குதிரை வண்டியில் ஏறி உட்கார்ந்தான்.

'குதிரை லாயத்துக்குப் போ' என்று சொல்லி விட்டுப் பையிலிருந்த கடிதங்களை எடுத்தான். குதிரைகளைப் பார்த்துப் பிறகு கடிதங்களைப் படிப்போம் என்று நினைத்தபடி கடிதங்களை மீண்டும் பைக்குள் வைத்துக் கொண்டான்.

அத்தியாயம் 21

குதிரைப் பந்தய மைதானத்துக்கு அருகில் மரக்கட்டைகளைக் கொண்டு, தற்காலிக குதிரை லாயம் ஒன்று அமைக்கப்பட்டிருந்தது. விரான்ஸ்கி சொந்தமாக வாங்கியிருந்த குதிரை முந்திய நாள் இரவுதான் இந்த லாயத்திற்குக் கொண்டு வரப்பட்டிருந்தது. கடந்த மூன்று நாட்களாக அவன் குதிரைக்கு உடற்பயிற்சி அளிக்கவில்லை. அந்த வேலையைப் பயிற்சியாளரிடம் ஒப்படைத்திருந்தான். இங்கு வந்தவுடன் குதிரை என்ன நிலைமையில் உள்ளது என்று அவனுக்குத் தெரியாது. விரான்ஸ்கி வண்டியிலிருந்து இறங்கி குதிரைப் பயிற்சியாளரான அந்த ஆங்கிலேயரைப் பார்த்துப் பேச அவரைத் தேடிச் சென்றான். ஒல்லியாக குறுந்தாடி, முழங்கால் வரை பூட்ஸ், குட்டையான கோட்டு அணிந்திருந்த ஆங்கிலேயப் பயிற்சியாளர் விரான்ஸ்கியை வணங்கி வரவேற்றார்.

'வணக்கம். ஃப்ரூ ஃப்ரூ' (குதிரையின் பெயர்) எப்படி உள்ளது?' என்றான் விரான்ஸ்கி ஆங்கிலத்தில்.

'குதிரை மிகவும் நன்றாக திடகாத்திரமாக உள்ளது. நீங்கள் இப்போது போக வேண்டாம். குதிரைக்கு வாய்க் கூடு மாட்டியிருக்கிறேன். மிகவும் பரபரப்பாக, படபடப்போடு உள்ளது' என்றார் பயிற்சியாளர்.

'இல்லை. நான் உள்ளே போகிறேன். நான் குதிரையைப் பார்த்தாக வேண்டும்.'

'சரி! எனக்குப் பின்னால் வாருங்கள்!' முகத்தைச் சுளித்தபடி, வாயைத் திறக்காமலேயே பேசினார் அந்தப் பயிற்சியாளர். தன் முழங்கைகளை

ஆட்டிக் கொண்டு அவர் முன்னால் நடந்தார். அந்த பெரிய கூடத்திற்குள் அவர்கள் நுழைந்தனர். சுத்தமான சட்டையணிந்த ஒரு சிறுவன் கையில் துடைப்பத்துடன் அங்கு நின்று கொண்டிருந்தான். அவர்களைக் கண்டதும் ஒதுங்கி நின்றான் அவன். இருவரும் முன்னே செல்ல அவர்களைப் பின் தொடர்ந்தான் சிறுவன். தனித்தனியாகத் தடுக்கப்பட்டு இருந்த குதிரை லாயத்தில் ஐந்து குதிரைகள் வரிசையாக நிறுத்தப்பட்டிருந்தன. விரான்ஸ்கியுடன் போட்டியிடுபவர்களில் முக்கியமானவரான மகோட்டினுடைய, 'கிளாடியேட்டர்' என்ற குதிரையும் அன்று அங்கு கொண்டுவரப்பட்டிருக்கும் என்று விரான்ஸ்கிக்குத் தெரியும். தன்னுடைய குதிரையைப் பார்ப்பதைவிட அந்தக் குதிரையை கிளாடியேட்டரைப் பார்க்கவே விரான்ஸ்கி அதிகம் விரும்பினான். ஆனால் குதிரைப் பந்தயத்திற்கு சில மரபுகள் உள்ளன. போட்டியில் கலந்து கொள்கிற குதிரைகளை போட்டியாளர்கள் பார்க்கக்கூடாது. அவற்றைப் பற்றிய எந்தத் தகவலையும் பந்தயக் களத்திலிருந்து பெறக்கூடாது என்பது பந்தயத்தின் மரபுகளில் ஒன்று. அவர் நடைபாதையில் போய்க் கொண்டிருந்த பொழுது இடது பக்கத்திலிருந்த இரண்டாவது லாயத்தை அந்த இளைஞன் திறந்தான். வெள்ளை நிறக் கால்களுடன் பெரிய சிவப்புக் குதிரை அங்கு தென்பட்டது. அது தான் போட்டியில் பங்கெடுக்கப் போகின்ற 'கிளாடியேட்டர்' என்ற குதிரை என்பதை விரான்ஸ்கி தெரிந்து கொண்டான். அடுத்தவருக்கு வந்த கடிதம் திறந்திருந்தாலும் அதைப் படிக்கக்கூடாது அல்லவா? அந்த உணர்ச்சியில் விரான்ஸ்கி முகத்தைத் திருப்பி அதைப் பார்க்காமல் தன் குதிரையான 'ஃப்ரூஃப்ரூ' இருக்கும் இடத்தை நோக்கிச் சென்றான்.

'இது தான் மாக்... மாக்... என்னால் அவருடைய பெயரைச் சொல்லவே முடியவில்லை' என்றான் அந்த ஆங்கிலேயப் பயிற்சியாளன் கிளாடியேட்டர் இருக்கும் லாயத்தைச் சுட்டிக் காட்டியபடி.

'மகோட்டினுடையதா...? ஆமாம்... அவன் தான் என்னுடைய முக்கியமான போட்டியாளன்'.

'நீங்கள் அவரோடு போட்டியிடுகிறீர்கள் என்றால் நான் உங்களுக்குப் பின் வருகின்றேன், உதவியாக' என்றான் பயிற்சியாளன்.

'ஃப்ரூ ஃப்ரூ நல்ல திடகாத்திரமான குதிரை, தைரியமான குதிரை தான். ஆனால் கிளாடியேட்டர் நல்ல சக்தியுள்ள, புயல் போன்ற குதிரையாகும்' என்றான் விரான்ஸ்கி.

'தடைகளைத் தாண்டும் குதிரைப் பந்தயத்தில் மிகவும் இன்றியாமையாதது தைரியமும், சமயோசித புத்தியும் ஆகும்' என்றான் ஆங்கிலப் பயிற்சியாளன்.

'என்னிடம் தைரியமும், துணிச்சலும் போதிய அளவில் இருக்கிறது. அத்துடன் உலகத்தில் வேறு எவரிடமும் இல்லாத அளவுக்கு புத்திசாலித்தனமும் உள்ளது.' என்று விரான்ஸ்கி தன்னம்பிக்கையுடன் தனக்குள் நினைத்துக் கொண்டான்.

'இதற்கு மேல்பயிற்சி தேவையில்லை என்று நினைக்கிறீர்களா? தேவையில்லை. தயவு செய்து உரக்கப் பேசாதீர்கள். குதிரைக்கு படபடப்பு அதிகரித்து விடும்' என்றான் பயிற்சியாளன். குதிரை லாயத்தின் கதவைத் திறந்தான்.

சிறிய சன்னல் மட்டுமே இருந்த கூண்டுக்குள் விரான்ஸ்கி நுழைந்தான். அங்கு அவனுடைய குதிரை நின்று கொண்டிருந்தது. கூண்டிலிருந்த மங்கலான வெளிச்சத்துக்கு தன்னைப் பழக்கப்படுத்திக் கொண்டு, அவன் தன்னுடைய குதிரையின் சிறப்பான அம்சங்களை ஒரே பார்வையில் மனதில் பதித்துக் கொண்டான்.

அது நடுத்தரமான அளவுள்ள குதிரை. மெலிவான உடல். மார்பு நன்றாக வளைந்திருந்தாலும் குறுகலாக இருந்தது. அதன் பிருஷ்டப் பகுதி அதிகமாகச் சிறுத்துச் சென்றது. கால்கள், குறிப்பாக பின்னங்கால்கள் உள்பக்கத்தில் வளைந்திருந்தன. முன்புறக் கால்களிலும், பின்புறக் கால்களிலும் சதை இல்லை. வயிற்றுப் பகுதி பெரிதாக இருந்தது. முன்புறத்திலிருந்து பார்த்த பொழுது குதிரையின் இணைப்பு எலும்புகள் உறுதியாக இருந்தன. அதன் குறைகள் முழுவதையும் நாம் மறப்பதற்கு ஒரு அம்சம் காரணமாக இருந்தது. அது உயர்சாதிக் குதிரை என்பதே அந்த அம்சம். 'இரத்தம் இனத்தைக் காட்டி விடும் என்பார்கள் ஆங்கிலேயர்கள்'. அதன் தசைகள் எலும்பைப் போல உறுதியாக இருந்தன. அதன் தோற்றம் வீரமாக ஆனால் மென்மையாக இருந்தது. அந்தக் குதிரையைப் பார்த்தால் அது நம்மோடு பேசக் கூடும் என்பது போல அதன் வாயின் அமைப்பு அமைந்திருந்தது.

குதிரையைப் பார்த்துக் கொண்டிருந்த பொழுது தன்னுடைய மனத்தில் தோன்றிய எண்ணங்களை, உணர்ச்சிகளை, அந்தக் குதிரை புரிந்து கொண்டது போல விரான்ஸ்கிக்குத் தோன்றியது.

அவன் உள்ளே நுழைந்ததும் குதிரை ஆழமாக மூச்சை இழுத்தது. அதன் கண்களில் இருந்த வெள்ளைப் பகுதி இரத்தச் சிவப்பாக மாறியது. வாய்க் கூட்டை ஆட்டிக் கொண்டு உடலின் எடையை பின் கால்களிலிருந்து முன் கால்களுக்கு மாற்றியது.

'பார்த்தீர்களா, குதிரை பயப்படுகிறது' என்றார் பயிற்சியாளர்.

'ஓ! டார்லிங்!' என்றபடி குதிரையை நோக்கிச் சென்றான் விரான்ஸ்கி.

ஆனால் அவன் நெருங்கிச் சென்ற அளவுக்கு குதிரையின் படபடப்பு அதிகரித்தது. பிறகு திடீரென்று அமைதியடைந்தது. அழகான தோலுக்குக் கீழே உள்ள தசைகள் துடித்தன. விரான்ஸ்கி அதன் வலிமையான கழுத்தைத் தடவிக் கொடுத்தான். கலைந்திருந்த தலை முடியைச் சரிப்படுத்தினான். விரிவடைந்திருந்த மூக்குத் துவாரங்களின் - அவை வௌவாலின் இறக்கையைப் போல மென்மையானவை - அருகில் தன் முகத்தைக் கொண்டு சென்றான். குதிரையின் மூக்குத் துவாரத்திலிருந்து மூச்சுக் காற்று உள்ளே செல்கின்ற மற்றும் வெளியில் வருகின்ற சப்தம் பலமாகக் கேட்டது. காதுகள் விடைத்தன. விரான்ஸ்கியின் சட்டை முனையைக் கடிக்க விரும்புவது போல குதிரை தலையை ஆட்டியது. வாய்க் கூட்டிற்குள் வாயைத் திறக்க முயன்றது.

'டார்லிங்! அமைதியாக இரு!' என்று சொல்லி விட்டு, அதன் பின்புறத்தில் தடவிக் கொடுத்தான் விரான்ஸ்கி. என்னுடைய குதிரை மிகவும் நல்ல நிலையில் உள்ளது என்று மனத் திருப்தியடைந்து, மகிழ்ச்சியடைந்தான் விரான்ஸ்கி.

குதிரையின் படபடப்பு அவனையும் பற்றிக் கொண்டது. இருதயத்தின் இரத்த ஓட்டமும் மிக வேகமாக இருந்தது போல் உணர்ந்து கொண்டான். குதிரையைப் போல அங்கும் இங்கும் ஓடவும், எதையாவது கடிக்க வேண்டும் என்றும் மனத்தில் தூண்டுதல்கள் தோன்றுவதையும் உணர்ந்தான். அச்சமும் மகிழ்ச்சியும் கலந்து அவனுடைய உள்ளம் திக்கு முக்காடியது.

'நல்லது. நான் உன்னை முழுமையாக நம்புகின்றேன். சரியாக ஆறரை மணிக்கு பந்தய மைதானத்துக்கு வந்து விடு!' என்றான் விரான்ஸ்கி.

'சரி' என்று பதிலளித்த பயிற்சியாளன், 'இப்பொழுது எங்கே போகிறீர்கள், என் எசமானரே!' என்று கேட்டான்.

இதற்கு முன்பு எவருமே அவனை 'எசமானரே' என்று விளித்ததில்லை. விரான்ஸ்கி தலையை உயர்த்தி, மிகவும் வியப்புடன், இது எப்படி நேர்ந்தது என்று அறிய அந்த ஆங்கிலேயனின் கண்களை மிக ஆழமாகப் பார்த்தான். அவனுடைய அந்த கேள்வியிலிருந்த துணிச்சலையும் பற்றிச் சிந்தித்தான். அவனுக்குத் தான் முதலாளியாக இல்லாமல், ஒரு சாதாரண குதிரை ஓட்டுநராகக் கருதியே விரான்ஸ்கி பதில் சொன்னான்:

'நான் இப்போது பிரியான்ஸ்கியைப் பார்க்கப் போகிறேன். ஆனால் இன்னும் ஒரு மணி நேரத்தில் நான் என் வீட்டில் இருப்பேன்' என்றான் விரான்ஸ்கி.

இப்பொழுது எங்கே செல்கிறீர்கள் என்னும் கேள்வியை அன்று பலரும், பலமுறை கேட்டு விட்டனர். இதை நினைத்த பொழுது விரான்ஸ்கி

மிகவும் கூச்சப்பட்டான். இது போன்ற கூச்சம் அவனிடத்தில் எப்போதாவது தான் ஏற்படும். அந்த ஆங்கிலேயனின் கேள்வியும் பார்வையும் கூட 'நீங்கள் எங்கே போகின்றீர்கள் என்று எனக்குத் தெரியும்' என்பது போலத் தான் இருந்தது.

'பந்தயத்துக்கு போவதற்கு முன்னால் மனம் அமைதியுடன் இருக்க வேண்டியது அவசியம். கோபப்படக் கூடாது. அமைதியை இழக்கக் கூடாது' என்றான் பயிற்சியாளன்.

'சரி!' என்ற விரான்ஸ்கி மெல்லச் சிரித்து விட்டு வேகமாக நடந்து போய் தன்னுடைய வண்டியில் ஏறிக்கொண்டான். கோச்சு வண்டியோட்டியிடம் 'பீட்டர்ஹாப்' செல்லும்படி உத்தரவிட்டான்.

அவன் சிறிது தூரம் போவதற்குள், காலையிலிருந்து பயமுறுத்திக் கொண்டிருந்த மேகக் கூட்டம் மழையைக் கொட்ட ஆரம்பித்தது. அவன் வண்டியின் மேற் கூரைக்கான மூடியை இழுத்து மூடினான்.

'முன்பு ஒரே புழுதியாக இருந்தது. இனிமேல் சேறாக இருக்கும்' என்று அலுத்துக் கொண்டான்.

கோச்சு வண்டியில் தனிமையில் உட்கார்ந்திருந்தான். திடீரென்று பையில் வைத்திருந்த கடிதங்கள் நினைவுக்கு வர, அம்மாவின் கடிதத்தையும், சகோதரனின் குறிப்பையும் எடுத்துப் படித்தான்.

ஆமாம், ஒரே விஷயத்தையே மறுபடியும், மறுபடியும் இருவரும் எழுதியிருந்தனர். அவனுடைய தனிப்பட்ட சொந்த விவகாரத்தில் தலையிடுகின்றனர். அவனுடைய அம்மாவும், சகோதரரும், மற்றவர்களும். அதை நினைத்து அவன் மிகவும் எரிச்சலடைந்தான். இது அவனிடத்தில் கோபத்தைத் தோற்றுவித்தது. அவன் எப்போதுமே கோபப்படுவதில்லை. அவன் கோபப்படுவது அபூர்வமே.

'நான் என்ன செய்தால் இவர்களுக்கு என்ன? என்னுடைய நடவடிக்கைகளை இவர்கள் ஏன் கண்காணிக்கிறார்கள்? என்னை ஏன் இவர்கள் இவ்வாறு உபத்திரவம் செய்கிறார்கள்? அவர்களால் இதைப் புரிந்து கொள்ள முடியவில்லை என்பதாலா? இது வெறும் வேடிக்கை அல்ல. விளையாட்டல்ல. இந்தப் பெண் எனது உயிரை விட மேலானவள். எனக்கு மிகவும் பிரியமானவள். ஒரு வேளை இதைப் புரிந்து கொண்டதால் தான் அவர்களால் பொறுத்துக் கொள்ள முடியாமல் தொல்லை செய்கிறார்களோ? எங்கள் விதி எப்படியானாலும் சரி, நாங்கள் ஒரு முடிவுக்கு வந்து விட்டோம். அதைப்பற்றி - அதனால் ஏற்படும் விளைவுகளைப் பற்றி நாங்கள் கவலைப்பட மாட்டோம்' என்று அவன் தனக்குத் தானே சொல்லிக் கொண்டான். அவன் - 'நாங்கள்' - என்ற வார்த்தையில்

தன்னையும் அன்னாவையும் இணைத்துக் கொண்டே சொன்னான். 'எப்படி வாழ வேண்டும் என்று எங்களுக்கு இவர்கள் சொல்லித் தர வேண்டாம். சந்தோஷம் என்றால் என்னவென்று இவர்களுக்குத் தெரியுமா? மகிழ்ச்சியோ, துன்பமோ எங்களுக்கு காதல் தான் முக்கியம். காதல் தான் எல்லாமும். காதல் இல்லாமல் எங்களுக்கு வாழ்க்கையும் இல்லை' என்று விரான்ஸ்கி தனக்குள் சொல்லிக் கொண்டான்.

அவர்களது கருத்து சரியானதே என்று தன்னுடைய இதயத்தின் ஆழத்தில் உணர்ந்த காரணத்தால் அவர்களுடைய தலையீட்டைப் பற்றி அவன் ஆத்திரப்பட்டான். அன்னாவும் தானும் கண நேர மோகத்தினால் இணைந்துவிடவில்லை. மேற்குடியினரின் சமூக வட்டங்களில் அப்படிப்பட்ட உறவுகள் ஏற்பட்டு - மகிழ்ச்சியான அல்லது துன்பம் தரும் நினைவுகளைத் தவிர - எத்தகைய சுவடும் இல்லாமல் மறைந்து விடுவதுண்டு. அன்னா மற்றும் தன்னுடைய சமூக அந்தஸ்தைப் பற்றி விரான்ஸ்கி வேதனையோடு சிந்தித்துப் பார்த்தான். சமூகத்தில் உள்ள அவர்களுடைய உயர்ந்த நிலையின் காரணமாகவே உலகம் அவர்களை உற்றுப் பார்க்கிறது. எனவே உலகத்தை ஏமாற்ற வேண்டும் என்று கருதியே தாங்கள் தங்களது காதலை உலகத்தின் கண்களுக்குத் தெரியாமல் மறைக்க முயலுகிறார்கள்; பொய் சொல்லுகிறார்கள்; ஏமாற்றுகிறார்கள்; அவர்களை மிகவும் வலிமையான உணர்ச்சி இணைத்திருப்பதால் காதலைத் தவிர மற்ற எல்லாவற்றையும் அவர்கள் மறந்து விட்டார்கள்.

விரான்ஸ்கி இயல்பாகவே பொய் சொல்ல மாட்டான். பிறரை ஏமாற்ற மாட்டான். ஆனால் அண்மைக் காலத்தில் அவன் பல தடவைகள் பொய் சொன்னான். மற்றவர்களை ஏமாற்றினான். தாங்கள் இப்படியெல்லாம் நடந்து கொள்ள வேண்டியிருக்கிறதேயென்று அன்னா மிகவும் வேதனைப்பட்டது அவனது நினைவுக்கு வந்தது. அன்னாவுடன் அவன் ஐக்கியமான அன்று முதல் ஒரு விசித்திரமான உணர்வு அவனிடத்து மேலோங்கி எழும். ஏதோ ஒன்றிடமிருந்து, தான் வலுக்கட்டாயமாகப் பிரிக்கப்பட்டு விட்டது போன்ற உணர்வுகள் மேலிட அவனிடம் கோபம் மிகுந்தது. அதனால் கரீனின் மீது, தன் மீது, ஏதாவொன்றின் மீது அல்லது இந்த உலகத்தின் மீது அவனுக்கு வெறுப்பு ஏற்பட்டது. அவன் தன்னை நிதானப்படுத்திக் கொண்டு அந்த விசித்திர உணர்வு தன்னை மீண்டும் தீண்டாமலிருக்க அதனை விரட்டியடிக்க அவன் எப்போதும் முயற்சி செய்து வந்தான். அதில் வெற்றியும் பெற்றான். ஏன் இப்போது கூட அந்த விசித்திர உணர்வுகள் அவனை அசைக்க முயற்சி செய்து கொண்டிருந்தன. அவன் தன் பழைய அனுபவங்களை மீண்டும் நினைவுக்கு கொண்டு வந்தான்:

அன்னா முன்பு மகிழ்ச்சியாக இல்லாவிட்டாலும், அமைதியாக, ஆணவம் மிக்கவளாக இருந்தாள். இப்போதும் அப்படியே இருப்பதாகத்

தோன்றினாலும் அந்த அமைதியும் கண்ணியமும் அவளிடமிருந்து மறைந்து விட்டன. இதற்கு ஒரு முடிவு கட்ட வேண்டும் என்று விரான்ஸ்கி நினைத்தான்.

இந்தப் பொய்மை அனைத்திற்கும் ஒரு முடிவு கட்ட வேண்டியது மிக அவசியம். அதுவும் மிக விரைவில் அதனைச் செய்ய வேண்டும். அது தான் நல்லது என்ற எண்ணம் முதல் முதலாக அவனுக்கு இப்போது தான் தோன்றியது. எல்லாவற்றையும் உதறி எறிந்து விட்டு, தாங்கள் இருவரும் மட்டும் தனியாக காதலே துணையாகக் கொண்டு எங்காவது மறைந்து வாழ்க்கை நடத்த வேண்டும் என்று அவன் தனக்குள் சொல்லிக் கொண்டான்.

அத்தியாயம் 22

மழை சீக்கிரத்தில் நின்று விட்டது. விரான்ஸ்கி வண்டியில் தன் இடத்திற்குப் போய் சேர்ந்த பொழுது வானத்தில் சூரியன் மறுபடியும் பிரகாசமாகத் தோன்றியிருந்தது. வீடுகளின் கூரைகளும், தோட்டங்களில் வளர்ந்திருந்த எலுமிச்சை மரங்களும் ஈரத்தில் மின்னிக் கொண்டிருந்தன. மரங்களின் கிளைகள், இலைகளிலிருந்தும், வீட்டின் கூரைகளிலிருந்தும் நீர்த்துளிகள் சொட்டு சொட்டாக உருண்டு தரையில் தெறித்து விழுந்து கொண்டிருந்தன. பந்தய மைதானம் மழையால் பாதிக்கப்பட்டிருக்குமே என்று அவன் கவலை கொள்ளவில்லை. மாறாக மழைக்கு அவன் நன்றி சொன்னான். மகிழ்ச்சியைத் தெரிவித்தான். மழையின் காரணமாக அவள் வீட்டில் தான் இருப்பாள். ஆரோக்கிய நிலையங்களுக்குச் சென்று விட்டு வெளிநாட்டிலிருந்து திரும்பியிருந்த கரீனின் பீட்டர்ஸ்பர்க் நகரத்திலிருந்து, கிராமப்புறத்திலிருந்தும் இந்தப் பண்ணை வீட்டிற்கு இன்னும் வரவில்லை. பீட்டர்ஸ்பர்க் வீட்டிலேயே தான் இருந்தார் என்பது விரான்ஸ்கிக்கு மிக நன்றாகத் தெரியும். எனவே அவள் தனியாகத்தான் இருப்பாள் என்று அவன் உறுதியாக நினைத்தான்.

மற்றவர்களது கவனத்தைக் கவராமல் இருப்பதற்காக அவன் வண்டியைத் தள்ளி நிறுத்திவிட்டு இறங்கி வீட்டை நோக்கி நடந்து சென்றான். அவன் வீட்டு வாயிலுக்குப் போகாமல் பக்கத்திலிருந்த பாதை வழியாக தோட்டத்துக்குள் சென்றான்.

'உன் எசமானர் திரும்பி விட்டாரா?' என்று தோட்டக்காரனைப் பார்த்துக் கேட்டான்.

'இல்லை, ஐயா! எசமானியம்மா வீட்டில் இருக்கிறார்கள். முன்பக்கம் சென்று அழைப்பு மணியை அடித்தால் வேலைக்காரர்கள் வந்து கதவைத் திறப்பார்கள்' என்றான்.

'நான் தோட்டத்தின் வழியாகப் போகிறேன்'.

அவன் அன்று வருவதாக அன்னாவிடம் தெரிவிக்கவில்லை. குதிரைப் பந்தயம் முடிந்த பின்பு ஒரு வேளை அவன் வரக்கூடும் என்று அவள் கருதியிருப்பாள். எனவே திடீரென்று அவளுக்கு வியப்பைத் தர விரும்பினான். மலர் செடிகளுக்கு நடுவில் அமைக்கப்பட்டிருந்த சிறிய பாதை வழியாக அவன் நடந்தான். தன்னுடைய நிலை எவ்வளவு துன்பகரமாக இருக்கிறது என்று வண்டியில் வந்து கொண்டிருக்கும் போது அவன் நினைத்தான். ஆனால் இப்பொழுது அந்த எண்ணங்களை முற்றிலும் மறந்து விட்டான். அன்னாவைக் கற்பனையில் பார்க்காமல், இதோ இப்போது யதார்த்தத்தில், நேரில் பார்க்கப்போவதை நினைத்து அவன் மகிழ்ச்சி அடைந்தான். அவன் வீட்டுப்படிகளில் ஓசையின்றி ஏறிக் கொண்டிருந்த பொழுது எப்பொழுதும் அவன் மறந்து விடுகின்ற அன்னாவுடனான உறவுகளில் அவனுக்கு மிகவும் வேதனையைத் தருகின்ற ஒரு விஷயத்தை, அதாவது அன்னாவின் மகனை, அவனுடைய விநோதமான பார்வையை அவன் நினைத்துக் கொண்டான்.

அவர்களுடைய உறவுகளுக்கு மற்றவர்களைக் காட்டிலும் அந்தச் சிறுவன் உபத்திரவமாக இருந்தான். அவன் இருக்கும் பொழுது அன்னாவும், விரான்ஸ்கியும் பொதுப்படையாகத்தான் பேசுவார்கள். அவன் புரிந்து கொள்ள முடியாத விஷயங்களைப் பற்றிக் கூட ஜாடையாகத் தான் பேசுவார்கள். இதனை அவர்கள் திட்டமிட்டு முடிவு செய்யவில்லை. அது தானாகவே நிகழ்ந்து கொண்டு விட்டது. அந்தச் சிறுவனுக்கு முன்னால் அவர்கள் நண்பர்களைப் போலவே பேசினார்கள். ஆனால் அவன் எப்பொழுதுமே விரான்ஸ்கியைக் குழப்பத்துடன் தான் பார்த்தான். அவன் சில சமயங்களில் அச்சத்துடனும் சில சமயங்களில் சங்கோஜத்துடனும் தான் விரான்ஸ்கியுடன் பழகினான். இந்த மனிதருக்கும், தன்னுடைய தாய்க்கும் இடையில் தனக்குப் புரியாத ஏதோ ஒரு முக்கியமான உறவு இருப்பதாக அந்தச் சிறுவன் உணர்ந்திருப்பதைப் போலத் தோன்றியது. அந்த உறவைப் புரிந்து கொள்வதற்கு அந்தச் சிறுவன் முயற்சி செய்தான். தன்னுடைய தந்தை, செவிலிப் பெண், ஆசிரியை ஆகியோர் விரான்ஸ்கியைப் பற்றி எதுவும் பேசாவிட்டாலும் கூட அவனை அச்சத்துடனும், அருவருப்புடனும் தான் பார்த்தார்கள். ஆனால் தன்னுடைய தாய், அந்த மனிதரைச் சிறந்த நண்பராகத் தான் கருதுகிறாள் என்று அந்தச் சிறுவன் புரிந்து கொண்டான்.

'அவர் யார்? நான் அவருடன் பழகலாமா? இதனை என்னால் புரிந்து கொள்ள முடியவில்லை. இதனைப் புரிந்து கொள்ள முடியாதது என்னுடைய தவறு தான். நான் ஒரு முட்டாள் பையன் என்பதாலா? கெட்ட பையன் என்பதாலா?' என்று அந்தச் சிறுவன் தன்னைப் பற்றி சில

சமயம் நினைத்துக் கொள்வான். எனவே அந்தச் சிறுவன் கேள்விக் குறியோடு தான் விரான்ஸ்கியைப் பார்த்தான். வெறுப்புடனும், விரோத மனப்பான்மையுடனும், வெட்கத்துடனும், ஆவேசத்துடனும் பார்த்தான். சமீப காலமாக விரான்ஸ்கி, அந்தச் சிறுவன் தனக்கு ரொம்ப தொந்தரவாக இருப்பதாக உணர்ந்தான். எனவே அந்தச் சிறுவனை அவன் வெறுத்தான்.

கப்பலில் போய்க் கொண்டிருந்த மாலுமி தவறான திசையில் போய்க் கொண்டிருப்பதை காம்பஸ் காட்டுகிறது. ஆனால் மாலுமியினால் திசையை மாற்ற முடியவில்லை. திசை மாறிவிட்டதை ஒப்புக் கொண்டால் தனது இந்தப் பயணம் ஆபத்தான பயணம் என்பதையும் ஒப்புக்கொள்ள வேண்டும். உலகத்தைப் பற்றி தெரியாத அந்தச் சிறுவன் காம்பஸ் கருவியாக இருந்தான். அன்னாவும், விரான்ஸ்கியும் தவறான திசையில் தாங்கள் பயணம் செய்வதை உணர்ந்தார்கள். ஆனால் சரியான திசையில் பயணத்தைத் திருப்ப அவர்கள் முன் வரவில்லை.

அன்று செரேஷா வீட்டில் இல்லை அவன் வெளியில் சென்ற பிறகு மழை பெய்ய ஆரம்பித்து விட்டது. அவன் திரும்பி வருவதை எதிர்பார்த்துக் காத்துக் கொண்டிருந்தாள் அன்னா. ஒரு வேலைக்காரனையும் பணிப் பெண்ணையும் அவனைப் பார்த்துக் கூட்டிக் கொண்டு வருவதற்காக அன்னா வெளியில் அனுப்பியிருந்தாள். அவர்கள் வரும் வழியை பார்த்துக் கொண்டிருந்ததால் தனக்குப் பின்னால் ஓசையின்றி வந்த விரான்ஸ்கியை அவள் கவனிக்கவில்லை. அவள் அறை மூலையில் உயரமான, கலையம்சத்துடன் வடிவமைக்கப்பட்டிருந்த தூணில் அமைக்கப்பட்டிருந்த சிலை வடிவான நீருற்றுடன் இணைந்த குழாயில் தன் முகத்தையும், கழுத்து மற்றும் கரங்களைக் கழுவிக் கொண்டிருப்பதைக் கவனித்தான் விரான்ஸ்கி. அவளது வழுவழுப்பான கழுத்தும், தோளும், கரங்களும் மிகவும் அழகாகக் காட்சி தந்தன. ஒவ்வொரு முறை பார்க்கும் போதும் புத்தழகுடன் தோன்றுவாள் அன்னா. அது அவனை ஒவ்வொரு முறையும் வியப்பிலாழ்த்தும். அவளை நெருங்கியபோது அவனது உள்ளத்தில் மிகுந்த குதூகலம் ஏற்பட்டது. அப்போது அவன் தன்னைச் சமீபித்து இருப்பதை அவள் உணர்ந்து கொண்டாற் போல தோன்றியது. சட்டென்று திரும்பிய அவள் தன் எதிரே அவனைக் கண்டு வியந்து போனாள்.

'என்ன? உனக்கு உடல் நலமில்லையா?' என்று விரான்ஸ்கி பிரெஞ்சு மொழியில் அவளைப் பார்த்துக் கேட்டான். அவள் மேல் பாய்ந்து விட துடித்தான் அவன். ஆனால் மற்றவர்கள் மிக அருகில் இருப்பார்கள் என்பதை நினைவில் கொண்டு தன் ஆவலைத் தடுத்துக் கொண்டான்.

'நான் மிக நன்றாக இருக்கின்றேன்' என்று சொல்லிய அவள் தன்னை நோக்கி நீண்டிருந்த அவனது கரத்தைப் பிடித்து மெல்ல அழுத்தினாள். 'நான் உங்களை எதிர்பார்க்கவில்லை.'

‘அடக் கடவுளே! உன்னுடைய கரங்கள் ஏன் இவ்வளவு குளிர்ச்சியாக இருக்கின்றன!’ என்றான் விரான்ஸ்கி.

‘திடீரென்று எதிரில் வந்து நீங்கள் என்னை மிகவும் பயமுறுத்தி விட்டீர்கள்’ என்றாள் அன்னா. ‘நான் தனிமையில் இருக்கின்றேன். செரேஷா வெளியில் போயிருக்கிறான். மழை பெய்ததால் அவனைத் தேடி அழைத்து வர பணியாட்களை அனுப்பியிருக்கிறேன். அவர்கள் இந்த வழியில் வருவார்கள் என்று அவர்களை எதிர்பார்த்துத் தான் காத்திருக்கின்றேன்’ என்றாள் அன்னா. அவள் அமைதியாக இருக்க முயற்சி செய்தாலும் அவளுடைய உதடுகள் நடுங்கின.

‘திடீரென்று இங்கு வந்ததற்காக என்னை மன்னித்து விடு. உன்னைப் பார்க்காமல் இந்த நாளைக் கழிக்க எனக்கு விருப்பமில்லை’. என்று அவன் மீண்டும் பிரெஞ்சு மொழியிலேயே சொன்னான். அவன் எப்போதுமே அவளிடம் பிரெஞ்சு மொழியில் தான் பேசி வந்தான்.

‘ஏன் மன்னிக்க வேண்டும். உங்களைப் பார்த்ததில் எனக்கும் மகிழ்ச்சிதான்’.

‘இல்லையே உன் தோற்றம் கண்டு உனக்கு உடல் நிலை சரியில்லையோ என்று நினைத்தேன். வேறென்ன சிந்தனையில் இருந்தாய்?’

‘எப்போதும் ஒரே ஒரு விஷயத்தைப் பற்றித் தான் நினைத்துக் கொண்டிருக்கிறேன்’. என்று சிரித்தபடியே அவள் சொன்னாள்.

அன்னா உண்மையையே சொன்னாள். எப்போதும், எந்தக் கணத்திலும் அவள் இதே சிந்தனையில் தான் இருந்தாள். எப்போது கேட்டாலும் அவள் தவறாமல் இதையே தான் சொன்னாள். ‘என்னுடைய சந்தோஷங்களைப் பற்றியும், என்னுடைய துன்பங்களைப் பற்றியும் தான் சிந்தித்துக் கொண்டிருக்கிறேன். மற்றவர்களுக்கெல்லாம் இது ரொம்ப சுலபமாக இருக்கிறது. மற்றவர்கள் என்ன, பெட்ஸியை எடுத்துக் கொள்ளுங்கள். அவள் டுஷ்கேவிச்சுடன் இரகசிய உறவுகள் வைத்திருப்பது அன்னாவுக்கு மிக நன்றாகத் தெரியும். அவளுக்கும் கூட இது எளிதாகவே உள்ளது. ஆனால் தனக்கோ இது மிகவும் சித்ரவதை செய்யும் வேதனையாக உள்ளது. ஏதோ சில காரணங்களால் இன்று அவள் அதைப் பற்றி நினைத்து மிகுந்த மன வேதனைப்பட்டுக் கொண்டிருந்தாள். அவள் குதிரைப் பந்தயங்களைப் பற்றி அவனிடம் விசாரித்தாள். விரான்ஸ்கி அவளுக்குப் பதில் சொன்னான். அவள் மிகவும் சஞ்சலமடைந்து போயிருப்பதைக் கவனித்த அவன் அவளது கவனத்தை மாற்ற விரும்பி குதிரை ஓட்டப் பந்தயம் குறித்து விரிவாக அவளிடம் பேசினான்.

‘இவரிடம் சொல்லலாமா? அல்லது வேண்டாமா?’ என்று நினைத்த அவள், மிக அமைதியாக அவனது முகத்தை அவனது அமைதியான

கொஞ்சும் கண்களை நேரடியாக உற்று நோக்கினாள். 'இப்போது அவர் மிகுந்த மகிழ்ச்சியுடனும், பந்தயம் பற்றிய ஆர்வங்களுடனும் இருக்கிறார். இந்த நேரத்தில் இவரால் இதனைச் சரியாக புரிந்து கொள்ள முடியாது. நான் சொல்லப் போகின்ற செய்தி எங்கள் இருவருக்குமே எவ்வளவு முக்கியமான செய்தி என்பதை இவரால் இப்போது புரிந்து கொள்ள முடியாது' என்று அன்னா நினைத்தாள்.

'நான் உள்ளே வரும் போது நீ என்ன சிந்தனையில் இருந்தாய் என்று சொல்லவில்லையே, நீ!'

அவள் பதில் ஒன்றும் சொல்லவில்லை. தலையை குனிந்து கொண்டாள். நீண்ட கண் இமைகளுக்குள் அவளுடைய கண்கள் பிரகாசித்தன. பூச்செடியிலிருந்து கிள்ளிய இலையைக் கையில் வைத்துக்கொண்டு விளையாடிக் கொண்டிருந்தாள். திடீரென்று அவளது கரங்கள் நடுங்கின. அதை அவன் கவனித்தான். உடனேயே அவளது, பணிவுள்ள ஓர் அடிமையைப் போல தன்னுடைய முக பாவத்தை மாற்றிக்கொண்டு அவளது கட்டளைக்கு காத்திருப்பது போல, அவளைப் பார்த்தான் விரான்ஸ்கி. இது அவனிடத்தில் சட்டென்று ஒரு மாற்றத்தை ஏற்படுத்தும் என்று அவன் நம்பினான்.

'நீ மனவேதனையில் இருக்கிறாய். அதன் காரணத்தை சொல்ல மறுக்கிறாய். தயவு செய்து என்னிடம் சொல். நானும் உன்னோடு உன் வேதனையைப் பகிர்ந்து கொள்கிறேன். தயவு செய்து சொல். கடவுளின் நிமித்தம் கேட்கிறேன், சொல்' என்றான் விரான்ஸ்கி.

'சொல்லலாம். ஆனால் அதன் முக்கியத்துவத்தை அவர் உணர்ந்து கொள்ளாவிட்டால், அவரை நான் மன்னிக்க முடியாது. இதை விட சொல்லாமல் இருப்பதே நல்லது' என்று நினைத்த அவள் அவனது கண்களையே ஆழமாகப் பார்த்தாள். அவளுடைய கரங்கள் அந்த இலையை வைத்து ஆட்டிக் கொண்டிருந்தன. அவள் கைகள் மீண்டும் நடுங்கத் துவங்கின.

'கடவுளின் நிமித்தம் கேட்கிறேன் சொல்!' என்று மறுபடியும் சொன்ன அவன் அவளது கரத்தைத் தன் கையில் எடுத்துக் கொண்டான்.

'சொல்லவா?'

'ஆமாம், ஆமாம், ஆமாம்'

'நான் கருவுற்றிருக்கிறேன்' அவள் மென்மையாக, மெதுவாகச் சொன்னாள்.

அவளது கரத்திலிருந்த அந்த இலை மிகவும் வேகமாக ஆடியது. அவளது கரங்கள் அதிகமாக நடுங்கத் தொடங்கின. அவளுடைய கண்கள்,

அவனது கண்களை விட்டு கொஞ்சமும் அகல மறுத்தன. அவள் இந்த விஷயத்தை அவன் எவ்வாறு எடுத்துக் கொள்கிறான் என்பதைக் கவனிக்க விரும்பினாள். அவன் முகம் வெளுத்துப் போனது. எதையோ அவன் சொல்ல முயன்றான். ஆனால் முடியவில்லை. அவனது தொண்டை அடைத்துக் கொண்டது. பற்றிய அவளது கரத்தை, அவனது கை விட்டு விட்டது. அவன் தலை தாழ்ந்து போனது.

‘ஆமாம், அவர் புரிந்து கொண்டு விட்டார். எனது நிலையின், நான் கூறிய விஷயத்தின் முக்கியத்துவத்தை அவர் புரிந்து கொண்டு விட்டார்’ என்று நினைத்த அவள், நன்றியுடன் அவனது கரத்தைப் பற்றி அமுத்தினாள். அவள் தவறாக எண்ணி விட்டாள். ஒரு பெண் என்ற முறையில் அவள் அதனைப் புரிந்து கொண்டதைப் போல அவன் புரிந்து கொள்ளவில்லை என்பது அவளுக்குத் தெரியவில்லை. தன்னைப் போலவே, தனது இந்த நிலையை - அவன் புரிந்து கொண்டு விட்டான் என்று அவள் நினைத்தாள்.

அவன் திடீரென்று வெறுப்படைந்தான். பத்து மடங்கு வெறுப்பு. யார் மீது? அவனுக்குத் தெரியாது. தான் எதிர்பார்த்துக் கொண்டிருந்த இந்த நெருக்கடியான ஒரு நிலை இதோ இப்போது வந்து விட்டது. இனிமேல் அவளது கணவனிடம் ரொம்ப நாளைக்கு மறைக்க முடியாது. இந்த நெருக்கடியை எப்படியாவது சீக்கிரமாக ஒரு முடிவுக்குக் கொண்டு வர வேண்டும். இல்லாவிட்டால் அவளிடத்தில் உடல் அளவில் ஏற்படும் மாற்றம் தானாகவே அவளது கணவனுக்கு விஷயத்தைத் தெரிவித்து விடும். உணர்ச்சி ததும்ப அவன் அன்னாவைப் பார்த்தான். அவளது கரத்தை மிகவும் காதலுடன் பற்றி முத்தமிட்டான். பின் எழுந்து நின்று ஒன்றுமே பேசாமல் முன்னும் பின்னுமாக அந்த வராந்தாவில் நடக்க ஆரம்பித்தான்.

‘நானோ, நீயோ இருவருமே கூட நமது உணர்வுகளின் ஐக்கியத்தை, நமது சங்கமத்தை, நமது உறவை, பொழுது போக்கான ஒன்றாக நினைத்ததில்லை. ஆனால் இப்போது நமது விதி நிர்ணயிக்கப்பட்டு விட்டது. இந்த பொய்யான வாழ்க்கைக்கு நாம் இப்போது உடனே ஒரு முடிவு கட்ட வேண்டும்’ என்றான் விரான்ஸ்கி.

‘இதற்கு முடிவு? எப்படி நாம் இதற்கு முடிவு கட்டுவது, சொல்லுங்கள், அலெக்ஸிஸ்!’ என்று மென்மையாக கேட்டாள் அன்னா. அன்னா இப்போது சற்று மன அமைதி அடைந்திருந்தாள். மென்மையாகப் புன்னகை புரிந்தாள்.

‘நீ உன்னுடைய கணவரிடமிருந்து பிரிந்து வர வேண்டும். நம் உயிர்கள் ஒன்றாக இணைய வேண்டும்.’

‘அவை தான் ஏற்கனவே இணைந்து விட்டனவே’ என்று மிக மெல்லிய குரலில் சொன்னாள் அன்னா.

'ஆமாம், ஆனால் முழுமையாக இணைய வேண்டும்.'

'ஆனால் எப்படி அலெக்ஸிஸ், எனக்குச் சொல்லிக் கொடுங்கள், எப்படி?' தன்னுடைய நிலையிலிருந்து மாற முடியாத ஒரு அவலமான நிலையில் நின்றபடி மிகவும் பரிதாபமான குரலில் கேட்டாள் அன்னா. 'நான் கரீனினுடைய மனைவி என்ற நிலையிலிருந்து தப்பிக்க முடியுமா?

'எல்லாவற்றுக்கும் ஒரு வழி உண்டு. உன்னுடைய இன்றைய நிலைக்கு, வேறு எந்த நிலையுமே உயர்வானது தான். இந்தச் சமூகமும், மகன், கணவர் ஆகிய எல்லாருமே உன்னை துன்புறுத்துவது எனக்கு தெரியாதா?'

'என் கணவர் என்னைத் துன்புறுத்தவில்லை. எனக்கு அவரைத் தெரியாது. நான் அவரைப் பற்றி நினைப்பதில்லை. அப்படி ஒருவர் எனக்குக் கிடையாது'.

'நீ மனப்பூர்வமாகப் பேசவில்லை. உண்மையைச் சொல். அவரும் கூட உன்னைத் துன்புறுத்துவது எனக்குத் தெரியும்.'

'ஆனால் அவருக்கு நம் உறவைப் பற்றித் தெரியாது.' திடீரென்று அவள் முகம் சிவந்தது. கன்னங்கள், கழுத்து, நெற்றி ஆகியவை அதிகச் சிவப்பாக மாறின. அவள் அவமான உணர்ச்சியினால் அழுதாள்.

'அவரைப் பற்றி பேச வேண்டாம்' என்றாள்.

அத்தியாயம் 23

விரான்ஸ்கி அவளுடைய நிலை பற்றி அவளிடம் விவாதிப்பதற்கு இதற்கு முன்பு சில தடவைகள் முயற்சி செய்ததுண்டு. இப்பொழுது தான் திட்டவட்டமாக அவளுடன் அவனால் பேச முடிந்தது. ஆனால் அவள் எப்பொழுதும் மேலோட்டமாகவே, தன்னைப் பற்றிச் சிறிது அக்கறையில்லாதவள் போல் தான் பேசுவாள். எந்தக் கேள்விக்கும் அதன் தீவிரத்தை அலட்சியம் செய்து விட்டு மிகச் சாதாரணமாகப் பதில் சொல்வாள். ஏதோ சில விஷயங்களில் தனக்குத் தெளிவு இல்லாதது போலவும் - தெளிவுபடுத்திக் கொள்ள தான் விரும்பாதது போலவும் - பேசுவாள். இந்த விஷயங்களைப் பேசத் தொடங்கும் போது உண்மையான அன்னா மறைந்து போய்விடுகின்றாள். அதற்குப் பதிலாக புதிய பெண் அங்கு இருப்பதைப் போல அவன் உணர்ந்தான். அந்தப் புதிய பெண்ணைப் பிடிக்கவில்லை. அந்தப் புதியவள் அவனை எதிர்த்தாள். ஆனால் இன்று அவளுடன் பேசிவிடுவது என்று முடிவு செய்தான்.

விரான்ஸ்கி தன்னுடைய வழக்கமான பாணியில் திடமான தொனியில், மிக அமைதியான குரலில் பேசத் தொடங்கினான்:

'அவருக்குத் தெரியுமோ அல்லது தெரியாதோ அதைப்பற்றி நமக்குக் கவலை இல்லை... நம்மால்... உன்னால் முன்பு இருந்தது போலவே இனியும் இருக்க முடியாது... விசேஷமாக இப்போது உனக்கு ஏற்பட்டிருக்கும் - கர்ப்பிணியாக நீ இருக்கும் - இந்த நிலையில் - முன்பு இருந்தது போலவே அலட்சியமாக நீ இருந்து விடவே முடியாது.'

'நான் என்ன செய்ய வேண்டும், சொல்லுங்கள்' என்று ஏளனம் செய்யும் தொனியில் அவள் கேட்டாள். தான் கருவுற்றிருக்கும் விஷயத்தை மிக அலட்சியமாகக் கருதிவிடுவானோ என்று முன்பு பயந்தாள். ஆனால் இப்போது தான் கருவுற்றிருக்கும் அந்த விஷயத்தை வைத்தே உடனடியாக எதையாவது செய்ய வேண்டும் என்று தன்னை அவன் நிர்ப்பந்தம் செய்வானோ என்று அவள் கவலைப்பட்டாள்.

'அவரிடம் எல்லாவற்றையும் சொல்லிவிடு, பின்பு அவரைப் பிரிந்து வந்து விடு.'

'நல்லது. நான் எல்லாவற்றையும் அவரிடம் சொல்கிறேன் என்றே வைத்துக் கொள்ளுங்கள். இதனால் என்ன விளைவுகள் ஏற்படும் என்பதைச் சற்று சிந்தித்துப் பாருங்கள். அதை என்னால் ஊகித்துச் சொல்ல முடியும். நான் இதைச் சொன்னவுடனேயே அவர் இப்படித்தான் சொல்லுவார். என்று தன் கணவனைப் போல பாவனை செய்து கொண்டு அவள் பேசினாள்: 'ஆ. நீ இன்னொருவனைக் காதலித்து அவனுடன் கள்ள உறவு கொண்டு சோரம் போய்விட்டாய்... கள்ள உறவு என்ற வார்த்தையை கரீனின் எவ்வாறு அழுத்திச் சொல்வாரோ அந்த மாதிரியே அவளும் அழுத்தம் திருத்தமாகச் சொன்னாள். உன்னுடைய தவறான போக்குகளால் ஏற்படும் விளைவுகளைப் பற்றி நான் உன்னை ஏற்கனவே எச்சரித்திருக்கின்றேன். ஆனால் நீ எதையும் கேட்கவில்லை. நமது குடும்பத்தின் பாரம்பரியமான பெருமைகள், நமது மத நம்பிக்கைகள், கோட்பாடுகள், சமூகத்தில் நமக்கு... நமது குடும்பத்திற்கு உள்ள கௌரவம், மதிப்பு, மரியாதை அனைத்தையும் தூக்கி எறிந்து விட்டாய். இப்போது நீ இங்கிருந்து வெளியேறுவதன் மூலம் எல்லாவற்றையும் ஊருக்கும், உலகத்திற்கும், சமூகத்தின் அனைத்து மக்களுக்கும் உன் கேவலமான செயல்களை வெளிப்படுத்துகின்றாய். உனது இந்தச் செயலினால் என்னுடைய மதிப்பும், பெயரும், மரியாதையும், கௌரவமும், பாரம்பரியமிக்க எனது குடும்பத்தின் கௌரவமும், பெருமைகளும் நாசப்படுத்தப்பட்டுப் புழுதியில் வீசப்படும்... முடியாது... இதை என்னால் அனுமதிக்க முடியாது. என்னை விட்டுப் பிரிந்து செல்ல... இந்த வீட்டை விட்டு நீ வெளியேற நான் ஒரு போதும் அனுமதிக்க மாட்டேன்... என் பெயருக்கு களங்கம் ஏற்பட ஒரு போதும் நான் அனுமதிக்க மாட்டேன்...

இந்த விஷயங்கள் வெளியே தெரியாமல் பரவாமல் தடுக்க என்னால் முடிந்த அத்தனை முயற்சிகளையும் மேற்கொள்வேன்...' 'என்னுடைய பெயர், என்னுடைய மகன்...' என்று அவர் குறிப்பிடுவார் என்று அவள் எண்ணவில்லை. தன்னுடைய மகனைப் பற்றி அவர் கவலைப்பட்டதாகத் தெரியவில்லை. அவருடைய கவலையெல்லாம்- என்னுடைய பெயருக்கு களங்கம் ஏற்பட ஒரு போதும் நான் அனுமதிக்க மாட்டேன் என்று தன்னுடைய பெயரைப் பற்றியும், புகழைப் பற்றியும், கௌரவத்தைப் பற்றியும் மட்டும் தான் இருக்கும் என்பதைப் புரிந்து கொள்ள வேண்டும். சுருக்கமாகச் சொன்னால், மிகத் தெளிவாகவும், திட்டவட்டமாகவும், தன்னுடைய அரசாங்கப் பதவியின் ஆணவத்துடனும் அவர் மிகவும் கண்டிப்பாகக் கூறிவிடுவார். ஒருக்காலும் என்னை வீட்டை விட்டு வெளியேற அவர் அனுமதிக்க மாட்டார். இந்த விஷயங்கள் வெளியே பரவிவிடாதபடி தடுக்க உரிய நடவடிக்கைகளை அவர் மேற்கொள்ளுவார். அதைப் பரபரப்பு இல்லாமல் துல்லியமாகச் செய்வார். அவர் ஒரு மனிதர் அல்ல. அவர் ஒரு இயந்திரம். கோபம் வந்து விட்டால் மிகவும் மோசமான, கொஞ்சம் கூட இரக்கமில்லாத இயந்திரம்...' என்றாள் அன்னா. அவள் தொடர்ந்து கரீனினுடைய குணங்களைப் படம் பிடித்ததாற் போல விவரித்துச் சொன்னாள். அவரைப் பற்றிய ஒவ்வொரு சிறிய விஷயத்தையும் விட்டு விடாமல் அவள் சொன்னாள். அவரது உருவம், அவர் பேசும் முறைகள், அவருக்குள் அவள் கண்ட அவரது தீய எண்ணங்கள், செயல்கள் அனைத்தையும் பற்றி அவள் சொன்னாள். அவரை மன்னிப்பதற்கான எந்த ஒரு நற்செயலும் அவரிடத்தில் இல்லை என்றும், மனம் முழுவதுமே தீயசெயல்களும், தீய எண்ணங்களும் கொண்ட மனிதர் அவர் என்று அவள் சொன்னாள்.

'ஆனால் அன்னா' என்று அவளைச் சமாதானப்படுத்தும் நோக்குடன் அன்பாகவும், ஆதரவாகவும் அழைத்தான் விரான்ஸ்கி. 'எப்படியிருந்தாலும் விஷயத்தை அவரிடம் சொல்லத்தான் வேண்டும். ஏனென்றால் அவரது அணுகுமுறையைப் பொறுத்துதான் அடுத்த நடவடிக்கையை நாம் முடிவு செய்ய முடியும்'.

'அடுத்த நடவடிக்கை என்ன...? நாம் ஓடிப் போவதா?'

'ஏன் கூடாது? இப்படியே நீடிக்க முடியுமா? எனக்காக நீ ஏன் கஷ்டப்படவேண்டும்?'

'ஆமாம், ஓடிப்போகலாம். உங்களுடைய ஆசை நாயகியாக வாழ்க்கை வாழலாம்' என்று வெறுப்புடன் சொன்னாள் அன்னா. 'அன்னா' என்று முணுமுணுத்தபடி, மென்மையாக அவளை அணுகி அவளைச் சமாதானப்படுத்த முயன்றான்.

'ஆமாம். உங்களுடைய ஆசை நாயகியாகவே இருந்து என்னிடம் இன்னும் உள்ள எல்லாவற்றையுமே நான் அழித்து நாசப்படுத்திக் கொள்ள வேண்டியது தான்...'

அவள் மறுபடியும் 'என் மகன்' என்று ஏதோ சொல்ல வந்தாள். ஆனால் அதன்பின் அவளால் அந்த வார்த்தையைச் சொல்ல முடியவில்லை.

விரான்ஸ்கிக்கு ஒன்றுமே விளங்கவில்லை. மன உறுதி படைத்த, தெளிவான, நேர்மையான குணம் கொண்ட அவள் இது போன்ற ஒரு மோசமான வாழ்க்கையிலிருந்து தப்ப விரும்பாமல் தவிப்பது ஏன் என்று அவனுக்கு விளங்கவில்லை. அவளது தயக்கங்களுக்கும் வேதனைகளுக்கும் தடுமாற்றங்களுக்கும் அவளது மகன் தான் காரணமாக இருந்தான் என்று விரான்ஸ்கி ஊகித்தான்.

தந்தையைப் பிரிந்து சென்று விட்ட தாயுடன், மகனுடைய உறவுகள் எதிர்காலத்தில் எப்படி இருக்கும் என்பதை அவள் நினைத்த போது அவள் மிகவும் வேதனைப்பட்டாள். தன் செயலுக்காக தன்னை நொந்து கொண்டாள். தன்னுடைய மகனைப் பாதுகாப்பதற்காகத் தனது பழைய நிலையிலேயே இருக்க அவள் விரும்பினாள். அதற்காக அவள் போலியான காரணங்களையும், பொய்யான வாதங்களையும் தயாரித்தாள்.

'நான் உங்களிடம் கெஞ்சுகிறேன், மன்றாடுகிறேன். அதைப் பற்றி ஒரு போதும் என்னிடம் பேசாதீர்கள்' என்று விரான்ஸ்கியின் கையைப் பிடித்துக் கொண்டு கூறினாள்.

'ஆனால் அன்னா...'

'மாட்டேன். இந்த நிலையில் எனக்கேற்படக் கூடிய கேவலம், அவமதிப்பை நான் அறிவேன். நீங்கள் சொல்லும் ஆலோசனை மிகவும் சுலபமானது. ஆனால் அதற்கு நான் உடன்பட முடியாது. ஆனால் நீங்கள் நினைப்பது போல் இந்த விஷயத்திற்கு அவ்வளவு எளிதாக தீர்வு கிடைத்து விடாது. அதை என்னிடம் விட்டு விடுங்கள். நான் சொல்வதைக் கேளுங்கள். இனிமேல் அதைப் பற்றி என்னிடம் பேச வேண்டாம். பேசமாட்டேன் என்று எனக்கு வாக்குக் கொடுங்கள்...'

'நான் உனக்கு வாக்குறுதி அளிக்கின்றேன். ஆனால் இனி நான் மன அமைதியுடன் இருக்க முடியாது. நீ இந்த விஷயத்தைச் சொன்ன பின்பு எப்படி அமைதியாக இருக்க முடியும். நீ மன அமைதியற்று இருக்கும் போது நான் மட்டும் எப்படி மன அமைதியுடன் இருப்பேன்.'

'ஆமாம். நான் சில நேரங்களில் மிகவும் துன்பப்படத்தான் செய்கிறேன். ஆனால் அது கடந்து சென்று விடும். ஆனால் நீங்கள் இது போன்று

என்னிடம் பேச வேண்டாம். நீங்கள் அவ்வாறு பேசும் போது தான் நான் துன்பமடைகிறேன்.'

'எனக்கு ஒன்றும் புரியவில்லை...' என்றான் அவன்.

'எனக்குத் தெரியும்' என்று அவள் குறுக்கிட்டுச் சொன்னாள்:

'நீங்கள் நேர்மையானவர். உங்களால் பொய் சொல்ல முடியாது. நான் உங்களுக்காக வருந்துகிறேன். எனக்காக உங்களுடைய வாழ்க்கையையும் நீங்கள் நாசப்படுத்திக்கொண்டு விட்டீர்கள்'.

'நானும் அதையே தான் இப்போது நினைக்கின்றேன்' என்றான் அவன். 'எனக்காக நீ எல்லாவற்றையும் தியாகம் செய்து விட்டாய். எவ்வளவு துன்பங்களை அனுபவித்துக் கொண்டிருக்கிறாய். உன்னுடைய மனவருத்தங்களுக்காக துன்பங்களுக்காக என்னையே நான் மன்னித்துக் கொள்ள மாட்டேன். ஆமாம் எனக்கு மன்னிப்பே கிடையாது.'

'துன்பமா... மனவருத்தமா?... எனக்கா?' என்று சொல்லியபடி அவனை மிக நெருங்கி வந்தாள். அவனுடைய கண்களை நேரடியாகப் பார்த்தாள். அவளது இதழ்களில் புன்னகை மெல்லப் பிறந்து விரிந்தது. அந்தப் புன்னகை, அந்த மகிழ்ச்சி, சந்தோஷம்... காதலின் இன்ப உணர்வுகளை மொத்தமாக வெளிப்படுத்தின. 'பல நாட்களாகப் பட்டினி கிடந்த ஒருவனுக்கு உணவு கிடைத்தால் எவ்வளவு ஆனந்தமடைவான்? அந்த நிலையில் தான் நான் இருக்கிறேன். அந்த மனிதன் குளிரில் வாடினாலும் சரி, கந்தலை அணிந்திருந்தாலும் சரி, அதற்காக அவன் துன்பப்பட மாட்டான். அதற்காக அவன் வெட்கப்பட மாட்டான். அவனுக்கு இப்போது அவசியமான தேவை பசிக்கு உணவு. அது அவனுக்குக் கிடைத்து விட்டது. எனவே அவனுக்கு வருத்தமில்லை; துன்பமில்லை. எனக்கு வருத்தமில்லை. துன்பமில்லை. நான் மகிழ்ச்சியாக இருக்கின்றேன். இதுதான் எனது சந்தோஷம்...'

அவனது மகன் வருகின்ற காலடியோசை கேட்டது. அவள் வராந்தாவை அவசரமாகப் பார்த்து விட்டு வேகமாக எழுந்து நின்றாள். அவளது கண்களில் திடீரென்று தீ பற்றியது போன்ற அந்த ஒளி எழுந்தது. முகம் எங்கும் பரவியது அந்த ஒளி. விரான்ஸ்கிக்கு மிகவும் பரிச்சயமானதே... பரபரக்கும் வேகத்துடன் மேலெழுந்த அவளது வளைக்கரங்கள் அவனது தலையைப் பற்றி தன் முகத்தோடு சேர்த்து அணைத்துக் கொண்டன. அவனது இரு கன்னங்களையும் இரு கரங்களால் பற்றிப் பிடித்து தன் முகத்துக்கு நேராக அவனது முகத்தை வைத்து அவனது கண்களை உற்று நோக்கினாள் அன்னா. அந்தக் கண்களில் காதலின் தாபத்தின் சுடரொளி பற்றி எரிந்தது. அவனது முகத்தைச் சாய்த்து தனது செவ்விதழ்களால் அவனது உதடுகளைப் பிரித்து அழுத்தமாக முத்தமிட்டாள்.

கன்னத்தில் கண்களில் முத்த மழை பொழிந்தாள். பின் சட்டென்று அவனை அப்பால் தள்ளினாள். அங்கிருந்து புறப்பட்ட அவளது தோளைப் பற்றி நிறுத்திய அவன் கேட்டான். 'இனி எப்போது?' என்று முணுமுணுப்பாக அவன் கேட்டான். அவன் இதயம் இன்பக் களிப்பில் கும்மாளமிட்டுக் கொண்டிருந்தது.

'இன்று இரவு, ஒரு மணிக்கு...' அவள் முணுமுணுப்பாகச் சொல்லிவிட்டு அவனை விட்டு விலகி வேகமாக அடியெடுத்து வைத்து தன் மகனைப் பார்க்கச் சென்று விட்டாள்.

மழை பெய்யத் தொடங்கிய பொழுது செரேஷா பூங்காவில் இருந்து விட்டான். அவனைத் தேடிச் சென்ற செவிலிப் பெண்ணும், மழை வலுக்கவே அவனோடு பூங்காவில் இருந்த ஓய்வு இல்லத்தில் உட்கார்ந்து விட்டாள்.

அவர்களை நெருங்கிச் சென்ற அன்னா, 'சரி, புறப்படுங்கள். குதிரைப் பந்தயத்திற்கு நேரமாகிவிட்டது. பெட்ஸி அங்கு என்னைப் பார்க்க வருவதாகச் சொல்லியிருக்கிறாள்' என்றாள்.

விரான்ஸ்கி தன்னுடைய கைக் கடிகாரத்தில் மணியைப் பார்த்து விட்டு வேகமாக வெளியே புறப்பட்டான்.

அத்தியாயம் 24

விரான்ஸ்கி கரீனினுடைய வீட்டு வராந்தாவில் தன் கைக்கடிகாரத்தைப் பார்த்த பொழுது அவன் தன் வசமிழந்து போயிருந்தான். அவன் மனம் முழுவதும் காதலின் உணர்வுகளால் மிகவும் கிளர்ச்சியடைந்து, தாபத்தின் உச்ச கட்டத்தில் அவன் இருந்தான். கடிகாரத்தின் முட்களை அவன் பார்த்தான். ஆனால் அப்போது என்ன நேரம் என்பதை அவனால் அறிந்து கொள்ள முடியவில்லை. வீட்டை விட்டு வெளியேறி, மிகக் கவனமாக அந்தச் சேறுகளைத் தாண்டி தனது கோச்சு வண்டியை வந்தடைந்தான். அவன் மனம் முழுவதும் அன்னாவைப் பற்றிய நினைவுகளில் மூழ்கிக் கிடந்தது. அப்போது என்ன நேரம், இனி போய் பிரையான்ஸ்கியைச் சந்திக்க முடியுமா? என்ற சிந்தனைகள் எதுவும் அப்போது அவனிடத்தில் இல்லை. அவனது நினைவின் வெளிப்புறக் கூறுகள் அவனை இயங்கின. தன்னிச்சையாக அவன் இயங்கிக் கொண்டிருந்தான்.

கோச்சு வண்டியோட்டி வண்டியின் முன்னால் உட்கார்ந்து தூங்கிக் கொண்டிருந்தான். குதிரைகளுக்கு மேலே பறவைகள் பறந்து கொண்டிருந்தன. விரான்ஸ்கி வண்டியோட்டியை தூக்கத்திலிருந்து எழுப்பி விட்டு வண்டிக்குள் ஏறி உட்கார்ந்தான். பிரையான்ஸ்கியின் வீட்டுக்கு

வண்டியை ஓட்டிச் செல்லுமாறு உத்தரவிட்டான். வண்டி சுமார் ஐந்து மைல் கடந்த பின்னால் தான் அவன் இயல்பு நிலைக்குத் திரும்பினான். கடிகாரத்தைப் பார்த்தான். மணி ஐந்தரை. மிகவும் தாமதமாகிவிட்டது.

அன்று வேறு சில பந்தயங்களும் அங்கு நடைபெற இருந்தன. அவற்றில் ஒன்று: 'உயிர்காப்பாளர்கள் பந்தயம்'. அடுத்த ராணுவ அதிகாரிகள் பங்கேற்கும் இரண்டு ***வெர்ஸ்ட்*** மற்றும் நான்கு வெர்ஸ்ட் பந்தயங்கள் தவிர விரான்ஸ்கி கலந்து கொள்ளும் குதிரை ஓட்டப் பந்தயம் ஆகியவை அங்கு நடக்க இருந்தன. அரசவைப் பிரதிநிதிகள், பிரமுகர்கள் இந்த நேரம் பந்தய மைதானத்துக்கு வந்திருப்பார்கள். நான் தாமதமாகப் போகக் கூடாது. ஆனால் பிரையான்ஸ்கியைச் சந்திக்க வருவதாகச் சொல்லி வாக்களித்திருக்கின்றேன். என்ன செய்யலாம் என்று சிந்தித்தான். 'பிரையான்ஸ்கியின் வீட்டுக்கு வண்டியை வேகமாக ஓட்டு' என்றான் விரான்ஸ்கி.

பிரையான்ஸ்கியைப் பார்த்து ஐந்து நிமிடங்கள் மட்டும் பேசினான் விரான்ஸ்கி. பிறகு பந்தய மைதானத்திற்கு புறப்பட்டான். வண்டியின் வேகம் அவனுக்குப் புத்துணர்ச்சியைக் கொடுத்தது. அன்னாவிடம் பேசிக் கொண்டிருந்த பொழுது அவனுக்கு ஏற்பட்டிருந்த மனக்குழப்பம் இப்போது நீங்கியது. குதிரைப் பந்தயத்துக்கு நேரத்துக்குப் போக முடியும், இரவில் அன்னாவைச் சந்திக்கப் போகிறோம் என்ற எண்ணமும், எதிர்பார்ப்பும், அவனது கண்களில் ஒளியையும், பிரகாசத்தையும், மகிழ்ச்சியையும் ஏற்படுத்தின.

குதிரைப் பந்தயத்தைப் பார்க்க பீட்டர்ஸ்பர்கிலிருந்தும், பல கிராமங்களிலிருந்தும் வண்டிகளில் மக்கள் வந்து கொண்டிருந்தனர். அந்த வண்டிகளை, விரான்ஸ்கி தனது வண்டியின் மூலம் வேகமாகக் கடந்து சென்று கொண்டிருக்கும் பொழுது, இப்பொழுதே அந்தப் பந்தயத்திற்கு உரிய உணர்ச்சியும் ஆர்வமும் தன்னிடத்து மேலோங்கி விட்டது போல உணர்ந்தான்.

அவன் தன்னுடைய வீட்டிற்குச் சென்ற பொழுது அவனுடைய ஊழியன் மட்டுமே அங்கே இருந்தான். மற்ற எல்லோரும் பந்தய மைதானத்திற்குப் போய்விட்டார்கள். அவன் உடைமாற்றிக் கொண்டிருந்த பொழுது பலர் அவனைத் தேடி வந்தார்கள். இரண்டாவது பந்தயம் ஆரம்பமாகப் போகிறது என்ற செய்தியினை அவனுடைய ஊழியன் தெரிவித்தான். விரான்ஸ்கி பதட்டமில்லாமல் - அவன் எப்பொழுதும் பதட்டம் அடைவதில்லை - உடைகளை மாற்றிக் கொண்டான். கோச்சு வண்டியோட்டியிடம் குதிரை லாயத்துக்குப் போகும்படி உத்தரவிட்டான்.

---

* 'வெர்ஸ்ட் - 2/3 மைல் தொலைவு

பந்தய மைதானத்தில் குவிந்திருந்த கோச்சு வண்டிகள், பொது மக்கள், ராணுவ வீரர்கள், பிரமுகர்கள் அமர்ந்திருக்கும் மண்டபங்கள் ஆகியவற்றை கோச்சு வண்டியில் செல்லும் போதே பார்வையிட்டான். அவன் குதிரை லாயத்துக்கு வந்த பொழுது மணிச்சத்தம் கேட்டது. அப்படியானால் இரண்டாவது பந்தயம் ஆரம்பமாகிவிட்டது என்று அவன் நினைத்தான். போகும் வழியில் மகோட்டினுடைய குதிரை கிளாடியேட்டர் நன்றாக அலங்கரிக்கப்பட்டு மைதானத்துக்குள் கொண்டு செல்லப்படுவதைப் பார்த்தான்.

'கோர்டு (ஆங்கிலேயப் பயிற்சியாளர்) எங்கே?' என்று கேட்டான் விரான்ஸ்கி.

'அவர் குதிரை லாயத்தில் இருக்கிறார். குதிரை மீது சேணத்தை மாட்டிக் கொண்டிருக்கிறார்' என்றான் அங்கிருந்த பணியாளன்.

விரான்ஸ்கியின் குதிரை சேணம் மாட்டி அலங்காரங்களுடன் லாயத்தில் நின்று கொண்டிருந்தது. அதை அவர்கள் வெளியில் கூட்டிக் கொண்டு வர ஏற்பாடுகள் செய்து கொண்டிருந்தனர்.

'நான் தாமதமாக வந்திருக்கிறேனா?' என்று விரான்ஸ்கி கேட்டான்.

'தாமதம் இல்லை. கவலை வேண்டாம்.' என்றார் ஆங்கிலேயப் பயிற்சியாளர்.

அந்தப் பெண் குதிரையின் அழகான உடலை விரான்ஸ்கி மறுபடியும் பார்த்தான். பிறகு விருப்பமில்லாமல் அங்கிருந்து புறப்பட்டு மண்டபங்களுக்கு வந்தான். இரண்டு வெர்ஸ்ட் ஓட்டப் பந்தயம் முடிவை நெருங்கிக் கொண்டிருந்தது. குதிரைப் படை அதிகாரி ஒருவர் மற்றும் 'ஹுஸ்ஸார்' அதிகாரி ஒருவர் வெற்றிக் கம்பத்தை வேகமாக அடைவதற்குத் தமது குதிரைகளை போட்டி போட்டு விரட்டிக் கொண்டிருந்தார்கள். பொதுமக்கள் அந்த இடத்தில் திரண்டு நின்று பார்த்துக் கொண்டிருந்தார்கள். குதிரைப் படை அதிகாரிகளும், வீரர்களும் தங்களது படையைச் சேர்ந்த அதிகாரி வெற்றி பெற்றதற்காகத் தங்களது பாராட்டுகளை முழங்கிக் கொண்டிருந்தனர். அந்தப் பந்தயம் முடிவடைந்ததை அறிவிப்பதற்கு மணி அடிக்கப்பட்டது.

வெற்றி பெற்ற குதிரை மீது சவாரி செய்து வந்த அதிகாரி உடலெல்லாம் மண் ஒட்டிக் கொண்டிருக்க சேணத்திலிருந்த கீழே குதித்தார். உடலில் வியர்வை வழிய மூச்சுத் திணறிக் கொண்டிருந்த குதிரையின் கடிவாளத்தைத் தளர்த்தினார். ஆழமான தூக்கத்திலிருந்து எழுப்பப்பட்டவரைப் போல அந்த அதிகாரி செயற்கையாக சிரித்தார். அவருடைய நண்பர்களுடன் புதியவர்களும் அவரைச் சூழ்ந்து கொண்டார்கள்.

பிரமுகர்கள், நாகரிகமானவர்கள் ஆகியோர் ஒரு மண்டபத்தில் கூடியிருந்தனர். கூட்டம் கூட்டமாக நின்று அவர்கள் பேசிக் கொண்டிருந்தனர். அன்னா, பெட்ஸி மற்றும் தன் அண்ணனுடைய மனைவி ஆகியோர் அங்கே தான் இருக்கிறார்கள் என்பதை அவன் அறிந்து கொண்டாலும் அவன் அங்கே போகவில்லை. ஆனால் அவன் தாமதமாக வந்ததற்கு காரணம் என்ன என்று அவனது நண்பர்கள் மற்றும் அதிகாரிகள் பலர் அவனிடம் விசாரித்தார்கள்.

பந்தயத்தில் வெற்றி பெற்றவர்கள் பரிசுகளை வாங்குவதற்கு மண்டபத்திற்கு அழைக்கப்பட்ட பொழுது விரான்ஸ்கியின் அண்ணன் கர்னல் அலெக்சாண்டர் அங்கு வந்தார்.

'உன்னைப் பார்க்க முடியவில்லை. என் கடிதம் கிடைத்ததா?' என்று கேட்டார்.

விரான்ஸ்கி ஒழுக்கக் குறைவுடையவன், குடிகாரன் என்ற போதிலும் நயத்தக்க நாகரீகம் உடையவன். எனவே தனக்குப் பிடிக்காத விஷயத்தை தனது அண்ணன் தன்னிடம் பேசும் பொழுது எல்லோரும் தன்னையே பார்த்துக் கொண்டிருப்பார்கள் என்பதால் அண்ணனுடைய கண்டனத்தை முகமலர்ச்சியுடன் புன்முறுவலுடன் கேட்டான்.

'உங்கள் கடிதம் கிடைத்தது. நீங்கள் ஏன் கவலைப்படுகிறீர்கள் என்பது எனக்குப் புரியவில்லை'.

'சென்ற திங்கள் கிழமை நீ இங்கு வரவில்லை. பீட்டர்ஹாப் போயிருந்தாய் என்று பலர் இப்பொழுது கூறினார்கள். எனவே தான் நான் மிகவும் கவலைப்படுகின்றேன்.'

'அந்த விவகாரத்தில் நேரடி சம்பந்தம் உள்ளவர்கள் என்னிடம் கேட்டால் நான் பதிலளிப்பேன். நீங்கள் எதற்காக...'

'அப்படியானால் நீ ராணுவத்தில் இருக்கக் கூடாது'.

'போதும். இதில் நீங்கள் தலையிடாதீர்கள்.'

விரான்ஸ்கி முகம் சுளித்தான். அவனது முகம் வெளுத்துப் போய் விட்டது. அவனுடைய மோவாய் துடித்தது. அப்படிப்பட்ட சந்தர்ப்பங்களில் அவன் மிகவும் ஆபத்தானவன் என்பது அலெக்சாண்டருக்குத் தெரியும். அவர் சிரித்து மழுப்பினார்.

'அம்மாவின் கடிதத்தைக் கொடுக்கவே நான் உன்னைத் தேடி வந்தேன். அம்மாவுக்கு நீயே பதில் எழுதி விடு. பந்தயம் ஆரம்பிப்பதற்கு முன்பு ஆத்திரப்படாதே, கோபப்படாதே. மனத்தை அமைதிப்படுத்திக் கொள்.' என்று கூறிவிட்டு அவர் அகன்று சென்று விட்டார்.

அப்போது இன்னொரு நேசக்குரல் கேட்டது. நின்று கவனித்தான் விரான்ஸ்கி. அது - ஆப்லான்ஸ்கி.

'ஆப்லான்ஸ்கியிடம் பேசினான் விரான்ஸ்கி.

'உன் நண்பர்களை உனக்கு அடையாளம் தெரியாதா? எப்படி இருக்கிறாய்?' என்றான் ஆப்லான்ஸ்கி.

'மாஸ்கோவிலிருந்து நேற்று வந்தேன். உன்னுடைய வெற்றியைக் கண்டு ரசிப்பதற்காகவே இம்முறை இங்கு வந்திருக்கிறேன். என் மகிழ்ச்சிக்கு அளவில்லை. அடுத்து நாம் எப்போது சந்திக்கலாம்?' என்றான் ஆப்லான்ஸ்கி.

'இராணுவ முகாமின் உணவகத்திற்கு நாளை வந்து விடு!' என்றான் விரான்ஸ்கி- ஆப்லான்ஸ்கியின் தோளில் தட்டிக் கொடுத்து விட்டு, பந்தய மைதானத்தின் மையப் பகுதிக்குச் சென்றான் விரான்ஸ்கி. தடை தாண்டும் ஓட்டப் பந்தயத்தில் பங்கெடுக்கும் குதிரைகள் அங்கு வரிசையாக நின்று கொண்டிருந்தன.

முந்திய பந்தயத்தில் ஓடிக் களைத்த குதிரைகள் மைதானத்திலிருந்து வெளியில் கொண்டு வரப்பட்டன. அடுத்த பந்தயத்தில் ஓடப் போகின்ற குதிரைகள் ஒவ்வொன்றாக மைதானத்தின் மையப் பகுதிக்கு கொண்டு வரப்பட்டன. அவற்றில் பெரும்பாலானவை இங்கிலாந்திலிருந்து கொண்டு வரப்பட்டவை. முரட்டுத் துணிகளால் போர்த்தப்பட்டிருந்த குதிரைகள் மாபெரும் பறவைகளைப் போலத் தோற்றமளித்தன. அவர்களுக்குச் சற்றுத் தூரத்தில் 'கிளாடியேட்டர்' குதிரை நிறுத்தப்பட்டு இருந்தது. அதன் முதுகிலிருந்த துணியை அகற்றினார்கள். மிகப் பெரிய அந்தக் குதிரையின் திடகாத்திரமான உருவம் விரான்ஸ்கியின் கவனத்தைப் பெரிதும் கவர்ந்தது. அவன் தன்னுடைய குதிரைக்கு அருகில் செல்ல விரும்பிப் புறப்பட்ட பொழுது ஒரு நண்பர் அவனைத் தடுத்து நிறுத்தினார். 'ஆ, அதோ பாருங்கள். கரீனின் வந்து கொண்டிருக்கிறார்' என்றார் அந்த நண்பர்.

'அவர் தன்னுடைய மனைவியைப் பார்க்க வந்து கொண்டிருக்கிறார். அவள் மையப் பகுதியில் உள்ள மண்டபத்தில் இருக்கிறாள். நீ அவளைப் பார்த்தாயா?'

'இல்லை. நான் அவளைப் பார்க்கவில்லை' என்று பதிலளித்தான் விரான்ஸ்கி.

விரான்ஸ்கி மண்டபத்தின் பக்கம் திரும்பாமல் நேராகத் தன் குதிரையை நோக்கிச் சென்றான். குதிரையின் சேணத்தைப் பற்றி அவன் சில ஆலோசனைகளைத் தெரிவிக்க விரும்பினான். ஆனால் பந்தயத்தில் கலந்து கொள்ளும் குதிரைகளில் சவாரி செய்பவர்கள் எண்களையும்,

இடங்களையும் தெரிந்து கொள்ள மண்டபத்துக்கு உடனே வரவேண்டும் என்று அறிவிக்கப்பட்டதைத் தொடர்ந்து விரான்ஸ்கி மண்டபத்தை நோக்கிச் சென்றான். பந்தயத்தில் கலந்து கொள்ளும் பதினேழு இராணுவ அதிகாரிகள் அங்கு கூடினார்கள். பந்தயத்தில் கலந்து கொள்ளும் ஆர்வமும், வேகமும் அவர்களின் முகங்களில் தென்பட்டன. சிலரது முகம் மிகவும் வெளுத்துப் போயும் காணப்பட்டது. விரான்ஸ்கிக்கு ஏழாம் எண் கிடைத்தது.

'குதிரையில் ஏறி உட்காருங்கள்!' என்ற ஆணை பிறந்தது. கூடியிருந்த மக்கள் அனைவருடைய கவனமும் தன் மீதும், இதர போட்டியாளர்கள் மீதும் முழுமையாகப் பதிந்திருப்பதை விரான்ஸ்கி உணர்ந்தான். தன்னுடைய குதிரையை நெருங்கிச் சென்றான். பயிற்சியாளர் 'கோர்டு' குதிரைப் பந்தயத்தை முன்னிட்டு சிறப்பாக உடையணிந்து வந்திருந்தார். கஞ்சிப் போட்ட உடைகள் விறைப்பாக இருந்தன. தொப்பி, முழங்கால் அளவுள்ள பூட்சுகள் அணிந்திருந்தார் கோர்டு. குதிரையின் கடிவாளத்தைப் பிடித்துக் கொண்டு குதிரையின் முன்னால் அவர் நின்று கொண்டிருந்தார். விரான்ஸ்கியின் குதிரை காய்ச்சல் வந்து விட்டதைப் போல உடல் நடுங்கியது. தனது 'தீ' போன்று ஒளி வீசும் கண்களால் தன்னை நோக்கி வந்து கொண்டிருந்த விரான்ஸ்கியைப் பார்த்தது. விரான்ஸ்கி குதிரையின் அருகில் வந்து குதிரையின் வயிற்றின் கீழ் தன் விரல்களால் தடவினான். குதிரை தன் கண்களை மூடிக்கொண்டு வாயைத் திறந்து பற்களைக் காட்டியது.

'குதிரையில் ஏறி உட்காருங்கள், உங்கள் படபடப்பு குறையும்' என்றார் கோர்டு.

விரான்ஸ்கி தன்னுடன் போட்டிக்கு வந்திருப்பவர்களைக் கடைசி முறையாகப் பார்த்தான். பந்தயம் தொடங்கி விட்டால் அவனால் அவர்களைப் பார்க்க முடியாது என்று அவனுக்குத் தெரியும். அவர்களில் இருவர் பந்தயம் துவங்கும் இடத்திற்குக் குதிரையில் போய்க் கொண்டிருந்தனர். விரான்ஸ்கியின் நண்பரும் முக்கியமான போட்டியாளருமான 'கால்ட்டிஸின்' தன்னுடைய குதிரை மீது உட்கார முயன்ற போது அவரது குதிரை முரண்டு பிடித்தது. ஒரு குட்டையான ஹுஸ்ஸார் தன் குதிரை மீது பூனையைப் போல உட்கார்ந்து மைதானத்தை வேகமாகச் சுற்றி வந்து கொண்டிருந்தார். இளவரசர் டுஸோவ்லெவ் மிகவும் பயந்த சுபாவம் உள்ளவர். ஆனால் அதிகமான அகம்பாவம் நிறைந்தவர். அவரால் குதிரைப் படையைச் சேர்ந்த குதிரை மீது கூட ஏறி உட்கார முடியாது. பந்தயத்தில் காயம் அடைபவர்களுக்கும், மண்டை நொறுங்குபவர்களுக்கும் சிகிச்சை அளிப்பதற்காக ஒவ்வொரு தடைக்கு அருகிலும் மருத்துவர்களும், மருத்துவ சிகிச்சை வண்டிகளும், செவிலிப்

பெண்களும் தயாராக இருந்தார்கள். இவ்வளவு பாதுகாப்பு ஏற்பாடுகள் இருந்த காரணத்தினால் தான் பந்தயத்தில் கலந்து கொள்வதென்று முடிவு செய்திருந்தார் இளவரசர் குஸோவ்லெவ். விரான்ஸ்கி அவரைப் பார்த்து அன்புடன் கண் சிமிட்டினான். தன்னுடைய முக்கியமான போட்டியாளரான மகோட்டினை மட்டும் விரான்ஸ்கி பார்க்கவே இல்லை.

'அவசரப்படாமல் செல்லுங்கள். தடைகளுக்கு அருகில் குதிரையை விரட்ட வேண்டாம். அதன் போக்கிலேயே விட்டு விடுங்கள். எப்படித் தடையைக் கடக்க வேண்டும் என்பது குதிரைக்கே தெரியும். லாவகமாக அது தடையைக் கடந்து விடும்' என்று கோர்டு விரான்ஸ்கியிடம் கூறினார்.

'சரி, சரி!' என்று சொல்லியபடி விரான்ஸ்கி அவரிடமிருந்து கடிவாளத்தை வாங்கிக் கொண்டான்.

'முன்னால் வந்து கொண்டிருந்தால் நல்லது. பின் தங்கி விட்டால் கவலைப்பட வேண்டாம். கடைசித் தருணம் வரையில் மனதைத் தளர விடாதீர்கள்' என்றார் கோர்டு.

விரான்ஸ்கி குதிரையில் ஏறி உட்கார்ந்தான். இரண்டு கடிவாளங்களையும் கையில் பிடித்துக் கொண்டான். கோர்டு குதிரை மேலிருந்த தனது பிடியை அகற்றிக் கொண்டு விலகி நின்றார். முதுகில் சவாரி செய்பவரை உலுக்கித் தூக்கி எறிய முயன்றது குதிரை. தன் உடலை பலமாகக் குலுக்கியது. சவாரி செய்பவரை ஏமாற்றுவது போல இரண்டு பக்கங்களிலும் சாய்ந்து சாய்ந்து குதித்தது. விரான்ஸ்கி குதிரையைச் சமாதானப்படுத்துவதற்கு செய்த முயற்சிகள் எல்லாம் வீணாகின. பந்தயம் துவங்குகின்ற இடத்திற்கு அருகில் ஓரே நீரோடை சென்று கொண்டிருந்தது. அதன் குறுக்கே தடுத்துப் பாலம் அமைத்திருந்தனர். பந்தயப் பாதையை ஒட்டியே செல்லும் நீரோடையின் பாதையெங்கும் கரையோரம் தடுப்பு அமைந்திருந்தனர். சில போட்டியாளர்கள் முன்னால் போய்க் கொண்டிருந்தார்கள். வேறு சிலர் பின்னால் வந்து கொண்டிருந்தார்கள். தனக்குப் பின்னால் ஒரு குதிரை வேகமாக வந்து கொண்டிருக்கும் சப்தம் விரான்ஸ்கிக்கு கேட்டது. மகோட்டின் தன்னுடைய குதிரையில் விரான்ஸ்கியைக் கடந்து சென்றார். மகோட்டின் தன்னுடைய நீளமான பற்களைக் காட்டி விரான்ஸ்கியைப் பார்த்து ஏளனமாகச் சிரித்தபடி சென்றார். விரான்ஸ்கி கோபத்துடன் அவரைப் பார்த்தான். விரான்ஸ்கிக்கு எப்பொழுதுமே அவரைப் பிடிக்காது. இப்பொழுது அவர் மிகவும் ஆபத்தான போட்டியாளராக இருக்கிறார். தனக்கு மிகவும் அருகில் வேகமாகச் சென்று தனது குதிரை ஃப்ரூ - ஃப்ரூவைப் பதட்டமடையச் செய்ய முயன்றிருக்கிறார் என்று விரான்ஸ்கி புரிந்து கொண்டான். விரான்ஸ்கியின் குதிரை இரண்டு முறை துள்ளிக்

குதித்தது. முதுகில் சவாரி செய்பவரைக் கீழே தள்ளி விட முயற்சி செய்தது. உடலைக் குலுக்கியது. விரான்ஸ்கிக்குப் பின்னால் ஓடி வந்த 'கோர்டு'வும் கூட மிகவும் கோபப்பட்டார்.

அத்தியாயம் 25

தடைகளைத் தாண்டும் பந்தயத்தில் கலந்து கொள்ள மொத்தம் பதினேழு அதிகாரிகள் பெயர் கொடுத்திருந்தார்கள். மண்டபத்திற்கு எதிர்புறம் இருந்த வெர்ஸ்ட் தூரமுள்ள முட்டை வடிவ ஓடுகளத்தில் போட்டி நடைபெற்றது. அதில் ஒன்பது தடைகள் அமைக்கப்பட்டிருந்தன. ஒரு நீரோடை. சுமார் ஐந்து அடி உயரமுள்ள தடையரண். தண்ணீர் இல்லாத ஆனால் ஆழமான குழிகள்; தண்ணீர் வெள்ளமாக ஓடிக் கொண்டிருக்கும் சிறிய கால்வாயைத் தாண்டுதல், சரிவுப் பகுதிகள். சிறிய சுவர்கள். அதன் பின்புறம் உள்ள குழிகள். சுவரையும் குழியையும் ஒரே முயற்சியில் குதிரைகள் தாண்ட வேண்டும். அல்லது குழியிலோ, சுவரிலோ மோதிக்கொண்டால் கடுமையான காயங்களுக்கு ஆளாக வேண்டும். தண்ணீர் இல்லாத ஆழமான குழி மண்டபத்துக்கு அருகில் அமைக்கப்பட்டிருந்தது. முதல் தடை ஏழு அடி அகலமான சிறிய நீரோடையைக் கடப்பது. குதிரைகள் அதில் நீந்திச் செல்ல வேண்டும் அல்லது தாவிக் கடக்க வேண்டும்.

குதிரைகள் கோட்டின் மீது வரிசையாக நின்றன. நடுவர் பந்தயத் துவக்கத்திற்கான சமிக்ஞை கொடுத்ததும் குதிரைகள் ஓட வேண்டும். ஆனால் மூன்று முறை தவறான துவக்கம் நேர்ந்தது. இப்போது மறுபடியும் வரிசையில் நின்றன குதிரைகள். நடுவர் கர்னல் செஸ்ட்ரின் கோபமடைந்தார். நான்காவது முறையாக அவர் 'புறப்படு' என்று சொன்னவுடன் பந்தயம் தொடங்கியது.

'பந்தயம் ஆரம்பமாகிவிட்டது. குதிரைகள் ஓடிக் கொண்டிருக்கின்றன' என்று பந்தய மைதானத்தின் எல்லா பக்கங்களிலிருந்தும் குரல்கள் கேட்டன.

பந்தயத்தை நன்றாகப் பார்க்க வேண்டும் என்பதற்காக பார்வையாளர்கள் தனித்தனியாகக் கொஞ்ச பேரும், குழுக்களாகவும் அங்கும் இங்குமாகவும் ஓடிக் கொண்டிருந்தனர். போட்டியாளர்கள் உடலை நீட்டிக் கொண்டு மிக வேகமாகத் தங்களது குதிரைகளைக் களத்திலே ஓடச் செய்தனர். அவர்கள் இரண்டு, மூன்று நபர்கள் சேர்ந்தாற் போலவும், ஒருவர் பின் ஒருவராகவும் நீரோடையை நெருங்கிப் போய்க் கொண்டிருந்தனர்.

அவர்கள் எல்லோரும் ஒரே சமயத்தில் புறப்பட்டாலும் ஒரு சில நொடிகளிலேயே வித்தியாசம் ஏற்பட்டு விட்டது. அதிகமான

படபடப்பைக் கொண்டிருந்த விரான்ஸ்கியின் குதிரை 'ஃப்ரூ - ஃப்ரூ' முதல் நொடியில் பின் தங்கி விட்டது. சில குதிரைகள் அதனைக் கடந்து சென்று விட்டன. ஆனால் விரான்ஸ்கி குதிரை முன்னே பாய்ந்து விடாமல் இருப்பதற்காக தன் முழு வலிமையுடன் கடிவாளத்தைச் சுண்டியிழுத்து அதன் வேகத்தை கட்டுப்படுத்த முயன்றான். குதிரை முதலில் பின் தங்கினாலும் முனைப்புடன் வேகமாக பாய்ச்சலாக, அடிகளை எடுத்து வைத்தது. வேகமாக போட்டிக் குதிரைகளைக் கடந்தது. மகோட்டினுடைய கிளாடியேட்டர் குதிரை மட்டும் விரான்ஸ்கியின் குதிரையின் முன்னால் ஓடிக் கொண்டிருந்தது. கிளாடியேட்டரின் வேகம் அசுர வேகமாக இருந்தது. அதன் வெள்ளை நிறக் கால்கள் தரையில் இல்லாமல் தரைக்கு மேல் காற்றில் பறப்பது போலத் தோன்றியது. விரான்ஸ்கியின் குதிரை மகோட்டினுடைய குதிரையை ஒட்டியபடியே செல்லத் தொடங்கியது. மகோட்டின் அச்சமுற்றார். தன்னுடைய குதிரையை, விரான்ஸ்கியின் குதிரை கடந்து விடாதபடி அதன் வழியில் குறுக்கும் நெடுக்குமாகத் தன் குதிரையை ஓடச் செய்தார். குதிரையின் வேகத்தைத் தடுக்க முயன்றார். எல்லாக் குதிரைகளுக்கும் முன்னால் ஓடிக்கொண்டிருந்தது குஸோவ்லெவின் டயானா. அதன் மேல் உட்கார்ந்திருந்த குஸோவ்லெவ் உயிரே இல்லாதவன் போலத் திகிலுடன் உட்கார்ந்திருந்தான். அவனது கட்டுப்பாடின்றி குதிரை கடுமையான வேகத்தில் முதலில் ஓடிக் கொண்டிருந்தது. முதல் வினாடியில் விரான்ஸ்கியினால் கட்டுப்பாட்டுடன் குதிரையைச் செலுத்த முடியவில்லை. அவனால் தன்னையும் கட்டுப்படுத்திக்கொள்ள முடியவில்லை. ஆற்றைக் கடக்கும் முதல் தடையின் போது அவனால் குதிரையைக் கட்டுப்படுத்த முடியவில்லை.

பந்தயக் குதிரைகள் கிளாடியேட்டரும், டயானாவும் ஒன்றாக ஆற்றில் இறங்கி ஒரே கணத்தில் மேலே எழும்பி மறுகரைக்குப் பாய்ந்தோடின. அந்தக் குதிரைகளுக்குப் பின்னால் 'ஃப்ரூ - ஃப்ரூ' சிறகுகளால் பறப்பதைப் போன்ற வேகத்துடன் பாய்ச்சலாக வந்தது. விரான்ஸ்கி வானத்தில் பறப்பதைப் போல உணர்ந்த நேரத்தில் ஆற்றில் மறுகரையில் தன்னுடைய குதிரையின் காலுக்குக் கீழே குஸோவ்லெவவும், டயானாவும் கிடப்பதைப் பார்த்தான். டயானா தாவிய பொழுது குஸோவ்லேவ் கடிவாளத்தை விட்டுவிட குதிரை கீழே தடுக்கி விழுந்த போது குஸோவ்லெவும் தலை குப்புற விழுந்தார்.

'அடக்கடவுளே!' என்றான் விரான்ஸ்கி.

மகோட்டினுடைய குதிரைக்குப் பின்னால் விரான்ஸ்கியின் குதிரை ஓடிக் கொண்டிருந்தாலும் பெரிய தடைக்கு 300 மீட்டர் தொலைவு இருப்பதால் அதற்குள் இந்த இடைவெளியைச் சரிசெய்ய முடியும் என்று எதிர்பார்த்தான் விரான்ஸ்கி.

பெரிய தடை அரசு குடும்பத்தினர் அமர்ந்திருக்கும் மண்டபத்திற்கு எதிரில் இருந்தது. சக்கரவர்த்தி, அரச குடும்பத்தினர், அரண்மனை அதிகாரிகள், மற்றும் பொது மக்கள் மிக ஆர்வத்துடன், விரான்ஸ்கியையும் அவனுக்கு முன்னால் ஓடிக்கொண்டிருந்த கிளாடியேட்டர் குதிரையில் உட்கார்ந்திருந்த மகோட்டினையும் பார்த்துக் கொண்டிருந்தார்கள். எல்லாத் திசைகளிலிருந்தும் எல்லோருமே தன்னைப் பார்த்துக் கொண்டிருப்பதை விரான்ஸ்கி உணர்ந்தான். அவன் தனது குதிரையின் கால்கள் மற்றும் கழுத்தை மட்டுமே பார்த்தான். பூமி அவனை நோக்கி வேகமாக ஓடி வருவதைப் பார்த்தான். கிளாடியேட்டர் குதிரையின் பின் பகுதியும், வெள்ளை நிறக் கால்களும் தனக்கு முன்னால் வேகமாக ஓடுவதையும், இரண்டு குதிரைகளுக்கும் இடையில் அதே தூரம் இருப்பதையும் பார்த்தான். கிளாடியேட்டர் இன்னும் வேகத்துடன் பறந்தது. தன் குட்டையான வாலை சுழற்றியது. அடுத்த வினாடியில் விரான்ஸ்கியின் பார்வையில் இருந்து மறைந்தது.

'என்ன ஒரு துணிச்சல்!' என்று யாரோ வியந்து சப்தமிட்டது கேட்டது. அந்தச் சமயத்தில் மரத்தினால் செய்யப்பட்டிருந்த தடையரண்கள் அவனது கண்களுக்கு முன்னால் மின்னலடித்து மறைந்தன. 'ஃப்ரூ-ஃப்ரூ' தன்னுடைய ஓட்டத்தைச் சிறிதும் மாற்றாமல் தாவியது. மரப்பலகைகள் மறைந்தன. அவனுடைய பிருஷ்டத்தில் அடிபட்டது. கிளாடியேட்டர் முன்னால் ஓடிக் கொண்டிருப்பதால் பதட்டமடைந்த 'ஃப்ரூ-ஃப்ரூ' தடையை நெருங்குவதற்கு முன்பாகவே தாவி விட்டது. ஆகவே அதன் பின்னங்காலில் அடிபட்டது. அடிபட்டாலும் அதன் வேகம் குறையவில்லை. தரையிலிருந்து வேகமாய்ப் பறந்து மண்கட்டி ஒன்று விரான்ஸ்கியின் முகத்தைத் தாக்கியது. கிளாடியேட்டர் குதிரைக்குப் பின்னால் அதே இடைவெளியில் தன்னுடைய குதிரை ஓடிக் கொண்டிருப்பதை விரான்ஸ்கி உணர்ந்தான்.

மகோட்டினுடைய குதிரையைக் கடந்து செல்ல வேண்டிய நேரம் வந்து விட்டது என்று விரான்ஸ்கி நினைத்த அதே கணத்தில் அவனுடைய மனத்திலிருப்பதை புரிந்து கொண்டதைப் போல விரான்ஸ்கியின் குதிரை வேகத்தை அதிகப்படுத்தியது. கயிற்றுக்குப் பக்கத்தில் மகோட்டினை நெருங்கியது. தாண்டிச் செல்வதற்கு மிகவும் வசதியான பக்கம் அது தான். அந்தப் பக்கம் விரான்ஸ்கியின் குதிரை கடந்து செல்ல மகோட்டின் அனுமதிக்கவில்லை.

ஃப்ரூ-ஃப்ரூவின் தோள் பகுதியில் வியர்வை வழிந்தது. கிளாடியேட்டரின் பின்பகுதிக்கு அது சரிசமமான உயரமாக இருந்தது. இரண்டு குதிரைகளும் சிறிது தூரம் வரை அருகருகில் ஓடின. ஆனால் அடுத்த தடையை நெருங்கி விட்டால் விரான்ஸ்கி குதிரையை விரட்டி,

மகோட்டினுடைய குதிரையைத் தாண்டி முன் சென்றான். அவருடைய முகத்தில் மண் ஒட்டியிருந்ததைப் பார்த்தான். அவர் சிரிப்பதாகக் கூட விரான்ஸ்கிக்குத் தோன்றியது. அவன் கிளாடியேட்டர் குதிரையைத் தாண்டி விட்ட போதிலும் தன்னுடைய குதிரைக்குப் பின்னால் மிக அருகில் குதிரையின் குளம்புகளின் சத்தத்தைக் கேட்டான். கிளாடியேட்டர் குதிரை திணறலுடன் மூச்சு விடுகின்ற சப்தம் கேட்டது.

அடுத்ததாக இரண்டு தடைகளை, குழி மற்றும் வேலியைத் தாண்ட வேண்டும். ஃப்ரூ-ஃப்ரூ அவற்றை சுலபமாகக் கடந்தது. ஆனால் கிளாடியேட்டர் மூர்க்கத்துடன் நெருங்கிக் கொண்டிருந்தது. அவன் தன்னுடைய குதிரையைத் தூண்டி வேகத்தை அதிகப்படுத்தினான். இரண்டு குதிரைகளுக்கும் இடையே இருந்த இடைவெளி மறுபடியும் அதிகரித்தது.

விரான்ஸ்கிதான் இப்பொழுது முன்னால் போய்க் கொண்டிருந்தான். அவன் விரும்பியதும், கோர்டு ஆலோசனையும் அதுவே. இனி வெற்றி தனக்கே என்று அவன் குதூகலித்தான். அவனுடைய மகிழ்ச்சி அதிகரித்த பொழுது குதிரை மீது இரக்கமும் அதிகரித்தது. அவன் சுற்றிலும் பார்க்க விரும்பினான். ஆனால் பயம் அவனைத் தடுத்தது. குதிரையை வேகப்படுத்த அவன் விரும்பவில்லை. அதன் உடலின் சக்தி முழுவதையும் செலவிட்டு விடக் கூடாது. காப்புச் சக்தி இருக்கட்டும் என்று கருதினான்.

மிகவும் கடுமையான தடை மிச்சமிருந்தது. மற்றவர்களுக்கு முன்பாக அதைத் தாண்டி விட்டால் அவன் தான் முதல் நிலையில் இருப்பான். அவன் ஐரிஸ் வங்கிக்கு சமீபத்தில் வேகமாகச் சென்று கொண்டிருந்தான். வங்கியின் மதில் சிறிது தூரத்தில் இருக்கும் போதே அவனும் குதிரையும் அதைப் பார்த்தார்கள். இருவரிடமும் லேசான சந்தேகம் ஏற்பட்டது. குதிரை தயங்குவது அதன் காதுகளில் தெரிந்தது. அவன் சாட்டையை ஓங்கினான். ஆனால் தன்னுடைய சந்தேகத்திற்கு ஆதாரமில்லை என்பதை அவன் உடனே புரிந்து கொண்டான். குதிரை தன் வேகத்தை அதிகப்படுத்தி சரியான தருணத்தில் கால்களை உயர்த்தி தாவியது. அந்த மாபெரும் பாய்ச்சல் தடையாக இருந்த குழிக்கு அப்பால் அதைக் கொண்டு சென்றது. அதன் பிறகு குதிரை வேகத்தைக் குறைக்காமல் ஓட்டத்தைத் தொடர்ந்தது.

'விரான்ஸ்கி வெற்றி!' என்றொரு குரல் கும்பலில் இருந்து வாழ்த்தும் ஒலி கேட்டது. அவனுடைய ரெஜிமெண்டைச் சேர்ந்த நண்பர்கள் தடையரணுக்கு அருகில் நின்று கொண்டு ஆரவாரம் செய்து கொண்டிருந்தனர். அந்தக் குரல் நண்பன் யாஷ்வினுடையது என்று விரான்ஸ்கி தெரிந்து கொண்டான். ஆனால் சட்டென்று யாஷ்வினை அங்கு பார்க்க முடியவில்லை.

'என்னுடைய அழகு தேவதையே!' என்று செல்லமாகக் குதிரையைப் பாராட்டினான் விரான்ஸ்கி. அதே சமயம் பின்புறம் கிளாடியேட்டர் தடையைத் தாண்டி குதிக்கும் சப்தம் கேட்டது. 'தடையைத் தாண்டிவிட்டார்கள்' என்று தனக்குள் சொல்லிக் கொண்டான் விரான்ஸ்கி. கிளாடியேட்டர் பயங்கரமான ஓசையுடன் பின்னால் மிக வேகமாக வந்து கொண்டிருப்பதையும் அவன் உணர்ந்து கொண்டான். இன்னும் ஒரே ஒரு தடை மட்டுமே இருந்தது. ஒன்றரை மீட்டர் அகலமுள்ள நீர் நிறைந்த குழி (பள்ளமான பகுதி)யைத் தாண்டும் தடை அது. குதிரை தன்னிடமிருந்த கடைசி சக்தியைப் பயன்படுத்துவது அவனுக்குத் தெரிந்தது. குதிரையின் கழுத்திலும் தோள் பகுதியிலும் வியர்வை வழிந்தது. தலையிலிருந்தும் வியர்வை கொட்டியது. குதிரை மூச்சு விடுவதற்கு சிரமப்பட்டது. இன்னும் ஐநூறு மீட்டர் தூரம் தான் எஞ்சியிருக்கிறது. அதைக் கடப்பதற்குப் போதுமான சக்தி குதிரையிடம் இருக்கிறது என்று அவன் நம்பினான். குதிரையின் வேகம் அதிகரித்திருப்பது சேணத்திலிருந்து கீழே குனிந்த போது அவனுக்குத் தெரிந்தது. பறவையைப் போல குதிரை குழி மீது பறந்தது சென்றது. ஆனால் அந்தத் தருணத்தில் தான் ஒரு பயங்கரமான தவறைச் செய்து விட்டதை அவன் உணர்ந்தான். அவன் சேணத்திலிருந்து கீழிறங்கி குதிரையின் தலையைப் பின்னால் இழுத்து விட்டான். அவன் சுதாரித்துக் கொள்வதற்குள் மகோட்டின் சவாரி செய்த குதிரை அவனைத் தாண்டி முன்னால் சென்று விட்டது. விரான்ஸ்கியின் ஒரு கால் பூமியைத் தொட்டது. அவன் தனது காலை மேலே தூக்குவதற்குள் ஃப்ரூ - ஃப்ரூ பூமியில் 'ணங்னென்று' விழுந்து விட்டது. அடிபட்ட பறவையைப் போல அந்தக் குதிரை அவனது காலடியில் விழுந்து மறுபடியும் எழுந்து நிற்பதற்குப் போராடிக் கொண்டிருந்தது. விரான்ஸ்கி கடிவாளத்தைத் தவறாக இழுத்ததால் அதன் பின்னங்கால்கள் தடுமாறி, மொத்த எடையும் பின்னால் அழுத்த குதிரை நிலை தடுமாறி கீழே விழுந்து தன் முதுகை முறித்துக்கொண்டது. அதைக் கூட அவன் சிறிது நேரத்திற்குப் பிறகு தான் தெரிந்து கொண்டான். மகோட்டின் வேகமாகச் சவாரி செய்து கொண்டிருப்பதைக் கண்டான். குதிரைக்குச் சற்று தொலைவில் புழுதியில் விழுந்து கிடந்த அவன் சிரமத்துடன் தலையை உயர்த்தி முன்னால் பார்த்தான். மகோட்டினுடைய குதிரை முன்னால் மிக வேகமாக ஓடிக் கொண்டிருந்தது. விரான்ஸ்கி சிரமத்துடன் எழுந்து வந்து குதிரையை பார்த்தான். அதன் கடிவாளத்தை எடுத்து ஆட்டினான்.

ஃப்ரூ - ஃப்ரூ சிரமத்துடன் மூச்சு விட்டது. தலையை நீட்டிக் கொண்டு தன்னுடைய அழகான கண்களால் அவனைப் பார்த்தது. என்ன நடந்தது என்பதை இன்னும் புரிந்து கொள்ள முடியாமல் விரான்ஸ்கி தன்னுடைய கையிலிருந்த கடிவாளத்தைச் சொடுக்கினான். குதிரை மீனைப்

போல மறுபடியும் போராடியது. அது கால்களை விடுவித்துக் கொண்டது. பின்பகுதியைத் தூக்க முடியாமல் மறுபடியும் தரையில் விழுந்தது.

விரான்ஸ்கியின் முகம் கோபத்தில் சிவந்தது. மோவாய் துடித்தது. அவன் தன் குதிகாலினால் குதிரையின் வயிற்றில் மிதித்தான். மறுபடியும் கடிவாளத்தைச் சொடுக்கினான். குதிரை பூமியிலிருந்து எழுந்து நிற்க முடியாமல் கிடந்தது. அந்தக் குதிரை தன் எசமானரைப் பார்த்த பார்வையில் ஆயிரம் அர்த்தங்கள் இருந்தன.

விரான்ஸ்கி தன்னுடைய தலையைப் பிடித்துக் கொண்டு கத்தினான். ‘ஆ! என்ன செய்து விட்டேன்? பந்தயத்தில் தோற்றேன். என்னுடைய தவறினால் தான் தோற்றேன். அது மன்னிக்க முடியாத தவறு. அத்துடன் இந்த அருமையான நல்ல குதிரையும் கூட நாசப்படுத்தப்பட்டு விட்டது. ஆ... நான் என்ன செய்வேன்!’ என்று மிக வருந்தினான் விரான்ஸ்கி.

பந்தயத்தைப் பார்த்துக் கொண்டிருந்தவர்கள், ஒரு டாக்டர், ஒரு பணியாள், ரெஜிமெண்டைச் சேர்ந்த அதிகாரிகள் என்று பலர் அவனை நோக்கி ஓடி வந்தார்கள். தனக்கு எந்தக் காயமும் ஏற்படவில்லை என்று விரான்ஸ்கி வேதனைப்பட்டான். குதிரையின் முதுகெலும்பு முறிந்து விட்டது. அதனைச் சுட்டுக் கொல்ல முடிவு செய்யப்பட்டு விட்டது. விரான்ஸ்கியினால் பேச முடியவில்லை. கேள்விகளுக்குப் பதில் சொல்ல முடியவில்லை. அவன் திரும்பி நடந்தான். தலையிலிருந்து கீழே விழுந்த தொப்பியை எடுக்க முடியவில்லை. எங்கே போவது என்று தெரியாமலேயே பந்தய மைதானத்திலிருந்து புறப்பட்டான் விரான்ஸ்கி. தன் வாழ்க்கையில் முதன் முறையாக கடுந்துயரத்தை, மாற்ற முடியாத துயரத்தை அவன் அனுபவித்தான். அவன் வாழ்க்கையில் இது போன்று அவன் என்றுமே வருந்தியது கிடையாது. நானே இப்பெரும்பழியைத் தேடிக் கொண்டேன் என்று புலம்பினான்.

யாஷ்வின் அவனுடைய தொப்பியை எடுத்துக் கொண்டு அவனுக்குப் பின்னால் ஓடி வந்தான். அவனே விரான்ஸ்கியை முகாம் வீட்டிற்கு அழைத்து வந்து விட்டுவிட்டுப் போனான். அரை மணி நேரத்திற்கு பிறகு விரான்ஸ்கி மன அமைதி பெற்றான். ஆனால் அன்று நடைமுறை குதிரைப் பந்தயம் அவனுடைய வாழ்க்கையில் மிகவும் வேதனையளித்த துன்பமான நினைவாகவே எப்பொழுதும் இருந்து வந்தது.

அத்தியாயம் 26

கரீனின் தன் மனைவியிடம் கொண்டிருந்த உறவுகள் வெளிப்பார்வைக்கு முன்பு போலவே இருந்தன. அவர் முன்னைக் காட்டிலும் அதிக நேரம் தன்னுடைய அலுவலகத்தில் வேலை செய்தது மட்டுமே வேறுபாடாக

இருந்தது. முந்தைய ஆண்டுகளைப் போலவே அந்த ஆண்டும் வசந்த காலம் ஆரம்பமானவுடன் அவர் உடல் நோயிலிருந்து மீள்வதற்காக, புத்துணர்ச்சி பெறுவதற்காக வெளிநாட்டுக்குச் சென்றார். குளிர்காலத்தில் அதிகமான வேலைகளைச் செய்து தான் நோயாளியாகி விட்டதான அதற்கு அவர் காரணம் சொன்னார். ஜூலை மாதத்தில் கூடுதலாக சக்தியுடன் அவர் திரும்பி வந்து வழக்கம் போலத் தன்னுடைய அலுவலகப் பணிகளில் ஈடுபட்டார்.

இளவரசி பெட்ஸி அளித்த விருந்தில் கலந்து கொண்டு விட்டுத் திரும்பிய இரவு அன்னாவிடம் தன்னுடைய சந்தேகங்கள், பொறாமை மற்றும் குடும்ப கௌரவம் பற்றியெல்லாம் பேசினார் கரீனின். அவருடைய பேச்சு எப்பொழுதும் மற்றவர்களை கேலி செய்வதாகவும், குத்தலாகவும், நையாண்டி செய்வதாகவுமே இருக்கும். தற்போது அன்னாவுடன் உறவுகள் முறிந்த பின் அவளைச் சீண்டிவிட, அவளை வஞ்சகமாகப் பேச அந்தத் தொனி அவருக்குப் பொருத்தமாக இருந்தது. அவர் அவளிடம் அன்பில்லாமல் மிகவும் ஈவிரக்கமின்றி பேசினார். 'அன்றிரவு உன்னிடம் அதைப் பற்றி நான் விசாரித்த பொழுது நீ சரியான விளக்கம் தர விரும்பவில்லை. மழுப்பினாய். இனிமேல் அதைப்பற்றி நான் உன்னிடம் பேசப் போவதில்லை. அதுதான் உனக்கு நான் தரும் தண்டனை' என்று அவர் தன் மனத்தினுள் நினைத்துக்கொண்டார். தீப் பிடித்து பற்றியெரியும் பொழுது ஒரு மனிதன் அந்தத் தீயை அணைக்க முயலுகின்றான். அவனால் நெருப்பை அணைக்க முடியவில்லை. இதனால் வெறுப்புற்ற அவன், 'சரி நன்றாக எரிந்து கொள். அனைத்தையும் எரித்து சாம்பலாக்கு. ஆனால் ஒன்று மட்டும் தெரிந்து கொள். இதன் முழுப் பொறுப்பும் உன்னையே சார்ந்தது என்பதைத் தெரிந்து கொள்' என்று அந்த நெருப்பிடம் கூறுவது போன்று இருந்தது. அவருடைய இந்த செய்கை.

தனது அலுவலக நடவடிக்கைகளில் அவர் மிகவும் திறமையாகவும், மதி நுட்பமாகவும் செயல்பட்டார். ஆனால் தன்னுடைய மனைவியிடம் இப்படி நடந்து கொள்வது சுத்தப் பைத்தியக்காரத்தனமான செயல் என்பதை அவர் புரிந்து கொள்ளவில்லை. அதைப் புரிந்து கொண்டு விட்டால் தனது உண்மையான நிலை அவளுக்குத் தெரிந்து விடும். அந்த உண்மை அவளுக்கு மிகவும் பயங்கரமாக, கொடூரமானதாக தோற்றம் தரும் என்று கருதியே அவர் தன்னுடைய மனத்தின் தன் ஆன்மாவின் ஒரு பகுதியான தன் குடும்பத்தை - தன் மனைவி தன் மகன் என்ற பகுதியைப் பூட்டி சீல் வைத்து விட்டார்.

முன்பு அவர் தன்னுடைய மகனிடம் அன்புள்ளவராகத் தான் இருந்தார். ஆனால் அந்தக் குளிர் காலத்தின் முடிவுக்குப் பின்னால் அவர் தன் மகனிடம் பாசமில்லாமல் நடந்து கொண்டார். தன் மனைவியிடம்

நடந்து கொள்ளும் அதே பாசமற்ற, தன்மையிலேயே அவனிடமும் பழகினார். பரிகாசமிக்க தொனியிலேயே பேசினார். 'ஆ, இளைஞனே!' என்று தான் அவர் தன் மகனை அழைத்தார்.

இந்த ஆண்டு தனக்கு வேலைப் பளு மிகவும் அதிகம் என்று கூறினார் கரீனின். வேறு எந்த ஆண்டிலும் இல்லாத அளவுக்கு இந்த ஆண்டில் வேலைகள் மிக அதிகம் என்று அவர் கூறினார். உண்மை என்னவென்றால் அதிகமான வேலைகளை அவரே ஏற்படுத்திக் கொண்டார். தன் குடும்பத்தைப் பற்றிய எண்ணங்களை அவர் மூடி முத்திரை வைத்து விட்டதால் அதைத் திறந்து பார்த்து மனவேதனைப் படாமல் இருப்பதற்காக தன் சிந்தனைகளை வேறு திசைகளில் மாற்றுவதற்காக அவர் அதிகமான வேலைகளைச் செய்தார். 'உங்கள் மனைவியின் நடத்தை பற்றி என்ன நினைக்கிறீர்கள் என்று யாராவது துணிச்சலுடன் அவரிடம் கேட்டால் மென்மையான உள்ளம் படைத்த கரீனின் பதில் சொல்லியிருக்க மாட்டார். கேள்வி கேட்ட அந்த நபர் மீது ஆத்திரப்பட்டிருப்பார். 'உங்களுடைய மனைவி நலமா?' என்று யாரேனும் விவரம் தெரியாமல் விசாரித்து விட்டால் கூட, அந்த நபரிடம் கடுமையான கோபம் கொள்வார் கரீனின். தன்னுடைய மனைவியின் நடத்தை மற்றும் உணர்ச்சிகளைப் பற்றி சிந்திக்க விரும்பவில்லை. உண்மையிலேயே சிந்திக்கவும் இல்லை.

கோடை காலத்தில் கரீனின் குடும்பத்தினர் வழக்கமாக 'பீட்டர்ஹாப்'பிலுள்ள தங்களது பண்ணை வீட்டுக்குச் செல்வார்கள். சீமாட்டி லிடியா இவானோவ்னா அங்கே அவர்களது வீட்டுக்குப் பக்கத்தில் தான் குடியிருந்தாள். அவள் அன்னாவை இங்கு வந்து அடிக்கடி சந்திப்பது வழக்கம். இரண்டு ஆண்டு சீமாட்டி லிடியா பீட்டர்ஹாப்பிலுள்ள தனது பண்ணை வீட்டிற்கு வரவில்லை. ஒரு முறை கூட அன்னாவுடன் தொடர்பு கொள்ளவில்லை. பெட்ஸி, விரான்ஸ்கி போன்றோருடன் அன்னாவின் நெருக்கம் விரும்பத்தக்கதல்ல என்று கரீனினிடம் சூசகமாக அவள் தெரிவித்திருந்தாள். கரீனின் ஆத்திரமுற்று அவளோடு பேச்சை நிறுத்தியிருந்தார். அன்னாவை நான் சந்தேகிக்கவில்லை என்று அவரிடம் சொல்லி விட்டு அன்று முதல் சீமாட்டி லிடியாவுடன் பழக்கத்தை தவிர்த்தார். அன்னாவை பற்றி தவறான கண்ணோட்டத்தோடு, வெளிப்படையாக பேசாமல் பட்டும் படாமலும் மறைத்துப் பேசும் தனது சமூகத்தினரைப் பார்க்க கரீனின் இப்போது விரும்புவதில்லை. பார்ப்பதுவும் இல்லை. பெட்ஸி வசிக்கும் 'முஸார்ஸ் கொயி செலோ'விற்கு தங்களது பண்ணை வீட்டை மாற்றிக் கொள்ள வேண்டும் என்று அன்னா அடிக்கடி அவரை வற்புறுத்தி வருவது ஏன் என்று அவருக்குப் புரிந்துகொள்ள முடியவில்லை. புரிந்து கொள்ளவும் அவர் விரும்பவில்லை. அங்கு பெட்ஸியின் வீட்டிற்கு அருகில் தான் விரான்ஸ்கியின் இராணுவ ரெஜிமெண்ட் முகாம்

இருந்தது. தன் மனத்தில் இது போன்ற சிந்தனைகளுக்கு இடமளிக்கவும் இல்லை. இது போன்ற விஷயங்களை சிந்திக்கவும் இல்லை. அவருடைய மனதின் அடி ஆழத்தில் எந்த விதமான ஆதாரங்களும் இல்லாமல், தன்னளவில் சிறிய சந்தேகம் கூட இல்லாமல் தன் மனைவி தனக்குத் துரோகம் செய்கின்றாள் என்று எண்ணி அவர் மிகுந்த வேதனைப்பட்டார்.

அவர் எட்டு வருட காலங்களைக் கடந்து விட்ட தங்களது இல்லற வாழ்வின் போது சிந்தித்த - துரோகம் செய்கின்ற மனைவிகளை, ஏமாற்றப்படுகின்ற கணவர்களை, பார்க்கும் போது 'இந்த நிலைக்கு அவர்கள் ஏன் வந்தார்கள்? இந்தக் கேவலமான நிலையினை அவர்கள் ஒரு முடிவுக்குக் கொண்டு வராமலிருப்பது ஏன்?' என்ற கேள்வியைத் தனக்குத் தானே கேட்டுக் கொண்டிருப்பார். ஆனால் இப்பொழுது அதே போன்ற ஒரு துர்பாக்கியமான நிலை தனக்கும் நேர்ந்து விட்டதே, இதற்கு எப்படி முடிவு கட்டுவது என்று அவர் நினைக்கவும் இல்லை. இப்படி ஒரு துரோகம் நடந்து கொண்டிருக்கிறதே என்று தெரிந்து கொண்டதாகவும் அவர் காட்டிக்கொள்ள விரும்பவில்லை. இதனால் ஏற்படும் விளைவுகளை, பயங்கரங்களை எண்ணி அவர் அச்சப்பட்டார். எனவே அவைகளைச் சந்திக்கவும், சிந்திக்கவும் அவர் மிகவும் பயந்தார். கரீனின் வெளிநாட்டுப் பயணத்திலிருந்து திரும்பி வந்தபிறகு தன்னுடைய பண்ணை வீட்டிற்கு இரண்டு முறை வந்தார். முதல் முறை மதிய உணவருந்த வந்தார். மற்றொரு முறை தனது நண்பர்கள் சிலருக்கு அங்கே மாலை விருந்து கொடுப்பதற்காக வந்தார். விருந்து முடிந்தவுடன் போய் விட்டார். இரவில் அங்கு தங்கவில்லை. கடந்த வருடங்களிலும் இவ்வாறே தான் நடந்தது. எப்போதுமே இரவுகளில் பண்ணை வீட்டில் அவர் தங்கியதில்லை.

பந்தயங்கள் நடந்த தினத்தில் அதிகமான வேலைகள் இருந்தது. பிற்பகலில் பண்ணை வீட்டுக்குச் சென்று அன்னாவை அழைத்துக் கொண்டு பந்தய மைதானத்திற்குப் போக வேண்டும் என்று அவர் முடிவு செய்திருந்தார். அரண்மனை பிரமுகர்கள் எல்லாரும் பந்தயத்தைப் பார்க்க வருவார்கள் என்பதால் அவர் கட்டாயம் அங்கே இருக்க வேண்டிய நிர்ப்பந்தம் இருந்தது. அவர் தன் மனைவியின் சொந்தச் செலவுகளுக்காக ஒவ்வொரு மாதமும் பதினைந்தாம் தேதி அவளிடம் பணம் கொடுக்க வந்த காரணத்தினாலும் இப்போது அன்னாவைப் பார்த்து பணம் கொடுக்க வேண்டும் என்று கருதியும் அன்னாவைப் பகலில் வந்து சந்திப்பது என்று அவர் முடிவு செய்திருந்தார். தன் மனைவியைப் பொருத்தவரையில் இதற்கு மேல் அவர் சிந்திப்பதில்லை.

அன்று காலை அவரது அலுவலகத்தில் தொடர்ச்சியான வேலைகள் இருந்தன. முந்திய நாள் சீமாட்டி லிடியா சீனாவைச் சேர்ந்த பிரபலமான

யாத்ரீகரைப் பற்றிய பிரசுரம் ஒன்றை அனுப்பியதுடன் அவரையும் அனுப்பி வைத்திருந்தாள். கரீனின் அந்தப் பிரசுரத்தை இன்னும் படித்து முடிக்கவில்லை. அன்று அவர் சில மனுதாரர்களைச் சந்தித்தார். சிலரைப் பதவிகளில் நியமித்தார். சிலரைப் பதவியினின்று நீக்கினார். அவருடைய உடல் நலத்தைப் பரிசோதிக்க அவருடைய சொந்த டாக்டர் வந்தார். அவர் பீட்டர்ஸ்பர்கிலேயே பிரபலமானவர். கரீனின் டாக்டரை அன்று எதிர்பார்க்கவில்லை. டாக்டர் அவரது மார்பிலே ஸ்டெதாஸ்கோப்பை வைத்து உற்றுக் கேட்டார். ஈரலைப் பற்றி விசாரித்தார். அதைப் பற்றி கரீனின் ஆச்சரியப்பட்டார். கோடை காலத்தில் அவர் ஒரு மாதிரியான மந்தமான முகத் தோற்றத்துடன் காணப்பட்டதைக் கண்ட அவரது குடும்ப நண்பரான லிடியா இவானோவ்னா டாக்டரைத் தனிப்பட்ட முறையில் வற்புறுத்தி அங்கு அனுப்பி வைத்திருந்தாள் என்பது அவருக்குத் தெரியாது.

கரீனினுடைய உடல் நிலையைப் பற்றி டாக்டர் மிகவும் அதிருப்தி அடைந்தார். 'அவர் சரியான நேரத்தில் போதுமான உணவு சாப்பிடுவதில்லையா? ஈரல் ஏன் வீங்கியிருக்கிறது' என்று கேட்டார். அலுவலகப் பணிகளைக் குறைத்துக் கொண்டு, போதுமான அளவுக்கு உடற்பயிற்சிகளைச் செய்யும்படி டாக்டர் வற்புறுத்தினார். எதைப் பற்றியும் கவலைப்படக் கூடாது என்றார். நீங்கள் சுவாசிக்கக் கூடாது என்று சொல்வது போல இருந்தது அது. டாக்டர் போன பிறகு இனிமேல் தனது நோயைக் குணப்படுத்த முடியாது என்ற கவலை கரீனினுக்கு ஏற்பட்டது.

கரீனினுடைய உடல் நலத்தைப் பரிசோசித்து விட்டு வெளியே வந்த டாக்டர் வாயிலில் கரீனினுடைய தனி செயலாளர் 'ஸ்லையுதீன்' வருவதைக் கண்டு மிக மகிழ்ச்சியுடன் அவருடன் கை குலுக்கினார். டாக்டரும் ஸ்லையுதீனும் பல்கலைக் கழகத்தில் ஒன்றாகப் படித்த நண்பர்கள். எப்போதாவது அவர்கள் சந்தித்துக் கொள்வதுண்டு.

'நீங்கள் அவரைச் சந்தித்து உடல் நிலையைப் பரிசோதித்தது குறித்து மிகவும் மகிழ்ச்சி. அவர் கொஞ்ச காலமாக உடல் நலமின்றி இருப்பதாகத் தான் தெரிகின்றது. இப்போது எப்படி இருக்கிறார்... சொல்லுங்கள்' என்றார் ஸ்லையுதீன்.

'கரீனின் தொடர்ந்து அதிகமாக வேலை செய்கிறார், கடும் உழைப்பும் அதில் காட்டி வரும் தீவிரமும் அவரைப் பாதித்திருக்கிறது. தவிர வெளியிலிருந்து ஏதோ ஒரு விஷயம் உள் மனதைப் பாதித்திருக்கிறது' என்று டாக்டர் கண்களைச் சிமிட்டினார். 'நீங்கள் குதிரைப் பந்தயத்திற்குச் சென்றிருந்தீர்களா?' என்று கேட்டார் டாக்டர்.

'ஆமாம். ரொம்ப நேரம் பந்தயம் நடந்தது' என்றார் ஸ்லையுதீன்.

அதன் பின் டாக்டர் விடைபெற்றுக் கொண்டு போய்விட்டார்.

அதன் பின் அந்த சீனத்துப் பிரபல யாத்ரீகர் கரீனினைப் பார்க்க வந்தார். அவரது பிரசுரத்தை அப்போது தான் படித்து முடித்திருந்தார் கரீனின். எனவே யாத்ரீகருடன் பேசும் பொழுது அந்தப் பிரசுரத்தைப் பற்றி தெளிவான புரிதல்களுடன் கரீனின் பேசினார். யாத்ரீகர் கரீனினுடைய அறிவாற்றல் மற்றும் புதுமையான அவரது கண்ணோட்டம் பற்றி வியந்து பாராட்டினார்.

கரீனின் தன்னுடைய அலுவலகப் பணிகளை முடித்துக் கொண்டு புறப்பட்டார். தன்னுடன் கூடவே தனது பண்ணை வீட்டுக்கும், அதன் பின் குதிரைப் பந்தயத்திற்கும் போகலாம் வாருங்கள் என்று தனது தனிச் செயலாளரை அழைத்தார் கரீனின்.

தன்னுடைய மனைவியைச் சந்திக்கும் பொழுது மூன்றாவது ஒரு நபர் ஒருவரை உடன் அழைத்துச் செல்கின்ற பழக்கம் தனக்குத் தெரியாமலேயே கரீனினுக்கு ஏற்பட்டு விட்டது.

அத்தியாயம் 27

அன்னா மாடியில் ஒரு நிலைக் கண்ணாடிக்கு முன்னால் நின்று அன்னுஷ்காவின் உதவியுடன் தன்னுடைய உடையில் ஊசி ஒன்றைக் குத்துவதற்கு முயற்சி செய்து கொண்டிருந்தாள். வீட்டின் முன்பாகப் பரப்பப்பட்டிருந்த சரளைக் கற்கள் மீது ஒரு வண்டி உருண்டு வரும் சப்தம் கேட்டது.

'பெட்ஸி இவ்வளவு சீக்கிரம் வர முடியாதே...' என்ற சிந்தனையுடன் அன்னா சன்னல் வழியாக எட்டிப் பார்த்தாள். கரீனினுடைய கருப்புத் தொப்பியும் காதுகளும் தெரிந்தன. 'இவர் வருகிறாரே... இரவில் இங்கு தங்குவாரோ?' என்று குழம்பினாள் அன்னா. அவள் சிரித்த முகத்துடன் அவரை வரவேற்பதற்கு வாயிலுக்குச் சென்றாள். அவள் சமீபகாலமாக நிறையப் பொய்களைப் பேசிப் பழகி விட்டாள். தடங்கலின்றி, மிக எளிதாகப் பொய்களை உண்மை போல பேசுவதில் அவள் தேர்ச்சி பெற்றிருந்தாள். பிறகு என்ன நடக்கப் போகிறதோ என்ற சிந்தனை யில்லாமல் தனக்குத் தோன்றுவதையெல்லாம் அவள் பேசினாள்.

'நான் மிகவும் மகிழ்ச்சியடைகிறேன்' என்று கூறியபடி தன் கணவரையும், ஸ்லையுதீனையும் அவள் வரவேற்றாள். இரவில் தங்குவீர்கள் அல்லவா? நாம் பந்தயத்திற்கு சேர்ந்தே போகலாம். பெட்ஸியும் வருவதாகச் சொல்லியிருக்கிறாள். அவள் இன்னும் வரவில்லை. அவளை எதிர்பார்த்துக் கொண்டிருக்கிறேன்' என்றாள் அன்னா.

பெட்ஸியின் பெயரைக் கேட்டவுடன் கரீனினுடைய முகம் சுருங்கியது.

'இணை பிரியாதவர்களை நான் பிரிக்க மாட்டேன்' என்று கிண்டலாகச் சொன்னார் கரீனின். 'நான் ஸ்லையுதீனுடன் போகிறேன். டாக்டர் என்னை நிறைய நடந்து செல்லும்படி கூறியிருக்கின்றார். எனவே பாதி தூரம் நடந்து செல்ல வேண்டும்'.

'தேநீர் கொண்டு வரச் சொல்லவா?' என்று அன்னா கேட்டாள்.

அவள் அழைப்பு மணியை அடித்தாள்.

'தேநீர் கொண்டு வா. செரேஷா எங்கே? அப்பா வந்திருக்கிறார் என்று சொல்'. என்று பணிப்பெண்ணுக்கு உத்தரவிட்டாள்.

அன்னா மிகவும் எளிமையாக, இயல்பாகப் பேசினாள். ஸ்லையுதீன் தன்னை அக்கறையுடன் பார்ப்பதைப் போல உணர்ந்தாள்.

'நீங்கள் நன்றாக இருக்கிறீர்களா' என்று ஸ்லையுதீனைக் கேட்டாள். 'இதற்கு முன் நீங்கள் இங்கு வந்ததில்லையே. என் வீட்டு வராந்தாவை நீங்கள் பார்த்ததில்லையே, பாருங்களேன், எவ்வளவு அழகாக உள்ளது என்று...' என்று கூறியபடி ஸ்லையுதீனைப் பார்த்தாள்.

பின்பு தன் கணவனைப் பார்த்தாள். மீண்டும் ஸ்லையுதீனைப் பார்த்தாள். ஸ்லையுதீன் உடனே எழுந்து வராந்தாவுக்குச் சென்று விட்டான். அவள் தன் கணவனுக்கு அருகில் உட்கார்ந்து கொண்டாள்.

'நீங்கள் இன்று பார்ப்பதற்கு நன்றாக இருக்கிறீர்கள்' என்றாள் அன்னா.

'இல்லை. இன்று காலையில் டாக்டர் என்னைப் பரிசோதனை செய்ய வந்தார். என்னுடைய நண்பர்களில் யாரோதான் அவரை என்னிடம் அனுப்பியிருக்க வேண்டும். என்னை ஒரு மணி நேரம் பரிசோதித்துப் பார்த்தார். என் உடல் நலத்தைப் பற்றி நான் மிகவும் அக்கறை எடுத்துக் கொள்ள வேண்டும் என்று கூறிச் சென்று இருக்கிறார்.'

'அப்படி என்னதான் அவர் சொன்னார்... சொல்லுங்களேன்'

அவள் அவருடைய நலத்தைப் பற்றி மிகவும் விசாரித்தாள். அவரது வேலைகளைப் பற்றி விசாரித்தாள். நிறைய ஓய்வு எடுத்துக் கொள்ளும்படி வேண்டினாள். விடுமுறை எடுத்துக் கொண்டு வெளிநாடு சென்று வரும்படி கேட்டுக் கொண்டாள்.

அவள் மென்மையாக, வேகமாக, கண்களில் ஒளி மின்னலிடப் பேசினாள். கரீனின் அவள் பேசிய சொற்களை மட்டுமே கேட்டார். அவளது பேச்சின் தொனியைப் பற்றி அவர் அக்கறைப் படவில்லை. அவருடைய கிண்டல் பேச்சு இப்போதும் தொடர்ந்தது. அவர்களது உரையாடலில் விசேஷமாக ஒன்றும் இல்லை. ஆனால் அன்னா அதைப் பிறகு நினைவு கூர்ந்த பொழுது அவமானத்தினால் துன்புற்றாள்.

ஆசிரியை செரேஷாவை அறைக்குள் அழைத்து வந்தாள். அந்தச் சிறுவன் குழப்பத்துடன் உள்ளே வந்தான். முதலில் தந்தையையும், பிறகு தாயையும் அவன் பார்த்தான். கரீனின் அதைக் கவனிக்கவில்லை. ஏனென்றால் அவர் எதையும் பார்க்க விரும்பவில்லை.

'ஆ, இளைஞனே! பெரியவனாக வளர்ந்து விட்டாயே... எப்படி இருக்கிறாய் இளைஞனே!' என்றார் கரீனின். பயந்தபடி நின்று கொண்டிருந்த அந்தச் சிறுவனிடம் கை குலுக்குவதற்காகத் தன்னுடைய கரத்தை நீட்டினார்.

செரேஷாவுக்குத் தன் தந்தையைப் பார்க்கும் தோறும் பயம் உண்டாகும். விரான்ஸ்கி நண்பரா? பகைவரா? என்ற பிரச்சினை வேறு அவன் மனத்தை மிகவும் பாதித்துக் கொண்டிருந்தது. அவன் பயத்துடன் தன் தந்தையிடமிருந்து சற்று விலகி நின்றான். 'என்னை காப்பாற்று' என்று சொல்வதைப் போல தனது தாயைப் பார்த்தான். தன்னுடைய மகனுடைய தோளில் கை வைத்துக் கொண்டு ஆசிரியையிடம் பேசினார் கரீனின். செரேஷா மிகவும் மிரண்டு போய் நின்று கொண்டிருந்தான். சீக்கிரமே அழுது விடப் போகிறவன் போல இருந்தது அவனது தோற்றம். அன்னா விரைந்து வந்து கரீனினுடைய் கரத்தை சிறுவனின் தோளிலிருந்து மெல்ல எடுத்து விட்டு சிறுவனது நெற்றியில் முத்தமிட்டு அவனது கரத்தைப் பற்றி அழைத்து கொண்டு வந்து வராந்தாவில் அவனை உட்கார வைத்து விட்டு உடனே உள்ளே வந்தாள்.

கரீனின் தன்னுடைய விரல்களில் சொடக்குப் போட்டார்.

'தேவதைகள் புனைகதைகளைச் சாப்பிட முடியாது என்பதால் உனக்குப் பணம் கொண்டு வந்திருக்கிறேன், தரட்டுமா?' என்றார் கரீனின்.

'வேண்டாம்... எனக்கு வேண்டாம்... சரி, கொடுங்கள்' என்று பதிலளித்த அவள் அவரை ஏறிட்டுப் பார்க்காமலேயே வெட்கப்பட்டபடி தனது கூந்தலைச் சரி செய்வதில் முனைந்தாள். குதிரைப் பந்தயம் முடிந்த பிறகு இங்கு வருவீர்கள் அல்லவா?' என்றாள்.

'ஓ... ஆமாம்!' என்று பதில் சொல்லிய கரீனின், 'இதோ, பீட்டர்ஹாபின் ஆபரணம்... இளவரசி பெட்ஸி ட்வெர்ஸ்கயா வருகிறாள்!' என்று சன்னல் வழியாகப் பார்த்துக் கொண்டு கூறினார் கரீனின். இங்கிலாந்தில் தயாரிக்கப்பட்ட ஒரு அழகான கோச்சு வண்டி அப்போது தான் வீட்டின் வாயிலுக்குள் நுழைந்து நின்றது.

'என்ன அழகு! என்ன வசீகரம்!' என்று சொல்லியபடி கரீனின் தனது செயலாளருடன் வெளியில் புறப்பட்டார்.

இளவரசி பெட்ஸி கோச்சு வண்டியிலிருந்து இறங்கவில்லை. கருப்புத் தொப்பி மற்றும் சீருடை அணிந்த அவளுடைய வேலைக்காரன் வண்டியின் முன் கதவு வழியாக கீழே குதித்தான்.

'நாங்கள் புறப்படுகிறோம்' என்றாள் அன்னா.

அன்னா தன் மகனை முத்தமிட்டாள். பிறகு கரீனின் முத்தமிடுவதற்கு தன் கரத்தை நீட்டினாள். 'தாங்கள் என்னைப் பார்க்க வந்தது குறித்து மிகுந்த மகிழ்ச்சி' என்றாள். கரீனின் அவளது கரத்தில் முத்தமிட்டார்.

'போய் வாருங்கள். தேநீர் அருந்த வருவீர்கள் அல்லவா?' என்றாள் அன்னா. மகிழ்ச்சியுடனும், கண்களில் பிரகாசம் பொங்க வெளியே புறப்பட்டாள் அன்னா. கரீனின் தனது செயலாளருடன் புறப்பட்டு வெளியில் வந்தார்.

கரீனின் போன பிறகு அவர் தனது கரத்தில் முத்தமிட்டதை நினைத்து அருவருப்படைந்து நடுங்கினாள் அன்னா.

அத்தியாயம் 28

கரீனின் குதிரைப் பந்தய மைதானத்திற்கு வந்த பொழுது அன்னா முக்கியமான விருந்தினர்கள் வரிசையில் பெட்ஸியுடன் உட்கார்ந்தாள். அவளுடைய கணவர் சிறிது தூரத்தில் வந்து கொண்டிருப்பதைப் பார்த்தாள். இரண்டு ஆண்கள் - அவளுடைய கணவரும், காதலரும் - அவளுடைய வாழ்க்கையில் இரண்டு மையங்களாக இருந்தார்கள். அவர்கள் இங்கு வந்திருப்பதை அவள் புலன்களின் உதவியின்றி உணர்ந்தாள். தன் கணவர் கூட்டத்துக்குள் நுழைந்து வந்து கொண்டிருப்பதை அவள் கவனித்துக் கொண்டிருந்தாள். பலர் அவரைப் பணிவுடன் வணங்கியதையும், அவர் பெருந்தன்மையுடன் அதனை ஏற்றுக் கொள்வதையும், தனக்குச் சமமான அந்தஸ்துடையவர்களிடம் நட்புணர்ச்சியுடன் வணக்கம் கூறுவதையும் மிக முக்கியமானவர்கள் தன்னைப் பார்க்கும் பொழுது குனிந்து வணங்குவதையும் அவள் தன் இருக்கையில் இருந்தபடியே கவனித்தாள். அவருடைய அணுகுமுறைகளும், செயல்களும் பற்றி அவளுக்கு நன்றாகத் தெரியும். பதவி ஆசை, உலகத்தில் தன்னை மிஞ்சியவர் யாரும் கிடையாது என்ற எண்ணத்துடன் மேலும் மேலும் பதவிக்காக, பதவி உயர்வுக்காக, பேருக்கும், புகழுக்கும் அலைகின்ற மனிதர் தான் தன் கணவன் என்பது அவள் அறிந்ததே. இந்தப் பதவி வெறியைத் தவிர அவரிடத்தில் வேறு எந்த வித உணர்ச்சியும் கிடையாது என்பதையும் அவள் அறிவாள்.

'தேசத்திற்கான உயர்ந்த சிந்தனைகளும், அறிவுத் தாகமும், மதமும் தான் கரீனின் வாழ்க்கையில் மேலும் மேலும் முன்னேறிச் செல்ல அவருக்கு உதவும் படிக்கட்டுக்கள் ஆகும் என்பதை அன்னா மிகவும் நன்றாக அறிவாள்.

அரங்கத்திற்குள் வந்ததும் அன்னா இருக்குமிடத்தை அவரது கண்கள் தேடி அலைந்தன. மஸ்லின்கள், ரிப்பன்கள், அலங்கார சிறகுகள், வண்ண மலர்களின் கூட்டமெனக் குவிந்திருந்த அந்தக் கூட்டத்தில் அவளைக் கண்டு பிடிக்க அவரால் முடியவில்லை. அவள் வேண்டுமென்றே அவரைப் பார்க்காமல் தன்னை மறைத்துக் கொண்டாள். கூட்டத்தில் இருந்து ஓடி வந்த பெட்ஸி அவரை அழைத்தாள்.

'அலெக்ஸிஸ் அலெக்ஸாண்ட்ரோவிச்! உங்கள் மனைவியைத் தேடுகிறீர்களா? நீங்கள் அவளைக் கண்டுபிடிக்க முடிந்திருக்காதே... இதோ... இதோ இங்கிருக்கின்றாள்...' என்று உரக்கச் சொன்னாள் பெட்ஸி.

கரீனின் புன்னகை செய்தார். வழக்கமான அன்பற்ற, உணர்ச்சியற்ற, வறண்ட புன்னகை. 'இங்கு ஒரு தேவதை இருப்பதைப் போன்று எங்கும் பிரகாசம்... ஒளி வெள்ளம்... எனக்குக் கண்கள் கூசியதால் ஒன்றையும் பார்க்க முடியவில்லை' என்றார் கரீனின். அவர் அன்னாவை நெருங்கி வந்து அவளைப் பார்த்து சிரித்தார். ஒரு கணவன் தன்னுடைய மனைவியைப் பார்த்து எப்படி சிரிக்க வேண்டுமோ அதே போன்று அவர் அன்னாவைப் பார்த்துச் சிரித்தார். இளவரசி பெட்ஸி மற்றும் பிரமுகர்களின் மனைவிகளிடம் நகைச்சுவையாகப் பேசினார். அங்கிருந்த ஆண்களிடமும் நலம் விசாரித்தார். சக்கரவர்த்தியின் மெய்க்காப்பளர் அங்கிருந்தார். கரீனினுக்கு அவரை மிக நன்றாகத் தெரியும் என்பதால் அவருடன் சற்று நேரம் உரையாடினார்.

இரண்டு பந்தயங்களுக்கிடையில் ஓய்வு நேரம் இருந்ததால் அவர்கள் தடையின்றி உரையாடினார்கள். பந்தயங்கள் தேவையில்லை என்றார் மெய்க்காப்பாளர். கரீனின் பந்தயங்களின் முக்கியத்துவத்தை விளக்கினார். அவர் பேசிய ஒவ்வொரு சொல்லையும் அன்னா கேட்டாள். அவருடைய போலியான பேச்சு அவளது காதுகளைக் குடைந்தது.

நான்கு வெர்ஸ்ட் தடை ஓட்டப் பந்தயம் ஆரம்பமான பொழுது விரான்ஸ்கி எழுந்து தன் குதிரையை நோக்கி நடந்து சென்று குதிரையில் ஏறி உட்காருவது வரையில் கண்களை அகற்றாமல் பார்த்துக் கொண்டிருந்தாள். அதே நேரம் சமீபத்தில் அவளது கணவனின் தொதொணப்புப் பேச்சும் அவளுக்குக் கேட்டுக் கொண்டு தான் இருந்தது. விரான்ஸ்கிக்கு ஆபத்து ஏற்படுமோ என்று அவள் மிகவும் கவலைப்பட்டாள்.

ஆனால் அவளது கணவருடைய முடிவில்லாத பேச்சு அவளை மிகவும் வேதனைப்படுத்தியது.

'நான் கெட்டவள். தவறு செய்தவள். வீணாகப் போனவள். ஆனால் நான் பொய் சொல்வதை வெறுக்கிறேன். போலித்தனத்தை வெறுக்கிறேன். ஆனால் போலித்தனம் தான் எனது கணவரின் அன்றாட உணவு. அவருக்கு எல்லாம் தெரியும். எல்லாவற்றையும் உணர்ந்து, தெரிந்து கொண்டிருக்க வேண்டும் இல்லையா? அதற்கு பின்னும் அவரால் எப்படி அமைதியாகப் பேச முடிகிறது? அவர் என்னையும் விரான்ஸ்கியையும் கொன்று போட்டால் கூட அதனை நான் ஏற்றுக் கொள்வேன். அவரை நான் மதிப்பேன். ஆனால் அவருக்கு பொய்கள் முக்கியம். அந்தஸ்து முக்கியம்' என்று அன்னா நினைத்தாள். தன் கணவர் எப்படி இருக்க வேண்டும் என்று அன்னா விரும்புகின்றாள்? அல்லது தன் கணவன் எப்படியிருந் திருந்தால் அவள் விரும்புவாள்? அதைப் பற்றி அவள் சிந்திக்கவில்லை.

கரீனினுக்கேயுரிய முடிவில்லாத பேச்சு அவளைக் காயப்படுத்தியது. கரீனின் கவலைப்படுகிறார். மன அமைதியில்லாமல் தவிக்கிறார். அதன் விளைவாகத் தான் முடிவில்லாமல் இடைவிடாது பேசிக் கொண்டிருக்கிறார் என்பது அன்னாவுக்குப் புரியவில்லை. காயமடைந்த குழந்தை காலை உதைப்பதும், குதிப்பதும் ஏன்? அதன் மூலம் தன் உடல் வலியை குறைக்கிறது. மனைவியை எங்கே பார்த்தாலும், அங்கே விரான்ஸ்கியின் பெயர் அடிக்கடி சொல்லப்பட்டதும் அவர் தன்னுடைய மன வேதனைகளை மறைப்பதற்காக அவர் தன்னுடைய வாதத் திறமையை நிரூபித்துக் கொண்டிருந்தார்.

'குதிரை ஓட்டப் பந்தயம்' ஆபத்தானது என்றால் இராணுவத்தில் குதிரைப் படை ஏன் இருக்க வேண்டும்? இராணுவ வரலாற்றில், இங்கிலாந்தின் குதிரைப் படை வரலாற்றுச் சாதனைகளை நிகழ்த்தியிருப்பதற்கு, தடை ஓட்டப் பந்தயங்களை நடத்தி வீரர்களுக்கும், குதிரைகளுக்கும் சிறப்பான பயிற்சிகளை அளித்தது ஒரு காரணமாகும். பந்தயங்கள் அதிகமான பலனைத் தருகின்றன என்பது என்னுடைய கருத்து. ஆனால் நாம் வெளித் தோற்றத்தை மட்டும் தான் பார்க்கிறோம்.'

'வெளித்தோற்றமா?' என்றாள் இளவரசி ட்வெர்ஸ்கயா.

'ஒரு அதிகாரி கீழே விழுந்த பொழுது இரண்டு எலும்புகள் உடைந்து விட்டதாகச் சொல்லுகிறார்கள்.'

கரீனின் வழக்கம் போல புன்னகை செய்தார். அந்தச் சிரிப்பு அவரது பற்களைத் தான் காட்டியதே தவிர வேறு ஒன்றையும் விளக்கவில்லை. அவர் அவளிடம் வேறு ஒன்றையும் பேசவில்லை.

இராணுவத்தினர் தான் பந்தயங்களில் பங்கெடுக்கிறார்கள். அவர்கள் குதிரைப் பந்தயங்களில் பங்கெடுத்துத் தமது திறமை மற்றும் மனோ திடத்தை வளர்த்துக் கொள்கிறார்கள். ஸ்பெயினில் பிரபலமான காளைச் சண்டை காட்டு மிராண்டித்தனத்தின் சின்னம். தடை ஓட்டப் பந்தயங்கள் முன்னேற்றத்தின் அறிகுறி' என்றார் கரீனின்.

'நான் மறுபடியும் வரமாட்டேன். எனக்கு அதிகமான படபடப்பு ஏற்படுகிறது' என்றாள் பெட்ஸி. 'நீ என்ன சொல்கிறாய், இதைத் தானே நினைக்கிறாய், இல்லையா அன்னா?'

'எனக்கும் படபடப்பு ஏற்படுகிறது. ஆனால் என்னால் வராமலிருக்க முடியாது. நான் பழங்கால ரோம் நகரத்தில் இருந்தால் சிங்கத்துடன் மனிதன் சண்டை போடுகின்ற போட்டிக்குத் தவறாமல் செல்வேன்' என்றாள் ஒரு சீமாட்டி.

அன்னா எதுவும் பேசவில்லை. அவள் தன்னுடைய பைனாகுலர் மூலம் ஒரு குறிப்பிட்ட புள்ளியை கவனமாகப் பார்த்துக் கொண்டிருந்தாள்.

முக்கியமான இராணுவ தளபதி ஒருவர் அந்த வழியாக சென்றவர் கரீனின் இருப்பதைப் பார்த்து விட்டு அந்த அரங்கத்திற்குள் நுழைந்தார். கரீனின் தன்னுடைய பேச்சை நிறுத்திக் கொண்டு மிகவும் பணிவுடன் அவரை வணங்கி வரவேற்றார்.

'நீங்கள் போட்டியில் பங்கேற்கிறீர்களா?' என்று நகைச்சுவையுடன் கேட்டார் இராணுவத் தளபதி.

'என்னுடைய போட்டிகள் இன்னும் கடினமானவை' என்று கரீனின் மரியாதையுடன் பதிலளித்தார்.

அந்த பதிலுக்கு எத்தகைய அர்த்தமும் இல்லை. ஆனால் ஒரு அறிவாளி அறிவாற்றலுடன் பதிலளித்ததாக தளபதி கரீனினைப் பாராட்டினார். பந்தயம் ஆரம்பமாகி விட்டது. எல்லோரும் அமைதியாக இருந்தார்கள். அவர்களுடைய முழுகவனமும் பந்தயக் குதிரைகள் மற்றும் சவாரி செய்பவர்கள் மீது இருந்தது. கரீனினுக்குப் பந்தயத்தில் தீவிர ஈடுபாடு கிடையாது. எனவே போட்டியை அவர் கவனிக்கவில்லை. அவர் தன்னுடைய களைத்துப் போன கண்களால் பார்வையாளர்களைக் கவனிக்கத் தொடங்கினார். அவருடைய பார்வை அன்னாவின் மீது விழுந்தது. அவள் முகம், தீவிரமான பார்வையுடன் வெளுத்துப் போய்க் காணப்பட்டது. அவளுடைய பார்வை ஒரே ஒரு நபர் மீது தான் இருந்தது. அவள் தன் கையில் விசிறியை இறுக்கமாய் பிடித்திருந்தாள். அவள் சுவாசிக்கிறாளா என்று கூடத் தெரியவில்லை. கரீனின் அவளைப் பார்த்தவுடன் தனது பார்வையை வேறு புறம் திருப்பிக் கொண்டார்.

சிறிது நேரத்துக்குப் பிறகு அவர் அவளை மறுபடியும் பார்த்தார். அவள் முகத்திலிருந்த உணர்ச்சியை தெளிவாக அவர் புரிந்து கொண்டார்.

பந்தயத்தில் முதல் விபத்து குவோஸ்லெவ் நீரோடையில் விழுந்தான். அந்தக் காட்சியைக் கண்டு எல்லோருமே அதிர்ச்சியடைந்தனர். ஆனால் கரீனின் வேகமாக அன்னாவைப் பார்த்தார். அவள் தன்னிடம் இருந்த தொலைநோக்கி கண்ணாடியில் பார்த்துக் கொண்டிருந்தாள். அவள் பார்த்துக் கொண்டிருந்த அந்தப் போட்டியாளர் கீழே விழவில்லை என்பதை அவர் அவள் முகத்திலிருந்த மகிழ்ச்சியின் மூலம் கரீனின் தெரிந்து கொண்டார். மகோட்டினும் விரான்ஸ்கியும் ஐரீஸ் மதிலைத் தாவிக் கடந்த பொழுது அவர்களுக்குப் பின்னால் வந்த அதிகாரி கீழே விழுந்து மயக்கமடைந்தார். பார்வையாளர்கள் அனைவரும் மீண்டும் அதிர்ச்சியடைந்தார்கள். அவர்களுடைய அலறல் சத்தம் எங்கும் கேட்டது. ஆனால் அந்த அதிகாரி குதிரையிலிருந்து விழுந்ததை அன்னா கவனிக்கவில்லை. தன்னைச் சுற்றிலும் உள்ளவர்கள் என்ன பேசுகிறார்கள் என்று அவர்களிடம் கேட்டுத் தான் அவள் தெரிந்து கொண்டாள். கரீனின் அன்னாவைக் கூர்மையாகக் கவனித்துக் கொண்டிருந்தார். அன்னா குதிரை மீது சவாரி செய்து கொண்டிருந்த விரான்ஸ்கியைப் பார்த்துக் கொண்டிருந்தாலும் தம் கணவர் வேறு பக்கத்திலிருந்து தன்னைப் பார்த்துக் கொண்டிருப்பதை உணர்ந்தாள்.

ஏதோ விசாரிப்பதைப் போல அவள் அவரைப் பார்த்தாள். பிறகு முகத்தைச் சுளித்துக் கொண்டு பார்வையைத் திருப்பினாள். 'நான் கவலைப்படவில்லை' என்று அவள் கூறுவதைப் போல இருந்தது அது. அவள் மறுபடியும் கரீனினைப் பார்க்கவில்லை. தடைகளைத் தாண்டும் குதிரைப் பந்தயத்தில் பதினேழு அதிகாரிகள் கலந்து கொண்டார்கள். அவர்களில் பாதிக்கும் மேற்பட்டவர்கள் காயமடைந்தார்கள். போட்டிகள் முடிவடைந்த பிறகு எல்லோரும் கவலைப்பட்டார்கள். சக்கரவர்த்தி அதிருப்தியடைந்தார் என்ற செய்தி பரவிய பொழுது அவர்களுடைய கவலை அதிகரித்தது.

அத்தியாயம் 29

அடுத்தபடியாக சிங்கத்துடன் மனிதன் சண்டையிடும் போட்டி நடைபெறும் என்று யாரோ ஒருவர் கிண்டலாக கூறினார். அது பார்வையாளர்களின் மனநிலையைத் துல்லியமாக வெளியிட்டது. எல்லோரும் வெறுப்போடு பேசினார்கள். விரான்ஸ்கி குதிரையிலிருந்து விழுந்த போது அன்னா 'ஐயோ' என்று கத்தினாள். முதலில் யாரும் அதைக் கவனிக்கவில்லை. சற்று நேரத்துக்குப் பிறகு அவள் முகம்

வெளிறிப் போய் அவள் சுயக் கட்டுப்பாட்டை இழந்து அடிபட்ட பறவை போலத் துடித்தாள்.

'நாம் போகலாம்' என்று பெட்ஸியிடம் கூறினாள். ஆனால் பெட்ஸி கீழ்வரிசையில் உட்கார்ந்திருந்த தளபதியுடன் பேசிக் கொண்டிருந்ததால் அவள் கூறியதைக் கவனிக்கவில்லை. கரீனின் அன்னாவை நோக்கி வந்தார். தனது கரத்தை அவள் முன் நீட்டினார். 'நீ விரும்பினால் நாம் போகலாம்' என்று பிரெஞ்சு மொழியில் அவளிடம் கேட்டார். ஆனால் அன்னா பெட்ஸியிடம் பேசிக் கொண்டிருந்த அந்தத் தளபதி, பந்தயத்தில் நடந்த விபத்துப் பற்றி பேசிக் கொண்டிருந்ததைக் கவனமாகக் கேட்டுக் கொண்டிருந்த காரணத்தால் தன் கணவன் அழைத்ததைக் கவனிக்கவில்லை. 'அவரும் கூட காலை உடைத்துக் கொண்டதாகச் சொல்கிறார்கள்' என்று தளபதி சொன்னார்.

அன்னா தன் கணவருக்கு எந்தப் பதிலும் சொல்லாமல் தனது தொலை நோக்கு கண்ணாடியை மீண்டும் கண்களில் பொருந்தி, தூரத்தில் விரான்ஸ்கி கீழே விழுந்த இடத்தை கூர்ந்து கவனித்தாள். அந்த இடத்தில் அதிகமானவர்கள் கூடியிருந்ததால் அவளுக்கு எதுவும் தெரியவில்லை. அவள் புறப்பட நினைத்து எழுந்த போது ஒரு அதிகாரி குதிரையில் வேகமாக வந்து சக்கரவர்த்தியிடம் ஏதோ தெரிவித்தார். அன்னா அவர்களுடைய பேச்சைக் கவனித்தாள்.

'ஸ்டீவ், ஸ்டீவ்' என்று தன் சகோதரன் ஆப்லான்ஸ்கியை அழைத்தாள். அவனும் கூட அவள் அழைத்ததைக் கவனிக்கவில்லை. 'சரி புறப்படுவோம்' என்று அங்கிருந்து கிளம்பத் தயாரானாள்.

'நான் மறுபடியும் உன்னை அழைக்கிறேன். நீ விரும்பினால் நாம் இங்கிருந்து புறப்படலாம்' என்று கரீனின் அவளது தோளைத் தொட்டு மறுபடியும் தன் கரத்தை அவளிடம் நீட்டி அழைத்தார். அன்னா அருவருப்புடன் பின் வாங்கினாள். பின்பு அவரை ஏறிட்டுப் பார்க்காமலேயே சொன்னாள்:

'வேண்டாம், வேண்டாம், என்னைத் தனியே விட்டு விடுங்கள். நான் இங்கே இருக்க விரும்புகிறேன்'.

விரான்ஸ்கி விழுந்த இடத்திலிருந்து ராணுவ அதிகாரி அரண்மனைப் பிரமுகர்கள் இருந்த வரிசையை நோக்கி வந்து கொண்டிருந்தார். பெட்ஸி அவரை நோக்கிச் சென்றாள். அந்த அதிகாரி விபத்து பற்றி விபரத்தைத் தெரிந்து கொண்டு வந்திருந்தார். குதிரையில் சவாரி செய்த அதிகாரிக்கு காயம் ஒன்றும் ஏற்படவில்லை. குதிரை தான் பலத்த காயமுற்று தன் முதுகை முறித்துக் கொண்டு விட்டது என்ற செய்தியை அவர் சொன்னார். இதைக் கேட்ட அன்னா மீண்டும் தனது இருக்கையில் அமர்ந்து கொண்டு,

விசிறியினால் தனது முகத்தை மறைத்துக் கொண்டாள். அவள் அழுவதைக் கரீனின் கவனித்தார். அவளால் தன் கண்களிலிருந்து வெளிப்பட்ட கண்ணீரைத் தடுக்க முடியவில்லை. அவள் துக்கம் தாளாமல் குலுங்கி அழுத போது நடுங்கிய தோள்களையும் அவளால் என்ன செய்து விட முடியும்... கரீனின் அவளுக்கு முன்னால் வந்து நின்று கொண்டு அவளை வேறு யாரும் கவனித்து விடாதபடி திரை போட்டாற் போல மறைத்துக் கொண்டார். அவள் மீண்டும் தன்னைச் சரிப்படுத்திக் கொள்ளும் வரைக் காத்திருந்தார்.

'மூன்றாம் முறையாக நான் எனது கரங்களை உன்னிடம் நீட்டி அழைக்கின்றேன்' என்று சிறிது நேரம் கழித்து அவளிடம் அவர் சொன்னார். அன்னா நிமிர்ந்து அவரைப் பார்த்தாள். அவளுக்கு என்ன சொல்வது என்று ஒன்றும் புரியவில்லை. அப்போது இளவரசி பெட்ஸி அவளுடைய உதவிக்கு வந்தாள்.

'அலெக்ஸி அலெக்ஸாண்ட்ரோவிச்! நீங்கள் புறப்படுங்கள். அன்னாவை நான் தானே இங்கு அழைத்து வந்தேன். அதே போன்று நானே அவளை வீட்டிற்கு அழைத்துச் சென்று விட்டு விடுகிறேன்'.

'என்னை மன்னியுங்கள் இளவரசி' என்று சிரித்துக் கொண்டே பணிவாகச் சொன்னார் கரீனின். அவரது கண்கள் பெட்ஸியின் கண்களை மிக உறுதியுடன் அழுத்தமான பார்வை பார்த்தது.

'இல்லை இளவரசி, அன்னா இப்போது உடல் நலமின்றி இருக்கிறாள். எனவே அவளை நானே அழைத்துச் செல்ல விரும்புகிறேன்'. அவர் குரலில் உறுதியான தொனி தென்பட்டது.

அன்னா கலவரத்துடன் சுற்றும் முற்றும் பார்த்தாள். பிறகு பணிவுடன் எழுந்து தனது கணவருடைய கரத்தைப் பற்றிக் கொண்டாள்.

'நான் அவரைப் பற்றி விசாரித்து உனக்குத் தகவல் தெரிவிக்கிறேன்' என்று பெட்ஸி அன்னாவிடம் ரகசியமாகக் கூறினாள்.

அரங்கத்திலிருந்து இறங்கி வந்த பொழுது கரீனின் வழக்கம் போலச் சிலரை நலம் விசாரித்தார். சிலருடன் நின்று பேசினார். அவள் தனது கணவரின் கரத்தைப் பற்றிக் கொண்டு கனவில் நடப்பது போல நடந்தாள்.

'அவர் காயமடையவில்லை என்கிறார்களே, அது உண்மையா, பொய்யா? அவர் வருவாரா? வரமாட்டாரா? இன்றிரவு அவரை நான் சந்திப்பேனா?' என்று அன்னா தனக்குள்ளேயே சிந்தித்துக் கொண்டிருந்தாள்.

அவள் தன் கணவருடைய கோச்சு வண்டிக்குள் மௌனமாக ஏறி உட்கார்ந்தாள். கோச்சு வண்டி புறப்பட்டது. கரீனின் எல்லாவற்றையும் பார்த்துவிட்டுக் கூடத் தன் மனைவியின் உண்மையான நிலையைப் பற்றிச்

சிந்திக்க முன் வரவில்லை. அவர் வெளித் தோற்றத்தை மட்டுமே பார்த்தார். அவள் ஒழுங்கு முறைப்படி நடந்து கொள்ளாததால் அதைத் தெரிவிப்பது தனது கடமை என்று கருதினார். ஆனால் அவளிடம் அதை எப்படிச் சொல்வதென்று அவருக்குத் தெரியவில்லை. கோச்சு வண்டியில் பயணித்துக் கொண்டிருக்கும் போதே அவர் அவளிடம் பேசத் தொடங்கினார். நீ முக்கியமான பிரமுகர்களின் வரிசையில் உட்கார்ந்திருந்த பொழுது அதற்குரிய ஒழுங்கு முறைப்படி நீ நடந்து கொள்ளவில்லை என்று அவளிடம் அவர் சொல்ல விரும்பினார். ஆனால் அவர் அதைச் சொல்லாமல் தன்னையறியாமலேயே வேறொன்றை அவளிடம் அவர் சொன்னார். 'இவையெல்லாம் மிகவும் குரூரமான போட்டிகள். நம்மை போன்றவர்கள் இந்தப் போட்டிகளுக்குப் போகக் கூடாது' என்று நிறுத்திய அவர் மீண்டும் சொன்னார்: 'நான் ஒன்றைக் கவனித்தேன்...'

'நீங்கள் என்ன சொல்கிறீர்கள்... எனக்கு ஒன்றும் புரியவில்லை' என்று அன்னா இகழ்ச்சியோடு சொன்னாள். அவர் கோபமடைந்தார். உடனே தான் அவளிடம் என்ன சொல்ல வேண்டும் என்று விரும்பினாரோ அதனை அவர் நேரடியாகவே சொன்னார்: 'இன்று நீ முறைப்படி நடக்கவில்லை என்று சொல்ல விரும்புகிறேன்' என்று அவர் பிரெஞ்சு மொழியில் சொன்னார்.

'நான் எப்படி முறையற்று நடந்தேன் என்பதைச் சொல்லுங்கள்...' என்றாள் அன்னா. அவள் அவரது முகத்தை நேரடியாகப் பார்த்தபடி கேட்டாள். அவளிடம் இருந்த மகிழச்சி மறைந்து விட்டது. முன்பு போல பொய்களைச் சொல்லி அவரை ஏமாற்ற அவள் விரும்பவில்லை. அவள் இப்போது எதற்கும் துணிந்து விட்டதாகத் தோன்றினாலும் உள்ளூர அவள் அச்சத்துடன் தான் இருந்தாள்.

'அதை மறந்து விட வேண்டாம்' என்று அவர் அவளிடம் கோச்சு வண்டியோட்டிக்குப் பின்புறம் திறந்திருந்த சன்னலைச் சுட்டிக் காட்டி வண்டியோட்டுபவனுக்கு கேட்டு விடப் போகிறது என்று எச்சரிக்கை செய்யும் தொனியில் சொன்னார்.

'எதை நீங்கள் முறையற்ற செயல் என்று சொல்லுகிறீர்கள்?' என்று அவள் மறுபடியும் கேட்டாள்.

'குதிரை சவாரி செய்தவர்களில் ஒருவர் கீழே விழுந்த பொழுது உனக்கேற்பட்ட அந்த வேதனைகளை, உன்னுடைய தவிப்பை, உன்னால் மறைக்க முடியவில்லையே... அதைத் தான் குறிப்பிடுகின்றேன்'.

அவள் பதில் சொல்வாள் என்று அவர் எதிர்பார்த்தார். ஆனால் அவள் நேராகப் பார்த்துக் கொண்டு மௌனமாக இருந்து விட்டாள். அவள் பதிலே சொல்லவில்லை.

'சமூகத்தின் உயர்ந்த அந்தஸ்துடன், எல்லோரும் மதிக்கும்படியான வாழ்க்கையை வாழ்ந்து வருபவர்கள் நாம். சமூகத்தினருடன் நாம் பழகும் போது மிகவும் கவனமுடன் பழக வேண்டியது அவசியமாகும். புறம் பேசுவதையே பொழுது போக்காகக் கொண்டுள்ளவர்கள் சூழ்ந்திருக்கும் நிலையில் உன்னைப் பற்றியோ, என்னைப் பற்றியோ மற்றவர்கள் மிக எளிதாக பேசும் அளவிற்கு அவதூறுகள் கிளம்ப நாம் இடம் கொடுத்து விடக்கூடாது. அந்தரங்க உறவுகள் பற்றி ஏற்கனவே நான் உன்னிடம் பேசியிருக்கிறேன். இப்போது சமூகத்தின் கண்களுக்கு முன்னால் உள்ள நமது உறவுகள் பற்றி உன்னிடம் சொல்ல விரும்புகிறேன். இன்று நீ முறைப்படி நடந்து கொள்ளவில்லை. நீ நடந்து கொண்ட விதம் சரியில்லை. மறுபடியும் இது போன்று நடந்து கொள்ளாதே என்று நான் உனக்குச் சொல்ல விரும்புகின்றேன்' என்றார் கரீனின்.

கரீனின் பேசியதில் பாதி கூட அவள் காதில் விழவில்லை. ஆனால் கரீனினைப் பார்த்துப் பார்த்து அவள் மிகவும் அஞ்சினாள். அதே சமயம் விரான்ஸ்கிக்குக் காயம் ஏதும் ஏற்படவில்லை என்பதைக் கேட்டு அவள் வியப்பும் அடைந்தாள். அவர்கள் அங்கு பேசியதை அவள் மீண்டும் நினைத்துப் பார்த்தாள். 'குதிரையில் சவாரி செய்த அதிகாரிக்கு காயம் எதுவும் ஏற்படவில்லை. ஆனால் குதிரை தான் காயமுற்று தன் முதுகை முறித்துக் கொண்டுவிட்டது என்று கூறினார்கள் அல்லவா? அவர்கள் குறிப்பிட்டது விரான்ஸ்கியைப் பற்றியா?' கரீனின் பேசி முடிப்பதற்கும், இவள் இவ்வாறு நினைத்து முடிப்பதற்கும் சரியாக இருந்தது. அவள் விரான்ஸ்கி விபத்திலிருந்து தப்பியதை நினைத்துச் சிரித்தாள். அவள் சிரிப்பதைப் பார்த்ததும் கரீனின் தடுமாறினார்.

கரீனின் சொன்னதை முழுமையாகக் கேட்டிருந்தால் தானே அவள் அவருக்குப் பதில் சொல்ல முடியும்.

'என் சந்தேகத்தை நினைத்து அவள் சிரிக்கிறாள். என் சந்தேகங்களுக்கு எதுவும் ஆதாரமில்லை என்று இப்போது அவள் சொல்லப் போகிறாள்' என்று கரீனின் நினைத்தார்.

'ஒரு வேளை நான் பேசியது தவறாகக் கூட இருக்கலாம். அப்படியானால் என்னை மன்னித்து விடு' என்றார் கரீனின்.

'உங்கள் கருத்து தவறானதல்ல.' என்று அவள் மெதுவாகச் சொன்னாள். அவருடைய உணர்ச்சியற்ற அந்த முகத்தை மிகுந்த அச்சத்துடன் பார்த்தவாறே அவள் தொடர்ந்தாள்:

'ஆமாம், அந்த நேரத்தில் நான் மிகவும் படபடப்பாகவும், மனம் பதறியும் தான் போனேன். நீங்கள் பேசிக் கொண்டிருந்த பொழுது கூட நான் அவரைப் பற்றித் தான் நினைத்துக் கொண்டிருந்தேன். ஆமாம்.

நான் அவரைக் காதலிக்கிறேன். நான் அவருடைய ஆசை நாயகி தான். உங்களை என்னால் சகித்துக் கொள்ள முடியவில்லை. உங்களைக் கண்டால் எனக்குப் பயமாகத் தான் இருக்கிறது. நான் உங்களை வெறுக்கிறேன். நீங்கள் உங்கள் விருப்பப்படி என்னை என்ன வேண்டுமானாலும் செய்து கொள்ளுங்கள்' என்றாள் அன்னா.

அந்தக் கோச்சு வண்டியின் ஒரு மூலைப் பகுதியில் போய் சாய்ந்து நின்று கொண்டு, தனது இரு கரங்களினாலும் தன் முகத்தை மூடிக் கொண்டு அவள் கதறியழத் தொடங்கினாள். கரீனின் கொஞ்சம் கூட அசையவில்லை. தான் பார்த்துக் கொண்டிருந்த திசையிலிருந்தும் திரும்பவில்லை. அவர் முகம் முழுவதும் சவக்களை பரவிப் படர்ந்து விட்டது. கோச்சு வண்டி அவர்களது வீட்டை அடையும் வரையில் அதே நிலை நீடித்தது. கோச்சு வண்டி வீட்டை நெருங்கியதும் கரீனின் அவளைப் பார்த்துத் திரும்பினார். அதே முகபாவத்துடன் அவளிடம் அவர் சொன்னார்: 'சரி, என்னுடைய கௌரவத்தைப் பாதுகாப்பதற்கு அவசியமான நடவடிக்கைகளை நான் எடுக்கின்ற வரையில் நீ நேர்மையுடனும், ஒழுங்குடனும் நடந்து கொண்டு என்னுடைய மரியாதையையும், மதிப்பையும் காப்பாற்றிக் கொடு என்பதைத் தான் உன்னிடம் நான் வேண்டுகிறேன்.'

கோச்சு வண்டி பண்ணை வீட்டுக்குள் நுழைந்தது. கரீனின் முதலில் கீழே இறங்கினார். பின்பு அன்னா கீழே இறங்குவதற்கு உதவினார். பணியாட்களின் முன்பாகவே அவளது கரத்தை அன்புடன் அழுத்தி அவளிடம் விடைபெற்றுக் கொண்டு மறுபடியும் கோச்சு வண்டியில் ஏறி உட்கார்ந்து கொண்டார். வண்டி திரும்பி பீட்டர்ஸ்பர்க் நகரத்தை நோக்கிச் சென்றது.

அவர் போன சிறிது நேரத்தில் பெட்ஸியின் வீட்டு வேலைக்காரன் அவள் எழுதி அனுப்பிய ஒரு சிறிய குறிப்பு ஒன்றை அன்னாவிடம் கொண்டு வந்து கொடுத்தான்.

'நான் விரான்ஸ்கியின் நலம் பற்றி விசாரிக்க ஆள் அனுப்பி இருந்தேன். அவரும் பதிலுக்கு ஒரு குறிப்பு எழுதி அனுப்பி இருந்தார். தான் நல்ல நலத்துடன் இருப்பதாகவும், விபத்தில் தனக்கு ஒன்றும் நேரவில்லை என்றும், (பந்தயத்தில் தோற்றுப் போனதால் ஏற்பட்டுள்ள) ஏமாற்றம் தான் தன்னால் தாங்க முடியவில்லை என்றும் அதில் அவர் குறிப்பிட்டிருக்கிறார்.' என்று பெட்ஸி தனது சிறிய குறிப்பில் எழுதியிருந்தார்.

'அப்படியானால் அவர் நிச்சயம் வருவார்' என்று அன்னா நினைத்துக் கொண்டாள். 'நான் இப்போது இவரிடம் இப்படிப் பேசியது நல்லது தான். உண்மையைச் சொல்லிவிட்டேன். இனிப் பயமில்லை'.

அவள் கடிகாரத்தைப் பார்த்தாள். இன்னும் மூன்று மணிநேரம் காத்திருக்க வேண்டியிருக்கிறது. அவர்களுடைய கடைசி சந்திப்பை அவள் நினைத்துப் பார்த்தாள். அவளது நரம்புகள் துடித்தன. இன்ப உணர்வுகளால் அவளுடைய உடலெங்கும் - இரத்தத்திலும் கூடத் தீப்பற்றி எரிவது போல அவள் உணர்ந்தாள்.

'ஓ... அன்பே! உங்கள் முகத்தைக் காணத் துடிக்கின்றேன்... ஓ... எவ்வளவு துன்பங்கள்... அச்சம் தரும் இந்தத் துன்பங்களுக்கிடையேயும் ஒளியான உங்கள் முகம்... உங்களை... இந்த ஒளியை நான் மிகவும் நேசிக்கிறேன்... என் கணவர்... ஆமாம்... ஆமாம்... அவருடன் எனக்கிருந்த உறவுகள் அனைத்தும் முடிந்து விட்டன. ஆமாம்... எல்லாம் முடிந்து விட்டன... கடவுளுக்கு நன்றி! கடவுளுக்கு நன்றி!'

அத்தியாயம் 30

ஜெர்மனியில் அது ஒரு சிற்றூர். அங்குள்ள நீருற்றில் குளித்தால் நோய்கள் குணமாகும் என்று கருதப்பட்டதால் அது ஒரு 'ஆரோக்கிய ஸ்தலம்' என்று பிரபலமடைந்திருந்தது. அங்கு வந்த மேற்குடியினர் வழக்கம் போல தமது சமூக அந்தஸ்துகளைத் தக்க வைத்துக் கொள்வதில் அக்கறையுடன் இருந்தார்கள். அங்கு புதிதாக வந்த ஒவ்வொருவரும் தன்னுடைய அந்தஸ்துக்கு ஏற்றபடி நடந்து கொண்டார்கள்.

ஷெர்பட்ஸ்கி குடும்பத்தினரும் கூட அங்கு வந்து, தங்களுடைய அந்தஸ்துக்கு ஏற்ற ஒரு இடத்தில் வாடகை வீட்டில் குடியேறியிருந்தனர். சமமான அந்தஸ்து உள்ளவர்களுடன் பழகினார்கள். ஜெர்மனியைச் சேர்ந்த ஒரு இளவரசியும் அங்கு தங்கியிருந்தாள். அவர்கள் அவளுடன் நெருங்கிப் பழக வாய்ப்பு கிடைத்தது. இளவரசி ஷெர்பட்ஸ்கயா அங்கு வந்த இரண்டாம் நாளே தன்னுடைய மகளை ஜெர்மானிய இளவரசிக்கு அறிமுகம் செய்து வைத்தாள். கிட்டி தனது எளிமையான உடையில் - அதாவது பாரீசிலிருந்து விசேஷமாகத் தருவிக்கப்பட்ட கோடை காலத்திற்குரிய கவுனில், ஜெர்மானிய இளவரசியை நாளினமாகக் குனிந்து வணங்கினாள்.

'உன் அழகிய முகத்தில் ரோஜா மலர்கள் சீக்கிரம் பூக்க வேண்டும்' என்று ஜெர்மானிய இளவரசி கிட்டியைத் தன் மனம் நிறைய வாழ்த்தினாள். அன்று முதல் அவர்களுடைய நட்பு வலுப்பெற்று வளர்ந்தது.

ஷெர்பட்ஸ்கி குடும்பத்தினர் தங்களின் குடியிருப்பு அருகிலேயே குடியிருந்த சிலருடன் நன்றாகப் பழகி அவர்களையும் தங்களது நட்பு வட்டாரத்தில் இணைத்துக் கொண்டனர். ஒரு இங்கிலாந்து சீமாட்டியின்

குடும்பம், ஒரு ஜெர்மானிய பிரபுக் குடும்பம் - இந்தக் குடும்பத்தினரின் மகன் கடந்த யுத்தத்தில் காயமுற்று பிழைத்தவன் - ஸ்வீடன் நாட்டைச் சேர்ந்த மிஸ்டர் கானூட் குடும்பம் மற்றும் அவரது சகோதரி ஆகியோருடன் சிறந்த நட்பு பாராட்டி வந்தனர். தவிர மாஸ்கோவைச் சேர்ந்த சீமாட்டி, மேரி எவ்கெனியேவ்னா ரிட்ஸிச்சேவா மற்றும் அவளுடைய மகளுடன் தான் அதிக நேரம் செலவழித்தனர். மேரி எவ்கெனியேவ்னா ரிட்ஸிச்சேவா மற்றும் அவருடைய மகளுடன் தான் அதிக நேரம் செலவழித்தனர். மேரி எவ்கெனியேவ்னாவின் மகளிடம் தான் கிட்டிக்கு ரொம்பவும் அன்பும், நட்பும் ஏற்பட்டிருந்தது. ஏனென்றால் அவளும் கிட்டியை போன்றே காதல் தோல்வியினால் மனம் நொந்து பாதிப்புக்கு உள்ளாகி சிகிச்சை பெற்று வந்தாள். தவிர மாஸ்கோவைச் சேர்ந்த கர்னல் ஒருவரும் அங்கு சிகிச்சைக்காக வந்திருந்தார். அவரை தன் சிறு வயது முதலே கிட்டி அறிவாள். ஆனால் மாஸ்கோவில் அவரை ராணுவ உடையில், பதவிக்குரிய சின்னங்களுடன் வெகு கம்பீரமானவராகத் தான் எப்போதும் பார்ப்பாள். ஆனால் இங்கு சாதாரண உடையில் - அவளுடைய கண்கள் - முகம் கழுத்தில் 'டை' இவற்றுடன் வித்தியாசமாகப் பார்க்கும் போது அவளுக்குச் சிரிப்பு தான் வந்தது. அவர் வலிய வந்து அவர்களிடம் பேசுவார். அவரை ஒதுக்க முடியாமல் அவர்கள் கஷ்டப்பட்டார்கள்.

குறிப்பிட்ட அதே நண்பர்கள்; வாடிக்கையான அதே வாழ்க்கை. தினமும். இது அவர்களுக்கு மிகுந்த சோர்வைக் கொடுத்தது. கிட்டியின் தந்தை 'கார்ல்ஸ்பாத்' நகருக்குப் போயிருந்தார். தாயும் மகளும் மட்டுமே இப்போது தனியாக இருந்தனர். தனிமை கிட்டிக்கு மிகுந்த சோர்வைக் கொடுத்தது. ஏற்கனவே இங்கு அவளுக்கு அறிமுகமாயிருந்த நண்பர்களைப் பற்றி அவளுக்கு இப்போது ஆர்வமும் அக்கறையும் இல்லை. அவர்களிடம் புதிய செய்திகள் எதுவும் இல்லாத காரணத்தால் அவர்களைச் சந்திக்கும் ஆர்வம் அவளிடத்தில் இல்லை. அங்கு வசித்தவர்களில் தனக்கு அறிமுகமில்லாதவர்களைக் கவனிப்பதும், அவர்களுடைய வாழ்க்கையைப் பற்றிக் கற்பனை செய்வதுமே கிட்டியின் பொழுது போக்காக இருந்தது. மற்றவர்களை, குறிப்பாகத் தனக்குத் தெரியாதவர்களைப் பற்றி மிகவும் உயர்வாக நினைப்பது கிட்டியின் வழக்கம். இப்பொழுதும் கிட்டி அவர்களை அற்புதமானவர்களாகக் கருதினாள். அவர்களுடைய வாழ்க்கையும் அதை நிரூபிப்பதாக அவள் நம்பினாள்.

'மேடம் ஸ்டாஹல்' என்ற ரஷ்யப் பெண் சிகிச்சைக்காக வந்திருந்தாள். அவள் தனக்கு உதவியாக ஒரு இளம்பெண்ணைக் கூடவே அழைத்து வந்திருந்தாள். 'மேடம் ஸ்டாஹல்' மிகவும் உயர்ந்த குடும்பத்தைச்

சேர்ந்தவள். 'மேடம் ஸ்டாஹல்' என்று தான் எல்லோருமே அவளை அழைப்பார்கள். அவளால் நடக்க முடியாது. பருவ நிலை நன்றாக இருக்கும் நாட்களில் மட்டும் அவள் வீட்டிற்கு முன்பாக சாய்வு நாற்காலியில் உட்கார்ந்திருப்பாள். அவளுக்கு உதவிக்கு வந்திருக்கும் இளம் ருஷ்யப் பெண், மேடம் ஸ்டாஹலுக்கு உதவி செய்ததுடன் மட்டுமின்றி நோய் முற்றியிருந்த பலருக்கும் உதவிகள் செய்து வந்தாள். அவள் மேடம் ஸ்டாஹலுக்கு உறவினரும் அல்ல. சம்பளம் பெறுகின்ற ஊழியரும் அல்ல. 'மேடம் ஸ்டாஹல்' அவளை 'வாரென்கா' என்று அழைத்து வந்தாள். மற்றவர்கள் அவளை 'மிஸ். வாரென்கா' என்று அழைத்தார்கள். என்ன காரணத்தாலோ அந்தப் பெண்ணிடம் கிட்டிக்கு அதிகமான ஈர்ப்பு ஏற்பட்டது. அவளும் கிட்டியுடன் மிகுந்த அன்புடனேயே பழகி வந்தாள். அவள் இளமையில் முதற் கட்டத்தைக் கடந்திருந்தாள். அவளுக்குப் பத்தொன்பது வயது முதல் முப்பது வயதுக்குள் இருக்கும்.

அவள் பார்ப்பதற்கு மிகவும் அழகானவள். மிகவும் ஒல்லியான பெண்ணும் கிடையாது. அவளுடைய சாதாரணமான உயரத்திற்கு அவளுடைய தலை சற்றுப் பெரியதாகத் தான் அமைந்திருந்தது. ஆண்களைக் கவருகின்ற அளவுக்கு அவள் அழகியல்ல. ஒரு அழகான மலரைப் போன்ற அழகுடையவள் தான் அவள். ஆனால் அந்த மலர் முழுமையாக மலர்வதற்கு முன்னால் மங்கிப் போய்விட்டது. வாசனையிழந்து விட்டது. அவள் ஆண்களைக் கவர முடியாமல் போனதற்கு மற்றொரு காரணம் - அவள் தன்னை - தன் அழகை உரிய முறைப்படி பராமரித்துக் கொள்வதில்லை. தன்னை அழகுப்படுத்திக் கொள்வதில்லை. அவள் எப்பொழுதும் ஏதாவது ஒரு முக்கியமான வேலையில் ஈடுபட்டிருப்பாள். மற்ற சில்லரை விஷயங்களில் அவள் எதிர்மறையாக இருந்ததால் தான் கிட்டி அவள் மீது பாசத்தைக் காட்டினாள்.

இவர்கள், ஒரு நாளில், பல இடங்களில் அடிக்கடி சந்தித்துக் கொள்வதுண்டு. அந்த சமயங்களிலெல்லாம், 'நீ யார்?... நான் கற்பனை செய்து கொண்டிருக்கும் ஆனந்தமான ஒரு சிருஷ்டி அது நீ தான் என்று' நான் நினைக்கிறேன். எனவே உன்னைப் பார்க்க நான் அடிக்கடி வருகின்றேன். உன்னைத் தொந்தரவு செய்கின்றேன் என்று மட்டும் நீ நினைக்க வேண்டாம். கடவுளின் ஆணையாகச் சொல்கிறேன். நான் உன்னை விரும்புகின்றேன். உன்னைப் பார்த்துக் கொண்டே இருக்க விரும்புகின்றேன்' என்று கிட்டியின் கண்கள், வாரென்காவின் கண்களிடம் சொல்லும். வாரென்காவின் கண்களும் மகிழ்ந்து போய் பதில் சொல்லும்: 'நானும் உன்னை மிகவும் விரும்புகின்றேன். நீ மிகவும் இனிமையானவள். எனக்கு இன்னும் கொஞ்சம் நேரம் கூடுதலாகக் கிடைத்தால் அந்த நேரத்திலும் கூட உன்னைத்தான் நான் நினைத்திருப்பேன். உன்னையே நான் நேசித்துக் கொண்டிருப்பேன்.'

ஷெர்பட்ஸ்கி குடும்பத்தினர் அந்த ஊருக்கு வந்த கொஞ்ச காலம் கழித்து எவருக்குமே பிடிக்காத, அந்த ஊரில் இருக்கும் எல்லோருமே வெறுக்கக்கூடிய குணங்களைக் கொண்ட இரண்டு பேர் அந்த ஊருக்கு புதிதாக வருகை புரிந்தனர். இருவரில் ஒருவர் ஆண். உயரமான உடல், உருண்டையான தோள்கள், கருப்பு நிறக் கண்கள், பெரிய கரங்களைக் கொண்ட ஆண். அவர் அப்பாவி மாதிரித் தோற்றமளித்தாலும் மற்றவர்களிடம் முரட்டுத்தனமாக நடந்து கொண்டார். இரண்டாவது நபர் ஒரு பெண். முகத்தில் அம்மைத் தழும்புகளைக் கொண்ட பெண் - மிக மோசமாக நாகரீகமில்லாமல் உடை அணிந்து இருந்தாள். அவர்கள் ரஷ்யர்கள் என்று தெரிந்தவுடன் கிட்டி அவர்களைப் பற்றி அழகான காதல் கதையைக் கற்பனை செய்து ரசித்தாள்.

வழக்கமாகப் புதிதாக வருபவர்களைக் கண்டால் அவர்களை அற்புதமானவர்களாக நினைக்கின்ற குணத்தைக் கொண்ட கிட்டி அவர்களைப் பற்றியும் மிக உயர்வாக எண்ணினாள். ஆனால் புதியவர்களின் வருகைப் பதிவேட்டினைப் பார்த்து, இவர்கள் நிக்கோலஸ் லெவின் மற்றும் மேரி இவானோவ்னாவும் தான் என்று அறிந்து கொண்டாள் இளவரசி ஷெர்பட்ஸ்கயா. நிக்கோலஸ் லெவின் பேச்சிலும் நடத்தையிலும் மிக மோசமானவன் என்று அவள் கிட்டிக்கு விளக்கிச் சொன்னாள். இதை அறிந்தவுடன் புதியவர்களைப் பற்றிய கிட்டியின் கற்பனைகள் எல்லாம் காற்றிலே கரைந்து மறைந்து போயின. அந்த நபர் கான்ஸ்தாந்தீன் லெவினுடைய அண்ணன் என்பதை அறிந்த பொழுது அந்த இரண்டு பேரையும் கிட்டி மிகவும் வெறுத்தாள்.

கிட்டி எங்கு போனாலும் நிக்கோலஸ் லெவின் அவளைத் தன்னுடைய பயமுறுத்தும் கண்களைக் கொண்டு பார்த்தார். அவளுடைய பார்வையில் வெறுப்பும் கிண்டலும் இருந்ததால் அவரை சந்திப்பதைத் தவிர்க்க முயற்சி செய்தாள் கிட்டி.

அத்தியாயம் 31

அன்று வானம் இருண்டு, மிக மந்தமான நாளாக இருந்தது. காலையிலிருந்து மழை பெய்து கொண்டிருந்தது. நீரூற்றுகளுக்கு அருகிலிருந்த பெரிய கூடத்தில் நோயாளிகள் குடைகளுடன் கூடியிருந்தனர்.

கிட்டி தன் தாய் மற்றும் மாஸ்கோவிலிருந்து வந்திருக்கும் கர்னலுடன் அங்கு வந்தாள். அவர்கள் ஏற்கனவே அங்கு வந்திருந்த நிக்கோலஸ் லெவினை சந்திப்பதைத் தவிர்க்க முயற்சி செய்தார்கள். வாரென்கா பார்வையில்லாத பிரெஞ்சு அம்மையாருடன் வந்து, கூடத்தில் அங்கும்

இங்குமாக நடந்து கொண்டிருந்தாள். அவளும் கிட்டியும் நேசப் பார்வைகளைப் பரிமாறிக் கொண்டார்கள்.

‘அம்மா! நான் அந்தப் பெண்ணுடன் பேச விரும்புகிறேன்’ என்றாள் கிட்டி. முன்பின் தெரியாத அந்தத் தோழியின் பின்னால் கிட்டியின் கண்கள் தொடர்ந்து சென்றன. அவள் நீரூற்றை நோக்கிச் சென்று கொண்டிருப்பது தெரிந்தது. நீரூற்றின் அருகே அவர்கள் அவளைச் சந்திக்க நேரலாம்.

‘நீ அவளுடன் நிறையப் பேசலாம். ஆனால் முதலில் அவளைப் பற்றி நான் விசாரித்து விட்டு, பின்பு அவளுடன் நான் பேசுகின்றேன். அதற்குப் பின்னால் நீ அவளுடன் பேசலாம்’ என்றாள் அம்மா.

‘அவளை அவர்கள் உதவிக்காக அழைத்து வந்திருக்கிறார்கள். அவளிடம் என்ன பேச வேண்டும் என்று நீ விரும்புகிறாய்? திருமதி. ஸ்டாஹல்லின் நாத்தனாரை எனக்குத் தெரியும். அவளிடம் நான் பேசுகிறேன்’ என்றாள் கிட்டியின் தாய். தனக்கு எல்லோரையும் தெரியும் என்ற கர்வத்துடன் அவர் தலையை ஆட்டிக் கொண்டாள்.

வாரென்கா பிரெஞ்சு அம்மையாரிடம் நீர்க்குவளையைக் கொடுப்பதைக் கவனித்தாள் கிட்டி. ‘என்ன நளினம், என்ன இனிய சுபாவம், அவள் உண்மையிலேயே அற்புதமான பெண்’ என்று மனம் நெகிழ்ந்து பாராட்டினாள் கிட்டி.

‘அசடு மாதிரி பேசாதே!’ என்று அவளுடைய தாய் அவளை அதட்டினாள். அந்தச் சமயத்தில் நிக்கோலஸ் லெவின், ஜெர்மானிய டாக்டர் மற்றும் மேரி இவானோவ்னாவுடன் அங்கு வந்தார். அவர் உரத்த குரலில் டாக்டருன் சச்சரவு செய்து கொண்டிருந்தார். திடீரென்று டாக்டரும் உரத்த குரலில் பேச, நிக்கோலஸ் அவரைத் திட்ட ஆரம்பித்தார். அவர்களைச் சுற்றிலும் கூட்டம் சேர்ந்து விட்டது. கிட்டியும், அவளுடைய தாயும் அந்த இடத்திலிருந்து வேகமாகப் புறப்பட்டார்கள். ஆனால் கர்னல் சச்சரவிற்கான காரணத்தை தெரிந்து கொள்வதற்காக அந்த இடத்திலேயே நின்றார். பின்பு ஓடி வந்து, கிட்டி மற்றும் அவளது தாயுடன் வந்து சேர்ந்து நடந்தார்.

‘தகராறுக்குக் காரணம் என்ன?’ என்று கிட்டியின் தாய் அவரிடம் கேட்டாள்.

‘வெளிநாட்டில் ரஷ்யர்களைச் சந்திக்கவே கூடாது. அந்த உயரமான ரஷ்யர் டாக்டரை மிகவும் மோசமாகத் திட்டினார். டாக்டர் அளித்த சிகிச்சை சரியில்லையாம். டாக்டரை அடிப்பதற்குக் கூட கையிலிருந்த கம்பை ஓங்கி விட்டார்... வெட்கக் கேடு தான்’.

‘சகிக்கவில்லை. அப்புறம் எப்படி முடிந்தது?’

'நல்ல வேளை, அந்த ருஷ்யப் பெண்... அவளைத் தான் உனக்குத் தெரியுமே... என்ன செய்வது என்று புரியாமல் எல்லோரும் திகைத்து நின்ற பொழுது, என்ன செய்ய வேண்டும் என்று தெரிந்து துணிந்து செயல்பட்டவள் அவள் தான். அவரது கையைப் பிடித்து அழைத்துக் கொண்டு அப்பால் சென்று விட்டாள்'.

'வாரென்காவா?'

'ஆமாம். அவள் தான். எல்லோரும் திகைத்து நின்ற பொழுது அவள் தான் அவரிடம் சென்று கையைப் பிடித்து அழைத்துக் கொண்டு போனாள்.'

'அம்மா! நீ கேட்டாயே... அவளிடம் அப்படி என்ன பிரியம் உனக்கு என்று' என்று கிட்டி அம்மாவிடம் வாரென்காவின் பெருமைகளைச் சொல்லாமல் சொன்னாள்.

மறுநாள். அந்தப் பெண் வாரென்கா, நிக்கோலஸ் லெவின் மற்றும் அவனது மனைவியோடு மிக அன்னியோன்யமாகப் பேசிக் கொண்டிருப்பதைக் கிட்டி பார்த்தாள். நிக்கோலஸின் மனைவிக்கு ருஷ்ய மொழி மட்டுமே தெரியும் என்பதால் அவருக்காக மொழி பெயர்ப்பாளர் வேலையையும் செய்தார்.

கிட்டி வாரென்காவுடன் பழகுவதற்குத் தனது தாயிடம் அனுமதி கேட்டாள். மேடம் ஸ்டாஹல் அந்த இடத்தில் தன்னை மதிக்காமல் நடந்து கொள்வதைப் பற்றி அதிருப்தியாக இருந்த கிட்டியின் தாய் வாரென்காவைப் பற்றி மற்றவர்களிடம் விசாரித்தாள். அவளால் நன்மை இல்லாவிட்டாலும் தீமை ஏற்படாது என்று தெரிந்து கொண்டு அவளே வாரென்காவை அணுகினாள்.

கிட்டி நீரூற்றில் இருந்த பொழுது அவளது தாய் ரொட்டிக் கடையில் வாரென்காவைச் சந்தித்துத் தன்னை அறிமுகம் செய்து கொண்டு பேசினாள்.

'என் மகள் உன்னை மிகவும் நேசிக்கிறாள்.'

'நானும் அவளை நேசிக்கிறேன்'

'நம் நாட்டைச் சேர்ந்த ஒருவர் நேற்று டாக்டருடன் சச்சரவு செய்து கொண்டிருந்த பொழுது நீ அவரைக் கூட்டிச் சென்றாய் என்று சொன்னார்கள். உன்னைப் பாராட்டுகிறேன்.'

'நான் அப்படி என்ன செய்துவிட்டேன்'

'நிக்கோலஸ் லெவினைத் தாக்கியிருப்பார்கள். நீ தான் அவரைக் காப்பாற்றியிருக்கிறாய்'

'அவளுடன் வந்துள்ள பெண் என்னை அழைத்தாள். என்னிடம் விஷயத்தைக் கூறினாள். நான் அவரைச் சமாதானப்படுத்த முயன்றேன். அவர் தீவிர நோயாளி. டாக்டருடைய சிகிச்சையில் அவருக்குத் திருப்தி இல்லை. இப்படிப்பட்ட நோயாளிகளைப் பார்த்துக் கொள்வது தான் என் வேலை'.

'உன் அத்தை, மேடம் ஸ்டாஹல்லுடன் நீ இருப்பதாகச் சொன்னார்கள். அவளுடைய நாத்தனாரை எனக்குத் தெரியும்.'

'மேடம். ஸ்டாஹல்' எனக்கு அத்தை இல்லை. எனக்கு உறவினரும் இல்லை. அவர்களுடைய ஆதரவில் நான் இருக்கிறேன்' என்று சொல்லிவிட்டு வாரென்கா ரொம்பவும் சங்கோஜப்பட்டாள்.

அவள் மிகவும் இயல்பாகப் பேசினாள். அவள் முகம் நட்புணர்ச்சியில் பூரித்தது. கிட்டிக்கு ஏன் அவளைப் பிடித்திருக்கிறது என்பதை அவளது தாய் இப்போது புரிந்து கொண்டாள்.

'நல்லது. நிக்கோலஸ் லெவின் இப்போது எப்படி இருக்கிறார்...?'

'அவர் இப்போது இங்கிருந்து புறப்பட்டு விட்டார்' என்று பதிலளித்தாள் வாரென்கா.

நீரூற்றிலிருந்து திரும்பி வந்து கொண்டிருந்த கிட்டி தன்னுடைய தாய் வாரென்காவுடன் பேசிக் கொண்டிருப்பதை அதிகமான மகிழ்ச்சியுடன் பார்த்தாள்.

'கிட்டி! இவள் மிஸ்...'

'வாரென்கா... எல்லோரும் என்னை அப்படித்தான் அழைக்கிறார்கள்'

கிட்டி தன்னுடைய புதிய தோழியின் கையைப் பிடித்து மென்மையாக அழுத்தினாள். வாரென்காவின் முகம் சந்தோஷத்தில் பிரகாசமாகியது.

'உன்னிடம் பேசுவதற்கு நான் மிகவும் ஏங்கிப் போயிருந்தேன்' என்றாள் வாரென்கா.

'நீங்கள் எப்பொழுதும் ஏதாவது ஒரு வேலையில் ஈடுபட்டுக் கொண்டேயிருக்கிறீர்கள்...'

'இல்லை. எனக்கு வேலை இல்லை...' என்று அவள் வேடிக்கையாகப் பேசிய பொழுது இரண்டு ருஷ்யக் குழந்தைகள் அவளை நோக்கி ஓடி வந்தார்கள்.

'வாரென்கா! அம்மா உன்னை அழைக்கிறார்கள்!'

அவள் உடனே அந்தக் குழந்தைகளுடன் புறப்பட்டுச் சென்றாள்.

அத்தியாயம் 32

வாரென்காவைப் பற்றியும், மேடம் ஸ்டாஹல்லுடன் அவளது உறவு பற்றியும், மேடம் ஸ்டாஹல் பற்றியும் விவரங்களை இளவரசி ஷெர்பட்ஸ்கயா விசாரித்து அறிந்து கொண்டாள். அது இது தான்:

மேடம் ஸ்டாஹல் தன்னுடைய கணவனைத் துன்புறுத்தி, சித்ரவதை செய்து கொன்று விட்டாள் என்று சிலர் கூறினார்கள். மிஸ்டர் ஸ்டாஹல் ஒழுக்கமில்லாதவர் என்றும் எப்போது பார்த்தாலும் அவர் தான் தன் மனைவியைத் துன்புறுத்திச் சித்ரவதை செய்து வந்ததாகவும் வேறு சிலர் கூறினர். அவள் தனக்கு முதல் குழந்தை பிறந்தவுடன் தன் கணவரிடமிருந்து விவகாரத்து பெற்றுக் கொண்டாள். பிறந்த சிறிது நேரத்திலேயே அந்தக் குழந்தை இறந்து விட்டது. அந்தத் தகவல் அவளை பெரிதும் பாதிக்கும் என்று கருதிய அவளது உறவினர்கள் அந்தக் குழந்தைக்குப் பதிலாக பீட்டர்ஸ்பர்கில் அதே நேரத்தில் பிறந்த வேறு ஒரு குழந்தையை அவளிடத்தில் வைத்தார்கள். அந்தக் குழந்தையே வாரென்கா. அவளுடைய உண்மையான தந்தை அரண்மனையில் சமையல்காரராக வேலை செய்தார். மேடம் ஸ்டாஹல்லுக்கு உண்மை தெரிந்த பிறகும் கூட அந்தக் குழந்தைக்கு உறவினர்கள் இல்லாததால் தானே வளர்த்தாள்.

மேடம் ஸ்டாஹல் பத்து ஆண்டுகளுக்கும் மேலாக தொடர்ச்சியாக வெளிநாட்டில் தான் வசித்தாள். அவள் தன் அறையை விட்டு வெளியில் வருவதில்லை. ‘அவள் மதப்பற்று மிக்கவள் போலவும் பிறருக்கு உதவும் குணம் மிகுந்தவள் போலவும் நடிக்கிறாள்’ என்று சிலர் கூறினார்கள். ‘அவள் உண்மையாகவே அறப்பண்புகள் உள்ளவள். மற்றவர்களுக்கு உதவுவதற்கென்றே அவள் பிறந்திருக்கிறாள்.’ என்று வேறு சிலரும் கூறினார்கள். அவள் கத்தோலிக்க மதத்தைச் சேர்ந்தவளா, புரோட்டஸ்டண்டா, அல்லது கிரேக்க பழைமைவாத திருச்சபையைச் சேர்ந்தவளா என்று எவருக்குமே தெரியவில்லை. ஆனால் எல்லா திருச்சபையினரிடமும், மற்ற பிரிவுகளைச் சேர்ந்த முக்கிய பிரமுகர்களிடமும் அவள் நட்பு கொண்டிருந்தாள்.

வாரென்கா அவளுடன் எப்பொழுதும் கூடவே இருந்தாள். மேடம் ஸ்டாஹெல்லைத் தெரிந்தவர்கள் எல்லோருமே அவளை மிஸ். வாரென்கா என்று தான் அழைத்தார்கள். அவள் பிரெஞ்சு மொழியையும், ஆங்கிலத்தையும் மிகவும் சிறப்பாக பேசினாள்.

மேற்கூறிய விவரங்களைத் தெரிந்து கொண்ட பின்பு தன் மகள் இந்தப் பெண் வாரென்காவுடன் நட்பு கொள்வது தவறல்ல என்று இளவரசி ஷெர்பட்ஸ்கயா முடிவு செய்தாள். வாரென்காவின் கல்வியும், பழக்க

வழக்கங்களும் சிறப்பாக இருந்தது ஒரு காரணம். மேடம் ஸ்டாஹல் உடல் நலமில்லாமல் இருப்பதால் உங்களை நேரில் வந்து சந்திக்க முடியவில்லை என்ற வருந்துகிறாள் என்று அவள் ஷெர்பட்ஸ்கயாவிடம் கூறி வருந்தியது மற்றொரு காரணம்.

வாரென்கா மிக நன்றாகப் பாடுவாள் என்று இளவரசி ஷெர்பட்ஸ்கயா கேள்விப்பட்டிருந்தாள். ஒரு நாள் தங்களுக்காக தங்கள் வீட்டில் வந்து அவள் பாட வேண்டும் என்று அவளிடம் இளவரசி அன்புடன் அழைப்பு விடுத்தாள்.

'கிட்டி நன்றாக பியானோ வாசிப்பாள். எங்கள் வீட்டில் பியானோ இருக்கிறது. அது சுமாரான ஒன்று தான். நீ வந்து பாடினால் எங்களுக்கு மிகுந்த சந்தோஷமாக இருக்கும்' என்று பொய்யான போலியான ஒரு புன்னகையுடன் சொன்னாள் இளவரசி ஷெர்பட்ஸ்கயா. வாரென்காவிற்குப் பாட விருப்பமில்லை என்பதை கிட்டி கவனித்தாள். ஆனால் அன்று மாலையே வாரென்கா அவர்களுடைய வீட்டிற்கு வந்தாள். தன்னுடைய வீட்டில் நடைபெறும் இசை நிகழ்ச்சிக்கு வரும்படி மேரி எவ்கெனியேவ்னாவிற்கும் அவளது மகள் மற்றும் கர்னலுக்கும் அழைப்பு விடுத்திருந்தாள் இளவரசி ஷெர்பட்ஸ்கயா.

அங்கு சில புதியவர்கள் இருப்பதைப் பற்றி வாரென்கா சங்கோஜப் படவில்லை. கிட்டி பியானோ வாசித்தாள். பியானோவின் அருகில் நின்று கொண்டு வாரென்கா பாட ஆரம்பித்தாள்.

வாரென்கா முதல் பாட்டைப் பாடி முடித்ததும் 'உனக்கு நல்ல குரல் வளம் இருக்கிறது' என்று இளவரசி அவளைப் பாராட்டினாள். மேரி எவ்கெனியேவ்னாவும் அவளுடைய மகளும் கூட வாரென்காவைப் புகழ்ந்தனர். அவளுடைய இசை நிகழ்ச்சிக்காக நன்றி கூறினர்.

கர்னல் சன்னலுக்கு வெளியே பார்த்து விட்டு, வாரென்காவைப் பார்த்துச் சொன்னார்: 'இங்கே பார், உன் பாடலைக் கேட்பதற்கு ஒரு பெரிய கூட்டமே கூடியுள்ளது' என்று கூறினார். உண்மையிலேயே சன்னலுக்குக் கீழே நிறையப் பேர் கூடி உட்கார்ந்திருந்தனர்.

'என்னுடைய பாடல் உங்களுக்கு சந்தோஷத்தைக் கொடுத்திருந்தால் அது குறித்து நான் மிகவும் மகிழ்ச்சியடைகின்றேன்' என்று மிகவும் எளிமையாக, மிகச் சாதாரணமாகச் சொன்னாள் வாரென்கா.

கிட்டி தனது தோழியைப் பெருமிதத்துடன் பார்த்தாள். வாரென்காவின் குரல் வளம், அவளது இசை, அவளது களங்கமற்ற முகம், எல்லாவற்றுக்கும் மேலாக அவளது பண்பு ஆகியவை கிட்டியைப் பெரிதும் வசீகரித்தன. இந்தப் புகழுரைகள் அவளைச் சிறிது கூடப் பாதிக்கவில்லை.

'வாரென்காவின் இடத்தில் நான் இருந்தால், நான் இவ்வளவு பெருமிதம் கொள்வேன். மிகவும் கர்வப்பட்டுக் கொள்வேன். இதோ சன்னலுக்குக் கீழே கூடியிருக்கும் இந்தக் கூட்டத்தைக் கண்டு அளவற்ற கர்வம் தான் எனக்கு ஏற்படும். உண்மையிலேயே வாரென்கா முற்றிலும் வித்தியாசமானவள். எளிமையானவள். கர்வமற்றவள். இந்த இசை நிகழ்ச்சியை அவள் விரும்பாவிட்டாலும் கூட அம்மாவிற்காக இதனை அவள் ஏற்றுக்கொண்டு பாடினாள். அம்மாவிற்கு மகிழ்ச்சியைக் கொடுத்தாள். அவளுக்குள் என்ன இருக்கிறது? எது அவளுக்கு இந்தப் புகழையும், ஆசையையும் கர்வத்தையும் ஒதுக்கித் தள்ளும் சக்தியைக் கொடுக்கிறது. அவள் எல்லாவற்றையும் உதறித் தள்ளி விட்டு தனித்துவமாகத் திகழ்கின்றாள். அப்படி என்ன சக்தி அவளுக்குள்ளே ஒளிந்திருக்கிறது. அதைத் தெரிந்துகொள்ள வேண்டும். அவளிடமிருந்து அதைக் கற்றுக்கொள்ள வேண்டும்' என்று தனக்குள் நினைத்தபடி களங்கமற்ற, அமைதியான வாரென்காவின் முகத்தை உற்றுப் பார்த்தாள் கிட்டி.

'பாடியது போதுமா? இன்னும் பாட வேண்டுமா?' என்று மட்டுமே அவள் கேட்டாள். இளவரசி கேட்டுக் கொண்டதால் அவள் மறுபடியும் பாடினாள். உண்மையாக, தெளிவாக, மிக நன்றாக அவள் பாடினாள். சில நேரங்களில் தனது சிறிய விரல்களினால் பியானோவின் மேல் தாளமிடவும் செய்தாள். மறுபடியும் மறுபடியும் என பல பாடல்களை அவள் பாடி விட்டாள்.

இசைக் குறிப்புகள் அடங்கிய அவளது அந்த நோட்டுப் புத்தகத்தில் அடுத்து இருந்தது ஒரு இத்தாலியப் பாடல். கிட்டி பாடலின் பாயிரத்தை பியானோவில் இசைத்து விட்டு அமைதியாக இருந்த வாரென்காவின் முகத்தைப் பார்த்தாள்.

'அந்தப் பாடல் வேண்டாம்' என்று வாரென்கா கூறினாள். கிட்டி அவளது கண்களை உற்றுப் பார்த்தாள். அந்தப் பாடல் அவளது மனத்தில் பாதிப்பை ஏற்படுத்தும் என்று புரிந்து கொண்ட கிட்டி அடுத்த பாடலைத் தேர்ந்தெடுத்தாள். வாரென்கா அந்தப் பாடலைப் பாடிய பின்பு எல்லோரும் அவளுக்கு நன்றி சொல்லி விட்டு தேநீர் அருந்தினார்கள். அதன் பின் கிட்டியும் வாரென்காவும் புறப்பட்டு தோட்டத்துக்குச் சென்றனர்.

'அந்தப் பாடல்... அது ஏதேனும் நினைவுகளை உனக்குள் எழுப்பி விடும் என்று நீ அஞ்சினாயா? நீ இதற்குப் பதில் சொல்ல வேண்டாம். நான் நினைத்தது சரியா? அல்லது தவறா? என்று சொன்னால் போதும்' என்றாள் கிட்டி.

'ஏன் சொல்லக் கூடாது. அதெல்லாம் ஒன்றுமில்லை. நான் அதைப் பற்றிச் சொல்லுகிறேன்' என்று மிகச் சாதாரணமாக, கிட்டியின் பதிலுக்குக் கூட காத்திராமல் சொல்லத் தொடங்கினாள்.

'ஆமாம், அந்தப் பாடலில் இனிய பல நினைவுகள் மறைந்து நிற்கின்றன. அவை இதயத்திற்கு வலியை ஏற்படுத்தும் நினைவுகளாகும். நான் ஒரு மனிதரைக் காதலித்தேன். அவருக்காகத் தினமும் அந்தப் பாடலை நான் பாடுவேன்'.

கிட்டி தன் மனத்தின் ஆழத்தில் ஏற்பட்ட அழுத்தங்களுடன் மெல்ல நடந்து அமைதியாக வாரென்காவின் அகன்று விரிந்த கண்களுக்குள் உற்று நோக்கினாள்.

'நான் அவரைக் காதலித்தேன். அவரும் என்னைக் காதலித்தார். ஆனால் அவருடைய அம்மா எங்கள் காதலை ஏற்கவில்லை. எனவே அவர் வேறு ஒரு பெண்ணைத் திருமணம் செய்து கொண்டார். அவர் எங்களுக்கு அதிக தூரத்தில் வசிக்கவில்லை. அருகில் தான் வசிக்கிறார். எப்போதாவது சில சமயங்களில் அவரை நான் பார்ப்பேன். என்னால் கூட காதலிக்க முடிந்திருக்கின்றதா என்று நினைக்கிறாயா?' என்று சொன்ன அவளது அழகு முகத்தில் மின்னல் வெட்டியது போல ஒரு ஒளிப் பிழம்பு தோன்றி அவளது உடல் முழுவதும் பரவியது. அவள் ஒளி விளக்காய் ஒளிர்ந்தாள் அப்போது. ஒரு கணம் தான் அது நீடித்தது. ஒரு காலத்தில் தன்னையும் ஆட்கொண்டு வீழ்த்திய நெருப்பு அது என்று கிட்டி தன் உணர்வுகளால் அதை உணர்ந்தாள்.

'நானா? நான் அப்படி நினைக்கவில்லை. ஏன்... நான் ஒரு ஆணாக இருந்திருந்தால் உன்னைப் பார்த்த பின்பு, உன்னைத் தெரிந்து கொண்ட பின்பு, அறிந்து கொண்ட பின்பு வேறு எந்தப் பெண்ணையும் காதலிக்க மாட்டேன் என்பது மட்டும் உறுதி. ஆனால், தன்னுடைய அம்மாவுக்காக உன்னை மறக்க, உன்னைத் தவிக்க விட, உன்னை மனம் வருந்தச் செய்ய அவருக்கு எப்படி முடிந்தது என்று தான் என்னால், புரிந்து கொள்ள முடியவில்லை. உண்மையிலேயே அந்த மனிதர் இதயம் இல்லாதவராகத் தான் இருப்பார் என்று நினைக்கின்றேன்.'

'இல்லை... இல்லை. அவர் மிக நல்ல மனிதர். அதே சமயம் அதற்காக வருத்தமாகவும் இல்லை. நான் சந்தோஷமாகவே இருக்கின்றேன். நல்லது மேலும் சில பாடல்களை இன்று நாம் பாட வேண்டாமா?' என்று கூறியபடி அவள் வீட்டுக்குள் செல்வதற்காகத் திரும்பினாள்.

'ஓ... நீ எவ்வளவு நல்லவளாக இருக்கிறாய். எவ்வளவு நல்லவள் நீ' என்று வியந்து நெகிழ்ச்சியுடன் கூறிய கிட்டி அவளைத் தன் மார்போடு

சேர்த்தணைத்துக் கொண்டு அவளது கன்னத்தில் முத்தமிட்டாள். ‘உனது இந்தப் பண்புகளில் ஒரு சிறிய துளி எனக்கு இருந்தால் போதும்’ என்றாள் கிட்டி.

‘மற்றவர்களைப் போல நீ ஏன் இருக்க வேண்டும்? நீ மிகவும் நல்லவள். உன்னைப் போலவே’ என்று அவளுக்கே உரித்தான கள்ளமற்ற, நேர்மை ஒளி வீசம் புன்னகையுடன் சொன்னாள் வாரென்கா.

‘இல்லை. நான் நல்லவள் இல்லை. ஆனால்... உன்னை ஒன்று கேட்கிறேன் சொல்... நில்... உட்காரு... நாம் இன்னும் கொஞ்சம் பேசுவோம்’ என்று கிட்டி, வாரென்காவின் மெல்லிய கைகளைப் பற்றி மெல்ல அழுத்தி அவளைத் தன்னருகில் உட்காரச் செய்தாள். ‘சொல்... உன்னை ஏமாற்றிவிட்ட அந்த மனிதரின் மேல் உனக்கு கோபம், வெறுப்பு சிறிதும் இல்லையா? சொல்.... தன்னை ஏமாற்றியவன் மேல் கோபமும், வெறுப்பும் இன்றி இருக்க முடியுமா? என்ன? சொல்...’

‘அவர் என்னை ஏமாற்றவில்லை. புறக்கணிக்கவில்லை. அவர் என்னைக் காதலித்தார். ஆனால் அவர் தனது தாய்க்கு பணிவான, கீழ்படிதலுள்ள மகன்...’

‘ஆனால் அவர் தனது அம்மாவுக்காக இல்லாமல், தன் நலனுக்காக உன்னை ஏமாற்றியிருந்தார் என்றால்...?’ என்று கூறிய கிட்டி ஒரு கணம் திகைத்தாள். தன்னுடைய ரகசியத்தை வெளியிட்டு விட்டோமோ என்று கிட்டி உணர்ந்த காரணத்தால் அவள் முகம் அவமானத்தினால் நிறம் மாறியது.

‘அவ்வாறு இருந்தால் குற்றம் அவருடையது தான். அவரிடம் நான் சிறிது கூட அனுதாபம் காட்டியிருக்க மாட்டேன்’ என்றாள் வாரென்கா. இப்போது தங்களது இந்தப் பேச்சு தன்னுடைய காதலைப் பற்றி அல்லாமல் கிட்டியின் காதலைப் பற்றிப் பேசுவதாகவே வாரென்காவுக்குத் தோன்றியது.

‘ஆனால் அவமானம்...’ என்றாள் கிட்டி.

‘அவமானத்தைச் சகித்துக் கொள்ள முடியாது. ஒரு பொழுதும் அந்த அவமானத்தைச் சகித்துக் கொள்ளவே முடியாது...’ என்று கூறிய அவள் நடன நிகழ்ச்சியின் போது, இசை நின்றவுடன் அவள் ஏக்கத்துடன் விரான்ஸ்கியைப் பார்த்த அந்தப் பார்வையையும் அவளது பார்வையை மிக அலட்சியமாக அவன் நிராகரித்ததையும் அவள் நினைத்துப் பார்த்தாள்.

‘அவமானமா? எங்கே? நீ ஏதும் தவறு செய்து விட்டாயா?’

‘தவறை விட மோசமானது அவமானம்! அதிலும் ஒரு ஆண் மகனுடைய அவமதிப்பு எல்லாவற்றிலும் மோசமானது’.

வாரென்கா தலையை ஆட்டினாள். கிட்டியை ஆதரவாக அணைத்துக் கொண்டாள்.

'உன்னை விரும்பாத ஒருவரிடம் அவரைக் காதலிப்பதாக நீ கூறினாயா?'

'நான் ஒரு வார்த்தை கூட பேசவில்லை. ஆனால் அவரை நான் காதலித்தது அவருக்குத் தெரியும். பார்வையில், உடல் மொழியில் ஏராளமாகப் புரிந்து கொள்ள முடியும். எனக்கு நூறு வயது ஆனாலும் நான் அதை - அந்த அவமானத்தை நான் மறக்க மாட்டேன்.'

'எனக்கு ஒரு விஷயம் புரியவில்லை. இப்போது நீ அவரைக் காதலிக் கிறாயா? இல்லையா? சொல்' என்று குறிப்பாகக் கேட்டாள் வாரென்கா.

'நான் அவரை வெறுக்கின்றேன். ஆனால் அவரைக் காதலித்த குற்றத்திற்காக என்னையும் நான் இதற்காக மன்னித்துக் கொள்ளமாட்டேன்.'

'வெறுப்பால் மட்டும் பலனுன்டா?'

'அவமானம்... அவமதிப்பு... இதனை எப்படி நான் மறக்க முடியும்?'

'நீ இப்படி உணர்ச்சி வசப்படக்கூடாது. உனக்கேற்பட்ட அனுபவம் எல்லாப் பெண்களுக்கும் ஏற்பட்டிருக்கிறது. அது முக்கியமல்ல'.

'அப்படியானால் முக்கியமானது எது?'

'முக்கியமானவை ஏராளமாக இருக்கின்றன' என்று வாரென்கா பதிலளித்தாள். அவளுக்கு என்ன சொல்வதென்று புரியவில்லை. அந்தக் கணத்தில் சன்னலிலிருந்து கிட்டியின் தாய் அழைக்கும் குரல் கேட்டது: 'கிட்டி, மிகவும் பனி கொட்டுகிறது. ஒன்று சால்வையை எடுத்துப் போர்த்திக் கொள்ளுங்கள். அல்லது வீட்டிற்குள் வந்து விடுங்கள்'.

'நானும் அவசரமாகப் போக வேண்டும் கிட்டி. திருமதி. 'பெர்த்தே' என்னை அவளுடைய வீட்டிற்கு வரச் சொன்னாள்' என்றாள் வாரென்கா.

கிட்டி, அவளுடைய கைகளைப் பற்றிக் கொண்டாள். உணர்ச்சி வயப்பட்டு, ஆர்வம் மேலிட அவள் தனது உள்ளத்தில் கொந்தளித்துக் கொண்டிருக்கின்ற கேள்விகளுக்கு விடை காணும் வேகத்தோடு, வாரென்காவின் கண்களை பதிலுக்காக ஏக்கத்துடன் நோக்கினாள். அவளது கண்கள் வாரென்காவைச் செல்ல விடாது தடுத்து, தன் நெஞ்சில் அலைக்கழிக்கப்படும் அந்தக் கேள்விகளைக் கேட்டன.

'முக்கியமானது எது? உனக்கு மன அமைதியைக் கொடுப்பது எது? உனக்குத் தெரியும்... சொல்...'

ஆனால் கிட்டியின் கண்கள் கேட்கும் கேள்விகளை வாரென்காவினால் புரிந்து கொள்ள முடியவில்லை... அவளுக்கு இப்போது தன் முன் நிற்கும் தனது கடமைகளின் மீது தான் கவனம் சென்றது.

'திருமதி. பெர்த்தேயை அவள் உடனே சென்று சந்திக்க வேண்டும். வீட்டிற்குப் போய் அவளது அம்மா மேடம் ஸ்டாஹல்லுக்கு தேநீர் தயாரித்துக் கொடுக்க வேண்டும்'.

வாரென்கா வேகமாக வீட்டிற்கு ஓடினாள். தன்னுடைய இசைக் குறிப்புகள் அடங்கிய அந்த நோட்டுப் புத்தகத்தை எடுத்துக்கொண்டு, அங்கிருந்த அனைவரிடமும் விடைபெற்றுக் கொண்டு புறப்படத் தயாரானாள்.

'நான் வீடு வரை துணைக்கு வருகிறேன்' என்றார் கர்னல்.

'ஆமாம், இரவு நேரத்தில் நீ தனியாகப் போக வேண்டாம், 'பாராஷா'வை உன்னுடன் கூட அனுப்புகின்றேன்' என்றாள் இளவரசி ஷெர்பட்ஸ்கயா.

'எனக்குத் துணையாக ஒருவர் வரவேண்டுமா என்ன?' என்று கேட்பது போல வாரென்கா லேசாகச் சிரிப்பதைக் கிட்டி கவனித்தாள்.

'நான் எப்பொழுதும் தனியாகத் தான் போகிறேன். தனியாகத் தான் வருகிறேன். எனக்குப் பயமில்லை' என்றாள் வாரென்கா. பின்பு கிட்டியை நெருங்கி அவளை முத்தமிட்டாள். 'முக்கியமானது எது' என்று அவளிடம் தெரிவிக்காமலேயே அந்தக் கோடை இரவில் அரை இருளில் மறைந்தாள்.

'எது முக்கியமானது? மன அமைதியும், பெருந்தன்மையும் கண்ணியமும் அவளுக்கு எங்கிருந்து தான் பிறக்கின்றன?' என்ற கேள்விகளுடன் நின்று கொண்டிருந்தாள் கிட்டி.

அத்தியாயம் 33

கிட்டி மேடம் ஸ்டாஹல்லைச் சந்தித்து, அவளுடன் நெருக்கமானாள். அதிலும் வாரென்காவின் நட்பு அவளிடம் அதிகமான தாக்கத்தை ஏற்படுத்தியிருந்தது. அவளுடைய கடந்த காலத் துயரத்தை மறப்பதற்கு இந்த நெருக்கமும் நட்பும் கிட்டிக்கு மிக உதவியாக இருந்தன. அவளுடைய கடந்த காலத்துக்கு சிறிதும் சம்பந்தமில்லாத புதிய உலகத்தை அவள் வாரென்காவிடம் கண்டாள். அந்த உன்னதமான உலகத்தின் சிகரத்திலிருந்து தன்னுடைய கடந்த காலத்தை அவள் அமைதியாகப் பரிசீலனை செய்ய முடிந்தது. இதுவரை உணர்ச்சிகளின் வயப்பட்ட வாழ்க்கையைத் தான் அவள் வாழ்ந்தாள். ஆனால் இப்போது தான்

அதற்கும் அப்பால் ஆன்மீக வயப்பட்ட வாழ்க்கை ஒன்று இருக்கிறது என்பதைப் புரிந்து கொண்டு விட்டாள். ஆன்மீக வாழ்க்கை மதத்தை அடிப்படையாகக் கொண்டிருந்தது. கிட்டி சிறுமியாக இருந்த காலத்திலிருந்து மாதா கோவிலுக்குச் சென்று வழிபாடுகளில் கலந்து கொள்வாள். ஸ்லோவானிய மொழியில் எழுதப்பட்ட மத வாசகங்களை மனப்பாடம் செய்வாள். அந்த மதத்துக்கும் இப்போது தான் அறிந்த கொண்டதற்கும் சம்பந்தம் கிடையாது. இது மெய்யறிவை அடிப்படையாகக் கொண்ட மதம். பாதிரியார் சொற்படி இதை நம்பத் தேவையில்லை. இந்த மதத்தை நேசிக்க முடியும்.

கிட்டி எல்லாவற்றையும் வார்த்தைகளிலிருந்து கற்றுக் கொள்ளவில்லை. ஒரு குழந்தைக்கு கற்பிப்பதைப் போல மேடம் ஸ்டாஹல் அவளிடம் மிக அன்புடன் பேசினாள். அன்பும் நம்பிக்கையும் நம்மைத் துயரங்களிலிருந்து விடுவிக்கும். ஏசு கிறிஸ்து எந்தத் துயரத்தையும் அற்பமானதாகக் கருத மாட்டார் என்று மேடம் ஸ்டாஹல் ஒரு முறை கிட்டியிடம் கூறினாள். அவளுடைய சொற்கள், அவளது அசைவுகள், கடவுளின் பேரில் கொண்ட நம்பிக்கைகளில் எழுந்த அவளது ஆன்மீகப் பார்வை - வாரென்கா அப்படித்தான் வர்ணித்தாள். - ஆகியவற்றிலிருந்து தான் வாழ்க்கையில் எது முக்கியமானது, எவை முக்கியமற்றவை என்பதைக் கிட்டி கற்றுக் கொண்டாள். அதுவரை அவள் கற்றுக் கொள்ளாத பாடமாக அது இருந்தது.

மேடம் ஸ்டாஹல்லினுடைய வாழ்க்கை அவளது உள்ளத்தை உருக்கியது. அவளுடைய இதமான, மென்மையான, சில விஷயங்கள் கிட்டியைக் குழப்பமடையச் செய்தன. கிட்டியின் உறவினர்களைப் பற்றி விசாரித்து விட்டு கிறிஸ்தவ உணர்ச்சிக்குப் பொருந்தாத முறையில் இகழ்ச்சியாக சிரித்தாள் மேடம் ஸ்டாஹல். ஒரு முறை ஒரு கத்தோலிக்கப் பாதிரியாரை மேடம் ஸ்டாஹல்லின் வீட்டில் சந்தித்த பொழுது விளக்கு மூடிக்குப் பின்புறத்தில் முகத்தை மறைத்துக் கொண்டு விசித்திரமான முறையில் சிரித்தாள். அவை சாதாரண விஷயங்கள் என்றாலும் கிட்டி சங்கடப்பட்டாள். மேடம் ஸ்டாஹல்லைப் பற்றி அவளிடம் சந்தேகங்கள் எழுந்தன. ஆனால் வாரென்காவிற்கு நண்பர்கள் இல்லை. உறவினர்கள் இல்லை. அவளிடம் வருத்தங்கள் இல்லை. எதிர்பார்ப்புகள் இல்லை. கிட்டி கனவு கண்ட பூரணத்துவத்தின் வடிவமாக அவள் இருந்தாள். ‘உன்னை மறந்து மற்றவர்களை நேசி. உன்னிடம் மன அமைதியும் மகிழ்ச்சியும் உண்டாகும்’ என்ற வார்த்தைகளின் பொருளை அவள் வாரென்காவிடம் கண்டாள். தானும் அவளைப் போல இருக்க வேண்டும் என்று கிட்டி விரும்பினாள்.

புதிய வாழ்க்கையின் திறவு கோல் அவளுக்குக் கிடைத்து விட்டது. அந்த வாழ்க்கைக்குத் தன்னை மனப்பூர்வமாக அர்ப்பணித்துக் கொண்டாள். மேடம் ஸ்டாஹல் மற்றும் அவளுடைய மைத்துனியின் வழியில் இயன்ற வரை நலிந்தவர்களுக்கு உதவி செய்வது, சுவிசேஷத்தை அவர்களிடம் பரப்புவது, நோயாளிகள், குற்றவாளிகள், மரணமடையப் போகிறவர்கள் ஆகியோரிடம் சுவிசேஷத்தைப் படிப்பது ஆகியவற்றை நிறைவேற்ற முடிவு செய்தாள். 'அலைனை'ப் போன்ற குற்றவாளிகளிடம் சுவிசேஷத்தைப் படிப்பது எவ்வளவு பெருமைப்படத்தக்கது என்று அவள் நினைத்தாள். ஆனால் அவை இரகசியமான கனவுகளாக இருந்தன. அவள் தன்னுடைய தாய் அல்லது வாரென்காவிடம் தன்னுடைய விருப்பங்களைத் தெரிவிக்கவில்லை. தன்னுடைய திட்டங்களைப் பெரிய அளவில் நிறைவேற்றக் கூடிய காலம் இனிமேல் வரும். அதற்கிடையில் வாரென்காவைப் போல அந்தச் சிற்றூரில் உள்ள நோயாளிகள் மற்றும் துயரமடைந்தவர்களுக்கு உதவி செய்வது என்று முடிவு செய்தாள்.

மேடம் ஸ்டாஹல் மற்றும் வாரென்காவிடம் கிட்டி பேரன்பு கொண்டு விட்டாள் என்று கிட்டியின் தாய் நினைத்தாள். கிட்டி வாரென்காவின் நடவடிக்கையைப் பின்பற்றியதுடன் நிற்கவில்லை. அவளைப் போல நடக்க, பேச, கண்களைச் சிமிட்ட ஆரம்பித்தாள். தன் மகளிடம் ஆன்மீக ரீதியில் மாபெரும் மாற்றம் ஏற்பட்டு வருவதை அவள் கண்டாள். மாலை நேரத்தில் கிட்டி சுவிசேஷத்தை பிரெஞ்சு மொழியில் (மேடம் ஸ்டாஹல் அவளுக்கு அந்தப் புத்தகத்தை அன்பளிப்பாகக் கொடுத்திருந்தாள்) வாசிப்பாள். அதற்கு முன்பு அவளிடம் அந்த வழக்கம் கிடையாது. அவள் மேற்குடி சமூகத்தினரைச் சந்திப்பதைத் தவிர்த்தாள். வாரென்காவின் பராமரிப்பில் இருந்த நோயாளிகளுக்கு உதவிகள் செய்யத் துவங்கினாள். குறிப்பாக, ஏழைக் கலைஞரும் நோயாளியுமான பெட்ரோவ் குடும்பத்தினருக்கு உதவி செய்தாள். அந்தக் குடும்பத்துக்குப் பாதுகாவலராக மாறினாள். கிட்டியின் தாய் அதை ஆட்சேபிக்கவில்லை. ஏனென்றால் பெட்ரோவின் மனைவி நல்ல பெண்ணாகத் தெரிந்தாள். கிட்டியின் தொண்டுகளைக் கவனித்த ஜெர்மானிய இளவரசி அதைப் பாராட்டியது மற்றொரு காரணம். ஆனால் சேவை எல்லை மீறிப் போவதை அவள் விரும்பவில்லை. ஆகவே அவள் கிட்டியிடம் அதைப் பற்றிப் பேசினாள்.

'உனக்கு விருப்பமாக இருந்தாலும் அதை அளவுடன் வைத்துக் கொள்ள வேண்டும்' என்று அவள் கிட்டியை கண்டித்தாள்.

கிட்டி பதில் சொல்லவில்லை. 'தொண்டு செய்வதற்கு அளவுகோல் என்பது ஏதேனும் உண்டா என்ன? உன்னுடைய உடைகளை இல்லாதவர்களுக்குக் கொடு. உன் ஒரு கன்னத்தில் அறைந்தால் மறு

கன்னத்தைக் காட்டு' என்ற போதனையை யாராவது மிகைப்படுத்த முடியுமா?

கிட்டி தன்னிடம் மனத்தைத் திறந்து பேசவில்லை என்று அவளது தாய் கருதினாள். எனவே அவளது நல்ல தொண்டுகளை வெறுத்தாள். கிட்டி தன்னுடைய தாயிடம் அவற்றைப் பற்றிப் பேசவில்லை என்பது உண்மைதான். அவளுடைய தாயை அவள் தாயாகவே மதித்தாள். தனது தாய்க்கு அவள் கொடுத்த மரியாதையே அதற்கு காரணம்.

'திருமதி. பெட்ரோவை வீட்டுக்கு வரும்படி அழைத்தேன். அவள் தனக்கு வர நேரமில்லை என்று மறுத்து விட்டாள். அவளது முகத்தில் சந்தோஷமும் ஆர்வமும் இல்லை. என்ன காரணம்?' என்று கிட்டியிடம் கேட்டாள் அவளது தாய்.

'எனக்குத் தெரியாது' என்றாள் கிட்டி

'நீ அவர்கள் வீட்டுக்குச் சென்று நாளாகி விட்டதா?'

'நாளைக்கு எல்லோரும் மலைக்குப் போக முடிவு செய்திருக்கிறோம்'

'நீ விரும்பினால் போய்விட்டு வா'

கிட்டியின் முகம் குழப்பத்தைக் காட்டியதால் அதற்கு என்ன காரணம் என்று இளவரசி சிந்தித்தாள். அன்று பகல் வீட்டிற்கு வந்த வாரென்கா, மறுநாள் மலைக்குப் போகின்ற திட்டத்தை திருமதி பெட்ரோவா ரத்து செய்து விட்டாள் என்று தெரிவித்தாள்.

'கிட்டி, பெட்ரோவா குடும்பத்தினருடன் உனக்கு ஏதும் பிரச்சினையா? அவள் இங்கு வருவதை நிறுத்தி விட்டாள். குழந்தைகளையும் அனுப்புவதற்கு மறுக்கிறாள்' என்று இளவரசி கிட்டியிடம் தனியாகக் கேட்டாள்.

'எங்களுக்கு இடையில் எந்தப் பிரச்சினையும் இல்லை. திருமதி. பெட்ரோவாவுக்கு என்னிடம் அதிருப்தி என்றால் அதற்கு என்ன காரணம் என்று எனக்குத் தெரியாது' என்றாள் கிட்டி. அவள் உண்மையைப் பேசினாள். திருமதி. பெட்ரோவா அவளுடன் முன்பு போலப் பழகவில்லை. அதன் காரணத்தை கிட்டி ஓரளவு ஊகித்தாள். சில விஷயங்களை நாம் புரிந்து கொண்டாலும் அவற்றைப் பற்றிப் பேசுவதற்கு விரும்பாமலிருக்கிறோம். கிட்டி தன் தாயிடம் அதைப் பற்றிப் பேச விரும்பவில்லை. ஏனென்றால் ஒருவேளை அவளுடைய ஊகம் தவறாகக் கூட இருக்கலாம் என்பதால் அவள் தன் தாயிடம் அதைப் பற்றிப் பேசவில்லை.

பெட்ரோவ் குடும்பத்துடன் தன்னுடைய உறவுகளைக் கிட்டி பலமுறை நினைவுபடுத்திக் கொண்டாள். ஆரம்பத்தில் அவர்கள் சந்தித்த பொழுது திருமதி பெட்ரோவா முகத்தில் ஏற்பட்ட வெகுளித்தனமான

மகிழ்ச்சியை அவள் நினைவு கூர்ந்தாள். அவளது கணவர் வேலை செய்யக் கூடாது என்று டாக்டர் சொல்லியிருந்தார். அவர் வேலை செய்யாமல் இருப்பதற்காகத் திட்டம் போட்டு அவரை வெளியில் கூட்டிச் சென்றார்கள். அவர்களது கடைக்குட்டி மகன் கிட்டியை மிகவும் நேசித்தான். அவளை 'என்னுடைய கிட்டி' என்று தான் அழைப்பான். பெட்ரோவின் உடல் நிலை பாதிக்கப்பட்டது. ஒல்லியான உடலும் நீண்ட கழுத்துமாக எலும்புருக்கி நோயினால் அவர் மிகவும் பாதிக்கப்பட்டுப் போனதை கிட்டி நினைத்துப் பார்த்தாள். ஆரம்பத்தில் அவரைப் பார்ப்பதற்கே அவளுக்கு கஷ்டமாக இருந்தது. முதலில் அவளது, முயற்சிகளையும், தொண்டுகளையும் அவர் வரவேற்கவில்லை. பிறகு அவளைப் புரிந்து கொண்டு அவள் தொடர்ந்து தொண்டுகள் புரிய அனுமதித்தார். அது அவள் தன்னைப் பற்றி எண்ணி மகிழ்ந்திருந்த காலம். இப்பொழுது திடீரென்று நிலைமை மாறிவிட்டது. திருமதி.பெட்ரோவா இப்பொழுதெல்லாம் போலியான மகிழ்ச்சியில் தான் கிட்டியை வரவேற்கின்றாள். தன் கணவரையும் அவளையும் அவள் கண்காணிக்கின்றாள்.

'அவர்களது வீட்டுக்கு அவள் போனவுடன் பெட்ரோவுக்கு ஏற்படும் சந்தோஷம் இதற்கு காரணமாக இருக்குமோ?'

'அவர் உனக்காகக் காத்திருக்கிறார். நீ வந்தவுடன் தான் காப்பியைக் குடிப்பேன் என்கிறார்' என்று திருமதி. பெட்ரோவா கடுகடுப்புடன் பேசியதை கிட்டி நினைத்துப் பார்த்தாள்.

நான் கம்பளிப் போர்வையை எடுத்து அவரிடம் கொடுத்ததும், அவர் நன்றி கூறியதும் அவளுக்குப் பிடிக்கவில்லையா? அவர் அதிகமாக நன்றியைத் தெரிவித்தது எனக்குக் கஷ்டமாக இருந்தது. ஒரு வேளை, அவர் என்னை ஓவியம் தீட்டினாரே, அது அவளுக்கு பிடிக்கவில்லையா? குழப்பத்துடனும் இரக்கத்துடனும் என்னைப் பார்ப்பாரே, அது அவளுக்குப் பிடிக்கவில்லையா? அப்படித் தான் இருக்க வேண்டும்... ஆனால் அவருடைய நிலை எவ்வளவு பரிதாபம்...'

இந்த சந்தேகம் அவளது புதிய வாழ்க்கையின் மகிழ்ச்சியில் நஞ்சாகக் கலந்தது.

அத்தியாயம் 34

கிட்டியின் தந்தை முதிய இளவரசர் ஷெர்பட்ஸ்கி 'கார்ல்ஸ்பாத்தி'லிருந்து பாடனுக்கும், 'கிஸிஞ்செனுக்கும்' சென்று தனது ருஷ்ய நண்பர்கள் சிலரைச் சந்தித்து விட்டு ருஷ்ய உணர்வுகளை அங்கே சுவாசித்து விட்டுத் திரும்பினார்.

முதிய இளவரசர் ஷெர்பட்ஸ்கியும், அவரது மனைவியும் வாழ்க்கையைப் பற்றி முற்றிலும் எதிரான கருத்துக்களைக் கொண்டிருந்தார்கள். முதிய இளவரசர் வெளிநாட்டு வாழ்க்கை பிடிக்கவில்லை என்று நேரடியாக எதிர்ப்பு தெரிவித்தார். இளவரசி வெளிநாட்டு வாழ்க்கையை மிகவும் விரும்பினாள். அவள் ரஷ்யாவின் மேற்குடி சமூகத்தைச் சேர்ந்தவள் என்றாலும் வெளிநாட்டில் வசிக்கும் பொழுது ஐரோப்பிய சீமாட்டி போலத் தோன்ற விரும்பினாள். - அவள் ரஷ்ய நாட்டைச் சேர்ந்தவள் என்பதால் அதில் அவள் வெற்றியடையவில்லை - அவள் செயற்கையாக நடந்து கொண்டாள். முதிய இளவரசரோ வெளிநாட்டைச் சேர்ந்த எல்லாவற்றையும் வெறுத்தார். வெளிநாட்டில் இருந்த போதும் ரஷ்ய பழக்க வழக்கங்களைத் தொடர்ந்தார். கூடிய வரை ஐரோப்பியரைப் போல இல்லாதிருக்க எல்லா முயற்சிகளையும் செய்தார்.

அவர் திரும்பி வந்த பொழுது உடல் மெலிந்திருந்தது. கன்னத்தில் சதை தொங்கியது. ஆனால் அவர் உற்சாகமாக இருந்தார். கிட்டி நன்றாகக் குணமடைந்து விட்டாள் என்று அவளைப் பார்த்து அறிந்து கொண்டதும் அவருடைய உற்சாகம் அதிகரித்தது. மேடம் ஸ்டாஹல் மற்றும் வாரென்காவுடன் அவள் நட்பாக இருக்கின்றாள் என்றும் அவர் அறிந்து கொண்டார். கிட்டியின் நடவடிக்கைகளில் ஏற்பட்டிருந்த மாற்றத்தை இளவரசி ஷெர்பட்ஸ்கயா அவரிடம் தெரிவித்தாள். அந்த விஷயங்களைக் கேட்டு அவர் சங்கடப்பட்டார். தன்னுடைய மகள் தனக்குப் பழக்கமில்லாத ஆன்மீக விஷயங்களில் பற்றுதலை ஏற்படுத்திக் கொள்வதை அவர் விரும்பவில்லை. ஆனால் அவர் எப்பொழுதும் போல தன் மகளிடம் அன்புடன் கோபமின்றி நடந்து கொண்டார். கார்ல்ஸ்பாத் நீருற்றுக்களில் குளித்து ஆரோக்கியமடைந்த பொழுது கிட்டியைப் பற்றிய செய்திகளை அவர் மறந்தார்.

மறுநாள் காலையில் முதிய இளவரசர் நீண்ட கோட்டு அணிந்து அதிக உற்சாகத்துடன் கிட்டியுடன் நீரூற்றுக்குச் சென்றார்.

காலைப் பொழுது அழகாக இருந்தது. சுத்தமான சிறிய வீடுகள், சிறிய தோட்டங்கள், அதிகமாக பீர் குடித்துச் சிவந்த முகங்கள் கொண்ட ஜெர்மானியப் பெண்கள், தூய்மையான சூரியோதயம் போன்றவை அவரது இதயத்துக்கு இதமளித்தன. ஆனால் போகும் வழியில் பார்த்த நோயாளிகளின் முகங்கள் ஜெர்மானிய வாழ்க்கையின் ஒழுங்கு முறைக்கு மத்தியில் அதிகமான சோக உணர்ச்சியைத் தூண்டின. இந்த வேறுபாடு கிட்டிக்கு பழக்கமாகிவிட்டது. சூரியனின் ஒளி, பசுமையான மரங்கள், காற்றில் மிதந்து வருகின்ற இசை போன்றவை அங்கு வந்துள்ள, வருகின்ற நோயாளிகளுக்கு ஏற்ற இயற்கையான பின்னணி என்று அவள் கருதினாள்.

'ஆரோக்கியமில்லாத செல்வந்தர்கள் - ஆரோக்கியமான பணிப் பெண்கள்' முதிய இளவரசருக்கு இது சுவராசியமான வேறுபாடாகத் தோன்றியது.

தனது பாசத்துக்குரிய மகளுடன் கை கோர்த்துக் கொண்டு நடந்து சென்றார். ஆரோக்கியமற்றவர்களின் மத்தியில் தான் முழு உடல் ஆரோக்கியத்துடன் நடந்து செல்வது பற்றி அவர் வெட்கப்பட்டார். மக்கள் கூட்டத்துக்குள் தான் நிர்வாணமாக நுழைந்து விட்டது போல அவர் வெட்கமடைந்தார்.

'உன்னுடைய புதிய நண்பர்களை எனக்கு அறிமுகம் செய்து வை. எனக்கு இந்த ஊரைப் பிடிக்கவில்லை. ஆனால் உனக்கு இந்த ஊர் நன்மை செய்திருக்கிறது. அதோ, அவர் யார்?' ஒரு நபரைச் சுட்டிக்காட்டி விசாரித்தார்.

கிட்டி தன்னுடைய நண்பர்களை அவருக்கு அறிமுகம் செய்து வைத்தாள். பார்வையில்லாத திருமதி. பெர்த்தே மற்றும் அவளுடைய வழிகாட்டியை அவர்கள் சந்தித்தார்கள். கிட்டியின் குரலைக் கேட்டதும் அந்த முதிய பிரெஞ்சுப் பெண்மணியின் முகம் மலர்ந்ததைப் பார்த்து முதிய இளவரசர் மகிழ்ச்சியடைந்தார். திருமதி. பெர்த்தே பிரெஞ்சுக்காரர் களுக்கே உரிய மிகைப்படுத்தலுடன் கிட்டியை வானளாவப் புகழ்ந்தாள். 'அவள் ஒரு தேவதை' என்றாள்.

அப்படியானால் அவள் தேவதை எண் 2. என்று சொல்லலாம். ஏனென்றால் என் மகள், வாரென்காவைத் தேவதை எண். 1 என்று சொல்கிறாள்' என்றார் முதியவர் இளவரசர் ஷெர்பட்ஸ்கி.

'ஓ, வாரென்கா இருக்கிறாளே, அவள் உண்மையான தேவதை தான்' என்றாள் பெர்த்தே.

நீண்ட தாழ்வாரத்தில் அவர்கள் வாரென்காவைச் சந்தித்தார்கள். அவள் ஒரு அழகான சிவப்பு நிறக் கைப்பையுடன் நடந்து போய்க் கொண்டிருந்தாள்.

'ஏய், வாரென்கா! இங்கே பார், அப்பா வந்திருக்கிறார், உன்னைப் பார்ப்பதற்காக' என்று உரக்க அவளை அழைத்தாள் கிட்டி.

மிக எளிமையாக, மிக இயற்கையாக அவள் எல்லாவற்றையும் செய்தாள். வாரென்கா, கிட்டியின் தந்தையைப் பணிந்து வணக்கம் தெரிவித்தாள். உடனேயே அவள் எந்த விதக் கூச்சமும், தயக்கமும் இன்றி, அவருடன் மிகச் சரளமாகப் பேச ஆரம்பித்தாள்.

'உன்னை நான் அறிவேன். உன்னைப் பற்றி நிறையக் கேள்விப் பட்டிருக்கிறேன்' என்று அவளைப் பார்த்து மெல்லப் புன்னகை செய்தபடி கூறினார் ஷெர்பட்ஸ்கி.

'எங்கே வேகமாகப் போய்க் கொண்டிருக்கிறாய்?' என்று அவளைக் கேட்டார் ஷெர்பட்ஸ்கி.

'அம்மா இரவு முழுவதுமே தூங்கவில்லை. டாக்டர் சிகிச்சைக்கு அழைத்து வரும்படி சொன்னதால் அவர்களை இங்கே அழைத்து வந்திருக்கிறேன்' என்று சொல்லி விட்டு அவள் உடனே புறப்பட்டாள்.

'தேவதை எண். 1 போகிறாள்' என்றார் முதிய இளவரசர். உன்னுடைய நண்பர்கள் எல்லோரையும் எனக்கு அறிமுகம் செய். மேடம். ஸ்டாஹல்லையும் தான். அவர்களுக்கு என்னைத் தெரியும்'.

'அப்பா, உங்களுக்கு அவரைத் தெரியுமா.?'

'அவளது கணவரை நன்றாகத் தெரியும். அவளையும் தெரியும். ஆனால் அதிகமாக அவளைச் சந்தித்தது கிடையாது. தன் கணவர் இறந்த பின்பு அவள் பக்தி இயக்கத்தில் சேர்ந்து விட்டாள் என்று அறிந்தேன்.'

'பக்தி இயக்கம் என்றால் என்ன?' மேடம். ஸ்டாஹல்லிடம் தான் கண்ட பண்புகளுக்கு இப்படி ஒரு பெயர் இருப்பது அவளுக்கு இது வரை தெரியாது.

'அவர்களைப் பற்றி எனக்கு அதிகம் தெரியாது. அவர்கள் கடவுளை வழிபடுகிறார்கள் என்பது மட்டும் தான் எனக்குத் தெரியும். தங்களுடைய இன்பங்களும், துன்பங்களும் கடவுள் தங்களுக்குத் தந்த பரிசு - கொடை என்று அவர்கள் நினைக்கிறார்கள். தங்களுக்குக் கிடைத்த ஒவ்வொன்றுக்கு அவர்கள் கடவுளுக்கு நன்றி செலுத்துகிறார்கள். இன்பங்களுக்கு மட்டுமல்ல துன்பங்களுக்கும் கூட அவர்கள் கடவுளுக்கு நன்றி சொல்கிறார்கள். அவள் தனது கணவனின் மரணத்துக்கும் கூட கடவுளுக்கு நன்றி சொன்னாள். அவளது கணவனுக்கும் அவளுக்கும் கூட உறவு சரியில்லை என்று பேசிக் கொண்டார்கள். அதோ, அது யார்? அவருடைய முகம் ஏன் இவ்வளவு கோரமாக உள்ளது. யார் அது?' என்றார் முதிய இளவரசர் ஷெர்பட்ஸ்கி.

'அவர் தான் ஓவியர் பெட்ரோவ். அவருடன் இருப்பவர் மனைவி'.

'அவர் முகத்தை மறக்க முடியாது. அதோ பார், அவர் உன்னிடம் ஏதோ சொல்ல விரும்புவதைப் போல தெரிகிறது.'

'நலமாயிருக்கிறீர்களா?' என்று கிட்டி அவரை நெருங்கிப் போய் விசாரித்தாள்.

பெட்ரோவ் ஒரு நீண்ட கழியின் உதவியுடன் எழுந்து நின்று முதிய இளவரசர் ஷெர்பட்ஸ்கிக்கு வணக்கம் தெரிவித்தார்.

'இளவரசி அவர்களே! நேற்று உங்களை எதிர்பார்த்தோம்' என்று அவர் கிட்டியிடம் கூறினார்.

'நான் வருவதாகத் தான் இருந்தேன். மலைக்குப் போகவில்லை என்று திருமதி. பெட்ரோவா - அன்னா பாவ்லோவ்னா - கூறியதாக வாரென்கா தெரிவித்தாள் எனவே வரவில்லை' என்றாள் கிட்டி.

'போகவில்லையா?' என்று கேட்ட ஓவியரின் முகம் சிவந்தது. 'அன்னா பாவ்லோவ்னா' என்று அவர் தன் மனைவி திருமதி. பெட்ரோவாவை உரக்க அழைத்தார்.

'நாம் மலைக்குப் போகவில்லை என்று நீ இளவரசிக்குத் தகவல் கொடுத்தாயா?' என்று அவர் எரிச்சலுடன் கேட்டார்.

அப்போது தான் அங்கு வந்த அன்னா பாவ்லோவ்னா 'காலை வணக்கம் இளவரசி' என்றாள். பிறகு இளவரசர் ஷெர்பட்ஸ்கியைப் பார்த்து 'உங்களைச் சந்திப்பதில் மிகவும் மகிழ்ச்சி' என்றாள்.

'நாம் மலைக்குப் போகவில்லை என்று நீ இளவரசிக்கு தகவல் அனுப்பினாயா?' என்று ஓவியர் மறுபடியும் தன் மனைவியைப் பார்த்துக் கோபமாகக் கேட்டார்.

அவரது குரல் கரகரத்ததால் சொற்கள் தெளிவாகக் கேட்கவில்லை.

'ஆமாம். நாம் போகவில்லை என்று நினைத்தேன்'

'நீ எப்படி நினைக்கலாம்?' என்று ஓவியர் பெட்ரோவ் கேட்டுக் கொண்டு தன் மகளுடன் புறப்பட்டார்.

'பாவப்பட்ட ஜென்மங்கள்' என்று கூறிப் பெருமூச்சு விட்டார் ஷெர்பட்ஸ்கி.

'ஆமாம், அப்பா! அவர்களுக்கு மூன்று குழந்தைகள். வீட்டு வேலைக்கு ஆள் இல்லை. பணமும் இல்லை. அகாதெமி சொற்ப உதவி செய்கிறது' என்றாள் கிட்டி.

திருமதி. பெட்ரோவா தன்னிடம் கொண்டிருந்த உறவு திடீரென்று மாற்றமடைந்திருப்பது அவளை சங்கடப்படுத்தியது.

'மேடம் ஸ்டாஹல் அதோ அங்கே தான் இருக்கிறாள்.' என்று சுட்டிக் காட்டினாள் கிட்டி. நிழற்குடை ஒன்றின் கீழ் சக்கர நாற்காலியில் தலையணைகளின் பாதுகாப்பில் கம்பளியைப் போர்த்துக் கொண்டு மேடம் ஸ்டாஹல் அமர்ந்திருந்தாள். அவளுக்குப் பின்னால் அந்தச் சக்கர நாற்காலியைத் தள்ளிக் கொண்டு செல்லும் கட்டு மஸ்தான உடலுடைய ஜெர்மானியைத் தொழிலாளி நின்று கொண்டிருந்தான். ஸ்வீடனைச் சேர்ந்த ஒரு பிரபு அவனுக்குப் பக்கத்தில் நின்று கொண்டிருந்தான். அந்த அம்மையார் மேடம் ஸ்டாஹல் ஓர் அதிசயப் பிறவி என்பதைப் போல

அவளைப் பார்த்துக் கொண்டு சில நோயாளிகளும் அங்கு நின்று கொண்டிருந்தனர்.

இளவரசர் மேடம் ஸ்டாஹலை நோக்கிச் சென்றார். அவரது கண்களில் கண்ட அந்த குறும்பின் ஒளி கண்டு ஒரு கணம் கிட்டி மனம் பதறிப் போனாள். அவர் மேடம் ஸ்டாஹல் அருகில் சென்றவுடன் மிகவும், மிகவும் பணிவாக, மிகவும் மிகவும் மென்மையாக, தேர்வு செய்யப்பட்ட அற்புதமான வார்த்தைகளைக் கொண்டு மிக அழகாகப் பேசினார் அவளது தந்தை. இது போன்று பிரெஞ்சு மொழியைப் பேசுபவர்கள் ஒரு சிலர் தான் இருப்பார்கள்.

'என்னை உங்களுக்கு நினைவிருக்கிறதா? இல்லையா என்று எனக்குத் தெரியவில்லை. ஆனால் நான் உங்களைப் பற்றிய என் பழைய நினைவுகளையெல்லாம் திரும்ப நினைத்துப் பார்த்து விட்டேன். என்னுடைய மகளிடம் தாங்கள் காட்டி வரும் அன்புக்கும் கருணைக்கும் நன்றி சொல்லவே நான் வந்திருக்கிறேன்.' என்றார் இளவரசர்.

'இளவரசர் அலெக்ஸாண்டர் ஷெர்பட்ஸ்கி' என்று மேடம் ஹ்டாஹல் தன்னுடைய ஆன்மீக ஒளி தவழும் பார்வையை இளவரசரின் முகத்தில் பதித்தாள். அந்தக் கண்களில் மகிழ்ச்சி இல்லை. இருப்பினும் அவள் சொன்னாள்: 'உங்களைச் சந்தித்தது குறித்து ரொம்ப சந்தோஷம்... உங்கள் மகளை எனக்கு ரொம்பவும் பிடிக்கும். அவளை நான் மிகவும் நேசிக்கிறேன்'.

'உங்கள் நோய் இன்னும் குணமாகவில்லையா?'

'குணமடையாவிட்டாலும் எனக்கு அப்படியே பழகி விட்டது' என்று பதிலளித்த மேடம் ஸ்டாஹல் ஸ்வீடன் நாட்டுப் பிரபுவை அவருக்கு அறிமுகம் செய்து வைத்தாள்.

'நான் உங்களைப் பார்த்து பத்து அல்லது பதினைந்து வருடங்கள் இருக்கும் என்று நினைக்கிறேன். ஒரு சிறிய மாற்றத்தைத் தவிர மற்றபடி நீங்கள் அன்று பார்த்த மாதிரியே இன்றும் இருக்கிறீர்கள்.'

'ஆமாம். கடவுள் சிலுவையை அனுப்புகிறார். அதைத் தாங்குவதற்கான சக்தியையும் அவரே அளிக்கின்றார். பிறகென்ன வாழ்க்கை கடவுளின் வழிகாட்டுதலில் சென்று கொண்டிருக்கிறது. சில சமயங்களில் எனக்கு வாழ்க்கை மிகவும் சலித்துப் போகிறது. நான் ஏன் வாழ வேண்டும் என்று கூட நினைக்கிறேன்' என்று கூறிய அவள் வாரென்காவை நோக்கித் திரும்பிச் சொன்னாள்: 'கம்பளியைச் சரியாக கால்வரை மூடிவிடு' என்று அதட்டலாகச் சொன்னாள்.

'பிறருக்கு நன்மையைச் செய்வதற்குத் தானே இந்த வாழ்க்கை' என்றார் இளவரசர்.

'அதை முடிவு செய்கின்ற தகுதி நமக்கேது?' என்ற மேடம் ஸ்டாஹல் இளவரசரின் முகத்தில் எதையோ தேடுவது போலத் தோன்றியது. அவள் அருகில் நின்று கொண்டிருந்த ஸ்வீடன் நாட்டுப் பிரபுவைத் திரும்பிப் பார்த்துச் சொன்னாள்: 'கோமகனே, அந்தப் புத்தகத்தை எனக்குக் கொடுத்து அனுப்புங்கள்.'

இளவரசர் அவளிடம் விடைபெற்றுக் கொண்டு தனது மகளையும் அவருடனேயே கிளம்பி அங்கிருந்த மாஸ்கோ நகரத்து கர்னலையும் உடன் அழைத்துக் கொண்டு புறப்பட்டார்.

மேடம் ஸ்டாஹல் கர்னலுடன் அதிகம் பேச விரும்பவில்லை. எனவே தான் அவரும் இவர்களுடன் புறப்பட்டு விட்டார். 'நமது மேற்குடியினரின் லட்சணம் இது' என்று அவர் அலுத்துக் கொண்டார்.

'அவள் எப்பொழுதும் அப்படித்தான்' என்றார் இளவரசர். 'நீங்கள் இங்கு சிகிச்சைக்கு வருவதற்கு முன்பாகவே உங்களுக்கு அவளைத் தெரியுமா?' என்று கேட்டார் இளவரசர்.

'அவள் நோயாளியாக ஆன பின்பு தான் அவளை எனக்குத் தெரியும்'.

'பத்து ஆண்டுகளாக அவள் நடப்பதில்லை என்று சொல்கிறார்களே.'

'அவளது கால்கள் குட்டையாக இருப்பதால் அவள் நடப்பதில்லை. அத்துடன் அவலட்சணமானவள்' என்றார் இளவரசர்.

தனது குட்டைக் காலையும் அவலட்சணமான முகத்தையும் வெளிக்காட்டப் பயந்து கொண்டு, வெட்கப்பட்டுக் கொண்டு அவள் நோயாளி போலச் சக்கர நாற்காலியில் உட்கார்ந்தபடியே வாழ்க்கை நடத்துகின்றாள் என்ற பொருள்பட முதிய இளவரசர் இதைச் சொன்னார்.

'அப்பா! போதும்...' என்று கிட்டி குறுக்கிட்டாள்.

'இதை நான் சொல்லவில்லை. வம்பு பேசுபவர்கள் சிலர் அப்படிச் சொல்கிறார்கள். ஆனால் வாரென்காவைப் பாராட்டத் தான் வேண்டும். ஓ! இந்த நோயாளிப் பெண்களால் தான் எவ்வளவு துன்பம்!'

'அப்படியல்ல, வாரென்கா அவளை மிகவும் மதிக்கின்றாள். அதோடு அவள் நிறைய நல்ல காரியங்கள் செய்கிறாள். உங்களைப் போல உள்ள யாரை வேண்டுமானாலும் கேட்டுப் பாருங்கள், இது தெரியும். எல்லோருக்குமே ஸ்டாஹலைத் தெரியும், அலைன் ஸ்டாஹலையும் தெரியும்'.

'இருக்கலாம். நாலுபேருக்கு நன்மை செய்தால் நம்முடைய குறைகளைச் சொல்லமாட்டார்கள் அல்லவா?'

கிட்டி அமைதியாக இருந்தாள். அவள் பேசுவதற்கு ஒன்றுமில்லை என்பதால் அல்ல. தன்னுடைய ரகசியமான சிந்தனைகளைத் தன் தந்தையிடம் கூட அவள் தெரிவிக்க விரும்பவில்லை. தந்தையின் கருத்துக்களை ஒதுக்கிவிட அவள் முடிவு செய்திருந்தாலும் மேடம் ஸ்டாஹலைப் பற்றி ஒரு மாத காலமாக அவள் உருவாக்கியிருந்த பிம்பம் நொறுங்கி விழுந்தது.

அத்தியாயம் 35

இளவரசருடைய உற்சாகம் அவருடைய குடும்பத்தினர், நண்பர்கள் அனைவரிடமும் பரவியது. அவர்கள் வசித்த வீட்டுக்குச் சொந்தக்காரரான ஜெர்மானியரும் இதிலிருந்து தப்பவில்லை.

அவர் கர்னல் மேரி எவ்கெனியேவ்னா, வாரென்கா ஆகியோரை விருந்துக்கு அழைத்தார். 'செஸ்ட்நட்' மரத்தின் கீழ் மேசை மற்றும் நாற்காலிகள் போடப்பட்டன. காலைச் சிற்றுண்டி பரிமாறப்பட்டது. வீட்டுக்காரரும் அவருடைய வேலைக்காரர்களும் கூட உற்சாகமாக அந்த விருந்தில் பங்கெடுத்துக் கொண்டார்கள். கால் மணி நேரத்துக்குப் பிறகு, வீட்டு மாடியில் குடியிருந்த நோயாளி டாக்டர், கீழே தோட்டத்தில் ஆரோக்கியமான ரஷ்யர்கள் உற்சாகமாகப் பாடிக் கொண்டும், ஆடிக் கொண்டும் விருந்து சாப்பிடுவதை பொறாமையுடன் பார்த்தார். மரத்தின் கீழே வைக்கப்பட்டிருந்த மேசை மீது வெள்ளைத் துணி விரிக்கப்பட்டு ரொட்டி, வெண்ணெய், பாலேடு, கறி, வறுவல், காபி ஆகியவை தயாராக வைக்கப்பட்டிருந்தன. இளவரசி எல்லோருக்கும் 'சாண்ட்விச்'களைக் கொடுத்த பிறகு கோப்பைகளில் காபியை ஊற்றினாள். எதிர் வரிசையில் இளவரசர் உரத்த குரலில் குதூகலமாகப் பேசிக் கொண்டு உணவருந்திக் கொண்டிருந்தார்.

'என் மகளை வெந்நீர் குணப்படுத்தவில்லை. உங்களுடைய சுவையான உணவு - குறிப்பாக இந்த சூப் குணப்படுத்திவிட்டது' என்று ஜெர்மானிய வீட்டுக்காரரிடம் அரை குறை ஜெர்மன் மொழியில் விளக்கிக் கொண்டிருந்தார். அவருடைய நகைச்சுவை வெடிகளைக் கேட்டு எல்லோரும் சிரித்தார்கள். அன்று வாரென்காவும் தன்னை மறந்து சிரித்துக் கொண்டிருந்தது கிட்டிக்கு வியப்பாக இருந்தது. கிட்டி சில நண்பர்களால் தூண்டப்பட்டு ஒரு குறிப்பிட்ட வாழ்க்கை முறையை விரும்பத் தொடங்கியிருந்தாள். அவளுடைய அப்பா அதைக் கிண்டல் செய்கிறார். ஓவியர் பெட்ரோவ் குடும்பத்தினருடன் அவளது உறவுகள் மாற்றம் கண்டிருப்பதை அன்று காலையில் நடைபெற்ற அந்த சந்திப்பு மிகவும் தெளிவாக எடுத்துக் காட்டியது. விருந்தில் கலந்து கொண்ட எல்லோருமே

குதூகலமாகப் பேசினார்கள். ஆனால் கிட்டியினால் சந்தோஷத்தை அனுபவிக்க முடியவில்லை. தனது குழந்தைப் பருவத்தில் ஏதோ ஒரு சிறிய தவறுக்குத் தண்டனை தரும் வண்ணம் அவளை ஒரு அறைக்குள் போட்டுப் பூட்டி வைத்திருந்ததும், அவளது தவிப்பை அறைக்கு வெளியில் இருந்து பார்த்துக் கேலியாகச் சிரித்த தனது சகோதரியின் நினைவும் அவளுக்கு இப்போது தோன்றியது. இப்போதும் கூட இங்கு உள்ள எல்லோருமாகச் சேர்ந்து கொண்டு தன்னை ஓர் அறையில் போட்டுப் பூட்டி விட்டு, ரொம்ப ஆர்ப்பாட்டமாகச் சிரித்து அவளைக் கேலி செய்து விருந்து சாப்பிடுவது போல அவளுக்குத் தோன்றியது.

'எனக்கு மிகவும் சோர்வாக இருக்கிறது' என்றார் இளவரசர்.

'ஜெர்மனியில் சுவாரசியமான சம்பவங்கள் நடைபெற்றுக் கொண்டிருக்கும் பொழுது ஏன் சோர்வடைகிறீர்கள்?' என்று மேரி எவ்கெனியேவ்னா கேட்டாள்.

'ஜெர்மனியின் ப்ளம் - சூப்பும், பட்டாணி-கறி-பொறியலும் சுவாரசியமானவை தான். நான் அவற்றை ருசித்து விட்டேன்'.

'இளவரசர் அவர்களே! என்ன வேண்டுமானாலும் சொல்லுங்கள், அவர்களுடைய நிறுவனங்கள் சுவாரசியமானவை' என்றார் கர்னல்.

'இங்கு என்ன சுவாரசியம் இருக்கிறது? அவர்கள் எல்லோரையும் முறியடித்து விட்டார்கள். நான் ஒருவரையும் தோற்கடிக்கவில்லை. இங்கு என் பூட்சுகளைக் கழற்றி அறைக்கு வெளியில் வைக்க வேண்டும். காலையில் எழுந்தவுடன் உடை மாற்றிக் கொண்டு கீழ்ப் பகுதியிலுள்ள உணவு அறைக்குச் சென்று மோசமான தேநீரைக் குடிக்க வேண்டும். நம் நாட்டில் அப்படி இல்லை. அங்கே அவசரப்படாமல் தூங்கி எழுகிறோம். ஏதேனும் பிடிக்கவில்லை என்றால் திட்டுகிறோம். பிறகு சமாதானமாகி விடுகிறோம். எல்லாவற்றையும் நிதானமாகச் சிந்திக்கின்றோம்'.

'ஆனால் காலம் பணத்தைப் போன்றது. மறக்க வேண்டாம்' என்றார் கர்னல்.

'காலத்தை ஒரே மாதிரியாக பார்க்க முடியாது. ஒரு மாதத்தை ஒரு ஷில்லிங்குக்கு விற்பனை செய்வேன். மற்ற சமயங்களில் ஒரு ஷில்லிங்குக்கு அரை மணி நேரத்தைக் கூட தரமாட்டேன். கிட்டி, நீ ஏன் 'உம்'மென்று இருக்கிறாய்?'

'நான் நன்றாகவே இருக்கிறேன்'.

'எங்கே புறப்பட்டு விட்டாய். இன்னும் கொஞ்ச நேரம் இங்கு இரேன்' என்று அங்கிருந்து புறப்பட்டுச் செல்ல எழுந்த வாரென்காவைப் பார்த்துச் சொன்னாள் கிட்டி.

'இல்லை. நான் உடனே போகவேண்டும்!' என்ற அவள் மீண்டும் ஒரு முறை, முதிய இளவரசரின் வேடிக்கைப் பேச்சுக்களை நினைத்துப் பார்த்துச் சிரித்தாள். சிரிப்பலைகள் ஓய்ந்தவுடன் அவள் தன்னுடைய தொப்பியை எடுப்பதற்காக வீட்டிற்குள் போனாள். கிட்டியும் அவளைத் தொடர்ந்து போனாள் - வாரென்கா இன்று வித்தியாசமாக தோற்றமளித்தாள். மோசமாக இல்லை. முன்பு இருந்ததைக் காட்டிலும் வித்தியாசமாக அவள் இருப்பதாகக் கிட்டி உணர்ந்தாள்.

'என் அன்பே, கிட்டி! நன்றி உனக்கு. நான் இதற்கு முன்பு ஒரு நாள் கூட இவ்வளவு சிந்தித்ததில்லை. உன்னுடைய அப்பாதான் எல்லாவற்றுக்கும் காரணம். எவ்வளவு வேடிக்கையாக பேசுகிறார். அவர் எவ்வளவு அன்பானவர். எவ்வளவு எளிமையானவர் - விஷயங்களை எவ்வளவு எளிதாக எடுத்துக் கொள்கிறார்.'

கிட்டி ஒன்றும் பேசவில்லை. அமைதியாக இருந்தாள்.

'மீண்டும் நாம் எப்பொழுது சந்திப்பது?' என்று கேட்டாள் வாரென்கா.

'அம்மா பெட்ரோவ்களைச் சந்திக்கப் போகிறாள். நீ அங்கு வருகிறாயா?' என்றாள் கிட்டி.

'நான் அங்கே தான் இருப்பேன். அவர்கள் இங்கிருந்து புறப்படு கின்றனர். அவர்களுடைய பொருட்களையெல்லாம் கட்டி வைக்க வேண்டும். அவர்களுக்கு பயணத்திற்கு வேண்டிய உதவிகளைச் செய்ய வேண்டும்' என்றாள் வாரென்கா.

'சரி. நானும் அங்கு வருகின்றேன்'

'வேண்டாம். நீ எதற்கு அங்கு வரவேண்டும்?' என்று சொல்லிய படியே புறப்பட்டு வெளியே செல்லத் தொடங்கினாள் வாரென்கா.

'ஏன் வரக்கூடாது? ஏன் வரக்கூடாது? ஏன் வரக்கூடாது?' என்று உரக்கக் கேட்ட அவள் ஓடிப் போய் வாரென்காவின் முன் அவளைப் போக விடாமல் மறித்து நின்று கொண்டாள். கண்களை அகல விரித்துக் கொண்டு அவளது கண்களை உற்று நோக்கினாள். 'சொல்லு. நான் ஏன் வரக்கூடாது?'

'ஒன்றுமில்லை. உன்னுடைய அப்பா ஊரிலிருந்து வந்துவிட்டா ரல்லவா? உன்னை தொல்லைப் படுத்த வேண்டாம் என்று அவர்கள் விரும்புகிறார்கள்'.

'இல்லை, இல்லை, இல்லை. உண்மையைச் சொல். பெட்ரோவ்கள் வீட்டுக்கு நான் ஏன் வரக்கூடாது என்று நீ சொல்லுகிறாய். அதைச் சொல்.'

'நான் அவ்வாறு சொல்லவில்லை' என்றாள் வாரென்கா.

'இல்லை, சொல்'.

'எல்லாவற்றையும் உன்னிடம் சொல்ல வேண்டுமா?'

'ஆமாம். எல்லாவற்றையும், எல்லாவற்றையும்' என்றாள் கிட்டி.

'வேறு ஒன்றும் விசேஷமாக இல்லை. பெட்ரோவ் இங்கிருந்து சீக்கிரமாகப் புறப்படவேண்டும் என்று ஏற்கனவே சொல்லிக் கொண்டிருந்தாராம். இப்போது இங்கு உன்னைச் சந்தித்தவுடன் அவர் ஊருக்குப் புறப்பட மறுக்கின்றார்... இங்கேயே இன்னும் கொஞ்ச நாட்கள் இருப்போம் என்று முரண்டு பிடிக்கிறார்' என்றாள் வாரென்கா.

'நல்லது. இப்போது நீ புறப்படு' என்றாள் கிட்டி தன் முகத்தைச் சுளித்தபடி அவளைப் பார்த்தாள்.

'ஆனால், ஏன் என்று தான் எனக்குத் தெரியவில்லை. அவர் புறப்படவில்லை என்று அன்னா பாவ்லோவ்னா சொன்னாள். நீ இருப்பதால் தான் அவர் இப்படியெல்லாம் நடந்து கொள்கிறார் என்கிறாள் அன்னா பாவ்லோவ்னா. இதில் ஏதும் தந்திரங்களோ, தப்பான அபிப்ராயங்களோ இருப்பதாக எனக்குத் தெரியவில்லை. உன்னைப் பற்றி அவர்களுக்குள் சண்டை நடந்திருக்கிறது. நோயாளிகள் இது போன்று முட்டாள்தனமாக நடந்து கொள்வது உனக்குத் தெரிந்தது தானே.'

கிட்டி முகத்தைச் சுளித்துக் கொண்டு, அமைதியாகி விட்டாள். கிட்டி அழுது விடுவது போலக் காணப்பட்டாள். வாரென்கா அவளைச் சமாதானப்படுத்த மிகவும் முயற்சி செய்தாள்.

'கிட்டி, அதனால் தான் உன்னை அங்கு வர வேண்டாம் என்று கூறினேன். நீ புரிந்து கொள்வாய் என்று நினைக்கிறேன். மனம் வருந்த வேண்டாம்'.

குழந்தைகள் கோபித்துக் கொள்வது போன்று கோபம் கொள்ளும் தன் தோழி கிட்டியைப் பார்த்துச் சிரித்தாள் வாரென்கா.

'எல்லாம் எனக்கு வேண்டும்... என் அன்பு போலியானது. வெறும் பாசாங்கு. அந்த நபரைப் பற்றி நான் எதற்காகக் கவலைப்பட வேண்டும். ஒரு குடும்பச் சண்டைக்கு நான் காரணமாகி விட்டேனே... எல்லாம் என் முட்டாள்தனம்... பாசாங்கு'.

'பாசாங்கு என்கிறாயே... அவர்களுடன் பழகுவதற்கு உனக்கு வேறு ஏதேனும் நோக்கம் இருந்ததா?'

'மற்றவர்களைக் காட்டிலும் நான் உயர்ந்தவள் என்று கடவுளுக்குக் காட்ட விரும்பினேன். அது ஏமாற்றுவது தானே... மறுபடியும் ஏமாற்ற

மாட்டேன். நான் மோசமானவளாக இருப்பதில் ஒன்றும் குற்றம் இல்லை. ஆனால் மோசடி செய்பவளாகத்தான் இருக்கக்கூடாது...'

கிட்டி உணர்ச்சி வசப்பட்டாள். தன் பேச்சுக்கு நடுவில் வாரென்கா குறுக்கிட அவள் அனுமதிக்கவில்லை.

'நான் உன்னைக் குற்றம் சொல்லவில்லை. நீ குறையில்லாதவள். ஆனால் நான் குறையுள்ளவள். அதை மறைப்பதற்கு நான் முயற்சி செய்யக் கூடாது. அன்னா பாவ்லோனாவை நான் ஏன் வெறுக்க வேண்டும்? அவர்கள் விருப்பம் போல அவர்கள் இருக்கட்டும். நானும் என் விருப்பம் போல இருந்து விட்டுப் போகிறேன். அது முக்கியமல்ல'.

'ஏன் இப்படி பேசுகிறாய்?'

'நீ வேதனைப் பட வேண்டாம். நான் மற்றவர்களைப் பற்றிப் பேசவில்லை. என்னைப் பற்றித் தான் சொல்கிறேன்.'

'கிட்டி, நீ சேகரித்த பவளங்களை அப்பாவிடம் காட்டு' என்று கூறியபடி கிட்டியின் தாய் அங்கு வந்தாள்.

கிட்டி பவளங்கள் நிறைந்த சிறிய பெட்டியை எடுத்துக் கொண்டு உள்ளே சென்றாள்.

'உனக்கு என்ன ஆச்சு? உன் முகம் மிகவும் சிவந்து இருக்கிறதே' என்றாள் அம்மா.

'ஒன்றுமில்லை. நான் இதோ வந்து விடுகிறேன்' என்று சொல்லி விட்டு அவள் வாரென்காவிடம் வந்தாள்.

'வாரென்கா, என்னை மன்னித்து விடு. நான் ஏதோ உளறினேன். என்ன பேசினேன் என்று கூட நினைவில்லை'.

இருவருமே சமாதானமானார்கள். ஆனால் கிட்டியின் தந்தை அங்கு வந்த பிறகு அவளுடைய உலகம் அடியோடு மாறியது. அவள் புதிதாக கற்றுக்கொண்ட எல்லாவற்றையும் கைவிடவில்லை. ஆனால் சில கற்பிதங்களை அவள் பின்பற்றியது தவறு என்று உணர்ந்தாள். அவளுக்கு உணர்வு திரும்பியது என்று கூடச் சொல்லலாம். அவள் சிறந்தவளாக இருக்க விரும்பினாள். போலித்தனம், தற்பெருமை ஆகிய குணங்கள் தன்னை நெருங்கக் கூடாது என்று அவள் உணர்ந்தாள். தன்னால் அப்படி இருக்க முடியுமா? என்று சந்தேகப்பட்டாள்.

உலகத்திலுள்ள துயரங்கள், நோய்கள், மரணங்கள் ஆகியவை நம்மை சிதைக்கின்றன. உலகத்தை நேசிப்பதற்கு அவள் செய்த முயற்சிகள் அவளுக்குத் துன்பத்தைக் கொடுத்தன. ரஷ்யாவுக்குத் திரும்ப வேண்டும்.

அக்கா டாலி மற்றும் குழந்தைகளைப் பார்க்க வேண்டும் என்று அவள் விரும்பினாள். வாரென்காவை விட்டுப் பிரிகின்ற பொழுது 'ரஷ்யாவுக்கு வந்து தன்னுடன் தங்க வேண்டும்' என்று அவளை அழைத்தாள்.

'உன்னுடைய திருமணத்திற்கு வருவேன்' என்றாள் வாரென்கா.

'நான் திருமணம் செய்து கொள்ள மாட்டேன்'.

'அப்படியானால் நான் ஒருபோதும் வர மாட்டேன்'.

'சரி, உன்னை வரவழைப்பதற்காகத் திருமணம் செய்து கொள்வேன். உன் வாக்குறுதியை மறக்காதே'.

டாக்டர்களின் வார்த்தைகள் நிரூபிக்கப்பட்டன. கிட்டி முழுமையாகக் குணம் அடைந்து ரஷ்யாவிற்குத் திரும்பினாள். அவள் முன்பு போல கவனமற்றவளாகவும் பித்துப் பிடித்தாற்போல தன்னை மறந்தவளாகவும், இளகிய மனம் கொண்டவளாகவும் இப்போது இல்லை. ஆனால் அவள் மன அமைதியுடன் காணப்பட்டாள். மாஸ்கோவில் அவள் பட்ட பழைய துன்பங்கள் எல்லாம் அவள் நினைவை விட்டே அகன்று விட்டன.

மூன்றாம் பகுதி

அத்தியாயம் 1

மூளையைப் பயன்படுத்துகின்ற வேலையிலிருந்து சற்று ஓய்வெடுக்க விரும்பிய 'செர்கியஸ் இவானிச் கோஸ்னிஷேவ்' தனது தம்பியுடன் தங்கியிருக்கக் கிராமத்துக்குச் சென்றார். அவர் ஓய்வெடுப்பது என்றால் வெளிநாடுகளுக்குச் செல்லுவது தான் வழக்கம். மற்றெல்லாவற்றையும் விட கிராம வாழ்க்கையே சிறந்தது என்று அவர் கருதியதால், அதை அனுபவிப்பதற்காக தனது தம்பியின் வீட்டுக்கு அவர் வந்தார். சகோதரரின் வருகை குறித்து கன்ஸ்தாந்தீன் லெவின் மிகவும் மகிழ்ச்சி அடைந்தான். அந்தக் கோடை காலத்தின் போது தனது சகோதரர் நிக்கோலஸ் வரப் போவதில்லை என்று அவன் உறுதியாக நினைத்ததால் சகோதரர் கோஸ்னிஷேவின் வருகை குறித்து அதிகம் கவலை கொள்ளவில்லை.

லெவின் கோஸ்னிஷேவிடம் அன்பும் மரியாதையும் உள்ளவனாக இருந்தாலும் அவனுக்கு கோஸ்னிஷேவ் தன் வீட்டில் தங்கியிருப்பது சங்கடமாகத் தான் இருந்தது. கிராமம் தான் ஒரு மனிதனின் வாழ்க்கைக்கு ஏற்ற இடம் என்பது லெவினின் கருத்து. ஒரு மனிதன் பிறந்து, வளர்ந்து, உழைத்து, கஷ்டப்பட்டு, அதற்குரிய பலன்கள் கிடைக்கப் பெற்று, செல்வச் செழிப்புடன், மகிழ்ச்சியுடன் சிறந்து வாழ ஏற்ற இடம் கிராமம் தான் என்று லெவின் சொல்லுவான். ஆனால், ஒரு மனிதன் தனது வேலைப் பளுவிலிருந்து மீண்டு ஓய்வெடுத்துக் கொள்வதற்கு ஏற்ற இடம் கிராமம் என்பது கோஸ்னிஷேவின் கருத்து. எனவே தான் ஓய்வெடுக்க கிராமமே சரியான இடம் என்று முடிவு செய்து மகிழ்ச்சியுடன் கிராமத்திற்கு வந்திருந்தார் கோஷ்னிஷேவ்.

கிராமத்தில் கடுமையாக உழைக்க வேண்டும் என்று லெவின் கருதினான். கிராமத்தில் வேலை செய்ய முடியாது. வேலை செய்யக் கூடாது. ஓய்வெடுக்க சிறந்த இடம் கிராமம் என்று கோஸ்னிஷேவ் கருதினார். விவசாயிகளைப் பற்றி கோஸ்னிஷேவின் அணுகுமுறை லெவினுக்கு வெறுப்பை அளித்தது. கோஸ்னிஷேவ் விவசாயிகளிடம் அடிக்கடி கலந்து உரையாடுவார். அவர்களுடன் மிக இணக்கமாகப் பழகி அவர்களுடன் உரையாடுவார். உரையாடலின் போது விவசாயம் பற்றியும் விவசாயிகளின் பிரச்சினைகள் பற்றியும் ஏராளமான தகவல்களைத் திரட்டி அவர்களுக்குச் சொல்லுவார். அதன் மூலம் தான் விவசாயிகளிடம் அனுதாபம் கொண்டவர் என்று காட்டிக் கொள்வார்.

'விவசாயிகளும், நானும் சேர்ந்து ஒரு கூட்டுப் பணியில் ஈடுபட்டிருக்கிறோம்' என்று அவர் லெவினிடம் கூறுவார். அவர்களுடைய வல்லமை, நேர்மை, சாதுவான குணங்களைப் பாராட்டினாலும், அவர்களுடைய அஜாக்கிரதை, அசுத்தம், குடிப்பழக்கம், பிறரை ஏமாற்றுதல் ஆகிய குணங்களை வெறுத்தார். உங்களுக்கு விவசாயிகளைப் பிடிக்கிறதா என்று கேட்டால் அவர் பதில் சொல்லத் திணறுவார். அவர்களிடம் அவருக்கு அன்பும் இருந்தது. வெறுப்பும் இருந்தது. பொதுவாக எல்லா மனிதர்களையும் இதே போன்று அவர் நேசித்தார். வெறுக்கவும் செய்தார். அவர் விவசாயிகளுக்கு எசமானராக, மத்தியஸ்தராக, ஆலோசகராக இருந்தார். அவரிடம் ஆலோசனைகள் பெற விவசாயிகள் முப்பது மைல் நடந்து வருவதுண்டு. விவசாயிகளைப் பற்றி திட்டவட்டமான அபிப்ராயம் எதுவும் இல்லை. அவருக்கு விவசாயிகளைத் தெரியும் என்று சொல்வது, அவருக்கு மனிதர்களைத் தெரியும் என்று சொல்வதைப் போன்றதே. கோஸ்னிஷேவ் நகர வாழ்க்கையில் வெறுப்படைந்து கிராம வாழ்க்கையைப் புகழ்ந்தார். அவரது அறிவு தர்க்க ரீதியானது. இரண்டு சகோதரர்களுக்கும் இடையில் விவசாயிகளைப் பற்றி நடைபெற்ற விவாதங்களில் கோஸ்னிஷேவ் எப்பொழுதும் வெற்றி பெறுவார். ஏனென்றால் விவசாயிகளைப் பற்றி அவருக்கு ஒரு தெளிவான பார்வை உண்டு. அவர்களின் குணம், பண்புகள், ரசனை பற்றி அவர் அறிந்திருந்தார். லெவினிடம் விவசாயிகளைப் பற்றிய தெளிவான திட்டவட்டமான கருத்துக்கள் கிடையாது. விவாதத்தின் போது அவன் முன்னுக்குப் பின் முரணாகவே பேசுவான்.

தன் இளைய சகோதரனான லெவின் மிகவும் நல்லவன். ஏழைகளிடம் அனுதாபம் உள்ளவன். ஆனால் ஒவ்வொரு சமயத்திலும், ஒவ்வொரு விதமாக பேசக் கூடியவன் என்று கோஸ்னிஷேவ் கருதினார். தான் வயதில் மூத்தவர் என்ற உணர்வுடன் அவர் தம்பியிடம் விஷயங்களை விளக்குவார். ஆனால் விவாதங்களில் அவரே எப்போதும் வெற்றி பெற்று வந்ததால் அது அவருக்கு மகிழ்ச்சியளிக்கவில்லை.

தன் அண்ணன் அறிவாளி. பொது நலனுக்கும் பாடுபடக் கூடியவர் என்று லெவின் கருதினான். ஆனால் அண்ணனை இன்னும் நெருக்கமாக தெரிந்து கொண்ட பொழுது அவரது பொது நல வேட்டைக்கு காரணம் அவருக்கே உள்ள சிறப்பான பண்பு அல்ல. வாழ்க்கையில் ஏதாவது ஒரு துறையில் முன்னேறிச் சென்று, அந்தத் துறையில் தான் ஒரு சாதனையாளனாகப் பெயரெடுக்க வேண்டும். புகழ் பெற வேண்டும் என்று சிலர் விரும்புவார்கள். அவ்வாறே தங்களுக்கு எந்தத் துறை சிறந்தது என்று அந்தத் துறைக்கான பணிகளில் ஈடுபடுவார்கள். உதாரணமாக, வாழ்க்கையில் எத்தனையோ வாய்ப்புகள் இருந்தாலும் ஒருவர் ஏதாவது

ஒன்றைத் தேர்வு செய்து முன்னேற்றமடைகின்றார். அல்லது பின் தங்குகிறார். கோஸ்னிஷேவைப் பற்றி அதிகமாகத் தெரிந்து கொண்ட பொழுது அவரும் அவரைப் போன்றே சமூக முன்னேற்றத்தில் அக்கறை கொண்டவர்களும் தங்களுடைய இதயத்தின் தூண்டுதலால் பொது நலத்தைப் பேசவில்லை. அவர்கள் அறிவினால் சிந்தித்து, அதன் தேவையை உணர்ந்து, அதற்காகப் பாடுபடுகிறார்கள் என்று முடிவு செய்தான் லெவின். பொதுநலம் அல்லது ஆன்மாவின் அமரத்துவம் போன்றவை அவருக்குச் சாதாரணமான சதுரங்க விளையாட்டு போன்றதே. அவர் அதை முக்கியமானதாகக் கருதவில்லை என்பதை அறிந்தான் லெவின்.

லெவின் தன் சகோதரரைப் பற்றி அதிருப்தி அடைந்ததற்கு மற்றொரு காரணமும் இருந்தது. கோடையில் விவசாய வேலைகள் அதிகம். நாள் முழுவதும் லெவின் கடுமையாக உழைப்பான். கோஸ்னிஷேவ் வீட்டில் ஓய்வெடுத்துக் கொண்டிருப்பார். படிப்பார். சிந்திப்பார். லெவின் வந்தவுடன் அவனிடம் தன்னுடைய கருத்துக்களை சொல்லலங்காரத்துடன் பேசுவார். அவர் பேச்சைக் கேட்க எப்பொழுதும் ஒருவர் இருக்க வேண்டும். அந்தக் கிராமத்தில் அவருக்கு லெவின் கிடைத்தான். அவர் சோம்பேறித்தனமாக உட்கார்ந்து கொண்டு இடைவிடாமல் பேசுவார்.

'முழுச் சோம்பேறியாக இருப்பது எவ்வளவு மகிழ்ச்சியைத் தருகிறது தெரியுமா?' என்று கோஸ்னிஷேவ் கேட்டார். அவருக்கு முன்னால் உட்கார்ந்து கொண்டு அவருடைய பேச்சைக் கேட்டுக் கொண்டிருப்பது லெவினுக்குச் சுலபமாக இருக்கவில்லை. ஏனென்றால் வயலில் உரத்தைப் போட வேண்டும். அவன் வயலில் இல்லையென்றால் பண்ணையாட்கள் உரத்தை வேறு எங்காவது கொட்டி விடுகிறார்கள். உழவுக் கருவிகளை சரியான முறையில் பயன்படுத்த மாட்டார்கள். லெவின் தயாரித்த கலப்பைகள் மிகவும் மோசம் என்பார்கள். 'ருஷ்யாவின் பழமையான கலப்பைகளுடன் இதனை ஒப்பிட முடியுமா?' என்று பேசுவார்கள்.

'இந்த வெயிலில் நீ போக வேண்டுமா?' என்று கோஸ்னிஷேவ் வேகமாகப் புறப்பட்டுக் கொண்டிருந்த லெவினைக் கேட்டார்.

'வணிகரைப் பார்த்து விட்டு உடனே திரும்பி வருவேன்' என்று சொல்லி விட்டு லெவின் வயல்களை நோக்கி ஓடினான்.

அத்தியாயம் 2

ஜூன் மாதத்தின் ஆரம்பத்தில், லெவினுடைய, வயதான செவிலிப் பெண்ணும், வீட்டு நிர்வாகியுமான அகதா மிஹைலோவ்னா காளான்களை ஊறுகாய் போட்டு, ஜாடியில் அடைத்துக் கொண்டு போன போது கால்

வழுக்கிக் கீழே விழுந்து விட்டாள். அவளது முன் கை எலும்பு முறிந்து விட்டது. அப்போது தான் அந்த வட்டார டாக்டராக நியமனம் செய்யப்பட்டிருந்த நபர் அவளது காயத்தைப் பரிசீலித்து விட்டு எலும்பு முறியவில்லை என்றார். அவர் பிரபலமான எழுத்தாளர் கோஸ்னிஷேவுடன் பேசினார். அவர் அந்த வட்டாரத்தில் நிலைமைகள் மோசமாக இருப்பதாகப் புகார் செய்தார். கோஸ்னிஷேவ் அவருடைய பேச்சைக் கேட்ட பிறகு அவரிடம் சில விளக்கங்களைக் கேட்டார். டாக்டர் போன பிறகு கோஸ்னிஷேவ் மீன் பிடிக்கப் போகலாம் என்று தனது தூண்டிலை எடுத்துக் கொண்டு நதிக்கரையை நோக்கிப் புறப்பட்டார். வயலுக்குப் புறப்பட்டுக் கொண்டிருந்த லெவின் தன்னுடைய வண்டியில் சகோதரரையும் ஏற்றிக்கொண்டு புறப்பட்டான்.

அது கோடை காலத்தின் திருப்பு முனையான பகுதி. அந்த ஆண்டின் மொத்த அறுவடையைக் கூட நிதானமாக, உறுதியாக மதிப்பீடு செய்யக் கூடிய நேரம் அது, இலையுதிர்கால விதைப்பைப் பற்றி முடிவும் செய்ய வேண்டும். கால்நடைத் தீவனத்தை அறுவடை செய்ய வேண்டிய காலமும் நெருங்கி விட்டது. 'ரை' தானியக் கதிர்களின் பழுப்புக் கலந்த பச்சை நிற இலைகள் காற்றில் ஆடிக் கொண்டிருந்தன. ஓட்ஸ் தானியம் கால தாமதமாக விதைக்கப்பட்ட வயல்களில் சிறிதும் பெரிதுமாக வளர்ந்திருந்தன. கோதுமைப் பயிர்கள் தரையை முழுமையாக மறைத்திருந்தன. தரிசு நிலத்தில் பாதி உழுது போட்டிருந்தார்கள். கெட்டியான தரையை உழுவதற்கு முடியாமல், அந்தப் பகுதியை உழாமல் விட்டிருந்தார்கள். உலர்ந்த உரக்குவியலின் நெடி பசும்புற்களின் நறுமணத்துடன் காற்றில் கலந்து வந்து கொண்டிருந்தது. ஆற்றங்கரையில் வளர்ந்த பயிர்கள் கருக்கரிவாளை எதிர்பார்த்துத் தலை சாய்ந்து கிடந்தன.

அறுவடை என்பது ஆண்டு தோறும் செய்யப்படுகின்ற கடினமான வேலை. விவசாயி தன்னுடைய முழு சக்தியையும் அதில் ஈடுபடுத்த வேண்டும். இந்த ஆண்டில் அறுவடை சிறப்பாக இருக்கும் என்று எல்லோருமே எதிர்பார்த்தனர். பருவநிலை தெளிவாக, வெப்பமாக, உடலுக்கு இதமாக இருந்தது. குறுகிய இரவு நேரத்தில் பனி விழுந்தது.

அவர்கள் ஒரு காட்டின் வழியாகச் சென்ற பொழுது இலைகள் அடர்ந்த மரங்களையும், அவற்றில் மரகதங்களைப் போல முளைத்திருந்த புதிய குருத்துக்களையும் கோஸ்னிஷேவ் ரசித்தார். பால் நுரையைப் போன்றே மொட்டுக்கள் மலர்வதற்குத் தயாராக இருப்பதையும் பார்த்தார். லெவினுக்கு இயற்கையின் அழகைப் பற்றிப் பேசுவது பிடிக்காது. அப்படிப்பட்ட பேச்சைக் கேட்பதற்கும் விரும்ப மாட்டான். கண்களுக்கு முன்னால் தெரிகின்ற அழகை ரசிப்பதை விட்டு விட்டு அதைப் பற்றிப் பேசுவதில் பயனில்லை என்று அவன் கருதினான்.

அவர்கள் காட்டைக் கடந்து வந்த பொழுது அவனுடைய வயலில் சில இடங்களில் உரம் கொட்டப்பட்டிருப்பதையும், சில பகுதிகள் உழுது போடப்பட்டிருப்பதையும் பார்த்தான். அடர்த்தியான புற்செடிகளில் பனி ஒட்டிக் கொண்டிருந்தது. கோஸ்னிஷேவ் அங்கு வண்டியிலிருந்து இறங்கி நடந்து கால்களை ஈரமாக்கிக் கொள்ள விரும்பவில்லை. எனவே மீன் பிடிக்கின்ற இடம் வரையில் வண்டியை ஓட்டுமாறு லெவினிடம் கூறினார். வண்டிச் சக்கரங்கள் புற்செடிகளை நசுக்குவதை லெவின் எப்பொழுதும் விரும்புவதில்லை. ஆனால் சகோதரருடைய வேண்டுகோளின் படி புற்செடிகளின் மீது வண்டியை ஓட்டிச் சென்றான். உயரமாக வளர்ந்த புற்செடிகள் வண்டிச் சக்கரங்களிலும், குதிரையின் காலடிகளிலும் நசுங்கின.

கோஸ்னிஷேவ் 'வில்லோ' மரங்களின் கீழே உட்கார்ந்தார். லெவின் குதிரையின் கடிவாளத்தைப் பற்றி அதனை அழைத்துக் கொண்டு சென்று ஒரு மரத்தில் கட்டினான். புற்செடிகள் உயரமாகவும், அடர்த்தியாகவும் வளர்ந்திருந்தன. லெவினது இடுப்பு உயரத்துக்கு அவை வளர்ந்திருந்தன. லெவின் சாலைக்கு வந்த பொழுது வீங்கிய கண்களுடன் ஒரு முதியவரைப் பார்த்தான். அவர் கையிலிருந்த கூண்டில் தேனீக்கள் இருந்தன.

'போமீச்! உலர்புல்லை அறுவடை செய்ய ஆரம்பிக்கலாமா? அல்லது இன்னும் சிறிது காலம் பொறுத்திருந்து அறுவடை செய்யலாமா?'

'புனித பீட்டர் தினம் முடிந்த பிறகு அறுவடை செய்வது நம் வழக்கம். ஆனால் அதற்கு முன் அறுவடை செய்வது உங்கள் வழக்கம். கடவுள் அருளாசியுடன் அறுவடை செய்யலாம்.'

'பருவ நிலையைப் பற்றி என்ன நினைக்கிறீர்கள்?'

'கடவுள் கொடுப்பது பருவநிலை. நான் நினைப்பது முக்கியமா. தொடர்ந்து நல்லபடியாகவே இருக்கும்.'

லெவின் தன்னுடைய சகோதரரிடம் திரும்பிச் சென்றான். கோஸ்னிஷேவின் தூண்டிலில் மீன் சிக்கவில்லை. ஆனால் அவர் சிறிதும் சோர்வடையவில்லை. உற்சாகமாகவே இருந்தார். டாக்டருடன் பேசியதில் கிடைத்த தகவல்களை லெவினுடன் விவாதிப்பதற்கு அவர் விரும்பியதாகத் தோன்றியது. ஆனால் லெவின் உடனே வீட்டுக்குத் திரும்புவதற்கு, விரும்பினான். உலர்புல் அறுவடையைப் பற்றி அவன் உடனே முடிவு செய்ய வேண்டியிருந்தது. 'நாம் புறப்படலாம்' என்று அவன் கோஸ்னிஷேவிடம் கூறினான்.

'ஏன் அவசரப்படுகிறாய். இன்னும் சிறிது நேரம் இங்கே இருப்போம். இந்த இடம் ரொம்பவும் அழகாக இருக்கிறது. வேட்டையாடுதல் மற்றும் அதைப் போன்றே விளையாட்டுக்கள் நம்மை இயற்கையுடன்

இணைக்கின்றன. இந்தத் தண்ணீர் உருக்கு வண்ணத்துடன் பார்க்க மிக அழகாக உள்ளது. புல் மூடிய இந்த நீரோடையின் கரைகள் எனக்கு ஒரு புதிரை நினைவுபடுத்துகின்றன.' தண்ணீரிடம் புல் பேசியது: 'நாம் ஆடுவோம், ஆடுவோம்'.

'அந்தப் புதிர் எனக்கு தெரியாது' என்று அக்கறையில்லாமல் லெவின் சொன்னான்.

அத்தியாயம் 3

'இங்கு வந்த டாக்டர் என்னிடம் சொன்ன விஷயங்களைப் பற்றி நான் சிந்தித்தேன். அந்த இளைஞர் முட்டாள் அல்ல. இந்த மாவட்டத்தில் பல நடவடிக்கைகள் மோசமாக இருக்கின்றன. நீ ஜெம்ஸ்ட்வோ கூட்டங்களுக்குப் போகாமலிருப்பது சரியல்ல. நல்ல மனிதர்கள் ஒதுங்கி விட்டால் என்ன நடக்கும் என்பது கடவுளுக்குத் தான் தெரியும். அரசாங்கம் பணத்தைச் செலவு செய்கிறது. ஆனால் பள்ளிக் கூடங்கள் இல்லை. மருத்துவ நிலையங்கள் இல்லை. பிரசவ வசதிகள் இல்லை. மருந்துக் கடைகள் இல்லை.'

'நான் ஜெம்ஸ்ட்வோவாவில் உறுப்பினராக இருந்த வரையில் நிலைமைகளை அபிவிருத்திச் செய்வதற்கு, என்னாலியன்ற முயற்சிகளைச் செய்தேன். பலனில்லை. எனவே தான் நான் ஒதுங்கி விட்டேன்.' என்றான் லெவின்.

'அதைத் தான் என்னால் புரிந்து கொள்ள முடியவில்லை. இது அலட்சியமா? அல்லது சோம்பலா? விருப்பமின்மையா? என்று தான் தெரியவில்லை.'

'இவை எதுவுமே இல்லை. என்னால் உருப்படியாக எதையும் செய்ய முடியவில்லை'.

'உன்னால் ஏன் செய்ய முடியவில்லை. நீ ஒரு முயற்சி செய்தாய். அது தோல்வி அடைந்து விட்டது. ஆகவே விலகி விட்டேன் என்கிறாய். உனக்கு, சற்றேனும் இதனை நிறைவேற்ற வேண்டும் என்று இலட்சியம் இருக்க வேண்டும். ஆர்வம் இருக்க வேண்டும்.'

'இலட்சியமா?' என்று லெவின் கேட்டான். அவருடைய பேச்சு முள்ளைப் போல அவனுடைய நெஞ்சில் தைத்தது. 'நீங்கள் என்ன சொல்கிறீர்கள். கணிதப் பாடம் மற்ற மாணவர்களுக்குப் புரிகிறது. உனக்குப் புரியவில்லை என்று கல்லூரியில் யாராவது சொன்னால் ஒத்துக் கொண்டு அந்தப் பாடத்தை நன்றாகக் கற்க ஆசைப்படுவேன். ஆனால்

ஜெம்ஸ்ட்வோ விவகாரங்களில் அதற்கு அவசியமான திறமை என்னிடம் இல்லை.'

'ஆமாம். அந்தத் திறமை முக்கியமானது. நீ அதற்குரிய, திறமையை வளர்க்க ஆசைப்பட்டிருக்க வேண்டும் அல்லவா?'

'எனக்கு முக்கியமாகத் தோன்றவில்லை. நீங்கள் என்ன சொன்னாலும் கூட எனக்கு அதில் பிடிப்பு ஏற்படாது' என்று பதிலளித்தான் லெவின்.

பண்ணை நிர்வாகி வந்து கொண்டிருப்பதை லெவின் கவனித்தான். அவர் பின்னாலேயே விவசாயிகள் தங்கள் கலப்பைகளைத் தூக்கிக் கொண்டு வருவதையும் லெவின் பார்த்தான். 'அதற்குள் உழவு முடிந்து விட்டதா என்ன?' என்று லெவின் ஆச்சரியப்பட்டான்.

'இங்கே, பார், நீ நல்லவன். நேர்மையானவன் ஒத்துக் கொள்கிறேன். மோசடிக்காரர்களை உனக்குப் பிடிக்காது. அதையும் நான் ஒத்துக் கொள்கிறேன். ஆனால் உன் பேச்சில் அர்த்தமில்லை. மக்களை நேசிக்கின்ற நீ...'

'அது தப்பா?'

'சரியானது தான். மக்களை நேசிக்கின்ற நீ, மருத்துவ வசதியில்லாமல் அவர்கள் செத்துப் போக அனுமதிக்கலாமா? முட்டாள்தனமான மருத்துவச்சிகள் குழந்தைகளைக் கொலை செய்கிறார்கள். கிராம அதிகாரி விவசாயிகளை ஏமாற்றுகிறான். அதைத் தடுப்பதற்கு உனக்கு அதிகாரம் இருக்கின்றது. ஆனால் அது முக்கியமில்லை என்று நீ சொல்வது ஏன்?'

அவர் தன்னுடைய வாதத்தை பின்வருமாறு தொகுத்துக் கூறினார்: 'உன்னால் செய்யக் கூடிய எல்லாவற்றையும் புரிந்து கொள்ள முடியாதபடி நீ வளர்ச்சியில்லாதிருக்கிறாய். அல்லது உனது மன அமைதியை (அதாவது உனது அகம்பாவத்தை) தியாகம் செய்ய விரும்பவில்லை. இரண்டில் சரியானது எது? நீயே சொல்'.

'இரண்டுமே சரியாக இருக்கலாம். அதை எப்படிச் செய்வது என்று எனக்குத் தெரியவில்லை'.

'மருத்துவ வசதி செய்து கொடுப்பது எப்படி நிதியை முறைப்படி வினியோகம் செய்வது எப்படி என்று உனக்குத் தெரியவில்லை?'

'இந்த மாவட்டம் 3000 சதுர மீட்டர் பரப்பு உள்ளது. பனி உருகி ஓடும் பொழுது மாவட்டத்தில் போக்குவரத்து இருக்காது. அறுவடை காலத்தில் எல்லோருக்கும் அதிக வேலை இருக்கும். அடுத்தபடியாக எனக்கு மருத்துவத்தில் நம்பிக்கை கிடையாது...'

'அப்படி பேசாதே. நான் ஆயிரம் உதாரணங்களைக் கூற முடியும்... பள்ளிக் கூடங்களைப் பற்றி...'

‘பள்ளிக் கூடங்களா... அவை எதற்கு?’

‘என்ன அப்படிப் பேசுகிறாய்? கல்வி மக்களை உயர்த்துகிறது என்பதை மறுக்க முடியுமா? கல்வியினால் உனக்கு நன்மை ஏற்படும் பொழுது மற்றவர்களுக்கு கல்வி தேவையில்லையா?’

தார்மீகக் கோணத்தில் தான் மடக்கப்பட்டதை லெவின் உணர்ந்தான். எனவே பதட்டமாகப் பேச ஆரம்பித்தான். சமூக பிரச்சினைகளைப் பற்றி அவன் அலட்சியமாக நடந்து கொண்டதற்கான காரணம் அப்போது அவனிடம் வெளிப்பட்டது.

‘உங்கள் பேச்சு அழகாக இருக்கிறது. நான் சுகாதார மையத்திற்கு போக மாட்டேன். அரசு பள்ளிக் கூடத்தில் என் மகனைச் சேர்க்க மாட்டேன். விவசாயிகளும் தங்கள் பிள்ளைகளை அதில் சேர்க்க மாட்டார்கள். எனவே அதைப் பற்றி நான் எதற்கு கவலைப்பட வேண்டும்?’

லெவின் இப்படிப் பேசுவான் என்று கோஸ்னிஷேவ் எதிர்பார்க்க வில்லை. எனினும் அவர் புதிய தாக்குதலை ஆரம்பித்தார்.

அவர் சிறிது நேரம் மௌனமாக இருந்தார். பிறகு மீன் தூண்டிலைத் தூக்கி வேறு இடத்தில் போட்டார். பிறகு புன்முறுவதுடன் லெவினைப் பார்த்தார்.

‘சுகாதார மையம் இருப்பது அவசியமே. அகதா மிஹைய்லோவ்னாவின் கையில் காயம் ஏற்பட்ட பொழுது நாம் டாக்டரிடம் காட்டவில்லையா?’

‘ஆமாம். ஆனால் வளைந்த கையை டாக்டர் நிமிர்த்தவில்லையே.’

‘விவசாயிக்கு எழுதப் படிக்க தெரிந்திருந்தால் உனக்கு அதிக பலன் கிடைக்குமல்லவா? அவனுடைய தகுதி அதிகரிக்குமே’.

‘இல்லை. எழுதப் படிக்கத் தெரிந்த விவசாயி தொழிலாளியாகப் பயன்பட மாட்டான். அவனுக்கு திறமை இருக்காது. திருடுவான்.’

‘ஒரேயடியாக மறுத்துப் பேசாதே. மக்கள் கல்வி கற்பதால் நன்மையுண்டு என்பதை ஒத்துக் கொள்கிறாயா?’

‘ஒத்துக் கொள்கிறேன்’ என்று லெவின் கூறினாலும் உடனேயே தான் தவறாகப் பேசி விட்டதாக நினைத்தான். இதன் மூலம் இது வரை தான் பேசிய அனைத்துமே அபத்தம் என்று அண்ணன் தனது பேச்சை வைத்தே நிரூபித்து விடுவாரே... அதை எப்படி அண்ணன் நிரூபிக்கப் போகிறார் என்று அவன் முனைப்பாக தன் அண்ணனைக் கவனித்தான்.

‘அதை ஒத்துக் கொண்டால், அத்தகைய தேவைகளுக்காக பாடுபடுகிற இயக்கங்களை நீங்கள் ஆதரிக்க வேண்டும். அவை வெற்றிப் பெறுவதற்குப் பாடுபட வேண்டும்’ என்றார் கோஸ்னிஷேவ்.

அவரது நிரூபணம் லெவின் எதிர்பார்த்தாற்போல கடுமையாக இல்லாமல் மிக எளிமையாக இருந்தது. லெவின் ஒப்புக் கொண்டதன் அடிப்படையில் கோஸ்னிஷேவ் தனது விருப்பத்தை இவ்வாறு ஒரே வேண்டுகோளாக அவனை வேண்டிக் கொண்டார்.

'நாம் இந்த விஷயத்தைப் பேசுவதற்கு ஆரம்பித்து விட்டோம் என்பதால் தத்துவக் கண்ணோட்டத்தில் இதனை எனக்கு விளக்க வேண்டும்' என்றான் லெவின்.

'தத்துவத்திற்கும் இதற்கும் என்ன சம்பந்தம் இருக்கிறது?' தத்துவத்தைப் பற்றிப் பேசுவதற்கு உனக்கு உரிமையும் இல்லை என்ற தொனியில் அவர் பேசியது லெவினுடைய மனதைப் புண்படுத்தியது.

'நான் மேற்குடியைச் சேர்ந்தவன். ஜெம்ஸ்ட்வோ அமைப்பில் எனக்குப் பயன்படக் கூடியது ஒன்றுமில்லை. சாலைகள் மோசமாக இருக்கின்றன. அவற்றை யாரும் செப்பனிடப் போவதில்லை. எனக்கு டாக்டர்கள், சுகாதார மையங்கள் தேவையில்லை. விசாரணை நீதிமன்றம் தேவையில்லை. எனக்குப் பள்ளிக் கூடம் தேவையில்லை. அவற்றினால் தீமை ஏற்படும் என்று ஏற்கனவே கூறினேன். ஜெம்ஸ்ட்வோ அமைப்பில் ஒரு டெஸியாட்டின் நிலத்துக்கு நான் இரண்டு கோபெக் வரி செலுத்த வேண்டும். நகரத்துக்குப் போய் கூட்டத்தில் கலந்து கொள்ள வேண்டும். சிலரது உளறல்களைக் கேட்க வேண்டும். எனக்கு இவை அவசியமா?'

'பண்ணையடிமை முறையை ஒழிக்க வேண்டும் என்று கோரினோம். நமக்கு நேரடியாகப் பலன் இல்லாவிட்டாலும் கூட நாம் ஒழிப்புக்கு பாடுபட்டோம்.'

'பண்ணையடிமை முறையின் ஒழிப்பு முற்றிலும் வேறு விதமானது. எல்லோருக்கும் அதில் தனிப்பட்ட அக்கறை இருந்தது. நாம் நல்லெண்ணம் உடையவர்கள். பண்ணையடிமை முறை நம் கழுத்தில் மாட்டப்பட்ட நுகத்தடியாக இருந்தது. ஆகவே அதை ஒழிப்பதற்குப் பாடுபட்டோம். ஜெம்ஸ்ட்வோ கவுன்சிலுக்கும் அதற்கும் சம்பந்தம் இல்லை. துப்புரத் தொழிலாளிகள் எத்தனை பேரை நியமிக்க வேண்டும், நான் வசிக்காத நகரத்தில் சாக்கடைத் தண்ணீர் குழாய்களைப் போடுதல் ஆகியவற்றைப் பற்றி ஆறு மணி நேரம் விவாதிப்பது அவசியமா? விசாரணை நீதிமன்றத்தில் ஜூரிகளாகவும் இருந்தோம். முட்டாள் அலெஷ்காவிடம் நீதிபதி கேட்பார்: 'குதிரையைத் திருடிய குற்றச் செயலைச் செய்ததாக ஒத்துக் கொள்கிறாயா?'

'அவன் ஹி - ஹி - ஹி என்று பதிலளிப்பான்...'

லெவின் நீதிபதியைப் போலவும் முட்டாள் அலெஷ்காவைப் போலவும் குரலை மாற்றி மாற்றிப் பேசினான்.

'இதன் மூலம் நீ எதை நிரூபிக்கிறாய்?' என்று கேட்டார் கோஸ்னிஷேவ்.

'என்னுடைய சொந்த நலன்கள் பாதிக்கப்படும் போது நான் போராடுவேன். மாணவர்கள் சோதனையிடப்பட்டபொழுது, காவல் துறையினர் எங்கள் கடிதங்களைப் படித்த பொழுது, நாங்கள் எதிர்த்து போராடினோம். கட்டாய இராணுவ சேவை என் குழந்தைகளைப் பாதிக்கிறது. நான் அதைக் கண்டனம் செய்கிறேன். ஆனால் ஜெம்ஸ்ட்வோவின் பணம் 40,000 ரூபிள்களை எப்படி செலவு செய்வது, முட்டாள் அலெஷ்காவுக்கு என்ன தண்டனை கொடுப்பது என்றெல்லாம் என்னிடம் கேட்க வேண்டாம். எனக்குத் தெரியாது. என்னை சம்பந்தப் படுத்தி கொள்ள நான் விரும்பவில்லை. ஜெம்ஸ்ட்வோ நடவடிக்கைகளைப் புரிந்து கொள்ளவும் நான் விரும்பவில்லை.'

கோஸ்னிஷேவ் புன்முறுவல் செய்தார்.

'ஏன், நாளைக்கே உனக்கு ஒரு சட்ட உரிமைப் பிரச்சினை ஏற்படுவதாக வைத்துக் கொள். பழைய கிரிமினல் கோர்ட் அதை விசாரணை செய்வதை விரும்புவாயா?'

'நான் நீதிமன்றத்துக்குப் போகமாட்டேன். நான் யாருடைய கழுத்தையும் வெட்டப் போவதில்லை. நீதிமுறைச் சீர்திருத்தம் எனக்கு முக்கியமானதல்ல. கிருஸ்மஸ் விழாவைக் கொண்டாடுவதற்கு பிர்ச் மரக்கிளைகளை வெட்டி அலங்காரம் செய்கிறார்கள். மேற்கு ஐரோப்பாவில் இயற்கையாக, வளர்ந்த காடுகளை இவ்வாறு அழிக்கிறார்கள். ருஷ்யர்களாகிய நாமும் கூட அவர்களைக் காப்பியடித்து இவ்வாறே பிர்ச் மரங்களை வெட்டி அழிக்கின்றோம். அழிக்கப்படும் இந்த பிர்ச் மரக்கிளைகளுக்கு நான் தண்ணீர் ஊற்ற மாட்டேன். என் ஆன்மாவிற்கு நான் துரோகம் செய்ய மாட்டேன்' என்றான் லெவின்.

கோஸ்னிஷேவ் விவாதத்தில் பிர்ச் மரக்கிளைகள் நுழைந்ததை விரும்பாவிட்டாலும், லெவின் என்ன சொல்ல விரும்புகின்றான் என்பதை உடனடியாகப் புரிந்து கொண்டார்.

'பொறு, இப்படிப் பேசக் கூடாது'. என்றார் கோஸ்னிஷேவ்.

பொதுநலப் பணிகள் என்று இவர்கள் ஈடுபடுவதைத் தான் அதில் நடக்கும் அராஜகங்களைக் கண்டு தான் அவற்றைப் புறக்கணிப்பதாக அவருக்கு உணர்த்த விரும்பிய லெவின் தொடர்ந்து பேசினான்: 'தனிப்பட்ட நன்மைக்கு இடமில்லை என்றால் எந்த நடவடிக்கைக்கும் ஆதரவு கிடைக்காது. இது ஒரு சாதாரண 'தத்துவம்' என்ற லெவின் 'தத்துவம்' என்ற சொல்லுக்கு அழுத்தம் கொடுத்து பேசினான். தத்துவத்தைப் பற்றித் தானும் பேச முடியும்' என்று அவருக்கு காட்ட அவன் விரும்பியிருக்கலாம்.

தன்னுடைய கருத்துக்களுக்கு லெவின் தத்துவ சாயம் பூசுகிறான் என்று கோஸ்னிஷேவ் நினைத்தார்.

'தத்துவத்தைப் பற்றி பேசாதே. தனிப்பட்ட நன்மைக்கும் பொது நலனுக்கும் இடையிலுள்ள தொடர்பை தத்துவ ஞானம் பல நூற்றாண்டுகளாக ஆராய்ந்து கொண்டிருக்கிறது. எனினும் இங்கு அது முக்கியமல்ல. உன் உதாரணத்திற்கு ஒரு திருத்தம் கூற நான் விரும்புகிறேன். கிறிஸ்துமஸ் விழாவுக்காக மட்டுமே பிர்ச் மரங்கள் வெட்டப்படுவதில்லை. அதற்கு பல உபயோகங்கள் உண்டு. பாதியளவு இது போன்றும், மீதிப் பாதி மற்றவைகளுக்குமாக அவை பயன்படுத்தப்படுகின்றன. தேவைக்கு ஏற்ப அவை விதைக்கப்பட்டு கவனமாக பராமரிக்கப்படுகின்றன. தங்களது நாட்டில் உள்ள அமைப்புகளில் முக்கியமானவற்றைப் புரிந்து கொண்டு அவற்றை மதிக்கின்ற மக்களினங்கள் தான் வரலாற்றுப் பெருமையைக் கொண்டிருக்கின்றன.'

கோஸ்னிஷேவ் தத்துவம், வரலாறு ஆகிய துறைகளில் சில உதாரணங்களைக் கூறி லெவினுடைய கருத்துக்கள் தவறானவை என்று விளக்கினார். லெவின் அவற்றை புரிந்து கொள்ளவில்லை.

'உனக்கு அது பிடிக்கவில்லை என்கிறாய். ரோமானிய சோம்பலும் பண்ணையார்த்தனமும் தான் அதற்குக் காரணம். உன்னைப் பொறுத்த மட்டில் இது தற்காலிகமான குறை. விரைவில் நீங்கி விடும்'.

லெவின் அமைதியாக இருந்தான். விவாதத்தில் அவன் முன் வைத்த ஒவ்வொரு கருத்தும் தோல்வியடைந்தது. எனினும் தான் கூற முயன்ற கருத்துக்களை கோஸ்னிஷேவ் புரிந்து கொள்ளவில்லை என்று லெவின் கருதினான். தான் சரியாக விளக்கவில்லையோ அல்லது தன் சகோதரர் தன்னைப் புரிந்துகொள்ள விரும்பவில்லையோ? ஆனால் இந்தப் பிரச்சினைகளைப் பற்றி லெவின் விரிவாக ஆராய விரும்பவில்லை. தன் சொந்த விவகாரங்களைப் பற்றிச் சிந்திப்பதற்குத் தொடங்கினான்.

கோஸ்னிஷேவ் மீன் தூண்டிலை தண்ணீரிலிருந்து எடுத்தார். லெவின் குதிரையைக் கட்டியிருந்த கயிற்றை அவிழ்த்தான். அவர்கள் வீட்டுக்குத் திரும்பினார்கள்.

அத்தியாயம் 4

சென்ற ஆண்டில் தன் வயலில் உலர்புல் அறுவடை நடைபெற்ற போது லெவின் தன்னுடைய பண்ணை நிர்வாகியைக் கோபித்துக் கொண்டான். பிறகு தன்னை அமைதிப்படுத்துவதற்கு ஒரு வழியைக்

கடைப்பிடித்தான். விவசாயியிடமிருந்து கருக்கரிவாளை வாங்கித் தானே அறுவடை செய்ய ஆரம்பித்தான்.

அந்த வேலை அவனுக்குப் பிடித்திருந்ததால் பல முறை இவ்வாறு தானே களத்தில் இறங்கி அறுவடை செய்தான். வசந்த காலம் ஆரம்பமான வுடன் விவசாயிகளுடன் சேர்ந்து பல தினங்கள் அறுவடை செய்வதென்று அவன் தீர்மானித்தான். கோஸ்னிஷேவ் அங்கு வந்தவுடன் அறுவடை செய்யப் போவதற்கு அவன் தயங்கினான். அவர் தன்னைக் கேலி செய்வாரென்று அஞ்சினான். ஆனால் அன்று புல் வயலில் நடந்து சென்ற பொழுது அறுவடை செய்யும் பொழுது ஏற்படுகின்ற மகிழ்ச்சியை நினைவு கூர்ந்தான். சகோதரருடன் நடத்திய விவாதம் முடிந்த பிறகு அவன் தன்னுடைய விருப்பத்தை மறுபடியும் நினைவு கூர்ந்தான்.

‘எனக்கு உடற்பயிற்சி அவசியம். இல்லாவிட்டால் என் மனம் கெட்டு விடுகிறது.’ என்று அவன் நினைத்தான். சகோதரரும் விவசாயிகளும் என்ன நினைத்தால் என்ன?

மறுநாள் அறுவடைக்கு, கலீனா வயலுக்கு - அவனுடைய மிகப் பெரிய, மிகச் சிறந்த நிலம் அது - வேலையாட்கள் எல்லோரும் வந்து விடவேண்டும் என்று விவசாயிகளுக்குத் தகவல் கொடுத்தான்.

‘என் அரிவாளைத் தீட்டச் சொல். நானும் அறுவடைக்கு வருகிறேன்’ என்று பண்ணை நிர்வாகியிடம் அவன் கூறினான்.

‘அப்படியே செய்கிறேன்’ என்று சொல்லிவிட்டுப் புன்முறுவல் செய்தார் நிர்வாகி.

‘பருவ நிலை நன்றாக இருக்கிறது. நாளைக்கு நாங்கள் உலர்புல்லை அறுவடை செய்யப் போகிறோம்’ கோஸ்னிஷேவ்விடம் கூறினான் லெவின்.

‘இந்த வேலைகள் எனக்கு ரொம்பவும் பிடிக்கும்’ என்றார் கோஸ்னிஷேவ்.

‘நான் மிகவும் ஆர்வத்துடன் ஈடுபடும் வேலை இது. நாளை விவசாயிகளுடன் சேர்ந்து நானும் அறுவடைப் பணிகளில் ஈடுபடப் போகிறோன். நாள் முழுவதுமே இதில் ஈடுபாட்டுடன் பணி செய்ய விரும்புகின்றேன்.’

கோஸ்னிஷேவ் தன்னுடைய சகோதரனை வியப்புடன் பார்த்தார்.

‘நீ என்ன சொல்கிறாய்? நாள் முழுவதுமா... விவசாயிகளைப் போலவா...?’

‘ஆமாம். அதில் எனக்கு மிகுந்த சந்தோஷம் கிடைக்கும்’ என்று பதிலளித்தான் லெவின்.

'இது அற்புதமான உடற்பயிற்சி தான். நீ மிகுந்த சிரமப்பட வேண்டியதிருக்கும் என்றே நான் நினைக்கிறேன்' என்றார் கோஸ்னிஷேவ்.

'எனக்கு அனுபவமுண்டு. முதலில் கஷ்டமாக இருக்கும். போகப்போகச் சரியாகிவிடும். நான் வேலையில் பின் தங்க மாட்டேன்.'

'விவசாயிகள் என்ன நினைப்பார்கள்? எசமானரைக் கிறுக்கன் என்று நினைக்க மாட்டார்களா?'

'நினைக்க மாட்டார்கள். அது மகிழ்ச்சியான வேலை. கஷ்டமான வேலையும் கூட. ஆனால் சிந்திப்பதற்குத் தான் நேரம் இருக்காது.'

'அவர்களுடன் சேர்ந்து சாப்பிடுவாயா? வீட்டிலிருந்து வான்கோழி இறைச்சி மற்றும் கிளாரெட் ஒயின் கொண்டுவருவார்களா?'

'இல்லை. அவர்கள் உணவு சாப்பிடும் போது நான் வீட்டுக்கு வந்து விடுவேன்'.

மறுநாள் காலையில் லெவின் வழக்கத்தைக் காட்டிலும் முன்னதாகப் படுக்கையிலிருந்து எழுந்து விட்டான். விவசாய வேலைகளைக் குறித்த உத்தரவுகளைப் பணியாட்களுக்குக் கூறிவிட்டு வயலுக்கு வந்த போது மிகவும் தாமதமாகிவிட்டது. விவசாயிகள் இரண்டாவது அறுவடைக்குத் தயாராகிக் கொண்டிருந்தார்கள். நாற்பத்திரண்டு விவசாயிகள் களத்தில் வேலைகளில் ஈடுபட்டிருந்தனர்.

லெவின் குதிரையிலிருந்து இறங்கினான். டைட்டஸ் புதருக்குள்ளிருந்து ஒரு அரிவாளை எடுத்து லெவினிடம் கொடுத்தார்.

'எசமான், இது கத்தி மாதிரி வெட்டும்' என்றார்.

முதல் அறுவடையை முடித்த விவசாயிகள் சாலையில் கூட்டமாக நின்று கொண்டு லெவினைப் பார்த்தார்கள். அவர்கள் ஒன்றும் பேசவில்லை. ஒரு முதியவர் மட்டும் லெவினை உற்சாகப்படுத்தினார்.

'எசமான்! கலப்பையைத் தொட்டுவிட்டால் அதன்பின் திரும்பிப் பார்க்கக்கூடாது!' என்றார் முதியவர்.

விவசாயிகள் அடக்கமாகச் சிரிக்கின்ற சப்தம் கேட்டது. 'நான் பின்வாங்க மாட்டேன்' என்றான் லெவின்.

டைட்டஸ் முன்னே லெவினுக்கு வழி விட்டுச் செல்ல, அவன் அவருக்குப் பின்னால் நடந்தான்.

'கவனம்!' என்றார் முதியவர்.

சாலையின் ஓரத்தில் வளர்ந்திருந்த உலர்புல் குட்டையாகவும் தடிமனாகவும் இருந்தது. லெவின் வயலில் அறுவடை செய்து நெடுங்காலமாகிவிட்டது. விவசாயிகள் கூட்டமாக நின்று கொண்டு அவனைப் பார்த்துக் கொண்டிருந்ததால் அவனுக்குக் குழப்பமாக, கூச்சமாக இருந்தது. முதல் பத்து நிமிடங்கள் அவன் அரிவாளை வேகமாக வீசியும்கூட அறுவடை மோசமாக இருந்தது. விவசாயிகள் மேட்டில் நின்று கொண்டு அவனுக்கு ஆலோசனைகளைக் கூறிக் கொண்டிருந்தார்.

‘ஆளாளுக்குப் பேசாதீர்கள். எசமான் விருப்பம் போல வெட்டட்டும்’ என்றார் ஒருவர்.

‘விட்டு விட்டு வெட்டுகிறார்’ என்றார் இன்னொருவர்.

‘இப்படி நான் வெட்டினால் என் முதுகில் அடிப்பார்கள்’ என்றார் மற்றொருவர்.

லெவின் அவர்களுடைய பேச்சைக் கேட்டபடி அறுவடையைத் தொடர்ந்தான். நூறு தப்படிகள் நடந்து அறுவடை செய்தும் டைட்டஸுக்கு களைப்பு ஏற்படவில்லை. ஆனால் லெவின் மிகவும் களைத்துப் போய்விட்டான். அவன் தன்னுடைய கடைசி முயற்சியைச் செய்த பொழுது டைட்டஸ் ‘போதும்’ என்று கூறினார். அவர் குனிந்து பூமியிலிருந்து ஒரு கொத்துப் புல்லைப் பிடுங்கி தன் அரிவாளில் ஒட்டியிருந்த மண்ணைத் துடைத்தார். லெவினுக்குப் பின்புறம் அறுவடையில் ஈடுபட்டிருந்த விவசாயிக்கும் களைப்பு ஏற்பட்டிருக்க வேண்டும். அவரும் அறுவடையை நிறுத்தி விட்டு அரிவாளை சுத்தப்படுத்தினார். டைட்டஸ் லெவினுடைய அரிவாளை வாங்கி அதைக் கூர்மைப்படுத்தினார்.

லெவினுடைய இரண்டாவது முயற்சியும் முதல் முயற்சியைப் போலவே இருந்தது. டைட்டஸ் அரிவாளை வீசி வெட்டினார். வெட்டிக் கொண்டே இருந்தார். அவர் களைப்படையவில்லை. லெவின் அவரைப் பின்பற்றி கடுமையாக பாடுபட்டான். கடைசியில் அவன் இனிமேல் உழைக்க முடியாத தருணம் வந்த பொழுது, டைட்டஸ் ‘நிறுத்துங்கள்’ என்று கூறினார். டைட்டஸ் தன்னுடைய அரிவாளைத் தோள் மீது வைத்துக் கொண்டு திரும்பி நடந்து தான் வெட்டிய நிலத்தைப் பார்வையிட்டார். லெவினுடைய முகத்தில் வியர்வை வழிந்தாலும், அவனும் டைட்டஸைப் பின்பற்றி, தான் சுறுசுறுப்பாக அறுவடை செய்த வயலில் நடந்த பொழுது இதயம் இலேசாயிற்று. விவசாயிகளுக்கு இணையாக தான் அறுவடை செய்ய முடியும் என்று அவன் பெருமைப்பட்டான். ஆனால் தான் அறுவடை செய்த பகுதிகளுடன், ஒப்பிட்டுப் பார்த்த பொழுது லெவின் வருத்தப்பட்டான். ஏனென்றால் அவனுடைய அறுவடை ஒரே சீராக இருக்கவில்லை. அடிப்பகுதி நெட்டையாகவும் குட்டையாகவும் இருந்தது.

அடுத்த வயலில் அவர்கள் அறுவடைக்கு இறங்கினார்கள். விவசாயிகள் அறுவடை செய்த வேகத்துக்கு அவனால் ஈடு கொடுக்க முடியவில்லை. இப்பொழுது அவனிடம் ஒரே ஆசைதான் இருந்தது. அவர்கள் வேகத்துக்குத் தான் பிந்திவிடக் கூடாது என்பது தான் அவனுடைய விருப்பமாக இருந்தது. அரிவாள்கள் உலர்புல்லை வெட்டுகின்ற சப்தம் தான் வயல் முழுவதும் கேட்டது. விவசாயிகள் மும்முரமாக வேலை செய்து கொண்டிருந்தனர்.

கடுமையான உழைப்பில் சூடாகியிருந்த லெவினுடைய தோள்கள் திடீரென்று குளிர்ச்சியடைந்தன. அந்தக் குளிர்ச்சி ஏன் ஏற்பட்டது, எங்கிருந்து வந்தது என்று முதலில் அவனுக்கு தெரியவில்லை. அவன் வானத்தைப் பார்த்தான். கருமேகங்கள் வானத்தில் திரண்டிருந்தன. மழைத்துளிகள் விழத்துவங்கியிருந்தன. விவசாயிகள் சிலர் தங்களது மேல் கோட்டுகளை எடுக்கச் சென்றார்கள். லெவினும் மற்றவர்களும் மழையில் மிக விரும்பி நனைந்து புத்துணர்ச்சி பெற்றனர்.

விவசாயிகள், ஒரு வயலில் அறுவடையினை முடித்து விட்டனர். அடுத்த வயலில் அறுவடைக்கு இறங்கினர். ஆனால் டைட்டஸ் ஒரு முதிய விவசாயிடம் சென்றார். இருவரும் சூரியனைப் பார்த்தார்கள்.

அவர்கள் ஏன் வேலை செய்யாமல் பேசிக் கொண்டிருக்கிறார்கள் என்று லெவின் நினைத்தான். கடந்த நான்கு மணிநேரமாக இடைவிடாமல் வேலை செய்த விவசாயிகள் காலை உணவு சாப்பிடலாமா என்று அனுமதியை எதிர்பார்த்துக் காத்திருக்கிறார்கள் என்பது அவனுக்குத் தெரியவில்லை.

'எசமான்! விவசாயிகள் காலை உணவு சாப்பிடலாமா?' என்று முதியவர் லெவினிடம் கேட்டார்.

'மணி ஆகிவிட்டதா? சாப்பிடட்டும்' என்றான் லெவின்.

விவசாயிகள் தங்களுடைய கோட்டுகளில் வைத்திருந்த ரொட்டித் துண்டுகளை எடுப்பதற்காக சாலைக்குச் சென்றார்கள். மழையில் உலர்புல் நனைந்திருந்தது.

'உலர்புல் கெட்டுப் போய் விடுமா?' என்று லெவின் முதியவரைக் கேட்டான்.

'கெட்டுப் போகாது' என்று டைட்டஸ் பதிலளித்தார்.

லெவின் வீட்டுக்குச் சென்று காலை உணவை முடித்த நேரத்தில் தான் கோஸ்னிஷேவ் தூக்கத்திலிருந்து விழித்தார். அவர் தேநீர் குடிக்க வருவதற்குள் லெவின் காலை உணவை முடித்து விட்டு வயலுக்குத் திரும்பி விட்டான்.

அத்தியாயம் 5

காலைச் சிற்றுண்டிக்குப் பிறகு லெவின் ஒரு புதிய அணியில் இருந்தான். புதிதாகத் திருமணமாகி, முதல் முறையாக அறுவடை வேலைக்கு வந்திருக்கும் ஒரு இளைஞனும், மற்றும் ஒரு முதியவரும் அந்த அணியில் இருந்தனர்.

முதியவர் நேராக நின்று கொண்டு அரிவாளை வீசி அறுவடை செய்தார். அவருக்கு அறுவடை செய்வது ஒரு விளையாட்டாக இருந்தது. அவர் துல்லியமாக அரிவாளை வீசிய பொழுது உலர்புல் செடிகள் மளமளவென்று கீழே சாய்ந்தன.

இளைஞன் 'மீஷ்கா' உடலை அதிகமாக வருத்திக் கொண்டு உழைத்தான். யாராவது அவனைப் பார்த்து விட்டால் உடனே சிரித்து விடுவான். வேலை கஷ்டமாக இருக்கிறது என்று சொல்வதைக் காட்டிலும் உயிரை விடுவதற்குக் கூட அவன் தயாராக இருந்தான். இருவருக்கும் இடையில் லெவின் இருந்தான். வெயில் காய்ந்த பகற்பொழுது என்றாலும் வெப்பம் இல்லை. வேலை மிகவும் கடினமாகத் தோன்றவில்லை. உடலில் வழிந்த வியர்வை அவனது உடலைக் குளிரச் செய்தது. தலையிலும், முதுகிலும், முழங்கைகளிலும் விழுந்த சூரிய ஒளி அவனுடைய வலிமையைப் பெருக்கி விடா முயற்சியைத் தூண்டியது. அவனுடைய அரிவாள் தானாகவே இயங்குவது போலத் தோன்றியது. முதியவர் தன்னுடைய அரிவாளை ஆற்றில் கழுவி விட்டு, அந்தத் தெளிவான தண்ணீரைக் குடித்தார். பிறகு தான் வீட்டிலிருந்து கொண்டு வந்த 'க்வாஸ்' பானத்தைக் குடித்தார்.

'என் வீட்டில் தயாரித்த பானம். நன்றாக இருக்கிறது. குடிக்கிறீர்களா?' என்று லெவினிடம் பாட்டிலை நீட்டினார். லெவின் வாங்கி அந்தப் பானத்தை குடித்தான். அவ்வளவு ருசியான பானத்தை தான் அதுவரை குடித்ததில்லை என்று லெவின் நினைத்தான்.

அவன் மறுபடியும் அறுவடை செய்ய ஆரம்பித்தான். நேரம் போனதே தெரியாமல் ஈடுபாட்டோடு வேலை செய்து கொண்டிருந்தான் லெவின். காலம் ஓடிக் கொண்டிருந்தது. எவ்வளவு நேரம் வேலை செய்தீர்கள் என்று லெவினைக் கேட்டால் 'அரை மணி நேரம்' என்று தான் பதில் சொல்வான். ஆனால் அப்பொழுது நடுப்பகல் நேரம் வந்து விட்டது.

அவர்கள் அடுத்த கட்ட அறுவடைக்குத் தயாரான போது சாலையின் எல்லாப் பகுதிகளிலிருந்தும் தங்களை நோக்கி வந்து கொண்டிருந்த சிறுவர், சிறுமியர்களை முதியவர் சுட்டிக் காட்டினார். அவர்களுடைய சிறிய கரங்கள் ரொட்டிகளையும், க்வாஸ் பானத்தையும் சுமந்து கொண்டிருந்தன.

'சாப்பாடு வந்து விட்டது' என்றார் முதியவர். விவசாயிகள் சாலைகளில் நின்று கொண்டிருந்த குழந்தைகளை நோக்கிச் சென்றார்கள். சற்று தூரத்திலிருந்து வண்டிகளில் வந்திருந்த விவசாயிகள் வண்டிகளின் நிழலில் உட்கார்ந்தார்கள்.

லெவின் தனியாக உட்கார விரும்பவில்லை. அவர்களுடன் சேர்ந்து உட்கார்ந்தான்.

எசமானருக்கு முன்பாக விவசாயிகள் காட்டிய பணிவு மறைந்து விட்டது. சிலர் ஆற்றில் முகங்களை கழுவினார்கள். சில இளைஞர்கள் ஆற்றில் குளித்தார்கள். முதியவர் ரொட்டியைப் பிய்த்துக் கும்பாவில் போட்டு அதில் தண்ணீரை ஊற்றி உப்புப் போட்டு மரக்கரண்டியினால் கிண்டிவிட்டார். பிறகு கிழக்கு திசையை நோக்கி வணங்கினார்.

'எசமானரே! என்னுடைய உணவில் சிறிதளவு சாப்பிடுங்கள்' என்று சொல்லியபடி, லெவினிடம் கும்பாவை நீட்டினார். ரொட்டியும், நீரும் மிகவும் ருசியாக இருந்தபடியால் வீட்டுக்குச் சாப்பிடப் போகின்ற எண்ணத்தை லெவின் கைவிட்டான். முதியவருடைய உணவைப் பகிர்ந்து கொண்ட பின்பு, அவருடைய குடும்பத்தைப் பற்றி விசாரித்ததுடன், தன்னுடைய குடும்பத்தைப் பற்றியும் அவரிடம் தெரிவித்தான். அதன் பின் முதியவர் புல் கற்றையைத் தன் தலைக்குத் தலையணை போல் வைத்துக் கொண்டு மரத்தடியில் ஓய்வாகப் படுத்துக் கொண்டார். லெவினும் அதே போன்று அங்கேயே ஓய்வாகப் படுத்துக் கொண்டான். கொசுக்களும், பூச்சிகளும் தொல்லைக் கொடுத்தன. ஆனால் உழைப்பின் களைப்பில் அவற்றைப் பொருட்படுத்தாது ஆனந்தமாகத் தூங்கினான் லெவின். லெவின் தூக்கம் கலைந்து எழுந்த போது சூரியன் 'வில்லோ' மரங்களுக்குப் பின் சென்று விட்டிருந்தது. முதியவர் ஏற்கனவே எழுந்து விட்டிருந்தார். அவர் இளைஞர்களின் அரிவாளைத் தீட்டிக் கொண்டிருந்தார்.

லெவின் சுற்றிலும் ஒரு முறை பார்த்தான். அந்த இடம் முற்றிலும் மாறியிருந்தது. வயலில் பெரும்பகுதி அறுவடை முடிந்திருந்தது. வெட்டப்பட்ட உலர்புல்லிலிருந்து ஒரு வித வாசனை வந்து கொண்டிருந்தது. கீழ்நோக்கி இறங்கிக் கொண்டிருந்த கதிரவனின் ஒளிக் கதிர்கள் சாய்வாக உலர்புல் மீது விழுந்து பிரகாசமான மஞ்சள் நிறத்தில் அவை ஒளிர்ந்து கொண்டிருந்தன. ஆற்றின் கரையில் முளைத்திருந்த புதிர்களும், ஏற்கனவே தெரியாமலிருந்த ஆற்றில் வளைவுகளும், இப்பொழுது உருக்கைப் போல பளபளத்தன. விவசாயிகள் அங்கு நடமாடிக் கொண்டிருப்பதும், ஏராளமான பறவைகள் அந்தப் பிரதேசத்தில் பறந்து கொண்டிருப்பதும் புதுமையாக அவனுக்குத் தோன்றியது. எவ்வளவு வேலைகள் நடந்திருக்கின்றது என்று அவன் கணக்குப் போட்டான்.

நாற்பத்திரண்டு விவசாயிகள் அதிகமான வேலையைச் செய்து முடித்திருந்தார்கள். பண்ணையடிமை முறை இருந்த பொழுது முப்பது நபர்கள், இரண்டு நாட்கள் வேலை செய்து அந்த வேலையைச் செய்து முடிப்பார்கள். வயலின் ஓரங்களைத் தவிர எல்லா வேலைகளும் அன்று முடிந்து விட்டது. லெவின் களைப்படையவில்லை. இன்னும் வேலை செய்ய விரும்பினான். ஆனால் சூரியன் மறைந்து கொண்டிருந்தது.

'இன்று மாஷ்கின் மலைச் சரிவிலுள்ள உலர்புல்லை அறுவடை செய்ய இயலுமா? உங்கள் அபிப்ராயத்தைச் சொல்லுங்கள்' என்று லெவின் முதியவரிடம் கேட்டான்.

'சூரியன் இன்னும் மறையவில்லை என்பதால், அந்த வேலையைச் செய்து முடிக்க முடியும் என்று தான் நினைக்கிறேன். எல்லோருக்கும் வோட்கா மது கொடுத்தால் அறுவடையை முடித்து விடலாம்' என்றார் முதியவர்.

மாலை இடைவேளையில் விவசாயிகள் ஓய்வு எடுத்தார்கள். சிலர் புகைப்பிடித்தார்கள். 'மாஷ்கின் மலைச் சரிவில் உலர்புல்லை அறுவடை செய்து முடித்தால் வோட்கா கிடைக்கும்' என்று அந்த முதியவர் இளைஞர்களிடம் தெரிவித்தார்.

'அதைத் தானே? அறுவடை செய்து விடுவோம் என்றார் ஒரு விவசாயி. இரவில் சாப்பிட்டுக் கொள்ளுங்கள். இப்பொழுது அறுவடையை முடிப்பதற்குப் புறப்படுங்கள்' என்று குரல்கள் கேட்டன. விவசாயிகள் ரொட்டியைச் சாப்பிட்டுக் கொண்டு புறப்பட்டார்கள்.

இளைஞர்களும், முதியவர்களும் போட்டி போட்டுக்கொண்டு அறுவடை செய்தார்கள். அந்த நிலத்தில் மிச்சமிருந்த உலர் புல்லை ஐந்து நிமிடங்களில் அறுவடை செய்தார்கள்.

சூரியன் மறைகின்ற தறுவாயில் அவர்கள் மாஷ்கின் மலைச் சரிவை நெருங்கினார்கள். அங்கு உலர் புல் அவர்களது இடுப்பு உயரத்திற்கு வளர்ந்திருந்தது. அதனை நீளவசத்தில் வெட்டுவதா, குறுக்கு வசத்தில் வெட்டுவதா என்று சிறிது நேரம் விவாதித்தார்கள். அறுவடையில் தேர்ச்சியுள்ள புரோகோர் முன்னால் சென்றார். மற்றவர்கள் அவரைப் பின் தொடர்ந்தார்கள். சூரியன் மரங்களுக்குப் பின்னால் மறைந்து கொண்டது.

அவர்கள் உலர்புல்லை வெட்டத் தொடங்கினார்கள். அரிவாள் புல்லை வெட்டும்போது ஒலியெழுப்பியது. விவசாயிகள் ஒருவருக்கொருவர் உற்சாகப்படுத்திய பேச்சுக் குரல்களும் கேட்டன.

லெவின் மறுபடியும் முதியவருக்கும், இளைஞருக்கும் இடையில் வேலை செய்தான். முதியவர் ஆட்டுத் தோல் கோட்டைப் போட்டுக் கொண்டு இயல்பாக வேலை செய்தார். இனிமையாகப் பேசினார். அங்கு காளான்களும் முளைத்திருந்தன. முதியவர் காளான்களைப் பொறுக்கித் தன்னுடைய சட்டைப் பையில் வைத்துக் கொண்டு, 'கிழவிக்குக் கொண்டு போகிறேன்' என்றார்.

உலர்புல்லை அறுவடை செய்வது கடினமான வேலையல்ல. ஆனால் மலைச்சரிவில் மேலும், கீழும் ஏறி இறங்குவது கடினமாக இருந்தது. முதியவர் மற்றவர்களுடன் சிரித்துப் பேசிக் கொண்டு சுறுசுறுப்பாக வேலை செய்தார். அவருக்குப் பின்னால் வந்த லெவின் அரிவாளுடன் கீழே விழ நேரிடுமோ என்று அஞ்சினான். ஏனென்றால் மலைச் சரிவில் ஏறுவது அவனுக்குக் கடினமானதாக இருந்தது. ஏதோ ஒரு சக்தியினால் தூண்டப்பட்டது போல லெவின் ஆர்வத்துடன் வேலை செய்தான்.

அத்தியாயம் 6

மாஸ்கின் மலைச் சரிவில் அறுவடை முடிந்தவுடன் விவசாயிகள் தமது கோட்டுகளை அணிந்து கொண்டு உற்சாகமாக வீடுகளுக்குத் திரும்பினார்கள். லெவின் குதிரையில் வீட்டுக்குத் திரும்பினான். அவன் மலையின் உச்சியிலிருந்து அவர்களைத் திரும்பிப் பார்த்தான். மூடுபனி அவர்களை மறைத்தது. அவர்களின் குதூகலமான சிரிப்பு ஒலி, பேச்சுக் குரல்கள் அவனுக்குக் கேட்டது.

கோஸ்னிஷேவ் இரவு உணவு சாப்பிட்டு அதிக நேரமாகிவிட்டது. அவர் தன் அறையில் எலுமிச்சைச் சாற்றில் பனிக்கட்டிகளைக் கலந்து குடித்துக் கொண்டிருந்தார். அன்று தபாலில் வந்த பத்திரிக்கைகளை அவர் படித்துக் கொண்டிருந்த பொழுது லெவின் அறைக்குள் வந்தான். அவன் அணிந்திருந்த சட்டை வியர்வையினால் நனைந்திருந்தது. தலை முடி கலைந்திருந்தது. அவன் உற்சாகத்தோடு தன் சகோதரரிடம் பேசத் தொடங்கினான். 'அறுவடை சிறப்பாக முடிந்து விட்டது. எனக்கு மிகவும் சந்தோஷமாக உள்ளது. நீங்கள் என்ன செய்தீர்கள்?'

'உன்னைப் பார்க்க சகிக்கவில்லை. கதவைச் சாத்து, கூடவே கொசுக்களையும் கொண்டு வருகிறாயே...' என்று கோஸ்னிஷேவ் வெறுப்பாக பேசினார்.

'ஒரு கொசுகூட என்னுடன் வரவில்லை. அப்படி வந்திருக்குமானால் நானே அதனைப் பிடித்துவிடுகிறேன். அறுவடை ஆனந்தமாக இருந்தது. நீங்கள் எப்படிப் பகல் பொழுதைக் கழித்தீர்கள் என்று லெவின் கேட்டான்.

'நன்றாகவே பொழுது போனது. உண்மையாகவே நீ இன்று முழுவதுமே அறுவடையில் ஈடுபட்டு விட்டாயா? ஓநாயைப் போல உனக்குப் பசிக்குமே... போ, போய்ச் சாப்பிடு, குஸ்மா உனக்காக நல்ல உணவு தயாரித்து தயாராக வைத்திருக்கிறான்.'

'இல்லை. இப்பொழுது சாப்பிட எனக்கு விருப்பமில்லை. அங்கேயே நான் சாப்பிட்டு விட்டேன். முதலில் நான் குளிக்க வேண்டும்.'

'ஆமாம். போ. போய் குளித்து விட்டு வா. வந்து சாப்பிடு' என்று சகோதரனிடம் அன்புடன் கூறினார். புத்தகங்களுடன் வெளியே புறப்பட்டுக் கொண்டிருந்த அவர் தன் மனத்தை மாற்றிக்கொண்டார். 'ஆமாம், மழை பெய்த போது எங்கே இருந்தாய் நீ?' என்று விசாரித்தார்.

'பெரிய மழை இல்லை லேசான தூறல் தான்' என்று கூறிவிட்டு குளியலறைக்குப் புறப்பட்டான் லெவின்.

சிறிது நேரம் கழித்து உணவருந்தும் அறையில் இரண்டு சகோதரர்களும் சந்தித்துக் கொண்டனர்.

லெவின் தனக்குப் பசிக்கவில்லை என்று கூறிய போதிலும், சமையற்கார குஸ்மாவைத் திருப்தி செய்வதற்காகத் தான் உணவருந்தும் அறைக்கு வந்தான். சுவையான உணவு வகைகளைப் பார்த்ததும் அவற்றை மிகவும் ரசித்துச் சாப்பிட்டான் லெவின். கோஸ்னிஷேவ் லெவினைப் பார்த்துச் சிரித்தார்.

'உனக்கு ஒரு கடிதம் வந்திருக்கிறது. குஸ்மா! கீழே போய் அந்தக் கடிதத்தை எடுத்து வா' என்றார் கோஸ்னிஷேவ்.

அந்தக் கடிதம் பீட்டர்ஸ்பர்கிலிருந்து வந்திருந்தது. ஆப்லான்ஸ்கி எழுதியிருந்தான்.

லெவின் அதை உரக்கப் படித்தான்: 'டாலி, இப்பொழுது எர்குஷேவாவில் இருக்கிறாள். அங்கே எல்லாமே சரியில்லாதிருப்பதாக எனக்குக் கடிதம் எழுதியிருக்கிறாள். தயவு செய்து நீ அங்கு போய் அவளைப் பார்த்து அவளுக்கு வேண்டிய உதவிகளைச் செய். தேவையான ஆலோசனைகளைக் கூறு. உனக்கு எல்லாம் தெரியும். அங்கு அவள் தனியே இருக்கிறாள். என் மாமியார் வேறு இன்னும் வெளிநாட்டிலிருந்து திரும்பவில்லை - ஆப்லான்ஸ்கி' என்று எழுதியிருந்தான்.

'நான் அவளைப் போய்ப் பார்க்கப் போகிறேன். அவள் மிகவும் நல்லவள். நீங்களும் வருகிறீர்களா? இரண்டு பேருமே போய் அவளைப் பார்ப்போம்' என்றான் லெவின் சகோதரரிடம்.

'இங்கிருந்து அதிக தூரமா?'

'இருபத்தைந்து அல்லது முப்பது மைல் தூரம் இருக்கும். அருமையான சாலை. வண்டியில் போவது மகிழ்ச்சியாக இருக்கும்.'

'அப்படியானால் நானும் வருகிறேன். உனக்கு பசி அதிகமாக உள்ளதா?' என்று அவர் லெவினிடம் கேட்டார்.

'ஆமாம். வயலில் இன்று அதிகமான வேலைதான். நரம்புகள் முழுமையாகச் செயல்பட்டுக் களைத்து விட்டன. அவற்றிற்கு தெம்பூட்ட வேண்டும் அல்லவா?'

'வயலில் நீ வேலை செய்வதைப் பார்க்கப் புறப்பட்டு வந்தேன். காட்டின் முகப்பு வரை வந்து விட்டேன். வெப்பம் மிக அதிகமாக இருந்தது. அங்கு சிறிது நேரம் உட்கார்ந்து இருந்து விட்டு கிராமத்துக்குள் மீண்டும் வந்து விட்டேன். உன்னுடைய செவிலிப் பெண்ணைப் பார்த்துப் பேசினேன். விவசாயிகள் உன்னைப் பற்றி என்ன நினைக்கிறார்கள், என்று அவளைக் கேட்டேன். கனவான்கள் விவசாய வேலைகளைச் செய்யக் கூடாது. ஆனால் லெவின் வயலில் இறங்கி வேலை செய்கிறார்' என்று கூறினாள்.

'அவள் அப்படியா சொன்னாள். வயலில் வேலை செய்யும் பொழுது எனக்கு அதிகமான மகிழ்ச்சி ஏற்படுகிறது. ஆகவே அது தவறு என்று நான் நினைக்கவில்லை. அவர்களுக்குப் பிடிக்காவிட்டாலும் எனக்குப் பிடிக்கிறது' என்றான் லெவின்.

'அப்படியானால் இன்றைய தினத்தை நன்றாகக் கழித்த திருப்தி உன்னிடம் இருக்கிறது'.

'ஆமாம். அறுவடை முடிந்துவிட்டது. ஒரு முதியவருடன் சேர்ந்து வேலை செய்தேன். அனுபவம் மிக்க அவரது பேச்சுக்கள் மிகப் பிரமாதம்! தெரியுமா?'

'எனக்கும் இன்றைய பகல் பொழுதினை நன்றாகக் கழித்த திருப்தி உள்ளது. செஸ் விளையாட்டில் இரண்டு பிரச்சினைகளுக்குத் தீர்வு கண்டேன். நேற்று நமக்கிடையில் நடைபெற்ற உரையாடலைப் பற்றி சிந்தித்தேன்.'

'நேற்றைய உரையாடலா?' - நேற்று எதைப் பற்றிப் பேசினோம் என்பது லெவினுக்கு மறந்து விட்டது.

'நமக்கிடையில் சில கருத்து வேறுபாடுகள் ஏற்பட்டன. தனிப்பட்ட முன்னேற்றம் வாழ்க்கையின் இயக்கு சக்தி என்று நீ கருதுகிறாய். ஓரளவு கல்வி - கற்றவர் எல்லாருமே பொது நலனில் அக்கறையுள்ளவர்களாக இருக்க வேண்டும் என்று நான் கருதுகின்றேன். பொருளாயத முன்னேற்றத்துக்கான நடவடிக்கை தான் சிறப்பானது என்று நீ நினைக்கிறாய். பிரெஞ்சுக்காரர்கள் சொல்வதைப் போல நீ முன்னறிவு

இல்லாதவன். உனக்கு உணர்ச்சிகரமான நடவடிக்கை வேண்டும் அல்லது எதுவுமே செய்யாதிருக்க வேண்டும்.'

அவரது பேச்சு லெவினுக்குப் புரியவில்லை. புரிந்து கொள்ளவும் அவன் விரும்பவில்லை. அவர் தன்னிடம் கேள்வி கேட்டு விடக் கூடாது என்று அவன் கவலைப்பட்டான். ஏனென்றால் அவரது பேச்சை அவன் கவனிக்கவில்லை என்பது அவருக்குத் தெரிந்து விடும்.

'நான் அலுவலகத்துக்குப் போக வேண்டும்' என்று சொல்லிக் கொண்டு லெவின் எழுந்தான்.

'இருவரும் வெளியில் சற்று நடந்து விட்டு வருவோம். அதற்குப் பிறகு அலுவலகத்துக்குப் போவோம்' என்றார் கோஸ்னிஷேவ்.

'அடக்கடவுளே! அகதா மிஹைலோவ்னாவின் கை எப்படி இருக்கிறது? நான் அதை மறந்து விட்டேனே' என்றான் லெவின்.

'தேவலை' என்றார் கோஸ்கிஷேவ்.

'இதோ நான் அவளைப் போய் ஒரு நிமிடத்தில் பார்த்து விட்டு வந்து விடுகின்றேன். அதற்குள் தொப்பியை எடுத்து வைத்துக் கொள்ளுங்கள்' என்று சொல்லியபடி மாடிப்படிகளில் வேகமாகக் கீழே இறங்கினான் லெவின்.

அத்தியாயம் 7

ஆப்லான்ஸ்கி ஒரு முக்கியமான காரியத்தை நிறைவேற்றுவதற்காக பீட்டர்ஸ்பர்க்குக்கு வந்தான். அதிகாரிகள் அவனுடைய பீட்டர்ஸ்பர்க் வருகையை இயல்பானதாகக் கருதுவார்கள். தலைமை அலுவலக வேலை - அல்லது உத்தியோகம் சம்பந்தமான வருகை என்று நினைப்பார்கள். ஆனால் சாதாரண மக்கள் அதனைப் புரிந்து கொள்ள மாட்டார்கள். தான் இருப்பதை அமைச்சரவைக்கு நினைவுபடுத்துவதற்காகவே அவன் தலைநகரத்துக்கு செல்கிறான். அவ்வப்போது இப்படி நினைவுபடுத்த வில்லை என்றால் அரசாங்கப் பணியில் நீடிக்க இயலாது என்று சாதாரண மக்கள் நினைப்பார்கள். அவன் வீட்டிலிருந்த எல்லாப் பணத்தையும் எடுத்துக் கொண்டு அங்கு வந்து ரொம்ப உல்லாசமாக இருந்தான். குதிரைப் பந்தயத்துக்கும் பொழுது போக்கு விடுதிகளுக்கும் சென்றான். குடும்பச் செலவைக் குறைப்பதற்காக டாலியும், குழந்தைகளும் 'எர்குஷேவா' பண்ணைக்குச் சென்றார்கள். அந்தப் பண்ணை லெவின் வசித்த 'போக்ரோவ்ஸ்க்' கிராமத்திலிருந்து சுமார் முப்பத்தைந்து மைல் தூரத்திலிருந்தது. அந்தப் பண்ணையின் ஒரு பகுதியான காட்டைத் தான் ஆப்லான்ஸ்கி சமீபத்தில் விற்பனை செய்தான்.

பண்ணையிலிருந்த பழைய மாளிகை இடிக்கப்பட்டு விட்டது. அங்கிருந்த சிறிய வீட்டை இளவரசர் விரிவுபடுத்திக் கட்டியிருந்தார். இருபது ஆண்டுகளுக்கு முன்பு - டாலி குழந்தையாக இருந்த பொழுது அந்த வீடு வசதியானதாக இருந்தது. ஆனால் இப்பொழுது அந்த வீடு சிதிலமடையத் துவங்கியிருந்தது.

காட்டை விற்பனை செய்வதற்கு ஆப்லான்ஸ்கி கிராமத்துக்குச் சென்ற போது, வீட்டை நல்ல முறையில் பழுது பார்த்து வருமாறு தெரிவித்திருந்தாள் டாலி. தவறு செய்த எல்லாக் கணவர்களையும் போலவே தன் மனைவியின் வசதிகளைப் பற்றி மிகவும் கவலைப்பட்டான் ஆப்லான்ஸ்கி. எனவே அவன் வீட்டைப் பார்வையிட்டு அவசியமான சீர்திருத்தங்களைச் செய்ய உத்தரவிட்டான். சோபா மற்றும் நாற்காலிகளையெல்லாம் மாற்ற வேண்டும். சன்னல்களில் திரைகளை மாற்ற வேண்டும். தோட்டத்தைச் சுத்தப்படுத்துவதுடன் புதிய பூச்செடிகளை நட வேண்டும். ஏரிக்குப் பக்கத்தில் பாலம் அமைக்க வேண்டும் என்று உத்தரவிட்டான். ஆனால் அவசியமான வேறு சிலவற்றை அவன் மறந்து விட்டான். அது டாலிக்கு துன்பத்தைக் கொடுத்தது.

ஆப்லான்ஸ்கி ஒரு நல்ல கணவராகவும், நல்ல தந்தையாக இருப்பதற்கும் அதிக முயற்சி செய்தாலும் தனக்கு மனைவி மற்றும் குழந்தைகள் இருப்பதை அடிக்கடி மறந்து விடுவான். திருமணமாகாத இளைஞனுக்குரிய ஆசைகள் அவனிடத்தில் அதிகமாக இருந்தன. அவன் மாஸ்கோவுக்குத் திரும்பியவுடன் கிராமத்தில் வீடு பழுது பார்க்கப்பட்டு விட்டது. நீ குழந்தைகளுடன் அங்குப் போய் தங்கலாம் என்று மனைவியிடம் கூறினான். அவள் கிராமத்துக்குச் சென்றால் குழந்தைகள் மகிழ்ச்சி அடைவார்கள். வீட்டுச் செலவு குறையும், தனக்கும் அதிகமாக சுதந்திரம் கிடைக்கும் என்று அவன் கருதினான். கடைசிக் குழந்தை விஷக்காய்ச்சலிலிருந்து மீண்டிருப்பதால் கிராமத்தில் இயற்கைச் சூழலில் இன்னும் நல்ல குணம் அடைவார்கள் என்றும் கருதினான். எரிபொருள் செலவுகள், மீன், பூட்சுகளுக்கான செலவுகளிலிருந்து தப்பி விடலாம் என்று டாலி நம்பினாள். கிட்டி வெளிநாட்டிலிருந்து திரும்பி வருவதால் தன்னுடன் கிராமத்தில் சிறிது நாட்கள் தங்கி, முழு ஆரோக்கியம் பெறும் படி அவளுக்கும் கடிதம் எழுதியிருந்தாள் டாலி. எர்குஷேவோ என் மனதில் பல இனிய நினைவுகளைக் கொண்டிருக்கிறது. உன் குழந்தைகளுடன் கோடை காலத்தை நீ அங்கே கழிப்பது எனக்கு அதிக மகிழ்ச்சியைத் தருகின்றது என்று கிட்டி தன் அக்காவுக்குக் கடிதம் எழுதியிருந்தாள்.

கிராமத்துக்கு வந்த பிறகு ஆரம்ப நாட்களில் டாலி மிகவும் கஷ்டப்பட்டாள். அந்த வாழ்க்கை எளிமையாக இருக்கும்; அதிகமாக

செலவு செய்ய வேண்டியிருக்காது என்று அவள் நினைத்தாள். அது வெறும் கற்பனை என்பதை கிராமத்துக்கு வந்த பிறகு புரிந்து கொண்டாள்.

ஓர் இரவில் மழை கொட்டிய பொழுது மழைத் தண்ணீர் வீட்டுக்குள் வந்தது. தூங்கிக் கொண்டிருந்த குழந்தைகளை எழுப்பி வேறு அறையில் படுக்குமாறு செய்தாள். ஒன்பது பசுக்கள் இருந்தன. ஆனால் சில பசுக்கள் சினையாகவும் சில பசுக்கள் பால் வற்றிப் போனதாகவும் இருந்தன. ஆகவே பால் வெளியில் வாங்க வேண்டியிருந்தது. முட்டைகள் இல்லை. கோழிகள் இல்லை. வீட்டின் தளத்தைத் தேய்த்து சுத்தம் செய்வதற்கு வேலைக்காரிகள் கிடைக்கவில்லை. எல்லாப் பெண்களும் வயலில் வேலை செய்தார்கள். ஒரு குதிரைக்கு நோய். எனவே அவர்கள் கோச்சு வண்டியில் சென்று கிராமத்தைச் சுற்றிப் பார்க்க முடியவில்லை. ஆற்றுக்குப் போக முடியவில்லை. வேலி உடைந்திருந்ததால் தோட்டத்தில் உலாவ முடியவில்லை.

பீரோக்கள் பழுதாகியிருந்த காரணத்தால் அவற்றில் உடைகளை வைத்துப் பூட்ட முடியவில்லை. துவைத்த உடைகளை இஸ்திரி போடுவதற்கு மேசை இல்லை. சமையல் பாத்திரங்களும் இல்லை.

அந்த வீட்டுக்கு வந்த பிறகு டாலிக்கு ஓய்வு இல்லை. மன அமைதி இல்லை. அவள் வெறுப்படைந்தாள். என்ன செய்வது என்று தெரியாமல் கண்களிலிருந்து வழிந்த கண்ணீரைத் தடுத்தாள்.

ஆப்லான்ஸ்கி முன்னாள் படைவீரர் ஒருவரை அந்த வீட்டு நிர்வாகியாக நியமித்திருந்தான். அவர் கண்ணியமான தோற்றம் உடையவர். ஆனால் அவர் எசமானியின் துன்பங்களைப் போக்குவதற்கு முன் வரவில்லை. அவள் என்ன சொன்னாலும் 'முடியாது' 'முயல்கிறேன்' என்று அதிகமான மரியாதையுடன் சொல்லிக் கொண்டிருந்தார்.

டாலிக்கு என்ன செய்வதென்று தெரியவில்லை. ஆனால் அந்த வீட்டில் (எல்லா வீடுகளிலும் இருப்பதைப் போல) முக்கியத்துவமில்லாமல், ஆனால் எப்பொழுதும் உதவக் கூடிய ஒரு பெண் இருந்தாள். அவள் பெயர் மத்ரீனா பிலிமோனவ்னா என்ன புகார் செய்தாலும் 'எல்லாம் சரியாகி விடும்' என்று கூறுவது அவள் வழக்கம். அவளது வீட்டு நிர்வாகியின் மனைவி, கிராமத்தின் முதியவர், அலுவலக எழுத்தர் ஆகியோர் ஒரு குழுவாக அமைந்து டாலிக்கு உதவி செய்ய முன்வந்தார்கள். அதற்குப் பிறகு பிரச்சினைகள் ஒவ்வொன்றாக மறைந்தன. கூரை பழுது பார்க்கப்பட்டது. வீட்டு வேலைக்கு ஒரு பெண் நியமிக்கப்பட்டாள். தோட்டத்துக்கு வேலி போடப்பட்டது. இஸ்திரி மேசை கூடத் தயார் செய்யப்பட்டது. முட்டைக் கோழிகள் வாங்கப்பட்டன. ஓலைகளைக் கொண்டு குளிக்கும் அறை கட்டப்பட்டது.

'இந்த வீட்டில் எப்படி இருப்பது என்று கவலைப்பட்டீர்களே... இப்பொழுது சரியாகி விட்டதா?' என்று கேட்டாள் மத்ரீனா பிலிமோனவ்னா. கிராம வாழ்க்கையைப் பற்றிய டாலியின் கனவுகள் ஒவ்வொன்றாக நிறைவேறின. ஆனால் குழந்தைகள் அவளுக்குப் பிரச்சினைகளை ஏற்படுத்தினார்கள். ஒரு குழந்தை நோய். இரண்டாவது குழந்தைக்கு நோய்க் குறிகள். மூன்றாவது குழந்தை அழுது கொண்டிருக்கும். நான்காவது குழந்தைக்கு வயிற்றுக் போக்கு இருக்கும். டாலிக்கு அமைதி கிடையாது. ஆனால் அது தான் டாலிக்கு மகிழ்ச்சியைக் கொடுத்தது. இல்லாவிட்டால் அவள் தன்னை விரும்பாத கணவரை நினைத்து வேதனைப்பட வேண்டியிருக்கும். அத்துடன் குழந்தைகள் தமக்குரிய எளிமையான முறையில் அவளை மகிழ்வித்தார்கள். அற்பமான மகிழ்ச்சிதான். ஆனால் மணலில் தங்கத்தை தேடுபவர்கள் தங்கம் கிடைத்தவுடன் மகிழ்ச்சி அடைவதில்லையா?

கிராமத்தில் இத்தகைய எளிமையான மகிழ்ச்சிகளை அவள் ரசித்தாள். தன்னுடைய ஆறு குழந்தைகளைப் பற்றி அவள் பெருமைப்பட்டாள்.

அத்தியாயம் 8

மே மாதத்தின் கடைசியில் வீடு ஏறக்குறையச் சரி செய்யப்பட்டு விட்ட பிறகு ஆப்லான்ஸ்கி அவளுடைய புகார் கடிதத்திற்குப் பதில் எழுதினான். 'எல்லாவற்றையும் கவனிக்க இயலாமற் போனதற்கு நான் வருந்துகிறேன். விரைவில் கிராமத்திற்கு வருவேன்' என்று அவன் எழுதியிருந்தான். ஆனால் அவன் வரவில்லை. ஜூன் மாதத்தில் கூட டாலி தனியாகத் தான் கிராமத்தில் வசித்தாள்.

புனித பீட்டர் திருவிழாவிற்கு டாலி தன்னுடைய எல்லாக் குழந்தைகளையும் நற்கருணைக்கு (ஏசுநாதரின் கடைசி விருந்துக்கு) அழைத்துச் சென்றாள். டாலி மத விஷயங்களில் மிகவும் சுதந்திரமான கருத்துக்களைக் கொண்டிருந்தாள். அவளுடைய சகோதரியும் அம்மாவும் அதைப் பற்றி ஆச்சரியப்பட்டார்கள். திருச்சபைக் கோட்பாடுகளைப் பற்றி அவள் கவலைப்படவில்லை. ஆனால் குடும்பத்தில் திருச்சபை முறைகளை மனப்பூர்வமாக கடைப்பிடித்தாள். குழந்தைகள் திருச்சபையின் கம்யூனில் கலந்து கொள்ளவில்லையே என்பதைப் பற்றி கடந்த ஒரு ஆண்டாகக் கவலைப்பட்டாள். ஆகவே மத்ரீனா பிலிமோனவ்னாவின் அங்கீகாரத்துடன் அந்த மதச் சடங்குகளை நிறைவேற்ற முடிவு செய்தாள். குழந்தைகள் உடைகளைப் பற்றி அவள் சில நாட்களுக்கு முன்பே முடிவு செய்தாள். பழைய சட்டைகளை வெட்டி புதுமை செய்யப்பட்டன. பொத்தான்கள், ஓரச்சரிகைகள் தைக்கப்பட்டன. தையல் ஆசிரியை ஒரு

கவுனை அநேகமாகக் கெடுத்துவிட்ட சூழ்நிலையில் மத்ரீனா அதை வாங்கி சாமர்த்தியமாக சரி செய்தாள். அவர்களுக்கு இடையில் சச்சரவு ஏற்பட்ட பொழுது டாலி தலையிட்டு சமாதானம் செய்தாள். இப்படிப் பிரச்சினைகள் ஏற்பட்ட போதிலும் எல்லாக் குழந்தைகளும் புதிய உடைகளை அணிந்து கொண்டு மகிழ்ச்சியுடன் கோச்சு வண்டியில் தன் அம்மாவுடன் மாதாக் கோவிலுக்கு வந்தார்கள்.

டாலி இதற்கு முன்னால் கவர்ச்சியாகத் தோன்ற வேண்டும் என்று உடை அணிந்தாள். சில ஆண்டுகளுக்குப் பிறகு அவளது அழகு மங்கிப் போய் விட்டது. இப்போதெல்லாம் அவளும் தன் உடைகளுக்கு முக்கியத்துவம் தருவதில்லை. இன்று அவள் மகிழ்ச்சியாக இருந்தாள். அவள் தனக்காக, தன் அழகுக்காக உடை அணியவில்லை.

அழகான குழந்தைகளின் அம்மா என்ற முறையில் அவள் மிக அடக்கமாக உடை அணிந்து, தலைமுடியைச் சீவி இருந்தாள். அவள் கடைசித் தடவையாக கண்ணாடியைப் பார்த்து தன்னுடைய தோற்றத்தைப் பற்றி திருப்தி அடைந்தாள்.

மாதா கோவிலில் விவசாயிகள், கடைக்காரர்கள் மற்றும் பெண்கள் மட்டுமே இருந்தார்கள். குழந்தைகளும், அவளும் வந்தவுடன் அவர்கள் பரவசமடைந்ததை அவள் கவனித்தாள். குழந்தைகள் வரிசையாக சமர்த்தாக நின்றார்கள். லிலி என்ற குழந்தை அங்கிருந்த எல்லாவற்றையும் ஆச்சரியத்தோடு பார்த்தது. பாதிரியார் அளித்த ரொட்டித் துண்டையும், ஒயினையும் விழுங்கி விட்டு, இன்னும் கொஞ்சம் என்று கேட்ட பொழுது பெரியவர்கள் லேசாக சிரித்தார்கள்.

வீட்டுக்குத் திரும்பும் வழியில் குழந்தைகள் மிகவும் அமைதியாக இருந்தார்கள். அன்று ஒரு முக்கியமான சடங்கில் கலந்து கொண்ட உணர்ச்சி அவர்களிடம் ஏற்பட்டிருந்தது.

உணவருந்துகின்ற பொழுது கிரிஷா விசிலடித்ததுடன் ஆசிரியையின் பேச்சைக் கேட்காமல் முரண்டு பிடித்தான். அதற்குத் தண்டனையாக அவனுக்கு கேசரி தரப்படவில்லை. அன்றைய தினத்தில் எந்தக் குழந்தைக்கும் தண்டனை அளிக்கக்கூடாது என்பது டாலியின் கருத்து. ஆனால் ஆசிரியையின் உணர்ச்சிக்கு அவள் மதிப்பளித்தாள். அங்கு நிலவியிருந்த மகிழ்ச்சியான சூழ்நிலை அப்போது ஓரளவு பாதிக்கப் பட்டது. சிறிது நேரம் கழித்து அவள் பார்த்த காட்சி அவள் மனதை நெகிழச் செய்தது. என் பொம்மைகளுக்குக் கேசரி கொடுக்க வேண்டும் என்று கூறிக் கொண்டு சிறுமி தான்யா தட்டில் கேசரியை எடுத்துக் கொண்டு கிரிஷாவிடம் சென்றாள். அவன் நாம் இருவருமே சாப்பிடுவோம் என்று கூறி தன் தங்கையுடன் சேர்ந்து அதைச் சாப்பிட்டான். டாலி அங்கு வந்த

பொழுது அவர்கள் பயந்தார்கள். பிறகு தங்கள் உதடுகளைத் துடைத்துக் கொண்டு சிரித்தார்கள்.

எல்லோரும் ஆற்றங்கரைக்குச் சென்றார்கள். சிறிய குழந்தைகளை ஆற்றில் குளிப்பாட்டுவது கடினம் என்றாலும் டாலி அதை மிகவும் பொறுமையுடன் செய்தாள். குழந்தைகளின் உடலைத் துடைத்து அவர்களுக்கு உடை அணிவித்துக் கொண்டிருந்த டாலி அவர்களுடன் பேசினாள்.

'அந்தக் குழந்தையைப் பார். ஜீனியைப் போல வெள்ளையாக இருக்கிறது' என்றாள் ஒரு பெண்.

'அவள் மிகவும் மெலிந்திருக்கின்றாள்' என்றாள் மற்றொரு பெண். டாலி அவர்களுடன் நெடுநேரம் பேசிக் கொண்டிருந்தாள். பெண்களின் பிரசவம், குழந்தைகளின் நோய்கள், கணவர்களின் நடத்தை ஆகியவற்றைப் பற்றி அவர்கள் பேசினார்கள். டாலியின் குழந்தைகள் அழகாக இருப்பதை அந்தப் பெண்கள் குறிப்பிட்ட பொழுது அவள் மகிழ்ச்சியடைந்தாள்.

இங்கிலாந்தைச் சேர்ந்த குழந்தைகளின் ஆசிரியையை மட்டும் அவர்களுக்குப் பிடிக்கவில்லை. ஆசிரியை மூன்றாவது உள்ளாடையை அணிந்த போது ஒரு பெண் சிரித்தாள்.

'அவள் தன் உடல் மீது துணியைச் சுற்றிக் கட்டுகிறாள், கட்டுகிறாள்... அப்படியும் அவள் பருமனாகத் தெரியவில்லை' என்றாள் ஒரு பெண்.

அத்தியாயம் 9

டாலி தலையில் ஒரு டவலைக் கட்டிக் கொண்டு குளித்து விட்டுத் தலையில் இன்னும் ஈரத்துடன் இருந்த குழந்தைகள் சூழ வீட்டுக்குத் திரும்பினாள்.

'ஒரு கனவான், போக்ரோஸ்க் பண்ணையார் வீட்டிற்கு வந்திருக்கிறார்' என்று வண்டிக்காரர் தெரிவித்தார். லெவின் கோட்டும் தொப்பியும் அணிந்து, அவர்களை நோக்கி வருவதைப் பார்த்து மகிழ்ச்சி அடைந்தாள் டாலி. லெவினைப் பார்ப்பது எப்பொழுதும் அவளுக்கு மகிழ்ச்சியைத் தரும். பல்வேறு சிரமங்களுக்குப் பின் ஓரளவு தன்னைச் சரிப்படுத்திக் கொண்டு - தன் எண்ணங்கள் ஈடேறத் துவங்கியிருந்த இந்த நாளில் லெவினைச் சந்திப்பது அவளுக்கு மிகுந்த மகிழ்ச்சியை அளித்தது. குடும்ப வாழ்க்கையின் மேன்மைக்கு அவள் உதாரணமானவளாகத் திகழ்கிறார்கள் என்று லெவின் கருதினான்.

'தார்யா அலெக்ஸாண்ட்ரோவ்னா, தன் குஞ்சுகளுடன் வருகின்ற தாய்க் கோழியைப் போலக் காட்சி தருகின்றாய் நீ'

'அப்படி நினைக்கிறீர்களா? மிகவும் மகிழ்ச்சி' என்று சொல்லிக் கொண்டு அவள் தன் கரத்தை அவனிடம் நீட்டினாள்.

'நீ இங்கு வந்தது எனக்குத் தெரியாது. என் சகோதரர் என்னுடன் இருக்கிறார். நீ இங்கு வந்திருக்கிறாய் என்று உன் கணவர் தான் எனக்குத் தெரிவித்தார்.'

'ஆப்லான்ஸ்கி எழுதினாரா?' என்று டாலி வியப்புடன் கேட்டாள்.

'ஆமாம். நீ இங்கு தங்கியிருக்கிறாய். போய் பார்த்து உதவி செய் என்று அவர் எழுதியிருந்தார்' என்று அவளிடம் கூறியதும் லெவினுக்கு குழப்பம் ஏற்பட்டு விட்டது. கணவர் செய்ய வேண்டிய வேலைகளை ஒரு அந்நியர் செய்வதை அவள் ஏற்றுக் கொள்வாளா?' என்ற சந்தேகம் அவனுக்கு ஏற்பட்டது.

'இங்கு எல்லாமே உனக்கு விநோதமாக இருக்கும். ஏனென்றால் நீ நகர வாழ்க்கைக்குப் பழக்கப்பட்டவள். உனக்கு உதவி தேவைப்பட்டால் என்னிடம் சொல்' என்றான் லெவின்.

'ஆரம்பத்தில் சிரமமாக இருந்தது. ஆனால் இந்த செவிலிப் பெண்ணுடைய உதவி கிடைத்த பிறகு வசதியாக இருக்கிறேன்' என்றாள் டாலி. அதைக் கேட்டுக் கொண்டிருந்த செவிலிப் பெண் அதிக மகிழ்ச்சி அடைந்தாள்.

'உட்கார்ந்து பேசலாமே'

'நான் குழந்தைகளுடன் விளையாட விரும்புகின்றேன். குழந்தைகளே! என்னுடன் குதிரை விளையாட்டுக்கு வருகிறீர்களா?' என்று லெவின் குழந்தைகளிடம் கேட்டான்.

டாலியின் குழந்தைகளுக்கு லெவினை முற்றிலும் தெரியாது. ஆனால் அவர் நடிக்கவில்லை உண்மையாகப் பேசுகிறார் என்பதைக் குழந்தைகள் புரிந்து கொண்டார்கள். பெரியவர்கள் எவ்வளவு திறமையாக நடித்தாலும் அதைக் கண்டுபிடிக்கக் கூடிய திறமை குழந்தைகளிடம் இருக்கிறது.

லெவினிடம் குறைகள் இருந்தாலும் அவனிடம் போலித்தனம் கிடையாது. ஆகவே குழந்தைகள் அவனிடம் நட்பாக நடந்து கொண்டார்கள். மூத்த குழந்தைகள் இருவரும் அவனோடு விளையாடினார்கள். சின்னக் குழந்தை லிலியை அவன் தோளில் வைத்துக் கொண்டு ஓடி மகிழ்வித்தான். குழந்தைகள் எப்படி ஜிம்னாஸ்டிக் விளையாட வேண்டும் என்று செய்து காட்டினான். இரவு உணவு முடிந்த பிறகு டாலியும் லெவினும் வராந்தாவில் தனியாக உட்கார்ந்து உரையாடினார்கள்.

டாலி கிட்டியைப் பற்றிப் பேச ஆரம்பித்தாள்.

'கிட்டி என்னுடன் இங்கு கொஞ்ச நாள் தங்கியிருப்பதற்கு வர இருக்கிறாள்'.

'உண்மையாகவா?' என்று லெவின் மகிழ்ச்சியுடன் கேட்டான். ஆனால் உடனே பேச்சை மாற்ற விரும்பினான். 'அப்படியானால் இரண்டு பசுக்களை அனுப்பட்டுமா? என் உதவியை ஏற்றுக்கொள்ள விருப்பமில்லை என்றால் மாதத்துக்கு ஐந்து ரூபிள்கள் கொடு, போதும்' என்றான் லெவின்.

'நன்றி. இப்போதைக்கு வேண்டாம்'.

'சரி, உன் பசுக்களை நான் பார்க்கலாமா? அவற்றின் பராமரிப்பைப் பற்றி ஆலோசனை கூற விரும்புகின்றேன். பசுக்களுக்கு அதிகமாகத் தீவனம் கொடுக்க வேண்டும். அப்படிக் கொடுத்தால் பால் அதிகமாகக் கிடைக்கும்'.

லெவின் பசுக்களைப் பற்றி பேசினான். ஆனால் கிட்டியைப் பற்றி டாலி ஏதாவது கூடுதலாகச் சொல்ல மாட்டாளா என்று அவன் ஏங்கினான்.

மத்ரீனா பிலிமோனவ்னாவின் உதவியுடன் வீட்டைச் சீர்திருத்தம் செய்து கொண்ட டாலி மேலும் மாற்றங்களைச் செய்ய விரும்பவில்லை. பசுக்களுக்கு தீவனமும், கழுநீரும் வைப்பதுடன் வீட்டில் மிச்சப்படுகின்ற காய்கறிகளைக் கொடுத்தால் போதும் என்ற மத்ரீனாவின் கருத்துக்களுடன் அவள் உடன்பட்டாள். அவள் கிட்டியைப் பற்றி லெவினிடம் பேசுவதற்கு மிகவும் விரும்பினாள்.

அத்தியாயம் 10

'எனக்குத் தனிமை மற்றும் மன அமைதி தேவை என்று கிட்டி எழுதியிருக்கிறாள்' என்று டாலி கூறினாள்.

'அவளது நோய் குணமாகிவிட்டதா?' என்று லெவின் அக்கறையுடன் கேட்டான்.

'கடவுள் ஆசியால் அவள் குணமடைந்து விட்டாள். அவளுக்கு நுரையீரலில் கோளாறு இருக்கும் என்று நான் சிறிது கூட நினைக்கவில்லை'.

'கான்ஸ்தாந்தீன் திமித்ரீச்! உங்களுக்கு கிட்டியிடம் என்ன கோபம்?'

'எனக்கு கோபம் இல்லையே...'

'நீங்கள் மாஸ்கோவில் தங்கியிருந்த போது, என் வீட்டிற்கும், அம்மாவின் வீட்டிற்கும் வரவில்லையே, ஏன்?'

'அதற்குக் காரணம் உனக்குத் தெரியும். என்னிடம் உனக்கு அனுதாபம் இல்லையா?'

'எனக்குக் காரணம் தெரியாது.'

'நான் கிட்டியிடம் திருமணப் பிரேரணை செய்தேன். அது ஏற்றுக் கொள்ளப்பட வில்லை'.

'அது எனக்குத் தெரியும் என்று ஏன் நினைக்கிறீர்கள்?'

'எல்லாருக்கும் அதைப்பற்றித் தெரியும் என்பதால் தான்'.

'எனக்கு அதைப் பற்றித் தெரியாது. ஆனால் அப்படிப்பட்ட சூழலில் நானிருந்தேன்'.

'சரி. இப்பொழுது தெரிந்து கொண்டாய் அல்லவா?'

'அவள் என்னிடம் சொல்லவில்லை. ஆனால் அவள் மிகவும் வேதனைப்பட்டாள். என்னிடம் அவள் சொல்லாத விஷயத்தை மற்ற எவரிடமும் சொல்லியிருக்க மாட்டாள். நான் அவளைப் பற்றி நினைத்து மிகவும் வருத்தப்படுகின்றேன். உங்கள் இருவருக்கிடையேயும் என்ன நேர்ந்து விட்டது. சொல்லுங்கள் என்னிடம்...'

'என்ன நடந்தது என்று உன்னிடம் சொன்னேன் அல்லவா?'

'எப்போது இது நடந்தது?'

'கடைசியாக உன்னைப் பார்த்த அதே நாளில்'

'நான் அவளுக்காக உங்களிடம் மிக மிக, வருத்தம் தெரிவித்துக் கொள்கிறேன். நீங்கள் உங்கள் அகம்பாவத்தினால் தான், கர்வத்தினால் தான், தற்பெருமையினால் தான் இந்தத் துன்பங்களுக்கு ஆளாகி யிருக்கிறீர்கள் என்று நான் சொல்லுகிறேன்.'

'அப்படி இருக்கலாம். ஆனால்...'

டாலி இடைமறித்துப் பேசினாள்:

'இப்பொழுது எனக்குப் புரிகிறது. அவளுக்காக நான் வருந்துகின்றேன். உங்களிடம் வருத்தம் தெரிவித்துக் கொள்கிறேன்'.

'தார்யா அலெக்ஸாட்ரோவ்னா! நான் புறப்படுகின்றேன்'.

'சற்றுப் பொறுத்திருங்கள். உட்காருங்கள்'

'தயவு செய்து அதைப் பற்றிப் பேசாதீர்கள்'. என்று கூறிய லெவின் உட்காருங்கள். செத்து விட்டது. மண்ணில் புதைக்கப்பட்டுவிட்டது என்று அவன் கருதிய உணர்ச்சி மறுபடியும் தலை தூக்குவதை அவன் உணர்ந்தான்.

'இப்பொழுது எல்லாம் எனக்குப் புரிகிறது. ஆண்களுக்குச் சுதந்திரம் இருக்கிறது. வேண்டும் - வேண்டாம் என்று தேர்வு செய்வதற்கு உரிமை இருக்கிறது. யாரைக் காதலிப்பது என்று உங்களுக்குத் தெரியும். கிட்டி

இளம் பெண். ஆண்களைப் பற்றி அவளுக்கு மிகவும் குறைவாகத் தான் தெரியும். சில நேரங்களில் என்ன பேச வேண்டும் என்று கூட அவளுக்குத் தெரியாது'.

'ஆனால் அவளுடைய இதயம் பேசும் அல்லவா?'

'இதயம் பேசும்... இப்படி நினைத்துப் பாருங்கள். ஆண்கள் ஒரு பெண்ணைப் பற்றிய எண்ணங்களுடன் ஆசையுடன் வீட்டுக்கு வருகிறீர்கள். அவளுடைய பேச்சு செயல் ஆகியவற்றை கவனிக்கிறீர்கள். உரிய நேரம் வரும் வரை காத்திருக்கிறீர்கள். அந்தப் பெண்ணை காதலிப்பது உறுதியானவுடன் திருமணப் பிரேரணை செய்கின்றீர்கள்...'

'அப்படிச் சொல்ல முடியாது.'

'காதல் முதிர்ச்சியடையும் வரை காத்திருக்கிறீர்கள். ஒன்றிரண்டு பெண்களில் உங்களுக்குப் பிடிக்கின்ற பெண்ணைத் தேர்வு செய்கிறீர்கள். ஆனால் பெண் தனக்குப் பிடித்தமானவரைத் தேர்ந்தெடுக்க முடியாது. 'ஆம்' அல்லது 'இல்லை' என்ற ஒரு வார்த்தை மட்டும் தான் அவள் சொல்ல முடியும்.

'உண்மை தான். நானா அல்லது விரான்ஸ்கியா... என்ற தேர்வுநிலை மட்டும் தான் அவளுக்குத் தரப்பட்டிருந்தது' என்ற லெவின் சிந்தித்தான். அவன் மனதில் எழுந்த நம்பிக்கை மறுபடியும் அழிந்தது.

'தார்யா அலெக்ஸாண்ட்ரோவ்னா, உடை அல்லது வேறு ஏதாவது ஒரு பொருளைத் தான் அப்படி வாங்க முடியும். ஆனால் காதல்... ஒரு முறை முடிவு செய்த பிறகு... முடியாது...'

'இதோ... இந்த அகம்பாவம் தான்... இந்த அகம்பாவம் தான்' என்று சொன்ன டாலி 'ஆண்கள் இது போன்ற ஒருவித பிடிவாத குணத்துடன் பெண்களை நோகச் செய்கின்றனர். இது போன்ற குணங்கள் பெண்கள் அறியாதவையே' என்றாள். மேலும் தொடர்ந்தாள்:

'நீங்கள் கிட்டியிடம் உங்களது திருமணப் பிரேரணையைத் தெரிவித்த போது அவள் பதில் சொல்லக்கூடிய நிலையில் இல்லாதவளாக இருந்தாள். அவள் அப்போது எதையும் தீர்மானிக்கும் நிலையிலும் இல்லை. நீங்களா? விரான்ஸ்கியா என்ற தீர்மானம் எதற்குமே அவள் அப்போது வரவில்லை. விரான்ஸ்கியை அவள் தினம் தோறும் பார்த்தாள். ஆனால் உங்களை அவள் நீண்ட இடைவேளைக்குப் பிறகு தான் பார்த்தாள். அவளிடம் முதிர்ச்சி இருந்தால் - உதாரணமாக அவள் இடத்தில் நான் இருந்திருந்தால் சரியாக முடிவு செய்திருப்பேன். விரான்ஸ்கியைப் பார்த்தால் எனக்கு அருவருப்பு ஏற்படும். அவர் கடைசியில் அதை நிரூபித்தார்'.

லெவின் கிட்டியின் பதிலை நினைவு கூர்ந்தான்: 'இல்லை. அது முடியாது!'

'தார்யா அலெக்ஸாண்ட்ரோவ்னா! நீங்கள் என்னை மதித்துப் பேசியதற்கு நன்றி. என்னிடம் அகம்பாவம் இருப்பதாகச் சொல்கிறீர்கள். உங்கள் சகோதரியைப் பற்றி நான் மறுபரிசீலனை செய்ய இயலாது. முற்றிலும் இயலாது.'

'என் குழந்தைகளிடம் பாசம் வைத்திருப்பதைப் போல என் தங்கையிடமும் எனக்குப் பாசம் இருக்கிறது. அவள் உங்களை விரும்புவதாக நான் சொல்ல மாட்டேன். அவளுடைய மறுப்புக்கு அர்த்தமே கிடையாது என்று மட்டும் சொல்கிறேன்... இருக்கட்டும். கிட்டி இங்கு இருக்கும் பொழுது எங்களைப் பார்க்க நீங்கள் வரமாட்டீர்களா?'

'அப்படி நினைக்க வேண்டாம். உங்கள் இல்லத்துக்கு வருவேன். ஆனால் அவளைப் பார்ப்பதை இயன்றவரை தவிர்ப்பேன்.'

'நீங்கள் விசித்திரமான மனிதர்' என்று டாலி லெவினுடைய முகத்தைப் பார்த்துக் கொண்டு கூறினாள்: 'நான் பேசிய விஷயத்தை மறந்து விடுங்கள்' என்றாள்.

அப்போது டாலியின் மகள் தான்யா அங்கு வந்தாள்.

'தான்யா! உனக்கு என்ன வேண்டும்?' என்று டாலி தன் மகளிடம் பிரெஞ்சு மொழியில் கேட்டாள்.

'அம்மா! என்னுடைய மண்வெட்டி எங்கே?'

'நான் பிரெஞ்சு மொழியில் பேசினால் நீயும் பிரெஞ்சு மொழியில் பதிலளிக்க வேண்டும்'.

மண்வெட்டிக்கு பிரெஞ்சு மொழியில் உள்ள சொல் என்ன என்பது அந்தக் குழந்தைக்கு மறந்து விட்டது.

அவள் அதற்கான பிரெஞ்சு சொல்லை மகளுக்குச் சொல்லிக் கொடுத்ததுடன், 'அந்த மண்வெட்டி எங்கே வைக்கப்பட்டிருக்கிறது' என்பதற்கான பதிலையும் பிரெஞ்சு மொழியில் கூறி அவளுக்கு விளக்கினாள்.

அவளுடைய பிரெஞ்சு மோகம் லெவினுக்கு பிடிக்கவில்லை. டாலியின் வீடு மற்றும் குழந்தைகளிடம் அவனுக்கு முதலில் ஏற்பட்ட கவர்ச்சி திடீரென்று மறைந்தது.

'அவள் குழந்தைகளுடன் பிரெஞ்சு மொழியில் ஏன் பேச வேண்டும். அது எவ்வளவு போலியாக இருக்கிறது. குழந்தைகள் அதை உணர்கிறார்களே... அவர்களுக்குப் பிரெஞ்சு மொழியைக் கற்பித்து

நேர்மையில்லாமல் செய்யலாமா' என்று சிந்தித்தான். டாலியும் அதைப் பற்றி சிந்தனை செய்த பிறகே நேர்மையில்லாவிட்டால் கூடப் பாதகமில்லை. பிரெஞ்சு மொழிதான் முக்கியம் என்று முடிவு செய்திருப்பது அவனுக்குத் தெரியாது.

லெவின் அங்கே தேநீர் அருந்தினான். ஆனால் இங்கு வந்த போது அவனிடம் இருந்த உற்சாகம் இப்போது அவனிடமிருந்து மறைந்து விட்டது.

லெவின் வண்டியோட்டியிடம் குதிரைகளை வண்டியில் பூட்டுமாறு சொல்வதற்குச் சென்றான். திரும்பி வந்து டாலியைப் பார்த்த போது, அவளது முகம் வாடியிருந்தது. கண்கள் கலங்கியிருந்தன.

கிரிஷாவும் தான்யாவும் ஒரு பந்துக்காக சண்டை போட்டுக் கொண்டார்கள். அவர்களுடைய கூக்குரலைக் கேட்டு டாலி அங்கு சென்ற பொழுது தான்யா, கிரிஷாவின் தலைமுடியைப் பிடித்துத் தூக்கிக் கொண்டிருந்தாள். கிரிஷா தன் கைகளால் அவளை அடித்துக் கொண்டிருந்தாள். அதைப் பார்த்து டாலி சங்கடப்பட்டாள். தன்னுடைய குழந்தைகளைப் பற்றிப் பெருமைப்படுவது அவளுடைய வழக்கம். அவர்கள் சாதாரணமான குழந்தைகள் தான். ஆனால் தீய குணங்களைக் கொண்டவர்கள் என்று மற்றவர்கள் நினைக்கும்படியாக அவர்கள் நடந்து கொள்வதைப் பார்த்து அவள் வெட்கமடைந்தாள். ஆனால் லெவினிடம் அவளால் தன் மன வேதனைகளைப் பகிர்ந்து கொள்ள முடியவில்லை.

லெவின் அவளுடைய துன்பத்தைப் புரிந்து கொண்டான். 'எல்லாக் குழந்தைகளும் சண்டை போடுவார்கள். அதற்காக நாம் வருத்தப்பட வேண்டியதில்லை' என்று அவளைச் சமாதானப்படுத்த முயற்சி செய்தான்.

'என் குழந்தைகளை ஏமாற்றுபவர்களாக வளர்க்க மாட்டேன். அவர்களுடன் பிரெஞ்சு மொழியில் பேச மாட்டேன். குழந்தைகளைப் பெரியவர்கள் கெடுத்து விடுகிறார்கள். என்னுடைய குழந்தைகள் இவர்களைப் போல இருக்க மாட்டார்கள்' என்று லெவின் தன் மனத்தினுள் நினைத்துக் கொண்டான்.

லெவின் டாலியிடம் விடைபெற்றுக் கொண்டு புறப்பட்டான். இங்குத் தங்கி செல்லுமாறு டாலியும் வற்புறுத்தவில்லை.

அத்தியாயம் 11

லெவினுடைய சகோதரிக்குச் சொந்தமான கிராமம் போக்ரோவ்ஸ்க்கிலிருந்து பதினைந்து மைல்கள் தூரத்தில் இருந்தது. ஜூலை மாதத்தின் மத்தியில் அந்தக் கிராமத்திலிருந்து ஒரு முதியவர் உலர்புல் அறுவடையைப் பற்றிச் சொல்வதற்காக லெவினுடைய வீட்டுக்கு வந்தார்.

லெவினுடைய சகோதரிக்கு உலர்புல் அறுவடை தான் முக்கிய வருமானமாக இருந்தது. முந்திய ஆண்டுகளில் விவசாயிகள் ஏக்கருக்கு ஏழு ரூபிள்கள் கொடுத்து உலர்புல்லைத் தனித்தனியாக அறுவடை செய்தார்கள். அந்தப் பண்ணை நிர்வாகத்தை லெவின் மேற்பார்வை செய்ய ஆரம்பித்த பிறகு உலர்புல் குறைந்த விலைக்கு விற்பனை செய்யப்படுவதாகக் கருதினான். ஏக்கருக்கு எட்டு ரூபிள்கள் தரவேண்டும் என்றான் லெவின். ஸ்தலத்திலிருந்த விவசாயிகள் அதற்கு உடன்பட வில்லை. பக்கத்து கிராமங்களைச் சேர்ந்தவர்கள் கூட இதனை வாங்கிவிடாமல் இவர்கள் தடுப்பதற்கு லெவின் சந்தேகப்பட்டான். எனவே அவனே தனது சகோதரியின் கிராமத்துக்குச் சென்று கூலி விவசாயிகளைப் பயன்படுத்தி உலர்புல்லை அறுவடை செய்தான். உள்ளூர் விவசாயிகள் அதனை எதிர்த்தாலும் அவனது திட்டம் வெற்றி பெற்றது. அவனுடைய சகோதரிக்கு சுமாராக இரண்டு மடங்கு அதிக வருமானம் கிடைத்தது. அடுத்து வந்த இரண்டு ஆண்டுகளின் அறுவடையின் போதும் உள்ளூர் விவசாயிகள் இதே போன்று தகராறுகள் செய்தார்கள். 'இந்த ஆண்டில் உள்ளூர் விவசாயிகள், உலர்புல்லை நாங்களே அறுவடை செய்து தருகிறோம். மூன்றில் ஒரு பங்கு எங்களுக்குக் கொடுங்கள்' என்று சமரசம் பேசிக் கொண்டிருந்தனர். இப்பொழுது அந்த முதியவர் லெவினைப் பார்க்க வந்தார். உலர்புல் அறுவடை முடிந்துவிட்டது. பண்ணை நிர்வாகியின் முன்னிலையில் பங்கு பிரிக்கப்பட்டு விவசாயிகள் அவர்களுடைய பங்கைப் பெற்றுக் கொண்டார்கள். நிலவுடைமையாளர் பங்கு என்று பதினோரு கூம்புகள் (ஒரு கூம்பில் ஐம்பது வண்டிச்சுமை உலர்புல் இருக்கும்) தனியாக வைக்கப்பட்டிருக்கின்றன என்றார்.

லெவின் கேட்ட கேள்விகளுக்கு அந்த முதியவர் தெளிவான பதில்களைத் தரவில்லை. அத்துடன் லெவினுடைய அனுமதியில்லாமல் உலர்புல்லை அறுவடை செய்திருக்கிறார்கள். பங்கு பிரித்திருக்கிறார்கள். இதில் மோசடி நடைபெற்றிருக்க வேண்டும் என்று லெவின் முடிவு செய்து, தானே அந்தக் கிராமத்திற்குச் சென்று விசாரிக்க முடிவு செய்தான்.

லெவின் நடுப்பகலில் அந்தக் கிராமத்துக்கு வந்து சேர்ந்தான். அவன் தன் குடும்பத்துக்கு நெருக்கமான முதியவர் வீட்டில் குதிரையைக் கட்டிவிட்டு அவரைப் பார்ப்பதற்காக, அவருடைய தேனீக்கள் வளர்க்குமிடத்திற்குச் சென்றான். 'பார்மெனிச்' என்னும் பெயருடைய அந்த முதியவர் மகிழ்ச்சியுடன் லெவினை வரவேற்றுத் தன்னுடைய தேன் கூடுகளைக் காட்டினார். உலர்புல் அறுவடையைப் பற்றி லெவின் கேட்ட பொழுது அவரும் தெளிவில்லாமல் பதில்களைத் தான் கூறினார்.

லெவின் கூம்புகளைப் போய் பார்த்தான். ஒவ்வொரு கூம்பிலும் ஐம்பது வண்டிச்சுமைகள் இருக்காது என்று லெவின் கருதினான். ஒரு

கூம்பைப் பிரித்து சோதனை செய்ததில் அதில் முப்பத்திரண்டு வண்டிச்சுமைகள் தான் இருந்தன. என்னுடைய அனுமதியில்லாமல் பகிர்வு நடைபெற்றிருக்கிறது. ஒவ்வொரு கூம்பிலும் ஐம்பது வண்டிச்சுமை இருக்காது என்று லெவின் வற்புறுத்திச் சொன்னான். இப்பொழுது உலர்புல் அமுங்கி போய்விட்டது என்று முதியவர் கூறிய விளக்கத்தை அவன் ஏற்கவில்லை. நீண்ட விவாதத்துக்குப் பிறகு பதினோரு கூம்புகளையும் விவசாயிகளே எடுத்துக்கொண்டு நிலவுடைமையாளர் பங்கை மறுபடியும் பகிர்வு செய்யவேண்டும் என்று முடிவு செய்யப்பட்டது. எல்லாம் முடிவு செய்யப்பட்ட பின்பு, நிலவுடைமையாளர் பங்கை முறையாகப் பெற பண்ணை நிர்வாகியை ஏற்பாடு செய்து விட்டு ஓய்வு எடுத்துக் கொண்டான் லெவின்.

ஆண்களும், பெண்களும் களத்தில் வரிசையாக நின்று உலர்புல் கட்டுக்களைப் பிரித்துக் களத்தில் போட்டார்கள். ஆண்கள் கவட்டையுடன் நின்று கொண்டு உலர்புல்லை வண்டிகளில் ஏற்றினார்கள். லெவின் மேட்டில் உட்கார்ந்து கொண்டு அவர்களுடைய சுறுசுறுப்பான உழைப்பை ரசித்தான். 'இது தான் கடைசிச் சுமையா?' என்று வண்டி ஓட்டிக் கொண்டு சென்ற இளைஞனிடம் லெவின் கேட்டான்.

'ஆமாம், கடைசி வண்டி' என்று பதிலளித்த அந்த இளைஞன் வண்டிக்குள் உட்கார்ந்திருந்த இளம்பெண்ணைப் பார்த்துச் சிரித்தான்.

'அவன் உன் மகனா?' என்று லெவின் முதியவரிடம் கேட்டான்.

'என் கடைசி மகன்'

'திருமணமாகிவிட்டதா?'

'திருமணமாகி இரண்டு ஆண்டுகள் முடிந்து விட்டன.'

'குழந்தைகள்...'

'குழந்தை... முதல் ஆண்டில் அவனுக்கு எதுவும் தெரியவில்லை. நாங்கள் அவனைக் கேலி செய்தோம்...' என்று சொல்லிவிட்டு அவர் பேச்சை மாற்றினார்.

லெவின் 'வான்கா பார்மெனிச்சையும்', அவனது மனைவியையும் அக்கறையுடன் கவனித்தான். வான்கா கட்டை வண்டியில் நின்று கொண்டு தன் மனைவி கைளால் தூக்கிக் கொடுத்த உலர்புல்லைக் காலால் பரப்பிக் கொண்டிருந்தான். அவள் குதித்து, குதித்து வேகமாக வேலைச் செய்தாள். ஒட்டிக் கொண்டிருந்த அகலமான உலர்புல்லை அவள் கவட்டையினால் புரட்டிப் போட்டாள். பிறகு கவட்டையைப் பயன்படுத்தி உலர்புல்லைக் கொத்தாகத் தூக்கி வண்டிக்குள் போட்டாள். வான்கா அதைக் கையால் வாங்கி சமமாகப் பரப்பினான். வேலை முடித்த பிறகு அவன் முகத்திலும், கழுத்திலும் ஒட்டியிருந்த தும்பு, தூசியை அப்புறப்படுத்தினாள்.

நெற்றிக்கு மேல் கட்டியிருந்த துணியை அவிழ்த்து மறுபடியும் சரியாகக் கட்டினாள். பிறகு குனிந்து கொண்டு கட்டை வண்டியில் அடியில் சென்று கயிற்றைக் கட்டுவதற்கு உதவி செய்தாள். வான்கா அவளிடம் வேடிக்கையாக எதையோ கூறிவிட்டு ரசித்துச் சிரித்தான்.

அவர்களுடைய முகங்களிலும் இளமைத் துடிப்பும், புத்துணர்ச்சியும், காதலுணர்ச்சியும் பிரகாசித்தது.

அத்தியாயம் 12

உலர்புல்லை வண்டியில் ஏற்றிக் கட்டி முடிந்து விட்டது. வான்கா வண்டியிலிருந்து குதித்து கொழுத்த குதிரையின் கடிவாளத்தைப் பிடித்துக் கூட்டிக் கொண்டு நடந்தான். அவன் மனைவி 'வைக்கோல் வாரியை' வண்டியில் வைத்து விட்டு அங்கு வட்டமாகக் கூடியிருந்த பெண்களை நோக்கிச் சுறுசுறுப்பாக நடந்தாள். சாலைக்குச் சென்றதும் மற்ற வண்டிகளின் வரிசையில் வான்காவின் வண்டியும் சேர்ந்தது. பெண்கள் வண்டிகளுக்குப் பின்னால் சிரித்துப் பேசிக் கொண்டு வந்தார்கள். ஒரு பெண் கரகரத்த குரலில் பாட்டுப்பாட ஆரம்பித்தாள். ஐம்பது பெண்கள் அவளுடன் சேர்ந்து பாட ஆரம்பித்தார்கள்.

பெண்கள் லெவின் உட்கார்ந்திருந்த இடத்துக்கு அருகில் வந்தார்கள். குதூகலமான மேகம் தன்னை நோக்கி நகர்ந்து கொண்டிருப்பதைப் போல லெவின் உணர்ந்தான். அந்த மேகம் அவனையும், வண்டிக்காரர்களையும், வயல்களையும் ஒன்று கூட்டியது. அந்தப் பாட்டுச் சத்தமும் கீச்சொலியும் குதூகலத்தின் உச்சியைத் தொட்ட பொழுது லெவின் அவர்களைப் பற்றிப் பொறாமைப்பட்டான். வாழ்க்கையின் குதூகலத்தை வெளியிடுகின்ற அவர்களுடன் தானும் சேர்ந்து பாட விரும்பினான். ஆனால் கூச்சம் அவனைத் தடுத்தது. எனவே பாட்டைக் கேட்டுக் கொண்டிருந்ததை தவிர வேறு ஒன்றும் செய்ய முடியவில்லை. பெண்களும் அவர்களுடைய கூட்டிசையும் வெகுதூரத்திற்கு அப்பால் கடந்து போய் விட்டது. பிறகு லெவின் தன்னுடைய சோம்பலைப் பற்றியும், தான் உலகத்தை வெறுப்பதைப் பற்றியும் சிந்தித்தான். அந்த விவசாயிகள் முதலில் அவனை ஏமாற்ற நினைத்தார்கள். அல்லது அவன் அவர்களை நம்பாமல் மிரட்டினான். பின்னர் அவர்கள் லெவினைக் குனிந்து வணங்கினார்கள். தங்கள் செயலுக்காக வருந்தினார்கள். அவனிடம் மன்னிப்புக் கேட்டார்கள். அவனை ஏமாற்ற நினைத்ததைக் கூட அவர்கள் மறந்து விட்டார்கள். அவர்களுடைய உழைப்பு என்னும் கடலில் அது மூழ்கி விட்டது. கடவுள் அவர்களுக்கு வாழ்வை, சக்தியைக் கொடுத்திருக்கிறார். வாழ்வும் சக்தியும் உழைப்புக்கு அர்ப்பணிக்கப்படுகிறது. அந்த உழைப்பு அவர்களை வாழ வைக்கிறது.

லெவின் அந்த வாழ்க்கையை மதித்தான். அவர்களைப் பற்றிப் பொறாமைப்பட்டான். அன்று வான்கா பார்மெனிச்சுக்கும், அவன் மனைவிக்கும் இடையில் நிலவிய வாழ்க்கை உறவுகளைப் பார்த்த பிறகு அவன் ஒரு முடிவுக்கு வந்தான். தன்னுடைய செயற்கையான தனி வாழ்க்கையைக் கைவிட்டு, பொது உழைப்பு என்ற தூய்மையான வாழ்க்கையை வாழ வேண்டும் என்ற ஆசை அவனிடம் ஏற்பட்டது.

அவனுக்குப் பக்கத்தில் உட்கார்ந்திருந்த முதியவர் எப்போது வீட்டுக்குப் புறப்பட்டார் என்று அவனுக்குத் தெரியவில்லை. அருகில் வசித்த விவசாயிகளும் தனது வீடுகளுக்குத் திரும்பி விட்டனர். தூரத்திலிருந்த விவசாயிகள் இரவுணவு சாப்பிடுவதற்கு வயலில் உட்கார்ந்தார்கள். அவர்கள் இரவில் அந்த இடத்திலேயே தூங்குவார்கள். லெவின் தான் இருந்த இடத்தில் உட்கார்ந்து கொண்டு உற்றுக் கேட்டான். சிந்தித்தான். விவசாயிகள் உரையாடினார்கள். சிரித்தார்கள். பாடினார்கள். பிறகு மறுபடியும் சிரித்தார்கள். பகல் முழுவதும் உழைத்த பிறகு கூட அவர்கள் உற்சாகமாக, மகிழ்ச்சியாக இருந்தார்கள்.

அதிகாலைப் பொழுது, எங்கும் அமைதி நிலவியது. தவளைகளின் சத்தமும், குதிரைகளின் பெருமூச்சுக் குரல்களும் மட்டுமே கேட்டுக் கொண்டிருந்தது. லெவின் எழுந்தான்.

நான் இனிமேல் என்ன செய்ய வேண்டும், எப்படிச் செய்ய வேண்டும் என்று அவன் தன்னைத் தானே கேட்டுக் கொண்டான். அந்தக் குறுகிய இரவில் தனக்கேற்பட்ட உணர்ச்சிகளுக்கு வடிவம் கொடுப்பதற்கு அவன் முயற்சி செய்தான். அவனுடைய சிந்தனைகள் மூன்று போக்குகளாகப் பிரிந்தன.

முதலாவது, பழைய வாழ்க்கை மற்றும் பயனற்ற தனது கல்வியைத் தூக்கியெறிவது எப்படி? இரண்டாவது, இனிமேல் அவன் எப்படிப்பட்ட வாழ்க்கை வாழ வேண்டும்? (அந்த வாழ்க்கையில் எளிமை, தூய்மை, நேர்மை இருக்க வேண்டும்) மூன்றாவது, அவன் தனது இன்றைய வாழ்க்கையிலிருந்து புதிய வாழ்க்கைக்கு மாறுவது எப்படி? இந்த இடத்தில் அவனிடம் தெளிவான கருத்து இல்லை. நான் திருமணம் செய்ய வேண்டுமா? அல்லது உழைக்க வேண்டுமா? அல்லது போக்ரோவ்ஸ்க்கை விட்டு வெளியேறி வேறு ஒரு கிராமத்தில் ஒரு விவசாயி போல உழைத்து வாழ்க்கை நடத்தலாமா? அங்கேயே ஒரு சாதாரணமான விவசாயக் குடும்பத்தில் பிறந்த ஒரு பெண்ணைத் திருமணம் செய்து கொள்ளலாமா? விவசாயிகளின் கம்யூனில் சேர வேண்டுமா? நான் என்ன செய்ய வேண்டும்? என்று அவன் தன்னையே கேட்டுக் கொண்டான். பதில் கிடைக்கவில்லை. 'நான் இரவு முழுவதும் தூங்கவில்லை. எனக்குக்

குழப்பமாக இருக்கிறது. என் குழப்பம் விரைவில் மறையும். ஆனால் ஒன்று மட்டும் நிச்சயம். இந்த இரவு என் வாழ்க்கையை முடிவு செய்து விட்டது. குடும்ப வாழ்க்கையைப் பற்றி நான் கனவு கண்டது சரியல்ல. அதைக் காட்டிலும் உயர்ந்த வாழ்க்கை என்னை அழைக்கிறது' என்று லெவின் சிந்தித்தான்.

வானத்தில் சிறிய மேகங்கள் ஒன்று சேர்ந்து ஒரு பெரிய முத்துச் சிப்பியைப் போலத் தோற்றமளித்தன. 'இன்று எல்லாமே அழகுடன் இருக்கின்றன. சிறிது நேரத்துக்கு முன்பு நான் வானத்தைப் பார்த்த பொழுது இரண்டு வெண்ணிறக் கோடுகளைத் தவிர வேறு ஒன்று மில்லையே. இந்த முத்துச் சிப்பி எங்கிருந்து தோன்றியது? வாழ்க்கையைப் பற்றிய என்னுடைய கருத்துக்களும் புலப்படாத முறையில் மாறிவிட்டன.'

லெவின் வயலிலிருந்து புறப்பட்டு கிராமத்தை நோக்கிச் சென்றான். தென்றல் வீசிக் கொண்டிருந்தது. வானம் எங்கும் மந்தமாக காணப்பட்டது. காலை உதயத்துக்கு முன்பு எல்லாம் மந்தமாக இருப்பது இயற்கைதான். லெவின் குளிரில் நடுங்கியவாறு வேகமாக நடந்தான்.

அவன் நடந்து கொண்டிருந்த இடத்துக்குச் சிறிது தூரத்தில் நான்கு குதிரைகள் பூட்டிய கோச்சு வண்டி ஒன்று வந்து கொண்டிருந்து. வண்டியின் கூரையில் பெட்டிகள் வைத்துக் கட்டப்பட்டிருந்தன. குதிரைகள் கிராமப் பாதையில் ஓடிவருவதற்குக் கஷ்டப்பட்டாலும் வண்டிக்காரர் மிகத் திறமையுடன் ஓட்டிக் கொண்டு வருவது தெரிந்தது. வண்டியில் வருவது யார் என்று தெரிந்து கொள்ள விருப்பமில்லாவிட்டாலும் கூட லெவின் அக்கறையில்லாமல் வண்டியின் சன்னலைப் பார்த்தான். வண்டியில் மூலையில் ஒரு முதிய பெண் உறங்கிக் கொண்டிருந்தாள். தலையில் கம்பளிக் குல்லா அணிந்திருந்த இளம் பெண், உறக்கத்திலிருந்து அப்போது தான் விழித்திருக்க வேண்டும். அதிகாலைப் பொழுதின் அழகை ரசிக்க வெளியே பார்த்தவள் லெவினைப் பார்த்து விட்டாள். அவள் கிட்டி. அவர்கள் ரயில் நிலையத்திலிருந்து எர்குஷேவாவில் உள்ள சகோதரியின் வீட்டுக்கு வண்டியில் போய்க் கொண்டிருக்கின்றனர் என்பது லெவினுக்குப் புரிந்து விட்டது. லெவினைப் பார்த்த அவளது முகத்தில் ஆச்சரியமும், சந்தோஷமும் கலந்து தென்பட்டன. உலகத்தில் அவளைப் போன்ற அவ்வளவு அழகான கண்கள் வேறு எவருக்கும் இருக்க முடியாது என்று லெவின் நினைத்தான். இரவில் தூக்கமில்லாமல் படுத்திருந்த பொழுது அவன் செய்த முடிவுகள் சட்டென்று மறைந்தன. விவசாயப் பெண்ணை மணந்து கொள்வது என்பது தவறான முடிவு என்று இப்போது அவன் நினைத்தான். சமீப காலத்தில் அவனைத் துன்புறுத்திய வேதனைக்கு உரிய மருந்து அதோ அந்த வண்டியில் வேகமாகப் போய்க் கொண்டிருந்தது.

வண்டியில் போய்க் கொண்டிருந்த கிட்டி மறுபடியும் திரும்பி அவனைப் பார்க்கவில்லை. நாய்கள் குரைக்கும் ஓசை கேட்டதிலிருந்து கோச்சு வண்டி கிராமத்தின் வழியாகப் போய்க் கொண்டிருக்கின்றது என்று லெவின் புரிந்து கொண்டான்.

லெவின் குழப்பத்துடன் வானத்தைப் பார்த்தான். முத்துச் சிப்பி மறைந்து விட்டது. வானத்தின் பாதியில் பஞ்சு போன்ற சிறு மேகங்கள் மிதந்தன. அவன் கேள்வி கேட்பதைப் போல வானத்தைப் பார்த்தான். வானம் அவனை இரக்கத்துடன், அவனிடம் உறவில்லாத ஒரு அந்நியமான நோக்குடனும் பார்ப்பது போலத் தோன்றியது.

'எளிய வாழ்க்கையும், உழைப்பும் அழகானவைதான். ஆனால் எனக்கு ஏற்றவை அல்ல. நான் அவளைக் காதலிக்கிறேன், ஒரு நல்ல வாழ்க்கை எனக்காகக் காத்திருக்கிறது' என்று தனக்குள் கூறிக் கொண்டான் லெவின்.

அத்தியாயம் 13

கரீனின் உணர்ச்சி வசப்படாதவர். நிதானமாகச் சிந்திப்பவர் என்பது எல்லோருக்கும் தெரியும். ஆனால் அவருக்குள்ளும் ஒரு பலவீனம் இருப்பது ரொம்பவும் நெருங்கிப் பழகுபவர்களைத் தவிர வேறு யாருக்கும் தெரியாது. ஆனால் ஒரு குழந்தையோ அல்லது ஒரு பெண்ணோ அழுவதைப் பார்த்து விட்டால் அவரால் மனம் கலங்காமல் இருக்க முடியாது என்பது அவரது நெருங்கிய நண்பர்களுக்கு மட்டுமே தெரியும். கண்ணீர்த் துளிகளைப் பார்த்தால் அவர் பதட்டப்படுவார். மனுக்களோடு அவரைப் பார்க்க வருகின்ற பெண்களிடம் 'நீ அழக்கூடாது. அழுதாய் என்றால் அவர் உதவி செய்ய மாட்டார்' என்று அவரது செயலாளர் பெண்களை எச்சரிக்கைச் செய்வார். அதற்குப் பிறகும் சில பெண்கள் அவரிடம் மனுக்களைக் கொடுத்துவிட்டுக் கண்ணீரைக் கொட்டுவதுண்டு. அப்போதெல்லாம் அவர் 'நான் உனக்கு உதவி செய்ய மாட்டேன். போய் விடு' என்று அதட்டலாகப் பேசுவார்.

குதிரைப் பந்தயத்திலிருந்து அவரும் அன்னாவும் கோச்சு வண்டியில் திரும்பிய பொழுது விரான்ஸ்கியுடன் தன்னுடைய உறவுகளைப் பற்றிய உண்மையை அன்னா தெரிவித்து விட்டுக் கைகளால் முகத்தை மூடிக் கொண்டு அழுதாள். அவர் அவள் மீது கோபமடைந்தார். ஆனால் வண்டியில் உட்கார்ந்து கொண்டு அவளைக் கடிந்து கொள்வது பொருத்தமல்ல என்று அவர் நினைத்தார். எனவே அவர் அசையாமல், அவளைப் பார்க்காமல் உட்கார்ந்திருந்தார். முகத்தில் மரணக்களையைப் பார்த்து விட்டு அன்னா திடுக்கிட்டாள். வண்டி வீட்டுக்கு வந்தவுடன் அவர் பண்புடன், வழக்கமாகச் செய்வது போல அவள் வண்டியிலிருந்து

இறங்குவதற்கு உதவி செய்தார். தன்னுடைய முடிவை மறுநாள் தெரிவிப்பதாகக் கூறி நாகரிகமாக விடைபெற்றார்.

அன்னா - விரான்ஸ்கி தொடர்பைப் பற்றி அவருக்கு சந்தேகம் ஏற்பட்டிருந்தது. அன்னா அதை ஒப்புக் கொண்ட பொழுது அவர் இதயம் நொறுங்கியது. அன்னா கண்ணீர் விட்டு அழுத போது அவர் அவளிடம் அனுதாபப்பட்டார். ஆனால் கோச்சு வண்டியில் தனியாகத் திரும்பிய பொழுது அவரை அதுவரையில் மிகவும் துன்புறுத்திய சந்தேகமும் பொறாமை உணர்ச்சியும் மறைந்து விட்டன.

ஒரு நபர் பல மாதங்களாகப் பல் வலியினால் துன்பப்பட்டு வந்த போது, அந்தப் பல்லைப் பிடுங்கிவிட்ட பின் அவருக்குத் துன்பம் நீங்கி நிம்மதி ஏற்படுவது போல தன்னுடைய இதயத்தில் ரணமாக இருந்த வேதனைகள் மறைந்து இப்போது தன் மனத்தில் ஒரு அமைதி ஏற்பட்டிருப்பதாக கரீனின் உணர்ந்தார். அவருடைய வாழ்க்கையைக் கெடுத்த நஞ்சு இப்பொழுது வெளியேற்றப்பட்டு விட்டது. இனி மேல் நிம்மதியாக வாழ முடியும், சிந்திக்க முடியும். மனைவி உட்பட, மற்ற விஷயங்களில் அக்கறை செலுத்த முடியும் என்று அவர் நினைத்தார்.

அவளிடம் கண்ணியம் இல்லை, இதயம் இல்லை, சமயப் பற்று இல்லை. சீரழிந்த, துர்நடத்தையுள்ள பெண் அவள் என்பது எனக்கு ரொம்ப நாளாகவே தெரியும். அவளிடம் இரக்கப்பட்டதால் என்னை நானே ஏமாற்றிக் கொண்டேன். கடந்த காலத்தில் தங்களுடைய வாழ்க்கையில் இதற்கு முன் நடந்த எல்லா சம்பவங்களையும், எல்லா அம்சங்களையும் அவர் மீண்டும் நினைவுக்குக் கொண்டு வந்தார். அன்று அவர் தவறு என்று கருதாத அம்சங்கள் அன்னாவின் ஒப்புதலுக்குப் பிறகு அவள் கெட்டவள், ஒரு மானங்கெட்ட கழிசடை என்பதை அவருக்கு நிரூபித்தன.

‘நான் வருந்த வேண்டியதில்லை. ஏனென்றால் நான் தவறு செய்யவில்லை. நான் செய்த தவறு ஒன்று உண்டென்றால் என்னுடைய வாழ்க்கையை அவளுடன் பிணைத்துக் கொண்டது தான் நான் செய்த தவறாக இருக்க முடியும். அதைத் தவிர வேறு எதுவும் என்னிடம் இல்லை. தவறு செய்தவள் அவள். எனவே இதற்காக நான் மனம் வருந்த வேண்டிய தில்லை. அவள் எனக்குரியவள் அல்ல. அவள் எனக்காக வாழ்பவள் அல்ல.’

அவர் பல்வேறு சிந்தனைகளில் மூழ்கிப் போனார். அவளைப் பற்றி, தன் மகனைப் பற்றிச் சிந்திக்கவில்லை. அவள் சகதியில், சேற்றில் விழுந்து விட்டாள். அதன் பலனாகத் தன் மீதும் சேறும், சகதியும் வாரிவீசப்பட்டு விட்டது. இவ்வாறு அவள் வீழ்ந்ததால் தன் மீது வாரி இறைக்கப்பட்டுள்ள இந்தச் சேற்றை தனக்கு எந்த விதமான பாதிப்பும் இல்லாமல் கழுவிக் கொள்வது எப்படி என்பதைப் பற்றியே அவர் சிந்தித்தார். தன்னுடைய

நேர்மையான, கௌரவமான பதவியைக் காப்பாற்றுவது எப்படி என்று சிந்தித்தார்.

'மிகவும் இழிவான ஒரு பெண் ஒரு குற்றத்தைச் செய்து விட்டதுடன் என்னையும் நெருக்கடியில் சிக்க வைத்து விட்டாள். இதிலிருந்து நான் தப்ப வேண்டும். இப்படிப்பட்ட துன்பங்கள் எவருக்கும் ஏற்படுவதுதான். இதில் நான் முதலாவது நபரும் இல்லை. கடைசியான நபரும் இல்லை. எப்படியோ இது போன்ற ஒரு நிலை எனக்கு ஏற்பட்டுவிட்டது. இனி இதிலிருந்து சேதமின்றி மீள்வதற்கு தான் வழி தேடவேண்டும். நான் நிச்சயம் ஒரு வழி கண்டுபிடிப்பேன்.'

வரலாற்றில் சம கால வாழ்க்கையில் இத்தகைய துன்பத்தைச் சந்தித்தவர்களைப் பற்றி அவர் நினைத்துப் பார்த்தார். இது போன்ற சூழ்நிலையில் அவர்கள் என்ன செய்தார்கள்?

'தார்யாலோவ், புல்டாவ்ஸ்கி, இளவரசன் கரிபானேவ், கோமகன் பஸ்குடின், டிராம், செமினோவ், ஷாகின், சிகோனின்' என்று பலருடைய அவல வாழ்க்கைகளும் அவர்களது மீட்சியும் அவரது கண்களில் ஓடி மறைந்து கொண்டிருந்தன. தார்யாலோவ் வாள் சண்டை போட்டார்... ஆனால் நான்... சிறுவயதில் சண்டை போடுவதில் மிகுந்த ஆர்வம் உள்ளவனாகத்தான் நான் இருந்தேன். ஆனால் இப்போது அது முடியுமா? உடல் வலிமையற்றவன் நான்... விரான்ஸ்கியை நான் துப்பாக்கிச் சண்டைக்குத் தான் கூப்பிட வேண்டும்.

கரீனின் பயந்த மனிதர். அது அவருக்குத் தெரியும். தன்னுடைய தலைக்கு நேராக ஒருவர் ஒரு கைத்துப்பாக்கியை நீட்டினால்...! அதை அவரால் நினைத்துப் பார்க்க முடியவில்லை. நான் குற்றம் செய்யாத நபர். நான் ஏன் சாக வேண்டும். அவர் இதுவரையிலும் எந்த வகையான ஆயுதங்களையும் உபயோகித்தது கிடையாது. 'அப்படியே நான் அவனை என்னோடு துப்பாக்கி யுத்தத்திற்கு அழைப்பதாகவே வைத்துக் கொள்வோம். சண்டையில் அவனை நான் கொன்றுவிட்டதாகவே வைத்துக் கொள்வோம்' என்று அவர் அவ்வாறு நினைக்கும் பொழுதே அதனை மறுத்து அந்த நினைப்பை உதறித் தள்ளுவது போலத் தலையை அசைத்துக் கொண்டார். 'தவறு செய்த தன் மனைவிக்கும், தன் மகனுக்கும், தனக்கும் இடையில் உள்ள உறவை நிர்ணயிப்பதற்காக ஒருவனைக் கொல்லுவதில் என்ன அர்த்தமிருக்கிறது? இருந்த போதிலும் அவளது விஷயமாக நான் இனி என்ன செய்ய வேண்டும் என்பதைப் பற்றி நான் முடிவு செய்தே தீர வேண்டும்' என்று தனக்குள் சொல்லிக் கொண்டார் கரீனின். ஒருவேளை 'எனக்கும், விரான்ஸ்கிக்கும் இடையில் சண்டை நடந்தால் முடிவில் நான்தான் கொல்லப்படக் கூடும் என்றும் அப்படி நேர்ந்து விட்டால் ஒரு பாவமும் அறியாத நான் ஏன் கொல்லப்பட வேண்டும்? இது

முட்டாள்தனமான யோசனை அல்லவா? அது மட்டும் அல்ல... அவனை நான் சவால்விட்டு அழைத்தால் அது நேர்மையான செயலாகவும் இருக்காது, அவனுடன் துவந்த யுத்தம் செய்ய என்னுடைய நண்பர்களும் என்னை அனுமதிக்க மாட்டார்கள் என்பது எனக்குத் தெரியாதா என்ன?' என்று தனக்குத் தானே கேட்டுக் கொண்டார் கரீனின். ரஷ்யாவுக்கு மிகவும் முக்கியமாக வேண்டிய ஒரு ராஜதந்திரியை இழக்க என்னுடைய நண்பர்கள் சம்மதிக்க மாட்டார்கள். அவர் தன்னை அபாயத்துக்குள்ளாக்கிக் கொள்ளுவதை அவர்கள் விரும்பவும் மாட்டார்கள். எனவே விஷயத்தை இவ்வளவு தூரம் வரை விடமாட்டார்கள் என்னுடைய நண்பர்கள் என்பதை அறிந்தும் 'நான் எனது போலி கௌரவத்திற்காக அவனைச் சவால் விட்டு அழைப்பது போலவே இது இருக்கும். இது என்னையும் மற்றவர்களையும் ஏமாற்றிக் கொள்வதற்கு ஒப்பான செய்கை ஆகும். எனவே அவனுடன் சண்டை போடுவது நடக்காத காரியம். என்னுடைய புகழை, என்னுடைய நற்பெயரைக் காப்பாற்றிக் கொள்ள வேண்டும் என்பது தான் என்னுடைய நோக்கம். என்னுடைய அரசாங்கப் பணிகள் தான் எனக்கு முக்கியம் என்றும், இப்போது அவை மிக மிக முக்கியம்' என்று அவருக்குத் தோன்றியது. 'என்னைப் போன்ற உயர் பதவியில் இருப்பவர் தன் உயிருக்கு ஆபத்து ஏற்படுவதை அனுமதிக்கக் கூடாது.' கரீனின் தன்னுடைய பதவி, பொறுப்புகளைப் பற்றி எப்பொழுதும் பெருமைப்படுபவர். இப்பொழுது அந்த உணர்ச்சி அதிகரித்தது.

துப்பாக்கிச் சண்டை வேண்டாம் என்றால் விவாகரத்து செய்யலாமா? அவருடைய நண்பர்களில் சிலர் தங்கள் மனைவிகளை விவாகரத்து செய்திருக்கிறார்கள். அப்படிப்பட்ட வழக்குகளை அவர் நினைத்துப் பார்த்தார். பெரும்பாலானவற்றில் கணவர்கள் தங்கள் மனைவியரை விட்டுக் கொடுத்திருக்கின்றனர். நம்பிக்கைத் துரோகம் செய்த மனைவிகளை விற்பனை செய்திருக்கின்றனர். தன்னைப் பொருத்தவரையில் சட்டப் பூர்வமான விவாகரத்து பெற முடியாது. மனைவி கணவனுக்குத் துரோகம் செய்ததற்கு சட்டப்படி ஆதாரங்கள் இருக்க வேண்டும். அவருடைய அந்தஸ்துக்கு இது ஏற்றதல்ல. இதன் விளைவுகள் மனைவியைக் காட்டிலும் அவரைத் தான் அதிகம் பாதிக்கும். அவர் தன் மனைவி மீது விவாகரத்து வழக்குத் தொடரும் பட்சத்தில் அதைப் பயன்படுத்தி அவருடைய எதிரிகள் அவருக்குள்ள மரியாதையைப் பாழ்படுத்தி அவரை அவதூறுகளுக்கு உள்ளாக்குவார்கள். இதனால் சமூகத்தில் அவருக்குள்ள மரியாதை குறைந்து விடும். தன்னுடைய வாழ்க்கையில் மிகவும் குறைந்த அளவுள்ள மாற்றங்களுடன் நிலைமையை சமாளிக்க வேண்டும் என்றால் விவாகரத்து பயன்படாது. அதே சமயம் மற்றொரு ஆபத்தும் உண்டு. அன்னா தன் கணவரிடமிருந்து முற்றாகப் பிரிந்து சென்று காதலனுடன் சேர்ந்து கொள்வாள். அவருடைய வாழ்க்கையில் மனைவி அவருக்கு முக்கியமல்ல.

எனினும் ஒரு விஷயத்தில் அவர் உறுதியாக இருந்தார். விரான்ஸ்கியுடன் அவள் இணைந்து வாழக் கூடாது. அதைப் பற்றி நினைத்தவுடன் அவருக்கு மிகுந்த மனவேதனை ஏற்பட்டது. அவர் வண்டியில் இடம் மாறி உட்கார்ந்தார். கால்களைச் சுற்றிலும் கம்பளியால் போர்த்திக் கொண்டார்.

மனம் அமைதியடைந்த பிறகு மறுபடியும் அந்தப் பிரச்சினை பற்றிச் சிந்தித்தார். வழக்கு, விசாரணை என்பதே இல்லாமல் வெறுமனே பிரிந்து விட்டால்... அவருக்குத் தெரிந்தவர்கள் சிலர் அப்படிப் பிரிந்திருக்கிறார்கள். அதில் வம்பளப்பதற்கு இடமிருக்கிறது. அவர் மனைவி விரான்ஸ்கியுடன் வாழ்க்கை நடத்தத் தடை இருக்காது.

'அது முடியாது' என்று உரக்கச் சொன்னார் கரீனின். தன் கால்களைச் சுற்றி மறுபடியும் கம்பளியால் நன்கு மூடிக் கொண்டார். 'நான் வேதனைப் படவும் கூடாது. அவள் மகிழ்ச்சியடையவும் கூடாது' என்று அவர் முடிவு செய்தார்.

இதுவரை அவர் தன் மனத்தளவில், தன் மனைவியின் மேல் சந்தேகப்பட்டு வேதனையை அனுபவித்து வந்தார். ஆனால் அன்னா தன் குற்றத்தை ஒப்புக்கொண்டதன் மூலம், அவருக்கு வலியைக் கொடுத்து வந்த பல்லை அவள் பிடுங்கி விட்டாள். பழைய பொறாமைக்குப் பதிலாக - அவள் செய்த குற்றத்திற்கு அவள் தண்டனையை அனுபவிக்க வேண்டும் என்ற தீவிரம் அவரிடம் ஏற்பட்டது. அதை, இந்த முடிவை அவர் தானே ஏற்றுக் கொள்ளாவிட்டாலும் கூட தன் மன அமைதியை, கௌரவத்தைக் கெடுத்ததற்கு அவள் துன்பப்பட வேண்டும் என்று அவர் விரும்பினார்.

இறுதியில் அவர் ஒரு முடிவுக்கு வந்தார்.

அவளைத் தன்னிடமே வைத்துக் கொள்ள வேண்டும். இனிமேல் விரான்ஸ்கியைப் பார்க்கக் கூடாது என்று தடை விதிக்க வேண்டும். அது அவளுக்குச் சரியான தண்டனையாக இருக்கும் என்று கரீனின் முடிவு செய்தார். அடுத்த படியாக மற்றொரு வலிமையான காரணமும் அவருக்குக் கிடைத்தது. தன்னுடைய முடிவு மதநம்பிக்கைக்குப் பொருத்தமானது என்று அவர் முடிவு செய்தார். 'தவறு செய்த என் மனைவி திருந்துவதற்கு ஒரு வாய்ப்புத் தருகிறேன். அதன் மூலம் அவள் நற்கதி அடைவதற்கு உதவி செய்கிறேன்' என்று அவர் நினைத்தார்.

கரீனின் தன்னுடைய மனைவியைப் பற்றி சந்தேகப்பட்ட காலத்தில் மதத்தின் வழிகாட்டுதலைப் பெற முயற்சி செய்யவில்லை. மனைவியைத் தான் அதிகாரம் செய்ய முடியாது என்பதுவும் அவருக்குத் தெரியும். தன்னுடைய வாழ்க்கையில் இப்படிப்பட்ட மாபெரும் நெருக்கடிகள் ஏற்பட்ட பின்பு அவர் மதத்தின் வழிகாட்டுதலைப் பெறுவதற்கு முயற்சி

செய்யவில்லை என்று எவரும் தன்னைக் குறை சொல்ல முடியாது என்று கரீனின் நினைத்தார்.

'இனிமேல் அவளை மதிக்க மாட்டேன். அவள் எனக்குத் துரோகம் செய்வதற்காக என்னுடைய வாழ்க்கையை நானே பாழாக்கிக் கொள்ள மாட்டேன்' என்று கரீனின் முடிவு செய்தார்.

அத்தியாயம் 14

பீட்டர்ஸ்பர்க் நகரத்தை அடைவதற்குள் கரீனின் தன்னுடைய முடிவை வலுப்படுத்திக் கொண்டார். அத்துடன் தன் மனைவிக்கு எழுத வேண்டிய கடிதத்தையும் தன் மனத்தில் தயாரித்துக் கொண்டார். வீட்டுக்குள் நுழைந்தவுடன் மந்திரி சபையிலிருந்து வந்த கடிதங்களைப் பார்த்து விட்டு அவற்றைத் தன்னுடைய படிப்பு அறைக்குக் கொண்டு வருமாறு பணியாட்களிடம் கூறினார்.

'என் அறைக்குள் எவரையும் அனுமதிக்க வேண்டாம்' என்று அந்த ஹாலைப் பராமரிக்கும் பணியாளனிடம் மிகுந்த அதிகாரத்துடன் கூறினார் கரீனின். 'அனுமதிக்க வேண்டாம்' என்ற அவரது வார்த்தையிலிருந்த அந்த அழுத்தம், ஆணித்தரம் போன்றவை அவர் எப்போதும் போல அதிகார ஆணவம் குறையாமல் - வழக்கமாக உள்ளபடியே எந்தப் பாதிப்புமின்றி இருக்கிறார் என்பதை வெளிப்படுத்தும் தொனியில் இருந்தது.

மேசையின் மீது ஆறு மெழுகுவர்த்தி விளக்குகள் எரிந்து கொண்டிருந்தன. அவர் விரல்களைச் சொடக்கு போட்டுக் கொண்டு நாற்காலியில் உட்கார்ந்தார். கையை மேசை மீது வைத்துக் கொண்டு தலையை ஒரு பக்கமாகச் சாய்த்துக் கொண்டார். இடைவெளி இல்லாமல் பிரெஞ்சு மொழியில் எழுத ஆரம்பித்தார்.

'நாம் கடைசியாக உரையாடிய பொழுது நீ தெரிவித்த விஷயத்தைப் பற்றி என்னுடைய முடிவை எழுதி அனுப்புவதாகக் கூறினேன். எல்லா அம்சங்களையும் கவனமாகவும், முழுமையாகவும் ஆராய்ந்த பிறகு பின் வரும் முடிவைத் தெரிவிக்கிறேன்.

'உன்னுடைய நடவடிக்கைகள் எப்படியிருந்தாலும் கடவுள் நம்மை இணைத்திருக்கின்ற பொழுது அந்த உறவைத் துண்டிப்பது நியாயமல்ல என்று நான் கருதுகிறேன். தம்பதிகளில் ஒரு நபருடைய துரோகம் அல்லது குற்றச் செயலினால் குடும்பம் சிதைந்து விடக் கூடாது. நம் வாழ்க்கை பழைய மாதிரியே நீடிக்க வேண்டும். எனக்காக, உனக்காக, நமது மகனுக்காக இது தவிர்க்க முடியாதது. நீ வருத்தப்படுவாய் என்பதை நான் உணருகின்றேன். கடந்த காலத் தவறுகளை மறந்து எதிர்காலத்தில்

என்னுடன் முழுமையாக ஒத்துழைப்பாய் என்று நான் நம்புகிறேன். இல்லாவிட்டால் நீயும், நம் மகனும் பாதிக்கப்படுவீர்கள். நாம் சந்திக்கும் பொழுது இதைப் பற்றி உன்னோடு விரிவாகப் பேசுவதற்கு விருப்பமுண்டு. கோடைகாலம் முடிவடையப் போவதால் நீ பீட்டர்ஸ்பர்குக்கு சீக்கிரமாக திரும்ப வேண்டும். செவ்வாய் கிழமைக்கு முன்பு வருவது உசிதமாகும். நீ திரும்பி வருவதற்கு அவசியமான எல்லாத் தயாரிப்புகளும் செய்யப்படும். என்னுடைய விருப்பத்தை நீ நிறைவேற்ற வேண்டும்.'

ஏ. கரீனின்

பி.கு: உன் செலவுக்குப் பணம் அனுப்பியிருக்கிறேன்.

அவர் கடிதத்தைப் படித்துத் திருப்தி அடைந்தார். அதில் இரக்கமற்ற ஒரு வார்த்தை கூட இல்லை. மிரட்டுகின்ற சொல் எதுவும் இல்லை. அவருடைய மனஉறுதியை கடிதம் பிரதிபலித்தது. அவர் கடிதத்தையும், பணத்தையும் உறையில் வைத்து ஒட்டி விட்டு அழைப்பு மணியை அடித்தார்.

'அன்னா அர்காதியேவ்னாவிடம் நாளை இந்தக் கடிதத்தைச் சேர்க்க வேண்டும் என்று ஊழியரிடம் சொல்' என்று பணியாளனிடம் கூறினார்.

கரீனின் தேநீர் அருந்திய பிறகு கல்வெட்டுக்களைப் பற்றி பிரெஞ்சு மொழியில் எழுதப்பட்ட புத்தகத்தைப் பிரித்தார். அறையில் பிரபலமான ஓவியரால் தீட்டப்பட்ட அன்னாவின் ஓவியம் சுவரில் தொங்கிக் கொண்டிருந்தது. அழகான தலைமுடி, வெண்ணிறக் கைகள், மூன்றாவது விரலில் சில மோதிரங்கள். அன்னா துணிச்சலும், தன்னம்பிக்கையும் உடையவள் என்பதை அந்த ஓவியம் வெளிப்படுத்தியது. அவர் ஒரு நிமிடம் ஓவியத்தைப் பார்த்து விட்டு ஏதோ ஒரு ஒலி எழுப்பி விட்டு நடுங்கினார். அவர் வேகமாக உட்கார்ந்து புத்தகத்தைப் பிரித்தார். அவரால் அந்தப் புத்தகத்தைப் படிப்பதில் தன்னுடைய கவனத்தைச் செலுத்த முடியவில்லை. அவருடைய கண்கள் புத்தகத்தில் பதிந்திருந்தன. மனம் வேறு எதைப் பற்றியோ நினைத்தது.

அவர் அன்னாவைப் பற்றி நினைக்கவில்லை. அவர் தனக்கு வந்திருந்த மந்திரிசபைக் கோப்புகளில் ஒன்றைப் பற்றிச் சிந்தித்தார். 'ஜாராய்ஸ்க்' மாகாணத்தில் நீர்ப்பாசனத்துக்கு ஒரு திட்டம், அவருக்கு முந்தியவருக்கு, முந்திய அதிகாரியினால் தயாரிக்கப்பட்டது. ஆரம்பக் கட்டத்திலேயே அதிகமான நிதி செலவழிக்கப்பட்டது. இன்றும் கூட அரசாங்கப் பணம் செலவழிக்கப்படுகிறது. அந்தத் திட்டத்தினால் பணம் விரையமாகுமே தவிர, மக்களுக்கு நன்மை ஏற்படாது. கரீனின் இந்தப் பதவிக்கு வந்தவுடன் அந்தத் திட்டத்தை நிறுத்தி விட வேண்டும் என்று விரும்பினார். அத்திட்டத்தில் பல இலாக்காக்களும் பலருடைய நலன்களும் சம்பந்தப்பட்டிருந்ததால் அவர் முடிவு செய்யத் தயங்கினார்.

பிறகு அவர் அந்தத் திட்டத்தை மறந்து விட்டார். ஆனால் அரசாங்கம் பழைய திட்டப்படி பணத்தை செலவு செய்தது. மந்திரி சபையின் மற்றொரு இலாகா திடீரென்று அந்தத் திட்டத்தைப் பற்றிக் கேள்வி எழுப்பியது. (ஒவ்வொரு இலாக்காவிலும் இதைக் காட்டிலும் மோசமான காரியங்கள் நடைபெற்றுக் கொண்டிருக்கின்றன. இதை மற்ற இலாக்காக்கள் ஆட்சேபிப்பதில்லை. எனவே அந்த குறிப்பிட்ட ஆட்சேபம் நேர்மையில்லாத செயல் என்று கரீனின் கருதினார்.)

இந்தச் சவாலைச் சந்திக்க வேண்டும் என்று கரீனின் முடிவு செய்தார். எப்படி? அந்த மாகாணத்தில் ***அடிமை** இனங்களின் நிலைமையைப் பற்றி ஆராய்வதற்கு விசேஷமாக ஒரு தனி கமிஷன் நியமிக்கப்பட வேண்டும் என்று கோருவேன். 1. அரசியல் 2. நிர்வாகம் 3. பொருளாதாரம் 4. இனவியல் 5. மதம் ஆகிய துறைகளில் அடிமை இனங்களின் பரிதாபகரமான நிலைமையை ஆராய்வதற்கு விசேஷ கமிஷன் நியமிக்கப்பட வேண்டும். சம்பந்தப்பட்ட இலாகா அடிப்படைச் சட்டம் (தொகுதி - ஷரத்து 18 மற்றும் 36) ஆகியவற்றுக்கு எதிராக நடந்து கொண்டிருக்கிறது. அதன் சார்பில் 5.12.1863 மற்றும் 7.6.1864 தேதிகளில் சமர்ப்பிக்கப்பட்டுள்ள முறையே 17015 மற்றும் 18308 எண்களைக் கொண்ட அறிக்கைகளுக்கு விளக்கம் தர வேண்டும் என்று கோருவதற்கு முடிவு செய்தார். அவர் அதற்குரிய கடிதத்தைத் தயாரித்த பொழுது அவர் முகம் பிரகாசித்தது.

அவர் அறையில் முன்னும் பின்னும் நடந்தார். அன்னாவின் ஓவியத்தை மறுபடியும் பார்த்து இகழ்ச்சியாகச் சிரித்தார். இரவு பதினொரு மணிக்கு அவர் படுக்கையில் படுத்த பொழுது தன் மனைவியின் நடத்தை அவ்வளவு மோசமானதாகத் தெரியவில்லை.

அத்தியாயம் 15

'நான் மிகவும் பரிதாபமான நிலையில் இருக்கிறேன். இந்த நிலை நீடிக்கக் கூடாது' என்று அன்னா கருதியதால் அவள் உணர்ச்சிவசப்பட்டு எல்லாவற்றையும் தன் கணவனிடம் தெரிவித்தாள். அப்படிச் சொன்னதற்காக அவள் மகிழ்ச்சியடைந்தாள். இனிமேல் பொய் பேசவேண்டாம். கணவரை ஏமாற்ற வேண்டாம் என்று நினைத்தாள். அன்று

★ 'ஊபா' மற்றும் 'ஓரேன்பர்கு' மாகாணங்களில் வசித்த பஷ்கீரியர்கள் இஸ்லாமிய மதத்தைச் சேர்ந்தவர்கள். ரஷ்யர்கள் அவர்களுடைய நிலங்களைக் கைப்பற்றி அவர்களை ஒடுக்கினார்கள். அதன் விளைவாக 1870 களில் கலவரங்கள் நடைபெற்றன. ரஷ்ய அரசாங்கம் தலையிட்டு நிவாரண நடவடிக்கைகளைச் செய்தது.

மாலையில் அவள் விரான்ஸ்கியைச் சந்தித்த பொழுது தன் கணவருக்கும் தனக்கும் நடைபெற்ற விவாதத்தைப் பற்றித் தெரிவிக்கவில்லை.

அவள் காலையில் தூக்கத்திலிருந்து விழித்த பொழுது இவ்வளவு மோசமான விஷயத்தைத் தன் கணவரிடம் தான் எப்படிப் பேசினேன் என்று அவள் ஆச்சரியப்பட்டாள். ஆனால் அவள் உண்மையைச் சொல்லிவிட்டாள். கரீனின் எதுவும் பேசாமல் விடைபெற்றுக் கொண்டார்.

'நான் விரான்ஸ்கியைப் பார்த்தேன். அவரிடமும் சொல்லவில்லை. அவர் புறப்பட்டுப் போய்க் கொண்டிருந்த பொழுது அவரைத் திரும்ப அழைத்துச் சொல்லிவிட நினைத்தேன். வந்தவுடன் முதலிலேயே ஏன் சொல்லவில்லை என்று அவர் கேட்பார். எனவே நான் அவரை அழைத்துச் சொல்லலாம் என்ற என் எண்ணத்தை மாற்றிக் கொண்டேன். ஆமாம். ஏன் அவர் வந்தவுடனேயே நான் இதைச் சொல்லவில்லை?' என்று அவள் தன்னையே கேட்டுக் கொண்டாள்.

இந்தக் கேள்வியை அவள் தனக்குத் தானே கேட்டவுடனேயே அவளுடைய உடலெங்கும் அவமான உணர்ச்சி பரவியது. அந்த அவமானம் தான் அவளை அப்போது இதைப் பேசவிடாமல் தடுத்தது.

கரீனின் தன்னை இழிவுபடுத்துவார் என்று அவள் நினைத்தாள். வீட்டு நிர்வாகியை அனுப்பி என்னை வீட்டிலிருந்து போகச் சொல்வார். நான் எங்கு போக முடியும்? இந்தக் கேள்விக்குப் பதில் இல்லை.

விரான்ஸ்கிக்குத் தன்னிடம் காதல் இல்லை. அவர் தன்னை ஒரு சுமையாக கருதுவார். அவர் எனக்கு எதிராக இருப்பார். அவள் தன் கணவனிடம் சொன்ன சொற்களை எல்லாருமே கேட்டு விட்டதாக அவள் நினைத்தாள். எனவே மற்றவர்களைப் பார்க்க அவள் அஞ்சினாள். தன்னுடைய பணிப்பெண்ணை அழைக்க விரும்பவில்லை. கீழே சென்று அவளையும் தன் மகனையும் பார்க்கப் பயந்தாள்.

கதவுக்கு வெளியில் நின்று உற்றுக் கேட்டுக் கொண்டிருந்த பணிப்பெண் தானாக உள்ளே வந்தாள்.

அன்னா கலவரத்துடன் அவளைப் பார்த்தாள். 'அழைப்பு மணிச் சத்தம் கேட்டதாக நினைத்தேன். என்னை மன்னியுங்கள்' என்று பணிப்பெண் கூறினாள்.

அவள் உடை மற்றும் ஒரு கடிதத்தைக் கொண்டு வந்தாள். கடிதத்தை பெட்ஸ் எழுதியிருந்தாள்.

'இன்று 'லிசா மெர்க்கலோவா'வும் 'பரோனஸ் ஸ்டோல்ட்ஸ்' சீமாட்டியும் வருகிறார்கள். அவர்களுடன் கலூஸ்கியும், ஸ்ட்ரிமோவும்

வருவார்கள் என்று நினைக்கிறேன். நீ வரவேண்டும் - பெட்ஸி' என்று அவள் எழுதியிருந்தாள்.

அன்னா கடிதத்தைப் படித்து விட்டு ஆழமாகப் பெருமூச்சு விட்டாள்.

'அன்னுஷ்கா! எனக்கு எதுவும் வேண்டாம். உடையணிந்து கொண்டு சீக்கிரத்தில் கீழே வருகின்றேன்' என்றாள் அன்னா.

அன்னுஷ்கா அறையிலிருந்து சென்றாள். ஆனால் அன்னா உடை மாற்றிக் கொள்ளவில்லை. தலையைக் குனிந்து கொண்டு அசையாமல் அங்கேயே உட்கார்ந்திருந்தாள். அவள் உடல் அவ்வப்பொழுது நடுங்கியது. 'கடவுளே! கடவுளே!' என்றாள். அவள் மதத்தின் உண்மைகளை ஒரு போதும் மறுத்ததில்லை. ஆனால் கரீனினிடம் உதவி கேட்க மாட்டாள். தன்னுடைய வாழ்க்கைக்கு அர்த்தத்தைக் கொடுக்கின்ற ஒன்றை இழந்தாலொழிய மதம் அவளுக்கு உதவி செய்யாது.

தன் மனநிலை பாதிக்கப்பட்டிருக்குமோ என்று அவள் அஞ்சினாள். அவளுடைய சோர்வான கண்களுக்கு எல்லாமே இரண்டாகத் தெரிவது போல, ஆன்மாவிலும் இரண்டு இருப்பதைப் போல அவள் உணர்ந்தாள். அவள் எதை விரும்புகிறாள், எதை வெறுக்கிறாள் என்பது அவளுக்குத் தெரியவில்லை. அவள் தலை மிகவும் வலித்தது. அவள் தன் கைகளால் நெற்றியை அழுத்தினாள். அவள் சுய உணர்வு பெற்றபொழுது, தான் தனது தலைமுடியைத் தனது இரண்டு கைகளாலும் பிடித்துக் கொண்டிருப்பதை உணர்ந்தாள். அவள் குதித்தெழுந்து அறைக்குள் முன்னும் பின்னுமாக நடந்தாள்.

'காபி தயாராகி விட்டது. ஆசிரியையும், செரேஷாவும் உங்களுக்காகக் காத்திருக்கிறார்கள்' என்றாள் அறைக்குள் வந்த அன்னுஷ்கா.

'செரேஷா...? செரேஷாவுக்கு என்ன?' என்றாள் அன்னா அன்னுஷ்காவிடம். அன்று முழுவதுமே அவள் பல்வேறு சிந்தனைகளில் அலைக்கழிக்கப்பட்ட அன்னா மகனைப் பற்றி சிந்திக்கவில்லை. மகனின் பெயர் உச்சரிக்கப்பட்டது மட்டுமே அவளது கவனத்திற்கு வந்தது.

'செரேஷாவுக்கு உடம்பு சரியில்லை...' என்று குறும்பாகப் பொய் சொன்னாள் அன்னுஷ்கா.

'ஏன்... ஏன்... உடல் நலமில்லை?'

'நீங்கள் அந்த மூலை அறையில் வைத்திருந்த 'பீச்' பழங்களில் ஒன்றை செரேஷா சாப்பிட்டு விட்டான். அவ்வளவுதான்.' என்றாள் அன்னுஷ்கா.

பதற்றம் தணிந்தாள் அன்னா.

செரேஷாவின் பெயரைக் கூறியதும் அவளுடைய மனதில் அன்பு பெருக்கெடுத்தது. கடந்த ஐந்து ஆண்டுகளாக அவள் தன்னுடைய மகனுக்காகவே வாழ்ந்து கொண்டிருக்கிறாள். தன் கணவர், விரான்ஸ்கி ஆகிய இருவருக்கும் அப்பால் அவளுக்குள்ள ஒரே ஒரு பற்றுக் கோடு உள்ளது என்றால் அது அவளது மகன் தான். அவள் எந்த நிலைக்குத் தள்ளப்பட்டாலும் அவள் தன் மகனை மட்டும் எதற்கும், யாரிடத்தும் விட்டு விடப்போவதில்லை.

கரீனின் அவளை அசிங்கப்படுத்தட்டும். விரான்ஸ்கி அவளை விட்டு விலகட்டும் (விரான்ஸ்கியை நினைக்கும் பொழுது அவள் மிகவும் வெறுப்படைந்தாள்) என்ன நடந்தாலும் அவள் தன் மகனை மட்டும் விட்டுக் கொடுக்க மாட்டாள். அவனை விட்டு அகல மாட்டாள். தன் கணவன், தன் மகனை விட்டு விட்டு அவள் போய் விட வேண்டும் என்று நிர்பந்தம் செய்தாலும் அதனைச் சந்திக்கவும் அவள் தயாராக இருந்தாள். அந்த நிலை வந்தால் தன் மகனைத் தன்னுடன் அழைத்துக் கொண்டு எங்காவது போய்விட வேண்டும் என்று அவள் நினைத்தாள். அவ்வாறே நினைத்து தன் மனம் அமைதி அடைந்தாள்.

அன்னா வேகமாக உடை மாற்றிக் கொண்டு உணவருந்தும் அறைக்குள் நுழைந்தாள். ஆசிரியை மற்றும் செரேஷா இருவருமே காலை உணவு சாப்பிடாமல் அவள் வருகைக்காக காத்திருந்தார்கள். செரேஷா வெண்ணிற உடை அணிந்து, தோட்டத்திலிருந்து தான் கொண்டு வந்த மலர்களை அலங்காரமாக வைத்துக் கொண்டிருந்தான். அதில் அவள் காட்டிய அக்கறை அவன் சில விஷயங்களில் தந்தையைப் போன்றவன் என்பதை நினைவுபடுத்தியது.

ஆசிரியை தன்னுடைய முகத்தைக் கடுமையாக வைத்துக் கொண்டு வழக்கம் போல செரேஷாவைப் பற்றி அன்னாவிடம் புகார் கூறினாள். அன்னா அவள் பேச்சைக் கேட்கவில்லை. ஆசிரியையைத் தன்னுடன் அழைத்துக் கொண்டு போகாலாமா? வேண்டாமா? என்பதைப் பற்றி அவள் சிந்தித்தாள்.

'வேண்டாம். என் மகன் மட்டும் என்னுடன் வந்தால் போதும்'.

அன்னா தன் மகனின் தோளில் கரத்தை வைத்து, 'நீ செய்தது தவறு. அதை மறுபடியும் செய்யக் கூடாது. என்மீது உனக்கு பாசம் இருக்கிறதா?' என்றாள்.

'அவனை என்னிடம் விட்டு விட்டு நீ போ...' என்றாள் அன்னா ஆசிரியையிடம். அன்னாவை வியப்புடன் பார்த்த ஆசிரியை மெல்ல அறையை விட்டு வெளியேறினாள்.

அன்னாவின் விழிகளில் கண்ணீர்த் துளிகள் திரண்டன. ‘நான் இவனை நேசிக்காமல் வேறு என்ன செய்ய முடியும்? இவன் தன்னுடைய தந்தையுடன் சேர்ந்து கொண்டு என்னைக் கஷ்டப்படுத்துவானா?’

அன்னாவின் கன்னங்களில் கண்ணீர் வழிந்தது. மற்றவர்கள் பார்த்து விடக் கூடாது என்று அவள் விரைவாக வராந்தாவுக்குச் சென்றாள்.

மூன்று நாட்களாக இடியும், மழையுமாக இருந்த வானம் அன்று தான் தெளிவாக இருந்தது. குளிர் அதிகம் இருந்தது. குளிரினாலும், தன்னுடைய குற்ற உணர்வுகளினாலும் அன்னா அதிகமாகவே நடுங்கினாள்.

‘போ, மேரியேட்டிடம் போ’ என்று தன் மகனை ஆசிரியையிடம் அனுப்பி விட்டு, வைக்கோலினால் ஆன தரைவிரிப்புகள் போடப் பட்டிருந்த அந்த வராந்தாவில் முன்னும் பின்னுமாக நடந்தாள். ஆஸ்பென் மரங்கள் காற்றில் ஆடிக் கொண்டிருந்தன. அதன் சுத்தமான இலைகளில் ஒட்டிக் கொண்டிருந்த பனித்துளிகள் சூரிய ஒளியில் மின்னின. அவள் தனக்குள் புலம்பிக் கொண்டிருந்தாள்.

‘ஆமாம். அவர்கள் யாருமே என்னை மன்னிக்க மாட்டார்கள். இதோ இந்த வானத்தையும், மரங்களையும் போல எல்லாருமே என்னிடம் இரக்கமில்லாமல் தான் நடந்து கொள்வார்கள்.’ தன்னுடைய ஆன்மாவில், இரண்டு கூறுகள் இருப்பதை அவள் மறுபடி உணர்ந்தாள்.

‘நான் புறப்படுவதற்குத் தயாராக இருக்க வேண்டும். எங்கே? எப்பொழுது? மாஸ்கோவிற்கு. மாலையில் புறப்படும் இரயிலில் புறப்பட வேண்டும். அன்னுஷ்கா மற்றும் செரேஷாவுடன் மிகவும் முக்கியமான சாமான்களை மட்டும் எடுத்துக் கொண்டு ரயிலில் புறப்பட வேண்டும். ஆனால் முதலில் அவர்கள் இருவருக்கும் தெரிவிக்க வேண்டும்.’

அவள் அறைக்குள் சென்று தன் கணவருக்குக் கடிதம் எழுத ஆரம்பித்தாள்.

‘இனி மேல் நான் உங்களுடைய வீட்டில் வசிக்க முடியாது. நான் என் மகனை அழைத்துக் கொண்டு புறப்படுகிறேன். எனக்குச் சட்டம் தெரியாது. சட்டப்படி மகன் யாரிடம் வளர வேண்டும் என்பது எனக்குத் தெரியாது. அவனில்லாமல் எனக்கு வாழ்க்கை இல்லை. பெருந்தன்மையுடன் அவனை என் பொறுப்பில் விட்டு விடுங்கள்’.

அது வரையிலும் அவள் இயல்பாகவும், வேகமாகவும் எழுதினாள். தன் கணவர் பெருந்தன்மை உள்ளவரா? அவளுக்கு நம்பிக்கை இல்லை அவள் எழுதுவதை நிறுத்தினாள்.

‘என்னுடைய தவறான செயலை, அதைப் பற்றி வருத்தப்படுவதை நான்...’ என்று எழுதி நிறுத்தினாள். பிறகு அந்தக் கடிதத்தைக் கிழித்துப்

போட்டாள். பெருந்தன்மையைக் குறிப்பிடாமல் மறுபடியும் கடிதத்தை எழுதி முத்திரை வைத்தாள்.

அடுத்த கடிதத்தை விரான்ஸ்கிக்கு எழுத விரும்பினாள்.

'என் கணவரிடம் எல்லாவற்றையும் சொல்லி விட்டேன்' என்று ஆரம்பித்தாள். வார்த்தைகள் நயமின்றியும், பெண்ணுக்கே உரிய தன்மை இல்லாமலும் இருப்பதாக அவள் உணர்ந்தாள். 'அவர் மன அமைதியுடன் இருக்கிறார். நான் இங்கே தவியாகத் தவிக்கிறேன்' என்று அவள் நினைத்தாள். மிகுந்த மன வேதனை அடைந்தாள். கடிதத்தைக் கிழித்துப் போட்டாள்.

'நான் மாஸ்கோவுக்குப் போகிறேன்' என்று அவள் ஆசிரியை மற்றும் பணிப்பெண்ணிடம் சொல்லிவிட்டு மாடிக்குச் சென்று பிரயாணத் தயாரிப்புகளைச் செய்தாள்.

அத்தியாயம் 16

அந்த வீட்டில் இருந்த பணியாட்கள் எல்லாருமே பயணத்திற்குத் தேவையான அனைத்துப் பொருட்களையுமே கட்டிவைத்துக் கொண்டிருந்தனர். பொருட்களைக் கட்டுவதற்கு இரண்டு முறை கடைகளுக்குச் சென்று கயிறு வாங்கி வந்து விட்டனர். தரையில் செய்தித் தாள்கள் சிதறிக் கிடந்தன. இரண்டு டிரங்குப் பெட்டிகள், சில பைகள், கம்பளங்கள் ஆகியவை ஹாலுக்குக் கொண்டு செல்லப்பட்டன. மூடப்பட்ட கோச்சு வண்டி வண்டிக்காரருடன் முன் வாயிலில் நிறுத்தி வைக்கப்பட்டிருந்தது. வெளியில் வண்டி ஒன்று வரும் ஓசை கேட்டு அன்னுஷ்கா வெளியில் எட்டிப் பார்த்தாள். கரீனினுடைய ஊழியன் வீட்டின் அழைப்பு மணியை அடிப்பதை அவள் பார்த்தாள்.

'நீயே போய் என்னவென்று கேள்' என்று அன்னுஷ்காவை அனுப்பி விட்டு எந்த நெருக்கடிக்கும் தயாரானவளாக நாற்காலியில் உட்கார்ந்தாள் அன்னா. பணியாள் ஒரு பெரிய உறையை அவளிடம் கொண்டு வந்து கொடுத்தான். அதில் அவளது கணவரது கையெழுத்தில் அவள் முகவரி எழுதப்பட்டிருந்தது.

'அம்மா! தங்களுடைய பதிலை வாங்கிக் கொண்டு போவதற்காக சேவகர் நிற்கிறார்'.

'சரி!' என்று சொல்லிவிட்டு அன்னா உறையைப் பிரித்த பொழுது அவளுடைய கை நடுங்கியது. உறைக்குள் புத்தகம் புதிய கரன்சி நோட்டுக்களும் கடிதமும் இருந்தன. கடிதத்தின் கடைசி வாக்கியங்களை அவள் படித்தாள்:

'நீ திரும்பி வருவதற்கு அவசியமான எல்லாத் தயாரிப்புகளும் செய்யப்படுகின்றன. என்னுடைய விருப்பத்தை நீ நிறைவேற்ற வேண்டும்'.

பிறகு அவள் கடிதத்தை ஆரம்பித்திலிருந்து படித்தாள். தான் எதிர்பார்த்ததைக் காட்டிலும் மோசமான துன்பத்தில் சிக்கி விட்டதை அவள் உணர்ந்தாள்.

தன் கணவரிடம் உண்மையைச் சொல்லியிருக்க வேண்டாம் என்று, அன்று காலையில் அவள் நினைத்தாள். அவள் எதுவும் சொல்லாததைப் போன்ற ஒரு நிலைமை அந்தக் கடிதத்தில் இருந்தது. ஆனால் அவள் கற்பனை செய்ததைக் காட்டிலும் பயங்கரமான நிலைமை அது.

'அது சரியாகவே எழுதியிருக்கிறார். அவர் எப்பொழுதுமே சரியானவர். அவர் கிறிஸ்தவர். அவர் பெருந்தன்மையானவர். ஆனால் உண்மையில் அவர் ஒரு மட்டமான மனிதர். அற்பத்தனமானவர் என்பது எனக்கு மட்டும் தான் தெரியும். என்னைத் தவிர மற்றவர்கள் அவரைப் புரிந்து கொள்ள முடியாது. அவர் மதப்பற்று மிக்கவர். அறப்பண்புடையவர். நேர்மையானவர். அறிவாற்றல் மிக்கவர் என்று எல்லோருமே சொல்கிறார்கள். ஆனால் அவரை நான் அறிந்த முறையில் அவர்கள் அறியவில்லை. எட்டு ஆண்டுக்காலம் என் வாழ்க்கையை அவர் அழித்தது அவர்களுக்குத் தெரியாது. நான் உயிர்த்துடிப்புள்ள பெண். எனக்குக் காதல் முக்கியம் என்பதை ஒருமுறை கூட அவர் சிந்தித்ததில்லை. அவர் எடுத்து வைத்த ஒவ்வொரு காலடியிலும் அவர் என்னைக் காயப்படுத்தினார். ஆனால் அவர் திருப்தியாக இருந்தார். என்னுடைய வாழ்க்கைக்கு ஒரு குறிக்கோள் வேண்டுமல்லவா? எந்த வித குறிக்கோளுமில்லாத ஒரு வாழ்க்கையை நான் அவரிடத்தில் வாழ்ந்தேன். இன்று வரை வாழ்ந்து கொண்டிருக்கின்றேன். காதல் உணர்வுகளே இல்லாத ஒரு மனிதரைக் காதலிக்க நான் முயற்சி செய்யவில்லையா? அவருடைய உள்ளத்தில் காதல் உணர்வுகளைத் தூண்ட நான் பாடுபடவில்லையா? அது முடியாமல் போன பிறகு என்னுடைய மகனை நான் நேசிக்கவில்லையா? நான் காதலை விரும்பினேன். காதலுடன் வாழ விரும்பினேன். என்னைக் குறைசொல்லிப் பயன் ஒன்றுமில்லை. கடவுள் என்னை அப்படிப் படைத்து விட்டார். இப்பொழுது கரீனின் என்னைக் கொன்று போட்டாலும் சரி. 'அவரைக்' (விரான்ஸ்கியைக்) கொன்று போட்டாலும் சரி... நான் எதையும் தாங்கிக் கொள்வேன். எல்லாவற்றையும் மன்னிப்பேன்... ஆனால் அவர்...'

அவர் என்ன முடிவு செய்வார் என்பதை ஊகிப்பதற்குத் தவறி விட்டேனே. அவருடைய கீழான இயல்புக்குத் தக்கபடி என்ன நடவடிக்கைகள் எடுக்கலாம் என்று சிந்திக்கிறார். அவர் எப்பொழுதும் சரியாக இருப்பார் என்கிறார்கள். ஆனால் அவர் என்னை மேலும்

சிதைப்பார். 'நீயும் உன் மகனும் பாதிக்கப்படுவீர்கள்' என்று எழுதி என்னை மிரட்டுகிறார். 'அவர் என் மகனை என்னிடமிருந்து பறிக்க முடியும். முட்டாள்தனமான சட்டங்கள் அதற்கு உதவி செய்யும். அவர் ஏன் அப்படி எழுதியிருக்கிறார் என்பது எனக்குத் தெரியாதா? என் மகனிடம் எனக்குப் பாசமிருப்பதை அவர் நம்பவில்லை. அல்லது அதை அவர் இகழ்ச்சி செய்கிறார் என்று தான் அர்த்தம். நான் என் மகனை விட்டுக் கொடுக்க மாட்டேன். என் மகன் இல்லாமல் நான் காதலிக்கின்ற மனிதருடன் என்னால் வாழ முடியாது.'

'நமது வாழ்க்கை பழைய மாதியே நீடிக்க வேண்டும்'. என்று எழுதியிருக்கிறார். அந்த வாழ்க்கை முதலில் வேதனையைக் கொடுத்தது. இப்பொழுது என்னை நடுங்கச் செய்கிறது. இனிமேல் என்ன செய்வது? நான் மூச்சு விடுவதை, காதலிப்பதை நிறுத்த முடியுமா? அவர் ஒரு மோசடியைக் காட்டி இது புதிய வழி என்கிறார். அது எனக்குச் சித்திரவதையாக இருக்கும். மீன் தண்ணீரில் நீந்துவதைப் போல அவர் பொய்களில், மோசடிகளில் நீந்துகிறார். அது அவருக்கு மகிழ்ச்சியாக இருக்கிறது. பொய்களால் பின்னப்பட்டிருக்கும் இந்த வலையை நான் கிழிப்பேன். பொய்களையும் மோசடியையும் ஒழிப்பேன்'.

'கடவுளே! எந்தப் பெண்ணாவது என்னைப் போல துன்பத்தில் மூழ்கியிருக்கிறாளா? நான் இந்த வஞ்சகத்தை ஒழிப்பேன்.' என்று கூறிக் கொண்டு அன்னா விரைந்தெழுந்தாள். உடனே ஒரு கடிதம் எழுத முடிவு செய்தாள். அவள் மேசைக்கு முன்பாக உட்கார்ந்தாள். பேனாவை எடுத்து எழுதுவதற்குப் பதிலாக கைகளை மேசை மீது எடுத்து அவற்றின் மீது தலையைச் சாய்த்து அழ ஆரம்பித்தாள். குழந்தை அழுகின்ற பொழுது உடல் முழுவதும் குலுங்குவதைப்போல அன்னாவின் உடல் குலுங்கியது.

நிலைமையைத் தெளிவாகப் புரிந்து கொண்டு, மறு வாழ்க்கையைத் திட்டமிடுகின்ற வாய்ப்புகள் நிரந்தரமாக அழிந்து விட்டதால் அவள் அழுதாள். நிலைமை பழைய முறையில் நீடிக்கும் என்பதோடு முன்னைக் காட்டிலும் மோசமாகும் என்பது அவளுக்கு முன்பே தெரியும். சமூகத்தில் அவர் புள்ளி மட்டுமே. ஆனால் கணவர் மற்றும் குழந்தையைக் கைவிட்டுக் காதலனுடன் சேர்ந்து கொண்டவள் என்று கெட்ட பெயர் எடுப்பதைக் காட்டிலும் அதுமிகவும் உயர்வான நிலையே. அவள் எப்பொழுதுமே குற்றம் செய்த பெண்ணாகவே கருதப்படுவாள். சமூகம் அவளை மிரட்டும். காதலனுடன் அவள் மகிழ்ச்சியாக வாழ முடியாது. எல்லாம் அவளுக்குத் தெரியும். ஆனால் முடிவு என்ன? அதை நினைத்து அவள் கட்டுப்படுத்த முடியாமல் அழுதாள். வேலைக்காரன் நடந்து வருகின்ற சப்தம் கேட்டது. அவள் தன்னைச் சரிப்படுத்திக் கொண்டு கடிதம் எழுதுவதைப் போல பாசாங்கு செய்தாள்.

'அவர் கொடுத்த கடிதத்திற்குப் பதில் கேட்கிறார்'.

'பதிலா? அந்த நபரைக் கொஞ்ச நேரம் இருக்கச் சொல்லு. நான் மணியடித்த பிறகு வா.'

'நான் என்ன எழுத முடியும். என்னால் தனியாக முடிவு செய்ய இயலுமா? நான் விரும்புவது என்ன? நான் காதலிக்கிறேனா?' தன் ஆன்மா இரண்டாக பிளந்து விட்டதைப் போல உணர்ந்தாள். தன்னுடைய சிந்தனைகளை மாற்றுவதற்கு போலியான காரணத்தைத் தேடினாள். நான் விரான்ஸ்கியைச் சந்திக்க வேண்டும். நான் என்ன செய்ய வேண்டும் என்பதை அவர் தான் சொல்ல முடியும். நான் பெட்ஸியின் வீட்டுக்குப் போய் அவரைச் சந்திப்பேன்' என்று நினைத்தாள். பெட்ஸி வீட்டுக்குப் போகவில்லை என்று விரான்ஸ்கியிடம் தெரிவித்ததையும். அப்படியானால் நானும் அங்கு வரவில்லை என்று விரான்ஸ்கி முந்திய நாள் மாலையில் அவளிடம் கூறியிருந்தான் என்பதை அவள் மறந்து விட்டாள்.

அவள் கணவருக்கு எழுதினாள்.

'உங்கள் கடிதம் கிடைத்தது. - அ' என்று எழுதி உறையிலிட்டு வேலைக்காரனிடம் கொடுத்தாள்.

'நான் போகவில்லை' என்று அறைக்குள் வந்த அன்னுஷ்காவிடம் கூறினாள்.

'போகவில்லையா?'

'ஆம். ஆனால் மூட்டைகளை நாளை வரை பிரிக்க வேண்டாம். கோச்சு வண்டி இங்கேயே இருக்கட்டும். நான் இளவரசி பெட்ஸியைப் பார்க்கப் போகிறேன்'.

அத்தியாயம் 17

இளவரசி பெட்ஸி தன் வீட்டில் நடைபெறவுள்ள 'குரோகெட்' போட்டியைக் காண்பதற்கு வருமாறு அன்னாவை அழைத்திருந்தாள். இரண்டு சீமாட்டிகளும், அவர்களுடைய ஆண் நண்பர்களும் அந்தப் போட்டியில் பங்கெடுப்பார்கள் என்றும் அவள் எழுதியிருந்தாள். பீட்டர்ஸ்பர்கில் அமைக்கப்பட்டிருந்த புதிய குழுவில் அவர்கள் சேர்ந்திருந்தார்கள். அன்னா வழக்கமாகச் சென்று வந்த குழுவுக்கு எதிராக இந்தப் புதிய குழு அமைக்கப்பட்டிருந்தது. பீட்டர்ஸ்பர்கில் செல்வாக்குடைய 'ஸ்ட்ரிமோவ்' அரசாங்க வட்டாரங்களில் கரீனுக்கு எதிராக இருந்தார். அவரும் வருவதால் அங்கு போக அன்னாவுக்கு விருப்பமில்லை. ஆனால் விரான்ஸ்கியை அங்கே சந்திப்பதற்காக அன்னா

பெட்ஸியின் வீட்டுக்குச் சென்றாள். மற்றவர்கள் வருவதற்கு முன்பாகவே அவள் அங்கு சென்றாள்.

பெட்ஸிக்கான விரான்ஸ்கியின் கடிதத்துடன் அப்போது தான் அங்கு வந்து சேர்ந்த, அரண்மனை ஊழியனைப் போலக் கம்பீரமான தோற்றமுள்ள விரான்ஸ்கியின் ஊழியன் அவளை வணங்கி கடிதத்தை அவளிடம் கொடுத்தான். 'உன்னுடைய எசமானர் எங்கே இருக்கிறார்' என்று கேட்பதற்கு அவள் விரும்பினாள். அவரை வரச் சொல்லிக் கடிதம் கொடுக்க வேண்டும்* அல்லது தான் சென்று அவரைப் பார்க்க வேண்டும் என்று அவள் சொல்ல நினைத்தாள். ஆனால் அவள் உள்ளே நுழைந்ததும் அவளுடைய வருகையை அறிவித்து விட்டார்கள். பெட்ஸியின் ஊழியன் உள் அறையின் கதவைப் பாதி திறந்து 'உள்ளே போகலாம்' என்று சைகை காட்டினான்.

'இளவரசி தோட்டத்தில் இருக்கிறார்கள். உங்கள் வருகையை உடனே தெரிவிப்பேன். தாங்கள் தோட்டத்துக்குள் போகலாம்' என்று மற்றொரு வேலைக்காரன் கூறினான்.

மறுபடியும் மனக்குழப்பம். என்ன முடிவெப்பது? அவள் விரான்ஸ்கியைப் பார்க்க முடியாது. அவளுடைய மனநிலைக்கு ஒத்துவராத நபர்களுடன் அவள் பொழுது போக்க வேண்டும். ஆனால் அவள் அழகான உடை அணிந்திருந்தாள். மேலும் அந்தச் சூழல் மனிதர்களை மயக்கக் கூடியது. அவளுடைய வீட்டைக் காட்டிலும் சொகுசான இடம். அவள் சிந்தனையை நிறுத்தி விட்டு அந்த இடத்தின் அழகில் மூழ்கினாள்.

பெட்ஸி அழகான வெண்ணிற ஆடையில் வந்தாள். அன்னா வழக்கம் போல அவளைப் பார்த்துச் சிரித்தாள். அவளுடன் 'டுஷ்கேவிச்சும்' ஒரு இளம் பெண்ணும் வந்தார்கள். அந்தப் பெண் பெட்ஸிக்கு உறவினள். கோடை காலத்தைத் தலைநகரில் இளவரசியுடன் கழிப்பதற்காக மாகாணத்திலிருந்து வந்திருந்தாள்.

அன்னாவின் முகத்தில் கவலைக் குறிகள் இருப்பதை பெட்ஸி உடனே கவனித்தாள். 'நான் சரியாகத் தூங்கவில்லை' என்று சமாளித்தாள் அன்னா.

'நீ வந்ததைப் பற்றி நான் மகிழ்ச்சி அடைகிறேன்' என்ற பெட்ஸி உடனே டுஸ்கோவிச்சைப் பார்த்துச் சொன்னாள்: 'எனக்குக் களைப்பாக இருக்கிறது. அவர்கள் இங்கு வருவதற்கு முன்பாக நான் தேநீர் குடிக்க வேண்டும். மாஷாவும் நீயும் தோட்டத்துக்குச் சென்று குரோகெட் விளையாட்டுக்கு ஏற்றவாறு புல் சரியாக வெட்டப்படுகின்றதா என்று பார்.'

'தேநீர் குடித்த பிறகு நாம் அந்தரங்கமாகப் பேச வேண்டும். சரியா?' என்று அன்னாவிடம் ஆங்கிலத்தில் பேசி விட்டு அன்னாவின் கையைத் தொட்டு அழுத்தினாள்.

'நான் அதிக நேரம் இங்கே இருக்க முடியாது 'சீமாட்டி வெர்டே'யைச் சந்திக்கச் செல்ல வேண்டும். நான் அவளைப் பார்க்க வருவதாக அவளுக்கு வாக்களித்து பல யுகங்கள் கழிந்து விட்டன.' என்றாள் அன்னா. ஒரு காலத்தில் அன்னா பொய்யே சொல்ல மாட்டாள். ஆனால் இன்று அவள் மிக இயல்பான முறையில் பொய் பேசுகிறாள்... அது அவளுக்கு மிக மகிழ்ச்சியாகக் கூட இருக்கிறது. சில நொடிகளுக்கு முன்பு அவள் நினைத்திராத ஒரு விஷயத்தை எவ்வளவு சுலபமாகப் பேசிவிட்டாள். விரான்ஸ்கி வரவில்லை என்றால் அவள் அங்கிருந்து புறப்பட வேண்டும். வேறு ஒரு இடத்தில் அவரைச் சந்திக்க வேண்டும். சீமாட்டியின் வெர்டேயின் பெயரை பயன்படுத்தியது ஏன்? அவளுக்குத் தெரியவில்லை. ஆனால் அது மிகவும் தந்திரமான காரணமாக இருந்தது.

'நீ போவதற்கு அனுமதி கிடையாது. என்னுடனிருக்க நீ விரும்பவில்லையா? என்னுடன் இருப்பதற்கு நீ பயப்படுகிறாயா? உள்ளே இருக்கும் சிறிய அறையில் உட்காருவோம்.' என்று கூறிய பெட்ஸி, பணிப் பெண்ணிடம் 'தேநீரை அந்த அறைக்குக் கொண்டு வா' என்று உத்தரவிட்டாள்.

பெட்ஸி விரான்ஸ்கியின் கடிதத்தை அன்னாவிடமிருந்து வாங்கிப் படித்தாள்.

'அலெக்ஸிஸ் ஏமாற்றி விட்டார். குரோகெட் போட்டிக்கு வர முடியவில்லை என்று எழுதியிருக்கிறார்' என்று பிரெஞ்சு மொழியில் சொன்னாள். குரோகெட் விளையாட்டைத் தவிர விரான்ஸ்கிக்கு வேறு எதிலும் அக்கறையில்லை என்பதைப் போல அவள் சொன்னாள். பெட்ஸிக்கு எல்லா விஷயங்களும் தெரியும் என்பதை அன்னா அறிவாள். ஆனால் அவள் விரான்ஸ்கியைப் பற்றிப் பேசும் பொழுது அவளுக்கு எதுவுமே தெரியாது என்பது போல் தான் அன்னாவுக்குத் தோன்றும்.

அப்பாவித்தனமாக பெட்ஸி தன்னைப் பார்த்த பார்வையைக் கண்டு சட்டென்று மகிழ்ந்து போன அன்னா 'ஆ!' என்று மெலிதாக கூவியபடி அவளை நெருங்கிச் சென்று கட்டிப் பிடித்துக் கொண்டாள். உன்னால் எப்படி எல்லோருடனும், அவர்களுடைய குணங்களுக்கு ஏற்றாற்போலப் பழகி அவர்களின் நட்பையும், அன்பையும் பெற முடிகின்றது. அவர்களை உன் அருகிலேயே வைத்துக் கொள்ள முடிகின்றது' என்று வியப்புடன் கூறினாள் அன்னா.

அன்னா இங்கு வந்தவுடனேயே புறப்பட்ட பொழுது 'என்னோடு இருக்க பயப்படுகிறாயா?' என்று வார்த்தைகளில் விளையாடி அவளை இங்கே இருக்கச் செய்ததையும், அன்னா - விரான்ஸ்கி விவகாரங்கள் முழுவதும் தெரிந்திருந்தும் அவற்றை வெளிக்காட்டிக் கொள்ளாத - இரகசியங்களை மூடி மறைக்கும் தன்மைகளையும் நினைத்து அன்னா

அவ்வாறு சொன்னாள். பொதுவாக எல்லாப் பெண்களிடத்திலும் இது போன்ற தன்மைகள் இருக்கும். அதைப் போலவே அன்னாவும் தன்னுடைய ரகசியங்களை மறைப்பதற்குக் கற்றுக் கொண்டாள்.

'போப்பாண்டவரைக் காட்டிலும் சிறந்த கத்தோலிக்கராக நான் இருக்க முடியுமா? ஸ்ட்ரிமோவும், லிஸா மெர்க்கலோவும் மேற்குடியினரில் மிகவும் உயர்ந்தவர்கள். அவர்களை எல்லோரும் வரவேற்கிறார்கள். ஆனால் எனக்கு அதற்குரிய சகிப்புத் தன்மை இல்லை. நேரமும் இல்லை.' என்றாள் அன்னா. 'எனக்கு' என்பதை சற்று அழுத்தத்துடனேயே அவள் சொன்னாள்.

'ஸ்ட்ரிமோவைச் சந்திப்பதற்கு நீ விரும்பவில்லையா? அவரும் கரீனினும் கமிட்டிக் கூட்டங்களில் சண்டை போடட்டும். அந்தச் சண்டைகளைப் பற்றி நமக்கு அக்கறை இல்லை. மேற்குடியினரில் அவர் மிகவும் இனிமையானவர். குரோகெட் விளையாட்டில் அதிக விருப்பமுள்ளவர். ஸிஸாவின் பழைய காதலர் என்ற பட்டத்தை அவர் வெறுக்கவில்லை. அவர் வசீகரமானவர். 'சாபோ ஸ்டோல்ஸை' உனக்குத் தெரியுமா? அவள் முற்றிலும் புதிக ரகம்'.

பெட்ஸி இவ்வாறு சொல்லிக் கொண்டிருக்கும் போதே அன்னா, அவளது முகத்தை கூர்ந்து நோக்கினாள். அன்னாவின் மனநிலையை பெட்ஸி புரிந்து கொண்டிருப்பதாகவே தோன்றியது. அவளுக்கு உதவ ஏதாவது செய்ய வேண்டுமே என்று அவள் நினைத்து தான் எதையோ பேசிக் கொண்டு சிந்தித்துக் கொண்டிருக்கிறாள் என்பதையும் அன்னா புரிந்து கொண்டாள்.

'நான் விரான்ஸ்கிக்குக் கடிதம் எழுதப் போகிறேன்' என்று கூறிய பெட்ஸி மேசைக்கு முன்பாக உட்கார்ந்து ஒரு காகிதத்தை எடுத்து சில வார்த்தைகளை எழுதி அதை உறையில் வைத்தாள்.

'அவரை இரவு உணவுக்கு அழைத்திருக்கிறேன். விருந்தினர்களில் ஒரு பெண் மட்டுமே தனியே உட்கார்ந்திருக்கிறாள். எனவே அங்கே செல்ல வேண்டும். எனக்கு அவசரமான வேலை இருக்கிறது. நீ உறையை மூடிக் கொடுத்துவிடு' என்றாள் பெட்ஸி.

அன்னா எந்தவித யோசனையும் இன்றி, சட்டென்று மேசையின் முன் உட்கார்ந்து பெட்ஸியின் கடிதத்தை வெளியில் எடுத்து அதன் அடிப்புறம் குறிப்பு ஒன்றை எழுதினாள்:

'நான் உங்களைப் பார்க்க வேண்டும். வெர்டேயின் தோட்டத்துக்கு வாருங்கள். மாலை ஆறு மணிக்கு நான் அங்கு இருப்பேன்'.

கடிதத்தை மீண்டும் உறையிலிட்டு மூடினாள். பெட்ஸி அப்போது திரும்பி வந்தாள். அவள் முன்னிலையில் அந்தக் கடிதம் பணியாள் ஒருவன் மூலம் அனுப்பப்பட்டது.

அந்தச் சிறிய அறையில் அமர்ந்து அவர்கள் தேனீர் அருந்தினார்கள். அன்றைய விளையாட்டுப் போட்டிக்கும், விருந்துக்கும் எதிர்பார்க்கப்பட்ட எல்லோரையும் பற்றியும் அவர்கள் பேசினார்கள். அவர்களுடைய உரையாடலில் லிஸா மெர்க்கலோவா அதிகமாக இடம் பெற்றிருந்தாள்.

'அவள் மிகவும் உயர்ந்தவள். எனக்கு அவளிடம் ஈர்ப்பு உண்டு' என்றாள் அன்னா.

'அவள் உன்னைப் பற்றி ஓயாமல் பேசிக் கொண்டிருக்கிறாள். குதிரைப் பந்தயத்தின் போது உன்னைப் பார்க்கத் தவறி விட்டதாக என்னிடம் வருத்தப்பட்டாள். நீ ஒரு நாவலின் கதாநாயகி மாதிரி என்று சொல்லுகிறாள். நான் ஆணாக இருந்தால் அவளை அடைவதற்கு ஆயிரம் பொய்கள், ஆயிரம் முட்டாள்தனமான காரியங்களைச் செய்வதற்குக் கூட தயங்க மாட்டேன் என்கிறாள்'.

'ஒரு விஷயம் எனக்குப் புரியவில்லை' என்று சிறிது இடைவெளிக்குப் பிறகு அன்னா பேச ஆரம்பித்தாள். அவள் பொழுது போக்காகப் பேசவில்லை. மிகவும் சிந்தித்துப் பேசுவதாக அவளுடைய குரல் காட்டியது. 'இளவரசர் கலுஷ்கியுடன் அவளது உறவுகள் எப்படி? நான் சமீபத்தில் அவர்களைச் சந்திக்கவில்லை. அவர்கள் எப்படி இருக்கிறார்கள்?'

பெட்ஸியின் கண்கள் அவளைப் பார்த்துச் சிரித்தன. 'அது புதிய நாகரீகம். அவர்கள் கடிவாள வாரை உதறி விட்டவர்கள். அதைச் செய்வதற்கு பல்வேறு முறைகளைத் தெரிந்தவர்கள் அவர்கள்'.

'என்னால் அதைப் புரிந்துகொள்ள முடியவில்லை. லிஸாவின் கணவருடைய நிலை என்ன?' என்று அன்னா கேட்டாள்.

'லிஸாவின் கணவர் தானே... அவளது கம்பளிப் போர்வையைத் தூக்கிக் கொண்டு அவள் பின்னேயே அவர் வருகிறார்... அவள் சொல்கின்ற வேலையை, காலால் இட்டதைத் தலையால் செய்கிறார் அவர்... ஆனால் உண்மையான நிலையைத் தெரிந்துகொள்ள யாரும் விரும்பவில்லை. நாகரீகமானவர்கள். சில விஷயங்களைப் பற்றிப் பேசுவதைத் தவிர்க்கிறார்கள்.'

'நீ 'ரோலாண்டாகி' அளிக்கும் விருந்துக்குப் போகிறாயா?' என்று அன்னா கேட்டாள்.

'என்னால் போக முடியாது' என்று பதிலளித்து விட்டு சிறு கோப்பைகளில் ஏலக்காய் போட்ட தேநீரை ஊற்றினாள் பெட்ஸி. ஒரு கோப்பையை அன்னாவிடம் கொடுத்த பிறகு ஒரு சிகரெட்டை வெள்ளிக் குழாயில் பொருத்தினாள்.

'நான் சொல்வதைக் கேள். என்னால் உன்னைப் புரிந்து கொள்ள முடியும். அதே போன்று என்னால் லிசாவையும் புரிந்து கொள்ள முடியும். லிசா குழந்தையைப் போன்றவள். அவளுக்கு நன்மை எது, தீமை எது என்று தெரியாது. சிறு பெண்ணாக இருந்த போது இது போன்று அவள் கள்ளம், கபடமற்று இருந்திருக்கலாம். ஆனால் வயது முதிர்ந்த பின்னும் அது போன்றே தன்னைச் சுற்றியிருப்பவர்களைப் பற்றியும், சுற்றி நடப்பதைப் பற்றியும் புரிந்து கொள்ள இயலாமல் இருக்கின்றாளே என்று தான் வருத்தமாக உள்ளது. நன்மை, தீமைகளைப் பற்றி அறியாதவளாகத் தான் இன்றும் அவள் இருக்கிறாள். ஆனால் ஒன்று... அவள் என்ன செய்தாலும் அது அழகாகத் தான் இருக்கிறது. ஒரே விஷயத்தை - சோகமான உணர்வுகளுடன் பார்த்து, துன்பத்தை வரவழைத்துக் கொள்ளவும் முடியும். அதே விஷயத்தை மிக உற்சாகமான நோக்குடன் பார்த்து, திட்டமிட்டு குதூகலத்துடன் பணியாற்றி, வெற்றியை, மகிழ்ச்சியை அடைய முடியும். நீ அதிகமான சோகத்துடன், சோக உணர்வுகளுடன் விஷயங்களைப் பார்க்கிறாய்...' என்று பெட்ஸி கூறினாள்.

'என்னை நான் தெரிந்து கொண்டதைப் போல மற்றவர்களைத் தெரிந்து கொள்ள முடியவில்லையே. மற்றவர்களுடன் ஒப்பிடும் பொழுது நான் சிறந்தவளா? அல்லது மோசமானவளா? மோசமானவள் என்று நான் நினைக்கிறேன்' என்றாள் அன்னா.

'பிசாசுக் குழந்தை!' என்று பெட்ஸி இரண்டு முறை கூறினாள். 'ஓ, அதோ, அவர்கள் வந்து விட்டார்கள்' என்று சொல்லியபடி எழுந்தாள் அவள்.

அத்தியாயம் 18

காலடி ஓசைகள், தொடர்ந்து ஓர் ஆணின் குரல், அதனைத் தொடர்ந்து 'கலகல' வென்ற பெண்ணின் சிரிப்பொலி ஆகியவை அவர்களை எட்டிய அதே நேரம் அவர்கள் எதிர்பார்த்திருந்த அந்த விருந்தினர்கள் அறைக்குள் நுழைந்தனர். 'சாபோ ஸ்டோல்சும்' அவளைத் தொடர்ந்து வந்த அந்த திடகாத்திரமான இளைஞர் வாஸ்காவும் தான் அவர்கள். தனது திடகாத்திரமான அந்தத் தேகத்திற்கு, மாட்டிறைச்சியும், காளான் உணவும், பிரெஞ்சு ஒயினும் தான் காரணம் என்று கூறுவான் இந்த வாஸ்கா. ஒரு விநாடி நேரம் பெண்களை உற்றுப் பார்த்துவிட்டு பின்பு, மிகவும் பணிந்து

வணங்கினான் வாஸ்கா. வரவேற்பறைக்குள் வந்தாள் 'சாபோ'. அவள் பின்னாலேயே வந்தான் வாஸ்கா. சாபோவின் இடையில் ஏதோ கயிறு ஒன்றினால் கட்டி அந்தக் கயிற்றால் அவனையும் பிணைத்திருப்பது போல் அவள் பின்னாலேயே வந்து கொண்டிருந்தான் அவன். தனது மின்னுகின்ற கண்களினால் 'சாபோ'வை கடித்து தின்று விடுபவன் போலப் பார்த்தபடியே, அவள் பின்னேயே நகர்ந்து சென்று கொண்டிருந்தான் அவன். அழகிய கேசமும், கருப்பு நிறக் கண்களையும் கொண்டவள் சாபோ. குதி உயர்ந்த பிரெஞ்சுக் காலணிகளை அணிந்திருந்த அவள் நிமிர்ந்த நடையுடன் கம்பீரமாக எட்டு வைத்து நடந்தாள். ஆண்களைப் போன்று மிக அழுத்தமாகக் கைகளைப் பற்றி குலுக்கினாள். இந்த புகழ் பெற்ற அழகியை அன்னா இதற்கு முன் சந்தித்ததில்லை. அவளது அழகும், அவள் அணிந்திருந்த உடைகளும், அலங்காரமும், அந்த கம்பீரமான, அழுத்தமான பேச்சும் தொனியும் அன்னாவை... மிகவும் ஈர்த்து விட்டது. அவளது பொன்னிறத் தலை முடி, சவுரி வைத்து உயரமாகத் தூக்கிக் கட்டப்பட்டிருந்தது. குட்டைக் கவுன் அணிந்திருந்தாள். அவள் நடக்கும் பொழுது, அவளுடைய முழங்கால் மற்றும் தொடைப் பகுதிகள் உடையிலிருந்து வெளியே எட்டிப் பார்த்தன. அவளுடைய அழகிய உடலின் பெரும்பகுதி முன்புறத்தில் திறந்தும், பின்புறத்தில் மறைக்கப்பட்டும் இருந்தது.

பெட்ஸி அவளை அன்னாவுக்கு அறிமுகம் செய்து வைத்தாள்.

'நாங்கள் இரண்டு படை வீரர்களை முந்திக் கொண்டு வந்தோம். வாஸ்கா... ஓ! உங்களுக்கு அறிமுகப்படுத்த வேண்டும். இவர் தான் வாஸ்கா.'

வாஸ்கா அன்னாவை பணிந்து வணங்கினான். ஆனால் பேசவில்லை. சாபோவிடம் தான் அவன் பேசினான். 'பந்தயத்தில் தோற்று விட்டீர்கள்! முதலில் நாம் தான் வந்தோம்... உம், பணத்தைக் கட்டுங்கள்!'

சாபோ குதூகலமாகச் சிரித்தாள்.

'இப்பொழுதா? என்னால் முடியாது.'

'சரி. நான் பிறகு வாங்கிக் கொள்கிறேன்'.

'நான் ஒரு நண்பரைக் கூட்டி வந்திருக்கிறேன். அவரை மறந்து விட்டேன்.'

அந்த நண்பர் இளைஞராக இருந்தாலும், முக்கியமானவர் என்பதால் இரண்டு பெண்களும் எழுந்து நின்று அவருடன் கை குலுக்கினார்கள்.

அந்த நண்பர் சாபோவின் புதிய துணைவர். வாஸ்காவைப் போல அவளை எப்போதும் பின் தொடருபவர்.

சிறிது நேரத்திற்குப் பிறகு இளவரசர் கலூஷ்கி வந்தார். லிஸா மெர்க்கலோவா, ஸ்ட்ரிமோவுடன் வந்தாள். லிஸா மாநிறமான பெண். கிழக்கு தேச மக்களைப் போன்ற முகம், அழகான கண்கள், ஆழம் காண முடியாத கண்கள் என்று சிலர் சொல்லுவதை அன்னா கேட்டதுண்டு. ஆனால் லிஸாவைப் பார்த்ததும் அந்தக் கூற்றுப் பொய் என்பதை அன்னா தெரிந்து கொண்டாள். அவள் இனிமையாக பழகக் கூடிய குணங்களை உடையவளாக இருந்தாள். ஆனால் எதிலும் அக்கறையில்லாத மனம் படைத்தவளாக இருந்தாள். சாபோவைப் போலவே, லிஸாவையும் இரண்டு இளைஞர்கள் பின் தொடர்ந்து கொண்டே இருந்தார்கள். தங்களுடைய விழிகளில் அவளை விழுங்கினார்கள். அவர்களில் ஒருவர் இளைஞர். மற்றொருவர் முதியவர். செயற்கைக் கற்களுக்கு முன்னால் உண்மையான வைரத்தைப் போல் அவள் ஒளி வீசினாள். அந்த ஒளி அவளது ஆழம் காண முடியாத கண்களிலிருந்து வெளிப்பட்டது. அவளுடைய கண்களைப் பார்த்த எல்லோரும் அவளை நேசித்தார்கள்.

அன்னாவைப் பார்த்ததும் லிஸா புன்னகை செய்தாள். அவளை நெருங்கி வந்தாள். ‘உங்களை இங்கு சந்தித்தது குறித்து எனக்கு மிகமிக மகிழ்ச்சி ஏற்படுகிறது. குதிரைப் பந்தயத்தின் போது, உங்களைப் பார்க்க உங்கள் பக்கத்தில் வந்தேன். அதற்குள் நீங்கள் புறப்பட்டு விட்டீர்கள். உங்களைப் பார்க்க வேண்டும் என்று நான் மிக விரும்பினேன். குதிரைப் பந்தயம் மிகப் பயங்கரமாக இருந்தது இல்லையா?’

அவள் தன் ஆன்மாவைத் திறந்து காட்டுபவள் போல அன்னாவை மிக ஆழமாகப் பார்த்தாள்.

‘ஆமாம். குதிரைப் பந்தயம் மிகவும் பரபரப்பானதாகத் தான் இருந்தது’ என்றாள் அன்னா.

குரோகெட் விளையாட்டு தொடங்க இருந்ததால் அங்கிருந்தவர்கள் எல்லோரும் எழுந்து தோட்டத்திற்குப் புறப்பட்டார்கள்.

‘நான் போகவில்லை’ என்றாள் லிஸா. எனக்கு குரோகெட் விளையாட்டுப் பிடிக்காது. நீங்கள் போகவில்லையா?’

‘எனக்குப் பிடிக்கும்’ என்றாள் அன்னா.

‘உங்களை எனக்கு ரொம்பவும் பிடிக்கின்றது. எதிலும் சலிப்பின்றி எப்போதும் மிக உற்சாகமாக இருக்கின்றீர்கள். இது எப்படி உங்களால் முடிகின்றது. எனக்கு எதற்கெடுத்தாலும் சலிப்பு வந்து விடுகிறது. உற்சாகமற்றுப் போகிறேன்’.

'நீங்கள் உற்சாகமற்று இருக்கின்றீர்களா? அது ஏன்? பீட்டர்ஸ்பர்க் நகரத்திலேயே உங்கள் குழு தான் அதிக உற்சாகமானது, குதூகலம் மிக்கது என்றல்லவா நான் கேள்விப் பட்டிருக்கிறேன்' என்றாள் அன்னா.

'எங்கள் குழுவில் இல்லாதவர்கள் மிகவும் சலிப்படைகின்றனர். எனவே ஓரளவு சலிப்படையும் குழுவைப் பார்க்கும் போது உற்சாகமாக இருப்பது போல தோன்றுகிறது. நான் மிகவும் மிகவும் சலிப்படைந்து தான் போனேன்'.

சாபோ சிகரெட்டைப் பற்ற வைத்துக் கொண்டு தோட்டத்துக்குச் சென்றாள். இரண்டு இளைஞர்களும் அவளைப் பின்தொடர்ந்தார்கள். பெட்ஸியும், ஸ்ட்ரிமோவும் தேநீர் மேசைக்கு முன்பாக உட்கார்ந்திருந்தார்கள்.

'லிஸா, நேற்று உன் வீட்டில் ஒரே கொண்டாட்டம்! குதூகலம்! என்று சாபோ சொன்னாள்' என்றாள் பெட்ஸி.

'அப்படியா சொன்னாள். உண்மையில் அது மிக மந்தமான நிகழ்வாகத்தான் இருந்தது. குதிரைப் பந்தயத்துக்குப் பின் நண்பர்கள் எல்லோரும் என் வீட்டில் சந்தித்துக் கொண்டார்கள். எப்பொழுதும் வருகின்ற நண்பர்கள். எப்போதும் பேசுகின்ற அதே பேச்சு. சோபாக்களில் உட்கார்ந்திருப்பதில் குதூகலம் என்ன இருக்கிறது? நீ எப்படி சலிப்படையாமல், எப்போதும் உற்சாகமாக இருக்கிறாய் என்ற ரகசியத்தைச் சொல்' என்று அன்னாவிடம் மீண்டும் கேட்டாள் அவள். 'நீ மகிழ்ச்சியாக இருக்கலாம். துயரமாக இருக்கலாம். ஆனால் மந்தமாக, சலிப்பாக ஒரு போதும் இருந்திருக்க மாட்டாய். அவ்வாறு சலிப்பின்றி, உற்சாகமாக இருக்க உன்னால் எப்படி முடிகிறது? என்னிடம் சொல்.'

'நான் எதையும் செய்யாமல் சும்மா உட்கார்ந்திருக்கிறேன்' என்றாள் அன்னா.

'அது தான் சிறந்த வழி! என்றார் ஸ்ட்ரிமோவ். அவருக்கு அநேகமாக ஐம்பது வயது இருக்கும். தலைமுடி லேசாக நரைக்க ஆரம்பித்திருந்தது. ஆனால் எப்போதும் உற்சாகமாக இருக்கக் கூடிய தெம்பும், துணிச்சலும், துறுதுறுப்பும் உள்ள மனிதர் அவர். லிஸா மெர்க்கலோவா அவருடைய மனைவிக்கு மைத்துனி உறவு. அவர் தனது அலுவலக நேரம் போக மற்ற நேரங்களை பெரும்பாலும் அவளுடன் தான் கழித்தார். அரசாங்கத்தில், உலகத்திலேயே மிகச் சிறந்த அறிவாளி, புத்திசாலி என்று அழைக்கப்படும் கரீனினுக்கு எதிரி அவர். அங்கு அன்னா கரீனினாவைப் பார்த்தவுடன் விசேஷமான அக்கறையுடன் நட்பு கொள்ளும் மனப்பான்மையுடன் பேசினார். ஏனென்றால் அவர் உலகியல் தெரிந்தவர்.

'எதுவும் செய்ய வேண்டாம். அது தான் சிறந்த வழி என்று உன்னிடம் எப்போதும் சொல்லிக் கொண்டிருப்பேனே... அதையே தான் சொல்கிறார்கள் இவர்களும்...' என்று லிஸாவைப் பார்த்துச் சொன்னார் ஸ்ட்ரிமோவ். 'சலிப்பாக இருக்கிறது என்று நினைத்தால் சலிப்பு தான் தேடி வரும். தூங்கி விடக் கூடாது என்று நினைத்து அதற்குரிய வழிமுறைகளைக் கடைப்பிடித்தால் தூங்காமல் இருக்க முடியும். அன்னா அர்க்காதியேவ்னா அதைத் தான் சொல்கிறார்கள்.'

'நான் என்ன சொல்ல விரும்பினேனோ அதை என் சார்பில் அவர் மிகவும் அழகாக சொல்லிவிட்டார். இது புத்திசாலித்தனமான செயல் மட்டும் இல்லை. உண்மையும் கூட.'

'இல்லை. நான் கேட்பதற்கு பதில் சொல்லுங்கள். ஒரு நபர் ஏன் தூக்கமில்லாமல் கஷ்டப்படுகிறார்? ஒரு நபர் ஏன் சலிப்படைகிறார்'.

'தூங்க வேண்டும் என்றால் உழைக்க வேண்டும். சலிப்படையாமல் இருப்பதற்கும் ஒருவர் உழைக்க வேண்டும்'.

'நான் உழைக்க வேண்டும் என்று எவருமே கேட்காத போது நான் ஏன் உழைக்க வேண்டும்? போலியாக என்னால் உழைக்க முடியாது. அப்படி உழைக்கவும் மாட்டேன்.'

'உன்னைத் திருத்தவே முடியாது' என்று ஸ்ட்ரிமோவ் அவளிடம் கூறிவிட்டு அன்னாவை நோக்கித் திரும்பினார். அன்னாவிடம் பண்ணை வீட்டைப் பற்றிக் கேட்டார். சீமாட்டி லிடியா இவாவோவ்னா அன்னாவிடம் பிரியமாக இருப்பதைப் பற்றிப் பேசினார். அன்னாவிடம் தனக்கு மரியாதை இருக்கின்றது என்பதைத் தெரிவிக்கின்ற முறையில் பல செய்திகளைப் பேசினார். குரோகெட் ஆட்டக்காரர்களை எதிர்பார்த்து மற்றவர்கள் காத்துக் கொண்டிருக்கிறார்கள் என்று டுஷ்கேவிச் வந்து சொன்னான்.

அன்னா வீட்டிற்குப் புறப்படுவதாகச் சொன்ன போது, 'வேண்டாம், எங்களுடன் இருங்கள்' என்று லிஸாவும், ஸ்ட்ரிமோவும் மிகவும் வேண்டிக் கேட்டுக் கொண்டனர்.

'எங்களுடன் பேசிக் கொண்டிருந்து விட்டு அந்த முதிய சீமாட்டி வெர்டேயைப் பார்க்கச் சென்றால் அது மிகவும் முரண்பாடாக இருக்கும். நீங்கள் போன பிறகு சீமாட்டி உங்களைப் பற்றிய கட்டுக் கதைகளைச் சொல்வாள். எனவே அங்கு போக வேண்டாம். இங்கேயே இருங்கள். நல்ல விஷயங்களைப் பேசிக் கொண்டிருப்போம்' என்றார் ஸ்ட்ரிமோவ்.

அன்னா ஒரு நொடி தயங்கினாள். அந்த சாமர்த்தியசாலியின் புகழ்ச்சி, லிஸாவின் குழந்தைத்தனமான பாசம் மற்றும் அவளுக்குப் பழக்கமான

அந்தச் சூழல் ஆகியவை அவளுக்கு மன அமைதியைக் கொடுத்தது. ஆனால் வெர்டேயின் வீட்டுக்குச் சென்றால் மனக் கஷ்டம் ஏற்படும். பயங்கரமான அந்த தருணங்களை நினைத்து அவள் பயந்தாள். அதனைத் தவிர்க்க வேண்டும் என்று கூட நினைத்தாள். தள்ளிப் போடலாம். ஆனால் தவிர்க்க முடியாது. அது ஏன் தள்ளிப் போட வேண்டும். இன்றே அதனைச் சந்தித்து விடுவோம் என்ற முடிவுடன் அவள் புறப்பட்டாள்.

அத்தியாயம் 19

விரான்ஸ்கி ஒழுங்கு முறை இல்லாமல் வாழ்ந்தாலும் சொந்த வாழ்க்கை முறைப்படி இருக்க வேண்டும் என்று விரும்பினான். அவன் இராணுவப் பயிற்சிப் பள்ளியில் இருந்த பொழுது, தன் சில்லரைக் கடன்களைத் தீர்ப்பதற்கு ஒரு நபரிடம் கடன் கேட்ட பொழுது அவர் மறுத்தார். அதிலிருந்து அவன் ஆண்டுக்கு நான்கு அல்லது ஐந்து முறை தனிமையாக இருந்து தன்னுடைய வருமானத்தையும், கடன்களையும் சரி செய்து கொள்வான். அதைச் சலவை செய்தல் என்பான். குதிரைப் பந்தயம் முடிந்த மறுநாள், அவன் நேரம் கழித்து தான் எழுந்தான். கையிலிருந்த பணம், கணக்குகள், கடிதங்களைத் தனக்கு முன்னால் பரப்பி வைத்தான்.

அப்படிப்பட்ட நேரங்களில் அவனிடம் விளையாடக் கூடாது என்பது பெட்ரிட்ஸ்கிக்குத் தெரியும். எனவே அவன் உடை மாற்றிக் கொண்டு, விரான்ஸ்கிக்குத் தொல்லை தராமல் அமைதியாக வெளியில் சென்றான்.

துன்பங்கள், துயரங்கள் எல்லாம் தனக்கு மட்டும் தான் ஏற்படுகின்றன. மற்றவர்கள் எல்லாம் சந்தோஷமாக, மகிழ்ச்சியாக இருக்கிறார்கள் என்று பலரும் நினைக்கிறார்கள். அப்படிப்பட்டவர்களில் விரான்ஸ்கியும் ஒருவன். பிரச்சினைகளில் மாட்டிக்கொள்ளக் கூடாது என்பதற்காக அவன் தன்னுடைய பொருளாதார நிலைமையை முழுமையாக ஆராய்ச்சி செய்து கொண்டிருந்தான்.

அவன் ஒரு துண்டுக் காகிதத்தில் கடன் மொத்தத்தையும் குறித்துக் கொண்டான். மொத்தமாக பதினேழாயிரம் மற்றும் சில ரூபிள்கள் கடன் இருந்தது. அவனுடைய வங்கிக் கணக்கில் 1800 ரூபிள்கள் இருப்பு இருந்தது. புதிய ஆண்டு பிறப்பதற்குள் வேறு எங்கிருந்தும் பணம் வந்து விடப் போவதில்லை. உடனடியாக 4000 ரூபிள்கள் கடனைத் தீர்க்க வேண்டும். குதிரைக்கு 1500 ரூபிள்கள், 'வெனெவ்ஸ்கி' என்ற அவனது இளம் நண்பன் சீட்டாட்டத்தில் தோற்று விட்டான். அவனுக்காக விரான்ஸ்கி ஜாமீன் ஏற்றுக் கொண்ட 2500 ரூபிள்கள். அது வாய்மொழி ஜாமீன் என்றாலும் அந்த சூதாடி வரும்போது அவசியம் கொடுத்தாக வேண்டிய கடன். குதிரை லாய வாடகை, ஓட்ஸ் மற்றும் வைக்கோல்

வாங்கிய கடன், ஆங்கிலேயப் பயிற்சியாளர் ஊதியம் இதர செலவுகள் ஆகியவை 8000 ரூபிள்கள். இதில் 2000 ரூபிள்கள் உடனே கொடுக்க வேண்டும். கடைகள், ஹோட்டல், தையற்காரர் ஆகியோருக்கு அவன் பணம் கொடுக்க வேண்டும் என்றாலும் அவை உடனடியான பிரச்சினை அல்ல.

ஆக, உடனடியாக அவனுக்கு 6000 ரூபிள்கள் பணம் வேண்டும். அவனிடம் 1800 ரூபிள்கள் தான் இருக்கிறது. ஆண்டுக்கு ஒரு லட்சம் ரூபிள்கள் வருமானத்தைக் கொண்டவர் சிறிய கடனைப் பற்றி கவலைப்பட வேண்டாமே. அவனுடைய தந்தை பெருஞ்செல்வர். அவருடைய சொத்துக்களின் வருமானம் ஆண்டுக்கு இரண்டு லட்சம் ரூபிள்களாகும். ஆனால் சகோதரர்களுக்கு இடையில் இன்னும் பாகப் பிரிவினை நடைபெறவில்லை. அவனுடைய அண்ணன் *டிசம்பரிஸ்ட் இயக்கத்தைச் சேர்ந்த, சொத்துக்களைப் பறிகொடுத்த ஒருவரின் மகள், இளவரசி வார்யா சிர்கோவாவை திருமணம் செய்து கொண்ட பொழுது, விரான்ஸ்கி தானே முன் வந்து தனக்கு ஆண்டுக்கு 2500 ரூபிள்கள் கொடுத்து விட்டு எஞ்சிய பணத்தை அண்ணனே வைத்துக் கொள்ளட்டும் என்று கூறிவிட்டான். நான் திருமணம் செய்து கொள்ளப் போவதில்லை. எனவே எனக்கு இந்தத் தொகை போதும் என்று கூறி இருந்தான். அவனுடைய தாயின் பெயரில் தனியாகச் சொத்து இருந்தது. அவள் விரான்ஸ்கிக்கு ஆண்டு தோறும் 20,000 ரூபிள்கள் கொடுத்தாள். மொத்தம் 45000 ரூபிள்கள் அவனுக்கு ஆண்டு தோறும் கிடைத்து வந்தது. அன்னாவுடனான அவனது காதலைப் பற்றித் தெரிந்து கொண்ட அவனுடைய தாய், விரான்ஸ்கிக்கு கொடுத்த உதவித் தொகையை இன்னும் தரவில்லை. நிறுத்தி விட்டாள். எனவே அவன் செலவுக்குப் போதிய பணம் இல்லாமல் கஷ்டப்பட்டான்.

இராணுவத்திலும், அதிகாரிகள் மத்தியிலும் நீ நல்ல பெயரெடுக்க உனக்குப் பணம் கொடுக்க நான் தயார். ஆனால் நீ சமூகத்தில் கெட்ட பெயர் வாங்கிக் கொள்ள நான் பணம் கொடுக்க மாட்டேன் என்று அவனுடைய அம்மா கடிதம் எழுதி விட்டாள். அதன் பிறகு அவன் தனது அம்மாவை வெறுக்க ஆரம்பித்திருந்தான்.

அண்ணனுக்குக் கொடுத்திருந்த வாக்குறுதியைத் திரும்பப் பெறுவதற்கு அவன் விரும்பவில்லை. அவனுடைய அண்ணி அவனுடைய தாராள மனத்தை மிகவும் போற்றினாள். இனிமேல் என்ன செய்யலாம் என்று

★ முதலாம் நிக்கோலஸ் ரஷ்யாவின் அரசராகப் பதவி ஏற்ற பொழுது 1825 டிசம்பரில் ராணுவ அதிகாரிகள் மற்றும் சிலர் நாட்டுக்கு அரசியலமைப்புச் சட்டத்தைக் கோருவதென்று சதி செய்தார்கள். அவர்கள் கைது செய்யப்பட்டு, சிலர் தண்டனை அடைந்தார்கள், சிலர் சைபீரியாவுக்கு நாடு கடத்தப்பட்டார்கள். அவர்களது எஸ்டேட்டுகள் பறிமுதல் செய்யப்பட்டன,

விரான்ஸ்கி சிந்தித்தான். வட்டிக் கடைக்காரரிடம் 10,000 ரூபிள்கள் கடன் வாங்குவதென்றும், செலவுகளைக் குறைத்துக் கொள்வதென்றும், குதிரைகளை விற்றுவிடுவதென்றும் அவன் முடிவு செய்தான். 'ரோலாண்டாகி' என்பவர் விரான்ஸ்கியின் பந்தயக் குதிரைகளை வாங்கிக் கொள்வதாக விருப்பம் தெரிவித்திருந்தபடியால் உடனே அவருக்குக் கடிதம் எழுதி வரவழைத்தான். குதிரையை விற்ற பணம், மற்றும் வட்டிக்குக் கிடைத்த பணம் ஆகியவற்றைக் கொண்டு அந்த ஆங்கிலேயப் பயிற்சியாளனுக்குக் கொடுக்க வேண்டிய பணம் மற்றும் இதர கடன்களைக் கொடுத்து முடித்தான். அதன் பிறகு தன்னுடைய அம்மாவுக்கு ஒரு காட்டமான கடிதம் எழுதினான். அன்னா எழுதியிருந்த மூன்று கடிதங்கள் அவனது கைப்பையில் இருந்தன. அவற்றை மறுபடியும் வாசித்து விட்டு தீயில் போட்டு எரித்தான்.

அத்தியாயம் 20

ஒரு மனிதன் என்ன செய்ய வேண்டும், என்னவெல்லாம் செய்யக் கூடாது என்பதற்கு விரான்ஸ்கி தெளிவான விதிமுறைகளை வகுத்து வைத்திருந்தான். அந்த விதிகளைப் பின்பற்றிச் செய்ய வேண்டிய காரியங்களைச் செய்ய அவன் சிறிதும் தயங்க மாட்டான். சீட்டாட்டத்தில் உன்னை ஏமாற்றியவனுக்குக் கொடுக்க வேண்டிய பணத்தைக்கொடுத்து விடு என்று விதிகள் வற்புறுத்தின. தையற்காரனுக்கு கூலியைக் கொடு என்று வற்புறுத்தவில்லை. ஒரு ஆணிடம் பொய் சொல்லாதே, பெண்ணிடம் சொல். ஒரு பெண்ணின் கணவரை ஏமாற்று. மற்றவர்களை ஏமாற்றாதே. உன்னை யாராவது அவமதித்தால் அதை நீ ஒருபோதும் மறக்காதே. ஆனால் நீ மற்றவர்களை அவமதிக்கலாம். இது போன்ற விதிகளைத் தான் அவன் தனக்குள் வகுத்துக் கொண்டிருந்தான். மேற் கூறிய விதிமுறைகள் அறிவுக்குப் பொருந்தாதவை; மோசமானவை என்றாலும் விரான்ஸ்கி அவற்றை விடாமல் கடைப்பிடித்தான். அண்மைக் காலத்தில், அன்னாவுடன் அவனுக்கு உறவு ஏற்பட்ட பிறகு அந்த விதிகள் எல்லா சந்தர்ப்பங்களிலும் பொருந்தவில்லை; கஷ்டங்களைச் சமாளிப்பதற்கு வழிகாட்டவில்லை என்று விரான்ஸ்கி உணர ஆரம்பித்தான்.

அன்னாவிடமும், அவளது கணவரிடமும் அவன் எப்படி நடந்து கொள்ள வேண்டும் என்பதற்கு அவன் வகுத்த விதிகள் தெளிவாக வழிகாட்டின.

அன்னா கௌரவமான பெண். அவள் என்னைக் காதலிக்கிறாள். நானும் அவளைக் காதலிக்கிறேன். ஆகவே என் மனைவியைப் போல அல்லது அதற்கும் அதிகமாக அவளை மதிக்க வேண்டும். என் கரங்களை வெட்டினால் கூட நான் அவளை அவமதிக்க மாட்டேன். ஒரு பெண்ணுக்குரிய முறையில் அவளுக்கு நான் மரியாதை செய்வேன்.

அவன் சமூகத்திற்கு செய்ய வேண்டிய கடமைகளும் கூட அவனுடைய விதிகளில் தெளிவாகச் சொல்லப்பட்டிருந்தன. அன்னாவுடன் உள்ள அவனது கள்ள உறவு சிலர் அறிந்திருக்கலாம்; சிலர் அதை ஊகித்து அறியலாம். ஆனால் அவர்கள் அது பற்றிப் பேசக் கூடாது. அப்படி யாராவது பேசினால் வலுக்கட்டாயமாக அந்த நபரின் வாயை அடைப்பதற்கு அவன் தயார். தான் காதலிக்கின்ற பெண்ணிடம் இல்லாத கண்ணியத்தை - அல்லது இழந்து விட்ட கண்ணியத்தை - எல்லோரும் அவளை மதிக்கும்படி செய்வதன் மூலம் அவன் நிலைநாட்டுவான்.

அன்னாவின் கணவரைப் பற்றி அவன் என்ன நினைக்கிறான்? அன்னாவைக் காதலிக்க ஆரம்பித்த தருணத்திலிருந்து அன்னாவின் மீது தனக்குள்ள உரிமையை எவராலும் பறிக்க முடியாது என்று கருதினான். அவளுடைய கணவர் உபரி மனிதர். அவரால் உபத்திரவம் தான் ஏற்படும் என்று அவன் கருதினான். அவருடைய நிலை மிகவும் பரிதாபகரமானது என்பதில் சிறிதும் சந்தேகம் இல்லை. ஆனால் அதற்கென்ன செய்ய முடியும்? ஒரு வேளை அவளுடைய கணவர் கையில் ஆயுதத்துடன் தன்னுடைய உரிமையை நிலைநாட்டுவதற்கு தன்னோடு மோத விரும்பினால் அதற்கும் விரான்ஸ்கி தயாராக இருந்தான்.

ஆனால் சமீப காலத்தில், அவனுக்கும் அவளுக்கும் ஏற்பட்ட உறவின் வெளிப்பாடாக புதிதாக அரும்பிவிட்டிருக்கும் 'உள் உறவுகள்' பற்றி அவன் அச்சமடைந்திருந்தான். தான் கருவுற்றிருப்பதாக நேற்றுத்தான் அன்னா அவனிடம் தெரிவித்திருந்தாள். இந்தத் தகவலும், இதனால் அவள் தன்னிடம் என்ன எதிர்பார்க்கிறாள் என்பதும் அதற்கு தான் என்ன செய்யப் போகிறோம் என்பதும், அவன் வகுத்துக் கொண்ட விதிமுறைகளில் குறிப்பிடவில்லை; இன்னும் வரையறுக்கப்படவில்லை. அவன் ஆச்சரியமும், திகைப்பும் தான் அடைந்தான். தன்னுடைய நிலை பற்றி அவள் விரான்ஸ்கியிடம் தெரிவித்த போது அவனுடைய இதயம் அவனுக்குச் சொன்னது - அதையே அவளிடம் அவன் சொன்னான்: 'உன் கணவரை விட்டு விலகி வந்து விடு'.

'கணவரை விட்டு விலகி வந்து விடு' என்ற திட்டத்தை அவன் தான் சொன்னான். ஆனால் அதன் பின் அது பற்றி அவன் மறுபரிசீலனை செய்த போது அந்தத் திட்டம் ஏற்றது அல்ல என்று முடிவு செய்தான். தவறான திட்டம் என்று அவன் பயந்தான். எனவே இந்தத் திட்டத்தைக் கைவிடுவது என்று முடிவு செய்தான்.

'அவள் தன்னுடைய கணவரை விட்டு விலகி வந்து விடு' என்று நான் அவளிடம் சொன்னதன் பொருள் என்ன? 'வா, வந்து என்னோடு சேர்ந்து விடு. என்னோடு சேர்ந்து வாழு' என்பது தானே... அதற்கு நான்

தயாராக இருக்கிறேனா? என்னிடம் பணவசதி இல்லை. பணத்தை ஏற்பாடு செய்து கொண்டாலும் இராணுவ அதிகாரியாக இருக்கிற நான் அவளுடன் ஓடிப் போக முடியுமா? அல்லது இராணுவத்திலிருந்து விலகி விடுவதா? இந்தத் திட்டத்தைக் கூறிய நான் இதை வழிநடத்திச் செல்லவும் தயாராக இருக்க வேண்டும் அல்லவா?'

'எனவே தேவையான பணத்தை முதலில் ஏற்பாடு செய்ய வேண்டும். அதன் பின்பு இராணுவத்தை விட்டு விலக வேண்டும்' என்று அவன் மனம் அவனுக்கு அறிவுறுத்தியது.

அவன் சிந்தனையில் மூழ்கினான். இராணுவத்தில் நீடிப்பதா? அல்லது விலகி விடுவதா? என்ற பிரச்சினை, வாழ்க்கையில் அவன் மிக விரும்பிய குறிக்கோள் பற்றிய அவனது ஆரம்ப கால நினைவுகளுக்கு அவனை இட்டுச் சென்றது. அவனுடைய இளமைப் பருவத்தில், எதிர்காலம் பற்றி பல்வேறு விதமான சிந்தனைகள், இலட்சியங்கள், ஆசைகள் அவனுக்கு நிறைய இருந்தன. அதையெல்லாம் இப்போது சொன்னால் அவன் அதனை ஒப்புக் கொள்ள மாட்டான். இருந்தாலும் அவன் அவ்வாறு பல ஆசைகளுடன் இருந்ததென்னவோ உண்மை தான். பதவிகள் மீது அவனுக்கு எப்போதும் மோகம் உண்டு. இப்பொழுது அவனது பதவி ஆசை அவனுடைய காதலை எதிர்த்தது. சமூகத்திலும் இராணுவத்திலும் அவனுடைய முதற்காலடிகள் வெற்றிகரமாக இருந்தன. ஆனால் இரண்டு ஆண்டுகளுக்கு முன்பு அவன் ஒரு மோசமான தவறு செய்தான். அவனுக்கு அளிக்கப்பட்ட பதவி உயர்வை, உயர் பதவியை அவன் நிராகரித்தான். இவ்வாறு நிராகரிப்பதன் மூலம் தன்னுடைய மதிப்பு அதிகரிக்கும் என்று அவன் நினைத்தான். 'பதவி ஆசை இல்லாதவர். உயர்ந்த குணம் படைத்தவர்' என்று எல்லோரும் போற்றுவார்கள். இதன் மூலம் இன்னும் பெரிய பதவிகள் தன்னைத் தேடி வரும் என்று அவன் தவறாக அனுமானம் செய்து விட்டான். ஆனால் அவனது இந்த நிராகரிப்பு உயர் அதிகாரிகளுக்கு முற்றிலும் பிடிக்கவில்லை. எனவே தொடர்ந்து இவனுக்குப் பதவி உயர்வு மறுக்கப்பட்டது. அதைப் பற்றி கவலைப்படாததைப் போல இவன் நடித்தான். எனக்கு யார் மீதும் வெறுப்பு இல்லை என்று அடிக்கடி சொல்லிக் கொண்டான். ஆனால் சென்ற ஆண்டில் பெரிதாக, மனம் வேதனைப்பட்டான்.

நான் நினைத்தால் எந்தப் பதவியையும் பெற முடியும் ஆனால் எனக்கு அதில் ஆர்வம் கிடையாது. நான் இப்போது போலவே மகிழ்ச்சியுடன் இருக்க விரும்புகிறேன் என்று தான் செல்லுமிடங்களில் எல்லாம் பேசி வந்தான்.

'இவன் ஒரு சுகவாசி. இராணுவத்தில் முக்கியமான பதவிகளுக்குக் கொஞ்சமும் தகுதி இல்லாதவன் என்று மற்றவர்கள் நினைக்க ஆரம்பித்தனர்'.

அன்னாவிடம் இவனுக்கு இருந்த கள்ள உறவு மேற்குடியினரிடம் பரபரப்பை ஏற்படுத்தியது. இவனுடைய உள்ளத்தை அரித்துக் கொண்டிருந்த பதவி ஆசை உறங்க ஆரம்பித்தது. ஒரு வாரம் முடிந்த பிறகு அது புதிய வேகத்தோடு தலை தூக்கியது.

குழந்தைப் பருவத்தில் இவனது விளையாட்டுத் தோழனாகவும், பின்பு இராணுவப் பயிற்சிப் பள்ளியில் இவனுடன் பயிற்சி பெற்றவருமான, செர்புகோவ்ஸ்கோய் என்பவன் இவனுக்குப் போட்டியாக இருந்தான். இருவரும் ஒரே ஆண்டில் இராணுவப் பயிற்சியை முடித்தார்கள். வகுப்புகளில், விளையாட்டுக்களில், குறும்புகளில், எதிர்காலக் கனவுகளில் இருவருமே போட்டி போட்டுக் கொண்டிருந்தனர். மத்திய ஆசியாவில் இராணுவப் பணியில் ஈடுபட்டிருந்த பொழுது அதிகார வரிசையில் உயர் பதவியில், இரண்டு படிகள் விரான்ஸ்கியைக் காட்டிலும் முன்னேறிச் சென்றான் செர்புகோவ்ஸ்கோய். அவனைப் போன்ற இளைஞரான இராணுவ ஜெனரல்களுக்கு இத்தகைய கௌரவம் மிக அபூர்வமானதாகத்தான் கிடைக்கும்.

செர்புகோவ்ஸ்கோய் பீட்டர்ஸ்பர்குக்கு வந்தவுடன் 'இராணுவத்தின் நம்பிக்கை நட்சத்திரம்' என்று மக்கள் அவனைப் பற்றிப் பேச ஆரம்பித்தார்கள். விரான்ஸ்கியின் சம வயதுக்காரனான அவன் இராணுவத்தில் ஜெனரல் பதவியில் இருந்ததுடன், அரசுத் துறையிலும் மிக உயர்ந்த பதவியை எதிர்பார்த்துக் காத்துக் கொண்டிருந்தான். விரான்ஸ்கி கவர்ச்சியுள்ள அதிகாரியாக இருந்தாலும், ஒரு பேரழகியின் காதலைப் பெற்றிருந்தாலும் கூட, இராணுவத்தில் குதிரைப் படைக் கேப்டனாகத்தான் இருந்தான்.

'அவனைப் பற்றி நான் பொறாமைப்படவில்லை. நான் அவசரப்பட மாட்டேன். விரைவில் எனக்குப் பதவி உயர்வு கிடைக்கும். மூன்று ஆண்டுகளுக்கு முன்பு நானும் செர்புகோவ்ஸ்கோயும் ஒரே நிலையில் தான் இருந்தோம். இப்பொழுது நான் இராணுவத்திலிருந்து விலகினால் எனக்கு எதிர்காலம் இல்லை. இராணுவத்தில் நீடிப்பதால் எனக்கு எந்த இழப்பும் இல்லை. அன்னா தன்னுடைய நிலையை மாற்ற விரும்பவில்லை என்று சொன்னாள். அவளுடைய காதலனாகிய நான் செர்புகோவ்ஸ்கோய் பற்றிப் பொறாமைப்படமாட்டேன்' என்று முடிவு செய்தான் விரான்ஸ்கி.

விரான்ஸ்கி மீசையை முறுக்கிக் கொண்டு நாற்காலியிலிருந்து எழுந்து அறைக்குள் நடந்தான். ஏதாவது ஒரு பிரச்சினைக்குத் தீர்வு கண்டவுடன் அவன் அமைதியாக, உற்சாகமாகக் காணப்படுவான். அந்த மனநிலையில் அப்போது அவன் இருந்தான். எழுந்து முகத்தைச் சிரைத்தான். குளிர்ந்த தண்ணீரில் குளித்து விட்டு வெளியே புறப்பட்டான்.

அத்தியாயம் 21

'உன்னைக் கூப்பிடத் தான் வந்தேன். குளித்து முடிக்க இவ்வளவு நேரமா? உன்னுடைய வேலை எல்லாம் நல்லபடியாக முடிந்து விட்டதா?' என்றான் பெட்ரிட்ஸ்கி.

'ஆமாம். எல்லாம் நன்கு முடிந்து விட்டது' என்று புன்னகை செய்தபடியே சொன்னான் விரான்ஸ்கி.

'நான் கிரிட்ஸ்காவிடமிருந்து வருகிறேன். அவர்கள் உன்னை எதிர்பார்த்துக் காத்துக் கொண்டிருக்கிறார்கள்.' என்றான் பெட்ரிட்ஸ்கி.

கிரிட்ஸ்கா என்பது அவர்களது படைத் தளபதியின் பெயர்.

'வாத்திய இசை அங்கிருந்து தான் வருகிறதா? என்ன விசேஷம்?' என்றான் விரான்ஸ்கி.

'செர்புகோவ்ஸ்கோய் வந்திருக்கிறார்'

'அப்படியா?' என்றான் விரான்ஸ்கி. அவனுடைய நீண்ட கால நண்பர் என்றாலும் ரெஜிமெண்டுக்கு வந்தவுடன் விரான்ஸ்கியைப் பார்க்க செர்புகோவ்ஸ்கோய் வரவில்லை. விரான்ஸ்கி அவனைப் பற்றிப் பொறாமைப்படவில்லை.

ரெஜிமெண்டின் தளபதி ஒரு பெரிய வீட்டில் வசித்தார். அந்த வீட்டின் நீண்ட வராந்தாவில் எல்லோரும் திரண்டிருந்தார்கள். வீட்டிற்கு வெளியே வாத்தியக் குழுவினர் உட்கார்ந்து இசைக்கருவிகளை இசைத்துக் கொண்டிருந்தனர். அவர்களுக்கு முன்னால் வோட்கா ஒரு பெரிய பாட்டிலில் வைக்கப்பட்டிருந்தது. தளபதி அதிகாரிகளுடன் அங்கு நின்று கொண்டிருந்தார். அவர் அவ்வப்போது அதிகாரிகளிடம் உத்தரவுகளைக் கூறிக் கொண்டிருந்தார். விரான்ஸ்கி அங்கே வந்த அதே சமயத்தில் கீழ்நிலை அதிகாரிகள் சிலரும் அங்கு வந்தனர். தளபதி டெமின் கையில் ஷாம்பேன் கோப்பையுடன் முன்பகுதிக்கு வந்து, 'வீரமிக்க ஜெனரல் இளவரசர் செர்பு கோவ்ஸ்கோயின் உடல் நலத்திற்காக! ஹுர்ரே!' என்று உரக்கச் சொன்னார். அவரைத் தொடர்ந்து செர்பு கோவ்ஸ்கோய் சிரித்துக் கொண்டே அங்கு வந்தார்.

தனக்கு முன்னால் நின்று கொண்டிருந்த சார்ஜெண்ட் மேஜரைப் பார்த்து செர்புகோவ்ஸ்கோய் கேட்டார்: 'பொண்டா ரென்கோ, நாள் தோறும் உன் வயது குறைந்து கொண்டே போகிறதா என்ன?...' என்று நலம் விசாரித்தார். விரான்ஸ்கி செர்புகோவ்ஸ்கோயைப் பார்த்து மூன்று ஆண்டுகளாகியிருந்தன. அவரது உடலில் முதிர்ச்சி தென்பட்டது.

அவருடைய முகமும் மிடுக்கும் பார்ப்பவர்களை வசீகரித்தன. வாழ்க்கையில் வெற்றியடைந்தவர்களின் முகங்கள் அமைதியாகப் பிரகாசிக்கின்றன. விரான்ஸ்கி அந்த ஒளியை செர்புகோவ்ஸ்கோயின் முகத்தில் கண்டான்.

செர்புகோவ்ஸ்கோய் மாடிப்படிகளில் இறங்கி வரும் பொழுதே விரான்ஸ்கியைப் பார்த்து விட்டார். தன்னுடைய ஷாம்பேன் கோப்பையை உயர்த்தி அவனை வரவேற்றார். நான் முதலில் சார்ஜெண்ட் மேஜரிடம் பேச வேண்டும் என்று சைகை செய்தார். பின்பு அவர் சார்ஜெண்ட் மேஜரிடம் சென்று அவருடைய உதடுகளில் முத்தமிட்டு விட்டு, கைக்குட்டையினால் தன் வாயைத் துடைத்துக் கொண்டார். பிறகு விரான்ஸ்கியை நெருங்கி வந்தார்.

‘குதிரைப் பந்தயத்தைப் பார்க்க வருவீர்கள் என்று நினைத்தேன்’ என்றான் விரான்ஸ்கி.

‘நான் தாமதமாகத் தான் வந்தேன். பொறுத்துக் கொள்’.

அவர் தன் சட்டைப் பையிலிருந்து மூன்று நூறு ரூபிள் நோட்டுக்களை எடுத்து தன் உதவியாளரிடம் கொடுத்தார்.

‘இந்தப் பணத்தை வாத்தியக் குழுவினருடன் பகிர்ந்து கொடு’ என்றார்.

‘விரான்ஸ்கி! சாப்பிடுங்கள்’ ‘விரான்ஸ்கி இந்த மதுவைக் குடியுங்கள்’ என்று அவனுக்கு நல்ல வரவேற்பு இருந்தது. தளபதியின் வீட்டில் விருந்து அதிக நேரம் நீடித்தது. எல்லோரும் போதையில் இருந்தார்கள். செர்பு கோவ்ஸ்கோயைத் தலைக்கு மேலே தூக்கினார்கள். செர்புகோவ்ஸ்கோய் அங்கு போடப்பட்டிருந்த சிறிய சோபா ஒன்றில் உட்கார்ந்தார்.

குதிரைப் படையின் அதிரடித் தாக்குதலில் பிரஷ்யாவை விட ரஷ்யா தான் சிறந்து விளங்குகிறது என்று யாஷ்வினிடம் விளக்கினார் செர்பு கோவ்ஸ்கோய். ஆட்டமும், பாட்டுக்களும் சிறிது நேரம் நிறுத்தப்பட்டன. செர்பு கோவ்ஸ்கோய் கைகளைக் கழுவுவதற்காக ஓய்வறைக்குச் சென்றார். விரான்ஸ்கி தன் கோட்டைக் கழற்றி விட்டு, தன் சிவந்த முகத்தைக் குழாய்த் தண்ணீரில் கழுவிக் கொண்டிருந்தான். முகத்தைக் கழுவி முடித்த பின்பு அங்கிருந்த சிறிது சோபாவில் செர்புகோவ்ஸ்கோய் அருகில் உட்கார்ந்தார். இருவருக்கும் இடையில் முக்கியமான உரையாடல் ஆரம்பமானது.

‘என்னுடைய மனைவியின் மூலம் உன்னைப் பற்றி எல்லா விஷயங்களையும் நான் தெரிந்து கொள்வேன். என் மனைவி உன்னை அடிக்கடி சந்திக்க நேரும் என்று கூறுவாள். சந்திக்கும் போதெல்லாம் உன் நலத்தை விசாரிப்பதுடன் உதவிகள் செய்வதாகவும் என் மனைவி சொல்லுவாள்’ என்றார் செர்புகோஸ்கோய்.

‘தங்கள் மனைவியும், வார்யாவும் சிறந்த நண்பர்கள். பீட்டர்ஸ்பர்கில் உருப்படியான விஷயங்களைப் பேசக் கூடியவர்கள் என்று கூறினால் அவர்கள் இருவரையும் தான் குறிப்பிட வேண்டும்’ என்று விரான்ஸ்கி பதிலளித்தான்.

வார்யா, விரான்ஸ்கியின் சகோதரரின் மனைவி. வார்யாவும், செர்புகோவ்ஸ்கோயின் மனைவியும் நண்பர்கள்.

‘அவர்கள் மட்டும் தானா? வேறு யாருமில்லையா?’ என்று செர்புகோவ்ஸ்கோய் சிரித்தபடியே கேட்டார்.

‘ஆமாம். உங்களைப் பற்றி உங்கள் மனைவி மட்டுமின்றி பலரும் பேசுவார்கள். உங்கள் முன்னேற்றம் எனக்கு மகிழ்ச்சியாக இருக்கிறது. ஆனால் நான் ஆச்சரியப்படவில்லை. இன்றும் கூடுதலான பதவி உயர்வுகளை எதிர்பார்த்தேன்.’

‘நான் இதைக் கூட எதிர்பார்க்கவில்லை. எனக்கு ஆசை அதிகம் என்பதை நான் மறைக்க மாட்டேன். அது தான் எனது பலவீனமும் கூட’ என்றார் செர்புகோவ்ஸ்கோய்.

‘வெற்றி பெற்றதால் ஆசை அதிகரிக்கிறது என்று கருதலாமா?’ என்றான் விரான்ஸ்கி.

‘இராணுவப் பணிக்குரிய சில தகுதிகள் என்னிடம் உள்ளன. அதைத் தவிர வேறு அதிகாரத்தை என்னிடம் ஒப்படைத்தாலும் அந்தப் பொறுப்பை மற்றவர்களைக் காட்டிலும் சிறப்பாக நிறைவேற்றுவேன். அந்தக் கட்டத்தை நெருங்கியிருப்பதால் அதிக மகிழ்ச்சியுடன் இருக்கிறேன்’ என்றார் செர்புகோவ்ஸ்கோய்.

‘நீங்கள் விரும்பிய அனைத்தும் கிடைக்கிறது. எனக்கு வாழ்க்கை வெறுப்பாக இருக்கிறது.’ என்றான் விரான்ஸ்கி.

‘வெறுப்படையாதே. உனக்கும் காலம் வரும். ரஷ்யாவுக்குத் திறமையுள்ளவர்கள் வேண்டும். ஒரு கட்சி வேண்டும். இல்லாவிட்டால் நாடு கெட்டுப் போய் விடும்.’

‘கம்யூனிஸ்ட்டுகளை எதிர்க்கின்ற ‘பெர்ட்டெனவ்’ கட்சியைக் குறிப்பிடுகின்றீர்களா?’

‘அவர்கள் போலிகள். சூழ்ச்சிக்காரர்கள். ஏதாவது ஒரு ஆபத்தான கட்சி ஆரம்பித்து விடுகிறார்கள். அது பழைய தந்திரமே. உன்னையும் என்னையும் போல சுதந்திரமான மனிதர்களைக் கொண்ட கட்சி நாட்டுக்குத் தேவை.’

‘அவர்கள் சுதந்திரமான மனிதர்கள் இல்லையா?’

'அவர்கள் உன்னையும் என்னையும் போல நல்ல குடும்பங்களைச் சேர்ந்தவர்கள் அல்ல. அவர்கள் பணக்காரர்கள் அல்ல. அவர்களை யாரும் விலைக்கு வாங்க முடியும். அல்லது கட்டாயப்படுத்தவும் முடியும். அவர்கள் ஒரு தத்துவத்தை பேசினாலும் அதில் அவர்களுக்கு நம்பிக்கை கிடையாது. அரசாங்கத்திடமிருந்து ஊதியம் மற்றும் இருப்பிடம் பெறுவதற்கு அவர்கள் பாடுபடுகிறார்கள். (அது தான் சூட்சுமம் என்று ஒரு பிரெஞ்சு சொலவடையைக் கூறினார்) என்னைக் காட்டிலும் கெட்டிக்காரர்களாக இருக்கலாம். ஆனால் என்னிடமும் உன்னிடமும் ஒரு சாதகமான அம்சம் உள்ளது. அது நம்மைச் சுலபமாக யாரும் விலைக்கு வாங்கி விட முடியாது. நம்மைப் போன்ற மனிதர்கள் தேசத்திற்கு தேவை. எப்போதும் தேவையான மனிதர்கள் ஆகும்'.

அவருடைய பேச்சை மிகக் கவனமாகக் கேட்டான் விரான்ஸ்கி. அவருடைய பேச்சிலிருந்த கருத்துக்களைக் காட்டிலும், நோக்கம் அவனுக்குப் பிடித்திருந்தது. செர்புகோவ்ஸ்கோய் அரசாங்கத்தில் பொறுப்பு வகிப்பவர்களுடன் சண்டை போடத் தயாராகி விட்டார். அந்த வட்டாரங்களில் அவருக்கு ஆதரவும் எதிர்ப்பும் இருக்கிறது என்பதை அவரது பேச்சின் தொனியிலிருந்து புரிந்து கொண்டான். ஆனால் அவருக்குத் தனது படைப்பிரிவுக்கு வெளியில் எந்த அக்கறையும் கிடையாது. செர்புகோவ்ஸ்கோயின் அறிவும் நாவன்மையும் மேற்குடியினரிடம் மிகவும் ஆபூர்வமாகவே இருக்கும். விரான்ஸ்கி தன்னுடைய நண்பரைக் கண்டு பொறாமைப் பட்டான்.

'எனக்குப் பதவி ஆசை இல்லை. ஒரு காலத்தில் எனக்கும் பதவி ஆசைகள் இருந்தன. ஆனால் இப்போது அவை என்னை விட்டுப் போய்விட்டன' என்றான் விரான்ஸ்கி.

'அது உண்மையல்ல.'

'இந்த நிமிடத்தில் அதுதான் உண்மை'.

'இந்த நிமிடத்தில் தானே... இந்த நிமிடம் என்பது நிரந்தரமானது அல்ல'.

'இருக்கலாம்'.

'நீ இருக்கலாம் என்கிறாய். நான் உறுதியாக என்று சொல்கிறேன். அதனால் தான் உன்னைப் பார்க்க விரும்பினேன். உன்னுடைய எதிர்காலத்தை என்னிடம் ஒப்படைத்து விடு. நான் உன்னை உயர்த்தி விடுகிறேன். நீ எனக்கு உதவி செய்திருக்கின்றாய். இப்போது நான் உனக்கு உதவி செய்ய விரும்புகின்றேன். இராணுவத்திலிருந்து விலகிவிடு.'

'எனக்கு எதுவும் தேவையில்லை. எல்லாம் இருக்கிறபடி இருந்தால் போதும்' என்றான் விரான்ஸ்கி.

செர்புகோவ்ஸ்கோய் எழுந்து விரான்ஸ்கியின் முன்னாள் நின்றார். ‘எல்லாம் இருக்கின்றபடி இருந்தால் போதும் என்று சொல்லுகிறாய். நீ எந்த அர்த்தத்தில் சொல்லுகின்றாய் என்பது எனக்கு புரிகிறது. நான் சொல்வதைக் கேள். நாம் ஒரே வயதுள்ளவர்கள். பெண்கள் விஷயத்தில் என்னைக் காட்டிலும் நீ அதிக அனுபவம் உள்ளவன்’. அவர் தன்னுடைய அந்தரங்க விஷயங்கள் குறித்துப் பேசப் போகிறான் என்று விரான்ஸ்கி நினைத்தான். நீ பயப்படாதே! உன்னுடைய இரகசியத்தை நான் கவனமாக, மென்மையாகத் தொடுவேன் என்பதைப் போல அவர் சிரித்தார்.

‘எனக்குத் திருமணமாகி விட்டது. அதனால் நான் அறிந்ததை, நான் நம்புவதைச் சொல்லுகின்றேன். நீ காதலிக்கும் உன் மனைவியை நீ நன்றாக அறிந்திருந்தால், ஆயிரம் பெண்களுடன் பழகி அறிந்து கொண்டாற் போல எல்லாப் பெண்களைப் பற்றியும் நீ தெரிந்துகொள்ள முடியும்’ என்று யாரோ சொன்னார்கள் என்றார் செர்புகோவ்ஸ்கோய்.

இவர்கள் இருவரும் என்ன செய்கிறார்கள் என்று பார்த்து வரும்படி கமாண்டர் அனுப்பிய ஒரு அதிகாரி மெல்ல அவர்கள் இருந்த அறைக்குள் எட்டிப் பார்த்தார்.

‘இதோ ஒரு நிமிடத்தில் நாங்கள் வந்து விடுவோம்’ என்று எட்டிப் பார்த்த அந்த அதிகாரியைப் பார்த்து உரக்கச் சொன்னான் விரான்ஸ்கி.

செர்புகோவ்ஸ்கோய் இன்னும் என்ன சொல்லப் போகிறார் என்பதைக் கேட்பதற்கு மிக ஆவலாக இருந்தான் விரான்ஸ்கி.

‘என் கருத்தைச் சொல்லி விடுகிறேன். பெண்கள் தடைக்கற்கள் மாதிரி. ஒரு பெண்ணிடம் மயங்கி விட்டால் வேறு எந்தக் காரியத்திலும் ஈடுபடமுடியாது. அதிலிருந்து தப்புவதற்குத் திருமணம் தான் ஒரே வழி’ என்று சொல்லி நிறுத்திய செர்புகோவ்ஸ்கோய் சிறிய புன்னகை செய்தான். பின் மேலும் தொடர்ந்தான்: ‘நான் என்ன நினைக்கிறேனோ அதை உன்னிடம் இப்போது சொல்லிக் கொண்டிருக்கிறேன். நீ பாரத்தைச் சுமக்க வேண்டும். அது தான் திருமணம். எனக்குத் திருமணமான பின்பு இது எனக்குப் புரிந்தது. பிறகு நான் கை கால்களை வீசிக் கொண்டு நடந்தேன். திருமணம் செய்யாமல் பாரத்தைச் சுமக்க விரும்பினால் உன்னால் வேறு எந்த வேலையையும் செய்ய முடியாது. மஸான்கோவைப் பார்... குருபோவைப் பார்... பெண்கள் அவர்களுடைய பதவிகளைப் பாதித்தார்கள்.’

‘எவ்வளவு சிறிந்த பெண்கள்!’ என்றான் விரான்ஸ்கி. ஒருவர் பிரெஞ்சு அழகியினாலும், அடுத்தவர் ஒரு நடிகையினாலும் அழிந்தார்கள்.

‘நீங்கள் காதலித்து உண்டா?’ என்று விரான்ஸ்கி மிக மென்மையான குரலில் கேட்டான். அவனுடைய எண்ணங்கள் முழுவதிலும் அன்னாவே இருந்தாள்.

'நான் காதலிக்கவில்லை என்றே வைத்துக் கொள். இன்னொரு முக்கியமான விஷயம் சொல்கிறேன் கேள். பெண்கள், ஆண்களைக் காட்டிலும் பொருளாசை உடையவர்கள். ஆனால் காதலைப் போற்றுகிறார்கள். ஆனால் பெண்கள் மிகவும் காரியார்த்தமாக இருக்கிறார்கள்.'

ஒரு ஊழியர் அறைக்குள் வந்தார்.

'இதோ புறப்பட்டுவிட்டோம் என்று சொல்' என்றார் செர்புகோவ்ஸ்கோய்.

ஆனால் அந்த ஊழியர் விரான்ஸ்கியிடம் ஒரு கடிதத்தை நீட்டினார்.

'இளவரசி பெட்ஸி ட்வெர்ஸ்கயா இந்தக் கடிதத்தை அனுப்பி இருக்கிறார்.' என்றார் அந்த ஊழியர்.

விரான்ஸ்கி அந்தக் கடிதத்தை வாங்கிப் படித்தான். முகம் சிவந்து போனான்.

'எனக்கு மிகவும் தலைவலியாக உள்ளது. நான் வீட்டிற்குப் புறப்படுகிறேன்' என்றான் விரான்ஸ்கி.

'என்ன... உன்னுடைய எதிர்காலத்தை என்னிடம் ஒப்படைக்கிறாயா?'

'அடுத்த முறை நாம் சந்திக்கும் போது அதைப் பற்றிப் பேசுவோம்' என்றான் விரான்ஸ்கி.

அத்தியாயம் 22

ஏற்கனவே ஐந்து மணியாகி விட்டது. தாமதமில்லை ஆனாலும் நேரமிருக்கிறது. விரான்ஸ்கியின் குதிரைகளை எல்லோருக்குமே தெரியுமே. ஆகவே தன்னுடைய நண்பரான யாஷ்வினின் கோச்சு வண்டியை இரவலாகப் பெற்று வேகமாக ஓட்டு என்று வண்டியோட்டியிடம் உத்தரவிட்டான் விரான்ஸ்கி. நான்கு இருக்கைகளைக் கொண்ட அந்த வண்டியில் ஒரு மூலையில் உட்கார்ந்து கொண்டு எதிர் இருக்கையில் கால்களை வைத்துக்கொண்டு சிந்தனை செய்யத் தொடங்கினான். செர்பு கோவ்ஸ்கோய் தன்னை முக்கியமானவராகக் கருதுகிறார். அன்னாவைச் சந்தித்தால் இந்தப் பிரச்சினைகளுக்குத் தீர்வு கிடைக்கும் என்று விரான்ஸ்கி நினைத்தான். அவன் தன் பின்னங்கால் சதைப்பகுதியைத் தடவிக் கொடுத்தான். முந்திய நாள் குதிரையிலிருந்து கீழே விழுந்த போது அந்த இடத்தில் பலமான அடிபட்டிருந்தது. அங்கு வலியாகவே இருந்தது.

அவன் அதுவரை தனது உடல் நலம் பற்றி அதிகமாகக் கவலைப்படவில்லை. தன்னுடைய வலுவான கால்களில் சிறிதளவு வலி ஏற்பட்டதற்குக் கூட அவனுக்கு மகிழ்ச்சியாகத் தான் இருந்தது.

ஆகஸ்ட் மாதம். வானம் தெளிவாக இருந்தது. சுற்றுப்புறம் மிகவும் குளிர்ச்சியாக இருந்தது. சற்று முன்பு தான் தனது முகத்தையும், கழுத்தையும் குளிர்ச்சியான நீரில் கழுவியிருந்தான். சோம்பல் சற்று நீங்கி புத்துணர்ச்சி பெற்றான். மீசையில் தடவியிருந்த 'பிரில்லியன்டைன்' 'வாசனைத் தைலத்தின் நறுமணம் காற்றடித்த போது எங்கும் பரவியது. மாலை நேரத்தின் மங்கலான ஒளியில் வானத்தைப் பார்த்த பொழுது அது தன்னைப் போலப் புத்தெழுச்சியுடன் இருப்பதாக விரான்ஸ்கி நினைத்தான்.

மாலை நேரத்து வெயில் வீடுகளின் மேற் கூரைகளில் பட்டு, கூரைகள் மின்னிக் கொண்டிருந்தன. வீடுகளின் நிழல்களும், மனிதர்களின் நிழல்களும், சாலையில் வேகமாகப் போகும் வாகனங்களின் நிழல்களும் சாலையில் நீளமாக விழுந்து கிடந்தன. ஒன்றையொன்று மோதிக் கொண்டன. சாலையின் இருமருங்கிலும் பரந்து கிடந்த உருளைக் கிழங்கு வயல்களும் புதர்களும் சூரிய ஒளியில் அப்போது தான் வர்ணம் குழைத்துப் பூசிய ஓவியங்களைப் போலப் பளிச்சென்று தோன்றின.

அவன் தன் சட்டைப் பையிலிருந்து மூன்று ரூபிள் நோட்டை எடுத்து வண்டியோட்டியிடம் கொடுத்து வேகமாக ஓட்டு என்று உத்தரவிட்டான். வண்டியோட்டியின் சாட்டை சுழன்றது. நெடுஞ்சாலையில் வண்டி மிக வேகமாகச் சென்றது.

'நாட்கள் செல்லச் செல்ல நான் அவளிடம் கொண்டிருக்கும் அன்பும், காதலும் மேலும் அதிகமாகி, ஆழமாக வேரூன்றிக் கொண்டிருக்கின்றது என்பதை நான் உணர்கிறேன். இதோ! வண்டி 'வெர்டே' சீமாட்டியின் தோட்டத்துக்கு வந்து விட்டது. 'அவள் எங்கே? என்னை இங்கே வரச் சொன்னது ஏன்? பெட்ஸி எழுதிய கடிதத்தில் பின் குறிப்பாக அன்னா எழுதியது ஏன்?'

கோச்சு வண்டி நெடுஞ்சாலையை விட்டு விலகி, வெர்டேயின் மாளிகைக்குச் செல்லும், இரு புறங்களிலும் மரங்களால் சூழப்பட்ட அந்த நிழற்சாலையில் (அவென்யூ) திரும்பியது. விரான்ஸ்கி வண்டியோட்டியை அழைத்து வண்டியை நிறுத்தும்படி உத்தரவிட்டான். வண்டி நிற்பதற்கு முன்பாகவே கதவைத் திறந்து கொண்டு சாலையில் குதித்தான் விரான்ஸ்கி. சாலையில் நடமாட்டம் இல்லை. வலது திருப்பத்தில் அவளை அவன் பார்த்துவிட்டான். அவளது முகத்தை ஒரு மெல்லிய துணி மறைத்திருந்தது. குனிந்த தலையும் தோள்களும், அவளுக்கே உரிய அந்த நிதானமான அழகு நடையும் அவளை அவனுக்கு அடையாளம் காட்டின.

அவளைப் பார்த்தவுடன் விரான்ஸ்கியின் உடலில் திடீரென்று மின்சக்தி பாய்ந்தாற் போல, ஷாக் அடித்தாற் போன்ற ஒரு உணர்ச்சி உடலெங்கும் பரவியது. இதயம் ஒரு நிமிடம் நின்று போனது. உடலின்

அங்கங்கள் எல்லாமே செயலற்றுப் போயின. கால்கள் இயங்க மறுத்தன. ஒரு நிமிடம் தான். மீண்டும் அவன் தன்னுணர்வு பெற்றான். புதிய இரத்தம் உடலெங்கும் பரவி ஓடியது. கால்கள் இயங்கத் தொடங்கின. இதயமும் உதடுகளும் வேகமாகத் துடித்தன. அன்னாவை அவன் நெருங்கியதும் அவளும் இன்னும் நெருக்கமாக அவனை நெருங்கி அவனது கரத்தைப் பலமாகப் பற்றிக் கொண்டாள்.

'உங்களை வரச் சொன்னதற்காக என் மீது கோபமா? உங்களைக் கட்டாயமாகப் பார்க்க வேண்டிய ஒரு சூழ்நிலை எனக்கு ஏற்பட்டிருக்கிறது. அதனால் தான் உங்களை வரும்படி எழுதினேன்' என்றாள் அன்னா. முகத்தை மறைத்துக் கொண்டிருந்த அந்த மெல்லிய துணிக்குக் கீழே தெரிந்த அவளது உதடுகளின் துடிப்பும், தயக்கமும் அவளது கடுமையான வேதனையை அவனுக்கு வெளிப்படுத்தியது. அவனது உற்சாகமான மனநிலை மாறி, அவன் மிகவும் பதறிப் போனான்.

'நான் கோபப்படுவேனா? அதுவும் உன்னிடத்திலா... நீ ஏன் இங்கு வந்தாய்?'

'அதைப் பற்றிக் கவலைப்பட வேண்டாம். வாருங்கள், உங்களிடம் மிக அவசியமாகப் பேச வேண்டிய விஷயங்கள் உள்ளன.'

ஏதோ அசம்பாவிதமாக நடந்திருக்கவேண்டும். இன்றைய சந்திப்பு மகிழ்ச்சியாக இருக்காது என்று அவன் தனக்குள் நினைத்துக் கொண்டான். அவளுடன் கூட இருக்கும் போது அவனால் அவனது விருப்பப்படி எதையும் செய்ய முடியாது. அவனுடைய சிந்தையில், உள்ளத்தில், அவனை முழுவதுமே அவள் ஆக்கிரமித்துக் கொள்வாள். அவளுடைய கவலைக்கும் பதட்டத்திற்கும் உரிய காரணம் அவனுக்குத் தெரியாவிட்டாலும் அவனும் பதறினான்.

'என்ன இது?' என்ன நடந்தது?' என்று பதற்றமாக அவன் அவளைக் கேட்டான். அவனது கையைப் பற்றித் தன் அருகில் இழுத்து அவள் முகத்தை உற்றுப் பார்த்தான். அவள் மிக அமைதியாக சில அடிகள் முன்னால் நடந்தாள். அவளுடன் பேசுவதற்குத் தன்னைத் தைரியப்படுத்திக் கொண்டாள். திடீரென்று நின்று அவனை நோக்கித் திரும்பினாள்.

'நேற்றிரவு நான் உங்களிடம் இதைச் சொல்லவில்லை' என்று அவள் சொல்லத் தொடங்கினாள். அவளுடைய சுவாசம் மிக வேகமாக ஆனால் சற்று கனமாக கடுமையாக இருந்தது.

'நான் குதிரைப் பந்தயம் முடிந்து திரும்பும் வழியில் அலெக்ஸிஸ் அலெக்ஸாண்ட்ரோவிசிடம் (கரீனினிடம்) எல்லாவற்றையும் சொல்லி விட்டேன்... இனிமேல் அவருடைய மனைவியாக இருக்க முடியாது என்று கூறி விட்டேன்... அவரிடம் எல்லாவற்றையும் கூறி விட்டேன்.'

அவன் உடலை முன்புறமாகச் சாய்த்தபடி அவள் பேசுவதைக் கவனமாகக் கேட்டான். அவள் பேசி முடித்த பிறகு அவளை நிமிர்ந்து பார்த்தான். அவனுடைய முகத்தில் கோபமும், அகம்பாவமும் மாறி மாறி வெளிப்பட்டன.

'ஆமாம், ஆமாம், இதுதான் நல்லது. ஆயிரம் மடங்கு நல்லது. உனக்கு மிகவும் கஷ்டமாக இருந்திருக்குமே. உன் கஷ்டங்களை என்னால் மிக நன்றாகப் புரிந்து கொள்ள முடிகின்றது' என்றான் விரான்ஸ்கி. அவனுடைய வார்த்தைகளை அவள் கேட்கவேயில்லை. அவனுடைய முகத்தில் தென்படும் மாற்றங்களைக் கொண்டு அவனது எண்ணங்களைப் படிக்க அவள் முயன்று கொண்டிருந்தாள். முதன் முதலாக அவன் மனதில் தோன்றிய எண்ணங்களைப் படிக்க புரிந்துகொள்ள அவளால் முடியவில்லை. அவனுக்குள் வெற்றி தோல்வி காண முடியாத ஒரு பெரும் போராட்டமே நிகழ்ந்து கொண்டிருந்தது. எனவே அவள் வேறு வழியின்றி அவனது எண்ணங்களைத் தெரிந்து கொள்ள முயன்றாள்.

தன் கணவனின் கடிதத்தைப் படித்த பின், எல்லாம் இனிமேல் எப்போதும் போலவே எந்த வித மாற்றமும் இல்லாமல் தான் இருக்கப் போகின்றன என்பதை அன்னா புரிந்து கொண்டாள். காதலனுடன் சேர்ந்து வாழ்வதற்காகத் தனது அந்தஸ்தை விட்டுக் கொடுத்து கீழிறங்கவும் தன் மகனை இழக்கவும் அவளுக்கு துணிச்சல் இல்லை. அன்று பகல் பெட்ஸியின் வீட்டிற்கு சென்று அங்கு அவள் மற்றவர்களுடன் பேசிக் கொண்டிருந்த போது அவளுடைய எண்ணங்கள் சரிதான் என்று அவளே உறுதிப்படுத்திக் கொண்டாள். இருந்தாலும் இது குறித்து விரான்ஸ்கியிடம் பேசி முடிவு செய்ய வேண்டும் என்பது அவளுக்கு மிக அவசியமாக இருந்தது. விரான்ஸ்கியுடனான இந்த சந்திப்பு அவளுடைய நிலைமை பற்றிய முடிவுகளை எடுக்கவும், தன்னுடைய நிலைமையில் ஒரு மாறுதலை ஏற்படுத்தி தன்னை அவள் பாதுகாத்துக் கொள்ளவும் ஒரு முடிவை, தெளிவை ஏற்படுத்தும் என்று அவள் நம்பினாள்.

அவள் இதைச் சொன்னதும், அந்தக் கணமே அவன் கொதித்தெழுந்து, 'எல்லாவற்றையும் விட்டு விடு. உடனே என்னுடன் புறப்படு' என்று அவன் தன்னிடம் கூறுவான் என்று அவள் எதிர்பார்த்தாள். தன் மகனையும் கை விட்டு விட்டு அவனுடன் புறப்பட்டுச் செல்லவும் அவள் தயாராக இருந்தாள் இப்போது. ஆனால் அவள் சொன்னவுடன் அவனிடத்தில் அவள் எதிர்பார்த்த அந்த மாற்றம் ஏற்படவில்லை. இது என்ன புதிய தொந்திரவு என்பது போலவும், அவள் சொன்ன விஷயத்தினால் அவன் பெரிதாகப் புண்பட்டு விட்டவன் போலவும் அவளைப் பார்த்தான்.

'எனக்கு இதனால் கஷ்டம் ஒன்றும் இல்லை. எல்லாம் அதுவாகவே வந்தது' என்று மிகுந்த எரிச்சலுடன் கூறிய அன்னா தன் கணவன்

எழுதியிருந்த கடிதத்தை எடுத்து விரான்ஸ்கியிடம் நீட்டினாள். 'இதைப் படியுங்கள்...' என்றாள்.

'எனக்குப் புரிகிறது, எனக்குப் புரிகிறது' என்று கூறியபடி அவளிடமிருந்து அந்தக் கடிதத்தை வாங்கிக் கொண்டான் விரான்ஸ்கி. வாங்கியவன் அதனைப் படிக்கவில்லை. அவளைச் சமாதானப்படுத்த விரும்பினான்: 'நான் ஒன்றை மட்டும் தான் விரும்புகின்றேன். ஒன்றே ஒன்றை மட்டுமே நான் கேட்கிறேன். அது, நீ எப்போதும் இன்பமாக, மகிழ்ச்சியாக இருக்க வேண்டும். அதற்காக என் வாழ்க்கையை அர்ப்பணம் செய்யவும் நான் தயார். அதற்காக இந்த நிலைமையை அடியோடு அழித்தொழிக்க வேண்டும் என்று தான் நான் விரும்புகின்றேன்.'

'இதை என்னிடம் ஏன் சொல்கிறீர்கள். இதைப் பற்றி நான் சந்தேகப்படுவேன் என்று நினைத்தீர்களா? நான் இதைப் பற்றிச் சந்தேகப்பட்டால்...' என்று சொல்லி நிறுத்தினாள் அன்னா. அப்போது யாரோ இரண்டு பெண்கள் அவர்களை நோக்கி வருவதைச் சுட்டிக் காட்டினான் விரான்ஸ்கி.

'அதோ அங்கு வருவது யார்? ஒரு வேளை நமக்குத் தெரிந்தவர்களாக அவர்கள் இருக்கலாம். வா, இப்படி வந்து விடு' என்று அவளை மறைவான ஒரு இடத்திற்கு இழுத்துக் கொண்டு போனான் விரான்ஸ்கி.

'ஓ, யார் வந்தாலும் அதைப் பற்றி எனக்குக் கவலை இல்லை' என்றாள் அன்னா. அவளது உதடுகள் நடுங்கின. முகத்திரைக்கும் பின் அவளுடைய கண்கள் தன்னை வெறுப்புடன் பார்ப்பதைப் போல உணர்ந்தான் விரான்ஸ்கி.

'நான் அவரிடம் எல்லாவற்றையும் சொன்னது முக்கியமில்லை. நான் உங்களைச் சந்தேகப்படவும் இல்லை. இந்தக் கடிதத்தில் அவர் என்ன எழுதியிருக்கிறார் என்பதைப் படியுங்கள்...' என்று கூறிய அன்னா அவன் முன்னால் வந்து நின்று கொண்டாள்.

அன்றைக்கோ அல்லது மறுநாளோ அன்னாவின் கணவன் கரீனின் தன்னுடன் துப்பாக்கிச் சண்டைக்கு வருமாறு சவால் விடப் போவதை விரான்ஸ்கி எதிர்பார்த்தான். தான் கம்பீரமாக நிற்பது போலவும், பாதிக்கப்பட்ட கணவன் தன்னைக் குறி பார்த்துச் சுடுவது போலவும் அவன் கற்பனை செய்து கொண்டான்.

அவன் அந்தக் கடிதத்தைப் படித்த பிறகு அன்னாவைப் பார்த்தான். அந்தப் பார்வையில் உறுதி இல்லை. இந்த விஷயத்தைப் பற்றி அவனும் நன்கு சிந்தித்து முடிவு எடுத்து விட்டான் என்றே அவளுக்குத் தோன்றியது.

ஆனால் இந்த விஷயத்தைப் பற்றி அவன் நினைப்பதையெல்லாம் தன்னிடம் அவன் கூறப் போவதில்லை என்பதையும் அன்னா ஊகித்து அறிந்து கொண்டு விட்டாள். தன்னுடைய கடைசி நம்பிக்கையும் நொறுங்கிப் போய் விட்டது என்பதை அன்னா புரிந்து கொண்டாள். இதை அவள் எதிர்பார்க்கவில்லை.

'அவர் எப்படிப்பட்டவர் என்று பார்த்தீர்களா?' என்று அன்னா அவனிடம் கூறிய போது அவளது குரல் நடுங்கியது.

'என்னை மன்னித்து விடு. இது பற்றி எனக்கு மகிழ்ச்சியே' என்று குறுக்கிட்டான் விரான்ஸ்கி. 'கடவுளின் பெயரால் சொல்கிறேன். நான் சொல்வதைக் கேள். இவ்வாறு நேர்ந்ததற்காக நான் சந்தோஷப்படுகிறேன். விஷயங்களை எப்பொழுதும் போல இருக்கிறபடியே விட்டு வைக்கலாம் என்று கருதுகிறாரே உன் கணவர், அது நடக்காது, முடியாது என்பதால் நான் சந்தோஷப்படுகிறேன். 'ஏன் முடியாது?' என்றாள் அன்னா. குமுறிக்கொண்டு வந்த அழுகையை அடக்கிக்கொண்டு பேசினாள் அன்னா. அவன் சொல்லும் வார்த்தைகளுக்கு முக்கியத்துவம் தரக்கூடிய மனோபாவம் அவளை விட்டுப் போய் வெகு நேரம் ஆகிவிட்டது. தன் விதி என்ன வென்று முடிவு செய்யப்பட்டு விட்டது என்று அவள் கருதினாள்.

தனக்கும் கரீனினுக்கும் இடையில் யுத்தம், சண்டை நடக்கப் போவது இனிமேல் தவிர்க்க முடியாது என்று சொல்ல நினைத்தான் விரான்ஸ்கி. ஆனால் அவன் வேறொன்றை அவளிடம் சொன்னான்: 'இது போன்று இனித் தொடர முடியாது. நீ அவரிடமிருந்து பிரிந்து வந்து விடு. நாமிருவரும் சேர்ந்து வாழ்வதற்கான ஏற்பாடுகளைச் செய்கிறேன். நான் நாளை...' என்று அவன் சொல்லி முடிப்பதற்குள் அன்னா குறுக்கிட்டாள்: 'என்னுடைய மகன்? அவர் எழுதியிருப்பதைப் படித்தீர்களா? என் மகனை அவரிடம் விட்டு விடுவதா? முடியாது... என்னால் அப்படிச் செய்ய முடியாது. செய்ய மாட்டேன்'.

'கடவுளின் பெயரால் கேட்கிறேன். சொல் எது நல்லது? உன் மகனை விட்டு விடுவதா? அல்லது இப்போதுள்ளது போல இந்த நிலையில், இந்த இழிவான நிலையிலேயே நீடிப்பதா? சொல்...?'

'இழிவான நிலை... யாருக்கு? சொல்லுங்கள்?'

'எல்லோருக்கும் தான். குறிப்பாகச் சொன்னால் உனக்குத் தான்.'

'இதை நீங்கள் இழிவான நிலை என்று சொல்லுகிறீர்கள். என்னைப் பொறுத்த வரையில் இப்படிப்பட்ட வார்த்தைகளுக்கு அர்த்தம்

இல்லையென்றே சொல்வேன்'. அவள் உடல் நடுங்கினாள். அவள் இப்போது பொய்களைப் பேச விரும்பவில்லை. அவள் இப்போது தனக்கென்று மிஞ்சியிருப்பது விரான்ஸ்கியின் காதல் மட்டும் தான் என்று நினைத்தாள். அவனைக் காதலித்தால் போதும், அவனுடைய காதலில் மூழ்கிக் கிடந்தால் போதும் என்று அவள் நினைத்தாள்.

'நான் உங்களைக் காதலிக்கத் தொடங்கிய பிறகு உலகமே எனக்கு மாறி விட்டது என்பதைப் புரிந்து கொள்ளுங்கள். எனக்கு என்று இந்த உலகத்தில் இருப்பது ஒன்றே ஒன்று தான். அது உங்கள் மேல் நான் கொண்டிருக்கும் காதல். அந்தக் காதல் இந்த உலகத்தின் உச்சாணிக் கொம்பிலே, மிக மிக உயரத்திலே என்னை உட்காரச் செய்திருப்பதாக நான் உணருகின்றேன். இனி எனக்கு இழிவு ஏதும் கிடையாது. என்னுடைய நிலைக்காக நான் பெருமிதம் தான் கொள்கின்றேன்' என்று சொல்லி விட்டு அவள் விம்மினாள். எதனால் தான் பெருமிதம் கொள்கின்றாள் என்கிற காரணத்தை அவள் சொல்லவில்லை. அவளால் சொல்ல முடியவில்லை. அழுகையும், விம்மலும் அவளது தொண்டையை அடைத்துக் கொண்டன. விரான்ஸ்கி மனம் நெகிழ்ந்து போனான். ஏதோ ஒன்று தன்னுடைய தொண்டையை நோக்கி மேலெழுவது போல அவன் உணர்ந்தான். தன்னுடைய வாழ்க்கையில் முதல் முறையாக கண்ணீர் விட்டுக் கதறி அழுவதற்கு அவன் தயாராக இருந்தான். இவ்வாறு தன்னை மாற்றிய விஷயம் என்னவென்று அவனுக்குச் சொல்லத் தெரியவில்லை. அவளுக்காக அவன் வருந்தினான். அவளுக்கு எந்த உதவியும் செய்ய முடியாத நிலையில் தான் இருப்பதற்காக அவன் மிகவும் வருந்தினான். அவளுடைய துன்பங்களுக்கும், துயரங்களுக்கும் தானே தான் காரணம், தான் தவறான முறையில் நடந்து கொண்டதால் தானே இப்படி ஒரு நிலை அவளுக்கு ஏற்பட்டு விட்டது என்று நினைத்து அவன் மிக வருந்தினான்.

'விவாகரத்து செய்து கொள்ள முடியாதா?' என்று அவன் அவளைப் பார்த்து மிகவும் பரிதாபமாகக் கேட்டான். அவள் ஒன்றுமே பேசவில்லை. 'நீ உன் மகனை உன்னுடன் அழைத்துக் கொண்டு வந்து விட முடியாதா?'

'முடியும். ஆனால் எல்லாம் அவர் என்ன செய்யப் போகிறார் என்பதைப் பொறுத்தே இருக்கிறது. இப்போது நான் அவரிடம் திரும்பிப் போகிறேன்' என்றாள் அன்னா. ஒரு வறண்ட புன்னகை அவளது இதழ்களில் அரும்பியது.

'வருகின்ற செவ்வாய் கிழமை நான் பீட்டர்ஸ்பர்க்குக்குப் போகிறேன். அங்கு எல்லாமே முடிவு செய்யப்பட்டு விடும். ஆமாம்... எல்லாமே முடிவு செய்யப்பட்டு விடும். அதைப் பற்றி நாம் இப்போது பேச வேண்டாம்' என்றாள் அன்னா.

அன்னா தான் வந்திருந்த கோச்சு வண்டியை, தான் இறங்கிக் கொண்டு, சற்று நேரம் பொறுத்து தோட்டத்து வாயிலுக்கு வரும்படி கூறியிருந்தாள். அந்த கோச்சு வண்டி இப்போது திரும்பி அங்கு வந்தது. அன்னா விரான்ஸ்கியை விட்டு விலகி கோச்சு வண்டியில் ஏறிக் கொண்டு தன் வீட்டிற்குத் திரும்பிச் சென்றாள்.

அத்தியாயம் 23

திங்கள் கிழமையன்று கமிட்டியின் வழக்கமான கூட்டம் நடைபெற்றது. கரீனின் கவுன்சில் அறைக்குள் நுழைந்து, தலைவரையும், உறுப்பினர்களையும் வணங்கி விட்டு நாற்காலியில் உட்கார்ந்தார். அவர் ஒரு அறிக்கையைத் தயாரித்துக் கொண்டு வந்திருந்தார். அவரிடம் புள்ளி விவரங்களடங்கிய கோப்பு இருந்தது. உண்மையைச் சொல்வதென்றால் அந்தக் கோப்பு கூட அவருக்குத் தேவை இல்லை. புள்ளி விவரங்கள் அனைத்தும் அவரது நினைவில் பதிந்திருந்தன. அவர் தன்னுடைய பேச்சை எழுதித் தயாரித்துக் கொண்டு வரவில்லை. உணர்ச்சியுடன் பேசுவதற்கு அவர் விரும்பினார். தன்னுடைய பேச்சின் ஒவ்வொரு சொல்லும் முக்கியமானதாக இருக்கும் என்று அவர் நம்பினார்.

மற்ற உறுப்பினர்களுடைய அறிக்கைகளை அப்பாவி போலக் கேட்டுக் கொண்டிருந்தார். அவருடைய நீண்ட விரல்கள் ஒரு காகிதத்துடன் விளையாடிக் கொண்டிருந்தன. அவருடைய ஆணித்தரமான பேச்சு புயலைக் கிளப்பும் என்று உறுப்பினர்கள் எதிர்பார்த்திருக்க மாட்டார்கள். உறுப்பினர்கள் அறிக்கைகளைச் சமர்ப்பித்த பிறகு சுதேசி இனங்களைக் குடியமர்த்தும் பிரச்சினை குறித்துப் பேச விரும்புவதாகக் கூறினார். உறுப்பினர்களுடைய கவனம் முழுவதும் அவரது பக்கம் திரும்பியது. அவர் தொண்டையைச் செருமிக் கொண்டு தனக்கு எதிரில் உட்கார்ந்திருந்த முதியவரைப் பார்த்து (அவருக்கு அந்தப் பிரச்சினையில் சிறிதும் அக்கறை இல்லை என்று தெரிந்த போதிலும் அவரையே பார்த்தபடி) அவர் பேச்சைத் தொடங்கினார். அடிப்படை நெறிகளைப் பற்றிப் பேசிய பொழுது அவருடைய எதிரிகளான சில உறுப்பினர்கள் ஆட்சேபித்தார்கள். கரீனின் தனது வாதத்தை நியாயப்படுத்தினார். முடிவில் கரீனின் கொண்டு வந்த தீர்மானம் நிறைவேற்றப்பட்டது. தீர்மானத்தின் முடிவுகளை நிறைவேற்றுவதற்கு மூன்று விசேஷக் கமிட்டிகள் நியமிக்கப்பட்டன. கரீனின் எதிர்பார்த்ததைக் காட்டிலும் அதிகமாக வெற்றி அடைந்தார். மறுநாள் பீட்டர்ஸ்பர்கின் அதிகார வட்டாரங்களில் கரீனுடைய வெற்றி பரவலாகப் பேசப்பட்டது. அதை அவரே எதிர்பார்க்கவில்லை.

செவ்வாய் கிழமை காலை அவர் விழித்த பொழுது தன்னுடைய வெற்றியை மகிழ்ச்சியுடன் நினைவு கூர்ந்தார்.

அவருடைய செயலாளர், அவரை முகஸ்துதி செய்வதற்காக மற்றவர்கள் அவரை எப்படியெல்லாம் பாராட்டுகிறார்கள் என்பதை விலாவாரியாக எடுத்துரைத்தார். அன்று செவ்வாய் கிழமை. அன்று அன்னா வீட்டுக்குத் திரும்ப வேண்டிய நாள் என்பதை கரீனின் மறந்து விட்டார். அன்னா வந்து விட்டதை அவருடைய ஊழியர் தெரிவித்த பொழுது அவர் திடுக்கிட்டார்.

அன்னா வந்த பொழுது அவர் தன்னுடைய செயலாளருடன் படிப்பறையில் பேசிக் கொண்டிருந்தார். அன்னா தன்னுடைய வருகையை அவரிடம் தெரிவிக்குமாறு கூறி விட்டு, தன்னுடைய சொந்த வேலைகளில் ஈடுபட்டாள். அவர் தன்னைப் பார்க்க வருவார் என்று அவள் எதிர்பார்த்தாள். ஒரு மணி நேரம் கழித்தது. ஆனால் அவர் வரவில்லை. அவள் ஹாலுக்கு வந்தாள். வேலைக்காரர்களுடன் பேசுகின்ற சாக்கில் உரக்கப் பேசினாள். அதுவும் பலனில்லை. அவர் அலுவலகத்துக்கு போவதற்கு முன்பு அவருடன் பேச வேண்டும் என்று அவள் விரும்பினாள்.

அவள் அவருடைய படிப்பறைக்குள் நுழைந்தாள். அவர் தனது பதவிக்குரிய சீருடைகளை அணிந்து கொண்டு சோர்வுடன் உட்கார்ந்திருந்தார். அவர் அன்னாவைப் பார்ப்பதற்கு முன்பாக அவள் கரீனினைப் பார்த்தாள். அவர் தன்னைப் பற்றித் தான் சிந்தித்துக் கொண்டிருக்கிறார் என்பதை அவள் புரிந்து கொண்டாள். அவர் முகம் திடீரென்று சிவந்தது. அவர் எழுந்து அன்னாவின் அருகில் வந்து அவளுடைய கரத்தை தன் கரத்தால் பற்றிக் கொண்டார். அவளுடைய கண்களைப் பார்க்காமல் நெற்றியையும், தலைமுடியையும் பார்த்துக் கொண்டு பேசினார். அவர் அவளை உட்காரச் சொன்னார்.

'நீ வந்ததைப் பற்றி நான் மிகவும் மகிழ்ச்சியடைகின்றேன்' என்றார் கரீனின். அவரால் தொடர்ந்து பேச முடியவில்லை. ஏதோ அவளிடம் சொல்ல வேண்டும் என்று பல தடவைகள் முயன்றார். அவரால் பேச முடியவில்லை. இந்த சந்திப்பின் போது, தானும் கூட இவ்வாறு நடந்து விட்ட செயல்கள் அனைத்துக்கும் அவர் தான் காரணம் என்று கூறவும், அவரை ஏசவும் அவளும் கூட தயாராகத் தான் வந்திருந்தாள். ஆனால் இப்போது அவள் அவரிடம் என்ன சொல்வது என்று புரியாமல் நின்றாள். அவர் மீது அவளுக்கு இரக்கம் தான் ஏற்பட்டது. சிறிது நேரம் அங்கு அமைதி நிலவியது.

'செரேஷா நலமா?' என்று அவர் நலம் விசாரித்தார். அவளுடைய பதிலுக்குக் காத்திராமல் அவர் தொடர்ந்து பேசினார். 'நான் உடனே போக வேண்டும். மதிய உணவுக்கு வரமாட்டேன்' என்றார்.

'நான் மாஸ்கோவுக்குப் போவதாக இருந்தேன்' என்றாள் அன்னா.

'நீ இங்கு வந்தது சரியான முடிவு' என்று சொல்லிவிட்டு அவர் அமைதியாக இருந்தார். அவரால் பேச முடியவில்லை என்று கருதிய அன்னா பேச ஆரம்பித்தாள்.

'அலெக்ஸி அலெக்ஸாண்ட்ரோவிச்! நான் குற்றம் செய்தவள். பண்பில்லாதவள். நான் உங்களிடம் என்னைப் பற்றிச் சொன்ன போது என்ன நிலையில் இருந்தேனோ அந்த நிலையில் தான் இப்போதும் இருக்கின்றேன். என்னால் மாற முடியாது என்பதை உங்களிடம் சொல்வதற்குத் தான் வந்தேன்'.

அவர் வெறுப்புடன் அவளது கண்களை உற்றுப் பார்த்தார். 'நான் உன்னிடம் அதைப் பற்றி ஒன்றும் கேட்கவில்லையே. நான் இதை எதிர்பார்த்தேன்' என்று நிறுத்திய அவர் சுய அமைதி பெறுவதற்கு அவரது கோபம் உதவியிருக்க வேண்டும். 'நான் அன்று உன்னிடம் சொன்னதையும் நான் கடிதத்தில் எழுதியதையும் இப்பொழுது திரும்பச் சொல்லுகின்றேன். எனக்கு அதைப் பற்றித் தெரியாது. இந்த விஷயம் வெளியுலகத்துக்குத் தெரியாத வரையில், என் கௌரவம் பாதிக்கப்படாத வரையில் நான் அதைப் புறக்கணிப்பேன். ஆகவே முன்பிருந்த மாதிரியே நம் உறவு இருந்து வர வேண்டும் என்று கூறுகிறேன். இதில் நீ கவனமாக இருக்க வேண்டும் என்று உன்னை எச்சரிக்கிறேன். அதற்கு மாறாக நீ அந்த உறவைத் தொடர்ந்தால், என்னுடைய கௌரவத்தைக் காப்பாற்றுவதற்கு வேண்டிய நடவடிக்கைகளைச் செய்வேன்'.

'ஆனால் நம் உறவுகள் பழைய மாதிரி இருக்க முடியுமா?' என்று அன்னா கெஞ்சும் குரலில் பேசினாள்.

கீச்சுக் குரலில், சிறுபிள்ளைத்தனமாக, அவர் கேலியாகவும், கிண்டலாகவும், நிந்தனை செய்து பேசிய விதம் அவளுக்கு அவரிடமிருந்து எழுந்த பரிதாப உணர்ச்சிகளை விரட்டியடித்து விட்டு அவர் மேல் ஆத்திரம் கொள்ளும்படியாகச் செய்தது. எது எப்படியாயினும் அதனைச் சகித்துக் கொண்டு தன்னுடைய நிலையை அவருக்குத் தெளிவு படுத்த வேண்டும் என்ற கவலை அவளுக்குள் தென்பட்டது.

'நான் உங்களுடைய மனைவியாக இனி இருக்க முடியாது. ஏனென்றால்...'

அவர் கொடூரமாக, இரக்கமற்றுச் சிரித்தார்.

'நீ இப்போது தேர்ந்தெடுத்துக் கொண்டுள்ள உன்னுடைய வாழ்க்கை உன்னுடைய கோட்பாடுகளைப் பாதித்து விட்டது. உன்னுடைய கடந்த காலத்தை நான் மதிக்கிறேன். ஆனால் உன் நிகழ் காலத்தை இகழ்கிறேன். என் வார்த்தைகளை நீ தவறாகப் புரிந்து கொண்டிருக்கிறாய். உன்னுடைய

புரிதல்களுக்கும் என்னுடைய எண்ணங்களுக்கும் இடையில் மிகப் பெரிய இடைவெளி உள்ளது.'

அன்னா பெருமூச்சுடன் தலையைக் குனிந்து கொண்டாள்.

'நீ தவறு செய்து விட்டேன் என்று உன் கணவனிடம் சொல்கிறாய். அதற்காக நீ வெட்கப்படவில்லை. ஆனால் கணவருக்கு ஒரு மனைவி செய்ய வேண்டிய கடமைகளைச் செய்ய நீ வெட்கப்படுகிறாய்'.

'அலெக்ஸி! என்னிடம் என்ன நீங்கள் எதிர்பார்க்கிறீர்கள்!'

'அந்த நபரை நீ பார்க்கக் கூடாது. சமூகமும், வேலைக்காரர்களும் உன்னைக் குற்றம் சாட்டுகின்ற முறையில் நீ நடந்து கொள்ளக் கூடாது. நான் கோருவது மிக அதிகமான ஒன்றாக ஆகாது. ஒரு கட்டுக் கோப்புக்குள் நீ அடங்கி நடக்க வேண்டும் என்பதற்காகவே இதனைச் சொல்லுகிறேன். இதன்படி நீ நடந்தாயானால் ஒரு மனைவிக்குரிய கடமைகளைச் செய்யாமலேயே ஒரு மனைவிக்குள்ள வசதிகள் அனைத்தையும் நீ அனுபவிக்க முடியும். நீ என் மனைவியாக நீடிக்கலாம். நான் உனக்குச் சொல்ல வேண்டியது அவ்வளவு தான். இதற்கு மேல் நான் பேச விரும்பவில்லை. எனக்கு நேரமாகி விட்டது. போக வேண்டும். மதியச் சாப்பாட்டுக்கு நான் வரமாட்டேன்' என்று சொல்லிவிட்டு எழுந்து கதவை நோக்கிச் சென்றார் கரீனின். அன்னாவும் எழுந்தாள். கரீனின் நின்று கொண்டார். அன்னா முதலில் செல்ல வழி விட்டு நின்றார் கரீனின்.

அத்தியாயம் 24

உலர் புல் குவியலில் படுத்தபடி, தூங்காமல் விழித்திருந்த அந்த நாள், அதற்குரிய அடையாளங்களை லெவினிடத்தில் பதித்து விட்டுத்தான் சென்றது. ஆமாம், அதன் பலனாக விவசாயத்தின் மீதே வெறுப்புற்றான் லெவின். விவசாய வேலைகளில் அக்கறை செலுத்த மறந்தான். அந்த ஆண்டில் அறுவடை மிக நன்றாக இருந்தது. ஆனால் தோல்விகள் அதிகமாக இருந்தன. விவசாயிகள் அவனிடத்தில் பகை உணர்ச்சியுடன் நடந்து கொண்டார்கள். தனது தோல்விகளுக்கும், பகை உணர்ச்சிக்கும் உரிய காரணம் இப்பொழுது அவனுக்குப் புரிந்தது. அவன் விவசாயிகளிடம் நெருங்கி வந்த பொழுது சம்பந்தப்பட்ட உழைப்பு அவனுக்குப் பேரானந்தமாக இருந்தது. அவன் விவசாயிகளின் எளிய வாழ்க்கைக் குறித்துப் பொறாமைப்பட்டான். அவர்களைப் போலத் தானும் வாழ வேண்டும் என்று விரும்பினான். ஆனால் அவனுக்கும், விவசாயிகளுக்குமான உறவில் பாதகமான அம்சங்கள் நுழைந்து விட்டதை அவன் கவனிக்கவில்லை. உயர் ரகக் கால்நடைகள், முன்னைக் காட்டிலும்

சிறப்பான கலப்பைகள், மண்ணுக்குத் தகுந்த உரங்கள் ஆகியவற்றை அவன் பயன்படுத்தினான். ஆனால் விவசாயத்திற்கு முக்கியமான காரணிகளாக இருந்த விவசாயிகள் அவற்றை வரவேற்கவில்லை. அவன் வேளாண்மையை நவீனப் படுத்தினான். ஆனால் விவசாயிகளோ எப்பொழுதும் போலவே விவசாயம் செய்ய விரும்பினார்கள். இந்தப் போட்டியில் இரு தரப்புமே வெற்றி பெறவில்லை. உழவுக் கருவிகளும், கால் நடைகளும், பூமியும் பாதிக்கப்பட்டன. லெவினுடைய உழைப்பும் வீணாயிற்று.

அந்த பகைமைக்குக் காரணம் என்ன? அவன் இயன்ற வரையில் அதிகமான வருமானத்தைப் பெற விரும்பினான். ஆனால் விவசாயிகள் அமைதியாக, இனிமையாக எப்பொழுதும் போலவே வேலை செய்வதற்கு விரும்பினார்கள். விவசாயிகள் தங்களால் முடிந்த அளவுக்கு அதிகமாக உழைக்க வேண்டும். விவசாயக் கருவிகளை, எந்திரங்களை அழித்துவிடக் கூடாது என்று லெவின் வற்புறுத்தினான். ஆனால் விவசாயிகள் இடைவேளைகளுடன் வேலை செய்ய விரும்பினார்கள். அந்தக் கோடை காலத்தில் லெவின் இதை அடிக்கடி பல தடவைகள கவனித்து விட்டான்.

விவசாயிகள் அவனுடைய உத்தரவுகளைச் செயல்படுத்தவில்லை. அவன் விசாரித்த பொழுது பண்ணை நிர்வாகி சொல்லித் தான் நாங்கள் செயல்படுத்தவில்லை என்றார்கள். இங்கிலாந்திலிருந்து இறக்குமதி செய்யப்பட்ட நவீனக் கலப்பைகளை அவர்கள் பாழாக்கினார்கள். கால் நடைகள் விஷயத்திலும் அவர்கள் மிக அலட்சியமாக நடந்து கொண்டார்கள். மூன்று கன்றுகள் அதிகமாக உலர் புல்லைச் சாப்பிட்டு வயிறு வீங்கி இறந்த பொழுது லெவின் துடித்துப் போனான். ஆனால் அவர்கள் பதறவில்லை. கவலை கொள்ளவில்லை. பக்கத்துப் பண்ணையில் மூன்று நாட்களில் நூறு காளைகள் இறந்து விட்டன என்று கூறினார்கள். அவர்கள் லெவினுக்கு அல்லது அவனது பண்ணைக்குத் தீமை செய்ய விரும்பவில்லை என்பதை இங்கு குறிப்பிட வேண்டும். அவர்கள் லெவினை 'நேசமுள்ள பண்ணையார்' என்றார்கள். விவசாயிகள் பாராட்டுவது அபூர்வம். அவர்கள் ஒரு குறிப்பிட்ட முறையில் வேலை செய்து பழகி விட்டார்கள். லெவின் அவர்களுடைய வேலை முறையை மாற்றுவதற்கு விரும்பினான். அது வெற்றி பெறவில்லை. இதனால் அவனுக்கு விவசாயத்தில் அக்கறை குறைந்தது மட்டுமல்ல; அவன் விவசாயத்தையே முற்றிலும் வெறுக்க வேண்டிய ஒரு நிலை ஏற்பட்டது.

மற்றொரு காரணமும் இருந்தது. கிட்டி ஷெர்பட்ஸ்கயா இருபது மைல் தொலைவில் தான் இருந்தாள். அவன் அவளைப் பார்க்க விரும்பினான். ஆனால் போக முடியவில்லை. கிட்டியின் அக்கா டாலி, அவனை வீட்டுக்கு மறுபடியும் வரச் சொல்லியிருந்தாள். கிட்டியிடம் மறுபடியும் திருமணப் பிரேரணைச் செய்யுங்கள். அவள் இப்போது

உடன்படுவாள் என்றாள் டாலி. கிட்டியை லெவின் தற்செயலாகப் பார்த்த பிறகு அவள் மீது தனக்கு உள்ள காதல் இன்னும் குறையவில்லை என்பதை உணர்ந்தான். அவள் தன்னை மறுத்த காரணத்தினால் அவள் ஆப்லான்ஸ்கியின் வீட்டில் தங்கியிருந்தபொழுது அங்கே போவதற்கு அவன் விரும்பவில்லை.

'அவள் வேறொருவருடைய மனைவியாக விரும்பினாள். அது நிறைவேறவில்லை என்பதால் என்னை மணந்து கொள் என்று கேட்பதா?' என்று தனக்குள்ளேயே கேட்டுக் கொண்டான் லெவின். 'நான் அவளை வெறுக்கவில்லை. எனினும் எப்படி நான் அவளிடம் பேசுவேன்? அவள் என்னை மேலும் அதிகமாகத் தானே வெறுப்பாள். (அதுவும் கூட நியாயந்தானே?) தார்யா அலெக்ஸ்டாண்ட்ரோவ்னா என்னைத் தூண்டுகிறாள். அதற்காக அவள் தான் என்னை வரச் சொன்னாள் என்று அங்கு போகலாமா? அங்கு சென்று நான் உன்னை மன்னித்து விட்டேன் என்று சொல்லுவதா? தார்யா அலெக்ஸாண்ட்ரோவ்னா என்னிடம் ஏன் இதைப் பேசினாள்? நான் தற்செயலாகக் கிட்டியைச் சந்தித்திருந்தால் இயல்பான முன்னேற்றம் ஏற்பட்டிருக்கும். இப்பொழுது அது முடியாது.'

குதிரையின் பக்கச் சேணம் கிட்டிக்குத் தேவை என்றும், அதனை லெவின் தானே நேரில் வந்து தர வேண்டும் என்று வேண்டிக் கேட்டுக் கொண்டு டாலி ஒரு கடிதம் எழுதினாள்.

லெவின் வெறுப்படைந்தான். அறிவும் மென்மையும் உள்ள ஒரு பெண் தன்னுடைய தங்கையை இப்படி அவமதிக்கலாமா? லெவின் சேணத்தை ஒரு ஊழியன் மூலமாகக் கொடுத்து அனுப்புவது என்று முடிவு செய்து, சேணத்துடன் டாலிக்கு ஒரு கடிதம் கொடுத்து அனுப்புவது என்று முடிவு செய்தான். பத்து கடிதங்கள் எழுதினான். திருப்தியில்லாமல் எல்லாவற்றையும் கிழித்துப் போட்டான். பிறகு சேணத்தை மட்டும் கொடுத்து அனுப்பினான்.

'வருகிறேன்' என்று அவன் பதில் எழுதவும் முடியாது. வெளியூருக்குப் போவதாகவும் சொல்ல முடியாது. எனவே எதுவும் கடிதம் எழுதாமலேயே சேணத்தை மட்டுமே கொடுத்தனுப்பினான். மறுநாள் பண்ணையைக் கவனித்துக் கொள் என்று நிர்வாகியிடம் சொல்லிவிட்டு வெகு தூரத்தில் வசித்த 'ஸிவியாழ்ஸ்கி' என்ற பெயருடைய தன்னுடைய நண்பரைப் பார்க்கப் புறப்பட்டான்.

'சுரோவ்ஸ்கி' மாவட்டத்தில் வசித்த ஸிவியாழ்ஸ்கி லெவினை வரச் சொல்லி அடிக்கடி கடிதம் எழுதுவார். அங்கு வேட்டையாடலாம் என்று ஆசை காட்டுவார். விவசாய வேலைகளினால் தான் லெவின் அங்கு போகாமலிருந்தான். இப்பொழுது கிட்டியிடமிருந்தும், தன்னுடைய

பண்ணையிடமிருந்தும் சில நாட்களுக்குத் தள்ளிப் போய்விட வேண்டும் என்று விரும்பினான். வேட்டையாடுதல் அவனுடைய துன்பங்களுக்கு ஆறுதலாக இருக்கும் என்று முடிவு செய்து ஸிவியாழ்ஸ்கியின் கிராமத்தை நோக்கிப் புறப்பட்டான் லெவின்.

அத்தியாயம் 25

சுரோவ்ஸ்கி மாவட்டத்திற்குப் போவதற்கு ரயில் பாதை அல்லது வாடகைக் கோச்சு வண்டி கிடையாது. எனவே லெவின் தன்னுடைய சொந்த கோச்சு வண்டியில் பயணம் செய்தான்.

போகும் வழியில் ஒரு பணக்கார விவசாயியின் வீட்டுக்கு முன்னால் வண்டியை நிறுத்தி விட்டு, குதிரைக்கு தீவனம் வேண்டும் என்று அந்த வீட்டினரிடம் கேட்டான். ஒரு முதியவர் கதவைத் திறந்து கொண்டு மூன்று குதிரைகள் பூட்டிய லெவினுடைய வண்டியை உள்ளே அனுப்பினார். புதிதாக கட்டப்பட்டு, கலப்பைகள் வைக்கப்பட்டிருந்த பகுதியில் வண்டியோட்டி தங்கினார். முதியவர் லெவினை வீட்டுக்குள் கூட்டிச் சென்றார். சுத்தமான உடையணிந்த இளம் பெண் ஒருத்தி வீட்டுத் தளத்தைத் தண்ணீரால் கழுவிக் கொண்டிருந்தாள். லெவினுடன் வந்த நாயைப் பார்த்து அவள் அச்சமடைந்தாள். ‘பயப்படாதே!’ என்று லெவின் சொன்ன பிறகு, தன்னுடைய காரணமற்ற பயத்தை நினைத்துச் சிரித்தாள்.

‘தேநீர் வேண்டுமா?’ என்று லெவினிடம் கேட்டாள்.

‘ஆமாம்’ என்றான் லெவின். அவன் வரவேற்பறைக்குள் நுழைந்தான். மேசை, பெஞ்சு, நாற்காலிகள் ஆகியவை அங்கிருந்தன. சன்னல் கதவுகள் மூடப்பட்டிருந்தன. கொசுக்கள் இல்லாமல் அறை சுத்தமாக இருந்தது. அவன் அறையைப் பார்த்த பிறகு கொல்லைப் பகுதிக்குச் சென்றான். அந்தப் பெண் இரண்டு வாளிகளை ஒரு நீண்ட கழியின் முனைகளில் தொங்கவிட்டுக் கொண்டு தண்ணீர் கொண்டு வருவதற்காக அவனுக்கு முன்னால் ஓடினாள்.

‘சிவியாழ்ஸ்கியின் வீட்டுக்குப் போகிறீர்களா? அவர் இந்தப் பகுதிக்கு வரும் பொழுது என் வீட்டில் தான் ஓய்வெடுப்பார்’ என்று அந்த முதியவர் அவனுடன் பேசத் தொடங்கினார். நெடு நேரம் அவர்கள் பேசிக் கொண்டிருந்தனர். கதவு திறக்கின்ற சப்தம் கேட்டது. வயலில் வேலை செய்து விட்டு வந்த விவசாயிகள் கலப்பைகளுடன் வந்தார்கள். அவர்கள் உழுவதற்குப் பயன்படுத்திய குதிரைகள் பெரியவையாகவும், பருத்தும் காணப்பட்டன. அவர்கள் அந்த வீட்டைச் சேர்ந்தவர்களாக இருக்க வேண்டும். இரண்டு நபர்கள் மட்டுமே கூலித் தொழிலாளர்களாகத்

தோன்றினார்கள். அவர்கள் கையினால் தைக்கப்பட்டிருந்த ஆடைகளை அணிந்திருந்தார்கள். அவர்களில் ஒருவர் முதியவர். அடுத்தவர் இளைஞர்.

'அவர்கள் எங்கே உழவு செய்கிறார்கள்?' என்று லெவின் கேட்டான்.

'உருளைக் கிழங்குப் பாத்திகளுக்கு நடுவில் சிறிதளவு நிலத்தைக் குத்தகைக்குப் பெற்று விவசாயம் செய்கிறேன்'.

'அப்பா, நான் ஆர்டர் செய்த 'ஏர்க் கொழுக்கள்' வந்து விட்டனவா?' என்று வாட்டசாட்டமாகத் தோன்றிய இளைஞன் கேட்டான். அவன் அவருடைய மகனாக இருக்க வேண்டும்.

'அதோ, அங்கே இருக்கின்றன. இரவுச் சாப்பாட்டுக்கு முன்பாக அவற்றைப் பொருத்தி விடு!'

தண்ணீர் கொண்டு வரச் சென்ற பெண் திரும்பி வந்தாள். தண்ணீர் வாளிகளின் எடையைச் சுமந்ததால் அவளுடைய தோள்கள் அமுங்கியிருந்தன. இன்னும் சில பெண்கள் (இளம் பெண்களும், முதிய பெண்களும்) எங்கிருந்தோ வந்தார்கள். அவர்களில் சிலர் குழந்தைகளை வைத்துக் கொண்டிருந்தார்கள்.

சமோவாரில் தேநீர் கொதிக்க ஆரம்பித்திருந்தது. குதிரைகளை தேய்த்துக் கழுவிய பிறகு, எல்லோரும் உணவருந்துவதற்கு வீட்டுக்குள் சென்றார்கள்.

லெவின் தனக்கு உணவு கொண்டு வந்திருந்தான். வீட்டுக்கார முதியவரைத் தன்னுடன் தேநீர் குடிக்க அழைத்தான்.

'ஒரு நாளைக்கு ஒரு முறை தான் நாங்கள் தேநீர் அருந்துவோம். தங்களின் அன்புக்காக, தங்களுடன் சேர்ந்து இரண்டாவது முறையாகத் தேநீர் அருந்துகிறேன்' என்றார் முதியவர். லெவினுடைய அழைப்பு அவருக்கு மகிழ்ச்சியைத் தந்தது.

தேநீர் அருந்திய பின்பு லெவின் அந்த முதியவரின் பண்ணை, விவசாயம் பற்றி முழுமையான வரலாற்றை அந்த முதியவரிடம் கேட்டுத் தெரிந்து கொண்டான். பத்து ஆண்டுகளுக்கு முன்பு, 400 ஏக்கர் நிலத்தை, அந்த நிலத்தின் சொந்தக்காரரிடமிருந்து குத்தகைக்குப் பெற்று விவசாயம் செய்யத் துவங்கினார். கடந்த ஆண்டு அந்த நிலங்களை சொந்தமாகவே விலைகொடுத்து வாங்கிவிட்டார். அந்நிலத்திற்கு பக்கத்திலேயே 900 ஏக்கர் நிலத்தை மற்றொரு நிலப்பிரபுவிடமிருந்து குத்தகைக்குப் பெற்றுக் கொண்டார். அதில் மோசமான ஒரு பகுதியை மற்றொருவருக்கு விவசாயம் செய்யக் கொடுத்தார். சுமார் 120 ஏக்கர் நிலத்தில் அவரது குடும்பத்தினரும், இரண்டு கூலியாட்களுமாகச் சேர்ந்து உழைக்கிறார்கள்.

எவ்வளவு பாடுபட்டாலும் லாபம் கிடைக்கவில்லை என்று முதியவர் வருத்தப்பட்டார். ஆனால் உண்மையில் அந்த விவசாயம் மிகவும் லாபகரமானதாக இருப்பதை லெவின் புரிந்து கொண்டான். ஆனால் அதனை லெவினிடம் முதியவர் சொல்ல விரும்பவில்லை என்பதையும் லெவின் புரிந்து கொண்டான். விவசாயத்தில் லாபம் கிடைக்கவில்லை என்றால், ஏக்கருக்கு முப்பத்தைந்து ரூபிள்கள் கொடுத்து நிலத்தை விலைக்கு வாங்கியிருக்கமாட்டார். மூன்று மகன்களுக்கும், ஒரு மைத்துனனுக்கும் திருமணம் நடத்தியிருக்க மாட்டார். அந்த முதியவரது வீடு இரண்டு முறை தீயில் எரிந்து விட்டது. இரண்டு முறையும் முன்னைக் காட்டிலும் சிறப்பாக அவர் அந்த வீடுகளைத் திரும்பக் கட்டியிருக்கிறார். அவர் அதிருப்தியாகப் பேசினாலும் தன்னுடைய சொத்துக்கள், மகன்கள், மைத்துனர், மருமக்கள், குதிரைகள், பசுக்கள் பற்றியெல்லாம் உள்ளூரப் பெருமைப்படுகின்றார்.

அவர் விவசாயத்தில் புதிய முறைகளைப் புகுத்துவதை எதிர்க்கவில்லை என்பதை லெவின் புரிந்து கொண்டான். அவருடைய உருளைக் கிழங்குச் செடிகள் ஏற்கனவே பூத்திருக்கின்றன. அவர் இங்கிலாந்து நாட்டுக் கலப்பையை இரவலாகப் பெற்று உருளைக் கிழங்கு பயிரிடுவதற்கு நிலத்தை உழுதிருக்கிறார். 'ரை' தானியத்தின் பதர்களை குதிரைகளுக்குத் தீவனமாகப் பயன்படுத்துகிறார். மற்ற விவசாயிகள் அதை வீணாக்குகிறார்கள்.

'என்னைப் போன்ற நிலவுடைமையாளர்கள் கூலியாட்களை வைத்து விவசாயம் செய்கிறோம். அதில் பிரச்சினைகள் ஏற்படுகின்றன' என்றான் லெவின்.

'கூலியாட்களை வைத்துக் கொண்டு விவசாயம் செய்வது சிரமமான காரியம் தான். பண நஷ்டம் ஏற்படும். ஸிவியாழ்ஸ்கியை எடுத்துக் கொள்ளுங்கள். அருமையான நிலங்கள். கஞ்சா மாதிரி கருப்பு மண். ஆனால் மகசூல் அதிகமாகக் கிடைப்பதில்லை. நிலத்தைச் சரியாகக் கவனிக்காதது தான் காரணம்'.

'நீங்களும் கூலியாட்களை வைத்து விவசாயம் செய்கின்றீர்கள் அல்லவா?'

'எங்கள் குடும்பத்தில் எல்லோருமே விவசாயிகள். விவசாயப் பணிகள் அனைத்தையுமே கூட நாங்களே செய்து விடுவோம். கூலி விவசாயி தகராறு செய்தான் என்றால் அவன் வேலையை விட்டுவிட்டுப் போக வேண்டியது தான். பின் நாங்களே எல்லா வேலைகளையும் பார்த்து விடுவோம். எனவே அச்சப்பட்டு அவர்கள் வேலையை ஒழுங்காகச் செய்வார்கள்.'

முதியவர் எழுந்து தன் நெஞ்சில் சிலுவைக் குறியிட்டுக் கொண்டார். ஒரு பெண் வந்து முதியவரை ஏதோ வேண்டும் என்று கூறி அழைத்தாள். முதியவர் லெவினுக்கு நன்றி கூறி விட்டுப் புறப்பட்டார். லெவின் தனது கோச்சு வண்டியோட்டியைத் தேடிப் புறப்பட்டான். வழியில் நீண்ட வராந்தாவில் அந்தப் பெரிய குடும்பத்தினர் உணவு சாப்பிட்டுக் கொண்டிருந்ததைக் கவனித்தான். பெண்கள் நின்றபடி உணவு பரிமாறிக் கொண்டிருந்தனர். இளையமகன் வாய் முழுவதும் கோதுமைக் கஞ்சியை நிரப்பிக் கொண்டிருந்தான். அவனைப் பார்த்து எல்லோரும் கேலி செய்து சிரித்துக் கொண்டிருந்தனர். சற்று முன் பார்த்த அந்தப் பெண் சிரித்துக் கொண்டே முதியவருடைய கும்பாவில் சூப்பை ஊற்றினாள். அவள் மற்றவர்களைக் காட்டிலும் அதிகமாகச் சிரித்தாள்.

விவசாயக் குடும்பங்கள், மிக வசதியாக, சந்தோஷமாகத்தான் இருக்கின்றன என்று லெவின் முடிவு செய்தான். அந்தப் பெண்ணின் அழகு முகம் தான் அவன் அந்த முடிவுக்கு வரக் காரணமாக இருந்திருக்கலாம். லெவின் தனது கோச்சு வண்டியில் புறப்பட்டான். போகின்ற வழி முழுவதும் அந்த விவசாயக் குடும்பத்தின் மகிழ்ச்சியான வாழ்க்கையைப் பற்றிச் சிந்தித்தபடி பயணத்தைத் தொடர்ந்து கொண்டிருந்தான் லெவின்.

அத்தியாயம் 26

ஸிவியாழ்ஸ்கி. அந்த மாவட்டத்தில் மேற்குடியினரது மார்ஷல் என்ற கௌரவப் பதவியினை வகித்தார். அவர் லெவினைக் காட்டிலும் ஐந்து ஆண்டுகள் மூத்தவர். பல ஆண்டுகளுக்கு முன்பே திருமணமானவர். அவருடைய மனைவியின் தங்கை அவர்களுடன் இருந்தாள். ஸிவியாழ்ஸ்கியும் அவரது மனைவியும் அந்தப் பெண்ணை லெவினுக்குத் திருமணம் செய்து வைக்க விரும்பினார். அது லெவினுக்கும் தெரியும் - இது போன்ற விஷயங்கள் சொல்லாமலேயே இந்த இளைஞர்களுக்குத் தெரிந்து விடுகின்றன. அவள் அழகானவள். குடும்ப வாழ்க்கைக்குப் பொருத்தமானவள். லெவின் கிட்டியைக் காதலிக்காவிட்டாலும் கூட இவளைத் திருமணம் செய்யும் எண்ணம் அவனுக்குக் கிடையாது. ஸிவியாழ்ஸ்கியைச் சந்திக்கச் செல்வது லெவினுக்கு எப்போதும் மகிழ்ச்சியளிக்கும். ஆனால் இந்த விஷயம் ஸிவியாழ்ஸ்கி வீட்டுக்குச் செல்ல வேண்டும் என்று அவனது ஆர்வத்தை மட்டுப்படுத்தியது. எனவே ஸிவியாழ்ஸ்கி வீட்டுக்குப் போகத் தயங்குவான் லெவின்.

ஸிவியாழ்வ்ஸ்கியின் அழைப்புக் கடிதம் வந்த பொழுது லெவின் அதைப் பற்றியும் நினைத்தான். நல்ல நண்பர் அவரைப் பற்றித் தவறாக நினைக்கக் கூடாது. அவருடைய அழைப்பை ஏற்றுக் கொண்டான். அவரது

கிராமத்துக்குப் புறப்படுவது என்று முடிவு செய்தான். அந்தப் பெண்ணைப் பார்ப்பதால் தன் மனம் மாறுகிறதா என்பதையும் பரிசோதித்துப் பார்க்க அவன் விரும்பினான். ஸிவியாழ்ஸ்கி நல்ல, சமூகத் தொண்டர். அவர் லெவினுடன் சுவாரசியமாகப் பேசினார்.

உலகத்தில் சிலரிடம் நற்சிந்தனை இல்லாவிட்டாலும் தர்க்க ரீதியான சிந்தனை இருக்கிறது. அவர்கள் கொள்கை வேறு, நடத்தை வேறு என்பதாக இருக்கிறார்கள். அவர்களுடைய வாழ்க்கை நிலையானதாக, ஒரே மாதிரியாக இருக்கிறது. ஆனால் அவர்களுடைய சிந்தனையுடன் பொருந்தாமல் இருக்கிறது. ஸிவியாழ்ஸ்கி தீவிரமான மிதவாதி அவர் நிலவுடைமையாளர்களை வெறுத்தார். அவர்கள் பண்ணையடிமை முறையை ஆதரிப்பவர்கள். அவர்கள் கோழைகள் என்பதால் அதை வெளியில் சொல்லமாட்டார்கள் என்று அவர் சொல்லுவார். துருக்கியைப் போல ரஷ்யா சீக்கிரமாக அழியப் போகிறது. ரஷ்ய அரசாங்கம் மிகவும் மோசமானது என்பதால் அதன் செயல்பாட்டை விமர்சனம் செய்யத் தேவையில்லை என்றார். அவ்வாறு கண்டிக்க முனைவது வீண் வேலை என்று கருதினார். ஆனால் ரஷ்ய அரசாங்கம் மேற்குடியினரது மார்ஷல் என்ற பட்டத்தை அவருக்குக் கொடுத்திருக்கிறது. அவர் வெளியூருக்குச் செல்லும் போது தன்னுடைய மேல் கோட்டில் தனது நெஞ்சுக்கு நேராக 'மேற்குடியினரது மார்ஷல்' என்று பொறிக்கப்பட்ட சின்னத்தை அணிந்து கொள்வார். தொப்பியிலும் ஒரு சிவப்பு முத்திரை இருக்கும். வெளிநாடுகளில் தான் மனிதன் மனிதனாக வாழ முடியும் என்று அவர் சொல்லுவார். அடிக்கடி வெளிநாடுகளுக்குப் போய் வருவார். ஆனால் அவர் ரஷ்யாவில் பெரிய அளவில் விவசாயம் செய்தார். வளர்ச்சி என்ற ஏணியில் விவசாயி குரங்கைக் காட்டிலும் ஒரு படி தான் மேலே இருக்கிறான் என்று அவர் சொல்லுவார். ஆனால் மாவட்டத் தேர்தல்கள் நடக்கும் பொழுது அதிகமாக விவசாயிகளுடன் தான் கை குலுக்குவார். அவர்களுடைய கருத்துக்களை அவசரப்படாமல் கேட்பார். அவர் கடவுளை அல்லது சாத்தானை நம்பவில்லை. ஆனால் மதகுருக்களின் நிலையை முன்னேற்றம் செய்ய வேண்டும் என்று கூறுவார். மதகுருக்களின் ஆளுமைகளைக் கட்டுப்படுத்த வேண்டும், அவர்களின் அதிகார எல்லைகளைக் குறைக்க வேண்டும் என்று கூறுவார். ஆனால் தன்னுடைய கிராமத்திலிருந்த மாதா கோவிலை மூடிவிடக்கூடாது என்பதற்காகச் சுறுசுறுப்பாகப் பாடுபட்டார்.

பெண்களுக்கு சுதந்திரம், வேலை செய்வதற்கு உரிமை அளிக்க வேண்டும் என்று கூறுவார். அவருக்குக் குழந்தைகள் இல்லை. அவருடைய மனைவி எந்த வேலையையும் செய்வதில்லை. ஆனால் தன் கணவனின் முயற்சிகளுக்கு அவள் எப்போதும் உறுதுணையாக இருப்பாள். இருவரும்

இணைந்து தங்களுடைய வாழ்க்கையை மிகவும் சந்தோஷமாக அனுபவித்து வாழ்ந்தார்கள். இவர்களின் இந்த இனிமையான வாழ்க்கையைக் கண்டு மற்றவர்களும் மகிழ்ந்தார்கள்.

லெவின் எல்லோரையும், எப்பொழுதும் மிக உயர்வாகவே மதிப்பான். ஸிவியாழ்ஸ்கி ஒரு முட்டாள். உருப்படாத மனிதர் என்று அவன் பேசவில்லை. ஏனென்றால் ஸிவியாழ்ஸ்கி கெட்டிக்காரர், பல பாடங்களைக் கற்றவர். அவருக்குத் தெரியாத விஷயம் கிடையாது. கட்டாயம் ஏற்பட்டாலே தவிர நிறையப் படித்தவர் என்பதைக் காட்டிக் கொள்ளாமல் அடக்கமாக நடக்கக்கூடிய மனிதர். அத்துடன் அவர் மிக நேர்மையானவர். பணக்காரர். மற்றவர்களிடம் அன்புடையவர். நல்ல மனசு உடையவர். சுறுசுறுப்பாகக் காரியங்களைச் செய்பவர். மனதார யாருக்கும் கெடுதல் செய்ய மாட்டார். இவர் உதவாக்கரையா? முட்டாளா?... இவர் உதவாக்கரையுமில்லை. முட்டாளுமில்லை. அப்படியானால் இவர் எப்படிப்பட்டவர்? லெவினால் அவரைப் புரிந்து கொள்ள முடியவில்லை. லெவின் அவரை 'நடமாடும் புதிர்' என்று கூறினான்.

லெவின் ஸிவியாழ்ஸ்கியுடன் அதிகமான நட்பு கொண்டிருந்ததால் அந்த உரிமையில், அவருடைய தத்துவ அடிப்படைகளைப் பற்றித் தெரிந்து கொள்வதற்காக பல கேள்விகளை அவ்வப்பொழுது கேட்பான். ஆனால் அவனது முயற்சி வெற்றி பெறவில்லை. எல்லாம் வீணானது. பொதுவான சில விஷயங்களை மட்டுமே ஸிவியாழ்ஸ்கி பேசினார். அதைக் காட்டிலும் ஆழமான விஷயங்களைப் பற்றிக் கேட்டால் அவர் குழப்பமடைந்தார். அவர் முகத்தில் கவலைக் குறிகள் தோன்றும். லெவின் தன்னை மடக்கி விடுவான் என்று கருதுவதைப் போல எண்ணி அதனைத் தவிர்ப்பதற்காக அவர் மௌனமாக இருந்து விடுவார்.

லெவின் தன்னுடைய பண்ணையில் விவசாயம் செய்து அதிருப்தியுற்றிருந்தான். தன்னுடைய பண்ணை வேலைகளில் சலிப்பு ஏற்பட்டவுடன் இந்த ஸிவியாழ்ஸ்கி ஒரு தெளிவான, நிச்சயமான கலகலப்பான வாழ்க்கை நடத்துவதின் இரகசியமென்ன என்று அறிய விரும்பினான் லெவின். எனவே ஒரு மாற்றத்திற்காக ஸிவியாழ்ஸ்கியுடன் சிறிது காலம் தங்கியிருப்பது என்று முடிவு செய்திருந்தான். அது குறித்து லெவின் மகிழ்ச்சியடைந்திருந்தான். அந்தி நேரத்தில் புறாக்கள் தங்கள் கூடுகளில் அடைகின்ற காட்சி லெவினுக்கு மிகவும் உற்சாகத்தைக் கொடுத்தது. ஸிவியாழ்ஸ்கியின் வாழ்க்கையிலும் இந்தப் புறாக்களைப் போன்ற உற்சாகமும், தெளிவும், சந்தோஷமும் மிகுந்து, அவருடைய வாழ்க்கையோடு படிந்து கிடப்பதன் இரகசியத்தைத் தெரிந்து கொள்ள லெவின் விரும்பினான். மேலும் பக்கத்துக் கிராமங்களைச் சேர்ந்த நிலவுடைமையாளர்களை அங்கு சந்திக்க முடியும். வேளாண்மை முறைகள்,

அறுவடை கூலிகளுக்குச் சம்பளம் மற்றும் முக்கியமான பிரச்சினைகள் குறித்து அவர்களுடன் பேசுவதற்கு லெவின் விரும்பினான். பண்ணையடிமை முறை இருந்த காலத்தில் இவை சாதாரணமான விஷயங்கள். இங்கிலாந்திலும் இவை சாதாரணமான விஷயங்களே. அங்கு இவை ஏற்கனவே முடிவு செய்யப்பட்டிருந்தன. ஆனால் ரஷ்யாவில் மாற்றங்கள் ஏற்பட்டு புதிய முறைகள் இன்னும் வேரூன்றவில்லை. ஆகவே ரஷ்யாவில் இது முக்கியமான பிரச்சினை என்று லெவின் கருதினான்.

ஸிவியாழ்ஸ்கி வீட்டுக்கு வந்து சேர்ந்ததும் முதலில் வேட்டைக்குச் சென்றான். ஆனால் அவன் எதிர்பார்த்தபடி வேட்டை நன்றாக அமையவில்லை. ஒரு நாள் முழுவதும் முயற்சி செய்து மூன்று உள்ளான் குருவிகளை மட்டுமே வேட்டையாடி விட்டு வந்தான். எப்பொழுது வேட்டையிலிருந்து திரும்பினாலும் அதிகமான பசியுடனும், மிகுந்த உற்சாகத்துடனும் தான் அவன் வீடு திரும்புவான். ஆனால் இம்முறை வேட்டையும் சரியாக இல்லை. புதிய எண்ணங்கள் எதுவும் அவனுக்கு உதயமாகவில்லை. அவனுடைய சிந்தனையில், வருகின்ற வழியில் அவன் சந்தித்த அந்த முதிய விவசாயியின் குடும்பமும், வேளாண்மையும் தான் திரும்பத் திரும்ப உதித்துக் கொண்டிருந்தது. அந்த முதிய விவசாயியின் வாழ்க்கையும், வளமும் அவனை வெகுவாக ஈர்த்து விட்டது. அந்த முதியவருடைய வாழ்க்கையில் தான் விவசாயப் பிரச்சினைகளுக்கு தீர்வு இருக்கிறது என்று லெவின் எண்ணினான்.

மாலை நேரம், தேநீர் வேளையின் போது மிகுந்த உற்சாகத்தைத் தூண்டும் உரையாடல் எழுந்தது. லெவின் எதிர்பார்த்தாற் போல இரண்டு நிலவுடைமையாளர்கள் வந்தார்கள். அவர்களுடன் முக்கியமான விவசாயத் தொழில் முறைகள் பற்றிப் பேசினார்கள். தேநீர் விருந்து நடந்தது. லெவின் தேநீர் குடித்துக் கொண்டிருந்தபொழுது, அவனுக்கு எதிரில் ஸிவியாழ்ஸ்கியின் மனைவியும், அவளுடைய தங்கையும் உட்கார்ந்திருந்தார்கள். லெவின் தன்னுடைய நண்பரின் அன்றாட வாழ்க்கையைப் பற்றி அவளிடம் விசாரித்து பயனுள்ள பதில்களை பெற விரும்பினான். ஆனால் அவளது தங்கை லெவினுக்கு எதிரில் உட்கார்ந்திருந்தாள். அவள் குட்டையான கவுன் அணிந்திருந்தாள். அவளுடைய வெண்மையான வயிற்றுப் பகுதியை கவுன் கவர்ச்சியுடன் வெளிக்காட்டியது. லெவினைக் கவர்ந்திழுப்பதற்காக அவள் அந்த உடையை அணிந்திருக்கலாம். லெனின் அவளை நேராகப் பார்க்காமலேயே பேசினான். அதை இளம் பெண் புரிந்து கொண்டாலும் அவளுடைய அக்கா புரிந்து கொள்ளவில்லை. வேண்டுமென்றே தனது தங்கையை உரையாடலுக்குள் கொண்டு வந்தாள்.

'ரஷ்யாவில் உள்ள எந்த ஒரு அம்சத்தையும் என் கணவர் பாராட்டவில்லை என்று நீங்கள் சொல்கிறீர்கள். வெளிநாடுகளை அவர்

பாராட்டினாலும் ரஷ்யாவில் தான் அவர் மகிழ்ச்சியாக இருக்கிறார். அந்த மகிழ்ச்சி இயற்கையானது. அவர் எல்லா விஷயங்களிலும் அக்கறை காட்டுவார். நாங்கள் இங்கே ஒரு பள்ளிக் கூடம் நடத்துகின்றோம். அதை நீங்கள் பார்க்க வேண்டும்'.

'ஆமாம். நான் பார்த்தேன். கொடிகள் படர்ந்திருக்கும் சிறிய வீட்டில் அந்தப் பள்ளி இருக்கிறது' என்றான் லெவின்.

'ஆமாம். இவள் தான் அதில் கொடிகளை வளர்த்து அழகுபடுத்தினாள்.'

'நீ அங்கு பாடம் நடத்துகிறாயா?' என்று லெவின் அவளுடைய திறந்த வயிற்றைப் பார்க்காமல் கேட்டான்.

'ஆமாம். நான் பாடங்களை நடத்துகின்றேன். ஜிம்னாஸ்டிக் பயிற்சிகளும் சொல்லித் தருகிறேன்'.

'தேநீர் போதும்' என்று சொல்லிவிட்டு அவர்களிடம் மேலும் பேச விரும்பாததைப் போல லெவின் எழுந்தான்.

ஸ்விய‌ாழ்ஸ்கியும், வந்திருந்த அந்த இரண்டு நிலவுடைமையாளர்களும் அந்த நீண்ட மேசையின் எதிர்ப்பக்கத்தில் உட்கார்ந்து சுவாரசியமாகப் பேசிக் கொண்டிருந்தனர். ஸ்விய‌ாழ்ஸ்கி மேசை மீது தனது முழங்கையை வைத்து இருந்தார். ஒரு கையில் தேநீர் கோப்பை இருந்தது. மறு கையினால், தன் தாடியைத் தூக்கி அதை முகர விரும்புவதைப் போல மூக்கினடியில் வைத்தார். நிலவுடைமையாளர்களில் ஒருவர் உணர்ச்சிகரமாக விவசாயிகளைப் பற்றி புகார் செய்து கொண்டிருந்தார். ஸ்விய‌ாழ்ஸ்கி அவருடைய புகாருக்குப் பதில் கூறி அவரை வாயடைத்திருக்கலாம். ஆனால் அவருடைய அந்தஸ்து அந்த நிலவுடைமையாளருக்கு பதில் சொல்ல அவரை அனுமதிக்கவில்லை. அந்த நிலவுடைமையாளரின் வேடிக்கையான பேச்சை அவர் ரசித்தார்.

அந்த நிலவுடைமையாளர் பண்ணையடிமை முறைதான் சிறந்தது என்று கருதுபவர். கிராமங்களில் நெடுங்காலமாக வசித்து வருபவர். பழைய காலத்துப் பாணியில் உடையணிந்திருந்த அவர் கைகளை ஆட்டி ஆட்டி உரத்துப் பேசிக் கொண்டிருந்தார். தன் கைகளை ஆட்டிப் பேசுவதில் அவருடைய ஆளுமை வெளிப்பட்டது.

அத்தியாயம் 27

'பல ஆண்டுகளாக மிகவும் பாடுபட்டு விவசாயம் செய்து கொண்டிருக்கிறேன். ஏன் இவ்வளவு கஷ்டப்பட வேண்டும். பேசாமல் நிலத்தை விற்று விட்டு நிகோலஸ் இவானிச் மாதிரி நாடோடியாக வேறு

இடத்துக்குப் போய் விட வேண்டும்' என்றார் ஒரு நிலவுடைமையாளர். பல்லெல்லாம் மொத்தமாக வெளியே தெரியும்படியாக ஒரு அற்புதமான அசட்டுச் சிரிப்பை சிரித்தபடி அவர் அதைச் சொன்னார்.

'ஆனால் நீங்கள் போகவில்லையே... அப்படியானால் இன்றைய விவசாய முறைகள் சாதகமான அம்சங்கள் கொண்டதாக, லாபகரமானதாக இருக்கின்றது என்று தானே அர்த்தம்' என்றார் ஸ்வியாழ்ஸ்கி. 'ஒரு அனுகூலம் உள்ளது. நான் என் சொந்த வீட்டில் வசிக்கிறேன். அதை நான் வாங்கவில்லை. வாடகை வீடுமில்லை. என் நிலத்தில் நானே கட்டியது. மக்களுக்கு நல்ல புத்தி ஏற்படும் என்று நம்பிக் கொண்டிருக்கிறேன். கிராமங்களில் குடிப்பழக்கம் அதிகரித்து விட்டது. களியாட்டங்கள் பெருகிவிட்டன. குடும்பங்கள் பிரிந்து விட்டன. விவசாயியிடம் ஒரு பசு, ஒரு குதிரை கூடக் கிடையாது. அவர்கள் பட்டினியாக இருக்கிறார்கள். அவர்களில் ஒரு நபருக்கு வேலை கொடுப்போமே என்று வேலை கொடுத்தால் அவன் கலப்பையை உடைக்கிறான். பிறகு என்னைப் பற்றி நீதிபதியிடம் புகார் கொடுக்கிறான்'.

'நீங்களும் நீதிபதியிடம் புகார் செய்கிறீர்களே...'

'நானா? ஒரு போதும் செய்ய மாட்டேன். நான் நீதிமன்றத்துக்குப் போனால் வம்பு பேசுவார்கள். எனக்கு வேதனை தான் மிஞ்சும். சிலர் வேலைக்கு வருவதாகச் சொல்லி முன்பணம் வாங்கிக் கொண்டார்கள். ஆனால் வேலைக்கு வரவில்லை. நான் நீதிமன்றத்தில் புகார் செய்தேன். நீதிபதி அவர்களை விடுதலை செய்தார். கிராமத்தில் பஞ்சாயத்து முறை இருப்பதால் நீதி கிடைக்கிறது. கிராமப் பெரியவர் பழைய முறைப்படி அவர்களை சவுக்கால் அடித்தார். இல்லாவிட்டால் எல்லாவற்றையும் விட்டு விட்டு ஊரை விட்டு ஓட வேண்டும்.'

ஸ்வியாழ்ஸ்கி மறுத்துப் பேசுவார் என்று முதியவரான அந்த நிலவுடைமையாளர் எதிர்பார்த்தார். ஆனால் அவர் அந்த முதியவருடைய பேச்சை ரசித்தார்.

'இப்படிப்பட்ட நடவடிக்கைகள் ஏதும் இல்லாமலேயே நானும், லெவினும் (தனக்கு எதிரில் உட்கார்ந்திருந்த மற்றொரு நிலவுடைமை யாளரைச் சுட்டிக் காட்டி) இருவரும் விவசாயம் செய்து கொண்டு தான் இருக்கிறோம்' என்றார் ஸ்வியாழ்ஸ்கி.

'ஆமாம். மைக்கேல் பெத்ரோவிச்சும் கூட விவசாயம் செய்கிறார். எப்படி செய்கிறார் என்று அவரைக் கேளுங்கள். அவர் செய்வது நியாயமான, பகுத்தறிவுள்ள விவசாயம் தானா என்று கேளுங்கள்.' என்றார் அந்த நிலவுடைமையாளர். 'பகுத்தறிவுள்ள' என்பதை அவர் அழுத்தம் கொடுத்தேதான் சொன்னார்.

'என்னுடைய விவசாயம் எளிமையானது. இலையுதிர் காலத்தில் வரிகளை கட்டுவதற்காக ரொக்கமாக பணம் வைத்திருப்பேன். விவசாயிகள் வரிகளைக் கட்டப் பணமில்லாமல் பதட்டத்துடன், என்னிடம் ஓடி வருவார்கள். எங்களுடைய தந்தையைப் போல நீங்கள் இருக்கிறீர்கள். நீங்கள் தான் எங்களுக்கு உதவ வேண்டும் என்று மிகவும் கெஞ்சுவார்கள். அவர்கள் என் வீட்டுக்குப் பக்கத்திலேயே வசிப்பவர்கள். அவர்களிடம் எனக்கு நல்ல பரிச்சயம் உண்டு. அவர்களுக்கு வரி கட்டுவதற்குத் தேவையான பணத்தை நான் கடனாகக் கொடுப்பேன். பின்பு அவர்களிடம் சொல்லுவேன். 'பிள்ளைகளா! உங்களுக்கு நான் உதவி செய்கிறேன். விதைப்பில், அறுவடையில் நீங்கள் எனக்கு உதவி செய்ய வேண்டும்' என்று சொல்லுவேன். ஒவ்வொரு குடும்பமும் நிறைய வேலைகள் செய்வதாகச் சம்மதம் தெரிவிப்பார்கள். இதில் ஒரு சிலர் என்னை ஏமாற்றுவதும் உண்மையே' என்றான்.

இத்தகைய பாரம்பரிய முறைகளைப் பற்றி லெவினுக்கு நன்றாகத் தெரியும். அவன் ஸிவியாழ்ஸ்கியைப் பார்த்தான். அந்தப் பார்வையில் அர்த்தமிருந்தது.

'இன்றைய நிலையில் எப்படி விவசாயம் செய்ய வேண்டும்?' என்று முதிய நிலவுடைமையாளரைப் பார்த்துக் கேட்டான் லெவின்.

'மைக்கேல் பெத்ரோவிச் செய்கிறபடி தான் செய்ய வேண்டும். நிலத்தை விவசாயிகளுக்கு குத்தகைக்கு விடு அல்லது அவர்களுக்குக் கூலியாக தானியத்தைக் கொடு. சமூகத்தின் செல்வம் இதனால் அழிந்து விடுகிறது. பண்ணையடிமை முறையில் பராமரித்தால் ஒன்பது மடங்கு அதிக உற்பத்தி கிடைக்கும். கூலி விவசாயிகளுக்கு தானியத்தைக் கூலியாகத் தருகின்ற பொழுது மூன்று மடங்கு தான் உற்பத்தி அதிகரிக்கின்றது. பண்ணையடிமை முறையிலிருந்து விவசாயிகளுக்கு விடுதலை கொடுத்ததால் ரஷ்ய விவசாயம் அழிந்து விட்டது.'

ஸிவியாழ்ஸ்கி முதியவரை ஏளனம் செய்கின்ற முறையில் லெவினைப் பார்த்துச் சிரித்தார். ஆனால் லெவின் நிலவுடைமையாளருடைய சொற்களைக் கேட்டு சிரிக்கவில்லை. ஸிவியாழ்ஸ்கியைக் காட்டிலும் தெளிவாக அவருடைய சொற்களைப் புரிந்துகொண்டான். விவசாயிகளுக்கு விடுதலைப் பிரகடனம் செய்தது ரஷ்யாவை அழித்து விட்டது என்பது உண்மை என்று லெவின் கருதினான். அவர் தன்னுடைய அனுபவத்தில் புரிந்து கொண்டவற்றைப் பேசினார். கிராமத்தில், தனிமையில், பல கோணங்களில் சிந்தித்துப் பார்த்துவிட்டு பேசினார்.

'அரசு அதிகாரத்தின் மூலம் தான் முன்னேற்றம் ஏற்படுகிறது. மகாபீட்டர், கேதரின் மற்றும் அலெக்ஸாண்டர் செய்த சீர்திருத்தங்களை

எடுத்துக் கொள்ளுங்கள். ஐரோப்பாவில் விவசாயத்தைப் பற்றிச் சிந்தியுங்கள். ரஷ்யாவில் கட்டாயத்தின் பேரில் தான் உருளைக் கிழங்கு பயிரிடப்பட்டது. கலப்பைகளை எல்லோரும் பயன்படுத்தினார்களா? இல்லை... ரூரிக் மரபு காலத்தில் கலப்பைகளைப் பயன்படுத்த வேண்டும் என்பது கட்டாயம் ஆக்கப்பட்டது. பண்ணையடிமை முறை இருந்த பொழுது நிலவுடைமை யாளர்களான நாம் உரத்தையும், இயந்திரங்களையும் பயன்படுத்தினோம். முதலில் அதை எதிர்த்த விவசாயிகள் பிற்பாடு அதைக் காப்பியடித்தார்கள். பண்ணையடிமை முறை ஒழிக்கப்பட்டதால், நம் அதிகாரம் பறிக்கப்பட்டு விட்டதால் விவசாயம் பூர்வீகமான முறைக்குத் திரும்பும்'.

'ஏன் அப்படிச் சொல்கிறீர்கள்? உங்களுடைய விவசாயம் பகுத்தறிவின் அடிப்படையில் நடைபெற்றால் கூலியுழைப்பைப் பயன்படுத்தலாமே.'

கூலித் தொழிலாளர்கள் நவீனமான கருவிகளைப் பயன்படுத்தி உழைக்க விரும்புவதில்லை. அவர்கள் பன்றிகளைப் போலக் குடிக்க விரும்பு கிறார்கள். குடிமயக்கத்தில் தங்கள் கையில் இருக்கும் எல்லாவற்றையும் கெடுத்து விடுகிறார்கள். குதிரைக்குத் தவறான சமயத்தில், தேவையில்லாத நேரத்தில் தண்ணீர் காட்டுவார்கள். அறுவடை இயந்திரத்தில் இரும்புத் துண்டைப் போட்டு அதை பழுதாக்குவார்கள். அவர்களுடைய சிற்றறிவுக்கு அப்பாற்பட்ட எதையும் அவர்கள் விரும்ப மாட்டார்கள். அதனால் தான் நம் நாட்டில் விவசாயம் கெட்டுப் போய் விட்டது. எண்பது லட்சம் 'புஷல்கள்' தானியம் உற்பத்தி செய்யப்பட்ட நாட்டில் இப்பொழுது எட்டு லட்சம் புஷல்கள் தானியம் தான் உற்பத்தியாகின்றது. நாட்டின் செல்வம் குறைந்து போயிற்று. இதே நடவடிக்கைகளை நன்கு சிந்தித்து முறையாகச் செய்திருந்தால் நல்ல பலன் கிட்டியிருக்கும்'.

அவர் விவசாயிகளின் விடுதலைக்கு தன்னுடைய திட்டத்தை விளக்கினார். லெவினுக்கு அதில் அக்கறை இல்லை. அவர் பேசி முடித்த பின் ஸிவியாழ்ஸ்கியை நோக்கிக் கேட்டார்: 'நம் நாட்டில் விவசாயம் அழிந்து கொண்டிருக்கிறது. இனிமேல் விவசாயத்தைப் பகுத்தறிவுடன் செய்ய முடியாது என்கிறார். இவை உண்மை தானே'

'நான் அப்படி நினைக்கவில்லை. பண்ணையடிமை முறை இருந்த பொழுது நம் விவசாயம் செழிப்பாக இருக்கவில்லை. அது மிகவும் கீழ் நிலையில் தான் இருந்தது. நம்மிடம் இயந்திரங்கள் இல்லை. நல்ல குதிரைகள் இல்லை. முறையான நிர்வாகமும் இல்லை. வரவு - செலவு கணக்கு வைத்துக்கொள்ள நமக்குத் தெரியவில்லை. எந்த ஒரு விவசாயியையும் கேட்டுப்பார்... உனக்கு லாபகரமான விவசாயம் எது? நஷ்டம் தருவது எது என்று கேட்டுப்பார். அவனால் சொல்ல முடியாது.'

'இத்தாலிய முறையில் வரவு - செலவு எழுதி வைத்திருக்க வேண்டுமா? விவசாயிகள் எல்லாவற்றையும் கெடுத்து விடும் பொழுது லாபம் எங்கிருந்து வரும்?' என்று நிலவுடைமையாளர் கேட்டார்.

'அவர்கள் தரமில்லாத ரஷ்யக் கருவிகளைக் கெடுக்க முடியும். ஆனால் வெளிநாட்டு இயந்திரங்களை அவர்களால் கெடுக்க முடியாது. வாலைப் பிடித்து இழுத்தால் நடக்கின்ற ரஷ்யக் குதிரைகளை அவர்கள் கெடுப்பார்கள்... ஃபிளெமிஷ் அல்லது ரஷ்ய - டேனிஷ் குதிரைகளை அவர்களால் கெடுக்க முடியாது. விவசாயத்தின் தரத்தை உயர்த்துவதற்கு அது தான் வழி'.

'உங்களால் பணம் செலவழிக்க முடியும். எங்களால் முடியாது. என் மகனைப் பல்கலைக் கழகத்தில் படிக்க வைக்கிறேன். பள்ளிக்கூடத்தில் என் பிள்ளைகள் படிக்கிறார்கள். ஃபிளெமிஷ் குதிரைகளை என்னால் வாங்க முடியாது.'

'அதற்காகத் தான் வங்கிகளைக் கொண்டு வந்திருக்கிறார்கள்.'

'ஆமாம். பணம் கடன் கொடுப்பார்கள். பிறகு என் சொத்துக்களை ஏலம் போடுவார்கள்... எனக்கு வேண்டாம்.'

'விவசாயத்தின் தரத்தை உயர்த்த முடியும் என்று நான் கருதவில்லை. வங்கிகளால் என்ன பிரயோசனம் என்பது எனக்குத் தெரியவில்லை. நிலத்தை அபிவிருத்தி செய்வதால் பணம் தான் வீணாகிறது. கால் நடை, இயந்திரங்கள் எல்லாவற்றுக்கும் செலவு செய்தேன். நஷ்டம் தான் கிடைத்தது'.

'உண்மையைச் சொல்கிறீர்கள்' என்று நிலவுடைமையாளர் மகிழ்ச்சியுடன் கூறினார்.

'பகுத்தறிவுடன் விவசாயம் செய்கின்ற பலரைப் பார்த்து விட்டேன். ஒரு சிலரைத் தவிர மற்றவர்கள் செலவழித்த பணம் நஷ்டமாயிற்று. உங்கள் விவசாயத்தில் லாபம் கிடைக்கிறதா, சொல்லுங்கள்' என்று ஸ்வியாழ்ஸ்கியை கேட்டான் லெவின். அவரது முகத்தில் கவலைக் குறி படர்வதை லெவின் கவனித்தான். ஒரு கணம் தான். கவலைக்குறி மறைந்தது. ஆனால் லெவினுடைய இந்த கேள்வியும் கூட நேர்மையானது அல்ல. அந்தக் கேள்வியை அவன் கேட்டிருக்கவே கூடாது. நிலவுடைமையாளர்கள் இங்கு வருவதற்கு முன்பு தேநீர் அருந்தும் போது ஸ்வியாழ்ஸ்கியின் மனைவி லெவினிடம் சொன்னார்: 'வரவு-செலவுக் கணக்கில் அனுபவ சாலியான ஒரு ஜெர்மானியரை மாஸ்கோவிலிருந்து வரவழைத்தோம். அவருக்கு ஐநூறு ரூபிள்கள் ஊதியம் கொடுத்தோம். கணக்குகளைப் பரிசீலித்த பிறகு, நாங்கள் விவசாயத்தில் ஆண்டுக்கு மூவாயிரம் ரூபிள்கள் இழப்பதாக அவர் தெரிவித்தார்.'

இந்த விஷயம் தனக்கு முன்பே தெரிந்திருந்தும் இப்போது லெவின் ஸ்வியாழ்ஸ்கியிடம் லாபம் கிடைக்கிறதா சொல்லுங்கள் என்று கேட்டால் அவர் கவலைப்படாமல் என்ன செய்வார். நிலவுடைமையாளருக்கு இந்த விஷயம் முன்பே தெரியுமாதலால் லெவின் இந்தக் கேள்வியைக் கேட்டவுடன் அவர் சிரித்தார்.

இப்போது ஸ்வியாழ்ஸ்கி பதில் சொன்னார்: 'எனக்கு லாபம் கிடைக்காமல் இருந்திருக்கலாம். அதற்கு இரண்டு காரணங்களைச் சொல்லலாம். ஒன்று நான் திறமையான விவசாயி அல்ல. அடுத்தபடியாக, நான் நிலத்தில் பணத்தைச் செலவு செய்து குத்தகைப் பணத்தை உயர்த்துகிறேன்.'

'ஐரோப்பாவில் நிலத்தைப் பண்படுத்தினால் குத்தகைப் பணம் அதிகம் பெற முடியும். இங்கு நிலத்தில் உழைத்தால் அது மோசமாகிறது. குத்தகையாவது...? பணமாவது?' என்றான் லெவின்.

'மேரி, தயிரும், ராஸ்பெரி பழங்களும் கொடுத்தனுப்பு' என்றார் ஸ்வியாழ்ஸ்கி. இந்த ஆண்டில் ராஸ்பெரிப் பழங்கள் உரிய காலம் முன்னும் பின்னும் கிடைக்கின்றன' என்று சொல்லியபடியே அவர் எழுந்தார்.

லெவின் அந்த நிலவுடைமையாளருடன் விவாதத்தைத் தொடர்ந்தான். 'நம்முடைய விவசாயிகளின் குணாதிசயங்களை புரிந்துகொள்ளாததால் தான் நமக்கு கஷ்டங்கள் ஏற்படுகின்றன' என்று அவன் வாதிட்டான். ஆனால் நிலவுடைமையாளர் தன்னுடைய கருத்துக்களில் உறுதியாக நின்றார். அவர் சொன்னார்:

'ரஷ்ய விவசாயி பன்றிகளைப் போன்றவர்களாகும். பன்றித்தனம் தான் அவர்களுக்குப் பிடிக்கும். அவர்கள் படுத்துப் புரளும் குப்பையி லிருந்து அவர்களை வெளியே கொண்டுவர அதிகாரத்தைப் பயன்படுத்த வேண்டும். அவர்களைக் கம்பால் அடிக்க வேண்டும். ஆனால் நாம் ஆயிரம் ஆண்டுகளாக உபயோகித்த கம்பைக் கீழே போட்டு விட்டோம். அதற்குப் பதிலாக நீதிமன்றங்களையும், சிறைச்சாலைகளையும் கொண்டு வந்திருக் கிறோம். அவர்களைச் சிறையில் அடைத்து சூப் கொடுக்கின்றோம்.'

'விவசாயிகள் தங்களது உழைப்புக்குச் சம்பளம் வாங்கலாமே, அந்த அமைப்பு இங்கு உருவாகாதா?' என்று லெவின் கேட்டான்.

'இங்கு அது நடக்காது. ரஷ்யர்கள் மாறமாட்டார்கள். அதற்கு நம்மிடத்தில் அதிகாரம் இல்லை' என்றார் நிலவுடைமையாளர். ஸ்வியாழ்ஸ்கி பழங்கள் மற்றும் தயிரைச் சாப்பிட்டு விட்டு சிகரெட்டைப் பற்ற வைத்துக் கொண்டு திரும்பினார்.

'இப்போது பண்ணையடிமை முறை ஒழிக்கப்பட்டு விட்டது. இனிமேல் சுதந்திரமான உழைப்பு தான் இருக்கும். அதன் பல வடிவங்கள் வரையறுக்கப்பட்டு விட்டன. தொழிலாளி, விவசாயி, தற்காலிக வேலை செய்யும் கூலியாள் - என்று இதை விட்டு நாம் ஓட முடியாது' என்றார் ஸிவியாழ்ஸ்கி.

'ஆனால் ஐரோப்பா இந்த அமைப்பில் திருப்தி அடையவில்லையே...'

'ஐரோப்பாவில் அதிருப்தி இருக்கிறது. அது இன்னொரு புதிய அமைப்பைத் தேடிக் கொண்டிருக்கிறது. அநேகமாக வெற்றி அடையும்.'

'நமக்கு ஒரு புதிய முறையை நாம் ஏன் தேடக் கூடாது?'

'ரயில் பாதையில் புதிய முறையைக் கண்டுபிடிக்க வேண்டுமா? அது தான் ஏற்கனவே கண்டுபிடிக்கப்பட்டு விட்டதே.'

'அது நமக்குப் பொருந்தாவிட்டால்...?' என்றான் லெவின்.

ஐரோப்பாவின் அறிஞர்கள் அதைப் பற்றித் தான் ஆராய்ச்சி செய்கிறார்கள். தொழிலாளர் பிரச்சினை சம்பந்தமாக அதிகமாக நூல்கள் எழுதப்பட்டிருக்கின்றன. அதைப் பற்றி உனக்குத் தெரியும் என்று நம்புகிறேன்'.

'சிறிதளவு தெரியும். அதுவும் தெளிவாக இல்லை.'

நிலவுடைமையாளர்கள் எழுந்து விட்டார்கள். லெவினுடைய குடைச்சலைப் பொறுத்துக் கொள்ள முடியாத ஸிவியாழ்ஸ்கி விருந்தினர்களை வழியனுப்புவதற்காக எழுந்தார்.

அத்தியாயம் 28

அன்று மாலையில் பெண்களுடன் உரையாடியதில் லெவின் சலிப்படைந்தான். விவசாயத்தைப் பற்றி தன்னிடம் ஏற்பட்டுள்ள அதிருப்தி தன்னுடைய அதீதமான மனநிலையால் ஏற்படவில்லை. ரஷ்யாவில் விவசாயத்தின் நெருக்கடி நிலைமைகளினால் ஏற்பட்டது என்று உணர்ந்தான். பிரயாணத்தின் இடையில் அவன் ஒரு விவசாயியின் வீட்டில் தங்கிய பொழுது கூலித் தொழிலாளர்கள் அந்த விவசாயிக்காக மகிழ்ச்சியுடன் உழைப்பதைக் கண்டான். எனவே விவசாயத்தில் ஏற்பட்டுள்ள நெருக்கடியைத் தீர்க்க முடியும். அதைத் தீர்ப்பதற்குத் தான் முயற்சி செய்ய வேண்டும் என்று முடிவு செய்தான்.

அன்றிரவில் லெவின் தன்னுடைய நண்பரின் படிப்பறைக்குச் சென்றான். அந்தப் பெரிய சுவர்களில் புத்தக அலமாரிகள் இருந்தன.

அவற்றில் புத்தகங்கள் அடுக்கி வைக்கப்பட்டிருந்தன. மேசையின் மீது பல மொழிகளில் செய்திப் பத்திரிகைகளும், பருவ இதழ்களும் இருந்தன.

ஸ்வியாழ்வ்கி ஒரு புத்தகத்தை எடுத்துக் கொண்டு ஆடும் நாற்காலியில் உட்கார்ந்து படித்துக் கொண்டிருந்தார். லெவின் ஒரு சஞ்சிகையை எடுத்துப் புரட்டினான்.

'என்ன செய்தி அவ்வளவு ஆர்வமாகப் படிக்கிறாய்?' என்று லெவினைக் கேட்ட ஸ்வியாழ்ஸ்கி, மேலும் தொடர்ந்தார்: 'ஒரு சுவாரசியமான கட்டுரை அதில் உள்ளது. போலந்து நாட்டுப் பிரிவினைக்கு (1773, 1793, 1795) மகா பிரெடெரிக் தான் முக்கியக் காரணம் என்று நாம் நினைத்தோம். ஆனால் உண்மையில்...' என்று அவர் பேசத் தொடங்கினார். வரலாற்றாசிரியர்களுடைய புதிய கண்டுபிடிப்புகளை அவர் சுருக்கமாகவும், தெளிவாகவும் எடுத்துக் கூறினார். லெவினுக்கு அப்பொழுது விவசாயம் தான் முக்கியமான விஷயமாக இருந்தது. ஸ்வியாழ்ஸ்கியின் பேச்சைக் கேட்டுக் கொண்டிருந்த பொழுது அவன் தன்னைத் தானே கேட்டுக் கொண்டான். 'இவருக்குள் என்ன இருக்கிறது? போலந்து நாட்டுப் பிரிவினையைப் பற்றி இவர் இவ்வளவு அக்கறையுடன் பேசுவது ஏன்?'

ஸ்வியாழ்ஸ்கி தனது விளக்கத்தைக் கூறி முடித்து விட்டு, 'நல்லது. இதனாலென்ன?' என்று லெவினைக் கேட்டார். தனக்கு ஏன் அதில் அக்கறை உண்டாயிற்று என்பதை அவனுடைய நண்பர் விளக்கவில்லை.

'அந்த முதிய நிலவுடைமையாளருடைய பேச்சு என் ஆர்வத்தைத் தூண்டியது. அவர் பேச்சில் பெரும் பகுதி உண்மை' என்றான் லெவின்.

'அவரா? அவர் பண்ணையடிமை முறை நீடிக்க வேண்டும் என்று விரும்புகிறார். அப்படிச் சிந்திப்பவர்கள் பலர் இங்கு இருக்கிறார்கள்.'

'அவர்களுடைய மார்ஷலாக நீங்கள் நியமிக்கப்பட்டிருக்கிறீர்கள்' என்றார் லெவின்.

'ஆமாம். நான் அவர்களை எதிர்த்திசையில் செலுத்துகிறேன்' என்று சிரித்துக் கொண்டு சொன்னார் ஸ்வியாழ்ஸ்கி.

'அறிவார்ந்த விவசாயம் வெற்றி பெறவில்லை என்று அவர் சொல்கிறார். வட்டித் தொழில் நன்றாக நடக்கிறது என்கிறார். இதற்கு யார் காரணம்?'

'இதைப் பற்றி நீ ஆச்சரியப்படுவது ஏன்?'

'பொருளாயத மற்றும் சிந்தனைத் துறைகளில் மக்கள் மிகவும் கீழ்நிலைகளில் இருக்கிறார்கள். அவர்களுக்கு நன்மை செய்தால் கூட

அதை எதிர்க்கிறார்கள். ஐரோப்பாவில் மக்கள் கல்வி கற்றிருக்கிறார்கள். ஆகவே அறிவார்ந்த விவசாயம் அங்கு வெற்றி அடைகிறது.'

'மக்களிடம் கல்வியைப் பரப்புவது எப்படி?'

'அதற்கு முக்கியமான மூன்று விஷயங்கள் வேண்டும். பள்ளிக் கூடங்கள், பள்ளிக் கூடங்கள், பள்ளிக் கூடங்கள்...'

'மக்களின் சிந்தனைகள் கீழ்நிலையில் இருப்பதாக நீங்கள் கூறினீர்கள். அப்படியானால் பள்ளிக் கூடங்கள் மட்டும் போதுமா?'

'எனக்கு ஒரு கதை நினைவுக்கு வருகிறது. ஒரு நோயாளி டாக்டரிடம் சென்றார். அவரைப் பரிசோதித்த பிறகு, பேதி மருந்து சாப்பிடு என்றார் டாக்டர். நான் சாப்பிட்டேன். பலனில்லை என்றார் நோயாளி. அட்டைப் பூச்சிகளைக் கடிக்க விடு என்றார் டாக்டர். அதையும் செய்தேன். உடல் நிலை மோசமாகிவிட்டது என்றார் நோயாளி. நம் நாட்டில் அந்நிலை இருக்கிறது. நான் அரசியல் பொருளாதாரத்தைச் சொல்லுகிறேன். நீ சரிப்படாது என்கிறாய். சோஷலிசத்தைச் சொல்கிறேன். உருப்படாது என்கிறாய். கல்வியைப் பற்றிச் சொல்கிறேன். நாடு இன்னும் மோசமாகி விடும் என்று நீ சொல்கிறாய்.'

'பள்ளிக் கூடங்கள் எப்படி விவசாயிகளை மாற்றும்?'

'பள்ளிக் கூடங்கள் அவர்களிடம் புதிய தேவைகளை ஏற்படுத்தும்'.

'அதைத் தான் என்னால் புரிந்து கொள்ள முடியவில்லை. விவசாயிகளின் பொருளாதார நிலைமைகளை உயர்த்துவதற்கு பள்ளிக் கூடங்கள் பயன்படுமா? பள்ளிக் கூடங்களும், கல்வியும் அவர்களிடம் புதிய தேவைகளை ஏற்படுத்தும் என்கிறீர்கள். அது இன்னும் ஆபத்தானது. அவர்களால் புதிய தேவைகளை நிறைவேற்ற முடியாது. கூட்டலும் கழித்தலும் கற்றுக் கொள்வதால் பொருளாதார நிலைமை உயர்ந்து விடுமா? அன்றொருநாள் ஒரு பெண் கையில் குழந்தையை வைத்துக் கொண்டு போய்க் கொண்டிருந்தாள். எங்கே போகிறாய்? என்று அவளிடம் கேட்டேன். என் குழந்தைக்கு உடல் நலம் சரியில்லை. மாந்திரீகம் தெரிந்த கிழவி ஒருத்தியிடம் காட்டி விட்டு வருகிறேன் என்றாள் அவள். என்ன மருந்து கொடுத்தாள் என்று விசாரித்தேன். வாத்துக் கூடை மீது குழந்தையைப் படுக்க வைத்து அவள் ஏதோ மந்திரம் சொன்னாள் என்றாள்.'

'நல்லது. உன் கேள்விக்கும் இது தான் பதில். அவர்கள் கல்வி கற்றிருந்தால் இப்படிப்பட்ட கிழவிகளிடம் வைத்தியம் செய்து கொள்வார்களா?' என்று ஸ்வியாழ்ஸ்கி சிரிப்புடன் கூறினார்.

'அறியாமையைப் போக்குவது உங்களுக்கு முக்கியமாக இருக்கிறது. வறுமையைப் போக்குவது முக்கியம் என்று நான் கருதுகிறேன்.

'உடல் நலமில்லாத குழந்தைகளுக்கு வைத்தியம் செய்வதைப் பற்றி நீங்கள் கூறிய சம்பவம் வேடிக்கையாக இருந்தது. அது உண்மையா?' என்று ஸிவியாழ்ஸ்கியைக் கேட்டான் லெவின்.

இந்த மனிதருடைய வாழ்க்கைக்கும், சிந்தனைக்கும் இடையிலுள்ள இணைப்பைக் கண்டுபிடிப்பதற்காகத் தான் லெவின் அவரிடம் பேசினான். அந்த முயற்சி வெற்றி அடையாது என்பதை அவன் தெரிந்து கொண்டான். வழியில் விவசாயியின் வீட்டில் தங்கிய பொழுது அவன் தெரிந்து கொண்ட விஷயங்கள் அதன் பிறகு ஏற்பட்ட அனுபவங்களுக்கு அடிப்படையாக இருந்தது. ஸிவியாழ்ஸ்கியை எடுத்துக் கொண்டால் அவர் இனிமையானவர். ஆனால் அவர் மற்றவர்களுடன் பேசுகின்ற பொழுது மட்டும் சில கருத்துக் களைச் சொல்கிறார். ஆனால் அவருடைய வாழ்க்கையின் அடிப்படைத் தத்துவம் வேறு. அதை லெவினால் கண்டுபிடிக்க முடியவில்லை. அந்த நிலவுடைமையாளர் நல்ல கருத்துக்களைக் கசப்பாகப் பேசினார். ஒரு வர்க்கத்தை - அது ரஷ்யாவிலேயே சிறந்த வர்க்கம் - குறைவாகப் பேசினார். தன்னுடைய நடவடிக்கைகளைப் பற்றி லெவினுக்கு அதிருப்தி ஏற்பட்டது. இந்தக் குறைகளுக்குத் தீர்வைக் கண்டுபிடிக்க முடியுமா? என்று கவலைப்பட்டான்.

தனக்கு ஒதுக்கப்பட்டிருந்த அறையில் கம்பிச் சுருள் மெத்தையில் லெவின் படுத்தான். அவன் கால் அல்லது கைகளை மாற்றிப் புரளும் போது அந்த மெத்தை அசௌகரியமாக இருந்தது. ஸிவியாழ்ஸ்கி கெட்டிக்காரத்தனமாக பேசினாலும் அவருடைய கருத்துக்களில் லெவினுக்கு ஈர்ப்பு ஏற்படவில்லை. ஆனால் அந்த நிலவுடைமையாளருடைய பேச்சு அவனுடைய சிந்தனையைத் தூண்டியது. அவருடைய கருத்துக்களை லெவின் மறுபடியும் நினைவு கூர்ந்தான். தன்னுடைய கற்பனையில் அவருடைய ஆட்சேபங்களுக்குப் பதிலளித்தான். நான் அவரிடம் இவ்வாறு பேசியிருக்க வேண்டும்: 'விவசாயிகள் எல்லாவிதமான சீர்திருத்தங்களையும் வெறுக்கிறார்கள். ஆகவே நம் நாட்டில் விவசாயம் வெற்றியடையவில்லை என்று சொல்கிறீர்கள். சீர்திருத்தங்களைப் பலாத்காரமாக, பலவந்தமாகச் செய்ய வேண்டுமென்பது உங்களுடைய முக்கியமான கருத்து. சீர்திருத்தங்கள் இல்லாமல் விவசாயத்தில் லாபம் கிடைக்குமா? லாபம் கிடைக்கும் என்பதை அந்த விவசாயியின் வீட்டில் கண்டேன். விவசாயிகளின் பழக்க வழக்கங்களுடன் இணைந்து பாடுபட்டால் லாபம் பெற முடியும். நம்முடைய விவசாயிகளின் இயல்பை புரிந்து கொள்ள முடியாமல் ஐரோப்பிய முறையை அமுலாக்கினோம். விவசாயியை சூட்சுமமான சக்தியாகக் கருதக்கூடாது. அவன் தன்னுடைய சொந்தமான, இயல்பான உணர்ச்சிகளினால் தூண்டப்படுகின்றான். அவனுக்குத் தகுந்தபடி விவசாயத்தை மாற்றியமைக்க வேண்டும். இப்பொழுது கிடைப்பதைப்

போல இரண்டு அல்லது மூன்று மடங்கு அறுவடை அப்பொழுது கிடைக்கும். அதை இரண்டாகப் பங்கிட்டு விவசாயிக்கு ஒரு பங்கைக் கொடு, எஞ்சிய பங்கை நீ வைத்துக் கொள். உனக்கும் அதிகமாகக் கிடைக்கும். விவசாயிக்கும் அதிகமாகக் கிடைக்கும். இதைச் செய்வது கடினமல்ல. முயற்சித்தால் சாத்தியமே.'

இந்தத் திட்டத்தை எப்படி நிறைவேற்றுவது என்று லெவின் தூங்காமல் சிந்தித்தான். மறுநாளும் அங்கு தங்கியிருக்கின்ற உத்தேசத்துடன் தான் லெவின் வந்தான். ஆனால் இப்போது அதிகாலையில் புறப்பட்டுவிட வேண்டும் என்று முடிவு செய்தான். திருமதி. ஸ்வியாழ்ஸ்கியின் தங்கையின் அநாகரிகமான, அரையும் குறையுமான உடையும், நடவடிக்கையும், தான், ஏதோ தவறான காரியத்தில் ஈடுபட்டிருப்பதைப் போல வெட்கத்தையும், வேதனையையும் அவனிடம் ஏற்படுத்தியது. குளிர் கால விதைப்பு ஆரம்பமாவதற்கு முன்பாக விவசாயிகளுடன் தன்னுடைய திட்டத்தை விளக்கிப் பேச வேண்டும். பழைய விவசாய முறைகளை மாற்ற வேண்டும் என்று நினைத்தான். தன்னுடைய முடிவுகளை உடனே செயலாற்றத் துடித்தான். எனவே உடனடியாக அங்கிருந்து புறப்பட முடிவு செய்தான்.

அத்தியாயம் 29

லெவின் தனது புதிய திட்டங்கள் குறித்து முடிவெடுத்து விட்டாலும், அதை நிறைவேற்றுவது மிகவும் கடினமாக இருந்தது. திட்டங்கள் முழுவதையும் நிறைவேற்ற முடியாவிட்டாலும் கூட, அந்தத் திட்டங்கள் சாத்தியமாகக் கூடியவையே என்று நம்பிக்கை வரக் கூடிய அளவுக்கேனும் அதனை நடைமுறைப்படுத்த வேண்டும் என்று லெவின் விரும்பினான். கிராமத்தில் விவசாய வேலைகள் ஏற்கனவே ஆரம்பமாகி நடைபெற்றுக் கொண்டிருந்தன. அவற்றை நிறுத்தி விட்டுப் புதிய திட்டங்களை அமுலாக்க முடியுமா?

மாலை நேரத்தில் தன்னுடைய கிராமத்துக்குத் திரும்பியதும் பண்ணை நிர்வாகியிடம் தன்னுடைய திட்டத்தைத் தெரிவித்தான் லெவின். 'இது வரை நாம் முட்டாள்தனமாக நடந்து கொண்டோம். லாபம் கிடைக்காத வழியில் விவசாயத்தை நடத்தினோம். இனி மேல் தனது புதிய திட்டத்தை செயல்படுத்துவோம்' என்றான் லெவின். பண்ணை நிர்வாகி இதனை ஏற்றுக் கொண்டார். 'நான் ஏற்கனவே சொன்னபோது அதனை நீங்கள் கேட்கவில்லை' என்றார் பண்ணை நிர்வாகி. இனிமேல் நான் ஒரு பங்குதாரரைப் போல நடந்து கொள்வேன் என்று லெவின் கூறிய பொழுது அவர் முகத்தைச் சுளித்துக் கொண்டார். கருத்து தெரிவிக்கவில்லை.

ஆனால் வழக்கம் போலவே மறுநாள் செய்ய வேண்டிய வழக்கமான விவசாய வேலைகள் குறித்து விலாவாரியாகப் பேசினார். தன்னுடைய திட்டத்தை உடனே அமுலாக்க முடியாது என்று லெவின் புரிந்து கொண்டான்.

புதிய நிபந்தனைகளின் பேரில் விவசாயிகளுக்கு நிலத்தைத் தருகிறேன் என்று சொன்ன பொழுதும் அதே நிலைதான். மறுநாள் செய்ய வேண்டிய வேலைகளைப் பற்றி அவர்கள் பேசினார்களே தவிர புதிய திட்டத்தின் சாதக, பாதங்களைப் பற்றி விவாதிக்கவில்லை.

மாடுகளை மேய்த்த இவான் என்ற அப்பாவி புதிய திட்டத்தின் படி பால் பண்ணையின் லாபத்தில் தனக்குப் பங்கு கிடைக்கும் என்பதைப் புரிந்து கொண்டான். ஆனால் உங்கள் பேச்சைக் கேட்பதற்கு எனக்கு நேரமில்லையே என்று கவலைப்படுவதைப் போல நின்றான். கவட்டையைத் தூக்கி வேலை செய்தான். வாளிகளில் தண்ணீரைக் கொண்டு வந்தான். சாணி, எருவைச் சுத்தம் செய்தான்.

தன்னால் முடிந்த மட்டும் விவசாயிகளைக் கொள்ளையடிப்பதைத் தவிர நிலவுடைமையாளருக்கு வேறு நோக்கம் இருக்காது என்று விவசாயிகள் கருதினார்கள். அது மட்டுமல்ல. லெவின் என்ன சொன்னாலும் அந்தத் திட்டத்துக்கு ஏதோ உள் நோக்கம் இருக்கிறது என்று அவர்கள் உறுதியாக நினைத்தார்கள். புதிய திட்டத்தில் கூறப்படுகின்ற விதிகளின் படி, விவசாயிகள் புதிய கருவிகளைப் பயன்படுத்த வேண்டும், புதிய முறைகளில் விவசாயம் செய்ய வேண்டும் என்ற நிபந்தனையை முதலாவதாக மறுத்தார்கள். இங்கிலாந்துக் கலப்பை நன்றாக உழுகிறது. அறுவடைக் கருவிகளைப் பயன்படுத்தினால் சீக்கிரம் அறுவடை செய்ய முடிகின்றது என்பதை அவர்கள் ஏற்றுக் கொண்டார்கள். ஆனால் அவற்றைப் பயன்படுத்த முடியாது என்பதற்குப் பல காரணங்களைச் சொன்னார்கள். விவசாயத்தை அபிவிருத்தி செய்வதை விவசாயிகள் எதிர்க்கிறார்களே என்று லெவின் வருத்தப்பட்டான். எனினும் இலையுதிர் காலம் ஆரம்பமாவதற்குள் அவனுடைய திட்டம் ஏற்றுக் கொள்ளப்பட்டு வேலைகள் நடைபெறத் துவங்கி விட்டன. அல்லது லெவின் அவ்வாறு நினைத்துக் கொண்டான்.

தன்னுடைய மொத்தப் பண்ணையையும் விவசாயிகள், கூலித் தொழிலாளர்கள் மற்றும் பண்ணை நிர்வாகிக்குப் பகிர்ந்து கொடுக்க லெவின் விரும்பினான். ஆனால் அது சாத்தியமில்லை என்று புரிந்து கொண்ட பிறகு, பண்ணையைப் பல பகுதிகளாகப் பிரித்தான். கால் நடைப் பண்ணை, காய்கறி மற்றும் பழத்தோட்டங்கள், வயல்கள், புல் வளரும் பிரதேசங்கள் ஆகியவற்றைப் பல பகுதிகளாகப் பிரித்தான். அப்பாவி இவான் தன்னுடைய குடும்பத்தினருடன் சேர்ந்து பால்பண்ணையில் பங்கு தாரராக ஆனான். கடந்த எட்டு ஆண்டுகளாகத்

தரிசாக கிடந்து நிலத்தில் மதிநுட்பமுள்ள தச்சுக்காரர் ‘ரெசுனோவும்’ மற்ற ஆறு குடும்பங்களும் குடியேறி கூட்டுப் பண்ணை அமைத்தார்கள். ‘சுரேவ்’ என்ற விவசாயி அதே அடிப்படையில் காய்கறித் தோட்டங்களுக்குப் பொறுப்பேற்றார். எஞ்சிய பகுதியில் பழைய முறையில் விவசாயம் நடைபெற்றது. ஆனால் இந்த மூன்று பகுதிகளும் புதிய திட்டத்தின் ஆரம்பமாக இருந்தன. லெவின் அவற்றை மேற்பார்வை செய்தான். பாலைக் கடைந்து வெண்ணை எடுக்கலாமா? தயிரைக் கடைந்து எடுக்கலாமா என்று இவானுடன் விவாதங்கள் நடந்தன. எனக்கு எப்பொழுதும் போல கூலி கொடுத்து விடவேண்டும் என்றான் இவான். அது கூலியல்ல, அவனுக்குத் தர வேண்டிய லாப ஈவு முன்பணமாகத் தரப்படுகிறது என்பதை இவான் புரிந்து கொள்ளவில்லை.

ரெசுனோவ் குழுவினர் ஆங்கிலக் கலப்பைகளைப் பயன்படுத்தி வயலை இரண்டு முறை உழுவதற்கு ஒத்துக் கொண்டிருந்தாலும் பிறபாடு நேரமில்லை என்று சொல்லிவிட்டார்கள். விவசாயிகள் கூட்டுறவு முறையில் தங்களுக்கு ஒதுக்கப்பட்ட நிலத்தை தங்களுக்கு விற்பனை செய்யப்பட்ட நிலமாகக் கருதினார்கள். ‘நிலத்துக்கு பணத்தை வாங்கிக் கொள்ளுங்கள், அப்பொழுது தான் எங்களுக்கு மன நிம்மதி இருக்கும்’ என்றார்கள். கால்நடைக் கூடாரங்கள், களஞ்சியம் ஆகியவற்றைக் கட்ட முதலில் ஒப்புக் கொண்டவர்கள் பிறகு அதைத் தள்ளிப் போட்டார்கள். குளிர்காலம் வருகின்ற வரை அந்த வேலை ஆரம்பமாகவில்லை.

சுரேவுக்கு காய்கறித் தோட்டம் ஒதுக்கப்பட்டது. அவர் அந்த நோக்கத்தைப் புரிந்து கொள்ளாமல் அதை மற்றவர்களுக்கு உள் குத்தகைக்கு விட்டார். லாபம் அடைவதெற்கென்றும் அவர் அப்படி செய்திருக்கலாம்.

லெவின் விவசாயிகளிடம் தன்னுடையத் திட்டத்தைப் பற்றி அடிக்கடிப் பேசினான். அதன் செயல்பாடுகள், லாபம் பற்றி விளக்கமாக அப்போதெல்லாம் அவர்களுக்குக் கூறினான். அவர்கள் தன்னுடைய குரலைக் கேட்கிறார்களே தவிர, அவன் சொல்லும் கருத்துக்களை ஊன்றிக் கவனிப்பதே இல்லை என்ற உணர்ச்சி லெவினுக்கு ஏற்பட்டது. இந்த மனிதரிடம் ஏமாறக்கூடாது என்று அவர்கள் நினைத்திருக்கலாம். விவசாயிகளில் ரெசுனோவ் மிகவும் கெட்டிக்காரர். லெவின் அவரிடம் தனது திட்டத்தை விளக்கினான். உங்களிடம் மற்றவர்கள் ஏமாறலாம். ஆனால் என்னை ஏமாற்ற முடியாது என்று கூறுவது போன்ற குறும்புச் சிரிப்பு அவரிடம் காணப்பட்டது. எனினும் திட்டத்தின்படி சில காரியங்கள் நடைபெற்றன. கணக்குகளைச் சரியாக வைத்துக் கொண்டு உறுதியாகத் திட்டத்தை நிறைவேற்றினால் அதன் சாதகங்களை விவசாயிகள் புரிந்து கொண்டு தாமாகவே அதை நிறைவேற்றுவார்கள் என்று லெவின் கருதினான்.

இது போன்ற காரணங்களினாலும், தொடர்ந்து பண்ணை விவசாயப் பணிகளை மேற்பார்வை பார்க்க வேண்டும் என்ற கட்டாயத்தினாலும் லெவின் வேறு எங்கும் செல்லாமல் கிராமத்திலேயே இருந்து விட்டான். ஆகவே அவனால் வேட்டைக்கும் போக முடியவில்லை. ஆகஸ்ட் மாதத்தின் முடிவில் ஆப்லான்ஸ்கி குடும்பத்தினர் மாஸ்கோவுக்குத் திரும்பிப் போய்விட்டார்கள் என்று குதிரைச் சேணத்தைத் திரும்பிக் கொண்டு வந்த ஊழியர் மூலம் தெரிந்து கொண்டான் லெவின். டாலியின் கடிதத்திற்கு தான் பதில் எழுதாமல் போனதற்காக லெவின் வருந்தினான். எனவே டாலியின் வீட்டிற்கு இனிப் போக முடியாது என்று லெவின் நினைத்தான். இதே போன்று ஸிவியாழ்ஸ்கியிடமும் தான் நடந்து கொண்டதாக லெவின் நினைத்தான். அன்று அப்பொழுது விடிவதற்கு முன்னாலேயே ஸிவியாழ்ஸ்கி வீட்டிலிருந்து யாரிடமும் சொல்லாமல் புறப்பட்டு வந்து விட்டான். அது தவறு தானே...

'இனி மேல் நான் அங்கும் போக மாட்டேன். எனவே அதைப் பற்றியெல்லாம் இனிச் சிந்திக்க வேண்டாம்' என்று லெவின் நினைத்தான். விவசாயத்தை சீரமைப்பதில் லெவின் மிகவும் அக்கறை எடுத்துக் கொண்டான். ஸிவியாழ்ஸ்கியிடம் வாங்கி வந்த புத்தகங்களை படித்து முடித்தான். அரசியல், பொருளாதாரம், சோஷலிசம் ஆகியவற்றைப் பற்றி எழுதப்பட்ட புத்தகங்களை வாங்கிப் படித்தான். தான் சந்திக்கின்ற பிரச்சினைகளைப் பற்றியெல்லாம் ஜே.எஸ்.மில் மற்றும் சிலர் எழுதிய புத்தகங்களில் எவரும் ஆராயவில்லை என்பதை லெவின் அறிந்தான். விவசாயத்தைப் பற்றி அந்தப் புத்தகங்களில் எழுதப்பட்டிருந்த கருத்துக்கள் ரஷ்யாவுக்குப் பொருந்தவில்லை, அவை எல்லா நாடுகளுக்கும் பொருந்தக் கூடிய கருத்துக்கள் என்றும் சொல்ல முடியாது. சோஷலிச தத்துவத்தை விளக்கிய நூல்களும் அப்படியே. அவை அழகான கற்பனைகள். பல்கலைக் கழகத்தில் படித்துக் கொண்டிருந்த பொழுது லெவின் அவற்றில் மயங்கினான். ஆனால் அரசியல் பொருளாதாரம் அல்லது சோஷலிசம் ரஷ்யாவின் விவசாய முன்னேற்றத்துக்கு உருப்படியான கருத்துக்களை முன்வைக்கவில்லை.

லெவின் தனக்கு கிடைத்த புத்தகங்களைப் படித்ததுடன் - நில்லாது, இலையுதிர் காலத்தில் வெளிநாடுகளுக்குச் சென்று அந்தப் பிரச்சினைகள் சம்பந்தமான புத்தகங்களையும் படிக்க விரும்பினான். ஏனென்றால் காஃப்மெனையும், ஜோன்ஸையும் படித்தீர்களா? டூபோபிஸையும், மிச்செல்லியையும் படித்தீர்களா? என்று சிலர் அவனிடம் கேட்டார்கள்.

ரஷ்யாவில் வளமான பூமி இருக்கிறது. உழைப்புச் சக்தியுள்ள விவசாயிகள் இருக்கிறார்கள். ஆனால் ஐரோப்பிய முறையில் நிலத்தில் முதலீடு செய்யும் பொழுது லாபம் கிடைக்கவில்லை. ரஷ்ய விவசாயிகள் தமக்கு இயல்பான முறைகளில் தான் வேலை செய்கிறார்கள். புதிய

முறைகளை அவர்கள் தற்செயலாக வெறுக்கவில்லை. அந்த எதிர்ப்பு விவசாயிகளின் உணர்ச்சியில் வேரூன்றியுள்ளது. ரஷ்யாவில் விவசாயம் சரியாக நடைபெறவில்லை என்று சொல்லப்படுகிறது. ரஷ்யாவின் விவசாய முறைகள் மோசமானவை அல்ல என்பதைத் தத்துவ ரீதியில் தன்னுடைய புத்தகத்திலும், செய்முறையில் தன்னுடைய விவசாய சீரமைப்பின் மூலமாகவும் காட்டுவதற்கு லெவின் விரும்பினான்.

அத்தியாயம் 30

செப்டம்பர் மாத இறுதியில் விவசாயிகள் குழுவின் கட்டிட வேலைக்கு மரக்கட்டைகள் கொண்டு வரப்பட்டன. பால் பண்ணையில் வெண்ணெய் விற்பனை செய்யப்பட்டு லாபம் பகிர்ந்தளிக்கப்பட்டது. பண்ணையில் எல்லாம் முறையாக நடைபெற்றுக் கொண்டிருந்தன. எல்லாம் சரியாக நடந்து வருகின்றன என்று லெவின் நினைத்தான்.

தன்னுடைய புத்தகம் அரசியல் பொருளாதாரம் என்ற பகுதியை அறவே நீக்கி விட்டு, புதிய விஞ்ஞானக் கல்வியான மக்களும் நிலமும் என்ற பகுதிக்கு அடித்தளமிட்டு, விரிவாகச் சொல்லும் என்று லெவின் கருதினான். அதற்காகவே அவன் வெளிநாட்டுக்குச் சென்று சில ஆராய்ச்சிகளைச் செய்ய வேண்டும் என்று விரும்பினான்.

கோடை அறுவடை முடித்து விட்டது. அதை விற்பனை செய்ய வேண்டும். ஆனால் அதற்குள் மழை வந்து அதைத் தடுத்து விட்டது. வேலைகள் தடைபட்டன. சாலைகளில் போக்குவரத்து நின்று விட்டது. வெள்ளம், இரண்டு 'அரவை மில்களை' அடித்துக் கொண்டு போய் விட்டது. பருவநிலை மேலும் மேலும் மோசமாயிற்று.

செப்டம்பர் மாதத்தின் கடைசிநாளன்று, காலையில் சூரியன் பிரகாசித்தது. இனிமேல் மழை இருக்காது என்ற நம்பிக்கை ஏற்பட்டது. கோதுமை மூட்டைகளை வண்டியில் ஏற்றி அனுப்புமாறு லெவின் உத்தரவிட்டான். உரிய பணத்தைப் பெற்று வருமாறு நிர்வாகியை அனுப்பினான். வெளிநாட்டுக்குப் புறப்படுவதற்கு முன்பு லெவின் கடைசியாக சில உத்தரவுகளைச் சொல்ல விரும்பினான்.

மழை அவனுடைய தோல் கோட்டின் மீது விழுந்து, உடலுக்குள் புகுந்தது. குதிரை வண்டியை இழுப்பதற்குச் சிரமப்பட்டது. ஆனால் லெவின் உற்சாகமாக இருந்தான். அன்று விவசாயிகளிடம் பேசிய பொழுது அவர்கள் புதிய நிலைமைக்குத் தயாராகி விட்டார்கள் என்பதைப் புரிந்து கொண்டான். அவன் மழைக்கு ஒதுங்கிய சத்திரத்தின் பாதுகாவலராக ஒரு முதியவர் இருந்தார். அவர் லெவினுடைய

திட்டத்தைப் பாராட்டியதுடன் கால்நடை வாங்கும் குழுவில் தன்னையும் சேர்த்துக் கொள்ளுமாறு கேட்டுக்கொண்டார்.

'நான் தொடர்ச்சியாகப் பாடுபட்டால் என்னுடைய குறிக்கோள் வெற்றியடையும். இது என் சொந்த விவகாரம் அல்ல. பொது நலத்துக்குத் தான் இதை முன் வைக்கிறேன். விவசாயக் கட்டமைப்பு, மக்கள் நிலை ஆகியவை முற்றிலும் மாற்றி அமைக்கப்பட வேண்டும், வறுமைக்குப் பதிலாக எல்லோரிடமும் திருப்தியும், செல்வமும், பகைமைக்குப் பதிலாக ஒற்றுமையும், சகோதரத்துவமும் ஏற்பட வேண்டும். இது இரத்தம் சிந்தாத புரட்சி. முதலில் நமது சிறிய மாவட்டத்தில் ஆரம்பமாகி ரஷ்யா முழுவதிலும் பரவி, உலகம் முழுவதிலும் பரவி விடும். நல்ல சிந்தனையை விதைத்தால் அது செடியாக, மரமாக வளரும். இதை நான் உருவாக்கினேன். கருப்பு உடை அணிந்து நடனங்களில் பங்கெடுத்தேன். கிட்டி ஷெர்பட்ஸ்கயா என்னைத் திருமணம் செய்ய விரும்பவில்லை. நான் சாதாரணமான ஒரு ரஷ்யன் தான். ★**பெஞ்சமின் பிராங்கிளின்** என்னைப் போன்று தான் தன்னம்பிக்கையற்று இருந்திருப்பார். ஆனால் அவருடைய சிந்தனை எப்படிப்பட்டது. நான் அகதா மிஹைலோனாவிடம் என்னுடைய திட்டங்களை, கவலைகளைத் தெரிவிப்பதைப் போல அவரும் ஒரு பெண்ணிடம் சொல்லியிருப்பார்.

லெவின் இத்தகைய சிந்தனைகளுடன் வீட்டிற்கு வந்த பொழுது இரவு வந்து விட்டது.

நிர்வாகி கோதுமையை விற்பனை செய்து விட்டு முதல் தவணைப் பணத்துடன் திரும்பி வந்தார். 'ரை' தானியம் மூடைகளில் கட்டிக் களத்து மேட்டில் வைக்கப்பட்டிருந்தது. அது மழையில் ஈரமாகி விட்ட தகவலை அவர் தெரிவித்தார்.

இரவு உணவு சாப்பிட்ட பின்பு, லெவின் சாய்வு நாற்காலியில் அமர்ந்து ஒரு புத்தகத்தைப் படிக்கத் துவங்கினான். அன்று அவனுடைய சிந்தனைகள் தெளிவாக இருந்தன. வாக்கியங்களும், பாராக்களும் அவனுடைய மனதில் உருவாகி எழுத்து வடிவம் பெற்றன. 'என் புத்தகத்துக்கு இது ஒரு நல்ல முன்னுரையாக இருக்கும் என்று லெவின் நினைத்தான். அவன் எழுந்து நின்ற பொழுது அவனுடைய காலடியில் படுத்திருந்த அவனுடைய நாய் எழுந்து, 'என்னை எங்கேப் போகச் சொல்லுகிறாய்?' என்பது போல பார்த்தது. ஆனால் வேறு சில குறுக்கீடுகளும் வந்து, அவனது கருத்துக்களை எழுத அவனுக்கு நேரமில்லாமல் போனது.

★ அமெரிக்காவைச் சேர்ந்த பிரபல விஞ்ஞானி. 1706-ல் பிறந்து 1790-ல் மரணமடைந்தார்.

கூலித் தொழிலாளிகளின் மேஸ்திரி அப்போது அவனைப் பார்க்க அங்கு வந்தார். அவருடன் பேச ஹாலுக்குள் சென்றான் லெவின்.

மறுநாள் செய்ய வேண்டிய வேலைகளைப் பற்றி அவருடன் வந்த விவசாயிகளிடம் பேசிய பிறகு அவன் படிப்பறைக்குள் சென்று மேசைக்கு எதிரில் உட்கார்ந்தான். நாய் மேசையின் கீழே வந்து படுத்தது. அகதா மிஹைலோவ்னா வழக்கமாகத் தான் உட்காரும் இடத்தில் உட்கார்ந்து பின்னல் வேலை செய்யத் தொடங்கினாள்.

லெவின் சிறிது நேரம் எழுதினான். கிட்டியை, அவளுடைய மறுப்பை, கடைசி சந்திப்பை அவன் திடீரென்று நினைத்துக் கொண்டான். பின் எழுந்து அறையில் முன்னும் பின்னுமாக நடந்தான்.

'கவலைப்படுவதால் என்ன பயன்?' என்றாள் அகதா மிஹைலோவ்னா. 'எப்போதும் ஏன் வீட்டிலேயே உட்கார்ந்து கொண்டிருக்கிறீர்கள். வெளிநாட்டிற்கு சென்று ஏதாவது ஒரு ஆரோக்கிய ஸ்தலத்திலே கொஞ்ச நாள் தங்கி ஓய்வெடுத்து விட்டு வாருங்களேன்'.

'நானும் அவ்வாறு தான் முடிவு செய்து இருக்கிறேன். நாளைக்கு மறுநாள் இங்கிருந்து புறப்படுகின்றேன். அதற்கு முன்பு சில வேலைகளை முடிக்க வேண்டும்'.

'அப்படி என்ன வேலை? விவசாயிகளுக்குப் போதுமான உதவிகளைச் செய்திருக்கிறீர்கள். அவர்கள் என்ன பேசுகிறார்கள் தெரியுமா? நம் எசமானருக்கு சக்கரவர்த்தி (ஜார் மன்னர்) சன்மானம் கொடுப்பார் என்று சொல்கிறார்கள். இப்படிப்பட்ட விவசாயிகள் இருக்கும் பொழுது நீங்கள் ஏன் கவலைப்படுகிறீர்கள்?'

லெவினுடைய புதிய திட்டத்தின் எல்லா அம்சங்களும் அவளுக்குத் தெரியும். அவன் எல்லாவற்றையும் அவளிடம் சொல்வான். விவாதிப்பான். அவளுடைய மறுப்புகளுக்குப் பதிலளிப்பான். ஆனால் இன்று அவன் மனத்திலிருப்பதை அகதாவினால் சரியாகப் புரிந்துகொள்ள முடியவில்லை.

'ஒவ்வொருவரும் தனது ஆன்மாவைப் பற்றிச் சிந்தனை செய்வது அவசியம். 'பார்ஃபென் டெனிசிச்' படிக்கவில்லை. ஆனால் அவனுடைய சாவு இயற்கையாக, சித்திரவதை ஏதுமின்றி, மிக அமைதியாக நேர்ந்து விட்டது. கடவுள் அவனுக்கு அருள் பாலித்து தன்னுடைய சமூகத்திற்குள் அழைத்துக் கொண்டார்'. என்று சமீபத்தில் நிகழ்ந்த ஒரு வேலைக்காரனின் மரணம் பற்றிச் சொன்னாள் அகதா.

'நான் அதைப் பற்றிச் சொல்லவில்லை. நான் செய்வது அனைத்தும் என்னுடைய நன்மையையும் மனதில் கொண்டு தான் செய்கிறேன்.

விவசாயிகள் அதிகம் பாடுபட்டால் எனக்கும் அதிகமான லாபம் கிடைக்கும் அல்லவா?'

'சோம்பேறி எப்பொழுதும் சோம்பேறியாகத்தான் இருப்பான். அவனுக்கு மனச்சாட்சி இருந்தால் வேலை செய்வான். இல்லாவிட்டால் நீங்கள் அவனிடம் வேலை வாங்க முடியாது.'

'அப்படியானால், இவன் இப்பொழுது கால்நடைகளை நன்றாகப் பார்த்துக் கொள்கிறான் என்று சொல்கிறாயா?'

'நான் உங்களிடம் கேட்பதெல்லாம் ஒன்றே ஒன்று தான். சீக்கிரமாகத் திருமணம் செய்து கொள்ளுங்கள் என்பதைத் தான்' என்று சம்பந்தமில்லாமல் திடீரென்று சொன்னாள் அகதா மிஹைலோவ்னா. ஆனால் மிகவும் கண்டிப்பாகச் சொன்னாள்.

லெவின் அந்த சமயத்தில் தன்னுடைய திருமணத்தைப் பற்றித் தான் நினைத்துக் கொண்டிருந்தான். எனவே அவள் அதையே பேசியதும் திடுக்கிட்டுப் போனான். பிறகு ஒன்றும் பேசாமல் தனது திருமணத்தைப் பற்றிய சிந்தனையில் மூழ்கினான். அகதா மிஹைலோவ்னா தனக்குப் பின்புறம் உட்கார்ந்தபடி ஊசிகளைப் பயன்படுத்தி பின்னல் வேலை செய்யும் ஓசை மட்டும் கேட்டது.

இரவு ஒன்பது மணிக்கு வீட்டை நோக்கி ஒரு வண்டி வருகின்ற சத்தம் கேட்டது. வீட்டின் அழைப்பு மணியை யாரோ ஒலித்தார்கள்.

'உங்களைப் பார்க்க யாரோ வந்திருக்கிறார்கள். இனிமேல் இப்படிச் சோர்வாக உட்கார மாட்டீர்கள். இதோ உங்களைத் தேடி வந்து விட்டார்கள். இனி உங்களுக்குப் பொழுது போய் விடும்' என்று சொல்லிவிட்டு அகதா கதவை நோக்கிச் சென்றாள். ஆனால் லெவின் எழுந்து அவளை முந்திச் சென்று கதவைத் திறந்தான். எழுத்து வேலையில் அவன் கவனம் செலுத்த முடியாமல் போனது.

அத்தியாயம் 31

லெவின் கதவை நோக்கிச் செல்லும் போதே கதவுகளுக்குப் பின்னாலிருந்து இருமல் சத்தம் கேட்டது. லெவின் காலடி ஓசையில் அந்த இருமல் ஒலியை அவன் கவனிக்கவில்லை. கதவைத் திறந்தவுடன் உயரமான மனிதர் ஒருவர் மேலும் இருமியபடியே உள்ளே வந்து தனது மேல் கோட்டைக் கழற்றினார். அது - அவனுடைய சகோதரர் நிக்கோலஸ். ஆனால் அவரைப் பார்த்த பின்னும் கூட அது அவர் தானா என்று கூர்ந்து நோக்கினான் லெவின்.

லெவினுக்குத் தன்னுடைய அண்ணனிடம் அன்பிருந்தாலும், அவரோடு சேர்ந்திருக்க முடியாது என்பது நிக்கோலஸுக்கே நன்றாகத் தெரியும். அவருடன் சேர்ந்திருப்பது சித்ரவதையாகத் தானிருக்கும். அகதா மிஹைலோவ்னா லெவினது திருமணம் குறித்துப் பேசியதால் ஏற்பட்டிருந்த மனக்குழப்பம் இன்னும் நீடித்துக் கொண்டுதான் இருந்தது. திடீரென்று தன்னை தன் சகோதரர் தேடி வந்திருப்பதற்கான காரணம் என்ன?, அவரிடம் எதைப் பற்றிப் பேசுவது என்று தெரியாமல் சற்றுத் திகைப்புடன் இருந்தான் லெவின். ஆரோக்கியமுள்ள நபருடன் பேசினால் தன்னுடைய மனக்குழப்பம் தீர வழி கிடைக்கும். ஆனால் நிக்கோலஸ் ஒரு நோயாளி. அவரால் மனக்குழப்பம் ஒரு போதும் தீராது. மாறாக அதிகரிக்கத்தான் செய்யும்.

லெவின் தன்னுடைய அண்ணனை நெருங்கிய பொழுது முதலில் அவரிடத்தில் ஏற்பட்ட வெறுப்பு மறைந்தது. அவரிடம் அனுதாபம் ஏற்பட்டது. ஏனென்றால் இப்போது அவர் உடல் மெலிந்து வெறும் எலும்புக் கூடாக இருந்தார்.

நிக்கோலஸ் ஹாலில் நின்றபடியே தன்னுடைய நீண்ட கழுத்தை மூடியிருந்த கம்பளித் துண்டை உருவினார். அவர் மிகவும் பலவீனமாகச் சிரித்த பொழுது லெவினுடைய தொண்டையில் ஏதோ அடைத்துக் கொண்டாற் போல உணர்ந்தான்.

'அப்பாடா... ஒரு வழியாக உன்னைப் பார்த்துவிட்டேன். பல தடவைகள் உன்னைப் பார்க்க வர வேண்டும் என்று முயன்றேன். மிகவும் உடல் நலமின்றிப் போனதால் வர முடியவில்லை. இப்போது மிகவும் நன்றாக இருக்கிறேன்.' என்று சொல்லியபடி தன் கைகளால் தாடியைத் தடவிக் கொண்டார் நிக்கோலஸ்.

இது வரை பாகப் பிரிவினை செய்யப்படாமலிருந்த சில பொருட்களை விற்பனை செய்ததில் அவருடைய பங்குக்கு 2000 ரூபிள்கள் வரவு உள்ளது என்று லெவின் சில வாரங்களுக்கு முன்பு அண்ணனுக்கு எழுதியிருந்தான்.

'நான் பணத்தை வாங்கிக் கொள்ள வந்தாலும், நான் பிறந்த மண்ணிலிருந்து, என்னுடைய பூமியிலிருந்து புதிய சக்தியைப் பெறுவதற்கு வந்திருக்கிறேன்' என்றார் நிக்கோலஸ்.

லெவின் அவரைத் தன்னுடைய அறைக்குக் கூட்டிக் கொண்டு சென்றான். நிக்கோலஸ் நிலைக் கண்ணாடிக்கு முன்பாக நின்று கொண்டு உடைகளைச் சரிபடுத்திக் கொண்டார். தலை முடியைச் சீவினார். பின்பு சிரித்துக் கொண்டே மாடிப்படிகளில் ஏறினார்.

மிகுந்த பாசத்துடனும், சந்தோஷமான உணர்வுகளுடனும் இப்போது அவர் தோன்றினார். பிறந்த பூமி உண்மையிலேயே அவருக்கு மிகுந்த

உற்சாகத்தைக் கொடுத்து விட்டது. சந்தோஷத்தைக் கொடுத்து விட்டது. அவருடைய கண்களில் தோன்றிய மகிழ்ச்சியும், நடையில் ஏற்பட்ட துள்ளலும் துடிப்பும் லெவினுக்கு தங்களுடைய குழந்தைப் பருவத்தை நினைவுக்கு கொண்டு வந்தது.

நிக்கோலஸ் அகதா மிஹைலோவ்னாவைச் சந்தித்த பொழுது அவளுடன் சந்தோஷமாக, மிகவும் வேடிக்கையாகப் பேசினார். மற்ற முதிய வேலைக்காரர்களைப் பற்றி விசாரித்தார். 'பார்ஃபன் டெனிசிச்' மரணமடைந்து விட்டார் என்ற செய்தி அவரை மிகவும் பாதித்தது. அவர் முகத்தில் அச்சம் பரவியது. ஆனால் அவர் உடனே சமாளித்துக் கொண்டார். 'சரி, ஆகட்டும், டெனிசிச் முதியவர்' என்று கூறிய அவர் பேச்சை வேறு திசையில் மாற்றிக் கொண்டார். 'ஒன்றிரண்டு மாதங்கள் உன்னோடு கூட தங்கியிருக்கலாம் என்று நினைத்தே நான் வந்திருக்கிறேன். பிறகு மாஸ்கோவுக்குப் போக வேண்டும். 'மியாக்கோவ்' எனக்கு அரசுப் பணியில் ஒரு வேலை ஏற்பாடு செய்து செய்து தருவதாக உறுதி கூறியிருக்கின்றார். இனிமேல் என்னுடைய வாழ்க்கை வேறு விதமாக இருக்கும்' என்ற அவர், உனக்கு இன்னொரு விஷயம் சொல்ல வேண்டும். அந்தப் பெண்ணை போகச் சொல்லிவிட்டேன்.'

'மேரி நிகலோவ்னாவையா? ஏன்? எதற்காக?'

'அவள் ஒரு பிடாரி. அவளால் எனக்குப் பல கஷ்டங்கள் ஏற்பட்டு விட்டன' என்றார் நிக்கோலஸ். ஆனால் அந்த விஷயத்தை அவர் விளக்கிக் கூறவில்லை. அவள் தயாரித்த தேநீர் அவருக்குப் பிடிக்கவில்லை. அத்துடன் அவள் தன்னை கோமாளியாகக் கருதி உதவி செய்ததும் அவருக்குப் பிடிக்கவில்லை என்று கூறினார்.

என்னுடைய வாழ்க்கையை நான் முழுமையாக மாற்றி அமைக்கப் போகிறேன். எல்லோரும் தவறுகளைச் செய்திருப்பதைப்போல நானும் தவறுகளைச் செய்திருக்கிறேன். ஆனால் பணம் சம்பாதிக்க அப்படிச் செய்யவில்லை. உடல் நலம் தான் வாழ்க்கைக்கு அவசியமானது. கடவுள் புண்ணியத்தில் என் உடல் நலம் அபிவிருத்தி அடைந்திருக்கிறது.

லெவின் அவரது பேச்சைக் கேட்டானே தவிர விளக்கத்தைக் கேட்கவில்லை. நிக்கோலஸ் தன் தம்பியிடம் அவனது வாழ்க்கை மற்றும் விவசாயத்தைப் பற்றி விசாரித்தார். லெவின் தன்னுடைய திட்டங்களையும் நடவடிக்கைகளையும் பற்றித் தெரிவித்தான்.

நிக்கோலஸ் அவன் சொல்வதை செவி மடுத்தார். ஆனால் அவன் என்ன சொன்னான் என்பது அவரது மனதில் பதியவில்லை. அவர்கள் இருவரும் ஒருவரை ஒருவர் நன்றாக அறிந்திருந்தார்கள். அவர்கள்,

தங்களது சிறிய செய்கை, அல்லது குரலின் தொனியில் ஏற்படக் கூடிய மாற்றம் ஆகியவற்றின் மூலம் பல உண்மைகளைப் புரிந்து கொள்வார்கள்.

நிக்கோலஸின் நோய் முற்றிவிட்டது. மரணம் அவரை நெருங்கிக் கொண்டிருந்தது. தன்னுடைய அண்ணன் மரணத்தின் விளிம்பில் இருப்பது பற்றி புரிந்து கொண்ட லெவின் மிகவும் வேதனைப்பட்டான். அவரைக் கட்டிப் பிடித்து அரவணைத்து அழுவதற்கு அவன் விரும்பினான். இருவரும் அதைப் பற்றிச் சிந்தித்தாலும் பேசத் துணியவில்லை. இருப்பினும் அவர்கள் சுற்றி வளைத்து மற்ற விஷயங்களைப் பேசியது போலித்தனமாக இருந்தது.

மாலை நேரம் முடிந்து இரவு வந்து விட்டது. மாலை நேரம் முடிந்து போனதற்காக இதற்கு முன்பு ஒரு போதும் லெவின் சந்தோஷப்பட்டது கிடையாது. இன்று அதற்காக மாலை நேரம் முடிந்ததற்காக சந்தோஷப்பட்டான். அது தூங்கச் செல்வதற்கான நேரம்.

அந்த வீட்டில் எல்லா அறைகளிலுமே ஈரப்பதம் இருக்கும். லெவினது அறையில் மட்டுமே வெப்ப அமைப்பு இருந்தது. அறையின் ஒரு பகுதியை தனியாகப் பிரித்து ஒரு தடுப்பு அமைக்கப்பட்டிருந்தது. தடுப்பை எடுத்து விட்டு மற்றொரு கட்டிலை அங்கே போட்டனர். அதிலே சகோதரரைப் படுக்கச் சொல்லி விட்டு தன்னுடைய படுக்கையில் படுத்தான் லெவின்.

நிக்கோலஸ் படுக்கையில் படுத்தார். ஆனால் உறக்கம் வராமல் அவர் புரண்டு கொண்டும், இருமிக் கொண்டும் இருந்தார். அத்துடன் அவ்வப்பொழுது யாரையாவது திட்டிக் கொண்டும் இருந்தார்.

லெவின் அவருடைய முனகல்களையும், வசவுகளையும் கேட்டுக் கொண்டு நெடுநேரம் விழித்தபடி படுத்திருந்தான். லெவினுடைய சிந்தனைகள் மரணத்தைச் சுற்றி சுழன்றன. மரணம் அதிகமான சக்தியுடன் அவனை எதிர்கொண்டது. அவனுடைய சகோதரர் மரணத்தை நெருங்கி விட்டார். அவர் மட்டுமா? லெவினிடமும் மரணத்தின் சாயல் இருந்தது. லெவின் அதை உணர்ந்தான். இன்றில்லாவிட்டால் நாளை; நாளை இல்லாவிட்டால் முப்பது ஆண்டுகளுக்கு பிறகு மரணமடைவது உறுதி. மரணம் என்றைக்கு வந்தால் என்ன?

'நான் ஏதோ ஒன்றைச் செய்ய விரும்புகின்றேன். ஆனால் மரணம் எல்லாவற்றையும் முடித்து விடும் என்பதை மறந்து விட்டேன்'

லெவின் படுக்கையிலிருந்து எழுந்து உட்கார்ந்து கைகளால் முழங்கால்களைக் கட்டிக் கொண்டான். 'அவன் பல திட்டங்களைத் தயாரிக்கலாம். ஆனால் மரணம் எல்லாவற்றையும் முடித்து விடும். அந்த பயங்கரமான உண்மையைப் பற்றி நினைப்பதற்கு அவன் அஞ்சினான்.

லெவின் படுக்கையிலிருந்து இறங்கி நடந்து மெழுகுவர்த்தி விளக்கை ஏற்றினான். கவனமாக நடந்து நிலைக் கண்ணாடிக்கு முன்னால் நின்றான். நெற்றிப் பொட்டுக்களில் வெள்ளை முடி இருந்தது. வாயைத் திறந்து கண்ணாடியில் பார்த்தான். அவனது இரட்டைப் பல் கெட்டுப் போக ஆரம்பித்து விட்டது. அவன் தன் தோள்களைப் பார்த்தான். அவன் பலசாலியே! ஆனால் படுக்கையில் படுத்துக்கொண்டு மூச்சு விடத் திணறுகின்ற நிக்கோலஸின் உடலும் ஒரு காலத்தில் ஆரோக்கியமாகத் தான் இருந்தது.

அவர்கள் சிறுவர்களாக இருந்த பொழுது தூங்குவதற்கு முன்பு வேலைக்காரன் தாமஸைப் பற்றிப் பயப்படாமல் ஒருவர் மீது ஒருவர் தலையணைகளை வீசி விளையாடியதையும், வாழ்க்கையின் செழிப்பும் குதூகலமும் இருவரது உடல்களிலும் கொப்பளித்ததையும், லெவின் நினைவு கூர்ந்தான். 'இப்பொழுது இவருடைய உடம்பு கூடாகி விட்டது. எனக்கு என்ன நடக்குமோ...?'

'அடப் பிசாசே! நீ தூங்கவில்லையா?' என்று படுக்கையிலிருந்து எழுந்த நிக்கோலஸ் கேட்டார்.

'தூக்கம் வரவில்லை' என்றான் லெவின்.

'நான் நன்றாகத் தூங்கினேன். எனக்கு வியர்க்கவில்லை. என் சட்டையைத் தொட்டுப் பார். ஈரமாக இல்லை' என்றார் நிக்கோலஸ்.

லெவின் அவரது சட்டையைத் தொட்டுப் பார்த்தான். பிறகு மெழுகுவர்த்தி விளக்கை அணைத்து விட்டு படுக்கையில் படுத்தான். ஆனால் தூக்கம் வராமல் படுக்கையில் புரண்டு கொண்டிருந்தான். வாழ்க்கையைப் பற்றி ஒரு தெளிவு ஏற்பட்ட சூழ்நிலையில் மரணம் என்னும் மாபெரும் பிரச்சினை அவனுக்கு முன்னால் நிற்கிறது.

'அவர் செத்துக் கொண்டிருந்தார். வசந்த காலத்துக்கு முன்பாக அவர் இறந்து விட நேரலாம். நான் இவருக்கு எப்படி உதவப் போகிறேன்? இவரிடம் நான் என்ன பேசமுடியும்? நான் இதுவரை இது போன்று ஒரு நிலையை நினைத்துப் பார்த்ததும் இல்லையே...'

அத்தியாயம் 32

சில மனிதர்கள் சில சமயங்களில் பணிவுடனும், நெகிழ்ச்சியுடனும் நடந்து கொள்வார்கள். ஆனால் சிறிது காலத்துக்குப் பிறகு மூர்க்கமாகவும், வெறுப்புடனும் நடந்து கொள்வார்கள் என்பது லெவினுக்குத் தெரியும். நிக்கோலசும் அப்படி நடந்து கொள்வார் என்று லெவின் எதிர்பார்த்தான்.

நிக்கோலசின் பணிவு அதிக நாட்கள் நீடிக்கவில்லை. மறுநாள் காலையிலேயே அவர் மாறிவிட்டார். லெவின் என்ன கூறினாலும் அதை அவர் மறுத்துப் பேசினார். லெவினது மனதைப் புண்படுத்தினார்.

லெவின் குற்றம் செய்து விட்டதைப் போல உணர்ந்தான். இருவரும் மனம் விட்டு, எதையும் மறைக்காமல் இதயத்தின் ஆழத்திலிருந்து நிஜத்தைப் பேசுவது என்றால், 'நீங்கள் மரணமடையப் போகிறீர்கள்' என்று தான் லெவின் தன் சகோதரன் நிக்கோலசிடம் சொல்லியிருப்பான்.

'ஆம், எனக்கு தெரியும், நான் மரணமடையப் போகிறேன். எனக்குப் பயமாக இருக்கிறது, பயமாக இருக்கிறது., பயமாக இருக்கிறது' என்று தான் நிக்கோலஸ் சொல்லியிருப்பார். தங்கள் உள்ளத்தில் இருப்பதை இருவரும் மனப்பூர்வமாகப் பேசியிருந்தால் இது போன்று தான் அவர்கள் பேசியிருப்பார்கள். அவர்கள் இருவரும் தங்கள் மனத்தில் இருப்பதை உள்ளபடி பேசியிருந்தால் வாழ்க்கை சகிக்க முடியாததாக, சாத்தியமில்லாத தாகப் போய்விடும். (ஆனால் சிலர் அதை மிகச் சாமர்த்தியமாகச் செய்வதை லெவின் பார்த்திருக்கிறான்.) எனவே லெவின் தன்னுடைய வாழ்க்கையில் இதுவரை செய்திராத வண்ணம் தான் மனத்தில் நினைக்காத ஒன்றை - அதாவது மனத்தில் ஒன்றை நினைத்தான். வெளியில் வேறொன்றைச் சொன்னான். தன்னுடைய போலியான பேச்சு நிக்கோலசுக்குத் தெரிந்து விட்டபடியால் அவர் தன்னிடம் வெறுப்பைக் கொட்டுவதாக லெவின் நினைத்தான்.

'உன்னுடைய திட்டங்களை எனக்கு விளக்கமாகச் சொல்' என்று நிக்கோலஸ் மூன்றாவது நாளன்று லெவினிடம் கேட்டார். பிறகு அந்தத் திட்டத்தில் குறைகளைக் கண்டுபிடித்தார். 'அவனுடைய திட்டங்கள் எல்லாம் கம்யூனிசத்தைக் காப்பியடிக்கிற முயற்சி' என்றார்.

'மற்றவர்களிடமிருந்து ஒரு கருத்தை எடுத்துக் கொண்டு அதை உருச்சிதைவு செய்து பிறகு நீ விரும்பும் ஒரு இடத்தில் அதைச் செயல்படுத்துவதற்கு முயல்கிறாய்' என்றார் நிக்கோலஸ்.

'என்னுடைய திட்டத்துக்கும் கம்யூனிசத்துக்கும் சம்பந்தமில்லை. கம்யூனிஸ்டுகள் சொத்து, மூலதனம் அல்லது பரம்பரைப் பாத்திய உரிமை ஆகியவற்றை மறுக்கிறார்கள். ஆனால் நான் உழைப்பை ஒழுங்கு படுத்துவதற்கு மட்டுமே முயல்கிறேன்'.

'அதைத் தான் நான் சொல்கிறேன். நீ மற்றொருவருடைய கருத்தை எடுத்துக் கொண்டு, அதற்கு வலிமையைக் கொடுத்த எல்லாவற்றையும் நீக்குகிறாய். கடுமையான அதன் திட்டங்களை மாற்றி உன் இஷ்டத்திற்கு எளிமையானதாக மாற்றி பிறகு அதைப் புதிய கருத்து என்று மற்றவர்களிடம் காட்டுகிறாய்' என்றார் நிக்கோலஸ்.

'ஆனால் என்னுடைய கருத்துக்கும் அதற்கும் சம்பந்தமில்லை' என்றான் லெவின்.

'அந்தக் கருத்து திட்டவட்டமானது. அதற்கு ஒரு கவர்ச்சி இருக்கிறது. அது கற்பனாவாதமாக இருக்கட்டும். ஆனால் தனிச் சொத்து, குடும்பம் ஆகியவற்றை ஒழித்து விட்டால் உழைப்பு மட்டுமே மிஞ்சும். உன் திட்டம் அப்படிப்பட்டதல்ல.'

'என்னைச் சரியாகப் புரிந்து கொள். நான் ஒரு போதும் கம்யூனிஸ்ட் அல்ல'.

'நான் கம்யூனிஸ்டாக இருந்தேன். அதற்குரிய காலம் இன்னும் வராவிட்டால் கூட அது புரிந்து கொள்ளக் கூடிய தத்துவம். முதல் நூற்றாண்டுகளில் கிறிஸ்தவ சமயத்துக்கு எதிர்காலம் இருந்ததைப் போல அதற்கும் எதிர்காலம் உண்டு.'

'உழைப்பின் சக்தியை விஞ்ஞான முறையில் செயல்படுத்த வேண்டும் என்று நான் நினைக்கிறேன். அதன் குணாம்சங்களை ஆராய வேண்டும்.'

'அது தேவையல்ல. உழைப்புச் சக்தி தன்னுடைய தகுதிக்கு தகுந்த வடிவத்தைப் பெறுகிறது. ஒரு காலத்தில் நாட்டில் அடிமைகள் இருந்தார்கள். பிறகு தானியத்தைக் கூலியாகக் கொடுத்தோம். குத்தகை, வாரம், கூலியுழைப்பும் இப்படிப் பலப் பரிமாணங்களைப் பார்த்தாச்சு. நீ எதைத் தேடுகிறாய்?'

'அவர் உண்மையைப் பேசுகிறார் என்று லெவின் தன் மனத்தின் ஆழத்தில் உணர்ந்தான். கம்யூனிசத்தையும் இன்று உள்ள வடிவங்களையும் அவர் சமநிலைப்படுத்த முயற்சிக்கிறார். அது சாத்தியமா?'

'எனக்கும், தொழிலாளர்களுக்கும் உழைப்பு லாபத்தைத் தரக் கூடிய முறையை நான் தேடுகிறேன்' என்று லெவின் சூடாகப் பதிலளித்தான். 'நான் விரும்புவது... நான் விவசாயிகளைச் சுரண்டுவதாக நீங்கள் நினைக்க வேண்டாம். என்னிடம் சில கருத்துக்கள் இருக்கின்றன. அவை நற்சிந்தனையானவையா என்று நிறுவுவதற்கு...'

'நீ எதையும் நிறுவுவதற்கு முயற்சி செய்ய வேண்டாம். அவை எப்போதும் இருப்பது போலவே இருக்கட்டும்'.

'அப்படி நினைக்கிறீர்களா? சரி, என்னை விடுங்கள்' என்றான் லெவின். தன்னுடைய இடது கன்னத்தில் ஒரு தசை கட்டுப்படுத்த முடியாமல் துடிப்பதைப்போல லெவின் உணர்ந்தான்.

'நீ கொள்கை இல்லாதவன். இதுவரை கொள்கை இல்லாமலேயே காலத்தை ஓட்டி விட்டாய். இப்பொழுது உன் சுய மதிப்பை உயர்த்த விரும்புகிறாய்' என்றார் நிக்கோலஸ்.

'சரி, என்னை துன்புறுத்தாதீர்கள்' என்றான் லெவின். அதற்குப் பிறகு லெவின் சகோதரருடன் சமரசம் செய்து கொள்ள முயற்சி செய்தான். ஆனால் நாம் பிரிந்திருப்பது தான் நல்லது என்று நிக்கோலஸ் உறுதியாகக் கூறிவிட்டார்.

நிக்கோலஸ் அங்கிருந்து புறப்பட முடிவு செய்தார். 'உங்களை அவமதித்திருந்தால் என்னை மன்னியுங்கள்' என்று லெவின் செயற்கையான முறையில் அவரிடம் கேட்டுக் கொண்டான்.

'உன்னிடம் பெருந்தன்மை இருக்கிறது. நீ தவறு செய்யவில்லை. ஆனால் நான் போக வேண்டும்' என்றார் நிக்கோலஸ்.

அவர் புறப்படுவதற்கு முன்பு லெவின் அவரை அன்புடன் முத்தமிட்டான்.

'கோஸ்ட்யா! என்னைத் தவறாக நினைக்காதே!' என்று அவர் உருக்கமாக லெவினைக் கேட்டுக் கொண்டார்.

சகோதரர்கள் மனப்பூர்வமாக பேசிய வார்த்தைகள் அவை.

'என்னுடைய உடல் நிலை மிகவும் மோசமாகி விட்டது. என்னைப் பார்த்தாலே அது தெரியும். அநேகமாக நாம் மறுபடியும் சந்திக்க மாட்டோம்' என்பது அந்த வார்த்தைகளின் உட்பொருள். நிக்கோலஸ் கண்ணீருடன் சகோதரனை முத்தமிட்டார். லெவினது கண்களிலிருந்தும் கண்ணீர் வழிந்தது.

நிக்கோலஸ் கிராமத்திலிருந்து புறப்பட்டுச் சென்ற மூன்று நாட்களுக்குப் பிறகு லெவின் வெளிநாட்டுக்குப் புறப்பட்டான். அவன் எதிர்பாராத வண்ணம் கிட்டியின் உறவினரான இளம் ஷெர்பட்ஸ்கியை சந்தித்தான்.

'ஏன் இவ்வாறு வருத்தமாக இருக்கிறீர்கள். உங்களுக்கு உடல் நலமில்லையா?' என்று அவர் கேட்டார்.

'இந்த உலகத்தில் மகிழ்ச்சி எது?'

'ஏதாவது சிற்றூருக்குப் போகாமல் என்னுடன் பாரீசுக்கு வாருங்கள். அங்கு அதிகமான மகிழ்ச்சியை அனுபவிக்க முடியும்'.

'இனிமேல் எனக்கு மகிழ்ச்சி வேண்டாம். நான் மரணமடையப் போகிற நேரம் நெருங்கி விட்டது'.

'அப்படியா, நான் இப்பொழுது தான் வாழ அதாவது வாழ்வதற்கான முயற்சிகளைச் செய்ய ஆரம்பித்திருக்கிறேன்.'

'சமீப காலம் வரை நான் அப்படி நினைத்தேன். ஆனால் நான் சீக்கிரம் மரணமடையப்போவது இப்பொழுது தெரிகிறது.'

லெவின் அண்மைக்காலமாக நினைத்துக் கொண்டிருந்ததை பேசி விட்டான். அவன் எல்லாவற்றிலும் மரணத்தின் நிழலைக் கண்டான். ஆனால் அவன் ஆரம்பித்திருந்த விவசாய வேலைகளில் அவனுக்கும் ஆர்வம் ஏற்பட்டிருந்தது. மரணம் வருகிற வரை அவன் எவ்விதத்திலாவது வாழத் தானே வேண்டும். இருள் எல்லாவற்றையும் மூடியிருந்தது. அந்த இருளில் அவனுடைய சேவைப்பணி தான் அவனுக்கு வழிகாட்டக்கூடிய ஊன்றுகோலாக இருந்தது. லெவின் தன்னுடைய முழு பலத்துடனும் அதைப் பிடித்துக் கொண்டான்.

நான்காம் பகுதி

அத்தியாயம் 1

கரீனின் குடும்பத்தில் கணவனும் மனைவியும் ஒரே வீட்டில் வசித்தார்கள். தினமும் சந்தித்தார்கள். ஆனால் அவர்கள் முற்றிலும் பிரிந்திருந்தார்கள். கரீனின் தினமும் தன் மனைவியிடம் ஒரு சில வார்த்தைகள் பேசுவதை தன் வழக்கமாகக் கொண்டிருந்தார். இல்லாவிட்டால் வீட்டு வேலைக்காரர்கள் பல விதமான ஊகங்களைச் செய்வார்கள். ஆனால் அவர் வீட்டில் உணவருந்துவது இல்லை. விரான்ஸ்கி கரீனினுடைய வீட்டிற்கு ஒரு போதும் வரவில்லை. அன்னா அவனை வேறு இடங்களில் சந்தித்தாள். அது கரீனினுக்குத் தெரியும்.

அந்த நிலைமை சம்பந்தப்பட்ட மூவருக்கும் சித்திரவதையாகத்தான் இருந்தது. இது தற்காலிகமானது. சீக்கிரத்தில் மாற்றம் வரும் என்று இந்த மூவருமே நம்பியதால் அந்த நிலைமையைச் சகித்துக் கொண்டார்கள். எல்லாவற்றையும் போல அன்னாவின் காதல் ஜுரமும் சீக்கிரம் குணமாகிவிடும் தன் கௌரவமும் பாதிக்கப்படாது என்று கரீனின் எண்ணினார். அந்த நிலைமைக்குக் காரணமாயிருந்த அன்னாவுக்குத் தான் அது மிக வேதனையாக இருந்தது. எல்லாம் சீக்கிரத்தில் முடிவாகி விடும் என்று அவளும் நினைத்தாள். இந்தப் பிரச்சினைக்கு ஒரு தீர்வு கிடைக்கும் என்ற எண்ணங்களுடனும், நம்பிக்கையுடனும் அவள் இருந்தாள். ஆனால் அதைத் தீர்க்கப் போவது யார் என்று அவளுக்குத் தெரியாது. ஆனால் சீக்கிரத்தில் தீர்க்கப்படும் என்று உறுதியாக நம்பினாள். விரான்ஸ்கியும் அவளைப் பின்பற்றி எல்லாம் விரைவில் முடிவாகி விடும் என்று எதிர்பார்த்தான்.

ரஷ்யாவுக்கு சுற்றுப் பயணமாக வந்த வெளிநாட்டு இளவரசருக்கு வழிகாட்டியாக விரான்ஸ்கி நியமிக்கப்பட்டிருந்தான். விரான்ஸ்கி கம்பீரமான தோற்றம் உடையவன். மேற்குடியினருக்கே உரிய நடை, உடை, பாவனைகளைக் கொண்டவன். எனவே அவனிடம் அந்தப் பொறுப்பை ஒப்படைத்தார்கள். அது மிகவும் கடினமான பொறுப்பாக அவனுக்குத் தோன்றியது. வெளிநாட்டு இளவரசர், ரஷ்யாவின் அனைத்து அம்சங்களையும், ஒன்று கூட விட்டு போகாமல் பார்க்க வேண்டும் என்று விரும்பினார். இல்லையேல் தன் வீட்டினர் கேட்கும் கேள்விகளுக்கு தன்னால் பதில் சொல்ல முடியாது என்று அவர் நினைத்தார்.

காலையில் அவர்கள் செயிண்ட் பீட்டர்ஸ்பர்க் நகரத்தைச் சுற்றிப் பார்த்தார்கள். கலை மற்றும் இதர பொழுது போக்கு நிகழ்ச்சியில் பங்கெடுத்தார்கள். இளவரசர் உடற்பயிற்சிகளின் மூலம் தனது உடம்பை நல்லபடியாக வைத்திருந்தார். சில சமயங்களில் அதிகமாகக் குடித்தாலும் எப்பொழுதும் பசுமையாக மின்னும் வெள்ளரிக்காயைப் போல புத்துணர்ச்சியுடன் இருந்தார். அவர் பல நாடுகளுக்குப் பயணம் செய்து அந்த நாடுகளின் தேசியப் பொழுதுபோக்குகளைப் பார்த்து ரசித்தார். அவர் ஸ்பெயினுக்குச் சென்ற பொழுது மாண்டொலின் என்னும் இசைக் கருவியை வாசித்த இளம் பெண்ணுடன் அந்தரங்க உறவை ஏற்படுத்திக் கொண்டார். ஸ்விட்சர்லாந்தில், இங்கிலாந்தில் இளஞ்சிவப்பு கோட்டை அணிந்து கொண்டு வேலிகளைத்' தாண்டினார். இருநூறு மீட்டர் தூர துப்பாக்கி சுடும் போட்டியில் கலந்து கொண்டு வெற்றி பெற்றார். துருக்கியில் யாரும் நுழைய முடியாத அந்தப்புரத்துக்குள் சென்றார். இந்தியாவில் யானைச் சவாரி செய்தார். இப்பொழுது ரஷ்யாவில் தனி வகையான பொழுதுபோக்குகளை ரசிக்க விரும்பினார்.

விரான்ஸ்கி அவருடைய பொழுதுபோக்கு நிகழ்ச்சிகளுக்கு ஒருங்கிணைப்பாளராக இருந்தான். மூன்று குதிரை பூட்டிய குதிரை வண்டிகளில் பனியில் வேகமாகச் செல்லும் பந்தயம், கரடி வேட்டை, ஜிப்சிகளுடன் சந்திப்பு, டஜன் கணக்கில் கோப்பைகளை உடைத்தல், தட்டுகளை உடைத்தல் மற்றும் பல பொழுதுபோக்குகளை ஏற்பாடு செய்தார். இளவரசர் கோப்பைகளை நொறுக்கினார். ஜிப்சிப் பெண்களைத் தன்னுடைய மடியில் உட்கார வைத்துப் பாடச் சொல்லிக் கேட்டார். ஆனாலும் அவருக்கு திருப்தி ஏற்படவில்லை. 'இவ்வளவு தானா? அடுத்த நிகழ்ச்சி என்ன?' என்று எப்பொழுதும் கேட்டுக் கொண்டிருந்தார். இளவரசர் பிரெஞ்சு நடிகைகள், பாலே நடனக்காரி, வெள்ளை ஸீல் மீன், ஷாம்பேன் மது ஆகியவற்றை மிகவும் விரும்பினார். விரான்ஸ்கி, இளவரசர்களுடைய கேளிக்கைகளுக்குப் புதியவன் அல்ல. ஆனால் அண்மைக் காலத்தில் இத்தகைய பொழுதுபோக்குகள் அவனுக்குத் துன்பத்தைக் கொடுத்தன. இளவரசருக்கு வழிகாட்டியாகச் சென்ற வாரம் முழுவதும் ஒரு பைத்தியக்காரனுக்குப் பின்னால் சென்றதைப்போல வெட்கப்பட்டான். இதனால் தன்னுடைய அறிவும் கூடப் பாதிக்கப்படுமோ என்று விரான்ஸ்கி அஞ்சினான். அவர் பார்க்க விரும்பிய பொழுது போக்குகளை ஏற்பாடு செய்தவர்களை அவர் தரக்குறைவாக நடத்தினார். ரஷ்யப் பெண்களைப் பற்றி அவர் தெரிவித்த கருத்துக்கள் விரான்ஸ்கிக்கு ஆவேசமூட்டின.

அதற்குக் காரணம் என்ன? விரான்ஸ்கி இளவரசரிடம் தன்னுடைய பிரதிபலிப்பைப் பார்த்தான். அது அவனுக்குத் திருப்தியளிக்கவில்லை.

இளவரசர் மிகவும் கம்பீரமாக, ஆரோக்கியமாக, முட்டாள்தனமானவராக இருந்தார். இதற்கு மேல் அவரை வர்ணிக்க முடியாது. அவர் ஒரு கனவான். விரான்ஸ்கி அதை மறுக்க முடியாது. அவர் தனக்கு சமமானவர்களிடம் அன்பு காட்டினார். தனக்குக் கீழே உள்ளவர்களிடம் மிக இகழ்ச்சியாக நடந்து கொண்டார். தன்னைக் காட்டிலும் உயர்ந்தவர்களிடம் பல்லைக் காட்டி பழகவில்லை. விரான்ஸ்கியும் அப்படிப்பட்டவன். அது தன்னுடைய தகுதியின் சின்னம் என்று விரான்ஸ்கி கருதினான். ஆனால் இளவரசருடன் ஒப்பிடுகையில் விரான்ஸ்கி கீழ் நிலையில் இருந்தான். அவர் இகழ்ச்சியான முறையில் தன்னிடம் பரிவு காட்டியது விரான்ஸ்கிக்கு வேதனையாக இருந்தது.

'முட்டாள் எருமையே, நான் இப்படியெல்லாம் நடந்து கொள்ள மாட்டேன்' என்று விரான்ஸ்கி தனக்குள் நினைத்துக் கொண்டான்.

இளவரசர் அவனுக்கு நன்றியைச் சொல்லிவிட்டு மாஸ்கோவுக்குப் புறப்பட்டார். தன்னுடைய அதிருப்திகரமான பிம்பம் போய் விட்டதைப் பற்றி விரான்ஸ்கி மகிழ்ச்சி அடைந்தான். ஏழாவது நாளன்று கரடி வேட்டையிலிருந்து திரும்பிய இளவரசரிடம் விரான்ஸ்கி விடை பெற்றுக் கொண்டான்.

அத்தியாயம் 2

விரான்ஸ்கி வீட்டுக்குத் திரும்பிய பொழுது அன்னாவிடமிருந்து அவனுக்குக் கடிதம் வந்திருந்தது.

'எனக்கு உடல் நலமில்லை. மகிழ்ச்சி இல்லை, என்னால் வெளியில் வரமுடியாது. உங்களைப் பார்க்காமல் என்னால் உயிர் வாழ முடியாது. கரீனின் கவுன்சில் கூட்டத்துக்குப் போகிறார். இரவு பத்து மணி வரை கூட்டத்தில் இருப்பார்.'

அந்த வீட்டில் தன்னைச் சந்திக்கக் கூடாது என்ற கரீனினுடைய உத்தரவை மீறி அன்னா தன்னை வீட்டுக்கு வரச்சொல்லியிருக்கிறாளே என்று அவன் வியப்படைந்தான். அந்த ஆண்டின் குளிர்காலத்தில் அவனுக்கு கர்னலாகப் பதவி உயர்வு கிடைத்திருந்தது. எனவே அவன் முன்பு போல எல்லோருடனும் முகாமில் தங்காமல் தனியாக வசித்தான். பகல் உணவு சாப்பிட்ட பின்பு அவன் சோபாவில் படுத்துப் புரண்டு கொண்டிருந்தான். கடந்த சில நாட்களாக நடந்த சம்பவங்களின் சில காட்சிகளும், அன்னாவும் கரடி வேட்டையில் முரசைத் தட்டிய நபரும் அவன் மனக்கண்ணில் தோன்றினார்கள். பல்வேறு சிந்தனைகளில் மூழ்கிப் போய் விரான்ஸ்கி மறுபடியும் உறங்கி விட்டான்.

பயங்கரமான கனவு கண்டு அவன் திடுக்கிட்டு விழித்த போது இரவு நேரமாகிவிட்டிருந்தது. அவனுடைய உடல் நடுங்கியது. என்ன கோரமான கனவு... ஒரு விவசாயி... கரடி வேட்டையின் போது முரசு தட்டி ஒலியெழுப்பும் ஒரு மனிதன் - சிறிய தாடி வைத்த அந்த மனிதன் பிரெஞ்சு மொழியில் யாரிடமோ பேசினான். அவ்வளவு தான் கனவு முடிந்து விட்டது. இதற்காக நான் ஏன் பயப்பட வேண்டும். என்ன முட்டாள் தனமான கனவு என்று அவன் சிரித்தபடி தன் கைக் கடிகாரத்தில் மணி பார்த்தான். மணி இரவு எட்டரை ஆகியிருந்தது. தனது வேலைக்காரனை வரவழைக்க அழைப்பு மணியை ஒலிக்கச் செய்தான் விரான்ஸ்கி. சீக்கிரமான உடையணிந்து கொண்டு தான் கண்ட பயங்கரமான கனவை மறந்து விட்டு முன் வாயிலுக்கு வந்தான் விரான்ஸ்கி. தாமதம் செய்து விட்டேன் என்ற கவலை மட்டும் அவனிடமிருந்தது. கரீனினுடைய வீட்டு முன்வாசலுக்குச் சென்ற பொழுது மணி 8.50 ஆகியிருந்தது. வீட்டுக்கு முன்னால் ஒரு உயரமான கோச்சு வண்டி நின்று கொண்டிருந்தது. அன்னா என்னைச் சந்திப்பதற்குப் புறப்படுகிறாளா? அதுவும் நல்லதே. ஏனென்றால் இந்த வீட்டுக்குள் நுழையக் கூடாது. அதற்காக நான் ஒளிந்து கொள்ள முடியாது என்று நினைத்துக் கொண்டு தன்னுடைய பனிச்சறுக்கு வண்டியிலிருந்து இறங்கி வீட்டுக்குள் சென்றான் விரான்ஸ்கி. அவனிடம் சிறிய விஷயங்களைக் கவனிக்கிற பழக்கம் கிடையாது. ஆனால் வேலைக்காரன் முகத்திலே வியப்புக் குறி இருந்ததைக் கவனித்தான்.

அவன் வீட்டிற்குள் நுழைந்த பொழுது எதிரில் வந்த கரீனின் மீது மோதியிருப்பான். வாயு விளக்கின் மங்கலான வெளிச்சத்தில் கரீனினுடைய உயரமான தொப்பி, இரத்தமில்லாத முகம், அவர் அணிந்திருந்த வெள்ளை நிற 'டை' ஆகியவை தெரிந்தன. கரீனின் உணர்ச்சியில்லாமல் விரான்ஸ்கியின் முகத்தைப் பார்த்தார். விரான்ஸ்கி அவரை வணங்கினான். கரீனின் உதடுகளை அசைத்தாரே தவிரப் பேசவில்லை. தன் கரத்தை உயர்த்தி தொப்பியைத் தொட்டார். பிறகு வீட்டிலிருந்து வெளியேறினார். அவர் வண்டியில் உட்காருவதையும், வண்டியின் ஜன்னல் வழியாக கம்பளியையும், ஒரு ஜோடி ஓபேரா கண்ணாடிகளையும் பணியாளிடமிருந்து வாங்கிக் கொள்வதையும் கவனித்தான். பிறகு அவர் இருளில் மறைந்தார். விரான்ஸ்கி வீட்டு ஹாலுக்குள் நுழைந்தான். அவனுடைய புருவங்கள் மேலே ஏறியிருந்தன. அவனுடைய கண்களில் பெருமிதமும் கோபமும் வெளிப்பட்டன.

இது வேடிக்கையாக இருக்கிறது. அவர் தன்னுடைய கௌரவத்திற்காக என்னோடு போராடினால், மல்லுக்கு நின்றால் நன்றாக இருக்கும். அப்போது என்னுடைய எதிர்ப்பை, என்னுடைய உணர்வுகளை அவருக்குக்

காட்ட முடியும். ஆனால் பலவீனமானதும், கேவலமானதும், அர்த்தமற்றதுமான அவரின் இந்தப் போக்கு என்னை ஒரு வஞ்சகன், ஏமாற்றுக்காரன், மோசடிப் பேர்வழி என்ற நிலைக்கு அல்லவா தள்ளிவிடும். இது போன்ற ஒரு நிலையில் இருக்க நான் விரும்பவில்லை. இது எனக்குப் பிடிக்கவில்லை என்று தன் மனத்திற்குள் பேசியபடி உள்ளே வந்தான் விரான்ஸ்கி.

வெர்டேயின் தோட்டத்தில் அன்னாவைச் சந்தித்துப் பேசிய பிறகு விரான்ஸ்கியின் கருத்துக்கள் மாறிவிட்டன. அன்னா அவனிடம் தன்னை முழுமையாக ஒப்படைத்து தன்னுடைய தலை விதியையும் தன்னுடைய எதிர்காலத்தையும் அவனே முடிவு செய்யட்டும் என்று அந்தப் பொறுப்புக்களையும் அவனிடமே விட்டு விட்டாள். அவன் வெகு சீக்கிரத்தில் அவளுடைய வாழ்க்கை பற்றிய புதிய முடிவுகளுடன் அவளை சந்திப்பான் என்று எதிர்பார்த்துக் காத்திருந்தான்.

விரான்ஸ்கி தன்னுடைய எதிர்காலம் குறித்து திட்டமிட்டிருந்த திட்டங்கள் எல்லாம் இப்போது பின்னுக்குத் தள்ளப்பட்டு விட்டன. தன்னையே நம்பியிருக்கும் அன்னாவைப் பற்றிய எண்ணங்கள் அவனை மேலும் மேலும் சூழ்ந்து கொள்ள அவன் அந்த உணர்வுகளைத் தவிர்த்து விட முடியவில்லை. அதன் விளைவாக அவன் மேலும் மேலும் அதிகமாக அன்னாவுடன் பிணைக்கப்பட்டான்.

அன்னா ஹாலில் நின்றபடி அவனை எதிர்பார்த்துக் காத்துக் கொண்டிருந்தாள். அவனது காலடியோசைகளைக் கவனமாகக் கேட்டாள். அவன் ஹாலுக்குள் வந்தவுடன் அவள் தனியறைக்குள் நுழைந்து கொண்டாள். அவனும் அவள் பின்னேயே அறைக்குள் நுழைந்தான்.

'இல்லை' என்றாள் அன்னா அவனைப் பார்த்து. உரக்கச் சொன்ன அவளுடைய குரலில் வேதனை வெளிப்பட்டது. கண்களில் தேங்கி இருந்த கண்ணீர் வெள்ளமாக வெளிவந்தது. 'இல்லை. இதை என்னால் தாங்கிக் கொள்ள முடியாது. என்னுடைய நிலை இதே போன்று நீடிக்குமானால் அது சீக்கிரமாக வெகு சீக்கிரமாக நடைபெறும்' என்றாள் அன்னா.

'எது என்று சொல், என் அன்பே!'

'எதுவா? நான் துன்பத்தில் சித்ரவதைப்பட்டபடியே ஒரு மணிநேரம், இரண்டு மணி நேரம்... என்று காத்திருக்கிறேன். இல்லை... இல்லை... என்னால் முடியாது. என்னால் இப்படிக் காத்திருக்க முடியாது. நான் உங்களிடம் வாதாடவில்லை... நான் உங்களை எதிர்பார்த்துக் காத்திருக்கிறேன்... நிமிடங்கள் கொல்லுகின்றன... ஆனால் நீங்கள் எனக்கு உதவவில்லை... என்னைக் காத்திருக்க வைத்து விட்டீர்கள்... இந்த சூழ்நிலையில்... என்னால் இதனைத் தாங்கிக் கொள்ள முடியவில்லை'

அவனுடைய அகன்ற இரு தோள்களையும் தன் இரு கரங்களினாலும் அவள் பற்றிக் கொண்டாள். அவனை இறுகத் தன்னுடன் சேர்த்தணைத்துக் கொண்டு அவனது முகத்தை- கண்களை நேருக்கு நேராகப் பரவசத்துடன் நீண்ட நேரம் பார்த்துக் கொண்டிருந்தாள். அவனைப் பார்க்காமலிருந்த நேரங்களை ஈடு செய்வதைப் போல, மேலும் மேலும் பரவசம் பொங்க அவனது முகத்தை அவள் உற்றுப் பார்த்துக் கொண்டிருந்தாள்.

அத்தியாயம் 3

'நீங்கள் அவரைப் பார்த்தீர்களா?' என்று அன்னா விரான்ஸ்கியிடம் கேட்டாள். சர விளக்கின் கீழே இருந்த சோபாக்களில் அவர்கள் உட்கார்ந்தனர். 'தாமதமாக வந்ததற்கு அது தான் தண்டனை' என்றாள் அன்னா.

'ஆமாம். ஆனால் எப்படி இவ்வாறு நேர்ந்தது? அவர் கவுன்சில் கூட்டத்தில் அல்லவா இருந்திருக்க வேண்டும்.'

'அவர் அங்கிருந்து தான் வந்தார். பிறகு எங்கோ சென்றார். அதைப் பற்றிக் கவலைப்பட வேண்டாம். அதைப் பற்றிப் பேசவும் வேண்டாம். நீங்கள் எங்கே இருந்தீர்கள்? எல்லா நேரமும் இளவரசருடன் தான் இருந்தீர்களா?'

விரான்ஸ்கியின் வாழ்க்கையின் எல்லா விபரங்களும் அவளுக்குத் தெரியும். அவன் இரவெல்லாம் கண் விழித்ததையும், அன்று மாலையில் சோபாவில் தூங்கியதைப் பற்றியும் அவளிடம் அவன் சொல்ல விரும்பினான். அவள் அவனைக் கேலி செய்து சிரிப்பாள். அது தன்னை வெட்கப்பட செய்யும் என்று கருதி அதைச் சொல்லாமல், இளவரசர் சுற்றுப் பயணம் முடித்து விட்டு புறப்பட்டுச் சென்று விட்ட விபரங்களை அறிக்கை சமர்ப்பிக்கச் சென்று விட்டதாகச் சொன்னான்.

'அவர் போய் விட்டாரா? இப்போது எல்லாம் முடிந்து விட்டது. இல்லையா?'

'ஆமாம். எல்லாம் முடிந்து விட்டது. அந்தக் கடவுளுக்குத் தான் நன்றி சொல்ல வேண்டும். அந்த மனிதருடைய பழக்க வழக்கங்களை என்னால் சகித்துக் கொள்ள முடியவில்லை.'

'ஏன், இளைஞர்களாகிய நீங்கள் அப்படிப்பட்ட வாழ்க்கை தானே நடத்துகிறீர்கள்?' என்று முகத்தைச் சுளித்தபடி கூறிய அன்னா, மேசை மீதிருந்த சித்திரத் தையல் (எம்பிராய்டரி) செய்யும் வளையத்தை எடுத்து உற்று நோக்கினாள்.

'அது போன்ற வழக்கங்களை நான் கைவிட்டு நெடுங்காலமாகி விட்டது. ஆனால் அந்த வாழ்க்கையை சென்ற வாரம் முழுவதும் ஒரு

கண்ணாடியில் தான் பார்த்தேன். எனக்கு மிகவும் வேதனையாக இருந்தது' என்றான் விரான்ஸ்கி. அவளுடைய முகத்தில் ஏற்படும் மாற்றங்களைப் பார்க்க அவன் ஆவலுடன் இருந்தான். அவள் கையில் ஊசிகளை வைத்துக் கொண்டு பின்னால் வேலை செய்யாமல் அவனை மிக விநோதமாகப் பார்த்தாள்.

'லிஸா இன்று காலையில் என்னைப் பார்க்க வந்தாள். லிடியா இவானோவ்னா சீமாட்டிக்கு என்னைப் பிடிக்காவிட்டாலும் கூட அவளும் கூட என்னைப் பார்க்க இங்கு வந்தாள். நீங்கள் கொடுத்த அத்தீனிய நாட்டு விருந்தைப் பற்றி என்னிடம் லிஸா சொன்னாள். மிகவும் அருவருப்படைந்தேன்.'

இதை அவள் சொன்ன போது அவனை அவள் பார்த்த அந்தப் பார்வையில் நேச உணர்வு இல்லை - அன்பு இல்லை, காதல் இல்லை. விரான்ஸ்கி ஏதோ சொல்ல முயன்றான். அன்னா குறுக்கிட்டு மிகவும் கோபத்துடன் கேட்டாள்: 'தெரஸாவை உங்களுக்கு முன்பே தெரியுமா?'

'நான் சொல்ல வந்தது...'

'ஆண்களே ரொம்ப மோசம். ஒரு பெண் இவற்றை மறக்க மாட்டாள் என்பது உங்களுக்குத் தெரியாதா?' அன்னா மேலும் மேலும் ஆத்திரத்துடன் பேசினாள்: 'அதிலும் அந்தப் பெண்ணுக்கு உங்களுடைய வாழ்க்கையைப் பற்றித் தெரியாது. உங்களைப் பற்றி நான்தான் என்ன தெரிந்து கொண்டேன்? உங்களைப் பற்றிய எல்லாமும் எனக்குத் தெரியுமா? நீங்கள் சொல்வதை அப்படியே நான் கேட்டுக்கொண்டிருக்கிறேன். அது உண்மையென்று எனக்குத் தெரியுமா? நீங்கள் உண்மையைத் தான் சொல்கிறீர்கள் என்பதற்கு ஏதேனும் ஆதாரம் உள்ளதா?'

'அன்னா, நீ என்னைப் புண்படுத்துகிறாய். என்னை நீ நம்பவில்லையா? எந்தச் சிறிய விஷயத்தையும் உன்னிடம் நான் மறைக்க மாட்டேன் என்று நான் உன்னிடம் சொல்லவில்லையா?'

'ஆமாம். சொன்னீர்கள். நான் உங்களை நம்புகிறேன்.'

பிற பெண்களுடன் தான் பழகுவது அன்னாவுக்குப் பிடிக்கவில்லை. அதன் விளைவாக அவளிடத்தில் தோன்றியுள்ள இந்தப் பொறாமை உணர்வுகள் மிக மிக மேலோங்கி தன் மீது அவளுக்கு அவநம்பிக்கை ஏற்பட்டு விட்டது என்பதை உணர்ந்து விரான்ஸ்கி திடுக்கிட்டுப் போனான். சமீப காலமாக இந்தப் பொறாமை உணர்வுகளால் அவள் அடிக்கடி அவனிடம் கோபமாக நடந்து கொள்வதை அவன் கவனித்து வந்தான். அது அவளிடம் அவன் கொண்டிருந்த காதலின் மேன்மையை, உற்சாகத்தை, மிகவும் பாதிக்க வைத்தது. அவளைக் காண்பது இன்பம்,

அவள் சொற்கள் கேட்பது பேரின்பம். அவள் அருகாமையில் இருப்பதை விட சொர்க்கமான இன்பம் எதுவுமே இல்லை என்று மனத்திலே அவள் மேல் அளவு கடந்து அன்பும், காதலும் கொண்டிருந்த அவனுக்கு அவளது இந்தச் செயல்கள் மிகுந்த அதிர்ச்சியைக் கொடுத்தன. அவனுக்கு ஏற்பட்ட இந்த அதிர்ச்சியான உணர்வுகளை மாற்ற அவன் எவ்வளவோ முயன்றும் முடியவில்லை. அவளுடைய கோபம் கண்டு விரான்ஸ்கி வெறுப்புற்றாலும், அவள் தன் மேல் கொண்ட காதலால் தான் இவ்வாறு கோபமடைகின்றாள் என்பதை விரான்ஸ்கி புரிந்துகொண்டான். தன் காதல் மனத்திற்கும் இதையே கூறிச் சமாதானம் செய்ய முயன்றான்.

அவளால் தான் காதலிக்கப்படுவது எவ்வளவு பேரின்பமானது என்று தான் உணர்கிறேன் என்பதை அவளுக்கு அவன் பலமுறை எடுத்துக் கூறியிருக்கிறான். வாழ்க்கையில் எவ்வளவோ நல்ல அம்சங்கள் அவளுக்கு கிடைத்துள்ளன. வசதியான வாழ்க்கை, ஆள், அம்பு, சேனை என்று நினைத்ததெல்லாம் கிடைக்கக் கூடிய ஒரு நிலையில் அவள் இருந்தாலும் அவள் அத்தனையையும் உதறிவிட்டு, அவன் மேல்கொண்ட காதலே தனக்கு உயர்ந்தது, நல்லது என்று கருதியே அவள் அவனைக் காதலிக்கின்றாள். அப்படி அவனைக் காதலித்தாலும், அவள் மேல் தான் கொண்ட காதலுக்காக மாஸ்கோவிலிருந்து அவளை விடாது பின் தொடர்ந்த காலத்தில் இருந்த இன்பத்தை விட, இதோ இப்பொழுது அவளுக்கு மிக அருகில் இருந்து இன்பம் துய்த்தாலும், முதலில் இருந்த அந்த இன்பத்திற்கு வெகு தூரத்தில் தான் இருப்பதாக விரான்ஸ்கி உணர்ந்தான். அவளுடன் பழகத் துவங்கிய ஆரம்ப நாட்களில் அவன் இன்பமாக இல்லை. இன்பமான வாழ்க்கை என்பது எதிர்காலத்தில் தான் இருக்கிறது என்று அவன் நம்பி இருந்தான். ஆனால் தான் எண்ணுகின்ற இன்பம் எல்லாம் இனி எதிர்காலத்தில் இல்லை என்றும், தான் அனுபவித்த மிகச் சிறந்த இன்பம் எல்லாம் கழிந்து போன பழைய நாட்களில் தான் உள்ளது என்றும் அவன் நினைத்துக் கொண்டான். அவன் அவளை முதன் முதலில் பார்த்தபோது எப்படி இருந்தாளோ அது போன்று இப்போது அவள் இல்லை என்றும் உடலாலும், மனத்தாலும் அவள் முற்றிலும் மிக மோசமாக மாறிப் போய்விட்டாள் என்றும் விரான்ஸ்கி நினைத்தான். அந்த பிரெஞ்சு நடிகையின் பெயரைக் குறிப்பிட்டு அன்னா பேசிய பொழுது அவளது கண்களில் வன்மமும், துவேஷமும் இருந்ததை விரான்ஸ்கி உணர்ந்தான். தன்னால் பறிக்கப்பட்டு, பின்பு வாடிப் போன ஒரு மலரை, ஒரு மனிதன் எப்படிப் பார்ப்பானோ அவ்வாறு அப்போது அன்னாவைப் பார்த்தான் விரான்ஸ்கி. அந்த மலரைப் பறிக்கும்படி எந்த அழகு அவனைத் தூண்டியதோ அந்த அழகை அந்த வாடிப் போன மலரில் காண முயல்வது அவனுக்குச் சிரமமாக இருந்தது. ஆரம்பத்தில் அவளிடத்தில் தணியாத காதல் கொண்டு தன் இதயத்தில் அவளை அமர

வைத்திருந்த அவனுக்கு, அவன் மனப்பூர்வமாக அவளது காதல் வேண்டாம் என்று நினைத்திருந்தால் அவளைத் தனது இதயத்திலிருந்து அகற்றி, உதறி இருக்க முடியும். அது அப்போது முடிந்திருக்க முடியும். ஆனால் இப்போது... அவள் மீது காதல் இல்லை என்று சொல்லி இந்த நிமிஷமே அவளை உதறிவிட முடியாது. அவர்கள் இருவரையும் பிணைத்திருக்கும் அந்த பந்தத்தைத் தகர்த்தெறிய முடியாது என்று விரான்ஸ்கி அறிவான்.

'சரி, நான் அந்தப் பிசாசை விரட்டி விட்டேன். இப்போது நீங்கள் சொல்லுங்கள், இளவரசரைப் பற்றி ஏதோ சொல்ல வந்தீர்களே, அதைச் சொல்லுங்கள்' என்றாள் அன்னா. அவர்கள் பொறாமைக்குப் 'பிசாசு' என்று பெயர் வைத்திருந்தார்கள். அதையே தான் அவள் குறிப்பிட்டாள்.

'ஓ, சகித்துக் கொள்ள முடியாத மனிதர் அந்த இளவரசர். அவரைப் பற்றிச் சரியாகச் சொல்வதென்றால் இப்படித்தான் சொல்ல வேண்டும். கால்நடைக் கண்காட்சிகளில் போட்டிகளில் கலந்து கொண்டு பரிசு வாங்குவதற்கென்று சில மாடுகளை நன்கு பராமரித்து, மிகக் கொழுத்த காளைகளாக வளர்ப்பார்கள். அது போன்ற ஒரு கொழுத்த காளை மாடு தான் அந்த இளவரசர். வேறு ஒன்றுமில்லை' என்றான் விரான்ஸ்கி.

'எந்த வழியில் இப்படிச் சொல்கிறீர்கள். அவர் பல நாடுகளுக்கும் சென்று வருகின்றவர். நல்ல, உயர்ந்த கல்வி கற்றவர். அப்படியிருக்கும் போது...'

'அவள் கற்ற கல்வி வித்தியாசமான கல்வியாகத்தான் இருக்க முடியும். மிருகத்தனமான இன்பங்களைத் தவிர பாக்கியுள்ள எல்லாவற்றையும் அவர்கள் வெறுக்கிறார்கள். அப்படிப்பட்ட கல்வியைத்தான் அவர் கற்றிருக்கிறார்.'

'ஆனால் நீங்கள் எல்லோருமே கூட அந்த மிருகத்தனமான இச்சைகளை விரும்புகிறவர்கள் தானே?'

அவன் அவளை உற்றுப் பார்த்தான். அந்தப் பார்வையில் மகிழ்ச்சி இல்லை. சோகமும் விரக்தியும் படிந்து இருந்தன. 'நீ ஏன் அவருக்குப் பரிந்து கொண்டு பேசுகிறாய்?' என்று விரான்ஸ்கி சிரித்துக்கொண்டே அவளைக் கேட்டான்.

'அவர் யார் என்று கூட எனக்குத் தெரியாது. இந்த விஷயமும் கூட எனக்குச் சம்பந்தமில்லாத விஷயம் தான். எனவே நான் அவருக்குப் பரிந்து கொண்டு பேசுவதாக நீங்கள் நினைக்க வேண்டாம். நான் என்ன சொல்ல வருகின்றேன் என்றால், இது போன்ற கேளிக்கைகளில் உங்களுக்கு விருப்பமில்லை என்றால், இது போன்ற விஷயங்கள் எனக்குப் பிடிக்காது என்று கூறி நான் அவருடன் போக மாட்டேன் என்று நீங்கள்

மறுத்திருக்கலாமே என்று தான் சொல்ல விரும்புகின்றேன். ஆனால் அந்த நடிகை தெரெஸா, அவளைப் போல ஆடை அணிந்து வருவதைப் பார்க்க உங்களுக்கு ஆவலும், சந்தோஷமும் இருந்திருக்கிறது...' என்றாள் அன்னா.

'பார்த்தாயா... மறுபடியும் உன்னை அந்தப் பிசாசு பற்றிக் கொண்டு விட்டதே...' என்று கூறியபடி அவளது கரத்தைத் தன் கையிலெடுத்து முத்தமிட்டான் விரான்ஸ்கி.

'ஆமாம்... என்னால் இதைச் சகித்துக்கொள்ள முடியவில்லை. உங்களை எதிர்பார்த்துக் காத்துக் கொண்டிருந்த அந்த நாட்களில் நான் பட்ட கஷ்டங்களை, வேதனைகளை நீங்கள் அறிவீர்களா? பொறாமைப்படும் குணம் என்னிடம் இருப்பதாக நான் நினைக்கவில்லை. நான் பொறாமைக்காரி இல்லை. என் அருகில் நீங்கள் இருக்கும் பொழுது நான் உங்களை முழுமையாக நம்புகின்றேன். என்னை விட்டு நீங்கள் அப்பால் போய் வாழும் உங்கள் வாழ்க்கையை என்னால் புரிந்து கொள்ள முடியவில்லை' என்று சொன்ன அன்னா சடாரென்று தன் முகத்தை வேறு பக்கமாகத் திருப்பிக் கொண்டாள். விளக்கு வெளிச்சத்தில் சித்திரத் தையல் கம்பியில் இடப்பட்டிருந்த வெண்மையான உல்லன் துணியில் ஊசியினால் குத்தி சித்திர வேலைகளைச் செய்யத் தொடங்கினாள்.

'நல்லது. என்ன நடந்தது என்று சொல்லுங்கள் அலெக்ஸிஸ் அலெக்ஸாண்ட்ரோவிச்சை (கரீனினை) எங்கே பார்த்தீர்கள்?' என்று அவள் திடீரென்று கேட்டாள்.

'நான் வீட்டிற்குள் வரும்பொழுது வாயிற் படி அருகில் அவர் மீது நான் மோதிக் கொண்டேன்' என்றான் விரான்ஸ்கி.

'அவர் இப்படி உங்களை வணங்கியிருப்பாரே?' என்று அவள் தன் முகத்தைச் சுருக்கி பாதிக் கண்களை மூடிக் கொண்டு, முகத்தைக் கடுமையாக்கிக், கைகளை உயர்த்தி சல்யூட் செய்யும் பாணியில் குனிந்து வணக்கம் தெரிவித்தாள். அது கரீனின் வணங்கியதைப் போலவே இருந்தது. விரான்ஸ்கி சிரித்து விட்டான். அன்னாவும் கலகல வென்று மிகவும் மனம் நெகிழ்ச்சி அடைந்து மிகவும் சந்தோஷமாகச் சிரித்தாள். அவளுடைய இதயத்தின் ஆழத்திலிருந்து வெளிப்பட்ட அந்தச் சிரிப்பு அவளுக்குள் ஒளிர்ந்திருந்த அழகின் மற்றொரு பரிமாணத்தைக் காட்டியது.

'என்னால் அவரைப் புரிந்துகொள்ள முடியவில்லை. நீ விளக்கமாக எல்லாவற்றையும் சொன்ன பிறகு அவர் உன்னுடைய உறவை முறித்துக் கொண்டிருக்க வேண்டும். என்னுடன் சவால் விட்டு மோதியிருக்க வேண்டும். ஆனால் அவர் பேசாமலிருக்கின்றார். இது போன்ற ஒரு நிலையை நீடிக்கச் செய்திருக்கின்றார். எவ்விதம் அவர் இதனைச் சகித்துக்

கொண்டிருக்கிறார். அவர் மிகவும் மன வேதனையுடன் இருக்கின்றார் என்பது உறுதி.'

'அவர் துன்பப்படுகிறார் என்கிறீர்களா?' என்று கேலியாக, நிபந்தனையாகச் சொன்னாள் அன்னா. 'அவர் முற்றிலும் மனத்திருப்தியுடன் இருக்கிறார்'

'அவர் மனத் திருப்தியுடன் - மன ஆறுதலுடன் இருக்கிறார் என்றால் நமக்கு அது மிகவும் வசதியான ஒன்று அல்லவா? நாம் ஏன் இப்படி மன வேதனைப்பட வேண்டும்?'

'அவர் வேதனைப்படமாட்டார். அவரால் எதையும் புரிந்து கொள்ள முடியாது. எதையும் உணர்ந்து கொள்ள முடியாது. உணர்ச்சியுள்ள ஒரு மனிதன், குற்றம் செய்த தன் மனைவியுடன் ஒரே வீட்டில் வசிக்க முடியுமா? அவளுடன் பேச முடியுமா? அவளுடைய கிருத்துவப் பெயரைச் சொல்லி அழைக்க முடியுமா? அவள் தன் கணவனைப் போலவே குரலை மாற்றிப் பேசிக் காண்பித்தாள்: 'அன்னா! என் அன்பே! என் பிரியமானவளே!'

'அவர் மனிதர் அல்ல. மனிதப் பிறவியல்ல. அவர் ஒரு... பொம்மை. அது எனக்கு மட்டுமே தெரியும். மற்றவர்களுக்குத் தெரியாது. நான் அவருடைய இடத்தில் இருந்திருந்தால் என்னைப் போன்ற ஒரு மனைவியைக் குத்திக் கிழித்துக் கொன்று போட்டிருப்பேன். அன்பே! எனக்குப் பிரியமானவளே! என்று அவளிடம் பேசிக் கொண்டிருக்க மாட்டேன். அவர் மனிதர் அல்ல. அவர் ஒரு அலுவலக இயந்திரம். அவர் நமக்குத் தேவையற்றவர். இப்போது நான் உங்கள் மனைவி என்பதை அவரால் புரிந்துகொள்ள முடியவில்லை. அவர் யாரோ ஒரு அந்நிய மனிதர். அவரைப் பற்றி நாம் பேச வேண்டாம்'.

'போதும். போதும். நாம் இனி அவரைப் பற்றிப் பேச வேண்டாம். உன்னைப் பற்றிச் சொல். நீ என்ன செய்து கொண்டிருக்கிறாய்? உன் உடல் நலத்தைப் பற்றிச் சொல்... டாக்டர் என்ன சொல்கிறார்?' என்று விரான்ஸ்கி அவளை சமாதானப்படுத்தினான்.

அன்னா, விரான்ஸ்கியைக் குதூகலத்துடன் பார்த்தாள். தன் கணவருடைய ஆளுமையில் உள்ள சில விநோதங்கள் அவளுடைய நினைவுக்கு அப்போது வந்திருக்க வேண்டும். அவற்றைச் சொல்ல ஒரு சந்தர்ப்பத்தை அவள் எதிர்பார்த்தாள்.

'நான் நினைக்கிறேன். உனக்கு இப்போது இருப்பது ஒரு நோயல்ல. இது போன்ற எண்ணங்களின் போராட்டங்களினால் ஏற்பட்டு விட்ட ஒரு மனப்பாதிப்பு என்று தான் நான் நினைக்கிறேன். எப்போதிருந்து இப்படி உணருகின்றாய்?' என்றான் விரான்ஸ்கி.

திடீரென்று அவளது கண்களில் இருந்த அந்தக் கேலியான சிரிப்பு மறைந்தது. அவளுடைய முகத்தில் ஒரு மெல்லிய சோகம் பரவியது. உங்களிடம் அதை நான் எப்படிச் சொல்வேன் என்று அவள் தவிப்பது போல் தோன்றியது.

'நமது இந்த நிலை, முழுவதும் சித்ரவதை தருவதாக உள்ளது. இந்தச் சித்ரவதைகளுக்கு விரைவில் ஒரு முடிவு கட்ட வேண்டும் என்று நீங்கள் சொன்னீர்கள். இப்போது, இந்த சூழ்நிலையில் நான் எவ்வளவு பாதிக்கப் பட்டுப் போயிருப்பேன் என்பதை உங்களால் புரிந்துகொள்ள முடியும். நான் உங்களைத் தடை ஏதுமின்றிச் சுதந்திரமாகவும், துணிச்சலாகவும் காதலிக்க விரும்புகின்றேன். அதற்காக என்ன விலை கொடுக்கவும் நான் தயாராக இருக்கிறேன். நான் உங்களை வேதனைப்படுத்த விரும்பவில்லை. என்னுடைய பொறாமையினால் உங்களைத் துன்புறுத்த விரும்பவில்லை. ஆனால் அது விரைவில் நடக்கும். ஆனால் நீங்கள் நினைக்கிறபடி அது நடக்காது' என்று சொல்லி விட்டு அவள் அழுதாள்.

மோதிரங்கள் மின்னிக் கொண்டிருந்த தன் கைவிரல்களை அவனுடைய சட்டையின் கை நுனியில் வைத்தாள்.

'நான் நினைப்பது போல அது நடக்காது. உங்களிடம் அதைச் சொல்ல நான் விரும்பவில்லை. ஆனால் அதைச் சொல்லும்படியாக நீங்கள் என்னைத் தூண்டுகிறீர்கள். சீக்கிரத்தில், கூடிய சீக்கிரத்தில் நமது சிக்கல்கள் எல்லாம் தீர்ந்து போய் விடும். அதன் பின் நாம் ஓய்வெடுத்துக் கொள்ளலாம். அதன் பின் நாம் ஒருவரை ஒருவர் சித்ரவதைக்குள்ளாக்கிக் கொள்வதென்பதே நடக்காது. நடக்கவே நடக்காது.'

'என்னால் புரிந்து கொள்ள முடியவில்லை' என்றான் விரான்ஸ்கி. ஆனால், அதை, அவளுடைய நிலையை அவனால் புரிந்து கொள்ள முடிந்தது.

'எப்போது என்று கேட்டீர்கள் அல்லவா? விரைவில். வெகு சீக்கிரத்தில் அது நடக்கும். அப்போது நான் உயிரோடு இருக்க மாட்டேன். வேண்டாம் - குறுக்கே பேசாதீர்கள்' என்று அவள் வேகமாகச் சொன்னாள்: 'நான் சாகப் போகிறேன். நான் சாகப் போவது குறித்து மிகுந்த மகிழ்ச்சி அடைகின்றேன். அதன் மூலம் எனக்கு விடுதலை கிடைக்கும். உங்களையும் இது போன்ற துன்பங்களிலிருந்து விடுதலை செய்வேன்'.

அன்னாவின் கண்களிலிருந்து கண்ணீர் வழிந்தோடியது. விரான்ஸ்கி யினால் தன்னுடைய உணர்வுகளைக் கட்டுப்படுத்த முடியவில்லை. அவள் கையை எடுத்து அதில் முத்தமிட்டான்.

'இது தான் சரி. இது தான் நல்லது. நமக்கு எஞ்சியிருப்பது இது மட்டும் தான்'

விரான்ஸ்கி உணர்ச்சிகளைக் கட்டுப்படுத்திக் கொண்டு தலையை உயர்த்தினான்.

'முட்டாள்தனமாகப் பேசாதே' என்றான் விரான்ஸ்கி.

'இல்லை. இது பொய்யில்லை. உண்மை'.

'எது உண்மை?'

'நான் சாகப் போகிறேன். நான் ஒரு கனவு கண்டேன்'

'கனவா?' விரான்ஸ்கி உடனே தன்னுடைய கனவில் வந்த அந்த விவசாயியை நினைத்துக் கொண்டான்.

'ஆம். அது பழைய கனவு. ரொம்ப நாளைக்கு முன் கண்ட கனவு அது. நான் என்னுடைய படுக்கை அறைக்குள் ஓடினேன். எதையோ எடுத்து வருவதற்காகவோ அல்லது எதையோ தேடுவதற்காகவோ அங்கே நான் சென்றேன். படுக்கை அறையின் மூலையில் ஒரு உருவம் நின்று கொண்டிருந்தது.'

'உளறல், முட்டாள் தனமான விஷயங்களை என்னால் நம்ப முடியாது'

அன்னா தொடர்ந்து பேசினாள். அவள் ஏதோ ஒரு முக்கியமான விஷயத்தைச் சொல்லத் துடித்தாள்.

'அந்த உருவம் என்னை நோக்கித் திரும்பியது. அந்த உருவம்... ஒரு விவசாயி ஒழுங்கில்லாத தாடியுடன் மிகப் பயங்கரமாக இருந்தது. அந்த விவசாயியின் தோற்றம். நான் ஓடிப் போக விரும்பினேன். அந்த விவசாயி குனிந்து ஒரு மூட்டையைப் பிரித்துக் கொண்டிருந்தான்'.

அந்த விவசாயி மூட்டையைப் பிரிப்பது போல அவள் செய்து காட்டினாள். அவள் முகத்தில் பயங்கரமான அச்சம் பரவியிருந்தது. விரான்ஸ்கி தன்னுடைய கனவை நினைத்துக் கொண்டான். அவனுடைய ஆன்மாவிலும் அதே அச்சம் பரவிப் படர்ந்தது.

அந்த விவசாயி மூட்டையைப் பிரித்தபடி பிரெஞ்சு மொழியில், 'இரும்பை அடி, உதை, வளை!...' என்று உரக்கச் சொல்லுகிறார். எனக்குப் பயமாக இருக்கிறது. என்னால் விழித்துப் பார்க்க முடியவில்லை. ஆனால் எழுந்தேன். கனவில் தான்... என்னை நானே இதற்கு என்ன அர்த்தம் என்று கேட்டுக் கொள்கிறேன். நீ குழந்தைப் படுக்கையில், அதாவது பிரசவத்தின் போது செத்து விடுவாய், செத்து விடுவாய் என்று கோர்னி என்னிடம் கூறுகிறான். பிறகு நான் விழித்துக் கொண்டேன்' என்றாள் அன்னா.

'உளறல்! பேத்தல்!' என்றான் விரான்ஸ்கி. அவனுடைய குரலும் கூட மிகவும் பலவீனமாக இருந்தது.

'நல்லது. நாம் இனி அதைப்பற்றிப் பேச வேண்டாம். அந்த அழைப்பு மணியை அடியுங்கள். தேநீர் கொண்டு வரச் சொல்லுகிறேன். கொஞ்சம் பொறுங்கள்...'

அன்னா திடீரென்று பேச்சை நிறுத்தினாள். அவளது முக பாவங்கள் மாறின. அவளது அச்சமும், கவலையும் மறைந்து போயின. அமைதியும், கனிவும், மகிழ்ச்சியும் அவளது முகத்தில் மலர்ந்தன. அந்த மாற்றத்திற்கான காரணம் விரான்ஸ்கிக்குப் புரியவில்லை.

அவள் தனக்குள் தன் அடிவயிற்றில் ஒரு புதிய ஜீவன் வேகமாகத் துள்ளித் துடிப்பதை உணர்ந்து கொண்டாள்.

அத்தியாயம் 4

தன் வீட்டின் வெளி வாயிலில் விரான்ஸ்கியைச் சந்தித்த பிறகு கரீனின் ஏற்கனவே திட்டமிட்டிருந்தபடி நாடக அரங்குக்கு இத்தாலிய இசை நாடகம் ஒன்றைப் பார்ப்பதற்காகச் சென்றார். அங்கு வருகை தந்திருந்த அனைத்து முக்கியமான பிரமுகர்களையும் சந்தித்துப் பேசினார். நாடகத்தின் முதல் இரண்டு அங்கங்களைப் பார்த்த பின்பு வீட்டுக்குத் திரும்பி வந்தார். வீட்டில் மேல் கோட்டுக்களைக் கழற்றி வைக்கும் ஸ்டாண்டை நோக்கினார். அதில் இராணுவ மேல் கோட்டு எதுவும் தொங்கவில்லை என்பதைக் கவனித்தபிறகு தன்னுடைய படிப்பறைக்குள் சென்றார். அன்று வழக்கத்திற்கு மாறாக அறைக்குள் முன்னும் பின்னுமாக நடந்தார். காலை மூன்று மணி வரை நடந்து கொண்டிருந்தார்.

தன் மனைவியின் மேல் அவர் கடும் கோபத்தில் இருந்தார். தன்னுடைய கௌரவத்தையும், கண்ணியத்தையும் காப்பாற்றுவதற்காக அவர் அவளிடத்தில் ஒரே ஒரு நிபந்தனை மட்டுமே விதித்திருந்தார். இந்த வீட்டில் அவளது காதலனை அவள் சந்திக்கக் கூடாது என்ற அந்த நிபந்தனையை அவள் மீறிவிட்டாள். அந்த நிபந்தனையைப் புறக்கணித்து விட்டு விரான்ஸ்கியை வீட்டுக்கு வரவழைத்திருக்கிறாள். அதற்குத் தண்டனையாக அவளை விவாகரத்து செய்ய வேண்டும். அவளிடமிருந்து தனது மகனைப் பிரிக்க வேண்டும்.

ஆனால் அதில் பல சிக்கல்கள், சிரமங்கள் இருந்தன. அவர் அப்படித்தான் கூறி அவளை மிரட்டியிருந்தார். இப்பொழுது அதை நிறைவேற்ற வேணடும். விவாகரத்துப் பெற வேண்டும். அதுதான் நல்லதென்று சீமாட்டி லிடியா இவானோவ்னா கோடிட்டுக் காட்டியிருந்தாள். துன்பங்கள் தனியாக வருவதில்லை. அடிமை இனங்கள் விவகாரம்,

ஜராய்ஸ்க் மாகாணத்தில் நீர்ப்பாசனப் பிரச்சினை ஆகியவை அவருக்கு இலாக்காவில் தலைவலியாக இருந்தன.

அன்றிரவு முழுவதும் அவர் தூங்கவில்லை. அவருடைய கோபம் மேலும் மேலும் அதிகரித்தது. காலை நேரங்களில் மிகவும் உச்சத்தை, சிகரத்தை அடைந்தது.

அவர் அவசரம் அவசரமாக உடை அணிந்தார். தாமதம் செய்தால் தன்னுடைய கோபம் குறைந்து விடும் என்பதைப் போல. அன்னா விழித்து விட்டாள் என்று தெரிந்ததும் அவளுடைய அறைக்குள் நுழைந்தார்.

தன் கணவரை மிகவும் நன்றாக அறிந்திருப்பதாக நினைத்துக் கொண்டிருந்த அன்னா வேகமாகத் தனது அறைக்குள் நுழைந்த அவருடைய தோற்றத்தைப் பார்த்ததும் திடுக்கிட்டுப் போனாள். அவருடைய நடையில், குரலில் இதுவரை கண்டிராத உறுதி இருந்தது. அவர் அவளுடைய பிரத்யேகமான தனியறைக்குள் நுழைந்தார். வழக்கமாக அறைக்குள் நுழையும் பொழுதே 'குட்மார்னிங்' என்று கூறும் அவர் ஒன்றுமே கூறாமல், அவளை ஏறெடுத்தும் பாராமல் சென்றார். அவளது எழுதும் மேசைக்குச் சென்று நாற்காலியில் உட்கார்ந்தபடி, மேசையின் மேல் இருந்த சாவிக் கொத்தை எடுத்து மேசையின் இழுப்பறையை வெளியில் இழுத்தார்.

'உங்களுக்கு என்ன வேண்டும்?' என்று மிக வியப்போடு வந்து கேட்டாள் அன்னா.

'உன் காதலன் எழுதிய கடிதங்கள் வேண்டும்'

'கடிதங்கள் அங்கே இல்லை' என்று கூறிவிட்டு இழுப்பறையை உள்ளே தள்ளிப் பூட்ட முயன்றாள். ஆனால் அவர் தன் ஊகம் சரியானது என்று நிரூபிக்கப்பட்டு விட்டதைப் போல முரட்டுத்தனமாக அவளது கையை அகற்றி விட்டு உள்ளேயிருந்து, கடிதங்கள் வைக்கும் பெட்டி ஒன்றை வெளியில் எடுத்தார். முக்கியமான கடிதங்களை அன்னா அந்தப் பெட்டியில் பத்திரமாக வைத்திருப்பது அவருக்குத் தெரியும்.

அன்னா மறுபடியும் கையை நீட்டி அதை அவரிடமிருந்து பிடுங்க முயற்சி செய்தாள். ஆனால் அவர் அவளது கையை வலுவுடன் பற்றிப் பிடித்து உதறித் தள்ளினார். அவள் வியப்புடனும் வெட்கத்துடனும் அவரைப் பார்த்தாள்.

அவர் கடிதங்கள் அடங்கிய அந்தப் பெட்டியைத் தன் கரங்களுக்குள் வைத்து அமுக்கிக் கொண்டு 'உட்கார், உன்னிடம் சிறிது பேச வேண்டும்' என்றார்.

'உன் காதலன் இங்கு வரக்கூடாது என்று நான் முன்பே உன்னிடம் கூறினேன்'

'அவர் வந்தது...' என்று அவள் சொல்லத் துவங்கிய போது கரீனின் குறுக்கிட்டார்.

'ஒரு பெண் தன்னுடைய காதலனை வரச் சொல்லுகின்ற காரணம் எனக்கு முக்கியமல்ல'.

அவருடைய அநாகரிகமான, முரட்டுத்தனமான அந்த நடவடிக்கைகள் அன்னாவுக்கு துணிவைக் கொடுத்தது.

'நீங்கள் என்னை மிகச் சுலபமாக அவமதிக்கிறீர்கள்' என்றாள் அன்னா.

'ஒரு கௌரவமான ஆணை அல்லது கௌரவமான பெண்ணை அவமதிக்கலாம். ஆனால் ஒரு திருடனை திருடன் என்று தானே சொல்ல முடியும். அது தானே உண்மை...'

'இதற்கு முன்பு இப்படி இரக்கமின்றி நீங்கள் பேசியதில்லை'

'ஒரு கணவர் தன் மனைவிக்கு முழு சுதந்திரம் கொடுத்திருக்கிறார். கணவனின் கண்ணியத்தை, மரியாதையை, கௌரவத்தைக் காத்துக் கொள்ள வேண்டும் என்பது மட்டும் தான் நிபந்தனை. அது இரக்கமில்லாத நடத்தையா?'

'நீங்கள் இப்போது நடந்து கொள்வது அதைக் காட்டிலும் மோசமானது. அற்பத்தனம் என்று தான் சொல்ல வேண்டும்' அன்னா மிகவும் கோபமாகப் பேசி விட்டு அறையிலிருந்து வெளியே போக எண்ணி எழுந்தாள்.

'உட்கார்' என்று கீச்சுக் குரலில் உரக்கக் கத்தினார். அவர் அவளுடைய மணிக்கட்டை மிக அழுத்தமாகப் பற்றிய பொழுது அவள் அணிந்திருந்த வளையல் அவள் கையில் செந்நிறக் குறிகளை ஏற்படுத்தியது. அவர் அவளை கட்டாயப்படுத்தி உட்காரச் செய்தார்.

'எது அற்பத்தனம்? கணவனையும், மகனையும் கைவிட்டு விட்டு, கணவருடைய உப்பைத் தின்றுகொண்டு காதலனுடன் உல்லாசமாக இருப்பது அற்பத்தனம் இல்லையா?'

அவள் தலை கவிழ்ந்தாள். முந்திய நாள் இரவு அவள் தன்னுடைய காதலனைச் சந்தித்த போது அவனிடம் அவள் சொன்னது அவளது நினைவுக்கு வந்தது. விரான்ஸ்கி தான் அவளுடைய உண்மையான கணவன். கரீனின் உபரி தான், அதிகப்படியாக உள்ள ஆள் தான் என்று அவள் சொன்னாள். அதை இப்போது அவள் சொல்லவில்லை. அந்த விஷயமே அவள் சிந்தனையில் இல்லை. கரீனின் சொல்வது நியாயம் என்பதை

அவள் உணர்ந்தாள். கரீனினுடைய காட்டமான வார்த்தைகள் அவள் இதயத்தைக் குத்தி கிழித்தன.

'எனது மோசமான நிலை என்ன என்பதை நான் நன்றாக அறிவேன். அதை விட கேவலமாக நீங்கள் வர்ணித்து விட முடியாது. ஆனால் இதையெல்லாம் நீங்கள் எதற்காகச் சொல்கிறீர்கள்?' என்று கரீனிடம் கேட்டாள் அன்னா.

'இதையெல்லாம் உன்னிடம் நான் விவரிப்பதற்கு காரணம் உண்டு. என்னுடைய கண்ணியத்தையும் குடும்ப கௌரவத்தையும் காக்க வேண்டும் என்பதற்காக நீ ஒழுங்கு முறையைக் கடைப்பிடிக்க வேண்டும் என்று நான் வற்புறுத்தினேன். நீ அதை மீறி விட்டபடியால், இந்த நிலைமைக்கு முடிவு கட்ட, அதற்கு தேவையான நடவடிக்கைகளை நான் மேற்கொள்ளப் போகிறேன்.'

'சீக்கிரத்தில், வெகு சீக்கிரத்தில் இதற்கு ஒரு முடிவு தானாகவே ஏற்படப் போகிறது' என்று முணுமுணுத்தாள் அன்னா. சாவு தன்னை மிக நெருங்கி விட்டது என்ற அவளது நினைப்பினால் அவள் அந்த சாவை விரும்பி வரவேற்று தன் நிலையை நினைத்து வருந்தி அழுதாள்.

'நீயும், உன் காதலனும் நினைப்பதை விட சீக்கிரத்தில் எல்லாம் முடியப் போகிறது. நீ உன் மிருக இச்சைகளைத் தீர்த்துக் கொள்ள விரும்புகிறாய்...'

'அலெக்ஸிஸ் அலெக்ஸாண்ட்ரோவிச்! இது பெருந்தன்மையான செயல் அல்ல. ஒரு சிறந்த கனவான் செய்யும் செயலுமல்ல. குற்றுயிராய் மண்ணில் வீழ்ந்து கிடக்கும் ஒருவனை அடிப்பது, செத்த பாம்பை அடிப்பது போல மிகக் கேவலமான செயல்...'

'அதெல்லாம் ரொம்ப சரிதான். நீ உன்னைப் பற்றியே நினைத்துப் பேசிக் கொண்டிருக்கிறாய். உன் கணவனாக இருந்த அந்த மனிதனின் துயரங்களைப் பற்றி உனக்கு அக்கறை இல்லை. அவனது வாழ்வு முழுமையாக நாசமாக்கப்பட்டு விட்டது குறித்து உனக்குக் கவலை கிடையாது. அவன் எவ்வளவு மன வேதனைகளை அனுபவித்திருப்பான் என்பதைப் பற்றியும் உனக்குக் கவலை இல்லை' என்றார் கரீனின். உணர்ச்சியின் மிகுதியால் அவரால் பேச முடியவில்லை. வார்த்தைகளை தொடர்ச்சியாக உச்சரிக்க முடியவில்லை.

அவருடைய பேச்சு அவளுக்கு முதலில் வேடிக்கையாகத்தான் பட்டது. ஆனால் ஒரு கணத்திலேயே அவள் தனது அந்த எண்ணத்தை மாற்றிக் கொண்டாள். அந்த சூழ்நிலை வேடிக்கையாகப் பேசக்கூடிய சூழ்நிலை தானா? என்று நினைத்ததும் அவள் திடுக்கிட்டாள். முதல் முதலாகத் தன் கணவனின் நிலை குறித்து எண்ணி வருந்தினாள். ஆனால் அதற்காக

அவள் என்ன செய்ய முடியும்? அவள் அமைதியாகத் தலை குனிந்தாள். அவரும் கூட ஒரு நிமிடம் மிக அமைதியாக இருந்தார். பின்பு மீண்டும் சற்றுத் தாழ்வான கீச்சுக் குரலில் பேசத் தொடங்கினார்: 'நான் உன்னிடம் என்ன சொல்ல வந்தேன் என்றால்...'

அவள் அவரைத் தலை நிமிர்ந்துப் பார்த்தாள். சற்று முன்பு அவர் பேச முடியாமல் திணறியது அவளது கற்பனையாக இருக்குமோ என்று அவள் நினைத்தாள். அந்த மங்கிய கண்களும், எப்பொழுதும் தன்னுடைய சுய திருப்தியான தன்மையைப் பறை சாற்றுகின்ற அந்த இயந்திரத் தன்மையான சிரிப்பும்... இவரால் மனித உணர்வுகளை உணர்ந்து கொள்ள முடியுமா? என்று அவள் நினைத்தாள். 'நான் எதையும் மாற்றிக் கொள்ளப் போவதில்லை' என்றாள் அன்னா.

'நான் நாளைக்கு மாஸ்கோ புறப்படுகிறேன். மறுபடியும் இந்த வீட்டுக்கு நான் வரமாட்டேன். விவாகரத்து செய்வதற்கு தேவையான ஏற்பாடுகளைச் செய்யப் போகிறேன். என்னுடைய வழக்கறிஞரிடமிருந்து உனக்கு அதற்கான கடிதம் வரும். இனிமேல் என் மகன் என்னுடைய சகோதரியிடம் இருப்பான். அவளே அவனை வளர்ப்பாள்.'

'என்னைப் புண்படுத்துவதற்காக நீங்கள் செரேஷாவை உங்களிடம் கொண்டு செல்லப் பார்க்கிறீர்கள். அவனைப் பற்றி உங்களுக்குக் கவலை கிடையாது. அவனை என்னிடம் விட்டு விடுங்கள்'.

'உன்னிடம் எனக்கு ஏற்பட்ட வெறுப்பினால் என் மகனிடம் கூட எனக்கு அன்பில்லாமல் போய் விட்டது. இருந்தாலும் அவனை அன்போடு நான் அழைத்துக் கொண்டுதான் போகப் போகிறேன். சென்று வருகிறேன்' என்று புறப்பட்டார் கரீனின்.

அவர் புறப்பட்டவுடன் குறுக்கே ஓடி வந்து அவரை மறித்து நின்றாள் அன்னா. அவரது கைகளைப் பற்றிக் கொண்டாள்.

'அலெக்ஸிஸ் அலெக்ஸாண்ட்ரோவிச்! செரேஷாவை என்னிடம் விட்டுவிடுங்கள்' அவள் விம்மி அழுதாள். 'தயவு செய்து அவனை என்னிடம் விட்டு விடுங்கள். அவ்வளவுதான் நான் உங்களிடம் வேண்டுவது எல்லாம். கூடிய விரைவில்... நான் பிரசவிப்பேன்... அது வரை அவன் என்னிடம் இருக்கட்டும்'

கரீனினுடைய முகம் சிவந்து போனது. அன்னாவின் கரங்களை உதறிக்கொண்டு அறையிலிருந்து வெளியேறினார் கரீனின்.

அத்தியாயம் 5

பீட்டர்ஸ்பர்க்கில் அந்த பிரபலமான வழக்கறிஞருடைய வரவேற்பு அறைக்குள் கரீனின் நுழைந்த பொழுது வரவேற்பு அறை முழுவதும் ஆட்கள் நிறைந்து இருந்தனர். மூன்று பெண்கள் இருந்தனர். வயது முதிர்ந்த பெண் ஒருத்தி. ஒரு இளம்பெண் மற்றொருத்தி. ஒரு வியாபாரியின் மனைவி. தவிர மூன்று ஆண்களும் இருந்தார்கள். வங்கி முதலாளி ஒருவர் இருந்தார். அவரது கை விரல்களில் மோதிரங்கள் மின்னின. மற்றொருவர் தாடி வளர்ந்திருந்த வியாபாரி. மூன்றாவதாக ஒரு அரசு அதிகாரி தன் அலுவலக சீருடையில் அங்கு உட்கார்ந்திருந்தார். இரண்டு எழுத்தர்கள் தங்களது மேசையின் முன்பு உட்கார்ந்து ஏதோ எழுதிக் கொண்டிருந்தனர். அவர்கள் எழுதும் போது பேனா நிப்பின் 'கரகர' ஓசை ஒலித்துக் கொண்டிருந்தது.

ஒரு எழுத்தர் நாற்காலியில் இருந்து எழுந்திருக்காமல் உட்கார்ந்தபடியே கரீனினைப் பார்த்து அலட்சியமாக 'என்ன வேண்டும்?' என்று கேட்டார்.

'முக்கியமான விஷயமாக நான் வழக்கறிஞரைச் சந்திக்க வேண்டும்'

'சாத்தியமில்லை' என்று பதிலளித்த எழுத்தர் தன்னுடைய பேனாவினால் அங்கிருப்பவர்களைச் சுட்டிக் காட்டினார்.

'என்னைப் பார்க்க நேரம் தரமாட்டாரா?'

'அவர் எப்பொழுதும் வேலையில் மூழ்கி இருக்கிறார். நீங்கள் காத்திருக்க வேண்டும்'.

'அப்படியானால் இந்த அட்டையை அவரிடம் கொடுங்கள்' என்று கரீனின் கனத்த குரலில் அவனிடம் சொன்னார். சொந்த வழக்கு விஷயமாக நான் வந்திருப்பதை இவனிடம் கூட நான் தெரிவிக்க வேண்டியிருக்கிறது என்று கரீனின் நினைத்தார்.

எழுத்தர் கரீனினிடம் இருந்து அட்டையை வாங்கிக் கொண்டு உள்ளே சென்றார்.

கரீனின் தத்துவ ரீதியில் பகிரங்க விசாரணைகளை வரவேற்றார். ஆனால் ரஷ்யாவில் அதைக் கடைப்பிடித்ததில் சில அம்சங்கள் அவருக்கு அதிருப்தியாக இருந்தன. அதற்கு மிகவும் முக்கியமான காரணங்கள் இருந்தன. சக்கரவர்த்தி ஏற்படுத்தியிருந்த புதிய சட்ட நீதி அமைப்பில் வழக்கறிஞர்களுக்கு அதிகமான முக்கியத்துவம் தரப்பட்டிருப்பதை அவர் அங்கீகரிக்கவில்லை. அது வரை அவர் எந்த வழக்கறிஞரிடமும் போனதில்லை. எனவே அவருடைய அதிருப்தி தத்துவ ரீதியில் மட்டுமே இருந்தது. இப்பொழுது ஒரு வழக்கறிஞரின் அலுவலகத்துக்கு வந்த பிறகு வழக்கறிஞர்கள் மீது அவருக்கு அதிகமான வெறுப்பு ஏற்பட்டது.

'அவர் ஒரு நொடியில் வருவதாகச் சொன்னார்' என்று எழுத்தர் தெரிவித்தார். சிறிது நேரத்தில் வழக்கறிஞர் அங்கு வந்தார்.

வழக்கறிஞர் ஒரு குட்டையான மனிதராக இருந்தார். வழுக்கைத் தலை, கறுப்பு நிறத் தாடி, மேடான நெற்றி உடையவராக இருந்தார். வெள்ளை நிற 'டை' இரட்டைச் சங்கிலி கொண்ட கடிகாரம், பிரத்யேகமாகத் தயாரிக்கப்பட்ட தோல் பூட்சுகள் ஆகியவற்றை அணிந்து புது மாப்பிள்ளையைப் போலத் தோன்றினார். விவசாயிகளைப் போன்ற தோற்றமும் அறிவுக் களை பொருந்திய முகமும் இருந்தாலும் அவரது உடை உல்லாச புருஷரைப் போல இருந்தது.

'உள்ளே வாருங்கள்!' என்று மிகவும் பணிந்து வணங்கி கரீனினை தனது தனியறைக்கு அழைத்துக் கொண்டு போனார் வழக்கறிஞர். ஒரு நாற்காலியைக் காட்டி உட்காருமாறு கூறினார். தனது நாற்காலியில் உட்கார்ந்தவுடன் ஒரு வண்டு அறைக்குள் வந்தது. அவர் அதிகமான சுறுசுறுப்புடன் அந்த வண்டைக் கையால் பிடித்து சன்னல் வழியாக வீசினார். கரீனின் அவரது செயலை ஆச்சரியமாகப் பார்த்துக் கொண்டிருந்தார்.

'நான் உங்களுடன் முற்றிலும் அந்தரங்கமாகப் பேச விரும்புகின்றேன்' என்றார் கரீனின்.

வழக்கறிஞரின் வளைவான மீசையில் லேசான புன்னகை தோன்றியது.

'கட்சிக்காரர்களுடைய ரகசியங்களைக் காப்பாற்றுவது ஒரு வழக்கறிஞரின் கடமை'

'என்னைத் தெரியுமா?' என்று கரீனின் கேட்டார்.

'நன்றாகத் தெரியும். உங்களுடைய சிறப்பான செயல்பாடுகள் ஒவ்வொரு ரஷ்யனுக்கும் தெரியும்' என்றார் வழக்கறிஞர்.

கரீனின் பெருமூச்சு விட்டார். பிறகு மனதைத் திடப்படுத்திக் கொண்டு கீச்சுக் குரலில் தயக்கமில்லாமல் பேச ஆரம்பித்தார். அவ்வப்பொழுது சில சொற்களை வலியுறுத்தினார்.

'என் மனைவி எனக்குத் துரோகம் செய்து விட்டாள். அது என்னுடைய துரதிர்ஷ்டம். என் மனைவியை விவாகரத்து செய்ய விரும்புகின்றேன். விவாகரத்துக்குப் பின் என் மகன் தன் தாயுடன் வளரக் கூடாது. அதற்கேற்ற முறையில் தீர்ப்பு இருக்க வேண்டும்.'

வழக்கறிஞர் சிரிப்பை அடக்கிக் கொண்டாலும், அவருடைய கண்களில் குறும்பு வெளிப்பட்டது. தனக்கு நல்ல வருமானம் தரக்கூடிய ஒரு வழக்கு கிடைத்திருப்பதாக மகிழ்ச்சி அடைகின்றாரா அந்த வழக்கறிஞர் என்று மனதில் நினைத்தபடி வழக்கறிஞரைக் கூர்ந்து பார்த்தார் கரீனின்.

வெற்றி, மகிழ்ச்சி என்ற எண்ணங்களுக்கும் மேலாக தீங்கான எண்ணம் ஒன்று, ஒளி ஒன்று அந்த வழக்கறிஞரின் கண்களில் ஒளிர்வதாக கரீனின் உணர்ந்தார். இதே தீங்கான ஒளியை, தீங்கான நோக்கம் கொண்ட பார்வையை அவர் தன் மனைவி அன்னாவின் கண்களில் பல தடவைகளில் பார்த்திருக்கிறார். அதே ஒளி, தீங்கான எண்ணங்களின் ஒளி இதோ இப்போது இந்த வழக்கறிஞரின் கண்களிலும் கரீனின் பார்த்தார்.

'விவாகரத்துப் பெற என்னுடைய உதவிகள் உங்களுக்கு வேண்டுமா?' என்று கேட்டார் வழக்கறிஞர்.

'அதேதான். ஆனால் உங்கள் நேரத்தை நான் வீணாக்க விரும்ப வில்லை. விவாகரத்து வழக்கு குறித்த ஆரம்ப கால ஆலோசனைகளைப் பற்றிக் கலந்து ஆலோசிக்க நான் இப்போது வந்திருக்கின்றேன். அது எந்த முறையில் கிடைக்கிறதென்பது தான் எனக்கு முக்கியம். நான் விரும்பியபடி இந்த வழக்கில் தீர்ப்புக் கிடைக்காது என்றால் வழக்குத் தொடுக்கும் இந்த எண்ணத்தையே நான் கைவிட்டுவிடக் கூடும். இந்த விஷயத்தைப் பற்றிய சட்டங்கள் பொதுவாக எனக்குத் தெரியும் என்றாலும், அவை என்னென்ன முறையில் நடத்தப்படுகின்றன என்பதை நான் முதலில் தெரிந்து கொள்ள விரும்புகின்றேன்' என்றார் கரீனின்.

'உங்களுக்காக நான் காத்திருக்கிறேன். உங்களுக்காக எல்லாவற்றையும் சொல்லக் கடமைப்பட்டிருக்கிறேன்' என்றார் வழக்கறிஞர்.

அப்பொழுது மற்றொரு வண்டு வழக்கறிஞரின் மூக்குக்கு நேராகப் பறந்து வந்தது. அதைப் பிடிப்பதற்கு வழக்கறிஞரின் கைகள் துடித்தன. ஆனால் கரீனினுடைய அந்தஸ்தை நினைத்து அவர் பேசாமல் இருந்து விட்டார்.

'விவாகரத்தைப் பற்றிய நமது சட்டங்களின் பொதுவான வரையறை எனக்குத் தெரியுமென்றாலும் நடைமுறையில் அவை எந்த வடிவத்தைப் பெறுகின்றன என்பதை நான் தெரிந்து கொள்ள விரும்புகின்றேன்' என்றார் கரீனின்.

'அதாவது உங்கள் எண்ணத்தை பூர்த்தி செய்துகொள்ள என்னென்ன முறைகள் இப்போது உள்ளன என்பதைத் தெரிந்துகொள்ள விரும்புகிறீர்கள். சரிதானே?' என்றார் வழக்கறிஞர்.

'ஆமாம்' என்று தலையசைத்தார் கரீனின்.

கரீனின் பேசுகின்ற அந்த பாணியைப் பின்பற்றி வழக்கறிஞரும் பேசத் தொடங்கினார்.

'நமது சட்டங்களின் படி, ஏற்கனவே நடந்த சில வழக்குகளின் தீர்ப்புகளின்படி குறிப்பிட்ட சில காரணங்களுக்காக, விவாகரத்துக் கோரி வழக்குத் தொடரலாம்' என்று கூறி நிறுத்திய வழக்கறிஞர், கதவுக்கருகில் வந்து உள்ளே பார்த்த தனது உதவியாளரைப் பார்த்தார். 'சற்றுப் பொறுக்க வேண்டுகிறேன்' என்று கரீனினிடம் கூறி விட்டு, வெளியே சென்று தனது உதவியாளரிடம் பேசி விட்டுத் திரும்பினார். பின் வரும் காரணங்களுக்காக விவாகரத்துப் பெறலாம். கணவர் அல்லது மனைவியிடம் உடல் ரீதியான குறை இருந்தால், ஐந்து ஆண்டுகளுக்கு ஒருவருக்கொருவர் எத்தகைய தகவலும் இல்லாமல் பிரிந்து இருந்தால், இவை தவிர 'விபச்சார வழக்குகள்...' என்று கூறிய வழக்கறிஞர் தனது சிறிய முடிகள் அடர்ந்த விரல்களை வளைத்து நிமிர்த்தி சொடக்குப் போட்டுக் கொண்டார். 'விபச்சார வழக்குகள்' என்று குறிப்பிட்ட போது மிக சந்தோஷமாகத் தலையை ஆட்டியபடி கரீனினைப் பார்த்தார் வழக்கறிஞர். இந்த விபச்சார வழக்குகளில் தான் உங்களுடைய வழக்கு பதியப்படலாம் என்பது போல அவர் கரீனினிடம் குறிப்புணர்த்தினார். கரீனின் அவரது கருத்தை அங்கீகரிப்பது போலத் தலையை அசைத்தார்.

'விபச்சாரம் செய்த வழக்கு என்றால் அதில் பல பிரிவுகள் உள்ளன. மேலே கூறிய இரண்டு விஷயங்களில் உங்களுடைய வழக்கு வராது. உடல் ரீதியான குறைகள், ஐந்து வருடம் தகவல் இல்லாமல் இருத்தல் என்ற இந்தப் பிரிவில் தங்களுடைய வழக்கு வரவில்லையே...' என்றார் வழக்கறிஞர் கரீனினைப் பார்த்து.

'ஆமாம். வரவில்லை' என்றார் கரீனின்.

'அப்படியானால் அடுத்த விஷயம் கணவர் அல்லது மனைவி விபச்சாரம் செய்தால் அல்லது கள்ள உறவில் ஈடுபட்டுப் பிடிக்கப்படுதல்...' வழக்கறிஞர் ஒரு நொடி நேரம் கரீனினை ஏறிட்டுப் பார்த்து விட்டு பின் அமைதியாக இருந்தார். துப்பாக்கிகளை விற்பனை செய்பவர் பலவிதமான துப்பாக்கிகளைப் பற்றிக் கூறிவிட்டு, எது வேண்டும் என்பதை அதனை வாங்க வந்த நபர் முடிவு செய்யட்டும் என்று காத்திருப்பதைப் போல அமைதியாக இருந்தார் வழக்கறிஞர். ஆனால் கரீனின் ஒன்றுமே பேசாமல் அமைதியாக இருந்ததால் அவர் மறுபடியும் பேசத் தொடங்கினார்.

'அடுத்தது - இரு தரப்பின் ஒப்புதலுடன் நடைபெறுகின்ற கள்ளத் தனமான உறவு என்று - நான் எதைக் குறிப்பிடுகின்றேன் என்பது உங்களுக்குத் தெரியும் என்று நினைக்கிறேன்.'

கரீனின் குழப்பமடைந்திருந்தபடியால், வழக்கறிஞர் எதைக் குறிப்பிட்டார் என்று அவருக்குப் புரியவில்லை. அவருடைய முக

பாவத்திலிருந்து இதனைத் தெரிந்து கொண்ட வழக்கறிஞர் உடனே அதை விளக்கினார்.

'கணவரும், மனைவியும் இனிமேல் சேர்ந்து வாழ்க்கை நடத்த முடியாத நிலை ஏற்படுகிறது. இருவரும் பரஸ்பரம் ஒப்புக் கொண்டு விவாகரத்து செய்வது மிகவும் சுலபமான முறை. புரிகிறதா?'

கரீனினுக்கு நன்றாகவே புரிந்தது. ஆனால் மத நம்பிக்கையின் அடிப்படையில் அவர் இந்த முடிவை அங்கீகரிக்க முடியாது.

'என் விஷயத்தில் 'பரஸ்பர ஒப்புதல்' சாத்தியமில்லை. கள்ள உறவுக்கு ஆதாரமாக அந்த நபர் எழுதிய கடிதங்கள் என்னிடம் இருக்கின்றன.'

கரீனின் கடிதங்கள் என்றதும் வழக்கறிஞர் சட்டென்று உதட்டைக் கடித்தார். இகழ்ச்சியும், பரிதாபமும் கலந்த ஒரு ஒலியை வெளியிட்டார்.

'இப்படிப்பட்ட வழக்குகள் சமயவியல் துறைக்கு அனுப்பப்படுகின்றன. பாதிரியார்களிடம் நுணுக்கமான விபரங்களைக் கூடத் தெரிவிக்க வேண்டும்.' என்று கூறிய வழக்கறிஞர் ஒரு நமுட்டுத்தனமான சிரிப்பை சிரித்தார்.

'கடிதங்களை ஆதாரமாகக் காட்டலாம். ஆனால் சாட்சிகளின் நேரடியான சாட்சியமும் தேவைப்படும். வழக்கை என்னிடம் ஒப்படையுங்கள். எந்த வழி என்பதை நான் தேர்வு செய்து கொள்கிறேன்.'

கரீனினுடைய முகம் திடீரென்று வெளுத்துப்போனது. அப்போது வழக்கறிஞரின் உதவியாளர் கதவுக்கு அருகில் வந்து அறைக்குள் எட்டிப் பார்த்தார். வழக்கறிஞர் எழுந்து வெளியே சென்று அவருடன் பேசிவிட்டுத் திரும்பினார். 'நான் குறைந்த கட்டணத்துக்கு வழக்கு நடத்த முடியாது என்று அந்தப் பெண்ணிடம் சொல்' என்று தனது உதவியாளரை நோக்கி உரக்கச் சொல்லியபடி அவர் அறைக்குள் வந்தார்.

அவர் திரும்பி வந்ததும், அவர் பின்னேயே அங்கு பறந்து வந்த வண்டு ஒன்றைப் பிடித்து சன்னலின் வழியாக வீசினார்.

'கோடைக்காலம் வருவதற்குள் என்னுடைய சோபாக்கள் கெட்டுப் போய்விடும்' என்றார் வழக்கறிஞர். 'நான் சொல்ல விரும்புவது...' என்று வழக்கறிஞர் சொல்ல ஆரம்பித்தார்.

'என்னுடைய முடிவை நான் கடிதம் மூலம் தெரிவிக்கின்றேன்' என்று கூறியபடி எழுந்தார் கரீனின். எழுந்து நின்று கொண்டு வழக்கறிஞரிடம் சொன்னார்: 'உங்கள் பேச்சிலிருந்து நீதிமன்றத்தில் எனக்கு விவாகரத்து கிடைக்கும் என்று ஊகிக்கிறேன். வழக்கு நடத்த உங்களுக்கு உரிய கட்டணம் எவ்வளவு என்பதை எனக்கு எழுதுங்கள்.'

'நிச்சயமாக உங்களுக்குச் சாதகமாகவே முடியும். ஆனால் வழக்கை நான் என் விருப்பப்படி சுதந்திரமாக நடத்த நீங்கள் என்னை அனுமதிக்க வேண்டும். நான் நிச்சயம் தங்களுக்கு விவாகரத்து வாங்கித் தருவேன்' என்றார் வழக்கறிஞர். அவருடைய கண்களும், காலில் அணிந்திருந்த பூட்சுகளும் மின்னின.

வழக்கறிஞர் மிக மரியாதையுடன் கதவைத் திறக்க, கரீனின் அவரிடம் விடை பெற்றுக் கொண்டு வெளியேறினார். வழக்கறிஞர் மிக உற்சாகமான மனநிலையில் இருந்ததால் வழக்கிற்கான கட்டணம் குறித்துப் பேரம் பேசிய பெண்ணிற்கு கட்டணத்தில் சலுகை செய்தார். வண்டுகளைப் பிடிப்பதை நிறுத்தினார். சிகோனின் என்ற வழக்கறிஞர் தமது அலுவலகத்தில் சோபாக்களுக்கு வெல்வெட் துணியில் உறை தைத்துப் போட்டிருப்பது போல தனது அலுவலகத்திலும் சோபாக்களுக்கு உறை அணிவிக்க முடிவு செய்தார்.

அத்தியாயம் 6

ஆகஸ்ட் பதினேழாம் நாள் நடந்த கமிட்டிக் கூட்டத்தில் கரீனின் மிகச் சிறந்த வெற்றியைப் பெற்றார். ஆனால் அதன் விளைவாக அவருடைய அதிகாரம் குறைந்து விட்டது. அடிமை இனங்களின் வாழ்க்கை நிலைமையை எல்லாக் கோணங்களிலிருந்தும் ஆராய்வதற்கு அமைக்கப்பட்ட கமிட்டி தன் அறிக்கையைச் சமர்ப்பித்து விட்டது. அரசாங்க இலாக்காக்களின் புள்ளி விவரங்கள், கவர்னர்கள் மற்றும் பிஷப்புகளின் அறிக்கைகள், கிராம நிர்வாக அலுவலர்கள் மற்றும் பங்கு குருமார்களின் அறிக்கைகள் ஆகியவற்றைப் பயன்படுத்தி எல்லாப் பிரச்சினைகளுக்கும் தீர்வுகளைக் கண்டுபிடித்தார்கள். தீர்வுகள் கரீனினுடைய சிந்தனைகளுடன் பொருந்தியிருந்தன.

சென்ற கூட்டத்தில் தோல்வியடைந்த ஸ்ட்ரிமோவ் தந்திரமாக நடந்து கொண்டார். அவர் கரீனின் தரப்புக்கு மாறி விட்டார். தன்னுடன் இன்னும் சிலரையும் இந்தத் தரப்புக்கு அவர் கொண்டு வந்தார். அவர்கள் கரீனின் முன் மொழிந்த நடவடிக்கைகளைத் தீவிரமாக ஆதரித்ததுடன் நிற்கவில்லை. அதைக் காட்டிலும் தீவிரமான நடவடிக்கைகளை சிபாரிசு செய்தார்கள். அந்தக் கட்டத்தில் பத்திரிகைகள், அறிவார்ந்த பெண்கள், பொதுமக்கள் விழித்துக்கொண்டு தீவிரமான நடவடிக்கைகளை ஆட்சேபித்தார்கள். ஸ்ட்ரிமோவ் ஒதுங்கி விட்டதால், கரீனின் கடுமையாக விமர்சிக்கப்பட்டார். அறிக்கையை ஆதரித்தவர்கள் கூட அதன் பரிந்துரைகளை ஆதரிக்கவில்லை. எல்லோரும் அந்தப் பிரச்சினைகளில் அக்கறை உள்ளவர்கள் என்றாலும் அடிமை இனங்கள் நலிந்து விட்டனவா? அல்லது வளர்ச்சி அடைந்திருக் கின்றனவா என்று எவருக்கும் புரியவில்லை.

அன்னாவின் கள்ள உறவு மேற்குடியினருக்குத் தெரிந்திருந்ததால் கரீனின் ஆதரவில்லாமல் திண்டாடினார்கள். எனினும் அவர் முக்கியமான முடிவெடுத்தார். தொலைவிலுள்ள மாகாணங்களுக்குச் சென்று அடிமை இனங்களின் நிலையை ஆராய்ந்து விட்டு வருகிறேன் என்றார். கமிட்டியின் உறுப்பினர்கள் முதலில் ஆச்சரியமடைந்தாலும் அவருடைய ஆய்வுப் பயணத்துக்கு ஒப்புதல் அளித்தார்கள்.

ஆய்வுப் பயணத்தை ஆரம்பிப்பதற்கு முன்பு கரீனின் பன்னிரண்டு குதிரைகளைப் பயன்படுத்திக் கொள்வதற்கு தரப்பட்ட முன் பணத்தை அரசாங்கத்திடம் திரும்ப ஒப்படைத்தார். மேற்குடிப் பெண்கள் அதைப் பற்றி அதிகம் பேசினார்கள்.

நாட்டில் ரயில் பாதை போட்ட பிறகு குதிரை வண்டியில் போகத் தேவையில்லை. அதற்காகத் தரப்பட்ட முன் பணத்தை ஒப்படைத்த கரீனினைப் பாராட்ட வேண்டும் என்றாள் இளவரசி பெட்ஸி ட்வெர்ஸ்கயா. இளவரசி மியாக்கயா அதை ஒப்புக் கொள்ளவில்லை.

'உங்களிடம் லட்சக்கணக்கில் பணம் இருப்பதால் பேசுகிறீர்கள். என்னுடைய கணவர் கோடைக் காலத்தில் அரசாங்கத்திற்காக சுற்றுப் பயணம் செல்வதைப் பற்றி நான் மகிழ்ச்சி அடைகிறேன். அது அவருடைய உடலுக்கு நல்லது. கோடைக்காலம் முழுவதும் எனக்கு இலவசமாகக் கோச்சு வண்டியும், வண்டியோட்டியும் கிடைக்கிறார்.'

தொலைவிலுள்ள மாகாணங்களுக்குப் போவதற்கு முன்பு கரீனின் மாஸ்கோவில் மூன்று நாட்கள் தங்கினார். மாஸ்கோவுக்கு வந்த மறுநாள் அவர் கவர்னர் ஜெனரலைப் பார்க்கச் சென்றார். கேஸட்னி தெருவில் அவர் போய்க் கொண்டிருக்கும் பொழுது யாரோ தன்னை உரத்தக் குரலில் கூப்பிடுவதைக் கேட்டார். நாகரிகமான தொப்பியும், மேல் கோட்டும் அணிந்து, ஆப்லான்ஸ்கி உற்சாகமாக நடைபாதையில் நின்று கொண்டிருந்தான். அவனுக்குப் பக்கத்தில் நின்று கொண்டிருந்த கோச்சு வண்டியில் ஒரு பெண்ணும் இரண்டு குழந்தைகளும் வெளியில் தலையை நீட்டி எட்டிப் பார்த்துக் கொண்டிருந்தார்கள். வண்டிக்குள் உட்கார்ந்திருந்த டாலி புன்சிரிப்புடன் கரீனினை நோக்கி கையை ஆட்டினாள்.

கரீனின் மாஸ்கோவில் யாரையும் சந்திப்பதற்கு விரும்பவில்லை. குறிப்பாகத் தன்னுடைய மைத்துனரைச் சந்திக்க விரும்பவில்லை. அவர் தொப்பியை உயர்த்தினார். வண்டி நிற்காமல் போய்க் கொண்டிருந்தது. ஆப்லான்ஸ்கி பனி மூடிக் கொண்டிருந்த அந்த சாலையில் ஓடி வந்தான்.

'எப்போது வந்தீர்கள்? ஏன் தொடர்பு கொள்ளவில்லை?' என்று மிகுந்த அன்புடன் அவரை விசாரித்தான் ஆப்லான்ஸ்கி.

'எனக்கு நேரமில்லை' என்று கரீனின் உற்சாகமின்றிப் பதிலளித்தார்.

'என் மனைவி உங்களைப் பார்க்க விரும்புகிறாள். அவளுடன் பேசுங்கள்' என்றான் ஆப்லான்ஸ்கி.

'அலெக்ஸி அலெக்ஸாண்ட்ரோவிச்! எங்களை மறந்து விட்டீர்களா?' என்று டாலி கேட்டாள்.

'நான் வேலையாக ஓய்வின்றி இருந்து விட்டேன். நீ எப்படி இருக்கிறாய்?' என்று அவளிடம் கேட்டார்.

'அன்னா எப்படி இருக்கிறாள்?'

கரீனின் ஏதோ சொல்லிவிட்டு புறப்படுவதற்கு தயாரானார். ஆனால் ஆப்லான்ஸ்கி அவரை நிறுத்தினான்.

'டாலி, நாளைக்கு கரீனினுக்கு நம் வீட்டில் விருந்தளிப்போம். கோஸ்னிஷேவ் மற்றும் பெஸ்த்ஸோவை அழைப்போம். மாஸ்கோ அறிவுஜீவிகளை அவர் சந்திக்கட்டும்' என்றான் ஆப்லான்ஸ்கி.

'ஆமாம். நீங்கள் அவசியம் எங்கள் வீட்டுக்கு வரவேண்டும். மாலை ஐந்து அல்லது ஆறு மணிக்கு உங்களை எதிர்பார்ப்போம். என் அருமை அன்னா எப்படி இருக்கிறாள்?' என்று டாலி கேட்டாள்.

'அன்னா நன்றாக இருக்கிறாள்' என்று முகத்தைச் சுளித்துக் கொண்டு கூறினார் கரீனின். அவர் வண்டியை நோக்கி நடந்தார்.

'நீங்கள் வருவீர்கள் அல்லவா?' என்று டாலி கேட்டாள்.

கரீனின் வண்டிக்குள் நுழைந்து அவர்கள் பார்க்க முடியாதபடி உட்புறத்தில் மிகவும் தள்ளி உட்கார்ந்தார்.

'வேடிக்கையான மனிதர்' என்று கூறியபடி நடை பாதையில் நடந்தான் ஆப்லான்ஸ்கி.

'கிரிஷாவுக்கும், தான்யாவுக்கும் கோட்டுகள் வாங்குவதற்குப் பணம் கொடுங்கள்' என்று டாலி ஆப்லான்ஸ்கியைக் கேட்டாள்.

'நான் வந்து கொடுப்பதாக கடைக்காரனிடம் சொல்' என்று கூறிவிட்டு ஆப்லான்ஸ்கி ஒரு சந்துக்குள் திரும்பிக் கொண்டிருந்தார்.

அத்தியாயம் 7

மறுநாள் ஞாயிற்றுக் கிழமை, ஆப்லான்ஸ்கி இம்பீரியில் அரங்கத்தில் 'பாலே' நடன ஒத்திகையைப் பார்ப்பதற்குச் சென்றான். 'மாஷா சிபிஷோவா' என்ற இளம் நடன அழகிக்கு அவனுடைய முயற்சியால்

ஒரு வாய்ப்புக் கிடைத்திருந்தது. அவளுக்குப் பவள மாலை பரிசளிப்பதாக அவன் சொல்லியிருந்தான். அந்தப் பரிசை கொடுத்ததுடன் இடைவேளையின் போது அந்த மத்தியான வேளையில் நடன அரங்கின் இருளில் அவன் கொடுத்த பரிசின் காரணமாக பிரகாசமாகி மின்னிய அந்த அழகு முகத்தில் அவன் முத்தமிட்டான். நடனத்தின் துவக்கத்தில் தன்னால் வரமுடியாது. ஆனால் கடைசிக் காட்சிகளுக்கு வந்து விடுவேன். இருவரும் இரவு உணவு சாப்பிடலாம் என்று அவளிடம் உறுதியளித்திருந்தான்.

பிறகு அவன் சந்தைக்குச் சென்று மீன்களையும், காளான்களையும் தானே பொறுக்கி எடுத்து வாங்கினான். மதிய நேரத்தில் அவன் 'துஷோ' ஹோட்டலுக்கு சென்றான். அவன் சந்திக்க விரும்பிய மூன்று நபர்கள் அந்த ஹோட்டலில் தங்கி இருந்தார்கள். வெளிநாட்டுக்குச் சென்று திரும்பியிருக்கும் லெவின், மாஸ்கோவில் சில இலாக்காக்களின் வேலையை ஆய்வு செய்வதற்கு வந்திருக்கும் முக்கியமான அதிகாரி, அவருடன் மைத்துனர் கரீனின் ஆகியோர் அந்த மூவர். அவர்களில் லெவினையும், கரீனினையும் விருந்துக்கு அழைத்துச் செல்ல விரும்பினான்.

ஆப்லான்ஸ்கி விருந்துகளை விரும்புபவன். விருந்துகள் கொடுப்பதிலும் அவனுக்கு அதிகமான விருப்பங்கள் உண்டு. அவன் ஏற்பாடு செய்யும் விருந்துகள் எல்லாம் அதிகமானவர்கள் பங்கெடுக்கும் விருந்தாக இருக்காது. உணவு, மது விருந்தினர்கள் ஆகியோரை அவன் மிகக் கவனமாகத் தேர்ந்தெடுப்பான்.

இன்றைய விருந்துக்கு கிட்டியையும், லெவினையும் அவன் சிறப்பாக அழைத்திருந்தான். தனிமையில் அவர்கள் சந்திக்க வேண்டாம் என்பதற்காகக் கிட்டியின் துணைக்கு மற்றொரு இளம் பெண்ணையும் இளம் ஷெர்பட்ஸ்கியையும், அழைத்திருந்தான். செர்க்கியஸ் இவானிச் கோஸ்னிஷேவும் அலெக்ஸி அலெக்ஸாண்ட்ரோவிச் கரீனினும் விருந்தினர்களில் முக்கியமானவர்கள். கோஸ்னிஷேவ் மாஸ்கோவைச் சேர்ந்தவர். தத்துவஞானி. கரீனின் பீட்டர்ஸ்பர்க்கில் வசிப்பவர். அரசு அதிகாரி. சரித்திர ஆராய்ச்சியாளரும், சிறந்த பேச்சாளரும், 'லிபரல்' கொள்கைகளைக் கடைப்பிடிப்பவருமான 'பெஸ்த்ஸோவ்' என்பவரையும் ஆப்லான்ஸ்கி அழைத்திருந்தான். ஐம்பது வயதுப் பையன்களின் அன்புக்குரிய தலைவர் இந்த பெஸ்த்ஸோவ் ஒரு பாடகரும் கூட. இவர்கள் மூவரையும் சில விவாதப் பொருள்களில் விவாதத்தில் இறக்கி விட்டு விட்டால் விருந்து களை கட்டி விடும் என்று ஆப்லான்ஸ்கி எதிர்பார்த்திருந்தான்.

ஆப்லான்ஸ்கி கிராமத்தில் விற்பனை செய்த காட்டுக்கு உரிய விலையில் இரண்டாவது தவணைப் பணம் வந்து விட்டது. அதில் ஒரு

பகுதி இன்னும் செலவழிக்கப்படாமல் அவனிடம் இருந்தது. இப்போதெல்லாம் டாலியும் கூட தன் கணவன் ஆப்லான்ஸ்கியுடன் மிகவும் அன்பாக நடந்து கொண்டாள். எனவே ஆப்லான்ஸ்கி அதிகமான உற்சாகத்துடன் இருந்தான். ஆனால் இரண்டு விஷயங்கள் அவனது மனத்தை நெருடிக் கொண்டிருந்தன. முதலாவது கரீனின் அவனிடம் எப்போதும் போல அன்புடன் நடந்து கொள்ளவில்லை. அவர் மாஸ்கோவுக்கு வந்திருப்பதை, வந்தவுடனேயே அவனுக்குத் தெரிவிக்கவில்லை என்பதாகும். அன்னா, மற்றும் விரான்ஸ்கியைப் பற்றிய சில வதந்திகளை அவனும் ஏற்கனவே கேள்விப்பட்டிருந்தான். ஒரு வேளை இதனால் கரீனின் மற்றும் அன்னாவின் உறவுகள் பாதிக்கப்பட்டிருக்குமோ என்று அவன் ஊகம் செய்து கொண்டிருந்தான்.

இரண்டாவதாக, மாஸ்கோவுக்கு ஆய்வுக்காக புதிதாக வந்திருக்கும் அந்த அரசு அதிகாரியைப் பற்றிய சிந்தனைகளும் அவனிடத்தில் மேலோங்கியிருந்தன. அவர் பொல்லாதவர், அலுவலகப் பணிகளில் மிகவும் கண்டிப்பானவர் என்று அவரைப் பற்றிப் பல கதைகள் ஏற்கனவே சொல்லப்பட்டிருக்கின்றன. அவர் காலை ஆறு மணிக்கு எழுந்து விடுவார். குதிரையைப் போல நாள் முழுவதும் உழைப்பார். தனக்குக் கீழே உள்ள அலுவலர்களும் அவரைப் போன்றே உழைக்கவேண்டும் என்று எதிர்பார்ப்பவர் அவர். அவர் கரடியைப் போல முரட்டுத்தனமான மனிதரும் கூட. அவருக்கு முன்பு அந்தப் பதவியிலிருந்த பெரிய அதிகாரி மற்றும் ஆப்லான்ஸ்கி போன்றோருக்கு எதிரிடையான கருத்துக்களைக் கொண்டவர் இவர் என்றெல்லாம் அவரைப் பற்றி கேள்விப்பட்டிருந்தான் ஆப்லான்ஸ்கி.

முந்திய நாள், அவரை ஆப்லான்ஸ்கி சந்தித்த பொழுது, அவனுடன் ஒரு நண்பரைப் போல அன்பாக நடந்து கொண்டார். ஆனால் ஆப்லான்ஸ்கி அப்பொழுது அதிகாரிக்கு உரிய சீருடையில் இருந்தான். இப்பொழுது அவன் சாதாரண உடையில் அவரைப் பார்க்க வந்திருக்கிறான். அவர் இதை விரும்புவாரா? என்று ஆப்லான்ஸ்கி கவலைப்பட்டான்.

'சூழ்நிலைகள் எப்போதும், எப்படி வேண்டுமானாலும் மாறக் கூடியவையே. ஏனென்றால், இவர்களெல்லாம் மிகச் சாதாரணமானவர்கள். ஆசைகளும், துவேஷங்களும் கொண்ட, சுயநலம் ஒன்றையே கருதி வாழ்பவர்கள். எல்லா மனிதர்களுமே நம்மைப் போன்ற பாவப்பட்ட பிறவிகள் தானே...' என்று தனக்குத் தானே நினைத்துக் கொண்டான் ஆப்லான்ஸ்கி.

ஹோட்டலில் நுழைந்தவுடன், தனக்கு தெரிந்த ஒரு ஊழியரை ஆப்லான்ஸ்கி சந்தித்தான்.

'வஸீலி! எப்படி இருக்கிறாய்? லெவின் எந்த அறையில் தங்கி இருக்கிறார்? ஏழாவது அறையா? சரி, என்னை அந்த அறைக்குக் கூட்டிச்செல்!' என்றான் ஆப்லான்ஸ்கி.

'நீ கிருதாவைப் பெரிதாக வளர்த்துக் கொண்டிருக்கிறாய்!' என்று வஸீலியுடன் நடந்து கொண்டே அவனைக் கேட்டான் ஆப்லான்ஸ்கி. அப்படியே 'கோமகன் அனீச்கின்' (புதிய அதிகாரி) என்ன செய்கிறார் என்று பார்த்துச் சொல்லி விடு. அவர் என்னை எதிர்பார்த்துக் கொண்டிருப்பார்'.

'அப்படியே ஆகட்டும்' என்று வஸீலி, ஆப்லான்ஸ்கியைப் பார்த்துச் சிரித்தான். 'உங்களை ரொம்பக் காலமாக இந்தப் பக்கம் பார்க்க முடிவதில்லையே?'

'ஆமாம். ஆனால் நேற்று இங்கு வந்தேன். ஆனால் இந்த வாயில் வழியாக வரவில்லை. வேறு வழியாக வந்தேன். எனவே உன்னைப் பார்க்க முடியவில்லை. இதுதானா ஏழாவது அறை?'

'ஆமாம்' என்று சொல்லி விட்டு வஸீலி போய்விட்டான்.

அறைக்குள் நுழைந்தான் ஆப்லான்ஸ்கி.

லெவின் அந்த அறையின் நடுவில் நின்று கொண்டிருந்தான். அவனுக்குப் பக்கத்தில் ஒரு விவசாயி புதிய கரடித் தோல் ஒன்றை ஒரு டேப்பினால் அளந்து கொண்டிருந்தார்.

'ஆ... அதைக் கொன்று விட்டீர்களா? பிரமாதம்! பெண் கரடியா அது? ஆர்க்கிப்! நீ எப்படி இருக்கிறாய்?' என்றான் ஆப்லான்ஸ்கி அந்த விவசாயியைப் பார்த்து. அந்த விவசாயியுடன் கை குலுக்கி விட்டு, கோட்டை கழற்றாமலேயே அங்கேயிருந்த சோபாவில் உட்கார்ந்தான் ஆப்லான்ஸ்கி.

'மேல்கோட்டைக் கழற்றி விட்டு, நன்றாக வசதியாக உட்காரு' என்று ஆப்லான்ஸ்கியைப் பார்த்துச் சொன்னான் லெவின்.

'இல்லை... இல்லை... எனக்கு நேரமில்லை... உன்னிடம் சொல்லிவிட்டு ஒரு விநாடியில் நான் புறப்பட வேண்டும்' என்று லெவினிடம் சொல்லியபடியே தன் மேல்கோட்டைக் கழற்றி மற்றொரு சோபாவை நோக்கி வீசினான் ஆப்லான்ஸ்கி. அதன் பின் அந்த அறையில் லெவினுடன் கிட்டத்தட்ட ஒரு மணி நேரம் பேசிக் கொண்டிருந்தான் ஆப்லான்ஸ்கி. கரடி வேட்டை பற்றியும் மற்றும் அவர்களது சொந்த விவகாரங்கள் பற்றியும் அவர்கள் பேசிக் கொண்டிருந்தனர்.

'சரி, இப்பொழுது சொல்லு... நீ எந்தெந்த நாடுகளுக்குச் சென்று விட்டு வந்தாய்? என்ன பார்த்தாய்?' என்று லெவினைக் கேட்டான் ஆப்லான்ஸ்கி.

'நான் ஜெர்மனி, பிரஷ்யா, பிரான்ஸ், இங்கிலாந்து ஆகிய நாடுகளுக்குச் சென்றிருந்தேன். அந்த நாடுகளின் தலைநகரங்களுக்கு நான் செல்லவில்லை. தொழிற்சாலை நகரங்களில் தங்கினேன். பல புதிய விஷயங்களைத் தெரிந்து கொண்டேன்.'

'நீ தொழிலாளர் பிரச்சினையில் அக்கறை கொண்டிருக்கிறாய் என்பதை நான் அறிவேன். தொழிலாளர் வர்க்கத்தின் பிரச்சினையைத் தீர்ப்பதற்கு உன்னுடைய திட்டத்தைப் பற்றி என்னிடம் முன்பு நீ பேசியிருக்கிறாய்' என்றான் ஆப்லான்ஸ்கி.

'ரஷ்யாவில் தொழிலாளி வர்க்கத்தின் பிரச்சினை என்பது இல்லை. தொழிலாளர்களுக்கும், நிலத்துக்கும் இடையிலான பிரச்சினைகள் இங்கு உண்டு. அங்கும் இதே பிரச்சினைகள் தான். ஆனால் கெட்டுப் போனவற்றைத் திருத்த வேண்டிய வேலை அங்கு இருக்கிறது. ஆனால் இங்கு...'

லெவின் பேசுவதை ஆப்லான்ஸ்கி மிகவும் கவனத்துடன் கேட்டுக் கொண்டிருந்தான்.

'ஆமாம். ஆமாம். நீ சொல்வது சரியாகத் தான் இருக்கும். நீ இப்படி உற்சாகமாக எல்லா செயல்களிலும் ஈடுபாட்டோடு இருப்பது குறித்து உண்மையிலேயே நான் மகிழ்ச்சி அடைகின்றேன். நீ கரடி வேட்டைக்குச் செல்வதும், உன்னுடைய விவசாய வேலைகளில் முழு மூச்சுடன் ஈடுபடுவதும் எனக்குச் சந்தோஷம் தருகின்றது. நீ மிக உற்சாகமாக திரும்பி வந்திருப்பது குறித்து எனக்கு மிகுந்த மகிழ்ச்சிதான். ஆனால் ஷெர்பட்ஸ்கி உன்னைச் சந்தித்தானாமே... அப்போது நீ பேசியதைக் கேட்டு அவனும் பயந்து விட்டதாகச் சொன்னான். மரணத்தைப் பற்றியெல்லாம் பேசினாயாமே...'

'ஆமாம்... அதனாலென்ன...? நான் இப்போதும் மரணத்தைப் பற்றிப் பேசுவதை, நினைப்பதை நிறுத்தவில்லை. என் வாழ்க்கை முடியப் போகிறது. ஆனால் என்னுடைய திட்டங்களை நான் மிகவும் மதிக்கின்றேன். நாம் வாழுகின்ற உலகம், பிரபஞ்சத்தில் ஒரு துகள் மட்டுமே. ஆனால் நாம் மாபெரும் செயல்களைப் பற்றிச் சிந்திக்கின்றோம். சாதனைகளைப் பற்றிப் பேசுகிறோம். முடிவில் எல்லாம்... மண்ணுக்குத் தான் சமானம்.'

'ஆனால் என் அன்பு நண்பா, நீ சொல்பவை எல்லாம் இதோ இந்த மலைகளைப் போல மிகவும் பழமை வாய்ந்த கருத்துக்கள்... நீ சொல்வதில் புதுமை ஒன்றும் இல்லையே...' என்றான் ஆப்லான்ஸ்கி.

'ஆமாம். பழமையானவைதான். ஆனால் இந்த உண்மையை நீங்கள் தெளிவாகப் புரிந்து கொண்டால் மற்றவை எல்லாம் அற்பமாகி விடுகின்றன. என்னுடைய கருத்துக்கள் கூட மிக முக்கியமானவை என்று

தான் கருதுகின்றேன். ஆனால் முடிவில் அவைகளும் கூட மிக அற்பமானவைகளாகத் தான் தோன்றுகின்றன. ஆகவே மரணத்தைப் பற்றி நினைக்காமல் இருப்பதாக நாம் வேட்டையாடுகின்றோம். கடும் உழைப்பில் ஈடுபடுகின்றோம்.

ஆப்லான்ஸ்கி லெவினுடைய வார்த்தைகளால் மிகவும் ஈர்க்கப்பட்டு, உன்னிப்பாக அவன் சொல்வதைக் கவனித்துக் கொண்டிருந்தான்.

'நல்லது. இப்போது நீ என் கருத்துக்கு வந்து விட்டாய். நான் வாழ்க்கையை சுகமாக அனுபவிப்பது குறித்து என்மேல் கோபம் கொள்வாயே... வாழ்க்கையில் மகிழ்ச்சியைத் தேடுவதை நீ கண்டித்துப் பேசியது உனக்கு நினைவிருக்கிறதா?'

லெவின் குழப்பமடைந்தான்.

'எனக்கு நினைவில்லை. எனக்குத் தெரிந்தது ஒன்றே ஒன்று தான். நாம் சீக்கிரத்தில் மரணமடையப் போகிறோம்.'

'சீக்கிரத்தில் என்று ஏன் சொல்லுகிறாய்?'

'மரணத்தைப் பற்றிப் பேசும் பொழுது வாழ்க்கையின் கவர்ச்சி குறைந்து விடுகிறது. ஆனால் அது மிகவும் அமைதியானது. சாந்தியைத் தருவது. மன அமைதியைத் தருவது.'

'சரியாகச் சொன்னால் வாழ்க்கை முற்றிலுமாக முடியப் போகும் போது தான் வாழ்க்கை பிரகாசமாக இருக்கிறது. அப்படித்தானே... சரி, எனக்கு நேரமாகிவிட்டது. நான் புறப்படுகின்றேன்' என்ற ஆப்லான்ஸ்கி சோபாவிலிருந்து எழுந்து மேல் கோட்டை எடுத்து அணிந்து கொண்டான்.

'கொஞ்சம் பொறு' என்று அவனை அங்கேயே இருக்க வைக்க முயன்றான் லெவின். 'இனி நாம் எப்போது சந்திப்பது. நான் நாளை இங்கிருந்துப் புறப்படப் போகின்றேன்'

'நல்ல வேளை... நான் இங்கு வந்த விஷயத்தை மறந்து விட்டேனே... இன்றிரவு நான் அளிக்கின்ற விருந்தில் நீ அவசியம் கலந்து கொள்ள வேண்டும். உன் சகோதரர் வருகிறார். என்னுடைய மைத்துனர் கரீனின் வருகிறார்'

'கரீனின் இங்கே இருக்கிறாரா?' என்ற லெவின், கிட்டி விருந்துக்கு வருவாளா என்று கேட்க நினைத்தான். பனிக்காலத்தின் துவக்கத்தில் அவள் பீட்டர்ஸ்பர்க்கில் உள்ள தனது மற்றொரு சகோதரியின் வீட்டிற்குச் சென்றிருப்பதாக லெவின் கேள்விப்பட்டிருந்தான். அவள் திரும்பி விட்டாளா என்று கேட்க அவன் மிகவும் ஆவலாக இருந்தான். பின்பு தன் மனத்தை மாற்றிக் கொண்டான். 'அவள் வந்தாலென்ன... வராவிட்டால் என்ன... எல்லாம் ஒன்று தான்...'

'நீ அவசியம் வரவேண்டும்'

'சரி, நிச்சயம் வருகின்றேன்.'

'சரியாக மாலை ஐந்து மணிக்கு வந்து விடு. காலையில் அணியும் உடையில் வா.'

அதே ஹோட்டலின் கீழ்த் தளத்தில் உள்ள அறையில் தங்கியிருந்த தனது புதிய அதிகாரியைச் சந்திக்கச் சென்றான் ஆப்லான்ஸ்கி. அவருடன் மதிய உணவு சாப்பிட்டு விட்டு மாலை நான்கு மணி வரையில் அவருடன் பேசிக் கொண்டிருந்தான். அதன் பின் கரீனினைச் சந்திக்க அவரது அறையைத் தேடிச் சென்றான்.

அத்தியாயம் 8

கரீனின் மாதா கோவிலுக்குப் போய் விட்டுத் திரும்பிய பிறகு, எஞ்சிய காலை நேரத்தை ஹோட்டல் அறையிலேயே கழித்தார். அன்று அவருக்கு முக்கியமான இரண்டு வேலைகள் இருந்தன. முதலாவது அடிமை இனங்களின் பிரதிநிதிக் குழு மாஸ்கோவுக்கு வந்திருந்தது. அவர்களுடன் ஒரு நேர்காணல் உள்ளது. அதன் பின் வழக்கறிஞருக்கு வாக்களித்தபடி அவருக்குக் கடிதம் எழுத வேண்டும். அடிமை இனங்களின் தூதுக் குழுவினர் வந்து சேர்ந்தனர். தூதுக்குழுவின் உறுப்பினர்களுக்கு தங்களுடைய கடமைகள், தேவைகள் பற்றி ஒன்றும் தெரியவில்லை. தங்களுடைய தேவைகளைப் பற்றி அவர்களுக்கு விளக்கிச் சொல்ல வேண்டும். அங்கே உள்ள நிலைமைகளை விவரிக்க வேண்டும். அரசாங்கத்திடம் அவர்கள் உதவி கேட்க வேண்டும். அதற்காக வழிமுறைகள் பற்றி அவர்களுக்குச் சொல்ல வேண்டும். தங்களுடைய நிலைமைகள் பற்றி அவர்களுக்கு ஒன்றுமே தெரியவில்லை. தங்களுடைய பேட்டிகள், மற்றும் அறிக்கைகளை எதிரணியினர் பயன்படுத்திக் கொண்டு அவர்களுக்கு எதிர்ப்பை மேலும் தூண்டுவார்கள் என்பதை அவர்கள் புரிந்து கொள்ளவில்லை.

கரீனின் அவர்களுடன் நீண்ட விவாதங்களை நடத்தினார். அவர்கள் சார்பில் ஒரு செயல் திட்டத்தைத் தயாரித்துக் கொடுத்தார். இதற்கு மேல் கூடுதலாக ஒரு வார்த்தை பேச வேண்டாம் என்று அறிவுரை கூறினார். அவர்கள் சென்ற பிறகு பீட்டர்ஸ்பர்க்கில் உள்ள நண்பர்களுக்கு இரண்டு கடிதங்கள் எழுதினார். அடிமை இனங்களின் பிரதிநிதிகள் பீட்டர்ஸ்பர்க்கிற்கு வருகின்ற பொழுது தேவையான உதவிகளைச் செய்யுமாறு சீமாட்டி லிடியா இவானோவ்னாவுக்குக் கடிதம் எழுதினார். ஏனென்றால் தூதர்களை வரவேற்று உதவி செய்வதில் அவள் அதிகமான அனுபவம் உள்ளவள்.

தூதுக்குழுவினர் தங்களது கோரிக்கைகளை சமர்ப்பித்து தேவையான உதவிகளைப் பெறுவதற்கு முக்கியமான அதிகாரிகளைச் சந்திக்க லிடியா பேருதவி செய்ய முடியும்.

பிறகு கரீனின் வழக்கறிஞருக்கு விவாகரத்து சம்பந்தமாக வழக்குப் போடுவதற்கு உரிமையளித்துக் கடிதம் எழுதினார். அவர் கைப்பற்றிய, அன்னாவுக்கு விரான்ஸ்கி எழுதியிருந்த மூன்று கடிதங்களையும் வழக்கறிஞருக்கு அவர் எழுதியிருந்த கடிதத்துடன் இணைத்து வைத்தார்.

அவர் தனது பீட்டர்ஸ்பர்க் வீட்டிலிருந்து புறப்பட்ட பொழுது இனிமேல் குடும்பத்தினரைச் சந்திக்கக் கூடாது என்று முடிவு செய்திருந்தார். மாஸ்கோவில் வழக்கறிஞரை சந்தித்து விவாகரத்து வழக்குப் போட ஏற்பாடு செய்து விட்டார். ஜீவாதாரமான ஒரு வாழ்க்கை பிரச்சினை காகிதம் - மை மூலம் முடிவு செய்யும் ஒரு பிரச்சினையாக இப்போது மாறி விட்டது. தன்னைப் பெரிதும் அலைக்கழித்த அந்தப் பிரச்சினை இப்போது அவருக்கு மிகவும் சாதாரணமான ஒன்றாகத் தோன்றியது. அவர் வழக்கறிஞருக்கு கடிதத்தை எழுதி முடித்து நிமிர்ந்த பொழுது வெளியில் ஆப்லான்ஸ்கியின் குரல் கேட்டது.

தான் கரீனினைப் பார்க்க வந்திருப்பதாகவும் அவரிடம் போய் தெரிவிக்கும்படியும் வேலைக்காரனிடம் சொல்லிக் கொண்டிருந்தான் ஆப்லான்ஸ்கி.

'ஆப்லான்ஸ்கி இங்கே வருவதால் ஒன்றும் பிரச்சினை இல்லை. சொல்லப் போனால் ஆப்லான்ஸ்கி இங்கே வந்து என்னைச் சந்திப்பது நல்லது தான். அவனுடைய சகோதரியைப் பற்றி அவனிடம் நான் இங்கு தெரிவித்து விட முடியும். மேலும் மாலையில் நடைபெறும் விருந்துக்கும் நான் வரமுடியாது என்று அவனிடம் சொல்லிவிடவும் முடியும்.' என்று கரீனின் தனக்குள் சொல்லிக் கொண்டார்.

'உள்ளே போய் அவரிடம் கேள்' என்று வேலைக்காரரிடம் உரக்கச் சத்தமிட்டுக் கொண்டிருந்தான் ஆப்லான்ஸ்கி.

'இங்கே பார், என்னிடம் பொய் சொல்லாதே. அவர் உள்ளே தான் இருக்கிறார்' என்று கூறியபடி வேலைக்காரனைத் தள்ளிக் கொண்டு உள்ளே வர முயன்றான் ஆப்லான்ஸ்கி.

வெளியே வந்து எட்டிப் பார்த்த கரீனின் வேலைக்காரனிடம் 'வந்திருப்பவரை உள்ளே அனுப்பு' என்று உத்தரவிட்டார்.

'ஒரு வேளை நீங்கள் வெளியில் போய் விட்டீர்களோ என்று சந்தேகப்பட்டேன்' என்று கூறியபடி தன் மேல் கோட்டை கழற்றினான் ஆப்லான்ஸ்கி.

'நான் வரவில்லை' என்று அவனுக்கு எதிரில் நின்றபடி சினத்துடன் அவனை முறைத்தபடி சொன்னார் கரீனின். ஆப்லான்ஸ்கியை 'உட்காரு' என்று மரியாதைக்குக் கூட அவர் சொல்லவில்லை. தன்னுடைய மனைவியின் சகோதரனுடன் ஒரு இனிமையான சந்திப்பையும் மகிழ்ச்சியான அனுகுமுறைகளையும் அவர் விரும்பவில்லை. மனைவியை விவாகரத்து செய்ய முயற்சிகள் மேற்கொண்டுள்ள இந்த நிலையில் மனைவியின் உறவுகளுடன் சுமூகமான உறவுகள் வேண்டாம் என்று அவர் நினைத்தார். ஆப்லான்ஸ்கியின் நேசமான மனோபாவங்களை அவர் முற்றிலும் மறந்து போனார். ஆப்லான்ஸ்கி தனது மின்னுகின்ற கண்களை, விரியத் திறந்து வியப்புடன் அவரைக் கேட்டான்.

'ஏன்? வருகின்றேன் என்று நேற்று ஒப்புக்கொண்டீர்களே? இப்போது வர இயலாது என்று சொல்வது ஏன்?' என்று ஆப்லான்ஸ்கி பிரெஞ்சு மொழியில் கேட்டான்.

'இப்போது நமக்கிடையே இருந்து வந்த உறவு முறையைத் துண்டிப்பதற்குரிய சந்தர்ப்பங்கள் ஏற்பட்டுள்ளன. ஆகவே என்னால் விருந்துக்கு வர இயலாது'

'என்ன? ஏன்? எப்படி?' என்று ஆப்லான்ஸ்கி சரமாரியாகக் கேள்விகளைக் கேட்டான்.

'உன்னுடைய தங்கையை, என்னுடைய மனைவியை விவாகரத்து செய்வதற்கு தேவையான நடவடிக்கைகளை இப்போது நான் செய்து கொண்டிருக்கிறேன்... அதனால் தான்'

இதனைக் கேட்டதும் ஆப்லான்ஸ்கி அதிர்ச்சி அடைந்து போனான். அவரிடமிருந்து வார்த்தைகளை அவன் முற்றிலும் எதிர்பார்க்கவில்லை. 'ஹோ' வென்ற அலறலுடன் சோபாவில் விழுந்தான் ஆப்லான்ஸ்கி.

'அலெக்ஸிஸ் அலெக்ஸாண்ட்ரோவிச்! நீங்கள் என்ன சொல்லுகிறீர்கள்?' என்று கேட்ட ஆப்லான்ஸ்கியின் முகம் முழுவதும் வேதனை பரவியிருந்தது.

'மன்னியுங்கள். என்னால் இதை நம்ப முடியாது. நம்பவே முடியாது...'

தன்னுடைய வார்த்தைகள் ஆப்லான்ஸ்கியிடத்தில் சொல்லப்பட்ட போது, அவர் எதிர்பார்த்த விளைவுகள் ஏற்படவில்லை. எனவே இது பற்றி அவனிடம் விளக்கமாக, மிக விரிவாகப் பேச வேண்டியதிருக்கும் என்று புரிந்து கொண்டார் கரீனின்.

கரீனின் அவனுக்கு எதிரில் உட்கார்ந்தார்.

'ஆமாம், மிகவும் வேதனை தருகின்ற, மிகவும் அவசியமான ஒரு நிலையில்தான் வேறு வழியின்றி விவாகரத்து கோர நான் முடிவு செய்து இருக்கின்றேன்' என்றார் கரீனின்.

‘அலெக்ஸிஸ் அலெக்ஸாண்ட்ரோவிச்! நீங்கள் முதல் தரமான மனிதர்; நியாய உணர்வுமிக்கவர் என்பதை நான் அறிவேன். அதே போன்று அன்னாவையும் நான் நன்றாக அறிவேன். தயவு கூர்ந்து என்னை மன்னியுங்கள். அன்னாவைப் பற்றிய என்னுடைய கருத்தை நான் ஒருநாளும் மாற்றிக்கொள்ளமாட்டேன். அவள் மிக நேர்த்தியான, கண்ணியமான மிக அற்புதமான பெண். இதை நான் ஆணித்தரமாகச் சொல்வேன். எனவே என்னை மன்னித்து விடுங்கள். என்னால் இதை நம்ப முடியாது. இது ஏதோ தவறான புரிதலாகத் தான் இருக்க முடியும் என்று நான் நினைக்கிறேன்’ என்றான் ஆப்லான்ஸ்கி.

‘ஆ… இது புரிதல் பிரச்சினையாக மட்டும் இல்லையே…’

‘ஒரு வினாடி பொறுத்துக் கொள்ளுங்கள். எனக்குப் புரிந்து விட்டது.’ என்று கரீனின் பேசத் தொடங்கியவுடன் குறுக்கிட்டுப் பேசினான் ஆப்லான்ஸ்கி. ‘இது போன்ற விஷயங்களில் ஒருவர் அவசரப்பட்டு முடிவெடுக்கக் கூடாது. இல்லை… அவசரப்படக்கூடாது. அவசரப்படக் கூடவே கூடாது.’

‘நான் அவசரப்படவில்லை’ என்றார் கரீனின். ‘இது போன்ற விஷயங்களில் மற்றவர்களிடத்தில் ஆலோசித்து முடிவு செய்வது என்பது முடியாத காரியமாகும். நான் சிந்தித்து எடுத்த முடிவு இது.’

‘மோசம்… மோசம்… மிகவும் மோசமான காரியம் இது. எனக்கு மிகவும் அச்சமாக உள்ளது.’ என்றான் ஆப்லான்ஸ்கி. உங்களிடம் ஒரே ஒரு வேண்டுகோள் விடுகின்றேன். அலெக்ஸிஸ் அலெக்ஸாண்ட்ரோவிச், உங்களை நான் கெஞ்சிக் கேட்டுக் கொள்கிறேன். எனக்காக இதைச் செய்யுங்கள். நீதிமன்ற நடவடிக்கைகள் இன்னும் துவங்கவில்லை என்று தான் நினைக்கின்றேன். சரிதானா… நீதிமன்ற நடவடிக்கைகள் துவங்குவதற்கு முன், தயவு கூர்ந்து நீங்கள் ஒரு முறை வந்து என் மனைவியைச் சந்திக்க வேண்டும். இது விஷயமாக அவளிடம் நீங்கள் பேச வேண்டும். அவள் அன்னாவைத் தன்னுடைய சகோதரியைப் போல நேசிக்கிறாள். உங்களிடமும் மிகவும் ப்ரியமும், மரியாதையும் கொண்டவள் அவள். கடவுளின் பேரால் தங்களை வேண்டுகின்றேன். தயவு கூர்ந்து எனது மனைவியிடம் இதைப் பற்றி நீங்கள் அவசியம் பேச வேண்டும். எனக்காக நீங்கள் கருணை காட்டி இந்த உதவியைச் செய்ய வேண்டும். நான் உங்களைக் கெஞ்சிக் கேட்டுக் கொள்கிறேன்.’

கரீனின் சிந்தித்தார். ஒரு வினாடி ஆப்லான்ஸ்கி அவர் முகத்தை உற்றுப் பார்த்தான். அவன் முகத்தில் பணிவும், கெஞ்சலும், பரிதாபமும் கலந்திருந்தன. அங்கே முழு அமைதி நிலவியிருந்தது.

‘நீங்கள் அவசியம் வர வேண்டும். என் மனைவியைப் பார்க்க வேண்டும்.’

'எனக்குத் தெரியாது. இந்தப் பிரச்சினை ஏற்பட்டதால்தான் என் வருகையை நான் உங்களுக்குத் தெரிவிக்கவில்லை. நமது உறவு முறையை நாம் மாற்றிக் கொள்ள வேண்டும் என்று நினைக்கிறேன்'

'ஏன்? அன்னா மூலமாக ஏற்பட்டு விட்ட நமது குடும்ப உறவுகளுக்கும் அப்பால் நாம் எப்போதும் சிறந்த நண்பர்களாகத் தானே இருந்தோம். உங்களிடம் மிகுந்த மரியாதை உள்ளவன் நான்' என்று சொன்ன ஆப்லான்ஸ்கி, கரீனின் கையை எடுத்து தன் கைக்குள் வைத்து அன்புடன் அழுத்தினான். 'உங்களுடைய இந்த மோசமான சந்தேகங்கள், சரியானது தான் என்று நிரூபிக்கப்பட்டுவிட்டால் கூட இருதரப்பாரைப் பற்றியும் யாதொரு தீர்ப்பும் நான் சொல்லமாட்டேன். இதற்காக நமது நட்பு பாதிக்கப்பட வேண்டியதில்லையே... தயவு செய்து வாருங்கள்... வந்து என் மனைவியைப் பார்த்துப் பேசுங்கள்.'

'நாம் இந்தப் பிரச்சினையை வேறு வேறு கோணங்களிலிருந்து பார்க்கிறோம். எனினும் இதைப் பற்றி இனிமேல் பேச வேண்டாம்.'

'நீங்கள் ஏன் வர மறுக்கின்றீர்கள்? நீங்கள் விருந்துக்கு வருவீர்கள் என்று என் மனைவி மிகவும் எதிர்பார்த்துக் கொண்டிருக்கிறாள். கடவுளின் பேரால் நான் உங்களை வேண்டிக் கேட்டுக் கொள்கிறேன். உங்களை மண்டியிட்டுக் கேட்டுக் கொள்கிறேன்.'

'நீ இவ்வளவு சொல்லும் பொழுது நான் என்ன செய்வது? நான் நிச்சயம் வருகிறேன்' என்றார் கரீனின். ஒரு நீண்ட பெருமூச்சு விட்டபடி அவர் இதைச் சொன்னார். பிறகு இந்தப் பேச்சை மாற்ற விரும்பிய கரீனின், தங்கள் இருவருக்குமே ஆர்வத்தைத் தரக்கூடிய அலுவலக விஷயங்களை ஆப்லான்ஸ்கியிடம் பேசத் தொடங்கினார் கரீனின். புதிதாக வந்துள்ள அந்த அதிகாரியைப் பற்றிப் பேசத் தொடங்கினார்கள். இளம் வயதிலேயே, திடீரென்று உயர் பதவியில் நியமிக்கப்பட்டு உற்சாகமாகப் பணிபுரியும் அனீச்கின் என்ற அந்த புதிய அதிகாரியைப் பற்றிக் கரீனின் அவனிடம் விசாரித்தார்.

'அவரைச் சந்தித்தாயா?' என்று கரீனின் அவனைக் கேட்டார். இந்த இளம்வயதில் அவருக்குக் கிடைத்துள்ள இப்படிப்பட்ட உயர் பதவியைப் பற்றியும், அலுவலக வட்டாரத்தில் அந்தப் புதிய அதிகாரிக்கு உள்ள மதிப்பு, மரியாதை பற்றியும் கரீனின் பொறாமைப்பட்டார். அவருடைய கேள்விகளில் அது வெளிப்படையாகத் தெரிந்தது.

'ஆமாம். நேற்று கவுன்சில் கூட்டத்துக்கு வந்திருந்தார். கவுன்சில் செயல்முறைகள் அவருக்கு நன்றாகத் தெரிந்திருக்கிறது. அவர் பணிகளில் மிகவும் சுறுசுறுப்பாக இருக்கிறார்.'

'ஆமாம், சுறுசுறுப்பானவர்தான். அவரால் என்ன செய்ய முடியும்? அலுவலகங்களில் சிகப்பு நாடாவின் ஆதிக்கத்தை அவர் குறைக்க முடியுமா? அவரே அதன் சிறந்த பிரதிநிதி தானே?'

'அவருடைய நிர்வாகப் போக்கு எனக்குத் தெரியாது. ஆனால் அவர் முதல் தரமான மனிதர் என்று நான் சொல்வேன். நாங்கள் சேர்ந்தே உணவருந்தினோம். பிறகு ஆரஞ்சுப் பழத்திலிருந்து ஒயின் தயாரிப்பது எப்படி என்று செய்து காட்டினேன். அவருக்கு அதுவரை அது தெரியாது என்று சொன்னார். ஒயின் ருசியாக இருக்கிறது என்றார். உண்மையாக அவர் முதல் தரமான மனிதர் தான்'.

ஆப்லான்ஸ்கி தன்னுடைய கடிகாரத்தைப் பார்த்தான். 'ஐந்து மணி ஆகிவிட்டது. நான் 'டோல்கோவுஷினைப் பார்க்கப் போக வேண்டும்... நீங்கள் இரவு உணவுக்கு அவசியம் வர வேண்டும்... வரவில்லை என்றால் டாலியும், நானும் அதிகமாக வருத்தப்படுவோம்' என்றார் ஆப்லான்ஸ்கி.

'நான் வருவதாக உறுதி கூறியிருக்கிறேன். அவசியம் வருவேன்' என்றார் கரீனின்.

ஆப்லான்ஸ்கி புறப்பட்டான். அவன் உள்ளே வந்த போது அவர் நடந்து கொண்ட தன்மைகளுக்கு மாறாக வேறு விதமாக சற்றுக் கனிவுடன் அவனிடம் விடைபெற்றுக் கொண்டார்.

'வாருங்கள். நீங்கள் அங்கு வந்ததற்காக மகிழ்ச்சியே அடைவீர்கள். ஏன் வந்தோம் என்று வருந்தித் திரும்ப மாட்டீர்கள். இது உறுதி - என்னை நம்புங்கள்' என்று கூறிப் புன்னகை செய்தான் ஆப்லான்ஸ்கி. தன் மேல் கோட்டை அணிந்தபடியே வாயிலுக்கு வந்த அவனது கரம் வாயிலில் உட்கார்ந்திருந்த வேலைக்காரனின் தலையில் இடித்தது. அவன் நிமிர்ந்து பார்த்தான். ஆப்லான்ஸ்கி சிரித்தான்.

'சரியாக மாலை ஐந்து மணி, காலை நேர உடை, தயவு செய்து வாருங்கள்' என்று பாடுவதைப் போலச் சொல்லிவிட்டு அவன் புறப்பட்டுப் போனான்.

அத்தியாயம் 9

ஐந்து மணி ஆகிவிட்டது. சில விருந்தினர்கள் வந்து விட்டார்கள். கோஸ்னிஷேவும், பெஸ்த்ஸோவும் ஒரே சமயத்தில் வந்தார்கள். வாயிற்படியில் நுழையும் போது இருவரும் சந்தித்துக்கொண்டார்கள். மாஸ்கோ அறிவுஜீவிகளின் முக்கியமான பிரதிநிதிகள் அவர்கள் இருவரும் என்று ஆப்லான்ஸ்கி சொல்லுவான். அவர்கள் திறமைசாலிகள், பண்பு

நலம் மிக்கவர்கள். அவர்கள் தீவிரமான கருத்து வேறுபாடுகளைக் கொண்டிருந்தார்கள். இருப்பினும் ஒருவர் மீது ஒருவர் நல்ல மதிப்பு வைத்திருந்தனர். அவர்கள் வெவ்வேறு சிந்தனை மரபுகளைச் சேர்ந்தவர்கள் அல்ல. ஒரே முகாமில் இருந்தாலும் வெவ்வேறு குழுக்களில் இருந்தார்கள். அவர்கள் கருத்து வேற்றுமைகளை எடுத்துக் கூறுவதோடு நில்லாது அடுத்த நபரைக் கிண்டல் செய்கின்ற வழக்கமும் உடையவர்கள்.

அவர்களுக்குப் பின்னால் வீட்டிற்கு வந்து சேர்ந்த ஆப்லான்ஸ்கி வேகமாக ஓடிவந்து வீட்டுக்குள் புகுந்து, அவர்களுக்கு முன்னால் வந்து அவர்களை வரவேற்றான். இளவரசர் அலெக்ஸாண்டர் திமீத்ரிச், இளம் ஷெர்பட்ஸ்கி, துரோவ்த்ஸின், கிட்டி மற்றும் கரீனின் ஆகியோர் ஏற்கெனவே வந்து விட்டனர். அவர்கள் வரவேற்பு அறையில் உட்கார்ந்திருந்தனர்.

வரவேற்பறையில் விருந்தினர்கள் ஒருவருக்கொருவர் பேசாமல் உட்கார்ந்திருந்தனர். ஆப்லான்ஸ்கி உள்ளே வந்தவுடனேயே நிலைமையை தெரிந்து கொண்டான். தான் இல்லாத காரணத்தினால் முறையான ஏற்பாடுகளின்றி இறுக்கமான சூழ்நிலை நிலவுவதை அவன் புரிந்து கொண்டான். அவனுடைய மனைவி டாலி மிக பிரமாதமான உடை அலங்காரத்துடன் உட்கார்ந்திருந்தாள். தன் கணவர் இன்னும் வந்து சேராததைப் பற்றியும், அன்றிரவில் பெற்றோர்களுடன் இல்லாது தனியாக உணவருந்த வேண்டிய சூழ்நிலையில் இருந்த தன் குழந்தைகளைப் பற்றியும் கவலைப்பட்டபடி அவளும் வரவேற்பறையில்தான் உட்கார்ந்திருந்தாள். இந்தக் கவலைகளினால் வந்த விருந்தினர்களை சரியானபடி, ஒருவருக்கொருவர் கலகலப்பாகப் பேசுகின்ற, அறிமுகமான நண்பர்களுடன் கலந்து உட்கார வைக்க வேண்டும் என்ற எண்ணம் அவளுக்கு இல்லாமல் போய்விட்டது. அவளும் விருந்தினர்களிடையே இருந்த இந்த அமைதியைக் கவனிக்கவில்லை. நம்மை ஏன் அழைத்தார்கள் என்று புரியாதவர்களைப் போல விருந்தினர்கள் உட்கார்ந்திருந்தார்கள்.

ஆப்லான்ஸ்கி அறைக்குள் வந்தவுடன் துரோவ்த்ஸின் அவனைப் பார்த்துப் பரிதாபமாகச் சிரித்தார். ‘நண்பனே! புத்திசாலிகளுடன் என்னையும் சேர்த்து ஏன் அழைத்தீர்கள்? மாலை நேரத்தில் ஏதாவது ஒரு கபேயில் மது அருந்துவது என்னுடைய வழக்கம். இன்று அதை மாற்ற வேண்டியதாகி விட்டது.’ என்றார் துரோவ்த்ஸின்.

முதிய இளவரசர் ‘உம்’மென்று உட்கார்ந்திருந்தார். அவர் கரீனினை மட்டம் தட்ட நினைப்பது அவருடைய பார்வையில் தெரிந்தது.

லெவின் அறைக்குள் வரும்போது, தான் வெட்கப்பட்டு விடக் கூடாது என்று தன் மனத்திற்குள் நினைத்தபடி தனக்குள் துணிச்சலை வரவழைக்க முயன்றபடி வாயிற்கதவைப் பார்த்துக் கொண்டிருந்தாள்

கிட்டி. ஆப்லான்ஸ்கியிடம் உறுதி கூறி விட்ட காரணத்திற்காக, தான் சொன்னபடி நடக்க வேண்டும் என்பதற்காக கரீனின் வந்திருந்தார். பீட்டர்ஸ்பர்க் நகரத்தவர்களுக்கே உள்ள அந்த கர்வத்தோடும், ஆணவத்தோடும் இந்தக் கும்பலுக்கும் எனக்கும் சம்பந்தம் எதுவும் கிடையாது என்ற சொல்வதைப் போல அவர் அங்கு உட்கார்ந்திருந்தார். இளம் ஷெர்பட்ஸ்கிக்கு கரீனினிடம் அறிமுகம் கிடையாது. எனவே அவனும் அவரிடம் போய் ஒன்றும் பேசாமல், முடங்கிப் போய் கிடக்கும் விருந்தினரைப் பார்த்துச் சலித்துக் கொண்டிருந்தான்.

இளவரசரை சந்திக்க வேண்டியது இருந்ததால் கால தாமதமாகி விட்டது என்று ஆப்லான்ஸ்கி கூறினான். அது அவன் வழக்கமாகச் சொல்கின்ற பொய். அவன் மறுபடியும் எல்லா விருந்தினர்களையும் அறிமுகம் செய்து வைத்தான். கரீனினையும் கோஸ்னிஷேவையும் ஒன்றாக அருகருகில் உட்கார வைத்து 'போலந்தை ரஷ்ய மயமாக்குவது எப்படி?' என்ற தலைப்பில் அவர்களிடையே விவாதத்தைத் துவக்கி வைத்தான். பெஸ்த்ஸோவும் அந்த உரையாடலில் கலந்து கொண்டார். துரோவ்த்ஸினை இளவரசர் மற்றும் டாலிக்கு அருகில் உட்காரச் செய்தான். கிட்டியைப் பார்த்து நீ மிகவும் அழகாக இருக்கிறாய் என்று சொன்னான். இளம் ஷெர்பட்ஸ்கியை கரீனினுக்கு அறிமுகப்படுத்தினான். சில நொடிகளில் அங்கு மிகவும் கலகலப்பான சூழ்நிலையை ஏற்படுத்தி விட்டான் ஆப்லான்ஸ்கி. லெவின் இன்னும் வரவில்லை. ஆப்லான்ஸ்கி உணவருந்தும் இடத்துக்குச் சென்றான். ஒயினும், செர்ரியும் டெப்ரே அங்காடியில் வாங்கியிருப்பதைக் கண்டு அதிர்ச்சியுற்றான். உடனே 'லெவே' அங்காடியில் போய் வாங்கி வருமாறு கோச்சு வண்டிக்காரனை அனுப்பி வைத்தான். லெவின் அப்பொழுது தான் வந்தான்.

'நான் தாமதமாக வந்திருக்கிறேனா?' என்றான் லெவின்.

'உன்னால் தாமதமாகத் தானே வரமுடியும்' என்று கூறிய ஆப்லான்ஸ்கி லெவினது கரத்தைப் பற்றிக் கொண்டான்.

'விருந்துக்கு நிறையப் பேர் வந்திருக்கிறார்களா? யாரெல்லாம் வந்திருக்கிறார்கள்?' என்று கேட்டபடியே தனது தொப்பியை எடுத்து அதன் மேல் ஒட்டிக் கொண்டிருந்த பனித்துகள்களைத் தட்டி விட்டான் லெவின்.

'எல்லோரும் நம்மவர்கள் தான். கிட்டியும் இங்கே இருக்கிறாள். வா, முதலில் கரீனின் அவர்களை உனக்கு அறிமுகப்படுத்துகிறேன்'

கரீனினைச் சந்திப்பது ஒரு கௌரவம் என்று ஆப்லான்ஸ்கி எப்போதுமே கருதியதால் லெவினை அவரிடம் அறிமுகப்படுத்த விரும்பினான். ஆனால் இந்தத் தருணத்தில் லெவின் அந்தக் கௌரவத்தை ஏற்றுக் கொள்ளும் மனநிலையில் இல்லை. அவன் எண்ணமும் முழுவதும்

கிட்டியே நிறைந்திருந்தாள். கிராமத்துச் சாலையில் அவள் கோச்சு வண்டியில் சென்று கொண்டிருக்கும் பொழுது வண்டியின் ஜன்னலின் வழியாக ஒரு கணம் மட்டுமே அவளைப் பார்த்த அந்தத் தருணம் தான் அவன் கடைசியாக அவளைப் பார்த்தது. விரான்ஸ்கி கலந்து கொண்ட அந்த விருந்தின் போது கிட்டி தன்னுடைய திருமண விருப்பக் கோரிக்கைக்கு மறுப்புத் தெரிவித்த அந்த நாள்தான் அவன், அவளை கடைசியாகச் சந்தித்த நாள். இன்று காலை ஆப்லான்ஸ்கி அவனை விருந்துக்கு அழைத்த பொழுது கிட்டியும் மாலை விருந்துக்கு வருகின்றாள் என்று கூறிய பொழுது, இன்று அவளை உறுதியாகச் சந்தித்து விடலாம் என்று அவன் மனம் எண்ணிக் குதூகலப்பட்டுக் கொண்டிருந்தது. இதோ, இப்போது அவள் இங்கே இருக்கின்றாள் என்று தெரிந்தவுடன் அவனுடைய இதயம் முழுவதிலும் சட்டென்று மகிழ்ச்சி நிறைந்து வழிந்தது. அதே நேரம் அவளிடம் என்ன பேசப் போகிறேனோ என்ற ஒரு அச்சமும் அவனிடம் தோன்றிய வண்ணம் இருந்தது.

'அவள் எப்படி இருப்பாள்? முன்பு இருந்தது போலவே இருப்பாளா அல்லது அன்று கோச்சு வண்டியில் பார்த்தது போல இருப்பாளா? தார்யா அலெக்ஸாண்ட்ரோவ்னா சொன்னது உண்மைதானா? ஏன் அது பொய்யானதாக இருக்கக் கூடாதா' என்றெல்லாம் அவன் சிந்தித்துக் கொண்டிருந்தான்.

பல விதமான குழப்பமான எண்ணங்களுடனும் தயக்கங்களுடனும் தவித்த அவன், 'ஓ, வா, என்னை கரீனினிடம் அறிமுகப்படுத்தி வை' என்று ஆப்லான்ஸ்கியிடம் தடுமாற்றத்துடன் சொன்னான் லெவின்.

இருவரும் வரவேற்பறைக்குள் நுழைந்தனர். அங்கே அவளைக் கண்டான் லெவின்.

அவள் முன்பு இருந்தது போலவும் இல்லை, கோச்சு வண்டியில் அவன் பார்த்த பொழுது இருந்தது போலவும் இல்லை. முற்றிலும் வித்தியாசமாக இருந்தாள். முகத்தில் அச்சமும், வெட்கமும், நாணமும் சூழ்ந்தவளாக முன்னைக் காட்டிலும் அழகாக அவள் தோன்றினாள். கிட்டி லெவினைக் கண்டதும், உணர்ச்சிகளைக் கட்டுப்படுத்த முடியாமல் அழுதுவிடுவாள் என்றே ஆப்லான்ஸ்கி மற்றும் எல்லோருமே நினைத்தார்கள். அவள் உதடுகள் மட்டும் துடித்தன. வெட்கத்தால் அவளது முகம் சிவந்தது. மறுகணமே வேதனையினாலும், அச்சத்தினாலும் வெளுத்துப் போனது அவள் முகம். பின் மீண்டும் முகம் சிவக்க அவன் தன் அருகில் வரட்டும் என்று அவள் காத்திருந்தாள். லெவின் அவள் அருகில் வந்து, சற்று குனிந்து அவளுக்கு வணக்கம் தெரிவித்து விட்டு, ஒன்றுமே பேசாமல் தன் கரத்தை மட்டும் அவளை நோக்கி நீட்டினான்.

அவளுடைய கண்கள் பெரிதாக விரிந்தன. மெல்லப் புன்னகை செய்தாள். பின் லெவினைப் பார்த்துக் கேட்டாள். 'நாம் சந்தித்து நெடுங்காலம் ஆகிவிட்டதல்லவா?' அவள் மிகவும் முயற்சி செய்து இதைப் பேசினாள். லெவினுடைய கரத்தைப் பற்றி குலுக்கினாள்.

'நீ என்னைப் பார்க்கவில்லை. ஆனால் நான் உன்னைப் பார்த்தேன்.'

'எப்பொழுது?'

'நீ ரயில் நிலையத்திலிருந்து எர்குஷேவோவுக்கு கோச்சு வண்டியில் போய்க் கொண்டிருந்தாயே... அப்பொழுது...'

லெவினுடைய இதயத்தில் மகிழ்ச்சி பொங்கிப் பெருகியது. அளவற்ற இன்பத்தினால் அவன் உதட்டிலிருந்து வார்த்தைகள் வெளி வரவில்லை.

'இவள் அப்பாவிப் பெண் தான். தார்யா அலெக்ஸாண்ட்ரோவ்னா சொன்னது உண்மையே' என்று லெவின் நினைத்தாள்.

ஆப்லான்ஸ்கி லெவினை அழைத்துக் கொண்டு போய் கரீனிடம் அறிமுகம் செய்து வைத்தான்.

'மறுபடியும் உங்களைச் சந்திப்பது குறித்து மிக மகிழ்ச்சியடைகிறேன்' என்றார் கரீனின்.

'லெவினை உங்களுக்கு முன்பே தெரியுமா?' என்று வியப்புடன் கேட்டான் ஆப்லான்ஸ்கி.

'ரயில் பயணத்தின் போது நாங்கள் இருவரும் ஒரே பெட்டியில் மூன்று மணி நேரம் இருந்தோம்' என்றான் லெவின்.

எல்லோரும் உணவருந்த அழைக்கப்பட்டார்கள். ஒரு மேசை மீது ஆறு விதமான வோட்கா மதுப்பாட்டில்கள் வைக்கப்பட்டிருந்தன. தட்டுகளில் பாலேடு, மீன் வறுவல், பிரெஞ்சு இனிப்பு ரொட்டிகள், கேக்குகள் இருந்தன. அவர்கள் எல்லோரும் உணவு வகைகளைச் சுற்றி நின்றார்கள்.

போலந்தை ரஷ்யமயமாக்குவதைப் பற்றிய விவாதம் கிட்டத்தட்ட முடியும் நிலையில் இருந்தது. போலந்தை ரஷ்யமயமாக்கும் பொழுது நிர்வாக அமைப்பு உயர்ந்த நோக்கங்களைக் கடைப்பிடிக்க வேண்டும்' என்றார் கரீனின்.

'ஒரு நாட்டில் அதிகமான மக்கள் தொகை இருந்தால் மட்டுமே அந்த நாடு அடுத்த நாட்டைத் தன் வயமாக்க முடியும்' என்றார் பெஸ்த்ஸோவ்.

கோஸ்னிஷேவ் இருவருடைய கருத்துக்களையும் சில வரையறை களுடன் ஒத்துக் கொண்டார். அவர் சிரித்துக்கொண்டே மற்றவர்களையும்

சிரிக்க வைக்கும்படியாக அந்த விவாதத்திற்கு ஒரு முடிவுரை கூறினார். ‘அன்னிய இனங்களை ரஷ்ய மயமாக்குவதற்கு ஒரே வழி தான் இருக்கிறது. நம் நாட்டின் மக்கள் தொகையை அதிகப்படுத்த வேண்டும்... ஆனால் என்னுடைய சகோதரனும் நானும் அந்தப் பணியில் பங்கெடுக்காமல் இருக்கிறோம். திருமணமாகிய கனவான்கள், குறிப்பாக ஆப்லான்ஸ்கி போன்றோர் மிகவும் தேசபக்தியுடன் நடந்து கொள்கிறார்கள். ஆப்லான்ஸ்கி, உங்களுக்கு எத்தனை குழந்தைகள்?’ என்று கேட்டபடி தன்னிடமிருந்த ஒயின் குவளையில் மதுவை ஊற்றுவதற்காக அவரிடம் நீட்டினார்.

எல்லோரும் சிரித்தார்கள். ஆப்லான்ஸ்கி மிகவும் குதூகலமாகச் சிரித்தான்.

‘இது நல்ல பாலேடு. இதை ருசி பாருங்கள்’ என்றான் ஆப்லான்ஸ்கி.

‘நீ இன்னும் தொடர்ச்சியாக உடற்பயிற்சி செய்கிறாயா’ என்று லெவினைப் பார்த்துக் கேட்ட ஆப்லான்ஸ்கி லெவினுடைய இடது கை தசையைத் தொட்டுப் பார்த்தான். லெவின் சிரித்தபடியே முஷ்டியை உயர்த்திய பொழுது சதை புடைத்துக் கொண்டது. லெவின் அணிந்திருந்த சட்டைக்கு மேல் உருக்குப் போல் ஒரு கட்டி புடைப்பாகத் தெரிந்தது.

‘உண்மையிலேயே நீ சாம்ஸன் தான்’ என்றார் கோஸ்னிஷேவ்.

‘கரடி வேட்டையாடுவதென்றால் அதிகமான உடல் வலிமை வேண்டும்’ என்றார் கரீனின். அவர் எந்த வேட்டையிலும் ஈடுபடாதவர். அவர் மெலிதான ஒரு ரொட்டியை எடுத்து பாலேட்டுடன் கடித்தார்.

லெவின் சிரித்தான்.

‘அப்படி நினைக்க வேண்டாம் ஒரு குழந்தை கூட கரடியைக் கொல்ல முடியும்’ என்றான் லெவின்.

உணவு மேசைக்கு வந்த பெண்களுக்கு அவன் மரியாதையுடன் வழிவிட்டு இடம் கொடுத்தான்.

‘நீங்கள் கூட சமீபத்தில் ஒரு கரடியைக் கொன்று விட்டதாக நான் கேள்விப்பட்டேனே...’ என்றாள் கிட்டி. ஒரு காளானை தன் கரத்திலிருந்த முள் கரண்டியால் எடுக்க முயற்சித்துக் கொண்டிருந்தாள். முள்கரண்டியுடன் அவளது கை மேலே உயர்ந்த பொழுது அவளது சட்டைக் கையின் குட்டைப் பகுதி மேலேறி அவளது வெண்மையான கையின் மேல் பகுதிகள் கவர்ச்சியுடன் வெளியே தெரிந்தன. ‘உங்களுடைய பண்ணை அருகில் கரடிகள் நிறைய உள்ளதா?’ என்று தலையைத் திருப்பி லெவினைப் பார்த்து கேட்டு விட்டு புன்னகை செய்தாள் கிட்டி.

அது மிகவும் சாதாரணமான கேள்வி தான். ஆனால் அவள் பேசிய முறை, அவளுடைய உதடுகள், கண்கள், கைகளின் அசைவுகளில் ஒரு பிரத்யேகமான அர்த்தம் இருந்ததாக, இருப்பதாக லெவின் நினைத்தான். 'என்னை மன்னித்து விடுங்கள்' என்ற வேண்டுகோளையும், உங்களை நான் நம்புகின்றேன் என்ற உறுதிமொழியையும், உங்களை நான் காதலிக்கிறேன் என்ற வாக்குறுதியையும் அவள் வார்த்தைகளின் மூலம் வெளிப்படுத்தாமல் அவளது உதடுகள், கண்கள், கைகள் போன்றவற்றின் ஒவ்வொரு அவயத்தின் அசைவிலும், அசைவுகளின் ஓசைகள் மூலமாகவும் வெளிப்படுத்தினாள் என்று லெவின் கருதினான்.

நாங்கள் 'ட்வெர்' மாகாணத்துக்குப் போயிருந்தோம். திரும்புகின்ற ரயில் பயணத்தின் போது உன் மைத்துனரை - அதாவது உன் மைத்துனரின் மைத்துனரை - கரீனினை - சந்தித்தேன். அது மிகவும் வேடிக்கையான சந்திப்பு. 'நான் ஆட்டுத் தோல் கோட்டை அணிந்திருந்தேன். இரவில் நான் தூங்கவில்லை. ரயில் வண்டியின் காப்பாளர் (கார்டு) நான் அணிந்திருந்த ஆட்டுத் தோல் கோட்டைப் பார்த்தவுடன் என்னை ரயில் பெட்டியிலிருந்து இறக்கிவிட முனைந்தார். நான் கரீனின் அவர்கள் இருந்த பெட்டிக்குள் நுழைந்தேன்' என்று சொல்லி நிறுத்திய லெவின் கரீனினை நோக்கித் திரும்பி அவரைப் பார்த்துச் சொன்னான்: 'நீங்களும் முதலில் என்னை விரட்ட விரும்பினீர்கள். பிறகு என்னை ஆதரித்து வண்டியின் காப்பாளருடன் பேசினீர்கள்' என்றான் லெவின்.

'நம் நாட்டில் ரயில் பிரயாணிகளின் உரிமைகள் சரியாக வரையறுக்கப் படவில்லை' என்றார் கரீனின். அவர் தன் விரல்களை கைக்குட்டையினால் துடைத்துக் கொண்டார்.

'நான் யாரென்று உங்களால் முடிவு செய்ய இயலவில்லை. எனவே நான் அணிந்திருந்த ஆட்டுத் தோல் கோட்டை மறைப்பதற்காக உங்களிடம் அறிவார்ந்த சொற்பொழிவு செய்தேன்.'

'லெவினுக்கு இன்று என்ன நேர்ந்தது? பெரிய வெற்றி வீரனைப் போல நடந்து கொள்கின்றானே' என்று அவனுடைய சகோதரர் கோஸ்னிஷேவ் தனக்குள் நினைத்துக் கொண்டார்.

தன்னுடைய உடலில் சிறகுகள் முளைத்து விட்டது போன்ற உணர்ச்சியில் லெவின் இருக்கின்றான் என்பது கோஸ்னிஷேவுக்குத் தெரியாது. தன் பேச்சை கிட்டி கேட்டுக் கொண்டிருக்கிறாள் என்றும் தான் பேசும் வார்த்தைகளை அவள் விரும்புகிறாள் என்றும் அவன் நினைத்ததால் அடைந்த சந்தோஷத்தினால் அவன் விண்ணிலே பறந்து கொண்டிருந்தான். இந்த விருந்து நடக்கும் அறையில் மட்டுமன்று, இந்த உலகத்தில் கூட அவனையும் கிட்டியையும் தவிர வேறு எவருமே இல்லை

என்பது போன்ற உணர்வில் அவன் இருந்தான். விண்ணிலே மிக மிக உயரத்தில் அவன் பறந்து கொண்டிருப்பது போலவும், கரீனின்களும், ஆப்லான்ஸ்கிகளும் இன்னும் உலகத்தில் உள்ள மற்றவர்களும் கீழே, மிகமிகக் கீழே பாதாளத்தில் இருப்பதாகவும் அவன் உணர்ந்தான்.

அந்த ஹாலில் எல்லா இடங்களிலும் ஆட்கள் உட்கார்ந்திருப்பது போலவும், இவர்களுக்கு உட்கார இடமே இல்லை என்பது போலவும் கருதுபவன் போல வேகமாக அங்கு வந்த ஆப்லான்ஸ்கி அவர்களை நெருங்கி வந்து அழைத்துக் கொண்டு போய் தனிமையாக இருந்த ஒரு மேசை, நாற்காலிகளைச் சுட்டிக் காட்டி 'இங்கே உட்காருங்கள்' என்று லெவினையும், கிட்டியையும் - அருகருகில் - ஒருவருக்குப் பக்கத்தில் மற்றவர் என இருவரையும் சேர்ந்தாற்போல உட்கார வைத்து விட்டான் ஆப்லான்ஸ்கி.

விருந்தில், இரவு உணவும், உபசரிப்பும் மிக சிறப்பாக இருந்தது. ஆப்லான்ஸ்கி அந்த விஷயத்தில் அனுபவம் நிறைந்தவன். சூப்பில் மிதந்து கொண்டிருந்த சிறிய உருண்டைகள் வாய்க்குள் நுழைந்தவுடன் கரைந்து போயின. இரண்டு பணியாட்களும், மத்தேயுவும், வெள்ளை நிறத்தில் உடை அணிந்து கொண்டு விருந்தினர்களுக்கு உணவு பரிமாறினார்கள்.

விருந்தினர்கள் ருசியான உணவைப் பாராட்டினார்கள். அவர்கள் உற்சாகமாக உரையாடிய பொழுது கரீனின் கூட தன்னுடைய கருத்துக்களைத் தெரிவித்தார்.

அத்தியாயம் 10

பெஸ்த்ஸோவ் தன்னுடைய கருத்துக்களை முழுமையாக, நிறைவாகச் சொல்லத் தான் விரும்புவார். கோஸ்னிஷேவின் விளக்கத்தைப் பற்றி தன்னுடைய கருத்தைக் கூற ஆசைப்பட்டார்.

'நான் மக்கள் தொகையின் அடர்த்தியை மட்டுமே குறிப்பிடவில்லை. அதை உறுதியான அடிப்படையில் அமைக்க வேண்டும்' என்று கரீனினிடம் கூறினார்.

'இரண்டும் ஒன்றே. அதிகமான வளர்ச்சியுள்ள நாடுதான் மற்றொரு நாட்டின் மீது தாக்கம் செலுத்த முடியும்' என்று கரீனின் கூறினார்.

'அதிகமான வளர்ச்சி என்றால் என்ன? இங்கிலாந்து, பிரான்ஸ், ஜெர்மனி இவற்றில் எந்த நாடு அதிகமாக வளர்ச்சி அடைந்திருக்கிறது? எந்த நாடு அடுத்த நாட்டின் மீது தாக்கம் செலுத்தப் போகிறது? ரைன் நதி பாய்கின்ற நாடுகள் பிரெஞ்சு மயமாகிவிட்டன. ஆனால் ஜெர்மனி

கீழ்நிலையில் உள்ள நாடு அல்ல. ஆகவே வேறு விதி இருக்க வேண்டும்' என்று பெஸ்த்ஸோவ் கூறினார்.

'உண்மையான கல்வியுள்ள நாடுதான் தாக்கம் செலுத்தும்' என்றார் கரீனின்.

'உண்மையான கல்வியின் சின்னங்கள் எவை?' என்று பெஸ்த்ஸோவ் கேட்டார்.

'எல்லோரும் அவற்றை அறிவார்கள்' என்றார் கரீனின்.

'அவை முழுமையாக அறியப்பட்டிருக்கின்றனவா?' என்று கோஸ்னிஷேவ் கேட்டார்.

'முற்றிலும் செவ்வியல் கல்வியைத்தான் உண்மையான கல்வி என்று நாம் இப்பொழுது கருதுகிறோம். இரண்டு தரப்பிலும் தக்க வாதங்கள் முன் வைக்கப்பட்டிருக்கின்றன. எதிர்தரப்பு வாதம் கனமாக இருப்பதை மறுக்க முடியாது' என்று அவர் தொடர்ந்து பேசினார்.

'கோஸ்னிஷேவ்! உண்மையில் நீங்களே இலக்கியம் தான். கொஞ்சம் 'கிளாரெட்' மது குடிக்கிறீர்களா?' என்றான் ஆப்லான்ஸ்கி.

'நான் செவ்வியல் கல்வி முறையில் படித்தேன். ஆனால் இந்த விவாதத்தில் எந்தத் தரப்பையும் நான் ஆதரிக்கவில்லை. நவீன முறையில் கல்வி கற்பதைக் காட்டிலும் செவ்வியல் கல்வியே சிறப்புடையது என்று கருதுவதற்குத் தெளிவான ஆதாரங்கள் இருப்பதாக நான் கருதவில்லை'.

'இயற்கை விஞ்ஞானங்கள் நம்முடைய அறிவை விசாலப்படுத்து கின்றன. வானவியல், தாவரவியல், விலங்கியல் ஆகியவை சிறந்த உதாரணங்கள்' என்றார் பெஸ்த்ஸோவ்.

'நான் அதை ஒத்துக் கொள்ள மாட்டேன். மொழியின் வடிவங்களை ஆராய்ச்சி செய்வது ஆன்மீக வளர்ச்சிக்கு உதவுகிறது. அத்துடன் செவ்வியல் நூல்கள் அறநெறிக் கதைகளைக் கற்பிக்கின்றன. ஆனால் இயற்கை விஞ்ஞானங்கள் சில ஆபத்தான போலியான கருத்துக்களைப் பரப்புகின்றன' என்றார் கரீனின்.

'வெவ்வேறு பாட முறைகளின் சாதக பாதகங்களை துல்லியமாக முடிவு செய்வது கடினமான வேலை. செவ்வியல் கல்விக்கு உள்ள ஒரு முக்கியமான சாதகத்தை கரீனின் குறிப்பிட்டார். அறநெறித் தாக்கம் அதாவது அராஜகவாதத்துக்கு எதிரான தாக்கம் அதன் சிறப்பான அம்சம்' என்றார் கோஸ்னிஷேவ்.

'சரியாகச் சொன்னீர்கள்'

'செவ்வியல் கல்வி முறை என்ற மாத்திரை அராஜகவாத நோயைக் குணப்படுத்துகிறது. ஆகவே நாம் அதை நோயாளிகளுக்குக் கொடுக்கிறோம்... ஆனால் அந்தத் தகுதி அதற்கு இல்லையென்றால்...' என்று கோஸ்னிஷேவ் கேட்டார்.

மாத்திரைகளைப் பற்றிப் பேசியதும் எல்லோரும் சிரித்தார்கள். துரோவ்த்ஸின் மற்றவர்களைக் காட்டிலும் அதிகமாகச் சிரித்தார். சிரிப்பு அந்த விவாதத்தை முடிவுக்குக் கொண்டு வந்தாலும் பெஸ்த்ஸோவ் உடனடியாக மற்றொரு விவாதத்தை ஆரம்பித்தார்.

'அரசாங்கம் சில பொதுவான குறிக்கோள்களை முன் வைத்து நடவடிக்கைகளைச் செய்கிறது. உதாரணமாக மகளிர் கல்வியை எடுத்துக் கொள்ளுங்கள். பெண்கள் கல்வி கற்பதால் ஆபத்து உண்டாகும். ஆனால் அரசாங்கம் பெண்கள் படிப்பதற்குப் பல்கலைக்கழகங்களை ஆரம்பிக்கிறது'

உடனே விவாதம் பெண்கள் கல்வி என்ற தலைப்புக்கு மாறியது.

'பெண்கள் கல்வியை பெண்களின் விடுதலையுடன் இணைக்கத் தேவையில்லை. அப்படி இணைப்பதால் தான் பெண்கள் கல்வி ஆபத்தானது என்று பலரும் நினைக்கின்றனர். அச்சப்படுகின்றனர்' என்றார் கரீனின்.

'இரண்டு பிரச்சினைகளும் இணைந்தே தான் இருக்கின்றன. பெண்களுக்குக் கல்வி இல்லாததால் தான் அவர்களுடைய உரிமைகள் மறுக்கப்படுகின்றன. உரிமைகள் இல்லாததால் தான் அவர்கள் கல்வி கற்க முடியவில்லை. நம் நாட்டில் பழங்காலத்திலிருந்தே பெண்கள் அடிமைப் படுத்தப்பட்டிருக்கிறார்கள். அதனால் ஆண்களுக்கும் பெண்களுக்கும் இடையில் பெரிய பள்ளம் ஏற்பட்டிருக்கிறது. நாம் அதை அங்கீகரிக்க மறுக்கிறோம்' என்றார் பெஸ்த்ஸோவ்.

'பெண்களின் உரிமைகள் குறிப்பிட்டீர்கள். எந்த உரிமைகளைச் சொல்லுகிறீர்கள். நகரசபை, அரசாங்கத்தின் ஸ்தல போர்டுகள், அதிகாரிகள், பாராளுமன்றம் ஆகியவற்றில் பெண்கள் இடம் பெற வேண்டும் என்ற உரிமைகளைக் குறிப்பிடுகின்றீர்களா?' என்றார் பெஸ்த்ஸோவ்.

'அப்படியானால் நீங்கள் 'உரிமைகள்' என்று சொல்லக் கூடாது. 'கடமைகள்' என்று சொல்ல வேண்டும். நகர சபையில் அல்லது நீதிமன்ற ஜுரிகள் குழுவில் பெண்கள் இடம்பெறுகின்ற பொழுது அவர்கள் கடமையைச் செய்கிறார்கள். ஆகவே பெண்கள், சமூகத்துக்குக் கடமை செய்ய வருவதை நாம் ஆதரிக்க வேண்டும்'.

'சரியாகச் சொன்னீர்கள். ஆனால் அவர்களால் இந்தக் கடமைகளை நிறைவேற்ற முடியுமா? என்பது தான் என்னுடைய கேள்வி.'

'முடியும் என்பது தான் என் கருத்து. பெண்களிடம் கல்வி வியாபித்து வளரும் போது அவர்களுடைய திறமைகள் மேலும் வளரும். அதிகரிக்கும்.' என்றான் ஆப்லான்ஸ்கி.

முதிய இளவரசர் ஷெர்பட்ஸ்கி விவாதத்தை அக்கறையுடன் கவனித்துக் கொண்டிருந்தார். தன் கண்களில் குறும்பு மின்ன, தன்னுடைய கருத்தைச் சொன்னார்: 'ஒரு பழமொழி என்னுடைய நினைவுக்கு வருகிறது. நான் இதைக் குறிப்பிடுவதற்கு பெண் மக்கள் (மகள்) கோபித்துக் கொள்ளக் கூடாது. 'பெண்களின் முடி நீளமானது. ஆனால் அவர்களுடைய அறிவு குட்டையானது' என்பது தான் அந்தப் பழமொழி' என்றார்.

அதைக் கேட்டு எல்லோரும் சிரித்தார்கள். கரீனின் கூடச் சிரித்தார்.

'நீக்ரோக்களை விடுதலை செய்யும் முன்னரும் கூட அவர்கள் அப்படித் தான் நினைத்தார்கள்' என்று கோபத்துடன் சொன்னான் பெஸ்த்ஸோவ்.

'ஆனால் பொதுவாக துரதிர்ஷ்டவசமாகத் தங்கள் கடமைகளைக் கண்டு ஒதுங்கிக் கொண்டிருக்கும் போது, பெண்கள் புதிய கடமைகளைத் தேடிச் செல்வது எனக்கு என்னவோ விசித்திரமாகத் தான் தோன்றுகிறது' என்றார் கோஸ்னிஷேவ்.

'கடமைகளுடன் உரிமைகள், அதிகாரம், பணம், செல்வம், புகழ், கௌரவம், மரியாதை போன்றவை அனைத்தும் பிணைக்கப்பட்டுள்ளன. அவற்றைத் தான் பெண்கள் நாடிச் செல்கிறார்கள்.'

'பிறந்த குழந்தைகளுக்குத் தாய்ப்பால் கொடுக்கும் தாதி வேலை தனக்கு வேண்டும் என்று கேட்டு ஒருவன் போனது போலவும், அந்த வேலைக்கு பெண்களை மட்டும் அனுமதிக்கிறார்கள். பணம் கொடுக்கிறார்கள். எனக்குக் கொடுப்பதில்லையே என்று ஒருவன் கோபித்துக் கொண்டானாம். அது போல் இருக்கிறது இது' என்றார் முதிய ஷெர்பட்ஸ்கி.

இதைக் கேட்டு துரோவ்த்ஸின் விலா நோகச் சிரித்தான். இந்த விஷயத்தைத் தான் சொல்லாமல் போயிற்றே என்று கோஸ்னிஷேவ் வருத்தப்பட்டான். கரீனினும் கூட இதைக் கேட்டுச் சிரித்தார்.

'ஆனால் ஆண்கள் எப்படி முலைப்பால் கொடுக்க முடியும். பெண்கள் தானே...' என்று கூறத் தொடங்கினான் பெஸ்த்ஸோவ்.

'ஆமாம். முடியுமாம். ஒரு ஆங்கிலேயன் கழகக் கப்பலில் கடற்பயணம் செய்யும் பொழுது இது போன்று தனது குழந்தைக்கு முலைப்பால் கொடுத்திருக்கின்றானாம்...' என்றார் முதிய இளவரசர் ஷெர்பட்ஸ்கி. தன்னுடைய மகள்கள் உள்ள அந்த இடத்தில் வெட்கமின்றி அவர் அவ்வாறு சொன்னார்.

‘அப்படியானால் தங்களது குழந்தைகளுக்கு முலைப்பால் கொடுக்க இயலாத அளவுக்கு அதிகாரிகளாக எத்தனை பெண்கள் பணியாற்றிக் கொண்டிருக்கிறார்களோ அத்தனை முலைப்பால் கொடுக்கும் ஆங்கிலேயர்கள் இருக்கத்தான் செய்வார்கள்’ என்றார் கோஸ்னிஷேவ்.

‘சரி. வீடு, வாசல் இல்லாத ஒரு பெண் இருக்கிறாள் என்று வைத்துக் கொள்ளுங்கள்... வாழ்வதற்கு அவள் என்ன செய்வாள்... அவள் கதி என்ன?’ என்று கேட்டான் ஆப்லான்ஸ்கி. தான் நாடக அரங்கில் முத்தமிட்ட அந்த நடன அழகி சிமிசோவாவின் நினைவாகவே இருந்த ஆப்லான்ஸ்கி பெஸ்த்ஸோவின் கருத்துக்கு ஆதரவாக இதனைச் சொன்னான்.

‘அந்தப் பெண்ணின் கதையைக் கவனமாக ஆராய்ந்து பார்த்தால் அவள் தன் குடும்பத்தினரை விட்டோ அல்லது அவளுடைய சகோதரியின் குடும்பத்தை விட்டோ ஓடி வந்தவளாகத்தான் இருக்க முடியும்’ என்று திடீரென்று குறுக்கிட்டுச் சொன்னாள் டாலி. மிகக் கோபத்தோடு எரிச்சலோடும் அவள் இதைச் சொன்னாள். எந்த மாதிரியான பெண்களைத் தன் மனத்தில் நினைத்துக் கொண்டு தன் கணவன் இந்தக் கேள்வியைக் கேட்கிறாள் என்பதை அவள் ஊகித்து அறிந்ததால் இதைச் சொல்லி யிருக்கலாம்.

‘நாம் இங்கு ஒரு கொள்கை பற்றி, ஒரு கருத்து பற்றி நம்மைத் தெளிவாக்கிக் கொள்ளும் நோக்கத்துடன் விவாதித்துக் கொண்டிருக்கிறோம். சுதந்திரமாக இருக்கவும், கல்வி கற்கவும் தங்களுக்கு உரிமைகள் வேண்டும் என்பது பெண்களின் கோரிக்கை. இது அவர்களால் முடியாது என்று அவர்கள் தடுக்கப்பட்டும், அழுத்தப்பட்டும் தவிக்கிறார்கள்’ என்றான் பெஸ்த்ஸோவ்.

‘மருத்துவமனையில் குழந்தைக்கு முலைப்பால் கொடுக்கும் தாதி உத்தியோகம் எனக்குக் கொடுக்கப்படவில்லையே என்ற விஷயம் என்னை அழுத்துகிறது. தொல்லை செய்கிறது’ என்றார் முதிய ஷெர்பட்ஸ்கி.

இதைக் கேட்டதும் தாங்கமுடியாத சிரிப்பில் ஆழ்ந்து போனான் துரோவ்த்ஸின்.

அத்தியாயம் 11

கிட்டியையும் லெவினையும் தவிர விருந்துக்கு வந்திருந்த எல்லோருமே இந்த விவாதத்தில் பங்கெடுத்தார்கள். ஒரு நாடு மற்றொரு நாட்டின் மீது செலுத்துகின்ற தாக்கத்தைப் பற்றி அவர்கள் பேசிய பொழுது லெவின் தன்னுடைய கருத்துக்களைக் கூற விரும்பினான். ஆனால் அவன் முன்பு முக்கியமாகக் கருதிய அந்த சிந்தனைகளைப் பற்றி இப்பொழுது அவனுக்கு சிறிதளவு கூட அக்கறை இல்லாமல் போய்விட்டது. மேலும்

இவர்களுடைய விவாதத்தினால் எந்தப் பயனும் ஏற்பட்டுவிடப் போவதில்லை என்ற முடிவிலும் அவன் தெளிவாக இருந்தான். பிறகு ஏன் இவர்கள் வீணாகப் பேசிக் கொண்டிருக்கிறார்கள் என்றும் அவன் சலிப்படைந்தான்.

அவர்கள் பெண்களுடைய உரிமைகள் மற்றும் கல்வியைப் பற்றிப் பேசிய பொழுது கிட்டி அக்கறையுடன் கவனித்திருக்க வேண்டும். அவள் அந்தப் பிரச்சினைகளைப் பலமுறை சிந்தித்திருக்கிறாள். தன்னுடைய அக்காளுடன் அதைப் பற்றி விவாதிக்கிறார்கள். இந்த சமயத்தில் அவளுக்கு வெளிநாட்டில் யாருமற்ற அநாதையாக, பிறருடைய ஆதரவில் வாழும் தன் தோழி 'வாரென்கா'வின் வாழ்க்கையும் நினைவுக்கு வந்தது. ஏன் இன்னும் திருமணமாகாமல் பல பிரச்சினைகளில் சிக்கித் தவித்துக் கொண்டிருக்கும் தனது சொந்தத் தலைவிதியையும் கூட அவள் நினைத்துப் பார்த்தாள். ஆனால் இப்பொழுது இங்கு நடைபெறும் இந்த விவாதத்தில் அவளும் ஆர்வமின்றித் தான் இருந்தாள். இதோ, அவளும் லெவினும் இப்போது தனியாகப் பேசிக் கொண்டிருந்தார்கள். இதனை உரையாடல் என்று கூறுவது சரியல்ல. இது ஒரு ஆன்மீகப் பயணம். இந்தப் பயணத்தின் ஒவ்வொரு விநாடியும் அவர்களை மேலும் நெருங்கச் செய்து கொண்டிருந்தது. அவர்கள் மிக நெருங்கி விட்டார்கள். ஒரு புதிய உலகத்துக்குள் தாங்கள் இருவரும் நுழைந்து கொண்டிருப்பதை அவர்கள் மகிழ்ச்சியுடன் உணர்ந்தார்கள்.

'நான் கோச்சு வண்டியில் போய்க் கொண்டிருக்கும் பொழுது என்னை எப்படி நீங்கள் பார்த்திருக்க முடியும்?' என்று கிட்டி லெவினிடம் கேட்டாள்.

'அதிகாலை நேரம். நீ அப்பொழுது தான் தூக்கத்திலிருந்து விழித்திருக்க வேண்டும். உன் தாய் கோச்சு வண்டியின் ஒரு மூலையில் தூங்கிக் கொண்டிருந்தாள். நான்கு குதிரைகள் பூட்டிய வண்டியில் யார் போகிறார்கள் என்று நினைத்தவாறு நான் சாலையில் போய்க் கொண்டிருந்தேன். அப்பொழுது திடீரென்று உன்னைப் பார்த்தேன். உன் கம்பளித் தொப்பியைக் கையில் வைத்துக் கொண்டு எதைப் பற்றியோ நீ சிந்தித்துக் கொண்டிருந்தாய்' என்று லெவின் கூறினான். 'எந்த முக்கியமான விஷயத்தைப் பற்றி நீ சிந்தித்துக் கொண்டிருந்தாய்?' என்று லெவின் கேட்டான்.

'இப்பொழுது உண்மையில் எனக்கு அது நினைவில் இல்லை' என்று சொல்லிவிட்டு கிட்டி சிரித்தாள்.

'இப்பொழுது துரோவ்த்ஸின் எப்படிச் சிரித்தார் பார்த்தாயா?'

'அவரை ரொம்ப நாளாக உங்களுக்குத் தெரியுமா?' கேட்டாள் கிட்டி

‘அவரைத் தெரியாதவர் யார் இருக்கிறார்கள்?’

‘அவர் மிக மோசமான மனிதர் என்று தாங்கள் நினைப்பது போல் அல்லவா தெரிகிறது’

‘மோசமல்ல. ஆனால் எதற்கும் உதவாத ஒரு மனிதர்’.

‘அப்படி நினைக்காதீர்கள். நான் கூட அவரைப் பற்றி முதலில் அப்படித் தான் நினைத்தேன். ஆனால் அவர் நல்லவர். இளகிய மனம் உடையவர். மற்றவர்களுக்கு உதவி செய்பவர்’.

‘உனக்கு எப்படித் தெரியும்’

‘சென்ற குளிர்காலத்தில் டாலியின் குழந்தைகளுக்கு வைரஸ் காய்ச்சல் வந்த பொழுது அவர் வீட்டில் தங்கி குழந்தைகளைக் கவனித்துக் கொண்டார். மூன்று வாரங்கள் தங்கி இருந்து செவிலிப் பெண்ணைப் போல அவர் உதவி செய்தார்.’

‘துரோவ்த்ஸின் உன் வீட்டில் தங்கியிருந்து குழந்தைகளைக் கவனித்துக் கொண்டதைப் பற்றி இவரிடம் சொல்லிக் கொண்டிருக்கிறேன்’ என்று கிட்டி டாலியிடம் சொன்னாள்.

‘ஆமாம்! அவர் எனக்குப் பேருதவி செய்திருக்கிறார்’ என்று கூறிய டாலி, துரோவ்த்ஸினைப் பார்த்து உங்களைப் பற்றிப் பேசிக் கொண்டிருக்கிறோம் என்று சொல்வதைப் போல சிரித்தாள்.

‘துரோவ்த்ஸின் எவ்வளவு இரக்க சிந்தை உடையவர் என்பதை நான் புரிந்து கொள்ளாமல் போனேனே...’ என்று லெவின் மனம் வருந்தினான்.

‘நான் இனிமேல் எவரைப் பற்றியும் குறைவாக நினைக்க மாட்டேன்’ என்று லெவின் மனப்பூர்வமாக நினைத்தான்.

அத்தியாயம் 12

விருந்தினர்கள் பெண்ணுரிமை பற்றி விவாதித்த பொழுது அங்கு பெண்கள் உட்கார்ந்திருந்தபடியால் சில விஷயங்களைப் பேசாமல் தவிர்த்தார்கள். திருமண உறவுகளில் ஆணுக்கும் பெண்ணுக்கும் சமத்துவம் இல்லாததைப் பற்றி பெஸ்த்ஸோவ் பேச ஆரம்பித்தார். ஆனால் ஆப்லான்ஸ்கியும், கோஸ்னிஷேவும் அந்தப் பேச்சைச் சாமர்த்தியமாக மாற்றினார்கள்.

பெண்கள் அறையிலிருந்து சென்ற பிறகு பெஸ்த்ஸோவ் கரீனினை நோக்கித் திரும்பி ஆண் பெண் ஏற்றத்தாழ்வுக்கு முக்கியமான காரணத்தைப் பற்றிப் பேசினார். ‘சில சமயங்களில் கணவன் துரோகம்

செய்கிறான். சில சமயங்களில் மனைவி துரோகம் செய்கிறாள். ஆனால் சட்டம் இருவருக்கும் வேறு வேறு தண்டனைகளைத் தருகிறது. பொது மக்களோ ஆணைக் காட்டிலும் பெண்ணையே அதிகமாக அவதூறு செய்கிறார்கள்.'

ஆப்லான்ஸ்கி, கரீனினிடம் ஒரு சுருட்டை அவசரமாக நீட்டினான். 'நான் புகைப் பிடிப்பதில்லை' என்று கூறிய கரீனின், எனக்கு ஒன்றும் அச்சமில்லை என்று காட்டுவதைப் போல பெஸ்த்ஸோவை நோக்கித் திரும்பினார். 'அதற்கு உரிய காரணத்தை நமது சமூகத்தில் தேடுங்கள்' என்றார்.

துரோவ்த்ஸின் நல்ல போதையில் இருந்தார். அவர் முக்கிய விருந்தினரான கரீனினைப் பார்த்து, 'பிரயாச்னிக்கோவைப் பற்றிக் கேள்விப்பட்டிருக்கிறீர்களா?' என்று கேட்டார்.

'வாஸ்யா பிரயாச்னிக்கோவ், கவித்ஸ்கியுடன் சண்டை போட்டதில் கவித்ஸ்கி கொல்லப்பட்டு விட்டார்' என்றார் துரோவ்த்ஸின்.

கரீனினைப் பாதிக்கின்ற முறையில் உரையாடல் நடைபெறுவதை ஆப்லான்ஸ்கி விரும்பவில்லை. எனவே கரீனினை அந்த இடத்தை விட்டு அழைத்துக் கொண்டு போக ஆப்லான்ஸ்கி முயற்சி செய்தான். ஆனாலும் கரீனின் இந்த உரையாடலை விட்டு விலகிச் செல்ல விரும்பவில்லை. உரையாடலைத் தொடரும் அக்கறையுடன் அவரே துரோவ்த்ஸினைப் பார்த்துக் கேட்டார்: 'பிரயாச்னிக்கோவ் எதற்காகச் சண்டை போட்டார்?'

'அவருடைய மனைவிக்காக. அவர் ஒரு முட்டாளைப் போல நடந்து கொண்டார். கவித்ஸ்கியைச் சண்டைக்கு அழைத்து அவரைக் கொன்று விட்டார்'.

'அப்படியா!' என்று கரீனின் அலட்சியமாகக் கேட்டு விட்டு வரவேற்பு அறைக்குள் நுழைந்தார்.

வரவேற்பறைக்கு வந்த கரீனினை டாலி வரவேற்றாள்.

'நீங்கள் விருந்துக்கு வந்ததைப் பற்றி மிக்க மகிழ்ச்சி' என்றாள் டாலி. பயம் கலந்த ஒரு புன்னகை அவளிடம் மலர்ந்தது. 'நான் உங்களிடம் அவசியம் பேச வேண்டும். இப்படி உட்காருங்களேன்.'

'நீ என்னை மன்னிக்க வேண்டும். நான் இப்போது உடனடியாக போக வேண்டிய அவசரத்தில் இருக்கிறேன். நாளை நான் மாஸ்கோவை விட்டு புறப்படுகின்றேன்' என்றார் கரீனின்.

புருவத்தை உயர்த்தியபடி அவள் அருகில் உட்கார்ந்தபடி, போலியாக ஒரு புன்னகை செய்தார் கரீனின்.

அன்னா கபடமற்றவள். குற்றம் இல்லாதவள். கரீனின் அப்பாவிப் பெண்ணாகிய அன்னாவின் வாழ்க்கையை அழிக்கப் போவதை நினைத்து அவள் அச்சமுற்றாள். அவளின் முகமெல்லாம் ஒரு கணம் வெளுத்துப் போனது. கோபத்தினால் உதடுகள் நடுங்கின.

'அலெக்ஸிஸ் அலெக்ஸாண்ட்ரோவிச்', என்று அழைத்தபடி கரீனினுடைய கண்களை உற்றுப் பார்த்தாள். துணிச்சலும், தீர்க்கமாக முடிவெடுக்கக்கூடிய ஒரு உறுதியும் இப்போது அவளிடத்தில் தெரிந்தது. 'நான் உங்களிடம் அன்னாவைப் பற்றி கேட்ட போது நீங்கள் சரியாகப் பதில் சொல்லவில்லை. அன்னா எப்படி இருக்கிறாள்?'

'அன்னா நலமாக இருப்பாள் என்று தான் நான் நினைக்கிறேன். தார்யா அலெக்ஸாண்ட்ரோவ்னா' என்று பதிலளித்தார் கரீனின். அவளை அவர் நிமிர்ந்து பார்க்கவில்லை. எங்கோ பார்த்தபடி இவ்வாறு சொன்னார்.

'அலெக்ஸிஸ் அலெக்ஸாண்ட்ரோவிச்! என்னை மன்னித்து விடுங்கள். எனக்கு இதற்கு உரிமையில்லை... ஆனால் நான் அன்னாவை என்னுடைய சொந்த சகோதரியைப் போல நேசிக்கிறேன். நான் அவளிடம் மிகுந்த மதிப்பும் மரியாதையும் வைத்திருக்கின்றேன். நான் உங்களை மிகவும் பணிந்து கேட்டுக் கொள்கிறேன். தயவு செய்து சொல்லுங்கள். உங்களுக்கும் அவளுக்கும் இடையே என்ன நேர்ந்து விட்டது...? உங்களுக்கு என்ன பிரச்சினை?' கரீனின் அதிர்ச்சியடைந்து போனார். அச்சமும் தயக்கமும் அவர் மனத்தில் தோன்ற கண்களை மூடிக் கொண்டு தலை குனிந்து கொண்டார்.

'நான் எதிர்பார்த்தேன். உன்னுடைய கணவர் உன்னிடம் இதைத் தெரிவித்து இருப்பார். அன்னா அர்காதியேவ்னாவுடன் உள்ள என் உறவுகளை மாற்ற நான் விரும்புவதற்கான காரணங்கள் அவர் உன்னிடம் சொல்லவில்லையா?'

'என்னால் நம்ப முடியாது. என்னால் நம்பவே முடியாது' என்று டாலி உணர்ச்சியுடன் கைகளைக் கட்டிக் கொண்டு கூறினாள்.

அப்பொழுது ஷெர்பட்ஸ்கி அந்த அறையின் வழியாகச் சென்றார். டாலி கரீனின் சட்டையின் கையைத் தொட்டுச் சொன்னாள்:

'இங்கு யாராவது வந்து கொண்டிருப்பார்கள். நாம் வேறு இடத்துக்குப் போய் பேசுவோம்' என்று டாலி அவரிடம் கூறினாள். கரீனின் அவளைப் பின் தொடர்ந்தார். பள்ளிக்கூட வகுப்பறைக்குள் அவர்கள் நுழைந்தனர்.

டாலியின் அந்தக் கோபமும், ஆத்திரமும், அச்சமும் கரீனினைப் பாதித்தது. ஒரு கணம் அவர் திகைத்துப் போனார். அன்னாவிடம் அவள் காட்டும் அன்பு அவரைக் கலங்க வைத்தது.

'என்னால் இதை நம்ப முடியாது. நம்ப முடியாது' என்று சொன்ன அவள் கரீனினின் கண்களில் உண்மையைத் தேட விரும்பினாள். அவர் அவளது பார்வையைத் தவிர்த்தார்.

'உண்மைகளை ஒருவர் நம்ப மறுக்கலாம், தார்யா அலெக்ஸாண்ட்ரோவ்னா. 'உண்மைகளை' என்ற வார்த்தையை அவர் அழுத்திச் சொன்னார்.

'அவள் என்ன செய்தாள்? சொல்லுங்கள். அவள் என்ன செய்தாள்?' என்றாள் தார்யா அலெக்ஸாண்ட்ரோவ்னா.

'அவள் தன் கடமைகளை மறந்து விட்டாள். தன் கணவருக்குத் துரோகம் செய்து விட்டாள். அதுதான் அவள் செய்த குற்றம்'.

'இருக்காது. அவ்வாறு நடக்காது. கடவுள் சாட்சியாகக் கேட்கிறேன். நீங்கள் தவறு செய்கிறீர்கள்...' என்று டாலி தன் கைகளை உயர்த்தி தன் நெற்றியில் வைத்து அழுத்திக் கொண்டு கண்களை மூடிக் கொண்டாள்.

உணர்ச்சியற்ற ஒரு புன்னகை கரீனினது உதடுகளில் தோன்றியது. அன்னாவை அவள் உணர்ச்சிகரமாக ஆதரித்தது கரீனின் மனத்திலேற் பட்டிருந்த காயத்தை ரணமாக்கியது. அவர் அதிகமான வெறுப்புடன் பேசத் தொடங்கினார்:

'தன் கணவனுடன் வாழ்ந்த எட்டு ஆண்டுக் காலத் திருமண வாழ்க்கையையும், ஒரு மகனையும் கூட தான் செய்த தவறின் விளைவு என்று ஒரு மனைவி தன் கணவரிடம் தெரிவித்ததால்... அது தவறான செயல் இல்லையா? யாருடைய தவறு அது. தன்னுடைய வாழ்க்கையை மீண்டும் முதலில் இருந்து தொடங்க வேண்டும் என்கிறாள். எல்லாமே அவள் தான் செய்த தவறுகள்தான் என்று தன் கணவனிடம் அவள் கூறினால் அதற்கு என்ன பொருள்.... சொல்?'

'அன்னாவையும், தவறான நடத்தையையும் என்னால் சேர்த்துப் பார்க்கவே முடியாது. என்னால் இதை நம்ப முடியாது'.

'தார்யா அலெக்ஸாண்ட்ரோவ்னா', என்று அழைத்த கரீனின், அன்பும் கருணையும் நிறைந்த, மிகுந்த அதிர்ச்சிக்குள்ளாகியிருக்கும் டாலியின் வேதனை படிந்த முகத்தை உற்றுப் பார்த்தார். தன்னை அறியாமல், தடையின்றி அவர் பேசத் தொடங்கினார். 'முதலில் அவளிடத்தில் எனக்கு சந்தேகம் ஏற்பட்ட பொழுது எனக்கு மிகவும் கஷ்டமாக இருந்தது. ஆனால், இப்பொழுது அவ்வளவு துன்பம் இல்லை. சந்தேகப்பட்ட நேரத்தில் கூட நம்பிக்கை இருந்தது. ஆனால் இப்பொழுது நம்பிக்கை துளி கூட இல்லை. நான் எல்லாவற்றையுமே சந்தேகிக்கிறேன். என் மகனை வெறுக்கிறேன். சில சமயங்களில் அவன் என்னுடைய மகன் அல்ல என்று கூட நினைக்கிறேன். நான் அளவில்லாத துன்பத்தில் சிக்கியிருக்கிறேன்.'

கரீனின் இவ்வளவு பேசியிருக்க வேண்டாம். அவள் முகத்தை அவர் உற்றுப் பார்த்த பொழுது டாலி அவருடைய வேதனையைப் புரிந்து கொண்டதாகவே தோன்றியது. அன்னா குற்றமற்றவள் என்ற அவளுடைய நம்பிக்கையும் ஆட்டம் கண்டு போனது.

'ஓ, இது பயங்கரமானது. விவாகரத்து வழக்குப் போட உத்தேசித்திருக்கிறீர்கள் என்பது உண்மையா?'

'நான் என்னுடைய கடைசி நடவடிக்கையினை மேற்கொள்ள முடிவு செய்து விட்டேன். நான் வேறு என்ன செய்வது.'

'செய்யக் கூடியது ஒன்றுமில்லை. ஆமாம் செய்யக்கூடியது ஒன்றுமில்லைதான்' என்று டாலி கண்ணீருடன் சொன்னாள்.

வாழ்க்கையில் திடீரென்று ஏற்படும் கஷ்டங்களை ஏற்றுக் கொள்ளத் தான் வேண்டும். திடீரென்று பெருத்த ரஷ்டம் ஏற்பட்டு விடுகின்றது. அல்லது குடும்பத்தில் யாராவது ஒருவர் திடீரென்று இறந்து விட நேர்கின்றது. இது போன்ற சூழ்நிலைகளில் கடவுளின் தீர்ப்பு இது, தலைவிதி என்று நினைத்து மனத்தைத் தேற்றிக் கொள்ள வேண்டியது தான்... இது போன்ற சூழ்நிலைகளில் வேறு என்ன செய்வது... அவமானத்திலிருந்து வெளியேறி மீண்டும் இந்த உலகத்தில் வாழ வேண்டும் இல்லையா? சேர்ந்து வாழ்வது என்பது இனி சாத்தியமே இல்லை.

இது போன்ற ஒரு சூழ்நிலையில் கரீனின் வேறு என்ன தான் செய்வார்? இதைத் தவிர வேறு எந்த முடிவுக்கு அவரால் வர முடியும்? அவள் அமைதியாக இருந்தாள். தன்னைப் பற்றி நினைத்துக் கொண்டாள். தன் சொந்தக் கவலைகளை நினைத்துக் கொண்டாள். திடீரென்று வேகமாகத் தனது தலையை உயர்த்தினாள். கடவுள் வணக்கம் செய்வது போல் இரு கரங்களையும் ஒன்று சேர்த்து கரீனினை வணங்கினாள்.

'நீங்கள் ஒரு கிறிஸ்துவர். தயவு கூர்ந்து அவளைப் பற்றி நினைத்துப் பாருங்கள். நீங்கள் அவளைத் தூக்கி எறிந்து விட்டால் அவளின் கதி என்ன? சற்று சிந்தித்துப் பாருங்கள்.'

'தார்யா அலெக்ஸாண்ட்ரோவ்னா, நான் அதைப் பற்றி மிக ஆழமாகச் சிந்தித்தேன். அவள் தன்னுடைய துரோகச் செயலை என்னிடம் தெரிவித்த போது கூட நான் அவள் மேல் இரக்கம் காட்டினேன். தன்னுடைய தவறைத் திருத்திக் கொள்ள அவளுக்கு நான் ஒரு சந்தர்ப்பம் கொடுத்தேன். வாழ்க்கையை எப்போதும் போல இதே போன்று தொடர நான் அவளுக்கு அனுமதியளித்தேன். அவளைக் காப்பாற்ற நான் முயற்சி செய்தேன். ஆனால் என்ன பயன்? அவள் சுலபமாக செய்யக்கூடிய, என்னுடைய ஒரே ஒரு கோரிக்கையைக் கூட அவள் மதிக்கவில்லை.

சமூகத்தில் எனக்கு உள்ள கண்ணியத்தை, கௌரவத்தை காப்பாற்றிக் கொள்ள நான் அவளுக்குக் கொடுத்த அந்த வாய்ப்பை மதிக்காது அவள் என்னை உதாசீனப்படுத்தி விட்டாள்.' என்று சொல்லிக்கொண்டே வந்த கரீனின் கோபத்தின் உச்சத்திற்கே வந்து விட்டார். 'அழிந்து போக விரும்பாத ஒரு நபரைக் காப்பாற்ற முடியும். ஆனால் சீரழிந்து போவதில், நாசமாகிப் போவதில், அழிவில்தான் தனக்கு மோட்சம் இருக்கிறது என்று கருதும் ஒருவரைக் காப்பாற்ற முடியுமா? சொல், நான் என்ன செய்வது?'

'விவாகரத்து தவிர வேறு எதையாவது?'

'எதைச் செய்வது... அது என்ன? நீ தான் சொல்...'

'இல்லை. உங்களின் இந்த முடிவு அவளை மிக மோசமான நிலைக்குத் தள்ளி விடும். அதன் பின் அவள் யாருடைய மனைவியாகவும் இருக்க முடியாது. அவள் வாழ்க்கை பாழாகிப் போய்விடும்'.

'அதற்கு நான் என்ன செய்வது?' என்ற கரீனின் தன் தோள்களைக் குலுக்கிக் கொண்டார். புருவங்களை உயர்த்தி அவளைப் பார்த்தார். தன்னுடைய மனைவியின் கடைசி நடவடிக்கைகளை அவளது அந்தக் கடைசிக் குற்றத்தை நினைத்த அவர் கடும் கோபமடைந்தார். அவருடைய இதயம் கல்லாகிப் போனது. முகத்தில் உணர்ச்சியற்றுப் போனது. அவர் இரக்கம் சிறிதும் இல்லாத குரலில் டாலியிடம் சொன்னார்:

'உன் அனுதாபத்திற்கு என்னுடைய நன்றி. எனக்கு நேரமாகிவிட்டது. நான் புறப்படுகின்றேன்' என்று கூறியபடி அவர் எழுந்தார்.

'இல்லை. கொஞ்சம் பொறுங்கள். அன்னாவின் வாழ்வை நாசமாக்கி விடாதீர்கள். கொஞ்சம் பொறுங்கள். நான் என்னைப் பற்றி சொல்வதைக் கேளுங்கள். என்னுடைய கணவரும் கூட என்னை ஏமாற்றி விட்டார். அவர் மேல் எனக்கு ஏற்பட்ட கோபத்தினாலும், பொறாமையினாலும் எல்லாவற்றையும் கை கழுவ நினைத்தேன். ஆனால் அன்னாதான் என்னைக் காப்பாற்றினாள். எனக்குப் புத்தி சொன்னாள். மீண்டும் என்னுடைய வாழ்க்கையை அமைத்துக் கொடுத்தாள். இதோ... இங்கே, இன்று நான் குழந்தைகளுடன் மகிழ்ச்சியாக வாழ்ந்து கொண்டிருக்கிறேன் என்றால் அதற்குக் காரணம் அன்னாதான். என் கணவர் தன்னுடைய தவறைப் புரிந்து கொண்டார். தன்னைத் திருத்திக் கொண்டார். முன்னைக் காட்டிலும் நல்லவராக மாறி விட்டார். நான் அவரை மன்னித்து விட்டேன். நீங்களும் நிச்சயம் மன்னிக்க வேண்டும்...'

கரீனின் அவள் சொன்ன அனைத்தையும் கேட்டார். ஆனால் அவளுடைய வார்த்தைகள் அவரிடத்தில் எந்த மாற்றத்தையும் ஏற்படுத்தவில்லை. அவளை விவாகரத்து செய்வது என்ற முடிவில் மாற்றம் ஏதும் செய்ய

விரும்பாமல் அவர் எழுந்தார். அன்னாவை விவாகரத்து செய்வதென்று அவர் முதலில் முடிவு செய்த போது ஏற்பட்ட கசப்புணர்ச்சி மறுபடியும் அவரிடம் பொங்கியெழுந்தது. அவர் தன் உடலைக் குலுக்கிக் கொண்டு உரத்த குரலில் பேசத் துவங்கினார்:

'நான் அன்னாவை மன்னிக்க முடியாது. எனக்கு அதற்கு விருப்பமும் இல்லை. அது சரியான செயல் என்று எனக்குத் தோன்றவும் இல்லை. அவளுக்காக நான் எல்லாமும் செய்தேன். அவள் அனைத்தையும் சேற்றில் தள்ளிப் புதைத்து விட்டாள். அது அவளுடைய இயற்கையான குணம். நான் இரக்கமில்லாதவன் அல்ல. கொடூரமானவனும் இல்லை. யார் மீதும் எனக்கு வெறுப்பு ஏற்பட்டதும் இல்லை. ஆனால் நான் என் ஆன்மாவின் முழு பலத்தோடு சக்தியோடும் அவளை வெறுக்கின்றேன். அவள் எனக்குச் செய்த துரோகத்திற்காக அவளை நான் மிக அதிகமாக வெறுக்கின்றேன். எனவே அவளை நான் மன்னிக்க முடியாது' என்றார் கரீனின்.

'உன்னை வெறுப்பவர்களையும் நேசி...' என்று முணுமுணுப்பாகச் சொன்னாள் டாலி.

கரீனின் புன்னகை செய்தார். இது அவருக்கும் நன்றாகத் தெரியும். ஆனால் இந்த விஷயத்தில் அதனைப் பயன்படுத்த அவர் விரும்பவில்லை.

'சரி, ஒருவன் தன்னை வெறுப்பவர்களை நேசிக்கலாம். ஆனால் ஒருவன் தான் வெறுக்கும் ஒருவரை நேசிக்க முடியுமா? உன்னை நான் மன வேதனைப்படுத்தியதற்காக என்னை மன்னித்துவிடு. ஒவ்வொரு வருக்கும் அவர்கள் வேண்டும் அளவிற்குத் துன்பங்களும், தொல்லைகளும் இருக்கத்தான் செய்கின்றன. அதாவது அவரவர் துன்பம் அவரவர்களுக்குப் போதும் என்று சொல்கின்றேன்' என்று சொன்ன கரீனின் அவளிடம் விடை பெற்றுக் கொண்டு வெளியேறினார்.

அத்தியாயம் 13

எல்லோரும் உணவருந்தும் அறையிலிருந்து புறப்பட்ட பொழுது லெவினும் புறப்பட்டான். அவன் கிட்டியைப் பின் தொடர்ந்து செல்லவே விரும்பினான். இப்படித் தன்னை விடாமல் அவன் பின்பற்றுவது மற்றவர்களின் கவனத்தைத் தங்களிடத்தில் திருப்பும். மற்றவர்களின் கேலிக்கு ஆளாகி விடுவோம் என்று கிட்டி சொல்லுவாள். அதனை அவள் விரும்பவும் மாட்டாள் என்று பயத்துடன் அந்த ஹாலிலேயே மற்ற ஆண்களுடன் சேர்ந்து உட்கார்ந்து விட்டான். திறந்திருந்த கதவு வழியாக கிட்டியைப் பார்க்காமலேயே, தன் உள்ளுணர்வுகளாலேயே அவளது இயக்கங்களை அவன் உணர்ந்தான். அவள் என்ன செய்கிறாள், எதைப் பார்க்கிறாள், என்ன பேசுகின்றாள் என்பதை அவன் கவனித்தான்.

'எல்லோரைப் பற்றியும் உயர்வாக நினைப்பேன், எல்லோரையும் உயர்வாகவே மதிப்பேன்' என்று கிட்டியிடம் வாக்களித்ததை லெவின் உடனே அமுலாக்கினான். ரஷ்யாவில் கூட்டு வாழ்க்கைச் சமூகங்களில் விசேஷமான தத்துவம் இருப்பதாக பெஸ்த்ஸோவ் கூறினார். லெவின் பெஸ்த்ஸோவ் சொன்னதைக் கவனித்தான். பெஸ்த்ஸோவின் அந்தக் கருத்தையும் ஏற்றுக்கொள்ளவில்லை. அந்தக் கருத்துக்கு மறுப்புச் சொல்லிக் கொண்டிருந்த தனது சகோதரர் கோஸ்னிஷேவின் கருத்தையும் ஏற்றுக் கொள்ளவில்லை. ஆனால் அந்த விஷயத்திற்கு அவன் முக்கியத்துவம் கொடுத்த மாதிரியும் தெரியவில்லை. அவன் விரும்பியதெல்லாம் அவர்கள் தங்கள் விவாதத்தை சுமூகமாக, சீக்கிரமாக முடித்துக் கொள்ள வேண்டும் என்பதைத் தான். அப்போது கிராமத்துப் பஞ்சாயத்துக்களைப் பற்றிய விவாதம் நடந்து கொண்டிருந்தது. லெவினும் அப்போது தன் கருத்துக்களை கூறினான். ஆனால் அவன் தான் சொன்ன கருத்துக்களின் மீதிலேயே அவனுக்கு கவனமின்றிப் போனது. ஒரே ஒரு விருப்பம்தான் அவனுக்கு இருந்தது. அது எல்லோரும் எப்பொழுதும் திருப்தியாக, மகிழ்ச்சியாக இருக்க வேண்டும் என்பதுதான். இது லெவினது விருப்பம். அவனுடைய கவனம் அவர்களுடைய உரையாடலில் இல்லை. அவனுடைய கவனம் முழுவதும் இப்பொழுது ஒரு பொருளின் மீது தான் இருந்தது என்பது அவனுக்குத் தெரியும். அது தான் அவனுக்கு முக்கியம் இப்போது. அது முதலில் வரவேற்பறையில் இருந்தது. பின்பு மெல்ல நகர்ந்து வாயிற்படிக்கு வந்து விட்டது. லெவின் திரும்பிப் பாராமலேயே தன்னை ஒரு ஜோடிக் கருவிழிகள் பார்த்துக் கொண்டே இருப்பதையும், தன்னை நோக்கி ஒரு புன்னகைப் பூ மலர்ந்து காற்றிலே தவழ்ந்து வந்து தன்னைத் தழுவுவது போன்றும் உணர்ந்தான். ஆனால் திரும்பிப் பார்க்காமல் இருக்க முடியவில்லை. திரும்பிப் பார்த்த பொழுது அவள் வரவேற்பறையின் வாசலில் நின்று கொண்டிருந்தாள். அவளது பின்புறம் முதிய இளவரசர் ஷெர்பட்ஸ்கி நின்று கொண்டிருந்தார்.

லெவின் கிட்டியை நோக்கிச் சென்றான். 'நீ பியானோ வாசிக்கப் போகிறாய் என்று நினைத்தேன்' என்றான் லெவின். 'கிராம வாழ்க்கையில் எனக்குக் கிடைக்காதது அது ஒன்று தான்... இசை தான் அது'

'இல்லை. இல்லை. நாங்கள் வந்தது உங்களை வெளியே அழைத்துச் செல்லலாம் என்று தான். அந்த விவாதத்திலிருந்து தாங்கள் புறப்பட்டு வந்ததற்கு தங்களுக்கு நன்றி' என்று சொல்லிவிட்டு அவள் அழகாகச் சிரித்தாள். அந்தச் சிரிப்பு லெவினுக்கு அவள் கொடுத்த பரிசு. 'விவாதங்களால் பயனில்லை. யார் சொல்வதையும் யாரும் ஏற்றுக்கொள்வதில்லை.'

'ஆமாம். நீ மிகச் சரியாகச் சொன்னாய். மக்கள் ஏன் உணர்ச்சிகரமாக விவாதிக்கிறார்கள். எதிர்தரப்பு எதை நிரூபிக்கிறது என்று புரியாமல் அவர்கள் கோபமடைகிறார்கள்' என்றான் லெவின்.

அறிவாளிகள் கூடி ஒரு விஷயத்தை விவாதிக்கின்ற பொழுது அவர்கள் பல ஆதாரங்களையும் தர்க்க ரீதியான நுட்பங்களையும் முன் வைக்கிறார்கள். அரும்பாடு பட்டுத் தாங்கள் நிரூபித்த விஷயம் இரு தரப்பினருக்கும் தெரிந்த விஷயம் தான் என்பதைக் கடைசியில் தெரிந்து கொள்கிறார்கள். எனவே விவாதங்களால் பயன் ஒன்றும் இல்லை என்று லெவின் கிட்டியிடம் விளக்கினான். அவள் அதை உடனே புரிந்து கொண்டாள்.

பெண்களின் உரிமைகளையும் வேலை வாய்ப்புகளையும் பற்றி அவர்கள் பேசினார்கள். 'செல்வர்களோ, ஏழையோ ஒவ்வொரு குடும்பத்திலும் செவிலிப் பெண் இருக்க வேண்டும். செல்வர்கள் மாதச் சம்பளம் கொடுத்திருக்கிறார்கள். ஏழைக் குடும்பங்களில் திருமணமாகாத உறவுக்காரப் பெண்கள் அந்தக் கடமையை நிறைவேற்றுகிறார்கள்' என்றான் லெவின்.

கிட்டி ஒரு மேசைக்கு முன்பாக உட்கார்ந்து கொண்டு சாக் கட்டியினால் மேசை மீது வட்டங்களை வரைந்து கொண்டிருந்தாள்.

'என்ன இருந்தாலும் அந்தப் பெண்ணுக்கு அது அவமதிப்பாகவே இருக்கும்...' என்றாள் கிட்டி.

அவள் எதைக் குறிப்பிடுகின்றாள் என்பது லெவினுக்கு புரிந்தது.

பெண்களின் சுதந்திரத்தைப் பற்றி பெஸ்த்ஸோவ் நீண்ட நேரம் பேசிய பொழுது புரியாத விஷயங்களைக் கிட்டியின் முகத்தைப் பார்த்து லெவின் புரிந்து கொண்டான். அவள் தான் திருமணமாகாத பெண்ணாக மற்றவர்கள் தயவில் வாழ்க்கை நடத்த வேண்டியிருக்குமோ என்று கவலைப்படுவதை அவன் புரிந்து கொண்டான். அவன் அவளைக் காதலிப்பதால், தானும் கூட இந்த அவமானத்தை உணர்ந்தான். எனவே உடனே இந்த விவாதத்தை அடியோடு கைவிட்டான். சற்று நேரம் இருவரும் ஒன்றும் பேசவில்லை. கிட்டி இன்னும் சாக்கட்டியினால் வட்டங்களை வரைந்து கொண்டிருந்தாள். அவள் கண்களில் ஒரு மெல்லிய ஒளி மின்னிக் கொண்டிருந்தது. அவளது அழகும் அருகாமையும் அவனுக்கு ஒரு பரவசத்தை ஏற்படுத்தியது. தன் நரம்புகளில் ஒரு வித புத்துணர்ச்சிப் பரவுவதை அவன் உணர்ந்தான்.

'நான் நெடுங்காலமாகவே உன்னிடம் ஒன்று கேட்க விரும்பினேன்' என்றான் லெவின்.

'தயவு செய்து சொல்லுங்கள்' என்றாள் கிட்டி.

அவள் மேசையில் சாக்கட்டியால் எழுதினான்.

அ. சா. எ. நீ. சொ. அ. அ. ம. அ. நி. என்று எழுதினான்.

(அது சாத்தியமில்லை என்று நீ சொன்ன பொழுது அது அன்றைக்கு மட்டுமா? அல்ல நிரந்தரமாகாவா?)

அவன் சங்கேதமாக அங்கே குறிப்பிட்டிருந்த வார்த்தைகளை அவள் புரிந்து கொள்வாளா என்று அவன் சந்தேகப்பட்டான். ஆனால் அவள் அதைப் படித்தாள்.

'எனக்குப் புரிகிறது' என்று வெட்கத்துடன் கூறினாள்.

அவன் 'நி' என்ற எழுத்தைச் சுட்டிக் காட்டி 'இது எதைக் குறிக்கிறது' என்று கேட்டான்.

'நிரந்தரமாகவா, என்று கேட்கிறீர்கள்' என்றாள் அவள்.

அவள் மேசையில் எழுதிய எழுத்துக்களை அழித்து விட்டு சாக்கட்டியை அவளிடம் கொடுத்தான்.

அவள் மேசையில் அ. நா. வே. சொ. மு. என்று எழுதினாள்.

(அன்று நான் வேறு விதமாகச் சொல்லியிருக்க முடியாது)

கையில் சாக்கட்டியுடன் நிற்கும் கிட்டி, மேசையையும், கிட்டியையும் மாறி மாறிப் பார்த்துக் கொண்டிருக்கும் லெவின்... இருவரையும் பார்த்த டாலி தன்னுடைய கவலையை மறந்து உற்சாகமடைந்தாள். லெவின் கிட்டியுடன் அச்சத்துடன் பேசினான்.

'நீ கூறிய அந்தப் பதில் அன்றைக்கு மட்டும் தானே?'

'ஆமாம்' என்றாள் கிட்டி.

'நிச்சயமாகவா?'

'இதைப் படியுங்கள்!' என்று மேசையில் எழுதினாள்.

'ந. ம. ம.'

(நடந்தவற்றை மறந்து விடுங்கள், மன்னித்து விடுங்கள்) லெவின் நடுங்கிய விரல்களுடன் பின் வாக்கியத்தின் முதல் எழுத்துக்களை எழுதினான்.

'மறப்பதற்கு அல்லது மன்னிப்பதற்கு ஒன்றுமில்லை. என் காதல் நிரந்தரமானது'

'எனக்குப் புரிகிறது' என்றாள் கிட்டி.

லெவின் நாற்காலியில் உட்கார்ந்து ஒரு நீண்ட வாக்கியத்தை எழுதினான். கிட்டி அவனிடம் கேட்காமலேயே சாக்கட்டியை எடுத்து அதற்குப் பதில் எழுதினாள்.

பிறகு லெவின் மூன்று எழுத்துக்களை எழுதினான். கிட்டி அதற்கு 'ஆமாம்' என்று பதில் எழுதினாள்.

அப்போது முதிய இளவரசர் அறைக்குள் வந்தார்.

'என்ன விளையாடிக் கொண்டிருக்கிறீர்கள்? சுருக்கெழுத்தா? நாடகத்துக்குப் போக நேரமாகிவிட்டது' என்றார்.

லெவின் எழுந்தான். கிட்டியுடன் வாயில் வரை சென்று அவர்களை வழியனுப்பி வைத்தான்.

நான் உங்களைக் காதலிக்கிறேன் என்று அவள் சொல்லிவிட்டாள். தன் பெற்றோர்களிடம் அவள் சொல்லி விடுவாள். 'நான் உன்னைக் காலையில் சந்திக்கிறேன்' என்று அவனும் அவளிடம் சொல்லி விட்டான்.

அத்தியாயம் 14

கிட்டி போன பிறகு லெவின் தனியாக இருந்தான். அவள் இல்லாமல் அவனுக்கு இருப்புக் கொள்ளவில்லை. மறுநாள் காலையில் தான் அவளை மறுபடியும் பார்க்க முடியும். அவளைப் பார்க்காமல், அவள் இல்லாமல் இடையில் உள்ள பதினான்கு மணி நேரத்தை எப்படிக் கழிப்பது என்று அவன் பயந்தான். அவன் தனிமையில் இருக்க முடியாது. யாருடனாவது பேசிக் கொண்டிருப்பதன் மூலமாகத் தான் இந்தப் பதினான்கு மணிநேரத்தைக் கழிக்க முடியும். தனது இந்த மனநிலையில் தனக்கு உதவக்கூடிய ஒரே நண்பன் ஆப்லான்ஸ்கி மட்டும் தான் என்று முடிவு செய்தான் லெவின். அவன் இரவில் ஒரு விருந்துக்குப் போவதாகச் சொல்லிக் கொண்டிருந்தான். (உண்மையில் அவன் பாலே நடனத்திற்குப் போவதற்குத் திட்டமிட்டிருந்தான்.) தான் மிகுந்த மகிழ்ச்சியாக இருப்பதாகவும், தனது இந்த மகிழ்ச்சிக்குக் காரணமானவன் ஆப்லான்ஸ்கி தான் என்றும், இந்த உதவிக்காக ஆப்லான்ஸ்கியை எப்பொழுதும் மறக்கவே முடியாது என்று லெவின் ஆப்லான்ஸ்கியிடம் சொன்னான். ஆப்லான்ஸ்கியின் பார்வையும், புன்னகையும் லெவினை அவன் மிகச் சரியாக புரிந்து கொண்டிருப்பதை எடுத்துக் காட்டின.

'இனி மரணத்தைப் பற்றி நினைக்க மாட்டாயே?' என்று லெவினைக் கேட்க ஆப்லான்ஸ்கி அன்புடன் அவனது கரத்தைப் பற்றி அழுத்தினான்.

'மா - ட் - டே - ன்' என்றான் லெவின்.

விடைபெற்றுக் கொண்டு புறப்பட்ட லெவினிடம் டாலியும் கூடச் சொன்னாள்: 'நீங்களும் கிட்டியும் மறுபடியும் சந்தித்துக் கொண்டது மகிழ்ச்சியான விஷயம். பழைய நட்புகளை நாம் மதிக்க வேண்டும்

லெவின் தனியாக இருக்க விரும்பாமல் தன்னுடைய சகோதரருடன் சேர்ந்து கொண்டான்.

'நீங்கள் எங்கே போகிறீர்கள்?'
'நகராட்சி கவுன்சில் கூட்டத்துக்குப் போகிறேன்'
'நானும் உங்களுடன் வரலாமா?'
'ஏன் வரக்கூடாது. தாராளமாக வரலாம்'
என்று பதிலளித்த கோஸ்னிஷேவ் சிரித்தபடியே கேட்டார். 'உனக்கு இன்று என்ன நேர்ந்து விட்டது?'

'...எனக்கா? நான் இன்று மிகுந்த மகிழ்ச்சியுடன் இருக்கின்றேன்' என்றான் லெவின். கோச்சு வண்டி புறப்பட்டது. வண்டியின் சன்னலின் வழியே வெளியே பார்த்தபடி வந்த லெவின் திரும்பி தன்னுடைய சகோதரனைப் பார்த்துக் கேட்டான்: 'அங்கே காற்றோட்டமில்லாமல் இருக்கிறது... இந்தப் பக்கம் வாருங்களேன்... உங்களை ஒன்று கேட்கலாமா? நீங்கள் ஏன் இதுவரை திருமணம் செய்து கொள்ளவில்லை' கோஸ்னிஷேவ் சிரித்தார்.

'எனக்கு உண்மையிலேயே ரொம்ப மகிழ்ச்சியாக இருக்கிறது அவள் நல்ல பெண்ணாகத் தான் தோன்றுகிறது.' என்றார் கோஸ்னிஷேவ்.

லெவின் மிகவும் வெட்கப்பட்டான். வெட்கப்படும் தன்னை அவர் பார்க்க முடியாதபடி 'வேண்டாம்', வேண்டாம், பேச வேண்டாம்' என்ற லெவின் தன்னுடைய சகோதரரின் மேல் கோட்டு காலரைப் பற்றி அவருடைய முகத்தை அந்தக் காலரால் மறைத்தான். 'நல்ல பெண்' என்று அவர் குறிப்பிட்டது பற்றி அவன் அவரிடம் பொய்யான கோபம் கொண்டான். இந்த வார்த்தைகள் மிகச் சாதாரணமானவை, பொருத்தமற்ற வார்த்தைகள்... 'என் அவள்' மிகச் சாதாரணமானவள் தானா... இல்லை... அவள் ஒரு தேவதை...' என்று தன் மனத்தில் நினைத்துக் கொண்டு தன் சகோதரரை பொய்க் கோபத்துடன் உலுக்கினான்.

கோஸ்னிஷேவ் சிரித்தார். மனம் நெகிழ்ந்து சிரித்தார். இது போன்று அவர் இது வரை எப்போதும் மனம் நெகிழ்ந்து போனதில்லை.

'எப்படியோ, உண்மையிலேயே எனக்கு மிகவும் மகிழ்ச்சியாக உள்ளது.'

'இதையெல்லாம் நீங்கள் நாளைச் சொல்லுங்கள்... இப்போது வேண்டாம்... என்னை அமைதியாக இருக்க விடுங்கள்...' என்ற அவன் மீண்டும் பொய்யான கோபத்துடன் தன்னுடைய மேல்கோட்டு காலரைப் பற்றினான். 'நான் உங்களை மிகவும் நேசிக்கிறேன்... சரி, கவுன்சில் கூட்டத்திற்குள் என்னை அனுமதிப்பார்களா?'

'அனுமதிப்பார்கள்... நீ, வா'

கவுன்சில் கூட்டம் ஆரம்பமானது. செயலாளர் ஒரு அறிக்கையைப் படித்தார். அதில் ஒரு வரி கூட அவனுக்குப் புரியவில்லை. ஆனால் அவரது முகத்தைப் பார்க்கும் பொழுது, மிக மென்மையான, அன்பும் கருணையும் மிக்க ஒரு அற்புதமான மனிதர் அவர் என்று தான் எண்ணத் தோன்றுகிறது. சில திட்டங்களுக்கு நிதி ஒதுக்கீடு, சில சாலைகளில் பாலம் கட்டுவது போன்றவை குறித்து விவாதங்கள் நடந்தன. கோஸ்னிஷேவ் கட்டைக் குரலில் நெடுநேரம் பேசினார். இடையில் இரண்டு உறுப்பினர்களைத் தாக்கினார். மற்றொரு உறுப்பினர் காகிதத்தில் ஏதோ சில விஷயங்களைக் குறித்து வைத்துக் கொண்டு சற்று பயந்த குரலில் அவருக்குப் பதில் சொல்ல ஆரம்பித்தார். சீக்கிரமே அவரது பேச்சு கோஸ்னிஷேவை கடுமையாகத் தாக்கும் அளவுக்கு விரிந்தது. பிறகு சிவியாழ்ஸ்கி - அவரும் அங்கு ஒரு உறுப்பினர் - தன்னை உயர்ந்த மனிதராகக் கருதிக் கொண்டு பேசினார். லெவின் அவர்களுடைய பேச்சைக் கேட்ட பொழுது ஒன்றைப் புரிந்து கொண்டான். 'நிதி ஒதுக்கீடு அவர்களுக்கு முக்கியமல்ல. இவர்கள் எல்லோரும் நண்பர்கள். மற்றவர்களுக்கு தீங்கு செய்யாதபடி ஒரு கச்சேரி நடத்திக் கொண்டிருக்கிறார்கள்'. சிறிய அறிகுறிகள் மூலம் அவர்களுடைய ஆன்மாக்களை லெவின் அளந்து பார்த்தான். அவர்கள் தன்னிடம் மிகவும் அன்புடன் நடந்து கொள்வதைக் கண்டு அவன் ஆச்சரியப்பட்டான். தனக்கு முன்பின் தெரியாதவர்கள் கூட தன்னிடம் அன்புடனும், ஆர்வத்துடனும் பேசுவதாகவும் மரியாதை தருவதாகவும் லெவின் உணர்ந்தான்.

'நகராட்சிக் கூட்டத்தைப் பற்றி என்ன நினைக்கிறாய்?' என்று கோஸ்னிஷேவ் கேட்டார்.

'விவாதங்கள் இவ்வளவு சுவாரசியமாக நடைபெறும் என்று நான் முதலில் நினைக்கவில்லை' என்றான் லெவின். ஸிவியாழ்ஸ்கி லெவினைத் தன் வீட்டிற்கு தேநீர் சாப்பிட வருமாறு அழைத்தார். அவர் அறிவாளியாகவும், மற்றவர்களிடம் அன்புள்ளவராகவும் தோன்றினார். அப்படியானால் நான் ஏன் அவரிடம் குறை கண்டேன் என்று லெவின் சிந்தித்தான். ஸிவியாழ்ஸ்கியின் வீட்டுக்குச் சென்றால் அவருடைய மனைவியையும், மைத்துனியையும் சந்திக்க முடியும். தன்னுடைய திருமணத்தைப் பற்றி அவர்களிடம் பேச முடியும். இவ்வளவு அன்பாகப் பழகும் இவரிடம் நான் எப்படி அதிருப்தியாக நடந்து கொண்டேன் என்று லெவின் தனக்குள் நினைத்துக் கொண்டான்.

'மிகவும் மகிழ்ச்சி' என்று ஸிவியாழ்ஸ்கியிடம் தெரிவித்த லெவின், ஸிவியாழ்ஸ்கியின் மனைவியையும், மைத்துனியையும் பற்றி நலம் விசாரித்தான். தன்னைத் திருமணம் செய்து கொள்ளும் நோக்கமுடன், மிகவும் நாகரீகமான உடை அணிந்து கவர்ச்சி காட்டிய அவரது

மைத்துனியைப் பற்றி நினைத்துப் பார்த்தான். இப்போது தனக்குள்ள சந்தோஷமான இந்த மனநிலையினை மற்றவர்களைக் காட்டிலும் ஸிவியாழ்ஸ்கியின் மனைவி மற்றும் மைத்துனியிடம் தெரிவிப்பதே பொருத்தமானதாகும் என்று லெவின் நினைத்தான். எனவே ஸிவியாழ்ஸ்கியுடன் புறப்பட்டுச் சென்று அவர்களை சந்திப்பது என்று லெவின் முடிவு செய்தான்.

கிராமத்தில் லெவினுடைய விவசாயம் பற்றி ஸிவியாழ்ஸ்கி பல கேள்விகளைக் கேட்டார். விவசாய முறைகளில் மேற்கு ஐரோப்பாவில் இதுவரை கண்டுபிடிக்கப்படாத எதையும் நாம் புதிதாகச் செய்து விட முடியாது என்று அவர் வழக்கம் போலப் பேசினார். லெவின் அவர் சொன்னதை மறுக்கவில்லை. அவரது கருத்து சரியாக இருக்கும் என்று கூட லெவின் நினைத்தான். அவருடைய மென்மையான, நாகரிகமான பேச்சு அவனைக் கவர்ந்தது. அவருடைய வீட்டில் பெண்கள் கூட மிக இதமாக, மென்மையாக, மிகவும் நாகரிகமாகவே அவனிடம் இப்போது நடந்து கொண்டார்கள். லெவினைப் பற்றி அவர்கள் ஏற்கனவே எல்லா விஷயங்களையும் தெரிந்து கொண்டு விட்டவர்களைப் போல அவர்கள் நடந்து கொண்டனர். அன்புடனும் கருணையுடனும் அவனிடம் பேசினர். லெவின் அங்கு இரண்டு அல்லது மூன்று மணிநேரம் இருந்திருப்பான். லெவினுடைய உற்சாகத்துக்குக் காரணம் தெரியாமல் ஸிவியாழ்ஸ்கி கொட்டாவி விட்டார். இரவு ஒரு மணியைக் கடந்து விட்ட நேரம் அப்போது. அவர்களிடம் விடைபெற்றுக் கொண்டு லெவின் ஹோட்டலுக்குத் திரும்பினான். அடுத்த பத்துமணி நேரத்தை எப்படிக் கழிப்பதென்று லெவினுக்குப் பயமாக இருந்தது.

அப்போது அறைக்குள் வந்த ஹோட்டல் தொழிலாளி 'எகோர்' மெழுகுவர்த்தி விளக்கை ஏற்றி வைத்து விட்டுப் புறப்பட்டான். லெவின் அவனை நிறுத்தினான்.

'எகோர்! நீ எப்படி இவ்வாறு இரவெல்லாம் தூங்காமல் விழித்திருக்கிறாய்?'

'ஐயா, எங்கள் வேலை அப்படிப்பட்டது. வீடுகளில் வேலை செய்தால் இவ்வளவு கஷ்டமில்லை. ஆனால் ஹோட்டலில் அதிகச் சம்பளம் தருகிறார்கள்'

பேச்சு எகோரின் குடும்பத்தைப் பற்றித் திரும்பியது. மூன்று ஆண்கள், குழந்தைகள், ஒரு பெண் உள்ள அவனது குடும்பம். தையற்காரப் பெண்ணான அவனது மகளை, கயிறு வியாபாரத்தில் ஈடுபட்டுள்ள ஒரு வர்த்தகருக்கு திருமணம் செய்வதற்கான ஏற்பாடுகளைச் செய்து கொண்டிருப்பதாக எகோர் தெரிவித்தான்.

'திருமணத்தில் காதல் முக்கியமான அம்சம். காதல் இருந்தால் வாழ்க்கை மகிழ்ச்சி நிரம்பியதாக இருக்கும்' என்றான் லெவின்.

எகோர் அதை ஒப்புக் கொண்டான்.

'எந்த இடத்தில் வேலை செய்தாலும் எசமானர் நல்லவராக இருந்தால் போதும். என்னுடைய எசமானர் பிரெஞ்சுக்காரர் என்றாலும் ஊழியர்களிடம் மிகுந்த அன்பான முறையிலேயே நடந்து கொள்வார்' என்றான் எகோர்.

'எகோர், உனக்குத் திருமணம் முடிந்த பின்பு நீ உன் மனைவியைக் காதலித்தாயா?'

'மனைவியைக் காதலிக்காமல் இருக்கமுடியுமா?'

எகோர் மிக உற்சாகமான மனநிலையில் இருப்பதை லெவின் புரிந்து கொண்டான். தன்னுடன் அவன், அவனுடைய மிக அந்தரங்கமான விஷயங்களைக் கூட பகிர்ந்து கொள்ள விரும்புகின்றான் என்று லெவினுக்குத் தோன்றியது.

'என்னுடைய வாழ்க்கை மிகவும் விசித்திரமானது. குழந்தைப் பருவத்திலிருந்தே நான்...' என்று எகோர் சொல்லத் துவங்கினான். அவனுடைய கண்கள் கடந்த கால நினைவுகளின் மகிழ்ச்சியில் மின்னின. லெவினுடைய உற்சாகம் எகோரையும் பற்றிக் கொண்டது.

அதே சமயம் அழைப்பு மணியின் ஓசை கேட்டது. எகோர் வெளியே போனான். மீண்டும் லெவின் தனிமையில் இருந்தான். அவன் ஸிவியாழ்ஸ்கியின் வீட்டில் தேநீர் குடிக்கவில்லை. இரவு உணவு வேண்டாம் என்று சொல்லி விட்டான். முந்திய நாள் இரவில் அவன் தூங்கவில்லை. இன்று அவனுக்கு தூக்கம் வரவில்லை. அறை குளிர்ச்சியாக இருந்தாலும், அவனுடைய உடல் வியர்த்தது. சிறிய சன்னல்களை திறந்து வைத்தான்.

சன்னலின் வழியே வெளியே பார்த்தான். எதிர்ப்புறம், பனிமூடிய வீட்டுக் கூரை தெரிந்தது. மாதாகோவிலின் மாடத்தின் மீது பொருத்தப் பட்டிருந்த இரும்புச் சிலுவை தெரிந்தது. அதற்கு மேல் வானத்தில் குதிரை வண்டியை ஓட்டுகின்ற நட்சத்திரக் கூட்டம் தெரிந்தது. பிரகாசமான மஞ்சள் நட்சத்திரம் 'கபெல்லா'வும் கூடத் தெரிந்தது. லெவின் சிறிது நேரம் சிலுவையைப் பார்த்துக் கொண்டிருந்தான். பிறகு நட்சத்திரத்தைப் பார்த்தான். அறைக்குள் வந்த குளிர்ந்த காற்றை சுவாசித்தான். அவனுடைய மனத்தில் கனவைப் போல, புதிய பிம்பங்களும், கற்பனைகளும் தோன்றின.

சுமார் நான்கு மணிக்கு வராந்தாவில் யாரோ நடந்து வருகின்ற ஓசை கேட்டது. அது சூதாடி மியாஸ்கின். கிளம்பில் சூதாடிவிட்டுத் திரும்பி

வந்து கொண்டிருந்தார். அவர் அருகில் கடந்து கொண்டிருந்த பொழுது இருமுகின்ற சப்தம் கேட்டது. 'பாவம்! துரதிர்ஷ்டசாலி' என்று லெவின் தன் மனத்தில் நினைத்துக் கொண்டான். அவருக்காக இரக்கப்பட்டுக் கண்ணீர் வடித்தான் லெவின். அவரிடம் சென்று ஆறுதல் கூற வேண்டும் என்று லெவின் நினைத்தான். ஆனால் அவன் மேல்கோட்டு அணிந்திருக்கவில்லை. எனவே தன் மனத்தை மாற்றிக் கொண்டான். சன்னலுக்கு முன்பு மறுபடியும் உட்கார்ந்து குளிர்ந்த காற்றை சுவாசித்தான். அந்த அழகான சிலுவையை, வானத்தில் தெரிந்த அந்த மஞ்சள் நட்சத்திரத்தைப் பார்த்துக் கொண்டிருந்தான். ஆறு மணியான பிறகு விடுதியின் தளங்களைக் கழுவுகின்ற சத்தம் கேட்டது. மாதாக் கோவிலில் பிரார்த்தனைகள் ஆரம்பமாகப் போவதை அறிவிக்கும் மணியோசை ஒலிக்கத் துவங்கியது. லெவின் சிறிய சன்னலை மூடிவிட்டு முகத்தைக் கழுவினான். உடையணிந்து கொண்டு தெருவில் நடந்து சென்றான்.

அத்தியாயம் 15

தெருக்களில் நடமாட்டம் இல்லை. லெவின் ஷெர்பட்ஸ்கிகளின் வீட்டிற்குச் சென்று கொண்டிருந்தான். முன் வாயில் கதவு தாழிடப் பட்டிருந்தது. வீட்டிற்குள் எல்லோரும் தூங்கிக் கொண்டிருந்தார்கள். எனவே லெவின் மீண்டும் ஹோட்டலுக்குத் திரும்பினான். காபி கொண்டு வரும்படி உத்தரவிட்டான். இப்பொழுது எகோர் இல்லை. அவனுக்குப் பதிலாக பகல்நேர வேலைக்காரன் இருந்தான். லெவின் அவனுடன் பேச விரும்பினான். அந்தச் சமயம் அழைப்பு மணி ஒலிக்கவே அவன் போய் விட்டான். லெவின் சிறிதளவு காபி குடித்தான். பின்பு, ஒரு துண்டு ரொட்டியை எடுத்து வாயில் போட்டான். ஆனால் அவனால் அதைச் சாப்பிட முடியவில்லை. மேல் கோட்டை எடுத்து அணிந்து கொண்டான். வெளியில் வந்தான் மீண்டும் நடந்தான். மணி காலை ஒன்பது. அவன் ஷெர்பட்ஸ்கியின் வீட்டை அடைந்தான். வாயிலுக்கு வந்தான். வீட்டிலிருப்பவர்கள் அப்பொழுது தான் விழித்து எழுந்திருப்பது போல் தோன்றியது. வீட்டு வேலைக்காரன் சமையலுக்கு வேண்டிய பொருட்களை வாங்க வெளியே போய்க் கொண்டிருந்தான். இன்னும் இரண்டு மணி நேரத்தை எப்படிப் போக்குவது என்று சிரித்தான்.

லெவின் ஒரு நாள் முழுவதும் உணவு சாப்பிடவில்லை. இரண்டு இரவுகள் தூங்கவில்லை. பாதி உடையணிந்து பனிக் காற்றில் பல மணிநேரங்கள் உட்கார்ந்திருக்கின்றான். இருப்பினும் முன்னைக் காட்டிலும் உற்சாகமாகவும், புத்துணர்வோடும் தான் அவன் இருந்தான். தேவைப்பட்டால் வானத்தில் கூட பறப்பான். பெரும் மலையைக் கூட மோதி உடைப்பான். வீட்டின் மூலைச் சுவரையும் மோதிச் சாய்ப்பான்.

மீதமுள்ள நேரத்தை தெருக்களில் அங்கும் இங்குமாக நடப்பதில் கழித்தான். கடிகாரத்தைப் பார்த்தபடி தெருக்களில் நடந்து கொண்டிருந்தான்.

அன்று காலையில் அவன் தெருக்களில் கண்ட அந்தக் காட்சிகளை, பின்பு ஒருபோதும் அவன் மறுபடியும் காணப் போவதில்லை. இரண்டு குழந்தைகள் பள்ளிக் கூடத்திற்குப் போய்க் கொண்டிருந்தார்கள். சில புறாக்கள் பறந்து வந்தன. ஒரு ரொட்டிக் கடையின் சன்னலுக்கு வெளியில் சில ரொட்டிகள் வைக்கப்பட்டிருந்தன. அந்தக் காட்சியைப் பார்த்து அவன் மனமுருகினான். ரொட்டி, புறாக்கள், குழந்தைகள் போன்றவர்கள் இந்த மண்ணுலகைச் சேர்ந்தவர்கள் தானா? என்று லெவின் குழப்பமடைந்தான். ஏதோ தேவலோகத்துக் காட்சிகள் போன்று அந்த நிகழ்வுகள் லெவினுக்குத் தோன்றின. ஒரு சிறுவன் புறாவைப் பிடிப்பதற்கு ஓடினான். புறா சிறகுகளை விரித்து ஆட்டியபடி மேலே பறந்தது. கடைக்குள்ளிருந்து புதிதாகச் சுடப்பட்ட ரொட்டியின் வாசனை வந்தது. கடைகளின் அலமாரிகளில் ரொட்டிகளை அடுக்கி வைத்தார்கள். லெவின் அந்த அழகான காட்சிகளைப் பார்த்து மிகவும் ஆனந்தமடைந்தான்.

பின் லெவின் சில தெருக்களைக் கடந்து ஹோட்டலுக்கு வந்தான். கைக்கடிகாரத்தைக் கழற்றி மேசையில் வைத்து விட்டு, நாற்காலியில் உட்கார்ந்தான். பன்னிரண்டு மணி வரையில் அப்படியே உட்கார்ந்திருந்தான். பன்னிரண்டு மணியானவுடன் எழுந்து ஹோட்டலுக்கு வெளியில் வந்தான். அங்கே வாடகை வண்டிகளின் ஓட்டுநர்கள் அவனைச் சூழ்ந்து கொண்டார்கள். அவன் யாரையும் புண்படுத்தாது ஒரு வண்டியைத் தேர்வு செய்து அதில் ஏறிக் கொண்டான். 'இளவரசர் ஷெர்பட்ஸ்கியின் வீட்டுக்குப் போக வேண்டும்' என்றான். பனிச்சறுக்கு வண்டி உயரமாக, வசதியாக இருந்தது. ஷெர்பட்ஸ்கியின் வீட்டை அடைந்த உடனேயே வெளி ஹாலைப் பராமரிக்கும் அந்த வயதான பணியாள் ஓடி வந்து லெவினை வரவேற்றான்.

'கான்ஸ்தாந்தீன் திமீத்ரிச்! தாங்கள் பல மாதங்களாக வரவில்லையே?' என்றார் அந்த முதிய பணியாள். அவருக்கு லெவினைப் பற்றிய அனைத்து விஷயங்களும் தெரியும். இருப்பினும் இன்று லெவினைப் பார்த்ததும் மிக அதிகமான சந்தோஷமும் அவரிடத்து காணப்பட்டது. அவருடைய இந்த மகிழ்ச்சிக்கு ஏதாவது ஒரு புதிய விஷயம் தான் காரணமாக இருக்க முடியும் என்று லெவின் நினைத்தான்.

'அவர்கள் தூங்கியெழுந்து விட்டார்களா?' என்று அவரைக் கேட்டான்.

'உள்ளே வாருங்கள் ஐயா! உங்கள் வருகையை நான் யாரிடம் தெரிவிக்க வேண்டும்?'

'இளவரசர்... இளவரசி... இளம் சீமாட்டி...' என்றான் லெவின்.

அவன் முதலில் சந்தித்தது 'மிஸ். லினோன்' அவர்களைத் தான். நடன அறையிலிருந்து அவள் வெளியேறி வந்து கொண்டிருந்தாள். அவளை நெருங்கிய போது கதவுக்கு பின்புறம் ஒரு பெண்ணின் ஆடை சரசரக்கும் ஓசை கேட்டது. அதன்பின் அவனுடைய கண்கள் மிஸ். லினோனைப் பார்க்கவே இல்லை. நெருங்கி விட்ட அவனது அந்த மகிழ்ச்சி அவனை முழுவதுமாகப் பற்றிக் கொண்டு விட்டது. அளவற்ற அந்த இன்பம் அவனது இதயத்தின் எல்லாப் பகுதிகளிலும் மிக வேகமாகப் பாய்ந்து, உடலெங்கும் சீறிப் பாய்ந்தது. இன்பம்... இன்பம்... கட்டுக்கடங்காத அந்த இன்பம் கண்டு அவனுக்குப் பயமாகவும் இருந்தது. மிஸ். லினோன் அந்த இடத்திலிருந்து வேகமாகச் சென்று விட்டாள். கதவுக்கு அருகில், மரத்தினால் அமைக்கப்பட்டிருந்த அந்தத் தளத்தில் அடிமேல் அடிவைத்து ஒருவர் நடந்து வரும் காலடியோசை கேட்டது. அவனுடைய இதயம் 'திக் திக்' என்று மிகக் கனமாக, மிக அழுத்தமாக, அந்த காலடியோசைகளுக்கு ஏற்ப துடித்தது இப்போது...

அவனுடைய இன்பம், அவனுடைய வாழ்க்கை, அவன் யாருக்காக நெடுங்காலமாக ஏங்கிக் கொண்டிருக்கிறானோ அந்தப் பெண் மிக வேகமாக அவனை நோக்கி வந்து கொண்டிருந்தாள். அவள் நடந்து வரவில்லை. ஏதோ ஒரு சக்தி அவளைச் சுமந்து வந்தது. அவன் அவளுடைய கண்களைப் பார்த்தான். அவனுடைய இதயத்திலிருந்து பொங்கிப் பெருகி உடலெங்கும் சீறிப் பாய்ந்து கொண்டிருக்கும் அதே இன்பம் அவளது கண்களிலும் பிரகாசிப்பதை அவன் கண்டான். அவள் அவனை நெருங்கி வந்த போது அவளது கண்களில் ஒளிர்ந்த அந்த காதலின் ஜீவஒளி அவனது உடலெங்கும் பாய்ந்து பரவியது. அவளுடைய கண்கள் நேருக்கு நேராக அவனது கண்களையே பார்த்தபடி நெருங்கி, நெருங்கி வந்து கொண்டிருந்தன. அவனை மிக நெருங்கி விட்டன. மிக நெருங்கி விட்ட அவளது உடல் அவனுடைய உடலோடு உரசியது. அவளது கண்களிலிருந்து வெளிப்பட்ட அந்த ஒளி அவனை மின்னல் போலத் தாக்கி நிலை குலையச் செய்தது. அவன் அசைவற்று நின்றிருந்தான். அவள் தனது இருகரங்களையும் மேலே உயர்த்தினாள். பின் சற்று தாழ்த்தி, அவளது இரு கரங்களிலும் அவனது இரு தோள்களையும் பற்றினாள். அவன் திகைத்து நிற்க, எல்லா இயக்கங்களையும் அவளே செய்தாள். இதோ, அவனிரு தோள்களையும் இறுகப் பற்றியிருந்த அவளது கரங்கள் பலமாக அவனைத் தன்னை நோக்கி இழுத்தன. அவள் தன் முகத்தை அவனது அகன்ற மார்பிலே பதித்தாள். தன்னை முழுவதுமாக அவனிடம் அவள் ஒப்படைத்து விட்டாள். வெட்கமும், சந்தோஷமும் அவளைத் திக்குமுக்காடச் செய்து கொண்டிருந்தன. இப்போது அவனது இரு கரங்களும் அவளுடைய உடலைச் சுற்றி வளைத்தன. அவளுடைய முதுகிலும், இடையிலும் படர்ந்த அவனது கரங்கள் அவளைத் தன்னோடு சேர்த்து இறுக அணைத்துக் கொண்டன.

அவன் மார்பிலே பதிந்திருந்த அவளது முகத்தை சற்று உயர்த்தி, அவனுடைய இதழ்கள் தரப் போகின்ற முத்தத்தை எதிர்பார்த்துக் காத்துக் கொண்டிருந்த அவளது மெல்லிய செவ்விதழ்கள் துடிக்க அவனை ஏக்கத்துடன் பார்த்தாள். அவனும் காதல் உணர்வுகள் எல்லை மீறிப் போய் தாபத்தினால் துடிக்கின்ற தன் உதடுகளை விரித்து அவளது மெல்லிய செவ்விதழ்களில் அழுத்தமாக முத்தமிட்டான். தன் உதடுகளை அழுந்தப் பதிந்து முத்தமிட்டான் அவன்.

அவளும் முதல் நாள் இரவு முழுவதுமே தூங்கவில்லை. காலைப் பொழுது எப்பொழுது புலரும், அவன் எப்போது வருவான் என்று அவளும் ஆவலுடன் எதிர்பார்த்துக் காத்துக் கொண்டிருந்தாள்.

அவளுடைய பெற்றோர்கள் ஒப்புதல் அளித்து விட்டார்கள். அவனைப் பார்த்தவுடன் என்னவெல்லாம் பேச வேண்டும் என்று அவள் இரவெல்லாம் சிந்தித்துக் கொண்டிருந்தாள். ஆனால் அவனைப் பார்த்தவுடன் அவளால் பேச முடியவில்லை. அவள் தன்னுடைய பெற்றோர்களின் சம்மதத்தையும், தனது மகிழ்ச்சியையும் அவனிடம் முதல் முதலாக தான் தான் சொல்ல வேண்டும். அந்த சந்தோஷத்தை இருவரும் சேர்ந்து மகிழ்ந்து கொண்டாட வேண்டும் என்று துடித்துக் கொண்டிருந்தாள். அவனைத் தனியாகச் சந்திக்க வேண்டும் என்று அவள் நினைத்திருந்தாள். தனது இந்தத் திட்டத்திற்காக அவளே மகிழ்ந்து போனாள். ஆனால் இப்போது அவள் மகிழ்ச்சியினால் பேச்சிழந்து போனாள். அவள் அவனுடைய வரவுக்காகக் காத்திருந்தாள். அவனது காலடியோசையையும், அவனது குரலையும் கேட்டு மகிழ்ந்தபடி அவன் உள்ளே வரட்டும் என்று கதவுக்குப் பின்னால் காத்திருந்தாள். மிஸ். லினோன் குறுக்கே வர அவள் போகட்டும் என்று காத்திருந்தாள். மிஸ். லினோன் அங்கிருந்து சென்றவுடனேயே, அவளது சம்மதமின்றியே, அவளது கால்கள் அவனை நோக்கி ஓடி வந்து விட்டன. அவள் தன்னை மறந்தாள். அவனிடம் தன்னைக் கொடுத்து விட்டாள்.

'வாருங்கள் அம்மாவிடம் போகலாம்' என்று கூறியபடி அவனது கரங்களிலிருந்து தன்னை விடுவித்துக் கொண்டாள் கிட்டி. சில நிமிடங்கள் அவன் ஒன்றுமே பேசவில்லை. அவன் தன்னுடைய மேன்மையான காதல் உணர்வுகளை, தான் பேசுகின்ற சொற்கள் சிதைத்து விடுமோ என்று அவன் எப்போது கிட்டியிடம் பேச முயன்றாலும் அப்போதெல்லாம் நினைப்பான். ஆனால் இப்போது, தன்னுடைய நிறைவேறி விட்ட காதலின் முழுமையான மகிழ்ச்சியில் அவளது இதயம் திளைத்திருக்கும் இந்த நேரத்தில் அவளுடன் பேசுவதற்கு முயலும் போது, கண்ணீர் வெள்ளமாக வெளிப்பட்டு விடுமோ என்று அவன் பயந்தான். அவன் அவளது கரத்தை மெல்லப் பற்றி அன்புடன் முத்தமிட்டான்.

'இது உண்மைதானே' என்று கெஞ்சும் குரலில் அவளைக் கேட்டான். 'அன்பே, என்னால் நம்ப முடியவில்லை, சொல்... நீ என்னைக் காதலிக்கிறாயா?'

'அன்பே' என்ற அவனது அந்த வார்த்தையைக் கேட்ட அவள் மிக மகிழ்ந்து போனாள். அவனை வெட்கத்துடன் பார்த்தாள்.

'ஆமாம்... நான் உங்களை காதலிக்கிறேன். நான் இப்போது மிக மிக மகிழ்ச்சியுடன் இருக்கின்றேன்' என்றாள் கிட்டி.

இருவரும் கைகளைக் கோத்தபடி வரவேற்பறைக்குள் நுழைந்தார்கள். இருவரையும் ஒன்றாகப் பார்த்த இளவரசி ஒரு கணம் மகிழ்ச்சியின் அதிர்ச்சியில் திகைத்துப் போனாள். அவளது இதயம் மிக வேகமாகத் துடிக்கக் கண்களில் ஆனந்தக் கண்ணீர் பொங்கிப் பெருகியது. பின் சிரித்தபடி அவர்களை நோக்கி மெல்ல ஓடி வந்தாள். அவள் தன்னிடம் இவ்வளவு அன்புடன் நடந்து கொள்வாள் என்பதை லெவின் கொஞ்சமும் எதிர்பார்க்கவில்லை. லெவினது தலையைத் தனது கரங்களால் அன்புடன் பற்றி தன் முகத்தின் அருகில் இழுத்து அவனது நெற்றியில் முத்தமிட்டாள் இளவரசி. தன் கண்ணீரால் அவனது உலர்ந்த கன்னங்களை ஈரமாக்கினாள்.

'சரி, எல்லாம் நல்லபடியாக முடிந்து விட்டது. எனக்கு மிகுந்த மகிழ்ச்சி. கிட்டி, நான் மிக மிக மகிழ்ச்சி அடைகிறேன்' என்றாள் இளவரசி.

'நல்லது, சீக்கிரமாகவே நீங்கள் எல்லாவற்றையும் முடித்து விட்டீர்கள்' என்றார் அப்போது அங்கு வந்த முதிய இளவரசர்.

முதிய இளவரசரின் கண்களும் ஈரமாக இருப்பதை லெவின் கண்டான். அவர் லெவினது கரத்தைப் பற்றித் தன்னருகில் சேர்த்து, அணைத்துக் கொண்டார்.

'நான் நீண்ட நாளாக எதிர்பார்த்தது இது... நான் எப்போதும் விரும்பியது இது! ஆனால் இந்த அசடுகள்...' என்று முதிய இளவரசர் கூறிய போது குறுக்கிட்டாள் கிட்டி.

'அப்பா' என்ற அவள் தனது மெல்லிய கரத்தினால் அவரது வாயை மூடினாள்.

'நல்லது. நல்லது. நான் சொல்லவில்லை. எனக்கு உண்மையில் மிக அதிகமான சந்தோஷம்' என்றார். அவர் கிட்டியை அணைத்து அவளது முகத்திலும், கையிலும், மீண்டும் முகத்திலும் முத்த மழை பொழிந்தார். அவளின் மேலாக சிலுவைக் குறியிட்டார்.

கிட்டி அவரது கரத்தைப் பற்றி முத்தமிட்டாள்.

இதையெல்லாம் கவனித்துக் கொண்டிருந்த லெவின் மிகவும் உணர்ச்சி வசப்பட்டுப் போனான். இதுவரை தனக்குப் புதியவராகத் தோன்றிய இளவரசரிடம் லெவினுக்கு மேலும் மதிப்பும், மரியாதையும், அன்பும் பொங்கியது.

அத்தியாயம் 16

இளவரசி அமைதியாகச் சிரித்தபடி நாற்காலியில் உட்கார்ந்திருந்தாள். இளவரசர் அவளுக்குப் பக்கத்தில் உட்கார்ந்திருந்தார். கிட்டி தன்னுடைய தந்தையின் நாற்காலிக்கு அருகில் நின்று கொண்டிருந்தாள். ஒருவரும் பேசவில்லை.

இளவரசி தான் முதலில் பேசி அந்த அமைதிக்கு ஒரு முடிவு கட்டினாள். சிந்தனையில் மூழ்கியிருந்த அனைவரையும் நடைமுறை வாழ்க்கைக்கு திரும்பக் கொண்டு வந்தாள் அவள். விசித்திரமான உணர்வுகளால் பாதிக்கப்பட்டுச் சிந்தனையில் மூழ்கியிருந்தார்கள் அவர்கள்.

'திருமண நிச்சயதார்த்தத்தை எப்போது வைப்பது? அழைப்பிதழ்கள் அனுப்ப ஏற்பாடு செய்ய வேண்டும். திருமணத்தை எந்த நாளில் நடத்துவது? அலெக்சாண்டர்! நீங்கள் என்ன நினைக்கிறீர்கள்? உங்கள் கருத்தைச் சொல்லுங்கள்' என்றாள் இளவரசி.

'இதோ இருக்கிறாரே லெவின். இவர் தானே முக்கியமான பிரதிநிதி. இவரிடம் கேள்' என்றார் இளவரசர்.

'எப்பொழுதா...?' என்று வெட்கப்பட்டான் லெவின். 'என்னைக் கேட்டால் நாளைக்குத் திருமணத்தை வைத்துக் கொள்ளலாம் என்று தான் சொல்லுவேன். இன்றைக்கு நிச்சயதார்த்தம், நாளைக்குத் திருமணம். சரியா?' என்றான் லெவின்.

'என்ன உளறுகிறீர்கள்?'

'அப்படியானால் அடுத்த வாரம் வைத்துக் கொள்வோம்'

'அவருக்கென்ன பைத்தியமா?'

'ஏன் கூடாது?'

'மணப் பெண்ணுக்கு உடைகள், நகைகள்...' என்றாள் இளவரசி.

'மணப்பெண் உடைகள், நகைகள், நிச்சயதார்த்தம் போன்றவைகள் கூட என்னுடைய மகிழ்ச்சியைப் பாதிக்குமா என்ன? இவை இல்லாமல் கூட திருமணத்தைச் செய்யலாமே... எதுவும் பாதிக்காது.' என்று லெவின்

நினைத்தான். அவன் கிட்டியை நிமிர்ந்து பார்த்தான். அவள் சிறிதும் பரபரப்பில்லாமல் சிரித்தபடி அவர்களைப் பார்த்துக் கொண்டிருந்தாள்.

'அப்படியானால் மணப்பெண்ணுக்குப் புதிய உடைகள், நகைகள், நிச்சயதார்த்த நிகழ்ச்சி எல்லாம் அவசியம் தேவை தான் போல...' என்று லெவின் தன்னுடைய மனத்திற்குள் நினைத்துக் கொண்டான்.

'இந்த விஷயங்கள் பற்றியெல்லாம் எனக்குத் தெரியாது. என்னுடைய அபிப்ராயத்தைச் சொன்னேன்' என்றான் லெவின்.

'அப்படியானால் சரி. நாங்களே இந்த விஷயத்தைப் பற்றி தீர்மானித்து முடிவு செய்கிறோம். முதலில் நிச்சயதார்த்தம் வைத்து அழைப்பிதழ்களை அனுப்ப ஏற்பாடு செய்வோம். அடுத்து திருமணத்திற்கான ஏற்பாடுகளைச் செய்யலாம். இது தான் சரி' என்றார் இளவரசர்.

இளவரசி எழுந்து சென்று தன் கணவனை அணைத்து அவரது இதழ்களில் முத்தமிட்டாள். பின்பு தனது அறைக்குச் செல்லப் புறப்பட்டாள். ஆனால் இளவரசர் அவளைப் போக அனுமதிக்கவில்லை. அவளது கரங்களைப் பற்றி தன் அருகில் இழுத்து, தனது இரு கரங்களாலும் அவளைச் சுற்றி வளைத்து தன் மார்போடு சேர்த்து இறுக அணைத்து, ஆரத் தழுவி, இளம் காதலனைப் போல அவளைப் பல தடவைகள் முத்தமிட்டார். அந்த முதிய தம்பதியினர் அந்த ஒரு கணம் மிகவும் மனக் குழப்பத்துடன் காணப்பட்டனர். தாங்கள் புதிதாக மீண்டும் காதலிக்கத் தொடங்கியிருக் கிறோமோ? அல்லது தங்கள் மகளா? என்று புரியாமல் ஒரு கணம் குழப்பத்துடன் தவித்தனர். பிறகு சட்டென்று தங்களை நிதானப்படுத்திக் கொண்டு, வெட்கம் மேலிட இருவரும் தங்களின் தழுவலிலிருந்து விடுபட்டு, பிரிந்து, அறையை விட்டு வெளியேறினர்.

அவர்கள் சென்றவுடன் லெவின் கிட்டியின் அருகில் வந்தான். தனக்கு நிச்சயிக்கப்பட்ட பெண்ணின் கரத்தைத் தன் கையில் எடுத்துத் தன் நெஞ்சோடு சேர்த்துக் கொண்டான். இப்பொழுது அவன் தன் உணர்ச்சிகளைக் கட்டுப்படுத்தப் பழகி விட்டதால், அவனால் நிதானமாகப் பேச முடிந்தது. ஆனால் அவளிடம் அவன் சொல்ல நினைத்ததைப் பேசவில்லை.

'இது நடக்கும் என்று உறுதியாக நினைக்கவில்லை. ஆனால் என்னுடைய ஆன்மா இது உறுதியாக நடக்கும் என்று நம்பிக்கையுடன் இருந்தது. அந்த நம்பிக்கை நிறைவேறி விட்டது. என் மனைவி யார் என்பதைக் கடவுள் ஏற்கெனவே தீர்மானித்து விட்டார்' என்றான் லெவின்.

'நானும் கூட...' என்றாள் கிட்டி. 'அப்போது நானே என்னுடைய மகிழ்ச்சியை, என்னுடைய சந்தோஷத்தை, என்னை விட்டு விரட்டி விடத் துணிந்தேன்... ஆனால் நான் எப்பொழுதும் உங்களையே... உங்களை

மட்டுமே நேசித்து வந்திருக்கிறேன். ஆனால் சந்தர்ப்பங்கள் என்னைப் புறம் தள்ள முயன்றன. நல்ல வேளை நான் பிழைத்துக் கொண்டேன். நான் உங்களை மிக வேண்டிக் கேட்டுக் கொள்கின்றேன். நீங்களும் எல்லாவற்றையும் மறந்து விடுங்கள்'

'நடந்தது எல்லாம் நன்மைக்கே. ஆனால் என்னை நீ மன்னிக்க வேண்டிய விஷயங்கள் ஏராளமாக உள்ளன. அவற்றை நான் உன்னிடம் சொல்லுகின்றேன்' என்றான் லெவின். அவன் ஒரு சில விஷயங்களை அவளிடம் சொல்ல முடிவு செய்தான். முதலில் இரண்டு விஷயங்களை அவளிடம் கூறி அவளது மன்னிப்பைக் கோர எண்ணினான். அவற்றில் முதலாவது: 'தான் அவளைப் போல தூய்மையானவன் அல்ல' என்பது. இரண்டாவது, 'தான் கடவுள் நம்பிக்கை இல்லாதவன்' என்பதும் ஆகும்.

இது அவளுக்கு வேதனை தரும் விஷயமாக இருந்தாலும் கூட இவை இரண்டு விஷயங்களையும் அவளிடம் சொல்லிவிடுவது என்று அவன் முடிவு செய்தான்.

'வேண்டாம். இப்போது வேண்டாம். பிறகு ஒரு நாள் சொல்லுகிறேன்' என்றான் லெவின்.

'பிறகு அவசியம் சொல்லி விடுங்கள். நான் எதைப் பற்றியும் பயப்பட மாட்டேன். நான் எல்லாவற்றையும் பற்றி அவசியம் தெரிந்து கொள்ள விரும்புகின்றேன். இப்போது தான் எல்லாம் முடிவாகி விட்டது அல்லவா? இனிப் பயப்பட வேண்டாம்' என்றாள் கிட்டி.

'ஆமாம். எல்லாம் முடிவாகி விட்டது. நீ என்னுடையவள் என்பது நிச்சயமாக உறுதி செய்யப்பட்டு விட்டது. நான் எப்படியிருந்தாலும், என்னிடம் எத்தனை குறையிருந்தாலும் நீ என்னை ஏற்றுக் கொள்வாய் அல்லவா? இனி என்னை மறுக்க மாட்டாயே... அப்படித் தானே?' என்று கேட்டான் லெவின்.

'ஆமாம். ஆமாம்' என்றாள் கிட்டி.

சுவாரசியமாகப் பேசிக் கொண்டிருந்த அந்தக் காதலர்களுக்கிடையில் குறுக்கிட்டாள் மிஸ். லினோன். தன்னுடைய அன்புக்குரிய மாணவிக்குத் தன் வாழ்த்துக்களைத் தெரிவிப்பதற்காக அவள் அங்கே மிக மகிழ்ச்சியோடு வந்தாள். அவள் கிட்டியை வாழ்த்தி விட்டுப் புறப்படுவதற்குள் அந்த வீட்டில் பணிபுரியும் பணியாட்கள் அனைவரும் கிட்டியை வாழ்த்துவதற்காக உள்ளே வந்தனர். அவர்கள் வாழ்த்திச் சென்ற பின் கிட்டியின் உறவினர்கள் வரிசையாக வந்து அவளுக்குத் தங்களின் வாழ்த்துக்களைத் தெரிவித்தபடி இருந்தனர். லெவினுக்கு வெட்கமாகவும், சங்கடமாகவும் இருந்தது. ஆனால் அவனுடைய மகிழ்ச்சி மேலும் மேலும் அதிகரித்தது. தன்னுடைய காதல்

மற்றவர்களுடைய காதலைப் போல் இருக்காது என்று அவன் சொல்வதுண்டு. ஆனால் அவன் அன்று மற்றவர்களைப் போலவே நடந்து கொண்டான்.

'இப்பொழுது நாம் இனிப்புப் பண்டங்களைச் சாப்பிட வேண்டும்' என்றாள் மிஸ். லினோன். லெவின் உடனே இனிப்புப் பண்டங்களை வாங்குவதற்குக் கடைக்குச் சென்றான். 'போமின் கடைக்குச் சென்று மலர்ச் செண்டுகளை வாங்கு' என்றார் ஸிவியாழ்ஸ்கி. லெவின் உடனே அங்கு சென்றான்.

'நிறையப் பணம் ஏற்பாடு செய்து வைத்துக்கொள். பரிசு கொடுக்கவும், நகைகள் வாங்கவும் நிறையச் செலவுகள் காத்திருக்கின்றன.' என்றார் அவனது சகோதரர் கோஸ்னிஷேவ். எல்லோரும் அவனிடம் அன்பு காட்டினார்கள். பேக்கரிக் கடைக்காரர்களும், பூ வியாபாரிகளும், நகைக் கடைக்காரர்களும், லெவினை ஆவலோடு எதிர்பார்த்துக் காத்துக் கொண்டிருந்தனர். அவனைச் சந்திப்பில் மிகவும் மகிழ்ச்சியடைந்தனர். அந்த நேரத்தில் அவனுடைய சந்தோஷமான மனநிலையில் அவன் எது வேண்டுமானாலும் செய்யத் தயாராக இருந்தான். இதுவரை அவனுடன் பழகாதவர்கள், மற்றும் அவனை அலட்சியம் செய்தவர்கள் எல்லோரும் இப்பொழுது அவனைப் புகழ்ந்தார்கள். 'கிட்டியைப் போல நற்குணங்களைக் கொண்ட பெண்ணைத் திருமணம் செய்து கொள்ளப் போகிறாய். ஆகவே நீ தான் உலகத்திலேயே அதிக மகிழ்ச்சிகரமான மனிதனாக இருப்பாய்' என்றார்கள் சிலர். கிட்டியும் லெவினைப் போன்றே மிகுந்த சந்தோஷத்துடன் இருந்தாள்.

'இன்னும் கொஞ்சம் நல்ல அந்தஸ்துள்ள கனவானாகத் தேர்ந்தெடுத்திருக்கலாம்' என்று நோர்ஸ்டன் சீமாட்டி வழக்கம் போல தனது பாணியில் ஜாடையாகக் குறிப்பிட்டாள். இதைக் கேட்டு கிட்டி கோபமடைந்தாள். லெவினைக் காட்டிலும் சிறந்த ஒருவர் இந்த உலகத்திலேயே இல்லை என்று சொன்னாள் கிட்டி. சீமாட்டி அவள் கூறியதை ஏற்றுக் கொண்டாள். அதன் பின் வேறு எவரும் கிட்டியின் முன்னால் லெவினைப் பற்றிக் கூற முன் வரவில்லை. வந்தவர்கள் அனைவரும் சிரித்தபடி அவர்களிடம் கை குலுக்கி வாழ்த்துக்கள் கூறினார்கள்.

அந்த நேரத்தில் லெவினுக்கு வேதனை தந்துகொண்டிருந்த ஒரே விஷயம், கிட்டியிடம் தான் மன்னிப்புக் கோர வேண்டிய சில விஷயங்கள் உள்ளது என்று கூறியிருந்தானே... அது தான்... இது பற்றி லெவின் முதிய இளவரசரிடம் ஆலோசனை செய்து அவரின் அனுமதியின் பேரில் கிட்டியிடம் தனது டைரியைக் கொடுத்தான் லெவின். எதிர்காலத்தில் தன் மனைவியாக வரப் போகிற பெண்ணிடம் கொடுப்பதற்காகவே அவன் அந்த டயரியை எழுதி வந்தான். தங்களைச் சித்ரவதை செய்து கொண்டிருந்த பல விஷயங்களைப் பற்றி அந்த டைரியில் அவன்

எழுதியிருந்தான். அவன் நாஸ்திகன் என்பது எந்த வகையான மறுப்பும் இன்றி ஏற்றுக் கொள்ளப்பட்டு விட்டது. கடவுள் இருப்பதாகத் தான் நம்பவில்லை என்று அவன் எழுதியிருப்பதை அவள் படித்தாள். ஆனால் அதை அவள் பொருட்படுத்தவில்லை. அவள் மதப்பற்று உள்ளவள். லெவினிடம் மதப்பற்று இல்லாதது அவளைச் சிறிதும் பாதிக்கவில்லை. அவன் தன் மேல் கொண்ட காதலின் மூலம் அவள் அவனை நன்கறிவாள். அவளுக்காகத் துடிக்கும் அவனது ஆன்மாவை அவள் அறிவாள். அவள் விரும்பும் அனைத்தும் அவனது ஆன்மாவில் உறைந்திருப்பதை அவள் அறிவாள். அவளுக்குத் தேவையான குணங்கள் அவனிடத்து இருந்தன. அவர் கடவுள் நம்பிக்கை இல்லாதவராக இருந்தால் என்ன?

லெவின் தனது டயரியில் குறிப்பிட்டிருந்த - அவளிடம் மன்னிப்புக் கோரும் - அடுத்த கோரிக்கை அவளைப் பரிதாபமாக அழச் செய்து விட்டது. அவள் மனம் வருந்தி அழுதாள்.

மிகுந்த மனப்போராட்டத்திற்குப் பிறகு தான் லெவின் தன்னுடைய டயரியை அவளிடம் கொடுத்தான். தன்னுடைய கடந்த கால வாழ்க்கையை அவளிடம் மறைக்கக் கூடாது என்று கருதினான். தனக்கும் அவளுக்கும் இடையில் எந்த ரகசியமும் இருக்கக் கூடாது என்று அவன் நினைத்தான். ஆனால் அந்த டயரியிலிருந்த விஷயங்கள் அவளை எத்தனை தூரம் பாதிக்கும் என்பதை அவன் புரிந்து கொள்ளத் தவறிவிட்டான். அன்று மாலை, நாடக அரங்குக்குச் செல்வதற்கு முன்னால் அவளைச் சந்திக்க அவளது தனியறைக்குச் சென்றான் லெவின். விவரிக்க இயலாத, தீர்வு காண முடியாத துயரத்துடன், கண்களில் கண்ணீர் வழிந்து கன்னத்திலே ஓடிக் காய்ந்து போனத் தடத்துடன் அவளை அவன் சந்தித்த போது மிகவும் துடித்துப் போனான் லெவின். அவளது அழகிய முகம் வேதனையினால் வாடிப் போயிருந்தது. புறாவைப் போன்று தூய்மையான கிட்டிக்கும் தனக்கும் இடையில் ஒரு பெரிய இடைவெளி உள்ளதாக அவன் உணர்ந்தான்.

‘என்ன காரியம் செய்து விட்டேன்?’ என்று அவன் நடுங்கினான்.

‘வேதனை தருகின்ற உங்களது அந்த டயரிகளை எடுத்துச் செல்லுங்கள்’ என்று கூறியபடி அவளுக்கு முன் இருந்த மேசையின் மேல் இருந்த அந்த டயரிகளை லெவினை நோக்கித் தள்ளிவிட்டாள்.

‘இதை ஏன் என்னிடம் கொடுத்தீர்கள்? ஓ... என்ன பயங்கரம்...’ என்றாள் கிட்டி.

அவன் தலை குனிந்து நின்றான். அமைதியாக இருந்தான். அவனால் பேச முடியவில்லை.

‘நீ என்னை மன்னிக்கவில்லையா?’

'ஆமாம். நான் உங்களை மன்னித்து விட்டேன். இருப்பினும் அவை ரொம்ப பயங்கரமானவை'

கிட்டி லெவினை மன்னித்து விட்டாள். ஆனால் லெவின் தான் அவளுக்குப் பொருத்தமற்றவன் என்று தனக்குள் கூறிக் கொண்டேயிருந்தான். அவளுக்கு முன்பு தான் மிகவும் தாழ்ந்திருப்பதாகவே அவன் கருதினான். அவளை எதிர்பாராத விதமாக தனக்குக் கிடைத்த பரிசாக அவளை அவன் கருதினான். அந்த விலை மதிப்பற்ற பொக்கிஷத்தை மேலும் மேலும் உயர்வாக அவன் மதித்தான்.

அத்தியாயம் 17

மாலை விருந்தின் போதும், அதன் பிறகும் நடைபெற்ற உரையாடல்களைப் பற்றி சிந்தித்தபடியே தன்னுடைய தனி அறைக்குத் திரும்பிக் கொண்டிருந்தார் கரீனின். தவறு செய்தவர்களை மன்னிக்க வேண்டும் என்று டாலி கூறியதை நினைத்த பொழுது அவருக்கு மிக வெறுப்பாக இருந்தது. கிறிஸ்தவக் கோட்பாடுகள் தனது சொந்த வாழ்க்கைக்குப் பொருந்தாது என்று அவர் எப்பொழுதோ முடிவு செய்து விட்டார். துரோவ்த்ஸின் பேசியவை அவரது நெஞ்சில் மிக ஆழமாகப் பதிந்து விட்டன. 'அவன் முட்டாளைப் போல நடந்து கொண்டான். அவரைச் சண்டைக்கு அழைத்து, அவரைக் கொன்றான். அப்பொழுது அங்கே இருந்த எல்லோருமே அதை ஒப்புக் கொண்டார்கள். 'ஆனால் அந்தப் பிரச்சினையில் நான் ஏற்கனவே ஒரு முடிவு எடுத்து விட்டேன். இனிமேல் அதைப் பற்றிச் சிந்திப்பதில் பயனில்லை' என்று அவர் தனக்குள் சொல்லிக் கொண்டார். அதன்பின் அந்தப் பிரச்சினை குறித்து எதையும் சிந்திக்காமல் தவிர்த்து விட்டு, தன்னுடைய அலுவலகப் பணிகளையும், ஆய்வுகளைப் பற்றி மட்டும் சிந்தித்தபடி அவர் தன்னுடைய அறைக்குள் நுழைந்தார். தன்னுடைய பணியாள் அங்கில்லாததைக் கண்டு, அவனைப் பற்றி விசாரித்த பொழுது, அவன் அப்போது தான் வெளியில் சென்றான் என்று ஹோட்டல் பணியாள் கூறினான். தேநீர் கொண்டுவரச் சொல்லி விட்டு, அங்கிருந்த ரயில் அட்டவணையை எடுத்துப் புரட்டினார் கரீனின்.

'ஐயா, தங்களுக்கு இரண்டு தந்திகள் வந்திருக்கின்றன' என்று அவரது அலுவலகப் பணியாள் இரண்டு தந்திகளைக் கொண்டு வந்து அவரிடம் கொடுத்தான்.

ஸ்ட்ரிமோவுக்குப் பதவி உயர்வு அளிக்கப்பட்டிருப்பதாக முதல் தந்தி தெரிவித்தது. அவருடைய முகம் சிவந்தது. அவர் தந்தியை எரிச்சலுடன் கீழே வீசி எறிந்தார். அந்தப் பதவி உயர்வு தனக்குக் கிடைக்கும் என்று அவர் எதிர்பார்த்திருந்தார். 'கடவுள் ஒருவரை அழிக்க விரும்பினால்

முதலில் அந்த நபரைப் பைத்தியமாக்குவார்' என்ற இலத்தீன் மேற்கோளை அவர் நினைத்துக் கொண்டார். அவருக்குப் பதவி உயர்வு கொடுக்காதது இருக்கட்டும். வெட்டிப் பேச்சு வீரராகிய ஸ்ட்ரிமோவ் அந்தப் பதவிக்கு சிறிதும் தகுதியற்றவன் என்பது ஒருவருக்கும் தெரியவில்லையா? அந்தப் பதவியில் அவரை நியமித்துத் தங்களை அழித்துக் கொள்ளப் போகிறார்களா?

இதுவும் அப்படிப்பட்ட தகவலாகத் தான் இருக்கும் என்று நினைத்துக் கொண்டு அவர் இரண்டாவது தந்தியின் உறையைப் பிரித்தார். அது அன்னாவிடமிருந்து வந்த தந்தி. 'நான் சாகப் போகிறேன். உடனே வாருங்கள். நீங்கள் என்னை மன்னித்தால் நான் துன்பமில்லாமல் மரணமடைவேன்' என்று தந்தியில் எழுதப்பட்டிருந்தது. அவர் இகழ்ச்சியுடன் தந்தியை கீழே போட்டார். அன்னா பொய்யை எழுதியிருக்கிறாள் என்று முதலில் நினைத்தார்.

'அவள் ஒரு சூழ்ச்சிக்காரி. அவளுக்குப் பிரசவ நேரம். அதுதான் அவளுடைய நோய்க்குக் காரணம் என்று நினைத்தார். அவர்களுடைய நோக்கம் என்ன? அக்குழந்தை என்னுடையது என்று சொல்லி விவாகரத்தை தடை செய்வார்களோ?' என்று அவர் நினைத்தார். அவர் தந்தியை மறுபடியும் படித்தார். அந்த சொற்கள் அவரைத் தாக்கின.

'அது உண்மையாக இருந்தால், மரணத்தின் தறுவாயில் அவள் தனது செயலை நினைத்து மனப்பூர்வமாக வருந்தினால், எல்லோரும் இரக்கமில்லாதவன் என்று ஏசுவார்களோ' என்று குழப்பமடைந்தார்.

கரீனின் தான் உடனே பீட்டர்ஸ்பர்க்குக்குப் புறப்படுவது என்று முடிவு செய்தார்.

'பீட்டர், நான் அவசரமாகப் பீட்டர்ஸ்பர்க் செல்கிறேன். நீ இங்கே இருந்து பார்த்துக் கொள்' என்று தன்னுடைய அலுவலகப் பணியாளிடம் கூறிவிட்டுப் புறப்பட்டார். பீட்டர்ஸ்பர்க் சென்று தனது மனைவியைப் பார்ப்பது என்று முடிவு செய்தார். அவள் மரணப்படுக்கையில் இருப்பது பொய்யான தகவல் என்றால் அவர் எதுவும் பேசாமல் மாஸ்கோவுக்குத் திரும்பி விடுவது என்றும், அவள் மரணத்தின் இறுதிக் கட்டத்தில் இருந்தால் அவளை மன்னிப்பது என்றும், அவர் போவதற்குள் அவள் இறந்து விட்டால், அவர் இறுதிச் சடங்குகளைச் செய்வது என்றும் தனக்குள் சில தீர்மானங்களைச் செய்து கொண்டார் கரீனின். பிரயாணத்தின் போது அவர் அன்னாவைப் பற்றி நினைக்கவில்லை.

அன்றிரவு ரயிலில், வியர்வை மற்றும் அசுத்தத்தில் பயணம் செய்து அதிகாலையில் பீட்டர்ஸ்பர்க் போய்ச் சேர்ந்தார். தன் வீட்டில் நிலைமை இப்போது எப்படி இருக்கும் என்பது பற்றி அவர் சிந்திக்கவே இல்லை.

அவள் மரணமடைந்து விட்டால் எல்லா பிரச்சினைகளும் உடனே தீர்ந்து விடும் என்ற எண்ணத்தையும் தன் மனத்திலிருந்து விரட்டவில்லை.

கடைகள் இன்னும் திறக்கப்படவில்லை. தொழிலாளர்கள் தெருக்களை கூட்டிப் பெருக்கிக் கொண்டிருந்தனர். கரீனின் வந்த கோச்சு வண்டி வீட்டின் முன் நுழைவு வாயிலில் வந்து நின்றது. ஏற்கனவே அங்கு ஒரு கோச்சு வண்டி நின்று கொண்டிருந்தது. வண்டியோட்டி வண்டியின் முன் இருந்த பெட்டியில் படுத்துத் தூங்கிக் கொண்டிருந்தான்.

கரீனின் வீட்டுக்குள் நுழைந்த பொழுது அவருடைய மூளையில் சில எண்ணங்கள் முளைத்தன. இது வெறும் மோசடி என்றால் உடனே புறப்பட்டு விட வேண்டியது தான். உண்மை என்றால் வெளிப்பார்வைக்கு மிகச் சாதாரணமாக இருப்பது போல நடந்து கொள்ள வேண்டும் என்று அவர் தனக்குள் நினைத்துக் கொண்டார்.

கரீனின் மணியை அடிப்பதற்குள் பணியாள் ஓடி வந்து கதவைத் திறந்தான்.

'உன் எசமானியின் உடல் நிலை எப்படியுள்ளது?' என்று அவனிடம் கேட்டார் கரீனின்.

'நேற்று சுகப்பிரசவம் ஆயிற்று'

வீட்டிற்குள் நுழைந்து வராந்தாவில் நடந்து கொண்டிருந்த கரீனின் அசைவற்று அப்படியே நின்று விட்டார். அவர் முகம் வெளுத்துப் போனது. அவள் செத்திருக்கக்கூடாதா? என்று நினைத்தார்.

'அவளது உடல் நிலை எப்படி உள்ளது?'

அப்போது வேலைக்காரன் கோர்னீ தன்னுடைய காலை உடையில் மாடியிலிருந்து கீழே வேகமாக ஓடி வந்தான்.

'மிகவும் மோசமாக இருக்கிறது. டாக்டர் நேற்று சிகிச்சை அளித்துச் சென்றார். இப்போது காலையில் சீக்கிரமே வந்து சிகிச்சையளித்துக் கொண்டிருக்கிறார்'

'கோச்சு வண்டியிலிருந்து என்னுடைய பெட்டிகளை எடுத்து அறையில் வை' என்று வேலைக்காரனுக்கு உத்தரவிட்டார் கரீனின். அன்னா உயிர் பிழைக்க மாட்டாள் என்ற நம்பிக்கையுடன் அவர் முன் அறைக்குச் சென்றார்.

கோட் ஸ்டாண்டில் ஒரு இராணுவக் கோட்டு மாட்டப்பட்டிருந்தது.

'இங்கு யார் வந்திருப்பது?'

'டாக்டர், ஒரு மருத்துவச்சி மற்றும் விரான்ஸ்கி கோமகன் ஆகியோர் இருக்கின்றனர்'

கரீனின் உள்ளே சென்றார். மருத்துவச்சி ஒருத்தி தன் தொப்பியில் ரிப்பன்கள் பறக்க அன்னாவின் தனியறையிலிருந்து வெளியில் வந்தாள். அன்னாவை மரணம் நெருங்கிக் கொண்டிருந்ததால் வருத்தம் தொனிக்க, கரீனினைப் பாசத்துடன் கையைப் பிடித்து அறைக்குள் அழைத்துச் சென்றாள்.

'நல்ல வேளை, நீங்கள் வந்து விட்டீர்கள். அவள் உங்களைப் பற்றியே பேசிக் கொண்டிருந்தாள்' என்றாள் மருத்துவச்சி.

'சீக்கிரமாக ஐஸ் கட்டியைக் கொண்டுவா' என்று படுக்கை அறையிலிருந்து டாக்டர் சத்தமிட்டார்.

கரீனின் தனியறைக்குள் நுழைந்த பொழுது அங்கே விரான்ஸ்கி தன் கைகளால் முகத்தைப் பொத்திக்கொண்டு அழுது கொண்டிருந்தான். டாக்டருடைய குரலைக் கேட்டதும் அவன் குதித்தெழுந்தான். கரீனினைப் பார்த்தவுடன் அவன் மிகவும் குழப்பமடைந்தான். மறுபடியும் சோபாவில் உட்கார்ந்தான். தேம்பியழுதான். பின்பு தள்ளாடியபடி எழுந்தான். கரீனினை நோக்கி வந்தான். கரீனினைப் பார்த்து மிகவும் கவலை தோய்ந்த குரலில் சொன்னான்:

'அவள் செத்துக் கொண்டிருக்கிறாள். இனி அவளைக் காப்பாற்ற முடியாது என்று டாக்டர்கள் சொல்கிறார்கள். நீங்கள் சொல்வதைக் கேட்கிறேன். தயவு செய்து என்னை இங்கேயிருக்க அனுமதியுங்கள்'

விரான்ஸ்கியின் கண்ணீர் கரீனின் மனதைச் சங்கடப்படுத்தியது. அவர் தலையைத் திருப்பிக் கொண்டு விரான்ஸ்கி சொல்வதைக் கேட்காமல் கதவை நோக்கிச் சென்றார். படுக்கை அறையிலிருந்து அன்னாவின் குரல் கேட்டது. அந்தக் குரல் மிக மகிழ்ச்சியிலும், உற்சாகத்திலும் ஒலித்தது. வார்த்தைகளின் உச்சரிப்பு கூட துல்லியமாக இருந்தது. கரீனின் உள்ளே நுழைந்து அவளது படுக்கைக்கு அருகில் சென்றார். அவளுடைய கன்னங்கள் இளஞ்சிவப்பு நிறத்தில் இருந்தன. கண்கள் பிரகாசமாக ஒளி வீசிக் கொண்டிருந்தன. அவளுடைய வெண்மையான கரங்கள் போர்வையின் முனைகளைச் சுருட்டிக் கொண்டிருந்தன. அவள் புத்துணர்ச்சியுடன் காணப் பட்டாள். அவள் மிகவும் உணர்ச்சி வசப்பட்டுப் பேசிக் கொண்டிருந்தாள்.

'அலெக்ஸிஸ், நான் அலெக்ஸிஸ் அலெக்ஸாண்ட்ரோவிச் பற்றிப் பேசுகிறேன். இரண்டு பேருக்கும் ஒரே பெயர் இருப்பது விசித்திரமானது. அலெக்ஸிஸ், கரீனின் என்னை மறுக்க மாட்டார். நான் அவரை மறந்து விட்டேன். ஆனால் அவர் என்னை மன்னித்து விடுவார்... அவர் ஏன் இன்னும் வரவில்லை? அவர் மிகவும் கருணையுள்ளவர். அவர் எவ்வளவு கருணை மனம் படைத்தவர் என்பதை அவரே அறிந்திருக்கவில்லை. ஓ...

கடவுளே! மிகவும் களைப்பாக உள்ளது... எனக்குக் கொஞ்சம் தண்ணீர் கொடுங்களேன்... சீக்கிரம். நல்லது... நல்லது... எனது குழந்தைக்கு அவளைப் பராமரிக்க ஒரு நர்ஸை ஏற்பாடு செய்யுங்கள். ஆமாம்... அது தான் நல்லது. அவர் வந்து விடுவார். அவர் வந்தவுடன் குழந்தையை அவரிடம் காட்ட வேண்டாம். அவளைப் பார்ப்பது அவருக்கு மிக வேதனையைத் தரும். தயவு செய்து குழந்தையை இங்கிருந்து எடுத்துச் சென்று விடுங்கள்.'

'அன்னா அர்க்காதியேவ்னா! அவர் வந்து விட்டார். இதோ, அவர் இங்கே தான் இருக்கிறார்' என்ற மருத்துவச்சி அன்னாவின் கவனத்தை கரீனினிடம் திரும்ப முயற்சி செய்தாள்.

'என்ன முட்டாள் தனமாகப் பேசுகிறாய்?' என்றாள் அன்னா. அவள் கரீனின் தன் அருகிலேயே நிற்பதைக் கவனிக்கவில்லை. 'குழந்தையை என்னிடம் கொடு. என்னுடைய குழந்தை, என் மகளை என்னிடம் கொடு, அவர் இப்போது வரமாட்டார். அவர் என்னை மன்னிக்க மாட்டார் என்று நீ சொன்னாயல்லவா? உனக்கு அவரைத் தெரியாது. எனக்குக் கூட அவரைப் புரிந்து கொள்வது கடினமாகத் தான் இருந்தது. அவருடைய கண்களைப் பாருங்கள். அவருக்கும் செரேஷாவுக்கும் ஒரே மாதிரியான கண்கள். செரேஷா சாப்பிட்டானா? நீங்கள் எல்லோருமே அவனை மறந்து விடுகிறீர்கள். அவனுடைய அப்பா அவனை மறக்க மாட்டார். அந்த மூலை அறையில் செரேஷாவைத் தூங்க வையுங்கள். மேரியேட்டை அவனுடன் படுத்துக் கொள்ளச் சொல்லுங்கள்'

அவள் திடீரென்று பீதியடைந்தாள். மறுபடியும் அமைதியானாள். மீண்டும் பயந்து நடுங்கினாள். தன் கரங்களை தனது முகத்துக்கு நேராக வைத்து முகத்தை மறைத்துக் கொண்டாள். யாரோ அவளை முகத்தில் குத்த வருவது போல் உணர்ந்து பயந்தாள். கைகளைத் தன் முகத்திலிருந்து அகற்றியவள், தன் எதிரே தன் கணவன் நிற்பதைப் பார்த்து விட்டாள்.

'இல்லை. இல்லை' என்று சப்தமிட்ட அவள் மீண்டும் பயத்துடன் பேசத் தொடங்கினாள்: 'நான் அவரைக் கண்டு பயப்பட மாட்டேன். நான் மரணத்தைப் பற்றித் தான் பயப்படுகின்றேன். அலெக்ஸிஸ், இங்கே எனக்குப் பக்கத்தில் வாருங்கள். எனக்கு நேரமில்லை. இன்னும் சில நிமிடங்களில் என் உயிர் பறந்து விடும். அப்பொழுது என்னால் எதையும் புரிந்து கொள்ள முடியாது. இப்பொழுது நான் எல்லாவற்றையும் பார்க்கிறேன். புரிந்து கொள்கிறேன்.'

கரீனினுடைய களையிழந்த முகத்தில் முழுவதும் வேதனை திரையிட்டது. அன்னாவின் கையைப் பற்றிக் கொண்டு ஏதோ சொல்ல முயற்சித்தார். ஆனால் அவரால் பேச முடியவில்லை. அவருடைய கீழ்த்தாடை நடுங்கியது. அவர் அவ்வப்பொழுது அவளது முகத்தைப்

பார்த்துக் கொண்டார். தன்னுடைய நடுக்கத்தை நிறுத்த முயற்சி செய்தார். ஒவ்வொரு முறை பார்க்கும் பொழுதும் அவள் முகத்தில் தோன்றிய பரவசத்தை அவர் இதற்கு முன்பு பார்த்ததே இல்லை.

பிரசவித்தபின் படுக்கையில் அன்னா

'கொஞ்சம் பொறுங்கள். உங்களுக்கு ஒரு விஷயம் தெரியாது... கொஞ்சம் பொறுங்கள்' என்ற அவள் தன் நெஞ்சின் ஆழத்திலிருந்து பல விஷயங்களை நினைவுப் படுத்திக் கொள்வது போலத் தோன்றியது. 'ஆமாம், ஆமாம்' என்று கூறிய அவள் மீண்டும் சொல்லத் தொடங்கினாள்: 'ஆமாம்! ஆமாம்! இதைத் தான் நான் உங்களிடம் சொல்ல விரும்பினேன். என்னைப் பார்த்து ஆச்சரியப்பட வேண்டாம். நான் எப்போதும் போல அந்த அன்னாதான். ஆனால் எனக்குள் இன்னொருத்தி இருக்கிறாள்... ஆமாம்... அவளைக் கண்டுதான் நான் பயப்படுகின்றேன். அவள் தான் வேறொருவரைக் காதலிக்கின்றாள். நான் உங்களை வெறுக்க மட்டுமே விரும்புகின்றேன்... ஆனால் இதற்கு முன்னாலிருந்தாளே, அவளை என்னால் மறக்க முடியவில்லை... அந்த இன்னொருத்தி இருக்கிறாளே, அவளல்ல நான். நானே நிஜமான அன்னா... முழுவதுமே உண்மையான அன்னா நான்தான். ஆனால் நான்தான் உண்மையான அன்னா. நான் செத்துக் கொண்டிருக்கின்றேன். என்னை எனக்குத் தெரியும். எல்லாமே நான் தான். நான் இப்பொழுது செத்துக் கொண்டிருக்கின்றேன்.

என்னுடைய கைகளின் மீதும், கால்களின் மீதும் நூறு பவுண்டு எடைக்கல்லை தூக்கி வைத்தது போல வலிக்கின்றன. இதோ என்னுடைய விரல்கள் எவ்வளவு பெரிதாக இருக்கின்றன பாருங்கள்... என்னுடைய ஒரே ஒரு விருப்பத்தை உங்களிடம் சொல்லுகின்றேன். ஆமாம்... தயவு செய்து என்னை மன்னியுங்கள். முழுமையாக மன்னியுங்கள். நான் மோசமானவள் தான். ஆனால் உயிர்த் தியாகம் செய்த புனிதமான பெண்ணைப் பற்றி - அவள் பெயர் என்ன - நர்ஸ் தான் என்னிடம் சொன்னாள். அவள் என்னைக் காட்டிலும் மோசமானவள் தானே. நான் ரோமாபுரிக்குப் போய் திக்கற்ற பெண்களின் சரணாலயத்தில் சேரப் போகிறேன். என்னால் யாருக்கும் கெட்ட பெயர் ஏற்படாது. செரேஷாவும், இந்தக் குழந்தையும் என்னோடு வரட்டும்... உங்களால் என்னை மன்னிக்க முடியாது. எனக்கு மன்னிப்பு கிடையாது என்பது எனக்குத் தெரியும். வேண்டாம். நீங்கள் நல்லவர். போய் விடுங்கள்' என்று ஒரு கையினால் அவரது கரத்தைப் பற்றிக் கொண்டு மறுகையினால் அவரை அப்பால் தள்ள முயன்றாள்.

கரீனின் மனதில் திடீரென்று ஒரு படபடப்பு... மனசஞ்சலம் தோன்றியது. அது மேலும் மேலும் அதிகமானது. அதன் கடைசி எல்லை வரை அந்தப் படபடப்பு உயர்ந்து சென்றது. அவர் அந்த மனசஞ்சலத்தை, படபடப்பை எதிர்த்து நின்றார். ஆனால் அந்தப் படபடப்பு ஓயவில்லை. திடீரென்று அவரது அந்த மனநிலை மாறியது. படபடப்பு என்றும் மன சஞ்சலம் என்றும் அவர் நினைத்தது படபடப்பே அல்ல. அது இனிமையும், மகிழ்வும் தரும் ஒரு ஆனந்த நிலையாகத் தான் தோன்றியது. அவர் மனம் பரவசப்பட்டு மகிழ்ச்சியில் திளைத்தது. அந்த ஆனந்த நிலை, அந்த மகிழ்ச்சி, தான் இதுவரை அனுபவித்திராத ஒன்று என்று அவர் உணர்ந்தார். அவர் இப்பொழுது, இதுவரை தன் வாழ்நாள் முழுவதிலும் கடைபிடித்து வந்த கிறிஸ்துவின் போதனைகளை நினைத்துப் பார்த்தார். 'உன் பகைவர்களை நீ மன்னித்துவிடு. அவர்களிடத்து அன்பு காட்டு' என்ற ஏசுநாதரின் போதனையை அவர் சிந்திக்கவே இல்லை. ஆனால் பகைவர்களை மன்னிக்கும் உணர்வுகளும், பகைவர்களை நேசிக்கும் உணர்வுகளும் அவருடைய இதயத்தில் இப்போது மேலோங்கி நிற்பதாக அவர் உணர்ந்தார். அவருடைய இதயத்தில் குரோதமும், துவேஷமும், பகைமையும், பொறாமையும் அழிந்து ஒழிந்தது. அன்பும், கருணையும், பாசமும், பண்பும் அவருடைய உள்ளத்தில் மேலோங்கி நிற்பதாக அவர் உணர்ந்தார். 'உன் பகைவனை மன்னித்து விடு. அவர்களிடத்து அன்பு காட்டு' என்ற கிருஸ்துவின் போதனையை அவர் இப்போது கடைபிடித்தார். அவர் அவளுடைய வளைந்த கரத்தின் மீது தலையைச் சாய்த்து ஒரு குழந்தையைப் போல அழுதார். அவள் அவருடைய வழுக்கைத் தலையை தன் கரத்தால் அணைத்தாள். அவரை

நோக்கி நகர்ந்து அவருடன் நெருக்கமாக தன் உடலை உரசிக் கொண்டாள். அவருடைய அன்பு தனக்குக் கிடைத்த பின்னால் உலகத்தில் மற்ற எதுவும் தனக்கு ஒரு பொருட்டல்ல என்று மற்றவர்களுக்கு அறைகூவல் விடுப்பது போன்ற உணர்வுகளுடன் அவரைப் பெருமையுடன் பார்த்தாள் அன்னா.

'இதோ... அவர் வந்து விட்டார். எனக்குத் தெரியும்... இதோ இப்போது நான் விடை பெற்றுக் கொள்கிறேன்... அவர்கள் மறுபடியும் வந்து விட்டார்கள்... ஏன் அவர்கள் இங்கிருந்து போக மறுக்கிறார்கள்... ஓ... என்னுடைய இந்த மேல்கோட்டை எடுத்து விடுங்களேன்'

அவள் பிதற்றினாள். டாக்டர் அவளை நெருங்கினார். அவளது கைகளை சற்று நகர்த்தினார். போர்வையினால் அவளது தோல் வரையில் போர்த்தினார். அவள் படுக்கையில் முதுகை கிடத்தி, தனக்கு முன்னால் இருந்த காட்சியைப் பார்த்தாள்.

கரினின் வீட்டில் விரான்ஸ்கி

'ஒன்றை மட்டும் நினைவில் நிறுத்திக் கொள்ளுங்கள். நான் உங்களிடம் கேட்பது, விரும்புவது எல்லாம் ஒன்றே ஒன்று தான். அது உங்களது மன்னிப்பு. வேறொன்றையும், நான் உங்களிடம் கேட்கவில்லை. என்னை மன்னியுங்கள். அது போதும். வேறொன்றும் வேண்டாம்.' என்றாள். 'ஏன் அவர் உள்ளே வரவில்லை? அவரைக் கூப்பிடுங்கள்' என்று கூறிய

அவள் கதவுக்கு அப்பால் நின்று கொண்டிருந்த விரான்ஸ்கியை உரக்கச் சத்தமிட்டு அழைத்தாள். 'வாருங்கள்! வாருங்கள்! இவருடன் கை குலுக்குங்கள்' என்றாள்.

விரான்ஸ்கி அவளது படுக்கைக்கு அருகில் வந்தான். அன்னாவை உற்றுப் பார்த்தான். துக்கம் தாளாமல் தன் கரங்களால் தன் முகத்தை மூடிக் கொண்டான்.

'முகத்தை மறைக்காதீர்கள். கைகளை எடுங்கள். அவரைப் பாருங்கள். அந்த நல்ல இதயம் படைத்தவரைப் பாருங்கள்' என்றாள் அன்னா. 'முகத்தை மறைக்காதீர்கள். கைகளை எடுங்கள். முகத்தை மறைக்காதீர்கள்' என்று கோபத்துடன் சத்தமிட்டாள் அன்னா. 'அலெக்ஸிஸ் அலெக்ஸாண்ட்ரோவிச் அவரது கைகளை எடுத்து விடுங்கள். முகத்தை மறைக்க வேண்டாம். நான் அவரைப் பார்க்க வேண்டும்'.

கரீனின் விரான்ஸ்கியின் கைகளை அவனது முகத்திலிருந்து விடுவித்தார். விரான்ஸ்கியின் முகத்தில் கடுமையான வேதனையையும் வெட்கத்தையும் அவர் கண்டார். 'உங்கள் கையை அவரிடம் கொடுங்கள். அவரை மன்னியுங்கள்' என்று அவள் கரீனினிடம் சொன்னாள்.

கரீனினுடைய கண்கள் நீரைச் சொரிந்தன. அவர் தன் கண்ணீரைக் கட்டுப்படுத்த முடியாமல் தன் கரத்தை விரான்ஸ்கியிடம் நீட்டினார்.

'கடவுளுக்கு நன்றி. கடவுளுக்கு நன்றி.' என்று அவள் உரக்கக் கத்தினாள். 'இப்பொழுது எல்லாம் முடிந்து விட்டது. நான் தயார். என் காலை நீட்டி விடுங்கள். ம்... ம்... இப்பொழுது சரியாக இருக்கிறது. அதோ அந்தப் பூக்கள் ஏன் இப்படி மோசமாக உதிர்ந்து விழுந்து கொண்டிருக்கின்றன' என்று சொன்ன அவள் சுவற்றிலே பதிக்கப்பட்டிருந்த அந்த வர்ண ஓவியத்தை சுட்டிக் காட்டினாள். 'ஓ கடவுளே! ஓ கடவுளே! என் துன்பம் எப்போது முடியும்? டாக்டர்... டாக்டர்... எனக்கு மயக்க மருந்து கொடுங்கள்... ஓ கடவுளே! ஓ கடவுளே!' என்று அவள் பலவாறாக பிதற்றினாள். படுக்கையில் புரண்டாள்.

அன்னாவுக்கு ஜன்னி கண்டு விட்டது. காய்ச்சல் மிக உச்சமாக இருந்தது. தொண்ணூற்று ஒன்பது சதவிகிதம் அவளுக்கு மரணம் தான் நேரும் என்று டாக்டரும் அவருடைய உதவியாளர்களும் சொன்னார்கள். அன்று முழுவதும் அவளுக்குக் காய்ச்சல் அடித்தது. சற்றுகூடக் குறையவில்லை. மயக்கத்திலும் கூட அவள் பிதற்றிக் கொண்டேயிருந்தாள். நள்ளிரவு சமயத்தில் அவள் சுய உணர்வின்றிப் படுத்திருந்தாள். நாடித் துடிப்பு அநேகமாக இல்லை.

எந்த நொடியிலும் அவள் இறந்து விடுவாள் என்று எதிர்பார்க்கப் பட்டது.

விரான்ஸ்கி வீட்டுக்குப் போய் விட்டு மறுநாள் காலையில் வந்தான். இப்போது அன்னாவின் உடல்நிலை எந்த நிலையில் உள்ளது என்று விசாரித்தான். கரீனின் அவனை முன் அறையில் சந்தித்தார்.

'இங்கேயே இருங்கள். அவள் உங்களைக் கூப்பிடலாம்' என்றார்.

காலையிலும் அவள் ஜன்னியில் பிதற்றிக் கொண்டிருந்தாள். வார்த்தைகள் தொடர்ச்சியாக வந்தன. பிறகு மயக்கமடைந்தாள். மூன்றாவது நாளும் அவள் அப்படியே இருந்தாள். ஆனால் இப்பொழுது சிறிது நம்பிக்கை உள்ளது என்று டாக்டர்கள் கூறினார்கள். கரீனின் முன்னறைக்குள் வந்து கதவைச் சாத்திவிட்டு விரான்ஸ்கி உட்கார்ந்திருந்த இடத்துக்குப் பக்கத்தில் உட்கார்ந்தார். கரீனின் தன்னுடன் பேச விரும்புகிறார் என்பதைப் புரிந்து கொண்ட் விரான்ஸ்கி தானே பேசத் தொடங்கினான்:

'அலெக்ஸிஸ் அலெக்ஸாண்ட்ரோவிச் என்னால் சிந்திக்க முடியவில்லை. எதையும் புரிந்து கொள்ள முடியவில்லை. உங்கள் வேதனை எனக்குப் புரிகிறது. அதைக் காட்டிலும் பயங்கரமான துன்பம் என்னுடையது'.

அவன் எழுந்த போது கரீனின் அவனது கரத்தைத் தொட்டு அழுத்தி, உட்காரும்படி சொன்னார்.

'நான் சொல்லுவதைக் கேளுங்கள். என்னுடைய உணர்ச்சிகளை நீங்கள் சரியாகப் புரிந்து கொள்வது அவசியம். ஏனென்றால் அவை எனக்கு வழிகாட்டின. எதிர்காலத்திலும் வழிகாட்டப் போகின்றன. நான் விவாகரத்து கோர முடிவு செய்தேன். அது உங்களுக்குத் தெரியும். அதற்காக சில முயற்சிகளையும் மேற்கொண்டேன். அந்த நடவடிக்கையை மேற்கொண்ட பொழுது ஒரு நிச்சயமற்ற நிலையிலேயே நான் இருந்தேன் என்பதை உங்களிடமிருந்து மறைக்க விரும்பவில்லை. நான் மிகவும் மன வேதனைப்பட்டு விட்டேன். எனவே அன்னாவைப் பழிக்குப் பழி வாங்க வேண்டும் என்ற எண்ணமே என்னிடம் மேலோங்கியிருந்தது என்பதை நான் ஒப்புக் கொள்கிறேன். அவளது தந்தியைப் படித்தவுடன் அதே உணர்ச்சியுடன் இங்கு வந்தேன். அவள் மரணமடைய வேண்டும் என்று கூட விரும்பினேன்...' என்று கூறிய அவர் சற்று மௌனமாக இருந்தார். 'அவளைப் பார்த்தேன். அவளை மன்னித்தேன். மன்னிப்பதன் மூலம் கிடக்கின்ற மகிழ்ச்சி எனது கடமையை எனக்குச் சுட்டிக் காட்டியது. என் ஒரு கன்னத்தில் அறைந்தவருக்கு மறு கன்னத்தையும் காட்ட விரும்புகின்றேன்.'

தன்னுடைய மன உணர்வுகளை விரான்ஸ்கியிடம் சொல்லலாமா வேண்டாமா? என்று ஒரு கனம் யோசித்தார். பின்பு ஒரு முடிவுக்கு வந்து தொடர்ந்து சொன்னார். 'ஆனால் அவளைப் பார்த்தவுடன் என் எண்ணங்களை நான் மறந்தேன். அவளை நான் மன்னித்து விட்டேன். மேலங்கியைத்

திருடியவனுக்கு என்னுடைய உள் அங்கியையும் கொடுக்க விரும்புகின்றேன். மன்னிப்பதன் மூலம் கிடைக்கின்ற மகிழ்ச்சியை எனக்கு அருள வேண்டும் என்று கடவுளிடம் பிரார்த்தனை செய்கின்றேன்'.

அவருடைய கண்கள் குளமாக மாறின. ஆனால் அவரின் தெளிவான, அமைதியான பார்வை விரான்ஸ்கியை நெகிழச் செய்தன. மிகவும் கண்டிப்பான தொனியில் அவனிடம் சொன்னார்:

'இது தான் என்னுடைய நிலை. நீ என்னைப் புழுதியில் தள்ளி மிதிக்கலாம். உலகமே என்னைப் பார்த்துச் சிரிக்கும்படி செய்யலாம். ஆனால் நான் அவளைக் கைவிட மாட்டேன். உன்னைக் கண்டித்து ஒரு வார்த்தை கூடப் பேசமாட்டேன். நான் அவளுடன் இருப்பேன். உன்னைப் பார்க்க விரும்பினால் உனக்குத் தெரிவிப்பேன். இப்பொழுது நீ போய் விடு' என்றார் கரீனின்.

விரான்ஸ்கி எழுந்தான். தன்னுடைய முதுகைக் குனியாமல் கரீனினுடைய முகத்தை உற்றுப் பார்த்தான். அவனால் கரீனினைப் புரிந்து கொள்ள முடியவில்லை. ஆனால் அவர் உயர்ந்தவர். தன்னைப் போன்றவர்களை அவரால் புரிந்து கொள்ள இயலாது என்று அவன் உணர்ந்து கொண்டான்.

அத்தியாயம் 18

விரான்ஸ்கி கரீனினிடம் பேசிய பிறகு வெளியில் வந்து வாயிலில் நின்றான். தான் எங்கே இருக்கிறோம், எங்கே போக வேண்டும் என்பது அவருக்குத் தெரியவில்லை. அவன் வெட்கப்பட்டான்; வேதனைப்பட்டான். தான் ஒரு குற்றவாளி என்பதை தன் மனதால் உணர்ந்தான். தன் மீது உள்ள களங்கத்தை, கறையை தான் போக்க முடியாது என்று உணர்ந்தான்.

அவன் இதுநாள் வரையில் ஒரு குறிப்பிட்ட பாதையில் பெருமையாகவும், சுலபமாகவும் நடந்து சென்று கொண்டிருந்தான். ஆனால் இப்பொழுது தலையில் பலத்த அடிபட்டுக் கீழே விழுந்து விட்டான். அவன் உறுதியானவை என்று கருதிய அவனுடைய வாழ்க்கைப் பழக்கங்களும், விதிகளும் திடீரென்று போலியாக, உருப்படாதவையாகத் தோன்றின. அவனால் ஏமாற்றப்பட்ட அன்னாவின் கணவர் இதுவரை பரிதாபமாகத் தோன்றினார். அவனுடைய மகிழ்ச்சிக்கு அவர் தடையாக இருந்தார். அன்னா திடீரென்று அவரைக் கூப்பிட்டு உயர்ந்த இடத்தில் உட்கார வைத்து விட்டாள். அவர் இரக்கமில்லாதவர், போலியான மனிதர், வெகுளித்தனமானவர் என்று வர்ணிக்கப்பட்ட வார்த்தைகள் மறைந்து அன்புடையவராக, கண்ணியமானவராக, உருமாறி விட்டார். விரான்ஸ்கி

அந்த மாற்றத்தை மனதில் பதித்துக் கொண்டான். தாங்கள் இருவரும் - கரீனினும் விரான்ஸ்கியும், நடத்துகின்ற இந்த நாடகத்தில் - தங்களது கதாபாத்திரங்களைத் தாங்களே, ஒருவருக்கொருவர் மாற்றிக் கொண்டு விட்டோமோ... என்று அவனுக்கு எண்ணத் தோன்றியது.

கரீனின் மிக உயர்ந்தவர் என்றும், தான் தாழ்ந்தவன் என்று விரான்ஸ்கி உணர்ந்தான். பாதிக்கப்பட்ட கணவர் மிகவும் பெருந்தன்மையோடு நடந்து கொண்டு தான் உயர்ந்த மனிதர் என்பதைக் காட்டி விட்டார். ஆனால் நான்... அவரை அற்பத்தனமாக ஏமாற்றி விட்டேன் என்று விரான்ஸ்கி தனக்குள் மிக வருந்தினான்.

அநியாயமாகத் தான் வெறுத்த அந்த மனிதனின் முன்னால் தான் எவ்வளவு இழிவான பிறவியாகத் தென்படுகிறோம் என்று விரான்ஸ்கி தனக்குள் உணர்ந்தானே, அது அவனுடைய துயரத்தின் ஒரு துளியேயாகும். சமீபகாலமாக அன்னாவிடம் அவன் கொண்டிருந்த காதல் குறைந்து வருவதாக விரான்ஸ்கி நினைத்திருந்தான். இப்போது அவளை முற்றிலுமாக தான் இழந்து விட்டதாக அவன் நினைத்த இந்தச் சமயத்தில் அவள் மேல் கொண்ட காதல், மோகம் இன்னும் பன்மடங்கு அதிகரித்து விட்டது போல உணர்ந்தான் விரான்ஸ்கி. அவள் காய்ச்சலில் ஜன்னி கண்டு கிடந்த போது அவளைப் பற்றி, தன் மீது அவள் கொண்டிருக்கும் காதல் பற்றி அவளது காதலின் ஆழம் பற்றி அவன் முழுவதுமாகத் தெரிந்து கொண்டு விட்டான். அவளது ஆன்மாவை முழுவதும் அவன் அன்று புரிந்து கொண்டான். இப்போது இதற்கு முன் என்றுமே இல்லாத அளவுக்கு அவளை அவன் நேசிக்கத் தொடங்கியிருந்தான். அவுன் அவளைச் சரியாகப் புரிந்து கொண்டு அவளை முழுவதும் நேசிக்கத் தொடங்கிய சமயத்தில் அவள் முன்னிலையிலேயே தான் அவமானப்படுத்தப்பட்டு விட்டதாக அவன் உணர்ந்தான். இனி அவள் என்றும் தன்னுடையவள் அல்ல. தான் அவளை முற்றிலும் இழந்து விட்டதாக அவன் உணர்ந்தான். இவை எல்லாவற்றிலும் ஒரு மோசமான நிகழ்வாக அவன் நினைத்தது எதுவென்றால் தான் வெட்கத்தாலும் வேதனையாலும் தன் முகத்தை, இரு கரங்களாலும் மூடிக் கொண்டு கண்ணீர் மல்கித் தவித்த பொழுது, அன்னா கூறியதால் தன் முகத்தில் மூடியிருந்த தன் கரங்களை கரீனின் விடுவித்த போது, அவன் முகத்தில் அவர் பார்த்த தனது கண்ணீரையும் வேதனையையும் விட, தான் அவமானத்தினால் கூனிக் குறுகிப் போக நேர்ந்ததை நினைத்த போது தான் மிகவும் மோசமாக இழிவுபடுத்தப்பட்டுவிட்டதாக விரான்ஸ்கி உணர்ந்தான். அதனை நினைக்கும்போதெல்லாம் தனக்கு மிகுந்த சித்திரவதை தரும் சம்பவமாக அதை அவன் நினைத்தான். இதையெல்லாம் நினைத்து, மிகுந்த அவமானத்தினால் செய்வதறியாமல், பிரமை பிடித்துப் போய் பித்தனைப் போல கரீனினுடைய வீட்டு வாயிலில் நின்று

கொண்டிருந்தான் விரான்ஸ்கி. அடுத்தது என்ன செய்வது என்று அவனால் சிந்திக்க முடியவில்லை. பித்துப் பிடித்த நிலையில் அவன் அங்கு நின்று கொண்டிருந்தான். 'வாடகை வண்டியைக் கூப்பிடவா' என்று வீட்டு வாயிலில் நின்று கொண்டிருந்த பணியாள் அவனிடம் கேட்டான்.

'ஆமாம்' என்றான் விரான்ஸ்கி.

தூக்கமில்லாமல் கழித்த மூன்று நாட்களுக்குப் பிறகு வீடு திரும்பிய விரான்ஸ்கி, உடைகளைக் கூட மாற்றிக் கொள்ளாமல், ஹாலில் இருந்த சோபாவில், தன் கைகளையே தலையணை போல வைத்துக் கொண்டு காலை நீட்டிப் படுத்துக் கொண்டான். தலை ஒரேடியாகக் கனத்தது. மூளையில் பல்வேறு விதமான எண்ணங்கள் அலைஅலையாய் ஓடத்துவங்கின. விசித்திரமான தோற்றங்கள், கடந்த கால நினைவுகள், மிக விநோதமான சிந்தனைகள் ஒன்றன் பின் ஒன்றாக அவனிடத்தில் தோன்றின. தெளிவான, வேகமான எண்ணங்கள், சிந்தனைகள் அவனை ஆக்ரமித்தன. நோயாளிக்கு (அன்னாவுக்கு) மருந்து ஊற்றிக் கொடுப்பது போலவும், கரண்டியில் ஊற்றிய மருந்து அதிகமாக ஊற்றப்பட்டு தரையெல்லாம் வழிந்து சிந்தியதைப் போலவும், மருத்துவச்சியின் வெண்மையான கரங்கள் மட்டும் தன் கண்ணெதிரே ஆடுவது போலவும், அன்னாவின் படுக்கையின் அருகில் கரீனின் முழந்தாளிட்டு உட்கார்ந்திருப்பதைப் போலவும் விசித்திரமான காட்சிகள் தன் சிந்தனையில் அலைபாயக் கண்டான்.

'தூங்க வேண்டும். எல்லாவற்றையும் மறந்து விட வேண்டும்' என்று அவன் தனக்குத் தானே சொல்லிக் கொண்டான். தேக ஆரோக்கியம் உள்ள மனிதர்களுக்கு, மிகவும் உழைத்துக் களைப்புற்ற மனிதர்களுக்குத் 'தூங்க வேண்டும்' என்று நினைத்தவுடன் தூக்கம் வந்து விடுகிறது. தனக்கும் இது போல, தான் நினைத்தவுடன் தூக்கம் வந்து விட வேண்டும் என்று அவன் நினைத்தான். தான் ஒரு தேக ஆரோக்கியம் உள்ள மனிதன் என்ற மனநிலையில் தான் இவ்வாறு 'தூங்க வேண்டும் எல்லாவற்றையும் மறந்து விட வேண்டும்' என்று அவன் நினைத்தான். 'தூங்கு, தூங்கு' என்று தனக்குத் தானே கட்டளையிட்டுக் கொண்டான். ஆனால் அவன் எவ்வளவு நினைத்தாலும் எவ்வளவு முயன்றாலும் தூக்கம் வராமல் தவித்தான். ஆனால் ஒரு நிமிஷத்தில் அவனது எண்ணங்கள் அனைத்தும் குழம்பிப் போய்விட்டன. அவன் மறதி என்ற பள்ளத்தாக்கின் கீழே பாதாளத்தை நோக்கி தலைகீழாக வீழ்ந்து கொண்டிருப்பதாக உணர்ந்தான். சுய உணர்வற்ற நிலையை அவன் அடையும் தருணம், திடீரென்று மின்சாரத்தினால் தீண்டப்பட்டது போல ஒரு அதிர்ச்சி... தூக்கி வாரிப் போட்டது போல இருந்தது அவனுக்கு. அச்சத்துடன் எழுந்து மண்டியிட்டு உட்கார்ந்தான். கண்களை அகல விரித்து தூங்காதவனைப் போல மலங்க

மலங்க விழித்தான். ஒரு நிமிஷத்துக்கு முன்பு அவனுக்கு இருந்த தலை பாரமும், கை கால்களில் ஏற்பட்டிருந்த சோர்வு, அசதி எல்லாம் திடீரென்று இருந்த இடம் தெரியாமல் காணாமல் போனது.

‘நீ என்னை சேற்றில் தள்ளி மிதிக்கலாம்’ என்று கரீனின் சொன்னது இப்போதும் தன் செவிகளில் ஒலிப்பது போல உணர்ந்தான் விரான்ஸ்கி. காய்ச்சலின் உச்சத்தில், கர வேகத்தில் தகித்துக் கொண்டிருந்த அன்னாவின் கண்கள் தன்னைப் பார்க்காமல் கரீனினைப் பார்த்துக் கொண்டிருந்ததை விரான்ஸ்கி பார்த்தான். தன்னுடைய முகத்தை மறைத்துக் கொண்டிருந்த தன்னுடைய கரங்களை, கரீனின் வந்து விலக்கிய போது தான் அப்போது அவமானத்தில் கூனிக் குறுகி, கூச்சத்துடன் இருந்த கேவலமான சூழ்நிலையை தன் மனக்கண் முன்னால் கொண்டு வந்து பார்த்தான் விரான்ஸ்கி. அவன் மறுபடியும் சோபாவில் தனது மடங்கிய கைகளுக்கு மேல் தலையை வைத்துக் கொண்டு முதலில் படுத்துக் கிடந்ததைப் போலவே காலை நீட்டிப் படுத்துக் கொண்டு கண்களை மூடிக் கொண்டான்.

‘தூங்கு, தூங்கு’ என்று தனக்குள் சொல்லிக் கொண்டான் விரான்ஸ்கி. ஆனால் கணகளை மூடினாலோ, குதிரைப் பந்தயத்துக்கு முதல் நாள் மறக்க முடியாத அந்த மாலை நேரத்தில் அவன் பார்த்த அன்னாவின் முகம் அப்படியே அவனுடைய கண்களுக்கு முன்னால் தெரிந்தது. ‘அவை எல்லாம் முடிந்து விட்டன. மறுபடியும் வரப் போவதில்லை. அன்னா, தன்னுடைய நினைவுகளிலிருந்து அவற்றை அழிக்க விரும்புகிறாள். ஆனால் அந்த நினைவுகள் இல்லாமல் என்னால் வாழ முடியாது. பிறகு எப்படி நாங்கள் ஒன்று சேர முடியும்? எப்படி எங்களுக்குள் சமரசம் ஏற்பட முடியும்?’ என்று அவன் உரக்கக் கேட்டான். உணர்வுகளற்றுப் போய், நிதானமிழந்து அவன் இதைத் திரும்பத் திரும்பச் சொல்லிக் கொண்டிருந்தான். இதன் விளைவாக அவனது எண்ணங்களின் கூடான அவளது மூளைக்குள் புதைந்து கிடந்த, அவனை நெகிழ வைத்த இன்ப நினைவுகள், மகிழ்ச்சியான தருணங்கள் கிளறப்பட்டு சித்திரங்களாகவும், காட்சிகளாகவும் அவனது கண்களின் முன்னால் காட்சிகளாக விரிந்தன. அத்துடன் அவனைத் துன்புறுத்திய, வெட்கப்பட வைத்த அந்தக் காட்சிகளும் அவன் கண் முன்னால் தெரிந்தன. ‘அவரது கைகளை விலக்குங்கள்’ என்ற அன்னாவின் குரலும், கரீனின் அவனது கைகளை விலக்கியதும், தான் அவமானப்பட்டு நின்ற அந்தக் காட்சியும் அவனது கண் முன்னால் மீண்டும் தெரிந்தன.

‘தூங்க வேண்டும் என்று அவன் வலுக்கட்டாயமாகப் படுத்துக் கொண்டு முயற்சி செய்து கொண்டிருந்தான். ஆனால் அவனது முயற்சி வெற்றி பெறும் என்பதற்கான நம்பிக்கைகள் அனைத்தையும் இழந்து விட்டான். தன் மனக்கண் முன்னால் இதர சித்திரங்கள் வரவிடாமல்

தடுப்பதற்காக சம்பந்தமில்லாமல் ஏதேதோ வார்த்தைகளை வாய் விட்டு சொல்லிக் கொண்டிருந்தான்: 'எதையும் மதிப்பிட முடியவில்லை. எதையும் அனுபவிக்க முடியவில்லை; எதையும் அனுபவிக்க முடியவில்லை.'

'என்ன இது...? நான் பைத்தியக்காரனாகிக் கொண்டிருக்கிறேனா?' என்று அவன் தன்னைத் தானே கேட்டுக் கொண்டான். 'இருக்கலாம். மக்கள் பைத்தியக்காரர்களாவது ஏன்? அவர்கள் தங்களைத் தாங்களே சுட்டுக் கொண்டு தற்கொலை செய்து கொள்வது ஏன்?' என்று தானே கேள்வியும் கேட்டுக்கொண்டு தானே அதற்குப் பதிலும் கூறிக் கொண்டான். கண்களைத் திறந்த அவன் பார்வையில் பட்டது அந்தத் தலையணை. அது அவனுடைய அண்ணன் மனைவி வார்யாவின் சித்திரப் பூ வேலைகளினால் உருவானது. அதன் முனைகளில் பின்னப்பட்டிருந்த பட்டுக் குஞ்சங்களை தன் விரல்களால் தட்டினான். அவனுடைய சிந்தனைகள் இப்போது வார்யாவைப் பற்றித் திரும்பியது. 'வார்யாவைக் கடைசியாக எப்போது பார்த்தேன்?' என்று தன் நினைவுகளின் அடியாழத்தில் தேடத் தொடங்கினான். அவன் முயற்சி பலனளிக்கவில்லை. வேறு எதைப் பற்றியும் அவனால் சிந்திக்க முடியவில்லை. சம்பந்தமில்லாத சிந்தனைகள் அவனுக்கு வேதனையைக் கொடுத்தன. 'இல்லை, நான் தூங்க வேண்டும்' என்ற அவனை அந்த குஷன் தலையணையை எடுத்துத் தன் தலைக்குக் கீழ் வைத்து விட்டுக் குதித்து எழுந்தான். பிறகு மீண்டும் உட்கார்ந்தான். 'அதற்கு முடிவு வந்து விட்டது' என்று அவன் தனக்குள் நினைத்துக் கொண்டான். 'இனி நான் என்ன செய்ய வேண்டும்? என்னிடம் இப்போது மிஞ்சியிருப்பது என்ன? என்று நான் சிந்தித்து முடிவு செய்ய வேண்டும்'. அன்னாவுடன் சம்பந்தமில்லாத, தன்னுடைய மற்றொரு பகுதி வாழ்க்கையைப் பற்றி அவன் சிந்திக்கத் தொடங்கினான்.

உயர் பதவிகள்? செர்புகோவ்ஸ்கி, மேற்குடிச் சமூகம்? அரச சபை? அவனால் எதைப் பற்றியும் அமைதியாகச் சிந்திக்க முடியவில்லை. அவன் சோபாவிலிருந்து எழுந்தான். மேல் கோட்டைக் கழற்றினான். சட்டையின் பொத்தான்களைக் கழற்றி விட்டு திறந்த மார்புடன் அறையின் குறுக்காக நடந்தான். நிதானமாக சுவாசித்தபடி, சிந்தனையில் ஆழ்ந்தபடி நடந்து கொண்டிருந்தான்.

'இப்படித்தான் ஒரு மனிதன் பைத்தியமாகின்றான். ஒருவன் தன் செயல்களால் வெட்கிப் போய், கூனிக் குறுகி, மானமிழந்து வாழ வேண்டாம் என்பதற்காகத் தான் தன்னைத் தானே சுட்டுக் கொண்டு தற்கொலை செய்து கொள்கிறான்.' என்று அவன் தன் கேள்விகளுக்கு உரிய விடைகளைப் புரிந்து கொண்டான். பின்பு கதவை நோக்கி நடந்தான். கதவைத் தாழிட்டான். பின்பு பற்களைக் கடித்துக் கொண்டு மேசையை நோக்கி வந்தான். மேசையின் இழுப்பறையைத் திறந்து தன் கைத்

துப்பாக்கியை எடுத்தான். அதனைப் பரிசோதித்தான். குண்டுகள் வைக்கும் பகுதியைப் பார்த்தான். குண்டுகள் இருந்தன. மறுபடியும் மூடி, சுடுவதற்கு தயார் நிலையில் அதனைக் கையில் பற்றிக் கொண்டான். ஒன்று அல்லது இரண்டு நிமிடங்கள் அசையாமல் நின்றான்.

ஆழ்ந்து சிந்தித்து, விவாதித்து முடிவெடுத்தவன் போல 'ஆமாம்!' என்று தனக்குள் ஒரு தீர்க்கமான முடிவை ஆதரிப்பது போலச் சொல்லிக் கொண்டான். அந்த 'ஆமாம்' என்ற முடிவு, இவ்வளவு நேரமும் கோரமாக அவன் சிந்தனையில் ஓடிய எண்ணங்களின் முடிவில் கிடைத்த ஒரு பதிலே ஆகும். அதே நினைவுகளில் அதே எண்ணப் போராட்டங்களில் அவன் மீண்டும் மூழ்கினான். பின்பு முடிவாக 'ஆமாம்' என்று மறுபடியும் கூறிக் கொண்டான். பிறகு கைத்துப்பாக்கியை எடுத்து தனது மார்பின் இடது பக்கமாக மார்பைக் குறி வைத்து துப்பாக்கி முனையை வைத்துக் கொண்டு முஷ்டியை இறுக்கிக் கொண்டு முழுபலத்துடன் விசையை இழுத்தான்.

குண்டு வெடித்த சப்தம் அவனுக்குக் கேட்கவில்லை. ஆனால் மார்பில் விழுந்த பலமான தாக்குதலினால் அவன் நிலை தடுமாறினான். கீழே விழாமல் மேசையைப் பற்றிக் கொள்ள முயன்றான். கைத்துப்பாக்கி அவனது கையிலிருந்து நழுவிக் கீழே விழுந்தது. தலையில் ஒரு வித கிறுகிறுப்பு தோன்ற மார்ப்பைப் பிடித்தபடி தரையில் உட்கார்ந்தான். தன்னைத் தானே மேலும் கீழுமாகப் பார்த்துக் கொண்டான். தன்னுடைய அந்த அறை கூட அவனுக்கு அடையாளம் தெரியவில்லை. அவனுடைய கண்கள் மேசையின் வளைவான கால்களை, குப்பைக் கூடையை மற்றும் தளத்தில் விரிக்கப்பட்டிருந்த புலித்தோல் கம்பளத்தைப் பார்த்தன. வரவேற்பறையிலிருந்த வேலைக்காரன் ஓடி வந்தான்.

வேலைக்காரனின் காலடியோசை கேட்டு நிமிர்ந்து பார்த்தான் விரான்ஸ்கி. தான் தளத்தில் விழுந்து கிடப்பதை அவன் தெரிந்து கொண்டான். கம்பளத்தின் மீது இரத்தம் சிதறிக் கிடப்பதைக் கண்டு சுய உணர்வு பெற்றான் விரான்ஸ்கி. தன்னுணர்வு இல்லாத நிலையில் தான் தன்னைச் சுட்டுக் கொண்டு தற்கொலைக்கு முயன்றிருப்பதைப் புரிந்து கொண்டான்.

'முட்டாள் தனம். குறி தவறி விட்டது' என்று முணுமுணுத்துக் கொண்டான் விரான்ஸ்கி. கைத்துப்பாக்கியைத் தேடினான். அது அவனுக்குப் பக்கத்தில் தான் கிடந்தது. ஆனால் அவன் வேறு எங்கோ தேடினான். மார்பிலிருந்து இரத்தம் வெளியேறிக் கொண்டிருந்தது. கண்கள் இருட்டிக் கொண்டு வர நினைவிழந்து கீழே சாய்ந்தான் விரான்ஸ்கி.

அவனுடைய வேலைக்காரன் மிக நாகரிகமானவன். தன்னால் நெருக்கடிகளைச் சந்திக்க முடியாது என்று சொல்வதை வழக்கமாகக்

கொண்டவன். எசமானருடைய உடலிலிருந்து இரத்தம் வெளியேறிக் கொண்டிருந்த பொழுது அவன் அவருக்கு உதவி செய்ய யாராவது கிடைப்பார்களா என்று பார்க்க வெளியில் ஓடினான். ஒரு மணி நேரத்துக்குப் பிறகு வார்யா வந்து வெவ்வேறு இடங்களிலிருந்து மூன்று டாக்டர்களைத் தருவித்தாள். அவர்கள் உடனே புறப்பட்டு வந்து காயமடைந்த விரான்ஸ்கிக்கு சிகிச்சை அளித்தார்கள்.

அத்தியாயம் 19

கரீனின் தவறு செய்து விட்டார். அவர் தன் மனைவியைப் பார்க்கச் சென்ற பொழுது இரண்டு விஷயங்களைப் பற்றிச் சிந்திக்க மறந்து விட்டார். முதலாவதாக, அவள் உண்மையிலேயே தன்னுடைய தவறான நடவடிக்கைக்காக மனம் வருந்துவாள் என்று அவர் எதிர்பார்க்கவில்லை. இரண்டாவதாக, தன்னுடைய தற்கொலை முயற்சியில் அவள் மீண்டும் பிழைத்து எழுந்து விடுவாள் என்றும் அவர் எதிர்பார்க்கவில்லை. இந்த இரண்டு விஷயங்களைப் பற்றியும் அவர் சிந்திக்கவில்லை. இது தான் அவர் செய்த தவறு.

மாஸ்கோவிலிருந்து வந்த இரண்டு மாதங்களுக்குப் பிறகு இந்தத் தவறு அவர் முன் விசேஷமான அர்த்தத்துடன் எழுந்து நின்று கொண்டிருந்தது. இந்த மாதிரியான நிலைமை வரும் என்று அவர் முன் கூட்டியே சிந்திக்காததால் மட்டுமே இந்தத் தவறு நேர்ந்து விடவில்லை.

மரணப் படுக்கையில் கிடந்த தனது மனைவியின் முன்பு அவர் வந்து நின்ற அந்த நாள் வரையில், தனது சொந்த இதயத்தைப் பற்றி அவர் அறிந்திருக்கவில்லை. இதுவும் அந்தத் தவறு நடக்க ஒரு காரணம் ஆகும். மற்றவர்கள் துன்பமடையும் பொழுது தன்னிடம் ஏற்படுகின்ற இரக்க உணர்ச்சியை பலவீனம் என்று அவர் கருதினார். மரணப்படுக்கையில் கிடந்த தன் மனைவியின் படுக்கைக்கு அருகில் அவர் வந்து நின்ற போது, முதல் முறையாக அவளிடத்து அவருக்கு இரக்கம் மேலிட்டது. அந்த இரக்கத்தை அவர் லகான் போட்டுத் தடுத்திருந்ததால், கட்டுப்படுத்தி யிருந்தால் விஷயங்கள் இந்த அளவுக்கு வந்திருக்காது. ஆனால் அவர் அவளிடத்து இரக்கப்பட்டார். அன்னா மரணமடையட்டும் என்றுதான் நினைத்ததற்காக அவர் தன்னை நொந்து கொண்டார். அன்னாவை மன்னித்த பொழுது அவருடைய இதயத்தின் உள்ளே மன அமைதியும், மகிழ்ச்சியும் ஏற்பட்டது. அந்த மன அமைதியும், மகிழ்ச்சியும் வாழ்க்கையில் தான் இதுவரை அனுபவித்திராத ஒன்று என்பதை அவர் உணர்ந்தார்.

தனக்கு எந்த விஷயம் வேதனையைக் கொடுத்து வந்ததோ அதே விஷயம் இப்பொழுது தனக்கு ஆன்மீக ஆனந்தம் தரும் ஒன்றாக மாறி விட்டதை அவர் உணர்ந்தார். அவர் கண்டனம், குற்றச்சாட்டு, வெறுப்பு ஆகியவற்றில் ஈடுபட்ட பொழுது தீர்க்கப்பட முடியாததாகத் தோன்றிய பிரச்சினைகள் எல்லாம் அவருடைய மன்னிப்புக்கும் அன்பு காட்டுதலுக்கும் பின்பு மிக எளிமையானதாகவும், எந்த விதக் குழப்பமும் இன்றி தெளிவானதாகவும் மாறிவிட்டது.

அவர் தன் மனைவியை மன்னித்ததுடன் அவளுடைய துன்பங்களுக்காக மனம் வருந்தினார். அவர் விரான்ஸ்கியை மன்னித்தார். அவன் தற்கொலை செய்து கொள்ள முயற்சித்த செய்தி கிடைத்தவுடன் அவனைப் பற்றிக் கவலைப்பட்டார். தன்னுடைய மகனைப் பற்றி இதுவரை அக்கறையில்லாமல் இருந்ததற்காக அவர் வருந்தினார். புதிதாகப் பிறந்த பெண் சிசு மீது அவருக்கு இரக்கம் ஏற்பட்டது. அது அவருடைய குழந்தை அல்ல. அந்தக் குழந்தையின் தாய் நோயாளியாக இருந்த பொழுது அந்தக் குழந்தை மற்றவர்களின் புறக்கணிப்பிலே இறந்திருக்க நேர்ந்திருக்கும். ஆனால் கரீனினுடைய கவனிப்பு அந்தக் குழந்தையைக் காப்பாற்றியது. சிறிது காலத்திலேயே அந்தக் குழந்தை மீது அவருக்குப் பாசம் ஏற்பட்டு விட்டது. அவர் தினமும் பலமுறை குழந்தையின் நர்சரி அறைக்குச் சென்று குழந்தையைப் பார்த்தார். அங்கிருந்த நர்சுகளிடம் பேசினார். அவர் அதிக நேரம் அங்கு தங்கியதால் முதலில் அவரைக் கண்டு வெட்கப்பட்ட நர்சுகள் இப்போது அவரிடம் நெருங்கிப் பேசத் தொடங்கினார்கள். குழந்தை தூங்கும் பொழுது அதன் முகத்தை, சிறு கைகளை, விரல்களை, கண்களை, மூக்கைப் பார்த்துக் கொண்டிருப்பார். அப்பொழுது அவருடைய உள்ளத்தில் மன அமைதி ஏற்பட்டது. அவர் தன்னைச் சாதாரண மனிதனாகவே நினைத்தார். தனக்கு வேறு எதுவும் வேண்டாம் என்று கூட அவர் முடிவு செய்தார். ஆனால் சிறிது காலத்துக்குப் பிறகு தொடர்ந்து தன்னால் அந்த நிலையில் நீடிக்க முடியாது என்பதை அவர் உணர்ந்தார்.

தன்னிடம் உள்ள ஆன்மீக சக்தியுடன் ஒரு முரட்டுத் தனமான, அநாகரிகமான, சக்தி வாய்ந்த மற்றொரு சக்தியும் இருப்பதை அவர் உணர்ந்தார். அது தன்னை அமைதியாக ஆன்மீக வாழ்க்கை வாழ அனுமதிக்காது என்பதை அவர் புரிந்து கொண்டார். எல்லோரும் தன்னைப் புரிந்து கொள்ளாமல் ஆச்சரியத்துடன் பார்க்கிறார்கள். தன்னிடம் எதையோ எதிர்பார்க்கிறார்கள் என்பதை அவர் புரிந்து கொண்டார். குறிப்பாகத் தன் மனைவியுடன் தனது உறவு செயற்கையாக, பலவீனமாக இருக்கிறது என்பதை உணர்ந்தார்.

அன்னா மரணத்தின் பிடியிலிருந்து தப்பிய பிறகு கரீனினைக் கண்டு அஞ்சினாள். அவருடைய கண்களை நேருக்கு நேராகப் பார்ப்பதைத் தவிர்த்தாள். அவள் ஏதோ சொல்ல விரும்புவதையும், அதைச் சொல்ல முடியாமல் தவிப்பதையும் அவர் உணர்ந்தார். 'நம்மிடையிலான உறவு இன்று உள்ளதைப் போல நீடிக்க முடியாது. உடனே ஏதாவது செய்யுங்கள்' என்று அவள் கூறுவதைப் போல கரீனின் உணர்ந்தார்.

பிப்ரவரி மாதத்தின் முடிவில் அன்னாவின் பெண் குழந்தைக்கு - அதற்கும் 'அன்னா' என்றே பெயர் சூட்டியிருந்தனர் - உடல்நலம் பாதிக்கப் பட்டது. அன்று காலையில் குழந்தைகளின் (நர்சரியில்) காப்பகத்தில் இருந்த கரீனின் உடனே டாக்டரை அழைத்து வந்து குழந்தையைக் காட்ட உத்தரவிட்டு விட்டு தனது அலுவலகத்திற்குச் சென்றார். மாலை நான்கு மணிக்கு அவர் வீட்டுக்குத் திரும்பினார். தனது வீட்டின் முன் அறையில் ஒரு அழகான, சீருடையணிந்த பணியாள் ஒருவன் நிற்பதைப் பார்த்தார்.

'யார் வந்திருக்கிறார்கள்?' என்று கரீனின் அவனைக் கேட்டார்.

'இளவரசி எலிசபெத் அட்வெர்ஸ்கயா (பெட்ஸி)' என்று அவன் பதிலளித்தான். அவன் தன்னைப் பார்த்துக் கிண்டலாகச் சிரிப்பது போல கரீனினுக்குத் தோன்றியது. தன்னுடைய வாழ்க்கையில் துயரங்கள் சூழ்ந்திருந்த இந்தக் காலங்களில் தன்னுடைய நண்பர்கள், குறிப்பாகப் பெண்கள், தன்னையும் தன் மனைவியையும் பற்றி மிகவும் அக்கறையுடன் விசாரிப்பதைப் பார்த்தார். மறைமுகமாக, வஞ்சனையாக இகழ்ச்சியாகப் பேசுவதன் மூலம் அவர்கள் ஏதோ ஒரு வகையில் மகிழ்ச்சி அடைந்தார்கள். ஆனால் அதை மறைமுகமாகச் செய்தார்கள். விவாகரத்து சம்பந்தமாக கரீனின் மாஸ்கோவில் சந்தித்த அந்த வழக்கறிஞரிடம் கண்ட அதே குள்ள நரித்தனமான சிரிப்பினை இவர்களிடமும், இதோ இந்த இளவரசி ட்வெர்ஸ்கயாவின் வேலைக்காரனிடமும் அவர் பார்த்தார். யாருக்கோ நடக்கும் திருமண வாழ்வில் ஆர்ப்பாட்டமாகத் திரியும் விருந்தினர்கள் போல இவர்கள் இந்தக் கேலிப் பேச்சில் மகிழ்ச்சி அடைந்தனர். கரீனினை நேரில் பார்க்கும் போது ரொம்ப அக்கறையுடன் அன்னாவின் நலத்தை விசாரிப்பது போல, குறும்பாகப் பார்த்து, வஞ்சனையாய் சிரித்து மகிழ்ந்தனர்.

இளவரசி ட்வெர்ஸ்கயாவை கரீனினுக்குப் பிடிக்காது. ஏனென்றால் அவள் குடும்பங்களைக் கலைப்பதில் திறமைசாலி என்று கரீனின் அறிந்திருந்தார். அவளைப் பற்றிய விஷயங்கள் அவருக்கு நினைவுக்கு வர அவளது வருகையால் வெறுப்புற்ற கரீனின் நேராக (நர்சரிக்கு) குழந்தைகள் காப்பகத்திற்குச் சென்றார். அங்கே செரேஷா மேசையில் மேல் குனிந்து படம் வரைந்து கொண்டிருந்தான். அன்னாவிற்கு உடல் நலம் இல்லாதிருந்த பொழுது பிரெஞ்சு ஆசிரியைக்குப் பதிலாக ஆங்கில

ஆசிரியை நியமிக்கப்பட்டிருந்தாள். கரீனினைப் பார்த்ததும் அவள் எழுந்து நின்று மரியாதை செய்தாள்.

கரீனின் தன்னுடைய மகனுடைய தலை முடியை தனது கரத்தினால் பாசத்துடன் கோதி விட்டார். அன்னாவின் உடல் நலத்தை விசாரித்த ஆசிரியையின் கேள்விக்குப் பதிலளித்தார். சிறிய பெண் குழந்தையின் உடல் நலம் குறித்து டாக்டர் என்ன சொன்னார் என்று ஆசிரியையிடம் விசாரித்தார்.

'ஆபத்து எதுவும் இல்லை' என்று டாக்டர் சொன்னார். தினசரி நன்கு குளிப்பாட்டும் படி சொன்னார்' என்றாள் ஆசிரியை.

குழந்தை அழுது கொண்டிருந்தது.
'குழந்தை ஏன் அழுகிறாள்? இன்னும் உடல் நலம் சரியாகவில்லையா? அல்லது பசியினால் அழுகிறாளா? என்று கரீனின் ஆசிரியையிடம் கேட்டார்.

'அந்தத் தாதி குழந்தையைப் பராமரிக்கப் பொருத்தமற்றவள் என்று நான் நினைக்கிறேன்' என்று ஆசிரியை தீர்க்கமாக முடிவுடன் சொன்னாள்.

'ஏன் அவ்வாறு நினைக்கிறாய்?'

'பவுல் சீமாட்டியின் வீட்டில் கூட இவ்வாறு தான் நேர்ந்தது. மருத்துவர்கள் குழந்தையை நன்றாகக் கவனித்து மருந்து கொடுத்தார்கள். ஆனால் குழந்தை பசியினால் தான் இறந்து போனது. முலைப்பால் கொடுக்கும் தாதியிடம் பால் இல்லாமல் போனதே காரணம்.'

கரீனின் சிறிது நேரம் சிந்தித்தார். பிறகு அடுத்த அறைக்குள் நுழைந்தார். அந்தச் சிறிய குழந்தை தாதியின் கைகளில் அழுது கொண்டிருந்தது. அவள் மார்பில் பால் குடிக்கவில்லை. அழுகையை நிறுத்தவில்லை. இரண்டு நர்சுகள் குனிந்து குழந்தையைச் சமாதானப்படுத்த முயன்று கொண்டிருந்தார்கள்.

'இன்னும் குணமடையவில்லையா?' என்று கேட்டார் கரீனின்.
'குழந்தை ஓயாமல் அழுது கொண்டே இருக்கிறாள்...?'
'தாதியிடம் பால் இல்லை என்று மிஸ். எட்வர்ட்ஸ் சொல்கிறாளே..." என்றார் கரீனின்.
'நானும் அப்படியே நினைக்கிறேன் அலெக்ஸிஸ் அலெக்ஸாண்ட்ரோவிச்' என்றாள் ஒரு நர்ஸ்.
'அப்படியானால் ஏன் இதைச் சொல்லவில்லை?'

'நான் யாரிடம் சொல்வேன்? அன்னா அர்க்காதியேவ்னா இன்னும் நோயாளியாக இருக்கிறாள்' என்று அந்த முதிய நர்ஸ் அதிருப்தியுடன் கூறினாள்.

அவள் அந்தக் குடும்பத்தில் நெடுங்காலமாகப் பணிபுரிபவள். அவள் சாதாரணமாகத்தான் இதைச் சொன்னாள். ஆனால் தன்னுடைய நிலைமையைப் பற்றி அவள் சூசகமாகப் பேசுவதாக கரீனின் நினைத்தார்.

இந்தச் சமயத்தில் குழந்தை இன்னும் பலமாகக் கதறி அழத் தொடங்கியது. மூச்சுத் திணறியது. தொண்டையும் கட்டிக் கொண்டது போல் தோன்றியது. முதிய நர்ஸ் எரிச்சலுடன் அருகில் வந்து குழந்தையைத் தாதியிடமிருந்து வாங்கினாள். குழந்தையைத் தன்னுடைய கைகளில் வைத்து ஆட்டியபடியே அந்த அறைக்குள் முன்னும் பின்னுமாக நடந்தாள்.

'தாதியிடம் பால் இருக்கிறதா என்று டாக்டரைச் சோதனை செய்யுமாறு சொல்'

தாதி தனக்கு வேலை போய்விடுமோ என்று பயந்தாள். அவள் தன்னுடைய பருத்த மார்பினை மூடிக் கொண்டு, 'என்னிடமா பால் இல்லையென்று சொல்கிறீர்கள்' என்று கேட்பதைப் போல் அவள் ஏளனமாகச் சிரித்தாள். அவளுடைய சிரிப்பு கூடத் தன்னைப் பார்த்து ஏளனம் செய்வதைப் போல கரீனின் உணர்ந்தார்.

நர்ஸ் அந்தக் குழந்தையைக் கையில் ஏந்திக் கொண்டு அறைக்குள் முன்னும் பின்னுமாக நடந்தாள். 'துரதிர்ஷ்டம் பிடித்த குழந்தை' என்று கூறியபடி அவள் நடந்து கொண்டிருந்தாள். கரீனின் அங்கிருந்த ஒரு நாற்காலியில் உட்கார்ந்தபடி மிகவும் மனச்சோர்வுடனும் வேதனையுடனும் குழந்தையையும் நர்சையும் பார்த்துக் கொண்டிருந்தார். அவள் குழந்தையைச் சமாதானப்படுத்திய பிறகு, மெத்தையில் குழந்தையைப் படுக்க வைத்து விட்டு வெளியில் சென்றாள்.

கரீனின் ஓசையில்லாமல் எழுந்து நடந்து குழந்தையின் அருகில் சென்றார். குழந்தையைச் சோர்வுடன் பார்த்தபடி சிறிது நேரம் நின்றார். திடீரென்று அவர் சிரித்தார். அப்பொழுது அவர் அவர் முகம் மிகவும் பிரகாசமாகத் தோன்றியது. அதன் பிறகு அவர் அமைதியாக அறையிலிருந்து வெளியில் சென்றார். அவர் வரவேற்பறைக்குள் நுழைந்தார். அங்கிருந்த அழைப்பு மணியை அடித்து வேலைக்காரனை வரவழைத்தார். உடனே டாக்டருக்கு ஆள் அனுப்பி அழைத்து வரும்படி உத்தரவிட்டார். அந்த அழகான குழந்தையைத் தன் மனைவி சரியாகப் பராமரிக்கவில்லை என்று அவருக்கு அன்னாவின் மீது கோபம் ஏற்பட்டது. அவருக்கு மனைவியைப் பார்க்க விருப்பம் இல்லை. இளவரசி ட்வெர்ஸ்கயா (பெட்ஸி) வையும் சந்திப்பதற்கு விருப்பமில்லை. ஆனால் வழக்கப்படி அன்னாவைச் சந்திக்கச் சொல்லாவிட்டால் அன்னா சங்கடப்படுவாள் என்று நினைத்து தன்னை நிதானப்படுத்திக் கொண்டு அன்னாவின் படுக்கை

அறைக்குச் சென்றார். அவர் கதவை நெருங்கிய பொழுது அறைக்குள் அன்னாவும் பெட்ஸியும் பேசிக் கொண்டிருப்பது அவருக்குக் கேட்டது.

'அவர் இங்கே இருக்கப் போவதில்லை. இங்கிருந்து வெளியேறி வெகுதூரம் செல்லப் போகின்றார். நீ ஏன் அவரைப் பார்க்க மறுக்கிறாய் என்பதை என்னால் புரிந்து கொள்ள முடிகின்றது. உன் கணவர் இதற்கெல்லாம் அப்பாற்பட்டவர்' என்று கூறிக் கொண்டிருந்தாள் பெட்ஸி.

'என் கணவருக்காக அல்ல. எனக்காகவே தான் நான் அதை விரும்பவில்லை. அதைப் பற்றிப் பேச வேண்டாம்' என்று கோபத்துடன் பதில் சொன்னாள் அன்னா.

'உனக்காகத் தன்னைச் சுட்டுக் கொண்டு தற்கொலை செய்து கொள்ள முயன்ற ஒருவருக்கு விடைகொடுக்கக் கூட உன்னால் வரமுடியாதா?'

'அந்தக் காரணத்துக்காகவே நான் அதை விரும்பவில்லை'

'கரீனின் திரும்பிப் போய் விடலாமா என்று நினைத்தார். ஆனால் அது கௌரவமாக இருக்காது என்று நினைத்த அவர் சில முறைகள் இருமினார். அறைக்குள் உரையாடல் நின்று விட்டது. அவர் கதவைத் திறந்து கொண்டு உள்ளே நுழைந்தார்.

அன்னா ஒரு சோபாவில் உட்கார்ந்திருந்தாள். வெட்டப்பட்டிருந்த அவளுடைய தலை முடி இப்போது மறுபடியும் அடர்த்தியாக வளர ஆரம்பித்திருந்தது. கரீனினைப் பார்த்தவுடன் அவளது முகத்திலிருந்த உற்சாகம் வழக்கம் போல மறைந்து விட்டது. அவள் தலையைக் குனிந்து கொண்டு பெட்ஸியைச் சங்கடத்துடன் பார்த்தாள். பெட்ஸி மிகவும் சமீபத்திய பாஷனில் உடை அணிந்து அன்னாவுக்கு அருகில் உட்கார்ந்திருந்தாள். அவளுடைய தலை குனிந்திருந்தாலும் உடல் நேராக இருந்தது. அவள் கரீனினை ஏளனமாகப் பார்த்து சிரித்தாள்.

'ஆ, தாங்கள் வீட்டில் தான் இருக்கிறீர்களா? தங்களைச் சந்தித்ததில் மிகவும் சந்தோஷம். அன்னா உடல்நலமில்லாமல் போனதிலிருந்து என்னால் இங்கு வர முடியவில்லை. நான் எல்லாவற்றையும் கேள்விப்பட்டேன்... எல்லாம் தங்களின் பொறுப்பான கண்காணிப்பினால் தான் சரியாகி உள்ளது. ஆமாம்... உண்மையிலேயே நீங்கள் ஒரு சிறந்த கணவர்' என்று குத்தலாகச் சொன்னாள் பெட்ஸி.

கரீனின் அவளுக்கு வணக்கம் தெரிவித்து விட்டு, தன் மனைவியின் கரத்தைக் கையிலெடுத்து முத்தமிட்டு விட்டு அவளது உடல் நலம் குறித்து விசாரித்தார்.

'இப்போது எனது உடல் நலம் நன்றாக உள்ளது என்று தான் நினைக்கிறேன்' என்றாள் அன்னா. அவள் அவரை நிமிர்ந்து நேருக்கு நேராகப் பார்ப்பதைத் தவிர்த்தாள்.

'உன் முகத்தைப் பார்க்கும் போது உடல் நலமின்றி இருப்பது போலவே தெரிகிறது' என்றார் கரீனின்.

'ரொம்ப நேரம் மிக அதிகமாகப் பேசி விட்டோம். அதனால் மிகவும் களைத்துப் போய் விட்டாள். எனவே தான் அப்படித் தெரிகின்றது. சரி, நான் புறப்படுகின்றேன்' என்று எழுந்தாள் பெட்ஸி.

அன்னா அவளது கரத்தைப் பற்றி அழுத்தி மீண்டும் உட்காரச் செய்தாள்.

'வேண்டாம், கொஞ்ச நேரம் இரு. உன்னிடம் நான் பேச வேண்டும்... கொஞ்சம் பொறு...' என்று பெட்ஸியிடம் கூறியவள் கரீனின் பக்கம் திரும்பிச் சொன்னாள்: 'நான் உங்களிடம் எதையும் மறைக்க விரும்பவில்லை...'

கரீனின் தன் கை விரல்களைச் சொடுக்கிக் கொண்டு, தலை குனிந்து கொண்டார்.

'கோமகன் விரான்ஸ்கி தாஷ்கண்ட் செல்லப் போகிறார். போவதற்கு முன்பு இங்கு வந்து கூறிவிட்டு விடைபெற்றுக் கொள்ள விரும்புகின்றார். எனக்கு இதில் விருப்பமில்லை என்று இவளிடம் சொல்லிக் கொண்டிருக்கிறேன்'

'இது அலெக்ஸிஸ் அலெக்ஸாண்ட்ரோவிச்சைப் பொறுத்திருக்கிறது என்று நீ சொன்னாய்...' என்று பெட்ஸி அன்னா சொன்னதைத் திருத்திச் சொன்னாள்.

'இல்லை, நான் அவரைப் பார்க்க முடியாது...' என்று சொன்ன அன்னா இதில் உங்கள் அபிப்பிராயம் என்ன என்று கேட்பதைப் போல கரீனினைப் பார்த்தாள்.

அவர் அவளை நெருங்கி அவளது கரத்தைத் தன் கையில் பற்றிக் கொள்ள முயன்றார். முதலில் விருப்பமின்றி கைகளை இழுத்துக் கொண்ட அன்னா பின் அவரது கரத்தை மெல்லப் பற்றி லேசாகத் தொட்டு அழுத்தினாள்.

'நீ என்னிடம் வைத்திருக்கின்ற நம்பிக்கைக்கு மிக்க நன்றி' என்று கரீனின் பேசத் தொடங்கினார். பெட்ஸிக்கு முன்பாக தான் என்ன பேசுவது என்று அவருக்குப் புரியவில்லை. சற்றுத் தயங்கினார். அவரால் பேச முடியவில்லை. இல்லாத ஒன்றை இருப்பதாகச் சொல்லி இட்டுக் கட்டிப்

பேசும் அநாகரிகத்தின் மொத்த உருவம் ஒன்று இருந்தால் அது பெட்ஸி போலத் தான் இருக்கும். அப்படிப்பட்ட ஒரு பிறவியின் முன்னால், அன்பையும், இரக்கத்தையும், மன்னிக்கும் மனோபாவத்தையும் கீழ்த்தரமாகப் பழிக்கும் அவள் முன்னால் எதையும் பேச கரீனின் விரும்பவில்லை.

'அன்னா, நான் புறப்படுகின்றேன்' என்று சொல்லிய பெட்ஸி அன்னாவை முத்தமிட்டு விட்டு வெளியே புறப்பட்டாள். கரீனினும் அவளைப் பின் தொடர்ந்தார்.

'அலெக்ஸிஸ் அலெக்ஸாண்ட்ரோவிச், நீங்கள் உயர்ந்த சிந்தனைகள் உடையவர். நான் உங்கள் குடும்பத்தைச் சேர்ந்தவள் அல்ல. ஆனால் உங்களிடம் பிரியம் உள்ளவள். உங்களை மதிப்பவள். அந்த உரிமையில் இதனைத் தங்களுக்கு ஒரு அறிவுரையாகவே கூற விரும்புகிறேன். நான் சொல்வதைக் கேளுங்கள். விரான்ஸ்கி கண்ணியமானவர். அவர் தாஷ்கண்டுக்கு புறப்படுகிறார். போவதற்கு முன்பு அன்னாவிடம் விடை பெற்றுக் கொண்டு செல்ல விரும்புகின்றார். அவர் வந்து விடைபெற்றுக் கொண்டு செல்ல அனுமதியுங்கள்' என்றாள் பெட்ஸி.

'இளவரசி அவர்களே! உங்களுடைய அன்புக்கும் அறிவுரைக்கும் மிக்க நன்றி. ஆனால் யாரைச் சந்திக்க வேண்டும், யாரைச் சந்திக்கக் கூடாது என்பதை என் மனைவியே முடிவு செய்து கொள்ளட்டும்.'

வழக்கம் போல தன் புருவங்களை உயர்த்தி, மிகவும் மரியாதை தொனிக்கும் படியாகவே கரீனின் இதைச் சொன்னார். ஆனால் தான் எவ்வளவு மதிப்புடனும், மரியாதையுடனும் நடந்து கொண்டாலும், தன்னுடைய இன்றைய சூழல் பெட்ஸி போன்றவர்களால் எள்ளி நகையாடும்படியாகத் தானே உள்ளது என்று தனக்குள் நினைத்து மனம் நொந்து போனார். அவர் நினைத்தது போலவே பெட்ஸியும் கூட அவரை ஏளனமாகப் பார்த்து மிக வஞ்சனையாகச் சிரித்தாள்.

அத்தியாயம் 20

பெட்ஸியை வழியனுப்பி வைத்துவிட்டு மீண்டும் தனது மனைவியின் படுக்கையறைக்குத் திரும்பினார் கரீனின். அவள் படுக்கையில் படுத்திருந்தாள். அவர் அறைக்குள் வந்தவுடன் எழுந்து உட்கார்ந்து கொண்டாள். கவலையுடன் அவரைப் பார்த்தாள். அவளது முகத்தில் கண்ணீர் கறை படிந்திருப்பதைக் கரீனின் கவனித்தார்.

'உன் முடிவு சரியானது. விரான்ஸ்கி நிரந்தரமாக வெளியூர் செல்வதால் இங்கு வரத் தேவையில்லை. ஆனால்...'

'நான் இதனை ஏற்கெனவே அவளிடம் கூறி விட்டேனே... அதையே நீங்கள் திருப்பிச் சொல்ல வேண்டுமா என்ன?' என்று எரிச்சலுடன் சொன்னாள் அன்னா. 'எதுவாக இருந்தாலும் வேண்டாம். தான் யாரைக் காதலித்தானோ, தான் யாருக்காகத் தன்னைச் சுட்டுக் கொண்டு தன்னையே அழித்துக்கொள்ள முயன்றானோ, எந்தப் பெண் அவனின்றி வாழ முடியாதோ, அந்தப் பெண்ணிடம் அவன் வந்து விடைபெற்றுக் கொண்டு செல்ல வேண்டும் என்பது அவசியமே இல்லை... வேண்டாம்... எதுவாயிருந்தாலும் வேண்டாம்...' என்று தனக்குள் வேதனையுடன் நினைத்துக் கொண்டாள் அன்னா. உதடுகளை இறுக மூடிக் கொண்டு தன் தலையைக் குனிந்து கொண்டாள்.

'நாம் இனி இதைப் பற்றி பேசவேண்டாம்' என்று அவள் அமைதியாகச் சொன்னாள்.

'அதை உன் முடிவுக்கு விட்டு விட்டேன். எனக்குச் சந்தோஷமாக இருப்பது...' என்று கரீனின் சொல்லி முடிப்பதற்குள்...

'உங்களுடைய எண்ணங்களுடன் பொருந்துகிற முடிவு தான் என்னுடைய முடிவும் கூட. அது தான் எனது விருப்பமும்' என்றாள் அன்னா.

'ஆமாம். இது சிக்கலான குடும்பப் பிரச்சினை. இதில் இளவரசி ட்வெர்ஸ்கயா ஏன் தலையிட வேண்டும்... அதுவும் அவள்...'

'அவளைப் பற்றி மற்றவர்கள் பேசுவதை நான் நம்பவில்லை' என்று வேகமாகச் சொன்னாள் அன்னா. 'அவள் என்னை மனப்பூர்வமாக நேசிக்கிறாள்'

கரீனின் பெருமூச்சு விட்டார். ஒன்றுமே பேசாமல் அமைதியாக இருந்தார். அவள் தனது மேலாடையில் பின்னப்பட்டிருந்த பட்டு இழைகளை விரல்களால் தட்டிக் கொண்டே தலையைக் குனிந்து கொண்டாள். அவள் கரீனினைப் பார்க்க விரும்பவில்லை. அவர் இந்த இடத்தை விட்டுச் சீக்கிரமே அகன்று போனால் தேவலை என்று அவள் தனக்குள் நினைத்தாள்.

'நான் டாக்டரை அழைத்துவர ஆள் அனுப்பி விட்டு வந்திருக்கிறேன்' என்றார் கரீனின்.

'நான் நன்றாகத் தானே இருக்கிறேன். டாக்டர் எதற்கு?'

'சிறிய குழந்தை எப்பொழுதும் அழுது கொண்டிருக்கிறது. அந்த தாதியிடம் பால் இல்லை என்று நர்ஸ் சொன்னாள்'.

'அப்படியானால் குழந்தையை என்னிடம் கொடுங்கள். நான் குழந்தைக்குப் பாலூட்டுகிறேன். ஏற்கனவே நான் உங்களிடம் மிகவும்

கெஞ்சிக் கேட்டுக் கொண்டேன். என் பேச்சைக் கேட்காமல் குழந்தையை நர்சுகளிடம் ஒப்படைத்தீர்கள். என்ன இருந்தாலும் அவள் குழந்தைதானே', - 'என்ன இருந்தாலும்' என்பதைச் சற்று அழுத்தமாகச் சொன்னாள் - 'அவர்கள் குழந்தையைக் கொன்று விடுவார்கள்'

அவள் அழைப்பு மணியை அடித்தாள். உள்ளே வந்த வேலைக் காரியிடம் குழந்தையைக் கொண்டு வரச் சொன்னாள்.

'குழந்தைக்கு நான் பாலூட்டுகிறேன் என்று சொன்னேன். குழந்தையைத் தாதியிடம் ஒப்படைத்தீர்கள். இப்போது என்னைக் குறை சொல்கிறீர்கள்'

'நான் உன்னைக் குறை சொல்லவில்லையே'

'ஆமாம். என்னை நீங்கள் குறை சொல்கிறீர்கள்... கடவுளே, நான் ஏன் செத்துத் தொலையவில்லை, என்னை ஏன் உயிருடன் வைத்திருக்கிறீர்கள்' என்று தேம்பி அழுதாள் அன்னா. 'என்னை மன்னித்து விடுங்கள். நான் மிகவும் மனக் குழப்பத்துடன் இருக்கின்றேன். எனவே என் மனம் போன படி எதையோ பேசுகின்றேன். என்னை மன்னித்து விடுங்கள். என்னை தனியே இருக்க விடுங்கள். இங்கிருந்து போய்விடுங்கள்.'

அறையை விட்டு வெளியே கரீனின் தனக்குள் சொல்லிக் கொண்டார்: 'இல்லை, இந்த நிலை இனியும் இது போன்று நீடிக்க முடியாது' கரீனினுக்கு, இது விசித்திரமான நிலைமையாக இருந்தது. அவருடைய மனைவி அவரை எதிர்க்கிறாள். அவருடைய அகச்சிந்தனைகளுக்கு எதிராக இருந்த முரட்டுத்தனமான சக்தி அவர் மீது இப்போது ஆதிக்கம் செலுத்தியது. மனைவியைப் பொறுத்த வரையில் அவர் தீர்க்கமான முடிவுகளை எடுத்து அவற்றை வலுக்கட்டாயமாக நிறைவேற்ற வேண்டும் என்று அந்த முரட்டு சக்தி அவருக்கு ஆணையிட்டது. உலகமும், தன்னுடைய மனைவியும் கூட அவர் எதையோ செய்ய வேண்டும் என்று எதிர்பார்க்கிறார்கள். ஆனால் அந்த நடவடிக்கை என்ன என்று தான் எவருக்கும் புரியவில்லை. அவருடைய மன அமைதி முழுமையாக அழிந்து விட்டது.

அன்னா இனிமேல் விரான்ஸ்கியைச் சந்திக்கக் கூடாது என்று அவர் கருதினார். ஆனால் அவர் நினைப்பது சாத்தியமில்லை என்று எல்லோருமே (அன்னா - விரான்ஸ்கி தரப்பினர்) கருதினால், குழந்தைகள் மீது எவரும் களங்கம் சொல்லாத வரையில், களங்கம் ஏற்படாத விதத்தில் அவர்கள் தங்களது உறவுகளைப் புதுப்பித்துக் கொள்வதை அனுமதிப்பதற்குக்கூட அவர் தயாராக இருந்தார். குழந்தைகள் பாதிக்கப்படக் கூடாது. அவர்கள் தன்னிடம் இருக்க வேண்டும். குழந்தைகளைப் பொறுத்தவரையில் அவரது நிலை இன்னும் பாதிக்கப்படவில்லை. குடும்பத் தலைவர் என்ற

நிலை அப்படியே உள்ளது. குடும்பத் தலைவர் என்னும் அவருடைய அந்த நிலை நீடிக்க வேண்டும் என்று அவர் விரும்பினார். இதுவும் கூட ரொம்ப மோசமான நிலை தான். இருப்பினும் எல்லாம் அடியோடு முறிந்து போவதற்குப் பதிலாக இந்த நிலை இவ்வாறு நீடித்தது நல்லதே என்று அவர் கருதினார். வேறு எத்தகைய ஏற்பாட்டிலும் அன்னாவின் நிலை மிகவும் பரிதாபமிக்கதாகத்தான் இருக்கும். அத்துடன் அவர் நேசித்த எல்லாவற்றையும் அவர் இழக்க வேண்டியிருக்கும். ஆனால் இப்போது அவருக்குச் சக்தியில்லை. 'எல்லோரும் என்னை எதிர்ப்பார்கள். இயற்கையான ஏற்பாட்டைச் செய்வதற்கு என்னை அனுமதிக்க மாட்டார்கள். ஆகவே தவறானது, ஆனால் அவசியமானது என்று அவர்கள் கருதுகின்ற நடவடிக்கையை அவர் செய்ய வேண்டியிருக்கும்' என்று அவர் நினைத்தார்.

அத்தியாயம் 21

பெட்ஸி சாப்பாட்டு அறையைக் கடந்து கொண்டிருந்த பொழுது, அப்பொழுது தான் வீட்டிற்குள்ளே வந்த ஆப்லான்ஸ்கியைச் சந்தித்தாள்.

'ஆ... இளவரசி! ஓ... எனக்கு மிகுந்த சந்தோஷம். உங்களை இங்கு எதிர்பார்க்கவில்லை. நான் உங்கள் வீட்டுக்குப் போயிருந்தேன். உங்களைப் பார்க்க முடியவில்லை' என்றான் ஆப்லான்ஸ்கி.

'ஒரு நிமிடம் தான் இங்கு நான் நிற்க முடியும். அவசரமாகப் போய்க் கொண்டிருக்கிறேன்' என்று சொல்லியபடி பெட்ஸி கையுறைகளை அணிந்து கொள்ளப் போனாள்.

'இளவரசி அவர்களே! சற்றுப் பொறுங்கள். உங்கள் கரத்தை நான் முத்தமிட வேண்டும். அந்தப் பழமையான பழக்கம் நீடிப்பதற்காக நன்றியைத் தெரிவிக்கிறேன்' என்றான் ஆப்லான்ஸ்கி.

சிரித்தபடி தன்னுடைய கரத்தை அவனை நோக்கி நீட்டினாள் பெட்ஸி. அவளது கரத்தைக் கையில் பற்றி முத்தமிட்டான் ஆப்லான்ஸ்கி.

'சரி! மீண்டும் உங்களை எப்போது பார்க்கலாம்?' என்று கேட்டான் ஆப்லான்ஸ்கி.

'இன்னொரு சந்திப்பு அவசியமா? மீண்டும் சந்திக்கும் அளவுக்கு நீங்கள் ஒன்றும் மதிப்பு மிக்க மனிதர் அல்லவே' என்று கூறி விட்டுச் சிரித்தாள் பெட்ஸி.

'நான் மிக உயர்ந்த மனிதன். ஏனென்றால் நான் மிகவும் உற்சாகமாக இயங்கிக் கொண்டிருக்கும் மனிதன். ஒரு காரியத்தை எடுத்தால் அதனைச் சிரத்தையுடனும் அக்கறையுடனும் செய்பவர்களில் என்னைப் போல

எவரும் கிடையாது என்று பெயரெடுத்தவன் நான். இதை நானே உங்களிடம் சொல்ல வேண்டியிருப்பதற்காக நான் வருந்துகிறேன். என் குடும்பம் சம்பந்தப்பட்ட வேலைகள் மட்டுமின்றி, இப்போது மற்றவர்கள் குடும்ப விவகாரங்களையும் கூட நானே கவனித்து வருகின்றேன்'. என்று அர்த்தம் தொனிக்க கூறினான் ஆப்லான்ஸ்கி.

அவன் அன்னாவின் குடும்பத்தைத் தான் குறிப்பிடுகின்றான் என்பதைப் புரிந்து கொண்டாள் பெட்ஸி.

'ஓ... ரொம்ப சந்தோஷம்' என்ற அவள் அவனுடன் சேர்ந்து சாப்பாட்டு அறைக்குத் திரும்பினாள். அறையின் மூலையில் நின்று கொண்டு அவர்கள் மீண்டும் பேசத் துவங்கினார்.

'அவர் அவளைக் கொன்று விடுவார்' என்று மிக மெல்லிய குரலில் அவள் சொன்னாள்: 'மோசம்... படு மோசம்'

'அப்படியா நினைக்கிறீர்கள்?... அவளுக்கு உதவி செய்யத் தான் நான் இப்போது பீட்டர்ஸ்பர்க்குக்கு வந்திருக்கின்றேன்' என்றான் ஆப்லான்ஸ்கி.

'நகரத்தில் எல்லோருமே அதைப் பற்றித் தான் பேசிக் கொண்டிருக் கிறார்கள். அவள் மிகவும் வாடிப் போய் விட்டாள். உருக்குலைந்து போய்விட்டாள். உணர்ச்சிகளுடன் அலட்சியமாக விளையாடும் பெண் அவள் அல்லவென்று அவருக்குப் புரியவில்லை. அவளால் தன்னுடைய உணர்ச்சிகளை மறைக்க முடியாது. அவளை மீட்பதற்கு இரண்டு வழிகள் தான் சாத்தியமானவைகளாகத் தோன்றுகின்றன. முதலாவது, ஆப்லான்ஸ்கி ஏதாவது சுறுசுறுப்பான நடவடிக்கைகளை மேற்கொண்டு அன்னாவை இங்கிருந்து வெளியே அழைத்துக் கொண்டு போய் விட வேண்டும். அல்லது இரண்டாவது முயற்சி செய்து கரீனினிடமிருந்து விவாகரத்துப் பெற்று விட வேண்டும்.'

'ஆமாம். உண்மை தான்' என்றான் ஆப்லான்ஸ்கி. 'அதற்காகத் தான் வந்திருக்கின்றேன். முழுவதுமாக அதற்காக இல்லை என்றும் கூறலாம். எனக்கு சக்கரவர்த்தியின் நேர் உதவியாளராகப் பதவி உயர்வு கிடைத்துள்ளது. அதற்காக சிலருக்கு நன்றி செலுத்தும் பொருட்டும் நான் இங்கு வந்திருக்கின்றேன்' என்றான் ஆப்லான்ஸ்கி.

'நல்லது. கடவுள் உங்களுக்கு உதவி செய்வார்' என்றாள் பெட்ஸி.

அவன் மறுபடியும் அவளது கரத்தில் முத்தமிட்டான். சுகந்தமான அவளது உடலின் கதகதப்பில் மயங்கியவனாக அவளிடம் ஆபாசமாக ஏதோ சொன்னான். அதைக் கேட்டு திகைத்துப் போனாள் பெட்ஸி. அதற்காக அவனிடம் கோபம் கொள்வதா, சிரிப்பதா என்று ஒன்றும் புரியவில்லை

அவளுக்கு. அவள் வெளியே போனாள். ஆப்லான்ஸ்கி தன்னுடைய சகோதரியின் அறைக்குச் சென்றான்.

அங்கு அன்னா அழுது கொண்டிருந்தாள். அப்போது ஆப்லான்ஸ்கி உற்சாகத்தில் உச்சத்தில் இருந்தாலும் அன்னாவின் மன நிலைக்குத் தகுந்தவாறு தன்னை மாற்றிக் கொண்டான். அவளுடைய உடல்நிலையைப் பற்றி அனுதாபத்துடன் விசாரித்தான்.

'வாழ்க்கை மோசமாகத் தான் இருக்கிறது. காலை, பகல், அடுத்து வரும் நாட்கள், கடந்த காலம், எதிர்காலம் எல்லாமே மோசம் தான், மோசமானவை தான்' என்றாள் அன்னா.

'நீ ஏக்கங்களுக்கும் சோகங்களுக்கும் இடம் கொடுக்கின்றாய் என்று நினைக்கிறேன். அவற்றை உதறித் தள்ள வேண்டும். வாழ்க்கையை நேருக்கு நேராகச் சந்திக்க வேண்டும். அது கடினமானது என்று எனக்குத் தெரியும். ஆனால்...'

'ஆண்களுடைய குறைகளுக்காகவே பெண்கள் அவர்களைக் காதலிக்கிறார்கள் என்று நான் கேள்விப்பட்டிருக்கிறேன். ஆனால் கரீனினுடைய நற்பண்புகளுக்காக நான் அவரை வெறுக்கிறேன். என்னால் அவருடன் வாழ்க்கை நடத்த முடியாது. முயற்சி செய். என்னைப் புரிந்து கொள். அவருடைய பார்வையே என்னைப் பாதிக்கிறது. நான் என்ன செய்ய முடியும்? என்னுடைய பயங்கரமான நிலையைப் பற்றிச் சொன்னால் கூட உனக்குப் புரியாது. அவர் அன்புடையவர். அவருடைய கண்டு விரலுக்குக் கூட நான் தகுதியில்லாதவள். ஆனால் அவரை நான் வெறுக்கிறேன். அவருடைய பெருந்தன்மைகளுக்காகவே நான் அவரை வெறுக்கின்றேன். எனக்கென்று எதுவுமே இல்லை. ஆனால் ஒரு வழி உள்ளது அது...'

'மரணம்' என்று அவள் சொல்லப் போனாள். ஆனால் அந்த வார்த்தையை அவள் சொல்லும் படியாக அல்லது அந்த வாக்கியத்தை முடிக்க விடாமல் அவளைத் தடுத்து விட்டான் ஆப்லான்ஸ்கி.

'நீ உடல் நலமின்றி இருப்பதுடன் வாழ்க்கையின் மீது மிகவும் வெறுப்புற்றும் இருக்கிறாய். உன்னுடைய வேதனைகளை நீயே மிகைப்படுத்திப் பேசாதே' என்று சொல்லிய ஆப்லான்ஸ்கி அவளைப் பார்த்துச் சிரித்தான். அவனுடைய அந்த இடத்தில் வேறு யாரேனும் இருந்தால் அவர் சிரித்திருக்க மாட்டார். ஆனால் ஆப்லான்ஸ்கியின் சிரிப்பில் பெண்மையும், இரக்கமும் அதிகமாக இருந்தபடியால் அது அவளுக்கு இதமாகவும், சமாதானப்படுத்துவதாகவும் இருந்தது. அன்னா அதன் இதமான தன்மையை உணர்ந்தாள்.

'ஸ்டீவ்! நான் எல்லாவற்றையும் இழந்து விட்டேன். ஆமாம், எல்லாவற்றையும் இழந்து விட்டேன். எல்லாவற்றையும் இழந்த ஒருவருக்கும் மேலாக மிக மோசமாக நான் பாதிக்கப்பட்டு இருக்கிறேன். இதுவரை எதையும் இழக்கவில்லை. எல்லாம் முடிந்து விட்டது என்று நான் சொல்ல மாட்டேன். ஆனால் எல்லாமே இதுவரை முடியவில்லை என்று நான் உணர்கிறேன். நன்றாக முறுக்கேற்றப்பட்ட கயிறைப் போல நான் இருக்கிறேன். அது நிச்சயம் அறுந்து விடும்... ஆனால் அவை இன்னும் முடியவில்லை... ஆனால் அது விரைவில் முடிந்து விடும்... ஒரு பயங்கரமான முடிவு ஏற்படும்... அப்படிப்பட்ட ஒரு பயங்கரமான முடிவு தான் எனக்கும் காத்திருக்கிறது' என்றாள் அன்னா.

'கயிறை படிப்படியாகத் தளர்த்த முடியும். எத்தகைய கஷ்டத்திற்கும் விடிவு காலம் உண்டு' என்றான் ஆப்லான்ஸ்கி.

'எனக்கு ஒரே ஒரு வழிதான் விடிவைத் தரும்' என்றாள் அன்னா.

அவள் மரணத்தைப் பற்றித் தான் நினைக்கிறாள் என்று புரிந்து கொண்ட ஆப்லான்ஸ்கி அவளது பேச்சின் இடையே குறுக்கிட்டான்.

'உன்னுடைய நிலையை உன்னால் பார்க்க முடியாது. நான் அதைப் பற்றி என்னுடைய மனம் திறந்த கருத்தைச் சொல்கிறேன்' என்று கூறிய ஆப்லான்ஸ்கி மறுபடியும் அழகாகச் சிரித்தான். 'நான் தொடக்கத்திலிருந்து ஆரம்பிக்கிறேன். உன்னைக் காட்டிலும் இருபது ஆண்டுகள் மூத்தவரை நீ திருமணம் செய்து கொண்டாய். அது காதல் இல்லாத திருமணம். அது உன்னுடைய முதல் தவறு.'

'பயங்கரமான தவறு' என்றாள் அன்னா.

'காதல் என்றால் என்னவென்று அறியாத நீ காதலித்தாய். உன் கணவரை அல்ல. இன்னொருவரை. இது எல்லோருக்கும் தெரிந்த விஷயம். உன் கணவர் அதற்காக உன்னை மன்னித்தார்'.

அவள் ஏதாவது தனது ஆட்சேபத்தைக் கூறுவாள் என்று ஆப்லான்ஸ்கி எதிபார்த்தான். அன்னா மௌனமாக இருந்தாள். ஆப்லான்ஸ்கி மீண்டும் தொடர்ந்தான்.

'முக்கியமான கேள்வி இப்பொழுது தான் வருகிறது. உன் கணவருடன் நீ தொடர்ந்து வாழ்க்கை நடத்த முடியுமா? நீ அதை விரும்புகிறாயா? அவர் விரும்புகிறாரா?'

'எனக்குத் தெரியாது?'

'நான் அவருடன் வாழ்க்கை நடத்த முடியாது என்று நீ சொல்கிறாய்'

'நான் அப்படிச் சொல்லவில்லை. அந்த வார்த்தைகளை நான் வாபஸ் பெறுகிறேன். எனக்கு எந்த அபிப்பிராயமும் இல்லை.'

'ஆமாம். ஆனால்'

'என்னுடைய நிலைமையை நீ புரிந்து கொள்ள முடியாது. நான் மலைச் சிகரத்திலிருந்து கிழே விழுந்து கொண்டிருக்கிறேன். என்னைக் காப்பாற்ற நான் முயற்சி செய்யக் கூடாதா?'

'கவலைப்படாதே! நாங்கள் கீழே வலையை விரித்து உன்னைப் பிடித்து விடுவோம். உன்னுடைய சொந்த விருப்பத்தைச் சொல்'

'எனக்கு எந்த விருப்பமும் இல்லை. சீக்கிரத்தில் எனக்கு முடிவு ஏற்பட்டால் போதும்'.

'கரீனினுக்கு அது தெரியும். உன்னைப் போல அவரும் பாதிப்புக் குள்ளாகியிருக்கிறார் என்பது உனக்குத் தெரியுமா? நீ துன்பமடைகிறாய். அவரும் துன்பப்படுகிறார். விவாகரத்து இந்தப் பிரச்சினையைத் தீர்க்கும். நீ என்ன நினைக்கிறாய்?' என்று ஆப்லான்ஸ்கி கேட்டான்.

அன்னா தன்னுடைய கிராப்புத் தலையை ஆட்டினாள். அவளுடைய பழைய அழகு அவளுடைய முகத்தில் மீண்டும் பிரகாசித்தது. விவாகரத்து மூலம் கிடைக்கும் அந்தத் தீர்வை அவள் விரும்பவில்லை. ஏனென்றால் அதன் மூலம் அவள் மகிழ்ச்சியாக இருக்க முடியும்.

'உங்கள் இருவருக்காகவும் நான் மிகவும் வருந்துகிறேன். அதை - விவாகரத்தை- ஏற்பாடு செய்ய முடியுமானால் நான் மகிழ்ச்சி அடைவேன்' என்று ஆப்லான்ஸ்கி துணிச்சலாக சிரித்துக் கொண்டே கூறினான். மேலும் தொடர்ந்தான்.

'நீ ஒரு வார்த்தை கூடப் பேச வேண்டாம். நான் அவரிடம் பேசுவேன். கடவுள் துணையாக இருப்பார்.'

அன்னா தன் பிரகாசமான கனவு விழிகளால் அவனைப் பார்த்தாள். ஆனால் ஒன்றும் பேசவில்லை.

அத்தியாயம் 22

கவுன்சில் கூட்டங்களுக்குத் தலைமை வகிக்கின்ற போது இருக்கும் சிறப்பான முக பாவத்துடன் கரீனினுடைய படிப்பறைக்குள் நுழைந்தான் ஆப்லான்ஸ்கி.

கரீனின் தன் கைகளைப் பின்புறத்தில் கட்டிக் கொண்டு அவர் மனைவியும் ஆப்லான்ஸ்கியும் பேசிக் கொண்டிருந்த விஷயத்தைப் பற்றி சிந்தனை செய்து கொண்டிருந்தார்.

'நான் உங்களைத் தொந்தரவு செய்யவில்லையே...' என்று கேட்டபடி அறைக்குள் நுழைந்தான் ஆப்லான்ஸ்கி. தன்னுடைய மைத்துனரின் கவலை தோய்ந்த முகத்தைப் பார்க்க அவனுக்கு சங்கடமாக இருந்தது. அதை மறைப்பதற்காக அவன் தன்னுடைய சிகரெட் பெட்டியிலிருந்து ஒரு சிகரெட்டை எடுத்தான்.

'இல்லை. உனக்கு ஏதாவது வேண்டுமா?' கரீனின் தயக்கத்துடன் அவனைப் பார்த்துக் கேட்டார்.

'ஆமாம்... நான்... நான்... நான் உங்களிடம் கொஞ்சம் பேச வேண்டும்' என்றான் ஆப்லான்ஸ்கி. தன்னுடைய குரல் பலகீனமாக ஒலிப்பதைப் பற்றி ஆப்லான்ஸ்கி தானே ஆச்சரியப்பட்டுப் போனான். 'நான் பயப்படுகிறேனா?' என்று தனக்குத் தானே கேட்டுக் கொண்டு அதை மாற்ற முயற்சி செய்து சமாளித்தான். நீ செய்யப் போவது தவறான காரியம் என்று அவனது மனசாட்சி அவனை இடித்துரைத்தது. அவன் தன் மைத்துனரிடம் தான் பேச வந்த விஷயத்தைப் பேசும் தைரியத்தை இழந்து போனான். பேச்சை எப்படி ஆரம்பிப்பது என்று கூச்சமாகவும், தயக்கமாகவும் இருந்தது அவனுக்கு. ஒரு வழியாக தனது கூச்சத்தையும் தயக்கத்தையும் போக்கிக் கொண்டு பேசத் தொடங்கினான்.

'என் சகோதரியிடம் மிகுந்த அன்பும், உங்களிடம் மிகுந்த மரியாதையும் எனக்கு இருக்கிறது'

கரீனின் நின்றார். அவர் எதுவும் பேசவில்லை. பணிவும் தன்னலமில்லாத ஒரு தியாக மனப்பான்மையும் அவர் முகத்தில் வெளிப்படுவதைப் பார்த்து ஒரு கணம் தயங்கினான் ஆப்லான்ஸ்கி. பின்பு முயற்சி செய்து தனக்கு பழக்கமில்லாத இந்தக் கூச்சத்தையும் தயக்கத்தையும் ஒதுக்கித் தள்ளிவிட்டு பேசத் தொடங்கினான்.

'என் சகோதரிக்கும், உங்களுக்கும் இடையிலான பிரச்சினையைப் பற்றி பேச விரும்புகிறேன்' என்றான் ஆப்லான்ஸ்கி. அவன் குரலில் இருந்த பயம் இன்னும் மறையவில்லை.

கரீனின் சோகமாகச் சிரித்த படியே தன் மைத்துனனைப் பார்த்தார். பின்பு எதுவுமே பேசாமல் எழுந்து தன் மேசைக்குச் சென்று, பாதி எழுதப்பட்ட ஒரு கடிதத்தை எடுத்து வந்து அவனிடம் கொடுத்தார்.

'நான் எப்போதும் இடைவிடாமல், அந்த விஷயத்தைப் பற்றியே சிந்திக்கிறேன். என்னைப் பார்க்க அவள் விரும்பவில்லை என்பதால் என் கருத்துக்களை எழுதினேன்' என்றார் கரீனின்.

செய்வதறியாது தவித்த, இதயத்துடன் ஆப்லான்ஸ்கி கடிதத்தை விரித்தான். ஒளி மங்கிய கரீனினுடைய கண்கள் அவனிடத்தில் பதிந்திருந்தன. அவன் படிக்கத் துவங்கினான்:

'என்னைப் பார்ப்பது உனக்குப் பிடிக்கவில்லை என்பதை நான் உணருகின்றேன். இது தான் உன் விருப்பம் என்பதை நிச்சயமாக முடிவு செய்து கொள்வது எனக்கு சிரமமளிக்கும் விஷயமாக இருந்த போதிலும் அது அப்படித்தான் இருக்கிறது. ஒன்றும் செய்வதற்கும் இல்லை. இதற்காக உன் மீது குறை சொல்லவில்லை. கடவுள் சாட்சியாகச் சொல்கிறேன். நீ ஜுரமாக, நோயுற்றுப் படுக்கையில் கிடந்த பொழுது உன்னைப் பார்த்த சமயம், நமக்கிடையில் ஏற்பட்ட எல்லா வேறுபாடுகளையும் மறந்து விடுவதென்றும், இனிமேல் ஒரு புதிய வாழ்க்கையைத் தொடங்க வேண்டும் என்றும் என் மனப்பூர்வமாக நான் நினைத்தேன். உன்னுடைய நலத்திற்காகவும், உன்னுடைய ஆன்மாவின் நலத்திற்காகவும் நான் இதைச் செய்தேன். இதற்காக நான் வருந்தவில்லை. எதிர்காலத்திலும் எப்போதும் நான் வருந்த மாட்டேன். ஏனெனில் உன் நலன் மற்றும் உன்னுடைய ஆத்மாவின் நலன் ஆகியவை பற்றிய எண்ணங்களே என் மனத்தில் இருந்தன. இதில் நான் வெற்றி பெறவில்லை என்பதை இப்போது நான் காண்கிறேன். எது உனக்குச் சந்தோஷமளிக்கும் என்பதையும், எது உனக்கு மன அமைதியைக் கொடுக்கும் என்பதையும் நீயே சொல்லு. நீ விரும்பும் வண்ணமே நான் அவற்றை நிறைவேற்றுவேன் என்று உனக்கு நான் உறுதி கூறுகின்றேன். உன் விருப்பத்துடன், உன் நியாய உணர்வுகளுக்கும் நான் அடிபணிகிறேன்'.

ஆப்லான்ஸ்கி கடிதத்தைத் தன் மைத்துனரிடம் கொடுத்து விட்டு அவரையே அமைதியுடன் பார்த்துக் கொண்டிருந்தான். என்ன பேசுவதென்று அவனுக்குத் தெரியவில்லை.

'நான் அவளிடம் இதைத் தான் சொல்ல விரும்பினேன்' என்றார் கரீனின்.

'ஆமாம், ஆமாம்' என்றான் ஆப்லான்ஸ்கி.

கண்ணீர் பொங்கி வழிந்தது. அவனால் பதில் சொல்ல முடியவில்லை.

'ஆமாம், எனக்குப் புரிகின்றது' என்று சொல்லி முடித்தான்.

'அவள் என்ன விரும்புகிறாள் என்று எனக்குத் தெரிய வேண்டும்' என்றார் கரீனின்.

'எனக்குப் பயமாக உள்ளது. அவளுடைய நிலை பற்றி அவளால் புரிந்து கொள்ள முடியவில்லை. அவள் எதையும் முடிவு செய்யக் கூடிய மன நிலையில் இல்லை' என்று பதிலளித்தான் ஆப்லான்ஸ்கி. சற்று நிதானமடைந்து விட்ட ஆப்லான்ஸ்கி தொடர்ந்து பேசினான்.

'அவள் நசுங்கிப் போய் கிடக்கிறாள். உங்களுடைய பெருந்தன்மை அவளை நசுக்கி விட்டது. இந்தக் கடிதத்தை அவள் படித்தால் என்றால்

அவளால் எதுவுமே பேச இயலாது. முன்னைக் காட்டிலும் அவள் இன்னும் கீழாகத் தலை குனிந்து போவாள்.'

'சரி, இந்தச் சூழ்நிலையில் என்ன முடிவுக்கு வருவது? அவளுடைய விருப்பம் என்னவென்று நான் எப்படித் தெரிந்து கொள்வது?' என்றார் கரீனின்.

'நீங்கள் அனுமதித்தால் நான் என்னுடைய கருத்தைச் சொல்கிறேன். இந்த நிலைமையை முடிவுக்குக் கொண்டு வர என்ன செய்ய வேண்டும் என்பதை நீங்கள் தான் சொல்ல வேண்டும்'.

'அப்படியானால் உடனே இதற்கு ஒரு முடிவு கட்ட வேண்டும் என்று நீ நினைக்கிறாய். சரி, ஆனால் எப்படி? எனக்கு ஒரு வழியும் தெரியவில்லை'

'எல்லாப் பிரச்சினைகளுக்கும் தீர்வு உண்டு' என்றான் ஆப்லான்ஸ்கி. 'அவளுடைய உறவை முறித்துக் கொள்ள வேண்டும் என்று நீங்கள் விரும்பிய ஒரு காலமும் கூட உண்டு. மகிழ்ச்சியுடன் இருக்க முடியாது என்று நிலை ஏற்பட்ட பிறகு...'

'மகிழ்ச்சி என்பது ஒவ்வொருவருக்கும் ஒரு விதத்தில் இருக்கிறது. ஆனால் நான் எந்த முடிவையும் ஏற்கத் தயார். எங்கள் விஷயத்தில் என்ன செய்யலாம் என்பது பற்றி உன்னுடைய கருத்தைச் சொல்லு'.

'என்னுடைய அபிப்ராயத்தை நீங்கள் கேட்பதால் சொல்லுகிறேன்' என்றான் ஆப்லான்ஸ்கி. அன்னாவிடம் பேசிய அதே குரலில் தேனினும் இனிமையான குரலில் மிக அமைதியாகப் பேச ஆரம்பித்தான்:

'ஒரு வழி இருக்கிறது. அன்னா அந்த ஒன்றை மட்டும் விரும்பக் கூடும். ஆனால் அவள் அதைச் சொல்ல மாட்டாள். உங்கள் உறவையும், அதனை நினைவுபடுத்தும் எல்லாவற்றையும் ரத்து செய்து விடுவது தான் அது. உங்கள் விஷயத்தைப் பார்க்கும் பொழுது உங்களிடையே புதிதாக எழுந்த உறவை நீங்கள் தெளிவுபடுத்திக் கொள்ள வேண்டியது அவசியம். இருவரும் சுதந்திரமாக இருந்தால் தான் புதிய உறவை அமைத்துக் கொள்ள முடியும்'.

'விவாகரத்து' என்று அருவருப்போடு கேட்டார் கரீனின்.

'ஆமாம். விவாகரத்து தான். விவாகரத்தைத் தான் நான் நினைத்தேன்' என்றான் ஆப்லான்ஸ்கி அவன் முகம் சிவந்து போய் விட்டது. 'எந்தக் கோணத்தில் பார்த்தாலும் அதுதான் சரியான முடிவாக இருக்கும். உங்கள் நிலைமையில் உள்ள எந்தத் தம்பதிகளானாலும் இது போன்ற சூழ்நிலையில், இந்த முடிவு தான் சரியான முடிவாக இருக்க முடியும் என்பது தான் என் கருத்து. சேர்ந்து வாழ்வது சாத்தியமில்லை என்ற நிலை

உள்ள பொழுது வேறு என்ன தான் செய்வது? எங்கும் நடக்கக் கூடிய விஷயம் தானே இது' என்றான் ஆப்லான்ஸ்கி.

கரீனின் ஒரு நீண்ட பெருமூச்சு விட்டு விட்டு, கண்களை மூடிக் கொண்டார்.

'இதில் கவனிக்கப்பட வேண்டிய விஷயம் ஒன்றே ஒன்று உள்ளது. உங்களில் யாராவது மீண்டும் திருமணம் செய்து கொள்ள விரும்புகிறீர்களா? இல்லையென்றால் விஷயம் ரொம்பச் சுலபமானது தான்' என்றான் ஆப்லான்ஸ்கி.

கரீனின் மிகவும் மன வேதனையடைந்தார். அவர் தனக்குள் ஏதோ முணுமுணுத்துக் கொண்டார். பதில் ஒன்றும் சொல்லவில்லை. ஆப்லான்ஸ்கிக்கு மிக எளிமையான வழியாகத் தோன்றுகின்ற இந்த விவாகரத்து பற்றி அவர் ஆயிரம் முறைகள் சிந்தித்து விட்டார். அது எளிமையான விஷயம் கிடையாது. மேலும் அது சாத்தியமற்றதும் கூட என்று அவர் கருதினார். விவாகரத்து சம்பந்தமான பல விஷயங்களை இப்போது அவர் தெரிந்து வைத்திருந்தார். திருமணமான பெண் அன்னிய ஆடவருடன் கள்ள உறவு கொண்டிருந்தாள் என்பதை நிரூபிக்க வேண்டும். அது அவருடைய சுய மரியாதையைப் பாதிக்கும். மதப் பற்றினைக் கேள்விக்குறியாக்கும். தான் மன்னித்த தன் மனைவி மீது குற்றம் சாட்டப்படுவதை, அவள் அவமானப்படுத்தப்படுவதை அவர் விரும்பவில்லை. இப்போது அவளை அவர் மிகவும் நேசிக்கின்றார். இனியும் துன்புறுத்தக் கூடாது. இது போன்ற இன்னும் பல முக்கியமான காரணங்களை மனதில் கொண்டு விவாகரத்து நடவடிக்கை முற்றிலும் சாத்தியமற்றது என்ற முடிவுக்கு அவர் வந்தார்.

விவாகரத்துப் பெற்ற பிறகு தன்னுடைய மகனுடைய நிலை என்ன ஆகும் என்பது பற்றி அவர் சிந்தித்தார். விவாகரத்துக்குப் பின்பு தனது மகனை அவனுடைய தாயுடன் அனுப்பி வைக்க முடியாது. விவாகரத்துக்குப் பிறகு அவனுடைய தாய் சட்டத்தை மீறி கள்ளத்தனமாக குடும்பம் நடத்த நேரும். அந்த நிலையில் தன் மகனின் கல்வி மற்றும் எதிர்காலம் முற்றிலும் கெட்டுப் போக நேரிடும். கெட்ட பெயரும் கிடைக்கும். அவளிடம் அவனை விட்டு விடாமல் தன்னிடமே வைத்துக் கொண்டால் அது அவளைப் பழிவாங்கும் நடவடிக்கையாகத் தான் மற்றவர்களால் கருதப்படும். அவர் அவளைப் பழிவாங்க விரும்பவில்லை. இவை எல்லாவற்றையும் விட மற்றொரு முக்கியமான காரணம் தான் கரீனினை இந்த விவாகரத்து நடவடிக்கை வேண்டவே வேண்டாம் என்று முடிவு செய்ய வைத்தது. அது - 'விவாகரத்து கேட்டுப் பெற்றால் அந்த நடவடிக்கையிலேயே அன்னா அழிந்து நாசமாகப் போய் விடுவாள்' என்று

டாலி அவரிடம் சொன்னதை அவர் நினைத்துக் கொண்டார். விவாகரத்து விஷயம் பற்றி அன்று மாஸ்கோவில் டாலி அவரிடம் பேசியபொழுது, 'நீங்கள் உங்களைப் பற்றித் தான் நினைக்கிறீர்களே தவிர, அன்னாவின் நிலை பற்றி நீங்கள் சிந்திக்கவே இல்லை' என்று அவள் சொன்னது அவரது நெஞ்சில் ஆழமாகப் பதிந்து விட்டது. எனவே தான் விவாகரத்து நடவடிக்கைக்கு சம்மதித்தால் அந்த நடவடிக்கையே அவளை நாசமாக்கி விடும் என்று அவர் நினைத்தார். பிறகு அவளை மீட்க வழியில்லாது அவளை இழக்க நேரிடும் என்றும் அவர் நினைத்தார். விவாகரத்துக்கு அவர் இணங்கினால், அவருக்கு இன்பமளித்து வந்த வாழ்க்கையோடு அவருக்கு பிணைப்பை ஏற்படுத்தியிருந்த குழந்தையையும் அவர் இழக்க நேரிடும். மேலும் அவர் விவாகரத்துக்குச் சம்மதித்தால் அன்னா நேர்மையான வழியில் திரும்புவதற்கு கடைசியாக அவருக்கு இருந்த ஒரே ஆதாரமான குழந்தையை அவளிடமிருந்து பிரிக்க நேரிடும். குழந்தையை அவளிடமிருந்து பிரித்து விட்டால் அவளை நானே அழிவுப் பாதையில் செல்ல அனுமதித்தது போலாகிவிடும். விவாகரத்து செய்யப்பட்ட பின்பு அவள் விரான்ஸ்கியுடன் சென்று சேர்ந்து கொள்வாள்; அவனுடன் உறவு வைத்துக் கொள்வாள். அது சட்ட விரோதமானது, அது மட்டுமின்றி, கணவன் உயிருடன் இருக்கும் பொழுது, மனைவி மறுமணம் செய்து கொள்ளக் கூடாது என்று திருச்சபையின் சட்டம் வற்புறுத்துகிறது. அவள் அவ்வாறு விரான்ஸ்கியுடன் அவள் சேர்ந்த ஒன்றிரண்டு வருடங்களில் அவன் அவளைக் கைவிட்டு விடுவான். பிறகு அவள் இன்னொருவனுடன் உறவு வைத்துக் கொள்வாள். சட்ட விரோதமான இந்த விவாகரத்துக்கு நான் சம்மதித்தன் மூலம் அவள் நாசமாகப் போவதற்கு நானே காரணமானவனாக இருப்பேன். விவாகரத்து நடவடிக்கை எடுத்தால் இத்தனை அசம்பாவிதங்கள் நடக்க வாய்ப்புகள் உள்ளது என்பதை ஆயிரம் முறைகளுக்கும் மேலாக அவர் சிந்தித்துப் பார்த்து விட்டார். எனவே தன் மைத்துனன் ஆப்லான்ஸ்கி நினைப்பது போல விவாகரத்து என்பது அவ்வளவு சுலபமான காரியமல்ல என்பது மட்டுமன்றி, விவாகரத்து நடவடிக்கை வேண்டவே வேண்டாம் என்ற முடிவுக்கு வந்தார் கரீனின்.

ஆப்லான்ஸ்கி சொன்ன வார்த்தைகளில் ஒரு வார்த்தையையும் கூட அவர் ஏற்றுக் கொள்ளவில்லை. அவற்றை நம்பவில்லை. ஆப்லான்ஸ்கியின் வாதங்களுக்கு அவர் மறுப்புகளைத் தயாராக வைத்திருந்தார். ஆனால் அவர் அவனுடைய பேச்சுக்களைக் கவனமாகக் கேட்டார். ஏனென்றால் அந்த வார்த்தைகள் அவருடைய வாழ்க்கையைச் சீரழித்துக் கொண்டிருக்கிற அவளுடைய இதயத்தின் உள்ளேயே உறைந்திருக்கும் அந்த முரட்டுத் தனமான சக்தியின் வெளிப்பாடு என்று அவர் கருதினார். இன்றில்லா விட்டாலும் என்றைக்காவது ஒரு நாள் தான் அந்த முரட்டுத்தனமான

சக்திக்குப் பணிந்துதானாக வேண்டும் என்று தன் மனத்தில் நினைத்தபடி ஆப்லான்ஸ்கி கூறுவதையெல்லாம் அவர் கேட்டுக் கொண்டிருந்தார்.

'எந்த நிபந்தனையின் அடிப்படையில் நீங்கள் அவளுக்கு விவாகரத்து வழங்கச் சம்மதிப்பீர்கள்? அவள் எதையும் விரும்பவில்லை. எதையும் கேட்கவில்லை. முடிவுகளை நீங்களே எடுத்துக் கொள்ளலாம். உங்கள் பெருந்தன்மை என்று அவள் அதனை உங்களிடமே விட்டுவிட்டாள்' என்றான் ஆப்லான்ஸ்கி.

'ஓ, கடவுளே, ஓ, கடவுளே, எனக்கு இந்த நிலை ஏற்பட வேண்டுமா?' என்று கரீனின் தன்னைத் தானே கேட்டுக் கொண்டார். அவமானத்தினால் விரான்ஸ்கி தன்னுடைய கரங்களினால் தன் முகத்தை மூடி மறைத்துக் கொண்டது போல அவரும் தன் கரங்களால் தன் முகத்தை மூடிக் கொண்டார்.

'நீங்கள் மன உளைச்சலில் இருக்கிறீர்கள். நான் இதனைப் புரிந்து கொண்டேன். ஆனால் இது பற்றி நீங்கள் முடிவு செய்தால்...'

'ஒருவன் உன் வலது கன்னத்தில் அறைந்தால் அவனுக்கு உன் இடது கன்னத்தையும் காட்டு. உன் மேல் அங்கியை ஒருவன் எடுத்துக் கொண்டால், உன் உள் அங்கியையும் அவனுக்குக் கொடு' என்று கிருஸ்துவின் வாசகங்களை நினைத்துப் பார்த்தார் கரீனின்.

'ஆமாம், ஆமாம்' அவர் திடீரென்று தனது கீச்சுக் குரலில் உரக்கச் சொன்னார். 'ஆமாம். அவமானம் என்னுடன் நிற்கட்டும். எல்லா அவமானங்களையும் நானே ஏற்றுக்கொள்கிறேன். என் மகன் மீதுள்ள உரிமைகளைக் கூட நான் விட்டு விடுகின்றேன். ஆனால்... ஆனால்... இந்த விஷயத்தை நாம் தனியாக விட்டு விட்டால் நல்லது இல்லையா? எப்படியானாலும் சரி... நீ உன் விருப்பப்படி செய்' என்றார் கரீனின்.

தன் முகத்தை, தன் மைத்துனன் பார்க்க வேண்டாம் என்ற எண்ணத்தில் சன்னலுக்கு அருகில் இருந்த நாற்காலியில் போய் உட்கார்ந்து கொண்டு வேறு புறம் திரும்பிக் கொண்டார் கரீனின். அவரைப் பார்க்க மிகவும் பரிதாபமாக இருந்தது. அவர் அவமானத்தினாலும் வெட்கத்தினாலும் மிகவும் வேதனைப்பட்டார். எல்லாவற்றையும் விட்டுக் கொடுக்கும் தன்மையினால் அவர் மிக உயர்ந்த மனிதனாகவும், மனிதாபிமானமிக்க மனிதராகவும் தன் மனத்தில் பெருமிதம் கொண்டு அந்த மகிழ்ச்சியில், அந்த சந்தோஷத்தில் அவர் திளைத்தார். ஆப்லான்ஸ்கி அவரை நெருங்கி அவரது தோளைப் பற்றினான். அவர் இன்னும் அமைதியாகவே இருந்தார்.

'அலெக்ஸிஸ் அலெக்ஸாண்ட்ரோவிச்! என்னை நம்புங்கள். உங்கள் பெருந்தன்மையை அவள் மறக்க மாட்டாள்.' என்றான் ஆப்லான்ஸ்கி. 'ஆனால் ஒன்று - இவையெல்லாம் கடவுளின் விருப்பம் - கடவுளின் செயல்

உடனே இது அசட்டுத்தனமான பேச்சு என்று அவனே உணர்ந்து கொண்டான். தனது அசட்டுத்தனத்தை நினைத்து தானே சிரித்துக் கொண்டான். கரீனின் இதற்குப் பதில் சொல்லியிருப்பார். ஆனால் அவர் பதில் சொல்லவில்லை. ஏனென்றால் அப்போது அவர் அழுது கொண்டிருந்தார்.

'இது நாசகரமான, விபரீத முடிவுதான். என்ன செய்வது? இதனை ஏற்றுக்கொண்டுதான் தீர வேண்டும். இது முடிந்து போன விஷயம் என்பதால் நான் உங்கள் இருவருக்கும் இதனை முடிப்பதற்கு உதவி செய்கின்றேன்' என்று சொன்னபடி ஆப்லான்ஸ்கி வெளியே போனான்.

ஆப்லான்ஸ்கி, கரீனினுடைய அறையிலிருந்து வெளியேறிப் போன போது மிகவும் மனம் உருகி, மன வேதனையுடன் தான் போனான். ஆனால் அவனுடைய இதயத்தின் ஒரு பகுதியில், இந்த விஷயத்தை வெற்றிகரமாக முடித்த மனத்திருப்தியும், இறுமாப்பும், ஒரு விதமான வெற்றிக் களிப்பும் இருக்கத்தான் செய்தது. இந்த மன வருத்தங்களால் அவனுடைய அந்தப் பெருமித உணர்வுகள் ஒன்றும் பாதித்துப் போகவில்லை. எனவே விஷயம் தன் மனம் போல முடிந்து விட்டது என்று புறப்பட்டுப் போனான் ஆப்லான்ஸ்கி. ஏனெனில் கரீனின் சொன்ன சொல் தவறமாட்டார் என்று ஆப்லான்ஸ்கி அறிவான்.

அத்தியாயம் 23

விரான்ஸ்கியின் கைத்துப்பாக்கியிலிருந்து புறப்பட்ட தோட்டா அவனுடைய இதயத்துக்குப் பக்கத்தில் ஊடுருவியது. உயிருக்கு ஆபத்தான நிலையில் மருத்துவமனையில் சேர்க்கப்பட்ட அவன் மரணத்துடன் பல நாட்கள் போராடிக் கொண்டிருந்தான். மருத்துவர்களின் கடுமையான முயற்சிகளுக்குப் பின் உயிர் பிழைத்துக் கொண்ட அவன் முதல் முதலாக பேச முடிந்த பொழுது மருத்துவ மனையில், அவனோடு தனியாக, அவனது சகோதரரின் மனைவி வார்யா தான் இருந்தாள்.

'வார்யா' என்று அவளை சற்றுக் கண்டிப்பான, கடுமை தவழும் குரலில் அழைத்தான் விரான்ஸ்கி. 'துப்பாக்கி அன்று கைத் தவறுதலாகத் தான் வெடித்து விட்டது. வேறு ஒன்றுமில்லை. எல்லோரிடமும் இதையே சொல்லு. இல்லாவிட்டால் எல்லோரும் என்னை முட்டாள் தனமாக நடந்து கொண்டு விட்டேன் என்றுதான் கூறுவார்கள்.'

வார்யா ஒன்றுமே பேசாமல் குனிந்து அவனை உற்றுப் பார்த்தாள். அவனது கண்களை நன்றாகப் பார்த்தாள். காய்ச்சலின் அறிகுறிகள் எதுவும் இல்லை, ஆனால் கண்களில் கடுமை தெரிந்தது. அது கோபத்தினால் வந்தது.

'குணமாகி விட்டது. கடவுளுக்கு நன்றி' என்று வியப்புடன் சொன்ன அவள், 'காயம் வலிக்கின்றதா?' என்று கேட்டாள்.

'கொஞ்சம், இங்கே', என்ற அவன் தன் மார்பைச் சுட்டிக் காட்டினான்.

'அப்படியானால் காயத்திற்கு மருந்து தடவி மறுபடியும் ஒரு கட்டுப் போடுகிறேன்'.

வார்யா காயத்திற்கு ஏற்கனவே போடப்பட்டிருந்த 'பாண்டேஜ்' துணியைப் பிரித்து விட்டு காயத்திற்கு மருந்து தடவி மீண்டும் புதிதாக காயத்திற்கு கட்டும் துணியைச் சுற்றிக் கட்டினாள். பற்களைக் கடித்துக் கொண்டு வலியினைத் தாங்கியபடி உட்கார்ந்திருந்தான் விரான்ஸ்கி.

'எனக்கு ஒன்றும் பைத்தியம் பிடித்து விடவில்லை. ஏதோ ஒரு காரணத்திற்காகத் தான் நான் துப்பாக்கியால் சுட்டுக்கொண்டு தற்கொலைக்கு முயன்றேன் என்று யாருமே சொல்லக்கூடாது. அதற்கு ஏற்றாற்போல் தவறுதலாக, தச்செயலாகத் துப்பாக்கி வெடித்து விட்டது என்று தான் சொல்ல வேண்டும். தயவு செய்து அது மாதிரியே எல்லோரிடமும் சொல்லி விடு.'

'அப்படி யாரும் சொல்லவில்லையே... இனிமேல் இது போன்று தற்செயலாகத் துப்பாக்கி வெடிக்காது என்று நான் நம்பலாமா?' என்று கேட்டாள் வார்யா.

'இனிமேல் இப்படி நேராது என்று நினைக்கிறேன். ஆனால் அது சரியாக வெடித்திருந்தால் நன்றாக இருந்திருக்கும்' என்ற விரான்ஸ்கி மிகவும் சோகம் ததும்ப சிரித்தான்.

காயங்கள் மறைந்து விட்டன. நோய் நீங்கி ஓய்வெடுத்துக் கொண்டிருந்த போது அவனது இந்த வார்த்தைகளும், அந்தச் சிரிப்பும் தனது துக்கங்களின் ஒரு பகுதியை முழுமையாகத் தன்னிடமிருந்து விரட்டி விட்டதாக அவன் கருதினான். அவனுடைய இந்தச் செய்கையின் மூலம் இதற்கு முன் தான் அனுபவித்து வந்த, உணர்ந்த அவமானத்தை கழுவி விட்டதாக விரான்ஸ்கிக்குத் தோன்றியது. இப்போது அவன் கரீனினைப் பற்றி மிக நிதானமாக சிந்தித்தான். அவருடைய பெருந்தன்மையைக் கண்டு அவமானம் அடையாமல், அதை நிதானமாகப் புரிந்து கொள்ள, நினைத்துப் பார்க்க அவனால் முடிந்தது. அவன் மீண்டும் தன் வழியில் நடக்க ஆரம்பித்தான். இப்போது அவன் மக்களின் முகத்தில் விழிப்பதற்கு, சமூகத்தினரைச் சந்திப்பதற்கு வெட்கப்பட வேண்டியதில்லை என்றும், தன்னுடைய பழைய பழக்க வழக்கப்படியே தான் இனிமேல் வாழ முடியும் என்றும் அவன் உணர்ந்தான். ஒரே ஒரு விஷயத்தை மட்டும் அவனால் தன் மனத்திலிருந்து அகற்ற முடியவில்லை. அன்னாவை நிரந்தரமாக இழந்து விட்டோமே என்ற ஏக்கமும், வருத்தமும் தான் அது.

அவளுடைய கணவனுக்குத் தான் செய்த துரோகத்திற்குத் தான் பிராயச்சித்தம் செய்துவிட்டதால் அவளையும் கைவிட வேண்டியிருக்கும் என்பதையும், அவளுக்கும், அவளுடைய கணவனுக்கும் இடையில் தான் குறுக்கே போகக் கூடாது என்பதையும் இப்போது அவன் தெளிவாக உணர்ந்தான். என்றாலும் காதலை இழந்ததால் ஏற்பட்ட வருத்தத்தைத் தன் மனத்திலிருந்து அகற்ற அவனால் முடியவில்லை.

செர்புகோவ்ஸ்கி, தாஷ்கண்டில் விரான்ஸ்கிக்காக ஒரு பதவியை ஏற்படுத்திக் கொடுத்தார். விரான்ஸ்கி தயக்கமின்றி அந்த வேலையை ஒப்புக்கொண்டான். ஆனால் தாஷ்கண்டுக்குப் புறப்படும் நாள் நெருங்கிய பொழுது இராணுவத்தில் பணிபுரியும் தான் தன் கடமைகளுக்காக - அன்னாவை முற்றிலும் உதறித் தள்ளி விட்டு செல்லும் - இவ்வளவு பெரிய தியாகத்தைச் செய்ய வேண்டுமா? என்று அவன் சற்றுத் தயங்கினான். அவனுடைய மார்பிலிருந்த காயம் முற்றிலும் குணமடைந்து விட்டது. தாஷ்கண்ட் பயணத்துக்கான தயாரிப்புகளை அவன் அப்போது செய்து கொண்டிருந்தான்.

'ஒரே ஒரு முறை அவளை நான் பார்த்து விட்டால் போதும் அதன் பின் என்னை நானே புதைத்துக் கொண்டு சாகவும் நான் தயார்' என்று அவன் நினைத்தான். அவனுக்கு தன் நண்பர்களின் வட்டாரத்தினர் அளித்த வழியனுப்பு விழா விருந்துகளில் கலந்து கொண்டான். அப்போது பெட்ஸியிடம் அன்னாவைப் பார்க்க வேண்டும் என்ற தனது விருப்பத்தைச் சொன்னான். இதைத் தான் அவள் அன்னாவிடம் வந்து சொன்னாள். 'தன்னால் அவரை வந்து பார்க்க முடியாது' என்று எதிர்மறையாக அன்னா சொன்ன பதிலையும் அவளிடம் வந்து பெட்ஸி சொன்னாள்.

பெட்ஸி இதனை அவனிடம் சொன்னதும், 'இது ரொம்ப நல்ல விஷயம் தான்' என்று தனக்குள் நினைத்துக் கொண்டான் விரான்ஸ்கி.

'அவளை நான் பார்ப்பது என்னைப் பலவீனப்படுத்திவிடும். மேலும் என்னிடம் மிஞ்சியிருக்கின்ற சக்தியையும், வலிமையையும் கூட அது போக்கி விடவும் கூடும்'.

மறுநாள் பெட்ஸி அவனைப் பார்க்க வந்தாள். கரீனின் விவாகரத்துக்கு சம்மதித்து விட்டார் என்றும் அதனால் விரான்ஸ்கி அன்னாவைப் பார்க்கலாம் என்று ஆப்லான்ஸ்கியின் மூலம் தனக்குத் தகவல் கிடைத்திருப்பதாகவும், பெட்ஸி அவனிடம் சொன்னாள். செய்தியைக் கேட்ட விரான்ஸ்கி, பெட்ஸியை வாசல் வரை வந்து கூட வழியனுப்பவில்லை; அன்னாவை எப்போது பார்க்கலாம் என்று கேட்கவில்லை. அவளுடைய கணவர் எங்கே இப்போது இருக்கிறார் என்று

விசாரிக்கவில்லை. ஏற்கனவே தான் எடுத்த முடிவுகளைப் பற்றிச் சிந்திக்க வில்லை. உடனேயே கரீனினுடைய வீட்டுக்குப் புறப்பட்டு விட்டான். யாரையும் பார்க்கவில்லை. எதைப் பற்றியும் சிந்திக்கவில்லை. மிக வேகமாக மாடிப்படிகளில் ஏறினான். மிக வேகமாக அன்னாவின் அறைக்குள் நுழைந்தான். ஓட்டமாக ஓடினான் என்று கூடச் சொல்லலாம். தாங்கள் மட்டுமே தனியாக இருக்கிறோமா அல்லது அறைக்குள் வேறு யாரும் இருக்கிறார்களா என்பதைத் தெரிந்து கொள்ளக் கூட எண்ணமின்றி அவன் பாய்ந்து அவளை தன்னோடு சேர்த்து இறுகத் தழுவிக் கொண்டு அவள் முகத்திலும் கழுத்திலும் உடலெங்கும் முத்தமழை பொழியத் துவங்கினான்.

இது போன்ற ஒரு சந்திப்புக்கு அன்னா தயாராகத் தான் இருந்தாள். அவனிடம் என்னவெல்லாம் பேச வேண்டும் என்பதையெல்லாம் யோசித்தும் வைத்திருந்தாள். தன் எண்ணங்களை அவனிடம் சொல்ல நினைத்தாள். எனவே அவள் அவனை அமைதிப்படுத்த விரும்பினாள். தானும் அமைதியாக இருக்க நினைத்தாள். ஆனால் அவனுடைய மோகத்தின் வேகத்தில் சிக்கிக் கொண்ட அவளுக்கு அவனிடம் அவற்றைச் சொல்வதற்கெல்லாம் அவகாசம் இல்லை. அவனுடைய மோகமும், தாபமும் அவளையும் பற்றிக் கொண்டு விட்டது. அவளது உதடுகள் துடித்தன. பல மணி நேரங்களுக்கு அவளால் பேச முடியவில்லை.

'என்னை முழுவதுமாக நீ உன் வசப்படுத்திக் கொண்டு விட்டாய். இனி நான் உன்னுடையவள்' என்று சொல்லியபடி அவள் அவன் கரத்தைப் பற்றித் தன் மார்போடு சேர்த்து அழுத்திக் கொண்டாள்.

'இது இப்படித் தான் இருக்கும்' என்றான் அவன். 'நாம் வாழும் காலம் முழுவதிலும் இது இப்படித் தான் இருக்கும். இப்போது நான் இதை உறுதியாகச் சொல்கிறேன்'

'இது உண்மை' என்றாள் அவள் அவனது தலையின் பின்புறம் தனது கரங்களைப் பின்னிக் கொண்டு அழுத்தி அவனது முகத்தை தன் முகத்தோடு சேர்த்து அணைத்தாள். அவளது முகம் ஒரு கணம் வெளுத்துப் போனது. 'இருந்தாலும் கூட இன்னும் ஏதோ கொஞ்சம் பயங்கரம் நம்மோடு இருப்பது போலவே தோன்றுகிறது' என்றாள் அன்னா.

'அது போய்விடும், அது போய்விடும் நாம் எப்போதும் மகிழ்ச்சியுடன் இருப்போம். நம் காதல் உறுதியானது' என்று அவன் தன் தலையை உயர்த்தி அவளைப் பார்த்து தன் வெண்மையான அழகிய பற்கள் பளீரென்று தெரியச் சிரித்தான். அவள் பேசவில்லை. காதல் போதையில் பிரகாசித்த விரான்ஸ்கியின் கண்களையே பார்த்தாள். அவனுடைய கையை எடுத்து தன்னுடைய ஈரமான கன்னத்தில் வைத்துத் தன் கரங்களால் அழுத்தித் தன் முகம் முழுவதும் தடவிக் கொண்டாள்.

'இந்த கிராப்பு வெட்டிய குட்டையான கேசத்துடன் உன்னை நான் பார்த்ததில்லை. நீ இப்போது உடல் நலம் தேறிவிட்டாய். ஏய்... என் செல்லமான சின்னப் பையலே, ஏன் உன் தேகம் இப்படி வெளுத்துப் போய்விட்டது.' என்று அவளை மிகவும் செல்லமாகக் கொஞ்சினான் விரான்ஸ்கி.

'ஆமாம்... நான் மிகவும் பலவீனமாகி விட்டது போல் தான் உணருகின்றேன்' என்று சிரித்தபடி அவள் சொன்னாள். அவள் உதடுகள் துடித்துக் கொண்டிருந்தன.

'நாம் இத்தாலிக்குப் போய்விடுவோம். அங்கே உன் உடம்பு சீக்கிரத்தில் குணமடைந்து விடும்.'

'நாம் இருவரும் கணவன் மனைவியாக, தனியாக, ஒரு குடும்பமாக இருக்க முடியும்? நீயும், நானும் மட்டும்' என்றாள் அன்னா.

'வேறு என்ன விதமாக இருந்துவிட முடியும்' என்றான் விரான்ஸ்கி.

'அவரது எதையும் ஏற்றுக் கொள்ளத் தயாராக இருப்பதாக ஸ்டீவ் என்னிடம் சொன்னான். ஆனால் நான் அவரது தாராள மனப்பான்மையை, பெருந்தன்மையை ஏற்றுக் கொள்ளத் தயாராக இல்லை' என்று கனவுகளில் மிதந்தபடி, விரான்ஸ்கியின் முகத்தைப் பார்த்தபடி அவள் சொன்னாள்: 'விவாகரத்து பெற்றுக் கொள்ள நான் விரும்பவில்லை. எனக்கு இப்போது என்ன நேர்ந்தாலும் கவலையில்லை. ஆனால் செரேஷாவைப் பற்றித் தான் என்ன முடிவு செய்வது என்று தெரியவில்லை.'

முதன்முதலாக தாங்கள் ஒன்று சேர்ந்து இருக்கும் இந்தச் சூழ்நிலையில் அவளால் தன் மகனைப் பற்றியும், விவாகரத்துப் பற்றியும் எப்படிப் பேச முடிகின்றது என்பதை விரான்ஸ்கியால் புரிந்து கொள்ள முடியவில்லை.

'அதைப் பற்றியும் பேசாதே, அதைப் பற்றி நினைக்காதே' என்று கூறியபடி அவளது கவனத்தை முழுவதுமாகத் தன் பக்கம் திருப்ப முயன்றான் விரான்ஸ்கி.

'ஓ... நான் ஏன் சாகவில்லை? நான் செத்திருந்தால் மிக நன்றாக இருந்திருக்கும்' என்றாள் அன்னா. அவளது கண்களிலிருந்து கண்ணீர் கன்னங்களில் சத்தமின்றி வழிந்தது.

முதல் நாள் அவன் இருந்த அந்த நிலையில் இப்போது விரான்ஸ்கி இருந்தானென்றால் தனக்கு அளிக்கப்பட்ட அந்தப் பதவியை வேண்டாம் என்று மறுப்பது அபாயமான விஷயம். தாஷ்கண்டுக்கு உடனே சென்று பணியில் சேர வேண்டும் என்று கூறியிருப்பான். ஆனால் இப்போதோ

ஒரு கணம் கூடத் தாமதிக்காது சொன்னான்: 'நான் தாஷ்கண்டிற்குப் போக மாட்டேன், வேலையில் சேர மாட்டேன்'.

ஆனால் அவனது மேலதிகாரிகள் அவனைக் கண்டித்தனர். உடனே அவன் பணியில் சேர வேண்டும் என்று அவனை வலியுறுத்தினார்.

இராணுவப் பணியே தனக்கு வேண்டாம் என்று கூறித் தன்னுடைய வேலையை ராஜினாமா செய்து விட்டான் விரான்ஸ்கி.

ஒரு மாதம் கழிந்த பின்னர், கரீனினும், அவரது மகன் செரேஷாவும் வீட்டில் தனிமையில் விடப்பட்டனர். அன்னா வெளிநாடுகளுக்குப் புறப்பட்டுச் சென்றாள். கரீனினுடன் விவாகரத்து பெற்றுக் கொண்டு அல்ல. விவாகரத்து வேண்டாம் என்று பிடிவாதமாக அதனை மறுத்து விட்டு அவள் விரான்ஸ்கியுடன் சென்று விட்டாள்.